பேசாப் பொருளைப் பேசத் துணிந்தேன்

பேசாப் பொருளைப் பேசத் துணிந்தேன்

அ.மார்க்ஸ்

எழுத்து பிரசுரம்

Title : Pesa Porulai Pesa Thuninthen

Author's Name : A. Marx

Published by Ezutthu Prachuram

Ezutthu Prachuram

(An imprint of Zero Degree Publishing)

No.55(7), RBlock,

6th Avenue, Anna Nagar

Chennai - 600040

Website: www.zerodegreepublishing.com

E Mail id: zerodegreepublishing@gmail.com

Phone : 98400 65000

Ezutthu Prachuram First Edition: February 2021

ISBN: 978-81-95125-94-4

TITLE NO EP :189

Cover Design & Layout : Vijayan, Creative Studio

Printed at Manipal Technologies, India.

இரண்டாம் பதிப்பு

ஆசிரியர் உரை

எனது முக்கிய நூல்களில் ஒன்றான “பேசாப் பொருளைப் பேசத் துணிந்தேன்” நூல் சுமார் ஆறு ஆண்டுகளுக்குப் பின் இரண்டாம் பதிப்பாக இப்போது வெளிவருகிறது. இடையில் சுமார் மூன்றாண்டுகாலம் இது அச்சில் இல்லை. பலரும் கேட்டுக் கொண்டதற்கு இணங்க இப்போது ‘ஸீரோ டிகிரி’ வெளியீடாக இது வருகிறது. 2007 தொடங்கி 2011 இறுதி வரை ஐந்தாண்டுகள் நான் மாதந்தோறும் ‘தீராநதி’ இதழில் எழுதிவந்த கட்டுரைகளின் தொகுப்பு இது. இப்படித் தொடர்ந்து அரசியல் கட்டுரைகளையும் நான் பிற பத்திரிகைகளில் எழுதிப் பின் அவை தொகுப்பாகவும் வந்துள்ளன. எனினும் அவை அவ்வக்கால அரசியல் தொடர்பாக எழுதப்பட்டவை என்பதால் அவற்றுக்கு இரண்டாம் பதிப்பு வெளியிடுவதில் நான் ஆர்வம் காட்டியதில்லை. ஆனால் ஒரு தரமான இலக்கிய இதழாக வந்து கொண்டிருந்த ‘தீராநதி’ இதழில் எழுதப்பட்ட இந்த அறுபது கட்டுரைகளும் இலக்கியம் மற்றும் பண்பாட்டு அரசியல் சார்ந்த பிரச்சினைகளை உள்ளடக்கமாகக் கொண்டவை ஆதலால் இவை இப்போதும் மிகவும் பொருத்தமானவையாகவும், இன்றைய சூழலுக்கும் தேவையானதாகவும் உள்ளதைச் சுட்டிக்காட்டி நண்பர்கள் பலரும் இதன் மறு பதிப்பு தேவை என்பதை வலியுறுத்திக் கொண்டே இருந்தனர். இந்த இரண்டாம் பதிப்பு மெய்ப்புத் திருத்தத்தின்போது நண்பர்களின் வற்புறுத்தலில் இருந்த நியாயத்தைப் புரிந்துகொள்கிறேன். முதற் பதிப்பின்போது, ‘நான்தான் இதற்கு அட்டை வரைந்து தருவேன்’ எனக் கூறி அதை அழகாக வடிவமைத்துத் தந்த கலைஞரும் அன்பு நண்பருமான

ஆறுமுகவேல் அவர்களுக்கும், அதேபோல விரும்பி முன்வந்து முன்னுரை எழுதித் தந்த என் இளம் நண்பர் சிவகுருநாதனுக்கும், முதற்பதிப்பை வெளியிட்ட நண்பர் மனுஷ்யபுத்திரனுக்கும், இந்நூல் வெளிவந்தபோது விமர்சித்து எழுதிய நண்பர்களுக்கும் என் அன்பு.

இந்த இரண்டாம் பதிப்பைச் சிறப்புற வெளியிடும் 'ஸீரோ டிகிரி' நிறுவனத்திற்கு என் நன்றிகள்.

அ.மார்க்ஸ்,
சென்னை, பிப் 04, 2021.

முதற் பதிப்பு

ஆசிரியர் உரை

என் எழுத்துக்களில் எனக்குப் பிடித்தது எது என ஒரு நேர்காணலில் கேட்டபோது நான் 'தீராநதி'யில் எழுதிவந்த இந்தக் கட்டுரைத் தொடரைத்தான் சொன்னேன். ரொம்பத் தீவிரமான கொள்கைக் கட்டுரைகள், அழமான ஆராய்ச்சிக் கட்டுரைகள் அல்லது மிகவும் எளிமையாக வெகு மக்களின் ரசனைக்காக எழுதப்படுபவை என்கிற கறாரான வேறுபாடுகளைத் தாண்டி இந்த மூன்று தரப்பினருமே வாசிக்கக் கூடிய ஒரு எழுத்துமுறை இப்போது உருவாகியுள்ளதாக நான் உணர்கிறேன். அப்படியான கட்டுரைகள்தான் இவை.

'தீவிரமான' வாசகர்களுக்கான சிற்றிதழ்கள் *X* எளிய மக்களுக்கான 'ஜனரஞ்சக இதழ்கள்' என்கிற ஒரு இருமை நான் எழுதத் தொடங்கிய காலத்தில் இங்கே அழுத்தமாகக் கால் பதித்திருந்தது. மணிக்கொடி காலம் தொட்டு இருந்து வந்த, 'ஜனரஞ்சக' எழுத்தாளர்களையும், எழுத்துக்களையும், அவற்றை வெளியிடும் இதழ்களையும் மிகவும் அலட்சியமாகப் பார்க்கும் பார்வை கடந்த இருபது ஆண்டுகளில் பெரிய அளவில் மாறியுள்ளது. ஜனரஞ்சகமாக எழுதுவது மட்டுமல்ல ஒரு காலத்தில் அரசியலை எழுதுவதும் கூட நம் இலக்கியவாதிகள் மத்தியில் அத்தனை பெருமைக்குரியதாகக் கருதப்பட்டதில்லை. ஆனானப்பட்ட மகாகவி பாரதியையே அவர் அரசியல் களத்திலும் தீவிரமாக இருந்த ஒரே காரணத்திற்காக இறந்து நெடுநாள் வரை அவரை ஒரு மகாகவியாக ஏற்க முடியாது எனப் பிடிவாதம் பிடித்த வரலாறு அவ்வளவு எளிதாக மறந்துவிடக் கூடியது அல்ல..

கடந்த இருபது ஆண்டுகளில் பழைய சிற்றிதழ்களைப் போலவும்

அல்லாமல், முழுமையான ஜனரஞ்சக இதழ்களாகவும் இல்லாமல் உருவான “இடைநிலை இதழ்கள்” நான் தொடக்கத்தில் குறிப்பிட்ட இத்தகைய எழுத்துமுறையின் உருவாக்கத்தில் முக்கிய பங்கு வகிக்கின்றன. இந்த வகையில் ‘காலச்சுவடு’, ‘சுபமங்களா’, ‘உயிர்மை’, ‘தீராநதி’, ‘அமிர்தா’, ‘உயிரெழுத்து’ முதலான இதழ்களின் பங்களிப்புகள் குறிப்பிடத்தக்கன. இன்னொரு போக்கையும் இங்கு குறிப்பிட வேண்டும். முற்றிலும் ஜனரஞ்சக இதழ்களாக அறியப்பட்ட இதழ் களிலும் கூட பல காத்திரமான கட்டுரைகள் இடம்பெறக்கூடிய நிலையும் இதே காலங்களில் ஏற்பட்டது.

அதேபோல வாசகத் தளமும் விரிவடைந்தது. சிற்றிதழ் வாசகர்கள் X ஜனரஞ்சக வாசகர்கள் என்கிற இறுக்கமான வகைப்பாடும் மங்கத் தொடங்கியது. இவை அனைத்தும் என்னைப் பொறுத்த வரையில் ஒரு வகையில் வரவேற்கத்தக்கவைதான். சிற்றிதழ்கள் என்பன ஒரு வகையில் புதிய கோட்பாடுகளையும் இலக்கிய வடிவங்களையும் அறிமுகம் செய்தல் முதலான திசைகளில் பெரும்பங்காற்றியுள்ளன என்ற போதிலும் அவை முன்வைத்த கருத்துக்கள், செயல்பாடுகள், கடைபிடித்த மேட்டிமைத்தனம் முதலிய பல அம்சங்களில் அவற்றின் நடைமுறைகள் அனைத்தையும் நாம் விதந்து பாராட்டி விட இயலாது. சிற்றிதழ்களையும் கூட எல்லாவற்றையும் ஒரே மாதிரியாகப் பார்த்துவிட இயலாது. சிற்றிதழ்களிலேயே பின்னாளில் உருவான ‘படிகள்’, ‘பரிமாணம்’, ‘பிரக்ஞை’, ‘நிறப்பிரிகை’ முதலானவை அவற்றின் உருவாக்கம், வினியோகம், புதிய கோட்பாடுகளை அறிமுகம் செய்தல் முதலான பல அம்சங்களில் பழைய சிற்றிதழ் தன்மைகளைப் பெற்றிருந்த போதிலும் அரசியலை உள்ளடக்கிய விதத்தில் அவற்றிலிருந்து வேறுப்பட்டு இருந்தன.

இப்படியான பின்னணியில் உருவான ’இடைநிலை’ இதழ்களில் ஒன்றுதான் ‘தீராநதி’. குமுதம் கார்பொரேட் குழுமத்தின் வெளியீடு. கோமல் சுவாமிநாதனை ஆசிரியராகக் கொண்டு வெளிவந்த ‘சுபமங்களா’வும் இப்படி ஒரு நிறுவனத்தில் வெளியீடுதான். எனினும் இந்த இதழ்கள் நானறிந்தவரை, கூடியவரை முற்றிலும் சுயேச்சையாகச் செயல்பட அனுமதிக்கப்பட்டன. தற்போது ‘ஆனந்தவிகடன்’ குழுமமும் இப்படி ஒரு இடைநிலை இதழைத் தொடங்க இருப்பதாக அறிகிறோம். இந்த இதழ்களின் மூலம் உடனடியாக லாபம் சம்பாதிக்கும் நோக்கமும் இத்தகைய கார்பொரேட் நிறுவனங்களுக்குக்

கிடையாது. மாறிவரும் சூழலைக் கவனத்தில் கொண்டு தங்களை அதற்குத் தக வடிவமைத்துக் கொள்ளல், இத்தகைய பணிகளின் மூலம் தங்களின் இதர வணிக நோக்கிலான செயல்பாடுகளுக்கு ஒரு நியாயப்பாட்டையும், கவுரவத்தையும் உருவாக்கிக் கொள்ளுதல் ஆகியவற்றையே கார்பொரேட்கள் இத்தகைய இதழ் வெளியீடுகளில் நாட்டம் செலுத்துவதற்கான காரணங்களாகச் சொல்ல இயலும்.

இத்தகைய இதழ்களில் ஒன்றான 'தீராநதி'யில் ஐந்தாண்டுகள் (2007 ஜனவரி-2011 டிசம்பர்) நான் ஒரு மாதம் கூடத் தவறாமல் எழுதிய 60 கட்டுரைகளின் தொகுப்பு இது. என்னுடைய கருத்துக்களில் எந்தத் தலையீடும் இல்லாமல், எனது எழுத்துக்களில் ஒரு சொல்லையும் கூட நீக்காமல் தொடர்ந்து ஐந்தாண்டுகள் இக்கட்டுரைகளையும் அவற்றிற்கு மாதந்தோறும் ஆற்றப்பட்ட எதிர்வினைகளையும் 'தீராநதி' வெளியிட்டு வந்தது. இடமின்மை கருதியும் கூட அவர்கள் எதையும் *edit* செய்ததில்லை. நான்கு பக்கங்கள் என எல்லை விதித்திருந்தாலும் கூட என்னுடைய கட்டுரைகள் அனைத்தும் ஆறு பக்கங்களை எடுத்துக்கொண்டன. என்னை அவர்கள் நிறுத்தச் சொல்லவும் இல்லை. நானேதான் ஒரு கட்டத்தில் நிறுத்துவது நல்லது என நிறுத்திக் கொண்டேன்.

இந்த வகையில் 'தீராநதி' இதழுக்கும் நான் எழுதிய காலத்தில் அவ்விதழின் ஆசிரியப் பொறுப்புகளில் இருந்தவர்களுக்கும் என்றென்றும் நன்றி உடையேன்.

தொடக்கத்தில் சொன்னது போல இக்கட்டுரைகள் அனைத்தும் பல ஆழமான விடயங்களைத் தொட்ட போதிலும் துறை சார் புலமையாளர்களுக்காக எழுதப்பட்டவை அல்ல. இந்தக் கட்டுரை களின் வாசகர்களைப் பற்றி நான் அத்தகைய கண்ணோட்டத்துடன் எழுதவில்லை. ஆனால் அதே நேரத்தில் துறைசார் வல்லுனர்களும் கவனத்தில் கொள்ளக் கூடிய அம்சங்களை அவை கொண்டிருந்தன.

பழம் இலக்கியங்கள் பற்றிய கருத்துரைகள், நவீன இலக்கிய அம்சங்கள், புதிய வரலாற்றியல் அணுகுமுறைகள், சோவியத்துக்குப் பின் எதிர்ப்பு அரசியல் வடிவங்களில் ஏற்பட்டுள்ள மாற்றங்கள், அம்பேத்கர், அண்ணா, காந்தி ஆகியோர் குறித்த புதிய பார்வைகள் என்பதாக இகட்டுரைகள் பல திறப்பட்டவையாக அமைகின்றன. மெய்ப்புத் திருத்தத்திற்காக இக்கட்டுரைகளை மீண்டும் மீண்டும் படிக்கும் போதும் எது குறித்தும் எனக்குச் சலிப்பு இல்லை.

இத்தனைக்கும் இத்தொகுப்பின் முதல் கட்டுரை எழுதி ஏறத்தாழ பத்தாண்டுகள் ஓடிவிட்டன.

எழுத்துப் பணிகளுக்கு இணையாக அரசியலிலும் நேரடி ஈடுபாடுடையவன் நான் என்பது அனைவரும் அறிந்ததே. நக்சல்பாரி இயக்கங்களில் ஒன்றான 'மக்கள் யுத்தக் குழு' உட்பட இடதுசாரி இயக்கங்களில் பங்குபெற்றுச் செயல்பட்டவன். எனினும் சோவியத்துக் குப் பிந்திய ஒருதுருவ உலகில் ஆயுதப் போராட்டத்தின் பயன்பாடு மற்றும் அறம் சார்ந்த அரசியல் ஆகியன குறித்து நான் நிறையச் சிந்தித்துக்கொண்டிருந்த காலத்தில் எழுதப்பட்டவை இக்கட்டுரைகள். அரசியலில் அறத்திற்கு இடமில்லை என்பதை சாணக்கியம் அல்லது மாக்கியவெல்லிய அணுகல் என நியாயப்படுத்துவது அரசியலாரின் வழமை. சோதனை அணுகுண்டு வெடித்த கையோடு, "இனி அரசியலில் அறத்திற்கு இடமில்லை. இது எதார்த்த அரசியலின் *(Real Politiq)* காலம்" என்றார் அத்வானி. அயலுறவில் பஞ்சசீலம், அணி சேராமை முதலான அறக் கருத்துக்களை முன்வைத்ததற்காக ஒரு போற்றத் தக்க *secularist*உம், அறிஞருமான ஜவஹர்லால் நேரு இன்றைய ஆட்சியாளர்களால் வெறுக்கப்படுகிறார். ஆனால் "அரசியல் பிழைத்தோர்க்கு அறம் கூற்றாவதும்" என்பது தமிழ் முது மொழி; தமிழ் அறம் அதுவே.

அரசியலில் அறமின்மை நியாயப்படுத்தப்பட்டது போலவே வன்முறையும் நியாயப்படுத்தப்பட்டது. வன்முறையைப் பொருத்த மட்டில் அதன் நியாயப்பாட்டை அறம் சார்ந்த நோக்கிலிருந்து கண்டிப்பது ஒரு பக்கம்; இன்னொரு பக்கம் அது நடைமுறை ரீதியாகவே பயனற்ற ஒன்று. வன்முறையைக் கைகொள்ளும் இயக்கங்கள் மக்களிடமிருந்து எளிதில் அந்நியப்படுத்தப்படுவதற்கு வாய்ப்பாகிவிடு கின்றன. இதுகுறித்த டாக்டர் பாலகோபாலின் கட்டுரை ஒன்று ('வன்முறையும் வன்முறையற்ற வழிமுறையும்') முக்கியமானது- இந்நூலில் உள்ள காந்தியின் 'ஹிந்த் சுயராஜ்' பற்றிய கட்டுரைகள், பாலகோபால் குறித்த இரங்கற் குறிப்பு, 'சபாடிஸ்டா இயக்கம்' பற்றிய இரு கட்டுரைகள், 'அரேபிய வசந்தம்' மற்றும் 'வால்ஸ்ட்ரீட் போராட்டம்' முதலிய கட்டுரைகள் முதலியன அரசியல் அறம் மற்றும் வன்முறை பற்றிய என் மன ஓட்டங்களைப் பிரதிபலிப்பவை.

எனது ஆர்வமுள்ள துறைகளில் ஒன்று தேசியம். இந்தத் தொகுப்பில் தேசியம் குறித்த நேரடியான கட்டுரைகள் ஏதும் இல்லை

ஆயினும் ‘தேசியம் கடந்த ஆளுகை முறை’ (*Non Nationalistic Mode of Governance*), தெலங்கானா உட்பட்ட இன்று மேலெழுந்து வரும் ‘பிராந்திய அரசியல்’ (*regional studies*), கச்சத்தீவு மற்றும் மீனவர் பிரச்சினை குறித்த கட்டுரைகள் இந்த வகையில் சில கூடுதலான பரிமாணங்களைப் பேசுபவை. புலம் பெயர் வாழ்வில் அடையாளங்கள் உறுதிப்படுதலின் பின்னணி, தேசபக்தி என்பதை டால்ஸ்டாய், பெரியார் எல்லோரும் வெறுத்தது குறித்த கவன ஈர்ப்பு முதலியனவும் மீள்வாசிப்பில் என்னை ஈர்க்கும் கட்டுரைகள். நமது பழந்தமிழ் இலக்கியங்களின் ஊடாக வரலாற்றைக் கட்டமைத்தலில் உள்ள சில பிரச்சினைகள், செம்மொழி மாநாட்டின் மூலம் வெளிப்பட்ட வெளிநாட்டு அறிஞர் களின் கருத்துக்கள் சிந்துவெளி நாகரிகத்தின் திராவிடக் கூறுகளுக்கு அழுத்தம் கொடுத்துள்ளது ஆகியவற்றை சில கட்டுரைகள் பேசுகின்றன.

தற்கால இலக்கியங்களைப் பொருத்தமட்டில் பாலைநிலவனின் சிறுகதைகள், பொன்னீலனின் ‘மறுபக்கம்’, ஆர்.எஸ்.ஜேக்கப்பின் ‘வாத்தியார்’ முதலான நூல்கள் விமர்சிக்கப்படுகின்றன. பல ஆண்டுகள் கழித்தாயினும் ப.சிங்காரத்துக்குக் கிடைத்த ஏற்பு ஆர்எஸ். ஜேக்கபுக்கு இன்றுவரை கிடைக்காமற் போனது குறித்து நான் கட்டுரையில் குறிப்பிட்டுள்ள காரணங்கள் முக்கியமானவை. ‘தீராநதி’யில் ஜேக்கப் பற்றிய இரு கட்டுரைகளும் வெளிவந்தபின் நல்லகண்ணு உட்பட்ட தலைவர்கள் அவரை வீட்டில் சென்று பார்த்து வந்தனர். திருப்பூரில் ஒரு இலக்கிய அமைப்பு அவருக்கு விருதளித்தது.

மீண்டும் ஒருமுறை ‘தீராநதி’ ஆசிரியர் முனைவர் மணிகண்டன், நண்பர்கள் கடற்கரை, தளவாய் சுந்தரம் எல்லோருக்கும் என் நன்றிகள். இக்கட்டுரைகள் தொடராக வெளிவந்த போது வாசித்து ஒவ்வொரு மாதமும் எதிர்வினை ஆற்றி ஊக்குவித்த நண்பர்களுக்கும் நன்றிகள்.

ஐந்தாண்டுகள் இக்கட்டுரைகள் நூல் வடிவம் பெறாமல் கிடந்த நேரத்தில் இவை நூலாக்கப்பட வேண்டியதன் முக்கியத்துவதை வலியுறுத்தி, என்னிடம் இருந்த கையெழுத்துப் பிரதிகளில் இருந்தது போக எஞ்சிய கட்டுரைகளை பல நண்பர்களையும் நாடித் தேடிப் பெற்று இது நூலுறுப் பெறக் காரனமாக இருந்தவர் மீனா. அவருக்கு என்றென்றும் நன்றிகள்.

விட்டுப்போன கட்டுரைகளை எல்லாம் எடுத்து தேதி வாரியாக அடுக்கி நகல் எடுத்துத் தந்த இனிய நண்பர் தளவாய் சுந்தரம் அவர்களுக்கும் என் நன்றிகள்.

எனது இளம் நண்பர்களில் ஒருவரான சிவகுருநாதன் நான் கேட்டபோதெல்லாம் அடுத்த நிமிடமே பழைய இதழ்களைத் தேடிப் பிடித்து என் ஐயங்களைத் தீர்த்துவந்தார். இந்நூலுக்கு இப்போது ஒரு அழகிய வாசகப் பார்வையையும் வடித்துத் தந்துள்ளார். அவருக்கும் என் நன்றிகள்.

நண்பர், கலைஞர் ஆறுமுகவேல் அவர்கள் என் முயற்சிகள் அனைத்திற்கும் எப்போதும் ஆதரவாகவும் உந்து சக்தியாகவும் இருப்பவர். இந்த நூல் வெளி வரும்போது அதன் அட்டையை நானே வடிவமைப்பேன் எனக் கூறி அவரே புகைப்படம் எடுத்து இந்த அட்டை வடிவமைப்பைச் செய்துள்ளார். அவருக்கு இந்த நூலை அர்ப்பணிக்கிறேன்.

அ. மார்க்ஸ்

கும்பகோணம்,

ஜூன் 1, 2016

ஒரு வாசகப் பார்வை

– மு. சிவகுருநாதன்

“பேசாப்பொருளைப் பேச நான் துணிந்தேன்” என்ற மகாகவி பாரதியின் வரிகளை முகப்பாகக் கொண்டு ‘தீராநதி’ மாத இதழில் ஜன. 2007 முதல் டிச. 2011 முடிய அறுபது மாதங்கள் பத்தியாக வெளியான பேரா. அ.மார்க்ஸ்-ன் ஆக்கங்கள் மிகத் தாமதமாக நூல் வடிவம் பெறுகின்றன.

பேரா. அ.மார்க்ஸ் அவர்களின் எழுத்துகளுக்கு முன்னுரை எழுதும் தகுதி எனக்குத் துளியும் இல்லை என்பதை முதலிலேயே சொல்லிவிடுகிறேன். இருப்பினும் 1990களின் தொடக்கத்தில் புதுமைப்பித்தன் கருத்தரங்கில் தொடங்கி இன்று வரைத் தொடரும் தோழமை உணர்வினுடாக ஓர் வாசகப் பார்வையாக இதை எடுத்துக்கொள்ள வேண்டுகிறேன்.

அன்று ‘நிறப்பிரிகை’யில் வெளியான கட்டுரைகள் இன்று குமுதம் நிறுவன இதழான ‘தீராநதி’யில் வெளியாகக் கூடிய அளவிற்கு நிறைய மாற்றங்கள் தமிழ் இதழியல் உலகில் ஏற்பட்டுள்ளன. அரசியலற்ற ஓர் நிலைப்பாட்டை பெரும்பாலான தமிழ்ச் சிறு பத்திரிகைகள் பலகாலமாக எடுத்திருந்த நிலையில் ‘நிறப்பிரிகை’ நுண் அரசியல் களங்களை விவாதப் பொருளாக்கியது. இதில் அ.மார்க்ஸ்-ன் பங்கு பணி அளப்பரியது.

தமிழ்ச்சூழலில் அ.மார்க்ஸ் அளவிற்கு கடும் விமர்சனங்களுக்கு

ஆளான சமகால அறிவுஜீவி யாருமில்லை. இந்தத் தொகுப்பின் குறுக்குவெட்டாகப் பார்த்தால்கூட அவர் தொடாமல் விட்ட பிரச்சினைகள் மிகக் குறைவு. சமகால தமிழ்ச் சிந்தனையாளர்களில் இது அரிது. கிராம்சியின் 'உயிர்ப்புமிகு அறிவுஜீவி' *(Organic Intellectual)* எனும் கருத்தாக்கத்திற்கு தமிழ்ச் சூழலில் மிகவும் பொருத்தமான ஆளுமை அ.மார்க்ஸ். அ.மார்க்ஸால் இது சாத்தியமாகியுள்ளது எங்களைப் போன்ற நண்பர்களுக்குப் பெருமையாக இருக்கிறது. புத்தர், காந்தி, அம்பேத்கர், பெரியார், தாகூர், சபாடிஸ்டா, பரமசிவ அய்யர் என எங்கும் அறத்தைத் தேடி அலையும் மனித உரிமைப் போராளியாகவே அ.மார்க்ஸ் இந்நூல் முழுவதும் காட்சியளிக்கிறார். வாய்ப்பு கிடைக்கும் போதெல்லாம் அறத்தை மீண்டும் மீண்டும் வலியுறுத்துகிறார். நீதி செத்த உலகில் அறத்தைத் தேடி தன்னந்தனியனாய் நெடுந்தூரம் பயணிக்கிறார்.

தமிழகத்தில் சொல்லப்படும் எந்தக் கருத்தும் தி.மு.க., அ.இ.அ.தி.மு.க. என்கிற இரு பார்வைகள் வழியே பயணிப்பதால் முகநூல் போன்ற சமூக வலைத்தளங்களில் அவர் படும் இடர்பாடுகளை சொல்லி மாளாது. இருப்பினும் எது குறித்தும் கவலை கொள்ளாமல் தொடர்ந்து தனது கருத்துக்களோடு அனைவரையும் கடந்து செல்கிறார். இத்தொகுப்பில் இலங்கைப் பிரச்சினை குறித்து அதிக எண்ணிக்கையிலான கட்டுரைகள் இருக்கின்றன. இந்தப் பார்வைகள் அவருக்கு நிறைய எதிர்ப்புக்களை உருவாக்கித் தந்தன.

அதற்காக தனது அறம் சார் நிலைப்பாட்டில் அவர் எள்ளளவும் உறுதி குலைவதில்லை. ஈழப்பிரச்சினை தமிழ்த் தேசியவாதிகளால் கட்டமைக்கப்பட்ட எல்லைகளைத் தாண்டி போருக்குப் பிந்தைய இலங்கையில் சமாதானம், பெற்ற படிப்பினைகள், அரசியல் தீர்வு, கச்சத்தீவு, மீனவர் பிரச்சினைகள், அகதிகள் வாழ்வு குறித்தான கரிசனங்கள் என்பதாக அமார்க்ஸிடம் விரிவு கொள்கின்றன. கச்சத்தீவு, அகதிகளுக்கு இரட்டைக் குடியுரிமை போன்ற சிக்கல்களில் தேசியம் கடந்த ஒருவகை ஆளுகை முறை பற்றி யோசிக்கிறார்.

அவர் சொல்வதைக் கேளுங்கள்: "இன்றையத் தேவை போரல்ல; சமாதானம், சமாதானம் மட்டுமே. பேச்சுவார்த்தைகள் மூலமே எல்லைகள் வரையறுக்கப்பட வேண்டும். வரையறுத்தல் என்பதைவிட வரையறை நீக்கம் *(delimit)* செய்தல், நெகிழ்ச்சியாக்கப்படுதல், ஒருங்கிணைக்கப்படுதல் *(integrate)* வேண்டும். முன்பொரு முறை நான் இந்தப் பத்தியில் எழுதியது போல தேசியம் கடந்த ஆளுகை முறை

(Non-Nationalistic mode of Governance) குறித்தல்லாம் நாம் யோசிக்க வேண்டும். குறைந்தபட்சம் எல்லைப் பிரச்சினைகளிலாவது இந்தப் பார்வைகள் தேவை."

விலகி நிற்றல், தன்னிலை அழிப்பு, பன்முகப்பார்வை குறித்த அவதானிப்புகள், மற்றமை சார்ந்த கரிசனங்கள், அறவியல் நிலைப்பாடு, பெருங்கதையாடல் தகர்ப்பு, ஒற்றைத்தீர்வுகளில் முடங்காமல் பன்மைத் தீர்வுகளைப் பரிந்துரைத்தல், தேசபக்தி எனும் மூட நம்பிக்கைக்கு எதிரான நிலை, எங்கும் உரையாடலுக்கான சாத்தியப்பாடு, வைதீக எதிர்ப்பு என்பதான தன்மைகள் இத்தொகுப்பு முழுதும் இழையோடு வதைக் காணலாம். அரபுலக எழுச்சி, ஈழப்பிரச்சினை, பாகிஸ்தானுட னான உறவு என எந்தச் சிக்கலுக்கும் "தொடர்ந்த உரையாடலுக்கான சாத்தியமும், பன்மைத்துவம் தக்கவைக்கப்படுதலுமே முக்கியம்" என வலியுறுத்துகிறார். ஈழச்சிக்கலுக்கு அடுத்தபடியாக காந்தி குறித்த இவரது பார்வைகள் கடும் விமர்சனத்தை எதிர்கொள்கின்றன. நீதி செத்த உலகில் அறத்தைப் பேச இவருக்குக் கிடைத்த பெரு வாய்ப்பு காந்திதான். பெரியார், அம்பேத்கரைப் போற்றும் இவர், பெருகி வரும் வெறுப்பு அரசியலை எதிர்கொள்ள காந்தியின் உதவியை நாடுகிறார். அதைத் தவிர அவருக்கு வேறு வழியில்லை. எல்லாவற்றையும் அரசு - அதிகார கண்ணோட்டத்திலிருந்து சிந்திக்காமல் அரசுக்கு எதிராகவும் அரசுக்கு அப்பாலும் எனகிற நிலையிலிருந்து அணுக முயலும் அமார்க்ஸ் காந்தியைக் கண்டடைவதைப் புரிந்துகொள்ள முடிகிறது. காந்தியைக் கடுமையாக விமர்சித்த பெரியார்தான் இந்த நாட்டிற்கு காந்திதேசம் என்று பெயரிடச் சொன்னவரும் கூட என்பதை மறந்துவிட இயலுமா?? காந்தி வலியுறுத்தியது அனைவரையும் உள்ளடக்கிய *(Inclusive)* ஓர் தேசியம். தேசியம் என்பதை ஓர் அரசியல் வகையினமாக அன்றி கலாச்சாரமாக அவர் பார்க்கவில்லை. சுயாட்சி என்ற கருத்துடன் அரசற்ற நிலையை *(anarchy)* விரும்பியவர் காந்தி. காந்தியின் சிந்தனைகளில் பல்வேறு முரண்பாடுகள் இருப்பினும் அடிநாதமாக ஒன்றிணைக்கும் இழை இருப்பதை மார்க்ஸ் தெளிவு படுத்துகிறார். கடும் நோய்வாய்பட்டபோது ஊசிகளைத் தவிர்த்த காந்தி ரயில் பயணங்களை மறுத்ததில்லை என்று சொல்லும் மார்க்ஸ் நவீன தொழில்நுட்பங்களுக்கு அவரை ஒரு வரட்டுத்தனமான எதிரியாகக் கட்டமைக்க முடியாது என்றும் சொல்கிறார்.

டால்ஸ்டாய் போன்ற உலகின் தலை சிறந்த எழுத்தாளர்கள்

முதல் ஈன்ஸ்டின் உள்ளிட்ட அறிஞர்கள் வரை தேசபக்தியை ஏன் வெறுத்தார்கள் என கேள்வி கேட்டு அதற்கான விடையும் தேடுகிறார். தேசபக்தி உணர்வு இயற்கையானதல்ல. அது அறிவுக்குப் புறம்பானது; ஆபத்தானது. மானுடத்தை நேசிப்பவர்கள் தேசபக்தியை வெறுக்கத்தானே முடியும்? பெரியாரிடமிருந்து அண்ணா வேறுபடும் புள்ளிகளை மிக நுணுக்கமாக சுட்டுகிறார். இதன் பொருள் அண்ணாவை நிராகரிக்கிறார் என்பதல்ல. அ.மார்க்ஸை விமர்சிப்ப வர்கள் இவ்வாறான எளிய சமன்பாட்டிற்கு வந்துவிடுகின்றனர். "அடையாள அரசியல், அடையாளத்தைப் பேணுவதன் ஊடாக எல்லாவற்றையும் உள்ளடக்குவதாகவும் இருக்கவேண்டும். காந்தி, பெரியார், அண்ணா என்றொரு நல்ல பாரம்பரியம் நமக்கு இந்தவகை யில் உண்டு" என்று அவர் சொல்வதையும் நாம் கவனிக்க வேண்டும்.

இந்நூலில் உள்ள அம்பேத்கர் குறித்த மூன்று கட்டுரைகள் அம்பேத்கர் குறித்து இதுவரை யாரும் தொடாத புதிய பரிமாணங்களை எட்டுகின்றன. சுமார் முப்பது ஆண்டுகளுக்கு முன் அவர் எழுதி தமிழ்ச் சூழலில் மிகப் பெரிய தாக்கத்தை விளைவித்த 'டாக்டர் அம்பேத்கரின் போர்க்குரல்' எனும் குறுநூல் அவரின் அரசியல் பார்வைகளைத் துல்லியப்படுத்தியது என்றால் இந்நூலிலுள்ள கட்டுரைகள் அம்பேத்கர் என்னும் சிந்தனையாளரின் இதயத்தை நமக்கு அடையாளம் காட்டுகிறது.

அ.மார்க்ஸ் எழுத்தில் ஓர் பிடித்த விடயம் என்னவெனில் எந்த சிக்கலான கோட்பாடுகளைச் சொல்லும்போதும் அதற்கு எளிய உதாரணங்களையும் ஒப்பீடுகளையும் நிகழ்த்தி விடுவார். அதைபோல சமயம் பார்த்து குறைகளை நேருக்கு நேர் சுட்டும் பண்பு அநாயசமானது. விக்ரமாதித்யன் மணிவிழாவிற்கு கூடிய எழுத்தாளர்களைப் பட்டியலிட்டு விக்ரமாதித்யன் என்ன கனிமொழியா இல்லை தமிழச்சியா? இத்தனை எழுத்தாளர்கள் குவிந்திருந்ததே பெரிய விஷயமில்லையா? என்று கேட்பார். கூடவே விக்ரமாதித்யன் மீதான விமர்சனமும் சட்டென்று வரும். "ஒருபக்கம் அப்பட்டமான சைவப் பிள்ளைமார்த்தனம்; மறுபக்கம் அசாத்தியமான கலகக் குணம், முழுசான அதுதானே விக்ரமாதித்யன். இன்னும் சரியாகச் சொல்வதானால் அவர் ஒழுங்கான சைவப்பிள்ளையும் கிடையாது, கலகக்காரனும் இல்லை" என்று கருத்துரைப்பார். தமிழ் அறிவுலகில் இவ்வாறு வெளிப்படையாகப் பேசும் ஆளுமைகள் அரிது. மன்மோகன் சிங்

மீதான விமர்சனத்துடன் கூடவே அவரது மகளும் அமெரிக்க மனித உரிமைச் செயல்பாட்டாளருமான அம்ரித் சிங்கை பாராட்டுகிறார். கனிமொழியின் அணு ஒப்பந்ததிற்கு ஆதரவான நிலைப்பாட்டைக் கடும் விமர்சனத்திற்கு உட்படுத்துகிறார்.

இங்கு பெருஞ்சித்திரனாரின் வாரிசு பொழிலன் சிறைப்பட நேர்ந்ததை வருத்தத்துடன் பதிவு செய்கிறார். புலவர் கலியபெருமாள் அவரது மனைவி, மகன்கள் அனைவரும் கைது செய்யப்பட்ட நிலையில் அவரது இரு மகள்களுக்கு அடைக்கலம் கொடுத்து தனது பள்ளியில் சேர்த்தக் குற்றத்திற்காக 10 ஆண்டுகள் சிறையில் அடைக்கப்பட்ட கலியபெருமாளின் மனைவியின் சகோதரி அனந்த நாயகி அம்மையார் பற்றி இப்பத்தியில் எழுதி மு.கருணாநிதிக்கு அதிர்ச்சி வைத்தியம் அளிக்கிறார். அப்பாவி பெண்மணியை சிறை வைக்கக் காரணமாக இருந்தவர் தனது மகள் சிறைப்பட்டதற்குப் புலம்பும்போது ஒரு உயிர்ப்பு மிகு அறிவுஜீவி எப்படி மவுனமாக இருக்கமுடியும்? நிறப்பிரிகை காலத்தில் விளிம்புநிலை ஆய்வுகள் குறித்த கவனத்தை ஈர்த்த அமார்க்ஸ் இன்றும் தனது ஆய்வுத்தேடலை பல்வேறு புதிய களங்களில் தொடந்த வண்ணம் உள்ளார். சஞ்சய் சுப்ரமணியத்தின் ‘உள்ளடக்கப்பட்ட மோதல்கள்’, ‘இணைப்புண்ட வரலாறுகள்’ போன்ற புதிய பார்வைகளையும் தமிழுக்கு அறிமுகம் செய்கிறார். ஆங்கில நூற்கள் குறித்து மட்டுமின்றி. செயல்வழிக் கற்றல் பற்றி பேரா. கல்யாணி வெளியிட்ட குறு வெளியீடுகள் குறித்தும் தனது பதிவை மேற்கொள்கிறார். கோட்பாடுகளை மட்டும் பேசிக்கொண்டிராமல் பாலை நிலவன் கதைகள், யவனிகா ஸ்ரீராம் கவிதைகள், ‘வாத்தியார்’, ‘மறுபக்கம்’ ஆகிய நாவல்கள் பற்றியும் நிறையப் பேசுகிறார். தமிழ் எழுத்துலகில் கண்டுகொள்ளாமல் புறக்கணிக்கப்பட்ட ‘வாத்தியார்’ நூலைத் தேடி எடுத்து அடையாளம் காட்டிய அவர் விமர்சிக்க வேண்டியவற்றைக் கடுமையாக விமர்சிக்க வும் செய்கிறார். மிலன் குந்தேரா முன்வைக்கும் வரலாற்றுணர்வு கொண்ட எழுத்தாளர்கள் தமிழில் அரிது என்கிறார். தாகூர், டால்ஸ்டாய் போன்று தமிழ் எழுத்தாளர்கள் அறவியல் நிலை எடுக்கும் வரை இங்கு காத்திரமான படைப்புகள் தோன்ற வாய்ப் பில்லை என்றும் சொல்கிறார். தேசத்திலிருந்து வரலாற்றை விடுவிக்க வேண்டிய தேவை பற்றி வலியுறுத்துகிறார். புனைவுகள் வழியே தமிழ், இந்திய வரலாறு கட்டமைக்கப்படுவதில் உள்ள ஆபத்தையும், தொல்லியல் தோண்டிகள் இதற்கு உறுதுணையாக இருப்பதையும்

வெளிப்படுத்துகிறார். சோழப்பெருமை பேசும் தமிழ்தேசியம் முன்னெப் போதும் இல்லாத அளவிற்கு இன்று வெளிப்படையாக நிலப்பிரபுத்துவப் பெருமைகளைப் முன்னிறுத்தத் துணிந்துள்ளதைச் சுட்டி, இதன் பின்னாலுள்ள பாசிச அம்சங்களை தோலுரிக்கிறார்.

யாரும் செய்ய மறுக்கும் இப்பணிகளைச் செய்ய இன்றைய தமிழ்ச் சூழலில் மார்க்ஸை விட்டால் யாருமில்லை. வரலாற்றை அரசியல்வாதிகள் கையிலெடுப்பதன் ஆபத்தை பரமசிவ அய்யரின் *'Ramayana and Lanka'* என்ற நூல் மூலம் விளக்குவது குறிப்பிடத் தக்கது. தேவதாசி வாழ்வு பற்றி எழுதும்போது, "சுதந்திரமான பாலியல் தேர்வை இழிவு எனக் கருதும் ஆணாதிக்க நோக்கிலிருந்து பாலியல் தொழிலை மதிப்பிடுவது எத்தனை தவறோ, அத்தனை தவறு சுதந்திரமான பாலியல் தேர்வு சாத்தியம் என்கிற ஒரே காரணத்தை வைத்து பாலியல் தொழிலை உன்னதப்படுத்துவதும்கூட." என்று சொல்லிவிட்டு, "பிரச்சினைகள் சிக்கலானவை, எளிய தீர்ப்புகள் சாத்தியமில்லை" என்றும் சொல்கிறார். "விரிந்த பார்வை, அகன்ற படிப்பு, பிரச்சினைகளை எளிமைப்படுத்திப் புரிந்துகொள்ளாமல் அவற்றின் சகல பரிமாணங்களுடன் அணுகுதல்" என்பவற்றிற்கு எடுத்துக்காட்டாக விளங்கும் இக்கட்டுரைகள் இன்றைய இளைஞர்கள் ஆழப் பயில்வதற்கு உரியன.

திருவாரூர் **மு.சிவகுருநாதன்**
ஆகஸ்ட் 20, 2015

பொருளடக்கம்

"தோழமை என்றவர் சொல்லிய சொல் ஒரு சொல்லன்றோ"
என் இருபதாண்டுகால நண்பர் இந்த நூலுக்கு விரும்பி அட்டை
வடிவமைத்துத் தந்த கலைஞர்
ஆறுமுக வேல் மற்றும் முனைவர் **நர்மதா** இருவருக்கும்...

"ஈ": பொறுக்கிகள், குற்றவாளிகள், தீவிரவாதிகளின் நியாயங்கள்

- ஒரு திரைப்படம் குறித்த குறிப்பு

திரைப்படங்கள் பற்றி நான் அதிகம் எழுதுவதில்லை. தேடித் தேடித் திரைப்படங்களைப் பார்த்த காலங்கள் தீய்ந்துவிட்டன. இப்போதெல்லாம் தமிழ்ப்படங்களைப் பார்ப்பது பேருந்துப் பயணங்களில்தான். தொலைக்காட்சிகளில் கூட அல்ல. ஓடும் பஸ்ஸின் இரைச்சலுக்கு மத்தியில் 'சின்னக்கவுண்டரை' மட்டும் 27 தடவை பார்த்திருப்பேன். சமீபத்தில் இரு திரைப்படங்களை திரையரங்குகளில் தேடிப் போய்ப் பார்த்தேன். அவை குறித்து எழுத வேண்டுமென்பதற்காக இரண்டாம் முறையும் பார்த்தேன். முன்னது இயக்குநர் ஜனநாதனின் 'ஈ', மற்றது புதியவனின் 'மண்'. இரண்டும் இரண்டு வகைகளில் வித்தியாசமானவை. இன்றைய வெகுஜன சினிமா ட்ரெண்ட்களையும் ஊடகங்கள் வாயிலாகப் பொதுப்புத்தியில் பதிய வைக்கப்படும் பிம்பங்களையும் தகர்த்து நிற்பவை.

'ஈ' திரைப்படம் வணிக ரீதியில் வெற்றி பெற்றிருப்பது என்பது மக்களின் ரசனை குறித்து இன்றைய தமிழ் சினிமா முன்னோடிகள் கட்டமைத்து வரும் பல மாயைகளைத் தகர்த்துள்ளது. காவல்துறையை உன்னதப் படுத்துவது, என்கவுன்ட்டர் கொலைகளை நியாயப்படுத்துவது, தீவிரவாதிகளை வென்றொடுக்குவது என்பனவற்றையே தமிழ் ரசனை ஏற்றுக்கொள்ளும் என்பதாக 'காக்க காக்க', 'வேட்டையாடு விளையாடு' போன்ற படங்கள் செய்துவரும் பம்மாத்துக்களை இயக்குநர் ஜனா உடைத்து நொறுக்கியுள்ளார்.

தீவிரவாதிகள் எல்லோரும் கொடூரமானவர்கள். குழந்தைகளைக் கொல்வதற்கும் தயங்காதவர்கள். மதவெறியர்கள், போதை மருந்து கடத்துபவர்கள், பெண்பித்தர்கள், வக்கிரமானவர்கள், உளவியல் ரீதியாக பாதிக்கப்பட்டவர்கள் என்ற பிம்பத்தையே நமது சினிமாக் காரர்கள் மட்டுமல்லாமல், ஆங்கில இதழ்களில் பத்தி எழுதும் இராகவன் போன்ற முன்னாள் சி.பி.ஐ. அதிகாரிகளும் கூடக் கட்டமைத்துக் கொண்டிருக்கும் சூழலில், ஜனாவின் நெல்லை மணி நேர்மையானவன். மக்களை நேசிப்பவன். சாகும்போதுகூட இந்த மக்களை விட்டுப் பிரிய நேர்வதற்காகக் கண்கலங்குபவன். அவன் ஒரு மாவோயிஸ்ட். துப்பாக்கிக் குழலிலிருந்து அதிகாரம் பிறக்கிறது என முழங்கும் அவன் மரணப்படுக்கையில் வாசிப்பது மகாத்மா காந்தியின் சத்திய சோதனை. இன்று அறம் பற்றிப் பேசத் தகுதியுடையவர்களாக இருப்பவர்கள் மாவோயிஸ்டுகளும், காந்தியவாதிகளும் மட்டுமே என்பதையும் குறியீடாகச் சொல்லிவிடுகிறார் ஜனா. இறுதிவரை எந்தச் சமரசமுமின்றி தீவிரவாதியின் நியாயங்களைச் சொல்லுகிறார்.

தீவிரவாதிகள் என்றால் முஸ்லிம்கள் என்பதாகவே ஊடகங்கள் சித்தரித்துக்கொண்டிருக்கும் சூழலில், ஜனாவின் முஸ்லிம்களோ ஏகாதிபத்தியக் கைக்கூலியான ஒரு நாமதாரி டாக்டரின் 'விக்டிம்'கள். ஒரு இந்துப் பெண்ணுடன் ஒரே வீட்டில் ரத்தமும் சதையுமாய் வாழ்பவர்கள். எதிர்வீட்டுப் பொறுக்கி ஒருவனின் நோயாளித் தாயைக் காப்பாற்றுவதற்காக தங்களிடமுள்ள சேமிப்புகளை அள்ளிக் கொடுக்கத் தயங்காதவர்கள்.

ஜனாவின் கதாநாயகி, கதாநாயகனுடன் டூயட்' மட்டுமே பாடி மறையும் அழகுப் பொம்மையல்ல. கதைப்போக்கில் தலையிடும் ஒரு செயலூக்கமுள்ள பாத்திரம். தீவிரவாதியைக் காப்பாற்ற ரிஸ்க் எடுக்கும் பெண். 'பார் டான்சரான ' நயன்தாராவின் பாத்திரமும் காதலியையே வேசைத் தொழில் செய்ய வைத்துச் சம்பாதிக்க முயலும் கதாநாயகனுடன் அவர் உறவும் மிக நேர்த்தியாக உருவாக்கப் பட்டுள்ளது. கதாநாயகன் அப்பன் பேர் தெரியாத ஒரு பொறுக்கி. வழக்கமான நமது சூப்பர் ஸ்டார் நாயகர்கள் போல பாதியில் திருந்தி வில்லனின் சதிகளை எல்லாம் அவர்களே கண்டுபிடித்து முறியடித்து கடைசியில் எத்தனை கொலைகள் குற்றங்கள் செய்திருந்தாலும் மன்னிக்கப்பட்டு கதாநாயகியைக் கைப்பிடிக்கும் ரகமல்ல. இறுதிவரை அவன் பொறுக்கியாகவே இருக்கிறான். அவன் அப்படித்தான் இருக்க முடியும். திருத்தவே முடியாது என

அவன் காதலியும் அவனை விட்டுவிட்டு போய்விடுகிறாள். அந்தப் பொறுக்கி வாழ்வின் இறுதியில் ஏற்படும் திருப்பம், அவனும் ஒரு தேடப்படும் தீவிரவாதியாக மாறுவதுதான்.

இது உலகமய யுகம். அரசு என்பது மக்கள் நல அரசு என்பதிலிருந்து உலகப் பொருளாதாரத்தின் உள்ளூர் ஏஜென்டாக மாறியிருக்கும் காலம். ஏகாதிபத்திய நிறுவனங்களின் சோதனை எலிகளாக நமது மக்களை ஆக்குவதற்கு நமது அரசுகளே முன்வரும் சூழலில் நாம் வாழ்கிறோம். இல்லாவிட்டால், "நீர் வளமும், கனி வளமும் உள்ள பகுதிகளில் நக்சலைட்கள் வளர்வதை சகிக்க மாட்டோம்" எனப் பிரதமர் மன்மோகன்சிங் சொல்வரா? பன்னாட்டு மருத்துவ நிறுவனங்கள் ஆண்டொன்றுக்கு மருந்துச் சோதனைகளுக்காக பில்லியன் டாலர்கள் செலவிடுகின்றன. மருந்து கண்டுபிடிப்புச் செலவுகளில் 40 சதம் இப்படிச் செலவிடப்படுகிறது. எல்லாத் தொழில்களிலும் அவுட் சோர்ஸிங் செய்வதுபோல, இன்று மருத்துவச் சோதனையிலும் செய்யப்படுகிறது. அதாவது, இங்கே மருத்துவச் சோதனைகளுக்கு ஆட்கள் கிடைப்பது எளிதாம். மலிவாம். எனவே மருந்து நிறுவனங்கள் மருத்துவச் சோதனைகளை இங்கே அவுட் சோர்ஸிங் செய்துவிடுகின்றன. இதுபற்றி பாராளுமன்றத்தில் பிருந்தா காரத் கேட்கிறபோது "சோதனையாளிகளின் சம்மதத்துடன் தான் இது அனுமதிக்கப்படுகிறது" என்கிறார் அமைச்சர் அன்புமணி (ஜனவரி 2, 2006). பசிக்கொடுமையிலிருந்து மீள, உடல் உறுப்புகளையே விற்கத் தயங்காத ஒருநாட்டில் சோதனையாளிகளின் சம்மதம் பெறுவது என்பதெல்லாம் எத்தனை பெரிய பம்மாத்து.

இவற்றையெல்லாம் முடிவுக்குக் கொண்டுவராமல் தீவிர வாதத்தைச் சட்டம் போட்டு, என் கவுன்ட்டர்கள் நடத்தித் தடுத்து விட முடியுமா? முடியாது என்பதே ஜனா சொல்லும் சேதி. சுவையாகவும், வேகம் குன்றாமலும், வெகுஜன ரசனையுடன் இணைந்தும் இதைச் செய்துள்ளார் இயக்குநர். அதிகச் செலவின்றி. எளிய 'செட்'கள், கிராபிக்ஸ் உதவியோடு மருத்துவச் சோதனைகளின் அரசியல், உயிரியல், போர் ஆகியன குறித்து ஒரு சிந்தனை உசுப்பலை தமிழ் மக்கள் மத்தியில் உருவாக்குவதில் மகத்தான வெற்றி பெற்றுள்ளார்.

'மண்' திரைப்படம் முழுக்க முழுக்க ஈழத் தமிழ்ச் சூழலைப் பின்புலமாகக் கொண்டு தயாரிக்கப்பட்டுள்ளது. காதுக்கினிய ஈழத் தமிழ், வவுனியாவின் பசுமை கொஞ்சும் இயற்கைக் காட்சிகள் ஆகியவற்றுடன் ஈழ மக்கள் மத்தியில் ஆழமாய் வேர்

கொண்டுள்ள சாதிய உணர்வுகளைத் துல்லியமாக அடையாளம் காட்டுவதில் வெற்றி பெற்றுள்ளார் இயக்குநர் புதியவன். தமிழ்நாட்டைக் காட்டிலும் இறுக்கமான சாதிய உணர்வும், தீண்டாமைக் கொடுமைகளும் நிறைந்தது ஈழச் சமூகம். தமிழ் தலித் எழுத்துக்களின் மூல முன்னோடியான கே.டானியலின் எழுத்துக்களை வாசித்துள்ளவர்களுக்கு இதை விளக்கிச் சொல்ல வேண்டியதில்லை. தாழ்த்தப்பட்ட பஞ்சமர்களின் போராட்டங்கள் மற்றும் தீண்டாமைக் கொடுமைகளின் இருநூறு ஆண்டுகால வரலாற்றை நாவல்கள் ஆக்கியவர் அவர். இனப்பிரச்சினை முற்றியுள்ள இன்றைய சூழலில் அதனூடாக வெளிப்படும். சாதிப் பிரச்சினைகளை அவரது இறுதி நாவல் 'பஞ்ச கோணங்கள்' தொட்டுக் காட்டியது.

எனினும், இன்றைய இனப்பிரச்சினையினூடாக அங்குள்ள சாதிய உணர்வுகள் ஒழிந்துவிட்டன, தீண்டாமைப் பிரச்சினைகள் முடிவுக்குக் கொண்டு வரப்பட்டுள்ளன என்கிற கருத்தை இங்கு சிலர் வலுவாக முன்வைத்து வருகின்றனர். ஈழத் தமிழ்ப் பஞ்சமர்களின் பிரச் சினையையோ, இல்லை தமிழ் முஸ்லிம்களின் பிரச்சினையையோ பேசுவது என்பதே ஈழத் தமிழர்களுக்கு எதிரானது; சிங்களப் பேரினவாதத்திற்கு ஆதரவானது என்பது போன்ற ஒரு நிலைமையை அவர்கள் ஏற்படுத்தி வருகின்றனர்.

இந்நிலையில் இன்னும் கூட வட இலங்கையிலும் அய்ரோப்பாவி லும் புலம் பெயர்ந்து வாழ்பவர்கள் மத்தியிலும் கனன்று கொண்டி ருக்கும் சாதிய உணர்வை சாதிப்பிரச்சினையில் அக்கறையுள்ள ஈழத்தமிழர்களில் சிலர் அவ்வப்போது வெளிப்படுத்தி வருகின்றனர். இந்த வகையில் பாரிசிலுள்ள *NON* என்கிற அமைப்பு சில ஆண்டுகளுக்கு முன்பு வெளியிட்ட 'ஒரு வரலாற்றுக் குற்றம்' என்கிற சிறு வெளியீடு குறிப்பிடத்தக்கது.

புதியவனின் 'மண்' வழக்கமான ஒரு காதல்கதையின் பின்னணியில் ஈழத் தமிழ்ச் சமூகத்திற்குள் நிலவும் இரு முரண்களைத் தோலுரிக்கிறது. உயர்சாதியினர் உள்ளூர்ப் பஞ்சமர்களை மட்டுமின்றி, இந்திய வம்சாவளியினரான மலையகத் தமிழரையும் தீண்டத் தகாதவர்களாகவே கருதினர். இதுதவிர, தீவுப்பகுதி மக்களையும், கிழக்கு மாநில மக்களையும் கூட அவர்கள் சமமாகக் கருதுவதில்லை. தமிழ் மட்டுமே பேசத் தெரிந்த முஸ்லிம் மக்களையும் அவர்கள் தமிழர்களாகவே கருதுவதில்லை.

தமிழ்த் தேசிய அரசியல், பஞ்சம மக்களின் போராட்டத்தை அங்கீகரித்ததில்லை. 1967ல் சங்கானையில் சாதி எதிர்ப்புப் போர் உக்கிரமாக நடைபெற்றபோது தமிழர் விடுதலைக் கூட்டணித் தலைவர் அமிர்தலிங்கம், "சங்கானை ஷங்காயாக மாறிவிட்டது" எனப் பாராளுமன்றத்தில் பேசினார். அதாவது மாவோயிஸ்டுகள் ஊடுருவிவிட்டனர் என்கிற பொருளில். மலையகத் தமிழர்களைக் "கள்ளத்தோணிகள்", "தோட்டக்கார நாய்கள்" என்பதாகவே யாழ்ப்பாணச் சமூகம் கருதி வந்தது. இன்றும் நிலைமையில் பெரிய மாற்றமில்லை எனச் சொல்லிவிடுகிறது 'மண்'. கலவரமொன்றில் ஒரே மகளைப் பறிகொடுத்துவிட்டு, வவுனியாவிற்குச் சில பத்துக் கிலோ மீட்டர்கள் தொலைவிலுள்ள கனகராயன்குளம் என்ற தமிழ்க் கிராமத்திற்குக் கூலியாக இடம்பெயர்கிறது ஒரு மலையகத் தமிழ்க்குடும்பம். இறுக்கமான சாதீய உணர்வு நிரம்பிய அந்தக் கிராமத்தில் சாதி ரீதியாகவும் வர்க்கரீதியாகவும், பாலியல் ரீதியாகவும் ஒடுக்கப்படுகிறது அக்குடும்பம். பள்ளி செல்லும் வயதிலுள்ள அந்தக் குடும்பத்துப் பெண்ணுக்கும் (கதாநாயகி), உயர்சாதிப் பண்ணையாரின் மகனுக்கும் ஏற்படும் காதலுறவு வழக்கமான தமிழ் சினிமா பாணியில் சொல்லப்பட்டபோதிலும், பின்னணியாயுள்ள சாதிய வெறி உக்கிரமாக வெளிப்படுத்தப்படுவதில் மண் தனது தனித்துவத்தை நிலைநாட்டி விடுகிறது.

சில விஷயங்களை நுணுக்கமாக அடையாளப்படுத்தியுள்ளார் புதியவன். பள்ளிக்கூடங்களுக்குள்ளும், பள்ளிப்பிள்ளைகள் மத்தியிலும் சாதிய உணர்வுகள் ஆழப்பதிந்துள்ளன. எழுதுமட்டுவாள் என்னும் கிராமத்தில் பஞ்சமப் பிள்ளைகளின் பாட நூற்களை உயர்சாதி வெறியர்கள் பிடுங்கி எரித்த சம்பவம் டானியலின் நாவல்களில் இடம்பெறுவது நினைவுக்கு வருகிறது. தோட்டக்காரப் பெண்ணைப் பக்கத்தில் உட்காரக் கூட அனுமதிக்க மறுக்கின்றனர் உயர்சாதிச் சிறுமிகள். எனினும், சாதிய முரண்கள் மேலுக்கு வரும்போது பெண்களுக்கிடையே உருவாகும், சகோதரித்துவம் (Sisterhood) சாதிய உணர்வுகளை மீறி நிற்கிறது. பிறப்பால் உயர்சாதியினனான போதிலும் கீழ்ச்சாதியில் திருமணம் செய்து கொண்டதற்காக ஒதுக்கி வைக்கப் பட்ட ஒரு இளைஞன், வர்க்கரீதியாய் மலையகக் குடும்பத்துடன் இணைந்து நிற்கிறான். இந்த இணைவுகள் எந்த உறுத்தலுமின்றி இயல்பாய், கதைப் போக்கினூடாய் மேலெழுந்து வருகின்றன. வவுனியாவிலுள்ள ஒரு எளிய பள்ளிச் சூழல், ஆசிரியைக்கும் வளர்ந்த மாணவர்களுக்குமிடையே நிலவும் ரொம்பவும் லிபரல் ஆன உறவு

ஆகியன நமது சூழலுக்குப் புதிது. பாடத்திட்டத்திலுள்ள செக்ஸ் பாடத்தை அவ்வாசிரியை மிகவும் இயல்பாக மாணவர்களிடம் பகிர்ந்து கொள்வது நேர்த்தியாகச் சித்தரிக்கப்பட்டுள்ளது.

கதாநாயகனையும் சேர்த்து நான்கு உயர்சாதி இளைஞர்கள் செய்யும் சேட்டைகள் அழியாத கோலங்களை நினைவுபடுத்துகின்றன. இடையே ஒரு சிறுவன் காணாமற்போய் விடுகிறான். இன முரணும் போர்ச்சூழலும் மேலெழுவது இதன் மூலம் கட்டிக் காட்டப்படுகிறது.

உயர்சாதி இளைஞனைத் திருமணம் செய்ய ஆசைப்பட்ட 'தோட்டக்கார நாயை' ஏமாற்றிவிட்டு வெளிநாடு செல்லும் கதாநாயகன் பதினெட்டு ஆண்டுகள் கழித்துத் திரும்பி வரும்போது, சூழல் பெரிய அளவில் மாறியுள்ளது. அய்ரோப்பாவில் வசதியுடன் வாழும் அவன், போரால் சிதைந்த தன் கிராமம் பற்றி ஒரு ஆவணப் படம் தயாரிக்கிறான். உறவினர்களை அழைத்து விருந்துக் கொண் டாட்டம் ஒன்றையும் நடத்துகிறான். ஷாம்பெய்ன், விஸ்கி, நடனம் என்பதாக விருந்து நடைபெறுகிறது. கருவுற்றிருந்த நிலையில் கைவிடப்பட்ட அந்த மலையகப் பெண், காத்திருந்து செத்துப் போகிறாள். அவளுக்குப் பிறந்த மகள் தனது தாய்க்குத் துரோகம் செய்த காதலனைக் கொன்று பழிவாங்குவதே கதை. கும்பிட மட்டுமே உயர்ந்த கைகள், இப்போது கொடுமைகளுக்கு எதிராகத் துப்பாக்கியைத் தூக்கவும் உயருவதைச் சொல்லி படம் முடிகிறது. மகள் தந்தையைக் கொல்வது நமது சூழலில் கொஞ்சம் ஓவராகத் தெரிந்த போதிலும் இன்று ஈழத்தில் நிலவும் துப்பாக்கிக் கலாச்சாரம் மரத்தில் கட்டிவைக்கப்பட்டு குற்றவாளிகள் கொல்லப்படுதல், பிஞ்சுக்கரங்களும் துவக்குகள் சுமக்கும் நிலை ஆகியவற்றைக் கவனத்தில் கொள்ளும் போது பெரிய விஷயமொன்றுமில்லை.

'ஈ', 'மண்' இரு திரைப்படங்களிலும் சில விமர்சனங்களை நாம் வைத்துவிட முடியும் தான். ஆனால் இரண்டுமே பொதுமக்கள் மத்தியில் திரையிடும் நோக்கில் எடுக்கப்பட்டவை என்பதை நாம் மறந்து விடக் கூடாது. வெகுஜன சினிமாக்களுக்கான சில ஃபார்முலாக்கள் தவிர்க்க இயலாததை நாம் புரிந்துகொள்ள முடிகிறது. புகழ் பெற்ற இயக்குநர்கள் பலர் எடுத்த கலைப்படங்கள் பல பேசத் தயங்கும் சில சமகாலப் பிரச்சினைகளை உக்கிரத்துடன் வெகுமக்கள் தளத்தில் பேசியதென்பதே இப்படங்களின் சிறப்புகள். 'ஈ' வணிக ரீதியில் மகத்தான வெற்றி பெற்றிருப்பது, வெகுஜன

சினிமாக்களின் போக்குகளிலேயே ஒரு மாற்றத்தை ஏற்படுத்தும் என நாம் நம்பலாமா?

இந்த மாதிரியான வித்தியாசமான விஷயங்களைப் பேசும் இப் படங்களைத் துணிந்து தயாரிக்க முன்வந்த 'சூப்பர் குட் ஃபிலிம்ஸ்', 'ராஜ் கஜேந்திரா புரடக்ஷன்ஸ்' ஆகியவற்றியும் பாராட்ட வேண்டும். இயக்குநர்கள் தவிர நடிகர்கள் ஜீவா, நயன்தாரா, பசுபதி, வினித், ஷனா, வாகை சந்திரசேகர், லொடுக்குப் பாண்டி, துணை நடிகர்கள் எல்லோரும் சிறப்பாகச் செய்துள்ளனர். இன்று இலங்கையில் படம் பிடிப்பதிலுள்ள சிரமங்களை யோசிக்கும்போது, 'மண்' திரைப்படத் தொழில்நுட்பத்தில் வெளிப்படும் சில குறைகள் பெரிதுபடுத்தப்பட வேண்டியவையல்ல. சி.ஜே.ராஜ்குமாரின் ஒளிப்பதிவு குறிப்பிட்டுச் சொல்லப்பட வேண்டிய ஒன்று.

புதுமைப்பித்தன் தொடங்கி உலக சினிமாக்கள் பற்றியெல்லாம் ஆக வித்தாரமாய்ப் பேசுகிற இன்றைய எழுத்தாளர்கள் பலர் வரை, தமிழ்சினிமாக் களத்தில் நுழைந்துள்ளனர். அவ்வக்காலப் பொதுப் போக்குகளின் இழுபட்டுச் சென்றவர்களாகத்தான் அவர்கள் இருந்தார்களேயொழிய, தமது தனித்துவத்தை யாரும் பதித்ததில்லை. இந்த வகையில் ரொம்பவும் ஆபத்தான சில விஷயங்களைப் பேசத் துணிந்த ஜனாவும் புதியவனும் நமது பாராட்டுக்குரியவர்கள் மட்டுமல்ல, வியப்புக்குரியவர்களும்கூட.

ஜனவரி, 2007

காமம் வென்றது காந்தி தோற்றார்

மகாத்மா காந்தி பற்றி ஆயிரத்துக்கும் மேற்பட்ட வாழ்க்கை வரலாறுகள் இன்று படிக்கக் கிடைக்கின்றன என்கிறார் கிளாட் மர்கோவிட்ஸ் (2003). இவற்றில் ஆங்கிலத்தில் உள்ளவை மட்டும் ஐநூறைத் தாண்டும்.

இந்தக் கணக்குக்குப் பின்னும் பல வரலாறுகள் தொடர்ந்து வந்த வண்ணமுள்ளன. சமீபத்தில் நான் வாசித்தது உளவியலாளரான கத்ரீன் டிட்ரிக் எழுதிய *'Gandhi, A Political and Spiritual Life'*. வணக்கத்துக் குரியவராகப் புகழ்ந்து எழுதப்பட்டவை, ஆவணங்களின் அடிப் படையில் எழுதப்பட்ட அரசியல் வரலாறுகள், இலக்கியத் தன்மை யிலானவை உளவியல் அல்லது வேறு ஏதோ அடிப்படையில் விளக்கமளிப்பவை, என இவ்வரலாறுகள் பல வடிவங்களில் அவருக்கு வரலாறுகள் உள்ளன. இயேசு, நபிகள் ஆகியோருக்குப் பின் மிக அதிக அளவில் பல அணுகல் முறைகளுடன் வரலாறு எழுதப்பட்டவர்களில் ஒருவராக காந்தி இருக்கலாம்.

இத்தனை வரலாறுகள் இருந்தபோதும் எதுவும் அவரை முழுமை யாக வெளிக்கொணரவில்லை என்றும் மர்கோவிட்ஸ் குறிப்பிடுகிறார். எல்லா மனிதர்களுக்குமே இது பொருந்துவதுதான் என்றபோதிலும், காந்தியின் வாழ்வு ரொம்பவும் பன்முகப் பரிமாணங்களை உடையது. பல்வேறு வாசிப்புகளுக்குச் சாத்தியமானது. ஏதேனும் ஒரு மையச் சரடை இழைபிரித்து ஒரு முழு வாழ்வையும் தொடுக்க முனைவோ ருக்கு காந்தி ஒரு மிகப்பெரிய சவாலாகவே இன்றுவரை உள்ளார்.

கால கட்டங்களாகப் பகுத்தோமானால் குறைந்த பட்சம் மூன்று

வெவ்வேறு வாழ்வுகள் காந்திக்கு உண்டு. அவை தென்னாப்பிரிக்கா செல்லும் வரையிலான (1869-1893) இளமைப் பருவம்; தென்னாப்பிரிக்க ஆண்டுகள் (1893-1915), இந்திய அரசியலை அவர் ஆண்ட காலம் (1915-1948). இவை ஒவ்வொன்றும் வெவ்வேறு வகைகளில் முக்கிய மானவை. எடுத்துக்காட்டாக, தென்னாப்பிரிக்க வாழ்க்கையில் அவர் உருவாக்கிய 'ஃபோனிக்ஸ்' மற்றும் டால்ஸ்டாய் பண்ணைகள் தன்னலம், குடும்பம் ஆகியவற்றிற்கு அப்பாற்பட்ட ஒரு வாழ்வுமுறைக்கு அவரைத் தயாராக்கின. சத்யாக்கிரகம் என்கிற போர்முறையையும் அவர் இங்குதான் வடித்தெடுக்கிறார். இரு முக்கிய முடிவுகளை அவர் அங்கு எடுத்தார். அவை: 1. குடும்பத்தை விட்டு விலகி முழுமையாகப் பொதுச் சேவைக்கு அர்ப்பணித்துக் கொள்ளுதல். 2. உடலுறவை மட்டுமின்றி காம உணர்வுகளையும் இச்சைகளையும் துறத்தல்.

அவர் கடைசியாக வைத்துக்கொண்ட உடலுறவு மகன் தேவதாசின் பிறப்போடு (1899) முடிவடைகிறது. 1906 முதல் மிகவும் இறுக்கமான பிரம்மச்சர்யத்தை அவர் பயிற்சி செய்கிறார். பல்வேறு அய்யங்களுக் கும், கிசுகிசுப்புகளுக்கும், விமர்சனங்களுக்கும் உள்ளான பிரம்மச்சர்யச் சோதனைகளில் ஈடுபடுகிறார். அவரது அந்தரங்க வாழ்வில் சுமார் அரை நூற்றாண்டு காலம் இச்சைகளுக்கும் அவர் விரும்பிய லட்சியத் "தூய"நிலைக்குமான போராட்டமாகவே அமைந்தது.

காந்தியின் பேரனும் புகழ் பெற்ற எழுத்தாளருமான ராஜ்மோகன் காந்தி எழுதி விரைவில் வெளிவர உள்ள வாழ்க்கை வரலாற்றின் ஓர் அத்தியாயம் சில வாரங்களுக்கு முன் அவுட்லுக்' (ஜன.1, 2007) இதழில் வெளிவந்துள்ளது. அவரது அந்தரங்க வாழ்வின், இதுவரை அதிகம் பேசப்படாத இன்னொரு பக்கத்தை அது வெளிச்சமிடுகிறது. 50 வயதான காந்திக்கு 47 வயதான, திருமணமான சரளாதேவியுடன் உருவான உறவும் பிரிவுமே அது. தாகூரின் மருமகளான சரளா, அக்காலக்கட்டத்தில் ஒரு மிகப்பெரிய ஆளுமை. பேரழகி, எழுத்தாளர், பத்திரிகை ஆசிரியை, இசை வல்லுநர். வங்கத்தின் 'ஜோன் ஆஃப் ஆர்க்' எனவும், 'பூமிக்கு வந்த துர்க்கை' எனவும் வியக்கப்பட்டவர். கணவருடன் விடுதலைப் போராட்டத்தி லும் முன்னணியிலிருந்தவர்.

1901ம் ஆண்டிலேயே ஒருமுறை காந்தி சரளாவைச் சந்தித்திருந்த போதும், இந்தியாவுக்கு வந்து அவர் தீவிர அரசியலில் ஈடுபடத் தொடங்கியபோதுதான் (1919-20) இருவருக்குமிடையே நெருக்கமான

உறவு ஏற்பட்டது. 'வரையறைக்கு அப்பாற்பட்டது' என காந்தியால் அழைக்கப்பட்ட அவ்வுறவு, வெகுவிரைவில் சரளாவுடன் ஒரு "*spiritual marriage*" என்கிற அளவிற்குப் பரிணாமமடைந்தது. மார்ச் 1920ல் சபர்மதி ஆசிரமத்திற்கு சரளா வந்திருந்தபோது, இருவருக்கு மிடையே காணப்பட்ட நெருக்கமும் ஆசிரமத்தில் சரளாவின் மகன் தீபக்கிற்கு அளிக்கப்பட்ட சிறப்புரிமைகளும் அப்போதே சர்ச்சைக்குள்ளாயின. காந்தியின் வாழ்வில் வந்து சென்ற ஏராளமான பெண்கள் குறித்து எந்தச் சஞ்சலமும் அடையாத கஸ்தூரிபாவே கவலைப்படத்தக்கதாக அவ்வுறவு அமைந்தது.

மகன் தேவதாஸ், மிகவும் நெருக்கமானவர்களும் ஆலோசகர்களு மான மகாதேவ தேசாய், மதுரதாஸ், ராஜாஜி ஆகியோரின் கடுமையான தலையீட்டின் பேரில் வெகுவிரைவில் காந்தி அந்த உறவைத் தீய்த்து அணைக்க வேண்டியதாயிற்று. வழக்கம்போல, இந்த உறவுச் சிதையிலும் மிகவும் பாதிக்கப்பட்டது சரளாதான். 'உலகச் சுகங்கள், மகிழ்ச்சிகள் எல்லாவற்றையும் ஒரு தட்டிலும், பாபுவையும் அவரது நெறிகளையும் இன்னொரு தட்டிலும் நிறுத்தி, இரண்டாவதைத் தேர்வு செய்த முட்டாள் தனத்திற்கு ஆளானேன்' எனக் கலங்கிய சரளாதேவிக்கு, தனது அன்பு எல்லா அம்சங்களிலும் பிரம்மச்சர்யத்தைக் கடைப் பிடிக்கும் இருவருக்குமிடையே மட்டுமே சாத்தியமானது எனச் சொல்லிக் கதையை முடித்தார் காந்தி.

தனது அந்தரங்க வாழ்வை முற்றிலும் ஒரு திறந்த புத்தகமாக அமைத்துக்கொண்ட காந்தி, இதை ஏன் தனது சுயசரிதையில் பதிவு செய்யவில்லை? 1920களின் இறுதியில் 'சத்திய சோதனை' யை அவர் எழுதியபோது சரளாவும் அவர் மகனும் உயிருடனிருந்தனர். அவர்களை இன்னும் ஒருமுறை புண்படுத்திவிடக்கூடாது என்கிற கரிசனம் காந்திக்கு இருந்ததை ராஜ்மோகன் சுட்டிக் காட்டுகிறார். எனினும் வில்லியம் லாஷ், ஸ்டான்லி ஜோன்ஸ் (1933), மார்கரெட் சாங்கர் (1935). ஆகியோருடனான உரையாடல்களில் அவர் இந்த உறவு குறித்துப் பகிர்ந்து கொள்ளத் தயங்கவில்லை. காம உணர்வு மட்டுமின்றி 'சாக்லேட்' போன்றவற்றை விரும்பி இச்சை கொள்ளுதலும் கூட பாவகரமானது எனக் காந்தி விளக்கமளித்தபோது, இன்ப நாட்டத்தை அழித்தொழிப்பது என்கிற அம்சத்தில் சற்றும் இறக்கமற்ற ஒரு இரும்பு மனம் அவருக்கு எப்படி வாய்த்ததென வியந்து போனார் சாங்கர். சாங்கருக்கும் காந்திக்குமான உரையாடலை ராபர்ட் பேய்ன் எழுதிய வரலாற்றில் காணலாம்.

உடலிச்சையைத் துறத்தல், பிரம்மச்சர்யம் ஆகியவற்றைத் தனது அகிம்சைப் போர்முறை, சத்தியாக்கிரகம் ஆகியவற்றின் மிக முக்கியமான நிபந்தனை என உளமாற நம்பினார் காந்தி. புற உலகைப் பாதிக்கும் திறன் என்பது ஒருவருக்குத் தன் உலகைக் கட்டுப்படுத்துவதிலிருந்தே துவங்குகிறது என்றார். பிரம்மச்சர்யத்தைக் கடைப்பிடிக்காமல் ஒரு சத்தியாக்கிரகி வெற்றிபெற இயலாது என்றார். அரசியல் உட்பட அவரைச் சுற்றியுள்ள சூழல் அவரது கையிலிருந்து நழுவிப் போன போதெல்லாம் அவற்றைக் கட்டுப்படுத்த முடியாத தனது இயலாமை, உண்மையில் அகத்தில் கோபத்தையும், இச்சையையும் கட்டுப்படுத்தாமல் போனதன் விளைவுதான் எனக் கருதினார். அரசியலில் தோல்வியுற்ற தருணங்களில் தீவிரமாக பிரம்மச்சர்யச் சோதனைகளில் இறங்கினார்.

எளிமை, தூய்மை, உழைப்பின் சிறப்பு ஆகிய மதிப்பீடுகளை ரஸ்கின், ஹேவ்லாக் எல்லிஸ், டால்ஸ்டாய், ரஸ்ஸல், ஆகியோரிடமிருந்து எடுத்துக் கொண்ட காந்தி, பிரம்மச்சர்யம் மூலமான பலம் என்கிற கருத்தை இந்து மரபிலிருந்தே அடைந்தார். சத்யாக்கிரகி என்பவன், கொண்ட கொள்கைக்காக எல்லாவிதமான துயர்களையும் தாங்கி நிற்கும் வல்லமை பெற்றவன். வன்முறையற்ற எதிர்ப்பு என்பது, துயர் தாங்கும் திறனில் நிற்கிறது. அரிச்சந்திரனும், பிரகலாதனும் காந்திக்கு இந்த விஷயத்தில் 'ரோல் மாடல்கள்'.

எனினும், இச்சைகளைக் களைதல் என்கிற அம்சத்தில் காந்தி இந்து மரபிலிருந்து ஓரம்சத்தில் விலகிச் செல்கிறார். சமூகத்திலிருந்தும் பாலியல் உள்ளிட்ட எல்லாவிதமான கவர்ச்சிகளிலிருந்தும் விலகி முனிவர்களாய், ரிஷிகளாய் வனங்களில் அலைந்து மேற்கொள்ளப்படு வதல்ல காந்திய பிரம்மச்சர்யம். சமூகத்திற்குள் நின்று, அன்றாட வாழ்க்கையை மேற்கொண்டு, எல்லாவிதமான கவர்ச்சிகளின் *(temptations)* அருகாமையோடு அவற்றிலிருந்து விலகி நிற்றலே உண்மையான சுயகட்டுப்பாடு. பிரம்மச்சர்யம் என்பது உடல் சார்ந்த விஷயம் மட்டுமல்ல. மனம் சார்ந்த ஒன்று அது. மனத்தளவிலேயே தூய்மையற்ற சிந்தனைகளுக்கு இடமளிக்காத நிலையையே காந்தி லட்சியமாக முன்வைத்தார். முஸ்லிம்கள் நிறைந்த ஒரு கூட்டத்தில் அவர் ஒருமுறை இப்படிச் சொன்னார்: "அறுவை சிகிச்சைமூலம் தம்மை அலிகளாக்கிக் கொள்பவர்களைத்தான் இறைத்தூதர் ஏற்கவில்லை. தொழுகை மூலம் அந்நிலையை அடைந்தவர்களை அவர் வரவேற்கவே செய்தார்." காந்தியின் இந்தக் கூற்றை எந்த முஸ்லிமும் மறுத்ததாகத் தெரியவில்லை.

காந்தியின் இன்னொரு முக்கியப் பண்பு, தன்னிடமுள்ள 'ஆண்மையை' அழித்துப் 'பெண்மை' ஒளிரச் செய்வதைத் தொடர்ச்சியாக மேற்கொண்டது. தாதியாக (*Nurse*) இருத்தல் என்பதை அவர் உவந்து ஏற்றுக்கொண்டார். குழந்தைப் பருவத்திற்குரிய சேட்டைகள், விளையாட்டுகள் எல்லாவற்றையும் ஒதுக்கித் தன் தந்தைக்குச் சேவை செய்தது தொடங்கி, தென் ஆப்பிரிக்காவில் ஸுலு கலகம், போயர் யுத்தம், பின்னாளில் தொழு நோயாளிகளுக்கு மத்தியில் என அவரது தாதிச் சேவகம் (*Nursing*) தொடர்ந்தது. மனைவியுடன் கூடுவதற்கெனச் சற்று அகன்ற போது, தனது தந்தையின் மரணம் நிகழ்ந்தது அவரை வெகுவாகப் பாதித்த ஒரு சம்பவம். கடமைக்கும் தாதி நிலைக்கும் காமம் விரோதமானது என்கிற கருத்து அவருக்கு இளமையிலேயே இறுகப் பதிந்தது.

இச்சைகளைத் துறக்கும் அவரது பிரம்மச்சரியச் சோதனைகள் ஃபோனிக்ஸ் பண்ணைக் காலத்திலிருந்தே தொடங்குகின்றன. பருவப் பெண்களுடன் அருகில் உறங்குவதாக அப்பயிற்சி தொடங்கியது. "ஜெகி என்னருகில் படுத்திருந்தார்" என அவர் அதைப் பதிவு செய்தார். தொடர்ந்து அவர் இந்தப் பயிற்சியின் 'வரம்பை (*limitation*) விரிவாக்கிக் கொண்டே சென்றார். அவரது பிரம்மச்சர்யச் சோதனைகளில் பிரபாவதி நாராயணன் (பாலியல் உறவைத் தவிர்த்துக் கொண்ட ஜெயப்பிரகாஷ் நாராயணனின் மனைவி), சுஷிலா நய்யார், லீலாவதி அசர், அப்துல் சலாம், பத்மஜா நாயுடு, மீரா பென், ஆபா, மனு காந்தி எனப் பலரும் பல்வேறு வகைகளில் பங்கு பெற்றனர்.

பிரம்மச்சரியச் சோதனைகளை மனைவியுடன் மட்டும் நிறுத்திக் கொள்வது போதும் என காந்தி நினைக்கவில்லை. அது பெரிய விஷயமில்லை. பிற பெண்கள், குறிப்பாகப் பருவ வயதிலுள்ளோருடன் மேற்கொள்ளப்படுதலே சரியான சோதனை எனக் கருதினார். பழக்கப்பட்ட உடல்களைத் தவிர்த்து புதிய கவர்ச்சிகளுடன் சோதனைகள் தொடர்ந்தன.

'ஊன்றுகோல்களாக', பாதத்தை வருடி விடுபவர்களாக, ஒரு மெல்லிய துண்டுடன் கிட்டத்தட்ட முழு நிர்வாணமான நிலையில் படுத்துள்ள காந்திக்கு 'மசாஜ்' செய்பவர்களாக, இரவில் குறைந்த ஆடைகள் அல்லது ஆடையின்றிப் படுக்கையைப் பகிர்ந்து கொள்பவர்களாக இந்தப் பெண்கள் அவருடைய சோதனைகளில் பங்குபெற்றனர். சுஷிலா அவருக்கு 'மசாஜ்' செய்து வைத்தார். லீலாவதி, மனு,

ஆபா, மீரா, இவர்கள் அவருடன் படுக்கைச் சோதனைகளில் பங்கு பெற்றனர்.

1930களின் பிற்பகுதியும், 1940களின் பிற்பகுதியும் அவருக்கு அரசியல் ரீதியில் சோதனைக்காலங்கள். நாட்டுப் பிரிவினையை அவரால் தடுக்க இயலவில்லை. ஜின்னாவுடன் பேச்சு வார்த்தைகள் தோல்வி அடைகின்றன. இந்நிலையில் தான் கிட்டத்தட்ட 36 ஆண்டுகளுக்குப் பின் 1936 ஜனவரி 18லும், 1938 ஏப்ரல் 14லிலும் விழிப்பு நிலையில் அவருக்கு விந்து வெளிப்படுகிறது. கலங்கிப் போய் விடுகிறார் காந்தி. 'விந்து வெளிப்பாட்டைக் கட்டுப்படுத்தி ஆற்றல் பெறுவதில் தோற்றுப் போன நான் அரசியல்களத்தில் எப்படி வெல்ல முடியும்?' என வேதனையுறுகிறார். "என் நிலை என்ன? இத்தகைய ஆசைகளுக்கு ஆட்பட்ட ஒருவன் அகிம்சையையும் சத்தியத்தையும் எப்படிப் பிரதிநிதித்துவப்படுத்த இயலும்?" என அம்ரித்லால் நானாவதிக்கு எழுதுகிறார்.

தனது சோதனைகளைத் தீவிரப்படுத்துவது என்கிற முடிவுக்கு வந்த காந்தி, அதைத் தன் ஆதரவாளர்கள் மற்றும் வாசகர்களுடன் 'ஹரிஜன்' இதழ் மூலம் பகிர்ந்து கொண்டார் (1938, ஜூலை 23). முந்தைய சோதனைகளின் எல்லையை அகலப்படுத்துவது என்றும் முடிவு செய்து அறிவித்தார்.

இந்தச் சோதனைகள் தொடர்பான முணுமுணுப்புகள், கிசுகிசுக்கள், காந்தியின் அருகாமைக்காகத் தவமிருப்போரிடையே போட்டிகள், வதந்திகள் ஆகியவற்றிலிருந்து மீள 1939ல் இவற்றை அவர் மறுக்கவும் செய்தார்.

சுஷிலா தனக்கு 'மருந்துக் குளியல்' மற்றும் 'மஸாஜ்' மட்டுமே செய்வதாக அறிவித்தார். வேறு வகைச் சோதனைகள் நடைபெற வில்லை என்னும் பொருளில்.

பிரிவினை குறித்த பேச்சு வார்த்தைகளில் தோல்வியுற்ற காந்தி, 1946 இறுதியில் தனது உச்சகட்டச் சோதனைகளில் இறங்கினார். இப்போது அவரது சோதனைகளில் பங்குபெற்றவர்கள் இருபது வயதுக்கும் குறைந்த மனுவும் ஆபாவும். இந்தச் சோதனையில் "வெப்பம் (தபஸ்) உச்சமாக இருக்கும்" என்றார். மனு தன்னருகில் முற்றிலும் நிர்வாணமாக உறங்குவதாக பியாரே லாலுக்கு கடிதம் எழுதினார். ஒருவேளை இப்போதுதான் முதல் முறையாக முழு நிர்வாணத்துடன் சோதனை மேற்கொள்ளப்பட்டது போலும்.

'சோதனையில் எல்லைகள் அகற்றப்படுவது' பற்றிய குறிப்பின் பொருள் இதுவாக இருக்கலாம்.

பேத்தி மனுவின் மீது அவருக்கு மிகப்பெரிய ஈர்ப்பு இருந்தது. தனது சோதனையில் பங்கு பெறுவதற்கான முழுத் தகுதி தான் மட்டுமின்றி, பங்கு பெறுபவரும் இச்சைக்கு ஆட்படாதிருப்பது என்று கருதிய காந்தி அத்தகைய திறனுடையவராக 19 வயதுள்ள தன் பேத்தி மனுவை அவர் மதித்தார்.

இத்தகைய சோதனைகளில் சோதனையாளிகளின் விருப்பு குறித்த காந்தியின் கருத்து என்னவாக இருந்தது? அவர்களது உணர்வுகளைப் பற்றி காந்தி எந்த அளவு யோசித்தார்? தமது மருந்துச் சோதனைகளை 'அவுட் சோர்ஸிங்' செய்கிற பன்னாட்டு நிறுவனங்களைப் போல சோதனையாளிகளின் பிரச்சினை குறித்து அவரும் கவலை கொள்ளவில்லையா? இந்தக் கேள்விகளுக்கு ஒற்றை வரியில் பதில் அளிப்பது சிக்கலே. விருப்பப்பூர்வமான இசைவு முக்கியம் என்றே அவர் கூறினார். அவருடைய உடலியல் அருகாமைக்குப் பலரும் போட்டியிடவே செய்தனர். பியாரே லால் உட்பட. மனுவைத் திருமணம் செய்ய விரும்பியவராக அவர் இருந்தபோதும், காந்தியின் அருகாமைக்கான அவரது ஆவலை ஒரு பால் வேட்கையுடன் ஒப்பிடத் தயங்க மாட்டார் கத்ரீன் டிட்ரிக்.

எனினும் இந்தச் சோதனைகளில் ஆபாவின் கணவர் கனு காந்திக்கும் மனுவின் தந்தை ஜெய்சுக்லாலுக்கும் ஒப்புதலில்லாததைக் காந்தி பொருட்படுத்தவில்லை. ஜெயசுக் லால் இதை வெளிப்படையாக முன் வைத்தபோது, அவர்மீது ஊழல் குற்றச்சாட்டைச் சுமத்தவும் காந்தி தயங்கவில்லை.

இறுதிச் சோதனைகளின் போது காந்தியின் வயது 75ஐத் தாண்டி யிருந்தது. இந்தக் கிழவரிடம் இருபது வயதிற்கும் குறைவான பெண்கள் என்ன கவர்ச்சியைக் கண்டுவிட முடியும்? எந்த வகையில் இவர்கள் சோதனைக்குப் பொருத்தமானவர்களாக இருக்க முடியும்? இந்து மரபிலிருந்துதான் காந்திக்கு இதற்கும் பதில் கிடைத்தது. தனது பிரம்மச்சரியத்தின் மூலம், தான் இன்னும் பருவப் பெண்களைக் கிளர்ச்சியுறுத்த முடியும் என அவர் நம்பினார். ஆரோக்கியமான வாழ்முறையின் மூலமான உறுதியான உடற்கட்டு, தொடர்ந்த 'மசாஜ்' மூலமான வழுவழுப்பான சருமம், அகன்ற மார்பு, சராசரி அளவிலேனும் உள்ள ஆண்குறி ஆகியவற்றின் மூலம்

எழுபது வயதிலும் கிளர்ச்சியூட்டும் சாத்தியம் மிக்கவராக காந்தி இருந்திருப்பார் என்பது கத்ரீன் டிட்ரீக்கின் கணிப்பு.

இரண்டு விஷயங்களை இங்கு குறிப்பிடுதல் அவசியம். தனது உடலையும், இச்சைகளையும் இந்த அளவிற்குத் திறந்த புத்தகமாக வைத்துக் கொண்டவர்கள் அதிகமில்லை. இந்தியாவில் யாருமே இல்லை எனலாம். இரண்டாவதாக, அரசியல் களத்தில் ஏற்பட்ட பிரச்சினைகளுக்குத் தனது பிரம்மச்சர்ய விரதத்தில் ஏற்பட்ட விலகல்களே காரணம் என நம்பி விரதப் பயிற்சிகளைத் தீவிரப்படுத்திய காந்தி, அதனால் அரசியல் களத்தில் செய்ய வேண்டிய பணிகளை நிறுத்திக்கொள்ளவில்லை. தனது இந்தச் சோதனையில் வெற்றி பெற்றால் "ஜின்னாவை வழிக்குக் கொண்டு வந்துவிட முடியும்" என அவர் சொன்னதாக ஒரு பதிவு இருந்தபோதிலும் அரசியல் முயற்சிகளில் அவர் பின்வாங்கியதில்லை. விந்தைக் கட்டுப்படுத்தினால் விளைவுகள் மாறிவிடும் என அவர் வாளாவிருக்கவில்லை . புறச்சூழல் மற்றும் அரசியல் மாற்றங்களை விளைவிக்கும் ஆற்றல் மிக்கவராகத் தன்னைத் தகுதிப்படுத்திக் கொள்ளும் முயற்சியாகவே அவரது பாலியற் சுய கட்டுப்பாட்டுச் சோதனைகள் அமைந்தன.

ஆனாலும், இறுதியில் அனைத்தும் அவரது கட்டுப்பாட்டிலிருந்து நழுவியது. நாடு பிரிந்தது. இந்துக்களும் முஸ்லிம்களும் ஒருவரை ஒருவர் கொன்று கொண்டனர். காந்தியின் எதிர்பார்ப்புகள் பலவும் தோல்வியுற்றன. "அரசியல் தோல்விகளுக்கு அகநிலைப் பிறழ்வுகளே காரணம்" என்கிற அவரது 'லாஜிக்' படி பார்த்தால் இதன் பொருளென்ன?

காந்தி தோற்றார், காமம் வென்றது என்பதா?

பிப்ரவரி, 2007

புத்தகச் சந்தையில் காணாமல் போயிருந்த புல்வெளி

சென்னையில் மீண்டும் ஒரு புத்தகச் சந்தை வெற்றிகரமாக நடந்து முடிந்துள்ளது. 447 கடைகள், ஏழு லட்சம் பார்வையாளர்கள், ஒரு கோடி ரூபாய் விற்பனை என்றெல்லாம் அறியும்போது, எழுத்துத் துறையில் உள்ளவர்களுக்கு உற்சாகம் பீறிடுவது தவிர்க்க இயலாதது. இன்னும் விசாலமான இடத்தில் இந்த ஆண்டு சந்தை ஏற்பாடு செய்யப்பட்டிருந்தது. முதலமைச்சர் இருமுறை வந்து போனார். சொந்தப் பணத்திலிருந்து ஒரு கோடி ரூபாய்களை எழுத்து தொடர்பான பரிசுகளுக்கென அறிவித்தார். நிரந்தரமான புத்தகச் சந்தை ஒன்றுக்கு இடம் ஒதுக்கப்படும் என அவர் அரசு அறிவித்தது. இவை எல்லாம் இந்த ஆண்டு கிடைத்த கூடுதல் கருணைப் பரிசுகள். என்ன இருந்தாலும் கலைஞர் ஒரு எழுத்தாளர் அல்லவா? எத்தனை பெருமைகள் வந்தபோதிலும் எழுத்தாளப் பெருமையை விடாதவர் அல்லவா?

மனுஷ்ய புத்திரன் எழுதியிருந்தது போல இது எழுத்தாளர்களுக்கு ஒரு வகையில் ஏற்றமான காலந்தான். காசு கொடுத்தேனும் புத்தகங் களை வெளியிடுவதற்குப் பதிப்பாளர்களிடம் படியேறித் தவமிருந்த காலங்கள் போய், இன்று வெளியீட்டாளர்கள் எழுத்தாளர்களின் வீடுதேடி வருகின்றனர். டேனியலின் 'தண்ணீர் மற்றும் பஞ்ச கோணங்கள்' நாவல்களின் கையெழுத்துப் பிரதிகளைத் தூக்கிக்கொண்டு அலைந்த காலங்கள் எனக்கு நினைவுக்கு வருகின்றன. எளிதில் வெளியீட்டு வசதி ஏற்பட்டிருப்பது மட்டுமின்றி,

தரமாகவும் அழகாகவும் பிழைகள் குறைவாகவும் நவீன தொழில் நுட்பங்களின் உச்சபட்சச் சாத்தியங்களுடனும் உருவாக்கப்பட்ட தமது நூற்கள் கடைகளில் அடுக்கி வைத்துள்ளதைக் காணும் ஒரு எழுத்தாளர் அடையும் மகிழ்ச்சி சொல்லி மாளாது.

இத்தனை மகிழ்ச்சிகளுக்கும் ஊடாக எழுத்தாளர்கள் மற்றும் சிறு வெளியீட்டாளர்கள் மத்தியில் இம்முறை சிறிது ஏக்கம் நிழலாடியதைக் காண முடிந்தது. ஆண்டுக்கு ஒருமுறை தமிழகம் முழுவதிலிருந்தும் எழுத்தாளர்கள் வந்து கூடி, பேசி, மகிழ்ந்து குடித்து, உண்டு, விவாதித்து, சண்டை போட்டுக் கலைந்த அந்த நாட்கள் கை நழுவிப் போய்விட்டதையே இந்தச் சந்தை உணர்த்திற்று. கடைகளில் அமர்ந்து மணிக்கணக்கில் அளவளாவ இம்முறை அவர்கள் அனுமதிக்கப்படவில்லை. காயிதே மில்லத் கல்லூரியில் புத்தகச் சந்தை நடைபெறும்போது கும்பல்கும்பலாக உட்கார்ந்து பேசக் கிடைத்த அந்த அழகிய புல்வெளி இந்த விசாலமான இடத்தில் காணாமற் போயிருந்தது.

புகழ்பெற்ற ஜனரஞ்சக எழுத்தாளர்களின் நூற்களை வெளியிட்டு வந்த பாரம்பரியமான பெரும் நிறுவனங்களுக்குப் புத்தகச் சந்தை பெரிய விஷயமில்லை. இலக்கிய ஆர்வம், சமூகப் பொறுப்பு, கொள்கைப் பிடிப்பு ஆகியவற்றுடன் நூற்களை வெளியிட்டு வந்த சிறு பதிப்பாளர்கள் மற்றும் எழுத்தாளர்களின் சங்கமமாகவே இதுவரை புத்தகச் சந்தை அடையாளப்பட்டிருந்தது. பழம் பதிப்பகங்களின் சந்தையும் வாசகத்தளமும் சிறு பதிப்பாளர்கள் மற்றும் சீரியஸ் எழுத்தாளர்களுடையவற்றிலிருந்து முற்றிலும் வேறுபட்டவை. இரு தரப்பினருக்குமிடையே பரஸ்பர ஊடாட்டமோ, மோதலோ இருந்ததில்லை.

இன்று இந்த இரண்டிற்கும் இடையே மூன்றாவதாக ஒரு வெளியீட்டுத்தளம் உருவாகியுள்ளது. பெரும் பணபலத்துடனும், விநியோகத் தளங்களுடனும் களமிறங்கியுள்ள இவர்கள், சிறு வெளியீட்டாளர்களுடன் நேரடியாக மோதுகின்றனர். காத்திரமான இலக்கியங்களையும் நவீன அறிவுத்தேவையைப் பூர்த்தி செய்யும் நூற்களையும் வெளியிடுவதாக இவர்கள் உரிமை கோருகின்றனர். பாரம்பரியப் பெரு நிறுவனங்களைப் போலன்றி, நவீன எழுத்துக்களின் அத்தாரிட்டியாக இவர்கள் பல்வேறு உபாயங்களுடனூடாகத் தம்மை நிறுவிக்கொள்கின்றனர். வாரத்துக்கு ஒரு நூல், ஆண்டுக்கு 100 புத்தகங்கள், தினசரி ஒரு நூல், என்றெல்லாம் விளம்பரம்

செய்து நூற்களை பிதுக்கித் தள்ளும் இவர்கள், சந்தையை மிக நவீனமாகப் பயன்படுத்தி இன்றைய சூழலுக்குகந்த கார்பொரேட் தன்மையுடன் செயல்படுகின்றனர்.

இன்றைய புத்தகச் சந்தை இதுபோன்ற பழைய, புதிய பெரு நிறுவனங்களின் ஆடுகளமாகிப் போனதன் விளைவாகவே எழுத்தாளர்களும், சிறு வெளியீட்டாளர்களும் இன்று அந்நியப்பட்டு நிற்கும் நிலை ஏற்பட்டுள்ளது. நான்கு கடைகளை ஒரு சேர எடுத்துக்கொண்டு பிரும்மாண்டமாக கடைபரப்பும் வாய்ப்பு பெற்றவர்களுக்கு முன்வரிசை. சிறுகடைகளுக்குப் பின்வரிசைகள். முன்வரிசையுடன் களைத்துத் திரும்பும் பார்வையாளர்களின் கண்ணில் படுவதற்கே இவற்றிற்கு வாய்ப்பில்லை. பத்தாயிரம் ரூபாய் செலவு செய்து ஒரு கடையை எடுக்க இயலாத சிறு வெளியீட்டாளர்கள் இருவர் இணைந்து ஒன்றை எடுத்துப் பிரித்துக்கொள்வதற்கும் அனுமதியில்லை. சொந்தமாகக் கடை எடுக்க இயலாதவர்களின் நூற்கள் எந்தக் கடையிலும் முன்வரிசையில் காட்சிப்படுத்தப்படுவதில்லை.

இங்கொன்றைச் சொல்ல வேண்டும். இலவச வெளியீடு என்ற பெயரில் ஒரு நிறுவனம் முஸ்லிம்களுக்கு எதிராக கடும் வகுப்பு வெறுப்பை விதைக்கும் இதழொன்றை லட்சக்கணக்கில் விநியோகம் செய்துள்ளது. ’பபாசி’ இதைக் கண்டு கொள்ளவில்லை.

நூற்றுக்கணக்கில் வெளித்தள்ளப்படும் இந்நூற்களின் தரம்குறித்து விரிவாகப் பேச இங்கு இடமில்லை . உபயோகித்துத் தூர எறியும் உலகமயக் கலாச்சாரம் புத்தகத்துறையிலும் நுழைந்துவிட்டது. இப்புத்தகங்கள் படித்து பலகாலம் பாதுகாக்கப்பட வேண்டியவை அல்ல. படித்தபின் தூக்கியெறிவதற் கென்றே தயாரிக்கப்பட்டவை. காத்திரமான எழுத்துக்களை வெளியிடும் நிறுவனம். வணிக ரீதியில் நூற்களை வெளியிடும் நிறுவனம் என்கிற வேறுபாடுகளையும் இவை ரொம்பவும் புரட்சிகரமாக அழித்தொழிந்துவிட்டன. வணிக ரீதியில் வெற்றி பெற்றவர்களைத் தேடிப்பிடித்து அவர்களின் நூற்களை வெளி யிடுவதற்கும் மறுபதிப்பு செய்வதற்கும் இவர்கள் தயங்குவதில்லை.

எழுத்தாளர்களின் மொத்த எழுத்துக்களையும் வெளியிடும் உரிமையைப் பெறுவது, வறுமைவயப்பட்ட எழுத்தாளர்களின் வாழ்நாள் சேகரங்களான நூற்களை அடிமாட்டு விலைக்கு வாங்குவது என்பதெல்லாம் தமிழ் வெளியீட்டுத்துறையில் ஏற்பட்டுள்ள புதிய

மாற்றங்கள். இவர்களுக்கு தரகுவேலை செய்யும் அறிவுஜீவிகள் நாடெங்கிலும் உள்ளனர். சிறு வெளியீட்டாளர்கள் மூலம் நூற்களை வெளியிடும் எழுத்தாளர்களை அணுகி, இத்தகைய பெரு நிறுவனங்களிடம் ஆற்றுப்படுத்தும் நவீனகாலப் புலவர்கள் இவர்கள்.

இதன்மூலம் சீரியஸ் எழுத்தாளர்களுக்கு ஓரளவு முன்னைக்காட்டி லும் காசு கிடைப்பது உண்மைதான். இந்த அம்சத்திலும் சிறு வெளியீட்டாளர்களுக்குக் கொஞ்சம் சிக்கல்தான். இதுவரை இவர்கள் எழுத்தாளர்களுக்குக் காசு கொடுத்துப் பழக்கம் இல்லாதவர்கள், புதிய சூழலில் எழுத்தாளர்கள் உரிய ஊதியத்தை கோரும்போது இவர்கள் அதிர்ச்சியடைகின்றனர். எழுத்தாளர்களின் பிரச்சினைகளையும் நாம் கொஞ்சம் புரிந்துகொள்ள வேண்டும். எல்லாத் தொழில் களையும் போலவே எழுத்தின் தன்மையும் இப்போது மாறி உள்ளது. எழுத்து உற்பத்தி என்பது வெறுமனே உழைப்பை மட்டுமின்றி சிறிது செலவையும் கோருவதாகவும் மாறி உள்ளது. ஏராளமான நூல்கள், பத்திரிகைகள், தகவல்கள், சஞ்சிகைகள், கருத்துக்கள், விமர்சனங்கள் தினந்தோறும் வந்து குவிந்து கொண்டே உள்ளன. எல்லாவற்றையும் வாங்கி வாசித்து தன்னை எப்போதும் புதுப்பித்துக் கொண்டே இருக்கும் தேவை எழுதுபவனுக்கு இன்று உருவாகியுள்ளது. இன்டர் நெட் இணைப்பு பேணுவதற்கு மாதம்தோறும் குறைந்தபட்சம் ஆயிரம் ரூபாயேனும் அவன் செலவிட வேண்டியிருக்கிறது.

எழுத்தாளர்களின் ஊதியத்தைப் புத்தகத் தயாரிப்பு செலவுகளில் ஒன்றாகக் கருதுவதற்குப் பல வெளியீட்டாளர்கள் இன்னும் தயாராகவில்லை . எழுத்தின் மூலம், எழுதுபவருக்குக் கிடைக்கும் பேரும் புகழும் போதாதா என்றே அவர்கள் கருதுகின்றனர். கொள்கை அடிப் படையில் நூல் வெளியிடுபவர்கள் இன்னும் மோசம். எழுத்தாளரது உழைப்பின் ஊதியத்தை மறுப்பதற்கும் அவர்களுக்கு கொள்கை கைகொடுத்துவிடும். எவ்வளவு ரிஸ்க் ஸ்டுத்து கொள்கைக்காக நூல்களை வெளியிட்டு வருகிறேன். என்னிடம் ராயல்டி கேட்கிறீர்களே என்பார்கள். எழுத்தாளர்களின் ஊதியம் தொடர்பாக ஒரு வெளிப்படைத்தன்மை பதிப்பாளர்கள் மத்தியில் தேவை.

'டாட்காம்' ஒன்று தொடங்க உள்ளோம். நீங்கள் தொடர் கட்டுரை எழுத வேண்டும். ஆனால் எழுத்தாளர்களுக்கு பணம் கொடுக்க இயலாது என முடிவு செய்துள்ளோம் என கோவை நண்பர் ஒருவர் ஒருநாள் கூறினார். எந்த டாட்காம் எழுத்திற்கும்

இதுவரை நான் காசு பெற்றதில்லை. ஆனாலும் அவர் இதையே ஒரு கொள்கையாக அறிவித்தபோது எனக்கு எரிச்சல் வந்தது. வெளி நாட்டு நண்பர்களிடமிருந்து டாட்காமுக்கு என பணம் வசூலித்துள்ளீர்கள். ‘டிஸ்கஷன்’ என்று சொல்லி வாரம் ஒருமுறை சென்னை வருகிறீர்கள். எல்லாவித கொண்டாட்டங்களோடும் ‘டிஸ்கஷன்’ நடத்துகிறீர்கள். எல்லாவற்றுக்கும் செலவு செய்ய முடியும். எழுத்தாளர்களுக்கு மட்டும் பணம் கொடுக்க முடியாது. இதையே ஒரு கொள்கையாகவே வேறு அறிவிப்பீர்கள். என்ன நியாயம் என்று கேட்டேன்? அவர் பதில் சொல்லவில்லை. மறுபடி என்னிடம் தொடர்பு கொள்வதை மட்டும் நிறுத்திவிட்டார்.

எல்லோரும் இப்படி என நான் சொல்லவரவில்லை. இப்படியும் நிலை உள்ளது. இடைநிலையாக வெளிவரும் இதழ்களில் சில, கட்டுரை மற்றும் கதை எழுதுபவர்களுக்குக் காசு கொடுப்பதில்லை. பழைய சிறு பத்திரிகைகளின் காலமல்ல. இது. இன்றும் கூட சிற்றிதழ் களுக்கு எழுதுபவர்கள் யாரும் காசு வாங்குவதில்லை . இந்த விஷயத்தில் மலையாள மொழி இதழ்களைப் பார்த்து நம் வெளியீட்டாளர்கள் பாடம் கற்றுக்கொள்வது அவசியம்.

இந்த ஆண்டு வெளிவந்துள்ள ஒவ்வொரு நூலிலும் ஆயிரம் பிரதிகள் எடுத்துக்கொள்ளப்படும் என்று கலைஞர் அறிவித்துள்ளார். எழுத்தாளராக இருந்து எம்.எல்.ஏவான ரவிக்குமாரின் சாதனை இது என நம் பெரும் வெளியீட்டாளர்கள் இருவரையும் புகழ்கின்றனர். மதுரைப் புத்தகச் சந்தையில் இருவரையும் வாழ்த்தி போஸ்ட்டர்கள் எல்லாம் ஒட்டப்பட்டிருந்தன. அறுநூறு பிரதிகளிலிருந்து ஆயிரம் பிரதிகளாக அதிகரித்திருப்பது நிச்சயம் பாராட்டப்பட வேண்டிய ஒன்றுதான். கிட்டத்தட்ட இருமடங்கு அதிகம். எனவே இதற்கான நிதி ஒதுக்கீடும் இரண்டு மடங்கு அதிகரித்திருக்கவேண்டும். அப்படிச் செய்யப்பட்டதாகத் தெரியவில்லை. கோரிக்கை எழுப்பியவரும் இதைக் கோரவில்லை. இங்குதான் இது யாருடைய கோரிக்கை என்கிற கேள்வி எழுகிறது. இதனால் பயனடையப்போவது யார்?

மீண்டும் பெரு வெளியீட்டாளர்களின் நூல்களுக்கே முன்னுரிமை அளிக்கப்படும். சிறு வெளியீட்டாளர்களும் காத்திரமான எழுத்தாளர்களும் இதன் மூலம் பாதிக்கப்படுவர். பத்துக்கும் குறைவான நூற்களை வெளியிட்டுள்ள பதிப்பகங்களின் எல்லா நூற்களையும் எடுத்துக் கொள்வது என்று அறிவித்திருந்தால் உண்மையிலேயே அது பாராட்டக்கூடியதாக இருக்கும்.

நூலகங்களுக்கு நூற்களைத் தேர்வு செய்வதற்கான குழுவில் இளைய பாரதி, சல்மா, ஆ.இரா.வெங்கடாசலபதி ஆகியோர் இடம் பெற்றுள்ளனர். சமகால எழுத்தாளர்களை இவர்கள் பிரதிநிதித்துவப் படுத்துவதாகக் கொள்ளலாம். ஆனால் எந்த அடிப்படையில் இவர்கள் தேர்வு செய்யப்பட்டார்கள் என்பதுதான் புரியவில்லை. அரசாங்கத்தின் உரிமை என விட்டுவிடலாம்தான். ஆனால் இவர்களில் ஒருவர் பதிப்பாளராகவும் உள்ளார். மற்ற இருவரும் ஒரு பெரும் வெளியீட்டு நிறுவனத்துடன் மிக நெருக்கமாக உள்ளவர்கள். அந்த நிறுவனத்திற்குப் பிடிக்காதவர்களைத் தம் எதிரிகளாகவே கருதுபவர்கள். இவர்கள் பங்கு பெறும் ஒரு தேர்வுக்குழு எப்படி நியாயமாகச் செயல்படும்?

பிராங்பர்டில் நடைபெற்ற உலகப் புத்தகச் சந்தைக்கு மனித வளத்துறை அமைச்சர் அர்ஜுன் சிங்குடன் பலமொழி எழுத்தாளர் களும், பதிப்பாளர்களும் சென்றுள்ளனர். தமிழ் எழுத்தாளர்கள் சார்பாக இடம்பெற்றது கனிமொழியும் சல்மாவும்தான். இவர்களின் படங்களும் நூற்களும் சந்தையில் பிரதானப்படுத்தப்பட்டதாகவும் அறிகிறோம். இந்தத் தேர்வுக்கு என்ன அடிப்படை? எல்லாவற்றிலும் வெளிப்படை தகவலறியும் உரிமை என்றெல்லாம் பேசும் காலம் இது. விவாதங்களின் மூலமான அரசு என்கிற கருத்தை அமாத்தியா சென் முன்வைக்கிறார். எந்த விவாதமும் இன்றி இது மேற்கொள்ளப் பட்டது சரிதானா? பெண் கவிஞர்களைப் பெருமைப்படுத்துவது நல்ல விஷயம்தான். ஆனால் இவர்களிலும் சிறந்த பெண் கவிஞர்கள் வேறு பலரும் உள்ளனரே.

செம்மொழிக் குழுக்களில் நவீன எழுத்தாளர்களின் பிரதிநிதியாக இடம் பெற்றிருப்பது ரவிக்குமாரும் கனிமொழியும். குறிப்பிடத்தக்க தலித் அறிவுஜீவி என்கிற வகையில் ரவிக்குமார் இடம்பெற்றிருப்பதில் நமக்கு கருத்து வேறுபாடு இல்லை. தனது கட்சிக்காரர்களை காட்டிலும் தனது குடும்பத்துக்கு விசுவாசமானவர் என்கிறவகையில் கூடுதல் தகுதியையும் அவரிடம் கலைஞர் கண்டிருக்கக்கூடும். தனக்குப்பின் தன் அதிகாரங்கள் அத்தனையையும் தம் ரத்த வாரிசுகளிடம் கைமாற்றுவதில் குறியாக உள்ள கலைஞர், தனது இலக்கிய வாரிசாக கனிமொழியை அமர்த்த முனைந்ததைப் புரிந்துகொள்கிறோம். எனினும், அது பிற எழுத்தாளர்களின் நியாயமான இடங்களைப் புறக்கணிப்பதாகிவிடக்கூடாது.

கலைஞரின் இந்த நடவடிக்கையால் பயனடையப் போகிறவர்களில்

பலர், சில ஆண்டுகளுக்கு முன் கலைஞர் ஒரு எழுத்தாளரே அல்ல என வாதிட்டவர்கள். வாதிட்டவர்களுக்குத் துணையாக இருந்தவர்கள். இந்த விவாதத்தின்போது கள்ள மவுனம் சாதித்தவர்கள். திராவிட இயக்கமே எல்லாச் சீரழிவுகளுக்கும் காரணம் என்றவர்கள் என்பதை அவர் மறந்துவிடக்கூடாது. அனறு கலைஞர் பக்கம் நின்று பேசியவர்கள் தான் இன்று இந்த அநீதியையும் சுட்டிக் காட்டுகின்றனர். முந்தைய அரசைப் போல மாற்றுக்கருத்துகளுக்கு இடமற்ற அரசல்ல இது. பெண்கள் ஆணையத் தலைமையில் கட்சிக்காரரான இந்திரகுமாரியை நியமித்ததற்குப் பெண்கள் இயக்கங்களிலிருந்து வெளிப்பட்ட எதிர்ப்புணர்வைக் கருத்தில் கொண்டு அதை ரத்து செய்த பெருந்தன்மை கலைஞருக்கு உண்டு என்பதை நாம் மறக்கவில்லை.

பெண்கள் ஆணைய நியமனத்தில் தவறு நடந்தபோது அதைத் தட்டிக் கேட்கும் திராணி பெண்கள் இயக்கங்களுக்கு இருந்தது. ஆனால் அதிகாரத்தை நோக்கி உண்மைகளைப் பேச வேண்டிய எழுத்தாளர்களுக்கு அந்தத் துணிச்சல் இல்லாதது வேதனைக்குரியது. எல்லோரும் மறைவாக மட்டுமே முணுமுணுக்கின்றனர். தொடைநடுங்கித்தனத்திற்கு உதாரணம் சொல்வதற்குத் தமிழ் எழுத்தாளர்களுக்கு இணையாக யாரைச் சுட்டிக்காட்ட முடியும்? கட்சி சார்ந்த எழுத்தாளர் அமைப்புகளும் மவுனம் காக்கின்றன. கூட்டணி தர்மம் போலும்.

இலக்கிய விஷயங்களில் முன்பெல்லாம் கலைஞருக்கு ஆலோசனை சொல்லக்கூடியவர்களாக வைரமுத்து, அப்துல் ரகுமான், சமுத்திரம் போன்றோர் இருந்தனர். இன்றைய ஆலோசகர்களைக் காட்டிலும் அவர்கள் எத்தனையோ மடங்கு பரவாயில்லை என்றே தோன்றுகிறது.

நினைவுக்கு வரும் ஒரு குறிப்பு

டாக்ட்ரோவ், பீட்டா மெத்தீசன் என்ற இரு முக்கிய அமெரிக்க எழுத்தாளர்கள் சில ஆண்டுகட்கு முன்பு இந்தியா வந்திருந்தனர். அவர்களின் பேட்டி 'அவுட்லுக்' இதழில் (ஏப் 16, 2001) வெளிவந்திருந்தது அதில் ஒரு கூற்று:

'நாங்கள் எழுதத் தொடங்கியபோது புத்தக வெளியீடு ஒரு குடிசைத் தொழிலாக இருந்தது. இப்போது பெரு வணிக நிறுவனங்கள் அதைக் கைப்பற்றிவிட்டன. எங்கள் காலங்களில் புத்தகப் பைத்தியங் களாகத் திரிந்தவர்கள் புகை பிடிப்பார்கள். அதிகம் குடிப்பார்கள்.

எப்போதும் புத்தகங்கள் பற்றியே பேசித் திரிவார்கள். கவிதைகளில் நம்பிக்கை கொண்ட வெளியீட்டாளர்கள் தான் கவிதைகளை வெளியிட்டனர். ஆனால் இப்போது எல்லாம் பணம் பண்ணும் வேலையாகிவிட்டது. நூலோர்களல்ல, பணம் படைத்தவர்களே இன்று புத்தகங்களை ஆளுகின்றனர். புத்தகச் சந்தை இழிநிலைக்குத் தாழ்ந்துவிட்டது. இது ஆரோக்கியமான சூழல் அல்ல.'

மார்ச், 2007

'பர்சானியா' இரண்டாம் தணிக்கை

'பர்சானியா' திரைப்படத்தை குஜராத் அரசு தடை செய்யவில்லை. ஆனாலும் குஜராத்தில் எங்கும் அந்தப் படத்தை திரையிட இயல வில்லை. 'அதெப்படி இந்த மாதிரியான ஒரு படத்தை எங்கள் அனுமதியின்றித் திரையிட இயலும்?' எனப் புன்னகைக்கிறார் பாபு பஜ்ரங்கி எனப்படும் பாபு பாய் படேல். யார் இவர்? தணிக்கை அதிகாரியா? இல்லை. தணிக்கை அதிகாரிகள் இந்தப் படத்திற்குத் திரைச் சான்றளித்துப் பல மாதங்கள் ஆகின்றன. இந்தியாவெங்கிலும் ஏன், உலகின் வேறு பல நகரங்களிலும் கூட பர்சானியா திரையிடப்படுகிறது. பாராட்டப்படுகிறது. பார்ப்பவர்களின் மனத்தில் மனித அறம் குறித்த பல கேள்விகளை எழுப்புகிறது.

அதனால்தான் பஜ்ரங்கி பர்சானியாவைத் தன் ஆளுகைக்குட்பட்ட குஜராத்தில் திரையிட அனுமதிக்கவில்லை . இதை அவர் ரகசியமாகச் செய்யவில்லை . உரத்துச் சொல்லுகிறார். அகமதாபாத்தில் அலுவலகம் ஒன்றை அமைத்துக்கொண்டு பத்திரிகைகளுக்குப் பேட்டி அளிக்கிறார். அரசில் எந்தப் பொறுப்பும் வகிக்காமலேயே இத்தனை அதிகாரத்துடன் பேசுவதற்கான தகுதியைப் பெறுவதற்கு பஜ்ரங்கி நிறைய 'உழைத்திருக்கிறார்.' அவற்றில் தலையாயது 2002ல் நடைபெற்ற இனப்படுகொலையின்போது நரோடா பாட்டியா என்னுமிடத்தில் 89 பேர், கிட்டத்தட்ட அவ்வளவு பேரும் முஸ்லிம்கள், கொன்று எரிக்கப்பட்டார்களே அந்த நிகழ்வை நடத்தி முடிந்தது பஜ்ரங்கிதான் இவர்.

இதுவும் ரகசியம் அல்ல. ஊரறிந்த விஷயம்தான். பத்திரிகைகள் இதை வெளிப்படையாக எழுதுகின்றன (அவுட்லுக், பிப்ரவரி 26, 2007). ஆனாலும் அவரை இந்த நாட்டின் சட்டம், நீதி எதுவும் ஒன்றும் செய்ய இயலவில்லை. 'நவ்சேதன் சங்கேதன்' என்றொரு அரசு சாரா நிறுவனத்தை இவர் இயக்குகிறார். ஆர்.எஸ்.எஸ். நிறுவனர்களான ஹெட்கேவர், குரு கோல்வால்கர் ஆகியோரின் வாரிசாகத் தன்னைக் காட்டிக் கொள்கிறார். பஜ்ரங்தள் அமைப்பிற்கும் அவருக்குமான உறவின் அடிப்படையிலேயே பாபு பாய் படேல், பாபு பஜ்ரங்கியாக அறியப்படுகிறார். இந்துக் கடவுளின் படங்கள் நிரம்பிய அந்த அறையின் நடுவில் சுழல் நாற்காலியில் அமர்ந்த வண்ணம் தன்னை ஒரு அனுமன் பக்தராக அறிமுகம் செய்து கொள்கிறார். 89 பேர்களை கொன்றது குறித்த எந்தக் குற்ற உணர்ச்சியும் அவருக்குக் கிடையாது. சொல்லப்போனால் இந்த வீரச்செயல்தான் அவருக்கு இந்த தலைமைத் தகுதியைத் தந்திருக்கிறது.

பஜ்ரங்கியின் பல்வேறு கலாச்சாரப் பாதுகாப்பு நடவடிக்கைகளில் ஒன்றுதான் பர்ஸானியாவிற்கு விதிக்கப்பட்டுள்ள தடை. இந்த மாதிரியான படங்களை எப்படி அனுமதிப்பது?

அப்படி என்ன மாதிரி படம் அது? ஆயிரம் பேர்களுக்கு மேல் கொல்லப்படுவதற்கும், சுமார் 2,20,000ம் பேர் உள்நாட்டிலேயே அகதிகளாவதற்கும் காரணமான 2002 படுகொலைகளின்போது காணாமற்போன அசார் என்கிற சிறுவனின் உண்மைக் கதைதான் ‘பர்சானியா’ பட இயக்குனர் ராகுல் தொலாகியாவும் ஒரு குஜராத்திதான். லண்டனில் வசிக்கும் ஒரு என்.ஆர்.ஐ இந்தியர். அவரது நெருக்கமான நண்பர்களான தாரா மோடி - ரூபா தம்பதியரின் குழந்தைதான் அசார். அவன் தொலைந்து போன அந்த பிப்ரவரி 28 (2002)க்குச் சரியாக ஒன்றரை மாதங்களுக்கு முன்புதான் தொலாகியா-மோடி இரு குடும்பத்தினரும் அகமதாபாத்தில் தம் குழந்தைளோடு பட்டம் விட்டு விளையாடிக் கொண்டிருந்தனர். அப்போது அவர்களுக்குத் தெரியாது. அந்த சந்தோஷமான கணங்கள் இனி, அற்றைத் திங்கள் அவ்வெண்ணிலவில் என என்றென்றைக்கும் கண்களைக் கசிய வைக்கும் நினைவுகளாய் உறையப்போவது.

தாரா-ரூபா குடும்பத்தினர் பார்சி வகுப்பினர். கோத்ரா ரயில் எரிப்பை ஒட்டி ஏற்பட்ட படுகொலையின்போது உயிருக்குப் பயந்து தம் இரு குழந்தைகளையும் அழைத்துக் கொண்டு அவர்கள் ஓடிய போதுதான் அந்தத் துயரம் அரங்கேறியது. பாதுகாப்பு எனக்

கருதிக்கொண்டு காங்கிரஸ் கட்சியின் முன்னாள் பாராளுமன்ற உறுப்பினர் ஈஸான் ஜாப்ரியின் வீட்டில் சில முஸ்லிம் குடும்பங்கள் ஒதுங்கின. தாரா-ரூபா குடும்பத்தினரும் அவர்களோடு இருந்தனர். கதறக் கதற ஜாப்ரி வெட்டி எரித்துக் கொல்லப்பட்ட கதையை குஜராத் கலவரத்தை ஊன்றிக் கவனித்தவர்களால் மறக்க இயலாது. அங்கிருந்து வெளியேறி ஓடியபோதுதான் அசாரை அவர்கள் தொலைத்தார்கள். சற்றே அந்தக் காட்சியை நினைவில் திரையிட்டுப் பாருங்கள். இரு குழந்தைகளையும் ஆளுக்கு ஒருவராய் அள்ளிக் கொண்டு ஓடியபோது, ஏதோ ஒரு நெரிசலில் ஒரு குழந்தை கைநழுவிப் போன கணம் எத்தனை வலியுடையதாக இறுகியிருக்கும். கண்ணெதிரில் அவன் மரணித்திருந்தால்கூட ஏதோ ஒரு வகையில் அந்த சோகத்துக்கு ஒரு வரம்பு இருந்திருக்கும். “இந்நேரம் அவன்...” எனத் தொடங்கும் எண்ணற்ற பல கேள்விகளிலிருந்து அவர்கள் தப்பித்திருக்கக்கூடும். பர்சானியாவின் முதற்காட்சி திரையிடப்பட்ட அன்று, தாரா மோடியாகப் பாத்திரமேற்று நடித்திருந்த நஸ்ருதீன் ஷாவின் மார்பில் சாய்ந்து நிஜமான தாரா மோடி கதறிய அந்தக் காட்சியைப் பத்திரிகைகளில் பார்த்தவர்கள் அந்த துயரச் சுவையின் ஒரு கீற்றையேனும் அனுபவித்திருக்கக்கூடும்.

ஏற்கனவே ஒரு படம் எடுத்து அனுபவம் பெற்றிருந்த தொலாகியா, குஜராத் கலவரத்தை ஆவணப்படுத்த முனைந்தார். இன்னொரு உள்ளர்த்த நோக்கமும் அவருக்கு இருந்தது. குஜராத்தில் இந்தப் படத்தை பார்க்க நேர்ந்த யாரேனும் ஒருவரின் நினைவுகள் கிளர்ந்து அசாரைப் பற்றி, ஒருவேளை அசார் உயிருடனிருந்தால், தகவல் கொடுக்கக்கூடும் அல்லவா? படத்தின் இறுதிக்காட்சி இப்படித்தான் அமைகிறது. கையில் இந்திய தேசியக் கொடியுடன் நிற்கும் அவனது புகைப்படத்துக்கு கீழே, “2002 பிப்ரவரி 28 முதல் அசாரைக் காணோம். யாரேனும் பார்த்திருந்தாலோ அல்லது ஏதேனும் தகவல் தெரிந்தாலோ தயவுசெய்து எங்களை தொடர்பு கொள்ளுங்கள்.”

ஆனால் அந்த வாய்ப்பை அளிப்பதற்கு பாபு பஜ்ரங்கி தயாராக இல்லை. “எல்லாவற்றையும் மறந்து மக்கள் அமைதி கொண்டுள்ள சூழலில் மீண்டும் பிரச்சினையைக் கிளப்புவதற்கு நான் அனுமதிக்க மாட்டேன்.” என்றான் அவன்.

ஒன்றைச் சொல்ல வேண்டும். தொலாகியாவின் படம் எந்தச் சமூகத்தையும் குறை கூறவோ இழிவு செய்யவோ, குற்றம் சாட்டவோ இல்லை. சொல்லப்போனால், இதற்கெல்லாம் காரணமான

அரசியல் பின்னணிகூட விமர்சிக்கப்படவில்லை. வெறுமனே அந்தக் கலவரமும் அதனூடான இந்த குடும்பத்தின் சோகமும் மட்டுமே பர்சானியாவில் பதிவு செய்யப்படுகிறது. மனிதத்திற்குள் உறைந்திருக்கும் மிருக உணர்வுகளின் கொடூரமான வெளிப்பாடுகள் குறித்த சில கேள்விகளை ஒரு குடும்பத்தின் சோகம் மூலமாக உசுப்புவதுதான் பர்சானியாவின் வெற்றி (மிருக உணர்வு என்று சொல்வதற்காக மிருகங்கள் மன்னிக்க வேண்டும். எந்த மிருகமும் தேவையில்லாமல் இப்படி 89 உயிர்களைக் கொடூரமாய் கொலை செய்து எரிப்பது கிடையாது). வழக்கமாக இதுபோன்ற புனைவுகளில் பதிவு செய்யப்படுவது போல இங்கும் ஒரு இந்து இன்னொரு முஸ்லிமை காப்பாற்றுவதும் ஆவணப்படுத்தப் பட்டுள்ளது.

2002லேயே இப்படத்திற்கான ஸ்கிரிப்ட்டைத் தயார் செய்யத் தொடங்கினார் தொலாகியா. ஒன்றரை ஆண்டுக்கால ஆய்வுக்குப் பின், 2003ல் நான்கு மாதங்களில் படப்பிடிப்பு முடிந்தது. அடுத்த ஒன்றரை ஆண்டுகாலம் காத்திருந்து, சென்ற ஆண்டில் வெளியிடப் பட்டபோதுதான் குஜராத்தில் இந்த எதிர்ப்பு. தொலாகியாவும் தயாரிப்பாளர் மகேஷ்பட்டும் திரைத்துறை சார்ந்த பலரையும் அணுகிப் பார்த்தனர். குஜராத் மாநிலத்தின் திரையரங்குகளின் சங்கத்தலைவர் மனுபாய் படேல், பஜ்ரங்கியின் ஒப்புதல் இன்றி திரையிட இயலாது எனக் கைவிரித்தார். அகமதாபாத் மாநகரக் காவல்துறைத் தலைவர் ஜே.ஜே. மகபத்ராவை அணுகி, படத்தைத் ஒருமுறை பாருங்கள் எனத் தொலாகியா வேண்டியபோது, படத்தைப் பார்த்த அவர் ‘தான் பாதுகாப்பு அளிக்க வேண்டும் என்பதில்லை’ என மறுத்தார். தணிக்கைத் துறை அனுமதித்த ஒரு படத்தை திரையிட முடியாது என்றால், எந்தத் திரைப்படத்தையும் குஜராத்தில் திரையிட மாட்டோம் என்றொரு தீர்மானத்தை இந்தியத் திரைப்படக் கழகத்தில் நிறைவேற்றுவதற்குச் சில ஆர்வமுள்ள முன்னோடிகள் முனைந்தபோது அது தோல்வியில் முடிந்தது. எந்த விழுமியங்களுமில்லாமல் வெறும் லாபநோக்கில் செயல்படுகிறவர்களை வைத்துக் கொண்டு என்ன செய்ய முடியும் எனப் பொருமுகிறார் மகேஷ்பட்

பர்ஸானியாவிற்கு மட்டுமல்ல, குஜராத் நிகழ்வுகளால் பாதிக்கப் பட்டு அவற்றை ஆவணப்படுத்திய ரமேஷ், சுப்ரதீப் சக்ரவர்த்தி, கவ்ஹார்ரசா, ராகேஷ்சர்மா, பிம்பிள் சுமு ஜோலன், நூநிஸாமி யாருடைய படமும் குஜராத்தில் பொதுத்திரையிடலுக்கு அனுமதிக்கப்

படவே இல்லை. சுப்ரதீப்பின் 'கோத்ரா தக்', கவ்ஹரின் 'ஜுனூன் கா பட்டோ கதம்', நூரவின் 'பயணிகள்', ஷர்மாவின் 'இறுதி தீர்வுகள்', பிம்பிளின் 'ஆக்ரோஷ்' முதலியன குஜராத் தவிர பிறபகுதிகளில் திரையிடப்பட்டு மிகப்பெரிய பாராட்டுகளைக் குவித்தது மட்டுமின்றி, பார்த்தவர்களின் மனச்சாட்சியை உலுக்கியுள்ளன. சமகால வரலாற்றின் மீது கவனம் திருப்பி, மனிதம் குறித்த அடிப்படையான கேள்விகளை உசுப்பிய வகையில் நம் அனைவரின் மரியாதைக்குரிய வர்கள் இவர்கள். எந்த மக்களின் மனதில் இவை வலுவான தாக்கங்களை உருவாக்க வேண்டுமோ அங்கே இவை தடை செய்யப்படுவதும், இது குறித்துத் திரைத்துறையில் உள்ளவர்களும் இந்தியாவெங்கிலுமுள்ள எழுத்தாளர்கள். சிந்தனையாளர்கள், மனித உரிமையாளர்கள் எல்லோரும் மவுனம் காப்பதும் மிகப் பெரிய அவமானம். பஜ்ரங்கிகளின் தடைகளைக் காட்டிலும் இந்த மவுனங்கள் அபத்தமானவை. அநீதியானவை. அவமானகரமானவை.

குஜராத் தொடர்பான படங்கள் மட்டுமல்ல, ஆமீர்கானின் மிகப் பெரிய வெற்றிப்படங்களான 'ஃபனா', மற்றும் 'ரங்கே பசந்தி' ஆகியனவும் எதிர்ப்புகளைச் சந்தித்தன. திரையிடல்கள் நிறுத்தப்பட் டன. நர்மதை அணைக்கு எதிராகவும், 'நர்மதா பச்சோ அந்தோல னு'க்கு ஆதரவாகவும் அவர் கருத்துத் தெரிவித்தது காரணமாகச் சொல்லப்பட்டது. ஆமீர் ஒரு முஸ்லிம் என்பது இன்னும் முக்கிய காரணம். 'குஜராத் கலவரங்களின் போதே நான் கண்டித்துக் கருத்து சொல்லத் துடித்தேன். ஒரு முஸ்லிம் என்பதால் அதைச் செய்யவில்லை' என அவர் முன் ஒரு பேட்டியில் கூறியிருந்தது குறிப்பிடத்தக்கது. மேதா பட்கர், எம்.எப். உசைன், மிருணாளினி சாரா பாய், அவரது மகள் மல்லிகா சாராபாய், பட்டியல் சாதியினருக்கான ஆணையத் தலைவர் ராம்தன், காந்தியவாதி நிர்மலா தேஷ்பாண்டே எனப் பல சமூகப் போராளிகளும், கலைஞர்களும் குஜராத் கலாச்சாரக் காவலர்களின் வன்முறைக்கு ஆளாகி உள்ளனர்.

இதையெல்லாம் இவர்கள் எப்படி நியாயப்படுத்துகின்றனர்? இப்படியான கலவரங்கள் சகஜம்தான். ஆளுகையில் இவை தவிர்க்க முடியாதவை. இதை வைத்துக்கொண்டு குஜராத்தின் ஒட்டுமொத்த மான கவுரவத்தையும் (கவ்ரவ்) மரியாதையையும் (அஸ்மிதா) குலைக்க அனுமதிக்க மாட்டோம். இந்துத்துவவாதிகளின் இன்றைய உற்ற தோழரான முன்னாள் சோஷலிஸ்ட் ஜார்ஜ் பெர்னான்டஸ், குஜராத்

தில் பெண்கள் மீது மேற்கொள்ளப்பட்ட பாலியல் வன்முறைகள் பற்றி, "கலவரங்களில் இதெல்லாம் சகஜமப்பா" எனப் பாராளுமன்றத் தில் கூறியதையும், உலகமே குஜராத் நிகழ்வுகளைக் கண்டித்திருந்த போது அத்வானி கவுரவ யாத்திரையை நடத்தியதையும் நம் நினைவு களிலிருந்து அத்தனை எளிதாகத் துடைத்தெறிந்துவிட இயலுமா?

கிரிமினல்கள் இன்று தலைவர்களாக உலா வருகின்றனர். அரசுகளுக்கு மேல் சூப்பர் அரசுகளாகச் செயல்படுகின்றனர். கலாச்சாரப் பெருமைகளின் பெயரால் செயல்படுகிறவர்கள் இரு தளங்களில் இயங்குகின்றனர். ஒரு பக்கம் உள்ளூர் அளவில் பஜ்ரங்கி போன்ற தாதாக்கள். இன்னொரு பக்கம் பரந்த அளவில் கண்ணியமான, நாகரீகமான, ஆங்கிலம் உச்சரிக்கத் தெரிந்த தலைவர்கள். ஆளுகைகளில் பங்கேற்க வாய்ப்புக் கிடைக்கும்போது அரசுக்கட்டில்களை இவர்கள் அலங்கரிப்பார்கள். தாதாக்கள் உள்ளூர் அளவில் ஆட்சி செலுத்துவர். நம்மூரிலும் கூட இதை நீங்கள் பொருத்திப் பார்க்க இயலும். உள்ளூர் தாதாக்களுக்கு ஆட்சியிலுள்ளவர்களின் மௌன ஆதரவும், ஆசிர்வாதமும் சில சமயங்களில் வெளிப்படையான ஆதரவுகளும் உண்டு .

கலாச்சாரப் பெருமை, தேச கவுரவம் என்பவை, எல்லாவிதமான சட்டபூர்வமற்ற நடவடிக்கைகளையும் நியாயப்படுத்தி விடுகின்றன. கலாச்சாரத்திற்கு நேரும் இழிவுகளையும், கலாச்சாரத்தில் ஏற்படும் குறைகளையும் பலிகொடுத்துத் தூய்மையாக்குதல் என்பது இத்தகைய சட்டபூர்வமற்ற ஆளுகையில் அனுமதிக்கப்பட்ட செயற்பாடு. பலிபீடத்தில் ஏற்றப்படும். 'அன்னியர்களுக்கு' மனிதத் தகுதி கிடையாது. மனித சோகங்களுக்கு இடமில்லாத வகையில் அவர்கள் மனிதர்கள் என்கிற நிலையிலிருந்து 'பலிகள்' என்கிற புனித நிலைக்கு உயர்த்தப்படு கிறார்கள். பலியிடுவது குற்றச்செயலல்ல. மாறாக, அது ஒரு புனிதக் கடமை. எனவேதான் அவர்கள் குஜராத் 2002 போன்ற பலித் திருவிழாக்களின் பின் மரியாதைக்குரியவர்களாக சமூகத்தில் இடம் பெறுகின்றனர்.

பாபு பஜ்ரங்கி தனது நிறுவனத்தின் மூலம் வேறு இரு முக்கிய கலாச்சாரப் பாதுகாப்புப் பணிகளையும் செய்து வருகிறான். 1. கல்லூரிகள், கடற்கரை, பூங்கா போன்ற இடங்களில் காதலன் காதலியோ இல்லை, கணவன் மனைவியோ நெருக்கமாக இருந்தால் வன்முறையைப் பிரயோகித்து அவர்களைத் துரத்துவது. 2. முஸ்லிம் மற்றும் கிறிஸ்துவ இளைஞர்களைக் காதலித்துத் திருமணம்

செய்து கொண்டுள்ள இந்துப் பெண்களை அவர்களிடமிருந்து வன்முறையாகப் பிரித்து தேச கலாச்சார கவுரவங்களைக் காப்பாற்றுவது."ஒவ்வொரு வீட்டுக்குள்ளும் வெடிக்கக் காத்திருக்கும் டைம் 'பாம்'களாக நமது பெண்கள் உள்ளனர். சொத்து சுகங்களைச் சம்பாதிக்கும் முயற்சியில் இந்த மதிப்பு மிக்க சொத்துக்களைப் பற்றி நாம் கவலைப்படுவதில்லை. கவர்ந்து செல்ல அலையும் முஸ்லிம்களிடமிருந்து அவர்களைக் காப்பாற்றுவதே நம் முதல் புனிதக்கடமை. இப்படி ஒரு பெண்ணைக் காப்பாற்றுவது 100 பசுக்களைக் காப்பாற்றுவதற்குச் சமம்" என்று கூறும் பஜ்ரங்கி இதுவரை 918 பெண்களைக் காப்பாற்றி உள்ளதாகச் சொல்கிறான். "பெயர்களைச் சொல்லட்டுமா?" எனக் கண் சிமிட்டு கிறான். முஸ்லிம்களிடமிருந்து மட்டுமின்றி படேல் சாதிப் பெண்கள் வேறு சாதிப் பையன்களை அவர்கள் இந்துவாக இருந்தபோதிலும் திருமணம் செய்து கொண்டால் அவர்களையும் காப்பாற்றுகிறான்' பஜ்ரங்கி.

கலாச்சாரக் காவலர்களின் கரிசனங்கள் குவியும் புள்ளிகளும் அதன் மூலம் உருவாகும் கண்காணிப்பு வலையின் வீச்சும் நமது சிந்தனைக்குரியவை.

இன்னொன்றையும் இத்துடன் இணைத்துப் பார்க்கலாம். டாவின்சி கோட் திரைப்படத்தை அவசர அவசரமாக பஞ்சாப், மேகாலயம், நாகாலாந்து, கோவா, ஆந்திரா, தமிழ்நாடு முதலிய மாநிலங்கள் தடை செய்தன. ஏசுநாதரை மரபிலிருந்து விலகி நின்று சித்தரித்துள்ளது கிறிஸ்தவர்களின் மனத்தைப் புண்படுத்தும் எனக் காரணம் கூறப் பட்டது. தனது பராசக்தி படத்தை இதே போன்ற காரணங்களுக்காகத் தடை செய்ய வேண்டும் என்ற கோரிக்கையை ஒரு காலத்தில் எதிர்கொண்ட கலைஞரும் இன்று அதே காரியத்தை எள்ளளவும் தயக்கமின்றிச் செய்தார். கிறிஸ்தவ மதத்தினர் சம்பந்தப்பட்ட பிரச்சினையானாலும் இந்துத்துவ அமைப்புகள் இந்தத் தடையை ஆதரித்தன. கலாச்சாரம், நம்பிக்கைகள், மரபுகள் ஆகியவற்றை விமர்சிக்கும் கருத்துச் சுதந்திரத்துக்கு எதிராக கலாச்சாரக் காவலர்கள் ஒன்றிணைவாதற்குத் தயங்குவதில்லை. அரசாங்கம் விதித்த இந்தத் தடைகளின் போது கூட திரைப்பட உலகம் ஒன்று சேரவில்லை. பாதிக்கப்பட்டவர்கள் தனித்தனியாகத்தான் நீதிமன்றங்களை அணுகித் தடைவிலக்கம் பெற்றனர்.

கலாச்சாரத்தின் பெயரிலான இந்தத் தடைகளுக்கு அரசுகள்

வெளிப்படையாகவோ மறைமுகமாகவோ ஆதரவாக உள்ளன. இவற்றுக்கு எதிரான குரல்கள் இடையிடையே ஒலித்தபோதிலும் அவை வலுவாக இல்லாதது கவலைக்குரியது. ஒருசாராரின் மனதைப் புண்படுத்துகிறது என்கிற பெயரில் கருத்துச் சுதந்திரத்தை முடக்குவது. ஜனநாயக மதிப்பீடுகளுக்குப் புறம்பானது. மனதைப் புண்படுத்துவதும், மனச்சாட்சியை உலுக்குவதும் வேறு வேறு. அவ்வப்போது சமூகத்தின் மனச்சாட்சியை உலுக்குவது கலைஞர்களின் கடமை.

திரைப்படத் தொழிலைப் பொறுத்தமட்டில் அதன் முதலீடு, விநியோகம், திரையிடல் முதலிய அம்சங்களில் மிக்பெரிய மாற்றங்கள் உருவாகிக் கொண்டிருக்கும் காலம் இது. கார்ப்பரேட்டுகள் இன்று திரைப்படத் தொழிலில் கவனம் திருப்பி உள்ளன. பழைய ஸ்டுடியோ முறைபோல நடிகர்கள். இயக்குநர்கள் போன்றோரை ஒரு குறிப்பிட்ட காலத்துக்கு ஒப்பந்தம் செய்யும் நிலை மீண்டும் உருவாகியுள்ளது. பல கோடி மூலதனங்களுடன் சொகுசான 'மல்டிபிளக்ஸ்கள்' இன்று நாடெங்கும் உருவாகின்றன. திரைப்படத் தொழில் இப்படி கார்ப்பரேட் மயமாவது, திரைச் சித்தரிப்புகளில் மிகப்பெரிய பண்பு மாற்றங்களை ஏற்படுத்தப்போகின்றன. 'ஏன் திரைப்படங்களில் முதலாளிகள் வில்லன்களாகச் சித்தரிக்கப்படுகின்றனர்?' என்று பத்தாண்டுகளுக்கு முன்பு லாரி ரிப்ஸ்டெய்ன் போன்றோர் எழுதிய ஆய்வுக்கட்டுரைகள் இன்று காலாவதியாகிவிட்டன. இன்று கார்ப்பரேட் முதலாளிகள் பத்திரிகைகளின் அட்டைகளில் வண்ணமயமாகக் காட்சியளிப்பது மட்டுமின்றித் திரைப்படங்களிலும் நாயகர்கள் ஆகின்றனர். இலக்கை எட்டுவதற்கு எத்தகைய வழிமுறைகளையும் கையாளலாம் என்கிற வணிக அறத்தைப் போற்றும் 'குரு' முதலான திரைப்படங்கள் இன்றைய கார்ப்பரேட் மயமாதலின் விளைபொருட்களாக உள்ளன. எந்த மல்டிபிளக்ஸ் நிர்வாகியும், கலாச்சாரக் காவலர்களின் புருவ நெரிப்புக்கு இலக்காகக்கூடிய ரிஸ்கான படங்களைத் திரையிடுவார்கள் என எதிர்பார்க்க இயலாது.

இந்தப் பின்னணியில் பார்க்கும்போதுதான் சமூக அநீதியின் பால் கவனம் குவியும். ராகுல் தொலாகியா முதலானவர்களின் முயற்சிகளில் முக்கியத்துவத்தை உணர முடியும்.

ஏப்ரல், 2007

செக்ஸைப் பேசுதல், எழுதுதல், சொல்லுதல்

மகாராராஷ்டிரா மாநில அரசு இன்னுமொரு தடையை வதித்துள்ளது. சிவாஜி பற்றிய வரலாற்று ஆய்வு நூற்களுக்குத் தடை, காலங்காலமாக இருந்து வந்த நடன விடுதிகளுக்குத் தடை என்கிற வரிசையில், மத்திய அரசின் மேல்நிலைக்கல்வி வாரியம் (CBSE) வெளியிட்டுள்ள பருவக் கல்வித்திட்டம்' (Adolescence Education Programme) தொடர்பான வழிகாட்டி நூற்களுக்கு சென்ற மார்ச் 30 அன்று அங்கு தடை விதிக்கப்பட்டுள்ளது. ஆறாம் வகுப்பு முதல் பள்ளிப் பிள்ளைகளுக்குக் குடும்ப வாழ்க்கைக் கல்வி (Family Life Education) கற்பிப்பது என்கிற மத்திய அரசின் புதிய திட்டமே, இதன் மூலம் தடைக்குள்ளாக்கி உள்ளது. நமது நாட்டின் பாரம்பரிய மதிப்பீடுகளுக்கு இது பொருந்தாது எனக் காரணம் சொல்லப் பட்டுள்ளது.

உலக அளவில் 'எய்ட்ஸ்' நோய் அதிகம் பாதித்துள்ள நாடுகளில் இரண்டாவது நம்முடையது. உலக அளவில் உள்ள இளைஞர்களில் மூன்றில் ஒரு பங்கு வகிப்பதும் நம்முடைய நாட்டில்தான். இளைஞர் களை 'எய்ட்ஸ்' அதிகம் பாதிக்கக்கூடிய நிலையில் 'எய்ட்ஸ்' உள்ளிட்ட பாலியல் பிரச்சினைகளை முறையாகப் பள்ளிகளில் பயிற்றுவிப்பது என்கிற மனித வளத்துறை அமைச்சர் அர்ஜுன் சிங்கின் திட்டத்திற்குத் தான் இன்று இந்த தடை. மகாராஷ்டிரத்தில் மட்டுமின்றி குஜராத், மத்தியப்பிரதேசம், கர்நாடகம், கேரளம் முதலிய மாநிலங்களிலும் கூட பருவக் கல்வித் திட்டத்திற்குத் தடை விதிக்கப்பட்டுள்ளது எனக் கேள்விப்படுகிறோம்.

இதில் கவனிக்க வேண்டிய இன்னொரு முக்கிய அம்சம், சட்ட மன்றத்தில் தடையை முன்மொழிந்தது ராஜேந்திர பத்னி என்கிற சிவசேனா உறுப்பினர், பாண்டுரங் புந்த்கர் என்கிற பா.ஜ.க. உறுப்பினர் மட்டுமின்றி ஆளும் கூட்டணியிலுள் தேசிய காங்கிரஸ் கட்சித் தலைவர் நவாப் மாலிக் ஆகியோரும் சிவசேனையின் கோரிக்கையை ஆதரிக்கின்றனர். உறுப்பினர்களின் கோரிக்கையை முழுமையாக ஏற்றுக் கொண்ட கல்வி அமைச்சர் ஹாஸன் முஷ்ரிப், "சத்ரபதி சிவாஜி பற்றிப் பேசிய ஜேம்ஸ் லேனின் நூலைப் போல, சி.பி.எஸ்.சி. வெளியிட்டுள்ள செக்ஸ் கல்வி நூல்களும் தடை செய்யப்படும்" என அறிவித்துள்ளார்.

மேற்குறித்த வலதுசாரி இந்துத்துவ சக்திகளுடன் எள்ளளவும் தொடர்பில்லாததும் சிறுபான்மையினரின் உரிமைகளுக்காகவும், கல்வியில் ஏகாதிபத்திய ஊடுருவல்களுக்கு எதிராகவும் இயக்கம் நடத்தி வருகிற 'மாணவர் இஸ்லாமிய அமைப்பு' எனும் இயக்கமும், புகழ்பெற்ற 'ஜமாத்-ஏ-இஸ்லாமி' அமைப்பும் இத்தடையை ஆதரித்துள்ளன. மாணவர் இஸ்லாமிய அமைப்பின் தமிழ்நாட்டுக் கிளை பருவக்கல்வித் திட்டத்திற்கு எதிராக இன்று தமிழகத்தில் பிரச்சாரத்தைத் தொடங்கியுள்ளது (பார்க்க- ஏப்ரல் 8 ஆம் தேதிய தமிழக நாளிதழ்கள்). மகாராஷ்டிர அரசு விதித்துள்ள தடையை "மக்களுக்கும் மாணவர்களுக்கும் கிடைத்த வெற்றி " என இவ்வமைப் பின் அம்மாநிலக் கிளை வரவேற்றுள்ளது.

இளம் மாணவர்கள் மத்தியில் 'செக்ஸை'ப் பேசுவது சரியா, தவறா என்பது இன்று ஒரு விவாதப் பொருளாகி உள்ளது. இதை எதிர்ப்பவர்கள் ஆத்திரப்படுவதற்கான காரணங்கள் இப்படியாக அமைகின்றன. "செக்ஸ் பற்றி சுதந்திரமாகப் பேசவும் யாருடனும் விவாதிக்கவும் ஊக்குவிக்கப் போகிறார்களாம். பருவ வயதில் உடலில் ஏற்படும் மாற்றம், மாதவிடாய்ச் சுழற்சி பற்றியெல்லாம் படங்களுடன் விளக்கப் போகிறார்களாம். ஆணுறையைப் பயன்படுத்துவது, சுய இன்பம், ஒரு பால் புணர்ச்சி பற்றியெல்லாம் சொல்லிக் கொடுக்கப் படுமாம். இவை மாணவர்கள் மத்தியில் ஒழுக்கமின்மையையும் புணர்ச்சி வேட்கையையுமே அதிகப்படுத்தும். மொத்தத்தில் பெரும் கலாச்சாரச் சீரழிவிற்கு வழி வகுக்கும்" என்பனவே இவர்களது பொருமலின் சாரம். பாலியல் கல்வியை மாணவர்களுக்குப் பயிற்றுவிப்பது தொடர்பாக ஆசிரியர்களுக்கு அளிக்கப்படுகிற வழிகாட்டு நூலிலிருந்து இவர்கள் மிக்க கோபத்துடன் சுட்டிக்காட்டும்

மேற்கோள்கள் சில:

"ஒருபால் புணர்ச்சி வக்கிரமானதல்ல: ஒருசிலர் பல்வேறு காரணங்களால் சமபாலினருடன் உறவு கொள்கின்றனர். இது அவரவர் சார்ந்த தனிப்பட்ட பாலியல் தேர்வைப் பொறுத்தது. எதிர்மறையாக இதைப் பார்க்க வேண்டியதில்லை. இரு பாலினரிடமும் இத்தகைய பழக்கங்கள் உள்ளவர்கள் உண்டு. பெண்களில் இத்தகைய பழக்கமுடையோர் 'லெஸ்பியன்கள்' எனவும், ஆண்கள் 'கே' எனவும் அழைக்கப்படுகின்றனர். பலரும் இவர்களை வக்கிர உணர்வு படைத்தோராகக் கருதி ஒதுக்குகின்றனர். கேலி செய்கின்றனர். ஆனால் உலகளவில் இவர்கள் குறித்த பார்வைகள் பெரிய அளவில் மாறி வருகின்றன. ஒரு உறவுக்கு முன்னுரிமை அளிப்போர் எல்லா வகையிலும் நம்மைப் போன்ற சாதாரண மனிதர்கள்தான். அவர்களை வெறுப்பது தவறு."

"இரவு உமிழ்வுகள் பையன்களைப் பலவீனப்படுத்தாது: கனவுகளின் போதோ சுய இன்பச் செயல்பாடுகளின் போதோ, உடலுறவின்போதோ விந்து வெளிப்படுவது ஒரு இயல்பான நிகழ்வு. தீங்கற்றது. இதனால் பலவீனம் ஏற்படாது. ஆண்கள் மட்டுமே சுய இன்பப் பழக்கம் கொண்டுள்ளனர் என்பது தவறு. பெண்களிடமும் இப்பழக்கமுண்டு. ஆண்களில் 90 சதவீதத்தினரிடமும், பெண்களில் 35 முதல் 60 சதவீதம் வரையும் இப்பழக்கமுண்டு எனப் புள்ளி விவரங்கள் தெரிவிக்கின்றன."

"வாய் வழிப்புணர்ச்சி: வாய் மூலமாகப் பிறப்புறுப்புகளைக் கிளர்ச்சியூட்டுவது இப்படி அழைக்கப்படுகிறது."

"உடலுறவு: ஆணின் விறைத்த குறி பெண்ணுறுப்புக்குள் நுழைவது இப்படி அழைக்கப்படுகிறது. காதல் செய்வது, புணர்வது எனவும் இது கூறப்படுகிறது. பலருக்கு இதுவே முக்கியமான பாலியல் நடவடிக்கையாக அமைகிறது. இது மகிழ்ச்சியூட்டுவதாகவும் திருப்தியளிப்பதாகவும் உள்ளது. வெறுமனே தொடுதல் அணைத்தல் முத்தமிடுதல் ஆகியவற்றால் கரு உயிர்ப்பதில்லை."

"பாதுகாப்பான உடலுறவு: உணர்வுகளையும் வேட்கைகளையும் சூழலுக்குத் தக்கவாறு கட்டுப்படுத்துவதை இது குறிக்கிறது. ஹெச்ஐ.வி. எய்ட்ஸ் பாலியல் நோய்த்தாக்குதல்கள் மற்றும் கரு உருவாகும் ஆபத்தில்லாத உடலுறவு இது. அறியாதவர்களுடன் உடலுறவைத் தவிர்த்தல், வாழ்க்கைத் துணைக்கு நம்பிக்கையுடையவராக வாழ்தல்,

புணர்ச்சியின்போது ‘காண்டம்’ கள் பயன்படுத்துதல் முதலியன பாதுகாப்பான உடலுறவுக்கு வழி வகுக்கும். பருவ வயதினர் இதனை அறிந்திருப்பது அவசியம்.”

காண்டம்கள்: இப்பகுதியில் ஆணுறைகள் எவ்வாறு அமைந்துள்ளன, எப்படிப் பயன்படுத்த வேண்டும், பயன்படுத்திய பின் அதை எவ்வாறு *dispose* செய்வது, பழைய உறைகளையும் ஏற்கனவே பயன்படுத்தியவற்றையும் மீண்டும் பயன்படுத்தாதிருப்பதன் அவசியம். எண்ணெய் முதலிய உயவுப் பொருட்கள் பயன்படுத்தப்படும் உறைகள்” ஆகியன பற்றிய குறிப்புகள் உள்ளன.

இந்த அசிங்கங்களை யெல்லாம் உங்கள் பிள்ளைகளும், சகோதரர்களும், சகோதரிகளும் அறிந்துகொள்வது அவசியம்தானா என்கிற கேள்விகளை மிக்க ஆத்திரத்துடன் எதிர்பார்ப்பாளர்கள் உமிழ்கின்றனர்.

மேலே உள்ள விவரங்கள் குறித்து இரு உண்மைகளை நாம் கவனத்தில் கொள்ள வேண்டும். 1. மாணவர்களின் வாசிப்பிற்கான பாடங்களல்ல இவை. பயிற்றுவிக்கும் ஆசிரியர்கள் அறிந்து கொள்ள வேண்டிய தகவல்கள் மட்டுமே. 2. இவை மட்டுமே வழிகாட்டு நூலிலுள்ள செய்திகளல்ல, அந்நூல் 36 பக்கங்கள் கொண்டது என அறிகிறேன். அதில் காணப்படும் மிகவும் சகித்துக்கொள்ள இயலாத கண்டனத்திற்குரிய பகுதிகளாக இவர்கள் பார்வையில் படுபவையே இவை.

மூன்றாவதாக, நாம் கவனத்தில் கொள்ள வேண்டிய அம்சம். மேலே குறிப்பிட்டுள்ள அத்தனை தகவல்களும் நூற்றுக்கு நூறு சரியானவை. அறிவியல்பூர்வமானவை. மிகைப்படுத்தப்படாதவை.

இத்தகைய சரியான தகவல்களை அறிகிற சுதந்திரம், உரிமை ஆகியன மாணவர்களுக்கு உண்டா? இல்லையா? இத்தகைய உண்மை களிடமிருந்து மாணவர்களைப் பாதுகாப்பதன் மூலமாகத்தான் அவர்களையும் நமது பண்பாட்டையும் காப்பாற்ற முடியுமா? இவை நம் முன் எழும் அறவியல் கேள்விகள், பாலியல் தொடர்பான புனைவுகளையும் (*Myths*) மர்மப்படுத்தல்களையும் தக்க வைப்பதும், சரியான தகவல்களிடமிருந்து பிள்ளைகளைக் காப்பாற்றுவதும்தான் கலாச்சாரம், மதம் ஆகியவற்றின் பணியா? மிகப் பெரிய மாற்றங்கள், தகவல் புரட்சிகள் நிகழ்ந்து கொண்டுள்ள ஒரு காலத்தில் நாம் வாழ்கிறோம். தினந்தோறும் வந்து குவியும் எண்ணற்ற

பத்திரிகைகள், விரல் அசைவில் அவிழ்ந்து கொட்டக் காத்திருக்கும் இணைய தளங்கள் எப்போதும் நம் குழந்தைகளை ஆக்ரமித்துக் கொண்டிருக்கும் தொலைக்காட்சிச் சானல்கள், திரைப்படங்கள் இவற்றின் மூலம் வெளிப்படும் தகவல்கள், அரைகுறை உண்மைகள் ஆகியவற்றின் மூலம் உருவாக்கப்படும் கிளர்வுகளை மறைத்து நம் குழந்தைகளைக் காப்பதற்கு நம்மிடம் சாதனங்கள் உண்டா? கிட்டத்தட்ட எல்லா இதழ்களிலும் நமது செக்ஸாலஜிஸ்ட்கள் இளைஞர்களின் கேள்விகளுக்குப் பதில் சொல்கிறார்கள். அவை நமது பிள்ளைகளின் கண்களில் படாமற் போய் விடுமா?

ஆங்கில நாளிதழில் வந்துள்ள விவாதம் ஒன்று கீழே உள்ளது.

“என் குறி இரண்டு அங்குல நீளம்தான் இருக்கிறது. இது போதுமா என ஐயமாக இருக்கிறது” என்பது ஒரு இளைஞனின் கேள்வி. “தனது உறுப்பின் இரண்டு அங்குல ஆழத்திலேயே ஒரு பெண் திருப்தி அடைந்து விடுவாள். ஆண் குறியின் அளவுக்கும் பாலியல் திருப்திக்கும் தொடர்பில்லை.” இது நிபுணரின் பதில். “பெண்கள் எல்லோரும் இரண்டு அங்குலத்தில் திருப்தியடைந்து விடுவார்கள் என்று கூறி எல்லாப் பெண்களையும் ஒரே அச்சுப் பதிவுகளாக வார்க்கும் அதிகாரத்தை இந்த நிபுணருக்கு யார் வழங்கியது?” எனச் சீறுகிறார் ஃபர்ஸானா வெர்சி என்கிற ஒரு காலம்னிஸ்ட்’ டெக்கான் க்ரானிகல், மார்ச் 6, 2007).

இந்தச் செய்தி நம் பிள்ளைகளின் கண்களில் படாதா? இது ஏதோ ரகசியமான ஒரு செக்ஸ் பத்திரிகை யில் வந்த விவாதமா? அதே இதழில் மார்ச் 29 அன்று பள்ளிப் பிள்ளைகள் மத்தியில் ஒருபால் உறவுப் பெருக்கம் பற்றிய கட்டுரை ஒன்று வந்ததே. நினைவிருக்கிறதா? இன்றைய இந்தியாவின் மிகப்பெரிய சிந்தனையாளர் அமர்த்தியா சென், முக்கியமான எழுத்தாளர்கள் அருந்ததிராய், விக்ரம் சேத், புகழ்பெற்ற மருத்துவ நிபுணர்கள் உளவியலாளர்கள் எல்லாம் கையொப்பமிட்டு நான்கு மாதங்களுக்கு முன் வெளியிட்ட ஒரு அறிக்கையில் ஒரு பால் உறவுக்கு ஆதரவான மேலும் பல வலுவான செய்திகள் விரிவாக இருந்தனவே. இவை எல்லாப் பத்திரிகைளிலும் வந்தது மட்டுமின்றி, அகில இந்தியச் சானல்கள் சிலவற்றில் நீண்ட விவாதத்திற்கும் உள்ளானதே. நகரத்துச் சாலைகளில் பிரம்மாண்டமாகவும், உங்கள் வீட்டு அறைகளின் சின்னத்திரைகளிலும் மிளிரும் ‘காண்டம்’ விளம்பரங்கள் நமது பிள்ளைகளிடம் ஏற்படுத்தும் கிளர்வைக் காட்டிலும் ஆபத்தானதா,

மேலே உள்ள வழிகாட்டு நூலில் காணப்படும் தகவல்கள்? இரவு நேர உமிழ்வு, சுய இன்பம், ஒருபால் வன்புணர்ச்சி முதலியன மாணவர் விடுதிகளில் பரவலாக உள்ளது ஒரு நிதர்சனமான உண்மை . எந்த மதத்தினரின் நிறுவனங்களும் இதில் விதிவிலக்கு இல்லை. இவை குறித்த அறிதலை தடை செய்வது மட்டும் இதற்குத் தீர்வாகி விடுமா?

செக்ஸ் என்பது ரொம்பவும் நளினமான ஒரு விஷயம். வீட்டிலுள்ள பெரியவர்கள் மூலம் அதை அறிந்துகொள்வதுதான் சரியாக இருக்கும். பள்ளிகளில் கற்பிப்பது ஒரு மேற்கத்திய வழமை. நம் நாட்டுக்கு இது பொருந்தாது என்பது செக்ஸ் கல்வி எதிர்ப்பாளர்கள் முன் வைக்கும் இன்னொரு வாதம். இன்று எல்லாப் பிரச்சினைகளும் நாட்டு எல்லைகளுக்கு அப்பாற்பட்டவையாகிவிட்டன. எய்ட்ஸ்' உள்ளிட்ட பாலியல் நோய்கள், பதின்பருவக் கர்ப்பிணிகள், ஒற்றைப் பெற்றோர், செயல்படாத குடும்பங்கள், குழந்தைகள் மீதான பாலியல் மீறல்கள் இவையெல்லாம் ஏதோ மேற்கத்திய சமாச்சாரங்கள் மட்டும்தானா? இந்தியாவிற்குத் தொடர்பில்லையா?

சமீபத்தில் என் கண்களில் பட்ட இரு முக்கிய ஆவணங்களை மட்டும் இங்கே குறிப்பிட விரும்புகிறேன். சென்ற ஏப்ரல் 10 அன்று மத்திய அரசின் குழந்தைகள் மற்றும் பெண்கள் முன்னேற்றத் துறை அமைச்சர் ரோணுகா சவுத்ரி, "குழந்தைகள் மீதான அத்துமீறல்கள் இந்தியா 2007" என்கிற அறிக்கையை வெளியிட்டார். 13 மாநிலங் களில் 12,447 பேரைச் சந்தித்து மேற்கொள்ளப்பட்ட இவ்விரிவான ஆய்வு எல்லா இதழ்களிலும் வந்திருந்தது. (பார்க்க: நியூ இந்தியன் எக்ஸ்பிரஸ், ஏப்ரல் II) இந்தியாவில் 53.22 சதம் குழந்தைகள் பாலியல் அத்துமீறல்களால் பாதிக்கப்பட்டுள்ளனர் என்கிற அதிர்ச்சி யூட்டும் செய்தியை அவ்வறிக்கை வெளிப்படுத்தியது. பெற்றோர்கள் உள்ளிட்ட வீட்டுப் பெரியோர்கள், நெருங்கிய உறவினர்கள், குடும்ப நண்பர்கள், ஆசிரியர்கள் முதலானோர் இத்தகைய அத்துமீறல்களுக்குக் காரணமாகின்றனர். இதனால் குழந்தைகள் உடலியல் ரீதியாகவும், உளவியல் ரீதியாகவும் மிக மோசமாகப் பாதிக்கப்படுகின்றனர். பாலியல் அத்துமீறல்கள், அணுகல்கள் குறித்த விவரங்களின்மையின் விளைவாகவே குழந்தைகள் இவற்றை ஏற்றுக்கொள்கின்றனர். டியூஷன் ஆசிரியர் ஒருவர் ஒருநாள் வராதபோது ஒரு குழந்தை, "என்னம்மா, தப்பு செஞ்சா சார் மாதிரி தொடையைத் தடவிக் குடுக்க மாட்றியே"

என வினவியதை அறியும் போது நமக்கு அதிர்ச்சி ஏற்படுகிறது. சென்னையிலுள்ள 'துளிர்' நிறுவனம் தந்துள்ள செய்தி இது. வேறு பல அரசு சாரா நிறுவனங்களின் ஆய்வு முடிவுகளை நீங்கள் இணைய தளங்களில் காணலாம்.

இன்னொரு முக்கியமான கட்டுரை. கே.ஜி. சந்தியா, ஷிரின் ஜீஜிபாய் எழுதி *EPW* இதழில் (ஏப்ரல் 7) வந்துள்ளது. இளம்பெண்கள் மத்தியில் எய்ட்ஸ் குறித்த கட்டுரை அது. 20-24 வயதிற்குட்பட்ட இந்தியப் பெண்களில் 45 சதவீதத்தினர் 18 வயதில் திருமணம் முடிக்கின்றனர். திருமணமான பெண்கள் மத்தியில் குறிப்பிடத்தக்க அளவில் எய்ட்ஸ் இருப்பதற்கு அவர்களின் அறியாமையே பெருங்காரணமாக உள்ளது. திருமணமானவர்கள் மத்தியில் காண்டம் பயன்படுத்துவது தேவையில்லை என்றொரு தவறான கருத்து இந்தியாவில் பரவலாக உள்ளது. புனேயில் மேற்கொள்ளப்பட்ட ஒரு ஆய்வின்படி, 42 சத இளைஞர்களும் 23 சதப் பெண்களும் மட்டுமே ஆணுறைகள் அவற்றின் பயன்பாடு முடிந்தவுடன் நழுவிப் பெண்களின் உடலில் மறைந்துவிடுவதில்லை என்பதைத் தெரிந்து வைத்துள்ளனர். 'காண்டம்'கள் பாலியல் தொழிலாளிகளுடன் உறவு கொள்ளும் போது மட்டுமே பயன்படுத்தப்பட வேண்டியது என்பதே பலரின் கருத்து. ஆணுறைகள் பயன்படுத்துவது குறித்த வெளிப்படை யான விவாதம் செய்யும் மரபும் நமது குடும்பங்களில் கிடையாது. கணவன் - மனைவிக்கிடையே வயது வித்தியாசம் அதிகமாகும் போது இத்தகைய விவாதங்களுக்கும் பெண்களின் பாலியல் விருப்புகள் குறித்த முன்னுரிமைகளுக்கும் முற்றிலும் இடமில்லாமற் போய்விடு கிறது. நமது பிள்ளைகளுக்கு உரிய பாலியல் அறிவைப் புகட்டும் தகுதி நமது பெற்றோர்களுக்கு இல்லை. ஓரளவு மாதவிடாய் சுழற்சி குறித்த அரைகுறை அறிவைப் பகிர்ந்துகொள்ளும் சூழல், தாய்க்கும் மகளுக்கும் இடையே அமைந்தபோதிலும் தாய்க்கும் மகனுக்கும் தந்தைக்கும் மகனுக்கும், இத்தகைய உரையாடல் மற்றும் தகவல் பரிமாற்றச் சாத்தியம் இந்தியக் குடும்பங்களில் கிடையாது.

பாலியல் கல்வி தேவைதான் என ஏற்றுக் கொள்பவர்களும் கூட, எந்த அளவு வரை இதை மாணவர்களிடம் பேசலாம் என்பதில் கருத்து மாறுபடுகின்றனர். சுய இன்பம் குறித்தும் ஒரு பால் புணர்ச்சி குறித்தும் மாணவர்களிடம் பேசித்தான் ஆக வேண்டுமா என்பது ஒரு கேள்வி. இத்தகைய பழக்கங்கள் நாம் கருதுவதைக் காட்டிலும் பரவலாக நடைமுறையில் உள்ளன என்பதை நாம் முதலில்

கவனத்தில் கொள்ள வேண்டும். இவை குறித்த தவறான புரிதல்கள், அச்சங்கள் ஆகியன பிள்ளைகளின் எதிர்காலத்தைப் பாதித்துவிடும் வாய்ப்பு உண்டு. அரைகுறையாய் அறிந்த சகவயதினரிடமிருந்து இவற்றைப் பற்றித் தெரிந்து கொள்வதைக் காட்டிலும், முறையான தகவல்கள் அதிகாரப்பூர்வமாகச் சொல்லப்படுதல் நல்லது. ஒருபால் உறவு, மாற்றுப் பால் நிலையினராக *(transgender)* வெளிப்படுத்திக் கொள்வதில் ஆர்வம் முதலியன பாலியல் தேர்வு சார்ந்தவை. சில நேரங்களில் இத்தகைய விருப்புகள் உடலியல் சார்ந்ததாகவும் அமைந்துவிடுகின்றன. இத்தகைய தேர்வுகளை நாம் மதிப்பது என்பது, சக மனிதர் தொடர்புடைய ஒரு அறம். ஒருபால் புணர்ச்சி குறித்த உண்மைகளை அறிந்து கொள்வதன் மூலம் எல்லோரும் அப்படி ஆகிவிடுவது இல்லை. ஆனால் அப்படி அறிந்துகொள்வது, அருகிலுள்ள ஒரு பால் புணர்ச்சியாளர் ஒருவரைப் புரிந்து மதிப்பளிக்கும் மனப்பக்குவத்தை அளிக்கிறது. பொதுவாகவே சகமனிதரின், குறிப்பாக வாழ்க்கைத் துணையின் பாலியல் தேர்வுகளையும் விருப்புகளையும் அறிந்து மதிப்பளிக்கும் உயரிய பண்பை உருவாக்குவதும் சமூகத்தின் கடமைகளில் ஒன்று.

செக்ஸ் கல்வியை எதிர்ப்பவர்கள் முன்வைக்கும் இன்னொரு அபத்தமான வாதம், "இது யுனிசெப் போன்ற மேலை நிறுவனங்கள் காண்டம்' விற்பனையாளர்கள் ஆகியோரின் முயற்சியால் இந்திய மக்கள் மீது திணிக்கப்படும் சதி" என்கிற ரீதியில் அமைகிறது. ஒன்றைப் புரிந்துகொள்வது அவசியம். மேலைநாடுகளில் செக்ஸ் கல்வி கட்டாயமாகச் சொல்லிக் கொடுக்கப்படுவதில்லை. குறிப்பாக, அமெரிக்காவிலும் பிரிட்டனிலும் செக்ஸ் கல்வி கட்டாயமில்லை. தவிரவும், இங்குள்ள வலதுசாரி மதவாத சக்திகள் *(evangelists)* கத்தோலிக்க அமைப்புகள் முதலியன மிகவும் வலுவாக செக்ஸ் கல்வி எதிர்ப்புப் பிரச்சாரங்களை மேற்கொள்கின்றன. தான் ஒரு கிறிஸ்தவன் என்பதில் பெருமை கொள்வதாக அறிவித்துள்ள அமெரிக்கத் தலைவர் புஷ் இத்தகைய எதிர்ப்பாளர்களில் முதன்மை யானவர். செக்ஸ் கல்விக்கு எதிராக அவர்கள் முன்வைப்பது செக்ஸைத் தவிர்த்தல் *(Sexual Abstinence)* மற்றும் கன்னிமைப் பயிற்சி *(Virginity Training)* ஆகியன. இந்தியாவிலுள்ள எதிர்ப்பாளர்களும்கூட செக்ஸ் கல்விக்கு மாற்றாக இவற்றையே பரிந்துரை செய்வது குறிப்பிடத்தக்கது. பாஜ.க.வின் முக்கியத் தலைவரும், முன்னாள் மத்திய அமைச்சருமான சுஷ்மா ஸ்வராஜ்கூட செக்ஸ் கல்விக்குப் பதிலாக செக்ஸை தவிர்த்தலைச் சொல்லித் தர வேண்டும் எனக்

கூறி உள்ளார். ஜார்ஜ் புஷ் 2004ம் ஆண்டில் இதற்கென முந்தைய ஆண்டைக் காட்டிலும் இரு மடங்கு நிதி (270 மில்லியன் டாலர்) ஒதுக்கினார். டெக்ஸாஸ் மாநிலத்தில் ஆளுநராக இருந்தபோதும் இத்தகைய பிரச்சாரங்களுக்கு 10 மில்லியன் டாலர் செலவழித்தார். அமெரிக்கா விலுள்ள மத அமைப்பு ஒன்று பிரிட்டிஷ் இளைஞர்கள் மத்தியில் செக்ஸைத் தவிர்க்கும் பிரச்சாரம் செய்கிற 'Silver Ring Thing' என்கிற அமைப்புக்கு ஏராளமாக நன்கொடை அளித்து வருகிறது.

இளைஞர்கள் மத்தியில் செக்ஸ் ஆர்வம் மிகுவது, பதின் வயது கர்ப்பிணிகளின் எண்ணிக்கை அதிகரிப்பது, எய்ட்ஸ் பெருக்கம் ஆகியவற்றிற்கு 1960, 70களில் ஏற்றம் பெற்ற தாராளவாதச் சிந்தனைகளும், ஒற்றைப் பெற்றோருக்கான அரசு உதவியும் செக்ஸ் கல்வியும்தான் காரணம் என்கிற வாதத்தை அமெரிக்கச் சனாதனிகள் வலுவாகப் பிரச்சாரம் செய்கின்றனர். ஆனால் இதுகுறித்த விரிவான ஆய்வுகளைச் செய்துள்ள நிறுவனங்கள், மாறான உண்மைகளை முன்வைக்கின்றன. பதின்வயது கர்ப்பிணிகவின் எண்ணிக்கையை எடுத்துக்கொண்டால், செக்ஸ் கல்வி ஊக்குவிக்கப்படாத அமெரிக்காவில் 1000க்கு 53, பிரிட்டனில் 20 என்கிற அளவில் உள்ளன.அதே நேரத்தில் செக்ஸ் கல்வி பயிற்றுவிக்கப்படும் ஜெர்மனி, நார்வே முதலான நாடுகளில் இது வெறும் 11 ஆகவும், ஸ்வீடன், டென்மார்க் ஆகிய நாடுகளில் 7, பின்லாந்தில் 8, நெதர்லாந்தில் 5 எனவும் குறைவாக உள்ளது குறிப்பிடத்தக்கது. ஸ்வீடனைப் பொறுத்தமட்டில் 1975ல் செக்ஸ் கல்வியில் பெரிய மாற்றங்கள் செய்யப்பட்டன. செக்ஸைத் தவிர்த்தல் என்பது கைவிடப்பட்டு கருத்தடைச் சாதனங்களின் பயன்பாடுகள் கல்வித் திட்டத்தில் சேர்க்கப்பட்டன. அடுத்த பத்தாண்டுகளில் பதின்வயது கர்ப்பிணிகளின் எண்ணிக்கை 20 சதம் குறைந்தது. பாலியல் நோய்கள் 40 சதம் குறைந்தன.

எங்கெல்லாம் செக்ஸ் குறித்த தயக்கமற்ற உரையாடல்கள் சாத்திய மாக உள்ளனவோ, அங்கெல்லாம் இப்பிரச்சினைகள் குறைவாக உள்ளதை இத்தயை ஆய்வு முடிவுகள் வெளிப்படுத்துகின்றன. அமெரிக்கா, பிரிட்டன் ஆகிய இரு நாடுகளிலும் நாம் நினைத்துக் கொண்டிருப்பதற்கு மாறாக இத்தகைய தயக்கமற்ற உரையாடலின் சாத்தியங்கள் குறைவாக இருப்பதே உண்மை. புகழ்மிக்க ஏகாதிபத்திய எதிர்ப்பாளரான ஜார்ஜ் மான்பியோட்டின் இணைய தளத்தில் கிடைக்கும் இது தொடர்பான கட்டுரையில் மேலும்

பல விவரங்களைக் காணலாம். செக்ஸைத் தவிர்த்தல் என்கிற தனது திட்டம் பொய்த்துப் போனதால், வெறுத்துப்போன புஷ் இத்தகைய புள்ளிவிவரங்களையே இனி சேகரிக்க வேண்டாம் எனத் தொடர்புடைய துறைகளுக்கு ஆணையிட்டுள்ளதையும் மான்பியோட் வெளிப்படுத்துகிறார்.

அறிவுப்பரவல் இருவகையான அடக்குமுறைகளைத் தன்னகத்தே கொண்டுள்ளது என்பார் ஃபூக்கோ. சிலவற்றை அறிவுப்புலத்திலிருந்து அகற்றுவது என்பது ஒன்று. சில ஒழுங்குகளை அறிவினூடாகத் திணிப்பது மற்றொன்று. பண்பாடு என்கிற ஆயுதத்தின் மூலம் உடல்சார்ந்த அறிவு, உடலைப் பேசும் உரிமை, பாலியல் தேர்வுகளை வெளிப்படுத்தும் உரிமை ஆகியவற்றைக் கட்டுப்படுத்துகிறது சமூகம். அதன்மூலம் எல்லாவிதமான ஒடுக்குமுறைகளையும் ஏற்றுக்கொள்ளும் மனப்பக்குவமுள்ள குடிமகன், மகள் தயாரிக்கப்படுகின்றனர். ஆனால், பதின்வயது மிக எளிதில் கலாச்சாரத்தின் இந்த வன்முறையிலிருந்து தப்பித்துக்கொள்ளத் தயாராக உள்ளது.

ஐங்குறுநூறில் (பாடல் 203, கபிலர்) ஒரு பாட்டு: காதலனுடன் உடன்போகி மீண்ட தலைவியிடம் அங்கெல்லாம் சுத்தமான நீர் கிடைத்திருக்காதே என வினவுகிறாள் தோழி. இலைகள் வீழ்ந்து மக்கி மான்கள் கலக்கிச் சேறான அந்த நீர் நம் வீட்டுத் தேனையும் பாலையும்விட இனியது எனத் தலைவி பதிலுரைப்பாள்.

அன்னாய் வாழி வேண்டு அன்னை நம் படப்பை
தேன் மயங்கு பாலினும் இனிய அவர் நாட்டு
உவலைக் கூவல்கீழ்
மான் உண்டு எஞ்சிய கலுழி நீரே

என்பது பாடல். முதல் பாலியல் உறவின் மகிழ்வைக் குறிப்பாய் உணர்த்துவதாக ஏ.கே. ராமானுஜம் இதைக் குறிப்பார். பண்பாட்டிலிருந்து இயற்கையை நோக்கிச் சாய்வதிலும் அறியாமையிலி ருந்து விலகி அனுபவத்தை அடைவதிலும் உள்ள பூரிப்பைச் சுட்டும் இப்பாடல், பதின்வயதின் மனநிலையை வெளிப்படுத்துகிறது. இந்த மனநிலையை அறியாமையின் மூலம் கட்டுக்குள் வைப்பது என்பது காலங்காலமாக மதம் சொல்லும் வழிமுறை. சரியான தகவல்களை அறியச் செய்து இளைஞரின் முடிவெடுக்கும் திறனை தகவல்களின் அடிப்படையிலாக்குவது நான் சொல்லும் மாற்று வழி.

செக்ஸ் கல்விக்கு எதிராக இணைய தளத்தில் கண்டுள்ள கட்டுரை ஒன்று இப்படி முடிகிறது. "வாழ்க்கை அழகானது என்பதை நமது குழந்தைகள் கற்றுக்கொள்ளட்டும். அவர்கள் குழந்தைமையின் பேருவகையையும் (*Bliss*) குடும்பத்தின் பாதுகாப்பையும் அனுபவிக்கட்டும்." வாழ்க்கை அழகானதுதான். வாழ்க்கையின் பிரிக்க இயலாத ஓரங்கமான செக்ஸும் அழகானதுதான். அதைக் கற்றுக் கொள்வதன் மூலமே அந்த அழகை அவர்கள் அனுபவிக்க இயலும். அறியாமையே பேருவகை என்பது சாக்கடைப் புழுக்களுக்குத்தான் பொருந்தும். வாழ்க்கையின் அழகை அனுபவிப்பர்களுக்கல்ல.

ஒரு குறிப்பு:

விந்தை வெளிப்படுத்தாமல் கட்டுப்படுத்துவது ஒரு சிறந்த பண்பாகவும், அறிவையும், பொலிவையும் கூட்டுகிற ஒரு வழியாகவும் பலகாலமாக நம்பப்பட்டு வந்துள்ளது. விக்டோரியப் பண்பாட்டில் பயன்படுத்தப்பட்ட ஒரு சாதனம் இங்கே படத்தில் உள்ளது. ஆண்குறியின் மீது அதைச் செருகிக்கொள்வதன் மூலம் இரவு நேர உமிழ்வை அவர்கள் தடுக்க முயன்றனர் (ஆதாரம்: *Don Marquis, "Sex in History"*)

மே, 2007

பகத்சிங்: சில நினைவுகள்

சென்ற சில வாரங்கள் முன் சென்னையில் நடைபெற்ற அகில இந்திய ஜனநாயக இளைஞர்சங்க மாநாட்டில் சேகுவாராவும், பகத் சிங்கும் திருஉருக்களாக (*icons*) முன்னிறுத்தப்பட்டதைப் பார்த்தோம். நூற்றாண்டை (1907-2007) ஒட்டி மட்டுமல்ல; கடந்த 75 ஆண்டுகளாகவே இந்திய மக்கள் மத்தியில் நீங்காத இடம் பிடித்துக் கொண்டவர் பகத்சிங். இந்திய மக்கள் மனதைக் கொள்ளைகொண்ட இன்னொரு திருஉருவாகிய காந்தியடிகளைக் காட்டிலும்கூட, ஒரு கட்டத்தில் செல்வாக்கு மிகுந்தவராக பகத்சிங் விளங்கியதை நேருவே பதிவு செய்துள்ளார்.

பகத்சிங்கின் இளம் வயது (1907-1933), சிறைக்குள்ளும் நீதிமன்றத் திலும்கூட அவர் நடத்திய வீரம் செறிந்த போராட்டம், மரணத்தை துச்சமென மதித்தது இவை அவரது பெரும் புகழுக்குக் காரணமாயின. நவீனகால இந்தியா தொடர்பான ஆவணக் காப்பகங்கள் எதற்குள் நுழைந்தாலும், தடை செய்யப்பட்டிருந்த நூற்பகுதியில் பகத்சிங் தொடர்பான நூற்களே அதிகம் காணப்படும்.

"பகத்சிங்கைக் கொன்றது படுமோசம் படுமோசம்!
பாரினில் யாரிடம் கூறித் தணிப்பது படுமோசம்
படுமோசம்!
பாலகனாம் சுகதேவ், ராஜகுரு ஞாலமதில் அவரோடு
இறந்தது படுமோசம்
பாராளும் வெள்ளை நீதி அறிவுடையோர் நகைக்கும்
சேதி படுமோசம் படுமோசம்!"

என்கிற வரிகளை மகுடமாகக் கொண்டு தெருக்களிலும், மேடைகளிலும் பாடுவதற்கு இயற்றப்பட்ட நாகை சாமிநாதனின் பாடலைப் படித்தால் இப்போதும் நம் நெஞ்சு பதறும். அடித்தள சாதி ஒன்றைச் சேர்ந்த சாமிநாதன், பொதுவுடைமையரின் சர்வதேச கீதத்தை (பட்டினிக் கொடுஞ்சிறைக்குள் பதறுகின்றன மனிதர்காள்) தமிழில் பெயர்த்தவர். நாத்திகர் பகத்சிங் குறித்து அவர் எழுதியுள்ள இரு பாடல்களிலும் ஜார் அரசனுக்கு எதிரான புரட்சிகரப் போராட்டத் துடன் இந்த 'இளஞ்சிங்கங்களின் தியாகம்' இணைத்து நினைவு கூறப்படுவது குறிப்பிடத்தக்கது. ரசியப்புரட்சி ஒரு மிகப்பெரிய எழுச்சியை இந்திய மண்ணில் விதைத்திருந்த பின்னணியில், பகத்சிங்கின் செயற்பாடுகள் அமைந்ததை நாம் மறந்துவிட இயலாது.

இடதுசாரிகள் மத்தியில் பகத்சிங்கிற்கு ஒரு நீங்காத இடம் வலுவாக அமைந்ததற்கு எல்லாவிதமான நியாயங்களும் உண்டு. சென்ற நூற்றாண்டின் முதல் பாதியில் கிடைத்திருந்த தகவல்களைக் காட்டிலும் கூடுதலாக, அரிய ஆவணங்கள் கிடைக்கக்கிடைக்க, இது மேலும் உறுதியாகிறது. வெள்ளையர்களுக்கு எதிரான ஆயுதப் போராட்டத்தைத் தொடங்கிய முதல் நபர் பகத்சிங் அல்ல. சென்ற நூற்றாண்டின் தொடக்கத்திலிருந்து துப்பாக்கிகள், வெடிகுண்டுகள் மூலம் வெள்ளையர்கள் மீதான தனிநபர்க் கொலைகள் நடைபெற்று வந்தன. திலகர்போன்ற காந்திக்கு முந்திய இந்தியப் பெருந் தலைவர் களின் ஆசியுடன் அது நடைபெற்று வந்தது. இரண்டு தேச பக்தர்களைத் தண்டித்த நீதிபதி டக்ளஸ் கிங்ஸ் போராட்டை புத்தகக்குண்டு (ஒரு கனமான சட்டப்புத்தகத்தின் நடுவில் தோண்டிப் பொதிந்து செய்யப்பட்டது) ஒன்றின்மூலம் கொல்ல முயற்சித்தார் வங்கதேசத்தைச் சேர்ந்த ஹேமசந்திரதாஸ் (1907). கிங்ஸ் போராட் என தவறாகக் கருதி தாயும் மகளுமான இரு வெள்ளைப் பெண்மணிகளை வெடிகுண்டு வீசிக் கொன்றார் குதிராம்போஸ் (1908).

"கைத்துப்பாக்கிகள் மற்றும் மஸ்கெட் படைத்துப்பாக்கிகளைப் பயன்படுத்துவதையும் உற்பத்தி செய்வதையும் ஆயுதச் சட்டங்களின் மூலம் தடுத்திட முடியும். ஆனால் சட்டங்கள் போட்டும், உளவுத்துறை மூலம் கண்காணித்தும் குண்டுகளைத் தடுத்துவிட முடியுமா? குண்டு என்பது ஒருவகை அறிவு, மந்திரம், தாயத்து, சூனியம்" என்கிற பொருள்பட தனது கேசரி இதழில் எழுதியதாகத் திலகர் கைது செய்யப்பட்டார். மேற்படி வாசகங்கள் மராட்டியில் அவர் எழுதியதன் ஆங்கில மொழிபெயர்ப்பிலிருந்து தமிழாக்கப்பட்டது

குண்டை ஒரு அறிவு என அவர் வகைப்படுத்துவது சுவையான ஒரு விஷயம் மட்டுமல்ல ஆழ்ந்த சிந்தனைக்கும் உரியது. வழக்கு மன்றத்தில் இந்த மொழியாக்கத்தை அடிப்படையாகக் கொண்டு திலகர் புரிந்த நுணுக்கமான வாதம் இன்றும் நம்மை வியப்படைய வைக்கும் ஒன்று. தான் வெடிகுண்டுக் கலாச்சாரத்தை ஆதரிக்கிறாரா இல்லையா என்கிற அரசியலைத் தவிர்த்து சட்டத்தின் இடுக்குகள் வழியாகக் குற்றச்சாட்டைத் தகர்க்க முயன்றார் திலகர். வெள்ளை நீதிமன்றம் அதை ஏற்கவில்லை. ஆறு ஆண்டுகள் சிறைத்தண்டனை அவருக்கு அளிக்கப்பட்டது.

மகாராஷ்டிர சித்பவன் பார்ப்பனரான பாலகங்காதர திலகர் இன்றைய இந்துத்துவ அரசியலின் முன்னோடி எனக் கருதத் தக்கவர். காந்திக்கு முன்பு இந்திய உள்ளங்களைக் கொள்ளை கொண்ட பெரும் தலைவர். விநாயகர் ஊர்வலங்களுக்கு வித்திட்டவர். தேசபக்தி இந்து மயப்படுத்தப்பட்ட காலம் அது. குதிராம் போஸ் தனது கடைசி விருப்பமாகக் கேட்டது, தூக்குமேடை ஏறும்போது கையில் பகவத்கீதையை ஏந்திக் கொள்வதற்கான அனுமதிதான். அரவிந்தரின் மாணிக்டேலா தோட்டத்தைச் சோதனையிட்டபோது கிடைத்தவை வெடிகுண்டுகள் மட்டுமல்ல; சில பகவத்கீதை பிரதிகளுந்தான்.

இந்தப் பின்னணியில்தான் பகத்சிங்கின் பயங்கரவாத்தை இவற்றிலி ருந்து நாம் வேறுபடுத்திப் பார்க்க வேண்டியுள்ளது. அவருடையதும், தோழர்களுடையதுமான ஹிந்துஸ்தான் குடியரசு சோசலிசப் படை, நவ ஜவான் பாரத் சபை, கிடைக்கும் அவரது எழுத்துக்கள், இறுதியில் அவர் தனது தந்தைக்கும் அரசுக்கும் எழுதிய கடிதங்கள். தெளிவான நாத்திக பிரகடனம், இறுதிநிலை எழுத்துக்களில் வெளிப்படும் தீர்க்கமான மார்க்சீயப் பார்வை ஆகியன மட்டுமின்றி அவரது 'பிராண்ட்' தேசபக்தியும், அரசியலும்கூட சமகால ஆயுதம் தாங்கிய அரசியலிலிருந்து பெரிதும் வேறுபட்டுள்ளன. (இந்த இடத்தில் ஒன்றைச் சொல்ல வேண்டும். நூற்றாண்டை ஒட்டி வெளிவந்த பகத்சிங் ஆவணத் தொகுப்புகளில் முக்கியமானது இளைஞர் த. சிவக்குமார் மொழியாக்கித் தொகுத்துள்ள "கேளாத செவிகள் கேட்கட்டும். தியாகி பகத் சிங்" எனும் நூல் (நெம்புகோல் பதிப்பகம், மதுரை).

'நேதாஜி மற்றும் நேருவின் சிந்தனையும் உலகப் பார்வையும் ஓர் ஒப்பீடு' எனும் பகத்சிங்கின் கட்டுரை (ஜூலை, 1928) அவரது

தேசபக்தியைப் புரிந்துகொள்ள உதவும். புதிய இந்தியாவின் நம்பிக்கைக்குரிய தலைவராகப் போசையும் நேருவையும் குறிப்பிடும் பகத்சிங், அவர்கள் இருவரும் மகாராஷ்டிர காங்கிரஸ் மாநாட்டில் பேசிய உரைகளை ஒப்பிடுகிறார். இந்த உலகத்திற்குச் சொல்வதற்கு இந்தியாவிடம் சிறப்புச் செய்தி ஒன்று உள்ளது எனக் கூறித் தன் உரையைத் தொடங்கிய சுபாஷ் சந்திரபோஸ், "ஆன்மீக போதனை, தாஜ்மகாலின் அழகு" என்றெல்லாம் கூறிவிட்டு வேதங்களுக்குத் திரும்புமாறு மக்களை வேண்டிக் கொண்டார். சத்தியம், சிவம், சுந்தரம் என்கிற அடிப்படையில் உருவாகிய இந்திய தேசியவாதம் பிற தேசியங்களிலிருந்து வேறுபட்டிருப்பதாகவும் அவர் கூறினார். ஜவஹர்லால் நேரு இந்தக் கருத்தை மறுத்துப் பேசிய பாங்கை வியந்து போற்றி எழுதுகிறார் பகத்சிங்

"எல்லா நாட்டிற்கும் தான் சொல்வதற்குச் சிறப்புச் செய்திகள் உள்ளன" என்று தொடங்கிய நேரு, "இவ்வுலகை நாகரீகமாக மாற்றியதற் கான ஏகபோக உரிமை தனக்கே உரியது என இங்கிலாந்து கோருகிறது. அப்படிப்பட்ட சிறப்பான விஷயம் எதுவும் என்னுடைய நாட்டில் இருப்பதாக நான் பார்க்கவில்லை" என்று கூறியதோடு நிற்காமல், 1300 ஆண்டுகளுக்கு முந்தைய அரேபியா அல்லது வேதகால இந்தியாவை மீள் உருவாக்கம் செய்ய வேண்டும் என்கிற பழம் பொற்கால வரலாற்றுக் கட்டமைப்பைக் கண்டிக்கவும் செய்தார். இரண்டையும் ஒப்பிட்டு சுபாஷின் கருத்துக்களைப் புறந்தள்ளும் பகத்சிங், நேருவை 'புதிய சகாப்தத்தின் சிற்பி' என்கிறார்.

'புரட்சி ஓங்குக' (இன்குலாப் ஜிந்தாபாத்) என்கிற முழக்கத்தை மட்டும் பகத்சிங் ஒலிக்கவில்லை. 'சாம்ராஜ்யபாத் மர்தாபாத்' (ஏகாதிபத்தியம் ஒழிக) என்றும் முழங்கினார். அவருடையது வெறும் பிரிட்டிஷ் எதிர்ப்பு அல்ல. இந்த நாட்டின் இயற்கை வளங்களையும், அடித்தள மக்களின் உழைப்பையும் சுரண்டிச் செல்லும் முயற்சிக்கு எதிரானதாகவே இருந்தது. ஏகாதிபத்தியத்திற்கெதிரான போரைத் தொடுத்தற்காகக் கைது செய்யப்பட்ட போர்க் கைதியான தன்னைத் தூக்கிலிட்டுக் கொல்லக் கூடாது. சுட்டுக் கொல்ல வேண்டும் எனக் கோரி பிரிட்டிஷ் அரசுக்கு அவர் எழுதிய கடித வாசகங்களைச் சுருக்கம் கருதி இங்கே தவிர்க்கிறேன்.

வழக்கின்போது சட்ட நுணுக்கங்கள் வழியாக நுழைந்து அவர் தப்பிக்க விரும்பவில்லை. சாட்சியங்களின் போதாமையைச் சுட்டிக் காட்டி முறையீடு செய்ய அவரது தந்தை முயன்றபோது, சினந்து

எழுதிய பகத்சிங்கின் கடிதத்தைத் தயவு செய்து படியுங்கள். உயிர் தப்புவது அவரது நோக்கமாக இல்லை. வழக்கை முழுக்க அரசியலாக்குவதே தனது நோக்கம் என்கிறார் பகத்சிங். அப்படிச் செய்யாததற்காக சுதந்திரப் போராட்ட வீரரும் தியாகியுமான தந்தையை "முதுகில் குத்தினீர்கள்" எனக் குற்றம் சாட்டவும் செய்தார். அதே நேரத்தில், ஒரு தந்தையின் உணர்வுகளைப் புரிந்து கொண்டு எழுதப்பட்ட அக்கடிதம் ஒரு இலக்கியம். வெடிகுண்டுத் தத்துவத்தில் திலகரும் பகத்சிங்கும் வேறுபடும் புள்ளி கவனிக்கத்தக்கது. காந்திய அறத்திலிருந்து இருவருமே வேறுபட்டவர்களாயினும், திலகரின் அரசியலறமும் பகத்சிங்கின் அரசியலறமும், வேறுவேறு.

சுதந்திரப் போராட்ட வரலாற்றில் மிகவும் சர்ச்சைக்குள்ளான ஒன்று பகத்சிங் விஷயத்தில் காந்தி நடந்து கொண்ட முறை கிடைத்தி ருக்கும் ஆவணங்கள் அனைத்தும் எளிதில் காந்தியைக் குற்றவாளிக் கூண்டில் நிறுத்தக்கூடியவை. "என்னால் முடிந்தவரை வைசிராயிடம் கெஞ்சிப் பார்த்தேன். என்னிடமிருந்த எல்லாவிதமான வற்புறுத்தும் திறன்களையும் பிரயோகித்துப் பார்த்தேன்" எனப் பகத்சிங்கும், தோழர்களும் தூக்கிலிடப்பட்ட அடுத்தடுத்த நாட்களில் காந்தி கூறியதற்குக் கிடைத்திருக்கும் ஆவணங்கள் பெரிய அளவில் சான்று பகரவில்லை. காந்தியை வில்லனாக்கி பகத்சிங்கைத் திருஉருவாக்க முயலும் தட்டை எழுத்தாளர்களுக்கு இதை விடச் சவுகரியமான விஷயம் வேறு என்ன இருக்க முடியும்? 'தட்டை எழுத்து' என இங்கே நான் சொல்வது, அரசியல் உள்ளிட்ட எந்தச் சம்பவத்திலும் பிரச்சினையின் பன்முகப் பரிமாணங்களையும் கணக்கில் கொள்ளாமல் எழுதுவதைத்தான். தட்டை எழுத்துக்கள் குழப்பமின்றித் தெளிவாக இருக்கும். எழுதுபவரின் புரட்சிகர நிலைப்பாட்டிற்குச் சான்று பகர்வதாய் இருக்கும். ஆனால் வரலாற்றைப் புரிந்து கொள்வதற்கோ, அதிலிருந்து பாடம் கற்பதற்கோ அவை எந்த அளவு பயன்படும் என்பது கேள்விக்குறிதான்.

நூரானி சொல்வதுபோல நேருவுக்கும் மற்றவர்களுக்கும் அஹிம்சை என்பது ஒரு நேர்மையான கொள்கை மட்டுமே. ஆனால் காந்திக்கோ அது ஒரு மதம். மதம் என்கிற சொல்லின் எல்லாவிதமான மோசமான அர்த்தங்களையும் உள்ளடக்கித்தான் சொல்கிறேன். காந்திக்கும் சாவர்க்கருக்கும் விரிவான சந்திப்பு ஒன்றே ஒன்றுதான் நிகழ்ந்தது. (இன்னொன்று 1942 வாக்கில் நடைபெற்றதாகச் சொல்லப்படுகிறது. 1909ல் ஒரு முறை லண்டனில் அவர்கள் சந்தித்துள்ளதற்கு மட்டுமே

உறுதியான சான்றுகள் உள்ளன.) 1909ல் லண்டனில் இந்தியா இல்லத்தில் கர்ஸான் வைலியை, மதன்லால் திங்ரா என்கிற தேசபக்த இளைஞன் சாவார்க்கரின் உந்துதலால் கொன்று தூக்குத்தண்டனைக்கு உள்ளாக்கப்பட்டிருந்த நேரம். ஆற்றல்வாய்ந்த பேச்சாளரான சாவர்க்கர், திங்ராவையும் அந்நியர்க்கெதிரான வன்முறைக் கருத்தியலையும் விதந்தோதிப் பேசுகிறார். எழுத்தாற்றல் மிகுந்தவராயினும், பேச்சில் கவர்ச்சி குறைந்த காந்தி என்ன நியாங்கள் முன்வைக்கப்பட்டாலும் தனிநபர்க் கொலையை ஏற்க மறுக்கிறார்.

பிரிட்டிஷ் ஆட்சி நமக்கு எதிரி என்பதால் ஒவ்வொரு பிரிட்டிஷ் காரனும் நமக்கு எதிரி எனக் கருத முடியாது என்றார் காந்தி. அன்றிருந்த உணர்ச்சிவயப்பட்ட சூழலில் காந்தியின் கருத்துக்கள் மிகவும் பலவீனமாகவே ஒலித்திருக்கும் எனப் புரிந்து கொள்ள முடிகிறது. தென்னாப்பிரிக்காவிற்கு கப்பலில் திரும்பிக் கொண்டிருந்தபோது இந்தப் பிரச்சினையை காந்தி விரிவாக ஆய்வுக்கு எடுத்துக்கொள்கிறார். இதன் விளைவாக உருவானதே அவரது புகழ்பெற்ற ‘ஹிந்த் சுயராஜ்’ என்னும் நூல் (இணைய தளங்களில் முழு நூலையும் காணலாம்). இந்திய தேசியம் குறித்த அணுகுமுறை அன்று தொடங்கி ஒன்றுக்கொன்று சந்திக்கவே இயலாத இருவேறு எதிர் எதிர்ப் பாதைகளில் செல்லத் தொடங்கியது. ஒன்று அரவிந்தர், சாவர்கர், ஹெக்டேவரின் தேசியம். மற்றது காந்தியின் தேசியம்.

பகத்சிங் உயிருடன் இருந்திருந்தால், மூன்றாவதாக ஒரு தேசியம் உருப்பெற்றிருக்க வாய்ப்புண்டு. காந்தியுடையதைவிட கூர்மையான ஏகாதிபத்திய எதிர்ப்புடையதாகவும் உழைக்கும் மக்கள் சார்புடை யதாகவும் அது அமைந்திருக்கக்கூடும். விரிந்த படிப்பு, கற்கும் ஆர்வம், எல்லாவற்றையும்விட சிறந்த பண்பாகிய திறந்த மனது நிறைந்த பகத்சிங் வன்முறை வழிமுறையிலிருந்து விலகத் தொடங்கிய தற்கான சான்றுகள் நமக்குக் கிடைக்கின்றன. காந்தியின் உள்ளடக்கும் தேசியத்துக்கு (*Inclusive nationalism*) நெருக்கமாக அது இருந்திருக்கும்.

வன்முறையை வழிமுறையாகக் கொள்வது குறித்து இறுதிக்காலத்தில் அவரது பார்வையில் மாற்றங்கள் இருந்தபோதிலும், தொடக்கத்தில் அதைத் தவிர்க்க இயலாததாகவே பகத்சிங் கருதினார். வன்முறையும் தனிநபர்க் கொலையும் மனிதரின் அடிப்படையான அற உந்துதலுக்கு எதிரானவை என்கிற கருத்து அப்போது அவருக்கு இல்லை. சற்றுமுன் குறிப்பிட்ட பகத்சிங்கின் இறுதி மனுவில்

ஏகாதிபத்தியச் சுரண்டலுக் கும் தங்களுக்குமான போர் தவிர்க்க இயலாது என்று சொல்லும் அவர், இந்தப் போரின் தன்மை (வன்முறையா இல்லையா என்பது) ஏகாதிபத்தியத்தின் அணுகல் முறையாலேயே தீர்மானிக்கப்படும் என்கிறார். "எந்தப் பாதையை வேண்டுமானாலும் தேர்வு செய்து கொள்ளுங்கள். ஆனால் அந்த ஓயாத போர் அற்பமான (இந்த இடத்தில் ஒரு சொல் தெளிவில்லாமல் உள்ளது - அ.மா.) மற்றும் அர்த்தமற்ற அறவியற் கோட்பாடுகளைக் கணக்கில் கொள்ளாது" (அழுத்தம் எனது - அ.மா) என்று பகத்சிங் கூறுவதை நாம் கூர்ந்து கவனிக்க வேண்டும். அறங்களை அற்பமானது எனவும் உன்னதமானது எனவும் பிரிக்க இயலுமா? சொல்லப் போனால் சுரண்டல் சமுதாயம் ஒன்று உருவாக்கும் பேரறத்தைக் காட்டிலும், இரண்டு தனி மனிதர் களுக்கிடையேயான சிற்றறம் முக்கியமானதில்லையா?

பகத்சிங்கிற்கும் தோழர்களுக்கும் மரண தண்டனை கிடைப்பதற்குக் காரணமான சாண்டர்ஸ் கொலையைத்தான் எடுத்துக் கொள்ளுங்கள். கொடூரமாக அது நிகழ்ந்தது. பஞ்சாப் சிங்கம் என அழைக்கப்பட்ட வரும், பகத்சிங்கால் பெரிதும் மதிக்கப்பட்டவருமான லாலா லஜபதிராய் இறப்பதற்குக் காரணமான வன்முறையை நிகழ்த்திய காவல்துறைக் கண்காணிப்பாளர் ஜே.டி. ஸ்காட் என்கிற வெள்ளையனைச் சுடுவதே அவர்களின் நோக்கம்.

ஆனால் கொல்லப்பட்டதோ துணைக் கண்காணிப்பாளர் ஜே.பி. சாண்டர்ஸ். கிட்டத்தட்ட பகத்சிங் வயதேயுள்ள அவன் ஒரு வெறும் பயிற்சியாளன். லாலாஜியின் கொலைக்கும் அவனுக்கும் எந்தத் தொடர்புமில்லை . டிசம்பர் 17 (1928) மாலை நாலு மணிக்கு சிவப்பு மோட்டார் சைக்கிளில் வெளிவந்த சாண்டர்ஸை, ஸ்காட் என நினைத்து அருகில் வந்தவுடன் தனது ரிவால்வரால் சுடுகிறார் ராஜகுரு. குண்டடிப்பட்டு வீழ்ந்த சாண்டர்ஸின் கால் வண்டிக்குக் கீழ் சிக்கிக் கொள்கிறது. ஓடிவந்த பகத்சிங் தன் கையிலிருந்த தானியங்கி பிஸ்டலால் சாண்டர்ஸின் முகத்தில் சரமாரியாகக் குண்டுகளை உமிழ்ந்து சிதைக்கிறார். தப்பி ஓடுகையில், துரத்தி வந்த ஏட்டு சனன் சிங்கும் சுடப்படுகிறார். "ஒரு மணி நேரத்திற்குப் பின் இறந்துபோன சனன் சிங்கைச் சுட்டது பண்டிட்ஜியாக (சந்திரசேகர ஆஸாத்) இருக்கக்கூடும்."

எனினும் சாண்டர்ஸைக் கொல்வதுதான் பகத்சிங் மற்றும் தோழர் களின் நோக்கம் எனத் தட்டை எழுத்தாளர்கள் சொல்வது வழக்கம்.

இதற்கு அவர்கள் ஆதாரமாகச் சொல்வது, 1930 வாக்கில் தீச்சக்ரம் (ஆதிஷ் சக்கர்) என்றொரு தீவிர இயக்கத்தைக் கட்டிய யஷ்பாலின் நூலைத்தான். எந்தக் காரணத்துக்காக ஸ்காட்டை விட்டுவிட்டு சாண்டர்ஸைத் தேர்ந்தார்கள் என்கிற கேள்விக்கு அவர்களிடம் பதிலிருக்காது. இச்சம்பவத்திற்கு இரண்டு நாள் முன்னதாக, "ஸ்காட் கொல்லப்பட்டான். லாலாஜி கொலைக்கு பழிக்குப் பழி" என்ற போஸ்டர்களை கத்தரிப்பூ வண்ணத்தில் பகத்சிங் எழுதிக் கொண்டிருந்ததைப் பற்றி ஜெயகோபாலும் ஹன்ஸ் ராஜ் வோராவும் வாக்குமூலம் அளித்துள்ளனர். பகத்சிங்கிற்கு உதவும் பொருட்டு வோராவும் சில போஸ்டர்களை எழுதிக் கொடுத்தார். கிஷோரிலாலும் உடனிருந்தார். கொல்லப்பட்டது சாண்டர்ஸ்தான் எனத் தெரிந்தவுடன் பகத் சிங் போஸ்டர்களைத் திருத்தினார்.

"ஒரு மனிதனைக் கொன்றதற்காக நாங்கள் வருத்தப்படுகிறோம். ஆனால் இம்மனிதன் ஒரு கொடூரமான, வெறுக்கத்தக்க அநீதியான அமைப்பின் அங்கம். பிரிட்டிஷ் அரசின் ஒரு ஊழியன் என்கிற முறையில் அவன் கொல்லப்பட்டான். உலகிலேயே மிகவும் கொடூரமான (oppressive) அரசு இது" என சாஸ்டர்ஸ் கொலைக்கு விளக்கமளிக்கப்பட்டது. ஹிந்துஸ்தான் சோஷலிசக் குடியரசுப் படையின் தலைமைத் தளபதி பால்ராஜ் பெயரில் இந்த அறிக்கை வெளியிடப்பட்டது.

வன்முறை நடவடிக்கைகளில் இப்படி நிகழ்வது புதிதல்ல. திருமதி கென்னடி, செல்வி கென்னடி என்கிற இரு பெண்களைக் குதிராம் போஸ் தவறாகக் கொன்றதை ஏற்கனவே குறிப்பிட்டேன். திங்ரா, கர்ஸான் வைலியைக் கொன்றபோது அருகிலிருந்த ஒரு அப்பாவியும் கொல்லப் பட்டார். இன்றைய பயங்கரவாதச் செயல்களுடன் பகத்சிங்கை ஒப்பிட இயலாது என்றபோதிலும் இவற்றின் விளைவாகக் கொல்லப்படும் அப்பாவிகளைப் பற்றி நாம் கவலைப்படாதிருக்க இயலாது. எல்லாவற்றையும் நாம் ஒன்றே போலப் பார்க்க வேண்டியதில்லை என்றபோதிலும் இதுகுறித்த ஒரு திறந்த வாதத்தைத் தவிர்ப்பது நேர்மையாகாது.

காந்தியைப் பொறுத்தமட்டில் வைஸ்ராய் இர்வினுடன் நிகழ்ந்த அந்த சர்ச்சைக்குரிய பேச்சுவார்த்தைகளின்போது இருமுறை பகத்சிங்கின் மரணதண்டனைபற்றிப் பேசியபோதும் அதைக் குறைப்பது குறித்து அவர் அழுத்தம் கொடுத்துப் பேசவில்லை என்பதே உண்மை. முதல்முறை நடைபெற்ற பேச்சுவார்த்தையின்

போது (1931 பிப்ரவரி 17) பகத்சிங்கின் மேல்முறையீட்டைப் 'பிரிவி கவுன்சில்' மறுத்திருந்தது. மரணதண்டனைக்குப் பதிலாக நாடு கடத்தல் (*deportation*) என்பதை காந்தி கோரியிருக்கலாம். ஆனால் செய்யவில்லை. ஒத்திவைக்க முடியுமா என்று மட்டுமே கோரினார்.

மார்ச் 5ம் தேதியன்று காந்தி-இர்வின் ஒப்பந்தம் கையெழுத்தாகியது. மார்ச் 24ம் தேதியன்று கராச்சியில் கூட இருந்த காங்கிரஸ் மாநாடு அந்த ஒப்பந்தத்தை ஏற்க வேண்டும். இடையில் மார்ச் 19ம் தேதியன்று காந்தி இர்வினைச் சந்தித்தபோது, இறுதியில் விடைபெறும் முன்பாக பகத்சிங் பிரச்சினையைப் பேசலாமா என்றார். கராச்சி காங்கிரஸ் தொடங்கும் நாளில் அவர்களது தூக்குத் தண்டனைக்கு நாள் குறித்த செய்தி இதழ்களில் வந்துள்ளதையும் அவர் சுட்டிக்காட்டினார். இர்வின் அப்போதும் உடன்படவில்லை. காந்தி வற்புறுத்தாமலேயே திரும்பினார்.

இவ்வளவுக்குப் பின்னும் "முடிந்தவரை கெஞ்சினேன். வற்புறுத்தினேன்" என அவர் பின்பு சொன்னதன் பொருள் என்ன? காந்தி எதையும் வெளிப்படையாகப் பேசும் துணிச்சல் உள்ளவர் என்றுதானே கேள்விப்பட்டிருக்கிறோம். காந்தியின் கூற்றுக்கு ஆதரவாக ஒரே ஒரு நிகழ்வைத்தான் சொல்ல இயலும். பகத்சிங்கும் தோழர்களும் மார்ச் 23ம் தேதி முன்னிரவில் தூக்கிலிடப்பட்டதை அறிவோம். அன்று காலை காந்தி எழுதிய கடிதமொன்று இர்வினிடம் சேர்பிக்கப் பட்டது. "நான் இந்தக் கடிதத்தை எழுதுவது உங்கள் மீது இழைக்கும் கொடுமைதான்" எனத் தொடங்கிய அந்தக் கடிதத்தில், பகத்சிங் மற்றும் தோழர்களின் தண்டனைக்குறைப்பு அழுத்தமாக வற்புறுத்தப் பட்டிருந்தது. "சரியோ தவறோ பொதுமக்களின் விருப்பு என்பது தண்டனைக் குறைப்பாகவே உள்ளது. வேறு ஏதேனும் (பெரிய) கொள்கைப் பிரச்சினை இல்லாதபோது அதற்கு மதிப்பளிப்பதே கடமை" என்று அந்தக் கடிதம் முடிவடைந்திருந்தது. மார்ச் 23 (திங்கள்) காந்தியின் மவுன நாள். இருந்தபோதிலும் கூட அவர் இர்வினை சந்திக்க முயன்றார். இர்வின் அனுமதிக்கவில்லை.

பகத்சிங்கின் தண்டனைக் குறைப்பிற்காக காந்தி எழுத்து பூர்வமாக ஒன்றையும் செய்யவில்லை எனச் சிலர் எழுதியிருப்பது தவறு. வேண்டுமானால், இதை ஏன் அவர் முன்பே செய்யவில்லை என்று கேட்கலாம். தும்பை விட்டுவிட்டு வாலைப் பிடிப்பதுபோல இது என்ன வேலை என்று விமர்சிக்கலாம்.

ஒத்துழையாமை இயக்கத்தின் இறுதி நிலையில் உருவானது காந்தி - இர்வின் ஒப்பந்தம். அரசுடன் ஒரு தற்காலிக அமைதி ஒப்பந்தத்தை உருவாக்குவது அவரது நோக்கமாக இருந்தது. இந்த ஒப்பந்தத்தை முறியடிக்க உள்நாட்டில் மட்டுமல்ல; பிரிட்டனிலும் முயற்சிகள் நடந்தன. கன்சர்வேடிவ் கட்சியினரைக் குறிப்பிட்டுச் சொல்ல வேண்டும். அரை 'நிர்வாணப் பக்கிரி' என சர்ச்சில் காந்தியை இழிவு செய்ததெல்லாம் இந்த நேரத்தில் தான். சில மாதங்களில் ஓய்வு பெற இருந்த இர்வினை வீழ்த்துவதும் அவர்களின் இலக்காக இருந்தது.

ஒப்பந்தத்தை நிறைவேற்றுவதில் காந்தி அதிகப்பட்சமான அக்கறை காட்டினார் என்பது உண்மைதான். ஒப்பந்தம் என்பது இருவர் அல்லது இரு தரப்பினர் அல்லது இரு தரப்பினரின் பிரதிநிதிகள் செய்து கொள்வது. வேண்டுமானால், ஒப்பந்தத்திற்கே செல்லாமல் இருக்கலாம். சென்றபின் ஒப்பந்தம் இருவருக்கும் பொதுவானதாகிறது. நிறைவேற்றுவது இருவரின் கடமை. உண்மை , அஹிம்சை என்கிற நிலைப்பாடுகளினடியாக நிற்பதைக் கொள்கையாகக் கொண்டு அதற்கு உண்மையாகச் செயல்பட்ட காந்தி, இதன்விளைவாகப் பேச்சுவார்த்தைகளில் பகத்சிங்கிற்கு ஆதரவாகப் பேசத் தகுதியற்றுப் போனார்.

சிறைக்குள் பகத்சிங்கும் தோழர்களும் பல கொடுமைகளுக் குள்ளானார்கள். விசாரணை நியாயமாக நடைபெறவில்லை. இருந்த போதிலும், தண்டனைக்குறைப்பிற்கு இது தகுதியான வழக்கல்ல என்பதே இர்வீனின் இறுதி முடிவாக இருந்தது. தண்டனைக் குறைப்பு இல்லை என்றானபின், ஒத்திவைத்தல் என்பது ஒரு ஏமாற்றாகவே இருக்கமுடியும். கராச்சி காங்கிரஸ் வெற்றிகரமாக நடைபெறவேண்டும் என்பதற்காக, இப்படி ஒரு ஒத்திவைப்பு நாடகத்தை நடத்துவது நியாயமாக இராது. "தூக்கிலிடுவதாக இருந்தால் அதை முன்னமேயே செய்யுங்கள்" என காந்தி சொன்னதன் பின்னணி இதுதான். ஒத்தி வைப்பு என்பதை முன்னதாக வற்புறுத்திக்கொண்டிருந்த காந்தி, கடைசி நாளன்று 'தண்டனைக் குறைப்பு ' என்பதைப் பேசியது கவனத்திற்குரியது.

ஏதேனும் நடந்து பகத்சிங்கும் தோழர்களும் விடுதலை செய்யப் படுவார்கள் என்கிற அபத்தமான நம்பிக்கையும் காந்திக்கு இருந்தது. மார்ச் 7 அன்று டெல்லியில் பேசிய கூட்டமொன்றில், "கடவுள் அருளால் பகத்சிங்கும் மற்றவர்களும் மரண தண்டனை யிலிருந்து

மட்டுமல்ல; சிறையிலிருந்தே விடுதலையடைய வாய்ப்பிருக்கிறது" என்று குறிப்பிட்டார். பகத்சிங்கிற்கு வெளியிலிருந்த ஆதரவு அவரை மலைக்கச் செய்திருந்தது. கடைசி நாள் அவர் மேற்கொண்ட முயற்சி அவர் பெரும் மனப்போராட்டத்திற்குள்ளாகி இருந்ததற்குச் சான்றாகத்தான் அமைகிறது.

தேர்ந்த வழக்குரைஞரும், வரைவில் (*drafting*) மிக வல்லவருமான காந்திதான் கராச்சி மாநாட்டில் பகத்சிங் தொடர்பான தீர்மானத்தை எழுதினார். சுருக்கம்கருதி இதையும் இங்கே தவிர்க்கிறேன். பகத்சிங் மற்றும் தோழர்களின் தியாகத்தையும் நேர்மையையும் சிறந்த வார்த்தைகளால் போற்றிய அத்தீர்மானம் அவர்களின் வழிமுறைகளை மறுக்கத் தயங்கவில்லை .

அறிஞர் ஏ.ஜி. நூரானி குறிப்பிடுவதுபோல, பகத்சிங் விஷயத்தில் காந்தி மூன்று அம்சங்களில் பிழைபடுகிறார். 1. சிறை வாழ்க்கையில் பகத்சிங்கிடம் உருவான மாற்றங்கள், பயங்கரவாதத்தைக் கைவிடுவது முதலியவற்றைக் கவனத்தில் கொள்ளாமை. 2. வழக்கு விசாரணையின் அநீதிகளையும் காந்தி கணக்கில் கொள்ளவில்லை. 3. பகத்சிங்கையும் தோழர்களையும் தூக்கிலிடுவதால் ஏற்படும் பின்விளைவுகளைக் கட்டுப்படுத்துவது குறித்து பிரிட்டிஷ் அரசுப் பிரதிநிதியும், இன வெறியனுமான உள்துறை அமைச்சர் எமர்சனுடன் அவர் பேசியிருக்க வேண்டியதில்லை.

என்ன செய்வது. . . காந்திக்கு 'அகிம்சை' ஒரு மதமாக அல்லவா இருந்தது!

ஒரு பின்குறிப்பு:

1. பகத்சிங்கும் தோழர்களும் சிறைக்குள் உண்ணாவிரதம் இருந்த தால் வழக்குவிசாரணை தள்ளிப் போவதைக் கண்ட பிரிட்டிஷ்அரசு, இப்படியான சந்தர்ப்பங்களில் குற்றம் சாட்டப்பட்டவர்கள் இல்லாமலேயே வழக்கை நடத்தலாம் என ஒரு சட்டத் திருத்தத்தைக் கொண்டு வர முயன்றது. இதையொட்டி அன்றைய மத்திய சட்ட மன்றத்தில் நடைபெற்ற விவாதத்தின்போது 1929 செப்டம்பர் 12, 14 தேதிகளில் முகம்மது அலி ஜின்னா பேசிய பேச்சு மிக முக்கியமான ஒன்று. ஆழ்ந்த தயாரிப்புடன் கூடிய அந்த விரிவான ஆங்கிலப் பேச்சை அதன் வீர்யத்துடன் என்னுடைய தமிழில் கொண்டு வர இயலுமா என்பது ஐயமே. சட்டத்தை எதிர்த்தது மட்டுமின்றி, பகத்சிங் மற்றும் தோழர்களை அவர் ஆதரிக்கவும் செய்தார்.

அன்றைய அமைப்பின் உள்ளார்ந்த வன்முறைக்கான எதிர்வினையே பகத்சிங்கும் தோழர்களும் என்று ஜின்னா குறிப்பிட்டார். "இன்று உண்ணாவிரதம் மேற்கொள்ளும் அந்த மனிதனிடம் ஒரு ஆன்மா (soul) உள்ளது. அதனால் அவன் இயக்கப்படுகிறான். அவனது குறிக்கோளின் நியாயத்தில் அவனுக்குப் பரிபூரண நம்பிக்கையுள்ளது"- ஜின்னா.

2. கம்பளித் தொப்பி, இலேசாக முறுக்கப்பட்ட அழகிய மீசை ஆகிய வெள்ளைக் கனவானின் தோற்றத்திலேயே பகத்சிங்கின் திரு உரு 1930 தொடங்கி இன்றுவரை இங்கே கட்டமைக்கப்பட்டுள்ளது. ஜாட் சீக்கியரான பகத்சிங் தலைமறைவு வாழ்வின்போதுதான் (1928 செப்டம்பரில்) தனது சீக்கிய அடையாளங்களான தாடி மீசை, டர்பன் ஆகியவற்றைத் துறந்தார்.

தனது இறுதிநாட்களில் பாய் சாஹிப் ரன்பீர் சிங்கின் முயற்சியால் அவர் மீண்டும் மரபுவழி அடையாளங்களுக்குத் திரும்பியதாகவும், அவற்றை நீக்கிக்கொண்டதற்காக வெட்கப்படுவதாகக் கூறியதாகவும் அறிகிறோம். சீக்கிய, இஸ்லாமிய அடையாளங்களுடன் இந்தியத் திருஉரு ஒன்று சாத்தியமே இல்லையா?

- ஜூன், 2007

சஞ்சய் சுப்ரமணியத்தின் உள்ளடக்கப்பட்ட மோதல்களும் இணைப்புண்ட வரலாறுகளும்

வேறெந்த அறிவுத்துறையையும் போல வரலாற்றுத்துறையை மட்டும் அதன் துறை சார்ந்த கல்வியாளர்களிடம் விட்டுவிட்டு நாம் வாளாவிருக்க இயலாது. இதன் பொருள், நாம் அதில் மூக்கை நுழைக்க வேண்டுமென்பதல்ல. ஆனால் என்ன நடந்துகொண்டிருக் கின்றது என்ற அறிதலும் பிரக்ஞையும் சமூகப் பிரச்சினைகளில் அக்கறையுள்ளவர்களுக்குத் தேவை. காலம், இடம் என்கிற இரு அம்சங்களிலும் வேறெப்போதைக் காட்டிலும், வேறெந்த இடத்தைக் காட்டிலும், இன்று இங்கு இது முக்கியமாவதை விரிவாக விளக்க வேண்டியதில்லை.

சென்ற நூற்றாண்டின் நடுப்பகுதியில் மார்க்சீய அணுகல் முறை எல்லோரது கவனத்தையும் ஈர்த்தது. ஆசிய உற்பத்தி குறித்த விவாதங்கள், சோழர்கால மற்றும் முகலாயர் கால நிலவுடைமை பற்றிய ஆய்வுகள் குறிப்பிடத்தக்கன. சென்ற நூற்றாண்டின் இறுதிக்காலத்தில் அடித்தள மக்கள் ஆய்வுகள் (*Subaltern studies*), பின் காலனிய ஆய்வுகள் (*Postcalorial studies*) ஆகியன மிகவும் கவர்ச்சிகரமாக இருந்தன. இவை இரண்டும் இந்திய வரலாற்று ஆசிரியர்களால் முன்னெடுக்கப் பட்டது குறிப்பிடத்தக்கது. இவற்றோடு *Segmentary State* என்கிற ‘மாதிரி’யைப் பயன்படுத்தி சோழ, விஜயநகரப் பேரரசுகளை ஆய்வு செய்த பர்ட்டன் ஸ்டெய்னின் புகழ்பெற்ற புத்தகத்தையும் குறிப்பிட்டுச் சொல்ல வேண்டும்.

அடித்தள மற்றும் பின்காலனிய ஆய்வுகள் இன்று ஒரு தேக்கத்தை

எட்டியுள்ளதை யாரும் உணர இயலும். இந்தப் பின்னணியில் இன்று உலக அளவில் முக்கிய வரலாற்று ஆசிரியர்களில் ஒருவராக அறியப்படும் சஞ்சய் சுப்ரமணியத்தின் 'உள்ளடக்கப்பட்ட மோதல்கள்' (*Contained Conflicts*) மற்றும் 'இணைப்புண்ட வரலாறுகள்' (*Connected Histories*) ஆகியன நாம் அவசியம் பரிச்சயப்படுத்திக் கொள்ளத் தக்கவையாக உள்ளன.

சீன மற்றும் மத்திய ஆசியாவின் வரலாறுகளை எழுதிய ஹார்வர்ட் பல்கலைக்கழகப் பேராசிரியர் ஜோசப் பிளெட்சரின் 'ஒருங்கிணைக்கப் பட்ட வரலாறு' (*Integrative History*) என்கிற கருத்தாக்கத்திலிருந்து தனது இணைப்புண்ட வரலாறை உருவாக்கியுள்ளார் சஞ்சய். *Early Modern Period* எனப்படும் நவீனத்துவத்தின் தொடக்க காலத்திய (அதாவது பிரிட்டிஷ் ஆட்சிக்கு முன்னதான மூன்று அல்லது நான்கு நூற்றாண்டுகள்) இந்திய வரலாறு இவரது ஆய்வுப் பொருள். 'இந்தியா'. 'இந்தியக் கலாச்சாரம்', 'முகலாயப் பேரரசு' என்கிற நெகிழ்ச்சியற்ற இறுக்கமான கருத்தாக்கங்களின் அடிப்படையில் அன்றைய உலக நிகழ்வுகளிலிருந்து பிரித்துத் தனியே இக்கால கட்டத்தின் வரலாற்றை எழுதுவது சாத்தியமில்லை. இத்தகைய எழுதுமுறையே பல்வேறு அபத்தமான இருமை எதிர்வுகளுக்கும் (எ.டு: கீழைதேயம் x மேலைத்தேயம்) அச்சுப்பதிவுகளுக்கும் (*Stereo types* எ.டு. கீழைத்தேய எதேச்சாதிகாரம், மாற்றமற்ற மரபுவழிப்பட்ட இந்தியா, கிராம சமுதாயம், *Homo Hierachicus*, மேலைத் தேயத்தின் கொடையாக நவீனத்துவத்தின் வருகை முதலியன இட்டுச் சென்றன.

பிராந்திய ஆய்வுகள் (*area studies*) மற்றும் கலாச்சார ஆய்வுகள் (*cultural studies*) என்கிற பிரசித்தமான பல்கலைக்கழக ஆய்வுநெறிகள் வரலாற்றைப் புரிந்துகொள்ள உதவா. தேசங்கள், கலாச்சாரங்கள் என்பதெல்லாம் இணைக்க இயலாத பாழ்களால் பிரிக்கப்பட்டவை அல்ல. ஏதோ நவீனமான தொழில்நுட்பங்களும், தொடர்பு சாதனங் களுந்தான் இந்தப் பிளவை அழித்தொழிப்பதாக நாம் கருத வேண்டிய தில்லை. நுண் நிகழ்வுகளைத் தொடர்புடைய உலகளாவிய செயற் பாடுகளுடன் இணைத்து ஒரு அகன்ற திரையில் நாம் வரலாற்றைத் தீட்டிப்பார்க்க வேண்டியிருக்கிறது. இந்தியாவின் வரலாற்றை இந்தியாவிற்கு வெளியே செல்லாமல், நம்மால் புரிந்துகொள்ளவோ விளக்கவோ இயலாது என்கிற அஷிம்தாஸ் குப்தாவின் கருத்தைச் சுட்டிக்காட்டுவார் சஞ்சய். இதன்பொருள், எல்லோரும் கடல் கடந்து செல்லவேண்டும் என்பதல்ல. மாறாகப் பிற வரலாறுகள்,

சமூக மாற்றத் திசை வழிகள் (*Societal tragectories*) குறித்த ஒரு திறப்பு வரலாற்றாசிரியனுக்குத் தேவை. வங்கத்தின் வரலாற்றை குஜராத்துடன் இணைத்துப் புரிந்து கொள்வதைக்காட்டிலும், பர்மியக் கடற்கரையுடனும், தாய்லாந்துடனும் பிணைத்துப் பார்ப்பது சில தருணங்களில் அவசியமாக இருக்கலாம். முகலாயர்களின் வரலாற்றை ஐபீரியாவின் இந்திய ஆளுகை (*Estat de India*), ஆட்டோமான் மற்றும் சஃபாவித் பேரரசுகள், தக்காண சுல்தான்களின் ஆட்சி ஆகியவற்றி லிருந்து தனியே பிரித்துப் பார்க்க இயலாது.

வழக்கமான காலப் பாகுபாடு, நடைமுறையிலுள்ள தேச எல்லை ஆகிய எல்லாவற்றையுமே நாம் ஒதுக்கித் தள்ளுதல் தவிர்க்க இயலாததாகிறது. இந்தியாவுக்கான தனித்துவமான வரையறைகள் வற்புறுத்துவது எல்லாச் சந்தர்ப்பங்களிலும் பொருத்தமாக இராது. இத்தகைய தனித்துவங்களை அதிகபட்சமாக வற்புறுத்திய ஏ.எல். பாஷம் (இந்தியா என்கிற வியப்பு) போன்றோரின் கட்டமைப்புகள், வேதப் பொற்கால அரசியலை முன்னெடுப்பவர்களுக்கு வேண்டுமானால் உதவலாம்.

நமது இந்திய வரலாற்றுப் பேராயத்தை ' (*Indian History Congress*) எடுத்துக்கொள்ளுங்கள். மத்திய காலம் என்ற வரையறையில் 1757 வரை அது அடக்குவதை என்ன சொல்வது? பதினைந்தாம் நூற்றாண்டுக்குப்பின் இங்கு உருவான கடல்வழித் தொடர்புகள் ஆட்சி முறையிலும், கருத்தியலிலும் பார்வைக் கோணங்களிலும் ஏற்படுத்திய மாற்றங்களை எப்படிப் புறந்தள்ளுவது? வேறுபட்ட பல மனிதர்கள் (பாதிரிகள், தூதுவர்கள், வணிகர்கள், படைத்தலைவர் கள், ஆளுநர்கள், மருத்துவர்கள், வரலாற்றுப்பதிவாளர்கள், பயணிகள், வணிகப்பொருட்கள், கருத்தியல்கள், ஆயுதங்கள், மொழிகள், எழுத்துமுறைகள் இவற்றின் இடையறாத பயணங்களுக்கு வாய்ப்பளித்த ஒரு 'குறுக்குச் சாலையாக' இந்தியா மாறவில்லையா? 'நவீனம்' அல்லது 'தொடக்க நவீனம் முதலிய கருத்தாக்கங்களில் எவ்வளவுதான் பிரச்சினை இருந்தபோதிலும் மத்திய காலம், முஸ்லிம் இந்தியா என்பவற்றைக் காட்டிலும், உலகளாவிய சில மாற்றங்களுடன் இவை தொடர்புடையதாக அமைவது கவனிக்கத்தக்கது.

'இந்தியா', 'இந்து' என்கிற வரையறைகளும் பிரச்சினைக்குரியவை தான். 'அல்-ஹிந்த்' என்கிற இடைக்கால அரேபியச் சொல்லில் இருந்து உருவானது அது. 'சிந்து' என்கிற, முந்தைய மேலும் குறுகிய வரையறையிலிருந்து இந்த அல் - ஹிந்த் உருவாகியது. அரேபியத்

தகவல் களஞ்சிய ஆசிரியர்கள் மற்றும் புவியியலாளர்களின் எழுத்துக் களில் இவ்வரையறை பலவகைப்பட்டதாக அமைகிறது. எல்லோரும் இந்தியா என்கிற வரையறையில் கங்கைச் சமவெளியை (பஞ்சாப் முதல் வங்கம் வரை) உள்ளடக்குகின்றனர். ஆனால் தென்னிந்தியத் தீபகற்பம் உள்ளடக்கப்படுவதில் தெளிவில்லை . 'ஹிந்த்', 'ஹிந்துஸ்தான் என்பன, பல நேரங்களில் தக்காணத்தையும் நர்மதைக்குத் தென் பகுதிகளையும் உள்ளடக்குவதல்ல. இன்னொரு பக்கம், 'ஹிந்த்' என்பதற்குள் தென் ஆசியா முழுவதையும் (கம்போடியா, தாய்லாந்து) ஏன்- ஏமன் (தெற்கு அரேபியா) வரைக்கும் உள்ளடக்கும் போக்கும் இருந்தது. அரேபிய நூற்களில் மூன்று புவியியற் பகுதிகள் காணக் கிடைக்கின்றன. (ஹிந்த், சின் (சீனா), அஜம் (பெர்சிய மொழிப்பகுதி) இவற்றின் எல்லைகள் எப்போதும் ஒன்றைப் போல வரையறுக்கப் பட்டதில்லை. சில நேரங்களில் 'அஜம்' காணாமல் போய்விடுகிறது

12ம் நூற்றாண்டைச் சேர்ந்த 'அக்பர் அஸ் சின் வால் ஹிந்த்' எனும் அரபுப்பிரதி அரேபியா, 'சீன அரசு', 'ரும் அரசு', காதுகளைத் துளையிட்டுக் கொள்ளும் வழக்கமுடையவர்களின் 'பல்லஹா-ராய் அரசு' ஆகியவற்றைக் குறிக்கிறது. பல்லஹா ராயின் ஆட்சியில் உள்ள ஹிந்தின் சமூக அமைப்பைச் சொல்ல வரும்போது, "இங்கே புலவர் களும், மருத்துவர்களும் குடும்பங்களுக்கு உரியவர்களாக உள்ளனர். அக்குடும்பங்களே அத்தொழில்களைச் செய்ய முடியும்" என்கிறது. 'ஹதூத் அல் அலம்' என்கிற பெர்சியப் பிரதி (10ம் நூ), "ஹிந்துஸ்தான் முழுவதும் மது சட்டவிரோதமானதாகவும், முறை தவறிய பாலுறவு சட்டப்பூர்வமானதாகவும் உள்ளது... எல்லோரும் சிலை வணக்கத்தை ஏற்பவர்கள். தங்கம் வெள்ளியில் செய்யப்பட்ட ஏராளமான சிலைகள் பிராமணர்கள் மற்றும் சாமியார்களின் பாதுகாப்பில் உள்ளன. ஒரே ஒரு நகரத்திலாவது தலைவன் சாகும்போது அவனுக்குக் கீழே உள்ள கீழ்மக்கள் எல்லோரும் தற்கொலை செய்துகொள்கிறார்கள்" என்று பதிவு செய்கிறது. இந்நூல் வரையறுக்கும் ஹிந்த் என்பது லாகூர், முல்தான் காஷ்மீர், கன்னோஜ் பகுதிகளை மட்டுமின்றி காமரூபம் (அஸ்ஸாம்), சம்பா, கேமர் (கம்போடியா, ஃபன்சூர் (சுமத்ரா) ஆகியவற்றையும் உள்ளடக்குகிறது.

இப்படி நிறையச் சொல்லலாம். சமஸ்கிருத வரலாற்றைக் குதூகல மாக எழுதும் ஷெல்டன் பொல்லாக் சமஸ்கிருத மொழி ஆளுகையின் எல்லையை கம்போடியா, சம்பா வரை கொண்டு செல்வதும் குறிப்பிடத்தக்கது. அகண்ட இந்தியக் கோட்பாட்டாளர்கள்

இவை குறித்து மகிழ்ச்சி கொள்ளத் தேவையில்லை. ஏனெனில், மேற்கண்ட வரையறைகளில் தென்னிந்தியா உள்ளடக்கப்படாதது ஒரு பக்கம். இன்னொரு பக்கம் 16ஆம் நூற்றாண்டைச் சேர்ந்த ஆட்டோமான் வரலாற்றுப் பதிவரான *(Chronicler)* செய்ஃபி செலபி, 'ஹிந்த்' மன்னர்களைப் பட்டியலிடும்போது, மொகலாயப் பேரரசர் ஜலாலுதீன் அக்பரை விட்டுவிடுவதும் தக்காண அரசர்களில் தொங்கி பெகு (பர்மா), செரன்தீப் (ஸ்ரீலங்கா) அரசர்களையும் அசேஹ் சுல்தான்களையும் (இந்தோனேஷியா) உள்ளடக்குவதும் அகண்ட பாரதக்காரர்களுக்கு எந்த அளவு உவப்பளிக்கும் என்பது தெரியவில்லை

வெளியிலிருந்து பார்த்தவர்கள் இருக்கட்டும்; உள்ளிருந்தவர்கள் எந்த அளவிற்கு 'ஹிந்த்' என்கிற வரையறையில் தங்களை அடையாளப் படுத்திக் கொண்டார்கள்? யார் 'அந்நியர்?' 13,14, 15 நூற்றாண்டுகளில் இந்திய வரம்பு குறித்த கருத்துகள் புறவயமான வரையறைகளாகத்தான் இருந்தனவே ஒழிய, உள்ளிருந்து உரிமை கோரப்பட்டவையாக இல்லை என்கிறார் சஞ்சய்.

'நாகரீகம்' என்கிற கருத்தாக்கம், (இந்திய நாகரீகம், ஐரோப்பிய நாகரீகம்) இத்தகைய பரந்துபட்ட அளவிலான இணைப்புடைய வரலாறு எழுதுவதற்குப் பெருந்தடையாக உள்ளது. அச்சுப் பதிவான இக்கட்டமைப்புகளை உருவாக்கியவர், தென்கிழக்கு ஆசியாவுக்கு (கம்போடியா, இந்தோனேசியா, ஜாவா, சுமத்திரா முதலான இந்தியப் பெருங்கடற் தீவுகள்) இந்தத் தகுதியை வழங்கியதில்லை. தொடக்கத்தில் இந்திய நாகரீகம், பின்னாளில் இஸ்லாமிய நாகரீகம் ஆகியவற்றின் பிரதிபலிப்பாகவே தென்கிழக்கு ஆசியா கருதப்பட்டது. ஆனால் பிரம்பணான், போரோ போதூர் ஆகியவற்றின் மகத்தான கலை வெளிப்பாடுகள் தென்னிந்தியாவின் கோயிற்கலை உருவாக்கத்திற்கு முன்னதாகவே தோன்றியவை என்பதை யாரும் சிந்திப்பதில்லை.

பல்வேறு கலாச்சாரங்கள் பயணிக்கும் குறுக்குச் சாலையாக இந்தியா அமைந்ததை ஏற்காததன் விளைவுதான் கே.ஏ. நீலகண்ட சாஸ்திரி முதலானோர் விஜயநகரப் பேரரசை தக்காண சுல்தான்கள், டில்லி முகலாயர்கள் ஆகியோரின் கலாச்சார அரசியல் விரிவாக்கத்தி லிருந்து தன்னைக் காத்துக்கொண்ட வீரமிக்க இந்துப் பேரரசாக உருவகிப்பது. பர்ட்டன் ஸ்டெய்ன், பிலிப் வாகோனர் முதலான இன்றைய விஜயநகர வரலாற்றாசிரியர்கள் இந்தக் கருத்துப் பிழையை வெளிப்படுத்துகின்றனர். விஜயநகரக் கலை வடிவங்கள் மட்டுமின்றி,

பாசன முறை, இராணுவம் மற்றும் நிதி நிர்வாகம், பெயர் சூட்டிக் கொள்ளும் முறை வரை புறவயச் செல்வாக்குகளுக்கு ஆட்பட்டவை யாகவே இருந்தன. வட இந்தியா, தக்காணம், ஹுர்முஸ், பெர்சிய வளைகுடா ஆகிய பகுதிகளிலிருந்து விஜயநகரத்தின் மீது இத்தாக்கங்கள் அமைந்தன. 'இந்து விஜயநகரம்' X 'முஸ்லிம் எதிரிகள்' என்கிற கட்டமைப்பு ரொம்பவும் சிக்கலானது. போர்த்துகீசியத் தலையீட்டைக் கணக்கில் கொள்ளாது இதைப் புரிந்து கொள்ள இயலாது. பிரிட்டிஷ் வருகைக்கு முந்திய போர்த்துகீசிய ஆசியாவில் போர்த்துகீசியர்களுக்கும், முகலாயர்களுக்குமிடையிலான ஒத்துழைப்பு அல்லது உறவு என்பது ஒருவரை ஒருவர் பல்வேறு தந்திரங்கள், ஒப்பந்தங்கள், நடைமுறைகளினூடாக மடக்கிப் போடுகின்ற முயற்சியாகவே இருந்தது. நேரடியான போர்கள் இல்லை என்பதற்காக உள்ளடக்கப்பட்ட மோதல்களை நாம் புறக்கணித்துவிட இயலாது.

1572–73 ஆண்டுகளில் குஜராத்தை அக்பர் தன் கட்டுப்பாட்டுக்குள் கொண்டு வந்தபோது கோவா மற்றும் டையூவில் உறுதியாக கால் பதித்திருந்த போர்த்துகீசியர் துணுக்குற்றனர். அக்பரது ஆளுநரின் ஆட்சியில் குஜராத் இருந்தபோதும், சூரத்திலும் கம்பயாத்திலும் போர்த்துக்கீசியர் சுதந்திரமாக வணிகம் செய்யவும் டையூ துறை முகத்துக்கு வந்து சேரும் கப்பல்களிடம் சுங்கம் வசூலிக்கவும் அனுமதிக் கப்பட்டனர். பதிலாக செங்கடல் வழியாக சூரத்திலிருந்து செல்லும் 'ஹஜ்' யாத்ரீகர்களுக்கு கடலாதிக்கத்தில் வலுவாக இருந்த போர்த்துகீசியர் பாதுகாப்பு அளித்தனர். இந்தப் பாதுகாப்பிற்காக முகலாயர்கள் ஏராளமான இழப்புகளைச் சந்திக்க நேர்ந்தது. அக்பரின் அத்தை (சித்தி?) குல்பதன் பேகம் 1575ல் ஹஜ் யாத்திரை செல்வதற்குத் திட்டமிட்டபோது, சுமார் ஓராண்டுக் காலம் சூரத்திலேயே அவர் தடுத்து நிறுத்தப்பட்டு, டாமனுக்கு அருகிலுள்ள புல்சார் என்னும் பிரதேசத்தை விட்டுக் கொடுத்த பின்னரே, 1576 அக்டோபரில் கப்பலேற அனுமதிக்கப்பட்டார். ஆட்டோமன் பேரரசுக்கும் முகலாயர்களுக்குமிருந்த பகையை போர்த்துக்கீசியர் தமக்குச் சாதகமாகப் பயன்படுத்திக் கொண்டனர். ஹஜ் பயணிகளின் கடற்பயணப் பாதுகாப்பிற்கு போர்த்துக்கீசியர்களையே அவர்கள் சார்ந்திருக்க வேண்டியிருந்தது. ஆட்டோமான்கள் தம்மை கலீஃபா என்கிற உயர் அந்தஸ்து உடையவர்களாக உரிமை கோரியதை எதிர்த்தே அக்பர், 'தீன் இலாஹி' என்கிற புதிய மரபை (*hetrodex sect*) உருவாக்கி தன்னை ஒரு மெசையா நிலையில் பாத்ஷா-இ-இஸ்லாம் ஆக அறிவித்துக்கொண்டார். இதனால் சன்னி முஸ்லிம்களின்

எதிர்ப்புகளைச் சந்திக்கும் நிலை ஏற்பட்டது. பதேப்பூர் சிக்கிரியில் சேசுசபைப் பிரிவை ஏற்படுத்த அனுமதி அளிக்க நேர்ந்தது எனக் கதை நீள்கிறது.

இத்தகைய உள்ளடக்கப்பட்ட மோதல் என்கிற பின்னணியில்தான், விஜயநகரப் பேரரசின் முஸ்லிம் எதிர்ப்பைப் பார்க்க வேண்டும். முகலாயர்களுக்கு (மோர்கள்) எதிரான மாற்று வம்ச *(gentile)* அரசு ஒன்றை போர்த்துக்கீசியர் ஊக்குவித்தனர். இந்த அரசியல் நோக்கத்தின் பாற்பட்டதே விஜயநகரத்தின் எதிர்ப்பு. இந்து *x* முஸ்லிம், சிலுவை *x* பிறை என்கிற இருமை எதிர்வுகள் எல்லாச் சந்தர்ப்பங்களிலும் பொருத்தமானவை என்பது கேள்விக்குறியே. கிறிஸ்துவ வணிக நலன்களுக்கு இடையேயும், முஸ்லிம் அரசுகளுக்கு இடையேயும் இருந்த வேறுபாடுகள் கிறிஸ்துவ *x* முஸ்லிம் வேறுபாடுகளைக் காட்டிலும் கூர்மையாக இருந்த தருணங்கள் உண்டு.

பேரரசுகளின் விரிவாக்கம், காலனிய நடவடிக்கைகள், தேசிய உருவாக்கம் ஆகியவை குறித்த இறுக்கமான ஒற்றை மாதிரிகளுக்கும் இணைப்புண்ட வரலாற்றில் இடமில்லை. ஐரோப்பாவை மையமாகவும் *(centre)*, இந்தியா முதலானவற்றை விளிம்பாகவும் *(periphery)* கொண்டு உருவாக்கப்படும் உலக அமைப்புக் கொள்கையும் *(World system theory)*கூட பிரச்சினைக்குரியதே. இத்தகைய அணுகல் முறையில் மூன்றுவிதப் பிழைகள் சாத்தியமாகின்றன என்கிறார் சஞ்சய்.

1. கால வழு : ஒரே காலகட்டத்தில் பேரரசுக்கும் ஆசிய நாடுகளுக்கு இருந்த உறவும் பேரரசுக்கும், லத்தீன் அமெரிக்க நாடுகளுக்கும் இருந்த உறவும் வேறுபட்டவையாக இருந்தன. 15ம் நூற்றாண்டின் முற்பகுதியில் லத்தீன் அமெரிக்க நாடுகளில் இருந்து ஹேபஸ்பர்க் பேரரசிற்கு பெரிய அளவில் கப்பம் சென்றது. விலை உயர்ந்த உலோகங்கள் கொண்டு செல்லப்பட்டதோடு கட்டாய உழைப்பு, அடிமைச்சேவகம் ஆகிய வடிவங்களில் உபரியும் கொள்ளை கொண்டு செல்லப்பட்டது. எனினும் இவை அனைத்தும் மையத்தை வளப்படுத்த மட்டுமே பயன்படுத்தப்பட்டதாகவும் கருத வேண்டியதில்லை. பண வீக்கத்திற்கும் ஏற்றத்தாழ்வான பொருளாதார அமைப்பிற்கும் இவை காரணமாயின. இதே நேரத்தில் ஐபீரிய மையத்திற்கும் (போர்த்துக்கீசிய மற்றும் ஸ்பெயின்) ஆசிய நாடுகளுக்குமான கேப் (நன்னம்பிக்கைமுனை) வழியில்

நடைபெற்ற வணிகம் இத்தகைய சுரண்டல் தன்மை உடையதாக இல்லை. மையத்திலிருந்து தங்கம், வெள்ளி இறக்குமதியாகி, ஈடாக மிளகு, இன்டிகோ முதலான பொருட்கள் இங்கிருந்து கொண்டு செல்லப்பட்டன. முதற்கட்டத்தில் பெரிய அளவில் உபரியும் கொள்ளையிடப்பட்டதில்லை.

2. இட வழு: ஒரே இடத்தில் வெவ்வேறு காலகட்டங்களில் பேரரசு மையத்திற்கும் வெளியிலுள்ள நாடுகளுக்குமான உறவு ஒரே மாதிரியாக இருந்ததில்லை . ஆசிய நாடுகளுக்கும் ஐபீரியப் பேரரசுக்குமிடையே தொடக்க நவீன(early modern) காலத்தில் (1450-1750) இருந்த உறவு பெரிய அளவில் சுரண்டல் அடிப்படையில் இல்லை என்றோம். பின்னால் உருவான பிரிட்டன், பிரான்ஸ் பேரரசுகளுக்கும் இந்தியாவிற்குமான உறவு அப்படியானதல்ல. முந்தைய கட்டத்தில் லத்தீன் அமெரிக்க நாடுகளுடன் (புதிய ஸ்பெயின் மற்றும் பெரு முதலியன) இருந்த கொடுமையான சுரண்டல் உறவுக்குச் சமமானது இது. எனவே ஒரு இடத்தில் நிலவிய ஏகாதிபத்திய உறவை, நாம் எல்லாக் காலங்களிலும் ஒரே மாதிரியாகப் பார்க்க வேண்டியதில்லை.

பின்காலனியக் கோட்பாட்டாளர்கள் இங்குதான் பிரச்சினைக் குள்ளாகின்றனர். பின்காலனியம் என்கிற வரையறையில் இந்தியாவை யும் லத்தீன் அமெரிக்காவையும் ஒன்றே போல இவர்கள் உள்ளடக்கு கின்றனர். லத்தீன் அமெரிக்காவில் பின் காலனியம் என்பது 19ஆம் நூற்றாண்டின் பிற்பகுதி. இந்தியாவிற்கு இது பொருந்தாது. இங்கே அது இரண்டாம் உலகப்போருக்குப் பிந்தைய நிகழ்வுகளையே குறிக்கும். எல்லாப் பேரரசுகளும் காலனியப் பேரரசுகள் அல்ல. எல்லாம் ஒரே மாதிரியான பொருளாதார, கலாச்சாரத் தர்க்கத்திற்குள் அடங்கா. காலனிகளுக்கும் பேரரசுகளுக்கும் இடையிலிருந்த பொருளாதாரச் சுரண்டல் ஒன்றே இவற்றுக்கிடையிலான மொத்த உறவுகளையும் குறித்துவிடாது. பல்வேறு வகைப்பட்ட உள்சுரண்டல்கள், மோதல்கள் ஆகியவற்றுக்கு, மேற்குறிப்பிட்ட வரையறை இடமளிக்காது. இதன் பொருள் ஏகாதிபத்தியம், விளிம்புகளிலிருந்து மையங்களை நோக்கி உபரி செல்லுதல் முதலான கருத்தாக்கங்களைக் கைவிட வேண்டு மென்பதல்ல. மிகுந்த எச்சரிக்கையுடன் கையாள வேண்டும் என்பதே

3. ஐபீரியப் பேரரசும், பிரிட்டிஷ் பேரரசும் வேறுவேறு; அல்லது ஐபீரிய பேரரசின் முதற்கட்டமும், அடுத்தடுத்த கட்டங்களும் வேறுவேறு என்கிற ரீதியில் இதற்கு விளக்கம் அளித்துவிட முடியாது.

ஐரோப்பாவை மையமாகக் கொள்ளும் பின்காலனிய அணுகல் முறை 'நவீனத்துவம்' குறித்த அருதப்பழசான ஒரு விளக்கத்தை அளிக்கிறது. நவீனத்துவம் என்பது ஐரோப்பாவின் ஏகபோகம். இங்கிருந்து விளிம்புகளுக்கு நவீனத்துவமும் அதன் அரசியல் வெளிப்பாடான தேசிய அரசும் ஏற்றுமதியாகிறது என்கிறது பின் காலனிய அணுகல் முறை. ஆனால் தேசிய உருவாக்கம் நான்கு வழிகளில் ஏற்பட்டது.

அ) அருகருகே உள்ள அரசமைவுகள் ஒருங்கிணைந்து தேசம் உருவாதல் (19ஆம் நூ. இத்தாலி, ஜெர்மனி),

ஆ) பெரிய அரசுகள் உடைந்து இனமொழி அடிப்படையில் தேசங்கள் உருவாதல் (அயர்லாந்து, மலேசியா முதலியவை. இனம் என்பதைத் தேச உருவாக்கத்தின் சாராம்சமான காரணியாக கருத வேண்டாம் என எச்சரிக்கிறார் சஞ்சய்),

இ) தேச அரசே ஒரு ஏகாதிபத்திய மையமாக உருவாதல் (பிரிட்டன், ஸ்பெயின், போர்ச்சுக்கல், நெதர்லேண்ட்),

ஈ) தேச அரசு பேரரசுப் பண்புடன் தொடர்தல் (சோவியத் யூனியன், சீனா, இந்தியா. பேரரசுப் பண்பு என்பது அளவில் பெரிதாகவும், பல்வேறு மொழி, இன அடையாளங்களை உள்ளடக்குவதாகவும், ஓரளவுக்கு சகிப்புத்தன்மை உடையதாகவும் அமைவது).

சுருக்கமாகச் சொல்வதானால் தொடக்க நவீன காலத்திற்கென ஒற்றை ஏகாதிபத்திய மாதிரி எதுவும் கிடையாது. தேச அரசு உருவாக்கத்திற்கான வழிமுறைகளும் ஒற்றைத் தன்மையானதல்ல.

ஒரே நிகழ்வுகுறித்த ஐரோப்பியப் பதிவுகளும், அரேபிய பெர்சிய மற்றும் உள்ளூர் பதிவுகளும் வேறுபட்டு நிற்கும் தன்மைகள் சுவாரசியமானவை. இவை ஒவ்வொன்றும் தத்தம் பக்கத்து அரசியல் நிலைப் பாட்டை நியாயப்படுத்தும் வகையில் இருப்பதாகச் சுருக்கிப் பார்த்து விட இயலாது. நிகழ்வுகளைப் பொருத்து இப்பிரதிகளின் நிலைப்பாடுகள் வேறுபடுகின்றன. சில நிகழ்வுகளில் ஐரோப்பியப் பதிவுகள் நம்பிக்கைக்குரியனவாகவும், சிலநேரங்களில் உள்ளூர் பதிவுகள் கூடுதலான உண்மைகளைப் பேசுபவையாகவுமுள்ளன. ஏகாதிபத்திய விரிவாக்கக் கொடுமைகளை அதிக அளவு பட்டியலிடும் ஐரோப்பியப் பதிவுகளுமுண்டு. பேரரசின் கருணையைப் பதிவு செய்யும் உள்ளூர் பதிவுகளும் உண்டு. நவீனமான பிரதியியல்

அணுகல் முறைகள் ஒப்பீடு, இதர சான்றுகள் மற்றும் நிகழ்வுகளுடன் தொடர்பு படுத்திப் பார்த்தல் ஆகியவற்றின் மூலமாகவே ஒரு சுமாரான வரலாற்றுச் சித்திரத்தை வரைய முடியும். அப்படியும் கூட வரலாற்றின் சில பக்கங்களை நாம் நிரப்ப முடியாமலே போகலாம். சில கேள்விகளுக்கு பதில் அளக்க இயலாமலேயே முடியலாம். அதை ஏற்றுக்கொள்ளும் தைரியமும் நேர்மையும் ஒரு வரலாற்று ஆசிரியனுக்குத் தேவை. ஆக, தேசத்திலிருந்து வரலாற்றைத் தப்புவிப்பது நமது உடனடிக் கடமையாகிறது.

குறிப்புகள்:

1. சஞ்சய் தனது நூலுக்கு மகுடமாக ஏற்கும் எஸ்ரா பவுண்டின் எட்டாவது கேண்டோ :

குங் சொன்னான்,

“வாங் பொறுத்துக்கொள்ளக்கூடிய ஆட்சியைத் தந்தான். அவனது ஆட்சிக்காலத்தில் அரசு நன்றாகக் காக்கப்பட்டிருந்தது.”

எனக்கு ஒன்று நினைவுக்கு வருகிறது.

ஒருநாள் வரலாற்றாசிரியர்கள் தமது எழுத்துக்களில் நிரப்பப்படாத பகுதிகளை விட்டுச் சென்றனர்.

ஆனால் அந்தக் காலம் இப்போது மறைந்து வருவதாகத் தோன்றுகிறது.

2. சஞ்சய் சுப்ரமணியத்தின் இரு நூற்கள்

(i) Explorations in Connected History From the Tagus to Ganger

(ii) Explorations in Connected History Mughals and Franks

ஆக்ஸ்போர்டு வெளியீடுகளாகக் கிடைக்கின்றன.

ஜூலை, 2007

மாயாவதியின் வெற்றி:
கருத்தியல்களின் காலம் முடிந்துவிட்டதா?

உலகமய ஆதரவாளர்கள் முன்வைக்கும் தத்துவம், “கருத்தியல்கள், வர்க்கப்போராட்டங்களின் காலம் முடிந்துவிட்டது” என்பது. சாமுவல் ஹட்டிங்டன் போன்ற அமெரிக்கச் சிந்தனையாளர்கள், தாமஸ் ஃப்ரீட்மன் போன்ற பத்தி எழுத்தாளர்கள் மற்றும் அமெரிக்க ஊடகத்தினர் இந்தக் குரலை உரத்து ஒலிக்கின்றனர். உத்தரப் பிரதேசத்தில் இன்று மாயாவதி முன்வைத்த தேர்தல் தந்திரம் வெற்றி பெற்றுள்ள நிலை, இங்கும் மேற்படி குரலில் பொருத்தப்பாடு குறித்த கேள்விகளை எழுப்புகிறது.

ஏற்பட்டுக்கொண்டிருக்கும் மிகப்பெரிய பொருளாதார வளர்ச்சியில் (?) மண்டல், மசூதி போன்ற அரசியல்களுக்கெல்லாம் இனி இடமில்லையா? இந்திய சமூகத்தில் சாதி ஆதிக்க எதிர்ப்பை முன்னிலைப்படுத்திய அம்பேத்கர், பெரியார், கன்சிராம் முதலானோர் முன்வைத்த கருத்துக்கள் இன்று காலாவதியாகிவிட்டனவா? "இந்தியப் புரட்சியின் இரு பெரும் எதிரிகள் பார்ப்பனீயமும், முதலாளியமும்தான்” என்ற அம்பேத்கரின் சிந்தனையும், “சாதியைத் தகர். பகுஜன்களை (அதாவது தாழ்த்தப்பட்டோர் + பிற்படுத்தப்பட்டோர் + முஸ்லிம்களை) ஒன்றிணை” என்கிற கன்ஷிராமின் முழக்கத்தையும் இனி தூக்கியெறிய வேண்டியதுதானா?

இந்தக் கேள்விகளுக்குப் பதில் சொல்ல முயற்சிப்பதல்ல, இந்தக் கட்டுரையின் நோக்கம். இந்தக் கேள்விகளை மிகுந்த உற்சாகத்துடன் இங்கே சிலர் முன்வைத்து மகிழ்ந்து கொண்டிருக்கும் நிலையில்,

இது குறித்த சிந்தனைகளின்போது நினைவில் நிறுத்த வேண்டிய சில உண்மைகளின்பால் கவனத்தை ஈர்ப்பதே இங்கு என் நோக்கம். முதலில் உத்தரப்பிரதேச வெற்றியைக் கொஞ்சம் அலசுவோம். இந்தியாவில் மிகப்பெரிய மாநிலத்தில் மாயாவதி இன்று தனிப்பெரும் பான்மையுடன் ஆட்சியில் அமர்ந்துள்ளது மூன்று அம்சங்களில் நாம் பெருமிதம் கொள்ள வேண்டிய நிகழ்வு. ஒரு தலித், ஒரு பெண், வாரிசு அரசியல் பின்புலம் இல்லாதவர் என்கிற அம்சங்களில் ஜனநாயகத்தை நேசிக்கும் ஒவ்வொருவரும் பெருமை கொள்கிற வெற்றி இது. பெரும் கார்ப்பரேட்களின் ஆதரவுகள், ஊடகப் பின்புலம் ஆகியன இல்லாமலும் இந்த வெற்றியை மாயாவதி சாதித்துள்ளார். உ.பி.யில் மட்டுமின்றி இந்தியாவெங்கிலும் எல்லா மாநிலங்களிலும் தலித்துகள் மத்தியில் ஒரு உற்சாகத்தை ஏற்படுத்தியுள்ளது இது.

சோசலிசப் பின்புலத்துடன் தொடங்கி இன்று அனில் அம்பானி, சுபத்ராய் (சஹாரா நிறுவனம்), அமிதாப் பச்சன் ஆகியோரின் கட்சியாகவும், குண்டர்கள், தாதாக்கள் ஆகியோரின் புகலிடமாகவும் மாறிப்போன, ஆட்சியிலிருந்த கட்சி என்ற வகையில் பெரும் மக்கள் வெறுப்பிற்கு ஆளாகியிருந்த சமாஜ்வாதிக்கட்சி முற்றிலும் மக்களால் தூக்கியெறியப் பட்டுவிட்டது எனச் சொல்லமுடியுமா? முடியாது. பகுஜன் சமாஜ் கட்சி 30.46 சதவீத வாக்குகளைப் பெற்றது என்றால், சமாஜ்வாதி 25.45 சத வாக்குகளைப் பெற்றுள்ளது. 30 சத வாக்குகளைப் பெற்ற கட்சி 206 இடங்களைப் பிடிப்பதும், 25 சதம் பெற்ற கட்சி 97 உடன் சுருங்குவதும் இந்திய ஜனநாயகத்தின் குறைபாடுகளில் ஒன்று. இது நிற்க. உண்மையில், சமாஜ்வாதி கட்சி சென்ற தேர்தலுடன் ஒப்பிடுகையில், தனது வாக்குச் சதத்தை சற்றே அதிகரித்துள்ளது. 1993ம் ஆண்டு தேர்தலை ஒரு அளவுகோலாகக் கொண்டால், அன்று பகுஜன் கட்சி பெற்ற வாக்கு 11.3 சதம், சமாஜ்வாதி பெற்றது 17.9. சதம். இவ்விரு கட்சிகளும் இன்று தமது வாக்குச் சதங்களை அதிகரித்துள்ளன. மாறாக, அன்று 33 சத வாக்குகள் பெற்ற பாரதிய ஜனதா இன்று வெறும் 17 ஆகவும், 15 சதம் பெற்ற காங்கிரஸ் இன்று வெறும் 9 சதமாகவும் குறைந்துள்ளன.

ஆக பகுஜன், சமாஜ்வாதி இருகட்சிகளும் வாக்குகளை அதிகரித்துள்ளன. ஆதரவை இழந்து நிற்பது பா.ஜ.கவும், காங்கிரசுமே.

பார்ப்பனர்கள் எல்லோரும் வாக்களித்தால்தான் மாயாவதி வெற்றிபெற முடிந்ததா? முந்தைய தேர்தல்களைக் காட்டிலும்

உயர்சாதியினரின் வாக்குகள் மாயாவதிக்கு விழுந்தது அவரது கட்சி அறுதிப் பெரும்பான்மையைப் பெற உதவியது என்றபோதிலும், உயர்சாதியினர் அனைவரும் அப்படியே தமது வாக்குகளைத் தலித் கட்சி ஒன்றுக்குத் திருப்பிவிட்டதாகச் சொல்லமுடியாது. உ.பியிலுள்ள மொத்தப் பார்ப்பனர்களில் 17 சதம் மட்டுமே மாயாவதி கட்சிக்கு வாக்களித்துள்ளனர். 40 சதத்துக்கும் மேற்பட்ட பார்ப்பனர்கள் இன்றும்கூட பா.ஜ.க.வுக்கே வாக்களித்துள்ளனர்.

தமிழகத்தைப் போலன்றி உ.பி.யில் பார்ப்பனர்கள் கணிசமாக 10 சதம் உள்ளனர். சத்திரியர், வைசியர், காயஸ்தர் முதலான இதர உயர்சாதியினரையும் சேர்த்தால் மொத்தம் 16 சதம். எனவே, அவர்களை எந்த அரசியல் கட்சியும் முற்றாகப் புறக்கணித்துவிட இயலாது. உயர்சாதியினருக்கு எதிரான அரசியலை வலிமையாக முன்வைத்த கன்ஷிராம் உயிருடன் இருந்தபோதும் கூட, 1999 தேர்தலில் சவர்ணர்களுக்கு (அதாவது உயர்சாதியினருக்கு) 12 சத இடங்களை ஒதுக்கியது குறிப்பிடத்தக்கது.

பகுஜன் சமாஜ் கட்சியின் இன்றைய வெற்றியில், பிற்படுத்தப்பட்ட சாதியினருக்குப் பங்கே இல்லை என யாராவது சொன்னால் அதைவிட அபத்தம் எதுவும் இருக்காது. பிற்படுத்தப்பட்ட சாதியின ருக்கு 110 இடங்களை ஒதுக்கியிருந்தார் மாயாவதி. பிற்படுத்தப்பட்ட சாதியினரில் 43 சதத்தினர் பகுஜன் சமாஜ் கட்சிக்கு இன்று கூடுதலாக வாக்களித்துள்ளனர். ஜாட்கள் 13 சதம், குர்மிகள் 6 சதம், லோத்கள் 7 சதம், இதர பிற்படுத்தப்பட்டோர் 15 சதம், ஏன் யாதவர் கூட 2சதம் என்பதாக இந்த 43 சதப் பிற்படுத்தப்பட்ட வாக்குகள், மாயாவதி கட்சிக்குக் கிடைத்தன. ஜாதவ் சாதியினரில் 85 சதம் பேர் மாயாவதிக்கு வாக்களித்தனர்.

மாயாவதியின் வெற்றியில் முஸ்லிம்களின் பங்கு குறிப்பிடத்தக்கது. உ.பி.யில் 16 சத முஸ்லிம்கள் உள்ளனர். இம்முறை முஸ்லிம்கள் யாருக்கு வாக்களிப்பது என்பதில் மிகவும் கவனமாக இருந்தனர். வகுப்பு வெறுப்பைத் தூண்டி வெற்றிபெற முயன்ற பாரதீய ஜனதாவின் முயற்சிகளை அவர்கள் கண்டுகொள்ளவில்லை. முஸ்லிம்கள் அனைவரும் ஒரு பக்கமாக திரண்டுள்ளனர் என்கிற பிம்பம் உருவாவதைத் தடுப்பதில் அவர்கள் மிகவும் எச்சரிக்கையுடன் இருந்தனர், 'ஐக்கிய ஜனநாயக முன்னணி' என்கிற பெயரில் உருவான முஸ்லிம் கட்சியை அவர்கள் புறக்கணித்தனர். ஒரே ஒரு தொகுதியில் மட்டுமே அக்கட்சி வெற்றி பெற முடிந்தது.

முஸ்லிம்களின் முதல்தேர்வு இந்தத் தேர்தலிலும்கூட சமாஜ்வாதி கட்சியாகத்தான் இருந்தது. எனினும் சமாஜ்வாதி கட்சி தோற்றுவிடும் என்கிற எண்ணம் ஏற்பட்ட பின்பு, இரண்டாவது தேர்வாக அவர்கள் பகுஜன் கட்சிக்கு வாக்களித்தனர். வெற்றிபெற்ற 56 முஸ்லிம் உறுப்பினர்களில் 29 பேர் பகுஜன் சமாஜ் கட்சியினர் என்றால் 21 பேர் சமாஜ்வாதி கட்சியினர் என்பது குறிப்பிடத்தக்கது. அஜித் சிங்கின் ராஷ்ட்ரிய லோக்தள்ளில் 3 முஸ்லிம்கள் வென்றனர்.

ஆக, பார்ப்பனர்கள் மற்றும் உயர்சாதியினருடன் மட்டுமே மாயாவதி கூட்டமைத்திருந்தார் என்பதோ, அவர்களின் வாக்குகளால் மட்டுமே அவர் வென்றார் என்பதோ அபத்தம். பிற்படுத்தப்பட்டவர்களிலும் முஸ்லிம்களிலும் உள்ள சற்றே கீழ் நிலையில் உள்ள சாதியினருடன் பகுஜன் சமாஜ் கட்சி வைத்திருந்த பாரம்பரியமான கடந்த கால் நூற்றாண்டுக் கூட்டு இன்றைய வெற்றியில் கணிசமான பங்கு வகித்துள்ளது.

இனி தமிழ்ச் சூழலுக்கு இந்த 'ஃபார்முலா' எந்த அளவிற்குப் பொருந்தும் என்று பார்ப்போம். முதலில் இங்கே பார்ப்பனர்கள் உ.பி.யைப் போல கணிசமான வாக்குவங்கியாக இல்லை. வெறும் ஒரு சத வாக்குகளே அவர்களிடம் உள்ளது. அதுவும் கூட துகள்களாகச் சிதறிக்கிடக்கின்றன. தவிரவும் பார்ப்பனர்களோ, இதர ஆதிக்க சாதியினரோ; ஏன் பா.ஜ.க.வையும், காங்கிரஸையும் விட்டுவிட்டு இந்தத் தேர்தலில் மாயாவதியை ஆதரித்தார்கள் என்கிற கேள்வி முக்கியமானது. மாயாவதி உ.பி.யில் உள்ள மொத்த தலித் வாக்குகளையும் (23 சதம்) சிந்தாமல் சிதறாமல் திரட்டியிருந்தார். மொத்தமுள்ள 89 ரிசர்வ் தொகுதிகளில் 62 இல் இன்று பகுஜன் கட்சி வெற்றி பெற்றுள்ளது. 77 சத தலித் வாக்குகள் இன்று அவருக்குக் கிடைத்துள்ளன.

இந்த நிலை இன்று தமிழகத்தில் இல்லை. மொத்தமுள்ள 19 சத தலித் வாக்குகளும் இன்று மூன்று சம பாகங்களாகச் சிதறிக் கிடக்கின்றன. மூன்று தரப்பையும் இணைத்து தலித் வாக்குகளை ஒன்றாகத் திரட்டும் முயற்சி எந்த தலித் அமைப்பிடமும் இல்லை . மாறாக, பகையாக நிறுத்தும் போக்கே இங்குள்ளது. ஓரளவு வலிமையாகத் திரட்டப்பட்டுள்ள விடுதலைச் சிறுத்தைகளை எடுத்துக்கொண்டால், அருந்ததியர்களை மொழிச் சிறுபான்மையினராக வரையறுப்பதன் மூலம் அவர்களை விலக்குகின்றனர். இன்னொரு பக்கம் முத்து ராமலிங்கத் தேவரின் பிறந்தநாளை விடுமுறை தினமாக அறிவிக்க

வேண்டும் என்பது போன்ற கோரிக்கைகளை வைப்பதன் மூலம் தேவேந்திரர்களையும் ஒதுக்குகின்றனர். எனவே வெறும் 6 சத தலித் வாக்குகளை மட்டுமே திரட்டக்கூடிய ஒரு தலித் கட்சியை நம்பி பிற உயர்சாதியினர் அவர்கள் தலைமையின்கீழ் செல்வார்கள் என்பதை எதிர்பார்க்க இயலாது.

கட்சிகளுடன் இல்லாமல் நேரடியாக ஜாதிகளுடன் கூட்டணி அமைப்பது என்கிற மாயாவதியின் தந்திரத்தை நாம் கவனத்துடன் பரிசீலிக்க வேண்டும். அம்பேத்கரை மட்டுமின்றி பெரியார், பூலே, சாகு மகராஜ் முதலான பிற்படுத்தப்பட்ட திருஉருக்களைத் தொடர்ந்து மிக்க நேர்மையுடன் முன் நிறுத்தியதன் மூலம், ஒடுக்கப்பட்ட பிற்படுத்தப்பட்டவர்களின் நம்பிக்கையைப் பெற்றது பகுஜன் கட்சி. ஆனால் இங்கோ பெரியாரையே தலித் எதிரியாகச் சித்திரித்த வரலாற்றை நாம் கவனிக்க வேண்டும். தவிரவும், பகுஜன் கட்சி பிற்படுத்தப்பட்ட சாதிகளிலும் கூட ஒடுக்கப்பட்ட சாதிகளைத்தான் அணுகியது. தமிழ்நாட்டில் ஒரு உதாரணம் சொல்ல வேண்டுமானால், முத்தரையர்களைச் சொல்லலாம். அப்படிப்பட்ட முயற்சியை இங்கே எந்த தலித் கட்சியும் செய்யவில்லை.

வைகுண்டசாமி முதலானோரைப் பற்றி இன்று விடுதலைச் சிறுத்தைகள் பேச முனைந்துள்ளது வரவேற்கத்தக்கது. ஆனால் வைகுண்டசாமி பற்றிப் பேசுவதன் மூலம் மட்டுமே நாடார்களைத் திரட்டி விட முடியாது. நாடார்கள் இன்று பெரிய அளவில் சிறு வணிகர்களாக உள்ளனர். கார்ப்பரேட்டுகள் சிறு வணிகத்தில் புகுவதை அவர்கள் எதிர்க்கின்றனர். அவர்களின் இந்த கோரிக்கைக்கு எதிராக அரசியல் செய்துகொண்டு வைகுண்டசாமியைத் திருவுரு வாக்குவதன் மூலமாக மட்டுமே அவர்களை வெல்ல முடியுமா? உ.பி.யில் பகுஜன் கட்சி அப்படிச் செய்ததில்லை.

எனவே, தமிழ்ச் சூழலுக்கும் உ.பி.க்கும் நிறைய வேறுபாடுகள் உள்ளன. தலித் கட்சிகள் முதற்கட்டமாக இங்கே தலித் ஒற்றுமையை முன்வைத்து இயங்க வேண்டும். தலித் வாக்குகளை ஒன்றாகத் திரட்டிக் காட்டுவதன் மூலமே அவர்கள் பிறசாதியினரின் கவனத்தை ஈர்க்க இயலும். முஸ்லிம்கள், கிறிஸ்துவர்கள் ஆகியோரை இணைப்பது அவசியம். பார்ப்பனியக் கருத்தியலை ஆதரிப்பது இதற்கு உதவாது. பிற்படுத்தப்பட்டவர்களில் ஒடுக்கப்பட்டவர்களை அடையாளம் கண்டு அவர்களைத் திரட்ட வேண்டும். அவர்களது கோரிக்கைகளை அடையாளம் கண்டு, அவர்களது போராட்டத்தில்

பங்குபெறுவதன் மூலமே அவர்களை நாம் ஈர்க்க முடியும்.

கடைசியாக ஒன்று: தேர்தல் வெற்றி அறிவிக்கப்பட்டவுடன், அடுத்த இலக்கு டெல்லிதான் என மாயாவதி முழங்கினார். எனினும் குடியரசுத்தலைவர் தேர்தலில் முக்கிய பங்கு வகித்திருக்க வேண்டிய மாயாவதி அமைதியாக உள்ளார். வாக்கு பலம் இருந்தும் இடதுசாரி கள் அளவு அவரால் வேட்பாளரைத் தீர்மானிப்பதில் செல்வாக்குச் செலுத்த இயலவில்லை. காரணம்? அவர்மீதுள்ள ஊழல் குற்றச்சாட்டு விசாரணையில், மத்தியில் உள்ள காங்கிரஸ் அரசை நம்பியிருக்க வேண்டிய நிலை. மற்றவர்கள் ஊழல் புரியும்போது தலித்கள் செய்தால் என்ன எனக் கேட்பவர்கள் இதைச் சிந்திக்கவேண்டும்.

ஆகஸ்ட், 2007

அண்ணாவின் கடிதங்கள் : 1
"தம்பி மனையில் மகிழ்ந்திரு"

புதுச்சேரி மொழியியல் பண்பாட்டு ஆராய்ச்சி நிறுவனத்தில் தொடங்கப்பட்டுள்ள க. இராமகிருட்டிணன் - பாஞ்சாலி அம்மாள் அறக்கட்டளையின் முதற் சொற்பொழிவிற்காக அண்ணாவின் கடிதங்களை ஒரு முறை வாசிக்கும் வாய்ப்பு எனக்குக் கிட்டியது. 'தம்பிக்கு அண்ணா எழுதிய கடிதங்கள் வாயிலாக தி.மு.க. வரலாறு ஓர் பார்வை' என்பது என் தலைப்பு. திராவிட இயக்க ஏடுகளில், ஒன்றான 'புதுவை முரசு' இதழைத் தொடங்கி முதல் ஆறு இதழ்களுக்கு ஆசிரியராக இருந்த தமிழ்க்கனல் இராமகிருட்டிணன், 'வாத்தியார்' பாரதிதாசனின் முதன்மையான சீடர்களில் தலையாயவர். அவர் குறித்த நினைவுகளைக் கவிஞரின் மகன் மன்னர் மன்னன் அவர்கள் நினைவு கூர்ந்தது நெகிழ்ச்சியாக இருந்தது.

தமிழ்நாட்டு தி.மு.க.வின் ஈயடிச்சான் காப்பியாகச் செயல்பட்டு, தன் சுய அடையாளத்தை இழந்த இலங்கை தி.மு.க.போல அல்லாமல், புதுவைத் திராவிட இயக்கம் அங்குள்ள சூழலுக்குரிய தனித்துவத்து டன் விளங்கியது. பாரதிதாசன், புதுவைச் சிவம், நோயல், இராம கிருட்டிணன் போன்றோரால் வழிநடத்தப்பட்ட இவ்வியக்கம் அங்குள்ள ஆலைத் தொழிலாளர்களின் பிரச்சினைக்கு முன்னுரிமை அளித்தது. கிறிஸ்தவத்திற்குள் இருந்த சாதி ஆதிக்கத்தை எதிர்த்தது. நோயல் போன்ற தாழ்த்தப்பட்டவர்கள் முன்னிலையில் இருந்தது இன்னொரு குறிப்பிடத்தக்க அம்சம். இவற்றையெல்லாம் நினைவு கூர்வதற்கான ஒரு சந்தர்ப்பமாகவும் அன்றைய அறக்கட்டளை தொடக்க விழா அமைந்தது.

அண்ணாவின் கடிதங்கள் என்பது மார்க்ஸ் - ஏங்கெல்ஸ் கடிதப் போக்குவரத்து போல தனி நபர்களுக்கிடையான கருத்துப் பரிமாற்ற மல்ல. கோட்பாட்டு விவாதங்கள், தெளிவு பெறுதல்கள் ஆகிய நோக்கங்களுக்காக எழுதப்பட்டவை அல்ல. இவை தம்பிகளுக்கு, அதாவது கட்சித் தொண்டர்களுக்குக் கட்சி ஏட்டின் வாயிலாக வாரந்தோறும் கட்சித் தலைவர் அண்ணா எழுதிய கடிதங்கள். அன்றாட அரசியலை முதன்மை நோக்கமாகக் கொண்டு எழுதப்பட்டதால் நாட்டு நடப்புகள், இயக்கச் செயற்பாடுகள், கொள்கை முடிவுகள் ஆகியனவே இக் கடிதங்களின் பொருட்கள். எனினும் தான் படித்த நூற்கள், ரசித்த இலக்கியங்கள் ஆகியவற்றைப் பகிர்ந்து கொள்வதற்கு ஒரு சாதனமாகவும் இக்கடிதங்கள் அண்ணாவுக்கு அமைந்தன. சுற்றி வளைத்து மொழியை ஏகமாக விரயம் செய்து எழுதப்பட்ட இக்கடிதங்கள் எல்லாவற்றிலுமே இலக்கியக் காட்சிகளுக்கு, குறிப்பாகச் சங்க இலக்கிய காட்சிகளுக்கும், சங்க காலப் பெருமைகட்கும் ஓரளவு இடமிருந்தபோதிலும் சில கடிதங்கள் முழுமையாகவே இவ்விஷயங்களைப் பேசுபவையாக இருந்தன. 'வெள்ளை மாளிகையில்...' என்கிற தலைப்பில் 1966ல் எழுதப்பட்ட பத்து கடிதங்கள் (சுமார் 120 பக்கங்கள்) முழுக்க முழுக்க அமெரிக்கக் கருப்பர் இயக்கத்தை அறிமுகம் செய்கிற ஒரு அற்புதமான ஆவணம். இர்விங் வாலசின் 'மனிதன்' மற்றும் புகழ்பெற்ற 'டாம் மாமா விடுதி', 'முரசு' முதலான இலக்கியங்களினூ டாக எலிஜா முஹமது முதல் மால்கம் எக்ஸ் வரை, மால்கமின் ஆள் வெறுப்புக் கோட்பாடு' உட்பட அண்ணா அறிமுகம் செய்யும் பாங்கு நம்மைப் பிரமிக்க வைக்கிறது. நமது சிற்றிதழ் செம்மல்கள் எல்லாம் இக்காலத்தில் இந்தப் பக்கமெல்லாம் உலவவே இல்லை என்பது குறிப்பிடத்தக்கது.

அண்ணாவின் முதல் கடிதம் அவரது 'திராவிடநாடு' இதழில் 1955 மே 22 தேதியிட்டு வெளிவந்தது. இறுதிக் கடிதம் அவர் மரணமடைவதற்குச் சில வாரங்கள் முன் 1969 ஜனவரி 12 தேதியிட்டு அவரது 'காஞ்சி' இதழில் வெளிவந்தது. கடும் நோய்வாய்ப்பட்டிருந்த நிலையிலும் நோய் பற்றிய புலம்பல் அதில் அதிகமில்லை. இடைப் பட்ட இந்தப் பதிமூன்றரை ஆண்டுகளில் அவர் எழுதிய மொத்த கடிதங்கள் 289. உடல் நிலை மற்றும் முதலமைச்சரின் பணிப்பளு ஆகியவற்றின் காரணமாகவோ என்னவோ 1968ல் ஒரே ஒரு கடிதமும், 1967ல் இரண்டு கடிதங்களும் மட்டுமே எழுதியுள்ளார். பிரிவினைத் தடைச் சட்டத்தை அடுத்து திராவிட நாடு கோரிக்கையைக் கைவிட்ட

தோடு (1963) 'திராவிட நாடு' இதழும் நின்று போகிறது. திராவிட நாடு இதழில் வந்த அவரின் கடைசிக் கடிதம் (171) 1963, பிப்ரவரி 3 தேதியிடப்பட்டுள்ளது. சுமார் ஒன்றரை ஆண்டுகளுக்குப் பின் அண்ணா மீண்டும் ஒரு இதழைத் தனக்கெனத் தொடங்கியபோது அதற்கு 'திராவிட நாடு' எனப் பெயரிடவில்லை. அவ்விதழின் பெயர் 'காஞ்சி.' 1964 ஜூலை 26 தேதியிட்ட 172வது கடிதம் முதல் 289வது கடிதம் வரை இவ்விதழிலேயே வெளிவந்துள்ளன.

இக் கடிதங்கள் அனைத்தும் 1963 தொடங்கி நாவலர் நெடுஞ்செழியனின் முன்னுரையுடன் 23 தொகுதிகளாகப் 'பாரி'நிலையம் வெளி யிட்டுள்ளது. அண்ணாவின் எழுத்துக்கள் இப்போது அரசுரிமையாக்கப் பட்டவுடன் 'தமிழரசி' வெளியீடு, பூம்புகார் பதிப்பகம் முதலியன கடிதத் தொகுப்புகளை வெளியிட்டுள்ளன. பதிப்பாசிரியர் ம. நடராசன் என்கிற பெயரில் வெளியிடப்பட்டுள்ள 'தமிழரசி' வெளியீடுகளே (பத்து தொகுதிகள், சுமார் 4000 பக்கங்கள்) எனக்கு ஆதாரம்.

* * *

அண்ணா கடிதங்கள் எழுதிய இக்காலகட்டம் தி.மு.க. பாராளுமன்ற அரசியலில் ஏற்றம் பெறுவதுடன் இணைகிறது. தேர்தலில் பங்கேற்பது என்கிற முடிவு உருப்பெறும் காலத்தில்தான் முதற் கடிதம் தொடங்குகிறது. 1957 தேர்தலில் 15 இடங்கள்; 1962ல் காஞ்சியில் அண்ணா தோற்றபோதும் 50 சட்டமன்றத் தொகுதிகளையும் ஏழு நாடாளுமன்றத் தொகுதிகளையும் தி.மு.க. கைப்பற்றுகிறது. அண்ணா மாநிலங்களவைக்குத் தேர்ந்தெடுக்கப்படுகிறார். 1967ல் தி.மு.க. ஆட்சியைப் பிடிக்கிறது. அண்ணாவின் இந்தத் தேர்தல் அரசியலின் பின்னணியில் இக்கடிதங்கள் எழுதப்படுகின்றன என்பது கவனிக்கத் தக்கது.

தமிழகத்தைப் பொறுத்தமட்டில் சென்ற நூற்றாண்டைத் திராவிட இயக்கத்தின் நூற்றாண்டு எனலாம். முதற் பாதியில் தேசிய இயக்கம் குறிப்பிடத்தக்க செல்வாக்கைச் செலுத்தியபோதும் நீதிக்கட்சி, சுயமரியாதை இயக்கம், தி.க., தி.மு.க. என்கிற வடிவில் திராவிட இயக்கங்கள் தமிழ் மக்கள் மத்தியில் ஏற்படுத்திய தாக்கங்கள் அதிகம்.

சென்ற நூற்றாண்டு அரசியலில் இன்னொரு அம்சமும் இங்கே கவனிக்கத்தக்கது. ஆளுகை (Governance) என்கிற கருத்தாக்கம் அரசியலில் விளைந்த புதிய மாற்றம். மார்க்ஸ் காலத்திய

ஆளும் வர்க்கம் / ஆளப்படும் வர்க்கம் *(Rulers/Ruled)* என்பன ஆளுகையிலிருப்போர் / ஆளுகைக்குட்பட்டோர் *(those who Govern /Governed)* என்கிற அரசியல் வகையினங்களாக மாற்றம் பெற்றன. கட்சி, தேர்தல், அதிகார வர்க்கம், நீதித்துறை, பத்திரிகைகள் என்பதாக அரசியல் புது வடிவமெடுத்தது. எல்லா இயக்கங்களும், அரசியல்களும் இத்தகைய ஆளுகையின் செயற்பாடுகளையும், தேவைகளையும் ஒட்டியே இயங்கவேண்டிய நிபந்தனைக்குட்பட்டன. இதற்குரிய ஒரு உளநிலை *Governmentality*- எல்லா மட்டங்களிலும் நிறைந்தது. இந்நிலையைப் பரிபூரணமாக உணர்ந்து கொண்டு லாபகரமாகப் பயன்படுத்திய ஒரு அரசியல்வாதியாக அண்ணா தென்படுகிறார்.

இருவகையான அரசியல்கள் இந்தச் சூழலில் மேலெழுந்தன. ஒன்று தேசிய அரசியல். ஒருபடித்தான ஒரு சமூகத்தையும், காலத்தை யும் இது கற்பிதம் செய்தது. தேசம், குடிமக்கள், புரட்சியாளர்கள், அதிகார வர்க்கத்தினர், தொழிலாளிகள், அறிவுஜீவிகள் என்கிற பரந்துபட்ட, “வரம்புகளற்ற தொகுதிகளாக”ச் சமூகத்தை இது இனம் கண்டது. தல அளவிலான, முகத்திற்கு முகம் என்கிற அடையாளங்களைத் தாண்டிய இயக்க இணைவை *(Solidarity)* இவை கோரின. இரண்டாவது அரசியலை ஒரு வகையான இனநிலை அரசியல்-*Ethnic Politics*- எனலாம். மதம், இனம், சாதி, வருணம், வட்டாரம் என்கிற அளவில் “வரம்புக்குட்பட்ட தொகுதிகளாக”ச் சமூகம் அணுகப்பட்டது. இயக்க இணைவு என்பது முகத்திற்கு முகம் என்கிற நேரடியான அடையாளத்தினடியாக இருந்தது. இந்த இரண்டுக்குமிடையிலான இழுபறியாகவே அன்றைய அரசியல் அமைந்தது. அம்பேத்கரின் அரசியலில் இதை நாம் வெளிப்படையாகக் காணலாம். ஒரு கட்டத்தில் ’ஒடுக்கப்பட்டோர்’ அல்லது பட்டியல் இனத்தவர்’ என்கிற பெயரில் வரம்புக்குட்பட்ட தொகுதியினராக மக்களை அணுகிக் கட்சியைக் கட்டுவது, இன்னொரு கட்டத்தில் ‘சுதந்திரத் தொழிலாளர் கட்சி’ அல்லது ‘குடியரசுக் கட்சி’ என இன, சாதி வரம்புகளுக்கு அப்பாற்பட்ட வடிவில் கட்சியை அமைப்பது என்பதாகவே அம்பேத்கரின் அரசியல் அமைந்தது.

சமூக எதார்த்தம் இரண்டாவது அரசியலுக்கே நெருக்கமாக இருந்தது. தேசிய அரசியல்கள் அனைத்தும் ஒருவகையான கற்பனையான இனநிலை ஒருபடித்தன்மையை *(utopia)* முன்வைத்தன. காலமும் எல்லோருக்கும் பொதுவான ஒரு படித்தன்மையானதாகவே கருதப்பட்டது. ஆனால் எதார்த்தமோ பன்மைத்தன்மையாக

(hetropia) இருந்தது. மிகவும் நவீனமான ஒரு முதலாளி வாஸ்து பார்த்துத் தன் தொழிற்சாலையைக் கட்டுவான். ஒரு வகையில் தேசிய அரசியலை ஏற்றுக் கொண்ட போதும், அம்பேத்கர் இந்தச் சமூக ஒருமைத்தன்மையை வரலாற்று ரீதியானதாக மட்டுமே கட்டமைத்தார். வரலாற்றுத் தொடக்கத்தில் பார்ப்பனர், சூத்திரர், தாழ்த்தப்பட்டோர் எல்லோரும் சமமாக இருந்தனர். வருணங்கள் பிறப்பால் நிர்ணயிக்கப்படவில்லை போகப்போக எல்லாம் மாறின. பவுத்தம் அழிக்கப்பட்டது. படிநிலைகள் உருவாயின. இன்றைய எதார்த்தம் பன்மையாகவும், படிநிலைகளுடனுமே உள்ளது. தீண்டாமை முதலான கொடுமைகளைக் கணக்கில் எடுத்துக் கொண்டு இன்றைய ஆளுகையில் தனிவாக்காளர் தொகுதி, இட ஒதுக்கீடு முதலானவை அளிக்கப்பட வேண்டும். இப்படியாக அமைந்தது அவர் அரசியல்.

திராவிட இயக்கமும் ஆரியர் - திராவிடர் என்கிற இருமை ஏற்று தனது அரசியலைக் கட்டமைத்த போதும் அண்ணாவின் திராவிட முன்னேற்றக் கழக அரசியல் வடநாடு, தென்னாடு என்பதாக இந்த முரணைக் கட்டமைத்து 'தமிழர்கள்' அனைவரையும் ஒரு படித்தான மக்களாகவே அணுகியது. 'திராவிடர்கள்' என அழைத்துக் கொண்ட போதும் அதன் அரசியல் தமிழ்நாட்டு எல்லைக்குள்தான் இருந்தது. எனவே, அண்ணா இந்த ஆரியர்/பார்ப்பனர் என்கிற முரணை எதார்த்த நிலையிலிருந்து கருத்தியல் நிலைக்கு மிகவும் லாவகமாக மாற்றினார். அண்ணாவின் 22வது கடிதம் இந்த வகையில் முக்கியமானது.

1955 இறுதியில் நிகழ்ந்த இரு வெவ்வேறு நிகழ்வுகளை இக்கடிதத்தில் அருகருகே வைப்பதன் மூலம் அண்ணா ஒரே கல்லில் இரு மாங்காய்களை வீழ்த்துகிறார். "ஆரியரை நடுத்தெருவில் போட்டு நாள் முழுவதும் அடி அடி என்று அடித்தாலும் கேட்க நாதியில்லை" என்றொரு வாசகம் பெரியாரின் 'விடுதலை'யில் வெளிவருகிறது. இது ஒரு நிகழ்வு. இன்னொரு பக்கம் தீண்டாமை ஒழிப்பிற்காக அரசு ஒரு சுவரொட்டி வெளியிடுகிறது. சிண்டும், பூணூலும் அணிந்த ஒரு நபர் தீண்டாமையைக் கடைப்பிடிப்பதாக ஒரு படம். இதைக் கடுமையாகப் பார்ப்பனர்கள் எதிர்க்கின்றனர். 'இந்து' இதழ் கண்டிக் கிறது. அரசு சுவரொட்டியை வாபஸ் பெறுகிறது. இது இரண்டாவது நிகழ்வு. இரண்டையும் ஒப்பிடும் அண்ணா, பெரியார் எதார்த்த நிலையைப் புரிந்துகொள்ளவில்லை, கற்பனையில் வாழ்கிறார்

என்பதற்கு இரண்டாவது நிகழ்வு எடுத்துக்காட்டாய் அமைகிறது என்பதைச் சுட்டிக்காட்டுவதோடு நிற்கவில்லை.

இந்தப் பிரச்சினையில் காங்கிரஸ் உறுப்பினர் வினாயகம். ('தோழர் விநாயகம்') "உச்சிகையும் பூணூலும் பார்ப்பனருக்கு மட்டும்தானா? வன்னியகுல க்ஷத்திரியரிடையே சிலரிடம் இல்லையா, ஆசாரி குலத்தில் இல்லையா?" எனக் கேட்டுள்ளதைச் சுட்டிக் காட்டுகிறார் அண்ணா. இதை வெகுவாகச் சிலாகிக்கும் அண்ணா, "ஆரியம் ஆதிக்கம் செலுத்துவதற்குக் காரணம் ஆரியம், ஆரியரிடம் மட்டுமல்லாமல் திராவிடச் சமுதாயத்தினரிடமும் இன்னும் பெருமளவுக்கு இருப்பதாலும் ஆரியத்திடம் அச்சப்படும் நிலையில் ஆளவந்தார்கள் இருப்பதாலுந்தான். எனவேதான், தம்பி நமது கழகம் ஆரியரை ஒழித்திடும் வேலையிலில்லை, ஆரியத்தை ஒழித்திடும் வேலைகளில் ஈடுபடுகிறது. நாம் ஆரியத்தை அறிவுச்சுடரால் அழித்தொழிக்க வேண்டும்" என்பார். பெரியாரின் சுயமரியாதை இயக்கம் பார்ப்பனர், சூத்திரர், தாழ்த்தப்பட்டோர், பெண்கள், தேவதாசிகள் என்றெல்லாம் சமூகத்தைக் கண்டு இந்த நோக்கில் தன் அரசியலை செய்த நிலை, தி.மு.க.வின் தோற்றத்தில் அழிந்துவிடுகிறது. 'தமிழர்கள்' என்கிற ஒருபடித்தான கற்பனைச் சமூகம் ஒன்றிற்கான தேர்தல் அரசியலே தி.மு.க.வின் அரசியலாகிறது. வடநாட்டு ஆதிக்கம் என்பதைக் கூட அவர் ஒரு இன ஆதிக்கமாகப் பார்க்கவில்லை. கூட்டாட்சித் தத்துவத்தை மறுக்கும் ஒரு அதிகார மையத்தின் ஆதிக்கமாகவே (டில்லி ஏகாதிபத்தியம், நேரு ஏகாதிபத்தியம்/ வடநாட்டுச் சுரண்டல்) அணுகினார். ஆரியத்தை எதிர்ப்பதுகூட ஒரு அறிவு ரீதியான செயல் மட்டுமே. நடைமுறை அரசியலில் அதற்கிடமில்லை.

* * *

சென்ற நூற்றாண்டில், 1945 - 1965 வரையில், உலக அளவில் உருவாகியிருந்த மனநிலையையும் அண்ணா சரியாக இனம் கண்டிருந்தார்.

போர் முடிந்திருந்தது. உலக 'ஒற்றுமைக்காக' ஐக்கிய நாடுகள் அவை உருவாகியிருந்தது. இந்தியா உட்படப் பல நாடுகள் காலனியாதிக்கத்திலிருந்து 'விடுதலை'யடைந்திருந்தன. கிழக்கு அய்ரோப்பிய நாடுகள் 'சோசலிச' நாடுகளாயின. சீனாவில் புரட்சி வெற்றியடைந்திருந்தது. இவை அனைத்தும் உலக மக்கள் மத்தியில்

'பிரச்சினைகள் தீர்ந்துவிட்டன' என்கிற பிரமையை ஏற்படுத்தியிருந்தன. நமது அரசு, நமது நாடு என்கிற எண்ணம் மேலோங்கியிருந்தது. தேச உருவாக்கத்தில், தேசக் கட்டமைப்பில் மக்கள் இசைவுடன் மனப்பூர்வமாக ஈடுபட்டிருந்தனர். இந்நிலையையும் அண்ணா சரியாக அவதானித்திருந்தார். பெரியாரோ இதற்கு மாறான ஒரு நிலையை எடுத்தார்.

ஆளுகை - *Governance* - விதிக்கும் நிபந்தனைகளை முற்றிலும் தவிர்க்க இயலாதவராக இருந்தபோதிலும் *Governmentality*க்கு எதிரானவராக பெரியார் இருந்தார். அவரது அரசியலும் அதை ஒட்டியே இருந்தது. 1947 சுதந்திர நாளையும், 1950 குடியரசு நாளையும் அவர் துக்க தினங்களாக அறிவித்தார். இந்தி எதிர்ப்பிற்காகவும், வகுப்புரிமைக்காகவும் தேசியக் கொடியையும் (1955) தேசப்படத்தையும் (1960) எரித்தார்; அரசியல் சட்டத்தைக் கொளுத்தினார் (1957); உச்சநீதிமன்றத் தீர்ப்புக் கண்டனத்தை நிகழ்த்தினார் (1964). தமிழர்களைக் கத்தி வைத்துக் கொள்ளச் சொன்னார் (1966)....

ஆனால் அண்ணாவோ, குடிமக்களுக்குரிய "கடமை, கண்ணியம், கட்டுப்பாட்டை" வலியுறுத்தினார். சுதந்திர தினத்தை "இருநூற்றாண்டுப் பழி தீர்த்த நாள்" என்றார். "மகத்தான சம்பவம்" என்றார். உலகம் முழுவதும் கூர்ந்து கவனிக்கும் ஒரு நிகழ்வை "நமது கொள்கையை மட்டுமே அளவு கோலாகக் கொண்டு அளந்து பார்ப்பதோ, உதாசீனம் செய்வதோ கூடாது" என்றார். கொள்கை அல்ல, பொது மனநிலையே முக்கியம். "யூனியன் ஜாக்" பறந்த இடத்தில் "நமது கொடி பறக்கிறது. "நமது நாட்டுத் தூதுவர்கள் உலகின் பல பாகங்களில் உலவுகின்றனர்" என்றார். நமது நாடு, நமது கொடி என்கிற சொற்கள் கவனிக்கப்பட வேண்டியவை. திராவிட நாட்டுக் கோரிக்கையினூடாகவே இந்தச் சொல்லாடலும் அண்ணாவால் நிகழ்த்தப்பட்டது.

இந்தி எதிர்ப்பு முதலான விஷயங்களில் இரட்டைக் குழல் துப்பாக்கியாக பெரியாருடன் இணைந்து செயல்படுவதாக அண்ணா அறிவித்திருந்த போதும், பெரியாரின் பொது அழைப்பையும் மீறி அவரது கொடி எரிப்புப் போராட்டத்தில் அண்ணா கலந்து கொள்ளவில்லை. தனது 11ம் கடிதத்தைக் கேள்வி பதில் வடிவத்தில் அமைத்த அண்ணா இது குறித்துத் தம்பிகளுக்கு எழும் ஐயங்களைத் தனக்கே உரித்தான தளுக்குடன் மறுக்கிறார். அண்ணா சொல்வது இதுதான்: "பெரியார் நம்மை நேரடியாக அழைக்கவில்லை.

அழைக்காதபோதும் நோக்கம் சரி என்பதற்காக அதில் கலந்து கொள்ள இயலாது. நாம் இப்போது ஒரு அமைப்பாகி விட்டோம். நமக்காக ஒரு பொதுச் செயலாளர், பொதுக்குழு முடிவு... இப்படி எல்லாம் உள்ளது..." என்றெல்லாம் அண்ணா வித்தாரமாய்ச் சொல்லி வரும்போதே பூனைக்குட்டி வெளியே குதித்து விடுகிறது. "கிளர்ச்சி எப்படி இருக்க வேண்டுமென்றால் இந்தி எதிர்ப்பு விஷயத்தில் அனுதாபம் கொண்ட காங்கிரஸ்காரர்களையும் நமது பக்கம் சேர்க்கும்படியாக இருக்க வேண்டும். கொடி கொளுத்துவது போன்ற போராட்ட முறை மூலம் காங்கிரஸ்காரர்களுக்கும் திராவிட இயக்கத்துக்கும் நேசம் ஏற்படவே முடியாத ஓர் மோசமான சூழ்நிலை ஏற்பட்டுவிடும்." – ஆக அண்ணாவுக்குள்ள பிரச்சினை கிளர்ச்சியின் வடிவம்தான் என்பது விளங்கி விடுகிறது.

தான் என்றும் சிறைக்குப் பயந்தவனல்ல என்பது போல அடுத்த வாரக் கடிதம் அண்ணா நடத்திய போராட்டங்கள், அனுபவித்த சிறைக் கொடுமைகள் ஆகியவற்றைப் பேசுகிறது. 13ம் கடிதம் கொடி எதிர்ப்புக் கிளர்ச்சியை விரிவாக ஆராய்கிறது. அவரைப் புரிந்து கொள்ள உதவும் ஒரு வாதத்தை அண்ணா இங்கே முன்வைக்கிறார். வீரம், காதல் என்பவற்றுக்கெல்லாம் எல்லாச் சூழலுக்குமான பொது இலக்கணம் கிடையாது என்பதுதான் அது. வரலாற்றில் பல வீர நிகழ்வுகளும் சாகசங்களும் வெற்றியை ஈட்டியிருக்கலாம். ஆனால் அவை எல்லாம் வெறும் சம்பவங்களே. எல்லா நிலைகளிலும் இத்தகைய சம்பவங்கள் வெற்றியை ஈட்டித்தராது. பேரழிவுகளுக்கும் இட்டுச் சென்று விடக்கூடும். 'இந்த எண்ணம் எனக்கு மேலிட்டதால் தான் ஆகஸ்டில் நடைபெற இருந்த அந்தக் காரியம், அவசியமற்ற பகையையும், அணைக்க முடியாத குரோதத்தையும், போக்க முடியாத பழியையும் உண்டாக்கி விடும் என்று அஞ்சினேன்... எனவே திராவிட இயக்கத்தில் வகுக்கப்படும் போர்த்திட்டம்..... பகைக் கூடாரத்தில் உள்ளவர்களின் உள்ளத்திலும் பரிவு ஊட்டக் கூடியதாக இருக்க வேண்டும் என்று நான் கருதுகிறேன்" என்று கூறினார். 'எனக்கு கோழை என்ற பட்டம் வந்தாலும் பரவாயில்லை. இயக்கத்திற்கு அதிர்ச்சி ஏற்படக்கூடாது. நான் கோழை என்றால் என்னைப் போன்ற கோழைகளே நிரம்பிய திராவிட சமுதாயத்திற்கு ஏற்ற திட்டத்தை அல்லவா பெரியார் வகுத்திருக்க வேண்டும்?' எனக் கேள்வி எழுப்பினார்..

தண்டவாளப் பெயர்ப்பு, தபாலாபீஸ் எதிர்ப்பு என்பதெல்லாம்

வெள்ளையருக்கு எதிராகக் காங்கிரஸ்காரர்கள் நடத்திய போராட்ட முறை. இன்று இவை பொருந்தாது. 'ராஜதந்திரம்' போதும், அதாவது இன்றைய தேர்தல் அரசியலுக்குரிய ராஜதந்திரம். மொழிவழி மாநிலம் வேண்டி ம.பொ.சி. முதலானோருடன் இணைந்து கூட்டுப் போராட்டம் என்று (பிப்ரவரி 20, 1956) திட்டமிடப்படுகிறது. ரயில் மறியல் என்கிற கூட்டு முடிவை ஏற்றுக் கொள்ளும் அண்ணா, போராட்டம் முழுக்க முழுக்க அமைதியாக நடக்க வேண்டும் என்பதை அளவுக்கு மீறிய அழுத்தத்துடன் வற்புறுத்துகிறார் (கடிதம் 38). "அமைதி அமைதி என அழுத்தம் திருத்தமாகக் கூறுகிறோம். பலாத்காரம் கூடவே கூடாது எனப் பன்னிப் பன்னி கூறுகிறோம். பட்டி தொட்டிகளிலும் இந்த அறிவுரை பரவவேண்டும் என்ற பொறுப்புணர்ச்சியுடன் நமது பொதுச் செயலாளர் கழகத் தோழர்களை ஆங்காங்கு கண்டு பேசிவருகிறார்.... ரயில்களைத் தடுத்து நிறுத்துவதா என்று கேட்கிறார்கள் நமது கழகத் தோழர்கள் தம்பி ! இது சர்வகட்சிக் கூட்டணி. தி.மு.க. மட்டும் நடத்துவதல்ல. எனவே பணியாற்றச் செல்லாதீர்கள் என்று பாட்டாளிகளை வேண்டிக் கேட்டுக் கொள்வது, அன்று மட்டும் பயணப்படாதீர்கள் என்று பொதுமக்களை வேண்டிக் கொள்வதும்தான் நாம் கையாள வேண்டிய முறையே தவிர, தண்டவாளத்தில் படுப்பதோ, சங்கிலியைப் பிடித்திழுப்பதோ அல்ல என்பதைத் தெளிவுபடுத்தியிருக்கிறோம்" – இந்த வாசகங்கள் கிளர்ச்சி குறித்த அண்ணாவின் அணுகல் முறையை விளங்கிக் கொள்ள உதவும்.

எனவே நாட்டுப் பிரிவினை உட்பட எல்லாக் கோரிக்கைகளையும் சட்டசபை நுழைவின் மூலமே சாதித்துவிட இயலும் என்கிற எண்ணத்தைத் தம்பிகள் மத்தியில் படிப்படியாகப் பதிய வைக்கத் தனது கடிதங்களை வெற்றிகரமாகக் கையாண்டார் அண்ணா. "நாம் நமது முறையையும் நெறியையும் தரம் கெடாமல் பார்த்துக்கொண்டு, நமது நாட்டு மக்களின் நம்பிக்கையை மெள்ள மெள்ளப் பெற்று அரசியல் கழைக்கூத்தாட்டம் நடத்தாமலும் மயிர்க்கூச்செறிய வைக்கும் செயல்களைச் செய்து காட்டாமலும், அந்த நம்பிக்கையை நமது பண்பு நிறைந்த பணியின் மூலம் பெற்று, ஒரு பொதுத் தேர்தலில் ஈடுபட்டு, அந்த பாரத்தைத் தாங்கிக் கொண்டு, ஒரு பதினைந்து பேர் கோட்டைக்குள் நுழைந்திடத்தக்க நிலையும் பெற்றிருக்கிறோம்" என்று அண்ணா 1957 தேர்தல் வெற்றி பற்றிக் குறிப்பிடுகிறார் (90ஆம் கடிதம்). மயிர்க்கூச்செறியச் செய்யும் நிகழ்வு எதற்கும் உன்னை அழைக்க மாட்டேன் எனத் தம்பிக்கு

உறுதி கூறும் அண்ணா, சட்டசபை நுழைவின் மூலமே எல்லாப் பிரச்சினைகளையும் தி.மு.கழகம் தீர்த்து வருவதை 93ம் கடிதத்தில் வித்தாரமாக விளக்குகிறார். அண்ணா அளவிற்கு மொழியை விரயம் செய்ய இங்கே இடமில்லை என்பதால் என் மொழியில் அதைச் சுருக்கிச் சொல்கிறேன்:

"சட்டசபைக்கு வெளியே எத்தனையோ போராட்டங்கள் நடந்து கொண்டிருக்கின்றன. வேலை கொடு என சோஷலிஸ்டுகள் ஒரு பக்கம் போராடிக் கொண்டிருக்கிறார்கள். ஊதியம் உயர்த்து என தபால் தந்தி ஊழியர்கள் போராடுகின்றனர். ஆகஸ்டுக்கு ஆகஸ்டு வர்ணாசிரமத்தையும் மற்றவற்றையும் எதிர்த்து பெரியார் அறப்போர்களை நடத்திக் கொண்டுள்ளார். ஆனால் நம்முடைய கருணாநிதி அன்று அமைச்சர் பக்தவத்சலனாரைக் கல்லணையில் சந்தித்து நங்கவரம் பண்ணைப் பிரச்சினையைத் தீர்த்தார். சத்தியவாணிமுத்து, அமைச்சர் லூர்து அம்மையாரை தமது தொகுதியின் அலங்கோலத்தை வந்து பார்த்திடச் செய்தும், நான் எங்கள் தொகுதி நிலைமையை முதலமைச்சர் காண ஏற்பாடு செய்தும் பிரச்சினைகளைத் தீர்க்கிறோம். இவைகள் யாவும், நமது கழகம், மக்கள் சார்பில் ஏழை எளியோர் சார்பில் நின்று பாடுபட முனைந்துள்ள ஒரு புதிய ஜனநாயக சக்தி என்பதை எடுத்துக்காட்டும் நிகழ்ச்சிகள்". புதிய ஜனநாயகத்திற்கு மாவோ சொன்ன விளக்கத்தை அறிந்தோருக்கு அண்ணாவின் இவ்விளக்கம் மிகப்பெரிய அதிர்ச்சியை அளிக்கக் கூடும்.

1957ல் ஈழத் தமிழர்கள் தேர்தல் மூலம் அடைந்த ஏதோ ஒரு வெற்றியைச் சுட்டிக்காட்டி கடிதத்தை முடிக்கும் அண்ணா, "ஆகஸ்டு இல்லாமலே நமதரும் தோழர்கள் அங்கு வெற்றி பெற்றனர் தம்பி" என்பார். 'ஆகஸ்டு' என்றால் காந்தி முதல் பெரியார் வரை ஒரு கிளர்ச்சியின் குறியீடு. காந்தியின் கதை பழைய கதை. பெரியாரின் கதை காலத்திற்கு ஒவ்வாத கதை. ஆகஸ்டுகள் இல்லாமலே வெல்வதுதான் அண்ணாவின் வெற்றிக்கதை. சில வாரங்கள் கழித்து (95ஆம் கடிதம்) அண்ணா சொல்வார்:

"தம்பி!... மனையில் மகிழ்ந்திரு, பெற்றோருக்குப் பெருமை தேடிடு, உற்றார் உறவினரை உவகை கொள்ளச் செய்! ஊருக்கு உழைத்தலில் இன்பம் பெறு! விழி புகுந்து உன் நெஞ்சில் உறையும் உன் இனியாளைக் கண்ணெனப் போற்றிடு! கன்னல் மொழிக்

குழந்தைகளைக் கற்றோராக்கு! தமிழ் மணம் கமழ வழிகாண்பாய், தம்பி! தமிழன் என்றோர் இனம் உண்டு! தனியே அவர்க்கோர் குணம் உண்டு!"

தம்பிகள் பாக்கியசாலிகள். யாருக்குக் கிடைப்பர் இத்தகைய பொன்னான தலைவர்?

செப்டம்பர், 2007

குறிப்பு:

இங்கு நான் *governmentality* என்பதை மிஷேல் பூக்கோ சொல்லும் இறுக்கமான பொருளில் கையாளவில்லை.

அண்ணாவின் கடிதங்கள்: 2 "தம்பி, கழகம் புயலுக்குத் தப்பி வளைந்திடும் நாணல்"

கிளர்ச்சி வடிவம் குறித்த அண்ணாவின் கருத்திற்கு அடிப்படையாக உள்ள இன்னொரு அம்சம், காங்கிரஸ் கட்சி குறித்த அவரது அணுகல் முறை. அன்று தி.மு.க.வின் பிரதான எதிரி காங்கிரஸ்தான் என்பதை இங்கே விரித்து விளக்க வேண்டியதில்லை. ஆனால் காங்கிரஸை ஒருபடித்தான, ஒரே மாதிரியான மனிதர்களைக் கொண்ட ஓர் அமைப்பாகக் கருதி, அதை முற்றாகப் பகை நிலையில் நிறுத்த அவர் தயாராக இல்லை. தமிழக காங்கிரஸ் அவரது உடனடியான எதிரியாக இருந்த போதிலும், 'டெல்லி ஏகாதிபத்தியம்' தான் அவரது பிரதான எதிரி. தமிழக காங்கிரஸ் ஆட்சியைத்தான் அவர் வீழ்த்த நினைத்தாரே ஒழிய, காங்கிரஸ்காரர்களை வென்றெடுக்கப்பட வேண்டியவர்களாகவே கருதினார்.

காங்கிரஸ்காரர்கள் மிகுந்திருந்த ஒரு அவையில் பேசும்போது அண்ணா, "நாங்கள் தி.க.விலிருந்து பிரிந்தவர்கள்; தி.க., காங்கிரஸிலிருந்து பிரிந்தது; எனவே நம் எல்லோருக்கும் ஆதிமூலம் ஒன்றுதான்" என்கிற கருத்துப்படப் பேசியது குறிப்பிடத்தக்கது. இப்படி அவர் பேசியது வெறும் சாதுர்யம் கருதி என எனக்குத் தோன்றவில்லை . கம்யூனிஸ்டுகளிடமிருந்து அவர் தமது இயக்கத்தை வித்தியாசப்படுத்த நினைத்த அளவிற்குக் காங்கிரஸிலிருந்து

வேறுபட்டு நிற்க நினைக்கவில்லை. முதன் முதலில் அவர் சட்டசபையில் நுழைந்தபோது அவர்கள் 15 பேர்; காங்கிரஸ்காரர்கள் 150 பேர். இந்தப் பெருங்கூட்டத்தைக் கண்டு அவருக்கு ஒரு பக்கம் மிரட்சியாக இருந்தபோதிலும், காங்கிரஸ்காரர்களில் பலரையும் பார்க்கும்போது, ஆகா இங்கே இருக்க வேண்டியவர்கள் அங்கே இருக்கிறார்களே என்றுதான் அவருக்குத் தோன்றியது (கடிதம் 90). நாகை தொகுதியிலிருந்து வெற்றி பெற்றிருந்த என். எஸ்.இராமலிங்கத்தைப் பார்த்தபோது, அண்ணாவுக்கு அவரது தந்தையும் நீதிக்கட்சித் தலைவர்களில் ஒருவருமான பெருநிலக்கிழார் நெடும்பலம் சாமியப்பாவின் நினைவு வருகிறது. ஒரு காலத்தில் காங்கிரஸ்காரர்கள் அவரைத் தோற்கடித்தனர். “எதிர்ப்புக்கு அஞ்சாத அந்த அடலேறு, வீழ்ந்து பட்டதிலேயும் ஒரு வீரம் காணக்கிடந்தது! எங்ஙனம் அதனை மறந்திடச் சொல்லுகிறார்! எக்காரணம் காட்டி (என்.எஸ்.) இராமலிங்கனாரை காங்கிரஸ்காரர் என்று கூறச் சொல்லுவாய்!" எனத் தம்பியைக் கேட்டார்.

காங்கிரஸ்காரர்களைக் ‘காங்கிரஸ்காரர்கள்’ எனவும், ‘காங்கிரஸால் நிறுத்தி வைக்கப்பட்டவர்கள்’ என்றும் பிரித்தார். பின்னவர்கள் சந்தர்ப்ப சூழ்நிலையால் அங்கே இருப்பவர்கள், என்றோ ஒரு நாள் இங்கே வரவேண்டியவர்கள், இன்னொரு நிலையில் காங்கிரஸ்காரர்களை ’செக் கிழிப்பவர்கள்’ (பெருந்தனக்காரர்கள்) எனவும், ’செக்கிழுத்தவர்கள்’ எனவும் பிரிப்பார். பின்னவர்கள் காங்கிரசுக்காகத் தியாகங்கள் செய்தவர்கள். முன்னவர்கள் பண பலத்தால் இன்று ஆட்சியின் பயனை அனுபவிப்பவர்கள். இவர்களையும் கூட எல்லோரையும் நிலக்கிழார்கள், முதலாளிகள் என்றெல்லாம் ஒதுக்காமல் நீதிக் கட்சிப் பாரம்பரியமுள்ளவர்கள் எனவும், பதவி பவிசுக்காக சேர்ந்தோர் எனவும் இரண்டாகப் பிரிப்பார். இப்படிப் பிரித்துப் பிரித்து எதிரிகளின் எண்ணிக்கையைக் குறைத்துக் கொண்டே போவார்.

இந்த வகையில் காமராஜரைக் கடுமையாக விமர்சிப்பார். காங்கிரஸ்காரர்களானாலும் ஆர்.கே.சண்முகத்தையும், நெடும்பலத்தாரையும் ஆதரிப்பார். ஆனால் காமராஜருக்கும் சிசுப்பிரமணியத்திற்கும் முரண் வருகிறபோது காமராஜரை ஆதரித்து எழுதுவார். எந்நாளிலும் அவர் டி.டி.கிருஷ்ணமாச்சாரிக்குச் சலுகை காட்டியதில்லை. கிருஷ்ணமாச்சாரியையும் பி.டி.ராஜனையும் ஒப்பிட்டுப் பின்னவரின் சிறப்பை ஒரு கடிதத்தில் விதந்தோதுகிறார்.

பெரியாரின் ஆகஸ்டு கிளர்ச்சியில் அவர் இணைந்து கொள்ளாததற்கு அண்ணா சொல்லிய காரணங்களில் ஒன்று: நாம் சொல்லுவதில் நியாயம் உள்ளது என காங்கிரஸ்காரர்கள் நெருங்கி வந்து கொண்டுள்ளார்கள். அதற்குத் தக்க நமது கிளர்ச்சி அமைய வேண்டும் "ஆகஸ்டில் நடக்க இருந்த அந்தக் காரியம் அவசியமற்ற பகையையும், அணைக்க முடியாத குரோதத்தையும், போக்க முடியாத பழியையும் உண்டாக்கிவிடும் என்று அஞ்சினேன்" (கடிதம் 13). ஆக, நாட்டைப் பிரிக்க வேண்டும் என்கிற கோரிக்கையை வைப்பவர்களானாலும் நாங்கள் 'அப்படிப்பட்டவர்கள் அல்ல', என்கிற நிலையை அவர் காங்கிரசில் இருந்த சாதாரணர்களுக்கு மட்டுமல்ல, ஆட்சியாளர்களுக்கும், பெருந்தனக்காரர்களுக்குக்கும் உணர்த்திக்கொண்டே இருந்தார். ஏன், தம்பிகள் மனத்திலும் பதித்துக் கொண்டிருந்தார். எனவே அவரது நாட்டுப் பிரிவினைக் கோரிக்கையை இரு தரப்பினருமே 'சீரியஸாக' எடுத்துக் கொள்ளவில்லை.

தம்பிக்குக் கடிதங்கள் எழுதிய காலத்தில் அண்ணா எதிர்கொண்ட முந்தைய அரசியல் நிகழ்வுகள், பிரச்சினைகள் ஆகியவற்றை இப்படிப் பட்டியலிடலாம்:

1) இந்தி எதிர்ப்புக் கிளர்ச்சி

2) மொழிவழி மாநிலமும் தட்சிணப் பிரதேசத் திட்டமும் (1956)

3) சம்பத் பிரிவும் திராவிட நாட்டுக்கு எதிராக அவர் முன் வைத்த தமிழ்த் தேசியக் கோட்பாடும் (1961)

4) பிரிவினைத் தடைச்சட்டம் (1963)

5) இந்தி எதிர்ப்பும், ராஜாஜியுடன் கூட்டும், ஆட்சியைக் கைப்பற்றுதலும்.

இடையிடையே தி.மு.க. நடத்திய சிறிய போராட்டங்களாக விலைவாசி எதிர்ப்புக் கிளர்ச்சி முதலியன அமைந்தன.

இவற்றில், ஈ.வே.கி.சம்பத் கிளப்பியது ஒரு முக்கியமான கோட்பாட்டுப் பிரச்சினை. அதை அண்ணா அவருக்கே உரித்தான தளுக்குடன் சமாளித்தார். சம்பத்தின் அப்பட்டமான காங்கிரஸ் ஆதரவு அவரை வீழ்த்துவதை அண்ணாவுக்கு எளிதாக்கியது. தேசியம் என்பதற்கு இறுக்கமான வரையறை கிடையாது. எப்படி வேண்டுமானாலும்

அதைக் கற்பிதம் செய்யலாம். திராவிடம் எனப் பேசினாலும் நாங்கள் கருதுவது தமிழ்த்தேசியமே. அரசியல் ரீதியில் இன்று தென்னாடு வடநாடு என்கிற முரணே உள்ளது என்கிற ரீதியில் அண்ணாவின் விளக்கங்கள் அமைந்தன, 'தமிழ்நாடு நமது திட்டம், திராவிட நாடு இலட்சியம்' எனப் பெரியார் சொன்னதாகவும் மேற்கோள் காட்டினார். சம்பத்தை எதிர்கொள்வதற்கு அவருக்குப் பெரியார் தேவைப்பட்டார் (பார்க்க : கடிதங்கள் 130 முதல் 145 வரை மற்றும் அண்ணல் தங்கோ பிரிந்தபோது அண்ணா பேசிய 'தோழமையா, விரோதமா? எனும் குறு வெளியீடு). தமிழ்நாடா, திராவிடநாடா என்பது தேவையற்ற பிரச்சினை. நாட்டுப் பிரிவினை என்கிற அடிப்படையான நோக்கத்தை அது பாழாக்கிவிடும்; ஏக இந்தியர்களுக்கே அது பயன்படும். எனவே இந்த நுணுக்கமான மயிர் பிளக்கும் விவாதத்தில் மாட்டிக் கொள்ளாமல் நம் காரியத்தை நாம் பார்ப்போம் என்பதே அண்ணாவின் 'லாஜிக்' ஆக இருந்தது. ஒன்றைக் குறிப்பிட்டு சொல்லவேண்டும். அண்ணாவின் தேசியம் மிகவும் நெகிழ்ச்சியாக, எல்லோரையும் உள்ளடக்கக் கூடியதாக, என்றைக்கும் பாசிசமாக மாறிவிடாத ஒன்றாகக் கட்டமைக்கப்பட்டது. இன்றளவும் சகலவிதமான தமிழ்த் தேசியர்களுக்கும் அண்ணாவும் திராவிடக் கருத்தியலும் ஜென்ம எதிரியாக இருப்பதற்கும் இதுவே அடிப்படை.

மொழிவழி மாநிலமா இல்லை, தென் மாநிலங்களை எல்லாம் இணைத்து உருவாக்கப்படும் தட்சிணப் பிரதேசமா என்கிற பிரச்சினை எழுந்தபோது, அண்ணா (மொழிவழி மாநிலமே வேண்டும் என்ற) மிகச் சரியான ஒரு நிலைப்பாட்டை மேற்கொண்டார். ஆனால் மொழிவழி மாநிலத்திற்கு ஆதரவாகவும் தேவிகுளம், பீர்மேடு, திருப்பதி, கன்னியாகுமரி மாவட்டம் முதலான தமிழ் பேசும் பகுதிகள் தமிழ்நாட்டிற்கு (அன்றைய சென்னை மாநிலம்) வரவேண்டும் எனவும் இங்கே போராட்டம் நடைபெற்றுக் கொண்டிருந்த சூழலில்தான் தட்சிணப் பிரதேசத் திட்டத்தை முன்வைத்தார் ராஜாஜி. தமிழ்நாடு மிகச் சிறிய அமைப்பு, இந்திய அரசியலிலே சிறிய அமைப்புக்குச் செல்வாக்கு ஏற்படாது. எனவே தென்மாநிலங்களை இணைத்து ஒரே நிர்வாகமாக்கலாம் என்பது ராஜாஜியின் வாதமாக இருந்தது.

அன்று பேசி வந்த தன் அரசியலுக்கு ராஜாஜியின் கருத்தே நெருக்கமாக இருந்த போதிலும் அண்ணா மிகச் சரியாக இந்தக்

கோரிக்கையிலிருந்து விலகிக் கொண்டார். சமயமறிந்து நடந்து தன் குறிக்கோளை நிறைவேற்றிக் கொள்ளும் இராமாச்சாரி என்பவரின் கதையைச் சொன்ன அண்ணா (கடிதம் 32), நேரடியாக விஷயத்துக்கு வந்துவிடுகிறார். "ஆச்சாரியார் தட்சிணப் பிரதேசம் கேட்டார்; யாருக்கும் உதிக்காத ஓர் அற்புதமான யோசனை இவருக்கு உதித்ததே ஞானவான்களுக்கு எப்போதும் இப்படித்தான் என்று ஆச்சாரியாரின் திருப்பல்லாண்டு பாடுவதில் பயிற்சி பெற்ற கூட்டம் பாராட்டிற்று" என்று கூறிய அண்ணா, தமிழ்நாட்டை விடச் சிறிய நாடெல்லாம் இன்று உலகில் தலை நிமிர்ந்து நிற்கவில்லையா, கோவா விஷயத்தில் சின்னஞ்சிறிய போர்ச்சுக்கல் இன்று இந்தியாவை மிரட்டவில்லையா, நேருவுடனான தனது பகையைத் தீர்த்துக்கொள்ள இதுவா வழி என்றும் வினவினார். கற்பு அழிந்தாலும் பரவாயில்லை உயிரையாவது காப்பாற்றிக் கொள் என்கிற அர்த்தத்தில், "பாவி, பொல்லாதவன் படுக்கையைத் தட்டிப் போடு" என்று சொன்ன பாட்டியின் கதைக்கு ஒப்பானது இது எனக் கடிதத்தை முடித்த அண்ணா, "மொழிவழி அரசு, திராவிட இனக் கூட்டாட்சி" என்பதே தம் கொள்கை என அடுத்த கடிதத்தில் விளக்குகிறார். "மொழிவழி பிரிந்து, இனவழி ஒன்றுபட்டு சோஷலிச திராவிடக் குடியரசுக் கூட்டாட்சி" என்பதே தன் இலட்சியம் என ஒரு போடு போட்டார். மொழி வழி மாநிலம் கேட்கும் ம.பொ.சி. போன்றவர்களுக்கும் தமக்கும் என்ன வேறுபாடு என்பதையும் தெளிவுபடுத்தினார். டில்லி அரசை வலுவாக வைத்துக் கொண்டே மொழிவழி மாநிலம் போதும் என நினைப்பவர்கள் அவர்கள். "மொழிவழி அரசும் வேண்டும்... டில்லி ஆட்சிப் பிடியும் ஒழிந்தே ஆகவேண்டும்" என்பதே தனது கருத்து என்றார். எனினும் தமிழ்ப் பகுதிகளைத் தமிழ்நாட்டுடன் இணைக்க நடந்த போராட்டத்தில் தானும் முன்னின்று தனது அணிகளையும் நேர்மையாக ஈடுபடுத்தினார்.

மிக விரைவில் அண்ணாவுக்கு அடுத்த பெரிய நெருக்கடி வந்தது. தி.மு.க.வின் வளர்ச்சியைக் கண்டு முதன் முதலாக மலைக்கத் தொடங்கிய காங்கிரஸ் அரசு பிரிவினைத் தடைச் சட்டத்தைக் கொண்டுவர ஏற்பாடுகளைச் செய்தது. தி.மு.க.வின் அடிப்படையான, பிரதானமான, ஒரே கொள்கை திராவிட நாடு பெறுவது. இந்த ஒரே கொள்கைக்கு ஆபத்து என்றால் பின் கட்சி என்ன ஆகும்? அண்ணா தடையை எதிர்ப்பாரா? தலைமறைவு இயக்கம் கட்டுவாரா? என்கிற கேள்விகள் எழுந்தன. "தி.மு.க. தோன்றிய காலத்திலிருந்து

சந்திக்கிற மிகப்பெரிய நெருக்கடி” என அண்ணாவே இது குறித்துக் குறிப்பிட்டார் (கடிதம் 171). 'ஒருமைப்பாடு கருத்தறியும் குழு' என்றொன்றை காங்கிரஸ் அரசு நியமித்தது. இதன் தலைவர் சர். சி.பி.இராமசாமி அய்யர். சுதந்திரத்திற்குப் பின் சமஸ்தானங்களை ஒருங்கிணைக்க சர்தார் படேல் நடவடிக்கைகள் மேற்கொண்ட போது, தான் திவானாக இருந்த திருவிதாங்கூர் சமஸ்தானத்தைத் தனி நாடாக, அதுவும் இந்து நாடாகப் பிரகடனம் செய்ய முயன்றவர் இவர் என்பது குறிப்பிடத்தக்கது. தி.மு.க.வின் வளர்ச்சி என்பது தி.மு.க.வினரும் காங்கிரஸ்காரர்களும் சேர்ந்து செய்த பணி என்று சொன்னால் அது கிண்டலல்ல. இக்குழு சென்னை வந்தபோது தி.மு.க.வினர் யாரையும் சந்திக்கவில்லை.

"எந்த நேரத்திலும் அழைப்பு வரலாம்; எனவே போர் உடையுடன் இருந்து வாருங்கள்” என்கிற நேருவின் வாசகமொன்றைத் தம்பிகளுக்குச் சுட்டிக்காட்டிய அண்ணா (கடிதம் 167), “நாங்கள் திராவிட நாடு பிரிந்தாக வேண்டும் என்கிற கொள்கையைக் கொண்ட கட்சியினர். ஆனால் திட்டவட்டமாக ஒன்று கூறுவேன். எறிகுண்டு, இழிமொழி எதுவும் என்னை நான் ஏற்றுக்கொண்ட புனிதப் பணியிலிருந்து தடுத்து நிறுத்தப் போவதில்லை. இந்தப் பிரச்சினையிலே பேரப் பேச்சுக்கே இடமில்லை” எனப் பெரும் பந்தாவுடன் தனது இராஜ்ய சபைப் பேச்சை முழுவதுமாக 168ம் கடிதத்தில் வெளியிட்டார். விவாதத்தில் அவர் பங்கு கொண்ட விரிவான விவரம் 179ம் கடிதத்தில் இணைக்கப்பட்டது.

பிரச்சினையை அவர் தம்பிகளுக்கு அறிமுகப்படுத்திய விதத்தை அறியும்போதுதான் நமக்கு மிகப் பெரிய அதிர்ச்சி ஏற்படுகிறது. “பிரிவினை கேட்பது அரசியல் சட்டத்துக்கு விரோதமானது என்று அரசியல் சட்டம் திருத்தப்படுகிறது.... பேச்சுரிமையைப் பாதிக்கும் 16ஆம் திருத்தம்...” என அதைப் பிரிவினைக்கான தடை அல்ல, பிரிவினை கேட்கும் பேச்சுரிமைக்கான தடை என்பதாக முன்வைத்தார். “பிரிவினை கேட்டு பேச்சுரிமைக்காகப் பேசியிருக்கிறேன். வெறும் பேச்சுரிமை கேட்டேன் என நினைக்காதே. அன்று நடந்த விவாதமே பிரிவினை பற்றிய பேச்சுரிமையைத் தரும் அரசியல் சட்ட விதியைத் திருத்துவதுதான்' என அதை மேலும் விளக்கினார். தம்பிகளும் ஏற்றுக் கொண்டனர்.

அண்ணாவின் ராஜ்யசபைப் பேச்சிலிருந்து சில வரிகள்: “..இப்போது அந்த மசோதா இந்தியாவுடைய அரசுரிமையையும்,

பிரதேச ஒற்றுமையையும் பாதுகாக்க, நிலைநிறுத்த கொண்டு வரப்பட்டிருக்கிறது. அந்த அரசுரிமைக்கு (இப்போது) என்ன ஆபத்து வந்திருக்கிறது?... திராவிடஸ்தான் கோரிக்கை ஆபத்தானது என்கிறார்கள் தவறாக. 'கட்டுக்கடங்காது போனால், வன்முறைச் செயலில் ஈடுபட்டால் பிரிவினை பிரச்சாரம் தடுக்கப்படும்' இது சில மாதங்களுக்கு முன் உள்துறை அமைச்சர் பேசியது. இந்த இடைக்காலத்திலே என்ன நேரிட்டு விட்டது? நாங்கள் என்ன மண்டை ஓடுகளையும் தலைகளையும் வேட்டையாடிப் பெறுபவர்கள் ஆகிவிட்டோமா? ஏதாவது சட்டத்தை மீறிய நடவடிக்கைகளிலே ஈடுபட்டுவிட்டோமா? மாறாக, சீன ஆக்கிரமிப்பு ஏற்பட்டவுடன் தங்கு தடையற்ற, வளர்ச்சியுடன் கூடிய ஒத்துழைப்புத் தந்தோம். பூபேஷ் குப்தா சொன்னார், நாங்கள் தலைமறைவாகிவிடுவோம் என்று. நாங்கள் எப்போதும் வெளியில் உலவுபவர்கள். தலைமறைவாகிவிடும் உத்தேசம் இல்லை. மனம் வெதும்பிய அதிருப்தி (தான்) மறைவிடம் செல்லும்."

வன்முறையில் ஈடுபடவும் மாட்டார். சட்டத்தை மீறிய செயல்களிலும் ஈடுபடார். தலைமறைவாகவும் போகமாட்டார். ஆகா, பின் அவர் என்ன செய்வார்? *Simple.* கொள்கையை விடுவார்.

எல்லாக் கட்சிகளும் பங்கு பெறும் கலந்தாலோசனைக் கமிட்டி நிறுவுவது, மக்கள் கருத்துக் கேட்டு முடிவு செய்வது முதலான கோரிக்கைகளை அண்ணா வைத்தார். காஷ்மீர் பிரச்சினையில் வாக்குறுதி அளித்தபடி வாக்கெடுப்பை இன்றுவரை நிறைவேற்றாத இந்திய அரசு தனது கருத்தைக் கவனத்தில் கொள்ளும் என அண்ணா நம்பினாரா? அந்த அளவிற்கு அவர் அரசியல் அறியாதவரா?

சுமார் ஒன்றரை ஆண்டுகளுக்குப் பின் அவரது அடுத்த கடிதம் வந்தது. புதிதாகத் தொடங்கும் இதழுக்கு இனி 'திராவிட நாடு' எனப் பெயர் வைக்க இயலாதுதானே. எனவே 'காஞ்சி' எனப் பெயரிடப்பட்டது. "உள்ளத்தில் எழும் எண்ணங்களை எடுத்துக்கூறி உன் இசைவு எத்தகைய செயல்முறைக்குக் கிடைக்கும் என்பதனைக் கண்டறியும் சுவைமிக்க சிறிய முயற்சியாக தம்பிக்குக் கடிதம் என்னும் இப்பகுதியைத் துவக்கினேன்" என்று தொடங்கிய அண்ணா, "காலமறிந்து, நிலைமை புரிந்து, தன்வலி மாற்றான் வலி சீர்தூக்கிப் பார்த்து கழகம் தன் செயல்முறைகளை வகுத்துக் கொள்கிறது. வரிசைப்படுத்திக் கொள்கிறது... மாற்றான் வெட்டிய படுகுழியில் வீழ்வதில்லை" எனத் தன்நி லை விளக்கினார்.

குட்டிக்கதை ஒன்றைச் சொன்னார் அண்ணா. அது: திருக்குளத்தில் தாமரை மலர்ந்துள்ளது என்று 'மருள்வானி'டம் 'மன்றத்தான்' கூறினான். நள்ளிரவில் மருள்வானைத் திருக்குளத்திற்கு அழைத்துச் சென்ற 'மூட்டி விடுவான்' "பார், உன்னை மன்றத்தான் ஏமாற்றிவிட்டான். எங்கே இருக்கிறது விரிந்த தாமரை?" எனக் குழப்பினான். மருண்டுபோன 'கேட்டு மருள்வானிடம்' மருள்வானைச் சந்தித்த 'தெளிவிப்பான்', "அது இரவு நேரம், தாமரை விரியாது. காலம் வரும்போது மலரும்" என்று விளக்கித் தெரிவித்தான்.

இதை விளக்க வேண்டியதில்லை. இருந்தாலும் சொல்கிறேன். மன்றத்தான் என்பது தி.மு.க.; கேட்டு மருள்வான் என்பது மக்கள்; மூட்டி விடுவான் என்பது தி.மு.க. கொள்கையைக் கைவிட்டதைக் கேலி செய்யும் கம்யூனிஸ்டுகள் முதலானோர்; தெளிவிப்பான் என்பது அண்ணா . கழகம் எப்படியாவது அழிந்துவிடும், நாம் அந்த இடத்திற்கு வந்து பிரதான எதிர்க்கட்சியாகிவிடலாம் என எண்ணுபவர்கள்தான், "விடாதே தொடுத்திடு போர்? உடைத்திடு தடைச் சட்டத்தை" என்றெல்லாம் சொல்பவர்கள். கழகமோ தன் வலி, மாற்றான் வலி உணர்ந்து "புயலுக்குத் தப்பிட வளையும் நாணலைப் போல நிலைமைக்கேற்ற முறை வகுத்துக்கொண்டு நிலைத்து நிற்கிறது" என விரிந்த விளக்கமும் அளித்தார்.

நிலைத்து நிற்பதுதான் முக்கியம். திராவிட நாடோ அல்லது வேறு எந்தக் கொள்கையுமோ அல்ல. தம்பி, காலம் வரும்போது தாமரை மலரும் என்று அண்ணா சொன்னதை தம்பிகள் எந்த முணுமுணுப்புமில்லாமல் ஏற்றுக் கொண்டார்கள். ஏற்றுக் கொள்ளும் அளவிற்கு அண்ணா அவர்களைத் தயார்படுத்தி இருந்தார். மனையில் மகிழ்ந்திரு, மனையாளைக் கொஞ்சியிரு, பிள்ளைகளைப் படிக்க வைத்து முன்னேற்று, அத்தோடு கொஞ்சம் தமிழ் மணம் கமழவும் வழி செய் எனச் சொல்லிச் சொல்லிக், கொட்டிக் கொட்டி வளர்ந்தவரல்லவா அவர்.

தீவிரக் கிளர்ச்சிகளில் தான் ஏன் கலந்து கொள்வதில்லை என்பதற்கு அண்ணா முன்பு ஒரு விளக்கம் சொல்லியிருந்தார் (கடிதம் 13). எங்கோ ஓரிடத்தில் எல்லாவிதமான ஆயுதங்களுடன் நின்றிருந்த ஒரு பெரும் படையை அபாரமான வீரம் காட்டி, உயிரைப் பணயம் வைத்து ஊடுருவிச் சென்று ஒரு சிறுபடை வென்றுவிடுகிறது. அண்ணா சொல்வார்: "இது ஒரு சம்பவம்தானே ஒழிய, இலக்கணமல்ல. சிறிய படை கணவாயில் பாய்ந்து சென்று வெற்றி பெறுவதுதான்

பொதுவழி எனக் கொண்டு செயலாற்றுபவர்கள் அழிந்து போவார்கள்". பின்னாளில் ஒரு முறை அண்ணா சொல்வார்: "யார் என்ன எண்ணிக் கொண்டாலும் கவலையில்லை. கொள்ளினும் சரி, தள்ளினும் சரி கவலை கொள்ளேன். என் மனதுக்குப் பட்டதனைச் சொல்லித் தீருவேன் என்ற போக்கு கொள்வது கொள்வோருக்குச் சுவை தந்திடும். சிற்சிலருக்குப் புகழ்கூடத் தந்திடும். ஆனால் அதனை எல்லோராலும் எல்லாக் காலத்திலும் எளிதில் கையாளத் தக்க பொது வழியாகக் கொண்டிருக்க முடியாது. கூடாது." (கடிதம் 232). பொதுவழி குறித்து அண்ணாவுக்கு ஒரு கருத்து இருந்தது. மனதுக்குப்பட்டதை போற்றுவார் போற்றட்டும் புழுதி வாரித் தூற்றுவார் தூற்றட்டும் எனச் சொல்வது உயர்ந்த கொள்கைதான். ஆனால் வெற்றி பெறுவதற்கான வழிமுறை அல்ல என்பதுதான் அந்தக் கருத்து. அப்படியானால் வெற்றி பெறுவது என்பது என்ன? நிலைத்து நிற்பதுதான் அண்ணாவைப் பொறுத்த மட்டில் வெற்றி.

அண்ணாவின் வெற்றிக் கதை இதுவே.

* * *

அறக்கட்டளை உரையை முடித்துவிட்டு வெளியே வந்தபோது நண்பர் ஒருவர் கேட்டார். "மார்க்ஸ்; நீங்கள் அண்ணாவைப் புகழ்கிறீர்களா, இல்லை புகழவில்லையா? நன்றாகக் கவனியுங்கள் புகழ்கிறீர்களா, இல்லை இகழ்கிறீர்களா என நான் கேட்கவில்லை." ஒரு புன்னகையை மட்டுமே அவருக்கு நான் பதிலாக்கினேன். திறனாய்வு செய்வதே என் வேலை. தீர்ப்பு சொல்வதல்ல. 'நாயகன்' திரைப்படத்தில் ஒரு குழந்தை தாதாவாக இருந்து மக்களுக்கு உதவும் கமலஹாசனைக் கேட்கும்: "நாய்க்கரே, நீங்க நல்லவரா கெட்டவரா?" வரலாற்றின் முன் பல சந்தர்ப்பங்களில் நாம் அந்தக் குழந்தையைப் போலத்தான் ஆகிவிடுகிறோம். அண்ணா விஷயம் தெரியாதவரெல்லாம் இல்லை. சுருக்கம் கருதி நான் பல விஷயங்களைத் தவிர்த்துவிட்டேன். ராஜாஜியின் கதை ஒன்றை அவர் மிக அற்புதமாகக் கட்டுடைப்பார். மடல் மடலாய்ப் பிரித்து அதன் உள் வில்லங்கங்கள் எல்லாவற்றையும் உரித்துக் காட்டுவார் (கடிதம் 7). அதன் மானுட விரோதத் தன்மையைச் சுட்டிக்காட்டி, "இந்த போக்கினால்தான் இவர்களை விட இலக்கியத் திறமையும், எழுதும் திறமையும் குறைந்த அளவு பெற்றுள்ள நம்மவர்கள் பெறுகிற வகையான அளவுள்ள வெற்றியை இவர்களால் பெற முடியவில்லை"

என அவர் முத்தாய்பு வைக்கும்போது நாம் வியப்பால் சிலிர்ப்பது தவிர்க்க இயலாது. இன்னொரு சந்தர்ப்பத்தில் ஓ ஹென்றி கதை ஒன்றை அறிமுகம் செய்வார். உலக விஷயங்கள் பலவற்றைச் சொல்லி அவர் மக்கள் மத்தியில் அறிஞராகப் பரிணமித்தார். *Experts* அல்ல, நாலும் தெரிந்தவர்கள் தானே அறிஞர்கள். சர். சி.வி.இராமனையோ, ஏன் ஈன்ஸ்டினையோ கூட அறிஞர் என மக்கள் ஏற்பதில்லையே.

அக்டோபர், 2007

ஒரு ஆசிரியனாகச் சில நினைவுகள்

முப்பத்தாறு ஆண்டுகள் கல்லூரி ஆசிரியப் பணிக்குப் பின் இந்த அக்டோபர் 31ல் நான் பணி ஓய்வு பெறுகின்றேன். ஒரு ஆசிரியன் என்பதால் இந்தக் கல்வி ஆண்டு இறுதி (மே 31, 2008) வரை பணியில் தொடர வாய்ப்பிருந்த போதிலும் முறைப்படி இம்மாதத்துடன் என் பணி நிறைவு பெறுகிறது. என்னுடன் பட்டமேற்படிப்பு முடித்த, பணி தொடங்கிய பல ஆசிரிய நண்பர்கள் சென்ற அல்லது அதற்கு முந்தைய ஆண்டே ஓய்வு பெற்றுவிட்டனர். நான் கூடுதலாக ஒன்று அல்லது இரண்டு ஆண்டுகள் பணியிலிருந்ததற்குக் காரணம், எனது பள்ளி இறுதித் தேர்வை (எஸ்.எஸ்.எல்.சி) சிறப்பு அனுமதி பெற்றுக் குறை வயதில் எழுதியதுதான். அப்போது அதற்கு வாய்ப்பிருந்தது.

கல்லூரி ஆசிரியர்கள் 58 வயதில் ஓய்வு பெற்ற போதிலும் பல்கலைக்கழக ஆசிரியர்கள் 60 வயது வரை பணியாற்றலாம். உண்மையில் உலக அளவில் இவ்வளவு குறைந்த வயதில் ஓய்வு பெறுவது தமிழ்நாட்டுக் கல்லூரி ஆசிரியர்களாகத்தான் இருக்க வேண்டும். இவ்வகையில் அனுபவம் மிக்க பேராசிரியர்கள், குறிப்பாக ஆய்வு வழிகாட்டிகளாக உள்ளவர்களின் சேவை மாணவர்களுக்கு மறுக்கப்படுவது பெரிய இழப்புதான். நமது நாட்டில் நடைமுறை யிலுள்ள பல அபத்தங்களில் இதுவும் ஒன்று.

இதை நான் ஏதோ என்னை மனதில் வைத்துக்கொண்டு எழுதுவதாக யாரும் நினைக்க வேண்டாம். சுமார் பத்தாண்டுகளாகவே விருப்ப ஓய்வு பெறும் எண்ணத்தில் இருந்தவன் நான். பணி ஓய்வு வயதை அரசு நீடிக்கப் போவதாக வதந்திகள் உலவும் போதெல்லாம்

சக ஆசிரியர்கள் ரொம்பவும் மகிழ்ச்சியாக அது குறித்துப் பேசிக்கொள்வார்கள். நான் மட்டும் அப்படி ஏதும் நடந்துவிடப் போகிறதே எனப் பதறிப் போய் உட்கார்ந்திருப்பேன். இருந்தும் ஏன் விருப்ப ஓய்விற்கு முயற்சிக்கவில்லை? இரண்டு காரணங்கள் : ஒன்று : நண்பர் கல்யாணி விருப்ப ஓய்விற்கு விண்ணப்பித்தபொது அதற்கு அனுமதி மறுத்து அவர் மீது நடவடிக்கை எடுத்தது அரசு. இந்த முன்னுதாரணத்தைக் காட்டி நண்பர்கள் பலரும் எச்சரித்தனர். இரண்டாவது காரணம், விருப்ப ஓய்வு கொடுத்துவிட்டு வெளியே வந்தால்தான் செய்யமுடியும் என்கிற அளவிற்குப் பெரிய வேலைகள் எதுவும் எனக்கிருந்ததாக நான் நினைக்கவில்லை.

நான் ஆசிரியப் பணியோடு வேறு பல வேலைகளும் செய்து கொண்டிருப்பது, இருந்தது எல்லோரும் அறிந்ததே. மனித உரிமை இயக்கப் பணிகள், அரசியல் ஆதரவுச் செயற்பாடுகள் இலக்கிய நடவடிக்கைகள், கிட்டத்தட்ட ஒரு 'ஃப்ரீ லான்ஸ்' எழுத்தாளன் என்கிற அளவுக்கு ஊடக எழுத்துக்கள், நூல் உருவாக்கப்பணிகள், அவ்வப்போதைய அரசியல் சூழலுக்கு ஏற்ற பிரச்சார நோக்கிலான சிறு வெளியீடுகள் கொணர்தல், பொதுக்கூட்டங்களில் கலந்து கொள்ளுதல்... இப்படியான எனது எல்லாவிதமான பணிகளுக்கும் எனது அரசு கல்லூரி ஆசிரியப் பணி எந்த விதத்திலும் தடையாக இருந்ததில்லை. வேறு எந்தத் துறையில் இருந்திருந்தாலும் இந்த வாய்ப்பு எனக்குக் கிடைத்திருக்கப் போவதே இல்லை. நான் ஆசிரியப் பணியை மிகவும் நேசித்ததற்கு இதுவும் ஒரு காரணம்.

ஓய்வு நேரம், விடுமுறை அதிகம் ஆகியன மட்டும் இதற்குக் காரணமல்ல. அரசு கல்லூரிகளில் ஆசிரியப் பணிக்கான சூழல் மிகவும் ஜனநாயகமானது. கல்லூரி அளவில் பெரிய பதவி ஏற்றத் தாழ்வுகள் (*hierarchy*), அதிகார வர்க்கம் (*bureacracy*) கிடையாது. ஆசிரியர்கள் அப்புறம் முதல்வர்தான். துறைத் தலைவர் ஒரு பதவி அல்ல. அந்தக் கல்லூரிக்குள் இருப்பவர்களில் பணி மூப்புடையவர்கள் துறைத் தலைவர்கள், அவ்வளவே. ஒரு கல்லூரியில் துறைத் தலைவராக இல்லாத ஒருவர் இன்னொரு கல்லூரிக்குச் செல்லும்போது துறைத்தலைவராக இயலும். அதே போல ஒரு கல்லூரியில் தலைவராக உள்ளவர் இன்னொரு கல்லூரிக்கு மாற்றம் பெறும்போது, வெறும் பேராசிரியராகப் பணிபுரிய நேரலாம். இது அரசு கல்லூரிகளில் உள்ள துறைத் தலைவர்கள் மத்தியில் ஒரு அதிகார வர்க்கப் பண்பு உருவாகாத நிலையைப் பெரும்பாலும் ஏற்படுத்தியது.

நான் பணியில் சேர்ந்த காலத்தில் டியூட்டர், லெக்சரர், புரஃபசர் முதலான பதவி வேறுபாடுகள் இருக்கத்தான் செய்தன. நான் கூட 'டெமான்ஸ்ட்ரேட்டர்' ஆகத்தான் பணியில் சேர்ந்தேன். ஒரே கல்வித் தகுதியுள்ளவர்களிடையே 'டியூட்டர்', 'லெக்சரர்' என்கிற வேறுபாடு தேவையில்லை எனக் கோரிக்கை வைத்தோம். பேராசிரியர் சாத்தையா முன் முயற்சி எடுத்து திருச்சியில் மாநாடு ஒன்றும் கூட்டினார். எங்கள் தரப்பில் மேற்கொள்ளப்பட்ட முயற்சியின் விளைவாக கல்லூரி ஆசிரியர் கழகமும் அந்தக் கோரிக்கையை வைக்க நேர்ந்தது. இறுதியில் கல்வித் தகுதியுடைய டியூட்டர், டெமான்ஸ்ட்ரேட்டர் எல்லோரும் விரிவுரையாளர்களாகப் பணி மேம்பாடு பெற்றோம். வெகு விரைவில் பல்கலைக்கழக மான்யக் குழுவின் பரிந்துரையின்படி பேராசிரியர் பதவியும் ஒழிக்கப்பட்டது. லெக்சரர், சீனியர் லெக்சரர், செலக்ஷன் கிரேட் லெக்சரர் (ரீடர்) என்கிற பணி நிலைகளைப் பெறுவது முற்றிலும் பணி மூப்பு அடிப்படையானது. எட்டு ஆண்டுகள் பணி புரிந்தால் யாரும் சீனியர் லெக்சரர் என்பது போன்ற நிலை இருந்தன் விளைவாக பதவி உயர்வுக்காக உயர் அதிகாரிகளை நத்திப் பிழைக்க வேண்டிய அவசியம் ஆசிரியர் பணியில் இல்லாது போனது. பதவி உயர்வுக்காகப் படித்தல், தேர்வு எழுதுதல் முதலான பிரச்சினைகளும் இல்லை. இவை அனைத்தும் தான் அரசு கல்லூரிகளில் ஆசிரியர்கள் மத்தியிலுள்ள ஜனநாயகச் சூழலுக்குக் காரணம். இந்தச் சூழலின் முழுப் பலன்களையும் நான் பயன்படுத்திக் கொண்டேன்.

எத்தனை பிற பணிகளைச் செய்தபோதிலும், கல்லூரி ஆசிரியர் சங்கத்தில் முக்கிய பொறுப்புகளில் இருந்தபோதும் என் ஆசிரியப் பணியை நான் குறைவறச் செய்துவிடுவதுண்டு. கல்லூரியில் இருந்து கொண்டு வகுப்புக்குச் செல்லாமலிருந்ததோ, எனக்கு ஒதுக்கப்பட்ட பாடங்களைப் பட்ட வகுப்பு மாணவர்களுக்கு முடிக்காமலிருந்ததோ கிடையாது. எல்லாவிதமான விடுமுறைகள், ஊதிய இழப்பு ஆகியவற்றுடன் சுற்றிக் கொண்டிருந்த போதிலும் 'மார்க்ஸ் பாடத்தை முடித்துவிடுவார்' என்கிற பெயர் எனக்கு ஆசிரியர்கள் மத்தியில் உண்டு. இதன் பொருள் நான் ஒரு சிறந்த ஆசிரியனாக இருந்தேன் என்று உரிமை கொண்டாடுவதல்ல. ஒரு சராசரி ஆசிரியன்தான் நான். அரசு கல்லூரிகளில் சேரக் கூடிய மாணவர்களின் நிலை எனக்குத் தெரியும். வகுப்புகளுக்கு ஆசிரியர்கள் ஒழுங்காக வராமை, பாடங்களைச் சரியாக முடிக்காதது ஆகியவற்றில் அரசு கல்லூரி மாணவர்கள் பெரிதும் பாதிப்பிற்குள்ளாவர். இதை

ஈடு செய்யக்கூடிய சூழல் அரசு கல்லூரியில் பயில்பவர்களின் வீடுகளில் இருக்காது. ஒரு சிலரைத் தவிர. அரசு கல்லூரிகளிலுள்ள பெரும்பாலான ஆசிரியர்கள், இதை உணர்ந்து பொறுப்புடன் செயல்படக் கூடியவர்களாகவே இருந்தனர்.

ஒரு சராசரி ஆசிரியன் என என்னைப் பற்றிச் சொல்லிக் கொண்டேன். முதல் பத்தாண்டுகளுக்குப் பின் பாடங்களை முன் கூட்டித் தயாரிப்பது முதலான வேலைகளும் இல்லாமற் போயிற்று. வகுப்புக்குச் செல்வதற்குச் சில நிமிடங்கள் முன்னான தயாரிப்பே போதும் என்கிற நிலை கல்லூரி நேரத்திலும் நான் வேறு வேலை செய்வதற்கு வாய்ப்பைத் தந்தது. நான் கடைசியாகப் பணியாற்றிய சில கல்லூரிகளில் பொது ஆசிரியர் அறையில் இல்லாமல் எனக்குத் தனி அறையும் கூட ஒதுக்கப்பட்டது. அத்தகைய வசதி இல்லாத கல்லூரிகளில் ஓய்வாக இருக்கும் ஆய்வகங்களில் சென்று அமர்ந்து வாசிக்கிற அல்லது எழுதுகிற வழக்கத்தைக் கொண்டிருந்தேன். சக ஆசிரியர்கள் இந்த மாதிரி அம்சங்களில் எனக்களித்த ஒத்துழைப்பு கள் மறக்க இயலாதவை. நினைத்தால் கண்கள் பனிக்கக் கூடியவை.

அரசு மற்றும் அரசு உதவி பெறும் கல்லூரிகள் அதிக அளவில் உருவான காலகட்டமாக 1960, 70களைக் குறிப்பிடலாம். எனவே, 60களின் பிற்பகுதியிலும் 70களின் முற்பகுதியிலும் பெரிய அளவில் ஆசிரியர்கள் பணியமர்த்தப்பட்டனர். இக்காலகட்டத்தில் பணியமர்த்தப்பட்டவர்கள் பெரும்பாலும் கிராமப் புறத்தைச் சார்ந்தவர்களாகவும், பாரம்பரியமான மேற்தட்டு வகுப்பைச் சாராதவர்களாகவும், இலவசக் கல்வியால் பயனடைந்தவர்களாகவும் இருந்தனர். அறுபதுகளில் நடைபெற்ற இந்தி எதிர்ப்புப் போராட்டத்தில் பங்கு பெற்றவர்களாகவும், உலகளாவிய எதிர்ப்பு இயக்கங்களால் தாக்கம் பெற்றவர்களாகவுமிருந்தனர். இவர்களில் ஒருவனாக நுழைந்த நான் அப்போதுதான் உருவாகித் திடப்பட்டுக் கொண்டிருந்த ஆசிரியர் இயக்கத்தில் என்னைப் பிணைத்துக் கொண்டேன். கல்லூரிகளிலிருந்து பி.யூ.சி. வகுப்பை நீக்கி பள்ளிக் கல்வியுடன் இணைக்கும் (ஹையர் செகண்டரி) திட்டத்தினால் ஏற்பட இருந்த வேலை இழப்பிற்கு எதிராக நடைபெற்ற போராட்டத்தில் நாங்களெல்லம் முன்னணியில் இருந்தோம்.

எனது முதல் 25 ஆண்டுகாலப் பணியில் மூன்று சிறை நிறப்பும் போராட்டங்கள் நடைபெற்றன. ஆயிரக்கணக்கான ஆசிரியர்களுடன் சிறைக்குச் செல்வது அதுவும் நிச்சயமாக பத்துப் பதினைந்து

நாட்களில் விடுதலை செய்யப்பட்டு மீண்டும் வேலையில் சேர்ந்து விடுவோம் என்கிற நம்பிக்கையுடன் செல்வது, மிகமிகச் சாதாரணமான ஒரு விஷயம்தான் என்றபோதிலும் மத்தியதர வர்க்கத்தைச் சேர்ந்தவர்களை இத்தகைய போராட்டத்தை நோக்கித் திரட்டுவதில் சங்கங்களின் பங்கைக் கவனிக்கும் வாய்ப்பு எனக்குச் சில அனுபவங்களைத் தந்தது. எனது தொழிற்சங்க அனுபவங்களைப் பற்றி எழுதப் போகும்போதுதான் அவற்றை விரிவாக எழுத வேண்டும். சிறை அதிகாரிகளிடம் பெறக்கூடிய சிறு சலுகைகளுக்காக அமைப்புகள் எந்த அளவிற்கு உரிமையை விட்டுக் கொடுத்தன என்பது எனக்கெல்லாம் அப்போது மிகப்பெரிய அதிர்ச்சி. சிறையிலிருந்த ஆசிரியர்களின் மூன்று பிரதிநிதிகளில் நானும் ஒருவன் என்கிற வகையில் ‘சிறை மேனுவல்’ குறித்து ஏதோ கேட்டதற்காக ஆத்திரமுற்ற திருச்சி சிறையின் உயரதிகாரி விடுதலையாகும் நாளில், என்னை அழைத்து "மிஸ்டர் மார்க்ஸ், உங்களைப் பற்றி விசாரித்தேன். பத்தாயிரம் பேருடன் சிறைக்கு வருவது பெரிய விஷயமல்ல. சிறையைப் புரிந்துகொள்ள வேண்டுமானால், ஒரு முறை நீங்கள் தனியாக வந்து பார்க்க வேண்டும்” என்று சொன்னது இன்னும் என் நினைவிலுள்ளது.

அந்த அதிகாரி ஆத்திரத்தில் சொன்ன போதிலும் ஒரு வகையில் அது சரிதான். எனக்கு இன்னும் அந்த வாய்ப்புக் கிடைக்காதது துரதிர்ஷ்டம்தான்.

ஒரு இருபதாண்டு காலம் ஆசிரியர் சங்கத்தில் தீவிரமாக இருந்தேன். முக்கிய பொறுப்புகளிலும் இருந்தேன். முதற் கட்டத்தில் கல்லூரி ஆசிரியர் இயக்கத்தையே ஒரு புரட்சிகர இயக்கம்போல் கருதிச் செயல்படவும் செய்தோம். பலஸ்தீனத்திற்கு ஆதரவாகவோ, அமெரிக்காவிற்கு எதிராகவோ ஒரு தீர்மானம் இயற்றுவதற்காக எட்டு மணி நேரம் நடக்கும் ஒரு செயற்குழுவில் இரண்டு மணி நேரம் போராடுவோம். தொழிற்சங்கத்தை அதிகாரம், புகழ், சுயமுன்னேற்றம் ஆகியவற்றுக்காகப் பயன்படுத்த முனைவோர் எங்களைக் கடுமையாக எதிர்ப்பார்கள். தொழிற்சங்க அதிகாரப் போட்டியில் ஆர்வமற்ற சில நடுநிலைமையாளர்களும் கூட எங்களை ஐயத்துடன் நோக்கினர். ‘எங்கள்’, ‘நாங்கள்’ என நான் இங்கே சொல்வது பேராசிரியர்கள் கோ.கேசவன், கல்யாணி, கோச்சடை, தங்கவேல்சாமி, சிவக்குமார், திருமாவளவன் முதலானோரைத்தான்.

ஒரு முறை ஆசிரியர் சங்கத்திற்கென ஒரு இசைக்குழு உருவாக்குவது

என முடிவு செய்தோம். கவிஞர் பழமலய் தலைமையில் குழு அமைக்கப்பட்டது. ஆட்சிக்குழுவின் சார்பில் நான் அதற்குப் பொறுப்பாளர். விழுப்புரத்தில் பயிற்சி முகாம் என்று ஏற்பாடு செய்திருந்தோம். யாரும் எதிர்பார்க்காத வண்ணம் இன்று உயர் கல்வி அமைச்சராக உள்ள பேராசிரியர் பொன்முடி அங்கே வந்திருந்தார். இசைக்குழுவிற்கு எதிராகக் கடுமையான எதிர்வாதங்களை வைத்தார். ஆசிரியர் சங்கத்தை எங்கள் 'தீவிர' அரசியல் நோக்கத்திற்குப் பயன்படுத்துகிற ஒரு முயற்சி இது என்றார். என்னைக் காட்டிலும் பழமலய், கல்யாணி ஆகியோருக்குப் பொன்முடி மிகவும் நெருக்கம். கூடப் பணியாற்றியவர்கள் அவர்கள். அவர்களின் சமாதானத்தை முழுமையாக ஏற்றுக் கொண்டாரோ இல்லையோ, இறுதிவரை அம்முகாமில் இருந்து பழமலய்யின் பாடல்களை அவரும் பாடி விடைபெற்றார் பொன்முடி. அவர் அவ்வளவு நன்றாகப் பாடவும் கூடியவர் என்று எனக்கு அன்றுதான் தெரியும்.

கவிஞர் மீராவுடன் இப்படி ஒரு அனுபவம் எனக்குண்டு. அவரும் எங்களுடன் அரசு கல்லூரியில் பணியாற்றியவர்தான். சங்க இதழுக்கு அவர் ஆசிரியர், ஆட்சிக்குழு சார்பாக நான் பொறுப்பு. சங்கத்திற்கு அப்பாற்பட்ட என் இலக்கியப் பணிகளில் மிக்க ஆர்வம் காட்டி உற்சாகப் படுத்தும் மீரா இதழ் விஷயத்தில் என்னுடன் கடுமையாக முரண்பட்டார். கேசவன், கோச்சடை எல்லோரும் அவருக்கு நண்பர்கள்தான். கேசவனின் நூல்களை அவர் வெளியிட்டு வந்தார். கோச்சடை அவரது நிறுவனத்தில் ஒரு பங்குதாரர்கூட. எனினும் சங்கத்திற்குள் அவரது நிலைப்பாடு எங்கள் குழுவுக்கு ஆதரவாக இருந்ததில்லை. சி.பி.ஐ., சி.பி.எம். கட்சிகளின் நிலைப்பாடும் எங்களுக்கு எதிராகவே இருந்தது. அதில் ஒரு நியாயமும் இருந்தது. சங்கத்திற்கு வெளியே அன்று நாங்கள் அவர்களைக் கடுமையாக விமர்சித்து வந்தோம்.

அகில இந்திய அளவில் நடைபெற்ற ஒரு போராட்டத்தின் போது, போராட்டத்தில் கலந்து கொள்ளாத கல்லூரி ஆசிரியர்களை வற்புறுத்தியதாக என்மீதும் இன்னும் சில ஆசிரியர்கள் மீதும் பெண்கள் கல்லூரி முதல்வர் ஒருவர் புகார் கொடுத்தார். அப்போது எங்கள் கல்லூரி முதல்வராக இருந்தவர் பாரதி மொழி பெயர்ப்பாளர்களில் ஒருவரான ஆங்கிலப் பேராசிரியர் சேஷாத்திரி. முதலில் என்னுடன் கடுமையாக முரண்பட்டுப் பின் எனது ஈடுபாடுகளை முழுமையாகப் புரிந்துகொண்டு அன்பு காட்டிய அவர்

என்னைக் கூப்பிட்டு எச்சரித்தார். "பார், புகாரில் தொடர்புடைய எல்லோரும் அம்முதல்வரைச் சந்தித்து தனித்தனியே மன்னிப்பு கேட்டுள்ளனர். நீதான் மாட்டிக் கொள்ளப் போகிறாய்."

அப்படித்தான் நடந்தது. தஞ்சை கல்லூரியிலிருந்து மிக அதிக தொலைவுள்ள குடியாத்தம் கல்லூரிக்கு இடமாற்றம் செய்து 17(b) என்கிற கடுமையான பிரிவொன்றின்கீழ் என்மீது விசாரணை தொடங்கினார்கள். அப்போதிருந்த என் மனநிலை வேறு விதமாக இருந்தது. அரசின் குற்றச்சாட்டுகளை விடக் கடுமையான மொழியில் என் பதில்கள் இருந்தன. ஒவ்வொரு முறையும் எங்கள் வழக்குரைஞர் கணேசன் அவர்களும் ஒரு புன்முறுவலோடு எந்த மாற்றமும் இல்லாமல் அதை 'ஓ.கே.' செய்துவிடுவார். ஓராண்டு ஊதிய உயர்வை ரத்து செய்து அரசு எனக்கு தண்டனையளித்தது. அடுத்த பத்தாண்டுகள் என்னைத் தஞ்சைப் பக்கம் வரவிடாமலும் பார்த்துக் கொண்டது. அந்தப் பத்தாண்டுகளில் ஆறு கல்லூரிகளுக்கு நான் இடம் மாற நேர்ந்தது. எனது பிள்ளைகள் இருவரும் பள்ளி இறுதி ஆண்டுகளில் இருந்த நேரத்தில் நான் அவர்களோடு இருக்க இயலாமற் போனது.

தொழிற்சங்க நடவடிக்கைகளுக்காக வேறு எந்த அரசு கல்லூரி ஆசிரியரும் இந்த அளவு தண்டனை பெற்றதாகத் தெரியவில்லை. எனினும் எத்தனையோ பேர் பிற துறைகளில் இப்படியான நடவடிக்கைகளுக்காக வாழ்க்கையையே இழந்துள்ளனர்.

சங்கத்திற்குள் இப்படிச் செயற்பட்டு வந்த எங்கள் குழுவினர் ஒரு தவறான முடிவெடுத்தார்கள். தனியே சங்கம் ஒன்று அமைத்துப் பிரிந்தார்கள். நான் அந்த முடிவைக் கடுமையாக எதிர்த்தபோதும் அவர்களுடன்தான் நிற்க நேர்ந்தது. நண்பர்கள் நினைத்தது போல புதிய அமைப்பு வளர்ச்சியடையவில்லை. எங்கள் மீது பெரும்பான்மையான ஆசிரியர்களுக்கு மிகுந்த மரியாதை இருந்த போதிலும் எங்களோடு வர அவர்கள் தயாராக இல்லை. இரு தவறுகளுக்கு அது இட்டுச் சென்றது. ஒரு பக்கம் நாங்கள் பெரும்பான்மையான ஆசிரியர்களிடமிருந்து தனிமைப்பட்டோம். இன்னொரு பக்கம் எங்கள் பிரிவிற்குப் பின் அந்தச் சங்கம் முழுக்க முழுக்க தொழிற்சங்க உணர்வற்றவர்களின் வசமாகியது. புதிய அமைப்பைக் கலைத்துவிடலாம் என நான் தொடர்ந்து வற்புறுத்தி வந்தேன். கடைசி ஆண்டுகளின் அன்றாடச் சங்க நடவடிக்கைகள், பொறுப்புகள் ஆகியவற்றிலிருந்து ஒதுங்கினேன்.

ஒரே சங்கமாக இருந்தபோது சுமார் 15 ஆண்டுகட்கு முன்பு ஒரு முறை, நீண்ட நாட்களுக்குப் பின் சங்க அலுவலகத்திற்குள் நுழைந்தேன். இடதுசாரிக் கட்சி ஒன்றின் உறுப்பினரான ஒருவர் அப்போது தலைவர். வழக்கம்போல நான் உள்ளே நுழைந்தபோது அவர், “தலைவர் அறைக்குள் செருப்புப் போட்டுக்கொண்டு வரும் பழக்கத்தை நாங்கள் இப்போது கடைபிடிப்பதில்லை” எனச் சுட்டிக்காட்டினார். சங்கத்தில் ஏற்பட்ட பண்பு மாற்றத்தை நான் புரிந்துகொண்டேன். சங்கக் கட்டிடத்திற்குள் நான் நுழைந்தது அதுவே கடைசி முறை.

அரசின் கல்விக் கொள்கை செல்லும் திசை குறித்த எச்சரிக்கையை ஆசிரியர் இயக்கங்கள் மத்தியில் உருவாக்குவதில் எங்களின் பங்கு கணிசமாக இருந்தது. ராஜீவ் காந்தி கொண்டு வந்த புதிய கல்விக் கொள்கை குறித்த எனது விமர்சன நூற்களும் கட்டுரைகளும் ஆசிரியர்கள் மத்தியில் பரவலாக வாசிக்கப்பட்டன. கல்லூரி, பல்கலைக்கழக ஆசிரியர்களுக்கான மெஹ்ரோத்ரா குழு அறிக்கை குறித்த எனது நூல் சங்க வெளியீடாகவே கொண்டு வரப்பட்டது. அரசியல் ரீதியில் அன்று எங்களுடன் கருத்து வேறுபட்டிருந்தாலும் இந்திய அளவில் கல்லூரி ஆசிரியர் இயக்கத்தின் முக்கியத் தலைவர்களின் ஒருவராக இருந்த பேராசிரியர் ‘மூட்டா’ பார்த்தசாரதி அவர்கள் சென்ற ஆண்டு மதுரைக் கல்லூரியில் நடைபெற்ற பல்கலைக்கழக மான்யக் குழு கருத்தரங்கொன்றில் என்னுடைய உரை ஒன்றிற்குத் தலைமை தாங்கும்போது குறிப்பிட்டது போல கல்லூரி ஆசிரியர் இயக்கத்திற்குள் இப்படிச் சில முக்கிய கருத்தியல் பங்களிப்புகளுக்கு நாங்கள் காரணமாக இருந்துள்ளோம்.

புதிய தலைமுறை ஆசிரியர்கள் 70களுக்குப் பின் படித்தவர்கள். உலக அளவில் இயக்கச் செயல்பாடுகளில் ஒரு தேக்கம் ஏற்பட்டிருந்த காலத்தின் விளைந்தவர்கள் இவர்கள். அவர்கள் பணியில் சேரும் போதே ஆசிரியர் இயக்கங்கள் வலுவாக உறுதிப்பட்ட ஒரு அதிகார அமைப்பாக மாறியிருந்தன. ஊதியம், சமூக அந்தஸ்து எல்லாம் உயர்ந்திருந்தது. போராட்டங்கள், வேலை நிறுத்தம் என்பதெல்லாம் எந்த ’ரிஸ்க்’கும் இல்லாத சடங்குகளாக மாறிவிட்டிருந்தன. ஒரு அறிவிப்பு கொடுத்தால் போதும், அனைவரும் போராட்டத்தில் பங்கு பெறுவர். அதற்கான தயாரிப்பு, கோரிக்கை விளக்கம், அணி திரட்டல் இவை எதுவும் தேவையற்றுப் போயின. நிச்சயமாக வேலை நிறுத்த நாட்களுக்குப் பின்னர் ஊதியம் பெற்று விடலாம்

என்கிற நம்பிக்கை ஆசிரியர்களுக்கு இருந்தது. இயக்கத்தில் ஏற்பட்ட இத்தகைய பண்பு மாற்றங்கள் தலைமைகளிலும் வெளிப்பட்டன. பல்கலைக்கழகப் பதவிகள் முதலியவற்றை எட்டும் ஏணியாக இயக்கம் மாறியது.

தனியார்மயம், தன்னாட்சி நிலை, நிகர்நிலைப் பல்கலைக்கழகம், பாடத்திட்ட மாற்றங்கள் குறித்தெல்லாம் நடைமுறை சார்ந்த தெளிவான பார்வையை ஆசிரியர் இயக்கங்கள் ஆரம்பத்திலிருந்தே கொண்டிருக்கவில்லை. தன்னாட்சிக் கல்லூரிகள், நிகர்நிலைப் பல்கலைக்கழகங்கள் ஆகியவற்றைப் பெயரளவிற்கு எதிர்த்துக் கொண்டே அதில் ஆசிரியர்கள் விருப்புடன் பங்கு பெற்றனர். இவற்றின் மூலம் உருவான புதிய பதவிகளுக்கான போட்டிகளின் களமாகவும் இயக்கம் மாறியது. உலக மயத்திற்குப் பிந்தைய கல்வி உள்ளடக்க மாற்றங்கள் குறித்து ஆசிரியர்கள் மத்தியில் தெளிவான கருத்துகள் இல்லை . அடிப்படை அறிவியல் (*Basic science*), அடிப்படை சமூகவியல் என்பன புறக்கணிக்கப்பட்டு எல்லாம் பிரயோக அறிவியல்களாகவும் (*Applied science*), தொழில்நுட்பங்களாகவும் மாறின. உயர்கல்வி சந்தையாக மாற்றப்பட்ட பின் சந்தைப் போட்டியில் பங்கு பெறவேண்டி இயற்பியல், உயிரியல் போன்ற அடிப்படையான ஆதார அறிவியல்கள் 'எலக்ட்ரானிக்ஸ்', 'பயோ டெக்னாலஜி' முதலானவையாக மாறின. இலக்கியம், கலைப் பாடங்கள் (*Humanities*) முதலியன ஓரங்கட்டப்பட்டன. உலக அளவில் உயர் கல்வியிலும், ஆய்விலும் ஒரு வேலைப்பிரிவினை உருவாக்கியது. எல்லாத் தொழில் நுட்பங்களுக்கும் தாயான அடிப்படை அறிவியல் ஆய்வுகள் மேலை நாடுகளுக்கும், அவற்றைப் பிரயோகித்து பொருத்தும் ஆய்வுகளே இந்தியா போன்ற நாடுகளுக்கும் என்ற நிலை ஏற்பட்டது. ஓரளவு இன்று அடிப்படை அறிவியல்களைக் காப்பாற்றி வருகிற நிறுவனங்களாக அரசு மற்றும் உதவி பெறும் கல்லூரிகளே இருந்துவந்த போதிலும் எவ்வளவு காலத்திற்கு இது தொடரும் என்பது ஐயத்திற்குரியதாகவே உள்ளது.

எங்கள் தலைமுறை ஆசிரியர்களைப் போலன்றி புதிய தலை முறையினர் பல்கலைக்கழக உதவிகளைப் பெற்று ஆய்வுகளைச் செய்வது, தங்களது திறனைத் தொடர்ந்து மேம்படுத்திக் கொள்வது முதலானவற்றில் சிறந்திருப்பது மகிழ்ச்சியளிக்கக்கூடிய அம்சம். ஆனால் அவர்கள் மத்தியில் அரசியல் பிரக்ஞை , சமூக உணர்வு, சமூகப் பொறுப்பு ஆகியவை பெரிதும் குறைந்திருப்பது மிகவும்

கவலைக்குரிய ஒன்று. ஆனால் இது ஏதோ ஆசிரியர்கள் மத்தியில் மட்டும் ஏற்பட்டுள்ள மாற்றம் அல்ல. ஒட்டு மொத்தமாய்ச் சமூகமே இப்படித்தானே உள்ளது. அன்று ஒரு மூத்த வரலாற்றுப் பேராசிரியர், இயக்கத்தில் தீவிரமாக இருந்தவர் என்னிடம் சொன்னார்: "என்ன மார்க்ஸ், அணு ஒப்பந்தம் குறித்து நீங்கள் இவ்வளவு கடுமையாக எழுதிவருகிறீர்கள் (இயக்கப் பொறுப்பாளர் பெயர் ஒன்றைக் குறிப்பிட்டு) அவர் ஆதரித்துப் பேட்டி அளித்துள்ளாரே."

ஏதேனும் கூட்டங்களில் என்னை அறிமுகப்படுத்தும் வாய்ப்பு ஏற்படும் போதெல்லாம் பேராசிரியர் கல்யாணி ஒன்றைத் தவறாது சொல்வார். "அரசுப் பணியில் இருந்து கொண்டு ரொம்பவும் துணிச்சலாக அரசியல் கருத்துக்களைப் பேசுவது, எழுதுவது, பொதுக்கூட்டங்களில் கலந்து கொள்வது ஆகியவற்றிற்கு ஒரு மிகச் சிறந்த உதாரணம் மார்க்ஸ். மற்றவர்கள் அவரைப் பின்பற்ற வேண்டும்" என்பதுதான் அது. நான் மட்டுமல்ல, பேராசிரியர் கல்யாணி, கோச்சடை, கோ.கேசவன் என இப்படி ஒரு பாரம்பரியம் அரசு கல்லூரியில் உண்டு. 'அகில இந்திய புரட்சிப் பண்பாட்டு இயக்கம்' என்கிற நக்சலைட் சார்பான இயக்கமொன்றின் தமிழ்நாட்டு அமைப்பாளராகப் பெயர் அறிவித்துச் செயல்பட்டவர் கல்யாணி. இதற்கெல்லாம் அரசு ஊழியர் விதிகளில் இடமுண்டா என்பதற்குத் தெளிவான பதில் சொல்லிவிட இயலாது. ஒரு வகையில் பார்த்தால் புத்தகம், கட்டுரை எழுதுவது, ஊடகங்களுக்குப் பேட்டி அளிப்பது, கருத்தரங்குகளில் கலந்து கொள்வது எல்லாவற்றிற்கும் அரசு அனுமதி பெற்றுத்தான் செய்யவேண்டும். ஆனால் அது அவ்வளவு எளிதானதல்ல. சமீபத்தில் கூட ஊடகம் ஒன்றில் துறை சார்ந்த பேட்டி ஒன்றைக் கொடுத்ததற்காக ஒரு ஆசிரியருக்கு 'மெமோ' கொடுக்கப்பட்டது. அவர் என்னிடம் வந்து, "என்ன சார், நீங்க காவல் துறையைக் கூட எதிர்த்து அடிக்கடி பத்திரிகை சந்திப்பு எல்லாம் நடத்துகிறீர்கள், உங்களுக்குப் பிரச்சினை ஏதும் வந்ததில்லையா?" எனப் பரிதாபமாகக் கேட்டார்.

யோசித்துப் பார்த்தால் எதிர்க்கட்சி அரசியல்வாதிகள் பேசுவது, எழுதுவதைக் காட்டிலும் அதிகம் நான் செய்துள்ளேன். என்மீது இது குறித்துப் புகார்களும் கூட எழுதப்பட்டிருப்பதை நான் அறிவேன். இருந்த போதிலும் இதுவரை எனக்கு இந்த வகையில் பிரச்சினை ஏதும் வந்ததில்லை. அரசுகள் என்னிடம் கருணையோடு நடந்துகொண்டன என இதற்குப் பொருளா? அத்தகைய

கருணைக்குப் பாத்திரமாகிற அளவிற்கு நான் எந்த வகையிலும் இருந்ததில்லை. "கடவுள் செயல்" எனச் சொல்வதற்கு நம்பிக்கையும் இல்லை. பின் என்ன? குருட்டு அதிர்ஷ்டம் என்றுதான் சொல்ல வேண்டும். வேறென்ன சொல்வது? ஒன்றை மட்டும் கூறவேண்டும். பலரும் நம்பிக்கொண்டிருப்பது போல நான் துணிச்சலாக இதைச் செய்யவில்லை. ஒவ்வொரு நாளும் பயந்து கொண்டுதான் இருந்திருக்கிறேன். முதன் முதலில் சி.பி.எம். கூட்டமொன்றில்தான் நான் மேடையேற்றப்பட்டேன். இந்திரா காந்தி கொண்டு வர முயன்ற ஜனாதிபதி ஆட்சி முறைக்கு எதிராக மயிலாடுதுறையில் நடந்த கூட்டம் அது. அது முடிந்து பலநாட்கள் வரை நான் பயந்து திரிந்திருக்கிறேன். பிறகு எத்தனையோ கூட்டங்கள்; உண்மை அறியும் குழு அறிக்கைகள். பயம் இருந்தபோதிலும் வேலைகளில் தயக்கம் காட்டியதில்லை. வேறு எந்த உபரி வருமானம், சொத்து என எதுவும் இல்லாதபோதும் எனது பயங்களின் ஊடாகவே எல்லாவற்றையும் செய்து வந்தேன். வாழ்ந்து கொண்டுள்ளேன்.

மன்னார்குடி கல்லூரியில் தலித் மாணவர்கள் விடுதி கேட்டுப் போராட்டம் நடத்தியபோது சாதி ஆதிக்கம் மிகுந்த அந்த ஊரே அவர்களுக்கு எதிராகத் திரண்டது. தலைமை தாங்கி நடத்திய மாணவர்கள் தகட்டூர் ரவி, தய் கந்தசாமி முதலானோர் எனக்கு மிகவும் நெருக்கம் என்பதால், அவர்களுக்கு ஆதரவாக இருக்க வேண்டிய இரு இடதுசாரிக் கட்சிகளும் கூட அந்தப் போராட்டத்திற்கு எதிராக இருந்தன. போராட்டம் உச்சத்திற்குச் சென்று கல்லூரி நீண்ட நாட்கள் மூடப்பட்டது. பின் காவல்துறையின் அறிவுறுத்தலுக்கிணங்க பெற்றோர், ஆசிரியர், அரசியல் கட்சித் தலைவர்கள் அடங்கிய கூட்டம் ஒன்று ஏற்பாடு செய்யப்பட்டது. எல்லா அரசியல் கட்சியைச் சேர்ந்தவர்களும் அங்கு வந்து பேசினர். சாதிச் சங்கத்தைச் சேர்ந்த ஒருவர் "ஒரு நக்சலைட் ஆசிரியர்தான் இந்தப் போராட்டத்திற்குப் பின்னணி" என்று வெளிப்படையாகப் பேசினார். இடதுசாரிக் கட்சி ஒன்றின் தலைவரும் அப்படியே சொன்னார். உளவு அதிகாரிகள் ஒவ்வொருவராக வந்து என்னை நோட்டம் விட்டுச் சென்றனர். கூட்டமே எனக்கு எதிராகத் திரும்பியிருந்த சூழலில் மேடை ஏறினார் உ. இராசேந்திரன். பெற்றோர் தரப்பில் பேசிய அவர், அங்கிருந்த ஆதிக்க சாதியில் ஒருவர். தலித் மாணவர்களுடனும் என்னுடனும் இணைந்து மன்னார்குடியில் கூடங்குளம் அணு உலை எதிர்ப்புக் கூட்டம், காயிதேமில்லத் பெயரை நீக்கக்கூடாது எனப் பேரணி, தமிழ் வழிக்

கல்வி மாநாடு முதலியவற்றை நடத்தியவர். சீஸரின் பிணத்திற்கு முன்னால் ஆன்டனி பேசிய போது கூட்டமே திசை மாறியது என்பார்களே அப்படி இருந்தது அந்தப் பேச்சு. அடுத்து மேடை ஏறியவர் தலித் தலைவர்களில் ஒருவரும் வழக்குரைஞருமான சிவ. இராசேந்திரன். மாணவர் போராட்டத்தின் நியாயங்களைப் பட்டியலிட்ட அவர்கள், இதற்கு ஏன் ஒரு ஆசிரியரைப் பழி சொல்கிறீர்கள் எனக் கேட்டபோது யாராலும் பதில் சொல்ல இயலவில்லை. அன்று நான் பேசவில்லை. பேசினால் அடிப்பது எனத் திட்டமிருந்ததாகப் பின்னர் அறிந்தேன்.

மாணவர் போராட்டம் வெற்றி பெற்றது. போர்க்காலத் துரிதத்துடன் தலித் மாணவர் விடுதி கட்ட ஆணையிட்டது ஜெயலலிதா அரசு. ஆனால் நான் மீண்டும் குடியாத்தம் கல்லூரிக்கு இடமாற்றப்பட்டேன். அன்று செல்வாக்குடன் இருந்த உள்ளூர் அமைச்சர் அழகு திருநாவுக்கரசு அந்த இடமாற்றத்தின் பின்னணியில் இருந்தார். மாணவர்கள் இதை எதிர்த்து அடையாளமாக வேலை நிறுத்தம், பேரணி முதலியவற்றை நடத்தினர். இந்த முறை அவர்களுக்குத் தோல்விதான்.

ஆரம்ப காலங்களில் வாய்ப்புக் கிடைக்கும்போது வகுப்பில் மாணவர்கள் மத்தியில் பொது விஷயங்கள் குறித்துப் பேசி வந்த போதிலும் போகப் போக அது குறைந்து இறுதி ஆண்டுகளில் முற்றிலும் நின்று போனது. அரசு கல்லூரிகளில் செமஸ்டர் முறை பரவலாக அறிமுகம் செய்யப்பட்டது இதற்கொரு காரணம். தேர்வுகளுக்கான பாடத்தை முடிப்பதற்கே நேரமில்லாத சூழலில் வேறு விஷயங்கள் பேசுவதற்கு வாய்ப்பில்லாதிருந்தது. செமஸ்டர், ட்ரைமெஸ்டர் போன்ற விஷயங்கள் மாணவர்களைச் சமூக உணர்வற்ற சுயநலம் - தன் முன்னேற்றம் ஆகியவற்றில் மட்டுமே அக்கறை உள்ளவர்களாக மாற்றக் கூடியவையாக உள்ளன என்று கூட சில நேரங்களில் நான் யோசிப்பதுண்டு. நான் படிக்கும்போது பட்ட வகுப்பு முதலாமாண்டில் தேர்வுகளே கிடையாது. இரண்டாம் ஆண்டில் மொழிப் பாடங்கள் மட்டும். நான் கண்டதும் கற்க முடிந்தது அந்தக் காலங்களில்தான்.

மாணவர்களிடம் ஆசிரியர்கள் கலகலப்பாக இருப்பது அவசியம். துரதிர்ஷ்டவசமாக அந்தப் பண்பு எனக்கில்லை. ஆனாலும் மாணவர்கள் என்னிடம் ஏகப்பட்ட அன்பைச் சொறிந்தார்கள். என்னுடைய பிறதுறை ஈடுபாடுகளால் அந்த அன்பும் மரியாதையும்

அதிகரிக்கவே செய்தன. மேலே குறிப்பிட்ட பல ஆசிரிய நண்பர்கள் தவிர பேராசிரியர்கள் சங்கர சுப்பிரமணியன், மணிவண்ணன், சந்தோஷம், பாண்டி, சீனிவாசன் (சுரேஷ்), இப்ரஹிம், ஜெயச்சந்திரன், நல்.கணேசன், சங்கரலிங்கம், மொழிபெயர்ப்பாளர் சிவக்குமார் என இன்னும் இங்கே பெயர் குறிப்பிடாத பல அற்புதமான ஆசிரிய மனிதர்களைச் சந்திக்கக்கூடிய பேறு எனக்கு இந்தப் பணி மூலம் கிட்டியது.

அடுத்த ஜூன் 10 அன்று கல்லூரி தொடங்கும்போது நான் கல்லூரி செல்ல வேண்டிய தேவையிருக்காது என்கிற நினைப்பு எனக்கு ஒரு பெரிய சுமை நீங்கிய மகிழ்ச்சியை அளித்தபோதும் கண்களில் ஆர்வம், அன்பு, பாசம் மிளிரும் இளம் முகங்களைக் தினந்தோறும் சந்தித்துக் கொண்டிருக்கும் வாய்ப்பு இல்லாமற் போவதை நினைக்கும்போது ஒரு கணம் சொரேரென்கிறது.

நவம்பர், 2007

புதியதைச் சொல்வது மட்டுமே புதினம்

மிலன் குந்தேராவின் புதிய *Non-Fiction* நூல் குறித்த விமர்சனங்களைப் படித்துவிட்டு நண்பர் ராஜகோபாலிடம் பேசிக் கொண்டிருந்தேன். சென்னைப் புத்தகக் கடைகளுக்கு அந்நூல் (*'The Curtain'*) வந்தவுடன் ஒரு பிரதியை வாங்கிப் பரிசளித்திருந்தார் அவர். எனினும் சில வாரங்களுக்கு முன்னர்தான் அதைப் படிக்க வாய்த்தது. கவிஞர் கலாப்ரியா அவர்கள் ஆண்டுதோறும் குற்றாலத்தில் நடத்துகிற இலக்கியச் சந்திப்பில் இம்முறை 'உலக மயமும் தமிழ்ப் புனைவுகளும்' என்பது போன்ற ஒரு தலைப்பில் என்னைப் பேசுமாறு கேட்டிருந்தார். ரொம்பவும் தனிப்பட்ட ஒரு காரணத்தால் என்னால் அந்நிகழ்வில் கலந்து கொள்ள இயலாமற் போய்விட்டது. எனினும் அக்கட்டுரைத் தயாரிப்பிற்காக நான் புதிதாய் வந்திருந்த சில தமிழ்ப் புதினங்களையும் சிறுகதைகளையும் வாசித்துக் கொண்டிருந்தபோதுதான் குந்தேராவின் 'மூடுதிரை' எனும் இக்கட்டுரை நூலையும் புரட்டினேன்.

மிலன் குந்தேராவின் புனைவு வகைப்படாத மூன்றாவது நூலிது. சுமார் 20 ஆண்டுகட்கு முன்பு வந்த அவருடைய முதல் கட்டுரை *'The Art of the Novel'* ஓரளவு தமிழ்ச் சூழலில் பிரசித்தம். இரண்டாவது நூல் *'Testaments Betrayed'* இங்கே அவ்வளவு பரிச்சயமில்லை. நானும் படித்ததில்லை. இம்மூன்றாம் நூல் ஒரு குறிப்பிட்ட அளவு அவரது முதல் நூலில் முன் வைக்கப்பட்ட சில கருத்தாக்கங்களுக்கு மேலும் அழுத்தத்தைத் தருவதாக அமைந்துள்ளது. அழகியல் தொடர்பான கட்டுரை ஒன்றை ஒரு விமர்சகர் எழுதுவதற்கும் புனைவு எழுத்தாளர் எழுதுவதற்குமான வேறுபாட்டிற்கு ஒரு மிகச் சிறந்த எடுத்துக்காட்டு

குந்தேரா. புனைவு வகைப்பட்ட, வகைப்படாத - எவ்விதமான எழுத்தாயினும் குந்தேராவின் தனிப் பண்பு அவரின் எளிமை (*unbearable lightness!*). 'உண்மையைப் போல் எளிமையானது' என்பது ஒரு தேய்ந்து போன வசனம் ஆகிவிட்டது. இல்லாவிட்டால் இங்கே அதைப் பயன்படுத்தியிருக்கலாம்.

மிலன் குந்தேராவின் புதிய கட்டுரை சொல்லுகிற செய்தி மேலோட்டமாகப் பார்த்தால் ரொம்பச் சாதாரணமானதுதான். ஆனால் முக்கியமானது, நமது சிந்தனைக்குரியது, நமது சூழலுக்குப் பொருத்திப் பார்க்க மிகவும் தகுதியானது. '*The Curtain*' என்பதை இங்கே 'மூடுதிரை' என மொழியாக்கியுள்ளேன். வெறும் 'திரை' என்றால் '*Screen*' என்கிற பொருள் வந்துவிடக்கூடாது என்பதற்காக.

லே மிலன் குந்தேரா (1929) செக்கோஸ்வகியா நாட்டைச் சேர்ந்தவர். கீழைத் தேசங்களைச் சேராத எல்லா எழுத்தாளர்களையும் ஒட்டு மொத்தமாய் மேற்கத்திய எழுத்தாளர்கள் எனப் பார்ப்பதுதான் நமது வழக்கம். எனினும் ரஷிய எழுத்துக்கள் குறித்த பரிச்சயமும், அவற்றைத் தனியே பிரித்துப் பார்க்கும் பிரக்ஞையும் நமக்கு நீண்ட காலமாக உண்டு. சென்ற இரு பத்தாண்டுகளில் லத்தீன் அமெரிக்க எழுத்துக்களைத் தனித்து அணுகும் உணர்வு நமக்குச் சிறு பத்திரிகைகளின் ஊடாக வாய்த்தது. எனினும் மத்திய ஐரோப்பிய எழுத்துக்களை இவ்வாறு பொதுப் போக்கிலிருந்து விலக்கி, அவற்றின் தனித்துவத்துடன் அணுகும் முறை இங்கே உருப்பெறவில்லை. மத்திய ஐரோப்பாவின் மிக முக்கியமான எழுத்தாளர் காஃப்கா கூட இங்கே ஒரு ஜெர்மன் மொழி எழுத்தாளராகவே அறிமுகமாகியுள்ளார்.

பல சிறு தேசங்களின் தொகுப்பாக ரஷியா, ஜெர்மனி என்கிற இரு பெரும் தேசங்களுக்கு நடுவே சிக்கிக் கிடந்த மத்திய ஐரோப்பாவின் சென்ற நூற்றாண்டு வரலாறு அம்மக்களுக்கு அத்தனை உவப்பாக இருந்ததில்லை. சிறு தேசங்களைப் பெரும் தேசங்களிலிருந்து வேறுபடுத்துவது வெறும் மக்கள் தொகை எண்ணிக்கை மட்டுமல்ல என்பார் குந்தேரா. அது இன்னும் ஆழமானது. அவர்களின் இருப்பு ஐயத்திற்கிடமற்ற ஒன்று அல்ல. எப்போதும் அது ஒரு பிரச்சினையாகவே அமையும். வரலாற்றோட்டத்திற்கு எதிராக எப்போதும் தற்காப்பு நிலையிலேயே இருந்தாக வேண்டிய நிலையில் அம்மக்கள் இருப்பர். வரலாற்றின் இயங்கு கதி அவர்களை என்றும் பொருட்படுத்தத் தக்கவர்களாக மதித்ததில்லை. 'இந்த வரலாற்றோட்டத்தை ('*History*') எதிர்த்து நிற்பதன் மூலமே நாம்

இன்றைய வலாற்றை (*'history'*) எதிர்ப்பது சாத்தியம்" என்பார் மத்திய ஐரோப்பாவின் மிக முக்கிய எழுத்தாளர்களில் ஒருவரான விடோல்ட் கோம்ப்ரோவிக்ஸ்.

1938ல் செக்கோஸ்லாவேக்கியாவின் தலைவிதியை நிர்ணயித்த மியூனிச் பேச்சுவார்த்தையை நினைவு கூர்வார் குந்தேரா. இரண்டாம் உலகப் போரின் வரலாற்றை அறிந்தவர்களுக்கு அது நினைவிருக்கக் கூடும். தமது எதிர்காலம் குறித்த பேச்சுவார்த்தையில் கலந்து கொள்ளவும் கூட செக் பிரதிநிதிகள் அனுமதிக்கப்படவில்லை. ஜெர்மனி, இத்தாலி, பிரான்ஸ், கிரேட் பிரிட்டன் நாட்டுத் தலைவர்கள் மட்டும் நீண்ட நேரம் விவாதித்தனர். இரவு முழுவதும் காத்திருந்த செக் பிரதிநிதிகள் இருவரும் அடுத்த நாள் காலை பிரிட்டிஷ் பிரதமர் சேம்பர்லேனும் பிரெஞ்சுப் பிரதமர் தலாடியரும் இருந்த அறைக்கு அழைத்துச் செல்லப்பட்டனர். கொட்டாவி விட்டுக் கொண்டே, "நாங்கள் அதிகம் அறிந்திராத அந்த தூர தேசத்தை..." எனத் தொடங்கி செக்கோஸ்வேகியாவைத் தியாகம் செய்ததை அறிவித்தார் சேம்பர்லேன். உலகப் போருக்குப் பின் சோவியத் அதிகாரத்தின்கீழ் வந்த அதன் மீது கட்டாயமாகச் சிவப்புச் சாயம் பூசப்பட்ட வரலாற்றையும் அம் மக்கள் எதிர்கொண்ட அடக்குமுறைகளையும் இங்கே விரிவாகச் சொல்லத் தேவையில்லை.

போலந்து நாட்டின் தேசிய கீதத்தின் முதல் வரி இப்படித்தான் அமைந்துள்ளது: "போலந்து இன்னும் அழிந்துவிடவில்லை..." சுமார் 50 ஆண்டுகளுக்கு முன்பு செஸ்லா மிலோஸ்சுக்கு கோம்ப்ரோவிக்ஸ் எழுதிய கடித வாசகமொன்று: "இந்த நூறு ஆண்டுகளில் நமது மொழி இன்னும் உயிர் வாழ்கிறதென்றால்...."

இம்மக்களுக்கான ஒரு தனித்துவமான வரலாறு இல்லாமலில்லை. அவர்களின் வேர்களைப் பைசாண்டியப் பழமையில் இனங்காண இயலும். எனினும் அவர்களின் மதம் (சனாதன கிறிஸ்தவம்), சிற்பக்கலை, எழுத்து வரி வடிவம் (கிரேக்கத்திலிருந்து தருவிக்கப்பட்ட சிரிலிக்), ஏன் அவர்களுக்கே உரித்தான கம்யூனிசம் உட்பட அவர்களின் தனித்துவமான அடையாளங்கள் என்றும் அங்கீகரிக்கப்பட்டதில்லை. 'கிழக்கு ஐரோப்பா', அல்லது 'ஸ்லாவிய உலகம்' என்பதாகவே அவர்கள் ஒட்டுமொத்தமாய் அடையாளமிடப்பட்டனர். ஸ்லாவிய நாடுகளுக்கிடையில் மொழி ஒற்றுமை இருந்த போதிலும் 'ஸ்லாவிய கலாச்சாரம்', 'ஸ்லாவிய உலகம்' என்றெல்லாம் ஒன்றும் கிடையாது என்கிறார் குந்தேரா. 'செக்'கள், 'போல்'கள், 'ஸ்லோவக்'கள்,

'க்ரோட்'கள், 'ஸ்லோவின்'கள் ஆகியோரை ஸ்லாவியர்கள் எனச் சொல்வதைக் காட்டிலும் அவர்களின் வரலாறு மேற்குடனும், ஜெர்மனுடனும் அதிகம் இணைந்திருந்ததை கவனம் கொள்வது அவசியம். போலந்து மக்களைத் தவிர மேலே சொன்ன பிறர் ருஷ்யக் கலாச்சாரத்திலிருந்து மிகவும் விலகியே இருந்தனர்.

இத்தகைய வரலாறு, அடையாளச் சிக்கல், அரசியற் பிரக்ஞையில் நீக்கமற நிறைந்திருக்கும் தற்காலிகத் தன்மை ஆகியன உருவாக்குகிற இருப்பியற் பிரச்சினைகள் புனைவுகளின் விசாரணைக்குரிய அற்புதமான களமாக அமைந்திருக்கும் என்பதில் யாருக்கும் ஐயமிருக்க இயலாது. இந்த வகையில் உலக அளவிலான முக்கிய நாவலாசிரியர்களென செர்வான்டிஸ், ஸ்டெர்ன், ரெபலாய், டிடெரோ, ஸ்டெந்தால், ஃப்ளாபர்ட், தாஸ்தாவ்ஸ்கி, டால்ஸ்டாய், பிரவுஸ்ட், ஃபால்க்னர், மார்க்யூஸ் எனப் பட்டியலிடும் குந்தேரா, அவர்களோடு காஃப்கா, முசில், ப்ரோச், கோம்ப்ரோவிக்ஸ் ஆகிய நான்கு மத்திய ஐரோப்பிய எழுத்தாளர்களுக்கு இடமளிப்பார். அவர்களோடு நாம் மிலன் குந்தேராவையும் சேர்த்துக் கொள்ளலாம்.

கதையாடல்களால், புராணங்களால், தொன்மங்களால், புனைவுகளால் பின்னப்பட்ட ஒரு திரை உலகத்தின் முன் தொங்கிக் கொண்டிருக்கிறது. பல்வேறு வகைப்பட்ட நம்பிக்கைகள், விளக்கங்கள், ஊகங்கள் ஆகியவற்றுடன்தான் நாம் உலகை எதிர்கொள்கிறோம். ஏற்கெனவே அளிக்கப்பட்ட விளக்கங்கள் ஒரு திரைச்சீலையாய் எதார்த்தத்தின் முன் தொங்கிக் கொண்டிருக்கிறது. செர்வாண்டிஸ் டான் குயிக்ஸாட்டை அனுப்பி அந்தத் திரைச் சீலையைக் கிழித்தெறிந்தார் என்கிறா குந்தேரா. இந்த உலகம் அதனுடைய எல்லாவிதமான கேலிக்குரிய அம்மணத்தன்மையுடன் தன்னைத் திறந்து கொண்டது. ஆக, ஜோஸப் கோன்ராட் சொல்வது போல நாவலாசிரியரின் பணி "உங்களைப் பார்க்கச் செய்வதே." சென்ற நூற்றாண்டு தொடக்கத்தில் ரஷ்ய வடிவியலாளர்கள் (*Formalists*) சொன்னதுபோல அன்றாட வாழ்வின் சுவையற்ற பழகிப்போன நடைமுறைகள் இந்த உலக வாழ்வின், மனித இருப்பின் அதிசயங்களைக் கண்டு வியக்கும் ஆற்றலை நம்மிடமிருந்து வடித்தெடுத்து விடுகின்றது. எனவே, கலையின் பண்பு இத்தகைய 'பரிச்சய' உணர்வைப் போக்குவதே; 'பரிச்சய நீக்கம்' (*Defamiliarisation*) செய்வதே.

அறிவியலின் வரலாற்றிற்கும் கலையின் வரலாற்றிற்கும் ஒரு வித்தியாசமுண்டு. அறிவியல் வரலாற்றின் அடிப்படை 'வளர்ச்சி"

- *Progress* என்கிற கருத்தாக்கம். பழைய கண்டுபிடிப்பை வீழ்த்தி அல்லது பொய்யாக்கி புதிய கண்டுபிடிப்புகள் உருவாகின்றன. மருத்துவத்தில் புதிய மருந்தொன்று கண்டுபிடிக்கும்போது அது பழையதைக் காட்டிலும் அதிக நோயாற்றுத் திறன் கொண்டதாக உள்ளது. கலை, இலக்கியங்களின் வரலாற்றில் இத்தகைய வளர்ச்சி, திறன் மேம்பாடு, முன்னோக்கிய நகர்வு என்பன கிடையா. நாவலாசிரியரின் பெருநோக்கம் தனது முன்னோடிகளைக் காட்டிலும் சிறப்பாக செய்வதல்ல. மாறாக, "அவர்கள் சொல்லா ஒன்றைச் சொல்வதே" என்கிறார் குந்தேரா. தனக்கு முந்தியவர்களால் பார்க்க இயலாத ஒன்றைப் பார்க்கும் திறன் உடையவராக அவர் இருக்க வேண்டும்.

ஆக, புதிதாக எதையும் சொல்லாத ஒன்று புதினமாக இருக்க இயலாது. புதிதாகச் சொல்ல இயலாதவை தோற்றுப் போனவை. தோற்றுப் போனவைகட்குக் கலை இலக்கிய வரலாற்றில் இடமில்லை. பிற வரலாறுகட்கும் கலை இலக்கிய வரலாற்றிற்குமான இன்னொரு வித்தியாசம் இது. பிற வரலாறுகளில் தோல்விக்கும் இடமுண்டு. நெப்போலியனின் வாட்டர்லு தோல்வியின்றி பிரெஞ்சு வரலாறு கிடையாது. பிளாசிப்போர் தோல்வியின்றி இந்திய வரலாறு இல்லை. எல்லாத் தோல்விகளிலும் அவற்றின் இன்னொரு புறமாக வெற்றிகள் உண்டு. இலக்கியத் தோல்வியின் பின் யாருடைய வெற்றியுமில்லை என்பது கவனிக்கத்தக்கது.

பொதுவாக வரலாறு எனில் "இன்று நம்மோடு இல்லாதவற்றின்" வரலாறே ஆகும். கலை, இலக்கியங்களில் மட்டுமே வரலாறு என்பது இன்றும் நம்மோடு இருப்பவற்றின் வரலாறாக அமைவது சாத்தியம். சங்க இலக்கியங்களையும் இன்றைய கவிதைகளையும் நாம் ஒருசேர வாசிக்கிறோம். இசை, சிற்பம் ஆகியவற்றிற்கும் இது பொருந்தும். கலை இலக்கியங்களின் வரலாறு விழுமியங்களின் வரலாறாக உள்ளது. அது சம்பவங்களின் வரலாறு அல்ல. எடிசன் பல்பை கண்டுபிடிக்கா விட்டால் வேறு யாராவது கண்டுபிடித்திருப்பார்கள். ஒரு புதிய உத்தியை நாவலாசிரியன் கண்டுபிடிக்காது விட்டிருந்தால் அது கண்டுபிடிக்கப்படாமலேயே போயிருக்கும். புதின வரலாறு வேறுவிதமாய்ப் போயிருக்கும்.

செர்வாண்டிஸ் காலம் தொடங்கி இன்றுவரை நாவல்கள் இருப்பியற் கேள்விகளை அலசும் சாதனமாகிவிட்டன. அந்த வகையில் தத்துவச் செயற்பாடுகட்கும் நாவலுக்கும் மிக நெருங்கிய உறவு உண்டு.

பதில்கள், பதில்கள் என எங்கும் பதில்கள் நிறைந்திருந்து சலிப்பேற்றும் உலகில் புதிய கேள்விகளைத் தெரிவிப்பதுதான் தத்துவத்தின் பணி. எல்லாம் தெரிந்தவைதான், ஏற்கனவே அறிந்தவைதான் என்கிற மனநிலையைத் தகர்த்து, "நீ நினைப்பதுபோல வாழ்க்கை எளிதானதல்ல" எனச் சொல்வதுதான் நாவலின் பணி. இதன் பொருள் தத்துவத்தின் பிரதிபலிப்புதான் நாவல் என்பதல்ல. கவிதையும் தத்துவமும் தனக்குள் நாவலை உள்ளடக்கிவிட இயலாது. ஆனால், நாவலோ கவிதையையும் தத்துவத்தையும் தனக்குள் அடக்கிவிடும் வல்லமையுடையது. இவ்வுலகில் மனிதனாக இருப்பதன் பொருள் என்ன என்பதை மனிதாயப்படுத்திச் சொல்லவல்லது நாவல்.

அன்றாட வாழ்க்கை, தினசரி இருப்பு நாவலின் பாடு பொருள். நாவலின் வெளிப்பாட்டு வடிவமான *'prose'* (உரைநடை) இந்தச் சாத்தியத்தை எளிதாக்கி விடுகிறது. *'prose/prosaic'* என்கிற சொற்களுக்கு 'நயமற்ற', 'சலிப்பான', 'புதுமையற்ற', 'சாதாரணமான என்கிற பொருளுண்டு (பார்க்க: ஏ.சி.செட்டியார் அகராதி). இந்த அன்றாட வாழ்வின் நயமற்ற தன்மையைப் பாடு பொருளாக்கி மனித இருப்பையும் இயற்கையையும் ஆய்வு செய்ய உரைநடை ஒரு சிறந்த கருவி. உலகம் துக்கமயமானது என்றார் புத்தர். 'துக்க' என்கிற புத்தக் கருத்தாக்கம் 'இன்பம்' அல்லது 'மகிழ்ச்சி' என்பதன் நேரடியான எதிர்க் கருத்தாக்கமன்று. 'துக்க' என்பதன் பொருள் 'குறைபாடுடைய', 'முழுமையற்ற', 'திருப்தியற்ற' என்கிற நிலைதான். இந்தப் பிரச்சினைகளை, இந்த நிலையைத் திரைவிலக்கிப் பார்க்கும் சாதனமாகவே நாவல்கள் அமைகின்றன.

"எனவே இருப்பின் இதுவரை அறியப்படாத ஏதோ ஒரு சிறு பகுதியை வெளிப்படுத்துவதில் தோல்வியுறும் நாவல் அறக்கேடானது (*immoral* - ஒழுக்கக்கேடானது)" என்கிறார் மிலன் குந்தேரா. இப்படி நாவலுக்கு ஒரு அற அடிப்படையிலான நிபந்தனையைத் துணிந்து முன்வைக்கிறார். குந்தேரா ஒரு வறட்டுத்தனமான அறவியலாளர் (*moral absolutist*) அல்ல என்பது குறிப்பிடத்தக்கது. எனினும், மனித இருப்பு குறித்துப் புதியனவற்றைச் சொல்ல இயலாத புதினங்களின் அற இருப்பையே கேள்விக்குள்ளாக்கிவிடுகிறார் குந்தேரா.

சில தருணங்களில் 'திருப்பிச் சொல்லுதல்' (*repetition*) தவிர்க்க இயலாததுதானே என்கிற கேள்வி ஒருவருக்கு உருவாகக்கூடும். ஆனால் இதற்கொரு உடன்பாடான பதிலைச் சொல்ல குந்தேரா தயாராக இல்லை. மாறாக, திருப்பிச் சொல்லுதலை வெட்கக்

கேடானது என்கிறார்.

ஒரு சம்பவம்: 1989ல் கம்யூனிஸ ஆட்சி வீழ்ந்தபின் குந்தேரா பிரேக் நகருக்குச் செல்கிறார். அவரது நண்பரொருவர் இன்றைய அபத்தங்களை விளக்குவதற்கு இன்னொரு பால்ஸாக் வேண்டுமென் கிறார். முதலாளித்துவத்தை மீண்டும் நிறுவுகிற முயற்சியில் வெளிப்படும் முட்டாள்தனங்கள், கொடூரங்கள், ஆபாசங்கள் அவரை இப்படிச் சொல்ல வைக்கிறது. ஒரு வயதான கம்யூனிஸ்டின் கதையையும் அந்த நண்பர் சொல்கிறார். 25 ஆண்டுகட்கு முன் தன் மகளை கம்யூனிஸ்ட் ஆட்சியினால் சொத்துக்கள் பறிக்கப்பட்ட ஒரு பூர்சுவாக் குடும்பத்தைச் சேர்ந்த இளைஞனுக்குத் திருமணம் செய்து கொடுத்த ஒரு கம்யூனிஸ்ட்தான் அந்த முதியவர். இன்று அந்த பூர்சுவா குடும்பத்திற்குப் பழைய சொத்துக்கள் கிடைத்துவிட்டன. ஆனால் இந்த முன்னாள் கம்யூனிஸ்ட்டான கிழவரை இப்போது யாரும் கவனிப்பதிலை. பழைய கம்யூனிஸ்ட் கட்சிக்காரரான தன் தந்தையை மகளும் கூட ரகசியமாகவே வந்து பார்த்துச் செல்ல வேண்டியுள்ளது. சொல்லிவிட்டு நண்பர் சிரிக்கிறார். ப்ரெஞ்சுப் புரட்சியின் எதிரிகள் மீது கடும் பயங்கர வாதத்தை விதைத்த கால கட்டம் குறித்த *(Reign of Terror)* 'பெரி கேரியட்' எனும் பால்சாக் எழுதிய நாவலின் உண்மை அரங்கேற்றமாக இந்நிகழ்வு உள்ளதை உணர்ந்த குந்தேராவும் சிரிப்பில் கலந்து கொள்கிறார். கார்ல் மார்க்ஸ் சொன்னது போல வரலாற்றில் எல்லாம் இருமுறை அரங்கேறுகின்றன. முதலில் சோகமானதாய், மறுபடி கேலிக்குரியதாய்.

நண்பர் சொன்ன கதை ஏன் நகைப்புக்குரியதாக உள்ளது? அந்தப் பழைய கம்யூனிஸ்ட் கேலிக்குரியவரா? இன்னொருவரின் அனுபவத்தைத் திரும்பி அனுபவிப்பதாலா அவர் கேலிக்குரியவரா கிறார்? ஆனால் திருப்பிச் செய்துகொள்வது அவரல்லவே. வரலாறல் லவா தன்னைத் தானே திருப்பி நிகழ்த்திக் கொள்கிறது? அப்படித் திருப்பிச் செய்வது உண்மையிலேயே வெட்கக்கேடானதுதான். அபத்த மானதுதான். முட்டாள்தன மானதுதான். நல்ல ரசனையற்ற தன்மை தான். வரலாற்றின் இந்த ரசனையற்ற முட்டாள்தனம்தான் அவர்களை அப்படிச் சிரிக்க வைத்துவிட்டது.

செக் நாட்டில் மீண்டும் முதலாளித்துவம் திருப்பி அமைக்கப்பட் டது குறித்து விரிவாகவும் ஆழமாகவும் எழுத மீண்டும் ஒரு பால்ஸாக் தேவை என அந்நாட்டு மக்கள் நினைக்கலாம். ஆனால் ஒரு நல்ல நாவலாசிரியன் அப்படி ஒரு நாவலை எழுதத் துணிய மாட்டான்

என்கிறார் குந்தேரா. பிற வரலாறுகள் வேண்டுமானால் தன்னைத் தானே திருப்பி நிகழ்த்திக் கொள்ளும் ரசனை கெட்டதாக இருக்கக் கூடும். ஆனால் கலையின் வரலாற்றில் அத்தகைய அபத்தத்திற்கு இடமில்லை.

குந்தேராவின் புதிய நூல் இப்படி பல புதிய கேள்விகளை நமக்குப் பரிசளிக்கிறது. நூலின் தொடக்கமே ஒரு நல்ல கேள்வியுடன் முளைவிடுகிறது. பாரதியின் இதுவரை வெளிவராத ஒரு பாடலை ஒரு 'பாரதி அன்பர்' கண்டுபிடித்து வெளியிடுகிறார் என்போம். நாம் வியக்கிறோம். மகிழ்கிறோம். பாரதியின் விசாலப் பார்வையையும் சொற்றிறனையும் கவிதா ஆளுமையையும் கண்டு மீண்டும் ஒரு முறை பிரமிக்கிறோம். ஆனால் பாரதியைப் போன்று அதே அளவு ஆழம், சொல்லாட்சி ஆகியவற்றுடன் இப்போது நம்முடன் வாழும் கவிஞர் ஒருவர் சமகாலத்தில் எழுதுகிறார் என்றால் அதை நாம் ரசிக்க இயலுமா? நகைப்பிற்குரியதாகவே இம் முயற்சியும் அமையும். ஒரு கணம் யோசித்துப் பார்க்கும்போது இந்நிலை அபத்தமானதாக இல்லையா? அழகியல் உணர்வு என்பது தன்னெழுச்சியான தில்லையா? அது நமது உணர்வுகள் மீட்டப்படுவதின் விளை பொருளில்லையா? மாறாக, அது அறிவு சம்பந்தப்பட்டதா? ஒரு கலைப் படைப்பின் அழகை ரசிப்பதற்கு அதன் உருவாக்கத் தேதி தெரிந்தாக வேண்டுமா?

கலையின் வரலாற்றுப் பரிணாமத்தை விளங்கிக் கொள்ள அழகியல் விழுமியம் குறித்த ஒரு முன்னறிவு தேவையாகிறது என்கிற ஜேன் முகாரோவ்ஸ்கியின் கருத்தொன்றை மேற்கோள் காட்டுவார் குந்தேரா. அழகியல் மதிப்பீடு இல்லாதபோது கலை வரலாறு என்பது வெறுமனே கலைப்படைப்புகளின் கொள்கலனாகிவிடுகிறது. காலவரிசை அமைப்பிற்கு அங்கே பொருளில்லை. இதற்கொரு மறுதலையைச் சொல்கிறார் குந்தேரா: கலையின் வரலாற்றுப் பரிணாமம் (*evolution*) என்கிற பின்னணியிலேயே அழகியல் விழுமியத்தை நாம் உணர இயலும். அதாவது அழகியலை உணர்வதற்கு வரலாற்றுப் பிரக்ஞை தேவை. இந்த வரலாற்றுப் பரிணாமத்தில் வெற்றியடைந்த கலைப் படைப்புகளுக்கு மட்டுமே இடமுண்டு என்கிற குந்தேராவின் வரையறையை இப்போது நினைவு கூர்வோம். புதியனவற்றைச் சொல்ல முடிந்தவையே வெற்றியடைய முடியும் என்பதையும் மனங்கொண்டால் ஒன்று விளங்குகிறது. ஒரு நாவலைப் பொருத்த மட்டில் அதன் அழகியல் மதிப்பீடு

புதியனவற்றைச் சொல்லும் திறனுடன் பின்னிப் பிணைந்துள்ளது என்பதே அது.

ஒன்றை இங்கே குறிப்பிடுவது அவசியம். இப்படி நாவலால் சொல்லப்படுகிற 'புதியன' என்பன நாவலால் மட்டுமே கண்டுபிடிக்கக் கூடியதாக அமையும். புதினம் என்கிற கருவியால் மட்டுமே சாதிக்கப்படக் கூடியது அது. மத்திய ஐரோப்பிய நாவலாசிரியர்களில் ஒருவரான ஹெர்மன் புரோச் சொல்வார்: "ஒரு நாவலால் மட்டுமே கண்டுபிடிக்கக் கூடியதைக் கண்டுபிடிப்பது ஒன்றே ஒரு நாவலின் இருப்பிற்கான நியாயப்பாடு (*raison-de-etre*)."

கலாப்ரியாவின் குற்றாலச் சந்திப்பிற்காக வாசித்துக் கொண்டிருந்த நூற்களில் ஒன்று என *'The Curtain'* பற்றிச் சொன்னேன். நான் வாசித்த இன்றைய தமிழ் நாவல்கள் பலவும் என்னுடைய கட்டுரைத் தலைப்பான உலகமயம் தமிழ்ப் புனைவுகளில் ஏற்படுத்திய தாக்கம் என்பதுடன் பொருந்திப் பார்க்கத்தக்கதாக இல்லை. உலகமயம், சமகால அரசியல், சம கால வரலாறு ஆகியன குறித்த எந்தப் பிரச்சினையும் அவற்றில் ஊடாடவில்லை. உலகமயம் என்னவிதமான தாக்கங்களை ஏற்படுத்தியுள்ளது என்பது குறித்த புள்ளி விவரங்களால் நமது நாவல்கள் நிரப்பப்படவேண்டும் என்பது இதன் பொருளல்ல. உலகமயம் இன்றைய மனிதனின் இருப்பில் ஏற்படுத்தியுள்ள தாக்கங்களை நமது நாவல்கள் விசாரணைக்கு எடுத்துக் கொள்ளவே இல்லை . உலகமயம் நமது இருப்பியல் சார்ந்த எந்தக் கேள்விகளையும் எழுப்பவில்லை என நாம் சொல்லிவிட இயலுமா? உலகமயம் நகர்ப்புறங்களை மட்டுமல்ல, கிராமப்புறங்களையும் நேரடியாக இல்லாவிட்டாலும் மறைமுகமாகப் பாதித்துள்ளது. கல்விமுறை, மருத்துவம், பணிச்சூழல் (*Job culture*), நிறுவன அமைப்புகள், தேவை அதிகரிப்பு எனப் பல்வேறு பரிமாணங்களில் உலகமயத்தின் தாக்கத்தை நாம் உணர்கிறோம். *'Corporate Stress'* என்பது கார்ப்ப ரேட் நிறுவனங்களில் வேலை செய்பவர்கள் மீது மட்டுமல்ல, மனித உறவுகளில் இவ்வகையில் ஏற்பட்டுள்ள மாற்றங்கள் இவர்கள் மீது நேரடியாகத் தாக்கத்தை ஏற்படுத்துகின்றன என்பது உண்மைதான். ஆனால், இதயம் பழுதுபட்ட ஒருவரையோ, மூத்திரக்காய் செயலிழந்தவரையோ முன்னைப்போல் இப்போது சாகவிட்டுவிட இயலாது. பணம் இருந்தால் காப்பாற்றிவிடலாம். நன்றாகப் படிக்கும் மகனை இன்ஜினீயரிங் அல்லது மருத்துவப் படிப்பை சேர்க்காமலிருக்க

முடியாது. குக்கிராமம் ஆனாலும் கேபிள் கனெக்ஷன் இல்லாமல் -வாழ முடியாது... இவை மட்டுமன்று, இப்படி நிறைய ஏராளமாகச் சொல்ல முடியும் நண்பர் ஒருவர் சொன்னதுபோல் *Globalisation* என்பது ஒரு *Perfect crime* (ஒரு ல்யோதார்தியக் கருத்தாக்கம்). ரொம்பவும் மிகை எளிமைப்படுத்தித்தான் இவற்றைச் சொல்கிறேன். ஒரு நாவலாசிரியருக்கு இன்னும் பல கேள்விகள் எழலாம். எழும்.

வரலாறு நம் காலடியில் அதிவேகமாக நழுவிக் கொண்டிருக்கும் ஒரு காலத்தில் நாம் வாழ்ந்து கொண்டிருக்கிறோம். வரலாறு ஒவ்வொரு மனிதரின் அனுபவமுமாகிவிட்டது. குந்தேரா சொல்வது போல் தான் 'எந்த உலகில் பிறந்தோமோ அந்த உலகில் சாகப் போவதில்லை' என்பதை மனிதன் உணர்ந்து கொள்ளத் தலைப்பட்டு விட்டான். இத்தகைய வரலாற்றுப் பிரக்ஞை உள்ள தமிழ் எழுத்தாளர்களை எண்ணுவதற்கு ஒரு கை விரல்கள் அதிகம்.

உலகத் தரத்தில் தமிழில் ஏன் நாவல்கள் உருவாகவில்லை என்கிற கேள்வி இங்கே அடிக்கடி கேட்கப்படுவதுண்டு. மிலன் குந்தேரா நம் முன் எழுப்புகிற மிக அடிப்படையான பிரச்சினைகளை முன் வைத்து தமிழ் நாவல்களின் உலகத் தரம் பற்றிய கேள்வியை யோசிப்போம்.

நண்பர் யவனிகா ஸ்ரீராம் நேற்றிரவு ஒரு தொலைபேசி உரையாடலில் சொன்னதுபோல 'நிறப்பிரிகைக்குப் பிந்தைய தமிழ்ப் புதினங்கள் குறித்து நாம் பேச வேண்டிய தருணம் வந்துவிட்டது.

டிசம்பர், 2007

நமது விசாரணைக் கமிஷன்களும் நீதிமன்றங்களும்

சில மாதங்களுக்கு முன் ஒரு காலை நேரத்தில் நண்பரும் எழுத்தாளருமான வெளி ரங்கராஜனிடமிருந்து தொலைபேசி அழைப்பு வந்தது. சற்றே பதட்டம் நிறைந்த குரலில் அவர் பேசினார். பாலமுருகனின் 'சோளகர் தொட்டி' நாவலைப் படித்ததால் ஏற்பட்ட பதட்டம் அது. அந்நாவல் குறித்த ஒரு விரிவான அறிமுகக் கூட்டம் ஒன்றை சென்னையில் நடத்த வேண்டும் என்றார். சமூக அநீதிகளைக் கண்டு கலங்குவதோடு, ஒரு எழுத்தாளன் என்கிற பொறுப்பில், அவற்றிற்கெதிராக ஏதேனும் செய்ய வேண்டும் எனத் துடிப்பவர் ரங்கராஜன். அண்டை மாநிலங்களில் உள்ள அளவு இங்கே நமது எழுத்தாளர்களுக்குச் சமூகப் பொறுப்பு இல்லாதது குறித்த கரிசனம் நிறைந்தவர் அவர்.

வீரப்பன் வேட்டை என்கிற பெயரில் தமிழக - கர்நாடக அதிரடிப் படையினர் வீரப்பன் நடமாட்டமிருந்த வனப்பகுதியைச் சேர்ந்த மக்கள் மீது அவிழ்த்துவிட்ட வன்கொடுமைகளைப் பின்னணியாகக் கொண்டு எழுதப்பட்டது 'சோளகர் தொட்டி'. பாலமுருகன் ஒரு எழுத்தாளர் என்பதைக் காட்டிலும் ஒரு மனித உரிமைப் போராளியாகவுமிருந்ததே அப்படி ஒரு நாவல் தமிழில் உருப்பெற்றதற்கான காரணம். ஏனெனில், நமது எழுத்தாளர்கள் பலருக்கும் இங்கு நடைபெறும் இத்தகைய மீறல்கள் பற்றிய அறிதல் குறைவு. காவல்துறை, நீதிமன்றம், விசாரணை ஆணையங்கள், அரசு ஆகியன பற்றி ஒரு வகை *Middle class Mentality* தான் நம்

எழுத்தாளர்களிடம் உண்டு. தாங்கள் நடத்துகிற பத்திரிகைகளில் தலையங்கம் எழுதுவதற்காக அவர்கள் அவ்வப்போது ஆவேசப்படுவதோடு சரி.

1993ல் வீரப்பன் கும்பல் நடத்திய ஒரு தாக்குதலில் ஐந்து தமிழக போலீசார் உட்பட 22 பேர் கொல்லப்பட்டதற்குப் பின்னரே இங்கு தேடுதல் வேட்டை தீவிரமாகியது. தமிழ்நாடு - கர்நாடக அரசுகள் இணைந்து கூட்டுச் சிறப்பு அதிரடிப்படை ஒன்றும் உருவாக்கப்பட்டது. நமது ஊடகங்களால் எதற்கும் துணிந்த மாவீரராகவும் கே.பி.எஸ்.கில், ஜூலியன் ரிபெரோ 'ரேஞ்சிலான' 'சூப்பர் போலீசாகவும்' சித்தரிக்கப்படும் வால்டர் தேவாரம் இந்தக் கூட்டு அதிரடிப்படையின் தலைவர். போலி மோதல்களில் நக்சலைட்டுகள் பலரைச் சுட்டுக் கொன்றது இவரது முந்தைய சாகசங்களில் முக்கியமானது. மிடுக்கான தோற்றம், முறுக்கிவிடப்பட்ட, வீரப்பனுடையதைக்காட்டிலும் விடைத்து நிற்கக் கூடிய மீசை ஆகியவற்றுடன் தனது பிம்பத்தைக் கட்டமைத்துக் கொள்வதில் கில்லாடி இவர். வீரப்பன் வேட்டையொன்றில் அடிபட்டு மருத்துவமனையிலிருந்த இவரைப் பேட்டி கண்டு எழுதப்பட்ட 'ஆனந்தவிகடன்' கட்டுரை ஒன்று நினைவுக்கு வருகிறது. மீசையைச் சிரைத்துவிட்டு படுக்கையில் கிடந்த அவரைப் புகைப்படக்காரர் படம் எடுக்க முன்வந்தவுடன், சடக்கென எழுந்து கைப்பையில் வைத்திருந்த மீசையை எடுத்து ஒட்டிக்கொண்டு அவர் போஸ் கொடுத்தது அந்தக் கட்டுரையில் பதிவாகியிருந்த ஒரு செய்தி.

வீரப்பனுக்கு ஆதரவளிக்கிறார்கள் என்ற பெயரில் வனப்பகுதியைச் சேர்ந்த பழங்குடியினரும், வீரப்பனின் சாதியைச் சேர்ந்த ஏழை எளியவர்களும் அதிரடிப் படையினரால் சொல்லொணாத் துன்பங்களுக்கும் கடுஞ் சித்திரவதைகளுக்கும் ஆளாக்கப்பட்டனர். சித்திரவதைக்கெனவே 'ஒர்க் ஷாப்' என்றொரு கூடத்தை அமைத்திருந்தார் தேவாரம். அம்மணமாக்கி விசாரணை செய்வது, உடலுறுப்புகளில் மின்சாரம் பாய்ச்சுவது, பெண்களாயின் அவர்களின் கணவர், பெற்றோர், சகோதரர் முன்னரே பாலியல் வன்முறைக்குள்ளாக்கி வன்புணர்ச்சி செய்வது. எல்லாம் முடிந்தபின் கடைசியாக சுட்டுக் கொன்று உடல்களை ஆற்றில் வீசி எறிவது.... முதலிய காரியங்களுக்காகவே நிறுவப்பட்டது அந்த 'ஒர்க் ஷாப்'. கொல்லப்பட்டவர்களை ஆற்றில் வீசி எறிவதற்கெனவே கைது செய்து பலகாலம் வைக்கப்பட்டிருந்த ஒருவர் நேரடியாகத் தனது

அனுபவத்தைப் பொது நிகழ்வொன்றில் வெளிப்படுத்தியதை நான் கேட்டுள்ளேன். மதுரையிலுள்ள 'மக்கள் கண்காணிப்பகம்' இவற்றை ஆவணப்படுத்தியுள்ளது.

அதிரடிப்படையினருக்கு விசாரணை செய்யும் உரிமை கிடையாது. கைது செய்து, அருகிலுள்ள காவல்நிலையத்தில் ஒப்படைப்பது மட்டுமே அவர்களுக்கு இடப்பட்ட பணி. இருந்தும் விசாரணை உரிமையைக் கையில் எடுத்துக் கொண்டார் தேவாரம். விசாரணையின் பெயரால் வேறு பல உரிமைகளும் அதிரடிப் படையினருக்குக் கைவசமாகியது.

இந்தக் கொடுமைகளெல்லாம் நடைபெறத் தொடங்கி சில ஆண்டுகளுக்குப் பின்னரே மனித உரிமை அமைப்புகளின் கவனத்திற்கு இவை வந்தன. அவர்களின் தீவிர முயற்சிகளின் விளைவாக, 1999 ஜூன் 28 அன்று தேசிய மனித உரிமை ஆணையம், ஒரு விசாரணை ஆணையத்தை நியமித்தது. ஓய்வுபெற்ற உயர்நீதிமன்ற நீதிபதி ஏ.ஜே சதாசிவா தலைவர்; முன்னாள் சி.பி.ஐ. இயக்குனர் சி.வி.நரசிம்மன் உறுப்பினர். இதை ஒட்டி இதற்குக் காரணமாக இருந்த சிவில் உரிமை அமைப்புகளின் மீது காழ்ப்பைக் கக்கத் தொடங்கியது காவல்துறை.

"சுளையாக ஈட்டுத்தொகை கிடைக்கும் எனச் சொல்லி ஏழைப் பழங்குடியினரை எங்களுக்கு எதிராகத் தூண்டி விடுகின்றனர்" என தேவாரம் பத்திரிகைகளுக்குப் பேட்டியளித்தார் ('தி வீக்', மார்ச் 19, 2000). விசாரணை ஆணையத்தைச் செயல்பட விடாமல் நீதிமன்றத் தடையொன்றையும் (மார்ச், 2000) பெற்றனர். இரண்டாண்டுகட்குப் பின் தடை நீக்கப்பட்டு பிப்ரவரி 2002ல் மறுபடி பணி தொடங்கியது. 2003 இறுதியில் ஆணையம் தனது அறிக்கையையும் பரிந்துரைகளையும் அரசுக்கு அளித்த பின்னும் அடுத்த இரண்டாண்டுகள் வரை அது வெளியிடப்படவில்லை. மாநில அரசுகளிடமிருந்து பதில்கள் வரவில்லை என சதாசிவா ஆணையம் கூறியது. ஓராண்டுக்குப் பின் 'ஒரிஜினல் காப்பி'யைத் தொலைத்துவிட்டோம். அதனால்தான் பதிலளிக்கவில்லை என கர்நாடக அரசு காரணம் சொல்லியது. மீண்டும் மனித உரிமை அமைப்புகள் அளித்த அழுத்தங்களின் காரணமாக 2005ல் அந்த அறிக்கை வெளியிடப்பட்டது.

இந்த அறிக்கை குறித்து ஜோடார்ன் ஃபிளெட்சரும் சுப்ரதீபிதா

சர்காரும் எழுதிய நல்ல கட்டுரை ஒன்று வெளி வந்துள்ளது (EPW, நவ 17, 2007). வெளி ரங்கராஜன் அதைப் படிக்க நேர்ந்திருந்தால், அதிர்ச்சியில் மயக்கமடைந்தே விழுந்திருப்பார்.

பலரும் சட்டவிரோதமாகக் காவலில் வைக்கப்பட்டிருந்ததையும், சுமார் 38 பேர் வரை 'காணாமலடிக்கப்பட்டிருப்பதையும் 'ஒரே ஒரு பெண்' மட்டும் வன்புணர்ச்சி செய்யப்பட்டிருப்பதையும், பலர் சித்திரவதை செய்யப்பட்டிருப்பதையும் ஏற்றுக் கொண்டு, இதற்காக 89 பேருக்கு 2.8 கோடி ரூபாய் இழப்பீடு வழங்க வேண்டும் என ஆணையம் ஆணையிட்டுள்ளதை அறியும்போது, மனித உரிமை அமைப்புகளின் முயற்சிகள் குறித்து நாம் மகிழ்ச்சியடையக் கூடும். ஆனால் பாதிப்பிற்குள்ளானவர்களின் சாட்சியங்கள் அனைத்தையும் இரக்கமின்றிப் புறக்கணித்து, வன்கொடுமைகளுக்குக் காரணமான கொடூரர்களைச் சட்டத்தின் பிடியிலிருந்து நழுவவிட்டிருப்பதை அறியும்போதுதான், ஒருவர் நமது ஜனநாயகத்திலும், அரசியல் சட்டத்தின் ஆட்சி என்கிற கருத்தாக்கத்திலும் நம்பிக்கை இழக்கக்கூடும். நமது நீதிபதிகளின் “உள்நோக்கங்களை” விமர்சிப்பதற்குச் சட்டத்தில் இடமில்லை . அப்படிச் செய்வது நீதிமன்ற அவமதிப்பிற்குரிய குற்றம். உச்சநீதிமன்ற முன்னாள் தலைமை நீதிபதி தன் மகனுக்காகப் பதவிக் காலத்தில் ஊழல் புரிந்தார் என ஒரு இதழ் ஆதாரப்பூர்வமாக எழுதினால், தண்டனை பத்திரிகை ஆசிரியருக்குத்தான். திண்ணியத்தில் தாழ்த்தப்பட்டவர்களின் வாயில் மலத்தைத் திணித்த ஆதிக்க சாதியினரை விடுதலை செய்த நீதிபதி, அதே சாதியைச் சேர்ந்தவர் என்பதை நான் இங்கே சுட்டிக்காட்டினால் நீதிமன்ற அவமதிப்பு வழக்கிற்கு ஆளாக நேரிடும். அபரிமிதமான அதிகாரத்துடன் ஆட்டம் போட்ட அதிரடிப்படையினரும், கிட்டத்தட்ட கிராமமே பிணைக் கைதியாக இருக்க நேர்ந்த சூழலில், சாட்சிகளைப் பாதுகாப்பதற்கான எந்த சட்ட வழிமுறைகளும் இல்லாத நமது நாட்டில் இந்த எளிய மக்களைத் தைரியமூட்டி, செலவு செய்து அழைத்துவந்து, ஆணையத்தின் முன் நிறுத்தி சாட்சியங்கள் சொல்ல வைப்பது எத்தனை பெரிய விஷயம். வன்புணர்ச்சி முதலான வழக்குகளில் அறைக்குள்ளேயே விசாரணை நடத்த வேண்டும் என்கிற உச்சநீதி மன்ற ஆணையையும் புறக்கணித்துவிட்டு, யார் தம்மைக் கொடுமைப்படுத்தினாரோ அந்த அதிகாரிகளின் கண் முன்னே சாட்சியங்களைச் சொல்ல வைத்தது சதாசிவா ஆணையம். சில 'டெக்னிக்கல்' காரணங்களைச் சொல்லி சில கொடூரமான

சட்ட மீறல்கள் குறித்த சாட்சியங்களைப் பதிவு செய்யவும் மறுத்தது.

பாதிக்கப்பட்டவர்களை நம்பிக்கைக்குரியவர்களாகக் கருத மறுத்தார் கற்றறிந்த நீதிபதி சதாசிவாம். காரணம்? "வீரப்பன் தேடுதல் வேட்டையில் மேற்கொள்ளப்பட்ட கடும் போலீஸ் நடவடிக்கைகள் என்பன பழங்குடியினர் மத்தியிலும் காவல்துறையினர் மத்தியிலும் பரஸ்பரம் விரோதத்தையும், கோபத்தையும், வெறுப்பையும் நம்பிக்கையின்மையையும் ஏற்படுத்தியிருக்கும். எனவே ஒவ்வொருவரும் மிகைப்படுத்திப் பேசுவது இச்சமயத்தில் இயற்கைதான்" எனப் பாதிப்புக்குக் காரணமானவர்களையும், பாதிக்கப்பட்டவர்களையும் ஒரே தட்டில் வைத்து நீதி பேசியது சதாசிவா ஆணையம்.

ஆக, பாதிக்கப்பட்டவர்கள், அவர்கள் பாதிக்கப்பட்டவர்களாக இருப்பதாலேயே சந்தேகத்திற்குரியவர்களாகின்றனர். அவர்களின் கூற்றுகள் நம்ப முடியாதவையாகிவிடுகின்றன. பெரிய அணைகள் கட்டுவதற்கு அல்லது சிறப்புப் பொருளாதார மண்டலங்களை அமைப்பதற்கு என விவசாயிகளிடமிருந்தும் பழங்குடியினரிடமிருந்தும் நிலங்களைப் பறிக்கும்போது, அவர்களின் கருத்துக்களைக் கேட்க வேண்டுமென்பது சிவில் உரிமைப் போராளிகளின் வாதம். அங்கும் இந்திய அரசு இப்படித்தான் சொல்கிறது. "பாதிக்கப்பட்டவர்களிடம் கேட்டால் அவர்கள் எதிர்மறையாகத்தானே சொல்வார்கள். தேசிய நலன் என்கிற அடிப்படையிலிருந்துதான் பார்க்க வேண்டுமே ஒழிய, எல்லோரிடமும் கருத்துக் கேட்டுக் கொண்டிருந்தால் திட்டம் மேலே நகராது" (பார்க்க: ராமஸ்வாமி அய்யர், *EPW*, ஜூலை 28, 2007).

பாதிக்கப்படுபவர்கள் ஏழைகள். பொய்யையும் புரட்டையும் சொல்லி, மிகைப்படுத்திப் பேசி அதிக இழப்பீடு பெற முயற்சிப்பார்கள் என்பதே நமது அதிகார வர்க்கத்தின் கருத்து. நீதி வழங்கும் நிலையிலுள்ளவர்களின் கருத்தும் கூட அதுவாகவே உள்ளது தான் நமது சூழலின் அபத்தம், இல்லை , ஆபத்து. பாதிக்கப்பட்டவர்களின் சாட்சியங்களை சதாசிவம் ஆணையம் நிராகரித்த போதெல்லாம் சுட்டிக்காட்டப்பட்ட நியாயம் அவற்றிற்கு எதிரான வலுவான காரணங்களைக் காவல்துறை வைத்துள்ளது என்பதல்ல; மாறாக, பாதிக்கப்பட்டவர்களின் சாட்சியங்கள் நம்பற்குரியவையாக இல்லை என்பதே.

பதினெட்டு வயது ரதினி, தான் 10 பேர் கொண்ட போலீஸ் கும்பலால் வண்புணர்ச்சி செய்யப்பட்டதைச் சொன்னபோது,

அவளின் கணவனின் சாட்சியத்தில் அது இடம் பெறவில்லை என நிராகரித்தது சதாசிவம் ஆணையம். அதிரடிப்படை அதிகாரி ஒருவரால் தான் வன்புணர்ச்சி செய்யப்பட்டு அதனால் கருவுற்றுப் பின் கருக்கலைப்பு செய்ததை லட்சுமி என்ற பெண் கூறியபோது, இந்த விஷயத்தை யாரிடமும் அவள் சொன்னதில்லை என்பதாலும் தனக்கு கருச்சிதைவு செய்த மருத்துவரின் பெயரைச் சொல்ல முடியாததாலும், அவளது சாட்சியத்தை நம்ப முடியாது என்று நிராகரித்தது ஆணையம்.

பெரியதண்டம் தங்கம்மாவை (40) கொளத்தூரில் வைத்துக் கைது செய்து இழுத்துச் சென்றது அதிரடிப்படை. தனது நெற்றியில் துப்பாக்கியை வைத்து மிரட்டி, அம்மணமாக்கி, அவதூறு செய்து இடையிடையே 'விசாரணை' செய்துகொண்டே மூன்று நாட்கள் அறையில் வைத்துத் திரும்பத் திரும்ப வால்டர் தேவாரம் தன்னை வன்புணர்ச்சி செய்ததாக தங்கம்மா அளித்த சாட்சியத்தை நிராகரிப்பதற்கு ஆணையம் சொன்ன காரணம் அதிர்ச்சியளிக்கக் கூடியது. தன்னை வன்புணர்ச்சி செய்தது "தேவாரம்' என்று சொல்லாமல், அங்கே எல்லோரும் குறிப்பிடுகிறது போல "பெரிய அய்யா" எனச் சாட்சியத்தில் சொல்லிவிட்டாராம் தங்கம்மா. சதாசிவத்தால் இதை எப்படி ஏற்க முடியும்? தவிரவும் 'பெரிய அய்யா' என்ற பெயரில் அங்கே இன்னொரு அதிகாரி வேறு அதிரடிப்படையில் உள்ளாரே. தங்கம்மா சாட்சியம் சொல்லும்போது மிகவும் தைரியமாகப் பேசியுள்ளாள். எனவே அவரை யாரும் மிரட்டி மௌனமாக்கியிருக்க முடியாது. எனவே, இப்போது சொல்பவற்றை நம்புவதற்கில்லை எனத் தீர்ப்புரைத்தது சதாசிவா ஆணையம். நினைவுப்படுத்திக் கொள்ளுங்கள். வீரப்ப சாதனைக்காக அதிரடிப்படையினருக்குப் பதவி உயர்வும் பலகோடி ரூபாய் மதிப்புள்ள சொத்துக்களும் பரிசளிக்கப்பட்டதே, அப்போது தேவாரத்திற்கு வழங்கப்பட்ட வீட்டு மனையின் மதிப்பு மட்டும் சுமார் 1 கோடி என ஒரு இதழ் பதிவு செய்திருந்தது.

இப்படி நிறையச் சொல்லலாம். கர்நாடக அதிரடிப்படைத் தலைவர் சங்கர் பித்ரி தன்னை இழுத்து வந்து துப்பாக்கி முனையில் மிரட்டினார் என ஒரு சாட்சி சொன்னபோது, "இதையெல்லாம் அவரே செய்ய வேண்டுமா, கீழேயுள்ள ஒரு அதிகாரியை அனுப்பிச் செய்திருக்க முடியாதா?" என்று கேட்டார் நீதிபதி. 'ஒர்க் ஷாப்' என்று அதிரடிப்படையால் செல்லமாக அழைக்கப்பட்ட சித்திரவதை

முகாமின் கூரையில் கொக்கி எதுவும் இல்லை என்பதால், கயிற்றில் தொங்க வைத்துச் சித்திரவதை செய்வதாகச் சொன்ன எல்லோரது சாட்சியத்தையும் நிராகரித்தது ஆணையம். நாடக பாணியில் மிகைப்படுத்திச் சொல்லி சாட்சிகள் அனுதாபம் தேட முயல்வதாக 'கமெண்ட்' வேறு.

சித்திரவதையின்போது விலா எலும்பு முறிந்து போனதாக ஒருவர் கூறியபோது, ஆதாரமாக எக்ஸ்ரே வைக்கப்படவில்லை என அக்கூற்று ஏற்கப்படவில்லை. காது மடல்களில் மின்சாரம் பாய்ச்சியதால் மனநிலை பாதிக்கப்பட்டு தற்கொலைக்கு முயன்ற கோவிந்தம்மாளின் சாட்சியம் உரிய மருத்துவச் சான்றிதழ் இல்லை எனக் காரணம் காட்டிப் புறக்கணிக்கப்பட்டது.

சதாசிவம் ஆணையம் மட்டுமல்ல, நமது உயர்/உச்ச நீதிமன்றங்களும் கூட எளிய மக்களின் கருத்துகளுக்குச் செவி சாய்ப்பதில்லை. தீண்டாமைக் கொடுமைகளுக்கெதிரான ஒரே பாதுகாப்பாக உள்ள வன்கொடுமைச் சட்டத்தின்படி தொடுக்கப்பட்ட வழக்குகளில் எவ்வாறெல்லாம் தாழ்த்தப்பட்டவர்களின் கூற்றுகளும், குற்றச்சாட்டு களும் புறக்கணிக்கப்பட்டு, தீண்டாமைக் குற்றம் புரிந்த உயர் சாதியினர் நமது நீதிமன்றங்களால் விடுவிக்கப்படுகின்றனர் என்கிற விவரங்கள் இதைக்காட்டிலும் அதிர்ச்சியளிக்கக் கூடியவை (பார்க்க: ரமேஷ் சுக்லாவின் கட்டுரை, *EPW.*, அக். 21, 2006). சுருக்கம் கருதி ஒரு சில மட்டும்:

1. 'இந்தியத் தொழில் வளர்ச்சி வங்கியின் (*IDBI*) தலைவர் வி.பி.ஷெட்டி என்பவர் அவ்வங்கியின் மேலாளர் பாஸ்கர் ராம்டெக் என்கிற தலித் அதிகாரியைச் சாதி கூறி இழிவு செய்ததற்காக மே 2005இல் கைது செய்யப்பட்டார். "பொது மக்களின் பார்வைக்குட்பட்ட ஓரிடத்தில் இச்சம்பவம் நிகழவில்லை" எனக் கூறி உச்சநீதிமன்றம் அவரை விடுவித்தது. தீர்ப்பை வாசிக்கும்போது ஏதோ ஷெட்டியின் வீட்டு வரவேற்பறையில் இச்சம்பவம் நடந்தது போலத் தோன்றும். உண்மையில் *IDBI* வளாகத்தில் பட்டியல் சாதியினருக்கான இட ஒதுக்கீடு தொடர்பாகப் பேசிக் கொண்டிருந்தபோதே அந்த தலித் அதிகாரி இத்தகைய அவமதிப்பிற்காளானார்.

2. 1996ல் தலைச்சேரி தொகுதிக்கு நடைபெற்ற இடைத் தேர்தல் ஒன்றின்போது 'இடது ஜனநாயக முன்னணி' மாநாடொன்றில் கிருஷ்ணன் நாயர் என்பவர் ஏராளமான பொதுமக்கள் முன்

பேசும்போது, "அந்த அரிஜன் குட்டப்பன் மேசை மேலே ஏறி குதிக்கிறான்" என்றார். இது தொடர்பான வழக்கில் கேரள உயர்நீதிமன்றம் தீண்டாமை ஒழிப்புச் சட்டம் இதற்குப் பொருந்தாது எனக் கூறி நாயரை விடுதலை செய்தது. இந்த நிகழ்ச்சி பொது இடமொன்றில் ஆயிரக் கணக்கானோர் முன் நிகழ்ந்த ஒன்று. ஆனாலும் இவ்வாறு சாதியைச் சொல்லி இழிவு செய்தபோது இழிவு செய்யப்பட்ட தலித் அந்த இடத்தில் இல்லை என்பதால், அது அவரை அவமதித்ததாகாது என்பது மேன்மை தாங்கிய நீதிபதியின் கருத்தாக இருந்தது.

3. மத்தியப் பிரதேசத்தைச் சேர்ந்த புல்சிங் என்கிற உயர்சாதி நிலப்பிரபு தாழ்த்தப்பட்ட சாதியைச் சேர்ந்த பல்லா என்பவரின் வீட்டை இடித்து அவர் மனைவியையும் கடத்திச் சென்றான். நிலத்தகராறு ஒன்றில் பர்சாரி என்கிற ஒரு தாழ்த்தப்பட்டவரை சாதி சொல்லி இழிவு செய்தான். இந்த இரு வழக்குகளிலிருந்தும் புல்சிங்கை விடுதலை செய்தது உயர்நீதிமன்றம். இந்த இரு நிகழ்வுகளிலும் பாதிக்கப்பட்டவர்கள் தீண்டத்தகாதவர்களாக இருந்த போதிலும், பொது இடங்களில் இந்த அவமானங்கள் நிகழ்த்தப்பட்ட போதிலும் பாதிக்கப்பட்டவர்கள் சம்பவ இடத்தில் இருந்த போதும் கூட ஏன் நீதிமன்றம் வழக்குகளைத் தள்ளுபடி செய்து, இழிவு செய்த உயர்சாதியானை விடுதலை செய்தது? புல் சிங்கிற்கும் பாதிக்கப்பட்ட தலித்களுக்கும் ஏற்கனவே முன் விரோதமிருந்தது. எனவே தீண்டாமை நோக்கில் இந்த அவமானம் நிகழ்த்தப்படவில்லை. அவர்கள் தீண்டத்தகாதவர்களாக இல்லாத பட்சத்திலும் இந்த அவமானம் நிகழ்ந்திருக்கும் எனக் கூறினார் நீதிபதி.

இப்படி நிறையச் சொல்லலாம். தேநீர்க் கடைகளில் இரட்டை டம்ளர் வைப்பதை எதிர்த்த வழக்கொன்றில் 12 மணி நேரம் தாமதமாகப் புகார் கொடுக்கப்பட்டது எனக் கூறி கர்நாடக உயர்நீதி மன்றம் குற்றவாளியை விடுதலை செய்தது. பாதிக்கப்பட்டவருக்கான சாட்சிகள் அவர்களின் சாதியைச் சேர்ந்தவர்களாக இருக்கக்கூடாது எனவும் நீதிமன்றம் கூறியுள்ளது. இந்த மாதிரி வழக்குகளில் யார் தீண்டாமையைக் கடைப்பிடிக்கின்றனரோ அந்தச் சாதியைச் சேர்ந்தவர்களா சாட்சி சொல்வார்கள் என்பதைக் கூட நீதிபதிகள் சிந்திக்கத் தயாராயில்லை.

பயங்கரவாதம் தொடர்பான வழக்குகளில் குற்றம் சுமத்தப்பட்டவர்களைத் தண்டிப்பதற்கும் பிணையில் அவர்களை விடுதலை செய்யாமல் வைத்திருப்பதற்கும் மும்முரம் காட்டும் நமது நீதிபதிகள், பாதிக்கப்பட்டவர்கள் பழங்குடியினராகவும், ஏழை எளியவர்களாகவும், தலித்களாகவும் இருக்கும் பட்சத்தில் வன்கொடுமையாளர்களின்பால் காட்டும் இரக்கத்தை என்னென்பது!

ஜனவரி, 2008

1857 : 1
மாறிவரும் பார்வைகள்

பேராசிரியர் ஆ. சிவசுப்பிரமணியன் அவர்களின் முழுப் படைப்புகளையும் ஆய்வு செய்வதற்காக சென்ற மாதத்தில் கலை இலக்கிய பெருமன்றத்தினர் ஒரு முழுநாள் கருத்தரங்கொன்றை திருவண்ணா மலையில் ஏற்பாடு செய்திருந்தனர். அவரது ’அடித்தள மக்கள் வரலாறு’ என்னும் நூல் குறித்து என்னைப் பேசச் சொல்லியிருந்தார்கள்.

வாழும் ஆய்வறிஞர்களில் நான் மிகவும் மதிப்பது சிவசுப்பிர மணியன் அவர்களைத்தான். நா.வானமாமலை அவர்களின் ஆராய்ச்சி’ குழுவின் முதல் தலைமுறையினரில் இன்றும் தீவிரமாக இயங்கிக் கொண்டிருப்பது அவர் ஒருவர்தான். எதிலும் தன்னை முன்னிலைப் படுத்திக்கொள்ளாமலும், அதிரடியாக எதையும் பேசாமலும் அமைதியாகச் செயல்பட்டு வருபவர். தமிழகத்தின் ஒரு கோடியில் இருந்து கொண்டு (தூத்துக்குடி) செயலாற்றுவதன் விளைவாக ஊடகங்களின் கவனிப்பிற்கும் ஆளாகாதவர். முனைவர் பட்டம், பல்கலைக்கழகம் என்கிற ரீதியில் மேல் நோக்கிய நகர்ச்சியிலும்கூட ஆர்வம் காட்டாமல் ஓய்வு பெற்றவர். ஓய்வும்கூட பதவியில்தான், பணியில் அல்ல.

இந்தியாவைப் பொறுத்தமட்டில் அடித்தள மக்களின் மதமாக உள்ள கிறிஸ்துவம், தமிழ்க் கிறிஸ்துவம் குறித்து அவரளவுக்கு ஆழமான ஆய்வுகளை யாரும் செய்ததில்லை. கிறிஸ்துவர்களே அறியாத பல விஷயங்கள் அவரது கட்டுரைகளில் பொதிந்திருக்கும். எந்தப்

பிரச்சினையை ஆய்வுக்கு எடுத்துக் கொண்டபோதிலும், அது குறித்த அனைத்துத் தரவுகளையும் முழுமையாகச் சேகரித்துக் கொண்டு எளிய நடையில் செறிவுடன் வெளிப்படுத்துவது அவரது வழமை. கிராமக் கோயில்களில் ஆடு, கோழி பலியிடுவதை ஜெயலலிதா அரசு தடை செய்தபோது, அவர் வெளியிட்ட ஒரு சிறு பிரசுரம் அவரது கலாச்சார அரசியல் நோக்கத்திற்கும், ஆழ்ந்த புலமைக்கும் ஓர் சான்று.

ஆய்வுலகின் கரிசனம் அடித்தள மக்களை நோக்கிக் குவிந்த ஒரு காலகட்டமாக சென்ற நூற்றாண்டைக் குறிப்பிடலாம். காலனிய நோக்கிலிருந்து மூன்றாம் உலக நாட்டு மக்களையும், பழங்குடிகளையும் அணுகிய மானுடவியல் ஆய்வுகளை நான் குறிப்பிடவில்லை. அவை முக்கியமல்ல என்பதல்ல. எட்கர் தர்ஸ்டன் முதலானோரின் தொடக்கக் கால் மானுடவியல் ஆய்வுகள் மிகவும் அடிப்படையானவை. முக்கியமானவை. நான் சொல்ல வருவது அதுவல்ல. அடித்தள மக்களை வரலாற்றின் நாயகர்களாக, இயங்கு சக்திகளாக (*subjects*) அணுகிய நோக்குகளைச் சொல்கிறேன். இதுகாறும் வரலாற்று இயக்கத்தில் விளிம்புகளாக ஒதுக்கப்பட்டவர்கள், வரலாற்றுப் பார்வையிலிருந்து அகற்றப்பட்டிருந்த சாதாரண மக்கள், மரியாதைக்குரியவர்களாகக் கருதப்படாதவர்கள் ஆகியோரின் வரலாற்றுப் பங்களிப்புகளை வரலாறெழுதியதில் புறக்கணித்ததால் ஏற்பட்ட இழப்பு உணரப் பட்டது. இதன் விளைவாக வரலாறெழுதியலில் புதிய, வரவேற்கத்தக்க பரிமாணங்கள் சேர்ந்தன.

நாட்டுப்புறப் பாடல்கள், வாய்மொழிக் கதைகள், வரலாற்று ஆதாரங்கள் என்கிற தகுதியை இதுவரை பெற்றிராத பல கதையாடல்கள் (*narratives*-எ.டு: குற்றவாளிகளின் வாக்குமூலங்கள்) முதலியன) வரலாறு எழுதுதற்குரிய ஆவணங்களாக ஏற்றுக் கொள்ளும் நிலை உருவாகியது. சிவசுப்பிரமணியம் சொல்வதுபோல நம்மைப் பிரமிக்க வைக்கும் வரலாற்றாதாரங்கள் என்பவற்றிலிருந்து விலகி அதிர்ச்சியடைய வைக்கும், ஆத்திரம் கொள்ள வைக்கும் ஆதாரங்களின் பால் கவனம் குவிந்தது.

இந்த வகையில் வரலாறெழுதியலுக்கு (*histriography*) இந்தியாவின் குறிப்பிடத்தக்க ஒரு பங்களிப்பு 'விளிம்புநிலை ஆய்வுகள்' அல்லது 'அடித்தள மக்கள் ஆய்வுகள்' என அழைக்கப்படும் *Subaltern Studies*. கடந்த சில நூற்றாண்டுகளின் இந்திய வரலாற்றைப் பொறுத்தமட்டில்

இங்கிருந்த இரு முக்கிய அணுகல் முறைகளாக காலனிய வரலாறெழுதி யலையும் அதற்கெதிராக உருவாக்கப்பட்ட தேசிய வரலாறெழுதி யலையும் குறிப்பிடலாம். இரு அணுகல் முறைகளின் நோக்கங்களும் எதிரெதிரானதாக இருந்தபோதிலும் இரண்டுமே மையங்களின் வரலாறையே எழுதின. இவற்றுக்கு மாற்றாக உருவான மார்க்சிய வரலாறெழுதியல், வரலாற்றை உற்பத்தி சக்திகள் மற்றும் உற்பத்தி உறவுக்களுக்கிடையேயான முரண்பாடுகளாக அணுகிய வகையில் பல புதிய பரிமாணங்களை வெளிப்படுத்திய போதிலும் இதுவும் கூட மையங்கள் குறித்த விமர்சனமாகவே அமைந்தது. சென்ற நூற்றாண்டின் பிற்பகுதியில் மேலுக்கு வந்த பின் நவீனம், பின் அமைப்பியல் முதலான சிந்தனைகள் தமது கரிசனத்தை மையங்களி லிருந்து விளிம்புகளை நோக்கி நகர்த்தின. பெருங்கதையாடல்களின் சிதைவுகளை அவை அறிவித்தன. வரலாறெழுதியலைப் பொறுத்த மட்டில் இந்தப் புதிய பார்வைகள், சிதறிப்போனவர்களையும் வரையறைகளின் பிடிகளிலிருந்து நழுவியவற்றையும் கணக்கில் கொள்ளாத வரலாறு சாத்தியமில்லை என்பதை உணர்த்தின. இந்த நவீன சிந்தனைகளை ஏற்றுக்கொண்ட 'சபால்டர்ன்' ஆய்வினர் விளிம்பு நிலை நோக்கிலிருந்து மிகவும் ஆழமான கோட்பாட்டுச் செறிவுடன் (*Theoryetical rigour*) கூடிய ஆய்வுகளை முன்வைத்தனர்.

'சபால்டர்ன்' என்கிற சொல்லை அவர்கள் கிராம்சியிடமிருந்து எடுத்துக் கொண்டனர். பொதுப்புத்தி, தன்னிலையாக்கம், சிதறல்கள், வித்தியாசம், வெகுமக்களின் சட்ட மீறல் (*popular illegality*), முழுமையான குற்றம் (*perfect crime* - ஒரு ல்யோடார்டியன் கருத்தாக்கம்) முதலானவற்றை உட்செரித்தவையாக அமைந்த அந்த ஆய்வுகள் வரலாறெழுதியலின் கட்டுடைப்பைச் சாத்தியப்படுத்தின. இவர்களில் பெரும்பாலோர் வரலாற்றுத் துறையிலிருந்து வந்தவர்களாகவுமிருந்தது குறிப்பிடத்தக்கது.

தமிழகத்தைப் பொறுத்தமட்டில் இந்த அடித்தள மக்கள் ஆய்வு பெரும்பாலும் தமிழ்த்துறை, நாட்டுப்புறவியல், மார்க்சியம் சார்ந்த தளங்களிலிருந்தே வந்தன. இவற்றினூடாக தமிழக வரலாற்றிற்குப் பலனான பங்களிப்புகள் குறிப்பிடத்தக்கவை என்றபோதிலும் ஒரு கட்டத்திற்குப் பின் அவை தேக்கமுற்றன. 'சபால்டர்ன்' ஆய்வினரும் கூட இன்னொரு தேக்கநிலையை எட்டிய போதிலும் அதற்கான காரணங்கள் வேறு. தவிரவும் தமிழகத்தைப் பொறுத்தமட்டில் இந்தத் தேக்கம் அந்த ஆய்வுகள் தோன்றிய அடுத்த கணமே நிகழ்ந்தது.

வெறுமனே மேலும் மேலும் தகவல்களைத் தொகுத்துத் தரக் கூடியவையாகவும், ஆழமான கோட்பாட்டுச் செறிவு இல்லாததாலும் இவை வெறும் கிடைமட்டப் பெருக்கமாகவே அமைந்தன. ஆழமான படிப்பும், உழைப்பும் இல்லாமலேயே எளிதில் 'ஆய்வறிஞர்களாக' உருப்பெறுவதற்கான ஒரு களமாகவும் அடித்தள மக்கள் ஆய்வுகள் ஆயின.

அடித்தள மக்கள் என்றாலே முற்போக்கானவர்கள், மேலாதிக்கத்தை எதிர்ப்பவர்கள், மதச்சார்பற்றவர்கள், ஏகாதிபத்தியத்துடன் முரண்படுபவர்கள் என்பதான '*political correctness*' பார்வை ஒன்றையே கோட்பாடுத்தளமாகக் கொண்டு இந்த ஆய்வுகள் விகசித்தன. "ஊரான் ஊரான் தோட்டத்திலே ஒருத்தன் போட்டான் வெள்ளரிக்காய், அதைக் காசுக்கு ரெண்டு விற்கச் சொல்லி காகிதம் போட்டான் வெள்ளைக்காரன்" என்கிற ஒரு பாட்டை வைத்துக் கொண்டு என்னென்ன ஆட்டம் நாம் போட்டுள்ளோம் என்பதைக் கொஞ்சம் நினைத்துப் பாருங்கள்.

அடித்தள மக்களிடம் உள்ள ஆதிக்க எதிர்ப்பைப் பார்க்க வேண்டும் என்பதிலோ, அவற்றைக் கொண்டாட வேண்டும் என்பதிலோ எள்ளளவும் கருத்து வேறுபாடு இல்லை. ஆனால் அத்தோடு நின்றுவிடலாகாது. சகல பரிமாணங்களையும் கவனத்தில் கொள்ளும்போதே பிரச்சினையை அதன் சிக்கல்களுடன் விளங்கிக் கொள்ள இயலும். கிராம்சியின் "பொதுப்புத்தி" மற்றும் விவசாய உளவியல் பற்றிய கருத்தாக்கம் அவற்றில் பொதிந்துள்ள ஆதிக்க எதிர்ப்பு மற்றும் மோதற் (*conflicts*) கூறுகளை மட்டும் சுட்டிக் காட்டவில்லை . சமரசக் (*compromises*) கூறுகளையும் அது கவனத்திற் கொண்டது. அருகிலுள்ள எளிய எதிரியைப் பிரதானப்படுத்தி தூரத்திலுள்ள மேலும் கொடிய எதிரியை 'ஆபத்பாந்தவனாகப்' பார்க்கும் அப்பாவித்தனமும் அதனிடம் உண்டு.

தவிரவும் அடித்தள மக்களை முற்போக்காக மட்டுமே பார்க்கும் *political correctness* பார்வை அரசியற் களத்தில் நம்மைச் செயலூக்கமற்றவர்களாக ஆக்கும். அவர்கள் எப்படியும் நம்முடன்தான் இருப்பார்கள் என்கிற மெத்தனத்திற்கு இட்டுச் செல்லும். அவர்கள் மத்தியில் ஊக்கத்துடன் செயல்படும் பாசிச சக்திகளுக்கு அவர்கள் பலியாவதற்கு வாய்ப்பு அளிக்கும். குஜராத்தில், இந்துத்துவவாதிகள் அடித்தள மக்களை முஸ்லிம்

சிறுபான்மையினரைக் கொன்று குவிப்பதற்கும் இதர பாலியல் வன்முறை முதலான கொடூரங்களைப் புரிவதற்கும் பயன்படுத்தியதை நாம் மறந்துவிட முடியாது.

'பழசு' என்பதற்காகவும், 'மண்ணின் மணம்' எனக் காரணம் சொல்லியும் ஒன்றை நாம் கொண்டாடி *(romanticise)* மகிழத் தேவையில்லை. வாய்மொழி வரலாறு முதலானவற்றை நாம் வரலாற்று ஆதாரங்களாகக் கொள்ள வேண்டிய அதே நேரத்தில் அவற்றின் வரம்புகளையும் *(limitations)* எல்லைகளையும் நாம் மறந்துவிடலாகாது. தமிழில் இந்த எச்சரிக்கைகள் கடைப்பிடிக்கப்படவில்லை என்றே கருதுகிறேன்.

இங்கொன்றைச் சொல்லத் தோன்றுகிறது.

'சிப்பாய்க் கலகம்' அல்லது 'முதலாவது சுதந்திரப் போர்' என்று கருதபப்டுகிற 1857 எழுச்சியின் 150ம் ஆண்டு நிறைவு சென்ற ஆண்டு கொண்டாடப்பட்டது. மதச் சார்பின்மைக்கு ஒரு எடுத்துக்காட்டாய் விளங்கியவரும், தன்மீது திணிக்கப்பட்ட கலகத் தலைமையை ஏற்றுக் கொண்டவரும், கவிஞரும், மனிதாபிமானியும், டெல்லியின் கடைசி மன்னரும், எல்லாவிதமான இழிவுகளுக்கும் உள்ளாக்கப்பட்டு, நாடுகடத்தப்பட்டு, பர்மாவில் இறந்து அடக்கம் செய்யப்பட்டவருமான மன்னர் பகதூர்ஷா ஸஃபர் தான் இன்று இந்த முதல் சுதந்திரப் போருக்குத் தலைமை ஏற்றவராக அடையாளம் காணப்படுகிறார். அவரது இறுதி விருப்பமான, தன் உடல் மீண்டும் இந்திய மண்ணில் புதைக்கப்பட வேண்டும் என்கிற ஆசையை, இந்துத்துவத்தின் எதிர்ப்பிற்கு அஞ்சி நிறைவேற்றவில்லையாயினும் இந்திய அரசு பெருநிதி ஒதுக்கி இந்த 150ம் ஆண்டு நினைவைக் கொண்டாடியது.

இதை ஒட்டி 1857 குறித்த ஏராளமான ஆய்வுக் கட்டுரைகளும், நூற்களும் வெளிவந்துள்ளன. வில்லியம் டார்லிம்பிளின் நூல் *(The Last Mughal)*, 'இந்து' முதலான இதழ்களில் வெளிவந்த சில நல்ல கட்டுரைகள் தவிர 'ஃப்ரண்ட் லைன்' (ஜூன் 29, 2007), 'எகனாமிக் அன்ட் பொலிடிகல் வீக்லி' (மே 12&18, 2007) ஆகிய இதழ்கள் வெளியிட்ட சிறப்பிதழ்களும், இந்திய வரலாற்று ஆய்வுக் கழகத்தின் (ICAR) தலைவர் சவ்யசாசி பட்டாச்சார்யா தொகுத்த *'Rethinking 1857'* என்னும் நூலும் (ஓரியண்ட் லாங்மன், 2007) நம் கவனத்திற் பட்டவற்றுள் குறிப்பிடத்தக்கவை. இவற்றுள்ளும் இது குறித்த 14

கட்டுரைகள் அடங்கிய *EPW* சிறப்பிதழ் ரொம்ப முக்கியமான ஒரு தொகுப்பு. இந்த ஆய்வுகளில் உள்ள ஒரு பொதுவான அம்சம், வேறெப்போதைக் காட்டிலும் முதல் முறையாக 1857 எழுச்சியில் பழங்குடியினர், தலித்துகள், பெண்கள், குறிப்பாக அடித்தளப் பெண்கள் மற்றும் நடன மாதுக்கள் (*Courtesans*) ஆகியோரின் பங்கை முதன் முதலாக இவை கணக்கில் கொள்கின்றன. 1990களில் இங்கே மேலெழுந்த தலித்திய அணுகல் முறை இதில் ஒரு முக்கியப் பங்காற்றியுள்ளது.

ICHR தொகுத்துள்ள நூலடைவில் கிட்டத்தட்ட 700க்கும் மேற்பட்ட ஆவணங்கள் உள்ளன. இது ஒரு தொடக்க முயற்சி என்பது குறிப்பிடத் தக்கது. இவற்றுள்ளும் பெரும்பாலானவை எழுச்சியை ஒட்டிய பதிவுகள். இதுவரையிலான ஆய்வுகள் அனைத்தும் பெரும்பாலும் ஆங்கிலத்தில் கிடைக்கும் அரசு ஆவணங்களை அடிப்படையாகக் கொண்டே எழுதப்பட்டன. இப்போது இதுகாறும் கவனத்திற்கு வராத உருது மற்றும் பெர்சிய மொழி ஆவணங்கள் சாதாரண மக்களின் பதிவுகள் ஆகியன கணக்கில் கொள்ளப்பட்டுள்ளன. 1857 தொடர்பாக இன்று வந்துள்ள எந்த ஒரு தொகுப்பிலும் “விளிம்பு நிலையினரின் பங்கேற்பு” என்றொரு தலைப்பில் கட்டுரைகளைக் காண இயலும். 1857 என்றால் ஜான்சி ராணி லக்ஷ்மி பாய், தாந்தியாதோப், குன்வர்சிங், பாட்கான், பகதூர் ஷா, பேகம் ஹஸ்ரத் மகல், மங்கல்பாண்டே என்கிற பெயர்கள் மட்டுமே முன்னிலைப்படுத்தப் பட்டுக்கொண்டிருந்த நிலை மாறி, முதன் முதலாக அஸிஸுன் நிசா என்னும் நடனமாது, ஜல்காரிபாய், உதாதேவி அவந்திபாய், பண்ணாதாய், மகாவீரிதேவி முதலான அடித்தள தலித் பெண்கள், மதாதீன் பங்கி, சாகித் பாலா, ரஞ்சித் பாபா, சங்ராம் சிங் முதலான தலித் போராளிகள் முதலானோர் இன்றைய 1857 கதையாடல்களில் உரிய இடம் பெறுகின்றனர்.

1857 குறித்த வரலாற்று ஆய்வுகள் வளர்ந்த கதையை நாம் பல்வேறு காலகட்டங்களாகப் பிரித்துணர முடியும். சர் ஜான் கே, கர்னல் ஜி.பி. மேல்சன் முதலான ஆங்கில வரலாற்றாசிரியர்கள் வியக்கத்தக்க அளவில் ஏராளமான விவரங்களைத் தொகுத்தளித்துள்ளனர். உலகளாவிய காலனிய எதிர்ப்பு எழுச்சிகளிலேயே மிகப்பெரியது எனக் கருதப்படும் இச் ’சிப்பாய்க் கலகத்தின்’ அகன்ற வீச்சை இவர்களின் எழுத்துக்களிலிருந்து நாம் உய்த்துணர இயல்கிறது. சுமார் 1,20,000 படை வீரர்கள் இதில் பங்கு பெற்றதையும் இந்தியத் துணைக்

கண்டத்தில் கிழக்குப் பகுதி, தென்னிந்தியத் தீபகற்பம் ஆகியன தவிர, கிட்டத்தட்ட வட இந்தியா முழுமையும் பரவியிருந்த இந்த எழுச்சியின் பரிமாணத்தையும் இவர்கள் சுட்டிக் காட்டிய போதும், சிப்பாய்களால் தோற்றுவிக்கப்பட்ட இந்த எழுச்சியின் அடுத்த கட்டத்தில் இதில் பெரிய அளவில் வெகுமக்களின் பங்கேற்பு (*popular rebellion*) இருந்ததையும், எழுச்சியின் அரசியல், பொருளாதாரப் பரிமாணங்களையும் இவர்கள் கண்டுகொள்ளவில்லை அல்லது அதற்குரிய முக்கியத்துவம் அளிக்கவில்லை. அவர்களைப் பொறுத்த மட்டில் இது வெறும் 'சிப்பாய்க் கலகம்' மட்டுமே. மத ரீதியான முரண்பாடுகளே இதில் பிரதானப்படுத்தப்பட்டன. கிறிஸ்துவ மத மாற்றம் மற்றும் இராணுவத்தில் புதிதாக அறிமுகப்படுத்தப்பட்ட என்ஃபீல்டு துப்பாக்கியில் பன்றி மற்றும் மாட்டுக் கொழுப்பு பூசப்பட்டிருந்த குண்டுகளைப் பல்லால் கடித்து உருவிச் செருக வேண்டியது குறித்த வதந்தி அல்லது உண்மைக்கு எதிராக இந்து மற்றும் முஸ்லிம் சிப்பாய்கள் கொண்ட கோபமே இந்தக் கலகத்திற்கான அடிப்படையாக இவர்கள் குறிப்பிட்டனர். இன்றளவும் வில்லியம் டார்லிம்பிள் போன்ற ஐரோப்பியர்கள் தேவைக்கதிகமாக மதரீதியான காரணங்களுக்கு முக்கியத்துவம் அளிப்பதாகவும் ஒரு விமர்சனமுண்டு, (பார்க்க: கே.சி.யாதவ் மற்றும் ஃபர்ஹத் ஹஸன் ஆகியோரது கட்டுரைகள். முன்னது ஓரியண்ட் லாங்மன் தொகுப்பிலும் பின்னது *EPW* தொகுப்பிலும் உள்ளன. இதற்கான டார்லிம்பிளின் பதிலையும் ஓரியண்ட் லாங்மன் தொகுப்பில் காண இயலும்.)

1857 எழுச்சியின் காலனிய எதிர்ப்புக் கூறுகளைக் கணக்கில் கொண்டு அதைச் சமகாலத்தில் கூர்ந்து கவனித்து வரவேற்ற ஐரோப்பியர்களும் இருக்கத்தான் செய்தனர். வெறும் சிப்பாய்க் கலகமாக இதை அவர்கள் பார்க்கத் தயாராக இல்லை. எர்னஸ்ட் ஜோன்ஸ் போன்ற 'சார்டிஸ்ட் களையும் கார்ல் மார்க்ஸையும் இவ்வகையில் நாம் குறிப்பிட வேண்டும். காலனியச் சுரண்டலுக் கெதிரான இந்திய மக்களது கோபத்தின் வெளிப்பாடாக கார்ல்மார்க்ஸ் இதைக் கண்டார். மார்க்ஸ், ஏங்கல்ஸ் இருவரும் இதில் வெளிப்பட்ட இந்து - முஸ்லிம் ஒற்றுமையைக் கூர்ந்து கவனித்துப் பாராட்டவும் தயங்கவில்லை. கிளைவைப் பெருங் கொள்ளையன் என வர்ணித்த மார்க்ஸ், "பூர்சுவா கலாச்சாரத்தின் ஆழமான போலித்தனமும் உள்ளார்ந்த காட்டுமிராண்டித்தனமும் ஐரோப்பாவில் மரியாதைக்குரிய தோற்றத்தைக் காட்டிக் கொண்ட

போதிலும் காலனிகளில் அவை அம்மணமாக" வெளிப்படுவதை 'நியூயார்க் டெய்லி ட்ரிப்யூன்' இதழில் எழுதியது குறிப்பிடத்தக்கது. முன்னேற்றப் பதிப்பகம் வெளியிட்ட கார்ல் மார்க்ஸின் 'இந்திய வரலாறு பற்றிய குறிப்புகளில்' சிப்பாய் எழுச்சி குறித்த 39 பதிவுகள் உள்ளன அன்று அவருக்குக் கிடைத்த தரவுகளைக் கொண்டே அவை எழுதப்பட்ட போதிலும் '*Sepoy Mutiny*' என்பதாகவன்றி '*Sepoy Revolt*' என அதை அவர் அழைப்பது சிந்தனைக்குரியது.

காலனிய வரலாறெழுதியலுக்கு மாறாக உருப்பெற்ற தேசிய வரலாற்றாசிரியர்கள் 1857 எழுச்சியில் தேசியக் கூறுகளைத் தேடினர். 1944ல் அகமத் நகர் கோட்டைச் சிறையில் இருந்து கொண்டு இது குறித்து எழுதிய ஜவஹர்லால் நேரு, "சிப்பாய்க் கலகத்தைக் காட்டிலும் அது கூடுதலான பரிமாணம் கொண்டது, வெகு விரைவில் பரவி ஒரு வெகு மக்கள் எழுச்சியாகவும் சுதந்திரப் போராகவும் பண்பு கொண்டது" எனக் குறிப்பிட்டார். எனினும், "சாராம்சத்தில் அது ஒரு நிலப்பிரபுத்துவக் கிளர்ச்சி, நிலப்பிரபுக்கள் மற்றும் அவர்களின் ஆதரவாளர்கள் அதற்குத் தலைமை ஏற்றனர். பரவலாக இருந்த அந்நிய எதிர்ப்புணர்வு அவர்களுக்குத் துணை நின்றது" என்பதைச் சுட்டிக்காட்டுவதற்கும் அவரது கூர்த்த அறிவு தயங்கவில்லை. 1957ல், 1857ன் நூற்றாண்டு விழாவை இந்திய அரசு கொண்டாடியபோது எழுச்சியின் தேசியக் கூறுகள் பிரதானப்படுத்தப்பட்டன. மவுலானா அபுல் கலாம் ஆசாத் அவர்களின் விரிவான முன்னுரையுடன் அரசு வெளியீடாகக் கொண்டு வரப்பட்ட சுரேந்திர நாத் சென்னுடைய 'ஆயிரத்து எண்ணூற்று ஐம்பத்தேழு' என்னும் நூல் குறிப்பிடத்தக்கது. 1857 எழுச்சியின் தன்னெழுச்சித் தன்மைக்கு முக்கியத்துவம் அளித்த சென் இந்து - முஸ்லிம் ஒற்றுமை தானாகவே உருப்பெற்று வெளிப்பட்டதை வற்புறுத்தினார். ஆர். பி. மஜூம்தார், எஸ். பி.சவுத்ரி, கே.கே.தத்தா முதலான தேசிய வரலாற்றாசிரியர்கள் எல்லோரும் இந்த எழுச்சியை ஒரே அளவில் "முதல் சுதந்திரப் போர்" எனப் பிரகடனப்படுத்தவில்லை என்ற போதிலும் இந்திய தேசியத்தையும், இந்து-முஸ்லிம் ஒற்றுமையையும் கொண்டாடுவதற்கு இதை ஒரு வாய்ப்பாகப் பயன்படுத்தினர்.

1857 குறித்த மார்க்சியர்களின் விரிவான பங்களிப்பு மற்றும் தலித்திய நோக்கிலான இன்றைய ஆய்வுகள் பற்றி எழுதுவதற்கு முன்னதாக 1857 ஐ "சுதந்திரப்போர்" என அழுத்தம் திருத்தமாகக் கூறிக் கொண்டாடிக்

குதூகலித்த ஒருவரைப் பற்றி இங்கே குறிப்பிட்டாக வேண்டும். அவர்தான் வினாயக தாமோதர சாவர்கர். இந்துத்துவத்தின் தந்தை, காந்தி கொலையில் முக்கிய சதிகாரராகக் குற்றம் சாட்டப்பட்டவர் முதலான பல சிறப்புகளுக்குரியவர். 1857ன் ஐம்பதாம் ஆண்டு நிகழ்வின் போது (1907) இந்நூலை எழுதத் தொடங்கிய சாவர்க்கர் 1909ல் அதை முடித்தார். அதே ஆண்டில்தான் காந்தி அடிகளின் 'ஹிந்து ஸ்வராஜ்' நூலும் வெளிவந்துள்ளது. இந்திய தேசியம், இந்திய சுதந்திரம், இந்திய அரசு ஆகியவை குறித்த முழுமையான ஆய்வுகள் என இவ்விரண்டு நூற்களையும் சொல்ல இயலாதபோதும். தேசியம் குறித்தும் சுதந்திரம் குறித்தும் எந்தப் புள்ளியிலும் சந்திக்கவே இயலாத இரு வேறு பாதைகளைச் சுட்டிக் காட்டக் கூடியவையாக இவை அமைந்தன.

சாவர்க்கரைப் பிடிக்காதவர்களும் கூட இந்நூலை வெகுவாகச் சிலாகிப்பர். ரொம்பவும் தீவிரமான கம்யூனிஸ்டாகிய என் தந்தை, 'சாவர்க்கரின் எரிமலை புஸ்தகம் எங்காவது கிடைச்சா வாங்கிப் படிப்பா' எனக் கூறியது இன்னும் என் காதுகளில் ஒலிக்கிறது. பின்னாளில் தஞ்சாவூர் சரபோஜி கல்லூரி நூலகத்தில்தான் தமிழில் அதைப் படிக்கும் வாய்ப்பு எனக்குக் கிட்டியது. மிகவும் உணர்ச்சிகரமான மொழி நடையில் ஆக்கப்பட்டுள்ள அந்நூல் இந்து - முஸ்லிம் ஒற்றுமைக்குக் கூடுதல் முக்கியத்துவம் கொடுத்து எழுதப்பட்ட ஒன்று. பின்னாளில் (1920க்குப் பின்) பிரிட்டிஷாரைக் காட்டிலும் முஸ்லிம்களையே இந்தியாவின் அன்னியர்களாகவும் பிரதான எதிரிகளாகவும் கட்டமைத்த சாவர்கர் (இந்து என்பவன் யார்?) இக்கால கட்டத்தில் இந்து - முஸ்லிம் ஒற்றுமையைச் சிலாகித்து பிரிட்டிஷ் ஆட்சியை எதிரியாக நிறுத்துகிறார். இவ்வகையிலேயே அந்நூல் பலராலும் பாராட்டத்தக்கதாக இன்றளவும் உள்ளது.

ஆனால் சாவர்க்கரின் வரலாறு குறித்த கண்ணோட்டத்தை இத்துடன் இணைத்துப் பார்க்கும் யாரும் அவ்வளவு எளிதாக இந்நூலைப் பாராட்டிவிட இயலாது. இந்து ஒற்றுமைக்காகப் பணியாற்றுபவர்கள் தம் சொந்த தேசத்தின் வரலாற்றை எவ்வாறு வாசிக்கவும் எழுதவும் வேண்டும் என்கிற தலைப்பில் அவர் எழுதிய கட்டுரை கவனிக்கப்பட வேண்டிய ஒன்று. பல்வேறு பிராந்தியங்கள், இந்து தேசங்கள் எல்லாம் ஒன்றிணைந்து இந்துஸ்தான் என்கிற அகண்ட பாரதமாகப் பரிணமித்தது என்கிற நோக்கில் இந்தியப் பழமை புரிந்துகொள்ளப்பட வேண்டும் என்பது அவர் கருத்து. இந்து

மதத்திற்கும், பவுத்த, சமண மதங்களுக்கும் இருந்த மோதல், சைவ–வைணவ மோதல் ஆகியன ஒட்டுமொத்தமான, ஒருங்கிணைந்த இந்து இனத்திற்குள்ளான உள் மோதல்களாகவே அணுகப்படவேண்டும் என்று கூறும் சாவர்க்கர், "எள்ளி நகையாடத்தக்க இன்னொரு வகைப் பொய் வரலாற்றைச்" சுட்டிக்காட்டுகிறார். "காந்திஜியின் பைத்தியக்காரத்தனமான உலகப் பார்வையைப் பின்பற்றுகிற காங்கிரஸ் காரர்களின்" வரலாறுதான் அது. "முஸ்லிம்கள் செய்த அட்டூழியங் களை, அவுரங்கசீப், அல்லாவுதீன் கில்ஜி முதலியோர் இந்துக்கள் மீது கட்டவிழ்த்து விட்ட கொடூரங்களை மறைத்த வரலாறு அது" என்றும் கூறினார் சாவர்க்கர். அதே போல் இந்துக்கள் அவர்களை வெற்றி கொண்ட வரலாறும் காந்தி போன்றவர்களால் மறைக்கப்பட்டது எனக் குற்றம் சாட்டினார். உறுதியான ஒரு நிகழ்கால அரசியலுக்குத் தக்க வரலாற்றைக் கட்டமைக்கும் போது வெறுமனே அனுபவித்த துயரங்களை மட்டும் சொல்லிக் கொண்டிருக்க முடியாது. பழிவாங்கல் நோக்கில் 'நாம்' மேற்கொண்ட நடவடிக்கைகளையும் அதன் விளைவாக நாமடைந்த வெற்றியையும் சொல்லியாக வேண்டும் என்பது சாவர்கர் போன்றோரின் கருத்து.

காந்தியும் சாவர்கரும் இருமுறை சந்தித்துள்ளனர் எனச் சொல்லப்படு கிறது. முதல் முறை 1909ல், அப்போது காந்தி தென் ஆப்ரிக்காவிலிருக் கிறார். தென்னாப்பிரிக்க இந்தியர்களின் பிரச்சினை குறித்துப் பேச ஒரு தூதுக்குழுவுடன் அவர் லண்டன் வந்திருந்தார். அப்போது லண்டனிலுள்ள இந்திய இல்லத்தில் (*India House*) அந்தச் சந்திப்பு நிகழ்கிறது. காந்தி உள்ளே நுழையும்போது சாவர்கர் எறால் (*Prawns*) வறுத்துக்கொண்டிருந்தார். காந்தி ஒரு அரசியல் பிரச்சினையை அவரிடம் விவாதிக்கத் தொடங்குகிறார். சாவர்க்கர் அதற்குப் பதிலளிக்காமல் காந்தியைச் சாப்பிட அழைக்கிறார். தான் ஒரு தாவர உணவுக்காரன் என்பதைக் காந்தி சொன்னவுடன், "என்னுடன் சாப்பிட இயலாத நீர், எப்படி என்னுடன் வேலை செய்ய இயலும்? எனக்குத் தேவை மீன் சாப்பிடத் தயங்குபவர்கள் அல்ல. பிரிட்டிஷ்காரர்களை உயிரோடு சாப்பிடக் கூடியவர்களே எனக்கு வேண்டும்" என சீறுகிறார் சாவர்கர். இருவருடனும் பழகியறிந்திருந்த பண்டிட் பரமானந்தர் இச்சம்பவத்தைக் குறிப்பிடுகிறார். இது தவிர இச்சந்திப்பு குறித்து அறிய வேறு ஆதாரங்கள் இருப்பதாகத் தெரியவில்லை. இது உண்மை என்றால் காந்தியைப் புரிந்து கொள்ள இச்சம்பவம் மட்டும் போதாது. ஆனால் சாவர்க்கரைப் புரிந்துகொள்ள இது போதும்.

1857 குறித்த சாவர்க்கரின் கதையாடல் வெள்ளைச் சதைகள் துண்டாடப்படுவது குறித்த ஏராளமான விவரணங்களைக் கொண்டிருக்கும். ஜோதிர்மய் சர்மா குறிப்பிடுவது போல சாவர்க்கரின் அரசியலில், உலகம் என்பது இரண்டு வகையான மக்களை மட்டுமே கொண்டது. ஒன்று 'நண்பர்கள்' மற்றது 'எதிரிகள்'. 'நாம்' அல்லது 'நண்பர்கள்' என்பது அவரது அரசியலில் 'இந்துக்கள்'. யார் 'எதிரி' என்பது பிரச்சினை இல்லை. ஆனால் வரலாறு இயங்குவதற்கு ஏதோ ஒரு எதிரி' வேண்டும். 1857ல் வேண்டுமானால் பிரிட்டிஷ்காரர்கள் எதிரிகளாக இருந்திருக்கலாம். இன்று (அதாவது 1920களுக்குப் பின்) முஸ்லிம்கள் எதிரிகள். எதிரிகளைக் கொல்வதில் இரக்கம் தேவையில்லை. இதுதான் சாவர்க்கரின் நியாயம்.

1857 மே 16 அன்று ஆங்கிலேயர்கள் பெரிய அளவில் படுகொலை செய்யப்பட்டனர். கொல்லப்பட்ட வெள்ளைப் பெண்கள் மற்றும் குழந்தைகளின் நிலை பற்றி சாவர்கர் இப்படி எழுதுவார்.

"ஏதேனும் ஒரு குழந்தையோ, பெண்ணோ கெஞ்சினால் மக்கள் இப்படி முழங்கினர். 'மீரட்டின் அடிமைச் சங்கிலிகளை நினைத்துப் பழி வாங்குங்கள். அடிமை முறைக்காகப் பழி வாங்குங்கள். ஆயுதக் கிடங்குக்காகப் பழிவாங்குங்கள்!' பழி வெறி மிக்க அந்த வாள் அதன்பின் கெஞ்சியவர்களின் தலைகளைக் கொய்தது."

கான்பூரில் கர்னல் எவார்ட் கொல்லப்பட்டதை சாவர்கர் இப்படி விவரிப்பார்.

"கர்னலின் மனைவி அருகில் நின்றிருந்தாள். சிலர் அவளிடம் இப்படிச் சொல்லத் தொடங்கினர் 'நீ ஒரு பெண் என்பதால் உன்னை உயிருடன் விடுகிறோம்.' ஆனால் ஒரு கொடூரமான நண்பன் சத்தமிட்டான் என்னடா பெண்! அவள் ஒரு வெள்ளைப் பெண் இல்லையா? வெட்டித் துண்டாக்குங்கள்'. சொல்லி முடிக்கும் முன் அது நடந்து முடிந்தது." 'கொடூரமான நண்பன்' என்கிற சொல்லாக்கத்தைக் கவனியுங்கள். 'கொடூரம்' என்கிற அடைமொழி அங்கே பிரச்சினையில்லை. நண்பன் என்பதே முக்கியம். அந்தச் சந்தர்ப்பத்தில் கொடூரமாக இருப்பதே நண்பர்க்கழகு. அதுவே சாவர்க்கரின் தர்மம்.

பிப்ரவரி, 2008

1857: 2
மறைக்கப்பட்ட மற்றவர்கள்

சாவர்கரின் "முதல் சுதந்திரப்போர்" குறித்துச் சென்ற அத்தியாயத்தில் பார்த்தோம். வரலாற்றில் நடந்துபோன கொடுமைகளுக்காகப் பழிவாங்குதலே இயற்கை நீதி என்பது மட்டுமல்ல, அதுவே ஒரு சமூகம் தனது இழந்த கவுரவத்தை மீட்டெடுத்துத் தன்னம்பிக்கை பெறுவதற்கான வழியும் கூட என்பதே சாவர்கரின் கருத்தாக இருந்தது. வெள்ளைப் பெண்கள் சீரழிக்கப்பட்டது குறித்து எழுத வரும்போது, ஏதோ "வெள்ளைப் பெண்களை அனுபவிக்கக் கிடைக்காததால்" இப்படியெல்லாம் நடந்தது எனக் கருத வேண்டாம், நமது "இல்லத்தில் பதிந்த துர்ச்சகுனமான வெள்ளைப் பாதங்களை விரட்டியடிக்க மேற்கொள்ளப்பட்டதே இது" என்பார் சாவர்கர். "பலி" எனவும் "வேள்வி" எனவும் இக் கொலைகளை அவர் குறிப்பார். பீபிகாத்தில் (கான்பூர்) சிறைக்காவலர்கள் வெள்ளையர்களைக் கொல்ல மறுத்துவிடும் போது பேகம் சாஹேப் ஆணையின் பேரில் கசாப்புக்கடைக்காரர்களை அழைத்துவந்து கொலை செய்ய ஆணையிடப்பட்டுள்ளது. 150 பெண்களும் குழந்தைகளும் கொல்லப்பட்டனர். "உள்ளே நுழையும்போது மண் தரையில் நடந்து சென்ற கசாப்புக்காரர்கள் திரும்பி வந்தபோது ரத்தத்தில் கால்களைத் தோய்த்து வந்தனர்."

இன அழிப்புகளின்போது கொலை மனங்கள் எவ்வாறு உருவாக்கப் படுகின்றன என்பதற்கு சாவர்கரின் எழுத்துக்களிலிருந்து இப்படி ஏராளமான தகவல்களை நாம் பெற இயலும்.

1857 எழுச்சியைப் பொறுத்தமட்டில் இது ஒரு மக்கள் யுத்தமாக, பெரிய அளவில் சிவிலியன்கள், சாதாரண மக்கள் பங்கேற்ற கலகமாக இருந்தது என்பதை நாம் மறந்துவிடக் கூடாது. அமெரிக்க சிவில் யுத்தத்திற்கு இணையானதாக இதை வரலாற்றாசிரியர்கள் குறிப்பிடுகின்றனர். இன்னொரு பக்கம் பெரிய அளவில் சாதாரண மக்கள் கொல்லப்பட்ட, துன்பத்திற்குள்ளாக்கப் பட்ட, கிராமங்கள் அழிக்கப்பட்ட நிகழ்வுகளாகவும் அது அமைந்தது. கிழக்கிந்தியக் கம்பெனியின் படைகள் சென்றவிடமெல்லாம் இந்த அட்டூழியங்கள் மேற்கொள்ளப்பட்டன. சிவிலியன்களைக் கொல்வதில் கலகப் படைகளும் சளைக்கவில்லை. கலகம் தொடங்கிக் கைதான படைவீரர்களை பீரங்கியின் வாயில் வைத்துச் சுடுவதை பிரிட்டிஷ் அதிகாரிகள் சர்வ சாதாரணமாய் மேற்கொண்டனர். தென்பட்ட மரங்களிலெல்லாம் எந்த விசாரணையுமின்றி நூற்றுக் கணக்கில் கலகம் செய்த படைவீரர்களும், ஆதரவளித்த மக்களும் தூக்கிலிட்டுத் தொங்கவிடப்பட்டனர். சடலங்கள் அழுகி அந்தப் பகுதியே நாற்றமெடுத்த பின்னரே, அவை வண்டிகளில் குவித்து அள்ளிச் செல்லப்பட்டன. அதேபோல மேற்கத்திய அடையாளமாகக் கருதப்பட்ட அனைத்தும் கலகக்காரர்களால் அழிக்கப்பட்டன. வடமேற்கு மாகாணத்தில் வசித்த அய்ரோப்பியர்களில் ஐந்தில் ஒரு மடங்கு இவ்வாறு அழிக்கப்பட்டதாக ஒரு பதிவு உள்ளது. மதில்மேல் பூனையாக இருந்த சிவிலியன்களும், வெள்ளைப்படை யினருக்கு மறைமுகமாகவோ வெளிப்படையாகவோ ஆதரவாக இருந்த இந்தியர்களும் இவ்வாறே கொல்லப்பட்டனர். கொலைகளை நியாயப்படுத்துவதற்கு மத ரீதியான காரணங்களைச் சொல்லவும் கலகக்காரர்கள் தயங்கவில்லை. “ஹிந்துக்கள் மற்றும் முஸ்லிம்களின் நம்பிக்கைகளைக் காப்பாற்றுவதற்காக, ஹிந்துக்கள் மற்றும் முஸ்லிம்களின் நம்பிக்கைகளுக்கு எதிராக இருக்கும் கிறிஸ்துவைப் பின்பற்றுவோரைக் கொன்று குவிப்பதற்காக”த் தனது சொத்து சுகங்களைத் தியாகம் செய்தவர் “ஸ்ரீமந்த் மஹாராஜா பேஷ்வா பஹதூர்” (நானா சாஹேப்) என அவரது தளபதி பிரகடனமொன்றில் அவரைப் பற்றிக் குறிப்பிட்டார்.

பிரிட்டிஷாரின் கை ஓங்கிய அடுத்த கட்டத்தில் இதற்கெல்லாம் பல மடங்காக சிப்பாய்கள், தலைமை ஏற்ற நிலப்பிரபுக்கள் மற்றும் பெரிய அளவில் அப்பாவி மக்களும் கொல்லப்பட்டனர்.

பெரிய அளவு மக்கள் பங்கேற்புடன் நிகழ்ந்த இந்த எழுச்சியில்

தலித்துகள் மற்றும் விளிம்பு நிலையினரின் பங்கு கணிசமாக இருந்தது. தலித்துகள் மத்தியில் பயிலப்படும் பல நாட்டுப் பாடல்கள், வாய் மொழி வரலாறுகளில் இந்தப் பதிவுகள் உள்ளன. மலிவான, தரம் குறைந்த அச்சுப் பதிவுகளாகவும் இவை பல காலமாகப் புழக்கத்திலிருந்தன. எனினும் கூட சமீப காலத்திய தலித் எழுச்சிக்கு முன்புவரை இவற்றினடிப்படையில் 1857 வரலாறு திருத்தியமைக்கப்படவில்லை. இதனால் தலித்துகளின் பங்கு புறக்கணிக்கப்பட்டது ஒரு பக்கம் என்றால், வரலாறெழுதியலுக்கு ஏற்பட்ட இழப்பும் கணிசமானது.

வடமாநிலங்களில் கிராமப்புறங்கள் பலவற்றிலுள்ள தலித் நாட்டுப்புறச் சாமிகளின் மீது கவனத்தை ஈர்க்கிறார் பத்ரி நாராயணன் திவாரி. உத்தரப்பிரதேசத்தின் ஆஸம்கார் மாவட்டத்தில் ‘மஜாவ்ஷா’ என்றொரு கிராமம். சமர், பாசி, வண்ணார், மாலி முதலான தலித் சாதியினரின் கிராமம் அது. பாதையோரமாக வயற்புறத்தில் நான்கு சுதை உருவங்கள் உள்ளன. ’ஷாஹித்பாபா’ எனக் கிராம மக்களால் வணங்கப்படும் இவ்வுருவங்கள் செந்தூரப் பொடி தூவி, நீரால் குளிப்பாட்டி, ‘தெகூ’ எனப்படும் இனிப்பு படைத்து கொண்டாடப்படுகின்றன. புதிதாகத் திருமணமான தம்பதியர் அங்கே வந்து வணங்கிச் செல்கின்றனர். சமர் சாதியைச் சேர்ந்த இந் நால்வரும் 1857 எழுச்சியின் போது பிரிட்டிஷ் ஆளுகைக்கு எதிராகப் போராடி உயிர் நீத்த தியாகிகள் என்பது அப்பகுதி மக்களின் நம்பிக்கை.

பீஹாரில் ஆரா மாவட்டத்திலுள்ள ’ரஜீத் பாபா’வின் நினைவுச் சின்னத்தின் (’தாண்’) பின்னும் இப்படி ஒரு நம்பிக்கையுள்ளது. இந்தக் கதைகளுக்கு ஏதும் வரலாற்று ஆவணப் பதிவு உண்டா என பத்ரி நாராயணன் ஆய்வு செய்தபோது ஆவணக் காப்பகத்திலுள்ள ஆலன் தபாற் தொகுப்பில் உள்ள ’ரஜீத்ராம்’ என்பவர் குறித்த பதிவொன்றை அவர் காண நேரிட்டது. ’க்வாலா’ என்னும் ’பால்காரர்’ சாதியைச் சேர்ந்த ரஜித்ராம் 40வது படைப்பிரிவில் ஹவில்தாராக இருந்து எழுச்சியில் பங்குபெற்று தோல்வி கண்டவர். இந்த ரஜித்ராம் தான் ரஜித் பாபா என உறுதியாகச் சொல்ல இயலாதபோதும் 1857 எழுச்சியில் அடித்தள மக்களின் பங்கேற்பை இதன் மூலம் உறுதியாகச் சொல்ல முடியும். ஆலன் தொகுப்பிலுள்ள இன்னொரு பதிவு நான்கு பங்கிகளின் பங்கேற்பை உறுதி செய்கிறது. பர்கந்தஜ் என்கிற தாழ்த்தப்பட்ட சாதியைச் சேர்ந்த ஒரு பிரிட்டிஷ்

தகவலாளியின் சாட்சியமும் (மே 31, 1858) இதை உறுதிப்படுத்துகிறது.

1857 எழுச்சியைத் தொடங்கி வைத்தவர்களே தலித்துகள் தான் என்றொரு நம்பிக்கையும் அம் மக்கள் மத்தியிலுள்ளது. டி.சி. தினகர் எழுதியுள்ள இந்தி நூலில் மதாதின் பங்கி குறித்த பதிவு கீழ்கண்டவாறு உள்ளது:

"பாரக்பூரிலிருந்த ஒரு தொழிற்சாலையில் துப்பாக்கிக் குண்டுகள் உற்பத்தி செய்யப்பட்டன. இங்கு பணிபுரிந்த தொழிலாளிகளில் பலர் தீண்டத்தகாத சாதிகளைச் சேர்ந்தவர்கள். ஒரு நாள் இந்தத் தொழிலாளிகளில் ஒருவருக்குக் கடுந்தாகமாக இருந்தது. அங்கு நின்றிருந்த படைவீரனிடம் ஒரு குவளை தண்ணீர் கேட்டார். அந்த வீரன் வேறு யாருமல்ல. அவன்தான் மங்கள் பாண்டே. பார்ப்பன சாதியைச் சேர்ந்த பாண்டே அந்தத் தாழ்த்தப்பட்டவனுக்குத் தன் கையால் தண்ணீர் தரத் தயாராக இல்லை. தண்ணீர் கேட்டவருக்குப் பெரும் அவமானமாக இருந்தது. ஆத்திரத்தோடு அவர் சொன்னார்: 'நீ ரொம்பவும் உயர் சாதிப் பிராமணன் என உன்னைச் சொல்லிக்கொள்கிறாய். ஆனால் நீ பற்களால் கடித்துத் துப்பாக்கியில் செருகுகிறாயே அந்தக் குண்டுகள் பசு பற்றும் பன்றிக் கொழுப்பால் பூசப்பட்டுள்ளதே. அப்போது எங்கே போனது உன் சாதியும், மதமும்?' அப்படிக் கேட்ட தீண்டத்தகாதவர் வேறு யாருமல்ல. அவரே மதாதின் பங்கி. இந்தியப் படைவீரர்களின் கண்களைத் திறந்தன அவ்வாசகங்கள். இந்தியச் சுதந்திரத்திற்கான முதற்பொறி அந்த இராணுவ கண்டோன்மென்டில் தெறித்தது. மதாதின் பங்கியின் வார்த்தைகள் காட்டுத் தீயாய்ப் பரவின. விரைவில் சுதந்திர நெருப்பு பற்றி எரிந்தது. 1857 மார்ச் 1 அன்று மங்கள் பாண்டே அணிவகுப்பின்போது வெளியே வந்தான். மதத்தை இழிவுபடுத்துவதாகச் சொல்லி அவர்களை நோக்கிச் சரமாரியாகச் சுடத் தொடங்கினான். அவன் இராணுவ விசாரணைக் குட்படுத்தப்பட்டு எல்லா வீரர்களின் முன்னிலையில் தூக்கிலிடப்பட்டான். 1857 மே 10ம் நாள் சுதந்திர வெள்ளம் பாரக்பூரில் வெடித்துக் கிளம்பியது. இந்திய மகன்கள் பலர் அன்று தியாகிகளாயினர். குற்றப் பத்திரிகையின் முதல் பெயராக இருந்தது மதாதின் பங்கி. அவர் கைது செய்யப்பட்டார். இராணுவ விசாரணை நடந்தது. பிரிட்டிஷ் அரசுக்கு எதிராக ராஜதுரோகக் குற்றம் சுமத்தப்பட்டது."

பி.எஸ்.ஆர். நாத் எழுதிய (1998) இந்தி நூலில் மதாதின் பங்கி 1857 புரட்சியின் தந்தை (ஜனக்) என விளிக்கப்படுகிறார். இவ்வாறு இந்து

உயர் சாதியினர் தீண்டத் தகாதவர்களுக்கு ஒரு குவளை தண்ணீர் அளிக்க மறுத்ததே 1857 எழுச்சியின் அடிப்படை என்பதாக ஒரு மாற்று வரலாறு தலித் கதையாடல்களில் கட்டமைக்கப்பட்டது. தேசியப் போராட்ட வரலாற்றினூடாக இந்திய சாதியமைப்புமுறை கேள்விக்குள்ளாக்கப்பட்டது. ஏராளமான நாட்டுப்புறப் பாடல்கள், இசைப்பாடல்கள், நாடகங்கள் அவரைப் பற்றி எழுதப்பட்டன. 'தலித் கேசரி' (1990), 'அனார்ய பாரத்', 'ஹிமவதி' முதலான தலித் இதழ்கள் 1857 பற்றி வெளியிட்ட சிறப்பிதழ்கள் மற்றும் கட்டுரைகளில் மதாதின் பங்கியின் பங்கு விதந்தோதப்பட்டது. தாந்தியாதோப், நானா சாகேப் முதலானோரின் பெயர்கள் குறிப்பிடப்பட்டபோதும் அவர்களின் முக்கியத்துவம் மறுக்கப்பட்டது.

பாரக்பூர் நிகழ்ச்சியை ஒட்டி கலகம் பரவத் தொடங்கியவுடன் ஈடா மாவட்டத்தில் ஏற்பட்ட எழுச்சியில் சேத்தாரம் ஜாதவ், பாதுராம் மெஹ்தர் என்கிற தலித்துகள் முன்னணியில் இருந்ததால் அவர்கள் மரத்தில் கட்டிவைத்து சுட்டுக் கொல்லப்பட்டனர். ஜான்பூர் மாவட்டத்தைச் சேர்ந்த பங்கே சமரும் அவரது கூட்டாளிகள் 18 பேரும் புரட்சியாளர்கள் (பாகி) எனக் குற்றம் சாட்டப்பட்டு தூக்குத்தண்டனை விதிக்கப்பட்டனர். முரார்மா (ரேபரேலி மாவட்டம்) எனும் பகுதியின் அரசரான ராஜா பேனி மாதவ் சிங் கைது செய்யப்பட்டு சிறை வைக்கப்பட்டபோது சிறையைத் தகர்த்து விடுதலை செய்தார் அமர்ஷஹீத் வீரபாசி. பாசியின் தலைக்கு 50,000 ரூபாய் பரிசறிவிக்கப் பட்டும் அவரைப் பிடிக்க இயலவில்லை .

ஹென்றி ஹேவ்லாக் தலைமையில் சென்று கொண்டிருந்த பிரிட்டிஷ் படைப்பிரிவு ஒன்றை லக்னோ நெடுஞ்சாலையை ஒட்டியிருந்த மகர்வாரா என்னுமிடத்திலிருந்த சுமார் 2000 பாசிகள் கல்லால் அடித்து விரட்டினர். அடுத்தநாள் உரிய தயாரிப்புகளுடன் வந்த ஆங்கிலப் படையை அதே இடத்தில் பாசிகள் தடுக்க முனைந்த போது, படையினர் சுட்டு 2000 பாசிகள் கொல்லப்பட்டனர். நெடுஞ்சாலையில் தொடர்ந்து பாசிகள் கலவரம் விளைவித்ததைத் தொடர்ந்து பாசிக் குடியிருப்புகள் காலி செய்யப்படவேண்டும், இல்லையேல் கிராமங்களின் மீது பீரங்கித் தாக்குதல்கள் மேற்கொள்ளப்படும் என அறிவிக்கப்பட்டது. தப்ப முயன்றபோதும் பாசிகள் பீரங்கித் தாக்குதலுக்குள்ளாக்கப்பட்டனர்.

1857 ஜூன் 10 அன்று ஹென்றி லாரன்ஸ் தலைமையில் அவாத்தி

லிருந்து சின்ஹாட் நோக்கிச் சென்றுகொண்டிருந்த பிரிட்டிஷ் படையை மக்கா பாசி தலைமையில் சுமார் 200 பாசிகள் தடுத்துக் கொல்லத் தொடங்கினர். மக்கா பாசியை லாரன்சின் துப்பாக்கி சுட்டு வீழ்த்தியது.

“இந்திய சாதிப் படிநிலையில் ஆகக் கீழான சாதியில் பிறந்தவர்களானபோதும், தமது ஏழ்மையான சமூகப் பொருளாதார நிலையில் பெருந்துயருக்கு ஆட்பட்டவர்களான போதும் தம்மை எப்போதும் அவர்கள் விற்றுக் கொண்டதில்லை. தேவை ஏற்பட்டபோது தம் தாயகத்திற்காக அவர்கள் உயிர்த்தியாகம் மேற்கொள்ளத் தயங்கியதில்லை.”

என்பதாகத் தலித் கதையாடல்கள் சொல்லிச் செல்கின்றன.

தலித் ஆண்களின் பங்கே இதுகாறும் இப்படிப் புறக்கணிக்கப்பட்டதென்றால் பெண்களின் பங்கைப் பற்றிச் சொல்லத் தேவையில்லை. அவர்களில் குறிப்பிட்டுச் சொல்லப்படவேண்டியவர் ஜல்காரிபாய். "வீராங்கனை ஜல்காரிபாய்' குறித்து ஏராளமான நாட்டுப்புறப் பாடல்கள், 'காவியங்கள்' வழக்கிலுள்ளன. மன்னர் கங்காதர் ராவின் அரண்மனையில் படை வீரனாகப் பணியாற்றிக்கொண்டிருந்த புரன்கோரியின் மனைவிதான் ஜல்காரிபாய். சின்ன வயதிலிருந்து வீரம் செறிந்த பெண்ணாகவும், கணவரிடமிருந்து போர்ப் பயிற்சியைப் பெற்றுக் கொண்டவராகவுமிருந்த ஜல்காரிபாய், அசப்பில் ஜான்சிராணி போன்ற தோற்ற முடையவர். இருவருக்கும் நட்பு மலர்ந்தது. துர்கா தளம் என்கிற பெண்கள் படைப்பிரிவின் தலைவியாக ஜல்காரி நியமிக்கப்பட்டார். ஜான்சி கோட்டை பிரிட்டிஷாரால் கைப்பற்றப்பட்டபோது, ராணி லக்ஷ்மிபாயைத் தப்புமாறு கேட்டுக்கொண்ட ஜல்காரிபாய் ராணியைப் போல வேடமிட்டுக் கொண்டு படையை நடத்தினார். தண்டியா வாயிலிலிருந்து பண்டாரி வாயில் வழியாக உன்னோ வாயிலை நோக்கிப் படை முன்னேறியது. போரில் தனது கணவர் கொல்லப்பட்டதாகக் கேள்விப்பட்ட ஜல்காரிபாய் "அடிப்பட்ட பெண்புலியானாள்.” தனது உண்மை அடையாளத்தை இறுதி வரை வெளிப்படுத்தாமல் ஏராளமான எதிரிகளைக் கொன்றார். அவரது முடிவு குறித்து இரு கதையாடல்கள் உள்ளன. ஏராளமான துப்பாக்கிக் குண்டுகள் துளைத்து அவர் கொல்லப்பட்டதாக ஒரு கதை. விடுதலை செய்யப்பட்டு 1890 வரை உயிர் வாழ்ந்ததாக இன்னொரு கதை.

சற்றுமுன் குறிப்பிடப்பட்ட மக்காபாசியின் மனைவி உதாதேவி லக்னோ அருகிலுள்ள உஜ்ரியோன் எனும் கிராமத்தில் பிறந்தவர். ஜக்ரணி எனவும் அவருக்கொரு பெயருண்டு. பேகம் ஹஸ்ரத் மஹாரின் நெருக்கமான தோழியானார் உதாதேவி. பெண்கள் படைப்பிரிவு ஒன்றை அவர் அமைத்துத் தலைவியானார். கேம்ப்பெல் தலைமையில் பிரிட்டிஷ் படைப்பிரிவு ஒன்று சிகந்தர் பாகைத் தாக்கியபோது அது ஒரு தலித் பெண் படைப்பிரிவைச் சந்திக்க நேர்ந்தது. "சிலர் அவர்களைக் கருப்பு ஆப்ரிக்கப் பெண்கள் என்றனர். சிலர் தீண்டத்தகாதவர்கள் என்றனர். சிலர் அவர்களைப் பலவீனமானவர்கள் என்றனர். சிலர் வலுவானவர்கள் என்றனர்...." என்பதாக அந்தக் காட்சி தலித் இலக்கியங்களில் வர்ணிக்கப்படுகிறது. சிகந்தர்பாக் தாக்குதல் பற்றிய கார்டன் அலெக்ஸாண்டரின் பதிவிலும் இது உள்ளது.

"கொன்று குவிக்கப்பட்டவர்களில் ஒரு சில அமேஸான் நீக்ரோவியப் பெண்களுமிருந்தனர். பன்றிக் கொழுப்பு அல்லது வேறு மிருகக் கொழுப்பைப் பயன்படுத்துவது குறித்தெல்லாம் ஏதும் மத ரீதியான தடைகளெல்லாம் இந்த அமேஸான்களுக்குக் கிடையாது... காட்டுப் பூனைகளைப் போலச் சண்டையிட்ட அவர்கள் சாகும்வரை பெண்கள் என அறியப்படவில்லை..."

என்பது அப்பதிவு. ஒரு மரத்தின் மீது ஏறி நின்றுகொண்டு உதா சுமார் 36 பிரிட்டிஷ் வீரர்களைக் கொன்றதாகச் சொல்லப்படுகிறது. தளபதி கேம்ப்பெல்லே அவரது வீரத்திற்காக அவரது உடலுக்கு மரியாதை செலுத்த நேர்ந்தது.

ஆஷாதேவி குர்ஜாரி, வால்மீகி மஹாவீரிதேவி, ரஹீமி குர்ஜாரி, பக்வனிதேவி, குஷால்தேவி, ஷோபாதேவி, பகவதி தேவி, ஹபிபா குர்ஜாரி இந்த்ரா கவர், ரண்வீரி வால்மீகி, சொஹஜா வால்மீகி, ஆகியோர் பிரிட்டிஷ் படையை எதிர்த்துக் கொல்லப்பட்ட தலித் வீராங்கனைகளில் சிலர். லோதி சமுகத்தைச் சேர்ந்த ராம்கார் அரசு, அவந்திபாய், பங்கி சாதியைச் சேர்ந்த மஹாவீரி தேவி ஆகியோரது கதையெல்லாம் விரித்து எழுத இடமில்லை. இந்த ஒடுக்கப்பட்ட சாதியினரின் பெருமைகளாக இன்று அவர்கள் போற்றப்படுகின்றனர். அவர்களின் பெயர்களுடன் தேவி, பாய் முதலான மரியாதை விளிப்புகள் இணைந்து கொள்கின்றன. வீரம் மட்டுமின்றி மிக்க நேர்மையானவர்களாகவும் ஒழுக்கம் மிகுந்தவர்களாகவும் அவர்கள் சித்திரிக்கப்படுகின்றனர். ஆணுடையுடன் இவர்கள் குறித்த

பிரசுரங்களின் அட்டைகளை இவர்கள் அலங்கரிக்கின்றனர்.

ஜல்காரிபாயின் கதையில் அவர் ஜான்சிராணி லக்ஷ்மிபாய்க்கு இணையாக மட்டுமின்றி வீரத்தில் அவரை விஞ்சியவராகவும் சித்திரிக்கப்படுகிறார். லஷ்மிபாய் உண்மையில் பலவீனமானவராகவும் பயந்தவராகவும் தெரிகிறார். போருக்குப் பயந்து பிரிட்டிஷாரிடம் சமாதானமாகி விடுவாரோ என லஷ்மிபாய் குறித்து ஜல்காரி கவலைப்பட்டதாகவும் சொல்லப்படுகிறது. லஷ்மிபாய், பிரதாப்கர் மன்னரின் உதவியோடு நேபாளக் காடுகளுக்குத் தப்பிச் சென்று 80 வயது வரை (1915) வாழ்ந்ததாகவும் ஒரு கதையாடல் உண்டு. இந்தக் கதையாடல்கள் அனைத்தும் உண்மையான தியாகி, வீராங்கனை தலித் பெண்ணான ஜல்காரி பாய்தான் எனச் சொல்கின்றன.

மரியாதைக்குரிய அன்னையராக மதிக்கப்படாத இன்னொரு பிரிவினர் அரசவை நடன மாதுக்கள். இவர்கள் 'தவாய்ஃப்' எனக் கேவலமாகக் குறிப்பிடப்பட்டனர். கிட்டத்தட்ட பாலியல் தொழிலாளிகள் என்கிற அளவிலேயே, இவர்கள் மதிக்கப்பட்டனர். கல்வியிலிருந்தும் ஒதுக்கப்பட்டிருந்த நிலையில் ஆடல், பாடல் முதலான வித்தைகளிலும் அவை தொடர்பான கல்வி கேள்விகளிலும் விவாதங்களிலும், உரையாடல்களிலும் இவர்கள் தேர்ச்சியுற்றிருந்தனர். அந்த வகையில் அவர்கள் லக்னோவில் ஓரளவு மதிக்கப்பட்டவர் களாகவும், ஓரளவு வசதியுடையவர்களாகவுமிருந்தனர். ஹிந்து, முஸ்லிம் இரு அவைகளிலும் அவர்களுக்கு இந்த மரியாதை இருந்தது. கவிஞர்கள், அறிஞர்கள் முதலானோருக்குப் புரவலர்களாகவும் இவர்கள் விளங்கினர்.

பிரிட்டிஷ் ஆளுகை பல்வேறுவிதமான கண்காணிப்புகளை உள்ளூர் மக்கள் மீது செலுத்தியதையும், அவர்களின் உடல்கள் மீதான கண்காணிப்பாகவும், கட்டுப்பாடாகவும் கூட அவை செயல்பட்டன என்பதையும் நாம் அறிவோம். கொள்ளை நோய்கள் தடுப்பு என்கிற பெயரில் அத்தகைய முயற்சிகள் மேற்கொள்ளப்பட்டதையும், அதற்கான எதிர்ப்புகள் உருவானதையும் நான் வேறு சில இடங்களில் குறிப்பிட்டுள்ளேன். தனது படை வீரர்களுக்குப் பாலியல் நோயைப் பரப்பக்கூடியவர்களாகவே இத்தகைய நடனமாதுக்களை பிரிட்டிஷ் நிர்வாகம் அணுகியது. 1864ம் ஆண்டின் 22வது பிரிவுச் சட்டத்தின்படி பாலியல் தொழிலாளிகள் தம்மைப் பதிவு செய்து கொண்டு குறிப்பிட்ட கால இடைவெளிகளில் மருத்துவச் சோதனைக்கு ஆட்பட வேண்டும் என்கிற நிர்பந்தம் உருவாக்கப்பட்டது.

நடனமாதர்களும் இவ்வாறு நிர்பந்திக்கப்பட்டது குறிப்பிடத்தக்கது.

அறிவு ஜீவிகளாகவும், கலாச்சாரப் பெருமிதம் கொண்டவர்களாக வும் இருந்த இப்பெண்கள் பிரிட்டிஷ் ஆட்சியின் சுரண்டலையும், ஆதிக்கத்தையும், உள் நோக்கங்களையும் உணர்ந்தவர்களாக இருந்ததில் வியப்பில்லை. 1857 புரட்சி கனியத் தொடங்கிய காலங்களில் இத்தகைய நடனமாதுக்களின் அவைகள் புரட்சியாளர்கள், கலகக்காரர்கள் சந்திக்கும் மையமாக இருந்ததில் வியப்பில்லை. லக்னோவிலிருந்த அத்தகைய ஒரு நடனமாதுதான் அசிசுன் நிஸா. 42ம் பிரிவு குதிரைப் படையின் தலைவன் ஷம்சுதீன் சவார் என்பவரின் காதலி. ஆணைப்போல் உடை உடுத்தித் தன் காதலனுடன் 1857 எழுச்சியில் கலந்து கொண்ட அசிசுன் நிஸா குறித்த அற்புதமான நாடகமொன்றை திருபுராரி சர்மா எழுதி இயக்கியுள்ளார்.

ஒன்றைக் குறிப்பிட வேண்டும். 1857ன் அங்கீகரிக்கப்பட்ட தலைவர்கள் எல்லோரும் ஏதோ ஒரு வகையில் பிரிட்டிஷ் ஆட்சியால் நேரடியாகப் பாதிக்கப்பட்டவர்கள். சொந்த நலன்களை இழந்தவர்கள். தங்களின் அரசுகள், நில உரிமைகள் ஆகியவற்றைப் பறிகொடுத்தவர்கள். தங்களின் தத்துப் பிள்ளைகளை ஆட்சிக் கட்டிலில் அமர்த்த இயலாது போனவர்கள். ஜல்காரிபாயோ, உதாதேவியோ, பண்ணா தாயோ, மதாதின் பங்கியோ இப்படித் தனிப்பட்ட நலன்கள் எதையும் இழந்தவர்களல்ல. மங்கள் பாண்டேக்கும் கூட இழப்பதற்கு ஒரு மதப் பெருமிதம், மதத் தடை இருந்தது. எதுவுமற்ற இவர்கள், நாட்டு நலன் ஒன்றையே கருதி இத்தகைய தியாகங்களுக்கு ஆளானார்கள் என்கிற பதிவைச் செய்வதாகவே இந்தத் தலித் கதையாடல்கள் எல்லாம் அமைகின்றன.

இந்திய வரலாற்றையும் இந்தியப் பெருமிதங்களையும், அதைக் காத்த தியாகப் பெருமைகளையும் உயர் சாதிக்குரியனவாகவே கதையாடும் பாரம்பரியத்திற்கான ஒரு எதிர்க்குரலாக இவற்றை நாம் மதிப்பிடலாம். 1999ல் அலஹாபாத்தில் "அகில இந்திய வரலாற்றுத் தொகுப்புத் திட்டம்" சார்பாக ஒரு மாநாடொன்றை ஆர்.எஸ்.எஸ். அமைப்பு கூட்டியது. இம் மாநாட்டின் அமைப்பாளராகவிருந்த மொரேஷ்வர் நீலகண்ட பிங்கலே, "சூத்திரர், க்வாலாக்கள், பழங்குடியினர் வரலாற்றை எழுதுவது சமூகப் பிரிவினரிடையே பிளவுகளை உருவாக்கும்; இந்திய சமூக வாழ்வில் பிரச்சினைகளை உருவாக்கும்" எனக் குறிப்பிட்டது பெரும் சர்ச்சைக்குள்ளானது.

பலரும் கண்டித்தனர். மாநாட்டில் பேசிய உ.பி. ஆளுனர் சூரஜ் பன் (இவர் ஒரு தலித்) கூட இதைக் கண்டித்தார். "துசாத்களும் பஹேலியாக்களும் பிளாசியில் கிளைவின் பின் நின்று போரிட்டனர்" என்றொரு சொலவடையுமுண்டு.

இந்தப் பின்னணியில்தான் தலித் கதையாடல்களைப் பார்க்க வேண்டும். தேச உருவாக்கத்தில் எல்லோரையும் போல எங்களுக்கும் பங்குண்டு என்று நிறுவவும் இவ்வாறு பழமைக்கு உரிமை கொண்டாடும் முயற்சி தேவையாகிறது. இட ஒதுக்கீடு முதலான உரிமைகள் ஏதோ எங்களுக்குக் காலங்காலமாக இழைக்கப்பட்ட அநீதிகளுக்கான ஈடுகட்டல் மட்டுமல்ல, இந்தத் தேசத்தை உருவாக்கித் தந்த வகையில் எங்களுக்கு இவற்றைக் கோருவதற்கு எல்லாவிதமான நியாயங்களுமுண்டு எனச் சொல்வதற்கும் கூட இத்தகைய கதையாடல்கள் வழி வகுக்கின்றன.

மார்ச், 2008

புலம்பெயர் வாழ்வும் அடையாளமும்

சென்ற மாதத்தில் காந்திகிராமப் பல்கலைக்கழகத்தின் தமிழ்த்துறை சார்பாக இரு நாட்கள், 'அடையாள அரசியலும் புலம்பெயர் இலக்கியமும்' என்கிற தலைப்பில் ஒரு தேசியக் கருத்தரங்கம் நடைபெற்றது. மையக் கருத்து குறித்த கட்டுரையை *(theme essay)* அளிக்கும் பொறுப்பு எனக்களிக்கப்பட்டிருந்த போதும் சொந்தக் காரணங்களின் விளைவாக இரண்டாம் நாள்தான் என்னால் கலந்து கொள்ள முடிந்தது. பல கட்டுரைகள் சிறப்பாக அமைந்தபோதும் புலம்பெயர் புனைவு *(fiction)* இலக்கியங்கள் பற்றிய ஆய்வுரைகளில் முக்கிய ஆக்கங்கள் விடுபட்டுப் போனது குறித்து சுந்தர்காளி முதலான நண்பர்கள் வருத்தப்பட்டனர். எடுத்துக்காட்டாகச் சொல்வதானால் புலம் பெயர் இலக்கியத்தில் மட்டுமின்றி, நவீன தமிழ் இலக்கியம் என்கிற அளவிலேயே முக்கிய தடம் பதித்துள்ள ஷோபா சக்தியின் நாவல்கள், சிறுகதைகள் அங்கே கணக்கில் எடுத்துக் கொள்ளப்படவில்லை. தமிழிலக்கியச் சூழலில் நடைபெற்றுக் கொண்டுள்ள எண்ணற்ற அபத்தங்களில் இதுவும் ஒன்று என விட்டுவிட வேண்டியதுதான்.

காந்தியின் பெயரால் இயங்கும் ஒரு பல்கலைக் கழகத்தில் நாடற்றவர்கள், தேசம் கடந்தவர்கள் குறித்துப் பேசத் தேர்வு செய்யப்பட்டது ரொம்பவும் பொருத்தமானது. தென் ஆப்ரிக்கா தொடங்கி காந்தி தனது அரசியல் வாழ்வு முழுவதும் தேசம் அற்றவர்களாகக் கருதப்பட்ட மக்களுக்காகவே நின்றார். தனது சொல்லாடல்களிலும் கூட அவர் 'தேசியத்தைத் தவிர்த்தே வந்தார்

என்பார் ஆய்வாளர் பித்யுத் சக்ரவர்த்தி. தேசியத்திற்கு மட்டுமல்ல, வரலாற்றுக்கும்கூட காந்தியிடம் எந்த முக்கியத்துவத்தையும் காண இயலாது. இராமன் மீது அவர் கொண்டிருந்த பக்தியை நாமறிவோம். ஆனால் அந்த இராமனைக் கூட அவர் ஒரு காவிய நாயகனாக, லட்சிய மனிதனாக மட்டுமே பார்த்தார். இராமாயணத்தைக் கற்பனைக் காவியம் என்றே கூறினார். இராமனை முன்வைத்து நடைபெறும் இன்றைய அரசியலுடன் ஒப்பிட்டுப் பார்த்தால்தான் காந்தி வேறுபடுகிற புள்ளியின் முக்கியத்துவத்தை நாம் உணர இயலும். பிரிவினைக் கலவரங்கள் நடைபெற்றுக் கொண்டிருந்தபோது அன்றைய பாகிஸ்தான் பிரதமர் சுஹ்ராவர்தி, காந்திக்கு ஒரு கடிதம் எழுதினார். இந்தியா, பாகிஸ்தான். இரண்டு நாடுகளிலுமுள்ள சிறுபான்மையினருக்குத் தலைமை ஏற்று அவர்களை வழிநடத்த வேண்டும், அவர்களின் பாதுகாப்புக்கு உறுதி அளிக்க வேண்டும் என்கிற வேண்டுகோளைத் தாங்கியிருந்தது அக்கடிதம். இருநாடுகளிலும் நாடற்றவர்களாக அடையாளம் காட்டப்பட்டு, வன்முறைக்குள்ளான வர்களின் தலைவராக அந்த மக்கள் அவரை ஏற்கச் சித்தமாக இருந்தனர். எந்தப் பகுதிக்குச் சென்றாலும் அங்குள்ள பெரும்பான்மை மக்களின் வன்முறைகளைக் கண்டிப்பதும் சிறுபான்மையோருக்குப் பாதுகாப்பு அளிப்பதை வற்புறுத்துவதும் அவரது வழக்கமாக இருந்தது. இந்திய மாநிலங்களில் பேசும்போது இந்திய ஆட்சியாளர்களை நோக்கி, 'உங்கள் அரசுகள் சிறுபான்மை மக்களைப் பாதுகாக்கத் தவறிவிட்டன" எனக் குற்றம் சாட்டினார். கவனியுங்கள், அவர் 'நமது அரசு' எனத் தன்னை அவற்றுடன் அடையாளப்படுத்திக் கொள்ளவில்லை.

தேசியம் என்பதை காந்தி ஒரு அரசியல் வகையினமாக' (Political Category) மட்டுமே பார்த்தார். கலாச்சார வகையினமாகப் பார்ப்பதைத் தவிர்த்தார். பொதுவாக தேசம் என்பதை இனம், மொழி, மதம் சார்ந்த ஏதோ ஒரு பெரும்பான்மையின் அடிப்படையில் வரையறுப்பதே வழக்கமாயிருந்த நிலையில், தேசத்தை அவர் பல்வேறு சிறுபான்மைகளின் தொகுப்பாகப் பார்த்தார். அரசியலாளர்கள் மத்தியில் காணக்கிடைக்காத ஒரு அதிசயம் இது.

ஆனால் கோட்பாட்டாளர்கள், தத்துவாசிரியர்கள் இந்நிலையைக் கணக்கில் கொண்டுள்ளனர். குறிப்பாக இரண்டாம் உலகப்போரை ஒட்டி பாசிசத்தை எதிர்த்து, நாடற்றவர்களாக நேர்ந்தவர்கள் பலரின் எழுத்துக்களில் இந்தக் கூற்றை அடையாளம் காண

முடியும். ஹன்னா ஆரென்டை குறிப்பிட்டுச் சொல்ல வேண்டும். 'தேசிய அரசின் வீழ்ச்சியும் மனிதனது உரிமைகளின் முடிவும்' என்கிற அவரது கட்டுரை (1951) குறிப்பிடத்தக்க ஒன்று. தேசிய அரசுக்கு அப்பாலும் கூட ஒரு அரசியல் வாழ்வு சாத்தியம் என்பதைப் பாசிசத்தின் விளைவாக புலம் பெயர்ந்திருந்த அன்றைய சிந்தனையாளர்கள், இடதுசாரிகள் உணர்ந்திருந்தனர். அவர்களது நடைமுறைகளும் அதை உணர்த்தின. தேச அரசு அல்லாத ஒரு அடையாள முறையை (non-nation state mode of belonging) ஹன்னா ஆரென்ட் வற்புறுத்தினார். இத்தகைய ஒரு வாழ்முறையை உறுதிப்படுத்துவதற்கான முதற்படி பன்முக அடையாளங்களின் இருப்பை, அடையாளங்களின் பன்மைத்துவத்தை மனத்தாலும், உடலாலும், இருப்பாலும் அங்கீகரிப்பதே.

அடையாளம் என்பது இருபுறங்களிலும் கூரான கத்தி போன்றது. ஒரு பக்கம் அது ஒரு வலிமை, பலம் என்பதை மறுக்க இயலாது. குறிப்பாக, மனிதர்கள் நம்மை மற்றவர்களுடன் அடையாளம் காண்பதன் மூலமாகவே இருப்பு குறித்த பிரக்ஞை அடைகின்றனர். தனக்கு வாய்த்த புற எதார்த்தங்களுக்கும் அகவாழ்விற்கும் இடையில் ஒரு ஒருங்கிணைவைத் தனது அடையாளத்தின் மூலமாகவே ஒருவன் கற்பித்துக் கொள்கிறான். சக மனிதர்களுடன் தன்னை அடையாளம் காண்பதன் மூலமாகவே அவனுக்கு ஒரு உரிமை உணர்ச்சி (sense of belonging) ஏற்படுகிறது. அதாவது எதார்த்த த்துடனும் சமூகத்துடனும் அவற்றில் ஒன்றாகப் பிரக்ஞை கொள்ள முடிகிறது.

ஆனால் 'அடையாளத்திற்குள்' மிகப்பெரிய இயற்கை முரண் ஒன்றுண்டு. ஒரு பக்கம் அது ஒரு குழுவுடன் ஒருவரை 'ஒரே மாதிரியாக' (similar) ஆக்குகிற அதே நேரத்தில் மற்ற குழு அல்லது குழுக்களிடமிருந்து வேறு பட்ட தனித்துவமானவராகவும் (unique) ஆக்கிவிடுகிறது. சமயங்களில் மற்றவற்றின் மீதான வன்முறையாகவும் வெளிப்படுகிறது. ஒரு பக்கம் பலம், இன்னொரு பக்கம் வன்முறை என்கிற வகையில்தான் அடையாளம் இருபக்கங்களிலும் கூரான கத்தியாகிவிடுகின்றது.

II

அடையாளம் எப்போது வன்முறையாகிறது? இரண்டு வழிகளில் அடையாளம் வன்முறையாகிறது. அடையாளத்திற்கு தத்துவம்

சார்ந்ததாகவும் (*ontological*) அறிவுத்தோற்றம் சார்ந்ததாகவும் (*epistemological*) ஆகவும் இரு பரிமாணங்கள் உண்டு , முதலாவது நாம் யாராக இருக்கிறோம் என்பதன் அடிப்படையானது. மற்றது, யாராக உணர்கிறோம் அல்லது உணர்த்தப்படுகிறோம் என்பதைப் பொறுத்தது. யாராக இருக்கிறோம் என்பது இயற்கையான ஒன்று அல்ல. ஒவ்வொருவருக்கும் எத்தனையோ அடையாளங்கள். நான் ஒரு ஆண். ஆசிரியன். மாற்றுப் பால் வேட்கையுடையவன், தந்தை, பிறப்பால் ஒரு மதத்துக்கு உரியவன், ஒரு சாதிக்குரியவன், தமிழன், ஆனால் பாஸ்போர்ட்டில் இந்தியன், மனித உரிமைப் போராளி, இலக்கிய விசாரம் செய்பவன்... இப்படி. இந்த அடையாளங்களில் ஏதொன்றையும் தேர்வு செய்வது அல்லது எல்லாவற்றையுமே ஒதுக்குவது எனது சொந்த விருப்பு சார்ந்தது. அடையாளம் என்பது ஒரு சொத்து அல்ல, பாரம்பரியமாகக் கையளிக்கப்பட்டது அல்ல. நான் என்ன வைத்துள்ளேன் என்பதல்ல, என்னவாக இருக்கிறேன், என்னவாகத் தேர்வு செய்கிறேன் என்பதே முக்கிய பங்கு வகிக்கிறது.

சங்கப் புலவர் கபிலர் தன்னை, "அந்தணன், புலவன்" என அறிமுகப்படுத்திக்கொள்கிறார். இதில் குறைந்தபட்சம் மூன்று அடையாளங்களைத் தேர்வு செய்கிறார். 1. ஆண் (பெண்ணோ, பால்சாராதவரோ அல்ல) 2. அந்தணன் (தாழ்ந்த சாதியன் அல்ல) 3. புலவன் (பாணன் அல்லது சாதாரண மனிதன் அல்ல). இந்தத் தேர்வுகள் ஒவ்வொன்றும் 'அல்லாததாக' ஒதுக்கப்படுபவற்றின் மீதான வன்முறையாகிவிடுவதை விளக்க வேண்டியதில்லை.

இன்னொரு பக்கம் எனது பல்வேறு அடையாளங்களில் ஏதாவது ஒன்றை 'இயற்கையானதாக', 'கையளிக்கப்பட்டதாக' 'மாற்ற இயலாத சொத்தாக' என்மீது திணிக்கும்போதும், அது வன்முறையாகிவிடுகிறது. இவ்வாறு என்மீது சுட்டப்படும் அல்லது சூட்டப்படும் அடையாளம் என்னை ஒரு கூட்டத்துடன் ஒன்றிணைக்கும் போதே, இன்னொரு கூட்டத்தை வெறுப்பதை, 'அல்லாதவர்களாக', 'அந்நியர்களாக', 'மற்றவர்களாக' பார்ப்பதை நிபந்தனையாக்குகிறது. அமர்த்யா சென் மூன்று சமகால எடுத்துக்காட்டுகளைச் சொல்வார். 1. அதுவரை யுகோஸ்லாவியனாக இருந்த ஒருவரிடம் கிழக்கு ஐரோப்பிய நாடுகளின் சிதைவுக்குப் பின் "நீ செர்பியன்" எனக் கூறப்பட்டது. இதன்மூலம் போஸ்னியர்களை வெறுக்க, கொல்ல, வன்புணர்ச்சி செய்ய கற்பிக்கப்பட்டது. 2. ருவான்டர்களாக இருந்தவர்களிடம் நீங்கள் ஹூடுக்கள் ('டுட்சிகளை' வெறுங்கள்) எனச் சொல்லப்பட்டது.

3. 1947 ஜனவரி வரை தம்மை ஒரே மக்களாக உணர்ந்தவர்கள் ஜூலையில் இந்துக்கள் / முஸ்லிம்கள் என உணர வைக்கப்பட்ட கதையை நாம் அறிவோம்.

இன்னொரு பக்கம் 'குழு அடையாளம்' என்பது குழுவுக்குள் உள்ள பல்வேறு உள் வேறுபாடுகளை அழிக்கும் ஒன்றாக மாறிவிடுகிறது. இங்கொன்றைச் சொல்ல வேண்டும். ஒரு வகையில் பார்த்தால் அடையாளம் என்பது சாத்தியமேயில்லை. ஏனெனில் அடையாளம் என்பது *repetition*ஐ (திருப்பிச் செய்தலை) அடிப்படையாகக் கொண்டது. ஆனால் எதுவும் மற்றொன்றின் படிவு இல்லாமல் *repeat* ஆகாது என்பதை பின் நவீனச் சிந்தனைகள் உறுதி செய்துள்ளன. 'பெண்' என்கிற அடையாளத்தை எடுத்துக்கொள்வோம். ஒரு தலித் பெண்ணும் பார்ப்பனப் பெண்ணும் ஒன்றெனச் சொல்ல முடியுமா? கருப்புப் பெண்ணியர்கள், தாம் வெள்ளைப் பெண்களைக் காட்டிலும் கருப்பு ஆண்களாக இருப்பவர்களுடன் நெருக்கமாக இருப்பதாகச் சொல்வதை என்னென்பது? ஜனநாயகம், பிரதிநிதித்துவம் செய்தல் (*representatin*) குறித்த தத்துவார்த்த சிக்கல்களுக்கு இது இட்டுச் செல்கிறது. ஒரு அடையாளத்தை ஒரு குழு மீது சுட்டும்போது, அப்படிச் சுட்டுகிற தலைவன் அல்லது இயக்கம் அந்தக் குழு மொத்தத்தின் பிரதிநிதியாகத் தன்னை நிலை நிறுத்திக் கொள்கிறான் அல்லது கொள்கிறது. இது எப்படிச் சரியாகும்? நடைமுறை எடுத்துக்காட்டுகள் எதையும் நான் இங்கே குறிப்பிடவில்லை. சுருக்கம் கருதியும்தான். யோசித்தால் பல எடுத்துக்காட்டுக்கள் நம் கண்முன் வரும்.

இன்னொன்றையும் இங்கே சொல்ல வேண்டும் அடையாளத்தை வரையறுக்கும் கூறுகள் (*units/signs*) நிரந்தரமானவையோ, மாறாதவையோ அல்ல. அவை தொடர்ந்து மாறிவருபவை. காலம் சார்ந்தவை. அடையாளம் காலத்திற்கு அப்பாற்பட்டதல்ல. சொல்லப் போனால் அது ரொம்பவும் நவீனமானது. சென்ற மாதத்தில் சென்னையில் சங்கமம் நிகழ்ச்சி தொடர்பாக நடைபெற்ற கருத்தரங்கம் ஒன்றில் தமிழன் தன் அடையாளத்தை இழந்தது ஏன்? என்றொரு கேள்வியை எழுப்பினார்கள். கவிஞர் ஈரோடு தமிழன்பன் தலைமையில் நடைபெற்ற கருத்தரங்கில் சீமான், சி.மகேந்திரன் ஆகியோர் கலந்து கொண்டனர். ஒரே புலம்பல் மயமாக இருந்த அக்கருத்தரங்கில் அடையாளம் தொடர்பாக நான் சொன்ன இக்கருத்துக்களை பெரும்பாலோரால் சகித்துக்கொள்ள இயலவில்லை. தமிழன்

அடையாளம் போய்விட்டது என ஏகப் புலம்பல். அடையாளம் குறித்த இயங்காவியல் (*metaphysical*) பார்வைக்கு மிகச் சிறந்த எடுத்துக்காட்டுகளை அங்கே காணமுடிந்தது. தமிழர் அடையாளம் வேட்டி கட்டுவதும் கச்சணிந்து கொள்வதும்தான் என்றால் இங்கே இத்தனை பேன்ட் சர்ட்களும், சுடிதார்களும் ஏன் என நான் கேட்டதற்கு யாரும் பதில் சொல்லவில்லை.

இதுபோல அடையாளம் என்கிற பெயரில் உடை, மொழிப் பிரயோகம் முதலானவற்றை தரப்படுத்துகிற (*standardise*) முயற்சி இன்னும் பெரிய வன்முறையாக அமையும். இந்தியாவை, தமிழகத்தைப் பொறுத்தமட்டில் இந்த அடையாளக் குறியீடுகள் அனைத்தும் சாதி சார்ந்தவை என்பது குறிப்பிடத்தக்கது. கேடானியலின் கதைகளில், அவர் வெள்ளாள நிலப் பிரபுக்களை விவரிக்கும் போது "நேஷனல் அணிந்து வந்தார்" என்று எழுதுவார். எனக்கு ரொம்ப நாள் புரிய வில்லை. டானியலே பிறகு விளக்கினார். மறைந்த தலைவர் அமிர்த லிங்கம் அனிந்திருப்பாரல்லவா அதுதான் தமிழர்களின் நேஷனல் - தேசிய உடை. ஒரு உயர்சாதி அடையாளம் பொது அடையாளமாக மாற்றப்படுவதற்கு இது ஒரு சிறந்த எடுத்துக்காட்டு. தமிழகத்திலும் இதுபோன்ற ஒரு முயற்சி மேற்கொள்ளப்பட்டது நினைவிருக்கலாம். நிச்சயமாக பேன்ட், சர்ட், சுடிதார் முதலியவை சாதிகளைக் கடந்த அடையாளங்களல்லவா? தேசிய அரசியலை எள்ளி நகையாடிய இன்னொரு பெருந்தலைவரான பெரியா ஈ.வே. ரா அவர்கள் கைலி அணிந்து மேடைகளில் தோன்றியது வெறும் ’சவுகரியம்’ கருதி மட்டுமல்ல என்பது நினைவிற்குரியது.

அடையாளம் குறித்த இந்தப் பின்னணிகளோடுதான் நாம் புலம்பெயர் தமிழர்களின் வாழ்வைப் பரிசீலிக்க வேண்டியவர்களாக இருக்கிறோம். இன்றைய புலம்பெயர் தமிழர்களை இரு பிரிவினராக வகைப்படுத்தலாம். 1. ஐரோப்பா, கனடா, ஆஸ்திரேலியா முதலான நாடுகளில் புலம் பெயர்ந்து வாழ்கிற ஈழத் தமிழர்கள். 2. வேலை நிமித்தம் புலம் பெயர்ந்து வாழ்கிற இந்தியத் தமிழர்கள். இவர்கள் சந்திக்கும் பிரச்சினைகள் கிட்டத்தட்ட ஒரே மாதிரியானவை. அந்நியர்கள், கீழான மற்றவர்கள், உள்ளூர் மக்களின் வேலை இல்லாமைக்குக் காரணமானவர்கள், நாட்டின் தூய்மையைக் கெடுத்தவர்கள், தமது கலாச்சாரத்திற்குப் பொருத்தமற்றவர்கள் என்பதாக அவ்வவ் நாட்டு மக்கள் இவர்களைப் பார்ப்பது ஒருபுறம். எல்லா நாடுகளிலும் ‘குடியேறிகளை வெளியேற்ற வேண்டும்’ என்கிற

குரல்கள் பெருகிவரும் நிலை இன்னொரு புறம். கிட்டத்தட்ட எல்லா பெரிய அரசியல் கட்சிகளும் அதை வெளிப்படையாகவும் நேரடியாகவும் ஆதரிக்கின்றன. சில இடங்களில் 'நியோ பாசிஸ்டுகள் நேரடி வன்முறைகளிலும் இறங்குகின்றனர். அப்புறம் முந்தைய, மூன்றாம் உலகக் குடியேறிகளான ஆப்ரிக்கர்கள், அரபுக்கள் ஆகியோரின் வன்முறைகளையும் இவர்கள் சந்திக்க வேண்டியுள்ளது.

எனவே பாதுகாப்பிற்காக மட்டுமின்றி உளவியல் ரீதியாய் தெம்பு அடையவும் கூட ஒரே நாட்டிலிருந்து வந்தவர்கள் நகர் சார்ந்து ஒருங்கிணைவது (*urban regropuing*) தவிர்க்க இயலாததாக உள்ளது. குழு உணர்வின் மறு உருவாக்கம் அவர்களுக்குத் தேவைப்படுகிறது. இவ்வாறு இவர்கள் ஒருங்கிணைந்து வாழும் இடங்களில் கலாச்சார மறு உற்பத்தித் தொழில்கள் செழிக்கின்றன. சென்ற ஆண்டு பாண்டிச்சேரி 'பிரெஞ்சு நிறுவனத்தில் நடைபெற்ற கருத்தரங்கொன்றில் கட்டுரை வாசித்த கேல் டெக்யூரஸ் என்கிற பிரெஞ்சு ஆய்வு மாணவர், பிரான்சில் ஈழத் தமிழர்கள் ஒருங்கிணைந்து வசிக்கும் லா சப்பல் பகுதி குறித்து சில தகவல்களைத் தொகுத்தளித்தார். 1982ல் ஈழத் தமிழர்களின் முதல் கடை அங்கு உருவாகியது. 2005ல் இருந்த மொத்த கடைகள் 150. உணவு, உடை அழகியல் சார்ந்த பொருட்கள் (பத்திரிகைகள், சி.டி.க்கள் உட்பட) இங்கே விற்பனை யாகின்றன. 37 கடைகள், 30 உணவு விடுதிகள் 14 வீடியோ , சி.டி. வாடகைக் கடைகள் 25 துணிக்கடைகள், 8 நகைக் கடைகள். குறைந்தபட்சம் இரு பத்திரிகைகள் (ஈழ நாடு, ஈழ முரசு), அப்புறம் ரியல் எஸ்டேட், டிராவல் ஏஜென்சீஸ், *French Federatin of Tamil Associations* என்பன போன்ற சில அமைப்புகள் முதலியன அவரது பட்டியலில் இடம் பெற்றன. இவற்றோடு அவர்கள் நடத்தும் பள்ளிக் கூடங்கள் மட்டுமல்ல, இரண்டு இந்துக் கோயில்களும் அங்கு உண்டு. பாத்திரம் மற்றும் சிலைகள் விற்பனை செய்யும் நண்பரொருவர் எனக்குக் குடந்தையிலுண்டு. ஈழத் தமிழர்களின் புலப் பெயர்வுக்குப் பின் சிலை விற்பனை அதிகரித்துள்ளது என அவர் குறிப்பிடுவார்.

தொன்மை மிகுந்த தமது இந்துக் கலாச்சார வேர்கள் தமது சந்ததியர்க்கும் கையளிக்கப்படாமல் தம்மோடு அழிந்துவிடுமோ என்கிற அச்சம், பிரெஞ்சு கலாச்சாரம் தமது உள்ளங்களில் ஏற்படுத்திய அதிர்ச்சி ஆகியவற்றின் விளைவாக இவர்கள் தம்மை ஆமைகளையும், நத்தைகளையும் போலத் தமது கலாச்சார

ஓட்டுக்குள் திணித்துக் கொள்கின்றனர். பிரெஞ்சுக்காரர்களுடன் மட்டுமின்றி பிற எந்தக் குடியேறிகளுடனும் கூடத் தம்மை இவர்கள் இணைத்துக்கொள்வ தில்லை. ஆப்ரிக்கர்கள் அரபுக்களெல்லாம் இவர்களுக்கு ’ஊத்தையர்கள்’.

இந்துக் கலாச்சாரத்தைக் காப்பாற்றுவது என்றால் சாதிக் கலாச்சாரத்தைக் காப்பாற்றுவதுதானே. புலம் பெயர்ந்த தமிழர்கள் திருமண உறவுகளில் இறுக்கமாக சாதியைப் பேணுதல், சாதி அடிப்படையில் மணத்தொடர்பு விளம்பரங்கள் செய்தல் முதலியன குறித்து ஏற்கனவே நிறைய எழுதியாயிற்று. இங்கே தவிர்க்கிறேன். இத்தகைய நிலைகளின் விளைவாக இன்று தலித்கள் அங்கே தனியாகப் பிரிந்து மாநாடுகள் நடத்தவேண்டிய நிலை ஏற்பட்டுள்ளது. புலம் பெயர்ந்தவர்களுக்கு ஆதரவாக உள்ள மாற்று இனத்தவர் நடத்தும் பேரணிகள், போராட்டங்களிலும் தமிழர்கள் பங்கு பெறுவதில்லை. சென்ற மாதம் பாரிசில் ’விசா காகிதங்கள்’ இல்லாதவர்களின் பேரணி இன்று நடந்தது. பல்லாயிரம் மக்கள் பங்கு பெற்ற இப்பேரணியில் ஒரு தமிழர்கூட இல்லை. ஆனால் பாரிசில் இத்தகைய ஆவணங்கள் இல்லாத தமிழர்கள் குறைந்தது பத்தாயிரம் பேர் வரை உள்ளனர்.

அமெரிக்கா போன்ற நாடுகளில் புலம் பெயர்ந்து வாழ்கிற இந்திய உயர்சாதித் தமிழர்கள்தான் இங்குள்ள இந்துத்துவ அமைப்புகளில் செயல்பட்டு வருகின்றனர். இது குறித்தும் நான் நிறைய எழுதி யுள்ளேன். ஒரு வகையான ‘என்.ஆர்.அய். சின்ரோம்’ ஆல் *(NRI Syndrome)* பிடித்தாட்டப்படும் இவர்கள் இங்கே நிகழும் இந்துத்துவ பயங்கரவாத நடவடிக்கைகளுக்கும் கருத்தியல் ரீதியிலும், பொருளியல் ரீதியிலும் பெரிய அளவில் ஆதரவாக இருக்கின்றனர். சிந்துவெளி தொடர்பான வரலாற்றாய்வுகளில் இவர்கள் மேற்கொண்ட கருத்தியல் ‘கிரிமினல்’ வேலைகளை ‘இந்து’, ‘ஃப்ரன்ட்லைன்’ முதலான இதழ்கள் அம்பலப்படுத்திய கதைகள் நிறைய உண்டு. (பார்க்க: எனது ஆரியக்கூத்து)

புலம் பெயர்ந்து வாழ்வோரின் இத்தகைய அடையாளப் பேணுகை யால் பயன்பெறக்கூடிய நமது கலாச்சாரக் காவலர்களும், தேசிய அரசியலார்களும் இவற்றைக் கண்டு கொள்ளமாட்டார்கள். ஆனாலும் இத்தகைய தனிமைப்படுவதும், மீட்புவாத முயற்சிகளும் புலம் பெயர்ந்தவர்களுக்குப் பயன்படப்போவதில்லை.

உலகம் பன்மைத் தன்மையானது. பிற அடையாளங்களுடன் சேர்ந்து வாழ நாம் பழகிக் கொள்ள வேண்டும். தேசியம் சாராத இருப்பு ஒன்றின் சாத்தியங்களை நாம் யோசிக்க வேண்டும். இதன் பொருள் நாம் பிறந்த நாட்டின் விடுதலை முயற்சிகளிலிருந்து முற்றாக விலகி விடுவது என்பதல்ல. பிற அடையாளங்களுடன் நமது உறவு எத்தகைய தாக இருக்கவேண்டும் என்பதே. 'சகித்துக்கொள்வது' அல்லது 'சமரசம் செய்துகொள்வது' எனச் சொல்பவர்களைக் காந்தி கடுமை யாகக் கண்டிப்பார். 'சகித்துக்கொள்வது', 'சமரசம் செய்து கொள்வது' என்கிற இரு கருத்தாக்கங்களும் தம்முடையது உயர்ந்தது என்கிற நிலைப்பாட்டிலிருந்து எழுகின்றன. மற்ற கலாச்சாரங்களையும், அடையாளங்களையும் "அவற்றின் வித்தியாசங்களோடு ஏற்றுக் கொள்வதே' அவர் சொன்ன உள்ளடக்கும் *(inclusive)* வழிமுறை.

அடையாள அரசியல் என்பது அடையாளத்தைப் பேணுவதன் ஊடாக எல்லாவற்றையும் உள்ளடக்குவதாகவும் இருக்க வேண்டும். காந்தி, பெரியார், அண்ணா என்றொரு நல்ல பாரம்பரியம் நமக்கு இந்தவகையில் உண்டு.

ஏப்ரல், 2008

விக்ரமாதித்யனின் அறுபதாம் கல்யாணமும் பினாயக் சென்னின் ஓராண்டுச் சிறைவாழ்வும்

நண்பரும் தமிழின் முக்கிய கவிஞர்களில் ஒருவருமான விக்கிரமாதித்ய னின் அறுபதாம் கல்யாணம் (சஷ்டியப்தபூர்த்தி) சென்ற மாதம் 21ம் தேதி திருக்கடையூரில் சிறப்புற நடைபெற்றது. திருக்கடையூர், தரங்கம்பாடி இவை எனக்கு மிகவும் பிடித்தமான ஊர்கள். சில கல் தொலைவில் காரைக்கால் நாகூர், நாகை முதலியன அமைந்திருப் பது ஒரு காரணம். விக்கிரமாதித்யன் என்னை நிகழ்ச்சிக்கு அழைத்த போது ஒன்றைத் திரும்பத் திரும்பச் சொன்னார். “காலையில் நடைபெற உள்ள சஷ்டியப்த பூர்த்தி சடங்குகளுக்கு வேண்டுமானால் நீங்கள் வரவேண்டாம். மாலையில் புத்தக வெளியீட்டிற்கு வந்துவிடுங் கள்” என்று. எனக்கு இரண்டிலும் கலந்து கொள்ளத்தான் ஆசை. ஆனால் காலையில்தான் குடந்தைக்கே வரமுடிந்தது. மாலை நாலு மணிக்கு மேல் தான் அங்கே செல்ல முடிந்தது. என்னுடன் ‘சஞ்சாரம்’ இதழாசிரியர் சிவகுருநாதனும் வெளியீட்டாளர் அமானுல்லாவும் வந்திருந்தனர்.

நாங்கள் போன சமயம் கிட்டத்தட்ட எல்லாச் சடங்குகளும் முடிந்திருந்தது. ஆமாம், எல்லாமும் தான். காலைச் சடங்குகளில் கலந்து கொண்டிருந்த எழுத்தாளர்கள் கோணங்கி, சி.மோகன், பாலகுருசாமி முதலானவர்கள் அரங்கிலேயே இல்லை. அறைகளில் ’அம்பேல்’ ஆகியிருந்தார்கள். நூல் வெளியீட்டு அரங்கு ஏகப்பட்ட கொண்டாட்டங்களுடனும் கும்மாளங்களுடனும் காட்சியளித்தது. கொஞ்சம் கூட ’சீரியஸ்’ இல்லாமல் இப்படி எல்லோரும் அரை மயக்கத்திலிருப்பதை சுந்தர சுகன் மேடையிலிருந்து கண்டித்துக்

கொண்டிருந்தார். நாங்கள் நுழைந்தவுடன் ஆரவாரம் அதிகமாகியது. ஒரு மூலையில் திருமதி விக்கிரமாதித்யன் அமர்ந்திருந்தார். இந்த மாதிரி களேபரங்களை வாழ்நாளெல்லாம் பார்த்தவர், சகித்தவர் அவர்.

புத்தக வெளியீட்டு நிகழ்ச்சி எண்ணற்ற அழகிய அபத்தங்களால் நிறைந்திருந்தது. எங்களைக் கண்டவுடன் சங்கர ராம சுப்பிரமணியம் ஒரு 'குரூப் போட்டொ' எடுக்க வேண்டும் என்றார். எல்லாரும் வரிசையாக நின்றோம். திருமதி அவர்களும் மேடையில் அழைத்து அமர்த்தப்பட்டார். எல்லோரையும் நிற்க வைத்து ஒழுங்குப்படுத்திய பின்னர்தான் தெரிந்தது அங்கே யாரிடமும் காமிரா இல்லை என்பது.

எங்களை "சிவனே வந்ததுபோல இருக்கிறது" என வரவேற்றார் விக்கிரமாதித்யன். உச்ச பட்சமாய் புகழ்வதற்கும் கூட அவருக்கு சிவன்தான் வேண்டும். பாவம் சிவன். ஈரமில்லா நெஞ்சுடையார் சிவனைக் காணார். எங்களிடமும் கூட சிவனைக் காணக்கூடிய விக்கிரமாதித்யன் நெஞ்சு ஈரத்திலே மிதந்து கொண்டிருக்க வேண்டும்.

ஏனோ அந்தச் சமயத்தில் தய் கந்தசாமி கவிஞரைப்பற்றி ஒரு முறை எழுதியிருந்தது நினைவுக்கு வந்தது.

என்னையும் பேசச் சொன்னார்கள். ஆனால், அன்று வெளியிடப் பட்ட நூற்களை நான் அந்தக் கணம் வரை பார்க்கவில்லை. என்னத்தைப் பேசுவது. ஒன்றை மட்டும் சொன்னேன். மார்க்கண்டேயனுக்கு என்றும் பதினாறு வரமளிக்கப்பட்ட திருக்கடையூர் திருத்தலத்தில் இதுவரை எத்தனையோ அறுபதாம் திருமணங்கள் நடைபெற்றுள்ளன. ஆனால் அன்று வரை இப்படியான ஒரு அறுபதாம் கொண்டாட்டத்தை அங்கே குடிகொண்டுள்ள அமிர்தகடேசுவரரும் சரி, அபிராமி அம்மையும் கூட கண்டிருக்க மாட்டார்கள். விக்கிரமாதித்யன் எப்படிப்பட்டவர் என்பதன் பொருத்தமான வெளிப்பாடாகவே அந்நிகழ்ச்சி இருந்தது. ஒரு பக்கம் அப்பட்டமான சைவப் பிள்ளைமார்த்தனம்; மறுபக்கம் அசாத்தியமான கலகக் குணம், இதுதானே விக்கிரமாதித்யன். இன்னும் சரியாகச் சொல்வதானால் அவர் முழுமையான சைவப் பிள்ளையும் கிடையாது. முழுமையான கலகக்காரனும் இல்லை.

என்னைக் கட்டித் தழுவிய விக்கிரமாதித்யன் அவருக்கு யாரோ பரிசளித்திருந்த ஒரு 'மேன்ஷன் ஹவுஸ்' மதுப்புட்டியைப் பரிசளித்தார்.

நன்றியுடன் பெற்று பத்திரமாக மூலையில் வைத்தேன். அன்று மகாசிவராத்திரி, பெரிய வெள்ளி முதலான காரணங்களால் கடைகள் கிடையாதே. ஏற்கனவே மதுப் பஞ்சத்தால் பீடிக்கப்பட்டிருந்த நண்பர்கள் ஒரு சில கணங்களில் அந்தப் புட்டியை 'லபக்'கி விட்டனர். தேடிக் கண்டுபிடித்த பாண்டியராஜன் தாமதமாக வந்த எங்களுக்கு சற்றே கூடுதல் பங்களிக்கச் செய்த முயற்சி தோல்வியிலும் சண்டையிலும் முடிந்தது. சண்டையில்லாமல் கொண்டாட்டம் ஏது?

தி.கண்ணன், பாலை நிலவன், லட்சுமி மணிவண்ணன், கீரனூர் ராஜா அப்புறம் குடந்தை அம்மன்பேட்டை இலக்கியக் குழுமத்தைச் சேர்ந்த இளங்கோவன், சரவணன், நிகழ்ச்சியை ஏற்பாடு செய்திருந்த 'காளான்' சிற்றிதழ் தோழர்கள்.... கிட்டதட்ட எல்லோரையும் சொல்லிவிட்டேன் என நினைக்கிறேன். விக்கிரமாதித்யன் என்பது கனிமொழியா இல்லை தமிழச்சியா? இத்தனை எழுத்தாளர்கள் குவிந்திருந்ததே பெரிய விஷயமில்லையா?

அத்தனை மயக்கத்திலும் விக்ரமாதித்யன் என்னிடம் ஒன்று கேட்டார். 'பேசாப் பொருளைப் பேச நான் துணிந்தேன் தொடரில் நீ அண்ணாதுரையைப் பற்றி எழுதியிருந்தாயே, என்ன சொல்ல வருகிறாய்? இன்னும் கொஞ்சம் வெளிப்படையாக அண்ணாவிடம் ஒன்றுமில்லை என்பதைச் சொல்லிவிட வேண்டியதுதானே' என்றார். அவர் இதையெல்லாம் படித்திருந்தது எனக்கு வியப்பாக இருந்தது. 'அண்ணாவிடம் ஒன்றுமில்லை எனச் சொல்வது எனது நோக்கமில்லை' என்றேன். விரிவாக விவாதிக்கும் சூழல் அங்கில்லை. 'அண்ணா மீதும் திராவிட இயக்கத்தின் மீதும் ஆயிரம் விமர்சனம் வைக்கலாம். மொழி, மதம் என எல்லாவிதச் சிறுபான்மையினரையும் உள்ளடக்கியதன் மூலம் இங்கே ஒரு பாசிசம் உருப்பெறாமல் தடுத்ததில் அவருக்கு ஒரு முக்கிய பங்குண்டு. நினைவு வைத்துக் கொள்ளுங்கள் என்றேன்.' 'ஓ! நீ அந்த 'ரேஞ்சில்' போறியா? என்னை விட்டுடு'னு என ஜகா வாங்கினார் விக்கிரமாதித்யன். இப்படி நிகழ்ந்து நிறைவேறியது விக்ரமாதித்தனின் அறுபதாம் கல்யாணம்.

மே 14 – டாக்டர் பினாயக் சென் கைதாகி ஓராண்டு

சட்டிஸ்கார் மாநிலத்தில் பழங்குடி மக்கள் மத்தியில் மருத்துவம் பயின்று டாக்டரான பினாயக் சென் 1980களின் தொடக்கத்தில் தன்

மனைவி இலினாவுடன் சட்டிஸ்கர் சென்றார். மஹாநதி ஆற்றில் கட்டப்பட்ட அணைக்கட்டு ஒன்றால் இடம்பெயர்க்கப்பட்ட மக்கள் வசித்த பக்ரும்னாலா என்னும் பகுதியிலும் பிற இடங்களிலும் அவரது மருத்துவப் பணி அமைந்தது. மலேரியா, காசம் முதலான நோய்களால் பீடிக்கப்பட்டிருந்த அம்மக்கள் மத்தியில் அவரால் பயிற்றுவிக்கப்பட்ட நல ஊழியர்கள் பணி செய்து நோயாளிகளை அடையாளம் கண்டு மருத்துவம் செய்தனர் 'டி.பி. டாக்டர்' என்றே அம்மக்கள் அவரை அறிந்திருந்தனர்.

சட்டிஸ்கரின் முந்தைய அரசு டாக்டர் பினாயக்சென்னின் வழிகாட்டலிலேயே 'மிட்டானிக்திட்டம்' என்றே சமுதாய நலப்பணித் திட்டத்தை நிறைவேற்றியது. இன்று மத்தியில் ஆளும் ஐக்கிய முன்னணி அரசு இந்தத்திட்டத்தின் அடிப்படையிலேயே *ASHA* என அழைக்கப்படும் கிராமப்புற மக்கள் நலப் பணியாளர்கள் பயிற்றுவிப்புத் திட்டத்தை உருவாக்கியுள்ளது.

நமது நாட்டு மக்களின் பெரும்பான்மையான நோய்கள் இரண்டு அடிப்படைகளிலேயே உருவாகின்றன. சாத்துப்பற்றாக்குறை *(Mal Nutrition)* மற்றும் நல்ல குடிநீரின்மை. இது குறித்து அவர் விரிவாகப் பேசினார். ஆய்வுகளைச் செய்தார். தீர்வுக்கான வழிமுறைகளைச் சொன்னார். இதற்கென அவருக்கு சர்வதேச அளவிலான விருதுகள் வழங்கப்பட்டுள்ளன. சத்துப்பற்றாமையைப் போக்குதல் குறித்த விரிவான பார்வையும் ஆய்வும் பினாயக் சென்னின் முக்கிய பங்களிப்புகள். சத்துப்பற்றாமைக்குக் காரணம் போதிய உணவின்மை இதற்குக் காரணம் அரசுகளின் மோசமான கொள்கைகள், கனிவளம் மிகுந்த சட்டிஸ்கர் மாநிலத்தைப் பங்கு போட்டு வெளிநாட்டு மூலதனத்திற்கும் உள்நாட்டுக் கார்ப்பரேட்டுகளுக்கும் வழங்குவது என்கிற அன்றைய அரசின் திட்டங்கள் அமலாகும்போது அதுமக்களை மேலும் பாதிக்கும். சமூகப் பொறுப்புள்ள ஒரு மருத்துவர் இதை எப்படிச்சகித்துக் கொள்ள முடியும்?

சட்டிஸ்கர் மக்களுக்கு மருத்துவ உதவிகளைச் செய்வதன் மூலமாக மட்டுமே அவர்களின் பிரச்சினைகள் தீர்ந்துவிடாது என்பதை உணர்ந்த சென், வனப்பகுதிகளின் மீது அம்மக்களுக்குள்ள சட்டபூர்வ மான உரிமைகளுக்காகப் போராடினார். பியூசிஎல் அமைப்பின் தேசிய அளவிலான துணைத்தலைவராகவும் செயல்பட்டார். கார்ப்பரேட்களுக்கு ஆதரவாகவும் போராடும் மக்களுக்கு எதிராகவும் இயற்றப்பட்ட பொதுப் பாதுகாப்புச் சட்டத்திற்கு எதிராக வழக்குத்

தொடர்ந்த அவரை, அதே சட்டத்தின்கீழ் இன்று பாரதீய ஜனதா அரசு கைது செய்துள்ளது. சிறையிலிருந்த மாவோயிஸ்ட் நாராயணன் கன்யால் என்பவருக்கு மருத்துவம் செய்கிறோம் என்ற பெயரில் அவரிடமிருந்து இரகசியக் கடிதங்களை வாங்கிச் சென்று வெளியே வினியோகித்தார் என்பது அவர் மீதான குற்றச்சாட்டு.

பினாயக்சென் எந்நாளும் மாவோயிஸ்ட் கட்சியில் உறுப்பினராக இருந்ததில்லை. அவர்களது வழிமுறைகள் எல்லாவற்றையும் ஆதரிப்ப வரும் இல்லை. அரச வன்முறையை மட்டுமின்றி மாவோயிஸ்டுகளின் வன்முறைகளையும் அவ்வப்போது கண்டித்து வந்தவர் என்பது குறிப்பிடத்தக்கது.

பினாயக் சென்னைப்போலவே இன்று வேறுபல மனித உரிமைப் போராளிகளும், பத்திரிகையாளர்களும் இயக்கவாதிகளும் இந்தியச் சிறைகளில் வதிகின்றனர்.

இந்தப் பின்னணியில்தான் இன்று அரசியல் கைதிகளை விடுதலை செய்வதற்கான குழு" ஒன்று அகில இந்திய அளவில் அமைக்கப் பட்டுள்ளது. நாடறிந்த நாடகாசிரியரும் அரங்கியல் வல்லுனருமான குருசரண் சிங் இவ்வமைப்பின் தேசியத் தலைவர் பேரா. அமித் பட்டாச்சார்யா பொதுச் செயலாளர் சென்ற மார்ச் 3, ஏப்ரல் 1 தேதிகளில் புதுடெல்லியில் மிகப்பெரிய மாநாடொன்றும் நடத்தப்பட்டது.

அரசியல் கைதிகளுக்கான வரையறை எதையும் இந்திய அரசு உருவாக்கியதில்லை. சுயலாபம், தனிப்பட்ட விரோதம் முதலான காரணங்களின்றி அரசின் கொள்கைகள் அல்லது ஒரு சமூகத்திற்கு எதிராக இழைக்கப்படும் அநீதிகள் ஆகியவற்றிற்கு எதிராக மேற்கொள்ளப்படும் நடவடிக்கைகளின் விளைவாகக் கைது செய்யப் பட்டவர்களை கிரிமினல் குற்றவாளிகளிடமிருந்து வேறுபடுத்திப் பார்க்க வேண்டும் என்பது மனித உரிமை அமைப்புகளின் கோரிக்கை. முடியாது என்பதே அரசின் கொள்கை. பிரிட்டிஷ் அரசால் 1919ல் அமைக்கப் பட்ட இந்திய சிறைகளுக்கான குழுவின் பரிந்துரை குற்றம் என்றால் குற்றந்தான் என்ன நோக்கத்தில் அக்குற்றம் இழைக்கப்பட்டது என்பது பற்றிக் கவலை கொள்ள இயலாது என்று கூறியது. இன்றும் அரசின் பார்வை அதுவே.

சிறைகளை நிரப்புவது என்பதே காந்திய அரசியலாக 1920களுக்குப் பின் இங்கு உருவானது. சிறைக்குப்போவது ஒரு கவுரவம். தியாகம்

என்கிற மதிப்பீடுகள் உருவாக்கப்பட்டன. அந்த வகையில் அன்றைய தேசிய அரசியல் கிரிமினல்களிடமிருந்து தம்மை வேறுபடுத்திப் பார்த்துக்கொண்ட போதிலும் மாற்று அரசியல் வழிமுறைகள் அனைத்தையும் அது கிரிமினல் குற்றங்களாகவே பார்த்தது. அவற்றை அரசியல் நீக்கம் செய்து கிரிமினல் செயல்களாகவே அணுகியது. பகத்சிங் முதலானவர்களும் கம்யூனிஸ்டுகளும் அவ்வாறே கருதப்பட்டனர். 1947ல் எழுதிய கதம் ஒன்றில் பிரதமர் நேரு தேசப் பாதுகாப்புக்கு எதிரானவர்களாக மூன்று பிரிவினரைச் சுட்டிக்காட்டினார். 1. மதவாதிகள் 2. சில தொழிலாளர் அமைப்புகள் 3. கம்யூனிஸ்ட் கட்சியில் சிலர். இன்னும் நமது அரசின் அணுகல் முறை இதே நோக்கில்தான் உள்ளது. மதவாதிகள் என்பது முஸ்லிம் பயங்கரவாதிகள், தொழிலாளர் அமைப்புகள் என்பதற்குப் பதிலாக தேசிய இன உரிமைகளுக்காகப் போராடுவோர், கம்யூனிஸ்ட்களுக்குப் பதிலாக நக்சலைட்கள் இவ்வளவுதான் இப்போதுள்ள மாற்றம்.

தமிழகத்தில் இன்று கிட்டத்தட்ட 166 அரசியல் கைதிகள் உள்ளனர். ராஜீவ்காந்தி கொலை வழக்கிலுள்ளவர்கள் தவிர, மாவோயிஸ்டுகள் சுமார் 10 பேர். பொழிலன் உள்பட்ட தேசிய இன விடுதலை இயக்கத்தினர் சுமார் 10. மீதமுள்ள சுமார் 136 பேர் முஸ்லிம்கள். பத்தாண்டுகள் கழித்த ஆயுள் கைதிகள் சுமார் 500 பேர் வரை அண்ணா பிறந்தநாளில் விடுதலை செய்யப்பட்டுள்ளனர். அரசியல் கைதிகளுக்கு மட்டும் இந்தச் சலுகை வழங்கப்படவில்லை.

ஒரு இலக்கிய இதழில் இதை நான் எழுதுவதற்குக் காரணம் நமது கருத்தாளர்கள், கவிஞர்கள் இதைக் கவனம் கொள்ள வேண்டும். தமிழகத்தில் இன்று மாற்றுக் கருத்துக்களை முன்வைக்கும் உரிமை முற்றாக மறுக்கப்பட்டுள்ளது. அரசைக்கண்டித்து சுவரொட்டிகள் அச்சிட இயலவில்லை. கூட்டங்களுக்கு அனுமதி இல்லை. இத்தகைய தருணங்களில் தான் கவிதைகள், நாடகங்கள், இன்னும் நகைச்சுவை உள்ளிட்ட பல்வேறு விதமான எழுத்து வடிவங்களை எழுத்தாளர்களும் கலைஞர்களும் கருத்துச் சுதந்திரத்திற்கு ஆதரவாகப் பயன்படுத்த வேண்டும். உலகெங்கும் இதுவே வரலாறு. நினைவு கொள்ளுங்கள். அரசியல் கைதிகளை விடுதலை செய்வதற்கான இயக்கத்தின் அகில இந்தியத்தலைவர் புகழ்பெற்ற பஞ்சாபி நாடக ஆசிரியர் குருசரண்சிங்.

மே 2008

பின்னோக்கிச் செல்லுதல் தகுமா?

நண்பர் ராஜன் குறை தமிழ்ச் சூழலில் முக்கிய சில சிந்தனை உசுப்பல்களுக்குக் காரணமானவர். அவரது தெறிப்பான சிந்தனை களால் பயனடைந்தவர்களில் நான் ஒருவன். சமீபத்தில் ஷோபா சக்தியின் 'சத்தியக் கடதாசி' வலைதளத்தில் அவரது கட்டுரை ஒன்றை வாசித்தேன். 'முதலீட்டியத்தின் எரிபொருள் கனவுக் காலம்' என்பது தலைப்பு. உலகம் இன்று எதிர்நோக்கியுள்ள ஆகப் பெரிய நெருக்கடியான படிம எரிபொருள் தீரும் நிலை, அதன் விளைவுகளில் ஒன்றாக இன்று நாம் எதிர்கொண்டுள்ள உணவுப் பஞ்சம், விலைவாசி ஏற்றம் குறித்த ஒரு மிகப் பெரிய எச்சரிக்கை மணியை ஒலித்திருக்கிறார் ராஜன்.

சென்ற முறை சென்னை வந்திருந்தபோது, என்னைச் சந்திக்க வாய்த்த போதெல்லாம் அவர் இதைத்தான் பேசிக் கொண்டிருந்தார். உலகம் வெப்பமடைதல், ஓசோன் படலத்தில் துளை விழுதல் ஆகியவற்றின் விளைவுகள் குறித்து மனிதர்கள் உரிய கவலை கொள்ளாதிருத்தல் குறித்து மிகவும் விசனப்பட்டார். இன்னும் முப்பதாண்டுகளில் மனிதர்க்கு இதைத்தவிர வேறு எந்தச் சமூக முரண்கள் குறித்தும் நினைப்பதற்கே நேரமிருக்காது என்று கூட ஒரு சந்தர்ப்பத்தில் சொன்னார். இந்தச் சிந்தனைகளின் தொடர்ச்சியாகவே மேலே குறிப்பிட்ட கட்டுரையை எழுதியுள்ளார்.

முதலாளியத்தின் தீய விளைவு முதலாளி தொழிலாளியைச் சுரண்டுதல் என்கிற அம்சத்தில் மட்டுமே இங்கு எதிர்கொள்ளப் பட்டது. மாறாக, அதன் முதலீட்டுத் தன்மை என்பதே

(investment pattern) இயற்கை வளங்களை அபரிமிதமாக உறிஞ்சுவதாக இருந்தது குறித்த கவலையை முதலாளிய எதிர்ப்பாளர்கள் அதற்குரிய முக்கியத்துவத்துடன் கண்டுகொள்ளவில்லை. ராஜன் குறையின் இக்குற்றச்சாட்டு முக்கியமான ஒன்று. இது குறித்து சோசலிசக் கட்டுமானங்களின் வீழ்ச்சியை ஒட்டி இங்கே விரிவாகப் பேசப்பட்டது (பார்க்க: எனது 'மார்க்சியத்தின் பெயரால்') 1. உற்பத்தியைச் சமூக உடைமையாக்கினால் போதும், முதலாளிய வடிவங்களை அப்படியே வைத்துக்கொள்வதால் பெரிய ஆபத்துகள் வந்துவிடாது என்பதே லெனின், ஸ்டாலின் மற்றும் அவர்களை அப்படியே பின்பற்றிய உலக கம்யூனிஸ்டுகளின் கருத்தாக இருந்தது. 'சோவியத் + முதலாளிய வடிவங்கள் = சோசலிஸம்' என்று அவர்கள் நம்பினர். முதலீட்டு வடிவத்தில் மட்டுமின்றி கல்விமுறை, மருத்துவம், குடும்ப அமைப்பு என எல்லாவற்றிலும் முதலாளியத்தை அப்படியே எடுத்துக் கொள்வதில் அவர்கள் தயக்கம் காட்டவில்லை. விளைவுகள் நாம் அறிந்ததே.

இன்று இது சோஷலிசக் கட்டுமான முயற்சிகள் தோல்வியடைந்து இன்னொரு பக்கம் முதலாளியம் வெற்றியடைந்ததாகக் கருதப்படும் நிலைக்கு இட்டுச் சென்றுள்ளது. இது முதலாளிய அல்லது ராஜனின் மொழியில் சொல்வதானால் 'முதலீட்டியத்தின்' ஆபத்தை இரட்டிப்பாக்கியுள்ளது. மிகப்பெரிய அளவில் இன்று உலக முதலாளியம் நெருக்கடிக்குள்ளாகியுள்ளது. 1930களில் சந்தித்த நெருக்கடியிலிருந்து அது மீண்டது போல இன்று சாத்தியமா எனத் தெரியவில்லை. பணவீக்கம் இன்று வரலாறு காணாத அளவில் அதிகரித்துள்ளது. இந்தக் கட்டுரையை எழுதிக் கொண்டிருக்கும்போது இந்தியாவில் பணவீக்கம் 7.83 சதம். சமீப காலத்தின் மிக அதிக அளவு இது எனப் பத்திரிகைகளில் செய்தி வந்துள்ளது. கடந்த சில மாதங்களில் உணவுப் பொருட்களின் விலை 25 முதல் 75 சதம் அதிகரித்துள்ளது. உலகமயச் செயற்பாடுகளின் விளைவாக, இந்திய அரசிடம் உள்ள கோதுமைக் கையிருப்பு கடந்த பல ஆண்டுகளிலேயே ஆகக் குறைவாக உள்ளது. சென்ற ஆண்டைப் போல இறக்குமதி செய்யவும் வழியில்லை . ஏனெனில், 90 சதம் விலை அதிகம் கொடுத்து வாங்கியாக வேண்டும். 'பாரல்' ஒன்று வெறும் பத்து டாலராக இருந்த கச்சா எண்ணெய் விலை இன்று 325 டாலராக ஏறியுள்ளது.

இந்தப் பணவீக்கமும் கூடச் சரியாகக் கணக்கிடப் படவில்லை எனத்

தொழிற்சங்கத்தினரும் எதிர்க்கட்சியினரும் குற்றம் சாட்டுகின்றனர். பணவீக்கத்தைக் கணக்கிடும்போது சில்லறை விலையைக் கணக்கில் கொள்ளாமல் மொத்த விலையை எடுத்துக் கொள்கின்றனர் எனவும், உணவு மற்றும் அத்தியாவசியத் தேவைப் பொருட்கள் ஆகியவற்றின் விலைக்கு உரிய பங்களிப்பதில்லை என்றும், இன்று நமது வாழ்க்கை முறையிலிருந்து பிரிக்க இயலாமற்போன சேவைத் துறை *(service)* சார்ந்த தேவைகள் (கல்வி, மருத்துவம், ‘இன்டர்நெட்’ தொடர்பு உட்பட) கணக்கில் எடுத்துக் கொள்ளப்படவில்லை என்றும் குற்றம் சாட்டுகின்றனர். இவற்றை எல்லாம் எடுத்துக்கொண்டால் பணவீக்கம் இரண்டு இலக்கத்தைத் தாண்டும்.

எனது வயதொத்தவர்களுக்கு நினைவிருக்கலாம். 1970களில் இதுபோன்ற நெருக்கடியை, விலைவாசி ஏற்றத்தை உலகம் சந்தித்தது. எண்ணெய் விலை *(Crude Oil)* ஏறியது. உணவுப் பற்றாக்குறை ஏற்பட்டது. ஆனால், அன்று பிரேசில் முதலான பல பகுதிகளில் புதிதாக எண்ணெய் ஊற்றுகள் கண்டுபிடிக்கப்பட்டன. புதிய விளை நிலங்கள், நீர் வசதிகள் உருவாக்கப்பட்டன. இவற்றின் மூலம் அந்த நெருக்கடியை நாம் எதிர்கொண்டோம். இன்று அது சாத்தியமா? இன்னும் தோண்டி எடுப்பதற்கு புதிய இயற்கை வளங்கள் அகப்படுமா? கிணறுகள் தோண்ட இடமிருக்குமா? அணைகள் கட்ட ஆறுகள் உள்ளனவா?

கடந்த எட்டு லட்சம் ஆண்டுகளில் காணாத அளவிற்கு அதிகமாகப் பசுமை இல்ல வாயுக்கள் இன்று வெளியேற்றப்படுகின்றன. கரியமிலவாயு 28 சதம், மீதேன் 124 சதம் அதிகரித்துள்ளது. ஓசோன் படலத்தில் துளை, உலகப் பந்து வெப்ப மடைதல், ஆர்க்டிக் பகுதிகளில் பனிப்படலம் உருகுதல் என்பதான ஆபத்துக்களை நாம் உடனடியாக எதிர்கொண்டுள்ளோம். 2050ல் இந்தப் பனிப்படலம் முற்றிலுமாய் உருகிவிடும் என்கிறார்கள். இவற்றால் விளையும் பருவநிலை மாற்றம் ஏற்கனவே பல விளைவுகளை ஏற்படுத்திவிட்டது. விவசாய உற்பத்தி வீழ்ச்சிக்கு அதுவும் ஒரு காரணம். இந்தக் கோடையில் பெய்த மழை தமிழகத்தில் உளுந்து முதலான பருப்பு உற்பத்தியைப் பெரிய அளவில் பாதித்துள்ளதை விளக்க வேண்டியதில்லை.

ஆனால் முதலாளியமோ, இதுகுறித்து எந்தக் கவலையும் படவில்லை. பனிப்படலம் உருகினால் கீழை நாடுகளுக்கு சூயஸ் கால்வாய் வழியாகச் சுற்றிக்கொண்டு வரவேண்டியதில்லை. சில ஆயிரம்

மைல்கள் மிச்சமாகும் என அது கணக்கிட்டுக் கொண்டுள்ளது. பனிப்படலம் உருகிய பின் தோண்டி எடுக்கப்படக்கூடிய கனிவளங் களுக்கு யார் உரிமை கோரலாம் என்கிற போட்டி தொடங்கிவிட்டது.

உடனடியாக எதிர்காலத்தில் ஏற்படவுள்ள உணவு நெருக்கடியின் காரணங்களை மட்டும் தொகுத்துக்கொள்வோம். 2050 வாக்கில் உலக மக்கள் தொகை 9 பில்லியனாக அதிகரிக்கும் (இன்று 6.4 மில்லியன்). எனவே, உணவு உற்பத்தி இரண்டு மடங்காக வேண்டும். ஏனெனில், இதுகாறும் குறைந்த அளவே உணவை உண்டு கொண்டி ருந்த மக்கட் பிரிவினர் இனி அதிகம் நுகரக்கூடிய நிலை ஏற்படும். இன்றைய உணவு நெருக்கடிக்குக் காரணம் சீன, இந்திய மத்திய தர வர்க்கத்தினர் அதிகம் தானியங்களைச் சாப்பிடத் தொடங்கியது தான் என அமெரிக்க அதிபர் புஷ்ஷும் அயலுறவு அமைச்சர் கான்டலீசா ரீசும் கூறியுள்ளது இங்கே கடுமையான எதிர்ப்பலைகளை உருவாக்கியதை நம்மால் புரிந்து கொள்ள முடிகிறது. ஆனால் அந்தக் கூற்றில் உண்மை இல்லாமலில்லை. இவ்விரு நாடுகளிலும் பொருளா தார உற்பத்தி வீதம் அதிகரிப்பது, இங்குள்ள மத்திய தர வர்க்கத்தின் வருவாயை அதிகரித்துள்ளது. அவர்களின் நுகர்வுத்தன்மை இதனால் வேறுபட்டுள்ளது. தானியங்களைக் குறைத்துக் கொண்டு காய்கறி, பழங்கள், பால் பொருட்கள், கோழி மற்றும் மாமிசம் முதலான வற்றை அதிகம் உண்ணும் வழக்கம் ஏற்பட்டுள்ளது. 100 கலோரி சத்துள்ள இறைச்சியை உருவாக்குவதற்கு 700 கலோரி மதிப்புள்ள தாவர உணவை ஆடு, மாடுகட்குச் சாப்பிடக் கொடுக்கவேண்டும் என்பதை மறந்துவிடக்கூடாது.

இன்றளவும் நமது நாட்டின் சராசரி உணவு நுகர்வு அமெரிக்கர் களின் வீட்டு வளர்ப்பு நாய்கள் சாப்பிடுவதைக் காட்டிலும் கூடக் குறைவு என்பது உண்மைதான். புஷ் மற்றும் கான்டலிசாவின் கூற்று பிரச்சினையைத் திசை திருப்புவதுதான். ஆனாலும்கூட இங்குள்ள கடுமையான ஏற்றத்தாழ்வுகள், பெருத்துள்ள மத்திய தர வர்க்கம், உலக மக்கள் தொகையில் 40 சதம் இவ்விரு நாடுகளிலும் குவிந்திருத்தல் ஆகியவற்றையெல்லாம் கணக்கிலெடுத்துக் கொண்டு பார்த்தால் இதன் மூலம் உருவாகியுள்ள நுகர்வு அதிகரிப்பை நாம் விளங்கிக்கொள்ள இயலும். அணு ஆயுதப் பரவலைத் தடுப்பதில் உலக முதலாளியம் எத்தகைய நேர்மையற்ற போக்கைக் கைக்கொள்கிறதோ, அதே போக்கின் வெளிப்பாடுதான் புஷ்ஷின் கூற்றும். அதாவது, நாங்கள் அணு ஆயுதங்களைச் செய்து

குவித்தாயிற்று. இனி புதிதாய் யாரும் இதில் நுழையக்கூடாது. உணவு நுகர்வு, பசுமை இல்ல வாயு வெளியேற்றம் ஆகியவற்றிலும் கூட முதலாளியத்தின் அணுகல் முறை இதுதான்.

உணவு நெருக்கடியின் காரணங்களுக்குத் திரும்புவோம். இதுவரை இரண்டு காரணங்களைப் பார்த்தோம் மூன்றாவது காரணம், விவசாய உற்பத்தி உணவுக்குப் பதிலாக இயற்கை எரிபொருளை (*Bio Fuels*) நோக்கித் திருப்பப்படுவது. சோளம், எண்ணெய் விதைகள், கரும்பு எல்லாம் இனி எதனால் (*Ethanol*) தயாரிப்பை நோக்கித் திருப்பப்படுவது தொடங்கியாயிற்று. 2020 வாக்கில் சுமார் 400 மில்லியன் டன் தானியம் (கிட்டத்தட்ட மொத்த அரிசி உற்பத்தி அளவு) இவ்வாறு எரிபொருளாக மாற்றப்படும். சில ஆண்டுகட்கு முன்பு நமது சுற்றுச் சூழல் பாதுகாப்பாளர்களால், படிம எரிபொருளிலிருந்து வெளியேறும் ஆபத்தான வாயுக்களிலிருந்து பாதுகாக்கும் ஆபத்பாந்தவனாக முன்னிறுத்தப்பட்ட தாவர எரிபொருள் இன்று உணவுப் பஞ்சத்திற்குக் காரணமாகிறது என எல்லோராலும் கரித்துக் கொட்டப்படுகிறது. அமேஸான் மழைக்காடுகளெல்லாம் இதனால் அழியப் போகின்றன என்கிறார்கள். உணவுக் கலவரம் முதல் விலைவாசி ஏற்றம் வரை பேசுகிற எல்லோரிடமும் வாங்கிக் கட்டிக்கொள்வது இந்த பயோ ஃப்யூயல் (*biof fuel*) உற்பத்திதான். இதிலும் ஒரு அரசியல் இருக்கத்தான் செய்கிறது. எண்ணெய் விலை அதிகரிப்பின் பின்னுள்ள நலன்கள், விலைவாசி ஏற்றத்தில் ஊக வணிகத்தின் பங்கு எல்லாவற்றையும் பின்னுக்குத் தள்ளும் நோக்கமும் இதன் பின்னே உள்ளது. 'எதனால்' தயாரிப்பிற்கான பயிர்செய்கையால் அமேஸான் காடுகள் அழிந்துவிடும் என்பதெல்லாம் ரொம்ப 'ஓவரான' கற்பனையாகத்தான் தெரிகிறது.

உணவு நெருக்கடியின் இன்னொரு காரணம், பருவநிலை மாற்றம். இதுகுறித்து முன்பே பார்த்தோம்.

சரி. இன்றைய இந்த நெருக்கடிகளிலிருந்து தப்பிப்பதற்கு என்ன வழி? பின்னோக்கிச் செல்வதா? ராஜன் குறை இதுகுறித்துப் பேசிக் கொண்டிருந்தபோது நடந்ததாக ஒரு சம்பவம் கேள்விப்பட்டேன். ஒரு நண்பர் எழுந்து சென்று அறையிலிருந்த விளக்கை அணைத்தாராம். இரண்டு மணி நேரங்களுக்குப் பின் வாதத்தைத் தொடரலாம் என்றாராம். தொடர்ந்தபோது பின்னோக்கிச் செல்லுதல் சாத்தியமா?' எனக் கேட்டதாக அறிந்தேன். அதாவது மின்சாரம்

இல்லாமல் முன்னொரு காலத்தில் வாழ்ந்திருக்கலாம். இனி அது சாத்தியமா என்கிற கேள்வியை அவர் அப்படி முன்வைத்துள்ளார். பிரச்சினையை அவ்வளவு எளிமையாகப் பார்க்க வேண்டாம். எனது சிறிய வயதில் மின்சாரமே இல்லாத ஒரு கிராமத்தில் நான் இரண்டாண்டுகள் இருந்துள்ளேன். அப்போது அதை நான் உணரவே யில்லை. மின்சார சாதனங்களை நம்பியே ஒரு நகரத்தை, இப்படியான ஒரு அடுக்குமாடிக் கட்டிடத்தைக் கட்டிவிட்டு மின்சாரமில்லாமல் வாழ்வதெப்படி என்கிற கேள்வி எப்படிச் சரியாகும் என்கிற ரீதியில் ராஜன் பதில் சொல்லியுள்ளார்.

அப்படித்தானே சொல்லியாக வேண்டும். பின்னோக்கிச் செல்வதா இல்லையா, பின்னோக்கிச் செல்வதெனில் அது எப்படி அமையவேண்டும்? இன்றைய உற்பத்தி மற்றும் நுகர்வுக்கு ஏற்ப கட்டமைக்கப்பட்டுள்ள அனைத்துக் கட்டுமானங்களையும் தகர்த்துவிடுவதா? முதலீட்டியமோ, இல்லை முதலாளியமோ அவை வெறுமனே முதலீடு, உற்பத்தி இவை தொடர்பான உறவுகள் ஆகியவை மட்டும்தானா? முதலாளியம் செம்மைப்படுத்திய சமூக உறவுகள், உருவாக்கிய ஜனநாயகச் சிந்தனைகள் எல்லாவற்றிலிருந்துமே பின்னோக்கிச் சென்றுவிடுவதா? நிச்சயம் ராஜன் குறை இத்தகைய கருத்துடையவரல்ல என்பதை அறிவேன். பின்னோக்கிச் செல்வது எதுவரை, எந்தெந்த அம்சங்களில் என்பதெல்லாம் ரொம்பவும் ஆழமாகவும் அற அடிப்படையிலும் விவாதிக்கப்பட வேண்டிய அம்சங்களாக உள்ளன என்பது மட்டும் புரிகிறது.

அறிவியலைப் *(science)* பொறுத்தமட்டில் அது பின்னோக்கிச் செல்வதை ஏற்காது. இயற்பியலின் மிக நவீனமான கோட்பாடாகிய *String Field Theory* யை முன்வைத்தவர்களில் ஒருவரும், நியூயார்க் பல்கலைக்கழகத்தில் இயற்பியல் பேராசிரியருமான மிசியோ காகுவின் பேட்டி ஒன்றைச் சமீபத்தில் படிக்க நேரிட்டது. "கண்டுபிடிப்புகளின் காலத்திலிருந்து *(Age of Discovery)* நாம் வெற்றிகொள்ளும் காலத்திற்கு *(Age of Mastery)* மாறிக்கொண்டிருக்கிறோம்" என்கிறார் அவர். இயற்கையின் நடனத்தை வெறுமனே பார்த்துக் கொண்டிருக்கும் நிலையிலிருந்து இயக்குபவர் *(choreographer)* என்கிற நிலைக்கு நாம் வளர்ந்துள்ளோம். உயிர் தொடர்பான டி.என்.ஏ. அணுகல் முறை, பொருண்மை பற்றிய அணுக்கோட்பாடு, மூளையின் இயக்கத்தை தர்க்க மின் சுற்றுகளாய் புரிந்துகொள்ள வைக்கும் கணினித் தொழில்நுட்பம் முதலியன இயற்கையில் நாம் இடையீடு செய்து

அதைத் தகவமைக்கச் சாத்தியமானவை என்கிறார் பேராசிரியர் காகு.

எரிபொருள் நெருக்கடியைப் பொறுத்தமட்டில் இன்னும் 15 ஆண்டுகளில் எண்ணெய் விலை கடுமையாக அதிகரிக்கும். அதே நேரத்தில் சூரிய ஹைட்ரஜனின் விலை மிகவும் குறைந்து இரு வரைபடங்களும் ஒரு புள்ளியில் சந்திக்கும். இயற்கையை மாசுபடுத்தாத, வற்றாத எரிபொருள் இதன்மூலம் உருவாகும். அணு ஆற்றலை எடுத்துக்கொண்டால், அணுவை உடைத்து ஆற்றலை உருவாக்கும் இன்றைய 'பிளவை' *(fission)* முறைதான் ஆபத்தானது; கதிர்வீச்சு ஆபத்துடையது; இன்னும் 30 ஆண்டுகளில் உருவாகவுள்ள அணுக்கருக்களை இணைத்து ஆற்றலை உருவாக்கும் *'fusion'* முறை மூலம் இந்த ஆபத்தில்லாமலேயே, யுரேனியத்தின் பயன்பாடு இல்லாமலேயே அணுக்கரு ஆற்றல் நம் வசமாகும் என்கிறார்.

ராஜன் குறைக்கு மட்டுமல்ல, இன்றைய நெருக்கடிகளை உற்றுக் கவனிக்கும் யாருக்கும் காகுவின் கூற்றுகள் ஏதோ “இறைவாக்கு” போல தர்க்க பலமற்றவையாகத் தோன்றலாம். ஆனால் இந்தச் சாத்தியப்பாடுகளையும் நாம் கணக்கில் கொள்ளாதிருக்க இயலாது. இத்தகைய சாத்தியங்கள் கைவசப்பட்டாலுங்கூட முதலாளிய முதலீட்டு முறையை நாம் ஏற்றுக்கொள்ள இயலாது என்பதென்னவோ உண்மைதான்.

இத்தனை பெரிய மக்கள் தொகையை உருவாக்கிவிட்டு (6.4 மில்லியன்) பூச்சி மருந்தும், உரமுமில்லாத பழைய இயற்கைச் சாகுபடிக்குத் *(organic farming)* திரும்பிவிட இயலுமா? இயற்கை வேளாண்மை எல்லோருக்கும் சோறு போடுமா? தடுப்பூசிகளால் பிரச்சினைகள் எழுகின்றன என்பதற்காகத் தடுப்பூசியே *(vaccination)* தேவையில்லை எனச் சொல்லலாமா? நல்ல குடிநீர், தூய காற்று, சத்துணவு எல்லாம் அளிக்கப்படாமல் தடுப்பூசியை மட்டும் நிறுத்தி விடமுடியுமா? இங்கு அம்மை, போலியோ முதலான நோய்களெல்லாம் கட்டுக்கு வந்ததில் தடுப்பூசிகளுக்குப் பங்கில்லையா?

'மார்டனிசத்தின்' தீய விளைவுகளை நவீனத்திற்கு முந்திய *(premodern)* நிலையிலிருந்து விமர்சித்துவிட இயலுமா? நவீனத்துவத்தின் பயங்கரத்தை நாம் கண்டிக்கும் அதே நேரத்தில், இந்தியச் சமூகம் போன்ற வருண சாதிச் சமூகம் ஒன்று நவீனத்துவத்தால் அடைந்த பயன்களைத் துறந்துவிட முடியுமா?

ஒன்றைச் சொல்லி முடிக்கத் தோன்றுகிறது. இன்றைய இந்த நெருக்கடிகளை எதிர்கொள்வதில் காந்தி நமக்கு எந்த அளவுக்குப் பயன்படுவார்? நவீனத்துவத்தை முற்றாக மறுத்தவரல்ல அவர். அதே சமயத்தில் அதை அப்படியே ஏற்றுக்கொண்டவரும் இல்லை. தனது தொடக்க நூல்களில் ஒன்றாகிய 'ஹிந்த் சுயராஜ்' நூற் கருத்துகளை அவரது நடைமுறைகளோடு நாம் இணைத்து நோக்க வேண்டும். கடும் நோய்வாய்ப்பட்ட போதும் ஊசி போட்டுக்கொள்ள மறுத்த அவர், ரயில் பயணத்தைத் தவிர்த்ததில்லை. இந்தியாவின் பன்மைத் தன்மையைத் தக்க வைப்பதில் காந்திய அனுபவங்கள் இன்றளவும் நமக்குக் கைகொடுப்பது போலவே இன்றைய இந்த நெருக்கடியை எதிர்கொள்வதிலும் கூட அவரது சிந்தனைகளும், அனுபவங்களும் நமக்குக் கைகொடுக்கும் என்றே தோன்றுகிறது.

ஜுன், 2008

புனித நூற்களை வாசிப்பது குறித்து

சென்ற ஏப்ரல் 22, 23 தேதிகளில் மதுரை காமராசர் பல்கலைக் கழகத்தின் 'மதங்கள், தத்துவங்கள் மற்றும் மனிதாய சிந்தனைகளுக்கான' துறையின் சார்பில் "மதப் புனித நூற்களை வாசிப்பது மற்றும் விளக்கமளிப்பது" குறித்து ஆய்வரங்கம் ஒன்றை ஏற்பாடு செய்திருந்தார் முனைவர் முத்துமோகன். வழக்கம்போல இஸ்லாமியப் புனித நூற்களின் பன்முக வாசிப்பு என்கிற தலைப்பு எனக்கு அளிக்கப்பட்டது. சற்று எச்சரிக்கையோடும், மிகுந்த கவனமாகவும் செய்ய வேண்டிய பணி என்றபோதிலும் உவந்து அதை ஏற்றுக் கொண்டேன். ஏனெனில் இஸ்லாம் குறித்தும், முஸ்லிம்கள் குறித்தும் இங்கே நிலவுகிற அறியாமைகளில் ஒன்று - இஸ்லாம் இறுக்கமான ஒற்றைக் கருத்துடைய மதம் என்பது. ஆனால் முஸ்லிம்களுக்குள் எந்தப் பிரச்சினையிலும் அப்படி ஒன்றும் ஒற்றைக் கருத்து கிடையாது என்பதும், ஏராளமான வாதங்கள் உள்ளுக்குள் நடைபெற்றுக் கொண்டுள்ளன என்பதும், முஸ்லிம்கள் மத்தியில் உள்ள பெண்ணியர்கள் தொடங்கி பின் நவீனத்துவ வாதிகள் வரை ஏராளமான பல புதிய வாசிப்புகளை முயன்று கொண்டுள்ளனர் என்பதும் பலருக்கும் தெரியாது. இது பல முஸ்லிம்கள் உட்பட கவனத்தில் கொள்ள கவனத்தில் கொள்ளாத, கொள்ள விரும்பாத ஒரு உண்மை. இரண்டாண்டுகளுக்கு முன்னர் வட மாநிலம் ஒன்றில் இம்ரானா என்கிற பெண் தன் மாமனாராலேயே வன்புணர்ச்சிக்கு உள்ளாக்கப்பட்டதாக எழுந்த புகாரில் அளிக்கப்பட்ட 'ஃபத்வா' குறித்து இங்கு எழுந்த விவாதங்கள் இதைப் புரிந்து கொள்வதற்கான ஒரு சமீபத்திய எடுத்துகாட்டு. தமிழகத்திலிருந்து மட்டும் சுமார்

20 முஸ்லிம் அமைப்புகள் அந்த ஃபத்வாவை எதிர்த்தன. மிகவும் மதிக்கப்பட்ட ஆயத்துல்லா கோமெய்னி, புகழ்பெற்ற எழுத்தாளர் சல்மான் ருஷ்டிக்கு எதிராக அளித்த ஃபத்வாவை ஆதரித்த முஸ்லிம்களைக் காட்டிலும் எதிர்த்தவர்களே அதிகம் என்பதும் சிந்தனைக்குரியது.

எனினும் புனித நூற்கள் (*scriprures*), வேதங்கள் என்பன பன்முக வாசிப்பிற்குரியவை அல்ல என்பதே மதவாதிகளின் இறுக்கமான கருத்து. ஆனால் யோசித்துப் பார்த்தால் மதங்கள் பன்முக வாசிப்பிற்குட்பட்டே வந்துள்ளமை விளங்கும். அதன் விளைவே மதங்களின் உட்பிரிவுகள். எந்த மதத்தில்தான் உட்பிரிவுகள் இல்லை? வேடிக்கை என்னவெனில் எல்லா மறு வாசிப்புகளும் கூட பன்முக வாசிப்பை மறுதலித்தே வரும். தமது வாசிப்பு ஒன்றே சரியான வாசிப்பு என்று வாதிக்கும். இந்த வகையில் மதங்களுக்கும் அரசியல் கட்சிகளுக்கும் ஓர் ஒப்புமையைக் காண இயலும். இப்படிச் சொல்வதற்காக மதவாதிகளோ இல்லை அரசியல்வாதிகளோ கோபங்கொள்ளத் தேவையில்லை. இறுக்கமான கோட்பாடுகளின் அடிப்படையில் இயங்கும் (*dogmatic*) நிறுவனங்களின் தவிர்க்க இயலாத பண்பாக இதைக் கருதலாம்.

வாசிப்பின் பன்முகத் தன்மை என்பது நவீன இலக்கியக் கோட்பாடுகளால் முழுமையாக ஏற்றுக்கொள்ளப்பட்ட ஒன்று. அமைப்பியலுக்குப் பிந்தைய உலகளாவிய கருத்தொருமிப்பு என்றுகூட இதனைச் சொல்லலாம். மொழியின் இடுகுறித் தன்மை (*arbitrariness*), சொற்களை அர்த்தங்களுடன் இறுக்கமாகக் கட்டிப் போட்டுவிட இயலாது என்கிற கருத்துக்களினடியாக உருவானதே பன்முக வாசிப்பு. வாசிப்பின் ஜனநாயகத்தை முன்வைக்கும் சிந்தனை என்று மட்டுமே இதை நாம் கருத வேண்டியதில்லை. இன்னும் முக்கியமான அறம் சார்ந்த ஒரு பிரச்சினையையும் இது எழுப்புகின்றது. பன்முக வாசிப்புகளில் எதுவும் முதன்மையான ஒன்றாக இருக்க இயலாது என்பதே அது. ஆனால் மாற்று வாசிப்பைச் செய்கிற ஒவ்வொருவரும் நம்முடையதே முதன்மையானது, சரியானது என்கிற கருத்தையே கொண்டுள்ளோம். “எல்லா வாசிப்புகளும் சமமானவைதான். ஆனால் என்னுடைய வாசிப்பு மற்றவற்றைக் காட்டிலும் ரொம்பச் சமமானது” என்கிற ஆர்வெலிய அபத்தத்திலிருந்து யாரும் விதிவிலக்கல்ல. சில ஆண்டுகளுக்கு முன்னர் கவிதைகள் குறித்த விவாத அரங்கொன்றில், “அக்கினிக் குஞ்சொன்று கண்டேன். அதை அங்கொரு காட்டிடைப்

பொந்தினில் வைத்தேன் வெந்து தணிந்தது காடு. தழல் வீரத்தில் குஞ்சென்றும் மூப்பென்றும் உண்டோ?" என்கிற பாரதியின் புகழ்பெற்ற தத்துவப் பாடலுக்கு முற்றிலும் உடலுறவு சார்ந்த ஒரு விளக்கத்தை அளித்து நடைபெற்ற விவாதம் இங்கே கருதத்தக்கது.

சொல்லப்போனால் பிரதி மிகவும் இறுக்கமான அர்த்தங்களின் விளைநிலம் ; வார்த்தைக்கு வார்த்தை அர்த்தம் சொல்லக்கூடியது; ஒற்றைப் பொருள் மட்டுமே சாத்தியம் என்கிற கருத்துக்கள் மிகவும் நவீனமானவை. அறிவொளிக் காலத்திற்குப் பின் இது உறுதிப்பட்டது. ஆனால் புனித நூற்கள் தோன்றிய காலத்தில் அப்படியான கருத்து இல்லை. அருளப்பட்ட புனித நூற்களைக் கொண்டிருந்த யூதர், கிறிஸ்துவர், முஸ்லிம் என யாரும் தமது வேதங்கள் உருவக *(allegorical)* விளக்கங்களுக்கு உரியன என்கிற கருத்தையே கொண்டிருந்தனர். இறை வார்த்தை அளவற்ற பொருள் நிரம்பியது. ஒற்றை விளக்கத்தில் அதைச் சிறையிட்டு விடக்கூடாது என்கிற அணுகல் முறைதான் ஆதியில் இருந்தது. துல்லியமான விவரங்கள் நிரம்பியதாகவும், வரலாற்றுப் பெட்டகமாகவும், நவீன விஞ்ஞான அளவுகோல்களுக்குரியதாகவும் பிரதிகளைக் கருதுவது இன்றைய வழக்கமே. தமது வேதங்களில் சொல்லப்பட்டவை இன்றைய விஞ்ஞானக் கண்டுபிடிப்புகளோடு பொருந்திப் போவதாகப் பெருமை கொள்ளும் மதவாதிகளைப் பார்க்கும்போது நம்மால் புன்னகைக்காது இருக்க இயலாது. இறை வார்த்தைகட்கு விஞ்ஞான அந்தஸ்து கோருவது எத்தனை முரண்?

இஸ்லாமின் முதன்மைப் புனித நூலாகிய திருக்குரான் இறைவனால் (அல்லாஹ்) நபிகள் நாயகத்தினூடாக இறக்கியருளப் பட்டது. திருக்குரானின் வாக்குகள் ஒவ்வொன்றும் 'ஆயத்' துகள் என்றே அழைக்கப்படும். அதாவது *'Parables'*, நீதிக்கதைகள், உருவகக் கதைகள். சுவனம் (சொர்க்கம்), நரகம், இறுதித் தீர்ப்பு குறித்த எல்லா வாக்குகளுமே ஆயத்துகள் தான். என்றென்றைக்குமான வழிகாட்டிகளாக இருக்கும் இவற்றை நேரடியாக அர்த்தப்படுத்திக் கொள்ளாமல் குறிகள், குறியீடுகள் மூலமாகவே உருவகித்துக்கொள்ள இயலும் என்பார் இஸ்லாம் குறித்து ஆழமான ஆய்வுகளைச் செய்துள்ள கரேன் ஆர்ம்ஸ்ட்ராங்.

இன்னொன்றையும் அவர் சொல்வார். திருக்குரான் ஓதுதற்குரியது *(recitation)*. அதை வாசித்து வரிக்கு வரி பொருள் சொல்வதைக்

காட்டிலும் காதில் வாங்கி (*listen*) உள்வாங்குதலே உத்தமம். கவித்துவமிக்க மொழிநடையில் அருளப்பட்டுள்ள திருக்குரான் ஓதப்படும்போது வெளிப்படும் ஒலிப்பாங்கும் பிற இணையான வாக்குகளுடன் தொடர்பு கொண்டு மனத்தில் உருவாக்கும் உணர்வலைகளுமே முக்கியம். இப்படியாக உருவாகும் உணர்வலைகள் அமைதி, அன்பு, நீதி, பொறுமை, சகிப்புத்தன்மை மற்றமையை ஏற்றுக் கொள்ளுதல் ஆகியவற்றையே காது கொடுத்துக் கேட்போரின் நெஞ்சில் நெகிழ்விக்கும். மாறாக, வரிக்கு வரி பொருள் கொள்வோர் தமக்கு வேண்டிய எதையும் புனித நூற்களில் இருந்து வாசித்துக் கொள்ள இயலும்.

இஸ்லாமின் முதன்மை ஆதார நூற்களாகக் கீழ்க்கண்ட வற்றைக் குறிப்பிடலாம்:

1. திருக்குர் ஆன் - இறைவனால் நேரடியாக அருளப்பட்டது.

2. 'ஹதீஸ்' மற்றும் 'சீறத்'கள். இவற்றில் 'ஹதீஸ்' என்பன நபிகளாரின் வாழ்வையும், வாக்குகளையும் தொகுத்துச் சொல்பவை. சங்கிலித் தொடராய் பின்னோக்கிச் சென்று யாரால் அறிவிக்கப்பட்டது எனக் கூறுபவை. இப்னு மஜா (கி.பி. 824 & 856), அல்புஹாரி (820-870), முஸ்லிம் (817-875), அபு தாவுத் (817 & 889), அத் திர்மிதி (இ.892), அந்நஸயி (830-91.5) என்பவர்களால் தொகுக்கப்பட்டவை முக்கிய மரபுகளாகக் கருதப்படுகின்றன. சீறத்கள் என்பன நபிகளாரின் வாழ்க்கை வரலாற்றைச் சொன்னவை: இப்ன் சாஅத், இப்ன் இஷ்ஹாக், அல்தபரி ஆகியன தொடக்க கால வரலாற்று நூற்களில் முக்கியமானவை.

3. ஷரியத்கள் எனப்படும் முஸ்லிம் சட்டவிதிகள். வளர்ச்சியின் இரண்டாம் கட்டத்தில் - அதன் விரிவாக்க காலத்திய - முக்கிய ஆவணங்கள் (634-925) இவை.

இஸ்லாமியப் புனித வழிபாட்டு ஆவணங்களின் உருவாக்கத்தை கீழ்க்கண்ட காலப் பாகுபாட்டிற்குள் அடக்கலாம்:

(அ) கி.பி. 610 - 632; அருள் வெளிப்பாட்டின் தொடக்கத்திலிருந்து நபிகளின் மரணம் வரை.

(ஆ) 632 - 634 : முதல் கலீபா அபுபக்கர் - இதை முந்தைய சூழலின் கிட்டத்தட்ட அதே தொடர்ச்சி எனலாம்.

(இ) 634 – 644 : கலீபா உமர் – இஸ்லாம் புதிய புவிப் பகுதிகளில் பரவத் தொடங்கிய காலம். மாற்றங்களின் தொடக்கம்.

(ஈ) 644–924 : புதிய பகுதிகளுக்குப் பரவிய, கலாச்சாரப் பரிமாற்றங்கள் நிறைந்த காலம். இஸ்லாமியக் கோட்பாடுகளுக்கும் மதச் சட்டங்களுக்கும் இறுக்கமான வடிவு கொடுக்கப்பட்ட காலம்.

இதை எதற்காக இவ்வளவு விரிவாகச் சொல்கிறேன் எனில் இத்தகைய வரலாற்றுப் போக்கினூடாக உருவாகிக் கையளிக்கப்பட்டுள்ளவையே இன்றைய புனித ஆவணங்கள். இந்த வரலாற்றின் எச்சங்கள் அவற்றில் படிந்திருப்பதையும் அவற்றினூடான மாற்றங்கள், ஒற்றைக் கருத்தின் சாத்தியமின்மை ஆகியவற்றையும் கவனத்தில் நிறுத்துவது அவசியம். இவற்றில் எவற்றை முதன்மைப்படுத்துவது என்கிற அடிப்படையிலேயே இன்று பல உட்பிரிவுகள் சாத்தியமாகியுள்ளன. சில முக்கிய மத உட்பிரிவுகள் : ஷன்னி (மைய நீரோட்டப்பிரிவு எனலாம்), ஷியா (இமாமி / ஸெய்தி), காரிஜித் (இபாதி). வெவ்வேறு ஹதீஸ்களை முதன்மைப் படுத்தும் இவர்கள் ஒருவரை ஒருவர் நம்பிக்கையற்றவர் (infidels) எனக் குற்றம் காட்டத் தயங்குவதில்லை . இதற்குள்ளும் எந்தச் சட்ட மரபைப் (law school) பின்பற்றுகிறார்கள் என்பதைப் பொருத்து உட்பிரிவுகள் உள்ளன. சன்னி பிரிவில் மட்டும் நான்கு சட்ட மரபுகள் உள்ளன. 1. அபுஹனீபா வால் (இ.767) உருவாக்கப்பட்ட ஹனபி சட்டம் 2. மாலிக் கால் (இ. 795) உருவாக்கப்பட்ட மாலிகி சட்டம் 3. ஹாஃபி (இ.820) சட்டம். 4. இப்ன் ஹன்ஸால் (இ.855) உருவாக்கபட்ட ஹனபாலி சட்டம். எனினும் இவர்கள் ஒருவரை ஒருவர் நம்பிக்கையற்றவர்கள் எனக் குற்றம் சாட்டிக் கொள்வதில்லை. இவை தவிர பின்பற்றப்படும் இறையியல் (Theology) மற்றும் இயக்கங்கள் (சூஃபி முதலியன) அடிப்படைகளிலும் பிரிவினைகள் உள்ளன. சுருக்கம் கருதி தவிர்ப்போம். இஸ்லாத்திற்குள் நிலவும் பன்மைத் தன்மையின் பால் கவனத்தை ஈர்ப்பதற்காகவே இவ்வளவையும் இங்கே பட்டியல் இட்டுள்ளேன்..

இஸ்லாம் இன்று மிகக் கடுமையான எதிர்ப்புகளையும், விமர்சனங்களையும் சந்தித்துக் கொண்டுள்ளதை அறிவோம். இது இஸ்லாமிற்குள்ளும் மிகப்பெரிய விவாதங்களை ஏற்படுத்தியுள்ளது. இவை இஸ்லாமியப் புனித நூல்களைப் பல புதிய வாசிப்பிற்குள்ளாக்கு கின்றன. இஸ்லாத்திற்குள் 'ஜிஹாத்'திற்கு இடமுண்டு என வாதிக்கும் இஸ்லாமியவாதிகள் ஒருபுறம்; 'ஜிஹாத்'தில் பயங்கரவாதத்திற்கு இடமில்லை என 'ஃபத்வா' விதிக்கும் தியோபந்திகள் ஒருபுறம்;

திருக்குரானில் தந்தை வழி ஆணாதிக்கத்திற்கு இடமில்லை என வாதிடும் இஸ்லாமியப் பெண்ணியம் ஒரு புறம் எனப் பல திசை விவாதங்கள் இடம் பெறுகின்றன. இந்த மூன்றாவது போக்கைப் பற்றி மட்டும் சற்றுச் சுருக்கமாகப் பார்ப்போம். தொழுகைத்தலத்தில் பெண்களுக்கு இடமுண்டா, தற்காலிகத் திருமணம் ('முடா') அனுமதிக் கப்படுகிறதா, 'முத்தலாக்' முதலானவை குறித்த சர்ச்சைக்குரிய முக்கிய விவாதங்களை சாத்தியமானால் இன்னொரு சந்தர்ப்பத்தில் பார்ப்போம்.

ஃபாதிமா மெர்னிசி (மொராக்கோ), ஆமினா வதூத் (ஆஃப்ரோ அமெரிக்கர்), அஸ்மா பர்லாஸ் (பாகிஸ்தான்) ஆகியோர் திருக்குர் ஆனை மறுவாசிப்பிற்குள்ளாக்கும் பெண்களில் முக்கியமானவர்கள். தன்னைப் 'பெண்ணியவாதி' எனச் சொல்லிக் கொள்ள விருப்பமில்லை என்கிறார் அஸ்மா. இத்தகைய பெயர் சூட்டல் பல தவறான பொருட்களுக்கு இட்டுச் செல்லக் கூடும் என அவர் அஞ்சுவதை நாம் விளங்கிக் கொள்ளலாம். தன்னை இஸ்லாத்தை ஏற்கும் நம்பிக்கைவாதி, திருக்குர்ஆன் இறைவனால் அருளப்பட்டது என்கிற அதன் *ontological status* ல் தனக்கு எந்த ஐயமும் இல்லை என்பதையும் அழுத்தமாக வலியுறுத்துகிறார் இந்த 'ஹிஜாப் அணியாத இஸ்லாமியச் சிந்தனையாளர். "நான் இஸ்லாத்தையும், திருக்குர்ஆனையும் முழுமையாக நம்புகிறேன் *(beleive)*. ஆனால் எல்லாம் சரியாகிவிடும் என்கிற நம்பிக்கை வாதம் *(optimism)* என்னிடமில்லை. ஏனெனில் இஸ்லாத்திற்குள் உள்ள பிற்போக்கு சக்திகள் பலமுள்ளவர்களாக உள்ளனர்" என்கிறார் அஸ்மா.

திருக்குர் ஆன் குறித்த பன்முக வாசிப்புகளில், ஆதிக்கம் செலுத்தும் பெரும்பான்மை வாசிப்பு தவறான ஒன்று *(misleading)* என்பது அவரது கருத்து. நாம் முன்பு குறிப்பிட்ட வரலாற்று ரீதியான மாற்றங்களினூடாக, இஸ்லாம் விரிவாகி, இறுக்கமான அரசாக, தந்தை வழிச் சமூகமாக உருவானபோது பரிணமித்த வாசிப்பு இது. இவ்வாறு பொருள் கோட்டியலுக்கும் *(hermeneutics)* வரலாற்றுக்கும் இங்கே ஒரு முரண் உருவாகிவிடுகிறது. ஆதிக்கம் செலுத்தும் வாசிப்பு வரலாற்று ரீதியானதே, காலத்தை விஞ்சியதல்ல. தமது கருத்துக்களை வலியுறுத்த வேண்டி திருக்குர் ஆனைப் புரிந்து கொள்ள மத வரலாற்றையும், மரபுப் பதிவுகளையும் (ஹதீஸ்கள் உட்பட) இவர்கள் அதிகம் சார்ந்துள்ளனர். இத்தகைய வரலாற்று

அடிப்படையிலான அறிவு மனிதத் தவறுகளுக்கு உட்பட்டது. மத ரீதியாகவும் சரி, முறையியல் அடிப்படையிலும் சரி. திருக்குர் ஆனை இப்படி வாசித்தலை ஏற்க இயலாது என்பன அஸ்மாவின் வாதம்.

அப்படியானால் திருக்குர் ஆனை எப்படி வாசிப்பது? திருக்குர் ஆனை திருக்குர் ஆன் மூலமாகவே வாசிக்க வேண்டும் (*holistic reading*). வேறு துணை அதற்குத் தேவையில்லை. திருக்குர் ஆனை முழுமையாக வாசித்து அதன் பொதுக்கருத்தை எடுத்துக் கொள்ள வேண்டும். தனித்தனியாகப் பிரித்து வாசித்து, தமக்குத் தேவையான பொருளை எடுத்துக் கொள்வதை திருக்குர் ஆனே கண்டிக்கிறது. 'வஹி' - அதாவது இறைவாக்குகள் இறங்குதல் முற்றுப் பெறுமுன் அவசரமாகப் பொருள் கொள்ள வேண்டாம் என அது எச்சரிக்கிறது (20:114). பலவற்றை மறைத்து சிலவற்றை மட்டும் முன்னிறுத்தி வாசிப்பதை மறுக்கிறது (6:91), வேதத்தைப் பல கூறுகளாகப் பிரித்து தமது தேவையைப் பூர்த்தி செய்து கொள்வோரை "நாம் நிச்சயமாக விசாரிப்போம்" என எச்சரிக்கிறது (15:90–93). எல்லாவற்றிற்கும் மேலாக இறைவாக்குகளை அவற்றின் சரியான இடத்திலும் காலத்திலும் வைத்துப் பொருள் கோட வேண்டும் (5:4) என திருக்குர் ஆன் எச்சரிப்பது குறிப்பிடத் தக்கது. பன்முக வாசிப்பிற்கு ஒரு எல்லையுண்டு, பிரதிக்குள் செயல்படுகிற தர்க்கத்தைப் புறக்கணித்து மிகை விளக்கம் அளிக்கக் கூடாது என உம்பர்டோ ஈகோ எச்சரிப்பது (*Interpretatin and Over Interpretation*, (பார்க்க: எஸ். சண்முகம் நூலுக்கு நான் எழுதியுள்ள முன்னுரை) இங்கே ஒப்பு நோக்கத்தக்கது.

திருக்குர் ஆனை இப்படி ஒட்டு மொத்தமாக வாசிக்கும்போதுதான் மேலைச் சூழலில் ஆதிக்கம் செலுத்திய பெண் வெறுப்பும் (*mysogeny*) ஆணாதிக்கப் பார்வையும் அதில் கிடையாது என்பது விளங்கும். பைபிளில் சொல்லப்படுவது போல இறைவன் திருக்குர் ஆனில் தந்தையாக உருவகிக்கப்படுவதில்லை. அப்படிச் சொல்வதை அது வெளிப்படையாக மறுக்கிறது. தந்தைமையை (*fatherhood*) அது புனிதமாக்குவதை எதிர்க்கிறது. உடல் ரீதியான பாலியல் வேறுபாட்டின் (*biological sex*) அடிப்படையில் ஆண்களையும் பெண்களையும் எதிர் எதிராக நிறுத்துவதையும் அது ஏற்பதில்லை. பெண்களை வேறுபடுத்திப் பார்ப்பதே இல்லை எனச் சொல்ல வரவில்லை. உடல் ரீதியான வேறுபாட்டின் அடிப்படையில் (*sex*) திருக்குர் ஆன் ஆண்மை மற்றும் பெண்மைக்குரிய (*gender*) குறியீடுகள்

எதையும் வகுப்பதில்லை . வேறு வார்த்தைகளில் சொல்வதானால் அது பாலியல் ரீதியாக வேறுபடுத்தினாலும் கூட இருபாலரையும் சமமற்றவர்களாகச் சொல்வதில்லை.

அப்படியானால் ஆண்கள் நான்கு பெண்களை மணந்து கொள்ளலாம் எனவும் தேவையானால் கணவன் மனைவியை அடிக்கலாம் எனவும் திருக்குர் ஆன் அனுமதிப்பதை எவ்வாறு பொருள் கொள்வது? இந்தக் குறிப்பான வசனங்களுடன் தான் 'போராடி' உருவாக்கிய பொருளை அஸ்மா கூறுகிறார். மனைவியை அடிப்பது என்பதற்கு திருக்குர் ஆன் பயன்படுத்தும் சொல்: 'தராபா', இதற்கு 'அடிப்பது' என்பது தவிர 'பிரிப்பது' என்பது உட்படப் பல பொருள்கள் உண்டு. தம்பதிகளுக்கிடையே அன்பை, பொறுமையை, கருணையை சகிப்புத்தன்மையைத் தொடர்ந்து வற்புறுத்திக் கொண்டே உள்ள திருக்குர் ஆனின் பொதுப் போக்கிற்கு ஏற்ப பொருள் கோடாமல் 'அடிப்பது' என்கிற சொல்லைத் தேர்வு செய்தது எங்ஙனம்? இதுகாறும் திருக்குர் ஆனை வாசித்தவர்கள் எல்லாம் ஆண்களாக இருந்ததுதானே இதற்குக் காரணம்?

'நுஷுஸ்' என்கிற சொல்லுக்குக் 'கணவனுக்கு மனைவி பணியாமை' என இதுகாறுமான வாசிப்பில் பொருள் கோடப்படுகிறது. ஆனால் அதே சொல் 'மனைவிக்கு கணவன் பணியாதிருத்தலையும்' குறிப்பிடுவதை அஸ்மா சுட்டிக் காட்டுகிறார். போரில் அனாதையாக்கப்பட்ட பெண்களுக்காகவே திருக்குர் ஆன் பலதார மணத்தை வற்புறுத்துகிறது.

இப்படி நிறையச் சொல்லலாம். அப்படியானால் திருக்குர் ஆனை ஒரு பெண்ணியப் பிரதி எனச் சொல்லலாமா? இது இன்னும் பெரிய அபத்தம். பெண்ணியம், ஜனநாயகம், மதச்சார்பின்மை என்பவையெல்லாம் ரொம்பவும் நவீனமான கருத்தாக்கங்கள். ஆயிரத்து நானூறு ஆண்டுகட்கு முற்பட்ட பிரதிகளில் இவற்றைத் தேடுவது அபத்தம். பேரரசர் அக்பரை மதச்சார்பற்ற (*secular*) சிந்தனையாளர் என்கிற ரீதியில் அமர்த்தியா சென் வரையறுத்தது விமர்சனத்திற் குள்ளாக்கப்பட்டது இங்கே குறிப்பிடத்தக்கது. அக்பரின் மதப் பொறுமையை, மாற்று மதங்களை அனுசரிக்கும் தன்மையை வியப்பது வேறு, *secularism* என்கிற நவீன கருத்தாக்கத்தை அவர் மீது சுமத்துவது என்பது வேறு.

இஸ்லாத்தில் ஆணாதிக்கக் கருத்துக்கள் இல்லை என்பதல்ல.

ஆனால் அது வரலாற்று ரீதியில் உருவாக்கப்பட்டதே. அத்தகைய கருத்துக்கள் என்றென்றைக்கு மானவையல்ல. ஒரு மறு வாசிப்பு இஸ்லாத்திற்குள்ளேயே, திருக்குர் ஆனிலேயே சாத்தியம் என்பதுதான் அஸ்மா பர்லாஸ் போன்றோரின் வாதம். 'இஸ்லாம் பெண்களுக்கு எதிரானது' என்பதாகச் சொல்லி வெளியே நின்று விமர்சிக்கும் நிலைப்பாட்டை எடுத்தால் பின் உரையாடலுக்கே சாத்தியமில்லாமல் போய்விடும். மதத்திற்குள் நின்று உரையாடுவதற்குரிய ஒரு *textual strategy*யை அஸ்மா போன்றோர் உருவாக்குவது ஒரு மிக முக்கியமான போக்கு.

ஜூலை, 2008

சிறைப்பட்ட வாழ்வுகள்...

இதை நான் ஜார்க்கண்ட் மாநிலத் தலைநகர் ராஞ்சியிலிருந்து எழுதிக்கொண்டிருக்கிறேன். ஜார்க்கண்ட் மாநிலச் சிறைகளில் சுமார் ஆயிரம் அரசியல் கைதிகள் இருக்கின்றனர் எனவும், அடக்குமுறை அங்கே கடுமையாகக் கட்டவிழ்த்து விடப்பட்டுள்ளது எனவும் அறிந்து அரசியல் கைதிகளை விடுதலை செய்வதற்கான (அகில இந்திய) அமைப்பு ஒரு உண்மை அறியும் குழுவை அகில இந்திய அளவில் அமைத்தது. கேரளத்தைச் சேர்ந்தவரும் டெல்லி, ஜவஹர்லால் நேரு பல்கலைக்கழக ஆய்வாளருமான ரோனா வில்சன் இக்குழுவை இந்திய அளவில் ஒருங்கிணைத்திருந்தார். ஜார்கண்ட் மாநில மக்கள் சிவில் உரிமைக் கழக (பி.யூ.சி.எல்) தலைவர் சஷிபூஷன் பதக் உள்ளூரில் குழுவின் பணிகளை ஒழுங்கமைத்திருந்தார். மேற்கு வங்கத்தைச் சேர்ந்த 'பன்டி முக்தி கமிட்டி' தலைவர் பேராசிரியர் மனஸ் ஜோர்தார், சோடன்தாஸ், ஜம்மு - காஷ்மீரைச் சேர்ந்த ஷிவ்நந்தன், புது டெல்லியைச் சேர்ந்த மெஹ்தாப் ஆலம் எனப் பலரும் பங்கு பெற்றிருந்த அக்குழுவில் இருவர் குறிப்பிட்டுச் சொல்லத்தக்கவர்கள்.

ஒருவர் ஜார்க்கண்ட் மாநிலத்தின் முன்னாள் நல்வாழ்வுத்துறை அமைச்சர் பிரபாத் குமார் பெஹத்தி. அவருடைய மகன் ஜார்க்கண்டின் தற்போதைய நல்வாழ்வுத்துறை அமைச்சர். பிரபாத் குமார் பற்றி நாங்கள் கேள்விப்பட்ட செய்திகள் அவர் மீதான எங்களின் மதிப்பை அதிகப்படுத்தின. ராம் மனோஹர் லோஹியாவின் சோஷலிசக் கொள்கையால் ஈர்க்கப்பட்ட அவர் தனது இருநூறு ஏக்கர் நிலத்தை ஏழை விவசாயிகளுக்குப் பிரித்துக்

கொடுத்து விட்டாராம். கர்வா சிறையை நோக்கி எங்கள் குழு சென்று கொண்டிருந்தபோது இடையில் ஏதோ ஒரு கிராமத்தில் அவரது வாகனத்தை அடையாளம் தெரிந்துகொண்ட விவசாயிகள் காரை நிறுத்தி அவரது பாததுளியை சிரத்தில் தொட்டு வைத்துக் கொண்டு வணங்கியதைப் பார்த்தோம். முதலிரண்டு நாட்கள் அவர் எங்களுடனேயே இருந்தார். மூன்றாம் நாள் கர்வாவுக்கு அருகிலுள்ள தனது கிராமத்திலேயே தங்கிவிட்டார். ராஞ்சியில் நாங்கள் பத்திரிகையாளர் சந்திப்பு ஏற்பாடு செய்திருந்ததை அறிந்தும் கூட அவர் கர்வாவிலேயே தங்கிவிட்டது எங்களுக்கு வியப்பாக இருந்தது. ஏனெனில் நம்மூரில் இது மாதிரிப் பெரியவர்கள் வேலைகளில் பங்கு பெறாவிட்டாலும் 'பிரஸ்மீட்டில்' வந்து உட்கார்ந்துகொள்வது வழக்கம்.

சுயேச்சையாக நின்று வெற்றி பெற்று அமைச்சராக இருந்தவர் பிரபாத் குமார் பெஹத்தி. அவரைப் பார்த்தவுடன் சிறைக்கைதிகள் உற்சாகமடைவதைக் கண்டோம். சாதாரணக் கைதிகள் மட்டுமின்றி மாவோயிஸ்ட் கைதிகள் உட்பட அவரைத் தழுவி வரவேற்றனர்.

இன்னொருவர், புகழ்பெற்ற ராஞ்சி பல்கலைக்கழகத்தின் முன்னாள் துணைவேந்தர் டாக்டர் எம்.கே. ஹாஸன். உடல் நலமில்லாததால் முதலிரண்டு நாட்கள் எங்களுடன் கலந்து கொள்ள இயலாத அவர் மூன்றாம் நாள் நாங்கள் ராஞ்சி மத்திய சிறைக்குச் சென்ற போது, அவரே எங்களை முன் நடத்திச் சென்றார். அன்று மாலை 3 மணிக்கு நாங்கள் ரயிலைப் பிடிக்க வேண்டியிருந்ததால் அவருடன் விரிவாக உரையாடுவதற்கோ, ராஞ்சி சிறையை முழுமையாகச் சுற்றிப் பார்த்து கைதிகளைச் சந்தித்துப் பேசவோ இயலாமற் போய்விட்டது.

இப்படியானவர்கள் தமிழகத்தில் உண்டா என நாங்கள் யோசித்துப் பார்த்தோம். அபூர்வம்தான். அமைச்சர் பதவி முடிந்தபின் ஏதேனும் இயக்கத்துடன் தன்னை இணைத்துக் கொண்டு செயல்படுபவர் என திரு ஆனூர் ஜெகதீசன் அவர்களை வேண்டுமானால் குறிப்பிடலாம். முன்னாள் துணை வேந்தர்களில் நினைவுக்கு வந்தவர்கள் பேராசிரியர்கள் வசந்திதேவி, சாதிக், மார்க்கண்டன் ஆகியோர். சிறப்புப் பொருளாதார மண்டலங்களுக்கு எதிரான எங்கள் கூட்டங்களில் வந்து பங்கேற்கும் மார்க்கண்டன், வரலாற்றுப் பாடங்களில் முந்தைய அரசு திருத்தங்கள் செய்தபோது அதற்கெதிரான போராட்டங்களில் எங்களுடன் பங்கு பெற்ற

பேராசிரியர் சாதிக் மற்றும் போராசிரியை வசந்திதேவி ஆகியோரின் பங்களிப்புகள் குறிப்பிடத்தக்கன என்பதில் ஐயமில்லை. எனினும் அவர்களும் கூட கொடுமையான அடக்குமுறைகள் கோலோச்சும் ஒரு ஆளுகையின் கீழுள்ள சிறைகளுக்கு எம்மைப் போன்ற அதிகாரப்பூர்வமற்ற ஒரு குழுவுடன், எந்த நேரத்திலும் எதுவும் நேரலாம் என்கிற சூழலில் பங்குபெற முன் வருவார்களா என்பது அய்யம்தான் என நினைத்துக் கொண்டோம். இப்படி ஒரே அடியாகச் சொல்லிவிடவுங்கூடாதுதான். இப்படியான ஒரு கோரிக்கையை முன்வைத்து அவர்கள் வரத் தயங்கும் போதுதானே நாம் எந்த முடிவுக்கும் வர முடியும்? முன்னாள் அமைச்சரின் பெயரை உச்சரிப்பதிலுள்ள சிரமத்தை முன்னிட்டு தமிழ்நாட்டுக் குழுவினர் எங்களுக்குள் அவரை 'ஆனூரார்' என்று அழைத்துக் கொண்டோம். அவர் என்ன சொல்கிறீர்கள் என இந்தியில் வினவியபோது புன்னகைத்தோம்.

சில ஆண்டுகட்கு முன்பு புதிதாய் உருவாக்கப்பட்ட சிறிய மாநிலங்களில் ஒன்று ஜார்க்கண்ட். அகன்ற பீஹாரிலிருந்து செதுக்கி எடுக்கப்பட்டது. பழைய மாநிலங்களுக்கும் புதியவற்றுக்குமிடையே யுள்ள ஒரு வேறுபாடு குறிப்பிடத்தக்கது. பழைய மாநில அரசுகளில் அரசு நலத்திட்டங்கள் ஆண்டாண்டு காலமாகச் செயற்பட்டு வருவது சற்றுக் குறைந்தபோதும் அவை தொடர்கின்றன. இவற்றோடு சேர்ந்து இன்றைய உலக வங்கி ஆணைக்குட்பட்ட தனியார் மயச் செயற்பாடுகள் பெருகிவருகின்றன. ஆனால் புதிய மாநிலங்களோ உலக மயத்தின் முழுமையான தாக்குதலுக்குட்பட்டவை. தனியார் மயமே பெரும்பான்மை. இந்தச் சிறிய மாநிலத்தில் இதுவரை மூன்று சிறப்புப் பொருளாதார மண்டலங்கள் செயல்படுவதாக அறிந்தோம். மலைகள், காடுகள், ஏற்றத்தாழ்வான நெடுஞ்சாலைகள் நிரம்பிய அந்த அழகிய நிலத்தில் ஏராளமாய்க் குவிந்துள்ள நீர் மற்றும் கணிமவளங்களின் மீது 'கார்ப்பரேட்'களுக்கு ஒரு கண். மலை முகடுகட்கு இடைப்பட்ட சமதளங்களில் புதையுண்டு கிடக்கும் ஏராளமான 'பாக்சைட்' முதலான கனிமப் பொருட்களை வெட்டி ஏற்றிச் செல்லும் லாரிகள் பலவற்றை நாங்கள் எங்கள் பயணத்தில் சந்திக்க நேரிட்டது. எங்கும் ஏழ்மை, பற்றாக்குறை, சாலை முதலான அகக் கட்டுமானங்களின்மை என்பதாகவே எங்களின் பயணம் முழுவதும் அமைந்தது. டால்டன் கஞ்ச் போன்ற ஒரு முக்கிய மாவட்டத் தலைநகரும் கூட, எந்தவித வசதிகளுமின்றி, அசுத்தமாகக் காட்சியளித்தது. நகரெங்கும் காலை

வேளையில் பன்றிகள் மேய்ந்து திரிந்ததைக் கண்டோம். அன்றைய 'டெலிகிராஃப்' இதழில் ஜார்க்கண்ட் மாநிலப் பள்ளிகளின் அவல நிலை பற்றி ஒரு கட்டுரை வந்திருந்தது. மூன்றாம் வகுப்பில் படிக்கும் மாணவர்களில் பாதிக்கும் மேற்பட்டோருக்கு முதலாம் வகுப்புப் பாடப்புத்தகங்களைக்கூட படிக்க இயலவில்லையாம். இந்நிலையில் ஜார்கண்ட் மாநிலத்திலுள்ள 40 பள்ளிக் கட்டிடங்களின் பெரும் பகுதி மாவோயிஸ்டுகளை ஒடுக்குவதற்கெனக் கொண்டுவரப்பட்ட சிறப்புப் படைகளைத் தங்க வைப்பதற்காகக் கைப்பற்றப்பட்டுள்ளன என்றார் சஷிபூஷண் பதக்.

இன்று இந்திய மக்கள் சந்தித்துக் கொண்டுள்ள பெரும் பிரச்சினை இதுதான். உலக மயம், தனியார் மயம் என அரசுகள் பெருமையடித்துக் கொள்ளும் செயல்பாடுகள் எதுவாகயிருந்தாலும், அதன் பலன்கள் கார்ப்பரேட்களுக்கும், பெரு முதலாளிகட்கும், மேல்தட்டு மக்களுக்குமே போய்ச் சேருகின்றன. ஏழை எளியவர்கள் வேலை இல்லாமையாலும், விலைவாசி ஏற்றத்தாலும், துன்புறுகின்றனர். விவசாயிகளும் பழங்குடியினரும் தமது நிலங்களைப் பறிகொடுக்கின்றனர். அரசின் தவறான விவசாயக் கொள்கைகளால் தற்கொலை செய்து கொண்டு மடிகின்றனர். காட்டு வளங்களும், நீரும், கனிமங்களும் கார்ப்பரேட்களுக்குக் கொள்ளை போகின்றன. எதிர்காலச் சமூகம் குறித்தும் கிஞ்சித்தும் கரிசனம் இன்றி அவை தம் கொள்ளையைத் தொடர்கின்றன.

'வளர்ச்சி' என்கிற பெயரில், இடதுசாரிகள், அடித்தளச் சாதிகளால் பிரதிநிதித்துவப்படுத்தும் கட்சிகள் உள்ளிட்ட எல்லோரும் கூட இவற்றைச் சகித்துக் கொண்டுள்ள நிலையில் நாடெங்கிலும் மாவோயிஸ்டுகள்தான் இந்தப் பிரச்சினைகளை எடுத்துப் போராடு கின்றனர். அரசுகள் ரொம்பவும் ஆத்திரத்துடனும் மூர்க்கமாகவும் அவற்றை ஒடுக்குகின்றன. இந்திய அரசின் 'திட்டக்குழு' நியமித்த, முக்கிய பல நிர்வாகிகள், அறிஞர்கள், மனித உரிமை ஆர்வலர்கள், முன்னாள் காவல்துறை அதிகாரிகள் பங்கு பெற்ற ஆய்வுக்குழு ஒன்று சமீபத்தில் தனது அறிக்கையைச் சமர்ப்பித்துள்ளது. நக்சல் பிரச்சினை என்பது வளர்ச்சியின்மையை அடிப்படையாகக் கொண்டு உருப்பெறும் ஒன்று; இதைச் சட்ட ஒழுங்குப் பிரச்சினையாக மட்டுமே பார்ப்பது அபத்தமானது, கண்டிக்கத்தக்கது. இதனால் பிரச்சினையை முடிவுக்குக் கொண்டுவர இயலாது என்றெல்லாம் அது எச்சரித்திருந்தும், அரசு இதைக் கண்டுகொள்ளவில்லை. "நீர்

வளமும் கனிம வளமும் உள்ள பகுதிகளில் நக்சலைட்கள் வளர்வதை அனுமதிக்க மாட்டேன்" என இரண்டாண்டுகட்கு முன்பு பிரதமர் மன்மோகன் சிங் கூறவில்லையா? நக்சலைட்கள் வளர்வதை அனுமதிக்க மாட்டோம் எனப் பொதுவாகச் சொல்லியிருந்தாலும் கூட நம்மால் புரிந்துகொள்ள முடியும். நீர் வளமும் கனிம வளமும் உள்ள இடங்களில் அவர்களை வளரவிடமாட்டேன் என்றால், நீ யாருக்காகப் பேசுகிறாய்? இன்றைய இதழில் (Hindustran Times) ஒரு செய்தி வந்துள்ளது. நக்சலைட்டுகளை ஒடுக்க ஜார்க்கண்ட் மாநிலத்திற்கு மட்டும் ரூ. 5,000 கோடி ஒதுக்கப்பட்டுள்ளதாம்.

மாவோயிஸ்டுகள், எம்.சி.சி., முதலான பெயர்களில் ஆயுதம் தாங்கிப் போராடிக்கொண்டிருக்கும் நக்சலைட்டுகளைத் தேடிக் கண்டுபிடிப்பது (Combing Operation) என்கிற பெயரில் ஏராளமான வர்கள் கைது செய்யப்படுகின்றனர். ஜார்க்கண்டிலுள்ள 26 சிறைகளில் (மத்திய சிறைகள் 3, மாவட்டச் சிறைகள் 19, கிளைச்சிறைகள் 4) சுமார் ஆயிரத்துக்கும் மேற்பட்ட மாவோயிஸ்டுகள் அடைக்கப்பட்டுள்ளனர். 'பொடா' போன்ற காலாவதியாகிப் போன தடுப்புச் சட்டங்கள் தவிர 'சத்ரா சி.எல்.ஏ.' அதாவது "கிரிமினல் சட்டத் திருத்தம் 17வது பிரிவு" என்கிற தடுப்புக் காவல் சட்டம் அவர்கள் மீது பயன்படுத்தப்பட்டுள்ளது. பொடா, தடா போன்ற கொடுஞ்சட்டங்களை நீக்கிவிட்டேன் எனப் பெயர் பண்ணி, அதே நேரத்தில் அவற்றின் கொடும் சட்டப் பிரிவுகளை நிரந்தரமான சாதாரணச் சட்டங்களிலேயே சேர்த்துக் கொள்வது இன்றைய வழக்கமாகிவிட்டது. பொடா முதலான சட்டங்களுக்காவது இரண்டு அல்லது மூன்றாண்டுகளுக்கு ஒரு முறை பாராளுமன்றத்தில் ஒப்புதல் பெற்றாக வேண்டும். சாதாரணச் சட்டங்களைத் திருத்தி விட்டால் அதுவும் தேவையில்லை. 'நக்சலைட்' எனப் பெயர் சொல்லி உங்களை எத்தனை ஆண்டுகள் வேண்டுமானாலும் பிணையில் விடுதலை செய்யலாம் சிறையில் வைக்கலாம்.

நாங்கள் இரண்டு நாட்களில் பார்வையிட்ட சிறைச்சாலைகளின் பொதுவான பிரச்சினைகளை இப்படிப் பட்டிலிடலாம்.

1. ஜார்க்கண்டிலுள்ள பல சிறைகள் வெறும் மாவட்ட அளவிலான சிறைகள்தான், மத்திய சிறைகளிலுள்ள சில குறைந்தபட்ச வசதிகளும் இல்லாதவை. வழக்கமான இந்தியச் சிறைகளிலுள்ள அத்தனை பிரச்சினைகளும் இங்குள்ளன. இந்தப் பொதுவான பிராசினைகளில் ஒன்று சிறைகளின் கொள்ளளவைக் காட்டிலும்

இரு மடங்குக் கைதிகளை அடைத்து வைப்பது. எடுத்துக்காட்டாக, டால்டன் கஞ்ச் சிறையின் கொள்ளளவு 391. அங்கே அடைத்து வைக்கப்பட்டவர்களின் எண்ணிக்கை 30 பெண்கள் உட்பட 839 பேர், கர்வா சிறையின் கொள்ளளவு 128 ஆண்கள், 10 பெண்கள். அங்கே இன்று 393 ஆண்களும் 21 பெண்களும் அடைக்கப்பட்டுள்ளனர்.

2. விசாரணைக் கைதிகளின் எண்ணிக்கை, தண்டனைக் கைதிகளைக் காட்டிலும் மூன்று, நான்கு மடங்கு அதிகமாக உள்ளனர் இவர்களில் பலர் பல ஆண்டுகட்குப் பின் குற்றமற்றவர் என விடுதலை செய்யப்படக்கூடும். அப்படியானால் அவர்கள் இத்தனை ஆண்டுகள் சிறையில் கழித்ததற்கு என்ன பதில்? ஒன்றும் கிடையாது. நமது ஆட்சியாளர்களிடமோ நீதிமன்றங்களிடமோ அதற்குப் பதிலில்லை. ராஞ்சியிலுள்ள மத்திய சிறையில் மட்டும் தண்டனைக் கைதிகளின் எண்ணிக்கை அதிகம். ஆனால் அங்கும் கூட பலர் விசாரணை இல்லாமல் அடைத்து வைக்கப்பட்டுள்ளனர். அங்கு ஆண்கள் 772, பெண்கள் 16 பேர்கள் உள்ளனர். இது தவிர 438 ஆண் கைதிகள் மீதும் 8 பெண் கைதிகள் மீதும் விசாரணை நடந்து கொண்டுள்ளது.

3. உரிய மருத்துவ வசதியின்மை : பெரும்பாலான மருத்துவமனைகளில் (எ.டு. டால்டன் கஞ்ச், கர்வா) நிரந்தர மருத்துவர்கள் கிடையாது. நோயுற்றோரைப் பிரித்துத் தனியே தங்க வைக்க மருத்துவ வார்டுகள் கிடையாது. லாத்தேஹாட் சிறையில் சுமார் 7 நோயாளிகள், ஒரு தொழு நோயாளி உட்பட ஒரு செல்லில் அடைக்கப்பட்டிருந்தனர். படுக்கைகளோ, கழிப்பிடமோ, நாற்காலிகளோ, நர்ஸ்களின் சேவையோ எதுவும் கிடையாது. எந்த மாவட்டச் சிறைகளிலும் நர்சுகள், கம்பவுண்டர்கள் கிடையாது. கர்வா சிறையில் ரஃபி ஆலம் என்கிற 24 வயதுக் கைதி தனக்கு 'எய்ட்ஸ்' எனவும் தகுந்த சிகிச்சை அளிக்கப்படவில்லை எனவும். அழுதார். சோடன்துபே (21) என்கிற இளைஞன் தான் இரத்த வாந்தி எடுப்பதாகவும் 'ஸ்பெஷாலிடி' மருத்துவமனைக்கு அனுப்ப மறுப்பதாகவும் சொல்லிக் குமுறினான். அதிகாரிகளிடம் கேட்டபோது அவர்கள் பொய் சொல்வதாகக் கூறினர். டால்டன்கஞ்சில் ஒரு இளைஞன் தன் நெற்றியைத் தொட்டுத் தொட்டுக் காட்டித் தனக்கு மனநிலை சரியில்லை எனவும் வைத்தியம் செய்யவில்லை எனவும் கூறினான்.

4. சிறைக் கைதிகளின் ஒரே ஆறுதல், ஆம் ஒரே ஆறுதல், தங்களுக்கு நெருக்கமானவர்களின் வருகை. அதற்காகக் காத்திருந்து, அவர்கள் சென்றபின் அந்த நினைவுகளில் அமிழ்ந்திருந்து, மீண்டும் அவர்களின்

அந்த வருகையை எதிர்பார்த்து இப்படித்தான் கழிகிறது சிறை வாழ்வு. எனவே சிறைக்கைதிகளைத் தன் பிடியில் வைத்திருக்க விரும்பும் அதிகாரம் பார்வையாளர் சந்திப்பை ஒரு ஆயுதமாகப் பயன்படுத்துகிறது. இதுகாறும் ஞாயிற்றுக் கிழமைகளில் சந்திக்க அனுமதித்து வந்த வடநாட்டுச் சிறைகள் இப்போது அனுமதிப்ப தில்லை. எல்லாச் சிறைகளிலும் சுமார் 4 அடி இடைவெளியில் அமைக்கப்பட்ட சின்னஞ்சிறு கம்பி வலைகளுக்கு வெளியே நின்று பார்வையாளரும் கைதியும் குரலை உயர்த்திப் பேசும் காட்சி கொடுமை. சமீபத்தில் சென்னை புழல் சிறையில் தோழர் பொழிலனைச் சந்திக்கச் சென்ற போது கம்பி வலைக்குத் தொலைவில் நின்றிருந்த தம் குழந்தைகளைக் கசிந்த கண்களால் மட்டுமே தழுவி நின்ற கைதிகளைக் கண்டபோது நெஞ்சு பதைத்தது.

சமீபத்தில், பத்தாண்டுகளுக்கும் மேலாக சிறையில் வாழும் முஸ்லிம் கைதிகள் தொடர்பாக நடைபெற்ற மாநாடொன்றில் சகோதரி பாத்திமா முஸாபர் கூறிய ஒரு செய்தி அங்கிருந்தவர் அனைவரின் கண்களையும் ஈரப்படுத்திய நிகழ்ச்சி நினைவுக்கு வந்தது. சிறைக்கைதி ஒருவரின் வீட்டிற்குச் சென்றிருந்தாராம். குழந்தையைப் பார்த்து, “அப்பாவைப் பார்த்திருக்கிறாயா?” என்று கேட்டபோது அந்த எட்டுவயதுக் குழந்தை “பார்த்திருக்கிறேன், ஆனால் தொட்டுப் பார்த்ததில்லை” எனக் கூறியதாம்.

கர்வா சிறைக்குச் சென்றபோது அதன் சூப்பரின்டென்டெண்ட் பிரவீண்குமார், “மனித உரிமைகளையும் மாண்புகளையும் காக்க வந்துள்ளவர்கள்” என எங்களைப் பாராட்டி வரவேற்றார். சிறைச் சாலையின் இரண்டாவது பெருங்கதவைத் திறந்து எங்களை அனுமதிக்குமுன் சற்றே நிறுத்தி எங்களிடம் சிலவற்றைச் சொன்னார். தான் அங்கு வந்து சில நாட்களே ஆவதாகவும், தான் வருவதற்கு முன்பு ஒரு கைதி தப்பி ஓடிப் பின்னர் கையில் ரிவால்வருடன் பிடிபட்டதாகவும், அந்தக் கைத்துப்பாக்கியைப் பார்வையாளர் ஒருவரே கொடுத்துச் சென்றதாகவும், எனவே தான் வந்த பின் ‘ஜெயில் மானுவல்’ விதிப்படி கறாராகச் செயல்பட வேண்டியுள்ளதாகவும், ஞாயிற்றுக் கிழமை பார்வையாளர்கள் சந்திப்பை ரத்து செய்துவிட்டதாகவும், அதற்கெதிராக உள்ளே உண்ணாவிரதப் போராட்டம் நடைபெறுவதாகவும் கூறினார். உங்களுக்கும் சந்தேகமிருந்தால் எங்களை நீங்கள் சோதனை செய்து உள்ளே விடலாம் என்றார் சஷிபூஷன் பதக். “வேண்டாம்

வேண்டாம்" எனச் சொல்லி அவர் எங்களை உள்ளே அனுமதித்தார். தப்பி ஓடிச் சென்றதாகக் குற்றம் சாட்டப்பட்டதை உள்ளிருந்த கைதிகள் மறுத்தனர். எனினும் அவரிடமிருந்து கைத்துப்பாக்கி கைப்பற்றப்பட்டது உண்மையாக இருக்கலாம் என நாங்கள் ஊகித்தோம். அந்தச் சம்பவத்தைத் தொடர்ந்து கொள்ளை வழக்குகளில் கைது செய்யப்பட்டிருந்த ஷியாம்ராஜ் சர்மா (22) ஆகியோரும் அந்த ஊர் காவல்துறை துணைக் கண்காணிப்பாளர் சத்யேந்திர நாராயணசிங் என்பவரால் கடுஞ்சித்ரவதைக்கு உள்ளாக்கப்பட்டிருந்தனர்.

சித்ரவதைகளைக் கண்டித்தெல்லாம் நிறைய எழுதியிருந்த போதிலும் வதைக்குட்பட்ட உடலை நான் இப்போதுதான் முதல் முறை பார்க்கிறேன். அவர்களின் கை, கால்கள் லத்தியாலும் குண்டாந் தடிகளாலும் நசுக்கப்பட்டிருந்தன. ஊமை அடிகள் தவிர உடலெங்கும் புண்கள். ஒருவரின் இடது கை முற்றாக நசுக்கப்பட்டிருந்தது. மற்றவரின் விரல் நகங்கள் பிய்த்தெடுக்க முயற்சிக்கப்பட்டிருந்தன. ஊசிகள் செருகப்பட்ட நகங்களில் ரத்தம் கசிந்து கொண்டிருந்தது. எழுந்து நிற்க இயலாத அவர்களின் கால்களில் கம்பிவளையங்கள் பொருத்தப் பட்டு, அவர்களின் கைகளில் கொடுக்கப்பட்டிருந்தது. இதை எல்லாம் எதிர்த்துதான் அங்கே உண்ணாவிரதப் போராட்டம் நடந்து கொண்டு இருந்தது. கேசவனும் சுகுமாரனும் அவற்றைப் புகைப்படம் எடுத்துக் கொண்டதை அதிகாரிகள் தடுத்தனர் "மனித உரிமை பற்றிப் பேசினீர்களே, இதுதான் மனித மாண்பா?" என நாங்கள் சத்தம் போட்டபோது, "இல்லை, உடனடியாக சங்கிலிகளை அவிழ்க்கச் சொல்லிவிடுகிறேன்" என்றார் பிரவிண்குமார். எங்களுக்கு அவர் தேநீர் வழங்க முன்வந்த போது, நாங்கள் அதை மறுத்து வெளியே வந்தோம்.

முன்னதாக "சிறைகளைப் பார்க்க வேண்டும்" என முறைப்படி விண்ணப்பித்து ஜார்க்கண்ட பி.யூ.சி.எல். அமைப்பினர் அனுமதி கேட்டபோது மாநில சிறைத்துறை ஐ.ஜி. கடுமையாகப் பேசியுள்ளார். "இவர்களெல்லாம் யார்? மனஸ் ஜோர்தார், மார்க்ஸ் இவர்களெல்லாம் பேராசிரியர்கள் என்கிறீர்கள். யாருக்குத் தெரியும், கிரிமினல்களாகக் கூட இருக்கலாம்" என்று கூறிய ஐ.ஜி., "எது நடந்தாலும் நீங்கள்தான் பொறுப்பு" என சஷிபூஷணிடம் எச்சரித்துப் பின் வாய்மொழியாக மட்டும் அனுமதி அளித்துள்ளார்.

தமிழ்நாட்டிலிருந்து சென்ற எங்கள் ரயில் ஒன்றரை மணி நேரம்

தாமதமாகச் சென்றதால் டில்லியிலிருந்து வந்திருந்த ரோனா வில்சன், மெஹ்தாப் ஆலம், காஷ்மீரைச் சேர்ந்த ஷிவ்நந்தன் ஆகியோர் முன்னதாக 'கிரிடி'யிலுள்ள மாவட்டச் சிறைக்குச் சென்றுள்ளனர். ஜிதேன் மராண்டி என்கிற முக்கிய அரசியல் கைதி ஒருவர் வைக்கப் பட்டுள்ள சிறை அது. இவர்கள் போகுமுன்னரே அங்கே ஏராளமாக போலீஸ் குவிக்கப்பட்டிருந்ததோடு இவர்கள் கைது செய்யப்பட்டு உடனே அங்கிருந்து அகற்றப்பட்டுள்ளனர். 'செல்போன்'கள் பறிக்கப்பட்டுள்ளன. சந்தேகத்திற்குரிய வகையில் ஒரு *High Security* சிறை அருகே நின்றிருந்ததாக நீங்கள் கைது செய்யப்பட்டுள்ளீர்கள் என அறிவிக்கப்பட்டுள்ளது. அனுமதி பெற்று வந்துள்ளதாக ரோனா கூறியதை அந்த அதிகாரி ஏற்க மறுத்துள்ளார். ஜவஹர்லால் நேரு பல்கலைக்கழக ஆய்வு மாணவரான ரோனா வில்சனைப் பார்த்து, "உன்னைப் பார்த்தால் கேரளத்தவனைப் போல் தெரியவில்லை. உன்னைப் போல் முடி வளர்த்தவனெல்லாம் உள்ளே நிறையப் பேர் இருக்கின்றனர். நீ ஒரு மாவோயிஸ்ட். ஜிதேன் மராண்டியைப் பார்க்கத்தான் நீ வந்திருக்கிறாய். உங்களுக்கெல்லாம் எங்கிருந்து நிதி வருகிறது என எங்களுக்குத் தெரியும். இந்தப் பயணத்திற்காக மாவோயிஸ்டுகள் உங்களுக்கு 40,000 ரூபாய் கொடுத்துள்ளனர். உங்களைக் கைது செய்ததோடன்றி, ஒரு வருடம் வரை 'பெயிலில்' வர இயலாத வகையில் வழக்குப் போடுவேன். இனி இந்தியாவில் எங்கே சிறை உடைப்பு நடந்தாலும் உங்கள் குழுவினரைக் கைது செய்வோம்" என்றெல்லாம் தாறுமாறாய் பேசியுள்ளார்.

கிரிடியிலிருந்து சுமார் 500 கி.மீ. தொலைவில் நாங்கள் இருந்தபோது இந்தச் செய்தி எங்களுக்குக் கிடைத்தது. சற்றே பதறிய சஷிபூஷண் பதக் உடனடியாக உள்துறைச் செயலரைத் தொடர்புகொண்டு பேசினார். "நல்ல வேளை நமது ரயில் ஒரு மணி நேரம் தாமதமாக வந்தது. நாம் தப்பித்துக்கொண்டோம்" என்று நான் கேசவனிடம் நகைச்சுவை பேசியதை அவர் ரசிக்கவில்லை. உள் துறைச் செயலர் சஷிபூஷணின் நண்பர். "உங்களை எனக்குத் தெரியும். ஆனால் காவல்துறைக்கு நீங்கள் எதிரியாக அல்லவா இருக்கிறீர்கள்?" என்று சொன்ன அந்த அதிகாரி, "கவலைப்படாதீர்கள் இன்று மாலைக்குள் விடுதலை செய்ய முயற்சிக்கிறேன்" எனச் சொன்னதோடு, அதை நிறைவேற்றவும் செய்தார். நாங்கள் சென்ற இடங்களில் எங்களுக்கு அத்தகைய பிரச்சினை ஏதும் ஏற்படவில்லை. முன்னாள் அமைச்சர், சஷிபூஷண் முதலியோர் எங்களுடனிருந்தது ஒரு காரணமாக இருக்க லாம். அடுத்த நாளிரவு எமது குழு சந்தித்தபோது, "வெளி மாநிலம்

ஒன்றில், உள்ளூர் நபர்கள் யாருமின்றி இத்தகைய சிறிய குழு ஒன்று ஒரு அதிபாதுகாப்புச் சிறைக்குத் தனியே சென்றிருக்கக் கூடாது" என்கிற விமர்சனத்தை நான் வைத்ததை அனைவரும் ஏற்றுக்கொண்டனர்.

பொதுவாக ஜார்க்கண்ட் அதிகாரிகள் மத்தியில் 'இண்டெலக்சுவல்கள்' பற்றி ஒரு வெறுப்பு இருக்கிறது. ராஞ்சி மத்திய சிறை ஜெயிலர் எங்களுக்குத் தேநீரெல்லாம் தந்து உபசரித்தபோதும் இதை வெளிப் படுத்தினார். "மாவோயிஸ்டுகளால் மக்களுக்கு ஏற்படும் துன்பங்களுக் கெல்லாம் இன்டெல்சுவல்கள்தான் காரணம். அவர்களுக்குத் தேசப்பற்று கிடையாது. யாரை நியாயப்படுத்தக் கூடாதோ அவர்களையெல்லாம் நியாயப்படுத்துகின்றனர்" என்றார். நாங்கள் அவருடன் விவாதிக்க விரும்பவில்லை. வேலையை முடித்துக்கொண்டு வருவோம் என இருந்துவிட்டோம்.

சிறையில் பல மாவோயிஸ்டுகளைச் சந்தித்தோம். ஒரு கோடி ரூபாய் தலைக்கு விலை கூறப்பட்ட நதுனியா மிஸ்த்ரி என்கிற உண்மைப் பெயருடைய தோழர் பி.என்.ஜி., தினேஷ் ரஞ்சன் யாதவ், மதன்லால் பால், காமேஷ்வர் பய்தா, தயானந்த் மகாதேவ் எனப் பல முக்கிய மாவோயிஸ்ட் தலைவர்கள் உள்ளே இருந்தனர். சற்றும் கலக்கமின்றி அவர்கள் எங்களுடன் உரையாடினர். இப்படியான ஒரு வாழ்வையும் அவர்கள் எதிர்பார்த்தவர்கள்தான் என்பது அவர்களின் கண்களில் தெரிந்த உறுதியில் வெளிப்பட்டது. செத்ரா மாவட்டத்தைச் சேர்ந்த பதினாறு வயதுச் சிறுவன் மகேந்திர கங்கு, இருபத்தொரு வயது கமலாதேவி ஆகிய சிறுவர், சிறுமியர் என வகைப்படுத்தக்கூடிய மாவோயிஸ்டுகளையும் சிறையில் கண்டபோது மனம் துணுக்குற்றது. இந்தச் சிறுவர்களின் குழந்தைமை (*childhood*) யைப் பறித்து இப்படிச் சிறையில் தள்ள நேர்ந்ததற்கு இந்தச் சமூகமும், அமைப்பும், அரசும் தான் பிரதான காரணம் என்ற போதிலும், இதில் மாவோயிஸ்டு கட்சிக்குப் பங்கே இல்லையா, குழந்தைப் போராளிகளை அவர்கள் தவிர்க்கக் கூடாதா என்கிற கேள்வி எழாமலில்லை.

சிண்டு வைத்த மாவோயிஸ்ட், பூணூல் அணிந்த மாவோயிஸ்ட், ருத்ராட்சக் கொட்டை அணிந்த மாவோயிஸ்டுகளையும் கூட நாங்கள் சிறையில் சந்திக்க நேரிட்டது. "இதெல்லாம் என்ன" என்று அன்று

மாலை உள்ளூர் தோழர்களிடம் கேட்ட போது, "ஆமாம், இங்கு இது ஒரு பிரச்சினைதான். என்ன செய்வது, இங்குள்ள கலாச்சாரம் அப்படி” என்று சமாளித்தார்கள். கலாச்சாரம் எல்லா இடத்திலும் ஒரே மாதிரிதான் இருக்கிறது. கலாச்சார எதிர்ப்புப் போராட்டம் தமிழகத்தில் நடந்தது போல இங்கு நடக்கவில்லை என்பதைத்தான் இது காட்டுகிறது என நினைத்துக் கொண்டேன். “தமிழகத்தில் இதெல்லாம் சாத்தியமில்லை” என்று மட்டும் சொன்னேன்.

தமிழகத்திலுள்ளது போல பெண்களுக்குத் தனிச் சிறை, சிறுவர்களுக்கு தனிச் சிறை என்று ஜார்க்கண்டில் இல்லை. ஆண்கள் சிறைக்குள்ளேயே ‘மகிளா வார்டு’கள் எனச் சிறு பகுதிகளை ஒதுக்கி பெண் கைதிகளை அடைத்துள்ளனர். தனிச் சிறை இல்லை என்பதால் ஆண் கைதிகளின் பார்வையில் படக்கூடாது எனப் பெண் கைதிகளையும், பழக்கப்பட்ட கிரிமினல்களுடன் பழகக் கூடாது எனச் சிறுவர்களையும் எப்போதும் சிறிய வார்டுகளுக்குள் எந்நேரமும் அடைத்தே வைக்கின்றனர். இதனால் அவர்களின் இயக்கம் *(mobility)* வெகுவாகக் குறைக்கப்படுகிறது. இது மிகக் கொடுமையாக உள்ளது. ஆறு வயது வரை, குழந்தைகளை வைத்துக் கொள்ள பெண்களுக்கு அனுமதி அளிக்கப்பட்டுள்ளது. டால்டன் கஞ்ச் சிறையில் ஐந்து பெண்கள் குழந்தைகளுடன் இருந்தனர். குழந்தைகளை வைத்துக்கொள்ள கூடுதலான வசதி ஏதுமில்லை. சர்க்கரை வியாதிக்காரரான சஷிபூஷண் தன்னிடமிருந்த சாக்லெட்களை அந்தக் குழந்தைகளுக்குத் தந்தபோது அவை ஆர்வமுடன் பற்றிக் கொண்டன. குழந்தைகள் விளையாட இடம், சத்துணவு, பெண்கள், குழந்தைகளுக்கான தனி மருத்துவர்கள், ஏன் பெண் நர்சுகள் கூடக் கிடையாது. பெண்களில் மாவோயிஸ்டுகள் தவிர மற்றவர்கள் பெரும்பாலும் வரதட்சணை வழக்குகள், சூனியம் வைத்த *(witchcraft)* வழக்குகள், கொலை வழக்குகளில் கைது செய்யப்பட்டவர்களாக இருந்தனர்.

ராஞ்சி சிறை நவீனமாகக் கட்டப்பட்ட ஒன்று. நமது புழல் சிறையைப் போல. விடுதலை வீரன் பிர்சா முண்டாவின் பெயரை அச்சிறைக்கு வைத்துள்ளனர். அவரது சிலை ஒன்றும் அங்கு உண்டு. வெளியிலிருந்து பார்ப்பதற்கு ரொம்ப அழகான சிறை. உள்ளேயும்தான். புதிய கட்டிடம், விசாலமான இடம், சிமெண்ட் படுக்கைகள், பன்னிரண்டு மணி நேரம் அடைத்து வைக்கப்படும் வார்டுகளில் மற்ற சிறைகளில் உள்ளது போலன்றி இரு கழிப்பறைகள்

மற்றவற்றில் சுமார் எழுபது பேருக்கு ஒன்றே ஒன்று, அதுவும் போதிய நீர் வசதியின்றி. கட்டிடம் மட்டுமில்லை. கண்காணிப்பும் ஒடுக்குமுறையும் கூட நவீன சிறைகளில் அதிகம் தான். ஒவ்வொரு 'செக்டாரும்' தனித்தனியே பிரித்து வைக்கப்பட்டுள்ளன. இரவுகளில் யாருக்கேனும் உடல் நலமில்லாது போனால் தொண்டை வரளக் கத்தித்தான் வார்டர்களைக் கூப்பிட வேண்டும்.

கடைசியாக ஒன்றைச் சொல்லியாக வேண்டும். பள்ளிப் பருவத்தில் நான் பலமுறை வாசித்த புனைவுகளில் ஒன்று ஜெயகாந்தனின் 'கைவிலங்கு'. சிறை வாழ்க்கை தொடர்பான அக்குறும் புதினம் எனது இளம் நெஞ்சில் ஏற்படுத்திய சலனங்கள், கலக்கங்கள் ஏராளம். அதில் ஒரு மனித நேயமிக்க சிறையதிகாரி வருவார். பெயர் மறந்துவிட்டது. கண்கள் கலங்க அவரை வாசித்திருக்கிறேன். அது போன்ற இரு உயர்ந்த உள்ளங்களை லாடேஹார் சிறையில் சந்தித்தோம். சூபரின்டென்டென்ட் கணேஷ் பிரசாத் தாசும், சிறை மருத்துவர் டாக்டர் சுரேந்திர குமார் சிங்குமே அவர்கள். கிளைச் சிறையாக இருந்து மாவட்டச் சிறையாக உயர்த்தப்பட்ட, அந்த வசதிகள் குறைந்த சிறையில் அவர்களின் இருப்பு ஒரு எளிய மந்தகாசத்தை சிறை முழுவதிலும் வியாபித்திருந்தது.

மாவோயிஸ்டுகள் செயல்பாடுகள் நிறைந்த டுமாரியா மாவட்டத்தில் பல ஆண்டுகள் பணி புரிந்தவர் டாக்டர் எஸ்.கே. சிங். மாவோயிஸ்டுகளின் நேர்மை, தியாகம், ஆகியவற்றால் அவர் வசீகரிக்கப் பட்டிருந்ததை எங்களால் விளங்கிக் கொள்ள முடிந்தது. சிறையிலுள்ள மாவோயிஸ்டுகளை அறிமுகப்படுத்தும்போது "காம்ரேட் ரஞ்சன் யாதவ்," "காம்ரேட் பி.எம்.ஜி" "*Most respected leader in this district*" என்கிற சொற்களால் அறிமுகப்படுத்தினார். சூப்பரின்டெண்டும் அப்படியே. குறைந்த சிறை வசதிகள், மொத்த சிறைத்துறையின் கடுமையான அணுகுமுறை ஆகியவற்றுக்கிடையே கைதிகளுக்குப் பெரிய அளவில் தம்மால் என்ன செய்ய இயலுமோ அதை அவர்கள் செய்துகொண்டிருந்தனர். தான் வருவதற்கு முன் ஆண்டுக்கு இருமுறையேனும் சிறைகளில் மரணம் நிகழ்வது வழக்கம் என்றும், தான் இங்கு வந்த பத்தரை ஆண்டுகளில் ஒரு மரணம்கூட இல்லை எனவும் டாக்டர் சிங் கூறினார். கூடியவரை சிறந்த நிறுவனங்களில் தயாரிக்கப்பட்ட மருந்துகளை வாங்கி வைத்திருப்பதாகவும், வெளி மருத்துவமனைகளிலிருந்தும் மருந்துகள்

தருவிப்பதாகவும் கூறினார். சிறப்பு மருத்துவம் தேவைப்படுவோர் தொடர்பாக அவர் எழுதிய பரிந்துரைக் கடிதங்கள் ஒரு பெரிய 'நோட்டு' முழுவதும் இருந்தன. இந்தியிலிருந்த அக்கடிதங்களை எங்களால் வாசிக்க இயலவில்லை. வாசிக்க இயன்றிருந்தால் இன்னும் மனம் நெகிழ்ந்திருக்கும்.

"எங்கள் இருவரையும் கூட மாவோயிஸ்டுகள் என்று தான் இங்குள்ள மாவட்ட அதிகாரிகளும் குறிப்பாகக் காவல்துறையினரும் கருதுகின்றனர். எங்கள் மீது அத்தனை எரிச்சலோடு உள்ளனர்" என்று டாக்டர் சொன்னதை எங்களால் புரிந்து கொள்ள முடிந்தது.

"கவனமாக சென்று வாருங்கள், உங்களைச் சுற்றி ஏகப்பட்ட உளவுத் துறையினர் வருகின்றனர்" என எங்களை 'வேனில்' ஏறுமுன் எச்சரித்தார் சூபரின்டென்டென்ட்.

கடவுளை மனிதர்களின் வடிவத்தில் தானே காண முடியும். இந்தப் பயணத்தில் எங்களால் இந்தக் கடவுளரைத் தரிசிக்க முடிந்தது மட்டுமே நிறைவைத் தந்தது

எனினும் நாங்கள் முதலில் பார்வையிடச் சென்ற சிறையின் மகிளா வார்ட் கதவு திறக்கப்பட்டபோது எங்கள் வருகைக்குக் காத்திருந்த அந்த ஆறு பெண் கைதிகளின் கண்களில் தெரிந்த சோகம், கலக்கம், குற்ற உணர்வு, வேதனை, வெட்கம் இன்றும் இன்னும் எங்கள் பிடரியில் குறுகுறுக்கின்றன.

ஆகஸ்டு 2008

எழுத்துரிமை காக்க இயக்கமொன்று தேவை

படைப்பாளிகளின் படைப்புரிமையைக் காக்க, சென்ற மாதத்தில் சென்னையில் கூட்டமொன்று நடத்தப்பட்டுள்ளது. எழுத்தாளர்கள் மற்றும் ஓவியர்களின் கூட்டமைப்பாக உருவாக்கப்பட்டுள்ள 'சித்திர எழுத்து' என்கிற அமைப்பு சென்ற ஆகஸ்ட் 9 அன்று இக்கூட்டத்தை நடத்தியுள்ளது. எழுத்தாளர்கள் சி.மோகன், ராஜகோபால், ரவி சுப்பிரமணியன், கி.அ. சச்சிதானந்தம், ந.முத்துசாமி, தட்சிணாமூர்த்தி, சா.கந்தசாமி முதலியவர்களும், ஓவியர்கள் டிராட்ஸ்கி மருது, விஸ்வம் ஆகியோரும் அதில் பங்கு பெற்றுள்ளனர். நேரில் கலந்துகொள்ள இயலாவிட்டாலும் தனது ஆதரவை கோணங்கி தெரிவித்துள்ளார். பிரபஞ்சன் கட்டுரை ஒன்றையும் அனுப்பியுள்ளார்.

சமீபத்தில் மறைந்த ஓவியர் ஆதிமூலம் அவர்களின் ஓவியமெனப் போலி ஒன்றை சென்னை கண்காட்சிக் கூடமொன்று ஓவியச் சந்தையில் விற்க முயன்றதைக் கண்டித்து இக்கூட்டம் நடைபெற்றது.

நான் உள்ளூரில் இல்லாததால் இதில் கலந்துகொள்ள இயலவில்லை. இருந்திருந்தால் நிச்சயம் பங்குபெற்றிருப்பேன். எனக்கும் இதையொத்த ஒரு அனுபவம் சென்ற மாதத்தில் நிகழ்ந்தது.

சில ஆண்டுகளுக்கு முன்னர் எனது நூற்களை வெளியிட்டு வந்த ஒரு பதிப்பகம் தொடர்ந்து எனக்குத் தெரியாமல் அவற்றை மீண்டும் அச்சிட்டு விற்று வருவதாக எனக்குப் புகார்கள் வந்த வண்ணமிருந்தன. சென்ற மாதத்தில் ஒருநாள் எனது நண்பர்கள் சிலர் ஒரு அச்சகத்திலிருந்து எனது மூன்று நூற்களையும், ஷோபா சக்தியின் ஒரு நூலையும் தற்போது அச்சாகிக் கொண்டுள்ளது எனக்

கொண்டுவந்தபோது நான் அதிர்ச்சியடைந்தேன். பழைய தேதியில், ஆனால் கூர்ந்து கவனித்தால் சில வித்தியாசங்களுடன் அந்நூற்கள் அச்சிடப்பட்டிருந்தன. வித்தியாசத்துடன் அச்சிடப்பட்ட அந்தப் புத்தகப் பிரதிகள் சிலவற்றை வாங்கிக் கொண்டு வந்திருந்தனர்.

தொடர்ந்து நம் நூற்களை வெளியிட்டுக் கொண்டுள்ள ஒரு பதிப்பகம் அவ்வாறு செய்திருந்தால் கூட நாம் அதைப் புரிந்துகொள்ள இயலும். பேசி அது குறித்து விளக்கம் கேட்டுக்கொள்ளலாம். ஆனால் எந்தத் தொடர்பும் இல்லாமல் போன ஒரு பதிப்பகம், ஆசிரியர்க்கு 'காப்பி ரைட்' உரிமையுள்ள ஒரு நூலைப் பழைய தேதியிட்டு அச்சிடுவது, அவருக்குத் தெரியாமல் அதை விற்பது என்பதை எப்படி எடுத்துக்கொள்வது. இது அந்த ஆசிரியரின் உழைப்பைச் சுரண்டுகிற ஒரு விவகாரம் மட்டுமல்ல, அவரது சுயமரியாதையை கேள்விக்குள்ளாக்கும் மூலதனத் திமிரையும் உள்ளடக்கியுள்ளது. இதை எப்படிச் சகித்துக் கொள்வது. ஒரு கண்ணியம் கருதி அந்தப் பதிப்பகத்தின் பெயரை நான் இங்கு பதியவில்லை.

தமிழ் நூற்பதிப்பு வேறெப்போதையும்விட விரிவடைந்துள்ள நிலை எழுத்துலகைச் சேர்ந்த நம் எல்லோருக்கும் மகிழ்ச்சி அளிக்கக்கூடிய செய்தி. புத்தகக் கண்காட்சிக்கு லட்சக்கணக்கில் மக்கள் வருவதும், கோடிக்கணக்கான ரூபாய் மதிப்பில் புத்தகங்கள் விற்பனை யாவதும் நம் எல்லோருக்கும் உற்சாகம் அளிக்கக் கூடிய நிகழ்வுகள். ஆனால் இதில் எந்த அளவிற்கு எழுத்தாளர்களுக்கு உரிய பயன்கள் சென்றடைகின்றன என்பது நம் சிந்தனைக்குரிய ஒன்று.

எல்லாப் பதிப்பகங்களும் மோசம் செய்கிறார்கள் என நான் சொல்ல வரவில்லை. பல பதிப்பகங்கள் நேர்மையுடன் நடந்து கொள்கின்றன. உரிய 'ராயல்டி' கொடுக்கப்படுகிறது. ஆனால் நான் சற்றுமுன் குறிப்பிட்டவை போன்ற ஒரு சில பதிப்பகங்கள் இப்படி மோசமாக நடந்துகொள்கின்றன. ஏதோ ஒரு சிறிய பதிப்பகம் இப்படிச் செய்துவிட்டது என்பதுகூட இல்லை. வெளிநாட்டுப் பதிப்பகங் களுடன் ஒப்பந்தம் செய்துகொண்டு தமிழில் நூல் வெளியிடும் ஒரு நிறுவனம் இப்படி எழுத்தாளனின் வயிற்றில் அடிப்பதையும், அவன் சுயமரியாதைக்குச் சவால் விடுவதையும் என்னவென்பது? அவன் எழுதுகிற பேனாவுக்கு 'ரீஃபில்' வாங்குவதற்கும் 'ஏ4' பேப்பருக்குச் செலவு செய்வதற்குமான காசையாவது கொடுக்க வேண்டும் என்றுகூட அந்த இரும்பு நெஞ்சுகளில் இரக்கம் கசியாதது ஏன்?.

அனுமதி பெற்று நூல்களை மறுபதிப்புச் செய்ய வேண்டும் என்கிற உணர்வு எப்படி இவர்களுக்கு அற்றுப் போய்விடுகிறது?

தமிழ் எழுத்தாளர்கள் இதுகுறித்துச் சிந்திக்க வேண்டும். ஒன்றுகூடிப் பேசவேண்டும். இதுபோன்ற மோசடி செய்யும் பதிப்பகங்களுக்குக் குறைந்தபட்சம் தமது நூற்களை வெளியிடக் கொடுக்கக் கூடாது என்றாவது முடிவு செய்ய வேண்டும்.

இப்படி ஆசிரியருக்குத் தெரியாமல் நூற்களை அச்சிட்டு விற்பது நான்கு வகைகளில் அவரைப் பாதிக்கிறது.

(1) முதற் பதிப்பு விற்றுத் தீர்ந்து இரண்டாம் பதிப்பு வெளிவருவதில் அவர் அடையும் மகிழ்ச்சி அவரிடமிருந்து பறிக்கப்படுகிறது.

(2) எழுத்தாளருக்குச் சேர வேண்டிய உழைப்பூதியம் அவருக்கு மறுக்கப்படுகிறது.

(3) அந்த நூலை அவர் வேறு பதிப்பகத்தில் வெளியிட ஒப்பந்தம் செய்து கொண்டிருந்தால் அதனால் அவரது நாணயம் கெடுகிறது. புதிய பதிப்பாளருக்கும் இழப்பு ஏற்படுகிறது. (உண்மையில் மேற்குறிப்பிட்ட எனது மூன்று நூற்களில் இரண்டை மறுவெளியீடு செய்ய நான் ‘எதிர்வு’ பதிப்பகத்திற்கு உரிமை அளித்து நூற்கள் அச்சாகிக் கொண்டுள்ளன.)

(4) இந்த மாதிரியான மோசடி அம்பலப்பட்டுப் போகும்போது அதை ஈடுகட்ட வேண்டி, மோசடியாளர் அந்த எழுத்தாளர் குறித்து அவதூறுகளைப் பரப்ப நேரிடுகிறது. “என்னை அவர் மோசம் செய்துவிட்டார். அவரால் எனக்கு ஏகப்பட்ட நஷ்டம்” என்கிற ரீதியில். இதையும் அந்த எழுத்தாளன் எதிர்கொள்ள வேண்டிய கொடுமை. நஷ்டம் என்றால் நீ ஏன் இப்படித் திருட்டுத்தனமாய் அந்த நூலை அச்சிட வேண்டும்?

மீண்டும் எழுத்தாள நண்பர்களைக் கேட்டுக்கொள்கிறேன். இது குறித்து நாம் கூடிப் பேச வேண்டும். பிற நாடுகளில் உள்ளதுபோல எழுத்து வடிவில் ஒப்பந்தம் செய்துகொண்ட பின்னரே நூலை வெளியிட உரிமை அளிப்பது என்கிற நடைமுறையை ஏற்படுத்த வேண்டும்.

நூலை அச்சிடும் அச்சகங்களுக்கும், ‘பபாசி’ போன்ற அமைப்பு களுக்கும்கூட இதில் பொறுப்பு உண்டு. பதிப்பாளர்களுக்கு மட்டுமே

அவர்கள் கடமைப்பட்டவர்கள் அல்லர். எழுத்தாளர்களுக்கும் அவர்கள் கடமைப்பட்டவர்களே. பழைய தேதியில் ஒருவர் நூலை அச்சிட முனைந்தால் அச்சகத்தார் அதை மறுக்க வேண்டும். பதிப்பாளர்களின் அமைப்பு, 'பபாசி' போன்றவைகட்கு இப்படியான புகார் வந்தால், அதை முறைப்படி விசாரித்து நியாயம் வழங்க வேண்டும். மோசடி நிரூபிக்கப்படும் பட்சத்தில் உரிய இழப்பீடு பெற்றுத் தருவதோடு, குறிப்பிட்ட ஆண்டுகள் புத்தகக் கண்காட்சியில் கடை அமைக்க அனுமதி மறுப்பது முதலான தண்டனைகளையும் அளிக்க வேண்டும். நூல் விற்பனை செய்வோரும்கூட இந்த மோசடி களை அறியும் பட்சத்தில் குறிப்பிட்ட எழுத்தாளருக்குத் தெரிவிக்க வேண்டும்.

நான் முன்பே சொன்னதுபோல எல்லாப் பதிப்பாளர்களும் இப்படிச் செய்வதில்லை. மோசடி செய்யும் சில பதிப்பகங்களை அடையாளம் கண்டு பாதிக்கப்பட்ட எழுத்தாளர்கள் நீதி பெற வழி செய்ய வேண்டும். பெரும்பாலான எழுத்தாளர்கள், பிரபஞ்சன் போன்ற புகழ்பெற்ற எழுத்தாளர்கள் உட்பட இப்படி பாதிக்கப் பட்டுள்ளனர்.

இந்த அநீதிக்கு ஒரு முடிவு காண எழுத்தாளர்கள் இயக்கமாக வேண்டும். அறிவுசார் சொத்துரிமை பற்றிப் பேசுகிற ஒரு காலகட்டம் இது. எழுதுபவர்களின் அறிவு மற்றும் உடலுழைப்புகள் இத்தகைய மோசடியாளர்களால் சுரண்டப்படுவதை அனுமதிக்கலாகாது.

செப்டம்பர், 2008

தேசபக்தி –1
ஜெயமோகன் : ஒரு எழுத்தாளனிடம் இப்படி ஒரு இரும்பு இதயமா?

நகைச்சுவை என்கிற பெயரில் தமிழ்ச்செல்வன் தொடங்கி விக்கிரமாதித்தன் வரை சமகாலத் தமிழ் எழுத்தாளர்கள் பலரையும் கேலி செய்து எழுதியுள்ள ஜெயமோகனின் கட்டுரையை சென்ற 'தீராநதி' (அக் 2008) இதழில் பார்த்தேன். சமூகச் சுரணையுள்ள எழுத்தாளர்கள் மீது அவரது காழ்ப்பு சற்றுக் கூடுதலாகவே வெளிப்பட்டுள்ளது. அதிரடியாக எதாவது சொல்லி, எழுதி தன் மீது கவனத்தை ஈர்ப்பதில் ஜெயமோகன் கில்லாடி. கிட்டத்தட்ட இதே நேரத்தில் தனது 'ப்ளாக்'கில் பாசிச எதிர்ப்புணர்வுடன் எழுதும் தமிழ் எழுத்தாளர்களைக் கேவலப்படுத்தி அவர் எழுதிய கட்டுரை ஒன்றையும் ('எனது இந்தியா') நண்பர்கள் சுட்டிக் காட்டி இருந்தனர். கவன ஈர்ப்பிற்காக அரை நிர்வாணத்துடன் அந்தர்பல்டி அடிக்கவும் தயங்காத நபர் ஜெயமோகன். சங்க இலக்கியம் முதல் இந்தியத் தத்துவம் வரை எதைப் பற்றி வேண்டுமானாலும் எழுதக்கூடியவர் என்ற பெயருடன் எல்லாவற்றினூடாகவும் மனித வெறுப்பை, சமூக அநீதிகளைக் கொண்டாடும் அவரது மன நிலையைத் தோலுரிப்பது அவசியம் என்பதால் இதை எழுதுகிறேன்.

மத அடிப்படையில் மக்களைப் பிளவுபடுத்தி, இந்தியச் சமூகத்தில் பன்மைத் தன்மையை ஒழித்துக்கட்ட வெறுப்பு அரசியல் செய்யும் பாசிஸ்டுகளின் பத்திரிகைகளில் வர வேண்டிய கட்டுரை அது. அவரது நூல்களை வாங்கி விற்கும் ஆர்.எஸ்.எஸ். நிறுவனங்கள்,

தேவஸ்தானங்கள், வாங்கி இலவசமாக விநியோகிக்கும் தொழிலதிபர்கள் இக்கட்டுரையை மறுபிரசுரம் செய்யக் கூடும்.

தன்னார்வ அமைப்புகள் வெளியிடும் பத்திரிகைகள் இந்திய எதிர்ப்பைக் கண் மூடித்தனமாக வெளிப்படுத்துவதாகத் தொடங்கும் ஜெ.மோ. அடுத்த கட்டமாக 'சமரசம்', 'விடிவெள்ளி' முதலான முஸ்லிம் இதழ்கள், 'ஜமாத் ஏ இஸ்லாமி' முதலான முஸ்லிம் அமைப்புகள், அருந்ததி ராய் போன்ற சமூகச் சுரணையுள்ள எழுத்தாளர்கள் எல்லோரையும் ஒன்றாக்கி வெளிநாட்டிலிருந்து கூலி பெற்று இயங்குபவர்களாகவும், மத அடிப்படைவாதிகளாகவும், பயங்கரவாதத்தை நியாயப்படுத்துபவர்களாகவும் சித்திரிக்கிறார். தன்னார்வ அமைப்புகளை இடது சாரிகளும் விமர்சிக்கிறார்கள். ஆனால் இவருடைய நோக்கில் அல்ல. ஆனால் இவைகளோடு கூடவே முஸ்லிம் இதழ்களையும் சேர்த்து இலக்காக்குவதிலிருந்து ஜெ.மோ யார் என்பது விளங்கிவிடுகிறது.

காஷ்மீர் பிரச்சினை தொடர்பான அருந்ததி ராயின் சமீபத்திய கட்டுரை ஒன்றை 'அலசுகிறார்' ஜெ.மோ. முஸ்லிம் வெறுப்பு ஒன்றை மட்டுமே மூலதனமாகக் கொண்டு கடை விரிக்கும் ஜெ.மோ, மிக அடிப்படையான அரசியல் உண்மைகளையும் கூட அறியாத ஞான சூன்யம் அல்லது அறிந்து கொள்ள விரும்பாத மதவெறியர் என்பதை வரிக்கு வரி வெளிப்படுத்தி விடுகிறார்.

1947ல் தொடங்கி காஷ்மீர மக்களின் குரலை ஒடுக்குவது, ஆண்டு தோறும் பத்தாயிரக் கணக்கில் அப்பாவி மக்கள் மீது படுகொலைகள், சித்திரவதைகள், கற்பழிப்புகள் நிகழ்த்துவது ஆகியவற்றைச் செய்கிற இந்திய அரசைக் கண்டிக்கும் அருந்ததி ராயை 'வெளிநாட்டு ஏஜென்ட்' என்கிற அளவில் இழி மொழிகளால் அவதூறு செய்கிறது ஜெ.மோவின் கட்டுரை. இரண்டு வாரங்களுக்கு முன் காஷ்மீர் பள்ளத்தாக்கில் நான்கு நாட்கள் தங்கி நிலைமையை நேரில் பார்த்த அனுபவம் எனக்குண்டு. அந்த நான்கு நாட்களில் இரண்டு நாட்கள் நாங்கள் ஒரு விடுதியில் வைத்துப் பூட்டப்பட்டிருந்தோம். வெளியில் சி.ஆர்.பி.எஃப். படைவீரர்கள் ஆயுதங்களுடன் நிறுத்தி வைக்கப் பட்டிருந்தனர்.

காஷ்மீர் பள்ளத்தாக்கில் இன்று ஒவ்வொரு ஐந்து காஷ்மீரிக்கும் ஒரு இந்தியப் படைவீரர் என்கிற அளவில் இராணுவம் நிறுத்தப்பட்டுள் ளது. சுமார் எட்டு லட்சம் வீரர்கள், யாரை வேண்டுமானாலும்

கைது செய்ய, சுட்டுக் கொல்ல முழு அதிகாரம் அளிக்கப்பட்டு அங்கே நிறுத்தப்பட்டுள்ளனர். பள்ளிகள், மருத்துவமனைகள், பழத் தோட்டங்கள் எல்லாம் இன்று இராணுவக் குடியிருப்புகள். உலக அளவில் பல்வேறு மனித உரிமை அமைப்புகள் வெளியிட்டுள்ள தகவல்களின் அடிப்படையில் கடந்த 18 ஆண்டுகளில் ஒரு லட்சம் காஷ்மீர் முஸ்லிம்கள் இந்தியப் படையினரால் கொல்லப்பட்டுள்ளனர். 80,000 குழந்தைகள் இன்று அனாதை விடுதிகளில் உள்ளார். அரசு வெளியிட் டுள்ள புள்ளி விவரங்களின் படியே 2000- 2002 ஆண்டுகளில் மட்டும் 'காணாமலடிக்கப்பட்டவர்களின்' எண்ணிக்கை 3784. மனித உரிமை அமைப்புகள் இன்னும் பலமடங்கு அதிகமாக இந்த எண்ணிக்கையைச் சொல்கின்றன. பல்லாயிரக் கணக்கான இளம் விதவைகள், எந்தச் சட்ட உரிமைகளும் இல்லாத 'அரை விதவைகள்.' அதாவது காணாமலடிக்கப்பட்டவர்களின் மனைவிகள். இதுதான் இன்றைய காஷ்மீர்.

எங்கு நோக்கிலும் இராணுவ கேம்ப்கள். சாலையில் ஒரு இராணுவ வீரனைப் பார்த்தால், நீங்கள் செல்லும் வாகனத்தின் 'ஹெட் லைட்'டை அணைத்து உள் விளக்கைப் போட வேண்டும். இல்லாவிட்டால் சுடுவார்கள்.

நான் சொல்கிற எதுவும் ஜெ.மோ.வுடையதைப் போல ஆதாரமற்ற அவதூறுகளல்ல. வெளிவர உள்ள எனது நூலில் அத்தனைக்கும் ஆதாரங்களுள்ளன. எந்தப் பொது மேடையிலும் அவருடன் விவாதிக்கத் தயாராக உள்ளேன்.

"அமர்நாத் குகைக் கோயில் சார்ந்து எழுந்த கிளர்ச்சியை ஒட்டி காஷ்மீரில் உருவான எதிர்க் கிளர்ச்சியை மாபெரும் மக்கள் புரட்சியாக நேரில் சென்று கண்டு ஆனந்த பரவசத்துடன் எழுதியிருக்கிறார் அருந்ததிராய்" ஜெ.மோ.

பள்ளத்தாக்கிலுள்ள மக்களுக்கு அத்தியாவசிய மருந்துகள், குழந்தை உணவுகள் உட்படச் செல்ல விடாமல் தடுத்து நிறுத்தி, கொய்த ஆப்பிள் பழங்களை அழுகடித்துப் பொருளாதாரத் தடைவிதித்த இந்துத்துவ வன்முறை (தன்னெழுச்சியாக) எழுந்த கிளர்ச்சியாம். தமது நிலத்தைச் சட்ட விரோதமாக, மக்களின் சம்மதமின்றி ஆலய நிர்வாகத்திற்கு மாற்றியதை சுற்றுச்சூழல் நோக்கிலிருந்தும், உரிமைகள் அடிப்படையிலும் எதிர்த்த காஷ்மீர் மக்களின் செயற்பாடுகள் மக்கள் போராட்டம் இல்லையாம்.

அமர்நாத் பற்றி தினசரி இதழ்களைக் கூட ஒழுங்காகப் படிக்காத அறிவுச் சோம்பேறிகளுக்கு என்ன தெரியும்? யாரும் எளிதில் செல்ல இயலாத 'கிளேசியர்' பகுதியொன்றில் குகைக்குள் இருந்த 'பனிலிங்கத்தைக் கண்டுபிடித்தது ஒரு முஸ்லிம் ஆட்டிடையர் (1860). விக்கிரக ஆராதனையில் நம்பிக்கையற்றவர்களாக இருந்தபோதும் அந்தச் செய்தியை இந்துச் சகோதரர்களுடன் பகிர்ந்துகொண்ட முஸ்லிம் ஆட்டிடையர்கள் (மாலிக்'கள்), கடந்த 150 ஆண்டுகளாக அதைத் தமது பாதுகாப்பில் வைத்திருந்தனர். ஆண்டு தோறும் வரும் யாத்ரிகர்களுக்கு எல்லாவிதமான வசதிகளையும் செய்து தருதல், மிகப் பெரிய உணவுச் சாலைகளை அமைத்து உணவு வடித்துத் தருதல் எல்லாம் முஸ்லிம்கள் தான். ஸ்ரீநகரிலிருந்து அமர்நாத் வரை செல்லுமிடமெல்லாம் முஸ்லிம்களின் விருந்தோம்பல்கள் அன்றும் உண்டு, இன்றும் உண்டு. காஷ்மீரிகளின் விருந்தோம்பல் உலகப் பிரசித்தமானது.

இந்த ஆண்டு இத்தனை பிரச்சினைகளுக்கு மத்தியிலும் கூட நான்கு லட்சம் யாத்ரிகர்கள் வந்து போயுள்ளனர். அவர்களில் ஒரு வருக்கும் கூட யாரும் ஒரு சிறு தீங்கும் விளைவிக்கவில்லை . மாறாக, வழக்கமான அத்தனை விருந்தோம்பல்களும் நடைபெற்றன. இந்து யாத்ரிகர்களுக்கு முழுப் பாதுகாப்பும் அளிக்கப்பட்டது. ஆனால் அதே நேரத்தில் ஜம்முவிலிருந்து கொண்டு இந்துத்துவ அமைப்புகள் மேற்கொண்ட 'கிளர்ச்சியை' ஒட்டி 30 முஸ்லிம் இளைஞர்கள் கொல்லப்பட்டனர். உண்டா, இல்லையா?

காஷ்மீரில் இந்திய அரசு மேற்கொள்ளும் விரிவாக்க ஆக்ரமிப்பு இந்துக் குடியேற்றங்களைச் செய்யும் வடிவிலானதல்ல. மாறாக, எல்லாவிதமான நிறுவனங்களின் மீதுமிருந்த காஷ்மீர மக்களின் அதிகாரம் படிப்படியாகப் பறிக்கப்பட்டது. இதனுடைய ஒரு உச்ச கட்டம்தான் அமர்நாத் ஆலய நிர்வாகம் (shrine board) உருவாக்கப் பட்டதும், 100 ஏக்கர் நிலம் கையளிக்கப்பட்டதும். பா.ஜ.க. அரசால் நியமிக்கப்பட்ட கவர்னர் சின்ஹாவின் சதித்திட்டம் அது. ஒவ்வொரு ஆண்டும் உருப்பெறும் அந்தப் பனிலிங்கத்தின் ஆயுள் இரண்டு வாரங்கள் மட்டுமே. பின் அது உருகி 'லிட்டர்' மற்றும் 'ஜீலம்' நதிகளில் கரைந்தோடிவிடும். படிப்படியாக யாத்ரிகர்களின் எண்ணிக்கையை அதிகப்படுத்தியது, யாத்திரைக் காலத்தை இரண்டு வாரங்களிலிருந்து இரண்டு மாதமாக அதிகரித்தது, பனி லிங்கத்தின் இடத்தில் நிரந்தரமாக ஒரு பளிங்கு லிங்கத்தை

அமைக்கும் சதித்திட்டம் தீட்டியது ஆகியவற்றின் உச்சகட்டமாகவே 100 ஏக்கர் நிலம் ஆலய நிர்வாகத்திற்கு அளிக்கப்பட்டதும், ஆலய நிர்வாகக் குழுவில் உள்ளவர்கள் சுங்கம் வசூலிக்கத் தொடங்கியதும் கிளேசியர் பகுதி ஒன்றில் யாத்ரிகர்கள் வசதிக்கென நிரந்தரமாக கட்டடங்கள் உருவாக்குவதும் நடந்துள்ளது. இந்த நடவடிக்கைகளின் விளைவாக கடந்த 18 ஆண்டுகளில் உபரியாக எட்டு லட்சம் இராணுவத்தினரைச் சுமந்து அழிந்துள்ள காஷ்மீரின் இயற்கை வளங்கள் நிரந்தரமாக அழிந்துவிடும் எனச் சுற்றுச் சூழலியலாளர்கள் சொல்லியிருப்பது ஜெயமோகன்களின் காதுகளில் எப்படி விழும்?.

"அந்த மண்ணின் மைந்தர்களான காஷ்மீரி பண்டிட்டுகளைக் கொன்று குவித்து அடித்துத் துரத்திய பின்னர்தான் அவர்களின் (காஷ்மீரிகளின்) போராட்டம் தொடங்கியது" - ஜெ.மோ.

ஜெ.மோ.வின் வெறுப்பு அரசியலின் உச்சகட்ட வெளிப்பாடு இது. அவரது ஞான சூன்யத்திற்கான அப்பட்டமான சாட்சியம் இது. பண்டிட்கள் மண்ணின் மைந்தர்கள் என்பதில் நமக்கு மட்டுமல்ல, காஷ்மீர முஸ்லிம்களுக்கும் கருத்து வேறுபாடு இல்லை. ஆனால் பண்டிட்கள் X முஸ்லிம்கள் என்றொரு எதிர்வை உண்டாக்கி பண்டிட்களை மட்டும் மண்ணின் மைந்தர்கள் எனச் சொல்வதன் பொருளென்ன? முஸ்லிம்களை அந்நியர்களாகச் சித்திரிப்பதுதானே?

பிரிவினைக் கலவரங்களின்போது ஜம்முவில் கொல்லப்பட்ட முஸ்லிம்களின் எண்ணிக்கை 5 லட்சம். கட்டாயமாக பாகிஸ்தானுக்கு வெளியேற்றப்பட்ட முஸ்லிம்களின் எண்ணிக்கை ஒரு லட்சம். ஆனால் பள்ளத்தாக்கிலிருந்த பண்டிட்கள் யாரும் அப்போது கொல்லப்படவில்லை. காந்தியடிகளும் கூட இந்த உண்மையைக் கணக்கிலெடுத்துக் கொண்டு காஷ்மீர முஸ்லிம்களைப் பாராட்டினார். 1990களில் ஆளுநர் ஜெக்மோகனின் (ஜெயமோகனுக்கும் ஜெக்மோகனுக்கும் மூளையில், சிந்தனை முறையில் எந்தப் பெரிய வித்தியாசமும் கிடையாது) ஊக்குவிப்புடன் வெளியேறியவர்கள்தான் இன்று அகதியாக உள்ள பண்டிட்கள். இந்தியாவில் வேறு எந்த அகதிகளுக்கும் வழங்கப்படாத சலுகைகள் இன்று பண்டிட்களுக்கு வழங்கப்பட்டுள்ளன. டெல்லியில் மக்கள் நெருக்கமுள்ள பகுதிகளில் கடைகள், அரசு ஊழியர்களுக்கு வேலையின்றியே முழு ஊதியம்...

காஷ்மீரில் தீவிரவாதம் தலையெடுத்திருந்த கடந்த 18 ஆண்டுகளில் எஞ்சிய அப்பாவி பண்டிட்கள் மீது பயங்கரவாதம் எதுவும்

ஏவப்பட்ட தில்லை என்பதையும் நினைவிற்கொள்ளுங்கள். உளவு சொன்னார்கள், காட்டிக் கொடுத்தார்கள் என்கிற ரீதியில் அங்கொன்றும் இங்கொன்று மாகச் சில தனிநபர்கள் கொல்லப்பட்டிருக்கலாம். குஜராத்தைப் போலவோ, மும்பையைப் போலவோ பெரிய அளவில் இனப் படு கொலையை பண்டிட்கள் மீது காஷ்மீரத் தீவிரவாதிகள் நிகழ்த்திய தில்லை. இன்னொன்றையும் மனதில் நிறுத்துங்கள். காஷ்மீரில் இன்று அகதிகளாகியிருப்பது பண்டிட்கள் மட்டுமல்ல. அதே அளவில் காஷ்மீரி முஸ்லிம்களும் இடம் பெயர்ந்துள்ளனர். நாங்கள் பண்டிட்களின் பிரதிநிதியாக குமார் வாஞ்சி என்பவரையும் சந்தித்துப் பேசினோம்.

காஷ்மீர் பிரச்சினை 1950களில் தொடங்குகிறது. ஆயுதப் போராட்டம் தீவிரவாதம் முதலியன 1987 தேர்தல் மோசடிக்குப் பின்புதான் தோன்றுகின்றன. காஷ்மீர் பண்டிட்களின் வெளியேற்றம் 1990களில்தான் நடக்கிறது. பண்டிட்கள் வெளியேற்றப்பட்ட பின்புதான் காஷ்மீர் பிரச்சினையே உருவானது எனச் சொன்னால் இதெல்லாம் என்ன? காஷ்மீர் பண்டிட்கள் வெளியேற்றப்பட்டதில் அரசுக்குப் பங்கு இருந்த போதிலும், யார் அதற்குக் காரணமாக இருந்தாலும் அது கண்டிக்கத்தக்கதே. அவர்கள் மீள் குடியிருப்பு செய்யப்பட வேண்டும் என்பதில் யாருக்கும் கருத்து வேறுபாடு இருக்க முடியாது. ஆனால் பிரச்சினையே அது மட்டும்தான் என எழுதுவது என்பதெல்லாம் எத்தனை அப்பட்டமான மோசடி!

"காஷ்மீர் மக்கள் தேடுவது சுதந்திரத்தை அல்ல. பாகிஸ்தானோடு இணைவது மட்டுமே என்பது வெளிப்படை."- ஜெ.மோ.

இதுவும் உண்மையறியாமையின் விளைவான பிதற்றலே. சையத் அல் கீலானி போன்றவர்கள் பாகிஸ்தானுடன் இணைதல் என்கிற கருத்தை முன் வைத்த போதிலும் சுதந்திர காஷ்மீர் ('ஆஸாதி') என்கிற கோரிக்கையை முன் வைப்பவர்களே அங்கு அதிகம். அமர்நாத் பிரச்சினைக்குப் பின் இன்று அங்கு நிலைமை முற்றிலும் மாறியுள்ளது. சுமார் 20 ஆண்டுகளுக்குப் பின் தீவிரவாதம் பின்னுக்குச் சென்று அமைதி வழியிலான மக்கள் எழுச்சியாக அது மாற்றமடைந்துள்ளது. அதையொட்டியே அக்டோபர் 6ல் அறிவிக்கப்பட்ட லால் சவுக் பேரணி. இதை நேரில் காண்பதும் எங்களின் நோக்கமாக இருந்தது. ஆனால் இந்திய அரசின் கொடுங்கரங்கள் இந்த எழுச்சியைக் கொடூரமாக ஒடுக்கியதைத்தான் நாங்கள் நேரில் பார்க்க முடிந்தது. இன்று உருவாகியுள்ள 'காஷ்மீர் ஒருங்கிணைப்புக் குழுவில் பிரிந்திருந்த

ஹுரியத் அமைப்புகள் தவிர, பார்கவுன்சில், வணிகப் பேரவை எனப் பல தரப்பு சிவில் சமூகத்தினரும் ஒன்றிணைந்துள்ளனர். பெரியவர் கீலானியையும் எங்கள் குழு சந்தித்து உரையாடியது. அவரது கருத்தும் மாறியுள்ளது. பலதரப்பட்ட மக்களையும் சந்தித் தோம். பொதுமக்கள், வழக்குரைஞர்கள், பாதிக்கப்பட்டவர்கள், சீக்கிய சமூகத்தினர் எல்லோருடனும் உரையாடினோம். இன்று காஷ்மீர மக்களின் ஒரே கோரிக்கை ஆஸாதி'தான். பாகிஸ்தானுடன் இணைப்பு அல்ல.

பாகிஸ்தானை ஒரு தாலிபானிய அரசு எனவும், இன்று காஷ்மீருக்கு இருக்கும் அடிப்படை உரிமைகளும் இல்லாத சர்வாதிகார அமைப்பு எனவும் ஜெ.மோ. குறிப்பிடுகிறார். இதுவும் அப்பட்டமான அறியாமை யின் விளைவே. இது குறித்து நான் விரிவாக எழுதியுள்ளேன். ஜியா-உல்-ஹக்கின் காலத்தைத் தவிர வேறெப்போதும் பாகிஸ்தான் தன்னை ஒரு முஸ்லிம் அரசாகப் பிரகடனப்படுத்திக் கொண்டதில்லை. ஜின்னா முஸ்லிம்களுக்கான ஒரு நாட்டைத்தான் கோரினாரே ஒழிய, இஸ்லாமிய அரசு ஒன்றையல்ல. இராணுவ ஆட்சிக் கவிழ்ப்புகள், ஜனநாயகத்திற்குப் பொருந்தாத நிலப்பிரபுத்துவ மதிப்பீடுகளின் அடிப்படையிலான அரசியல் எல்லாவற்றிற்கும் அப்பால் கடந்த ஐந்து ஆண்டுகளாக அங்கே நடைபெற்ற ஜனநாயகத்திற்கான எழுச்சி யையும், போராட்டங்களையும் நாம் கவனிக்க வேண்டும். இராணுவ ஆட்சி வீழ்த்தப்பட்டதையும் மனங்கொள்ள வேண்டும். வழக்குரைஞர் அமைப்புகள், நீதிமன்றங்கள் ஆகியன இந்தியாவைக் காட்டிலும் அங்கே போர்க்குணத்துடனும், சுதந்திரமாகவும் செயல்படுகின்றன. அதன் விளைவே நீதிமன்றங்களின் மீதான முஷாரப்பின் தாக்குதல். அதன் பலன்களை இன்று அவர் சந்தித்துக் கொண்டுள்ளார். பாகிஸ்தான் தெருக்களில் பிச்சைக்காரர்களைப் பார்க்க முடியாது என எழுதுகிறார் வில்லியம் டார்லிம்பின்.

ஒப்பீட்டளவில் அகக்கட்டுமானங்கள், சாலை வசதிகள் முதலியன அங்கு அதிகம். இந்தியா பீற்றிக்கொள்ளும் 'பொருளாதார வளர்ச்சிக் கும்கூட பாகிஸ்தானின் வளர்ச்சி குறைந்ததல்ல. பாகிஸ்தானில் பல மட்டங்களில் பெண்களுக்கு அரசியல் ஒதுக்கீடு வழங்கப்பட்டிருப் பதும், சிறுபான்மை மதத்தவருக்கு அவர்கள் வேண்டாமென்று சொன்ன வரை இரட்டை வாக்குரிமை அளிக்கப்பட்டிருந்ததும் ஜெயமோகனுக்குத் தெரியுமா?

ஏதோ பாகிஸ்தானில் பாலும் தேனும் ஓடுவதாகவும் ஜனநாயகம்

செழித்திருப்பதாகவும் நான் சொல்வதாக நினைக்க வேண்டாம். அமெரிக்க விசுவாசத்திலாகட்டும், சொந்த மக்களை ஒடுக்குவதிலாகட் டும் இந்திய அரசுக்கு எந்த வகையிலும் குறைந்ததல்ல பாகிஸ்தான். ஆனாலும் அதைத் தாலிபானிய அரசு என்றெல்லாம் சுருக்கிப் பிரச்சினையை விளக்கக் கூடாது என்பதுதான்.

காஷ்மீர் பிரச்சினையை, 1. பாகிஸ்தானின் தூண்டுதல், 2. 'ஜிஹாதி' பயங்கரவாதம், 3. தேசப் பிரிவினையின் எச்ச சொச்சம் ஆகியவற்றின் விளைவு என்பதாக மட்டுமே முன்னிறுத்தி காஷ்மீர மக்களின் சுய நிர்ணய உரிமை, சுதந்திர வேட்கை என்கிற அம்சத்தை மூடி மறைப்பது இந்திய ராஜ தந்திரத்தின் சதித் திட்டங்களில் ஒன்று. இந்தச் சதியைத் தோலுரித்து அவர்களின் சுதந்திர வேட்கையை வெளிப்படுத்திக் காட்டுவதே அருந்ததி ராய் போன்ற எழுத்தாளர் களின் கடமையாகிறது. ஒரு எழுத்தாளனின் கடமை அப்படித்தான் இருக்க முடியும். வாழுங்காலத்தின் சமூக அநீதிகளைக் கண்டு கொதித்து சம காலத்தையே நிராகரிப்பவன்தான் எழுத்தாளன். டால்ஸ்டாய் முதல் ஆஸ்கார் வைல்ட் வரை அப்படித்தான் வாழ்ந்துள் ளனர். எழுத்துக்கள் காலத்தைக் கடந்து நிற்கவல்லவை என்பதன் பொருளும் இதுதான்.

பாகிஸ்தான் தூண்டுதல், பயங்கரவாதப் பிரச்சினை எல்லாவற்றை யும் மறைத்து அதை ஒரு சுதந்திர வேட்கையாகச் சொன்னதைச் சுட்டிக் காட்டி அதற்காகவே அருந்ததியை 'குருவி மண்டை ' எனவும், 'கூலிக்கு எழுதுபவர்' எனவும் இழிவு செய்கிறார் ஜெ.மோ. ஒரு எழுத்தாளனின் மண்டைக்குள் சம கால ராஜதந்திரியின் மூளை அமைந்துள்ளதெப்படி? ஜெ.மோ ஒரு விநோதப் பிராணிதான்.

ஒன்றைச் சொல்லியாக வேண்டும். உலகெங்கிலும் நடைபெறும் விடுதலைப் போராட்டங்களுக்கும், காஷ்மீரி மக்களின் போராட்டத் திற்கும் ஒரு வேறுபாடு உண்டு. காஷ்மீர மக்கள் தமக்கு அளிக்கப்பட்ட வாக்குறுதியை நிறைவேற்றக் கோரித்தான் போராடிக் கொண்டுள்ளனர். காஷ்மீரி மக்களின் விருப்பைக் கேட்டு அதன்படி முடிவெடுப்பது என்கிற வாக்குறுதியை இந்திய அரசு ஐ.நா. அவையின் முன் அளித்தது. இந்த நிறைவேற்றப்படாத வாக்குறுதிகளுக்காகவும், அரசியல் துரோகங்களை எதிர்த்துமே காஷ்மீரிகள் இன்று போராடிக் கொண்டுள்ளனர்.

இன்று காஷ்மீர மக்கள் அமைதி வழியை நோக்கித் திரும்பியுள்ள

னர். ஒற்றைக் கோரிக்கையுடன் ஒருங்கிணைந்துள்ளனர். இந்தியா விலிருந்து காஷ்மீரத்திற்குச் சுதந்திரம் என்பதன் இன்னொரு பக்கம் காஷ்மீரத்திலிருந்து இந்தியாவிற்கும் சுதந்திரம் என்பதே. காஷ்மீர் பிரச்சினைக்கு அரசியல் தீர்வு ஏற்படும்போதே இந்திய மண்ணில் பயங்கரவாதம் முடிவுக்கு வரத் தொடங்கும். தினந்தோறும் இந்த அம்சத்தில் செலவிடப்படும் ரூ.500 கோடியையும் இந்திய மக்களின் நலனுக்குச் செலவிட இயலும்.

ஜெயமோகன் கக்கியுள்ள இதர விஷக் கருத்துக்களைச் சுருக்கம் கருதி விட்டு விடுகிறேன். இன்று மரண தண்டனை விதிக்கப்பட்டு உயிர் ஊசலாடிக் கொண்டிருக்கும் அஃப்சல் குருவின் மனைவி குடியரசுத் தலைவரைச் சென்று மிரட்டினாராம். என்ன இரும்பு இதயமடா உனக்கு என சிவாஜி கணேசனைப் போல வியக்க மட்டுந்தான் முடிகிறது. மரணத்தை எதிர்நோக்கியுள்ள கணவனின் உயிர்ப்பிச்சை கேட்கச் சென்ற அபலைப் பெண் ஒருத்தியை ஒரு எழுத்தாளனால் இப்படியுமா சித்திரித்துவிட முடியும். “இந்தியச் சமூகம் அளிக்கும் வாய்ப்புகள்” மூலம் முஸ்லிம்களில் பெரும்பகுதி யினர் முன்னேறி வருகிறார்களாம். உலகப் பரப்பில் வாழும் முஸ்லிம் சமூகங்களை ஆங்காங்கு புதைக்கப்பட்ட கண்ணி வெடிகளாக மாற்றுகின்றனவாம் முஸ்லிம் அமைப்புகள் (எத்தனை கொடூரச் சித்தரிப்பு பாருங்கள்). தாடியும் தொப்பியுமாக எதிரே ஒரு முஸ்லிமைப் பார்த்தாலே அவரை எந்தக் கணத்திலும் வெடிக்கப் போகிற ஒரு கன்னி வெடியாகக்கண்டு ஒதுங்கத் தூண்டும் என்ன ஒரு கொடூரச் சித்தரிப்பு! அது மட்டுமா? மாற்றுத் தேசியங்களை மத நோக்கில் அழிக்க முஸ்லிம்களுக்குத் தயக்கம் இருக்காதாம். சொல்கிறார் சுயமோகன்.

“காரணம், இஸ்லாம் என்பது ஒரு தேசிய கற்பிதம் - ஒரு மதமோ வாழ்க்கை முறையோ மட்டும் அல்ல. அது பிற தேசிய அற்புதங்களை ஏற்காது” - ஜெ.மோ.

ஜெ.மோ இஸ்லாம் விசயத்திலும் ஞான சூன்யம்தான் என்பதை இந்த வாசகங்களிலிருந்து நாம் புரிந்து கொள்கிறோம். இஸ்லாமின் ‘தேசியம்’ என்கிற கருத்தாக்கமே கிடையாது. ‘உம்மா’ - சமூகம், நம்ம்பிக்கையாளர்களின் கூட்டமைப்பு என்பதற்கே அங்கு முக்கியத்துவம். பிற நம்பிக்கையாளர்களுடன் சமூக இணக்கத்தை அது மறுத்ததில்லை. காஷ்மீர மக்கள் அதற்கொரு நடைமுறை எடுத்துக்காட்டு.

சமூக அநீதிகளுக்கு எதிராக நிற்கும் தமிழ் எழுத்தாளர்களைப் பெயர் குறித்து ஏசுகிறார் ஜெ.மோ. மாவோயிஸ்டுகளுக்கு சீனாவிலிருந்து நிதி வருகிறதாம். “ஆங்கில இதழ்களின் ஞாயிறு இணைப்பில்” வரும் கட்டுரைகளைப் பார்த்து தமிழில் எழுதுகிறவர்களாம் இத்தகைய அறிவுஜீவிகள். இப்படிச் சொல்வதற்கு ஜெயமோகனுக்கு என்ன யோக்கியதை இருக்கிறது என்பதை, "மனசாட்சியுள்ள வாசகர்கள்" யோசிக்க வேண்டும். தமிழில் வெளிவந்த நூற்களையே ஈயடிச்சான் காப்பி அடித்து பொ.வேல்சாமி போன்றவர்களிடம் மாட்டிக் கொண்டு குடும்ப சகிதமாக அவமானப்பட்ட நபர் இந்த ஜெ.மோ. பின்னால் இதற்காக பகிரங்க மன்னிப்பும் கேட்டுக் கொண்டார். இவர் ஆங்கில இதழ்களைப் பார்த்துக் கட்டுரை எழுதுவதில்லை என்பதை மட்டும் ஏற்றுக் கொள்ளலாம். ஏனெனில் இவர் ஆங்கிலத்தில் எதையும் படிப்பதில்லை. மலையாளத்தில் வரும்வரை காத்திருக்கிறவர் அவர்.

“தேசபக்தியே பாவமென்றாகிவிட்ட இச்சூழலில், முத்திரை முத்தப்பட்டு, வசைபாடப்பட்டு, அவமதிக்கப்பட்டு, சிறுமைப்பட்டு நின்ற போதும் உரக்கச் சொல்வோம் நண்பர்களே 'வெல்க பாரதம்' எனக் கட்டுரையை முடிக்கிறார் ஜெ.மோ. அவரது கட்டுரையை முழுமையாகப் படித்துப் பாருங்கள் - முத்திரையை வேறு யாரும் அவர் மீது குத்த வேண்டுமா என்பது விளங்கும். முத்திரை குத்துவதற்கு அவர் முதுகில் இடமில்லை . அவரது உடல் முழுவதும் காவி முத்திரை படிந்துள்ளதற்கு இந்தக் கட்டுரையே சாட்சி.

‘தேசபக்தி பாவமென்றாகிவிட்ட சூழல்’ என அவர் சமூகச் சுரணையுள்ள எழுத்துக்களைக் குறிப்பிடுகிறார். உண்மைதான். தேசபக்தியைப் பாவமென்று மட்டுமல்ல, கொடூரம், அயோக்கியத்தனம், *vicious* என்றெல்லாம் பெரியார் ஈ.வே.ரா மட்டுமல்ல, டால்ஸ்டாய் உள்ளிட்ட மனிதரை நேசித்த, சமூகச் சுரணையுள்ள எழுத்தாளர்கள் அவ்வளவு பேரும், ஆம் அவ்வளவு பேரும் சொல்லித்தான் உள்ளனர்.

ஜெயமோகனைச் சற்றே ஒதுக்கி வைத்துவிட்டு ‘தேசபக்தி’, ‘தேசியம்’ ஆகியன குறித்தும் கொஞ்சம் ஆழமாகச் சிந்திப்போம்.

ஜெயமோகனை ஞானசூன்யம் என நான் குறிப்பிடுவது கோபத்தின் விளைவு அல்ல. அவரது அரசியல் எழுத்துக்களைக் குறிக்க அதைவிட வேறு சொல் இங்கு இல்லை.

நவம்பர், 2008

தேசபக்தி – 2
மானுடத்தை நேசித்தவர்கள் ஏன் தேசபக்தியை வெறுத்தார்கள்

“கடந்து போன ஒரு காலகட்டத்தின் கொடூரமான ஒரு பாரம் பரியமாகவே இன்று தேசபக்தி இருந்து வருகிறது. வெறும் எச்ச சொச்சமாக மட்டும் அது இருந்துவிடவில்லை. மாறாக தங்கள் அதிகாரத்தின் மூலமாக மட்டுமே அரசுகளும் ஆளும் வர்க்கங் களும் கோலோச்சிவிட இயலாது என்பதை உணர்ந்து வைத்திருப்ப தால், அவை தமது இருப்பிற்கு தேசபக்தியையே நம்பியுள்ளன. எனவே தந்திரமாகவும், வன்முறையின் மூலமாகவும் மக்கள் மத்தியில் அவை தேசபக்தியைத் தூண்டிவிடுகின்றன. அது அணைந்து விடாமல் காப்பாற்றுகின்றன. அதன் மூலம் தம் அதிகாரங்களைத் தக்கவைத்துக்கொள்கின்றன.

எந்த அரசாங்கமும் அதன் மக்களை அமைதியில் வாழவிடாது. ஏனெனில் அதன் இருப்பின் நியாயப்பாட்டிற்கான தலையாய காரணமாக விளங்குவது தேசங்களிடையே பகையை அழித்து சமாதானத்தை நிலைநாட்டுகிற பணியை அது செய்கிறது என்கிற ஒரு பிம்பத்தை அது கட்டமைத்து வைத்திருப்பதுதான். தேசபக்தியைத் தூண்டிவிடுவதன் மூலம் இந்தப் பகை உணர்வைக் கட்டமைப்பதே இந்த அரசாங்கங்கள் தான். மக்களைப் பாதுகாக்கும் தம் திறனை வெளிப்படுத்திக் கொள்வதற்கு தேசங்களிடையே பகை அவர்களுக்குத் தேவையாக இருக்கிறது. இந்தப் பகையை உருவாக்க தேசபக்தியின் துணையும் அவர்களுக்குத் தேவையாயிருக்கிறது. வித்தை காட்டும் ஒரு நாடோடி, குதிரையின் வாலுக்கடியில் கொஞ்சம் மிளகாய்ப் பொடியை வைத்து அதைச் சீண்டிப் பின் கடிவாளத்தைப் பிடித்து

இழுத்துப் போராடி தான் கட்டுப்படுத்தி விட்டதாகக் காட்டு கிறானல்லவா அப்படித்தான் இதுவும்....

அடுத்த நாடு உங்களை ஆக்ரமிக்க காத்திருக்கிறது. நீங்கள் ஆபத்திலிருக்கிறீர்கள் என அரசு மக்களை நம்ப வைக்கிறது. அல்லது உள்நாட்டிலுள்ள சில துரோகிகளினால் இந்த ஆபத்து உங்களுக்கு இருக்கிறது என அது சொல்லுகிறது. எனவே இந்த ஆபத்துகளிலிருந்து நீங்கள் தப்பவேண்டுமானால் அரசுக்கு அடிபணிந்து கிடக்க வேண்டுமென, அது மக்களை நம்ப வைக்கிறது. மக்களின் எதிர்ப்புகளின் போதும், (கொடும்) சர்வாதிகாரத்தை அது நிலைநாட்டுகிறபோதும் இவ்வாறு அது தேசபக்தியை அதிகம் வற்புறுத்துவது வெளிப்படையாகத் தெரிகிறது. ஆனால் இப்படி வெளிப்படையாகத் தெரியாவிட்டாலும் அரசதிகாரம் செயல்படுகிற எல்லாக் காலங்களிலும், எல்லா இடங்களிலும் இது நிகழ்ந்து கொண்டுதான் இருக்கிறது. ஒவ்வொரு அரசும் அதன் இருப்பை விளக்கியாக வேண்டும். வன்முறையை நியாயப்படுத்தியாகவேண்டும். தான் இப்படி இல்லாவிட்டால் இன்னும் நிலைமை மோசமாகவிருக்கும் என்பதே அதன் தர்க்கம். மக்களுக்கு இந்த 'ஆபத்து' குறித்து அது எச்சரித்தபின், அந்த அடிப்படையிலேயே அவர்கள் மீதான கட்டுப் பாட்டை அது நிலைநிறுத்துகிறது. இந்நிலையில், அது இன்னொரு நாட்டைத் தாக்குகிற சூழல் ஏற்பட்டுவிடுகிறது. இவ்வாறு மற்ற நாட்டின் தாக்குதல் குறித்த அதன் எச்சரிக்கை எத்தனை 'உண்மை யானது' என்பது கண்முன் நிறுத்தப்பட்டு விடுகிறது....

ஆட்சியாளர்கள் தங்களின் பேராசைகளையும், பெருந்திட்டங்களையும் நிறைவேற்றிக் கொள்வதற்கு, ஆளப்படுபவர்கள் தமது மனித கண்ணியம், பகுத்தறிவு, மனசாட்சி எல்லாவற்றையும் இழந்து அதிகாரத்திற்கு அடிமையாவதற்கும் இன்னொரு எளிய, தெளிவான, குழப்பமற்ற பெயர்தான் தேசபக்தி....

தேசபக்தி என்பது அடிமைத்தனம். தேசபக்த உணர்வு என்பது இயற்கையானதல்ல, அது அறிவுக்குப் புறம்பானது, ஆபத்தான உணர்வு என பலமுறை கூறியுள்ளேன். மனிதகுலம் இன்று சந்தித்துக் கொண்டிருக்கும் துயர்களுக்கெல்லாம் பெரும்பான்மையான காரணமாக அதுவே உள்ளது.

இந்த உணர்வு துளிர்விடுவதற்கு நாம் அனுமதிக்கவே கூடாது.

மாறாக, மனித அறிவிற்குச் சாத்தியமான எல்லாக் காரணிகளையும் பயன்படுத்தி அது அழித்தொழிக்கப்பட வேண்டும். உலகளவில் நடைபெறும் ஆயுதக் குவிப்புகள், பேரழிவுக்குக் காரணமான போர்கள் எல்லாவற்றிற்கும் காரணம் இந்த தேசபக்தி உணர்வுதான். பிற்போக்குத்தனமான, காலத்திற்கொவ்வாத, ஆபத்தான இந்தத் தேசபக்தி குறித்த என் கருத்துக்கள் அனைத்தும் இதுவரையில், இன்று வரையில் (கள்ள) மௌனத்தின் மூலமாகவோ, உள்நோக்கத்துடன் திரித்துக் கூறியோதான் எதிர்கொள்ளப் பட்டுள்ளன. அல்லது சம்பந்தமில்லாமல் 'கெட்ட தேசபக்தி' (அதாவது தேசவெறி) தான் மோசம், 'நல்ல தேசபக்தி' ரொம்பவும் உயர்ந்தது, அறம் சார்ந்த உணர்வு என்கிற ரீதியிலேயே பதிலளிக்கப்பட்டுள்ளன.

இந்த உண்மையான, நல்ல தேசபக்தி என்றால் என்ன என்று இதுவரை நமக்குச் சொல்லப்பட்டதில்லை. ஏதாவது சொல்லப்பட்டிருந்தால் அது வெறும் அலங்கார வார்த்தைகளாகவும், அர்த்தமற்ற உரைவீச்சுக்களாகவுமே இருந்துள்ளன. இறுதியில் தேசபக்திக்குச் சம்பந்தமில்லாத வேறு எதையாவது சொல்லி முடிப்பார்கள்.

தனது சொந்த மக்களின் மீது மட்டுமேயான அன்பு; ஒருவர் தன் அமைதியான வாழ்வை, சொத்துக்களை, ஏன் உயிர் வாழ்க்கையையே, எதிரிகளிடமிருந்து தம் மக்களைக் காப்பாற்றுவதற்குத் தியாகம் செய்யும் பண்பு என்பதும் இதுதான் தேசபக்தி என்கிற கருத்து ஒவ்வொரு நாளும் தனது நலனுக்காக மற்றவர்களைக் கொன்றும் குவித்து மானபங்கப்படுத்துவதை நீதியாகவும், (ஒரே) சாத்தியமாகவும் கருதிய ஒரு காலத்திற்குரியது.

ஆனால், இரண்டாயிரம் ஆண்டுகட்கு முன்பே, மானுடத்தின் உயர் அறிவின் வித்தாகத் தோன்றியவர்கள், 'மானுடர்க்கிடையேயான சகோதரத்துவம்' என்கிற உன்னதக் கருத்தாக்கத்தை உணரத் தொடங்கினர். இந்த உன்னதக் கருத்து மனிதப் பிரக்ஞையினூடாகப் பயணித்து வந்து நம்முடைய சகாப்தத்தில் பல்வேறு வடிவங்களில் கையகப்படத் தொடங்கியுள்ளது. தொடர்புச் சாதனங்களில் ஏற்பட்டுள்ள அபரிமிதமான வளர்ச்சி, தொழில், வணிகம், கலை, அறிவியல் ஆகிய துறைகளில் ஏற்பட்டுள்ள வியக்கத்தக்க மாற்றங்கள் ஆகியவற்றின் விளைவாக இன்று மனிதர்கள் மேலும் நெருக்கமாகப் பிணைந்துள்ளார்கள். அடுத்த நாட்டு மக்கள் மீதான ஆக்கிரமிப்பு, படுகொலைகள், வன்முறைகள் எல்லாம் சாத்தியமில்லாமல் ஆகிவிட்டன. எனவே எல்லா மக்களும்

(மக்கள்தான், அரசாங்கங்கள் அல்ல) அமைதியாகவும், பரஸ்பர பயனளிப்பவர்களாகவும், வணிகம், தொழில், கலை, அறிவியல் எல்லா அம்சங்களிலும் உறவுகளைப் பேணுபவர்களாகவும், எக்காரணம் கொண்டும் இவ்வுறவுகளை அழிக்க விரும்பாதவர்களாகவும் ஆகியுள்ளனர். எனவே காலாவதியாகிவிட்ட தேசபக்தி இன்று தேவையற்றதாகிவிட்டது. பல்வேறு நாடுகளையும் சேர்ந்த மனிதர் களுக்கிடையேயான சகோதரத்துவம் என்கிற உயர் நிலையை நாம் எட்டிவிட்டதால் இந்த தேசபக்தி உணர்வு கொஞ்சம் கொஞ்சமாகக் குறைந்து இறுதியில் முற்றாக அழிந்துவிடும் என ஒருவர் நினைக்கக் கூடும். ஆனால், இதற்கு நேரெதிராகத்தான் இன்றைய நிகழ்வுகள் உள்ளன. காலத்திற்கொவ்வாத இந்தத் தீய உணர்வு தொடர்ந்து இருந்து கொண்டிருப்பது மட்டுமின்றி, மேலும் மேலும் கொழுந்துவிட்டு எரிகிறது."

இந்த இடத்தில் ஒரு சிறிய இடைவெளி. இதுவரை நீங்கள் வாசித்தது எதுவும் என்னுடைய எழுத்தல்ல. மனிதகுலம் கண்ட மகத்தான படைப்பாளிகளில் ஆகச் சிறந்தவரான லியோ டால்ஸ்டாய் 'தேசபக்தி'யைக் கண்டித்து எழுதிய நீண்ட கட்டுரையின் ஒரு சில கூற்றுக்களை மட்டுமே இங்கு நான் மொழியாக்கித் தந்துள்ளேன். இந்த முழுக்கட்டுரையையும் மொழியாக்குவது என் நீண்டநாள் ஆசைகளில் ஒன்று.

டால்ஸ்டாய் ஒரு புனைவு எழுத்தாளர். ஆராய்ச்சியாளரோ, தத்துவஞானியோ அல்லர். ஆனால் எண்ணற்ற சிந்தனையாளர்கள், தத்துவ ஞானிகட்கு ஊற்றுக் கண்ணாக அவரது இந்தச் சிந்தனைகள் அமைந்துள்ளன. குறிப்பாக சிலரை நான் இங்கே சுட்டிக்காட்ட வேண்டும். புகழ்பெற்ற சமூகவியல் அறிஞரான மாக்ஸ்வெபர், வால்டர் பெஞ்சமின், மூாக் தெரிதா... தேசியத்திற்கு அப்பாற்பட்ட ஒரு வாழ்முறை... ஒரு சமூக அமைப்பு குறித்துச் சிந்தித்த மூன் லுக் நான்சி (*The Inoperative Community, 1983*), மாரிஸ் பிளாங்காட் (*The Unavowable Community, 1983*), பெனடிக்ட் ஆன்டர்சன் (*The Imagined Community, 1983*), ஜியார்ஜியோ அகம்பன் (*The Comming Community, 1993*) முதலிய நவீன சிந்தனையாளர்கள் பலரும் டால்ஸ்டாயின் சிந்தனைகளால் தூண்டப்பட்டுள்ளதை ஆய்வாளர்கள் சுட்டிக்காட்டுகின்றனர். இவற்றோடு தெரிதாவின் இறுதி நூற்களில் ஒன்றான *Politics of Friendship* ஐயும் கூடச் சேர்த்துக் கொள்ளலாம். இன்னொருவரை விட்டுவிட்டேன். அவர்தான் ஹன்னா ஆரன்ட் (*The Origin of Totalitarianism*).

அது சரி, இத்தகைய தத்துவச் சிந்தனையாளர்கள் எல்லாம் ஒரு புனைவு எழுத்தாளனால் தூண்டப்பட்டது எங்ஙனம்?

உலகத் தரத்திலான நாவல்கள் ஏன் தமிழில் வரவில்லை, இன்னும் பல காலத்திற்கு வருவதற்கான சாத்தியமும் தெரியவில்லை என்பதற்கான பதிலை நாம் இங்கிருந்துதான் தொடங்கிச் சிந்திக்கவேண்டும்.

இதுகுறித்து மேலே பேசுவதற்கு முன் இன்னொன்றையும் சொல்லிவிட வேண்டும். தேசபக்திக்கு எதிராக இத்தகைய சிந்தனையை உதிர்த்துள்ளது டால்ஸ்டாய் மட்டுமல்ல. வேறு சில கூற்றுக்களையும் தொகுத்துக்கொள்வோம். வலைத்தளங்களில் இன்னும் உங்களுக்கு ஏராளமாகக் கிடைக்கக்கூடும்.

தேசபக்தியைப் பழங்குடித் தேசியவாதம்' *(Tribal Nationalism)* எனக் கூறும் ஹன்னா ஆரன்ட்: "இது (தேசபக்தி) தனது மக்களனைவரும் எதிரிகளின் உலகம்' ஒன்றால் சூழப்பட்டுள்ளதாகச் சொல்கிறது. 'எல்லோருக்கும் எதிராக ஒருவர்'. நம் மக்களுக்கும் பிற எல்லோருக்கும் ஒரு அடிப்படை வித்தியாசம் உள்ளது என அது வற்புறுத்திச் சொல்கிறது. நாம் என்பது தனித்துவமானது, ஒப்புவமையில்லாதது, மற்ற எல்லோரிடமும் எந்த வகையிலும் இணைய முடியாதது எனக் கூறும் அது பொது மனிதம் சாத்தியமே இல்லை எனக் கோட்பாட்டு ரீதியாக மறுக்கிறது."

மார்க் ட்வெய்ன்: "ஒரு தேசபக்தன் தனது சொந்த நாட்டில், சொந்தக் கொடியின் கீழ் 'செட்டில்' ஆகிறான். மற்ற தேசங்களை அவன் இழிவு செய்கிறான். சீருடை அணிந்த கொலைகாரர்களை (படைகள் / பயங்கரவாதிகள்) அமைத்துக்கொள்கிறான். அடுத்த நாட்டின் துண்டு துக்காணிகளைக் கைப்பற்றுவதற்கும், அதைத் தன் கட்டுப்பாட்டிற்குள் வைத்துக் கொள்வதற்கும் ஏராளமாகச் செலவிடுகிறான். இடைப்பட்ட காலங்களில் தன் கைகளில் படிந்த ரத்தக் கறைகளைக் கழுவிக்கொண்டே 'உலகளாவிய மனித சகோதரத்துவத்தை' வாயால் செயல்படுத்துகிறான்."

அல்டாஸ் ஹக்ஸ்லி: "தேசபக்தியின் பெரிய ஈர்ப்பு என்னவெனில், அது நமது மோசமான ஆசைகளைத் திருப்தி செய்கிறது. நாம் ரொம்பவும் மேன்மையானவர்கள் என்ற எண்ணத்தினூடாக (மற்றவர்களை) ஏமாற்றவும் அவர்களுக்கு ஊறு செய்யவும் தூண்டுகிறது."

பெர்னாட் ஷா: "அற்ப காரணங்களுக்காகக் கொல்லவும், கொல்லப்படவும் துணிவதே தேசபக்தி."

ஆஸ்கார் வைல்ட்: "தேசபக்தி - கயவர்களின் உயர் பண்பு."

ஆல்பர்ட் ஈன்ஸ்டின்: "தேசியம் - ஒரு இளம்பிள்ளைவாதம்."

எம்மா கொல்ட்மான்: "தேசபக்தி - சுதந்திரத்தின் கேடு."

எர்னட்ஸ் பி பாக்ஸ்: "தேசபக்தன் என்கிற சொல்லை ஒரு அவமானமாகக் கருதும் காலம் ஒன்று வரும்."

சாமுவேல் ஜான்சன்: "தேசபக்தி - அயோக்கியர்களின் கடைசிப் புகலிடம்." (பெரியார் ஈ.வெ.ரா. அவர்கள் இந்த மேற்கோளைப் பல இடங்களில் பயன்படுத்தி உள்ளதைக் காண்க)

ஆம்புரோஸ் பியர்ஸ்: "மன்னிக்கவும். தேசபக்தி அயோக்கியர்களின் முதல் புகலிடம்."

எச்எல். மென்கென்: "இல்லை, அது இன்னும் மோசமானது. அது முதல், இடை மற்றும் இறுதி எல்லா நிலைகளிலும் முட்டாள்தனமானது."

சுருக்கம் கருதி இத்துடன் நிறுத்திக் கொள்கிறேன். இப்படியான ஒரு பட்டியலை நான் இங்கே சுட்டிக் காட்டியதற்கான காரணம், நம்மூர் குண்டுசட்டிக் குதிரை ஓட்டிகள், உள்ளூர் புராணக் குப்பைகளால் மட்டுமே மண்டையை நிரப்பிக் கொண்ட முண்டங்கள், விசாலமான படிப்பனுபவமோ, வாழ்வனுபவமோ இல்லாத சுயவிரும்பிகளை ஒரு பரந்த தளத்தில் வைத்துக் காட்டுவதற்காகத்தான்.

டால்ஸ்டாய் முதல் ஈன்ஸ்டின்வரை, ஹன்னா ஆரன்ட் முதல் தெரிதாவரை தேசபக்தியை வெறுத்ததற்குக் காரணம், வெறும் போர் வெறுப்பும் அமைதி நாட்டமும் மட்டுமல்ல. 'மற்றமை'யுடனான உறவு குறித்த அறம் சார்ந்த நோக்கங்களின் பாற்பட்டது இந்த வெறுப்பு. அறம் என்பது ஒரு கடப்பாடு (*obligation*). மதங்களும் கூட அதை ஒரு கடப்பாடுதான் எனச் சொன்னாலும் அறத்தை இறைவனுக்கான கடப்பாடாக (*obligation to God*) அவை முன்வைக்கும். அதை அரசுக்கான கடப்பாடாக மதவழிப்பட்ட அரசியலும், அதற்குப் பிந்தி அதே வடிவத்தில் 'ஜனநாயக அரசுகளை'க் கட்டமைத்த நவீனத்துவமும் முன்வைக்கும். ஆனால் தத்துவமோ இதை ஏற்பதில்லை. அறத்தை 'மற்றதற்கான கடப்பாடாக (*obligation to other*)க் கருதுவதன் விளைவாக மற்றதனைத்தையும் அயலாக (*alien*),

எதிரியாகக் கருதும் தேசபக்தியை ஏற்றுக் கொள்வதற்கு தத்துவத்தில் இடமேயில்லை.

இந்தியச் சூழலில் மற்றதனைத்தையுமே எதிரியாகக் கருதும் மனநிலை உயர்சாதி மனங்களுக்கு இயல்பாகிப் போனதற்கு இன்னொரு உதாரணமாக எழுத்தாளர் மௌனியைக் குறிப்பிடலாம். கிராமப் பொதுச் சாவடியை 'எத்தனை எதிரிகள் தங்கிப்போன இடமோ' என அவரது (கதை மாந்தரின்) மனம் கருகியதை நான் முதலில் வாசித்தபோது அடைந்த அதிர்ச்சி நினைவுக்கு வருகிறது.

மனிதர்களைப் பொறுத்தமட்டில், வாழ்வது என்பது மற்றவர் களோடு வாழ்வதுதான். 'மனிதன் ஓர் அரசியல் மிருகம்' எனச் சொல்வதன் பொருள் அதுவே. மனித உயிர்களுக்கு மட்டும்தான் இரு வாழ்வுகள் உள்ளன. வெறும் உயிர் வாழ்வுக்கு அப்பாற்பட்ட அரசியல் வாழ்வுக்கும் உரியவன் அவன். இந்த அரசியல் வாழ்வு அவனுக்கு மறுக்கப்படும்போது அவன் வெற்று வாழ்க்கைக்கு *(bare life)* உரியவனாகிறான்.

அரசியல் என்பது ஏதோ கட்சி நடத்துகிற விவகாரமோ, இல்லை கட்சியில் உறுப்பினராவதோ அல்ல. அது சக மனிதர்களுடன் தொடர்ந்து உரையாடுவது *(negotiation)*. மற்றவர்களுடன் நம்மை ஈடுபடுத்திக்கொள்வது *(engagement)*. மற்ற யாருடனும் தன்னை எப்போதும் ஈடுபடுத்திக்கொள்ளத் தக்கவனாகவே மனிதன் அமைக்கப் பட்டுள்ளான். மனிதன் மட்டுமே பேசுபவனாக இருப்பதன் தாத்பர்யம் அதுவே. மற்றமையுடனான ஈடுபாடு என்பது அதைப் புரிந்து கொள்வதல்ல. தவறாகப் புரிந்து கொள்ளுதல் கூட ஒரு நல்ல அம்சமே. தவறாகப் புரிந்து கொள்ளுதலே உரையாடலுக்கு இட்டுச் செல்கிறது. அறிவு உற்பத்திக்குக் காரணமாகிறது. அதன் மூலம் மற்றமையுடனான தொலைவு குறைகிறது. இந்தத் தொலைவு குறையும்போது மற்றமையின் 'அன்னியத்தன்மை' *(strangeness)* அழிகிறது

மற்றமையுடனான இந்தத் தொலைவை அழித்துக் கொள்ளுதலை விட மானுட வாழ்வின் இறுதி லட்சியம் என்னவாக இருக்கமுடியும்? ஆனால் மற்றவர்களை 'அன்னியர்களாக' மட்டுமே பார்ப்பது, அவர்களுடன் ஈடுபடுத்திக்கொள்ளச் சாத்தியமே இல்லை எனக் கருதுவதன் உச்சபட்ச நீட்சியே தேசபக்தி. மற்றமையுடனான உரையாடல், பேச்சு, உரிமை கோருதல், உரிமை அளித்தல்,

தொலைவைக் குறைத்தல், ஈடுபடுத்திக் கொள்ளுதல் ஆகியவற்றின் உச்சபட்ச வெளிப்பாடே அரசியல். இந்த வகையில்தான் தேசபக்தியும் அரசியலும் சந்தித்துக்கொள்ள இயலாத இரு துருவங்களாகின்றன.

தேசபக்தி அரசியலை மறுக்கிறது. அரசியலுக்கு இடமில்லாமற் செய்துவிடுகிறது. 9/11க்குப் பின் ஜார்ஜ் புஷ் உருவாக்கிய 'தேசபக்தி சட்டம்' (*Patriotic Act*) அயலவர்களின் (*immigrants*) உரிமைகளைக் கட்டுப்படுத்துவது நினைவிருக்கலாம். மாநில அளவுகளிலும் கூட *HR 4437* முதலான பல்வேறு சட்டங்கள் இவ்வாறு இயற்றப்பட்டன. இங்கும் எல்லை தாண்டிய பயங்கரவாதத்தைக் காரணம் காட்டித்தான் 'தடா', 'பொடா'க்களெல்லாம் உருவாயின. இவை 'எல்லை'யில் எப்போதும் அமர்ந்து கொண்டிருக்கும் எதிரி ஒருவரை வலிமையாகக் கட்டமைப்பது மட்டுமின்றி, உள்நாட்டு மக்களின் அரசியற் செயற்பாடுகளையும் ஒழித்துக்கட்டுவதை நாம் பார்க்காதிருக்கக் கூடாது.

தேசத்தின் மீது பக்தி செலுத்துவது போன்ற அபத்தம் வேறெதுவும் இருக்கமுடியாது. ஜெயமோகனின் தேசபக்திக் கட்டுரையை மறுபிரசுரம் செய்து மகிழ்ச்சியடையும் என்.ஆர்.அய். தமிழிலக்கியவாதிகள் இன்று அவர்கள் வாழ்கிற அமெரிக்காவை விட்டுவிட்டு, அங்கிருந்து துரத்தப் பட்டால் ஒழிய, தேசபக்தி காரணமாக இந்தியா திரும்புவார்களா? அவர்தம் வாரிசுகள் தான் இங்கே வர ஒப்புக்கொள்வார்களா? அவ்வளவு ஏன், இன்று ஈழத்தில் போர் முடிந்து ஏதோ ஒரு வகையில் அமைதி திரும்பினால் இன்று அகதிகளாய் உலகெங்கிலுமுள்ள ஈழத் தமிழர்கள் எத்தனை பேர் நாடு திரும்புவர்?

டால்ஸ்டாய் இன்றுள்ள தொழில்நுட்ப மாற்றங்கள் மனிதர்க் கிடையே ஏற்படுத்தியுள்ள நெருக்கத்தைச் சுட்டிக்காட்டி தேசபக்தி சாத்தியமற்றுப் போனதைக் குறிப்பிடுவதைப் பார்த்தோம். அக்கட்டுரை மே 10, 1900-த்தில் எழுதப்பட்டது. 108 ஆண்டுகள் ஓடிவிட்டன. எத்தனையோ மாற்றங்கள். குடிமை, அடையாளம் தொடர்பான கருத்தாக்கங்களெல்லாம் ஏராளமாக மாறிவிட்டன. அடையாளம் இல்லாத சமூகக் கட்டமைப்பின் சாத்தியமின்மை , குடிமகன், உள் நாட்டவர் (*indigene*), உள் நுழைந்தோர் (*immigrants*) என்கிற கருத்தாக்கங்கள் எல்லாம், இவற்றுக்கிடையேயான தெளிவான வரை கோடுகள் எல்லாம் இனி சாத்தியமேயில்லை. ஆனாலும் தேசபக்தியின் பெயரால்தான் இன்று அயலார்கள் (*aliens/immigrants*)

வெற்று வாழ்க்கைக்கு *(bare life)* உரியவர்களாக்கப்படுகிறார்கள்.

ஜியார்ஜியோ அகம்பன் இந்நிலையை 'ஹோமோ சாசர்' (புனித மனிதன்) என்பார். பண்டைய ரோம ஆட்சியில் இவ்வாறு நாடு கடத்தப்பட்டவர்கள் *'citizen'* என்கிற அங்கீகாரத்தை இழந்தவர்கள் ஆவார்கள். இவர்களுக்கு அந்த நகர நாகரிகத்தில் எந்த சிவில் உரிமைகளும் கிடையாது. இவர்களை யார் வேண்டுமானாலும் கொல்லலாம். குற்றமாகக் கருதப்படாது. ஆனால் இவர்கள் புனித பலிகளுக்கு உரியவர்களல்ல. தேசபக்தியின் பெயரால்தான் அன்று முதல் இன்றுவரை மனிதர்கள் அரசியல் வாழ்விலிருந்து அகற்றப்பட்டு வெற்று வாழ்க்கைக்கு உரியவர்களாக்கப்பட்டார்கள். இன்று இந்தியாவில் மேற்கொள்ளப்படும் தேசபக்திக் கதையாடல் ஒரு குறிப்பிட்ட மதம் சார்ந்த அடையாளத்தை வெற்று வாழ்வுக்குரியவர் களாக மாற்றுவதை நாம் கவனிக்கத் தவறலாகாது.

தெரிதா தனது இறுதிப் பேட்டி ஒன்றில் கூறினார்: "அடிப்படையில் ஒரு தத்துவவியலாளர் 'பாஸ்போர்ட்' வைத்திருக்கக் கூடாது. அல்லது வேறு எந்த அடையாள அட்டைகளையும் அவர்களிடம் கோரக் கூடாது. 'விசா'வும்கூட அவர்களுக்குத் தேவையாக இருக்கக்கூடாது. அவருக்கு எந்தத் தேசிய இனத்தின் அடையாளமோ, ஏன் தேச மொழியுமோ கூடத் தேவையில்லை. ஒரு தத்துவவியலாளராவதற்கான விருப்புறுதி என்பது உலகளாவிய சமூகத்திற்கான *(universal community)* பங்களிப்பைச் செய்வதற்கான விருப்புறுதியாகும். உலகளாவிய சமூகம் என்பது வெறும் கலப்பினச் சமூகமல்ல. அது உலகளாவியது. குடியுரிமை, அரசு, கலப்பினச் சமூகம் எல்லாவற்றிற்கும் அப்பாற்பட்டது.

மானுடத்தை நேசிப்பவர்கள் வேறெப்படிச் சிந்திக்க முடியும்?

டிசம்பர், 2008

ஒரு பின்குறிப்பு:

'தேச பக்தி' என்பதற்கு எதிரான உலக அறிஞர்கள் பலரின் கருத்துக்களை இங்கே தொகுத்துத் தந்துள்ளேன். மிக முக்கியமான ஒருவரின் கருத்து மட்டும் இங்கு இல்லை. ஏனெனில் தேசபக்திக்கு எதிரான அவரது கருத்துக்களை நான் வேறுபல இடங்களில் குறிப்பிட்டுள்ளேன். அவர் மகாத்மா காந்தி.

தேசபக்தி –3
இரண்டு பாடல்கள் இரண்டு பாதைகள்

தேசபக்தி பற்றி சென்ற அத்தியாயத்தில் நான் எழுதியிருந்தது குறித்துப் பல எதிர்வினைகள் எனக்கு வந்தன. குறிப்பாக ஒன்றைச் சொல்லவேண்டும். நிறையப் படிப்பவரும், ஆழமாகச் சிந்திப்பவருமான ஒரு நண்பர் சொன்னார்: "எல்லாம் சரி. கோட்பாட்டு ரீதியாக நீங்கள் சொல்வதை எல்லாம் நான் ஏற்கிறேன். மதம், இனம், மொழி, கடைசியாக தேசம் இப்படி எல்லா அடையாளங்களையும் உதறித் தள்ளினால் பின் எந்த அடிப்படையில் தான் ஒரு சமூகம் ஒருங்கிணைந்து நிற்பது?" உடனடியாக எந்தப் பதிலையும் நான் அவருக்குச் சொல்லிவிட இயலவில்லை. உடுமலைப்பேட்டையிலிருந்து இன்னொரு இளம் நண்பரும் வேறு மாதிரியாக இதே கேள்வியை முன்வைத்தார். "மத அடிப்படையில் அடையாளம் காண்பதைக் காட்டிலும் தேசம், மொழி அடிப்படைகளில் அடையாளம் காண்பது ஆபத்து குறைவானதல்லவா?" என்பது அவர் இந்தப் பிரச்சினையை முன்வைத்த விதம்.

அடையாளங்களை நாம் முற்றாக உதறிவிட வேண்டுமென்பதில்லை. ஆனால் நம் எல்லோருக்கும் பல அடையாளங்கள் இருக்கின்றன என்பதையும் பல்வேறு அடையாளங்களும் மிதந்து கொண்டிருக்கும் வெளியாகவே இந்தச் சமூகம் அமைந்துள்ளதையும் நாம் மறந்துவிடலாகாது. காஷ்மீர், கந்தமால், மங்களூர் முதலான பகுதிகளுக்குச் சமீபத்தில் சென்று வந்த அனுபவங்களை இந்தக் கோணத்திலிருந்து நான் சிந்தித்தபோது சில மாதங்களுக்கு முன்

படித்த மார்த்தா நுஸ்பாமின் நூலொன்று (*The Clash Within*) என் நினைவுக்கு வந்தது. சோவியத் யூனியன் மற்றும் கிழக்கு ஐரோப்பிய நாடுகளின் வீழ்ச்சிக்குப் பின் வரலாறு, வர்க்கப் போராட்டம், கருத்தியல்கள் ஆகியவற்றின் காலம் முடிந்துவிட்டது. இனிமேல் இங்கு நாகரீகங்களுக்கிடையேயான மோதல்கள் மட்டுமே சாத்தியம் என்றொரு வாதம் முன்வைக்கப்படுகிறது. அமெரிக்க நூலாசிரியர் சாமுவேல் ஹட்டிங்டன் முன்வைக்கும் *clashes between civizations* என்கிற கருத்தை, இந்திய அனுபவங்களின் அடிப்படையில் மறுக்கிறார் மார்த்தா.

மார்த்தாவைப் பொறுத்தமட்டில் மேலை நாகரீகம் - கீழை நாகரீகம் என்றெல்லாம் இன்றைய சூழலில் இறுக்கமாகக் கோடு போட்டுப் பிரிக்கமுடியாது. ஹட்டிங்டனுடைய வாதப்படி இனி மேலை நாகரீகத்திற்கும், முஸ்லிம் பண்பாட்டிற்கும் இடையில்தான் மோதல் என்றாகிறது. இந்த எந்த நாகரீகங்களையுமே இன்று ஒற்றைத் தன்மையாக வரையறுத்துவிட இயலாது. மார்த்தா சொல்வதுபோல உலகின் பெரும்பாலான முஸ்லிம்கள் வசிக்கிற இந்தியா, வங்கதேசம் முதலான நாடுகளில் முஸ்லிம் சமூகங்களை சர்வதேச ரீதியிலான முஸ்லிம் இயக்கங்களுடன் நேரடியாகத் தொடர்பு படுத்திப் பார்க்க இயலாது. எவ்வளவு குறைபாடுகள் நிறைந்ததாயினும் இந்தியாவில் இன்று நிலவுகிற ஜனநாயகத்துடனும் பெரும்பான்மை இந்து மக்களுடனும் இணையாகவும், ஒன்றாகவும் வாழக் கற்றுக் கொண்டவர்கள் இந்திய முஸ்லிம்கள். 85 சதம் முஸ்லிம்களைக் கொண்டுள்ள வங்கதேசத்தின் அரசியல் சட்டம் இந்திய அரசியல் சட்டத்தின் வடிவத்தில் அமைக்கப்பட்டுள்ளது. இந்தியாவைப் போலவே அங்கும் அடிப்படை உரிமைகள் (*Fundamental Rights*) வங்கக் குடிமக்களுக்கும் உண்டு. பெண் கல்வி, பெண்களை அதிகாரப்படுத்துதல் (*empowerment*) ஆகியவற்றுக்கும் அதில் இடமுண்டு. வங்கதேசத்தின் தேசிய கீதமாக ஏற்றுக்கொள்ளப்பட்ட ‘அமர் சோனார் பங்களா’வை (என் தங்க வங்கம்...) இயற்றியது இந்தியாவைச் சேர்ந்த ஒரு இந்து (ரவீந்திரநாத் தாகூர்) என்பதை யாரும் நினைத்துப் பார்ப்பதில்லை. இந்திய முஸ்லிம் பெண்களிடம் கல்வி மீது உள்ள அக்கறை மற்றும் ஆர்வத்தை சச்சார் அறிக்கை சமீபத்தில் வெளிப்படுத்தியது குறிப்பிடத்தக்கது.

‘மேலை நாகரீகம்’ என்றும் கூட ஏதொன்றையும் இறுக்கமாகச் சொல்லிவிட முடியாது. காந்தியடிகள் ஒருமுறை சொன்னது போல,

"மேலை நாகரீகமா? (அப்படி ஒன்று இருந்தால்) அது ஒரு நல்ல விஷயம்தான்." ஜனநாயகம், தாராளவாதம், பாசிசம், மார்க்சிசம் எனப் பல்வேறு கருத்தாக்கங்களையும் மேலை நாகரீகக் கூறுகளாக நாம் அடையாளம் கண்டுவிட முடியும். மேலை நாகரீகத்தின் முக்கிய கூறாகக் கருதப்படும் கிறிஸ்துவத்தின் தோற்றம் இன்றைய ஐரோப்பா அல்லாத ஒரு நாட்டில் அமைந்ததை நாம் மறந்துவிடக்கூடாது.

அதேபோல இந்தியாவிற்குள் இன்று ஊடுருவியுள்ள மேலை நாகரீகக் கூறுகளையும் அவ்வளவு எளிதாக நாம் உருவி எறிந்துவிட இயலாது. மேலை நாகரீகத்தில் தோற்றம் கொண்ட மார்க்சியம் இன்று தென் ஆசிய நாடுகளில் செலுத்தும் செல்வாக்காகட்டும், இந்தியாவில் ஆங்கிலத்தின் பயன்பாடு, ஜனநாயக நடைமுறைகள், ஆளுகை வடிவங்கள், கல்விமுறை என ஏராளமாகச் சொல்லமுடியும். அவ்வளவு ஏன், இன்றைய வலதுசாரி இந்துத்துவம் முன்வைக்கக்கூடிய "இரத்தம், மண், தூய்மை" ஆகியவற்றின் அடிப்படையிலான தேசியத்தின் வேர்களைக்கூட நாம் மேலை நாகரீகத்தில்தான் தேடமுடியும் என்கிறார் மார்த்தா.

எனவே நாகரீகங்களுக்கிடையேயான மோதல் எனச் சொல்வதில் எந்தப் பொருளும் இருப்பதாகத் தெரியவில்லை . இந்தியச் சூழலில் இது மேலும் துவக்கமாகத் தெரிகிறது. இங்கே நடைபெறும் மோதல்கள், இரத்தக் களறிகள், வன்முறைகள் எல்லாம் ஏதோ ஒரு உள் சக்திக்கும் அந்நிய சக்திக்கும் இடையே நடைபெறுவன அல்ல. உண்மையில் இவை உள்ளுக்குள்ளேயே நடக்கும் போராட்டங்கள் தான். ஒரே நாட்டுக்குள், ஒரே மக்கள் சமூகத்திற்குள் வெளிப்படும் இரு பாதைகளுக்கிடையேயான போராட்டம்தான் இது. இந்துக்களுக்கும், முஸ்லிம்களுக்கும் நடைபெறுகிற போராட்டமல்ல இது. மேலை நாகரீகத்திற்கும் இந்தியப் பண்பாட்டிற்கும் இடையில் நடைபெறுகிற உரசலுமல்ல இது.

எதிர்கால இந்திய அரசு மற்றும் இந்தியச் சமூகம் குறித்த ஒன்றுக்கொன்று சந்தித்துக் கொள்ளவே இயலாத இருபோக்குகள் 1909ல் இங்கே உருவாகியது. அந்த ஆண்டில்தான் காந்தியும் சாவர்கரும் லண்டனில் சந்தித்துக் கொள்கின்றனர். கூர்மையான ஒரு விவாதத்திற் குப் பின் கப்பலில் தென் ஆப்ரிக்கா திரும்பும் பொது காந்தி எழுதிய நூல்தான் 'ஹிந்த் ஸ்வராஜ்'. பின்னாளில் காந்தியடிகளின் பல்வேறு கருத்துக்கள் விரிவும் வளர்ச்சியும் அடைந்துகொண்டே போகிறதென்ற போதிலும் இரு அடிப்படை

அம்சங்களிலிருந்து அவர் விலகவில்லை. ஒன்று, வன்முறையற்ற வழிமுறை. மற்றது இந்தியத் தேசியத்தை பல்வேறு சிறுபான்மைக் கலாச்சாரங்களின் தொகுதியாகக் காண்பது. வேறு வார்த்தைகளில் சொல்வதானால் எல்லாவற்றையும் உள்ளடக்கும் ஒரு தேசியத்தை *(inclusive nationalism)* அவர் கற்பனை செய்தார். சாவர்கரோ யார் ஒருவருக்கு 'பித்ரு பூமி'யாகவும் 'புண்ணிய பூமி'யாகவும் இந்த மண் உள்ளதோ அவர்களுக்கே இந்நாடு உரியது என வரையறுத்தார். அவரது தேசியம் ஒற்றைக் கலாச்சார அடை யாளத்தை முன்னிறுத்தி மற்றவற்றை வெளியேற்றுவதாக *(exclusive nationalism)* இருந்தது. இன்று காஷ்மீரிலும், குஜராத்திலும், ஒரிசாவிலும், கர்நாடகத்திலும் நடைபெறும் இரத்தக் களறிகளெல்லாம் இந்த இரு போக்குகளுக்கும் இடையில் நடைபெறும் மோதல்களின் விளைபொருளே.

இந்த இரு போக்குகளின் தோற்றப் புள்ளியாக 1909ச் சொன்னேன். சாவர்கரியப் போக்கைச் சற்றுப் பின்னே, 18ம் நூற்றாண்டின் பிற்பகுதி வரை தள்ள வாய்ப்பிருக்கிறது. காந்தியப் போக்கை இன்னும் பின்னே தள்ளலாம். பல்வேறு பண்பாடுகள், மொழி, இனம் எல்லாவற்றுடனும் இணைந்து வாழ்கிற பன்மைத்துவம் இங்கே பல நூற்றாண்டுகளாக வேரோடி இருந்தது.

மேலைப் பண்பாட்டில் சென்ற நூற்றாண்டின் முற்பகுதியில் தோற்றம் கண்ட பாசிச இயக்கங்களுக்கும் அதே காலகட்டத்தில் இங்கு உருவான வலதுசாரி இந்துத்துவ இயக்கங்களுக்கும் இருந்த உறவு வெறும் கருத்தியல் செல்வாக்கினடியாக ஏற்பட்டதல்ல. மாறாக, நேரடியான இயக்கத்தொடர்பும் இரு தரப்புக்கிடையேயும் இருந்தது இன்று உறுதியாக நிறுவப்பட்டுள்ளது. "ஒரு தேசத்தின் இன்றைய வீழ்ச்சிக்கெல்லாம் காரணம், அம்மக்கள் காலங்காலமாக அந்நிய சக்திகளால் அடிமைப்படுத்தப்பட்டு, தமது 'ஆண்மையை' இழந்திருப்பதே. இந்த வெட்கம், அவமானம் ஆகியவற்றிலிருந்து விடுதலை பெற ஒரே வழி, இந்தச் சமூகம் போர்த்தன்மையுடன் வீறுகொண்டு எழுதல், இந்தப் பண்பாட்டில் கலந்துபோன அந்நியக் கூறுகளைக் களைந்து 'தூய்மை' செய்தல்' என்கிற வன்முறையின் நியாயத்தைப் பேசும் கருத்தியலே பாசிசம். வலதுசாரி இந்துக் கருத்தியலாளர்கள் இந்தக் கருத்தைச் சிக்கெனப் பற்றிக்கொண்டனர்.

இன்றளவும் சர்ச்சைக்குரியதாக உள்ள பக்கிம் சந்திர சட்டர்ஜியின் 'வந்தே மாதரம்' பாடலையும், இந்திய அரசின் தேசிய கீதமாக ஏற்றுக்கொள்ளப்பட்டுள்ள ரவீந்திரநாத் தக்கூரின் 'ஜன கண மன'

பாடலையும் இந்த இரு போக்குகளுக்குமான எடுத்துக்காட்டுகளாகச் சொல்ல இயலும். சட்டர்ஜியின் பாடலை பா.ஜ.க. அரசு பள்ளிகளில் பாட வேண்டுமென நிர்பந்தித்தது நினைவிருக்கலாம். இந்துத்துவ இணையதளங்கள் எல்லாவற்றிலும் இதன் ஆங்கில மொழிபெயர்ப்பைக் காணலாம். முதலில் இதை ஆங்கிலத்திற்குப் பெயர்த்தவர் அரவிந்தர். அவரின் சீடரான நமது சுப்ரமண்ய பாரதி அதற்கு இரு மொழிபெயர்ப்புகளைச் செய்தார். 'பாடுவதற்கு நயப்படும் வகையில் பல சந்தங்கள் தழுவிய' அவரது இரண்டாம் பெயர்ப்பு கீழே:

வந்தே மாதரம்!

நளிர்மணி நீரும் நயம்படு கனிகளும்
குளிர்பூந் தென்றலும் கொழும் பொழிற் பசுமையும்
வாய்ந்து நன்கிலகுவை, வாழிய அன்னை!

தென்னில வதனிற் சிலிர்த்திடு மிரவும்
தண்ணிய விரிமலர் தாங்கிய தருக்களும்
புன்னகை யொளியும் தேமொழிப் பொலிவும்
வாய்ந்தனை யின்பமும் வரங்களு நல்குவை (வந்தே)

கோடி கோடி குரல்களொலிக்கவும்
கோடி கோடி புயத்துணை கொற்றமார்
நீருபல்படை தாங்கிமுன் நிற்கவும்
கூடுதிண்மை குறைந்தனை, என்பதென்?
ஆற்றலின் மிகுந்தனை, அரும்பதங் கூட்டுவை,
மாற்றலர் கொணர்ந்த வன்படை யோட்டுவை (வந்தே)

அறிவுநீ, தருமம், உள்ளநீ, அதனிடை
மருமநீ, உடற்கண் வாழ்ந்திடு முயிர்நீ,
தோளிடை வன்புநீ, நெஞ்சகத்தன்பு நீ
ஆலயந் தோறும் அணிபெற விளங்கும்
தெய்வச் சிலையெலாந் தேவியிங் குனதே (வந்தே)

பத்துப் படை கொளும் பார்வதி தேவியும்
கமலத்திதழ்களிற் களித்திடும் கமலையும்
அறிவினை யருளும் வாணியும் அன்னை நீ! (வந்தே)

கற்பனை வளமும், கவிச்சுவையும் மிக்க இப்பாடல் எத்தகைய பின்னணியில் சட்டர்ஜியின் 'ஆனந்த மடம்' நாவலில் இடம்பெறுகிறது என்பதையெல்லாம் விட்டுவிடுவோம். தாயகத்தின் முன் எவ்வித விமர்சனமும் அற்ற அடிமை விசுவாசத்தைக் கோரும் இப்பாடல் தாயுடன் கூடிய இரத்த உறவின் அடிப்படையில் இந்திய ஒற்றுமையைக் கற்பிதம் செய்வதன் மூலம் பன்மைத்துவத்தை மறுக்கிறது (*exclusion-ary*). வலிமை, படைவலி, வன்முறை ஆகியவற்றினூடாக இந்தியத் தாயின் வெற்றி இங்கே கட்டமைக்கப்படுகிறது.

இந்தப் பாடலின்மீது கடும் விமர்சனத்தை தனது நாவலொன்றில் வைக்கும் ரவீந்திரரின் 'ஜன கண மன' பாடலின் தமிழ்ப் பெயர்ப்பைச் சற்று நினைவு கூர்வோம்:

இந்தியத் தாயே! மக்களின் இன்ப துன்பங்களைக்
கணிக்கிற நீயே
எல்லோர் மனத்திலும் ஆட்சி செய்கிறாய்!
உன் பெயர் பஞ்சாப், சிந்து, குஜராத், கூர்ச்சரம்,
மராட்டியம்,
திராவிடம், ஒரிசா, வங்கம் எல்லாவற்றையும்
உள்ளக் கிளர்ச்சியூட்டுகிறது!

நின்பெயர் விந்திய, இமயமலைத் தொடர்களில்
எதிரொலிக்கிறது;
யமுனை, கங்கை ஆறுகளின் இன்னொலியில்
இணைகிறது.
இந்தியக் கடலலைகளால் வணங்கப்படுகிறது!

அவை நின்னருளை வேண்டுகின்றன;
நின்புகழைப் பரவுகின்றன!
இந்தியாவின் இன்ப, துன்பங்களைத் தீர்மானிக்
கிற தாயே, உனக்கு
வெற்றி! வெற்றி!! வெற்றி!!!

அரசின் அங்கீகரிக்கப்பட்ட மொழி பெயர்ப்பு என்பதையும் தாண்டி இதன் கவிச்சுவையும் நம்மை ஈர்க்காமலில்லை. காங்கிரஸ் மாநாடொன்றில் முதன் முதலாகப் (1911) பாடப்பெற்ற இப்பாடல் எத்தகைய விமர்சனமற்ற அடிமைத்தனத்தையும் தாயகத்திடம் கோரவில்லை. படைவலி, வன்முறை, இந்துக் கடவுற் படிமங்கள்

ஏதுமின்றி இந்தியாவின் பன்மைத்துவத்தை இது போற்றுகிறது. ரவீந்திரர் முன்வைக்கும் வெற்றி இராணுவ வெற்றி அல்ல. இனம், மொழி, புவியியல் அடிப்படையில் வேறுபட்ட பலதிற மக்களையும் உயிரூட்டிச் செயற்படுத்தி *(animate)* இயக்கும் அறத்தின் வெற்றி அது. நீதியின் வெற்றி அது. ரவீந்திரர் சுட்டும் ஒருமைப்பாடு இரத்தம், மண், மதம், மரபு ஆகியவற்றின் அடிப்படையில் ஆனதல்ல. அறம் மற்றும் அந்த அறத்தின் பாற்பட்ட அரசியல் ஆகியவற்றின் மூலம் கட்டப்படும் ஒற்றுமை அது. மார்த்தா நுஸ்பாம் சுட்டிக்காட்டுவதுபோல இது ஒரு *'public poetry'*. பொதுமக்களின் பாடல் இது. எல்லோரையும் உள்ளடக்கும் அறத்திற்கு அர்ப்பணித்து நிற்கும் பாடல். 'மாற்றலரைச்' சுட்டிக்காட்டி அதற்கு எதிராக இங்கே ஒருமைப்பாடு கட்டப்படவில்லை.

வரலாறு குறித்தான வெட்கம், மற்றமை குறித்தான அச்சம் ஆகியவற்றினூடாகக் கட்டமைக்கப்படும் வெறுப்பு, வெறுப்பினூடாக விதைக்கப்படும் வன்முறை, இந்த வன்முறையினூடாக மற்றமையின் மீது மேற்கொள்ளப்படும் ஆதிக்கம் இவற்றுக்கு ரவீந்திரரிடமும், காந்தியிடமும் இடமில்லை. இருவரும் மிக நுண்மையாக வேறுபடும் புள்ளிகளுண்டு. அதை இன்னொரு சந்தர்ப்பத்தில் பார்ப்போம். ஆனால் ஒரு அறம் சார்ந்த நெறி, அதன் அடிப்படையிலான அரசியல் ஒருமைப்பாடு, வித்தியாசங்களை அங்கீகரித்தல், உள்ளடக்குதல் ஆகியவற்றில் இருவரும் இணைகின்றனர். காந்தியடிகள் முன்வைத்த 'சுயாட்சி' (சுய–ஆட்சி / *Self Rule*) என்பது ஒரு வெறும் அரசியல் கருத்தாக்கம் மட்டுமல்ல. அது சுயத்தை ஆட்சி செய்தல், மற்றமை மீது ஆதிக்கம் செய்யாமல் மற்றமையை உள்ளடக்கும் வண்ணம் சுயத்தைக் கட்டமைத்தல் என்கிற பொருளையும் உள்ளடக்கியது.

தாகூரின் 'காரே பாரே' (வீடும் உலகமும், 1915) நாவல் மேற்குறித்த இரு போக்குகளையும் அலசக்கூடிய ஒன்று. காந்தியம் முன்வைக்கும் 'சுய ஆட்சி'யில் பாலுணர்வு உள்ளிட்ட உணர்வெழுச்சிகள் அனைத்தையும் கட்டுப்படுத்துதல் குறித்து விமர்சனத்தை முன்வைக்கும் ரவீந்திரர், சட்டர்ஜியின் வந்தே மாதரக் கருத்தாக்கத்தை முற்றாக ஒதுக்குகிறார். 'காரே பாரே' நாவலில் நிகில், சந்திப் என இரு பாத்திரங்கள்.

சுதேசியக் கருத்தாக்கத்தை முன்வைத்து இயங்கும் கவச்சிமிக்க ஒரு அரசியல் தலைவன் சந்திப். நிகிலின் மனைவி விமலாவுக்குத் தன் கணவன் சந்திப்பைப் போல இல்லை எனவும் 'வந்தே மாதர'ப் பாடலில் பற்று இல்லை எனவும் வருத்தமுண்டு. அவன் இறந்தபின்

பின்னாளில் அவள், இப்படி நினைவுகூர்வாள்:

“அவர் (நிகில்) சுதேசியத்திற்கு ஆதரவளிக்காமல் இருந்ததில்லை. சுதேசியத்தை அவர் எதிர்த்ததில்லை. ‘வந்தே மாதர’ கருத்தாக்கத்தைத்தான் அவரால் முழுமையாக ஏற்க இயலவில்லை. ஒரு முறை அவர் சொன்னார்: ‘தேச சேவை செய்ய எனக்கு விருப்பம் தான். ஆனால் என் நாட்டை நான் என் வனக்கத்திற்குரியதாகப் பார்க்க இயலாது. என் நாட்டைக் கடவுளாக வணங்குவது அதன்மீது ஒரு தீராச் சாபமாகவே விளையும்!’”

1908ல் எழுதிய கடிதமொன்றில், “நமது இறுதி ஆன்மீக ஈடேற்றமாக தேசபக்தி இருக்க இயலாது. என் தஞ்சம் மானுடமே. வைரத்தின் விலையைக் கொடுத்து ஒரு கண்ணாடித் துண்டை நான் வாங்கமாட்டேன். நான் உயிரோடு இருக்கும் வரை தேசபக்தி மனிதாயத்தை வெற்றிகொள்வதை அனுமதிக்கமாட்டேன்” என்றவர் தாகூர்.

ஒரு கல்வியாளராகவும் குறிப்பிடத்தக்க பங்களிப்புகளைச் செய்துள்ள ரவீந்திரர் ஆசிரியர்களுக்குச் சொன்னது இது:

“குழந்தைகளின் மனத்தை அந்நியப்படுத்தும் தீய முறைகளிலிருந்தும், வரலாறு, புவியியல் மற்றும் தேசிய கருத்துக்களால் உருவாக்கப்படும் முன் முடிவுகளிலிருந்தும் அவர்களைக் காப்பாற்றுவதற்கு முயற்சித்துள்ளேன். கீழைத் தேசங்களில் பிற இனங்களின் மீதான வெறுப்பு அதிக அளவில் கற்பிக்கப்பட்டுள்ளது.

நமது இல்லங்களிலும் கூட நாம் வெறுப்புகளுடன் தான் வளர்க்கப்படுகிறோம். இத்தகைய உணர்வுகளிலிருந்து நான் பிள்ளைகளைத் தப்புவிக்க முயற்சி செய்துள்ளேன். கீழான உணர்வுகள் தூண்டப்படாத, மனித இனங்கள் மேலும் நெருக்கமாக வருகிற, இத்தகைய சந்திப்புகளின் ஊடாகப் புதிய உண்மைகள் வெளிப்படுகிற எதிர்காலம் உன்னதமாக இருக்கும்.”

மார்த்தா நுஸ்பாம் சுட்டிக்காட்டியுள்ளது போல அறம் மற்றும் அறம் சார்ந்த அரசியல் ஆகியவற்றின் அடிப்படையிலான ஒரு சமூக ஒருங்கிணைவு குறித்து நாம் யோசிக்க இடமுண்டு என்றே நினைக்கிறேன்.

ஜனவரி, 2009

நீதி செத்த உலகு

"அப்பா, நாம எப்ப செத்துப் போவோம்?" - ஆறு வயதுச் சிறுவன் ஜியாத் சில நாட்களுக்கு முன் தன் தந்தை ஜாவத் ஹார்பிடம் கேட்ட கேள்வி இது. இடம் : பாலஸ்தீனம், காஸா துண்டு நிலம். ஆம் துண்டு நிலம்தான் (*strip*); 45 கி.மீ. நீளம், 6 கி.மீ. அகலமுள்ள துண்டு நிலம். உலகின் மிகத் திறமையான படை, அதி நுண்மையான போர்க் கருவிகள் சகிதம் இஸ்ரேல், சென்ற டிசம்பர் 22 முதல் நடத்திய இந்த 25 நாள் போரில் இதுவரை 1200 பேர் மரணம்; இவர்களில் நானூறு பேர் குழந்தைகள். படுகாயங்களடைந்து முடமானோர் 5000 பேர். சென்ற நூற்றாண்டின் மத்தியில் ஹிட்லரின் போர்ப் பிரச்சார அமைச்சன் கோயபல்சும் சென்ற நூற்றாண்டின் இறுதியில் அமெரிக்கத் தலைவன் ஜார்ஜ் புஷ்ஷும் சொன்னது போல இது ஒரு 'முழுமையான யுத்தம்' (*Total War*).

மிகத் துல்லியமாக இலக்கைத் தாக்கும் இந்த ஆயுதங்கள் அழித்தது இராணுவத்தை அல்ல; ஹமாஸ் 'பயங்கரவாதிகளை' அல்ல. கொல்லப்பட்டவர்கள், முடமாக்கப்பட்டவர்களில் தொண்ணூறு சதம் 'சிவிலியின்கள்'. சாதாரண மக்கள், குழந்தைகள், பள்ளிப் பிள்ளைகள்.

இது இலக்கைத் தாக்கும்போது விளைந்த 'பக்க அழிவுகள்' (*collateral damage*) அல்ல. இலக்கே அவர்கள் தான். அத்தனை துல்லியமான ஆயுதங்கள் அங்கே பயன்படுத்தப்பட்டன. தவறாக நடந்த கொலைகளல்ல அவை. சரியாக நடத்தப்பட்ட பயங்கரம் அது.

இந்தப் போருக்கும் பயங்கரவாதத்திற்கும் என்ன வித்தியாசம்?

இப்படிச் சொல்லலாமா? ஒன்றின் மீதான 'மொத்தத்தின்' அதிகாரம் செலுத்தப்படுவதன் உச்சபட்ச வடிவம் 'போர்'. மொத்தத்தின் மீதான 'ஒன்று' மேற்கொள்ளும் உச்சபட்ச வன்முறை 'பயங்கரவாதம்.'

இன்றைய போரிலும் சரி, பயங்கரவாதத்திலும் சரி தாக்கப்படுபவர்களுக்குத் தேர்வுச் சுதந்திரம் கிடையாது. தப்பித்துக் கொள்வதற்கோ, ஒதுங்கிப் போவதற்கோ வாய்ப்பில்லை. இரண்டிலும் மேலோங்கி நிற்பது ஒரு 'தன்னிச்சைத் தன்மை' *(arbitrariness)*. பார்ப்பனர், பசு, பெண்டிர்... இவர்களை விலக்கித் தாக்குவது என்பது போன்ற அபத்த அறங்களும் கூடக் கிடையாது. யாரும் அழிவிலிருந்து தப்ப முடியாது. யாரையும் அழிவிலிருந்து காப்பாற்ற முடியாது. ஏனெனில், இன்றைய போர்கள் "முழுமையானவை". மொத்தத்துவம் *(totality)* நடத்துகிற போர்கள். மொத்தத்துவத்தை நிலை நாட்டுவதற்கான போர்கள். 'அதிர்ஷ்டம்' மட்டுமே உங்களை அழிவிலிருந்து காப்பாற்றக்கூடும். மானுட வரலாற்றில் 'அதிர்ஷ்டம்' இந்த அளவிற்கு விளையாடிய காலம் வேறெப்போதும் இருந்ததில்லை.

ஜியாத்திடம் அவர் தந்தை ஜாவத் என்ன சொல்லித் தேற்றினார்? என்ன சொல்லித் தேற்ற முடியும். "இதெல்லாம் சும்மா கொஞ்ச நாளைக்குத்தான், தற்காலிகம்தான் *(It is just temporary)*". ஜியாதின் மூத்த சகோதரி, 15 வயது பாமியாஸ் சொன்னாள்: "ஆமாம். என்றென்றைக்குமான தற்காலிகம் *(It is temporary forever)*."

போரின் முடிவு 'வெற்றி' அல்லது 'அமைதி' என்பார்கள். இன்று இரண்டுமே சாத்தியமில்லை. இந்தியா பாகிஸ்தான் மீது அல்லது பாகிஸ்தான் இந்தியா மீது யுத்தம் தொடுப்பதாகத்தான் வைத்துக் கொள்வோம். இந்த இரு அணு வல்லரசுகளும் மோதும் போது யார் வெற்றி பெறுவார்கள்? அட, யார் 'வெற்றி' பெற்றாலும் முடிவு என்ன? அழிவுதான் எச்சமாக இருக்கும். 'நோக்கம் X வழிமுறை' என்கிற முரண்களெல்லாம் இன்று காலாவதியாகிவிட்டன. வழிமுறை எப்படி இருந்தாலும் நோக்கம் / இலக்கு சரியாக இருந்தால் போதும் என இன்று யாரும் சொல்ல இயலாது. வழிமுறைகளின் *(means of violence)* பேரழிவும் துல்லியமும் இன்று நோக்கங்களைப் பின்னுக்குத் தள்ளிவிட்டன.

போரின் முடிவு அமைதி என்பார்கள். ஆனால் எந்தப் போர் அமைதிக்கு வித்திட்டது? எந்தப் போர் சமாதானத்தில் முடிந்தது? போரின் வாரிசு போராகத்தான் இருக்க முடியும். போரின் வயிற்றில்

எப்படி அமைதி துளிர்க்கும். வேண்டுமானால் இப்படிச் சொல்லலாம். போரின் முடிவு 'போர் நிறுத்தம்.' ஆனால் போர் நிறுத்தம் என்பது அமைதி அல்ல; சமாதானம் அல்ல, பயங்கரவாதத்திற்கு எதிரான போர்கள் பயங்கரவாதத்தை உற்பத்தி செய்வதிலேயே முடிகின்றன. கடந்த 20 ஆண்டுகளாக நாம் கண்முன் பார்த்துக் கொண்டிருப்பது இது. சொல்லப்போனால் பயங்கரவாத்திற்கெதிரான போர்கள், தம்மை நியாயப் படுத்திக்கொள்ள, பயங்கரவாதத்தை உற்பத்தி செய்கின்றன. காஸா படுகொலைகளுக்குப் பின், முஸ்லிம்கள் அதிகமாக இருக்கும் பகுதிகளிலும் சில இணையத்தளங்களிலும் 'ஜிஹாத்'திற்கு அழைப்புவிடுக்கும் சுவரொட்டிகளும் வாசகங்களும் நிறைந்துள்ளது பற்றி லண்டனிலிருந்து ஹஸன் சுரூர் எழுதுகிறார்.

ஆம். பயங்கரவாதத்தைப் போர் மூலமோ, கருப்புச் சட்டங்கள் மூலமோ ஒழித்துவிட இயலும் என்பது மிகப்பெரிய அபத்தம் மட்டுமன்று, மிகப்பெரிய நகைச்சுவையும் கூட. சட்டங்கள் என்ன செய்துவிட இயலும். அகப்படுபவர்களைக் கைது செய்ய, விசாரணை நடத்த, சிறையிலடைக்க மட்டும் தான் சட்டங்கள் பயன்படும். உயிரை வெறுத்து வயிற்றில் ஆர்.டி.எக்ஸ். குண்டுகளைக் கட்டிக் கொண்டு ஒரு 'ரொபாட்' போல எதிர்ப்பட்டவற்றை அழிப்பதை மட்டுமே குறிக்கோளாகக் கொண்டு வரும் பயங்கரவாதியிடம் போய், "எங்கள் நாட்டில் புதிய பொடா சட்டம் இருக்கிறது. முன்னெல்லாம் கைது செய்தால் பிணையில் (bail) விடாமல் 60 நாட்கள் தான் சிறை வைத்திருக்கலாம். இப்போது 100 நாட்கள் வைத்திருக்க முடியும். துப்பாக்கியைக் கீழே போட்டுவிடு" என எச்சரிப்பது அபத்தமா, நகைச்சுவையா?

போரும் சரி, வன்முறையும் சரி போர்களுக்கும் வன்முறைகளுக்கும் தான் வழி வகுக்கும். அதிகாரத்திற்கான எல்லா வன்முறைகளும் அப்படித்தான். அரச வன்முறைகள் மட்டுமல்ல 'விடுதலைக்கான வன்முறைகளும் அப்படித்தான் முடிந்துவிடுகின்றன. மக்களின் விடுதலைக்கான வன்முறைகள் பலவும் மக்களின் விடுதலைக்கெதிரான வன்முறைகளாகத்தானே இருந்துள்ளன. 'மனித உரிமைகள், ஜன நாயகத்தை நிலை நாட்டல்' என்கிற பெயர்களில் நடத்தப்பட்ட யுத்தங்களும் சரி, அதிகார எதிர்ப்பு எதிர் வன்முறைகளும் சரி, மனித உரிமைகளுக்கும், ஜனநாயகத்திற்கும் எதிரானவைகளாகத்தானே முடிந்துள்ளன. "சுதந்திரத்தைப் பாதுகாப்பது எப்படி எனில் சுதந்திரத்தை ஒடுக்குவதன் மூலமே' என்பதுதானே வன்முறையின்

தாக்கம், போராளிக் குழுக்கள் யாருக்காகப் போராடுவதாகச் சொல் கின்றனரோ, அவர்களையே கொன்று குவிப்பது இப்படித்தானே நடக்கிறது.

அதனால் தான் சொல்கிறோம் போரின் முடிவு அமைதியல்ல. அது வழக்கமான வடிவிலான வன்முறை நிறுத்தம் மட்டுமே. அது கூடத் தற்காலிகமானதுதான். போர் என்பது அரசியலின் இன்னொரு வடிவம் என்பார்கள். ஆனால் அரசியல் என்பது போரின் இன்னொரு வடிவம் என்பதே இன்றைய எதார்த்தம். காஸாவில் டிசம்பர் 22க்கு முன் என்ன நடந்தது. அந்தச் சிறிய துண்டு நிலத்திற்குள் அவர்கள் முற்றுகை இடப்பட்டிருந்தனர். பொந்துக்குள் அடைபட்ட எலிகளாகத் தான் அவர்கள் வாழ்ந்தார்கள். உணவு, மருந்து எதுவும் இஸ்ரேலியர்களின் அனுமதியின்றி நுழைய இயலாது. அவர்கள் செத்துக் கொண்டிருந்தார்கள்.

உலகம் வியந்த அவர்களின் தலைவன் யாசிர் அராஃபத்தும் கூட இறுதிக்காலத்தில் அப்படி ஒரு கைதியாகத்தான் சாக நேர்ந்தது. 1984 தொடங்கி அவர்கள் சர்வதேச அகதிகள். மற்றவர்களின் கருணையில் வாழ நேர்ந்தவர்கள். தம் நாட்டை, நிலத்தை, நீரை, சுதந்திரத்தை எல்லாவற்றையும் இழந்தார்கள். மூச்சுவிடவும் அனுமதி வேண்டும். ஏன் தேர்ந்தெடுக்கப்பட்ட அரசை அதிகாரத்தில் அமர்த்துவதற்கும் கூட அவர்களுக்குச் சுதந்திரமில்லை .

உலகம் சொல்வது போல ஹமாஸின் பயங்கரவாதத்திற்கெதிராகவா இன்றைய போர்? இல்லை. ஹமாஸ் தன்னைப் பெரும்பான்மை மக்களைச் சார்ந்ததாக, தேர்தலில் வெற்றி பெற்று ஆட்சியமைக்கக் கூடியதாக ஆக்கிக் கொண்டதற்கு எதிராகத்தான் இந்தப் போர். முற்றுகையிடப்பட்டதால் விளைந்த ஒரு பைத்தியநிலையில் கற்கள், இரும்புக் குண்டுகள், கற்கால 'காஸம்' ராக்கெட்டுகள் இவற்றைக் கொண்டு அவர்கள் இஸ்ரேலைத் தாக்கினார்கள். தம் பக்கம் 100 சாவுகள் என்றால் அவர்களால் எதிரிகள் மீது நிகழ்த்த முடிந்தது ஒரே ஒரு மரணம். இந்தப் போரில் செத்த இஸ்ரேலியர்களின் எண்ணிக்கை 113. எகிப்திய இதழொன்று (அல் அஹ்ரம்') அறிவுரைத்தது போல "நாயைக் கொல்ல முடியாவிட்டால், அதன் வாலை இழுத்துச் சீண்டாமலாவது" ஹமாஸ் இருந்திருக்கலாம். சரி, சீண்டாமல் இருந்திருந்தாலும் கூட அவர்கள் என்ன செய்திருக்க முடியும். செத்திருக்கலாம். அமைதியாகச் செத்திருக்கலாம். அமைதியை அவர்கள் அடைவதற்கான ஒரே வழி அதுதான்.

சர்வதேச சமூகம் என்ன செய்துகொண்டிருந்தது? உலக நீதிக்கு என்ன நேர்ந்தது? இது நீதி செத்த உலகம். சர்வதேச சமூகம் என்று ஒன்றிருக்கிறதா என்ன? முற்றுகை இடப்பட்ட மக்களுக்கு மின்சாரம், பெட்ரோல், டீசல், உணவு, மருந்து ஆகியவை சென்றடைவதற்கான தடை விதித்தமை குறித்து இஸ்ரேலின் உச்சநீதிமன்றம் என்ன சொன்னது? மனிதத் தேவைகளைப் பூர்த்தி செய்வதற்குரிய குறைந்தபட்ச அளவே இவை வழங்கப்படுகிற நிலையை ஏற்படுத்துகிற அதிகாரம் இஸ்ரேல் அரசுக்கு உண்டு எனச் சொன்னது. 'காஸம்' ராக்கெட்டுகளை ஏவுவதற்கு எதிரான கூட்டுத் தண்டனையாக (*collective punishment*) இத்தகைய 'தடைகளை' அனுமதிக்கவும், முன்னதாக அதே உச்சநீதிமன்றம் அனுமதி வழங்கியது. சர்வதேச சட்டத்தின் கூட்டுத் தண்டனைக்கு வழியில்லை என்பதை எந்த நாடும் முணுமுணுக்கவில்லை. பலஸ்தீன மக்கள் மீது ஏவப்பட்ட இன்றைய பேரழிவிற்கு இஸ்ரேல் மட்டுமா காரணம்? மன்மோகன் சிங்கின் இந்தியா உட்பட இஸ்ரேலுடன் இராணுவத் தொடர்புகள் உள்ள வல்லரசுகள் எல்லாம் இதற்குக் காரணமில்லையா? இஸ்ரேலைக் கண்டிப்பதற்கு மன்மோகனின் உதடுகள் ஏன் அசைய மறுத்தன? புஷ்ஷைப் புகழ்வதற்கு அசைந்த உதடுகள் இன்று ஏன் உறைந்து போயின.

இது நீதி செத்த உலகு.

பேரழிவு ஆயுதங்கள் உள்ளதெனக் காரணம் சொல்லி ஒரு நாட்டின் மீது படையெடுத்து அதை அழிக்கமுடியும். எல்லாம் முடிந்தபின் அவர்களிடம் அந்த ஆயுதங்கள் இல்லை. உளவுத்துறை தவறான செய்தியைத் தந்துவிட்டது எனப் புன்னகைக்க முடியும். உலக நீதி அதை ஏற்றுக் கொள்ளும்.

21ம் நூற்றாண்டை அடையாளப் படுத்துவது இந்தப் பேரழிவுகள் அல்ல. மாறாக, இந்த அநீதிகளை அநீதி' எனச் சொல்வதற்கு யாரும் இல்லாமற் போனதே இன்றைய பெருந்துயரம்.

சமீபத்தில் வாசித்த கவிஞர் யவனிகா ஸ்ரீராமின் கவிதை ஒன்று இந்த நீதி செத்த உலகை அடையாளம் காட்டுகிறது.

ஆயுதங்களுக்கான சோதனை!

பேரிச்சையும், கசடு எண்ணெயும்
விற்கும் வணிகன் ஒருவனை

அவர்கள் நீதிமன்றத்தில் விசாரித்தார்கள்
மோசமான ஆயுதங்கள் வைத்திருந்ததாக
அவன் மீது குற்றச்சாட்டு
அவனோ கடவுளின் நியாயத் தீர்ப்பிற்கு
உட்பட்டே அரிசியை ஐந்துமுறை தொழுது
தனது நிலத்தில் பெற்றுக்கொள்வதாகவும்
பேரிச்சையும் கசடு எண்ணெயும்
ஒருபோதும் ஆயுதமாகாது எனவும்
கண்ணீருடன் முறையிட்டான்
வாதியோ ஒரு குளிர்பானத் தரகன்
உலகில் அனைத்து நன்னீர் நிலைகளையும்
பானங்களாக்கிச் சேமித்திருப்பவனும்கூட
மேலுமான குற்றச்சாட்டில் அவன் சொன்னான்
ஒட்டகங்களுக்கும் அதன் முதுகினைப் போன்ற
பள்ளத்தாக்குகளுக்கும் அடியில்
இவன் பிள்ளைகளே ஆயுதமாய்
பதுங்கியிருக்கிறார்கள் எனவும்
கசடு எண்ணெய் குளிர்பானத்தைவிட
மதிப்பு மிகுந்ததெனவும் ஞாபகமூட்டினான்
ஆழ்ந்த யோசனையிலிருந்து விடுபட்ட நீதிபதி
உலக நலன் கருதி பாதுகாப்பின் பேரில்
கசடு எண்ணெயைத் தரகனுக்கும்
குளிர்பானத்தை வணிகனின் பிள்ளைகளுக்கும்
மாற்றித் தரும்படி உத்தரவிட்டார்
ஒட்டகங்களுக்கு அடியில் பதுங்கியிருப்பவர்களை
கண்டு பிடிப்பவர்களுக்கு
பணமுடிப்பு அறிவிக்கப்பட்டது
அதன்படி
கசடு எண்ணெய் நிரப்பப்பட்ட
அயல்நாட்டு வாகனங்களில் அமர்ந்து
குளிர் பானங்களைக் குடித்துக்கொண்டிருப்பவர் தவிர
ஏனையோர் அனைவரும்
ஆயுதங்களுக்கான சோதனைகளுக்கு
ஆடைகள் கழற்றி நிற்க உத்தரவாயிற்று.

- யவனிகா ஸ்ரீராம்
('திருடர்களின் சந்தை' - கனவுப் பட்டறை வெளியீடு)

யவனிகாவின் கவிதையைப் போலவே சமீபத்தில் என்னை மிகவும் பாதித்தது இன்னொரு கலைப்படைப்பான பிரதீபனின் குறும்படம் — 'என் வீட்டு முற்றத்தில் ஒரு மாமரம்.' சுமார் ஆறே நிமிடங்கள் இயங்கும் அக்குறும்படம் 25 ஆண்டுகளாக இலங்கையில் போரின் நெருக்கடியில் வாழ்ந்துகொண்டிருக்கும் மக்களின் கனவுகள் சிதைந்த பாதைத் குறித்த ஒரு சிந்தனை உசுப்பலை ஒரு கணம் நம் நெஞ்சில் நிகழ்த்தி விடுகிறது. ஆறு நிமிடங்களுக்குள் காட்சி ரூபமாய் சில நிகழ்வுகளை அது கண்முன் படைக்கும்போது அரூபமாய் அது நம் நெஞ்சில் விதைக்கும் சிந்தனைகள் ஏராளம்.

ஸ்ரீலங்கா என்கிற ஒரு 'தேசியப் பாதுகாப்பு அரசு' இன்று நிகழ்த்திக்கொண்டிருக்கும் போர் குறித்து நமது தமிழக அரசியல்வாதிகள் அடிக்கும் லூட்டியில் தமிழ் மக்களின் வாழ்வுரிமைகள் அழிக்கப்படுவதன் சகல பரிமாணங்களும் இங்கே வெளிப்படுவதில்லை. வன்னியில் சிக்குண்ட தமிழர்கள் பற்றி இவர்கள் உரக்கக் கூவியபோதும் பெரும்பாலானவர்களின் உள் நோக்கம் புலிகளைக் காப்பாற்றுவதாக மட்டுமே உள்ளதன் விளைவு இது. சென்ற மாதம் இங்கே வந்திருந்த நண்பர் மதுசூதன் இதுகுறித்துக் கூறிய செய்திகள் நம்மைச் சுட்டெரிக்கக் கூடியவை. புலிகளின் மனித உரிமை அமைப்பான 'மனித உரிமைகளுக்கான வடகிழக்குச் செயலகத்தின்' கணக்குப்படி 2006 தொடங்கி போரில் கொல்லப்பட்ட தமிழ் சிவிலியங்களின் எண்ணிக்கை 148. காயம்பட்டோர் 473. வன்னியில் மட்டும் போரால் இடம் பெயர்ந்தவர்களின் எண்ணிக்கை 2,62,672 பேர். இவர்களில் 51,849 பேர் 222 பள்ளிகளைச் சேர்ந்த மாணவர்கள். அவர்கள் இழந்த நிலம் 46,638 ஹெக்டேர். இறந்த கால்நடைகள் 1,71,933. பறவைகள் 3,28,793.

மது சூதன் கல்வித்துறை சார்ந்து இயங்குபவர். ஸ்ரீலங்காவில் பாரம்பரியமாக அறிவுத்துறையில் ஆதிக்கம் செலுத்தியவர்களாகக் கருதப்பட்ட தமிழர்களின் ஒரு தலைமுறை இன்று எழுத்தறியாத சமூகமாக உருப்பெற்றுள்ளது என்கிறார் அவர். பத்தாவது படிக்கும் மாணவன் ஒருவனுக்குத் தனது பெயரை எழுதத் தெரியாது. இந்தப் பத்தாம் வகுப்புக்குள் எத்தனை பள்ளிகள், எத்தனை இடப்பெயர்வுகள். ஆசிரியர்கள் சுமார் ஒன்றரை மணிநேரம் பயணம் செய்து, பல்வேறு 'செக்போஸ்ட்'களில் நின்று சந்தேக நிவர்த்தி செய்து, பள்ளியை எட்டும் போது அவர்கள் சற்றே ஆசுவாசம்

செய்துகொள்ளும் நிலையில்தான் இருப்பார்களே ஒழிய பாடம் சொல்லிக் கொடுக்கும் மனநிலையை இழந்திருப்பார்கள்.

ஆசிரியர்களாலும், பாதிரிமார்களாலும் வற்புறுத்தி அழைத்து வரப்பட்ட மாணவர்கள், பள்ளிக்கு வந்தவுடன் அவர்கள் பார்வை வாசலுக்கு வெளியே நிலை குத்தியிருப்பதையும் சொன்னார் மது சூதன். உலக வங்கி உதவியுடன் வருகிற அந்த அற்ப மதிய உணவை நோக்கித்தான் அந்த ஏக்கப்பார்வை. சகிக்க இயலாத நண்பர் ஒரு பள்ளித் தலைமை ஆசிரியரிடம் கேட்டுள்ளார். "அவர்கள் வந்தவுடனேயே அந்தச் சாப்பாட்டைப் போட்டு விட்டால் தான் என்ன?"

பதின்மூன்று வயதுப் பெண்குழந்தைகளில் பலர் கருவுற்றுள்ளதை ஒரு மருத்துவ அதிகாரி சொல்லி வருத்தப்பட்டதையும் அவர் குறிப்பிட்டார். என்ன நிகழ்ந்துள்ளது எனப் புரியாத வயதிலேயே அது நிகழ்ந்துவிடுகிறது. இராணுவத்தின் பாலியல் அத்துமீறல்களின் விளைவுதான் என்றே நமக்குத் தோன்றும். அதுவும் உண்மைதான். பிரதீபனின் குறும்படம் அதையும் அழுத்தமாய்ப் பதிய வைத்துவிடுகிறது. ஆனால், பெரும்பாலும் இது புலம்பெயர் வாழ்வின் விளைவாகவும் உள்ளது. புலம் பெயர்வாழ்வின் சகல பரிமாணங்களையும் நாம் அறிந்ததில்லை, நமக்கு அந்த அனுபவம் கிடையாது. திடீரென இன்னொரு இடத்திற்குப் பெயர்தல், நாளையைப் பற்றிய நிச்சயமின்மை, ஒரு சிறிய, குறைந்தபட்ச வசதிகளுமற்ற கூடத்தில், அதன் கொள்ளளவைக் காட்டிலும் பல மடங்கு அதிகமானோர் நெருக்கியடித்துத் தங்க வேண்டிய நிலை... இதன் விளைவுகள் பாரதூரமானவை.

கிழக்கு மாகாணத்திலோ சில மாதங்களுக்கு முன் சராசரியாக மாதம் ஒன்றுக்கு 24 கொலைகள் நடந்துள்ளன. இப்போது சராசரி ஆறு என்கிற அளவிற்கு உள்ளது என்றார் நண்பர். நவம்பரில் மட்டும் மட்டக்களப்பு மாவட்டத்தில் 24 சிவிலியன்கள் கொல்லப்பட்டுள்ளதாக ஐக்கிய நாடுகள் அவையின் மனித உரிமை அமைப்பு (UNCHR) சொல்லுகிறது. இது தவிர ஆட்களைக் கடத்திப் பணம் பறிக்கும் கொடுமைகள் தினந்தோறும் ஏராளம். கருணாவின் ஆட்கள் பிள்ளையானின் ஆட்களைக் கடத்துவது அல்லது பிள்ளையானின் ஆட்கள் கருணாவின் ஆட்களைக் கடத்துவது அல்லது புலிகளை இவர்கள் கொல்வது, எல்லோரும் சேர்ந்து சிவிலியன்களைக் கொல்வது....

பிரதீபனின் குறும்படம் இப்படித்தான் தொடங்குகிறது. இரு சிறுமிகளும், ஒரு சிறுவனும் பள்ளியிலிருந்து திரும்பி வந்து கொண்டுள்ளனர். சிவாஷினி ஏன் நேற்று பள்ளி வரவில்லை என ஒரு சிறுமி கேட்கிறாள். அவங்க அப்பாவை வெள்ளை வேன்' ஏற்றிச் சென்றுவிட்டது என்கிறாள் மற்றவள். இராணுவத்தின் வெள்ளை வேன் யாரையாவது ஏற்றிச் சென்றால் பின் அவர்கள் திரும்புவதில்லை. சிறிது நேரத்தில் ஒரு இராணுவ வாகனம் அவர்களைக் கடந்து செல்கிறது. அந்தக் குழந்தைகளின் முன்னே 'Y' போலப் பிரியும் இரு பாதைகள். வலப்புறப் பாதையின் வழியே வீட்டுக்குத் திரும்பும் முதற் சிறுமியின் அருகே இராணுவ வாகனம் நிற்கிறது. அடுத்த நாள் அவள் பிணத்தைக் குழிதோண்டிப் புதைக்கிறான் அவளைக் கடத்திச் சென்ற இராணுவ வீரன்.

இடது பாதை வழியே திரும்பிச் சென்ற மற்ற சிறுமியை போராளிப் படைகளில் சேர்ந்து நாட்டுக்காகப் போராட அழைக்கிறது ஒரு குரல். முடிவெடுக்கச் சாத்தியமில்லாத அந்த வயதில் முடிவெடுக்க நேர்ந்த அந்தக் குழந்தை அந்த அழைப்பை ஏற்கிறது. அடுத்த காட்சியில் இராணுவச் சீருடையில் அந்தச் சிறுமி. குச்சி ஒன்றால் தரையில் வீடு ஒன்றை வரைந்து கொண்டிருக்கும் அச்சிறுமி, வானூர்தி ஓசையைக் கேட்டு ஆயுதத்தை உயர்த்திக்கொண்டு ஓடுகிறாள். உரத்து ஒலிக்கும் ஒரு வெடிச்சத்தம் அவளுக்கு நிகழ்ந்ததை நமக்கு உணர்த்துகிறது. சிறுமிகள் இருவரும் பள்ளியிலிருந்து நடுவதற்கெனக் கொண்டு வந்த மாங்கன்றுகள் இரண்டும் வெவ்வேறு இடங்களில் காய்ந்து கிடக்கின்றன

இறுதிக்காட்சியில் அந்தச் சிறுவன் மட்டும் பள்ளியிலிருந்து தனியாக வருகிறான். அவன் முன் விரிந்து நீள்கின்றன இரு பாதைகளும்.

குறும்படத்தில் சகல அம்சங்களும் கூடிய ஒரு *Lyric*-ஆக நம் உள்ளத்தை நெருடும் இந்தப் படம் பெர்லினில் நடைபெறும் 59வது உலகத் திரைப்பட விழாவிற்குத் தேர்ந்தெடுக்கப்பட்டுள்ளது என்பது ஒரு இனிய செய்தி. நாலரை லட்சம் மக்கள் பார்க்கும் வாய்ப்பு பெறுகிற இந்தத் திரைப்பட விழாவிற்கு முதன் முதலாகத் தேர்வு செய்யப்பட்டுள்ள ஒரு தமிழ்ப்படம் இது என்கிறார் இயக்குனர்.

குறும்படம்தானே என்கிற அலட்சியமின்றி சிறந்த தொழிற்படக் கலைஞர்களின் பங்களிப்பு ஒரு நல்ல கலைப்படமாக இதை உயர்த்துகிறது. ஒரு சிறந்த ஒளிப்பதிவுக் கலைஞரான சி.ஜே.

ராஜ்குமாரின் ஒளிப்பதிவு, ராகவா அரசின் படத்தொகுப்பு, கிருஷ்ணமூர்த்தியின் கலை என ஒவ்வொன்றையும் இங்கே குறிப்பிட்டுச் சொல்லவேண்டும்.

* * *

போரின் எல்லை வெற்றி அல்லது 'அமைதி' என்கிறார்கள். அமைதி அல்லது சமாதானம் என்பதன் எல்லை என்ன? சமாதானத்தை எப்படி நாம் சாத்தியப்படுத்துவது? சமாதானம் வெறும் அரசியல் சார்ந்த ஒன்றல்ல. அது அறம் சார்ந்தது. மொத்தத்துவத்தின் (*totality*) வெளிப்பாடே போர் என்று இம்மானுவல் லெவினாஸ் சொல்வதைச் சற்றுமுன் கண்டோம். மொத்தத்துவத்தின் முக்கிய பண்பு அது மற்றமைக்கு (*alterity*) இடம் தராததே. மேலைத் தத்துவத்தின் அடிநாதமாக இந்தப் பேராசை உள்ளது என அதிரடியாகச் சொல்கிறார் லெவினாஸ். சாக்ரடீஸ் முதல் ஹெய்டெகர் வரை யாரும் இதற்கு விதிவிலக்கில்லை. மேலைத் தத்துவத்தின் அடிப்படையாக எல்லாவற்றின் இயற்கையையும், சாராம்சப் பண்பையும் தேடுவது (*ontology*) அமைந்துள்ளது. எல்லாவற்றையும் சாராம்சப்படுத்திப் பார்க்கும் போது எதிரே நிற்கும் மற்றமையின் தனித்துவம் (*individuality*) மறுக்கப்படுகிறது. மற்றதைத் தன் எல்லைக்குள் அனுமதிக்காத மனநிலை இப்படித்தான் ஏற்படுகிறது. பன்மைத்துவம் சகிக்கவொண்ணாததாகிறது. மற்றதை அதன் தனித்துவத்துடன் அங்கீகரிக்காத மனநிலை அதை உட்செரிக்க (*assimilate*) அல்லது அழிக்க (*annihilate*) மட்டுமே தயாராக இருக்கிறது. 'திரஸ்காரம்' மற்றும் 'பரிஸ்காரம்' என இந்திய வலதுசாரி மதவாதிகள் சொல்வதும் இதுவே. இந்த வகையில் அவர்கள் மேலைச் சிந்தனை வயப்பட்டவர்களாகவே உள்ளனர். சகிப்புத்தன்மைதான் இந்திய அணுகல் முறை எனச் சொல்வது உண்மையானால் அதன் சரியான வெளிப்பாடு காந்தியடிகளே. அதற்காகவே அவர் மூன்று குண்டுகளை மார்பில் ஏந்தவும் நேர்ந்தது.

சமாதானத்தின் முன் நிபந்தனை மொத்தத்துவத்திற்கு வெளியே திமிறி நிற்பதுதான். மொத்தத்துவத்திற்கு எதிராக எல்லையின்மையை (*limitless*), அளவிலியைச் (*infinity*) சுட்டிக்காட்டுவார் லெவினாஸ். எந்த ஒரு அடையாளத்தையும் இறுகத் தரித்திருக்கும் சுயம், தான் சுமந்துள்ள அடையாளத்தால் வரையறுக்கப்பட்டவற்றையும் தாண்டி, தன்னால் கொள்ள (*contain*) இயலாத பல அம்சங்களையும் கொண்டுள்ள ஒரு அசாத்தியத்தை உணர்வதே தன்னையறிதல்.

எல்லைகளனைத்திற்கும் அப்பாற்பட்டதே *(exterior)* அளவிலி நிலை *(infinitness)*. 'நான்' விதிக்கும் எல்லைகளைத் தாண்டி நிற்பது என்பது மற்றதன் இருப்பதை ஏற்பதே. மற்றதை என்னைப் போன்றதாக அல்ல, மற்றதை மற்றதாக ஏற்பதே . மற்றதன் மூலமாகவே நாம் நம்மைக் கடக்க முடியும். எல்லையின்மையின் சுகத்தை அனுபவிக்க முடியும். சமாதானத்தைச் சாத்தியமாக்க முடியும்.

பிப்ரவரி, 2009

அம்பேத்கர் –1
அம்பேத்கர் வாழ்க்கையில் அறியப்படாத சில செய்திகள்

நண்பர் அஜயன் பாலா எழுதிய அம்பேத்கர் குறித்த குறுநூலின் வெளியீட்டு விழா சென்ற மாதம் ஆம்பூர் நகரத்தில் நடைபெற்றது. கவிஞர் யாழன் ஆதி ஏற்பாடு செய்திருந்த அக்கூட்டத்தில் கவிஞர் சுகிர்தராணி, எழுத்தாளர் அழகிய பெரியவன் ஆகியோரோடு நானும் கலந்து கொண்டேன்.

அஜயன் பாலாவின் 'நாயகன்' வரிசை குறுநூல்கள் பெரிய அளவில் வாசகர்களால் விரும்பிப் படிக்கப்படுவதை அறிவேன். எந்த ஒரு விஷயத்தையும் விரிவாகச் சொல்வதைக் காட்டிலும் குறுகிய வடிவில் சொல்வதுதான் கடினம். புகழ்பெற்ற ஆங்கில அறிஞர் ஜான்சன் சொன்னதாக ஒன்றைச் சொல்லுவார்கள். ஏதோ ஒரு தலைப்பு பற்றி தான் எழுதாமற் போனது குறித்து அவர் இப்படிச் சொன்னாராம்: "அது பற்றி நான் சுருக்கமாக எழுத நினைத்திருந்தேன். அதனால் அதற்குரிய நேரம் எனக்குக் கிடைக்காமல் போய்விட்டது."

ஆம். சுருக்கமாக எழுதுவதுதான் விரிவாக எழுதுவதைக் காட்டிலும் சிரமம். அதிக நேரம் எடுத்துக்கொள்ளக்கூடிய ஒன்று. அதிலும் வாழ்க்கை வரலாறுகளை சுருங்கச் சொல்வது கடினம். விரிவாக, எத்தனை ஆயிரம் பக்கங்களில் எழுதினாலுங்கூட எந்த வாழ்வையும் முழுமையாகச் சொல்லிவிட இயலாது. மனிதவாழ்வு அத்தனை சிக்கலானது, அத்தனை பரிமாணங்களை உடையது. சுருங்கச் சொல்வது என்ற பெயரில் அதைத் தட்டையாக்கிவிடக்கூடாது.

அம்பேத்கருக்கு ஒரு நல்ல வாழ்க்கை வரலாற்று நூல் தமிழில் கிடையாது. தனஞ்சய் கீரின் நூல் தமிழில் கொண்டு வரப்பட்டது. ஒரு சிறந்த முயற்சி எனினும், அந்த நூல் அம்பேத்கரைப் புரிந்துகொள்ளப் போதாது, கீர் பலரது வாழ்க்கை வரலாற்று நூற்களின் ஆசிரியர். சாவர்கர் வாழ்க்கையையும் கூட அவர் எழுதியுள்ளார்.

1990களில் ஏற்பட்ட புத்தெழுச்சியின்போது அம்பேத்கர் குறித்து வாசிக்க எந்த நூலும் இல்லை. 'டாக்டர் அம்பேத்கரின் போர்க்குரல்' என்றொரு குறுநூலை அப்போது நான் மக்கள் கல்வி இயக்கத்திற்காக எழுத நேரிட்டது. அம்பேத்கர் குறித்த அதிகத் தகவல்கள் இல்லாத நேரம் அது. நானும் மார்க்சியப் பார்வையை இறுக்கமாகப் பற்றியிருந்த காலம். எனினும் அப்போதே அது 5000 பிரதிகள் விற்றுத் தீர்ந்தது. பெரும்பாலும் இயக்கம் சார்ந்த தோழர்களை நோக்கி எழுதப்பட்டது அது.

இன்று வெகு மக்கள் அளவில் அம்பேத்கர் குறித்த ஆர்வம் அதிகரித்துள்ளது. விரிவாகப் படிக்க முடியாதவர்களுக்கு அம்பேத்கரை எளிய முறையில் அறிமுகம் செய்கிற பணியை அஜயன் பாலாவின் நூல் நிறைவேற்றுகிறது.

எனினும் மேலும் மேலும் அம்பேத்கர் சிந்தனைகளின்பால் ஆர்வம் மிகும் இன்றைய சூழலில் விரிவான ஒரு வாழ்க்கை வரலாறு தேவை. சி.பி. கேர்மோட் என்பவர் 14 தொகுதிகளில் மிக விரிவாக அம்பேத்கரின் வாழ்வை மராத்தி மொழியில் தொகுத்துள்ளார். 1968 தொடங்கி 2000 வரை ஒவ்வொரு தொகுப்பாக அவை வெளியிடப்பட்டன. இன்னும் ஆங்கிலத்தில் அவை பெயர்க்கப்படவில்லை. நாம் அறிந்திராத பல செய்திகள் அம்பேத்கர் குறித்து அவற்றில் கிடைப்பதாகத் தெரிகிறது. கெய்ல் ஓம்வேத், கிறிஸ்டோப் ஜேப்ரிலோ முதலான அம்பேத்கரிய ஆய்வாளர்கள் சமீபத்தில் எழுதியுள்ள (*Ambedkar, Towards an Enlightened India, 2004; Dr. Ambedkar and untouchability, 2005*) முதலான சில நூற்களிலும், வேறு சில கட்டுரைகளிலும் (*S.M.Gaikwad, Ambedkar and Indian Nationalism, EPW, March 7, 1998*) நமக்குப் புதிய செய்திகள் பல கிடைக்கின்றன. அவை அம்பேத்கர் குறித்த வேறு பல பரிமாணங்களை வெளிக்கொணர்கின்றன.

பொதுவாக அம்பேத்கர் குறித்துக் கட்டமைக்கப்படும் பிம்பம் கீழ்கண்ட வரலாற்று அம்சங்களைக் கொண்டிருக்கும். அவரது

இளமைக்கால வறுமை மற்றும் அவர் அனுபவித்த தீண்டாமை, அன்று ஒரு தலித்திற்குச் சாத்தியமே இல்லாத ஒரு கல்வித்துறை சாதனையை அவர் சாதித்துக் காட்டியது. சவுதார் குளம் முதலாக அவர் முன்னெடுத்த போராட்டங்கள், வட்ட மேஜை மாநாடு மற்றும் இரட்டை வாக்குரிமைக் கோரிக்கையில் காந்திக்கும் அவருக்கும் உருவான முரண்கள், அரசியல் சட்ட உருவாக்கம், பவுத்தம் தழுவுதல் என்பதாக அவை அமையும். இவை அனைத்தும் அவரது வாழ்வின் மிக முக்கியமான கணங்கள் என்பதில் யாருக்கும் ஐயமிருக்க முடியாது. ஆனால் இவற்றினூடாகக் கட்டமைக்கப்படும் சில அரசியற் சொல்லாடல்கள் ரொம்பவும் இறுக்கமாகவும், தட்டையாகவும் போய்விடக்கூடிய வாய்ப்புண்டு. வரலாறு குறித்த தவறான புரிதல்களுக்கு இட்டுச் செல்லக்கூடிய ஆபத்துக்கு இத்தகைய தட்டைப் பார்வை வழிவகுக்கும். இந்தப் புரிதலின் அடிப்படையிலான இன்றைய நமது வழிமுறைகளிலும்கூட சில தவறுகளுக்கு அது இட்டுச் செல்லக்கூடும்.

இத்தகைய தட்டைப் பார்வைக்கு ஒரு எடுத்துக்காட்டாக காந்திக்கும், அம்பேத்கருக்கும் இங்கே கட்டமைக்கப்பட்டுள்ள பகையைக் குறிப்பிடலாம். இதன் பொருள் இருவருக்கும் இடையில் பகைமை இருந்ததில்லை என்பதோ, ஏதோ ஒரு வகையில் இருவரையும் சமரசம் செய்து புரிந்துகொள்ள வேண்டும் என்பதோ அல்ல. எனினும் வரலாற்றின் ஒரு காலகட்டத்தில் நிகழ்ந்த ஒன்றை இன்னொரு கட்டத்தில் அதே வீச்சுடனும் அதே தன்மையுடனும் பொருத்திப் பார்க்கவும், அந்த அடிப்படையில் செயல்பாடுகளை அமைத்துக்கொள்ளவும் இயலாது. காலம் என்பது கழங்குபோற் சுழல்வது. ஒருவேளை காந்தியும், அம்பேத்கரும் இன்றுவரை உயிருடன் இருந்திருந்தால் 1930–50களில் இருந்த அதே பரிமாணத்துடன் அந்தப் பகை இன்றும் தொடர்ந்திருக்குமா?

சமீபத்தில் எனக்கு ஒரு அனுபவம். காலமெல்லாம் தலித் பிரச்சினைகளுக்கு முக்கியத்துவம் அளித்து, அம்பேத்கரின் புகழ்பாடி வாழ்ந்து வருபவர் வழக்குரைஞர் ரத்தினம். மதுரை மாவட்டம் மேலூருக்கு அருகிலுள்ள மேலவளவு என்னுமிடத்தில் ஒதுக்கப்பட்ட தொகுதியில் நின்று வெற்றி பெற்ற துணிச்சலுக்காக பஞ்சாயத்துத் தலைவர் முருகேசனும் அவருடனிருந்தவர்களும் கொடூரமாக வெட்டிக் கொல்லப்பட்ட நிகழ்வு பலருக்கும் நினைவிருக்கலாம். இந்த வழக்கிலும்கூட கொல்லப்பட்ட தலித்களுக்காக நீதி கேட்டு,

பல்வேறு இடர்ப்பாடுகளுக்கும் இடையில், உச்சநீதிமன்றம் வரை சென்று போராடி வருபவர் ரத்தினம். மேலவளவில் முருகேசனின் வீட்டிற்கு அருகில் அவருக்கும் கொல்லப்பட்ட இதர தலித் தோழர்களுக்கும் ஒரு நினைவுச் சின்னத்தை விடுதலைச் சிறுத்தைகள் அமைத்துள்ளனர். முருகேசனின் வீடும், இன்று அவரது நினைவுச் சின்னமும் உள்ள அந்தப் பகுதியின் பெயர் என்ன தெரியுமா? 'காந்தி நகர்'.

சென்ற ஜனவரி 25 அன்று 'காந்தி நகர்' என்கிற பெயர்ப் பலகையை நீக்கி 'அம்பேத்கர் நகர்' என்கிற பெயரைத் தாங்கிய பலகையை ஒரு தலித் பெண்ணின் கையால் திறந்துவைக்கும் நிகழ்வை மிகச் சிறப்பாக நடத்தினார் ரத்தினம். மாட்டுக்கறி விருந்துடன் நடைபெற்ற அந்த நிகழ்வு ஏகப்பட்ட போலீஸ் கெடுபிடிகளுக்கு மத்தியில் நீதிமன்றத் தலையீட்டுடன் நடத்தப்பட்டது குறிப்பிடத்தக்கது. ரத்தினம் அவர்களின் முயற்சிகள் அனைத்திலும் பங்கு பெறத் தவறாத நான், சுகுமாரன், சந்திரபோஸ் எனப் பலர் இந்நிகழ்விலும் மகிழ்வுடன் கலந்துகொண்டோம்.

'காந்தி நகர்' என்கிற அந்தப் பெயர் இன்று 'அம்பேத்கர் நகர்' ஆனதில் எந்த வியப்பும் இல்லை. ஆனால் முற்றிலும் தலித்களே நிறைந்த அந்தப் பகுதியில் அந்தப் பெயர் இன்றுவரை எந்தப் பெரிய எதிர்ப்புகளுமின்றி ஏற்றுக் கொள்ளப்பட்டிருந்தது எப்படி? அந்த முழுநாள் நிகழ்வினூடாகவும் என் மனதில் ஓடிக்கொண்டிருந்த சிந்தனை இதுதான்.

அஜயன் பாலாவின் நூல் வெளியீட்டு விழாவில் இதற்கொரு விடை எனக்குக் கிடைத்தது. எழுத்தாளர் அழகிய பெரியவன் பேசும்போது இறுதியாக ஒன்றைக் குறிப்பிட்டார். அம்பேத்கர் நடத்திய மிகப் பெரிய மகத் குளப் போராட்டத்தின்போது சுமார் 10,000 முதல் 15,000 வரை தலித்கள் கூடினர். அவர்கள் கூடிய அந்த அரங்கு மிகப்பெரிய காந்தி படத்தால் அலங்கரிக்கப்பட்டிருந்த செய்தியைத்தான் அழகிய பெரியவன் சுட்டிக் காட்டினார் இப்படியான ஒரு பங்கு காந்திக்கு இருந்ததையும் அவர் சிந்தனைக்குரிய ஒன்றாகக் குறிப்பிட்டார். பந்தலில் வைக்கப்பட்ட படத்தில் மட்டுமல்ல, மூன்றாம் நாள் நடைபெற்ற எழுச்சி மிக்க ஊர்வலத்தில் முழங்கப்பட்ட வாழ்த்து முழக்கங்களிலும் பக்தி இயக்க அடியவர்கள், சாஹூ மஹராஜ் ஆகியோருடன் காந்திக்கும் ஒரு இடமிருந்தது. மதுரை, சிவகங்கை, குற்றாலம் முதலான பகுதிகளுக்கு 1930களில் காந்தி வருகை புரிந்ததும்,

தலித் பிரச்சினைகளில் அவர் அங்கெல்லாம் காட்டிய அக்கறைகளும், குற்றால அருவியில் குளிக்க தலித்கள் அனுமதிக்கப்படுவதில்லை என்பதற்கு எதிர்ப்பு தெரிவித்து, அங்கு அவர் குளிக்காமலே திரும்பியதும், கோயில் திருவிழாப் பிரச்சினையில் தலித்களுக்கு ஆதரவாக நாட்டார்களுடன் அவர் பேச்சுவார்த்தை நடத்தியதும், சித்தானூர் பூச்சி என்கிற தலித் ஒருவர் கொல்லப்பட்டபோது அதைக் கண்டித்து இந்திய அளவில் கவனத்தை ஈர்த்ததும், மதுரை மீனாட்சி கோயிலில் காந்தியர்கள் நடத்திய ‘அரிஜன’ ஆலய நுழைவுப் போராட்டமும் எனக்கு நினைவில் நிழலாடின. அம்பேத்கர் வாழ்வில் காந்தி தொடர்புடைய வேறு சில நிகழ்வுகளும் நினைவுக்கு வந்தன.

அம்பேத்கர் இந்தியா திரும்பி தனது அரசியற் பணிகளைத் தொடங்கு முன்பு தலித்களுக்கு ஆதரவாக சமூகச் சீர்திருத்த இயக்கத்தை இரு சாரார் மேற்கொண்டிருந்தனர். ஒரு பக்கம் மகாத்மா புலே வழி வந்த பார்ப்பனரல்லாத ‘சத்திய சோதக்’ அமைப்பினர். இன்னொரு பக்கம் காங்கிரஸ், திலகர் ஆதரவுடன் இயங்கிய ’பிரார்த்தனா சமாஜ்’ என்னும் பார்ப்பனர்களின் அமைப்பு. இரண்டுக்குமிருந்த முக்கிய வேறுபாடுகளைச் சொல்ல இது தருணமன்று. சமாஜின் பின்புலத்தில் இயங்கிய ‘ஒடுக்கப்பட்ட வகுப்பினர் இயக்கம்’ *(Depressed Class Mission)* என்பது மராத்தா அறிஞரும், சமூக சீர்திருத்தவாதியுமான விதல் ராம்ஜி ஷின்டே என்பவரின் தலைமையில் இயங்கியது. பார்ப்பனர் சார்ந்த இவ்வியக்கங்கள் 1917-1918 காலகட்டத்தில் மூன்று ’தீண்டாமை நிவாரண’ (அப்ருஷ்யாத நிர்வாரன்) மாநாடுகளை மகாராஷ்டிரத்தில் நடத்தின.

முதல் மாநாடு வெளிநாட்டில் படித்துத் திரும்பியிருந்த அம்பேத்கருக்குப் பாராட்டுத் தெரிவிப்பதற்காக நடத்தப்பட்டது. எனினும் அவர் அப்போது பரோடாவிற்குச் சென்றுவிட்டதால் அதில் கலந்துகொள்ள இயலவில்லை. மும்பையில் நடந்த இரண்டாம் மாநாட்டில் (மார்ச், 1918) மதமாற்றத்திற்கு எதிராகத் தீர்மானம் ஒன்று இயற்றப்பட்டது. பீஜப்பூரில் மே மாதத்தில் நடைபெற்ற மூன்றாம் மாநாட்டில் காந்தி கலந்துகொண்டார். தீண்டத்தகாதவர்கள் காங்கிரசை ஆதரிக்க வேண்டும் எனத் தீர்மானம் ஒன்று இயற்றப்பட்டபோது, காங்கிரஸில் உள்ள தாழ்த்தப்பட்டவர்கள் அனைவரும் தம்மை அடையாளப்படுத்திக் கொள்ளவேண்டும் என்கிற தமது வேண்டுகோளை யாரும் ஏற்காத சூழலில் இந்தத் தீர்மானம் தேவையற்றது என்று காந்தி அதைக் கண்டித்தார்.

தலித்களுக்குத் தனி வாக்காளர் தொகுதி அமைக்கப்பட வேண்டும் என்கிற கோரிக்கை அம்பேத்கரின் ஆழ்ந்த சிந்தனை மற்றும் ஜனநாயக ஆட்சிமுறை குறித்த அவரது ஆழமான புரிதல் ஆகியவற்றின் வெளிப்பாடாக இருந்தது. மான்டேகு செம்ஸ்போர்டு சீர்திருத்தத்தை ஒட்டி சவுத்பாரோ ஆணையம் இங்கு வருகை தந்தபோது தலித்களின் பிரதிநிதியாக அம்பேத்கர் அங்கீகரித்து அழைக்கப்படவில்லை. எனினும் தாமாகவே கலந்துகொண்டு அங்கு அவர் அளித்த சாட்சியம் அவரது முக்கிய ஆவணங்களில் ஒன்று. தனி வாக்காளர் தொகுதி என்கிற கருத்தை அங்கு அவர் முன்மொழிந்தார். காந்தி இதை முறியடித்த துயரக்கதை யாவரும் அறிந்த ஒன்று. மீண்டும் இங்கே ஒருமுறை சொல்ல வேண்டியதில்லை. எனினும் ஒன்றைக் குறிப்பிடவேண்டும். அன்று அந்தக் கோரிக்கையை காந்தி மட்டுமல்ல, பெரியார் தவிர வேறு யாரும் ஆதரித்ததாகத் தெரியவில்லை. தலித்களுக்குத் தனி வாக்காளர் தொகுதி ஒதுக்குவது இந்து ஒற்றுமையைக் குலைக்கும் எனவும், அது இந்தியாவின் ஒற்றுமைக்கே உலை வைக்கும் எனவும் எல்லோரையும் போலவே காந்தியும் நம்பினார். இந்திய தேசியத்தையே பல்வேறு சிறுபான்மைகளின் கூட்டமைப்பாகக் கருதும் மனநிலையைப் பல்வேறு சந்தர்ப்பங்களில் வெளிப்படுத்தியுள்ள காந்தி இந்த அம்சத்தில் நேரெதிரான ஒரு முடிவை மேற்கொண்டார். உண்ணாவிரதமிருந்து தனி வாக்காளர் தொகுதி கோரிக்கையை மட்டும் அவர் முறியடிக்கவில்லை. அதன் மூலம் தலித்கள் 'சிறுபான்மை'யாக ஏற்புப் *(minority status)* பெறுவதையும் முறியடித்தார். அதே நேரத்தில் முஸ்லிம்களுக்கு சிறுபான்மை அந்தஸ்து அளிப்பதை அவர் ஆதரித்தார். ஷப்னம் தேஜானி சொல்வது போல 'ஜனநாயகப் பெரும்பான்மை' என்பது இங்கு ஒரு இந்துப் பெரும்பான்மையாகவே உள்ளதற்கு அவர் முக்கியத்துவம் அளித்தார். இதன் விளைவு, அவர் எந்த நோக்கத்திற்காக உயிரைத் தத்தம் செய்தாரோ அந்த நோக்கத்திற்கே எதிராக ஆனது. இன்றளவும் வகுப்புக் கலவரங்களில் தலித்களையும் பழங்குடியினரையும் 'இந்து'க்களாக உணர வைத்து முஸ்லிம்களுக்கு எதிராக நிறுத்தம் பணியை இந்துத்துவ அமைப்புகளுக்கு எளிதாக்கியது.

தனி வாக்காளர் தொகுதிக் கோரிக்கை இப்படி சாத்தியம் இல்லாமல் போனதைத் தொடர்ந்து இந்து மதத்தை விட்டு வெளியேறுவது என்கிற தனது திட்டத்தைத் தூலமாக அம்பேத்கர்

(1935) அறிவித்தார். எனினும் அன்றைய அவரது தேர்வுகளில் பவுத்தத்திற்கு இடமிருக்கவில்லை. பல மதத்தினரும் அவரை வந்து சந்தித்துக் கொண்டிருந்தனர். 'பகவான் புத்தர்' என்கிற புகழ்பெற்ற நூலை எழுதிய பவுத்த அறிஞரும், புகழ்பெற்ற மார்க்சிய வரலாற்றாசிரியரான டிடி.கோசாம்பியின் தந்தையுமான தர்மானந்த கோசாம்பி அவர்களில் ஒருவர். அத் தருணத்தில் அம்பேத்கர் பவுத்தம் குறித்து ஈடுபாட்டுடன் உரையாடியிருப்பதற்கு வாய்ப்பில்லை. அம்பேத்கரிடம் விடைபெற்ற கையோடு (அக்டோபர் 1935) காந்தியைச் சந்தித்தார் தர்மானந்தர். அம்பேத்கரின் சிந்தனைகள் பவுத்தத்திற்கு நெருக்கமாக இருப்பதாகவும், பரேலில் (மும்பை) தலித்களுக்காக 'பஹுஜன் புத்த விஹாரை' ஒன்றைக் கட்டுவது பயனுடையதாக இருக்கும் எனவும், காந்தி அதற்கு உதவவேண்டும் எனவும் கோரிக்கை வைத்தார் தர்மானந்தர். அருகிலிருந்த ஜுகல் கிஷோர் பிர்லாவை நோக்கினார் காந்தி. அவர் உடனடியாக 17,500 ரூபாய்க்கான காசோலையை தர்மானந்தரிடம் நீட்டினார்.

அன்று அது ஒரு பெரிய தொகைதான். எனினும் அம் முயற்சி கைகூடவில்லை. இது தொடர்பாகக் கூட்டப்பட்ட கூட்டமொன்றில் தலித் தலைவர்களுக்கிடையே உள்ள முரண்பாடு மேலுக்கு வந்தது. காந்தியிடமிருந்து பெற்ற நிதி உதவியுடன் பஹுஜன் ஆலயம் ஒன்றை அமைப்பதில் அம்பேத்கரும் ஆர்வம் காட்டவில்லை.

சுதந்திரத்திற்குப் பிந்தைய முதல் அமைச்சரவையில் அம்பேத்கரை இணைத்துக் கொள்வதில் நேருவும் படேலும் தயக்கம் காட்டியபோது, காந்தி அவருக்கு ஆதரவாக வற்புறுத்தியதை அரசியல் சட்ட அவை உறுப்பினர் ஆர்.எம். நலவாடே குறிப்பிடுகிறார் (பார்க்க: முன் குறிப்பிட்ட எஸ்.எம்.கேய்க்வாட் கட்டுரை). முரியல் லெஸ்டர், மிஸ்.டெஸ்சர் என்கிற இரு மதபோதகர்களுடன் மேற்கொண்ட உரையாடலில் (1946) 'சுதந்திர இந்தியாவின் முதல் அரசில் அம்பேத்கரும் ஒரு பகுதியாக இருக்க வேண்டும்' என காந்தி கூறியதை எம்.எஸ். கோரேயும் குறிப்பிடுகிறார் (The Social Content of an Ideology).

அம்பேத்கர் அரசியல் சட்ட வரைவுக்குத் தலைமை ஏற்றபோது காலத்திற்கொவ்வாத காந்தியின் பல கருத்துகளுக்கு எதிராகப் போராடுவதற்கு அந்த வாய்ப்பையும் அவர் பயன்படுத்திக் கொள்ளத் தயங்கவில்லை. 315 பிரிவுகளுடன் அன்று உருவாக்கப்பட்ட அரசியல் சாசனம் அம்பேத்கரின் புத்திசாலித்தனத்தின் கூரிய வெளிப்பாடாக

அமைகிறது. உலகின் மிகப் பெரிய சாசனங்களில் ஒன்று அது. 'அடிப்படை உரிமைகள்' (*Fundamental Rights*) எனவும், 'வழிகாட்டு நெறிமுறைகள்' (*Directive Principles*) எனவும் அதை அவர் இரண்டாகப் பிரித்து அமைத்திருப்பது குறிப்பிடத்தக்கது. அயர்லாந்து தவிர வேறெங்கும் இப்படி இருப்பதாகத் தெரியவில்லை. அடிப்படை உரிமைகளை அரசு மறுக்கும்போது ஒரு குடிமகன் / குடிமகள் நீதிமன்றத்திற்குச் செல்லும் உரிமை உண்டு. ஆனால் வழிகாட்டு நெறிமுறைகளில் கூறப்பட்டவற்றை நிறைவேற்றுவதற்காக யாரும் நீதிமன்றத்தை அணுக முடியாது.

'பஞ்சாயத்து ராஜ்யம்' என்பது காந்தியக் கோட்பாடுகளில் முதன்மையானது என்பதை அறிவோம். காந்தியிடம் குடி கொண்டிருந்த அராஜகச் சிந்தனையின் ஓரங்கமாக இதைக் கருதலாம். "எந்த அளவிற்கு அரசு குறைவாக உள்ளதோ அந்த அளவிற்கு மக்கள் ஜனநாயகத்தை உணர்வர்" என்கிற தோரோவின் கருத்தை காந்தி விதந்து கூறுவதுண்டு. ஆனால் அம்பேத்கர் மற்றும் பெரியார் போன்ற ஒடுக்கப்பட்ட மக்களின் நலன் நோக்கில் சிந்தித்த பலரும் இந்த சாதியச் சமூகத்தில் சமூக நீதியை நிலைநாட்ட வலிமையான மத்திய அரசு தேவை எனக் கருதினர். 'பஞ்சாயத்து ராஜ்யம்' என்பது நடைமுறையில் உள்ளூர் சாதி இந்துக்களின் ஆதிக்கத்திற்கே வழிவகுக்கும் என்பதை அம்பேத்கர் சரியாகவே இனங்கண்டார். எனவே பஞ்சாயத்து ராஜ்யக் கோரிக்கையை அடிப்படை உரிமையாக்குவதற்கு அவர் உடன்படவில்லை.

எம்.வி.காமத் போன்ற காந்தியவாதிகள் இதைக் கடுமையாக எதிர்த்தனர். 'பண்டைய ஆட்சி' (*ancient polity*), 'பாரம்பரியம்' முதலான பெயர்களில் நமது கிராமிய வாழ்வை அவர்கள் உன்னதப்படுத்திக் கதையாடிய போது, "கிராமம் என்பதென்ன? கட்டுப்பெட்டித்தனம், அறியாமை, குறுகிய பார்வை, வகுப்புவாதம் ஆகியவற்றின் கொள்கலன்தானே. இந்த அரசியல் சாசன நகல், அதன் அடிப்படை அலகாக கிராமத்தை வைக்காமல், தனி மனிதனை அந்த இடத்தில் வைத்துள்ளதற்காக நான் மகிழ்ச்சி அடைகிறேன்" என அம்பேத்கர் பதிலளித்தார்.

தனது இறுதி நாட்களில் எந்தக் கோரிக்கையை காந்தி முன்னிறுத்தினாரோ அந்தப் பஞ்சாயத்து ராஜ்யக் கோரிக்கையை அம்பேத்கர் புறக்கணித்துவிட்டதாக காந்தியர்கள் குற்றம் சாட்டினர். "நகல் உருவாக்கக் குழுவில் கே.எம்.முன்ஷி தவிர வேறு யாரும்

சுதந்திரப் போராட்டத்தில் ஈடுபாட்டுடன் பங்கேற்றவர்கள் இல்லை என்பதன் விளைவுதான் இது" என காமத் அம்பேத்கரை பிரிட்டிஷ் ஆதரவாளர் என மறைமுகமாகச் சாடவும் செய்தார்.

அருண் சந்திர குஹா, கோகுல்பாய் தவுலத் ராம்பட், கே.டி.ஷா போன்றோரும் பஞ்சாயத் ராஜ் கோரிக்கையை வற்புறுத்தினர். அரசியல் சட்டத்தின் முதற்பிரிவாகவே இது அமைய வேண்டும் எனவும் கோரினார் ஷா. பிரச்சினை முற்றிய போது, "கிராமப் பஞ்சாயத்துக்களை சுயாட்சி நிறுவனங்களாக உருவாக்குவதற்கு அரசு உரிய நடவடிக்கைகள் மேற்கொள்ள வேண்டும்..." என்கிற ரீதியில் ஒரு திருத்தத்தை 31வது பிரிவில் ஒருவர் முன்மொழிந்தபோது, அதை உடனே ஏற்றுக்கொண்ட அம்பேத்கர் அதன்மூலம் அந்தப் பிரச்சினைக்கு முடிவு கட்டினார். பஞ்சாயத்து ராஜ்ஜியத்தை அரசியல் சட்டத்தின் முதல் பிரிவாக ஏற்க மறுத்த அம்பேத்கர் 31ம் பிரிவாக ஏற்றுக்கொண்டதன் பொருளென்ன? முதல் பிரிவு அடிப்படை உரிமைகளில் ஒன்றாகிறது. 31ம் பிரிவோ வழிகாட்டு நெறிமுறைகளில் வந்துவிடுகிறது.

காதித் தொழில்கள், மதுவிலக்கு, பசுப் பராமரிப்பு, எல்லா மதத்தினருக்கும் ஒரே சிவில் சட்டம் முதலான பல கோரிக்கைகள் இவ்வாறு வழிகாட்டு நெறிமுறைகளில் கொண்டு சென்று முடக்கப் பட்டன.

அம்பேத்கரின் வாழ்வில் இதுபோல நாம் கவனம் குவிக்க வேண்டிய வேறு சில அம்சங்களாக எனக்குத் தோன்றுவன :

1. ஆலய நுழைவு, குளத்தில் நீரெடுத்தல் முதலான போராட்டங் களிலிருந்து விலகி "இந்து மதத்தை விட்டு வெளியேறுதல்" என்கிற நிலைப்பாட்டை அவர் வந்தடைதல் (1920 – 1935).

2. ஒடுக்கப்பட்டோருக்கான விடுதலை இயக்கம் (பஹிஷ்கரித் ஹிதகரிணி சபா) என்பதிலிருந்து 'சுதந்திரத் தொழிலாளர் கட்சி' (Independant Labour Party) எனச் செங்கொடியை உயர்த்தி இடது சார்பை எடுத்தல். போர்க்காலத்தில் வைசிராய் அமைச்சரவையில் தொழிலாளர் துறையை ஏற்று வேலை நேரம், தொழிற்சங்க உரிமை ஆகியவற்றை உறுதி செய்து சட்டங்களை இயற்றுதல். எஸ்.ஏ.டாங்கே, பி.டி.ரணதிவே, எஸ்.ஜி.சர்தேசாய் முதலான கம்யூனிஸ்ட் தலைவர் களுடன் தோளுரசி வேலை நிறுத்த உரிமை கோரிப் போராடியமை (1935 – 1945).

3. மீண்டும் செங்கொடியைத் தூக்கி எறிந்து நீலக்கொடியை ஏந்தி பட்டியல் சாதிக் கூட்டமைப்பை (Scheduled Caste Federation) உருவாக்கி தேர்தலைச் சந்தித்துத் தோல்வியுறுதல்.

4. அரசியல் சட்ட அவையில் அவரது தனித்துவமான பங்களிப்பு. அமைச்சரவையிலிருந்து விலகுதல்.

5. மறுபடியும் 'பட்டியல் சாதி' என்கிற குறுகிய அடையாளத்திலிருந்து விலகி 'குடியரசுக் கட்சி' (Republican Party) என்கிற விரிந்த அடையாளத்தை நோக்கி நகர்தல்.

சுருக்கமாக இவை குறித்துச் சிலவற்றைப் பேசுவதற்கு முன் அவரது சொந்த வாழ்விலிருந்து இதுகாறும் தோண்டி எடுக்கப்படாத சில அம்சங்களைப் பார்ப்போம். அம்பேத்கர் என்கிற மனிதரைப் புரிந்துகொள்ள அவை நமக்கு உதவும்.

மார்ச், 2009

அம்பேத்கர்–2
அம்பேத்கர் என்றொரு மானுடன்

கல்வியிலும் அறிவுத் தோட்டத்திலும் இளம் வயதில் அம்பேத்கர் காட்டிய முனைப்பிற்கு ஈடு சொல்லல் எளிதன்று. அடிமை இந்தியா வில், மராட்டிய மாநிலத்தில், தலித் குடும்பம் ஒன்றில் பிறந்த அந்த இளைஞன் மன்னர் அளித்த அந்த சொற்ப உதவித் தொகையை நம்பி அமெரிக்கா சென்றது, அங்கே கல்வியை முடித்து, மேலும் உதவித் தொகை நீடிக்கும் வாய்ப்பு குறித்து எந்த உறுதியும் இல்லாத சூழலில், சட்டப் படிப்பிற்காகத் துணிந்து லண்டனுக்குச் சென்றது என்பதெல்லாம் எளிதில் விளங்கிக் கொள்ளக்கூடிய ஒன்றல்ல. மன்னரிடமிருந்து எந்தப் பதிலும் இல்லாதபோதும், கையில் பைசா காசுமில்லாதபோதும், பயணச்சீட்டு கூட வாங்காமல் ரயில் பயணம் ஒன்றை மேற்கொண்டு அவர் லண்டனை அடைந்தார். யார் அவருக்குத் தங்குவதற்கு ஏற்பாடு செய்வதாக உறுதி அளித்திருந்தனரோ அவர்களே அவரது பொருட்களுக்கான 'லக்கேஜ்' தொகையைக் கட்டிப் பெற்றுத் தந்தனர். இரண்டு நாட்களில் மேலும் ஓராண்டு உதவித் தொகை நீடிப்பிற்கான கடிதம் அவருக்குக் கிடைத்தது.

பாரிஸ்டர் படிப்பிற்காக 'கிரேஸ் இன்'னிலும் எம்.எஸ்.சி. மற்றும் டாக்டர் படிப்பிற்காக பொருளாதாரம் மற்றும் அரசியல் அறிவியல்களுக்கான லண்டன் பள்ளியிலும் அவர் இணைந்தார். ஓராண்டிற்குள் முனைவர் பட்டப் பணியில் முக்கால்வாசியை அவர் முடித்தபோதும் மேலும் உதவித் தொகை நீடிப்பு கிடைக்காததால் இந்தியா திரும்ப நேரிட்டது.

உதவித்தொகை ஒப்பந்தப்படி அவர் பரோடா சமஸ்தானத்தில் பணியாற்ற நேர்ந்தபோது சந்தித்த துன்பங்களை எல்லா வாழ்க்கை வரலாற்று நூற்களிலும் காணமுடியும். சைடன் ஹாம் கல்லூரியில் இரண்டாண்டு காலம் ஆசிரியராகப் பணியாற்றிய காலத்தில் மிச்சம் பிடித்த ரூ. 7000/– கோலாப்பூர் மன்னர் அளித்த ரூ. 1500/– ஆகியவற்றோடு மீண்டும் அவர் லண்டன் விரைந்தார். இந்திய தேசிய அளவில் அரசியல் களத்தில் செயல்படுவதற்கான சில அனுபங்களை அவர் இந்தச் சந்தர்ப்பத்தில் பெற்றார்.

பல்வேறு மாணவர் அமைப்புகளில் பங்கேற்று அவர் முன்வைத்த கருத்துக்கள், உருவாக்கிய விவாதங்கள் குறிப்பிடத்தக்கவையாக அமைந்தன. 'இந்தியாவில் பிரதிநிதித்துவ அரசாங்கமொன்றின் பொறுப்புகள்' என்கிற தலைப்பில் அவர் தொடங்கி வைத்த விவாதத்தை முடித்து வைத்த புகழ்பெற்ற அரசியலறிஞர் ஹரால்ட் லஸ்கி, "ஒரு மாணவர் அமைப்பு என்கிற எல்லையைத் தாண்டிய புரட்சிகரத் தன்மையுடன்" அம்பேத்கரின் கட்டுரை அமைந்ததாகக் குறிப்பிட்டார்.

தனக்குக் கிடைத்த சொற்ப உதவித் தொகையை மிச்சம் பிடித்து ஆய்வுக்குத் தேவையான நூற்களை வாங்கிக் குவித்தார். இந்தியப் பொருளாதாரம் மற்றும் 'ரூபாய்ப் பிரச்சினை' குறித்த ஆய்விற்காக 1700 தொடங்கி 1858 வரையிலான கிழக்கிந்திய கம்பெனியின் ஆண்டறிக்கைகள் அனைத்தையும் அவர் வாங்கிக் குவித்தபோது அவரடைந்த பொருளாதாரச் சிரமங்களைத் தணிப்பதற்கு உதவியது அன்று அவருக்கு உருவாகியிருந்த ஒரு புதிய நட்பு. அவர் குடியிருந்த வீட்டுக்காரரின் மகள்தான் அவர். பெயர் ஃபானி ஃபிட்ஸ் ஜெரால்ட் இந்தியா அலுவலகத்தில் (*India office*) பணியாற்றிக் கொண்டிருந்த ஃபானி அம்பேத்கருக்கு நெருக்கமானார். அவர் இந்தியா திரும்பியபோது விலை மதிப்பற்ற அவரது நூற்களைப் பாதுகாத்து வைத்திருந்தவரும் ஃபானிதான். '*F*' எனத் தன் குறிப்புகளில் ஃபானி பற்றி அம்பேத்கர் பதிவு செய்திருந்தபோதிலும் அவரைப் பற்றி என்ன மாதிரியான உணர்வுகளை அவர் கொண்டிருந்தார் என்பதை அறிய நமக்கு அதிக விவரங்கள் இல்லை. எனினும் அம்பேத்கர் மீது ஃபானி காதல் வயப்பட்டிருந்தது என்னவோ உண்மை.

1905ம் ஆண்டில், 14 வயதிலேயே அம்பேத்கருக்குத் திருமணம் ஆகியிருந்தது. மணப்பெண் ரமாபாய்க்கு அப்போது வயது ஒன்பது. அடுத்த ஏழாம் ஆண்டில் (1912) மூத்த மகன் யஷ்வந்த் பிறந்தார்

அடுத்த பன்னிரண்டு ஆண்டுகளில் (1913 - 1924) மேலும் நான்கு பிள்ளைகள். கம்பீரமான தோற்றம் ஆழ்ந்த கல்வி, சிறந்த பேச்சாற்றல் ஆகிய கூறுகளோடு அம்பேத்கரின் ஆளுமை உருவாகியிருந்தது. அம்பேத்கர் குறித்த ஒரு உரையாடலின்போது, காந்தி தனது செயலர் மகாதேவ தேசாயிடம் இப்படிக் கூறினாராம். "(வட்டமேஜை மாநாட்டிற்கு) இங்கிலாந்து செல்வதற்கு முன்புவரை அவர் ஒரு 'ஹரிஜன்' என எனக்குத் தெரியாது. ஏதோ ஹரிஜனர்களின் நலத்தில் ஆழ்ந்த அக்கறையுள்ள ஒரு பிராமணர் என்றுதான் நினைத்தேன். அதனால்தான் மட்டுமீறிப் பேசுகிறார் எனக் கருதினேன்."

ஆப்ரிக்க ஸுலுக்களின் உடல் அழகை வியந்து எழுதியதோடு, வழக்கமான அழகியல் மதிப்பீடுகள் எத்தனை அபத்தமானவை எனவும் விமர்சித்தவர் காந்தியடிகள். எனினும் பார்ப்பனர்கள் மற்றும் தலித்களின் உடற் தோற்றம் குறித்த வழக்கமான அழகியல் மதிப்பீடுகள் அவரது மன ஆழத்தில் பதிந்திருந்ததற்கு இந்தக் கூற்று ஒரு சான்று.

1930களின் மத்தியில் ரமாபாய் இறந்து போனார். ஃபானியின் மனத்தில் மீண்டும் நம்பிக்கை துளிர்விட்டிருக்க வேண்டும். இந்திய இதழொன்று அம்பேத்கர் ஒரு 'ஆங்கில விதவை'யைத் திருமணம் செய்து கொண்டதாக செய்தி ஒன்றையும் (1935) வெளியிட்டது.

ஃபானியுடனான உறவு குறித்து அம்பேத்கர் பின்னாளில் எழுதியபோது, தனது வாழ்விலும் உணர்ச்சிகர உறவுகளிலும் (emotional attachments) அவருக்கு இடமில்லை எனக் குறிப்பிட்டார். நாகபுரியைச் சேர்ந்த ஒரு பழம் விற்கும் பெண்ணையும், ஆங்கில ஆசிரியை ஒருவரையும் மட்டுமே அவர் இந்த வகையில் அடையாளம் கண்டார். இந்திய தேசியப் பெருந் தலைவர்களை எதிர்கொள்வதற்கான தயாரிப்பிலேயே தன் காலம் பிரிட்டனில் கழிந்தது என்றார். எனினும் சுமார் 25 ஆண்டுகாலம் அவர்களுக்கிடையே கடிதத் தொடர்பு இருந்தது என்கிறார் அவரது வாழ்க்கை வரலாற்றாசிரியர் கேர்மோட். 1935ல் அம்பேத்கர் சீக்கிய மதத்தைத் தழுவுவது என ஒரு தற்காலிக முடிவெடுத்தபோது அம்மத நிறுவனமொன்றின் உதவியுடன் லண்டன் சென்றார். ஃபானியை அவர் சந்தித்தது அதுவே கடைசி முறை.

1923 ஏப்ரலில் அவர் இந்தியா திரும்பி மும்பையில் வழக்குரைஞர் தொழில் தொடங்கியபோது, நமது சாதியச் சமூகத்தில் அவர் பெரிய

அளவில் சம்பாதித்திருப்பதற்கு வாய்ப்பில்லை என்பதை விளக்க வேண்டியதில்லை. மனைவி, எஞ்சிய மூத்த மகன், மனைவியின் சகோதரி, மருமகன் ஒருவன் எனச் சற்றுப் பெரிய குடும்பத்தை நிர்வகிக்க வேண்டிய சூழலில் வறுமையின் எல்லாக் கொடுமைகளை யும் அவர் அனுபவிக்க நேர்ந்தது. கொஞ்ச நஞ்ச வருமானத்தையும் புத்தகங்கள் வாங்கிக் குவிக்கச் செலவிடும் அவரது வழக்கத்தின் சுமையையும் மனைவி ரமாபாய் சுமக்க நேர்ந்தது.

அப்போது பிறந்த மூன்றாம் மகன் அம்பேத்கருக்கு ரொம்பச் செல்லம். ராஜரத்னா எனப் பெயரிட்டுக் கொஞ்சிய அவர், நிறைய நேரத்தை அவனுடன் விளையாடவும் செலவிடுவார். ஆனால் இரட்டை நிமோனியா காய்ச்சல் கண்டு அக்குழந்தை ஒரே ஆண்டில் மாண்டுபோனான். பின்னாளில் அவன் குறித்து அம்பேத்கர் இப்படி எழுதினார் :

"என் மகன் மறைந்த துக்கத்தின் அதிர்ச்சியிலிருந்து நானும், என் மனைவியும் மீண்டுவிட்டோம் என நாங்கள் பாவனை செய்து பயனில்லை. என்றும் அந்தச் சோகத்திலிருந்து எங்களால் மீள முடியாது. மொத்தத்தில் விலை மதிக்க இயலாத நான்கு பிள்ளைகளை நாங்கள் இந்த மண்ணில் புதைத்துள்ளோம். மூன்று ஆண் குழந்தைகள், ஒரு பெண்... எல்லோரும் அழகும், துடிப்பும் மிக்க அற்புதக் குழந்தைகள். என் கடைசிப் பிள்ளை வியக்கத்தக்க ஒரு குழந்தை. அப்படியான ஒருவனைச் சந்திப்பது அபூர்வம். அவனது மரணத்தோடு என் வாழ்க்கை ஒரு கள்ளித் தோட்டமாக மாறிவிட்டது."

மூத்தவனைத் தவிர, மற்ற பிள்ளைகள் அனைத்தும், முதல் மனைவியும் அத்தனை இளமையில் மறைந்ததற்கு வறுமை ஒரு பெருங்காரணம் என்பதை நாம் கவனிக்கத் தவறக்கூடாது.

1948வரை அவரது வாழ்வில் வேறு பெண்களுக்கு இடமிருக்க வில்லை. சர்க்கரை வியாதி, இரத்த அழுத்தம், இதய சிகிச்சை ஆகியவற் றிற்காக டாக்டர் மாதவ் மல்வான்கரின் மருத்துவமனைக்கு அடிக்கடி செல்ல நேர்ந்தபோதுதான் அங்கு பணியாற்றிய டாக்டர் சாரதா கபீருடன் அவருக்குப் பழக்கம் ஏற்பட்டது. அம்பேத்கரைத் திருமணம் செய்து கொள்ளும் விருப்பை சாரதா வெளியிட்டபோது, அன்றைய அவரது உடல்நிலையில், அவரது துணை அவருக்கும் தேவையாக இருந்தது. எனினும் உடனடியாகத் தன் சம்மதத்தை

அவர் தெரிவிக்க வில்லை . தனது பணிகளும், படிப்புமே தனக்கு முதல் மனைவி. மற்றவர்களைப் பொருத்த மட்டில் மனைவியே ஆனாலும் இரண்டாம் பட்சம்தான் என்பதை அவரிடமும் அவரது அம்மாவிடமும் அம்பேத்கர் வெளிப்படையாகச் சொன்னார். சாரதாவின் அம்மாவுக்கு 1948 ஜனவரி 1 அன்று அவர் எழுதிய கடிதம் கீழ்கண்ட வாசகங்களைக் கொண்டிருந்தது.

"நான் ஒரு கடினமான மனிதன். சாதாரணமாக நான் தண்ணீரைப் போல சாந்தமானவன். புல்லைப் போல பணிவானவன். ஆனால் நான் உணர்ச்சிவசப்பட்டால் என்னை யாரும் கட்டுப்படுத்த முடியாது. கட்டிப் போட்டுவிடவும் முடியாது. நான் மௌனத்தை விரும்புபவன். நான் பெண்களிடம் பேசுவதில்லை என என் மீது ஒரு குற்றச்சாட்டு உண்டு. ஆனால் மிகவும் நெருக்கமாக இருந்தாலொழிய ஆண்களிடமும்கூட நான் பேசுவதில்லை. நான் மனநிலையைப் பொறுத்து மாறக்கூடியவன். சில நேரங்களில் நான் முடிவில்லாமல் பேசிக்கொண்டே இருப்பேன். மற்ற நேரங்களில் ஒரு வார்த்தைகூட உதிர்க்க மாட்டேன். சில சமயங்களில் நான் ரொம்ப சீரியஸ்'. இன்னுஞ்சில சமயங்களில் நகைச் சுவை மிளிரும். இருந்தாலும் நான் களியாட்டங்களில் ஆர்வமுள்ளவன் அல்ல. மனித வாழ்வின் சுகங்கள் என்னை ஈர்த்ததில்லை. எனது கருமித்தனம் மற்றும் பற்றற்ற நிலை ஆகியவற்றை என்னுடன் இருப்பவர்கள் சகித்தாக வேண்டும். என் புத்தகங்களே என் தோழர்கள். எனது மனைவி, குழந்தைகளைக் காட்டிலும் என் புத்தகங்களே எனக்கு அருமையானவர்கள்."

ஆனாலும் சாரதா அவரைத் திருமணம் செய்துகொண்டார். மராட்டிய வழக்கப்படி திருமணத்திற்குப் பின் சாரதா கபீர், சவீதா அம்பேத்கர் ஆனார். அம்பேத்கர் மறையும்வரை அடுத்த ஆறாண்டுகள் அவர்கள் இணைந்திருந்தனர்.

இத்தகைய 'தாமதத் திருமணங்களை' ஒட்டி எழும் எல்லாவிதப் பிரச்சினைகளையும் அவர்கள் சந்திக்க நேரிட்டது. ஒரு விளக்க இயலாத புதிராகவும் அது அமைந்தது. அம்பேத்கரை நேசித்த அவரது மராட்டிய தலித் மக்களைப் பொறுத்தமட்டில் அம்பேத்கரின் மனைவி என்றால் அது ரமாபாய்தான். ஒரு தலித் பெண் எழுதிய பாடல் ஒன்று இந்தப் புதிரை இப்படி விடுவிக்கிறது. அம்பேத்கர் சொல்வதாக அமைகிறது இப்பாடல் "நான் என் சமுதாயத்தின் 'பாபா' (தந்தை). எனவே நான் யாரைத் திருமணம் செய்துகொள்ள

முடியும்?" அதாவது இந்தச் சமுதாயத்திற்கு அப்பாலிருந்துதான் ஒரு மனைவியை அவர் தேடமுடியும் என அந்தப் பார்ப்பனப் பெண்ணை அவர் திருமணம் செய்து கொண்டதற்கு அவர்கள் சமாதானம் தேடிக்கொண்டார்கள். அம்பேத்கரின் ஆங்கிலத் தோழி ஃபானி பற்றியும்கூட அவர்கள் மத்தியில் ஒரு பாடலுண்டு. அந்தப் பாடலில் ஃபானி, லூசி எனக் குறிப்பிடப்படுவார்.

நேரு அமைச்சரவையில் தொழிலாளர் துறையையே அம்பேத்கர் நாடியபோதும் சட்ட அமைச்சகமே அவருக்குத் தரப்பட்டது. எனினும் இந்தப் பொறுப்பைப் பயன்படுத்தி இந்துச் சட்டங்களை *(Hindu Code Bill)* நிறைவேற்றிவிட முனைந்தார். சகல திசைகளிலிருந்தும் கடுமையான எதிர்ப்புகளை அவர் சந்திக்க நேரிட்டது. அன்றைய காங்கிரஸ் தலைவர் பட்டாபி சீதாராமையா, குடியரசுத் தலைவர் ராஜேந்திர பிரசாத் எல்லோரும் எதிர்த்தனர். பாராளுமன்றம் இச்சட்டத்தை இயற்றும் பட்சத்தில் தான் அதற்கு ஒப்புதல் அளிக்கமாட்டேன் என குடியரசுத் தலைவர் கூறினார். இந்துச் சட்டங்களைக் கோட்பாட்டளவில் ஏற்றுக் கொண்டவரான போதிலும், அம்பேத்கரின் மரணத்திற்குப் பின் படிப்படியாக இச்சட்டக் கூறுகளைத் தன் வாழ்நாளிலேயே இயற்றுவதற்குக் காரணமாய் இருந்தவராயினும் அரும்பிவரும் ஒரு குடியரசில் குடியரசுத் தலைவருக்கும் பாராளுமன்றத்திற்குமான ஒரு முரண் உருவாவதை நேரு விரும்பவில்லை. எனவே, அவர் அம்பேத்கரிடம் சற்றுக் கால அவகாசம் கோரினார். எனினும் 1951 செப்டம்பர் 17 அன்று மசோதா தாக்கல் செய்யப்பட்டது.

நான்கு நாள் விவாதங்களுக்குப் பின் பதிலளித்த அம்பேத்கரின் உரை உணர்ச்சிமயமாக இருந்தது. கிருஷ்ணனுக்கும், ராதைக்கும் இடையிலான திருமணத்திற்கு அப்பாற்பட்ட உறவைச் சுட்டிக்காட்டிய அம்பேத்கர் 'இந்துச் சமூகம் எப்படிச் சீரழிந்துள்ளது என்பதற்கு இதைக்காட்டிலும் வேறென்ன உதாரணம் வேண்டும்?" என்றார். டி.பார்கவா என்கிற உறுப்பினர் எழுந்து, "அம்பேத்கர் ஏன் இந்தச் சட்டத்தை இயற்ற இத்தனை அவசரம் காட்டுகிறார் என்று இப்போதுதான் புரிகிறது. சமீபத்தில் ஒரு பிராமண 'நர்ஸுடன்' அவருக்குத் தொடர்பு ஏற்பட்டுள்ளது. அதை சட்டப்பூர்வமாக்கத்தான் இத்தனை அவசரம் காட்டுகிறார் போல" என்றார். 1948 ஏப்ரலில் எல்லோரும் அறிய சட்டப்பூர்வமாகச் செய்துகொண்ட ஒரு திருமணம்தான் அன்று அப்படிக் கொச்சைப் படுத்தப்பட்டது.

இதுபோன்ற ஒரு அவையில் அம்பேத்கர் வேதனைப்பட்ட இன்னொரு சம்பவமும் உண்டு. தாழ்த்தப்பட்டவர்களுக்குத் தனி வாக்காளர் தொகுதி என்கிற கோரிக்கையை அவர் கடைசிவரை விட்டுக்கொடுக்க விரும்பவில்லை. ஏதேனும் ஒரு வகையில் அரசியல் சட்டத்தில் அதை நுழைத்துவிட அவர் கடைசி முயற்சி ஒன்றை மேற்கொண்டார்.

சிறுபான்மையோர் தொடர்ப்பான துணைக்குழுவில் அங்கம் வகித்த அம்பேத்கர், தனி வாக்காளர் தொகுதிக் கோரிக்கையை எழுப்பியபோது, பிற உறுப்பினர்களும் துணைக்குழுவின் தலைவர் சர்தார் படேலும் அதைக் கடுமையாகக் கண்டித்தனர். ஒதுக்கப்பட்ட தொகுதிகளில் நிற்கிறவர்கள் அந்தப் பகுதி ஒதுக்கப்பட்ட மக்களின் நம்பிக்கையைப் பெற்றவராக இருத்தல் வேண்டும் என்பதை உறுதி செய்துகொள்ள முதலில் அவர்கள் மட்டுமே வாக்களிக்கும் தேர்தல் ஒன்றில் வேட்பாளர்கள் போட்டியிட்டு ஆதரவைப் பெற வேண்டும் என்றொரு திருத்தத்தை 1947 ஆகஸ்ட் 28 அன்று அம்பேத்கர் தன் நம்பிக்கைக்குரிய உறுப்பினரான எஸ்.நாகப்பா மூலம் கொண்டுவந்தார். ஒதுக்கப்பட்ட தொகுதிகளில் வெற்றிபெறும் வேட்பாளர் அங்குள்ள தலித் வாக்குகளில் குறைந்தபட்சம் 35 சதத்தைப் பெற்றிருக்க வேண்டும் என்கிற வடிவில் அந்தத் திருத்தம் அமைந்தது.

துணைக்குழுவின் அறிக்கையைச் சமர்ப்பித்த சர்தார் படேல் மிக மோசமான கிண்டலுடன் இந்தத் திருத்தத்தைப் புறந்தள்ளினார்.

"சும்மா ஏதாவது பேசுவதற்காகத்தான் நாகப்பா இந்தத் திருத்தத்தைக் கொண்டுவந்தார். இந்தத் திருத்தத்தைத் திரும்பப் பெற்றுக்கொள்வதாக அவர் என்னிடம் வாக்களித்துள்ளார். எனவே, யாரும் இதனடிப்படையில் விவாதம் செய்து நேரத்தை வீணடிக்க வேண்டாம். தான் ஒன்றும் விலை போய்விடவில்லை என நாகப்பா தன் சமூகத்திடம் காட்டிக்கொள்வதற்காகத்தான் இதைச் செய்துள்ளார்"

என்று சொன்னதோடு படேல் நிற்கவில்லை. தாழ்த்தப்பட்டவர்களை நோக்கி அவர் ஒரு அறிவுரையையும் சொன்னார்:

"அம்பேத்கரும் அவரது ஆட்களும் செய்ததை மறந்துவிடுங்கள். பெரும்பான்மை இந்து மக்கள் நீங்கள் நன்றாக இருக்க வேண்டும் என விரும்புவதாகவே நான் நினைக்கிறேன். அவர்கள் ஆதரவு

இல்லாமல் நீங்கள் எங்கே போய்விட முடியும்? எனவே அவர்களின் நம்பிக்கையைப் பெறுங்கள். நீங்கள் பட்டியல் சாதியினர் என்பதை மறந்துவிடுங்கள்.”

படேல் சொன்னது போல நாகப்பா திருத்தத்தைத் திரும்பப் பெற்றுக்கொண்டார். திருத்தத்துக்கு நான்கு உறுப்பினர்கள் மட்டுமே கையெழுத்திட்டிருந்தனர். அம்பேத்கர் அவர்களில் ஒருவர். சாதாரணமாக விவாதங்களின் போது அவையில் இருக்கத் தவறாத அவர், இந்த நிகழ்வின்போது மட்டும் அங்கில்லாதது குறிப்பிடத்தக்கது.

ஏப்ரல், 2009

அம்பேத்கர் – 3 அம்பேத்கரின் அரசியல்

19ம் நூற்றாண்டின் பிற்பகுதியிலும் 20ம் நூற்றாண்டின் தொடக்கத்திலும் இந்தியாவில் உருவான சீர்திருத்த இயக்கங்களில் இரு போக்குகளை நாம் பொதுவாக அடையாளம் காணலாம். பிரிட்டிஷ் ஆட்சி புகுத்திய புதிய மாற்றங்களுக்குத் தக இந்துச் சமூகத்தைப் புனரமைப்பது என்பது ஒன்று. மற்றது, இதன் இன்னொரு பக்கமாய் அமைவது. இந்து மதத்தை விட்டு மக்கள் வெளியேறுவதைத் தடுப்பது. அதாவது மத மாற்றங்களுக்கு எதிராக இருப்பது. ராஜாராம் மோகன்ராய், தயானந்த சரஸ்வதி முதலான வடநாட்டுச் சீர்திருத்த வாதிகள் மட்டுமின்றி நாராயணகுரு, அய்யன்காளி, வள்ளலார் முதலான தென்னாட்டு சமூகச் சீர்திருத்தவாதிகளிடமும் இந்த இரு அம்சங்களையும் நாம் காண முடியும். கேரளாவில் தோன்றிய தலித் போராளியாகிய அய்யன்காளிதான் திருவிதாங்கூர் சமஸ்தானத்தில் மதமாற்றத் தடைச் சட்டம் கொண்டு வருவதற்கும் காரணமாகவும் இருந்தார்.

20ம் நூற்றாண்டின் முதற் காற் பகுதியில் அம்பேத்கர் இந்திய மண்ணில் தனது சமூக, அரசியற் பணிகளைத் தொடங்கும் போது தலித்கள் மத்தியில் பணியாற்றிக் கொண்டிருந்த சீர்திருத்தவாதிகளின் அணுகல் முறைகளிலும் இந்தப் போக்குகளின் பாதிப்பைக் காண இயலும். இந்து மத மதிப்பீடுகளுக்குத் தக தம்மை சீர்திருத்திக் கொள்வது, மதமாற்றத்தை எதிர்ப்பது என்பதாக இவர்களின் நிலைப்பாடுகள் அமைந்தன. அம்பேத்கரின் மனைவி வழி உறவினரான ஜி.வி. வாலங்கர், 'மஹர் சபா' அமைப்பை உருவாக்கிய கிசான் ஃபாகோஜி பான்சோட், பின்னாளில் அம்பேத்கரின் அரசியல் செயற்பாடுகளில்

எதிர்நிலை எடுத்த ஜி.ஏ. கவாய் ஆகிய தலித் தலைவர்களையும், வித்தல் ராம்ஜி ஷின்டே, நாராயண்ராவ் சந்தாவர்கர் முதலான தலித்கள் மத்தியில் பணிபுரிந்த உயர்சாதிச் சீர்திருத்தவாதிகளையும் இந்த வகையில் குறிப்பிடலாம். பான்சோடும் கவாயும் 1903ல் மஹர், மாங், சம்பார் ஆகிய மூன்று தலித் சாதிகளையும் இணைத்து நடத்திய மாநாடொன்றில் தலித்கள் புலால், சாராயம் ஆகியவற்றைத் தவிர்க்குமாறும், கிறிஸ்தவத்திற்கு மதம் மாறாமல் இருக்குமாறும், கல்வியில் நாட்டம் செலுத்துமாறும் வற்புறுத்தப்பட்டனர். பின்னர் அவர்கள் உருவாக்கிய 'அந்த்யாஜ சமாஜ்' (கடைப் பிறப்பாளர்களின் கழகம்) புலால், சாராயம் ஆகியவற்றைத் தவிர்ப்பது என்பதோடு பசுக்களைக் கசாப்புக்கடைகளுக்கு விற்கக் கூடாது, தலித் பெண்கள் 'தமாஷா' காட்சிகளுக்குப் போகக்கூடாது, பன்றி வளர்க்கக் கூடாது. இந்து ஆசிரியர்களிடமே பிள்ளைகளைப் படிக்க வைக்க வேண்டும், (இந்து) மதச் சடங்குகளைப் பின்பற்ற வேண்டும் ஆகிய மதிப்பீடுகளை உயர்த்திப் பிடித்தது. இந்தச் சமூகத்தில் தாம் தீண்டப்படாதவர்களாக நடத்தப்படுவதற்குக் காரணம், தம்மிடம் இத்தகைய பழக்கங்கள் உள்ளதே என்கிற கருத்து இதன் பின்புலமாக இருந்தது

1920களில் அம்பேத்கர் மகாராஷ்டிரத்தில் தனது பணிகளைத் தொடங்கியபோது இத்தகைய 'சமஸ்கிருதமயமாதல்' மதிப்பீடுகள் அவரிடமும் குடிகொண்டிருந்தன. அவரது 'பகிஷ்கரித் ஹிதகரிணி சபா' கல்விக்கு அதிக முன்னுரிமை அளித்தது. மாணவ விடுதிகள், நூலகங்கள், சமூக மையங்கள், படிப்பு வட்டங்கள் ஆகியவற்றிற்கு முக்கியத்துவம் அளித்தது. சூதாட்டம், குடிப்பழக்கம் இன்ன பிற கீழான பழக்க வழக்கங்களிலிருந்து தலித்களின் கவனத்தைத் திருப்புவதற்காக 'மஹர் ஹாக்கி கழகம்' ஒன்றையும் தொடங்கியது. மஹத் குளப் போராட்டத்தின்போது அம்பேத்கர் ஆற்றிய தலைமை யுரையிலும் கூட மூன்று வகைத் தூய்மையாக்கங்களை (*purifications*) அவர் தலித்களுக்கு வற்புறுத்தினார். நடையுடை பாவனை, மொழி உச்சரிப்பு, சிந்தனை முறை ஆகிய மூன்றையும் தலித்கள் உயர்நிலைப் படுத்திக்கொள்ள வேண்டும் (*re-tone*) என்று கூறிய அவர், 'இந்தக் கணத்திலிருந்து செத்த மாடுகளைப் புசிப்பதில்லை என சபதமெடுத்துக் கொள்ளுமாறும்' கேட்டுக் கொண்டார்.

எனினும் அம்பேத்கருக்கும் அவரது சமகாலத்திய மற்ற சீர்திருத்த வாதிகளுக்கும் இடையிலிருந்த ஒரு வித்தியாசம் மிக முக்கியமானது. தீண்டாமை ஒழிய வேண்டுமெனில் தலித்கள் தம்மை மேநிலைப்

படுத்திக்கொள்ள வேண்டும் என்பதோடு மற்றவர்கள் நின்றனர். அம்பேத்கரோ, புதிதாய் உருவாகியிருந்த ஜனநாயக மதிப்பீடுகளுக்குத் தக இந்து மதமும் தன்னைத் தூய்மை செய்து கொள்ள வேண்டும், தீண்டாமை முதலான காலத்திற்கொவ்வாத கொடுமைகளை உதறி எறிய வேண்டும் என்றார். இந்து மதம் தானாக அதைச் செய்யாது, தலித்கள் அதை நோக்கிப் போராட வேண்டும் என்றார். அந்த வகையில் தலித்களுக்கு நுழைவு மறுக்கப்பட்ட கோயில்கள், குளங்கள் ஆகியவற்றில் நுழைவுகோரிப் போராட்டங்களை முன்னெடுக்கும் திட்டத்தையும் முன்வைத்தார்.

1927 டிசம்பர் 25ல் நடைபெற்ற இரண்டாம் மஹத் மாநாட்டில் அம்பேத்கரின் பேச்சு அடுத்த கட்டத்தை எட்டியது. இந்தச் சமூகத்தில் சமத்துவ சகாப்தம் ஒன்றைத் தொடங்கி வைப்பதே மாநாட்டின் நோக்கமென்றார். தீண்டாமையை ஒழிப்பது மட்டுமல்ல, நீதிமன்றம், இராணுவம், காவல்துறை முதலான அனைத்துப் பணியிடங்களும் தலித்களுக்குத் திறந்து விடப்பட வேண்டும். 'சமத்துவம் மற்றும் சாதி ஒழிப்பு என்கிற அடிப்படையில் இந்துச் சமூகம் சீர்திருத்தப்பட வேண்டும்' என்றார். ஆலயத்தில் வழிபாட்டு உரிமை மட்டுமல்ல, வழிபாட்டை நடத்துகிற உரிமையும் அனைத்து சாதியினருக்கும் அளிக்கப்பட வேண்டும் எனத் தீர்மானம் இயற்றப்பட்ட அம்மாநாட்டில் மனுசாத்திரப் பிரதி ஒன்றும் கொளுத்தப்பட்டது.

அடுத்த சில மாதங்களில் அவரது சிந்தனையும் செயற்பாடுகளும் இன்னொரு பரிமாணத்தை எட்டின. துக்காராம், சொக்கமேளர் போன்ற பக்தி இயக்கப் பாரம்பரியத்தையும் மறுக்கத் தொடங்கினார். தலித்கள் பாரம்பரியமாக வழிபட்டு வரும் இத்தகைய ஆலயத் திருவிழாக்களுக்குச் சென்று, தலித்கள் அவற்றில் பங்குபெற வேண்டாம் என வேண்டுகோள் விடுத்தார். பந்தர்பூரிலுள்ள விதோபா ஆலயத்திற்குச் சென்று அங்குள்ள சொக்கோபாவாவின் (நந்தனார் போன்ற ஒரு தலித் அடியார்) திருஉருவை வழிபட்டு வரும் விருப்பை அவரது மனைவி வெளிப்படுத்தியபோது அதைக் கண்டித்தார். போக வேண்டாமெனக் கேட்டுக் கொண்டார். கண்டோபா ஆலயத் திருவிழாவில் கலந்து கொள்ளும் தலித்களை நோக்கி,

"நம்முடைய மக்களின் எத்தனை தலைமுறைகள் இப்படி இந்த ஆலயப் படிக்கட்டுகளில் தம் நெற்றியைத் தேய்த்துத் தேய்ந்து போயின. எந்தக் காலத்திலாவது இந்தக் கடவுள் உங்களுக்கு அனுதாபம்

காட்டியதுண்டா ? என்ன பெரிய பலன் உங்களுக்கு கிட்டியுள்ளது? தலைமுறை தலைமுறையாக இந்தக் கிராமத்தின் குப்பையைக் கூட்டியதற்கு இந்தக் கடவுள் உங்களுக்குக் கொடுத்ததென்ன? செத்த மாட்டைத்தானே. நீங்கள் வணங்குவது இந்தக் கடவுளை அல்ல, உங்கள் அறியாமையைத்தான்"

என்றார். சொக்கமேளருக்கு ஒரு ஆலயம் எழுப்ப வேண்டுமென ஜனவரி 28ல் ஒரு முயற்சி மேற்கொள்ளப்பட்டபோது அதை எதிர்த்தார்.

"மனிதனுடைய மரியாதை அவன் மனிதனாக இருப்பதாலேயே வரவேண்டும். பக்தி இயக்க அடியவர்களோ தம்மை வருத்திக் கொள்வதன் மூலமும் பக்தியின் மூலமும் அந்தப் பெருமையை அடைய முயன்றனர். நீங்களும் சொக்கமேளர் போல ஆனால் உங்களையும் மதிப்போம் எனப் பார்ப்பனர்கள் நம் வாயை அடைப்பதற்குத்தான் இது பயன்படும்."

இந்துச் சமூகத்தை முற்றிலுமாக, தலை கீழாகப் புரட்டிப் போடாமல் தீண்டாமையையும், சாதிப் பிளவுகளையும் நீக்க முடியாது என்கிற முடிவை அவர் 1934 வாக்கில் அடைந்தார். ஆலய, நுழைவுப் போராட்டத்தைத் தான் தொடங்கியதற்குக் காரணம் "தலித்களை சிலை வணக்கம் செய்பவர்களாக மாற்றுவதற்காக அல்ல, மாறாக, இந்துச் சமூகத்தில் அவர்களின் இடம் என்ன என்பதை உணர வைப்பதற்காகவே" என்றார். இந்தக் குறிக்கோள் நிறைவேறி விட்டதெனவும் இனி ஒடுக்கப்பட்ட வர்க்கம் அரசியலிலும் கல்வியிலும் தன் கவனத்தைக் குவிக்க வேண்டும் எனவும் அம்பேத்கர் கூறியதைப் (1934) படிக்கும் போது தலித் விடுதலை குறித்த அவரது சிந்தனை அடுத்த பரிமாணத்தை எட்டுவதை நாம் விளங்கிக் கொள்கிறோம்.

இந்தப் பரிமாணம் இரு அம்சங்களைக் கொண்டதாக இருந்தது. இந்து மதத்தைத் திருத்துவது என்பதில் ஆற்றலைச் செலவிடாமல் அதைவிட்டு வெளியேறுவதை நோக்கி இயங்குவது என்பது ஒன்று. "நான் பிறக்கும்போது இந்துவாகப் பிறந்தேன். சாகும்போது இந்துவாக இருக்கமாட்டேன்" என்கிற அவரது புகழ்மிக்க வாசகம் (1935) உதிர்க்கப்பட்டதும் இப்போதே. தலித்களை அரசியலதிகாரத்தை நோக்கி இட்டுச் செல்வது குறித்த செயல்பாடுகள் அதன் இன்னொரு அம்சமாக இருந்தன. இதற்கிடையில் பூனா ஒப்பந்தம்

கையெழுத்தாகிவிட்டதையும் நாம் கவனத்தில் இருத்திக் கொள்ள வேண்டும்.

1936 மே *31*ல் பம்பாயில் மதமாற்றத்திற்கான மாநாடொன்றையும் அம்பேத்கர் ஏற்பாடு செய்தார். இந்தியத் தலைவர்கள் பலரும் இதற்கு மாற்றுக் கருத்தை தெரிவித்தனர். இந்துமகாசபை களத்தில் இறங்கியது. இந்து மதத்தை விட்டுச் செல்லக்கூடாது, அப்படிப் போவதுதான் முடிவு எனில், முஸ்லிம், கிறிஸ்தவ மதங்களுக்குப் போகக் கூடாது என்கிற அழுத்தம் பல தரப்புகளிலிருந்தும் அம்பேத்கருக்கு அளிக்கப்பட்டது. தன்னைச் சந்திக்க வந்த இந்து மகாசபைத் தூதுக்குழுவிடம் அவர்களைக் கலந்தாலோசிக்காமல் எந்த முடிவையும் எடுக்கப் போவதில்லை என அம்பேத்கர் உறுதி கூறவும் செய்தார். *1939* அக்டோபர் *29* அன்று *1000* பிரதிநிதிகள் குழுமிய ஒரு அவசர இந்து மகாசபை மாநாடொன்று பம்பாயில் மதன் மோகன் மாளவியா தலைமையில் கூட்டப்பட்டது. 'ஒடுக்கப்பட்ட வர்க்கத்தவரை உயர்த்துவதற்கான குழு' ஒன்றை அமைத்த இந்து மகாசபை அதில் ஜெகஜீவன்ராம், ஜே.எம்.மண்டல், தர்மபிரகாஷ், வி.என்.ராஜ்போஜ், எம்.சி.ராஜா, பல்வான்கர் பாலு முதலான தலித் தலைவர்கள் பலரையும் இணைத்து அம்பேத்கரைத் தனிமைப்படுத்தும் முயற்சியிலும் இறங்கியது. எனினும் ஆங்காங்கு மஹர்கள் மதம் மாறுவது குறித்த மாநாடுகள் நடத்துகிற நிலை தொடர்ந்தது. இந்துக்களைச் சிறுபான்மையாக மாற்ற முயலும் 'முஸ்லிம் சதி' எனவும் ஹைதராபாத் நிஜாம் இதற்கென *40* மில்லியன் ரூபாயை அம்பேத்கருக்குக் கொடுத்துள்ளதாகவும் செய்திகள் பரப்பப்பட்டன.

இந்நிலையில்தான் ஆர்.எஸ்.எஸ். நிறுவனர்களில் ஒருவரான டாக்டர் மூஞ்சேயும் பிர்லா சகோகரர்களில் ஒருவரான ஜுகல் கிஷோர் பிர்லாவும் மூன்று நாட்கள் அம்பேத்கருடன் இரகசியப் பேச்சுவார்த்தை நடத்தி அம்பேத்கருக்கு அழுத்தம் கொடுத்தனர். இந்து மதத்தைவிட்டு வெளியேறுவதுதான் முடிவு எனில் கார்வீர் பீட சங்கராச்சாரியாரின் ஆசியுடன் ஆர்ய சமாஜுக்காவது, சீக்கிய மதத்திற்காவது மாறுங்கள் என்று அம்பேத்கர் வற்புறுத்தப்பட்டார்.

*1936*ல் அம்பேத்கர் எழுதிய திறந்த மடல் ஒன்று *(Indian Annual Register, 1936, Vol-1, Page 277 - quoted in Jaffrelot)* மதமாற்றம் குறித்த அவரது அன்றைய சிந்தனை என்னவாக அமைந்திருந்தது என்பதைச் சொல்கிறது. தமக்கு முன் மூன்று தேர்வுகள் உள்ளதாகக் கண்ட அம்பேத்கர் முதலாவதாக இஸ்லாமையும் அடுத்து கிறிஸ்துவத்தையும்,

இறுதியில் சீக்கியத்தையும் வைக்கிறார். ஒவ்வொன்றின் சாதக பாதகங்களையும் பின்னர் வரிசைப்படுத்துகிறார். எண்ணிக்கை பலம், பொருளாதாரப் பின்புலம் ஆகியவற்றில் இஸ்லாம், கிறிஸ்துவம் முன்னின்றபோதும் இந்த மதமாற்றத்தின் மூலம் தேசத்திற்கு ஏற்படப் போகும் பின் விளைவுகளைச் சிந்தித்தால் சீக்கிய மதத்தைத் தேர்வு செய்வதே சரியாக இருக்கும் என்கிற முடிவை வெளிப்படுத்துகிறார். ஒடுக்கப்பட்ட மக்கள் இஸ்லாம் அல்லது கிறிஸ்துவத்திற்கு மாறினால் அவர்கள் தேசியத் தன்மையை இழப்பர் *(denationalise)* என்றும், குறிப்பாக முஸ்லிம் மதத்திற்கு மாறினால் முஸ்லிம்கள் எண்ணிக்கை இரட்டிப்பாகி முஸ்லிம் ஆதிக்க ஆபத்து உண்மையாகிவிடும் என்றும் அந்தத் திறந்த மடலில் அவர் கூறியது குறிப்பிடத்தக்கது.

அம்பேத்கரின் முடிவை இம் மூன்று மதங்களும் எவ்வாறு எதிர்கொண்டன என்பதும் முக்கியம். இஸ்லாம் ஒன்றே இருகரங்களையும் நீட்டி அம்பேத்கரை வரவேற்றது. ஏற்கனவே சாதியத்திற்குப் பலியாகியிருந்த கிறிஸ்துவமும் சீக்கியமும் பெருந்திரளாக தலித்கள் உள்ளே நுழைந்தால் அவை ஒரு தலித் மதமாக மாறி விடுமோ என அஞ்சின. இதற்கிடையில் சீக்கிய மதப் பயிற்சிக்கு அனுப்பப்பட்ட, அம்பேத்கரின் உறவினர்கள் உள்ளிட்ட சில மஹர்கள் அங்கே தாக்கப்பட்ட சம்பவமும் நடந்தது. இதற்கிடையில் 1935 'இந்திய அரசுச் சட்டம்' புதிய சட்டத்தின்படி நடத்தப்படும் தேர்தல்கள் முதலியன இந்திய அரசியலில் ஒரு புதிய அத்தியாயத்தைத் துவக்கின. மதமாற்றத் திட்டத்தைச் சற்றே ஒத்திவைத்த அம்பேத்கர், தலித்கள் அரசியலதிகாரத்தை அடைவது என்பதை நோக்கிச் செயல்படத் தொடங்கினார். 1935, 36 விவாதங்களில் பவுத்தம் ஒரு தேர்வாகவே அம்பேத்கர் முன் இல்லை என்பது குறிப்பிடத்தக்கது.

அரசியல் அதிகாரத்தை நோக்கிய இம்முயற்சியின் ஓரங்கமாக புதிய அரசியல் கட்சி ஒன்றையும் உருவாக்கினார் (1931). இதை அரசியல் கட்சியின் பெயர் 'சுதந்திரத் தொழிலாளர் கட்சி.' இது வரைக்கும் 'ஒடுக்கப்பட்ட மக்கள்' எனப் பேசி வந்த நீங்கள் இப்படித் திடீரென 'தொழிலாளர்' எனப் பேச ஆரம்பித்துவிட்டீர்களே என 'டைம்ஸ் ஆஃப் இந்தியா' நாளிதழ் கேட்டபோது தொழிலாளர்' என்கிற சொல்லில் 'ஒடுக்கப்பட்ட மக்களும்' உள்ளடங்குவர் என பதிலுரைத்தார் (1936, ஆக. 15). இந்தியத் தொழிலாளர்கள் ஒரே நேரத்தில் பார்ப்பனியத்தாலும் முதலாளியத்தாலும் அடிமைப்படுத்தப்

பட்டுள்ளனர் என்கிற கருத்தை அவர் பின்னர் குறிப்பிட்டார்.

அம்பேத்கரது புதிய கட்சிக் கொடியின் வண்ணம் சிவப்பாக இருந்தது மட்டுமல்ல, அதன் திட்டம் தொழிலாளர் நலன்களைக் காப்பதற்கான பல்வேறு கோரிக்கைகளை முன்வைத்தது. தொழிற் பயிற்சி வாய்ப்புகள் அவர்களுக்கு அளிக்கப்பட வேண்டும் என்றது. தேசியமயமாக்கப்படுதல், அரசே நிர்வாகத்தைக் கையிலெடுத்தல் ஆகியவற்றிற்கு அழுத்தம் கொடுத்தது. ஆலைத் தொழிலாளிகளின் வேலைகளை நிரந்தரமாக்குதல், நியாயமான கூலி வழங்குதல், வேலை நேரத்தை ஒழுங்கு செய்தல், சமூகக் காப்பீடு அளித்தல், போனஸ் மற்றும் ஓய்வூதியம் வழங்குதல், குத்தகைக்காரர்களுக்குப் பாதுகாப்பு அளித்தல், தாலுக்தாரி, கோட்டி அடிமை முறையை அழித்தல் ஆகியவற்றை வற்புறுத்திய சுதந்திரத் தொழிலாளர் கட்சியின் திட்டம் இந்த அளவிற்கு இட ஒதுக்கீட்டிற்கு முன்னுரிமை அளிக்கவில்லை . 'பகிஷ்கரித் பாரத்' என்கிற கட்சி இதழ் 'ஜனதா' எனப் பெயர் மாற்றப்பட்டதோடு நிலப் பிரபுக்கள், முதலாளிகள் ஆகியோர் கொடுமைகள் குறித்துத் தொடர்ந்து கட்டுரைகளும் வெளியிடப்பட்டன.

1937 தேர்தலில் பம்பாய் மாகாணத்தில் 15 இடங்களைக் கைப்பற்றியது அம்பேத்கரின் கட்சி. இதில் 10 பேர் மஹர்கள், மூவர் காயஸ்தர்கள், ஒருவர் மதங் சமூகத்தையும் இன்னொருவர் ஹோலார் சமூகத்தையும் சேர்ந்தவர்கள். இந்திய அளவில் பட்டியல் சாதியினருக்கு ஒதுக்கப்பட்ட 138 தொகுதிகளில் 81 இடங்களை காங்கிரஸ் கைப்பற்றியது. செப்டம்பர் 17 அன்று வாட்டன் நிலப்பிரபுத்துவ முறைக்கு எதிராக மசோதா ஒன்றை அம்பேத்கர் முன்மொழிந்தார். 'கோட்டி' நிலப் பிரபுத்துவ முறைக்கு எதிராகவும் பின்னர் ஒரு மசோதா முன்மொழியப்பட்டது. காங்கிரஸ் இவற்றை எதிர்த்ததில் வியப்பில்லை . 1938 ஜனவரி 12 அன்று பம்பாயில் 20,000 விவசாயிகளைத் திரட்டி ஆர்ப்பாட்டம் ஒன்றை நடத்தினார் அம்பேத்கர். இந்தியக் கம்யூனிஸ்ட் கட்சி உறுப்பினர்கள் அதில் பெருந்திரளாகக் கலந்து கொண்டனர். "ஏழை, பணக்காரர் என்ற இரண்டே சாதிகள் தான் உலகில் உள்ளன. இங்கே திரண்டுள்ளது போல சாதி, மத வேறுபாடுகளை மறந்து இன்னும் வலிமையாக நாம் ஒன்றிணைய வேண்டும்" என்றார். "கம்யூனிஸ்ட் நண்பர்களுக்கு ஒன்றைக் கூறிக் கொள்வேன். மார்க்சியக் கோட்பாடுகளின் மீது எனக்கு விமர்சனங்கள் ஒருபுறம் இருந்த போதும் உழைப்பாளிகளின்

வர்க்கப் போராட்டத்தைப் பொறுத்த மட்டில் கம்யூனிஸ தத்துவம் எனக்கு விருப்பமாக உள்ளதாகவே நான் உணர்கிறேன்" என்றும் குறிப்பிட்டார்.

1938 செப்டம்பரில் 'தொழிற் தகராறு சட்டம்' ஒன்றை காங்கிரஸ் அரசு முன்மொழிந்து வேலை நிறுத்தம் செய்யும் உரிமையைப் பறிக்க முயன்றபோது சுதந்திரத் தொழிலாளர் கட்சியும் இந்தியக் கம்யூனிஸ்ட் கட்சியும் ஒன்றிணைந்து அதை எதிர்த்தன. ஒரு நாள் வேலை நிறுத்தம் ஒன்றை கம்யூனிஸ்ட்கள் முன்மொழிந்தபோது அம்பேத்கர் அதை ஏற்றுக் கொண்டார். 1937-40 காலகட்டத்தில் கம்யூனிஸ்ட்களும் அம்பேத்கரியர்களும் ஒன்றாக மேடையிலும் ஆர்ப்பாட்டங்களிலும் கலந்து கொள்வது வழக்கமாயிருந்தது. உதய்ராவ் பாருலேகர், இந்துலால் யக்னிக், எஸ்.ஏ.டாங்கே எல்லோரும் ஒரே மேடையில் ஒருங்கிணைந்தனர். 'அடி படோபா, மக் விதோபா' (வயிறு முதலில், கடவுள் அப்புறம்) என்கிற முழக்கங்கள் விண்ணைப் பிளந்தன. 1937 அக்டோபர் 17 அன்று சாரி என்னுமிடத்தில் அம்பேத்கர் இயக்கம் திரட்டிய 3000 விவசாயிகள் அடங்கிய பேரணியில் புகழ்பெற்ற கம்யூனிஸ்ட் தலைவர்களான பி.டி. ரணதிவே, ஜி.எஸ். சர்தேசாய் ஆகியோர் பேசினர். வேலை நிறுத்த காலகட்டத்தில் இரு கட்சிகளும் இணைந்து ஏற்பாடு செய்த கூட்டங்களில் சுமார் ஒரு லட்சம் பேர் வரை திரண்டனர். சுதந்திரத் தொழிலாளர் கட்சிக்கென அம்பேத்கர் தேர்வு செய்த (1940) சிவப்பு வண்ணக்கொடியின் மேல் முனையில் பிரிட்டிஷ் ஆட்சியிலிருந்த 11 மாகாணங்களைக் குறிக்கும் 11 நட்சத்திரங்கள் ஒளிவீசின. ஆர். எஸ்.எஸ்சுக்கு எதிராக சமதா சைனிக் தள்' என்னும் இயக்கத்தை அம்பேத்கர் உருவாக்கிய போது சீருடையாக காக்கி டிரவுசரும், சிவப்புச் சட்டையும் தேர்வு செய்யப்பட்டன.

இவற்றின் பொருள் மார்க்சியத்தின் மீதான விமர்சனத்தை அவர் விட்டு விட்டார் என்பதல்ல. சுதந்திரத் தொழிலாளர் கட்சியைத் தொடங்கிய அதே காலகட்டத்தில் தான் சாதி ஒழிப்பு நூல் அவரால் எழுதப்பட்டது. "சாதி முறை என்பது வெறும் தொழிற் பிரிவினை அல்ல; மாறாக, அது தொழிலாளர்களுக்கிடையேயுள்ள பிரிவினை" என்கிற அவரது புகழ்பெற்ற வாசகம் அதில் தான் அமைந்தது. பிறிதொரு சந்தர்ப்பத்தில் மார்க்சியர்களின் அடித்தளம் - மேற்கட்டுமானக் கோட்பாட்டையும் அவர் விமர்சித்தார். அடித்தளத்தை மாற்றினால் எல்லாம் மாறிவிடும் என கம்யூனிஸ்டுகள்

நினைக்கிறார்கள். ஆனால் அடித்தளத்தில் கை வைப்பதற்கே முதலில் மேல் கட்டுமானத்தை உடைக்க வேண்டியுள்ளதே என்கிற பொருள்படக் கூறினார்.

1942ல் காந்தி 'வெள்ளையனே வெளியேறு' இயக்கத்தைத் தொடங்கியபோது அம்பேத்கர் அதை எதிர்த்தார். தேசபக்தியுள்ள இந்தியர்கள் இதை ஏற்றுக் கொள்ள முடியாது என்றார். இது அரசியல் குழப்பத்திற்கு வழி வகுத்து ஜப்பான் நமது நாட்டை அடிமையாக்குவதற்கு இட்டுச் செல்லும் என்று கூடக் குறிப்பிட்டார், பிரிட்டிஷ் அரசுடன் ஒத்துழைக்கும் முடிவை எடுத்தார். அம்பேத்கரின் கோரிக்கையை ஏற்று இராணுவத்தில் மீண்டும் 'மஹர் படைப்பிரிவைத்' தொடங்க பிரிட்டிஷ் அரசு இசைந்தது. 1941 ஜூலையில் அரசு உருவாக்கிய பாதுகாப்பு ஆலோசனைக் குழுவில் அம்பேத்கர், எம்.சி.ராஜா முதலியோர் இடம் பெற்றனர். 1942ல் வைஸ்ராய் நிர்வாகக் குழுவில் தொழிலாளர் துறை அமைச்சராக (Member for Labour) அம்பேத்கர் பொறுப்பேற்றார். மிக முக்கியமான தொழிலாளர் நலச் சட்டங்கள் பல அப்போது அவரால் கொண்டு வரப்பட்டன. இந்திய தொழிற்சங்க (திருத்தச்) சட்டம்' அவற்றில் ஒன்று. குறிப்பிட்ட நிபந்தனைகளைப் பூர்த்தி செய்யும் தொழிற்சங்கங்களுக்கு நிர்வாகம் கட்டாயமாக ஏற்பு வழங்க வேண்டும் முதலான கூறுகளைக் கொண்டிருந்தது அச்சட்டம். கூலி வழங்கல் (திருத்தச்) சட்டம், தொழிற் சாலைகள் (திருத்தச்) சட்டம் முதலியன வேறு சில. பெண் தொழிலாளிகளின் வேலை நேரம் முதலியவற்றை ஒழுங்கு செய்தல், குறிப்பாக சுரங்கங்களில் அவர்கள் வேலை செய்வதைத் தடை செய்தல் முதலியனவும் நிறைவேற்றப்பட்டன. பிரிட்டிஷ் அரசுடனான நட்பைப் பயன்படுத்தி தலித்களுக்கான ஒதுக்கீடுகளையும் அவர் அதிகரித்தார்.

மார்ச் 1942ல் கிரிப்ஸ் தூதுக்குழு முன்வைத்த பரிந்துரைகளில் பட்டியல் சாதியினர் வெகுவாக ஏமாற்றப்பட்டதைக் கண்ட அம்பேத்கர் தலித்களின் நலன்களைக் காக்க தலித்துகளுக்கான தனி அமைப்பு ஒன்றின் தேவையை உணர்ந்தார். 'பட்டியல் சாதி' என்கிற ஒரு புதிய அரசியல் சொல்லாடல் உருப்பெற்றிருந்த நிலையில் புதிய அமைப்பிற்கு பட்டியல் சாதியினர் கூட்டமைப்பு' (Schedule Caste Federation) எனப் பெயரிட்டார். தான் வைஸ்ராய் நிர்வாகக் குழுவில் இருந்ததால் தனக்கு மிகவும் விசுவாசியாக இருந்த சிவராஜ் அவர்கள் தலைமையில் இவ்வமைப்பு உருவாக்கப்பட்டது. சீக்கியர்கள்,

முஸ்லிம்கள் ஆகியோர் சிறுபான்மையினராக ஏற்கப்பட்டுள்ளதால் அவர்களுக்குச் சில உரிமைகள் அளிக்கப்படுவதைச் சுட்டிக்காட்டிய கூட்டமைப்பு தலித்களையும் சிறுபான்மையாக ஏற்க வேண்டுமெனக் கருதியது. தனி வாக்காளர் தொகுதி, தனி குடியிருப்பு முதலான கோரிக்கைகளையும் அது முன் வைத்தது. தலித்களின் ஒப்புதலில்லாத ஒரு அரசியல் சட்டத்தை ஏற்க முடியாது எனவும் அது அறிவித்தது. புதிய அமைப்பிற்குக் கொடி உருவாக்கப்பட்டபோது நீல வண்ணம் தேர்வு செய்யப்பட்டது. எனினும் 1945-46 தேர்தல்களில் அது மிகப்பெரிய தொல்விகளைச் சந்திக்க நேரிட்டது. அம்பேத்கரே தோல்வியடைந்தார். ஆக்ரா போன்ற சில தொகுதிகளில் முதல் 'ரவுண்டில்' அதிக வாக்குகள் பெற்றும் இறுதியில் தோற்க நேர்ந்ததைக் கண்ட அம்பேத்கருக்கு நிலவும் தேர்தல் முறையில் தலித்களுக்கு நியாயம் கிடைக்காது, தனி வாக்காளர் தொகுதிக் கோரிக்கை ஒன்றே இதற்குத் தீர்வாக முடியும் என்கிற கருத்து மேலும் உறுதிப்பட்டது. எனினும் இந்தத் தோல்விகளை ஆய்வு செய்யும் ஆய்வாளர்கள் அமைப்புருவாக்கம், கட்சி கட்டுதல் முதலான அம்சங்களில் அம்பேத்கர் அதற்குரிய திறமையுடன் செயல்பட இயலவில்லை என்பதைச் சுட்டிக்காட்டுகின்றனர். இந்தியாவின் முக்கிய அறிவு ஜீவிகளில் ஒருவரான அவர் தேர்தல் பிரச்சாரத்திற்குச் செலவழித்த நேரத்தைக் காட்டிலும் "காந்தியும் காங்கிரசும் தீண்டத்தகாதவர்களுக்குச் செய்ததென்ன?" என்கிற நூலை எழுதுவதற்கு அதிக நேரம் செலவிட்டதை ஒரு ஆய்வாளர் சுட்டிக் காட்டுகிறார்.

இந்தத் தோல்விகளை ஒட்டி அம்பேத்கரின் அரசியல் சிந்தனை இன்னொரு பரிமாணத்தை எட்டியது. இன்றைய தேர்தல் முறை தலித்களுக்குச் சாதகமாக இல்லாததை ஒட்டி 1955 ஆகஸ்டில் கூடிய பட்டியல் சாதியினர் கூட்டமைப்பின் செயற்குழு, நிலவுகிற ஒதுக்கப்பட்ட தொகுதி முறையையே ஒழிக்க வேண்டுமெனத் தீர்மானம் இயற்றியது. தவிரவும் பட்டியல் சாதியினருக்கான தனி அமைப்பு என உருவாக்கும் போது சமூகத்தின் பிற பகுதிகளிலிருந்து பட்டியல் சாதியினர் தனிமைப்பட்டு நிற்க வேண்டிய சூழல் உருவாவதாகவும் அவர் உணர்ந்தார். மறைவதற்குச் சில மாதங்கள் முன் அக்டோபர் 1956ல் மீண்டும் தலித்களுக்காக அகன்ற அடையாளத்துடன் ஒரு கட்சியை உருவாக்கும் கருத்தை முன்மொழிந்தார். இதுவே பின்னாளில் 'இந்தியக் குடியரசுக் கட்சி'யாக உருப்பெற்றது. பிற ஒத்த கருத்துடைய கட்சிகளுடன்

இணைந்து செயற்படுவது தவிர்க்க இயலாதது என்பதை ஏற்றுக் கொண்ட அம்பேத்கர் பிரஜா சோசலிஸ்ட் கட்சியுடனும் ராம் மனோஹர் லோகியாவின் சோசலிஸ்ட் கட்சியுடனும் பேச்சு வார்த்தைகள் மேற்கொண்டார். 1954ல் 'பந்தேரா' இரட்டை உறுப்பினர் தொகுதியில் சோஷலிஸ்ட் கட்சித் தலைவர் அசோக் மேத்தாவுடன் இணைந்து அவர் போட்டியிட்டது குறிப்பிடத்தக்கது.

இன்றுள்ள வடிவிலான தேர்தல் அரசியல் ஏராளமான குறைபாடுகள் நிரம்பிய ஒன்று. சென்ற (2008) கர்நாடக சட்டமன்றத் தேர்தலில் அதிக வாக்கு சதத்தைப் பெற்ற காங்கிரஸ் சற்றே குறைந்த இடங்களைப் பெற்றதும், அதைவிடக் குறைந்த வாக்கு சதம் பெற்ற பா.ஜ.க. அதிக இடங்களைப் பெற்றதும் நமது தேர்தல் முறையின் அபத்தங்களுக்கு ஓர் எடுத்துக்காட்டு. தலித், முஸ்லிம் போன்ற சிறுபான்மைச் சமூகத்தவர்கள் இன்றைய தேர்தல் முறையில் பங்கு பெறும்போது அவர்கள் தமது தனித்துவத்தைக் காப்பாற்றிக் கொள்ள வேண்டியவர்களாகவும் அதே நேரத்தில் தமது ஆதரவுத் தொகுதியை அனைத்து அனைத்து சாதி மக்களின் மத்தியில் விரிவாக்கிக் கொள்ள வேண்டியவர்களாகவும் உள்ளனர்.

இந்தச் சிக்கலை அம்பேத்கர், கான்ஷிராம், மாயாவதி, ராம்விலாஸ் பாஸ்வான், உதித்ராஜ், திருமாவளவன் எனப் பலரும் முற்றிலும் வெவ்வேறு நிலைகளிலிருந்து எதிர்கொண்டனர். இந்த வேறுபாடுகள், இன்றைய சூழலுக்கு அவற்றைப் பொருத்திப் பார்த்தல் முதலியன தலித் அரசியலில் அக்கறை உடையவர்களின் கடமையாகிறது.

மே, 2000

தேர்தல் 2009ம் விடுதலைப் புலி ஆதரவாளர்களும்

தேர்தல் நாளன்று மாலை ஒரு முக்கிய ஆங்கில நாளிதழிலிருந்து அழைத்தார்கள். "வாக்களித்தீர்களா? தேர்தல் பற்றி உங்கள் கருத்து என்ன?" என்று கேட்டார் ஒரு பத்திரிகையாளர். நான் வாக்குச்சாவடிப் பக்கமே போகவில்லை என்றவுடன் அவருக்கு அதிர்ச்சி. எனது வாழ்நாளில் ஒருமுறைகூட நான் வாக்களித்ததில்லை. தேர்தல் அதிகாரியாகப் பணியாற்றியபோதுங்கூட வாக்களித்ததில்லை என்று சொன்னபோது அவருக்கு மேலும் அதிர்ச்சி.

மக்களால் தேர்ந்தெடுக்கப்பட்ட பிரதிநிதிகளின் மூலமான ஜனநாயக ஆட்சி முறைக்கு நான் எதிரியல்ல; எனினும் இந்தியாவில் நடைமுறையில் உள்ள தேர்தல் முறையில், அதாவது ஒவ்வொரு தொகுதியிலும் அதிக வாக்குகள் பெற்றவரை வெற்றி பெற்றவராக அறிவிக்கும் முறையில் (*First Past the Post System*) எனக்கு நம்பிக்கை யில்லை.

ஜனநாயக நாடுகள் அனைத்திலும் இதே நடைமுறைதான் உள்ளது எனப் பலர் நினைத்துக் கொண்டுள்ளனர். அப்படியல்ல. நம்முடைய முறையில் பல குறைபாடுகள் உள்ளன. 35 சத வாக்குகளைப் பெற்ற ஒரு கட்சி 70 சத உறுப்பினர்களைப் பாராளுமன்றத்தில் பெற்று ஆட்சியமைக்க கூடும்; 30 சதவாக்குகளைப் பெற முடிந்த இன்னொரு கட்சி வெறும் 10 சத உறுப்பினர்களைக் கூடப் பெற இயலாமல் தோல்வியுறும். சென்ற மாநிலத் தேர்தல்களின்போது கர்நாடக மாநிலத்தில் ஆட்சியைப் பிடித்த பா.ஜ.க., எதிர் வரிசையில்

அமர்ந்துள்ள காங்கிரசைக் காட்டிலும் குறைந்த வீத வாக்குகளையே பெற்றிருந்தது குறிப்பிடத்தக்கது. அதே போல ஒரு தொகுதியில் வெறும் 25சத வாக்குகளைப் பெற்ற ஒரு வேட்பாளர் வெற்றி பெறுவார். அவருக்கு எதிராக 75 சத வாக்குகள் மற்றவர்களுக்கு விழுந்திருக்கும்.

அதே போல எந்தத் தொகுதியிலும் பெரும்பான்மையாக இல்லாமல் சிதறிக் கிடக்கும் தலித்கள், சிறுபான்மையோர் முதலிய மக்கட் பிரிவினர் தமது தனித்துவத்துடன் இயங்கி அரசியலதிகாரத்தைப் பெறுவதற்கு இம்முறையில் வாய்ப்பில்லை. பெரிய கட்சிகளை நத்திப் பிழைக்க வேண்டியவர்களாக அவர்கள் மாற்றப்படுகின்றனர். இந்தத் தேர்தல் முறையில் வெற்றி பெறும் அடித்தளச் சாதிப் பிரதிநிதிகள் தாம் யாரைப் பிரதிநிதித்துவப் படுத்துகின்றனரோ அவர்களுக்கு விசுவாசமாக இருப்பதைக் காட்டிலும், தாம் சார்ந்துள்ள கட்சிக்கே விசுவாசமாக இருக்க வேண்டியுள்ளது. நடந்து முடிந்த தேர்தலில் தமிழக முஸ்லிம்களின் நிலை இதற்கொரு எடுத்துக்காட்டு. சுமார் 6 சதம் மக்கள் தொகையுள்ள முஸ்லிம்களிலிருந்து குறைந்தபட்சம் இரு உறுப்பினர்களாவது பாராளுமன்றத்திற்குச் சென்றிருக்க வேண்டும். வெற்றிபெற்ற ஒரே ஒரு முஸ்லிம் வேட்பாளர் முஸ்லிம் லீக் கட்சியைச் சேர்ந்தவராக இருந்த போதிலும், தனது அடையாளத்தை இழந்து, உதய சூரியன் சின்னத்தில் தி.மு.க. வேட்பாளராகத்தான் வெற்றி பெற முடிந்தது. நாளை தி.மு.க. ஒரு இந்துத்துவக் கட்சியை ஆதரித்தால் இருவரும் கையைத் தாக்கியாக வேண்டும். சொந்தச் சின்னத்தில்தான் நிற்பேன் எனச் சொன்ன ஒரே காரணத்திற்காக மனித நேய மக்கள் கட்சி (த.மு.மு.க.வின் அரசியல் பிரிவு) இரு கூட்டணிகளாலும் அவமானப்படுத்தப்பட்டது. தனித்து நின்ற அக்கட்சி தமிழகம் முழுவதிலும் மொத்தம் 70 ஆயிரம் வாக்குகளுக்கும் குறைவாகவே பெற முடிந்துள்ளது. நிச்சயமாக வெற்றி வாய்ப்பில்லை என்கிற போது தமது சமூக வாக்குகளே அவர்களுக்குக் கிடைக்காமற் போயிற்று.

தலித்களைப் பொறுத்த மட்டில் அவர்களுக்கு அரசியல் சட்டப்படி தொகுதி ஒதுக்கீடு (*Reserved Constituency*) உள்ள தால் 18 சத உறுப்பினர் கள் பாராளுமன்றத்தில் உள்ளபோதும், அவர்கள் அவ்வக்கட்சியின் பிரதிநிதிகள் தானேயொழிய (எ.டு: நீலகிரி தொகுதி உறுப்பினர் அமைச்சர் ராசா) தலித்களின் பிரதிநிதிகளாக இருப்பதில்லை என்பதால்தான் அம்பேத்கர் தனது இறுதி நாட்கள் வரை தனி

வாக்காளர் தொகுதி கோரிக்கையை உயர்த்தி நின்றார். தனது இறுதிக் காலத்தில் எந்தப் பயனும் இல்லாத இன்று நடைமுறையிலுள்ள இந்த ஒதுக்கப்பட்ட தொகுதி முறை எங்களுக்கு வேண்டியதில்லை எனத் தீர்மானம் இயற்றவும் செய்தார்.

விகிதாச்சாரப் பிரதிநிதித்துவம் (*Proportional Representation*) நடைமுறையிலுள்ள நாடுகளில் இக்குறை ஓரளவு நிவர்த்திக்கப்படுகிறது. இரண்டாண்டுகட்கு முன் நடைபெற்ற நேபாளத் தேர்தல் இதற்கொரு சிறந்த எடுத்துக்காட்டு (பார்க்க: எனது, ‘நேபாளம்: மக்கள், வரலாறு, மாவோயிஸ்டுகள்’ நூல்). அங்கே ஒவ்வொரு கட்சியும் தாம் பெற்ற வாக்கு சதத்திற்கு ஏற்ப பாராளுமன்ற உறுப்பினர்களைப் பெற்றுள்ளது.

சிறுபான்மையோர் மற்றும் தலித்கள் அதிகமாக உள்ள பகுதிகளை இணைத்து அவர்கள் வெல்வதற்கேற்ப புதிய தொகுதிகளை உருவாக்க வேண்டும் என சச்சார் அறிக்கை முதலியவை கூறியுள்ளன. எனினும் நடைமுறை இதற்கு நேரெதிராகவே உள்ளது. முஸ்லிம்கள் அதிகமாயுள்ள மத்திய சென்னைத் தொகுதியில் முஸ்லிம் வேட்பாளர்களுக்கு எதிராகத் தன் பேரனை நிறுத்தி வெற்றி பெற்றுள்ளார் கருணாநிதி. உ.பி.யில் ராம்கார் தொகுதியில் நடிகை ஜெயப்பிரதாவை நிறுத்தினார் முலாயம் சிங்.

நமது தேர்தல் முறையில் நாம் விரும்புகிற வேட்பாளருக்குத்தான் வாக்களிக்க முடியுமே ஒழிய, நாம் விரும்பாத, நம்மீது திணிக்கப்படுகிற ஒரு வேட்பாளரை நிராகரிக்க நமக்கு வழியில்லை. இம்முறை வெற்றி பெற்ற பாராளுமன்ற உறுப்பினர்களில் 150 பேர் ‘கிரிமினல்’ பின்னணி உடையவர்கள். இது தவிர வேறு எந்த நியாயமுமின்றி வெறும் பணம் செலவு செய்கிற தகுதியை மட்டுமே கொண்டு நிறுத்தப்படுகிற வேட்பாளர்கள் (எ.டு.: ராமநாதபுரம், நடிகர் ரித்தீஷ்) ஒருபுறம்; வாரிசு அரசியல் நோக்கில் நம் மீது திணிக்கப்படுபவர்கள் இன்னொரு புறம். இம்முறை சுமார் 14,000 கோடி ரூபாய் வரை கருப்புப் பணம் தேர்தல் களத்தில் இறக்கப்பட்டுள்ளது என்றெழுதுகிறார் முன்னாள் சி.பி.ஐ. இயக்குனர் ஜோகிந்தர் சிங். இரண்டு வாரம் முன்பு மதுரை சென்றிருந்தேன். முதல் ‘ரவுண்டில்’ ஒவ்வொரு வாக்காளருக்கும் ரூ. 500/- கொடுக்கப்பட்டதாக உறுதியான தகவல்கள் கிடைத்தன. தேர்தல் முடிவுகளுக்குப் பின் எழுத்தாள நண்பரொருவருடன் தொடர்பு கொண்டு பேசியபோது, இருமுறை பாராளுமன்ற உறுப்பினராக இருந்தவரும், எளிமையானவரும், எந்த ஊழல் குற்றச்சாட்டிலும்

சிக்காதவருமான சி.பி.எம் வேட்பாளர் மோகனைத் தோற்கடிக்க 250 கோடி ரூபாய் வரை களத்தில் இறக்கப்பட்டதாக அவர் கூறினார். ஒரு வாக்காளருக்கு ரூ. 500 எனில், 10 லட்சம் வாக்காளர்களுள்ள ஒரு தொகுதியில் செலவிடப்படும் லஞ்சப் பணம் மட்டும் 50 கோடி ஆகிறதே. அப்புறம் மற்ற செலவுகள் வேறு.

நமது வேட்பாளர் பட்டியலில் 15 சதம் பேர் கோடீசுவரர்கள். சும்மா வேடிக்கைக்காகப் போட்டியிடுபவர்களையெல்லாம் ஒதுக்கிவிட்டுப் பார்த்தால் 50 சதத்திற்கும் மேற்பட்ட 'சீரியஸ்' வேட்பாளர்கள் கோடீசுவரர்கள். சுமார் 50 சதம் பேர் வறுமைக் கோட்டிற்குக் கீழே வாழும் ஒரு நாட்டில் கோடீசுவர்கள் தான் தேர்தலில் நிற்கமுடியும், வெற்றி பெற முடியும்.

இப்படித் தேர்ந்தெடுக்கப்படுபவர்கள் மக்களுக்குத் துரோகம் இழைக்கும் பட்சத்தில் அவர்களைத் திரும்ப அழைக்கும் உரிமையும் இந்திய வாக்காளர்களுக்குக் கிடையாது.

இந்த அழகில் நடைபெறும் நமது தேர்தலில் வாக்களித்து ஜனநாயகக் கடமையை நிறைவேற்றியதாகப் பெருமைப்பட என்ன இருக்கிறது என நான் விளக்கியதை; அந்தப் பத்திரிகையாளரால் ரசிக்க இயலவில்லை. அடுத்த நாள், நான் எதிர்பார்த்தபடி, என் கருத்துக்கள் தவிர மற்றவர்கள் கருத்துக்களுடன் மட்டும் அவரது கட்டுரை வெளியாகியிருந்தது.

இந்தத் தேர்தல் முடிவுகள் நிறையப் பேருக்கு அதிர்ச்சியை அளித்துள்ளன. காங்கிரஸ்காரர்களே எதிர்பாராத அளவிற்கு அவர்களின் கட்சி வெற்றியைக் குவித்துள்ளது. ஓரிரு மாநிலங்கள் என்றில்லாமல் பரவலாக எல்லா மாநிலங்களிலுமே அது தன் இருப்பை நிறுவியுள்ளது. தேர்தலுக்கு முன், தொகுதிப் பங்கீட்டில், மாநிலக் கட்சிகளின் ஆதிக்கத்தால் சற்றே நிலை குலைந்திருந்த காங்கிரஸ்காரர்கள் இன்று வெற்றி மிதப்பில் களிக்கின்றனர். மாநில அளவிலான கட்சிகள் மட்டந்தட்டப் பட்டிருப்பது ஒரு வகையில் நமது தேசிய ஒற்றுமைக்கு, அகில இந்தியத் தன்மைக்குக் கிடைத்த வெற்றி என்றோரு கருத்தை வேறு சிலர் முன்வைக்கின்றனர்.

தேசிய அளவிலான பொருளாதாரக் கொள்கைகள், வெளியுறவுக் கொள்கைகள் (எ.டு: அணு ஒப்பந்தம்) முதலானவற்றில் மாநிலக்

கட்சிகள் தொலைநோக்கான பார்வைகளைக் கொண்டிருப்பதில்லை என்பது உண்மைதான். கூட்டணி அமைத்துப் போட்டியைத் தவிர்க்க இயலாமற் போய்விட்ட இக் காலகட்டத்தில் இம் முறை தொகுதிப் பங்கீட்டில் மாநிலக் கட்சிகள் தேசியக் கட்சிகள் மீது ஆதிக்கம் செலுத்தியது மட்டுமின்றி, நடந்தது பாராளுமன்றத் தேர்தலாக இருந்த போதிலும் மாநில அளவிலான பிரச்சினைகளே இந்தத் தேர்தலில் மேலுக்கு வந்திருந்தன. பொருளாதாரச் சரிவு பற்றியோ, மன்மோகன் சிங் அரசு அமெரிக்க - இஸ்ரேல் ஆதரவுப் போக்கு எடுத்ததைப் பற்றியோ, விவசாயிகளின் தற்கொலை பற்றியோ இங்கு யார் பேசினார்கள்? வெறும் மாநில அளவிலான பிரச்சினைகளின் அடிப்படையில் நடைபெற்ற ஒரு தேர்தலில், தேசிய அளவிலான ஒரு கட்சி வெற்றி பெற்றிருப்பது எத்தகைய விளைவை ஏற்படுத்தும்? காங்கிரஸ் கட்சி தமது ஆட்சியின் செயல்பாடுகளுக்கு மக்கள் அளித்த ஏற்பாகவே இதை முன் வைக்கும். அதே திசையில் இன்னும் வேகமாகச் செல்வதற்கு மக்கள் ஆணை வழங்கிவிட்டதாகக் கருதிச் செயல்படும்.

காங்கிரசை வீழ்த்துவது என்றொரு ஒற்றை நிகழ்ச்சி நிரலை இங்கே சிலர் முன்வைத்தனர். மாநில அளவிலான பிரச்சினைகளை மட்டுமே முன்னிலைப்படுத்தி, தொலை நோக்கில் மோசமான விளைவுகளை ஏற்படுத்தப் போகிற தேசியப் பிரச்சினைகளைப் பின்னுக்குத் தள்ளுகிற போக்கிற்கு இது ஒரு சிறந்த எடுத்துக்காட்டு. காங்கிரசை வீழ்த்தினால் அந்த இடத்திற்கு யார் வருவார்கள்? பா.ஜ.க. போன்ற ஒரு வகுப்புவாதக் கட்சி அந்த இடத்தைப் பிடிப்பதில் அவர்களுக்குக் கவலை கிடையாது. “தனி ஈழத்தை காந்தியே எதிர்த்தாலும் அவரை எதிர்ப்போம். கோட்ஸே ஆதரித்தால் அவரை ஆதரிப்போம்” என்று இங்கே ஒரு திரைப்பட இயக்குனர் தம் கருத்தைப் பதிவு செய்யவில்லையா?

காங்கிரஸ் இந்த அளவு வெற்றி பெறாமல், மன்மோகன் சிங்கிற்குப் பதிலாக வேறு யாரையேனும் பிரதமராக அறிவித்தால்தான் ஆதரவளிப்போம் என்கிற நிபந்தனையை விதிக்கும் பிற கட்சிகளின் ஆதரவை நம்பி அது ஆட்சி அமைந்திருந்தால் நன்றாக இருந்திருக்கும். அப்படி இல்லாமற் போனது ஏமாற்றமே.

மாநில அளவுக் கட்சிகள் எல்லாம் தோற்றுவிட்டன எனப் பொத்தாம் பொதுவாகச் சொல்லிவிடவும் இயலாது. தி.மு.க., ஐக்கிய ஜனதா தளம் (பிஹார்), பிஜு ஜனதா தளம் (ஒரிசா) முதலிய கட்சிகள்

வெற்றி பெறத்தான் செய்துள்ளன. ஒரு வகையில் பார்த்தால் மண்டல் கட்சிகள், இட ஒதுக்கீட்டிற்கு ஆதரவான பெரும்பாலான கட்சிகள் (எ.டு.: பா.ம.க., ராஷ்ட்ரீய ஜனதாதளம், லோக் ஜன சக்தி, பகுஜன் சமாஜ் கட்சி) எல்லாம் அடிவாங்கியுள்ளன. இன்னொரு பக்கம் வகுப்புவாதத்தை முன்னிலைப்படுத்திய பா.ஜ.க.வையும் மக்கள் புறக்கணித்துள்ளனர். ஆக சாதி, மதம் முதலான அடையாளங்களின் அடிப்படையிலான அரசியல் பின்னுக்குப் போய், "வளர்ச்சி" (*development*) என்கிற கருத்தாக்கம் மேலுக்கு வந்துள்ளது எனலாமா? நிதிஷ்குமார், நவீன் பட்நாயக், ராமன் சிங், ஓரளவு நரேந்திரமோடி ஆகியோர் தம் நிலையைத் தக்க வைத்துக் கொண்டதை இப்படிப் பார்க்கலாமா? இந்நிலை வரவேற்கத்தக்கது என நான் கூற வருவதாகக் கருத வேண்டாம். இவர்களின் 'வளர்ச்சி' குறித்த வரையறையில் நமக்குக் கருத்து மாறுபாடுகள் உண்டு. இவர்கள் சொல்லும் வளர்ச்சிக் குறியெண்களில் முன்னுக்கு நிற்கும் பல வட மாநிலங்கள், மனித வளர்ச்சிக் குறியெண்ணில் (*HDI*) தென் மாநிலங்களைக் காட்டிலும் பின்னுக்கு நிற்பதை நான் பலமுறை சுட்டிக் காட்டியுள்ளேன். தென் மாநிலங்கள் மனித வளர்ச்சியில் முன் நிற்பதற்கு இங்கே நீண்ட நாட்களாக இட ஒதுக்கீடு கடைப்பிடிக்கப்படுவது ஒரு முக்கிய காரணம்.

உலகமயச் சூழல், மத்திய தர வர்க்கக் கருத்து நிலை ஆளுமை பெறுதல் ஆகியவற்றின் வெளிப்பாடாகவே வளர்ச்சி' குறித்த நிலைப்பாட்டிற்குக் கிடைத்துள்ள ஆதரவை நாம் விளங்கிக் கொள்ள வேண்டியிருக்கிறது.

உயர் சாதியினரைத் 'தாஜா' செய்யும் மாயாவதியின் 'சமூகப் பொறியியல்' (*Social Engineering*) அணுகல் முறை படுதோல்வியைச் சந்தித்துள்ளது. இந்தக் கொள்கையின் அபத்தத்தையும், இது இப்படித்தான் முடியும் என்பதையும் இரண்டாண்டுகட்கு முன்பு இதே பத்தியில் நான் எழுதியிருந்தேன். உயர் சாதியினருக்கு இட ஒதுக்கீடு முதலானவற்றை அளித்து அவர்களை இணைத்துக் கொள்ளும் மாயாவதியின் 'சர்வஜன்' கொள்கை இன்று இரு தரப்பாலுமே நிராகரிக்கப்பட்டுள்ளது? பெரிய அளவில் இம்முறை தலித் வாக்காளர்கள் வாக்குச் சாவடிக்கே வரவில்லை. தலித்களுக்காக ஒதுக்கப்பட்ட 17 தொகுதிகளில் 10ஐ முலாயம் சிங்கின் சமாஜ்வாதி கட்சி கைப்பற்றியுள்ளது. உயர் சாதியினர் அதிகமாக உள்ள கன்னோஜ், கான்பூர், உன்னா , ஃபருக்காபாத் முதலான தொகுதிகளில்

பகுஜன் சமாஜ் வேட்பாளர்கள் தோல்வியைத் தழுவியுள்ளனர். உயர் சாதியினரும் இவர்களை நம்பவில்லை. உயர்சாதியினரை ஈர்க்கப்போய் பாரம்பரியமாக ஆதரவளித்து வந்த முஸ்லிம்கள் மற்றும் தலித்களின் ஆதரவையும் இன்று மாயாவதி இழந்து நிற்கிறார். 'இரும்பு மங்கை' என்கிற பிம்பத்தைக் கட்டமைப்பதற்காக அவர் மேற்கொள்ளும் அதிரடி நடவடிக்கைகள், நிதி திரட்டும் முயற்சிகள் ஆகியவற்றையும் மக்கள் ஏற்கவில்லை .

உ.பி.யில் மாயாவதி கடைப்பிடித்த இந்த அணுகல் முறையை முற்றிலும் வேறுபட்ட ஒரு அரசியல் பாரம்பரியமுள்ள தமிழகத்தில் கடைப்பிடித்த பகுஜன் சமாஜ் கட்சி இன்று அத்தனை தொகுதிகளிலும் 'டிபாசிட்' தொகையை இழந்து நிற்கிறது. இந்தியா போன்ற ஒரு நாட்டில் 'சாதி'க்கு உரிய முக்கியத்துவத்தை அளிப்பது தவிர்க்க இயலாததே. எனினும் மனிதர்களை வெறும் சாதித் தொகுதிகளாக மட்டுமே பார்த்துவிட இயலாது. அவர்களுக்கு வேறு பல அடையாளங்களும் உண்டு. இந்தப் பிற அடையாளங்களை 'சர்வஜன்' கொள்கை கணக்கில் கொள்ளாதது அதன் பெரும் பலவீனம்.

இடதுசாரிகளின் தோல்வி வருந்தற்குரியதுதான். ஆயுள் காப்பீட்டு நிறுவனத்தில் வெளிநாட்டு நேரடி முதலீட்டை 26 சதத்திலிருந்து 49 சதமாக அதிகரிப்பது, ஓய்வூதிய நிதியைப் பங்குச் சந்தையில் முதலீடு செய்வது, பொதுத்துறை வங்கிகளில் அரசின் பங்கை 50 சதத்திற்கும் குறைவாக்குவது, சில்லறை வணிகத்தில் அந்நிய முதலீட்டை அனுமதிப்பது, தொழிலாளர் சட்டம், தொழிற் தகராறுச் சட்டம் முதலியவற்றைத் தொழிலாளர்களுக்கு எதிராகத் திருத்துவது, சுரங்கத் தொழிலில் தனியார் துறையின் பங்கை அதிகரிப்பது முதலான மன்மோகன் சிங்கின் தாராளவாதக் கொள்கைகளுக்கு முட்டுக்கட்டை போட்ட இடதுசாரிகள் இன்று அந்தத் தகுதியை இழந்து நிற்பது இந்திய மக்களின் துரதிர்ஷ்டமே. தொழில்வளர்ச்சி குறித்த மாற்றுக் கொள்கையின்மை, 32 ஆண்டுகால அதிகார போதை கட்சியில் உருவாக்கிய குண்டாயிசம், தவறான அணுகல் முறைகளின் விளைவாக முஸ்லிம்களையும், விவசாயிகளையும் அந்நியப்படுத்திக் கொண்ட அபத்தம் ஆகியவற்றின் விளைவை இன்று இடதுசாரிகள் சந்தித்துக் கொண்டுள்ளனர். அப்பட்டமான சந்தர்ப்பவாதியாயினும் சோம்நாத் சட்டர்ஜி சொன்னதுபோல, பா.ஜ.க. எதிர்ப்பு, காங்கிரஸ் எதிர்ப்பு என்கிற எதிர்மறை

அணுகல் முறையைத்தான் தேர்தல் களத்தில் இடதுசாரிகள் வைத்தார்களே ஒழிய, மாற்றுக்கொள்கைகளை அவர்களால் வைக்க இயலவில்லை. மன்மோகன் சிங் அரசின் அணுகல் முறைக்கு எந்த அம்சங்களிலெல்லாம் அவர்கள் எதிர்ப்புகள் தெரிவித்தார்களோ, அவற்றை மக்கள் மத்தியில் பிரச்சினை ஆக்குவதிலும் அவர்கள் தவறினார்கள்.

தமிழகத்தைப் பொறுத்தமட்டில் இந்த முடிவுகள் நாம் எதிர்பாராததல்ல. ஈழப் பிரச்சினையை மட்டுமே முன்னிலைப்படுத்தி, நமது மக்களின் பிரச்சினைகளைப் பின்னுக்குத் தள்ளி தி.மு.க. — காங். கூட்டணியை வீழ்த்திவிடலாம் என்கிற எதிர்பார்ப்பில் மிதந்து திரிந்தவர்கள் இன்று தலைகவிழ்ந்து நிற்கின்றனர். ஈழப் போராட்ட ஆதரவாளர்கள், சரியாகச் சொல்வதானால் விடுதலைப் புலி ஆதரவாளர்கள் தமது பாரம்பரியப் பகையை மறந்து ஜெயலலிதாவின் பக்கம் சாய்ந்தனர், அந்த அம்மையாரும் நெடுமாறன், வைகோ 'ரேஞ்சில்' தனி ஈழ வசனங்களை உதிர்க்கத் தொடங்கினார். எனினும் தமிழக மக்கள் அதை ஏற்கவில்லை . ஈழம் ஒரு வகையில் நகர் சார்ந்த, தமிழ்த் தேச உணர்வாளர்கள் சார்ந்த ஒரு பிரச்சினையாகவே இருந்தது. இந்தப் பிரச்சினையை முன்னெடுத்த புலி முகவர்கள் புலி ஆதரவு, சோனியா - கருணாநிதி மற்றும் காங்கிரஸ் திமுக எதிர்ப்பு வசனங்களைத்தான் உமிழ்ந்தார்களே ஒழிய, ஈழ மக்களின் துயரத்தை நகரங்களைத் தாண்டி தமிழ் மக்களிடம் கொண்டு செல்லவில்லை. புலிகளின் பிடியிலிருந்து விடுபட்டு வந்தவர்கள் உடனடியாகப் பிடித்துச் செல்லப்பட்டு ராஜபக்சே அரசின் கொடுங்காவல் முகாம் களில் அடைக்கப்பட்டதன் விளைவாக இம்முறை தமிழக மண்ணிற்கு அகதிகள் வரத்தும் அதிகமில்லாமற் போயிற்று.

சாதாரண மக்களைப் பொறுத்த மட்டில் காங்கிரஸ் மற்றும் கருணாநிதி முன்வைத்த அந்நிய நாட்டுப் பிரச்சினையில் இதற்கு மேல் நாம் என்ன செய்ய முடியும்?' என்கிற லாஜிக்' இம்முறை எடுபட்டது என்றுதான் சொல்லவேண்டும். இலங்கைப் பிரச்சினையில் மத்திய அரசு காட்டும் மெத்தனத்திற்குப் பின்புலமாக உள்ள அதன் அரசியல் மற்றும் பொருளாதார நலன்களைப் பற்றி உணர்ச்சிப் பேச்சாளர்களுக்கு ஒன்றும் தெரியாது என்றால், இதைப் பேச வேண்டிய கம்யூனிஸ்டுகளும் அதைப் பேசவில்லை.

தி.மு.க. பெரிய அளவில் கடந்த நான்காண்டுகளில் தமிழ் மக்களின் எதிர்ப்பைச் சம்பாதித்துக் கொள்ளவில்லை. தனது பாப்புலிச' தேர்தல் வாக்குறுதிகளில் பலவற்றை அது நிறைவேற்றியிருந்தது. தவிரவும் அரசு ஊழியர், சிறுபான்மையோர் முதலான சில வலுவான சமூகப் பிரிவினர் தி.மு.க. பக்கம் உறுதியாக நின்றனர். அரசு ஊழியர் ஜெயலலிதா அரசு தம் மீது மேற்கொண்ட தாக்குதலையும், சிறு பான்மையோர் அவர் நரேந்திரமோடிக்கு விருந்தளித்ததையும் மறக்கவும் மன்னிக்கவும் தயாராக இல்லை

இவை எல்லாவற்றையும் புறந்தள்ளிவிட்டு புலி ஆதரவாளர்கள் ஜெயலலிதா ஆதரவு நிலைப்பாட்டை எடுத்ததேன்? உணர்ச்சிப் பேச்சாளர்கள் (சசிகலா) நடராஜனின் நிர்வாகத்தில் பிரச்சாரங்கள் மேற்கொண்ட தெப்படி? மத்தியில் பா.ஜ.க.வும், மாநிலத்தில் ஜெயலலிதாவும் வந்தால் தமக்கு நல்லது என புலிகள் தப்புக் கணக்குப் போட்டார்கள். தமது ஆதரவாளர்களை அந்தத் திசை நோக்கி நகர்த்தினார்கள். 'லண்டன் டைம்'ஸிலும், 'தி வீக்' இதழிலும் வெளிவந்த நடேசனின் பேட்டி அந்தத் தொனியில் அமைந்தது. சங்கராச்சாரியையும், அத்வானியையும் சந்தித்துக் கொண்டிருந்த சிவாஜிலிங்கம் வெளிப்படையாக இல. கணேசனை ஆதரித்துக் களம் இறங்கினார். ஜெயலலிதாவை ஆதரிப்பதில் தாம் ஒன்றும் வீரமணிக்குச் சளைத்தவரல்ல என நிறுவினார் கொளத்தூர் மணி. ஈழப் பிரச்சினையைக் கொண்டு தனது கூட்டணி மாறி அரசியலை நியாயப்படுத்தி விடலாம் என நம்பினார் மருத்துவர் இராமதாஸ்.

அநேகமாக விடுதலைப்புலிகள் செய்த கடைசிப் பெரும் தவறாக இதைத்தான் சொல்ல முடியும். தமிழக மக்களின் ஆதரவு புலிகளுக்கு மிகவும் ஆதாரமான ஒன்று என்பதை நாம் புரிந்து கொள்கிறோம். இங்குள்ள அரசியல் முரண்பாடுகளை நுனித்து ஆராய்ந்து அதைப் பயன்படுத்திக் கொள்வது என்கிற அளவில் அவர்கள் நின்றிருந்தால் அது சரியாக இருந்திருக்கும். மாறாக, இங்குள்ள அரசியலில் தலையிடுவது என்கிற நிலையை அவர்கள் எடுத்தனர். தேர்தல் நேரத்தில் பிரபாகரனின் குரலில் தமிழ் மக்களுக்கு வேண்டுகோள் விடுக்கும் முயற்சி ஒன்று மேற்கொள்ளப்படும் என்று கூட வதந்திகள் உலவின. நல்ல வேளையாக அப்படி எதுவும் நடக்கவில்லை.

இந்தக் கட்டுரையை எழுதிக் கொண்டிருக்கும்போது புலிகள் ஒரு சதுர கி.மீ. பரப்புக்குள் சுற்றி வளைக்கப்பட்டுள்ளனர். புலிகள் இன்று அரசியல் ரீதியிலும், இராணுவ ரீதியிலும் சந்தித்துள்ள

தோல்விகளுக்குப் பல காரணங்கள் உண்டு. மாறியுள்ள உலகச் சூழலைக் கணக்கிலெடுக்காமல் 30 ஆண்டுகளாக ஒரே போராட்ட இலக்கணத்தைக் கடைபிடித்தது, பிற இயக்கங்களை மட்டுமின்றித் தமிழ்ச் சமூகத்தின் பிற பிரிவுகளையும் அந்நியப்படுத்தியது, தம்மை முழுமையான மரபு வழி இராணுவமாகவே கருதிக் கொண்டு தமது பலத்தை மிகைப்படுத்தியும் எதிரியின் பலத்தைக் குறைத்தும் மதிப்பிட்டது என்கிற பல காரணங்களோடு கூடுதலாக தமிழ் நாட்டிலுள்ள அவர்களது முகவர்களின் அணுகுமுறை இன்றைய புலிகளின் பின்னடைவுக்கு ஒரு முக்கிய காரணமாக இருந்தது. புலிகளின் அத்தனை நடவடிக்கைகளையும், அவை இந்தியா அல்லது தமிழகம் தொடர்புடையதாக இருக்கும் பட்சத்திலும் கூட அவர்கள் எந்த விமர்சனமுமின்றி ஆதரித்தனர். அவர்கள் இட்ட கட்டளையைச் சிரமேற்கொண்டனர்.

எதிர்விளைவுகளை ஏற்படுத்தக்கூடிய செயற்பாடுகளைப் புலிகள் செய்தபோதும் இவர்கள் எச்சரித்ததில்லை. மாறாக, நீங்கள் எதை வேண்டுமானாலும் செய்யுங்கள், நாங்கள் பார்த்துக் கொள்கிறோம் என்கிற நம்பிக்கையை அவர்களுக்கு ஊட்டினார்கள். காங்கிரஸ் போய் பாஜ.க. ஆட்சி அமைந்தாலுங்கூட இந்திய அரசின் வெளியுறவுக் கொள்கை, முக்கியமாக இலங்கை குறித்த கொள்கை மாறப் போவதில்லை, மாற இயலாது என்பதை இவர்களும் உணர்ந்தார்களில்லை. அவர்களுக்கும் உணர்த்தினார்களில்லை. ‘இலங்கையின் இறையாண்மையையும் ஒற்றுமையையும் காக்கும் கடப்பாடு இந்தியாவுக்கு உண்டு’ என வாஜ்பாய் பிரதமராக இருந்தபோது இலங்கை, இந்தியப் பிரதமர்கள் கூட்டறிக்கை விட்டதை இருவரும் மறந்தனர்.

தமிழக மக்களின் உணர்வு மட்டத்தை மதிப்பிடுவதிலும் நமது புலி ஆதரவாளர்கள் தவறிழைத்தனர். உடனடியாகப் போர் நிறுத்தம், தமிழ் மக்கள் காப்பாற்றப்படுதல், ராஜபக்சே அரசுக்கு இந்திய அரசு நிதி மற்றும் ஆயுத உதவிகளை வழங்கக் கூடாது என்கிற குறைந்தபட்ச (*minimalist*) மனிதாபிமானக் கோரிக்கைகள் தான் தமிழ் மக்களின் பொதுக் கருத்தாக இருந்தது. தனி ஈழத்தை அங்கீகரித் தல், புலிகளின் மீதான தடையை நீக்குதல் முதலான உயர்ந்தபட்ச கோரிக்கைகளை இவர்கள்தான் சுமந்து திரிந்தார்களே ஒழிய மக்கள் அதை பெரிதாகப் பொருட்படுத்தவில்லை. மக்கள் பொருட்படுத்த வில்லை என்பதையும் இவர்களால் கவனிக்க இயலவில்லை.

விளைவு?

தமிழக மக்கள் அளித்த தீர்ப்பை இன்று செரிக்க இயலாமல் நிற்கின்றனர். தமது நிலைப்பாடுகளை மேலும் குற்ற உணர்ச்சியின்றி உறுதியுடன் முன்வைக்கும் உள நிலையை மன்மோகன் சிங்கிற்கும் சோனியாவுக்கும் பரிசளித்துவிட்டுப் பரிதாபமாக நிற்கின்றனர்.

சில குறிப்புகள்:

1. Primordial Sentiment - அது இது என்றெல்லாம் தத்து பித்து விளக்கங்கள் சொல்லி இந்தியத் தமிழர்கள் அனைவரும் ஈழப்பிரச்சினைக்காக தீக்குளிக்கத் தயாராக நிற்பதாக வியாக்கியானம் அளித்த நமது தமிழ் அறிவு ஜீவிகள் எங்கே போனார்கள்?

2. மாவோயிஸ்டுகள், உல்ஃபா, ஹுரியத் முதலான அமைப்புகள் தேர்தல் புறக்கணிப்பை அறிவித்தது மக்கள் மத்தியில் எடுபடவில்லை. குறிப்பாக, மாவோயிஸ்டுகளின் அறிவிப்பு எந்தப் பெரிய தாக்கத்தையும் ஏற்படுத்தவில்லை . அவர்கள் வலுவாக உள்ள சட்டீஸ்கர் பகுதிகளில் பா.ஜ.க. வெற்றிகளைக் குவித்துள்ளது. வாக்களிக்க வருபவர்களைத் தடுக்க மாட்டோம் என இம்முறை மாவோயிஸ்டுகள் அறிவித்திருந்த போதிலும் வேறு வகைகளில், தேர்தல் பணிக்கு வந்த 5 அரசு ஊழியர்களைக் கொன்றதுவரை வாக்களிப்பதைத் தடுக்க முயற்சித்தும் அவர்களால் வெற்றி பெற இயலவில்லை. தேர்தல் குறித்த மக்களின் அணுகுமுறை பற்றிய ஒரு விரிவான பரிசீலனைக்கு அவர்கள் தயாராக வேண்டும்.

ஜூன், 2009

(இதுகுறித்த எதிர்வினைகளுக்குப் பதிவாக அடுத்த இதழில் எழுதிய குறிப்பு)

‘புலிகள் செய்த கடைசித் தவறு’ பற்றி நான் எழுதியிருந்தது குறித்துப் பல எதிர்வினைகள் கிடைத்தன. தீவிரமான புலி ஆதரவாளர்கள் பலரும் கூட அதை ஏற்றுக் கருத்துரைத்தனர். இந்த ஒரு மாதத்தில் ஏராளமான நிகழ்வுகள் நடந்தேறியுள்ளன. ஒரு இராணுவம் என்கிற வகையில் புலிகள் முற்றாக அழிக்கப்பட்டுவிட்டனர். மூன்று லட்சம்

சிவிலியன்கள் இன்று அகதி முகாம்களில் உள்ளனர். இவற்றை "நிழற் சிறைகள்" (*Shadow Prisons*) என்று சொல்வதே பொருந்தும். 30 ஆண்டு யுத்தத்தில் தமிழ்ப் பகுதிகளிலுள்ள அகக் கட்டுமானங்கள் முற்றாகச் சிதைந்துள்ளன. பள்ளிகள், மருத்துவமனைகள், நெடுஞ்சாலைகள் எதுவும் இயல்பு நிலையில் இல்லை . சட்டம் ஒழுங்கும், ஜனநாயகமும் தமிழ்ப் பகுதிகளில் மட்டுமின்றி சிங்களப் பகுதிகளிலும் முற்றாக அழிக்கப்பட்டு விட்டன.

இவை எவற்றையும் சரி செய்யாமல், முகாம்களில் உள்ள மக்களை மீள்குடியமர்த்தாமல் உள்ளாட்சித் தேர்தல் பணிகள் தொடங்கி விட்டன. நேற்று முதல் வேட்பு மனுக்கள் தாக்கல் செய்யப்படுகின்றன. 17 லட்சம் வாக்காளர்களில் 40 சதம்பேர் முகாம்களில் உள்ளனர். வாக்காளர் பட்டியலை முகாம்களுக்கு அனுப்பிச் சரிபார்க்கிறார்களாம். இந்நிலையில் தேர்தல் நடத்தப்படுமாயின் ராஜபக்ஷே ஆதரவுக் கூட்டணிதான் தமிழ்ப் பகுதிகளிலும் வெற்றி பெறப் போகிறது. தமது நடவடிக்கைகளை நியாயப்படுத்திக்கொள்ளவே இனவாத அரசுக்கு இது பயன்படப் போகிறது.

அரசியல் தீர்வு குறித்த திஸ்ஸ விதாரண குழு அறிக்கை தூசு படிந்து மூலையில் கிடக்கிறது. இது குறித்து எந்த முன்னகர்வும் இல்லை . ராஜபக்ஷே மீது போர்க் குற்ற விசாரணை நடத்த வேண்டுமென்கிற முயற்சியை இந்தியா, சீனா, ரஷ்யா, வியட்நாம் முதலான நாடுகள் கூட்டாக முறியடித்துள்ளன.

இவை எது குறித்தும் கவலைப்படாமல் தமிழகத்திலுள்ள புலி ஆதரவாளர்கள் பிரபாகரன் உயிருடன் இருக்கிறார், அவர் தலைமை யில் தமிழீழம் அமைவது உறுதி எனக் கூறிக் கொண்டிருக்கின்றனர். புலிகளின் சர்வதேச தொடர்பாளர் பத்மநாதன், பிரபாகரன் கொல்லப் பட்டதை உறுதி செய்தபோது அவரைத் துரோகி என்கிறார்கள். இதுகாறும் பிரபாகரன் உயிருடன் இருப்பதாகச் சொல்லி வந்த இன்னொரு தலைவரான அறிவழகனும் இன்று அவரது கொலையை உறுதி செய்துவிட்டார்.

முத்துராமலிங்கத் தேவர், தான் வாழ்ந்திருந்த காலத்தில் சுபாஷ் சந்திரபோஸ் இன்றும் உயிருடன் இருக்கிறார், தைப் பூசத்தன்று மேடையில் தோன்றுவார் என்று சொல்லிக் கொண்டிருந்தது போல, இவர்களும் பிரபாகரன் உயிருடன் இருக்கிறார், மாவீரர் தினத்தன்று

உரையாற்றுவார் என்று சொல்வதை நிறுத்திவிட்டு எஞ்சியிருக்கும் ஈழத் தமிழர்களின் கவுரவமான அரசியல் தீர்வையும், புனர் வாழ்வையும் நோக்கித் தம் அரசியலைத் திசை மாற்ற வேண்டும். இங்குள்ள மக்களின் பிரச்சினைகளில், நமது மக்கள் போராட்டங்களில் கால் பதித்து நின்றிருந்தார்களானால் பிரபாகரனின் மரணத்தோடு தம் அரசியல் வாழ்வே ஸ்தம்பித்துவிட்டதாக அவர்கள் திகைப்புற்றிருக்க வேண்டியதில்லை.

உச்சபட்சக் கோரிக்கைகள், கொள்கை அடிப்படையிலான லட்சியங் களின் காலமல்ல இது. அறம், நீதி ஆகியவற்றை வற்புறுத்தி மக்களின் துயரத்தைக் களைய நம்மாலானதைச் செய்ய வேண்டும். ஆயுதப் போராட்டங்கள் இனி சாத்தியமே இல்லையா, அமைதி வழிப் போராட்டங்களால் இந்த அரசுகளை வழிக்குக் கொண்டு வந்துவிட இயலுமா என்கிற கேள்விகளுக்கு உடனடியாகப் பதிலில்லாத போதும், இன்றைய மாற்றங்களைக் கணக்கிலெடுத்துக் கொள்ளாமல் லட்சிய வாதம் பேசிக் கொண்டிருந்தோமானால் அது மக்களின் அழிவிற்கே இட்டுச் செல்லும். எல்லா மக்களையும் அழியக் கொடுத்தோமானால் பின் யாருக்காகத் தனி நாடு பெறப் போகிறோம்?

ஈழத் தமிழ் மக்களுக்கு நாம் ஒன்று சொல்லிக் கொள்ள வேண்டும். பிரபாகரனின் மரணத்திற்குப் பிறகு எஞ்சியுள்ள புலி ஆதரவுத் தலைவர்கள் ஓரளவு பொறுப்புடன் பேசிவருவதாகத் தெரிகிறது. பிற இயக்கங்களுடன் இணைந்து செயல்படுவது, ஆயுதப் போராட்டத்தை ஒத்தி வைப்பது முதலியன வரவேற்கத்தக்க மாற்றங்கள். சர்வதேச அளவில் ஏற்பட்டுள்ள மாற்றங்கள், அரசியல் முரண்கள், அரசியல் சேர்க்கைகள் ஆகியவற்றைக் கூர்மையாக அவதானித்துச் செயல்படுதல் அவசியம். தமிழக அரசியல்வாதிகளை நம்புவதை அவர்கள் கைவிட வேண்டும். கருணாநிதியும் சரி, ஜெயலலிதாவும் சரி அவர்களின் நோக்கம் தத்தம் அதிகாரத்தை நிறுவுவதும் உறுதி செய்வதும் மட்டுமே.

இங்கேயுள்ள தமிழ்த் தேசியர்கள் தலைமையில் முன்னெடுக்கப்படும் போராட்டங்களை மிகைப்படுத்தி அவற்றின் மீது நம்பிக்கை கொள்வதையும் ஈழத் தமிழ் இயக்கங்கள் கைவிட வேண்டும். ஆங்கில நாளிதழ் ஒன்றில் டெல்லிப் பேராசிரியர் ஒருவர் எழுதியிருந்தது போல, தமிழ் திரைப்படங்களுக்கு மீண்டும் கேளிக்கை வரி விதித்து, அதன் மூலம் வசூலாகும் தொகையை ஈழத் தமிழர்களுக்கு

அனுப்புவோம் என்றால், உண்ணாவிரதமிருந்த சினிமாக்காரர்கள் ஒத்துக் கொள்வார்களா? இயக்குனர் சீமானும் பாரதிராஜாவும் இந்தக் கோரிக்கையை முன்வைப்பார்களா? மாதாந்திர பேருந்து 'பாஸ்' கட்டணத்தை 10 ரூபாய் உயர்த்தி ஈழத்துக்கு அனுப்பலாம் என்றால் மாணவர்கள் ஏற்பார்களா? 'வாட்' (VAT) வரியை ஒரு சதம் உயர்த்த வணிகர்கள் சம்மதிப்பார்களா? தமிழக மக்களின் ஆதரவு முக்கியமான ஒன்றுதான். ஆனால் அதற்குக் கொடுக்க வேண்டிய முக்கியத்துவத்தைக் கொடுப்பதோடு நிறுத்திக்கொள்ள வேண்டும்.

ஜூலை, 2009

இளம் கவிஞர்களுடன் இரண்டு நாட்கள்

தமிழ்க் கவிஞர்கள் இயக்கம் வால்பாறையில் ஏற்பாடு செய்திருந்த கவிதைகள் தொடர்பான முகாம் ஒன்றில் (ஜூன் 13, 14) இளம் கவிஞர்களுடன் இரு நாட்களைக் கழிக்கும் வாய்ப்பு ஒன்று கிட்டியது. கவிஞர்கள் சுகிர்தராணி, லீனா மணிமேகலை, யாழன் ஆதி, செல்மா பிரியதர்ஷன் ஆகியோர் முன்னின்று வால்பாறையில் ஏற்பாடு செய்திருந்த இம்முகாமில் சுமார் 30 கவிஞர்கள் கலந்து கொண்டனர். நானும் ராஜன் குறையும் மட்டுமே 'நிறப்பிரிகை' காலத்திலிருந்து எழுதிக் கொண்டிருப்பவர்கள். க.மோகனரங்கன், கரிகாலன், மதிவண்ணன், எச்.ஜி.ரசூல், நட. சிவகுமார் முதலான முந்திய தலைமுறைக் கவிஞர்கள் தவிர பிற அனைவரும் இளம் தலைமுறையினர். சமீப காலமாக எழுதிக் கொண்டிருப்பவர்கள். இசை, எஸ்.தேன்மொழி, தமிழ் நதி, இளங்கோ கிருஷ்ணன், அய்யப்ப மாதவன், சாகிப்மீரான், அசதா, கம்பீரன், விஷ்ணுபுரம் சரவணன் எனப் புதிதாக எழுத வந்துள்ள பல இளம் கவிஞர்களைச் சந்தித்ததும், அவர்களின் கவிதைகளைப் பற்றிய கருத்துக்களைப் பகிர்ந்து கொண்டதும் இனிய அனுபவமாக இருந்தது.

எல்லோரும் பொறுப்புடன் கட்டுரைகளை எழுதி வாசித்தனர். இப்படி வாசிக்காமல் உரையாற்றியிருந்தால் நன்றாக இருந்திருக்குமே என்றொரு கருத்தும் வந்தது. கட்டுரைகளின் தன்மை துல்லியமாகவும் உறுதியாகவும் எதையும் சொல்வது; கவிதைகள் பூடகமாகவும், *ambiguous* ஆகவும் வெளிப்படுபவை. எனவே கவிதைகளைப் பற்றிப் பேசுகிற மொழியும் கூட சற்றே துல்லியமற்ற *ambiguous* தன்மையுடன் வெளிப்பட வேண்டியுள்ளதால் எழுதி வாசிப்பதே உசிதமாகிவிடுகிறது. கட்டுரைகள் பெரும்பாலும் பாராட்டும் தன்மையிலேயே இருந்ததாக ஒரு விமர்சனம் எழுந்தபோது,

அதனாலென்ன, புதிதாக எழுத வந்திருக்கும் கவிஞர்கள் ஒன்றுகூடி ஒருவரை ஒருவர் பாராட்டி நல்ல அம்சங்களை சிலாகிப்பதும் கூட வரவேற்கப்படக் கூடிய ஒன்றுதானே என்றார் ராஜன்குறை.

அங்கு வந்திருந்த மோகனரங்கன், கரிகாலன் முதலானோர் போல கவிதைப் போக்குகளை கூர்மையாகக் கவனித்து கருத்துக்களைப் பதிவு செய்பவனாக இல்லாதபோதும் ஒரு 'மரியாதை' கருதி என்னைத் தொடங்கி வைக்கச் சொல்லியிருந்தனர். இதை ஒரு வாய்ப்பாகக் கருதி சமீப காலத்தில் வெளிவந்த கவிதைத் தொகுதிகள் சிலவற்றைச் சேகரித்து வாசித்தேன்.

மனித குலம் தோன்றிய காலத்திலிருந்து கூட இருப்பனவற்றுள் கவிதையும் ஒன்று. எதார்த்த வாழ்வின் தர்க்கங்களுடன் பொருந்திப் போய் நம்மிடமுள்ள மானிடம் கெட்டிதட்டிப் போகும்போது, அதைச் சற்றே ஈரப்படுத்தி நெகிழ்த்துவதற்கு கலை இலக்கியங்கள், குறிப்பாக கவிதை பயன்படுகிறது. கவிதையின் மிக முக்கியமான பண்பான 'அதர்க்கம்' இதனைக் கூடுதலாக சாத்தியப்படுத்தி விடுகிறது. கட்டுரைகளைப் போலவும், உரைநடையைப் போலவும், அரசியலைப் போலவும் கவிதைகளும் தத்துவமும் பதில்களைச் சொல்வதில்லை. முடிவுகளை அறிவிப்பதில்லை. அவை வாழ்வு பற்றிய, சமூகம் பற்றிய, அரசியல் பற்றிய புதிய கேள்விகளை எழுப்புகின்றன.

இன்றளவு இயந்திரங்களுடனும் எலக்ட்ரானிக் பொறிகளுடனும் மானுட வாழ்வு பிணைக்கப்பட்டு அவற்றின் ஓர் அங்கமாக மாற்றப்படாத சூழலில் சென்ற நூற்றாண்டு மத்தியில் - இயந்திரத்தின் நீட்சியாக மானுடம் மாறிப் போவது குறித்து எச்சரித்த ஹைடகர், இதிலிருந்து தப்புவதற்காகச் சொன்ன எளிய வழிமுறைகளில் ஒன்று கவிதை வாசித்தல், தத்துவம் பயிற்சி செய்தல்.

நவீன தமிழ்க் கவிதையின் போக்குகள் குறித்து கவிஞர் ஆத்மாநாம், பிரம்மராஜனுடன் மேற்கொண்ட ஒரு உரையாடலின்போது (1983) சுமாரான ஒரு காலப் பாகுபாடு செய்வார். "தமிழில் நவீன கவிதையின் தோற்றுவாயாக உள்ள பாரதிக்கு அடுத்து வந்த கவிஞர்கள் ந.பிச்சமூர்த்தி, கு.பா.ரா., புதுமைப்பித்தன் முதலானோர்; 'எழுத்து' பிரசுரமாக வெளிவந்த 'புதுக்குரல்'களின் மூலம் தெரிய வந்த கவிஞர்களின் பெரும்பான்மையான கவிதைகள் மேற்கத்திய தத்துவத்தையோ, கீழைத் தத்துவத்தையோ தூக்கலாக அறிவித்தவை;

எழுபதுகளில் வந்த 'கசடதபற' கவிதைகளில் பௌதிக உலகின் தாக்குதலும் அவற்றினடிப்படையிலான அனுபவ வெளிப்பாடுகளும் முதன்மை பெற்றன; எண்பதுகளில் வாழ்ந்த 'ழ' சுய அனுபவம், சுய சிந்தனை அடிப்படையிலிருந்தன. எழுபதுகளில் வந்தவற்றைக் காட்டிலும் இவை நிதானமாக யோசித்து எழுதப்பட்டவையாக இருந்தன"- இது ஆத்மாநாம் முன்வைத்த ஒரு மேலோட்டமான வகைப்பாடு.

இந்த வரிசையில் 80களுக்குப் பின் வந்த 'மீட்சி' கவிதைகள், அதற்குப் பின் வந்தவை, இன்று வந்து கொண்டிருப்பவை ஆகியவற்றின் தன்மைகளையும், வளர்ச்சி நிலையையும் கவிதை விமர்சகர்கள் அடையாளப்படுத்த வேண்டும். அப்படிச் செய்வது இளங் கவிஞர்களுக்குப் பயனுடையதாக இருக்கும். நான் அதைச் செய்ய முடியும் என நினைக்கவில்லை ஆயினும் ஒரு வாசகன் என்கிற வகையில் சில பார்வைகளை விவாதத்திற்காக முன்வைக்கிறேன். தமிழ்ச் சிறுபத்திரிகை வரலாற்றில் முக்கிய இடம் பெற்றவற்றுள் ஒன்றான மீட்சி ' இதழில் வெளிவந்த கவிதைகள் நவீனத்துவத்தை எதிர் கொண்ட அனுபவங்களாக வெளிப்பட்டன. ஐரோப்பிய நவீன கவிதைகளின் கூடுதலான பாதிப்புகளை அவை தாங்கி நின்றன. ஏராளமான மொழியாக்கக் கவிதைகள் இதற்கு வழி வகுத்தன.

தொண்ணூறுகளின் பிற்பகுதியில் வெளிவந்த கவிதைகள், அன்று மேலெழுந்த அடையாள அரசியல் தாக்கத்தின் வெளிப்பாடுகளாக இருந்தன. முதன் முதலாகப் படைப்புக் களத்தில் பல்வேறு சமூகப் பிரிவினர் குறிப்பாக இதுகாறும் இலக்கியக் களத்தில் இடம் பெறாதோர் தத்தம் அனுபவங்களைக் கவிதைகளினூடாக வெளிப்படுத்தினர். என்.டி.ராஜ்குமார் போன்ற கவிஞர்கள் இதுவரை அறிந்திராத பல உக்கிரமான அனுபவங்களைக் கவிதையில் கொண்டு வந்தனர். இன்று வெளிவந்து கொண்டிருக்கும் இளம் தலைமுறையினரின் கவிதைகளைப் பற்றிச் சொல்ல இன்னும் கொஞ்சம் கால அவகாசம் தேவை. எனினும் 90களின் பிற்பகுதி தொடங்கி வெளிவரும் கவிதைகளின் முக்கியமான பண்புகளாக எனக்குப் படுவது அவற்றின் எளிமை; புதிய வகை மொழிப் பிரயோகங்கள். பகட்டுகளையும், அலங்காரங்களையும் உதறித் தள்ளியவையாக இவை அமைகின்றன. கவிதையின் இன்னொரு முக்கியமான பண்பு அதன் எளிமை.

எனினும் இந்த எளிமை குறித்து ஒன்றைச் சொல்ல வேண்டும்.

எளிமை கவிதைகளின் ஆழமற்ற தன்மையின் வெளிப்பாடாக இருந்துவிடக் கூடாது. வாழ்வின் அன்றாட அனுபவங்களை, வீட்டுத் தோட்டத்தில் ஒரு புதிய பூ பூத்திருப்பது, நண்பரது வீட்டிற்குள் ஓடி வந்த ஒரு அணில் குஞ்சு முதலான காட்சிகளை மிக எளிமையாகக் கவிதையாக்கிய முந்தைய தலைமுறைக் கவிஞர்களை நாம் அறிவோம். இயற்கையோடு நம்மை இயைபுப்படுத்த அவை பயன்பட்டபோதிலும், அசாதாரணமான அனுபவங்களை உருவாக்கி நம்மை எதார்த்த உலகிலிருந்து உசுப்பி விடுபவையாக அவை அமைந்ததில்லை. அத்தகைய தன்மையுடன் கவிதைகள் படைப்பதற்கு வாழ்வு குறித்த, உலகு குறித்த ஆழ்ந்த சிந்தனைகள் கவிஞனுக்கு அவசியம். சமகால உலகு குறித்த கூர்ந்த அவதானிப்பு மட்டுமின்றி பல்துறைப்பட்ட தீராத வாசிப்பும் கவிஞனுக்குத் தேவை.

துரதிர்ஷ்ட வசமாக நமது கவிதை மரபு அகம் – புறம் என்கிற பாகுபாட்டுடனும் இவை ஒன்றையொன்று விலக்கியவை என்பதிலிருந்தும் தொடங்குகிறது. சற்றே மிகை எளிமைப்படுத்திச் சொல்வதெனில் மனம் *(interior)* சார்ந்தவை X அரசியல் *(exterior)* சார்ந்தவை என இவற்றைச் சொல்லலாம். ஆனால் இவை தோன்றிய காலத்திலேயே கூட இப்படியான முழுமையான பாகுபாட்டிற்குள் எல்லாக் கவிதைகளையும் அடக்கிவிட முடியவில்லை . பத்துப் பாட்டில் ஒன்றான ’நெடுநல்வாடை’ இதற்கொரு சான்று. கைக்கிளை, பெருந்திணை முதலிய 'பொருந்தாக்' காமத்திற்குள் அடங்கும் அகத் துறை சார்ந்த பாடல்கள் புறநானூற்றில் இடம் பெறுகின்றன. பின்னர் இவை, அதாவது பொருந்தாக் காமமாக வகைப்படுத்தக் கூடியவை புறப் பாடல்களாகக் கருதப் படவேண்டுமென விளக்கமளிக்கப் பட்டன. ஆக ஒரு வகையில் பொருந்தாக் காமத்தைப் பேசுவதே அரசியலாகிவிடுகிறது. இந்த வகையில் இங்கே சலசலப்பை ஏற்படுத்திய பெண்கவிஞர்களின் சமீபத்திய கவிதைகள் அரசியல் கவிதைகளாக ஆகிவிடுகின்றன. இந்தக் கவிஞர்களுக்கு எதிராகச் சில ஆண்டுகளுக்கு முன் அரசியல் கட்சிகள் எல்லாம் வரிந்து கட்டிக் கொண்டு இறங்கியதும் இதற்கொரு சான்றாகிவிடுகிறது.

இருபதாம் நூற்றாண்டின் முற்பகுதியில், தமிழ்ச் சூழலில் அரசியல் கவிதைகளைக் கவிதைகளாக ஏற்பதா என்கிற விவாதம் தொடங்கியது. அரசியல் கவிதைகளைப் பாடியதற்காகவே பாரதியை மகாகவி அல்ல எனச் சிலர் வாதிட்ட கதையை அறிவோம். நவீன கவிதை இங்கே உருப்பெற்றபோது இந்த ஒன்றையொன்று விலக்கிய

தமிழ்மரபு அதில் பிரதிபலித்தது. உரக்க அரசியலைப் பேசிய பாரதிதாசன், வானம்பாடி மற்றும் இடதுசாரிக் கவிஞர்கள் ஒரு புறம். அரசியலை முற்றாகத் தவிர்த்து வெறும் மனம் சார்ந்த விஷயங்களையே கவிதையாக்கிய மணிக்கொடி பாரம்பரியத்தினர் இன்னொரு பக்கம். எனினும் இந்த இரண்டாம் வகைப்பட்டோர் மத்தியில் 1970களின் நடுவில் மீண்டும் ஒரு விவாதம் கிளர்ந்தது. நவீன தமிழ் இலக்கிய வரலாற்றில் ஒரு முக்கியமான தருணம் இது. நெருக்கடி நிலை அறிவிப்பு, அதை ஒட்டிய மனித உரிமை மீறல்கள், ஜனநாயகத்திற்கான போராட்டங்கள் ஆகியவற்றின் பின்னணியில் 'ப்ரக்ஞை' இதழுக்குள் நடைபெற்ற விவாதம் அது. அரசியலைத் தவிர்த்து எழுதிக் கொண்டிருக்க முடியாது என அவர்கள் முடிவெடுத்தனர். பிரக்ஞை , படிகள், பரிமாணம் இலக்கிய வெளிவட்டம், மீட்சி, நிறப்பிரிகை... என்பதாக ஒரு புதிய போக்கு உருவாகியது. இன்னொரு பக்கம் யாத்ரா, கொல்லிப் பாவை, சு.ராவின் காலச்சுவடு... என்று ஒரு போக்கினர் அரசியல் தவிர்த்த பழைய பாதையைத் தொடர்ந்தனர்.

கவிதைகளைப் பொருத்தமட்டில் அரசியற் கவிதைகளுக்குள்ளேயே இரு போக்குகள் உருவாயின. ஒரு பக்கம் வானம்பாடி மற்றும் இடதுசாரிகள் வெளிப்படுத்திய வெளிப்படையான அரசியல் கவிதைகள்; இன்னொரு பக்கம் ஆத்மாநாம் முதலானோர் கவிதைகளின் கவிதைத் தன்மைக்கு முக்கியத்துவம் அளித்து *subtle* ஆகவும் அதே நேரத்தில் தீவிரமாகவும் அரசியல் கவிதைகளை எழுதினர். இரு சாராரின் கவிதைகளும் இரு வகையில் முக்கியத்துவம் பெற்றன. அரசியற் களத்தில் நேரடியாக இயங்குபவர்களின் கரங்களைச் சென்றடைந்த வானம்பாடி மற்றும் இடதுசாரிகளின் கவிதைகள் அவ்வகையில் முக்கியம் பெற்றன. அவற்றின் எளிமை ஜனரஞ்சக இதழ்களிலும் அவை இடம் பெறுவதற்கு உதவின.

இன்னொரு பக்கம் கவிதைப் பற்றாளர்கள் மற்றும் தீவிர வாசிப்பாளர்கள் மத்தியில் இரண்டாம் வகையினரின் கவிதைகள் தாக்கத்தை ஏற்படுத்தின. அரசியலை நோக்கி அவர்களை இயைபு படுத்தின.

வானம்பாடி போக்கினர் உருப்பெற்ற காலம் கவனத்திற்குரியது. போர் முடிந்து 1950களில் உலகெங்கிலும் ஆட்சி மாற்றங்கள் நடை பெற்றிருந்த காலம் அது. புரட்சி சாத்தியம் என்கிற உறுதிப்பாட்டுடன் உலகைப் புரட்டிவிடும் நெம்புகோல் கவிதைகளை அவர்கள்

யாத்தனர். கடந்த 60 ஆண்டுகளில் உலகம் பெரிய அளவில் மாறியுள்ளது. ஒருவகையில் எல்லாவிதமான நம்பிக்கைகளும் சிதைந்த ஒரு காலத்தில் நாம் இன்று வாழ்கிறோம். புரட்சி சாத்தியமில்லை, வர்க்கப் போராட்டம் இனி சாத்தியமில்லை, ஏன் நீதியும் கூட இனி சாத்தியமில்லை என்றான ஒரு காலம் இது. இந்தச் சூழல் வானம்பாடி வரிசைக் கவிஞர்களை நிலைகுலைய வைத்துள்ளது. இன்குலாப் எழுதுவதை நிறுத்திவிட்டார். நெம்புகோல் கவிதை எழுதிய தமிழன்பன் இப்போது 'லிபரைக்கூ', அது இதுவென புதிய கவிதை வடிவ ஆய்வுகளில் இறங்கிவிட்டார்.

90களுக்குப் பிந்தைய இந்தக் காலகட்டத்தினூடாக உருவான, அடையாள அரசியற் கவிஞர்கள் மத்தியில் இந்த இரு போக்குகளையும் காணமுடியும். போரின் விளைவாய் இன்று சின்னாபின்னமாய்ச் சிதைந்து போயுள்ள ஈழத் தமிழ்க் கவிஞர்கள் அவர்களது மண்ணின் மரபு ததும்ப மிக்க எளிமையுடன் அரசியற் கவிதைகளை எழுதி வருகின்றனர்.

இந்தப் பத்தியில் நான் வேறு சில சந்தர்ப்பங்களில் குறிப்பிட்டுள்ள ஒரு கருத்தை மீண்டும் ஒரு முறை பதிய விரும்புகிறேன். மனிதன் ஒரு அரசியல் மிருகம். அரசியல் அவனிடமிருந்து பறிக்கபப்டும்போது அவனது வாழ்க்கை வெற்று உயிர்வாழ்வாக (bare life) ஆகிவிடுகிறது. அவனுக்கும் ஒரு புழுவுக்கும் வேறுபாடில்லை . நீதி செத்த உலகில் நாம் வாழ்ந்து கொண்டிருக்கிறோம். சில ஆண்டுகளுக்கு முன்பு இந்தியா இரண்டாம் முறையாக அணுகுண்டு வெடிப்புச் சோதனை நிகழ்த்திய போது, அன்றைய துணைப் பிரதமர் அத்வானி சொன்னார்: "இது எதார்த்த அரசியலின் காலம். இனி அரசியலில் அறத்திற்கு இடமில்லை." அத்வானி இதை வெளிப்படையாகச் சொன்னார். மன்மோகன் சிங் அதை நடைமுறையில் நிறைவேற்றுகிறார்.

மிகப் பெரிய வன்முறைகள், சிவிலியன்கள் கொல்லப்படுதல், உள்நாட்டிலேயே மக்கள் அகதிகளாக்கப்படுதல், போராடுபவர்களுக்கு எதிராக அரசாங்கமே கூலிப்படைகளை அமைத்தல், இராணுவத்தைக் கொண்டு குவித்து சிவில் வெளிகளைச் சுருக்குதல், ஷியா - சன்னி பிளவுகளைப் பயன்படுத்தி முஸ்லிம்களை வைத்தே முஸ்லிம்களைக் கொல்லுதல், 'சல்வா ஜூடும்' போன்ற சட்ட விரோத கூலிப்படைகளை அமைத்து, Security Related Expenditure என அரசாங்க கஜானாவிலிருந்தே அவர்களுக்கு ஊதியம் அளித்து பழங்குடியினரைக் கொல்ல பழங்குடியினரையே பயன்படுத்துதல்......

இவற்றின் மத்தியில்தான் நாம் இன்று வாழ்ந்து கொண்டிருக்கிறோம்.

இலங்கையில் கடந்த ஆறு மாதங்களில் மட்டும் சுமார் 25,000 சிவிலியன்கள் கொல்லப்பட்டுள்ளனர்; 3 லட்சம் பேர் இன்று வதை முகாம்களில் உள்ளனர். பாகிஸ்தானில் தாலிபான்களுக்கு எதிராக ஸ்வாட் பள்ளத்தாக்கில் மேற்கொள்ளப்படுகிற தாக்குதலில் கடந்த இரு மாதங்களில் மட்டும் 10,000க்கும் மேற்பட்ட சிவிலியன்கள் கொல்லப்பட்டுள்ளனர். 15 லட்சம் பேர் இன்று அகதி முகாம்களில்.

ஜியார்ஜியோ அகம்பன் சொல்வது போல ஒரு வகையில் உலகமே இன்று ஒரு பெரிய அகதி முகாமாக ஆக்கப்பட்டுள்ளது. 2083ம் ஆண்டில் கடற்கரையில் ஞானக்கூத்தனுடன் சுண்டல் வாங்கித் தின்று கொண்டு உரையாடுவதாக ஆத்மாநாமின் கவிதை ஒன்று உண்டு. "அப்பொழுதுதான் / ஒரு அணுகுண்டு வெடித்த | சத்தம் கேட்டது / இருவரும் அகதிகள் முகாமிற்குத் திரும்பினோம்" என்று அக் கவிதை முடியும். இன்னும் 70 ஆண்டுகளுக்குப் பின் நடக்கப் போவதாக அன்று அவர் எதிர்பார்த்ததை இன்று மானுடம் அனுபவித்துக் கொண்டுள்ளது.

அதிர்ஷ்ட வசமாக இந்தியத் தமிழர்களாகிய நாம் இந்தக் கொடுமைகளை நேரடியாக எதிர் கொள்ளவில்லை. உலகப் பொதுவான ஒரு அனுபவம் நமக்கு வாய்க்கப் பெறாதது நமது கவிதைகளில் வெளிப்படுகிறது. ஓரளவு சென்ற இருபதாண்டுகளில் இங்கு சாதி அடிப்படையிலான சமூக அநீதிகளுக்கு எதிராக ஏற்பட்ட விழிப்புணர்வு நமது கவிஞர்களைப் பாதித்துள்ளது வரவேற்கத்தக்க ஒன்று. தேவதச்சன் போன்ற முக்கிய கவிஞர்கள், இப்படியான கருத்துக்களை இதுவரை கவிதைகளில் கொண்டுவராதவர்களும் கூட, இன்று அவற்றைக் கவிதையாக்கத் தொடங்கியுள்ளனர். எனினும் சற்று முன் குறிப்பிட்ட உலகப் பொதுவான அனுபவம் நம் கவிதைகளில் போதிய அளவில் இடம்பெறவில்லை. போரின் விளைவுகளை நாமும்தான் சந்தித்துக் கொண்டிருக்கிறோம். நமது இளம் கவிஞர்கள் இது குறித்து பிரக்ஞை கொள்ளுதல் வேண்டும்.

தொடக்க உரையின் போதும், இடைப்பட்ட விவாதங்களினூடாகவும், நேரடி உரையாடல்களிலும் வைக்கப்பட்ட இக் கருத்துக்களை இளம் கவிஞர்கள் பொறுப்புடன் கவனித்திருந்தது மகிழ்ச்சியளித்தது.

ஜூலை, 2009

தேவதாசி வாழ்வு

இதுகாறும் எழுத்துக்குரியவரல்லர் என ஒதுக்கி வைக்கப்பட்ட பிரிவினர் குறித்த நூற்களும், அவர்களே எழுதுபவையும் ஏராளமாகத் தமிழில் வரத் தொடங்கியுள்ளன. தலித் இலக்கியம் இவற்றிற்கு முன்னோடியாக அமைந்தது. அடுத்தடுத்து அரவானியர் குறித்து கிட்டத்தட்ட ஆறேழு நூல்கள் வெளிவந்தன. இவற்றில் பல அவர்களே எழுதியவை. முன்னாள் தொழுநோயாளி ஒருவரும் தன் அனுபவங்களை எழுதினார். தேவதாசி மரபு குறித்த முழுமையான ஆய்வு நூலொன்று தற்போது வந்துள்ளது.

இதுகுறித்து சில நூல்கள் ஏற்கனவே தமிழில் உள்ளன என்ற போதிலும் தற்போது வெளிவந்துள்ள முனைவர் நர்மதாவின் பி.எச்.டி ஆய்வு சங்க காலம் தொடங்கி இன்றுவரை தமிழகத்தில் இம்மரபு செயல்பட்டு வந்த தடம் குறித்த ஒரு முழுமையான ஆவணமாக விளங்குகிறது (தமிழகத்தில் தேவரடியார் மரபு பன்முக நோக்கு, போதிவனம், சென்னை 14 2006, பக். 285 விலை: ரூ.180). இலக்கிய வரலாற்று ஆதாரங்கள் தவிர, தமிழகமெங்கும் அலைந்து திரிந்து உதிர்ந்து கொண்டிருக்கும் இம்மரபின் கடைசிக் கொழுந்துகள் பலரையும் சந்தித்துத் திரட்டிய செய்திகளுடன் அமைந்துள்ளது இந்நூல். தேவரடியார்கள் சிலரின் நிழற்படங்கள் முக்கிய இணைப்பாக உள்ளன.

தேவரடியார் மரபு குறித்து ஆங்கிலத்தில் பல நூல்கள் உள்ளன. அவற்றில் இரண்டு குறிப்பிடத்தக்கவை. *Saskia C.Kersenboom Story* எழுதிய *Nitya Sumangali Devadasi Tradition in South India* என்ற

நூலும். *Kay K.Jordan* எழுதிய *From Sacred Servant to Profane Prostitute* என்கிற நூலும் இவற்றில் முக்கியமானவை. பின்னது *1857* முதல் *1947* வரையிலான தேவதாசி மரபு குறித்த சட்டபூர்வ மாற்றங்களை விரிவாகத் தொகுக்கிறது.

இந்தியா முழுவதிலும் பரவியிருந்த சில பொதுவான கலாச்சார மரபுகளில் ஒன்று இது. இறைச் சேவைக்கென 'பொட்டு' கட்டி சிறுமிகளை அர்ப்பணிக்கும் மரபு இந்து மதத்தின் ஓரங்கமாக இந்தியா முழுவதும் சிற்சில தனித்துவங்களுடன் வெவ்வேறு பெயர்களில் விளங்கி வந்துள்ளது. தேவதாசி, ஜோகினி, பாகவி, கலாவந்த், பரவதி, மாத்தம்மா எனப் பல பெயர்களில் இவர்கள் அழைக்கப்பட்டனர். *1934*ல் பம்பாயில் இயற்றப்பட்ட 'தேவதாசி முறை தடுப்புச்சட்டம்' *1947*ல் சென்னை மாகாணத்தில் உருவாக்கப்பட்ட 'தேவதாசி அர்ப்பணிப்பு தடுப்புச்சட்டம்' ஆகியவற்றுக்குப் பின் ஆகம வகைப்பட்ட ஆலயங்களில் சிறு பெண்கள் இவ்வாறு பொட்டுக் கட்டி நேர்ந்து விடப்படுவது சட்டபூர்வமாக ஒழிக்கப்பட்டாலும், இன்றும் கூட ஆண்டுதோறும் ஆயிரக்கணக்கான சிறுமியர் பல்வேறு சிறு தெய்வங்களுக்கு இவ்வாறு அர்ப்பணிக்கப்படுவது தொடரவே செய்கிறது. இன்று இவ்வாறு அர்ப்பணிக்கப்படுவோர் பெரும்பாலும் அடித்தளச் சாதியைச் சேர்ந்தவர்களாகவே உள்ளனர். பாலியல் தொழில் இவர்களது ஒரே வாழ்வாதாரமாகி விடுகிறது. திருத்தணி பகுதியில் ஒரு குறிப்பிட்ட அடித்தளப் பிரிவினர் மத்தியில் மாத்தம்மா என்கிற சிறு தெய்வத்திற்கு இவ்வாறு சிறுமியர் நேர்ந்து விடப்படுதல் குறித்து சில ஆண்டுகளுக்கு முன் லீனா மணிமேகலை தயாரித்த ஒரு ஆவணப்படம் சர்ச்சைக்குள்ளானது நினைவிருக்கலாம். வறுமை, வேண்டுதல் இப்படிப் பல காரணங்களை முன்னிட்டு இந்நிலை இன்றும் தொடர்கிறது.

சங்க இலக்கியங்களில் சுட்டப்படுகிற பரத்தையர், காமக்கிழத்தியர், பாடினி, விறலியர் தொடங்கி மத்திய காலத்தில் உச்சமடைந்திருந்த தேவதாசி மரபு, அவர்களிடமிருந்த 'சதிர்'க்கலை பரதநாட்டியமாக இன்று மாற்றம் பெற்றுள்ள நிலை, சென்ற நூற்றாண்டின் முற்பாதியில் இம்மரபை ஒழிப்பதற்கென சட்டபூர்வமான முயற்சிகள் மேற்கொள்ளப்பட்டதை ஒட்டி எழுந்த சர்ச்சைகள் எஞ்சியுள்ள தேவதாசி மரபினரின் இன்றைய நிலை ஆகியவை குறித்த ஒரு பருந்துப்பார்வையாக நர்மதாவின் நூல் அமைந்துள்ளது.

பரத்தை, விறலி, காமக்கிழத்தி ஆகியோருக்கும் ஆகம வழிப்பட்ட

கோயில்களுக்கு அர்ப்பணிக்கப்பட்ட தேவதாசியருக்கும் நேரடித் தொடர்புகள் இல்லாதபோதும் ஒரு கணவரை மணந்து அவரோடு வாழ்ந்து மடிவது என்கிற நிலை இல்லாது சுதந்திரமான பாலியல் தேர்வு உடையவர்கள் என்கிற வகையில் இவர்கள் அனைவரும் மைய நீரோட்டப் பெண் அடையாளத்திலிருந்து விலகியவர்கள். இந்த வகையில் இவர்கள் எல்லோரையும் ஒருசேரப் பார்க்க வேண்டிய நிலை ஏற்படுகிறது. தவிரவும் தேவதாசி மரபில் வந்தவர்கள் திருமணம் செய்துகொள்ளாமலே ஒருவருக்கு நிரந்தரமாகவோ இல்லை பலருக்கோ பாலியல் சேவை புரிந்து வாழ நேர்ந்ததே வரலாறாக இருந்ததாலும், இப்படிப் பரத்தையர் முதல் தேவதாசி மரபினர் வரை இந்த அம்சத்தில் ஒன்றாகப் பார்க்க வேண்டிய அவசியம் ஏற்பட்டு வருகிறது.

தேவதாசி மரபுக்கு வேத ஆதாரங்கள் உண்டா, எப்போது அது தோன்றியது என்பது குறித்து சர்ச்சைகள் உண்டு. ஆகம வழிப்பட்ட கோயில்களின் பெருக்கம் ஏற்பட்ட 5,6 ம் நூற்றாண்டுக்குப் பின் இம்மரபு உறுதியடைந்தது எனலாம். தஞ்சைப் பெரிய கோயிலைக் கட்டிய இராஜராஜன் 400 பெண்களை சோழ நாடெங்கிலிருந்தும் கொண்டு வந்து ஆலயச் சேவைக்காக அமர்த்தி இதை ஒரு நிறுவனமாக்கிய வரலாற்றை நாம் அறிவோம். பிற ஆலய சேவைக்காரர்களைப் போலவே இவர்களுக்கும் இனாம் நிலம், படி, கோயிலில் சில உரிமைகள் அனைத்தும் வழங்கப்பட்டன. தொடக்கத்தில் அரசாணை ஒன்றின் மூலம் சமூகத்தின் மேல் தட்டினர் தொடங்கி சகல பிரிவினரிடமிருந்தும் பெண்கள் தேர்வு செய்து கொண்டு வரப்பட்டு தனிச்சேரிப் பெண்களாக்கப்பட்டனர். எனினும் போகப்போக இவர்களே ஒரு குறிப்பிட்ட சாதியாயினர். இச்சாதியில் பிறந்த சிறுமியர் அறியாப் பருவத்திலேயே கட்டாயமாக பொட்டுக் கட்டப்பட்டனர்.

இந்தியத் துணைக் கண்டத்தில் நவீனத்துவத்தின் தோற்றம் ஆங்கில ஆட்சி, அது உருவாக்கிய சமூக மாற்றங்களினூடாக உருப்பெற்றது. இதுகுறித்த பிரக்ஞை சமூகத்தின் சகல பிரிவினரிடமும் பல்வேறு மட்டங்களில் பிரதிபலித்தது. நவீன சமூகத்துக்குரிய குடும்பப் பெண்களை உற்பத்தி செய்யும் முயற்சிக்குத் தடையாக இருந்த குழந்தை மணம், வைதவ்யம், கல்வி மறுப்பு, உடன்கட்டை ஏறும் வழக்கம் ஆகியவற்றுக்கெதிராகச் சீர்திருத்தக் கருத்துக்கள் ஒலித்தபோது, தேவதாசி மரபை எதிர்த்தும் அழுத்தங்கள் உருவாகத் தொடங்கின. பிரிட்டிஷ் அரசு இதுபோன்ற பிரச்சினைகளில்

பெரும்பான்மையான இந்துச் சமூகத்தைப் பிரதிநிதித்துவப்படுத்தும் ஆதிக்க சாதியினரை விரோதித்துக் கொள்ள விரும்பியதில்லை. எனினும் காலத்திற்குப் பொருந்தாத வழக்கம் எனவும் தேவதாசி முறை பாலியல் தொழிலுக்கே இட்டுச் செல்கிறது எனவும், அதன்மூலம் சமூக ஒழுங்கு கெடுகிறது எனவும் சீர்திருத்தவாதிகளின் குரல் தீவிரமாக ஒலித்தபோது, அன்றைய பிரிட்டிஷ் அரசு மாநில வாரியாக இதுகுறித்த கருத்துக்களைக் கேட்டது (1872). "இந்த நடன மாதுக்களின் சேவை இந்துச் சடங்குகளுக்கு மட்டுமின்றி சில குடும்ப நிகழ்ச்சிகளிலும் அத்தியாவசியமாகத் தேவைப்படுகிறது என்பதே ஆகப் பெரும்பான்மையான கருத்தாக உள்ளது என்று கருதுகிறேன். கொஞ்சம் கொஞ்சமாக இம்முறையை ஒழிப்பது எனச் சட்டம் இயற்றினால் இந்துக்களில் பெரும்பான்மையோரின் வெறுப்புக்கு நாம் ஆளாவோம்" என சென்னை மாகாண கவர்னர் ஜெனரல் எழுதினார். கிட்டத்தட்ட இந்தியா முழுமையிலிருந்தும் இத்தகைய கருத்துக்களே வந்தன.

பிரிட்டிஷ் அரசு இவற்றைச் சாக்காக வைத்து தேவதாசி முறையைத் தக்க வைத்தது. கட்டாயப் பாலியல் தொழிலை மட்டுமே தண்டனைக்குரிய குற்றமாக்கியது. விவரம் தெரியாத வயதில் ஆலயங்களுக்குச் சிறுமியரை அர்ப்பணிப்பது தவறு எனச் சீர்திருத்தவாதிகள் மீண்டும் குரல் எழுப்பியபோது 'எப்படி இருந்தபோதிலும் இந்தியப் பெண்கள் மிகச் சிறு வயதிலேயே அவர்களின் விருப்பத்தைப் பற்றிக் கவலைப்படாமல் திருமணம் உள்ளிட்ட ஏதோ ஒரு வகையில் 'டிஸ்போஸ்' செய்யப்படுகிறார்கள் என்பதால் இது தொடர்பாக ஏதும் சட்டம் இயற்ற இயலாது' எனக் கைவிரித்தது. எனினும் சீர்திருத்தவாதிகள் தம் முயற்சியில் சோராமல் அவ்வப்போது சட்டபூர்வமாக ஏதேனும் செய்ய முயற்சிகளைத் தொடர்ந்தனர். 1920களில் சென்னை மாகாண சட்டமன்றத்தில் இதுகுறித்துப் பேசப்பட்டது. தேவதாசி மரபில் வந்தவரும் முதல் பெண் சட்டமன்ற உறுப்பினருமான டாக்டர் முத்துலட்சுமி ரெட்டி 1929ல் தேவதாசி முறை ஒழிப்பிற்கு மசோதா ஒன்று கொண்டு வந்ததும் சத்தியமூர்த்தி, சர் சி.பி. இராமசாமி அய்யர், இராஜாஜி போன்றோர் நேரடியாகவும் மறைமுகமாவும் இதற்கு முட்டுக்கட்டை போட்டதும் வரலாறு. சட்டமன்றத்திற்கு வெளியே பெரியார் தலைமையில் திராவிட இயக்கம் நடத்திய பிரச்சார இயக்கத்தின் விளைவாக இறுதியில் (1947) தேவதாசி முறை தடுப்புச்சட்டம் உருவானது.

சிறுமிகளைத் தேவதாசிகளாக்குவதை சட்டமியற்றித் தடுக்கக்கூடாது என வாதிட்டவர்கள் இரு கருத்துக்களை முன் வைத்தனர். இது ஒரு இந்து மரபு. இம்மரபின் ஓரங்கமாக இசை மற்றும் நடனக் கலைகள் அமைந்துள்ளன. இவற்றில் கை வைக்க அனுமதிக்க மாட்டோம். இன்று தேவதாசி முறை வேண்டாம் என்பீர்கள், நாளை அர்ச்சகர்களே கூட வேண்டாம் என்பீர்கள் என்றார் சத்தியமூர்த்தி. தேவதாசி மரபு பாலியல் தொழிலுக்கு இட்டுச் செல்கிறது என்கிற கருத்தையும் இவர்கள் மறுத்தனர். மாறாக, வரலாறு முழுவதும் தேவதாசியர் பெருமைக்குரிய நிலையிலேயே இந்துச் சமூகத்தால் மதிக்கப்பட்டனர். சமூகத்தில் செல்வாக்கு மிக்கவர்களாகவும் இவர்கள் விளங்கினர். எனவே தேவதாசி மரபே பாலியல் தொழிலுக்கு வித்திடுகிறது என்பதை ஏற்க இயலாது என்றனர்.

தேவதாசி மரபில் வந்தவர்களுள் இவ்விரு கருத்துக்களுக்குமே ஆதரவு இருந்தது. முத்துலட்சுமி ரெட்டி மேற்குறித்த கருத்துக்களைக் கடுமையாக எதிர்த்தார். 95 சதம் தேவரடியார்கள் பாலியல் தொழிலில் தான் உள்ளனர் என்றார். திராவிட இயக்கத் தலைவர்களில் ஒருவரும் சிறு வயதிலேயே பொட்டுக் கட்டப்பட்டுப் பின் அவ்வாழ்வைத் துறந்தவருமான மூவலூர் இராமாமிர்தம் அம்மையார், சட்டசபைக்கு வெளியிலிருந்து போராடினார். 'தாசிகள் மோசவலை' என்கிற அவரது புகழ்பெற்ற நாவலை நாம் அறிவோம்.

தேவதாசியருக்குள் மாற்றுக்கருத்துக்களும் இருந்தன. தேவதாசி மரபைத் தொடர வேண்டும். தடை செய்ய சட்டபூர்வ முயற்சிகள் கூடாது என்கிற கோரிக்கையுடன் தேவதாசியர் சில அமைப்புகளை உருவாக்கினர். மாநாடுகளையும் நடத்தினர். சத்தியமூர்த்தி போன்ற தலைவர்கள் இதை ஊக்குவித்தனர். எனினும் இத்தகைய செயற்பாடுகளை முழுமையாக சத்தியமூர்த்தி போன்றோரின் சதி முயற்சியாக நாம் பார்க்கத் தேவையில்லை. சட்டபூர்வத் தடைக்கு எதிரான ஒரு கருத்து தேவதாசியரிடமும் இருக்கவே செய்தது.

இதே நேரத்தில் தேவதாசி மரபினரிடமிருந்த சதிர்க்கலையை இதுகாறும் இழிவெனக் கருதப்பட்ட நிலையிலிருந்து மாற்றி மதிப்பிற்குரிய ஒரு கலையாக மாற்றும் முயற்சியையும் இந்துச் சமூக மேற்தட்டினர் மேற்கொண்டனர். சென்ற நூற்றாண்டில் இந்து மீட்பு வாதத்தை முன்னெடுத்த முக்கிய அமைப்புகளில் ஒன்றான 'தியாசபிகல் சொசைட்டி'யினர் ஒரு பக்கமும், சி.பி.

இராம சாமி அய்யரால் உருவாக்கப்பட்ட 'சங்கீத வித்வத் சபை இன்னொரு புறமும் இதைச் செய்தது. வித்வத் சபையின் கிருஷ்ணய்யர் புகழ்பெற்ற தேவதாசிக் கலைஞர்களை எல்லாம் அழைத்துவந்து அகாடெமியில் அரங்கேற்றினார். இதனூடாக சதிர்க்கலை 'பரதக்கலை'யாகி பார்ப்பனிய மயப்படுத்தப்பட்டது வேறு கதை.

இந்த இரு போக்குகள் குறித்தும் எவ்வித விமர்சனமும் இன்றி ஒருவகையான நடுநிலைத் தன்மையுடன் இரண்டின் சாதகமான அம்சங்களை மட்டுமே சுட்டுவதாகத் தன் நூலைக் கொண்டு செல்கிறார் நர்மதா.

தேவதாசியருள் ஒரு பிரிவினர் இம்முறை தொடர வேண்டும் எனக் கருதியதை நாம் எப்படிப் புரிந்து கொள்வது? ஆலயச் சேவைக்காக அளிக்கப்பட்ட இனாம் நிலங்கள், பெண் குழந்தைகளைத் தத்தெடுக்கும் உரிமை இவை எல்லாம் போய்விடுமே என்கிற பொருளியல் சார்ந்த அச்சம் மட்டுமா இதற்குப் பின்புலம்? இதுகுறித்து நாம் சற்று வேறுபட்ட கோணத்திலிருந்து சிந்திக்க வேண்டியுள்ளது. பாலியல் தொழிலைத் தடை செய்வதா, கூடாதா என்கிற மட்டத்தில் இன்றளவும் பெண்ணியர்கள் மத்தியில் இவ்விவாதம் வேறொரு தளத்தில் நடைபெற்றுக் கொண்டுள்ளதையும் நாம் கவனத்தில் கொள்ள வேண்டும்.

பாலியல் தொழில் காலங்காலமாக சமூகத்தில் இழிவு செய்யப்பட்டு வந்த போதிலும், பெரும்பாலும் கட்டாயமாகவே இத்தொழிலில் பலரும் ஈடுபடுத்தப்பட்டபோதும் இத்தொழிலின் மூலம் குடும்பப் பெண்களுக்கு வாய்த்திராத சில சாத்தியங்கள் பாலியல் தொழில் புரிவோருக்கு வாய்த்தன. ஆண்களுக்கு மட்டுமே பொது வெளி வரையறுக்கப்பட்டிருந்த காலத்தில் அதில் இவர்கள் இடம்பெற முடிந்தது. ஆண்களுக்கு மட்டுமே உரித்தானதாயிருந்த கல்வி கற்கும் வாய்ப்பும் இவர்களுக்கு மட்டுமே இருந்தது. சங்ககாலந்தொட்டு 19ம் நூற்றாண்டு வரை ஏதோ ஒரு வகையில் மரபு வழி குடும்ப வாழ்வைத் துறந்த பெண்களே புலமையாளர்களாக விளங்கினர். ஔவை, ஆண்டாள், காரைக்காலம்மை, மணிமேகலை, காத்தமுத்து, முத்துப்பழனி, வித்யா சுந்தரி புட்டலட்சுமி, நாகரத்தினம்மாள் என்கிற வரிசை இதற்கொரு சான்று. நாகரத்தினம்மாள் குறித்து நான் வேறு பல சந்தர்ப்பங்களில் குறிப்பிட்டுள்ளேன். சமஸ்கிருத மாநாடொன்றுக்குத் தலைமை ஏற்றவர் இவர் என்பது

குறிப்பிடத்தக்கது. மத்திய கால தேவதாசியர் பலர் கொடைகள் பல அளித்ததற்குக் கல்வெட்டுச் சான்றுகள் பல உண்டு.

18ம் நூற்றாண்டு தமிழ்க்கல்வி குறித்து மிக விரிவான தகவல்களைத் தொகுத்துள்ள ஸீகன் பால்க் பெண் கல்வி குறித்துப் பேச வரும்போது தேவதாசிகளை மட்டுமே குறிப்பிடுகிறார். ஐந்து வயது முதல் அவர்களுக்குக் கல்வி தொடங்கியது. சதிராட்டம் தவிர மூதுரை, நல்வழி, அம்பிகை மாலை, அபிராமி அந்தாதி, கோயில் கலம்பகம் முதலான நூல்களையும் வெண்பா, இன்னிசை, தாழிசை, மது விருத்தம், உலா, அகவல், சிந்து, பாதம் முதலான துறைகளில் பயிற்சிகளையும் இவர்கள் பெற்றனர்.

தமது பாலியலை விருப்பபூர்வமாகத் தேர்வு செய்துகொள்ளும் உரிமையும், அவற்றை வெளிப்படுத்தி அனுபவிக்கும் உரிமையும் அவர்களுக்கிருந்தது. இவையும் குடும்பப் பெண்களுக்கு மூர்க்கமாக மறுக்கப்பட்டிருந்தன. பாலியலின் பல்வேறு சாத்தியங்களான மாற்றுடல் அறிதல், அதனூடான வேட்கை, நெருக்கம், சாகசம், கிளர்ச்சி, மனிதத் தொடர்பு ஆகியன குடும்பப் பெண்களுக்கு அறவே மறுக்கப்படுவது குறிப்பிடத்தக்கது. பாலியலில் ஒடுக்குமுறை மட்டுமே அவர்களுக்கு அனுபவிக்கக் கிடைத்த ஒன்று. மேலை மரபிலும் கூட இறைச்சேவைக்காகப் பெண்கள் அர்ப்பணிக்கப்படுவது உண்டெனினும் அங்கு அவர்களது பாலியல் இன்றும் கொடூரமாக ஒடுக்கப்படும். முற்றாக, அவர்களது உடலும் உடல் சார்ந்த இன்பங்களும் அவர்களுக்கு மறுக்கப்படும். தேவதாசி மரபில் இத்தகைய பாலியல் ஒடுக்கம் கிடையாது. கடவுளின் மனைவியரான அவர்கள் நித்திய சுமங்கலிகள். பாலியல் சுகிப்பு அவர்களுக்கு அனுமதிக்கப்பட்டது. குறிப்பிட்ட அளவு சுதந்திரமான பாலியல் தேர்வும் அவர்களுக்குச் சாத்தியமாக இருந்தது. தேவதாசியர் பலருக்குக் குழந்தைகளும் இருந்தன.

கொல்கத்தாவிலிருந்து 1977ல் வெளியிடப்பட்ட 'பாலியல் தொழிலாளிகள் அறிக்க' (*Sex Workers Manifesto*), 'பாலியல் தேர்வு' 'அடையாள உருவாக்கம்' ஆகிய கோணங்களிலிருந்து பாலியல் தொழிலாளிகளின் பிரச்சினையை அணுகுகிறது. தந்தை வழி ஆணாதிக்கச் சமூகத்தில் பெண்களின் பாலியல் தேவைகள் புறக்கணிக்கப்படுவதைச் சுட்டிக்காட்டுகிறது. பாலியல் தொழிலை சமூகத்திற்குத் தேவையான, கவுரவத்திற்குரிய ஒன்றாக அது முன்வைக்கிறது. இவ்வறிக்கையின் சாதக பாதகங்களை விரிவாகப்

பேசுவதற்கு தற்போது இடமில்லை. 'தர்பார் மகிள சமன்வாய கமிட்டி' (சமத்துவத்திற்கான பெண்களின் குழு DMSC) மற்றும் 'வேசை எய்ட்ஸ் முகபாலா பரிஷத், சாங்லி' (VAMPS) என்கிற அமைப்புகள் பிற மைய நீரோட்டப் பெண்கள் அமைப்பிலிருந்து விலகி நின்று பாலியல் தொழிலாளிகளின் பிரச்சினையை அணுகுகின்றன. பிற மைய நீரோட்டப் பெண்ணிய இயக்கங்கள் பாலியல் தொழிலை ஆணாதிக்க நோக்கிலேயே அணுகின. குடும்பப் பெண்களின் மீதான வன்முறையை மட்டுமே பேசிய இவை பாலியல் தொழிலாளிகளின் பிரச்சினைகளைக் கணக்கில் எடுத்துக் கொண்டதில்லை.

பாலியல் தொழில் சட்டபூர்வமாக ஒழிக்கப்பட வேண்டிய ஒன்று எனவும், பாலியல் தொழிலாளிகள் மறுவாழ்வுத் திட்டங்களுக்கு (*rehabitation*) மட்டுமே உரியவர்கள் என்றும் மட்டுமே அவை இப்பிரச்சினையை அணுகுகின்றன. மார்க்சிஸ்ட் கட்சியின் பெண்கள் அமைப்பு 'பாலியல் தொழிலாளி' என்கிற சொல்லாக்கத்தையே ஏற்பதில்லை. 'வேசைத் தொழில் செய்யும் பெண்கள் (*women in prostitution*) என்ற சொல்லையே பாவிக்கின்றனர் என்கிற குற்றச்சாட்டுகளை மைய நீரோட்ட அமைப்புகள் மீது இவர்கள் (*DMSC* மற்றும் *VAMPS*) வைக்கின்றனர் (*Rohini Sahni etal, Prostitutuion and Beyond, 2008*).

மேலே செல்லுமுன் இன்னொன்றைச் சொல்வது அவசியம். சற்றுமுன் சொன்ன காரணங்களை முற்றிலும் ஏற்காத மனமுடைய இன்னொரு சாராரும் தேவதாசி மரபைத் தீவிரமாக ஆதரிக்கின்றனர். வலதுசாரி இந்துத்துவக் கருத்துடையவர்கள்தான் அவர்கள். இணைய தளங்களில் தேவதாசி மரபுக்கு ஆதரவாக இவர்களால் எழுதப்பட்ட ஏராளமான கட்டுரைகளைக் காணலாம். கே.எம். முன்ஷியிலிருந்து நம்மூர் சேக்கிழார் அடிப்பொடிகள் வரை இவ்வகைப் பார்வையிலிருந்து தேவதாசி மரபைப் போற்றுகின்றனர், கோட்சேயின் வாக்குலத்தை வெளியிட்டுள்ள ஒரு பதிப்பகம், தேவதாசி மரபைப் போற்றும் பி. எம். சுந்தரத்தின் நூல் ஒன்றையும் வெளியிட்டுள்ளது. இரு நூல்களையும் மொழிபெயர்த்தவர் ஒருவரே. இந்தியக் கலாச்சாரப் பெருமைகளில் ஒன்றாக பொட்டுக்கட்டுதலை முன்வைக்கும் இவர்கள், எத்தனை போலியானவர்கள் என்பதை இவர்கள் தம் குடும்பத்தைச் சேர்ந்த யாரையும் பொட்டுக் கட்டி ஆலயத்திற்கு நேர்ந்து கொள்வார்களா என்கிற கேள்வியை எழுப்பிப் பார்த்தால் விளங்கிக் கொள்ளலாம்.

தேவதாசி மரபில் உதித்த மூவலூர் இராமாமிர்தத்தம்மாள், முத்துலெட்சுமி ரெட்டி முதலானவர்கள் இம்மரபை இந்துத்துவப் பார்வைக்கு முற்றிலும் எதிர் நிலையிலிருந்து கடுமையாகக் கண்டித்தனர். ஒருபக்கம் அவர்களது வாதங்களைப் பரிசீலித்தால் ஆணாதிக்க மரபின் பொதுப்புத்தி சார்ந்த கருத்துக்களையே அவர்கள் பேசியிருப்பது விளங்கும். 'தாசிகள் மோசவலை அல்லது மதிபெற்ற மைனர்' என்கிற ராமாமிர்தத்தின் நாவல் தலைப்பே இதற்கொரு சான்று. தேவதாசி மரபினர் தமது பாலியல் மூலம் ஆண்களின் முன்னேற்றத்திற்கு ஆபத்தாக உள்ளவர்கள். காமவலையால் அவர்கள் வாழ்வை அழிப்பவர்கள் என்கிற பொருளிலேயே தனது நாவலுக்கு அத்தலைப்பை அவர் தேர்வு செய்துள்ளார். மயக்கும் விலைக் கணிகை, மாய மகளிர், இருமனப் பெண்டிர், பொருட் பெண்டிர் முதலான தாசியர் குறித்த மரபு வழிப்பட்ட புரிதலிலிருந்து மூவலூர் அம்மையார், திருவாரூர் தங்கராசு (இரத்தக் கண்ணீர்' திரைப்பட ஆசிரியர்) உட்பட்ட திராவிட இயக்கத்தவரும் கூட விடுபட்டதில்லை.

எனினும் முத்துலட்சுமியையும் இராமாமிர்தத்தையும் நாம் வேறொரு கோணத்திலிருந்தும் பார்க்க வேண்டும். சாதி ரீதியாக ஒதுக்கப்பட்ட ஒரு தொழிலாக இது இருந்ததும், இதன் மூலம் தம் மக்கள் மைய நீரோட்ட வாழ்வு ஒன்றை அனுபவிக்க இயலாதவர்களாக ஆக்கப்பட்டதும் ஆணாதிக்கச் சமூகத்தில் இழிவாகக் கருதப்படக் கூடியவர்களாக இருக்க நேர்ந்ததும் அவர்களைத் துன்புறுத்தியது. நவீனத்துவ மாற்றங்களுக்குட்படாது நமது சமூகம் தேங்கிப்போனதைக் கண்டு மனம் நொந்து அதைப் பகுத்தறிவுபூர்வமான சமூகமாக மாற்றுவது எனச் செயற்பட்ட பெரியாரின் வழிவந்த இவர்கள் இத்தகைய நிலையை எடுத்ததை நாம் புரிந்து கொள்ள முடிகிறது. காவல்துறைக் கொடுமைகளால் துன்புற்ற மும்பை நகரப் பாலியல் தொழிலாளிகள் சிலர் அண்ணல் அம்பேத்கரை அழைத்து தமது கூட்டமொன்றில் பேசச் சொன்ன போது அவர் இத்தொழிலைக் கடுமையாகக் கண்டித்ததோடு, முதலில் சுயமரியாதை உடையவர்களாக மாறுங்கள், இந்தத் தொழிலை விட்டு வெளியேறுங்கள் என அறிவுரைத்ததும் நினைவுக்கு வருகிறது.

குடும்பப் பெண்களுக்குரிய பல கட்டுப்பாடுகள் மற்றும் பாலியல் ஒடுக்கு முறைகள் ஆகியவற்றிலிருந்து விடுபட்டவர்கள், பொதுவெளிகளில் தம் திறனை வெளிப்படுத்தும் வாய்ப்புள்ளவர்கள் முதலான பெருமைகள் இருந்தபோதிலும் தேவதாசியரின் வாழ்க்கை

எல்லா அம்சங்களிலும் பெருமைக்குரியதாக இருந்ததில்லை. நர்மதாவின் நூல் இந்த அம்சத்தில் கவனம் செலுத்தாதது ஒரு சிறு குறையே. தேவரடியார்கள் கடவுளின் மனைவியர் என்று சொல்லப்பட்டாலும் நடைமுறையில் அவர்கள் பொட்டுக்கட்டி விடப்பட்ட அக்கோயில்களுக்குத்தான் மனைவியராக இருந்தனர், அக்கோயிலைத் தம் கட்டுப்பாட்டிற்குள் வைத்திருந்த பார்ப்பனர் மற்றும் நிலப்பிரபுத்துவ சக்திகளின் பாலியல் சுரண்டல் உட்பட்ட பல்வேறு சுரண்டல்களுக்கும் அவர்கள் ஆட்பட்டிருந்தனர்.

ஏராளமான எடுத்துக்காட்டுகளைச் சொல்ல முடியும். எந்த பிரதாபசிம்மனின் ஆட்சியில் முத்துப்பழனி என்கிற ஒரு தேவதாசி ஒரு பெரும் புலவராகத் திகழ முடிந்ததோ, அதே மன்னனின் ஆட்சியில்தான் சய்யது என்கிற படைத்தலைவன், "தான் துலுக்க சாதியாக இருந்தும் கற்ணாட்டச் சாதி (கர்நாடகத்தைச் சேர்ந்த) தேவடியாள், கோயில் தேவடியாளைக் கெடுத்துப் போட்டான். மொஹனா என்கிற தாசியைக் கெடுத்து தன்னுடைய வீட்டிலேயே கொண்டு போய் வைத்துக் கொண்டான்" என்றொரு நிகழ்வை 'தஞ்சை மராட்டிய மன்னர் வரலாறு' எனும் பழைய நூலொன்று பதிவு செய்கிறது (தமிழ்ப் பல்கலைக்கழக வெளியீடு, 1991). 'யெசமான் முத்துசாமிக் கவுண்டர் சிவலோக பிராப்தி அடைந்தபோது அவரது உடலோடு உடன்கட்டை ஏறத் தேர்வு செய்யப்பட்டவர்களில் 'தேவடியாள் அங்கமுத்து'வும் ஒருத்தி என்கிறது 'கொங்கு நாட்டுச் சமுதாய ஆவணங்கள்' (தமிழ்ப் பல்கலைக்கழக வெளியீடு, 1991).

இதெல்லாம் பிரிட்டிஷ் ஆட்சியில் கோயில்களின் செல்வாக்கு எல்லாம் குறையத் தொடங்கிய காலத்தில் என்று தேவதாசி மரபு ஆதரவாளர்கள் சமாதானம் கொள்ள இயலாது. நர்மதா ஒரு நிகழ்வைச் சுட்டிக் காட்டுகிறார். "கி.பி. 1088ல் திருக்காளத்தி (காளஹஸ்தி) கோயிலுக்குரிய தேவரடியார்கள் தவறுதலாக அரண்மனை சேவகத்திற்கு வந்துவிட்டனர். அவர்களை முதலாம் குலோத்துங்கன் மீண்டும் அக்கோயிலுக்கு அனுப்பினான். அவர்கள் உடம்பில் பொறிக்கப்பட்ட அரச முத்திரை அழிக்கப்பட்டு கோயிலுக்குரிய முத்திரையான திரிசூலம் பொறிக்கப்பட்டது என்கிற செய்தியை முதலாம் குலோத்துங்கனின் கல்வெட்டிலிருந்து அறிய முடிகிறது" எனக் கூறும் நர்மதா வரலாற்றறிஞர் நீலகண்ட சாஸ்திரியின் நூலை இதற்கு ஆதாரமாகக் காட்டுகிறார்.

'தவறுதலாக' நடந்துவிட்டதாக சாஸ்திரியார் கூறியுள்ளது உண்மைதான். ஆனால் அது தவறுதலாக அல்ல. வேண்டுமென்றே செய்யப்பட்டதுதான் என்கிற உண்மை அக்கல்வெட்டை முழுமையாக வாசித்தால் விளங்கும். கோயிற் பெண்டுகளை மன்னன் தன் அந்தப்புரத்திற்குக் கொண்டு சென்றதற்கு அவ்வூர் மக்கள் கடுமையாக எதிர்ப்புக் காட்டிய பின்னர் வேறு வழியின்றி அவர்கள் முதுகில் மீண்டும் மூன்றாம் முறையாக ஒரு தீத்தழும்பை (முத்திரை) ஏற்படுத்தி கோயிலுக்குத் திருப்பி அனுப்பி வைத்தான் குலோத்துங்கன். கோயில்கள் கொடிகட்டிப் பறந்த காலம் இது என்பது நினைவிற்குரியது. (பார்க்க: நானும் பொ. வேல்சாமியும் எழுதியுள்ள 'நலிவாரும் மெலிவாரும் சேக்கிழாரும்',)

திருவுடை மன்னரைத் திருமாலாகவே ஏற்றுக் கொண்ட மரபு நம்முடையது. தேவஸ்தானத்திற்கு இணையாகவே அன்றைய ராஜஸ்தான்கள் விளங்கின. கடவுளுக்கும் மன்னனுக்கும் பொதுமகளிராகவே தேவதாசியர் விளங்கினர். காளஹஸ்தி மக்கள் காட்டிய எதிர்ப்பு ஒரு அபூர்வமான விதிவிலக்கு மட்டுமே.

சுதந்திரமான பாலியல் தேர்வை இழிவு எனக் கருதும் ஆணாதிக்க நோக்கிலிருந்து பாலியல் தொழிலை மதிப்பிடுவது எத்தனை தவறோ, அத்தனை தவறு சுதந்திரமான பாலியல் தேர்வு சாத்தியம் என்கிற ஒரே காரணத்தை வைத்து பாலியல் தொழிலை உன்னதப்படுத்துவதும் கூட. பிரச்சினைகள் சிக்கலானவை. எளிய தீர்ப்புகள் சாத்தியமில்லை என்பதற்கு மேலும் ஒரு எடுத்துக்காட்டு இது.

ஆகஸ்ட், *2009*

சங்கப் பாடல்கள் –1
புனைவுகளே வரலாறுகளாய்

சென்ற மாதத்தில் ஒருநாள் தொலைக்காட்சி ஒன்றிலிருந்து என்னிடம் ஒரு கேள்வி கேட்கப்பட்டது. 'கண்ணகி மதுரையை எரித்த நிகழ்வு உண்மையிலேயே நடந்த ஒன்றா?' என்பதுதான் அது. புனைவு இலக்கியங்களை வரலாற்று ஆதாரங்களாகக் கூட அல்ல. வரலாறாகவே கருதும் இந்தப் போக்கு மிகவும் பிரச்சினைக்குரிய ஒன்று. தமிழ்த் தேசியச் சொல்லாடலின் கீழ் ஒரு அரசியலைத் துவக்கிய திராவிட இயக்கத்தினரின் பங்கு இதில் அதிகம். திராவிட இயக்கத்தினர் மட்டுமே இதைச் செய்தார்கள் என நான் சொல்லவில்லை. திராவிடவியல் அறிஞர்கள் மட்டுமின்றி பண்டைத் தமிழர் வரலாற்றை எழுதிய பலரும் முழுக்க முழுக்க தமிழ் இலக்கியங்களையே சார்ந்து இருந்தனர். மக்கள் மத்தியில் இத்தகைய வரலாற்றைக் கொண்டு சென்றதிலும் அதைப் பொதுக் கருத்தியலாக மாற்றியதிலும் திராவிட அரசியலாரின் பங்கு கூடுதலானது.

சிலப்பதிகாரம் என்கிற 'முத்தமிழ்க்காப்பியம்' அவர்களுக்கு இந்த வகையில் ரொம்பவும் கை கொடுத்தது. சேர, சோழ, பாண்டிய என்னும் மூன்று நாடுகளையும் தமிழால் ஒன்றிணைத்துப் பழந்தேசியப் பெருமை பேசுவதற்கு இளங்கோவடிகள் பெரிதும்

உதவினார். தவிரவும் தொடக்க காலத் திராவிட அரசியலார் வடக்கு வாழ்கிறது தெற்கு தேய்கிறது முதலிய சொல்லாடல்களின் ஊடாகக் கட்டமைத்த வடக்கு - தெற்கு முரணுக்கும் கூட சிலம்பு பெரிதும் பயன்பட்டது. வடபுல மன்னர்களாகிய கனக விசயர் தலையில் கல் சுமக்க வைத்த பெருமை இதன்மூலம் நிலை நாட்டப்பட்டது.

சிலப்பதிகாரக் கதை நிகழ்ந்த காலத்தில் வடக்கே, அதாவது இமயத்திற்கு அருகாகக் கனக விசயர் ஆட்சி நடைபெற்றதா, அப்படியாயின் அவர்கள் எந்த அரச மரபினர், வடக்கே படை நடத்திச் சென்று வெல்லும் அளவிற்குத் தமிழகத்தில் வலுவான அரசமைப்பு அன்று நிலவியதா என்கிற கேள்விகளுக்குப் பதிலில்லாத போதும் இன்றுவரை கனகவிசயரைக் கல் சுமக்க வைத்த பெருமையை நம் அரசியலார்கள் விடுவதில்லை (சமீபத்திய எடுத்துக்காட்டு தோழர் தா.பாண்டியன்).

சிலப்பதிகாரக் கதை தமிழ் மரபில் எவ்வாறெல்லாம் பயிலப்பட்டு வந்தது என்பதை ஆய்வாளர்கள் பலரும் விளக்கியுள்ளனர். தொ.மு.சி. ரகுநாதன் இது குறித்து விரிவாக எழுதியுள்ளார். (இளங்கோவடிகள் யார்?) வணிக வர்க்கத்தினர் (அதாவது செட்டியார்கள்) மத்தியில் இக்கதை பல்வேறுபட்ட வடிவங்களில் புழங்கி வந்ததை அவர் சுட்டிக்காட்டுவார். வணிக வர்க்கத்தினர் மத்தியில் இக்கதைக்குள்ள முக்கியத்துவத்திற்கு இரு காரணங்களைச் சொல்லலாம். வணிகத்திற்கு இப்படியான ஒரு பெருந்தேசக் கட்டமைப்பு தேவையாகிறது. முடிகெழு வேந்தர் மூவர்க்கும் உரிய சேர, சோழ, பாண்டிய நாடுகளை ஒன்றாக இணைத்து ஒரு பெரிய வணிக வெளியாகக் கட்டமைப்பது அவசியமாவது முதல் காரணம். சேர்த்த அரும்பெருளைக் கணிகையரின் தொடர்பில் அழித்துவிடக்கூடாது என்கிற நீதியை வலியுறுத்துவது இரண்டாவது காரணம்.

இப்படியான ஒரு கதை, சிலப்பதிகாரத்திற்குச் சில நூற்றாண்டுகள் முன்பிருந்தே வழக்கில் இருந்ததற்கு சங்க இலக்கியச் சான்றுகளும் உண்டு. 'திருமா உண்ணி' என்கிற பெயரில் கண்ணகி சங்கப் பாடலில் இடம் பெறுகிறார்.

சிலப்பதிகாரம் தமிழுக்குக் கிடைத்த ஆகச்சிறந்த மணியாரம். அரச வன்முறைக்கு எதிராக ஒரு அப்பாவிப் பெண் சினந்தெழுந்து தன் முலையறுத்து வீசி, தலைநகரை எரித்துச் சாம்பலாக்கிய கற்பிதம் தமிழில் ஆக உச்சமான ஒரு இலக்கிய நிகழ்வு. இதை அப்படியே ஒரு வரலாறாக எடுத்துக் கொண்டு எரிந்த சாம்பலின் எச்ச

சொச்சங்களைக் கண்டறிய மதுரையைத் தோண்டுவது மடமை மட்டுமல்ல. ஒரு அற்புதமான அழகியலனுபவத்தைத் தவறவிடும் அசட்டுத்தனமும் கூட.

சிலம்பு, சமண மரபு தமிழிற்கு அளித்த கொடைகளில் ஒன்று. அரசியல் பிழைத்தோர்க்கு அறம் கூற்று ஆகும், உரைசால் பத்தினியை உயர்ந்தோர் ஏத்துவர், ஊழ்வினை உறுத்து வந்து ஊட்டும் என்கிற சமணக் கோட்பாடுகளை சிலம்பைக் காரணமாக வைத்துச் சொல்ல வந்த காப்பியம் அது. இந்தச் சமண அடையாளத்தை அதற்கு மறுக்கும் போக்கையும் இத்தகைய முத்தமிழ்க் காப்பியக் கட்டமைப்பு உள்ளார்ந்து கொண்டுள்ளதையம் நாம் காணத் தவறலாகாது.

தமிழின் இரண்டாயிரத்தைநூறு காலப் பழைமையை எழுதுவதற் குப் போதிய அளவிற்கு, பிற வரலாற்று ஆதாரங்கள் இல்லாததன் விளைவாகவே இப்படி முழுக்க முழுக்க இலக்கியங்களையே நம்பி யிருக்க வேண்டிய நிலை ஆய்வாளர்களுக்கு ஏற்பட்டது. கிடைக்கும் தொல்லியல் சான்றுகளை அன்றைய இலக்கிய வெளிப்பாட்டுடன் இணைத்து நோக்கும் முயற்சி சமீபத்தில்தான், ஐராவதம் மகாதேவன் போன்றவர்களால் முன்னெடுக்கப்படுகிறது.

தமிழ்த் தொல்லிலக்கியங்களின் புனைவுத் தன்மைக்குக் கூடுதல் கவனம் அளிக்க வேண்டும் என்கிற கருத்தை வலியுறுத்தும் நூலொன்று சில ஆண்டுகள் முன்பு வெளிவந்தது. இந்நூல் தமிழ் ஆய்வுலகில் முற்றாகப் புறக்கணிக்கப்பட்டதற்கு ஒரு காரணமுண்டு. தமிழின் தொன்மையைக் கி.பி. எட்டு அல்லது ஒன்பதாம் நூற்றாண்டு எனக் கிட்டத்தட்ட ஆயிரம் ஆண்டுகள் பின்னுக்குக் கொண்டு செல்கிறார் இந்நூலாசிரியர் ஹெர்மன் டீகன் (*Herman Tieken, Kavya in South India Manohar*). கிட்டத்தட்ட கன்னடமும் தமிழும் ஒரே காலத்தில் செவ்வியல் நிலையை எட்டின என்பது அவர் கருத்து. போதிய ஆதாரங்களும், இதுகாறும் தமிழறிஞர்களால் முன் வைக்கப்பட்ட கால அளவு முடிவுகளை மறுக்கும் தர்க்க வலுவுமின்றி வந்தடைந்துள்ள இவரது காலக் கணிப்பைத் தமிழாய்வுலகம் புறந் தள்ளியது சரிதான் என்ற போதிலும், சங்க இலக்கியத்தின் வாய்மொழி மரபு, தோன்றிய காலத்திற்கும் தொகுக்கப்பட்ட காலத்திற்கும் இடைப்பட்ட கால இடைவெளி, சங்கப் பாடல்களில் வெளிப்படுகிற செய்திகளின் வரலாற்றுத் தன்மை ஆகியன குறித்து அவர் எழுப்பியுள்ள கேள்விகளை ஆய்வுலகம் எதிர் கொண்டிருக்க வேண்டும்.

இந்திய அளவில் நடைபெற்று வந்த இலக்கிய வெளிப்பாடுகளுக்கு இணையாகத் தமிழில் காவியம் எழுதும் முயற்சி என சங்க இலக்கியத்தை அணுகும் டீகன், பிராகிருத மொழி இலக்கியங்களை, குறிப்பாக ஹாலரின் 'சட்டசாயி'யை சங்கப் பாடல்களுடன் ஒப்பிட்டு எழுப்பும் சில ஐயங்களைப் பார்ப்போம். சங்க அகப் பாடல்களுடன் சட்டசாயியை ஒப்பிட்டு ஏற்கனவே சில ஆய்வுகள் ஹார்ட், லீன்ஹார்ட் முதலானோரால் மேற்கொள்ளப்பட்டுள்ள போதிலும் டீகன் இந்த ஒப்புமையினூடாக வேறு சில பரிமாணங்களை எட்டுகிறார்.

வடமொழிகளில் பிராகிருதம் மக்கள் மொழியாக இருந்து ஆற்றிய பங்கை தெற்கே தமிழ் ஆற்றியது என்னும் டீகன் அகப்பாடல்களைச் சட்டசாயியுடன் ஒப்பிடுகிறார் என்றால், கலித்தொகையின் குறுநாடகக் காட்சிகளை நாட்டிய சாஸ்திரத்தின் 'லாஸ்யங்களுடன்' ஒப்பிடுகிறார். லாஸ்யத்தை ஒத்த இன்னொரு வடிவமான 'சதுஸ்படா'வுடன் தமிழ் பக்தி இலக்கியங்களை ஒப்பிடுகிறார். கலித்தொகையும் பரிபாட லும் பிராகிருதத்தின் அடிவரையறை செய்யுட்களை மாதிரியாகக் கொண்டு உருவானவை.

நாட்டுப்புற 'பாமரர்கள் மற்றும் 'பாமரி'களின் அறியாமையையும் முட்டாள்தனங்களையும் அவர்களின் காதல் விளையாட்டுக்களையும் ஒரு மேட்டுக்குடி நகர்ப்புற மனப்பாங்கிலிருந்து கேலியாய்ப் பார்க்கும் மரபு ஒன்று பிராகிருதத்தில் உண்டு. சட்டசாயி இப்படியான ஒரு நூலே. கிட்டத்தட்ட நமது பள்ளு மற்றும் குறவஞ்சி இலக்கியங் களை இப்படிக் காணலாம். மேட்டுக்குடி நோக்கிலிருந்து எளிய மக்களின் அபத்தங்கள், ஊடல்கள், கூடல்கள், கொச்சை மொழிகள் ஆகியவற்றை ரஸம் ததும்பச் சொல்பவைதான் நமது பள்ளும் குறவஞ்சியும். கிட்டத்தட்ட நமது அகப்பாடல்களும் இத்தகைய நோக்கிலிருந்தே எழுதப்பட்டுள்ளன என்பது டீகனின் வாதம். சங்கப் பாடல்களின் கதை மாந்தர்களும் பாடலைப் புனைந்த புலவர்களும் வேறு வேறு வாழ் நிலையினர் மட்டுமல்ல வேறு வேறு காலத்தவரும் கூட. சுமார் ஆயிரம் ஆண்டுகளுக்குப் பின் வாழ்ந்திருந்த கற்றறிந்த புலவர்கள், இந்திய அளவிலான ஒரு காவிய மரபை வரித்துக்கொண்டு ஒரு பழஞ் சமூகத்தைக் களனாகக் கொண்டு எழுதிய பாடல்கள் இவை. ஆம் எழுதப்பட்ட பாடல்கள் தான் இவை. நாம் இதுகாறும் நம்பி வந்ததுபோல வாய்மொழி மரபில் வந்தவை அல்ல என்கிற அதிரடியான கருத்துகளை

முன்வைக்கிறார் டீகன். எனவே சங்கப் பாடல்கள் 'சங்க காலம்' எனச் சொல்லப்படும் காலகட்டத்தின் வாழ்வைச் சொல்பவையாக இருந்தபோதிலும் அவை எழுதப்பட்ட காலம் 8,9 ம் நூற்றாண்டு என்பது டீகனின் கருத்து. நான் முன்பே கூறியது போல சங்கப் பாடல்களின் காலம் குறித்த இம்முடிவையும் இந்த அடிப்படையில் எதைப் பின்பற்றி எது தோன்றியது என்பது போன்ற முடிவுகளையும் புறந்தள்ளிய போதும், அவரது இதர கருத்துக்களை அவ்வளவு எளிதாக ஒதுக்கிவிட முடியாது.

பிறர் உழைப்பின் உபரியை உண்டு சொகுசாக வாழ்ந்திருந்த பிரபுக் குலத்தாரின் வாழ்வையே அகப்பாடல்கள் விவரிக்கின்றன என்று கைலாசபதி முதலானவர்களால் இதுகாறும் கூறப்பட்டு வந்ததை மறுக்கும் டீகன், அவை பெரும்பாலும் நாட்டுப்புற ஏழை மக்களைச் சொல்பவை என்கிறார். நகர வாழ்வு அவற்றில் சுட்டப்படுவதில்லை. நகரங்கள் சுட்டப்படுவதாயின் கிராம வாழ்வின் ஏழ்மையையும் பற்றாமையையும் ஒப்பிட்டுச் சொல்வதற்காக மட்டுமே அது மேற்கொள்ளப்படுகிறது. பிரிந்து செல்லும் தலைவனை நோக்கி "போகாதே, போவதானால் பகை மன்னரை ஒடுக்கிய சேரனின் வஞ்சி மாநகரைப் போன்றிருந்த என் அழகைத் திருப்பித் தந்துவிட்டுப் போ" (அகம் 396) அல்லது "நிறைந்த கப்பல்கள் பல வந்து செல்லும் பெருந்துறை நகரின்கண் உள்ள கட் சாடியில் நொதியும் மதுவைப் போன்ற என் இளமை, வீட்டுக்குள்ளேயே கிடந்து பழுத்து வெம்பட்டும்" (நற்றிணை 29.5) என்பது போன்றே உவமைகளாகவே நகரங்கள் வந்து போகின்றன என்கிறார்.

கதை மாந்தர்கள் அனைவரும் எளியவர்கள். ஏழ்மையிலிருந்து தப்புவதற்கு எல்லாவிதமான துன்பங்களையும் துயரங்களையும் ஆபத்துக்களையும் எதிர்கொள்ள நேர்ந்தவர்கள். பெண்களோ அப்பாவிகள். எப்போதும் ஏமாற்றப்படுபவர்கள். கணவர்களாலும் காதலர்களாலும் துரோகமிழைக்கப்படுபவர்கள். பெற்றோருக்குத் தெரியாமல் ஓடிவந்து புகுந்த இல்லில் எல்லாத் துயரங்களையும் அனுபவிப்பவர்கள். பெற்றோர்களோ, நிச்சயமாகப் பிரச்சினைகள் வரும் எனத் தெரிந்தும் வயது வந்த மகளிரைத் தினைப்புனக் காவலுக்கு அனுப்பும் நிலையிலுள்ளவர்கள். உடன் போக்கில் மகளைப் பறிகொடுத்துவிட்டுக் கலங்கி நிற்பவர்கள். இதுதான் அகப்பாடல்கள் சுட்டும் உலகம்.

நற்றிணை 284ம் பாடலை எடுத்துக் கொள்ளுங்கள். "மனமோ,

அழகிய மனைவியிடம் விரைந்து செல்லத் தூண்டுகிறது. அறிவோ, கடமையைச் செய்து முடிக்காமல் இடையில் ஓடினால் 'எய்யாமை' (அறியாமை)யோடு வறுமையையும் இழிவையும் ஏற்படுத்தும் என எச்சரிக்கிறது" எனப் புலம்பும் தலைவனின் கூற்று பொருள் தேடலின் பொருட்டும், போரின் பொருட்டும் பிரிந்து செல்ல நேர்ந்த தமிழர்களின் அன்றைய அவல நிலையைச் சொல்கிறது. இப்படி ஏராளமான எடுத்துக்காட்டுகளை நாம் சுட்டி விட இயலும். இவர்கள் மேட்டுக்குடியினர் என்றும், இது உயர்குடி வாழ்வு எனவும் எப்படிச் சொல்வது? என்பது டீகனின் கேள்வி.

இப்படி நிறைய எடுத்துக்காட்டுகளைச் சொல்ல இயலும். இவற்றை இயற்றிய புலவர்கள் நிச்சயமாக இத்தகைய வாழ்வுக்குரியவர்கள் அல்லர். வெளியிலிருந்து எட்டிப் பார்த்து கவித்துவம் பொருந்த விவரணை செய்பவர்கள் மட்டுமே. சட்டசாயியிலும் பள்ளு, குறவஞ்சிகளிலும் பாமரர் கேலி செய்யப்படுவதை அகப்பாடல் மாந்தரின் அவலத்தைச் சொல்லுதலுக்குச் சமமாகச் சொல்ல இயலாது என்றபோதும், இவை இதுகாறும் சொல்லப்பட்டு வந்தது போல மேட்டுக்குடி வாழ்வைச் சித்தரிப்பவை அல்ல என்பதையும், இவற்றைப் பாடிய புலவர்களும் இவை யாருக்காகப் பாடப்பட்டனவோ அவர்களும் அகப்பாடல்களின் கதை மாந்தர்களும் வேறுவேறு நிலையினர் என்கிற கருத்தையும் நாம் கவனத்திற்கு எடுத்துக்கொள்ளலாம். இக்கவிதைகளின் புனைவுத்தன்மையின் பாலும் நம் கவனம் திரும்புதல் அவசியம்.

அகப்பாடல்களை நாம் இதுவரை அதிக அளவில் வரலாற்று முக்கியத்துவத்துடன் அணுகியதில்லை. ஆனால் புறப்பாடல்களை முழுக்க முழுக்க வரலாறுகளாகவே நாம் ஏற்று வந்துள்ளோம். யார், யாரைப் பாடியது எனக் கூறும் மரபுவழித் தொகுப்புக் குறிப்புகளை அப்படியே ஏற்றுக்கொண்டோம். புறப்பாடல்களின் தன்னிலைக் கூற்றுகளை கதை மாந்தர்களுடையதாகவன்றி புலவர்கள் தம்மைப் பற்றிச் சொல்பவையாகவே ஏற்றுக்கொண்டோம். 160வது புறநானூற்றுப் பாடலில் பெருஞ்சித்திரனார் தம் குடும்பத்தின் கொடும் வறுமையைச் சொல்வதாகவே நம்பினோம். அகப்பாடல்களின் புலவர்கள் தம்மை மேல் நிறுத்திக் கொண்டு அம்மக்களின் வறுமையைப் பாடுவதற்கும் இவற்றிற்கும் உள்ள வேறுபாடு வெளிப்படை.

டீகனைப் பொருத்தமட்டில் இது ஒரு கவி மரபு. புலவர்கள் தம்மை

ஒரு பாணராகக் கற்பித்துக் கொண்டு தம் பாடற் திறமையைக் காட்டி தமது கால மன்னர்கள் அல்லது பிரபுக்களிடம் பரிசு பெறல் வேண்டி இட்டுக் கட்டிய ஒரு புனைவு. இதில் வள்ளல் குமணனும் பரிசில் கேட்டுப் பாடும் பாணரும் வெறும் கதை மாந்தர்களே. உயர்குடிப் புலவர்கள் தம்மைப் பாணர்களாகக் கருதிப் பாடுவதை சங்க இலக்கிய ஆய்வாளர்களில் ஒருவரான ஹார்ட்டும் *(George L. Hart)* கூட ஏற்றுக்கொள்வது இங்கே குறிப்பிடத்தக்கது. புறப்பாடல்கள் சமகாலத்திய வீரயுகப் பாடல்கள் அல்ல. மாறாக, பண்டைய வீரயுகம் பற்றிய பாடல்களே அவை. அக்காலகட்டத்து மன்னர்கள், தலைவர்கள் ஆகியோரைக் கதை மாந்தர்களாகத் தம் முன் நிறுத்திக் கொண்டு உதிர்த்த நாடகியமான தற்கூற்றுகளே அவை. அகப்பாடல்களில் சுட்டப்படுகிற மக்கள் தான் இவற்றில் வரும் பாணர்களும் கூட. ஆனால் அவற்றை எழுதிய புலவர்களும் இவற்றில் வரும் பாணர்களும் வேறு வேறு.

புறப்பாடல்களை வரலாற்று மூலங்களாக அப்படியே ஏற்றுக் கொள்வது இவற்றோடு நமக்குக் கையளிக்கப்பட்டுள்ள பாடல் முற் குறிப்புகளினூடாகவே சாத்தியமாகிறது. எடு. கோப்பெருஞ்சோழனைப் பிசிராந்தையார் பாடியது (புறம் 212)': இதே பிசிராந்தையாரின் பெயரில் நற்றிணையில் ஒரு பாடலுண்டு (91). காதல் நோயால் பீடிக்கப்பட்ட ஒரு பெண்ணாக இங்கே காட்சி அளிக்கும் பிசிராந்தை புறப்பாட்டில் பிசிராந்தையாகவே நின்று சோழனைப் புகழ்கிறார் என்பதாக நாம் முடிவுக்கு வருகிறோம். இவ்வாறு நற்றிணையைப் புனைவாகவும் புறநானூற்றை மட்டும் வரலாறாகவும் எடுத்துக் கொள்வதில் பல சிக்கல்களுண்டு.

புகழ்பெற்ற 246வது புறநானூற்றுப் பாடலை எடுத்துக் கொள்வோம். பூதப்பாண்டியன் தேவி பெருங்கோப்பெண்டு தீப்பாய்வதற்கு முன் பாடியது இது. விதவைக் கொடுமையை விரிவாகப் பட்டியலிடும் பெருங்கோப்பெண்டு இத்தகைய வாழ்வைக் காட்டிலும் உடன்கட்டை ஏறுவது மேல் எனக் கூறித் தீப்பாய்கிறாள். சங்க காலத்தில் இத்தகைய வைதவ்யக் கொடுமை இருந்திருக்குமா என்பது ஒருபுறமிருக்க, தீப்பாய்ந்த பின்னர் அவர் இத்தகைய பாடலைப் பாடியிருக்க இயலாது என்பது வெளிப்படை. எனில் தீப்பாயும் முன்பாக அவர் இதைப் பாடியிருக்க வேண்டும். பெரும்பாலும் தீப்பாய்தல்கள் கட்டாயமாகவே நிறைவேற்றப்பட்டுள்ளன. விரும்பியே பாய்ந்தனள் எனக் கொண்டாலும் அந்தச் சூழலில் இப்படி ஒரு கவிதையை

இயற்றிக்கொண்டெல்லாம் இருந்திருப்பதற்கு நிரம்ப மன உறுதி படைத்தவராகத்தான் அவர் இருந்திருக்க வேண்டும். புறம் 316ல் குடித்துக் களித்திருக்கும் ஒரு பாணன், சக பாணனை முதல்நாள் தனக்குக் கொடை அளிப்பதற்காக வாளை அடகு வைத்த தலைவன் ஒருவனிடம் ஆற்றுப்படுத்துகிறான். இவற்றையெல்லாம் இவை குறித்து இயற்றப்பட்ட புனைவுகள் எனலாமேயொழிய அப்படியான வரலாற்றுச் சூழல்களை அப்படியே ஏற்பது அபத்தமாவே படுகிறது. "என் மகன் எங்கே இருக்கிறான் என அறியேன். புலி கிடந்து போகிய கல் அணை போன்ற ஈன்ற வயிறு இதுவே. அவன் போர்க் களத்தில் நிற்பான்" என்கிற இன்னொரு புகழ்பெற்ற பாடலும் (புறம் 86) ஒரு அழகிய புனைவு மட்டுமே. இதேபோல புகுந்த வீட்டின் பெருமையைக் காப்பாற்றுவதற்காகத் தற்கொலை செய்துகொள்ளும். 'குலவாகு' களை (குலமனைவி) பிராகிருதக் கவிதைகளிலும் காணலாம் என்கிறார் டீகன்.

பாடலுடன் கையளிக்கப்பட்டுள்ள மரபுவழிக் குறிப்புகள் இவ்வாறு பாடிய புலவர்களை அடையாளப்படுத்தும்போது பல குழப்பங்களுக்கு வித்திடுகின்றன. புறம் 248 ஒக்கூர் மாசாத்தனால் பாடப்பட்டது. பெயரிலிருந்து இவர் ஆணாகத்தான் இருக்க வேண்டும். ஆனால் இது தன் கைம்மை நிலை குறித்த ஒரு பெண்ணின் இரங்கற்பாடல். அதேபோல புறம் 255 வன்பரணர் என்கிற ஆண்புலவரால் பாடப்பட்டதாகச் சொல்லப்பட்டபோதும் கணவனைப் போர்க்களத்தில் பலிகொடுத்த ஒரு பெண்ணின் ஒப்பாரியே அது.

மரபு வழிக் குறிப்புகள் சொல்கிற பெயர்களில் பலவற்றிற்குப் பாடல்களுக்குள் சான்றுகளில்லை என்பது குறிப்பிடத்தக்கது. மார் (John Ralston Marr) செய்துள்ள ஓர் ஆய்வின்படி மூவேந்தரைப் புகழும் 138 புறநானூற்றுப் பாடல்களில் 45ல் மட்டுமே பெயர்கள் குறிப்பிடப்படுகின்றன. துல்லியமாகப் பார்க்கும்போது இவற்றிலும் பல வெறும் பட்டப் பெயர்களாகவே அமைகின்றன. 'வழுதி' என்றால் பாண்டியன், 'கிள்ளி' என்றால் சோழன், பொறையன் என்றால் சேரன் எனப் பொருள்படும் என்பதை அறிவோம். புறம் 51லும் 52லும் வழுதியை 'பாண்டியன் குளமுற்றத்துத் துஞ்சிய மாறன் வழுதி'யாக அடையாளப்படுத்தும் மரபுக் குறிப்பு புறம் 59ல் காணப்படும் வழுதியை 'பாண்டியன் சித்திர மாடத்துத் துஞ்சிய நன்மாறன்' எனக் குறிப்பிடுகிறது. புறம் 3ல் தென்படும் வழுதி

'பாண்டியன் கருங்கை ஒள்வான் பெரும்பெயர் வழுதி'யாகிறான். இதற்கெல்லாம் எந்த அடிப்படையுமில்லை என்பது சிந்திக்கத்தக்கது. பாண்டியன் மாறன் வழுதி, குளமுற்றத்தில் துஞ்சியது ஒரு வரலாற்று உண்மையாகக் கூட இருக்கலாம். ஆனால் 59ம் பாடல் அவனைக் குறித்துப் பாடப்பட்டது என்பதற்கு பாடலுக்குள் ஆதாரமில்லை

புறம் 11, சேரமான் பாலை பாடிய கடுங்கோவின் கொடைச் சிறப்பை ஏத்தும் பாடலாகச் சொல்லப்படுகிறது. அவனிடத்தில் எல்லோருக்கும் பரிசு கிடைகிறது. பகைவர்களைப் புறமுதுகிட்டு ஓட வைப்பதால் மன்னனுக்கு அதுவே பரிசாகிறது. சேரனைப் பாடிய பாடினிக்குப் பரிசு கிடைக்கிறது. அவளணிந்த அழகிய மாலைகளே அவளது கணவனுக்குப் பரிசாகிறது. பாடல் இத்துடன் முடிந்துவிடுகிறது சப்பென்று முடிந்துவிடுவதாக நினைத்தார்களோ என்னவோ, குறிப்பை எழுதியவர்கள் "யான் மட்டும் ஏதும் பெற வில்லை" என்பதாக ஒரு கூற்றை உரையில் இணைத்து பாடலாசிரியை எனப் 'பேய் மகள் இளவெயினியார்' என்கிற பெயரையும் இட்டனர். அதாவது எல்லோரையும் புறமுதுகிட்டு ஓடச் செய்துவிடுவதால் தனக்குத் தின்பதற்குப் பிணங்கள் இல்லை எனப் பேய் மகள் வருத்தப்படுவதாகப் பொருள். ஒரு புனைவு என்கிற வகையில் தொகுப்பாசிரியரின் குறும்பை நாம் ரசிக்கிறோமெனினும் இதை எப்படி நாம் வரலாறாக ஏற்றுக்கொள்ள இயலும்?

எனவே இப்பெயர்கள் அனைத்தும் பிற்காலத்தில் தொகுப்பாசிரியர் களால் கற்பனையாகச் சேர்க்கப்பட்டதாக இருக்க எல்லா வாய்ப்பு களும் உள்ளன. சட்டசாயியின் சில பிரதிகளில் இவ்வாறு ஒவ்வொரு காதைக்கும் ஒரு ஆசிரியர் பெயர் குறிப்பிடப்படுவதுண்டு. அதிலும் இத்தகைய பிரச்சினைகளைச் சுட்டிக்காட்டுகிறார் டீகன்.

சில பாடல்களுக்கு ஆசிரியர் பெயர் தெரியாததால் அப்பாடலில் காணப்படும் உவமை அல்லது சொற்றொடர் ஒன்றை ஆசிரியர் பெயராகக் குறிப்பிடப்படுகிறது எனப் பாடல் முற்குறிப்பில் கூறப்படும். எடுத்துக்காட்டாக, குறுந்தொகை 131ல் 'ஓர் ஏர் உழவன்' என்கிற உவமையே பாடலாசிரியரின் பெயராகக் குறிப்பிடப்படுகிறது. ஆனால் எந்த அக, புற ஆதாரங்களுமின்றி புறம் 193ன் ஆசிரியப் பெயரும் 'ஓர் ஏர் உழவன்' எனக் குறிப்பிடப்படுகிறது. எந்த ஆதாரங்களுமின்றி இரு பாடல்களையும் ஒரே ஆசிரியர் எழுதியதாக நாம் கருதிக் கொள்கிறோம்.

சங்கப் பாடல்கள் அனைத்தும் வாய்மொழியாக இயற்றப்பட்டு, நெடுங்காலம் சுமார் 600 ஆண்டுகள் வரை வாய்மொழியாகவே பயிலப்பட்டு இறுதியில் எழுத்துக்களெல்லாம் முறைப்படுத்தப்பட்ட ஒரு காலகட்டத்தில் அவை தொகுக்கப்பட்டன என்றே இதுவரை ஆய்வாளர்கள் கூறி வருகின்றனர். இதையும் மறுக்கிறார் டீகன். திட்டமிட்டு தொகுப்புக்கென இயற்றப்பட்டவையே சங்கப் பாடல்கள் எனக்கூறி, அதற்குச் சான்றாகப் பாடல்கள் அடுக்கப்பட்ட வரிசையில் அடிப்படையை ஆராய்ந்து சில தரவுகளை முன் வைக்கிறார். இதை அடுத்து பார்ப்போம்.

செப்டம்பர், 2009

சங்கப் பாடல்கள்–2
சங்கத்தொகை நூற்கள் தொகுக்கப்பட்டவையா, இயற்றப்பட்டவையா?

வாய்மொழியாய் இயற்றப்பட்ட சங்கப் பாடல்கள் வாய்மொழியாகவே மக்களின் நினைவுகளினூடாக மிதந்து, கிட்டத்தட்ட 600 ஆண்டுகட்குப் பின்னரே தொகுக்கப்பட்டன என்பதே இன்று தமிழறிஞர்கள் மத்தியிலுள்ள கருத்தொருமிப்பு. எடுத்துக்காட்டாக, புறநானூற்றில் 4, 143, 144 மற்றும் 145ம் பாடல்களைப் பாடிய பரணர் இரண்டாம் நூற்றாண்டு மன்னர்களின் காலத்தில் வாழ்ந்தவர்; புறநானூறு பாரதம் பாடிய பெருந்தேவனாரால் தொகுக்கப்பட்டது. எட்டாம் நூற்றாண்டைச் சேர்ந்த பாரத வெண்பாவை இயற்றியவர் இவர். ஆக, புறநானூறு இயற்றப்பட்டதற்கும் தொகுக்கப்பட்டதற்கும் இடைப்பட்ட காலம் 600 ஆண்டுகள் எனக் கணக்கிடுவார் கமில் ஸ்வலெபில் (*Kamil Vaclav Zvelebil*). சங்கப் பாடல்கள் வாய்மொழியாகப் பாடப்பட்டவை அல்ல. அவை எழுதி இயற்றப்பட்டவை என டீக்கன் சொல்வதை ஏற்கனவே கண்டோம். சங்கத் தொகைகள் வாய்மொழியாக வழங்கியவற்றிலிருந்து தொகுக்கப்பட்டவை என்கிற கருத்தையும் அவர் ஏற்கவில்லை. தொகுக்கும் போதுதான் அவை இயற்றவும்பட்டன என்று வாதிடும் டீக்கன் அதற்குச் சான்றாக எழுப்பும் ஐயங்களைப் பார்ப்போம்.

473 புலவர்களால் இயற்றப்பட்டவையாகக் கருதப்படும் 2381 எட்டுத் தொகைப் பாடல்களும், 8 தொகை நூற்களாகத் தொகுக்கப் பட்டபோது, ஒரே சீரான நெறிமுறை எதுவும் கடைபிடிக்கப்படவில்லை. பதிற்றுப்பத்தில் 80 பாடல்கள் உள்ளன. இவை பத்துப் பத்தாகத் தொகுக்கப்பட்டுள்ளன. ஒவ்வொரு பத்தும் ஒரு சேர மன்னனைப் பாடுகிறது. கலித்தொகைப் பாடல்கள் திணை அடிப்படையில் தொகுக்கப்பட்டுள்ளன. ஒவ்வொரு திணைப்பாடல்களையும் ஒரு புலவர் இயற்றியுள்ளார். எனினும் இப்பாடல்கள் ஒவ்வொரு திணையிலும் வெவ்வேறு எண்ணிக்கையில் அமைந்துள்ளன. 1 முதல் 34 வரையிலான பாலைத் திணைப் பாடல்களைப் பாடியவர் பெருங்கடுங்கோன். குறிஞ்சித் திணைப்

பாடல்கள் (37-65) கபிலர் இயற்றியவை. மருதம் (66-100) மருதன் இளநாகானாராலும், முல்லை (101-117) சோழன் நல்லுருத்திரனாலும், நெய்தல் (118-150) நல்லந்துவனாராலும் இயற்றப்பட்டதாகக் கருதப்படுகின்றன. நல்லந்துவனாரே இந்த 150 பாடல்களையும் சேகரித்துத் தொகுத்தவராகவும் ஏற்கப்படுகிறது. பாலை, குறிஞ்சி, முல்லை, மருதம், நெய்தல் என்கிற திணைவரிசை வழக்கமாகச் சொல்லப்படுகிற வரிசையில் இவை அமையாததும் கருதத்தக்கது.

திருமாலையும் செவ்வேளையும் வையை ஆற்றையும் பாடும் பரிபாடலின் பாடல் வரிசை எந்த வரையறைக்கும் உட்படாமல் கண்டபடி அமைந்துள்ளது. இதன் தொகுப்பு 'பண்' அடிப்படையில் அமைந்திருக்கலாம் என்றொரு கருத்து உண்டு. கலி, பரிபாடல் தவிர்த்த பிற தொகைகள் யாவும் பெரும்பாலும் அகவலில் அமைந்தவை. ஒருசில மட்டுமே வஞ்சிப்பா வடிவிலானவை.

புறநானூறு பாடப்பட்ட தலைவர்களின் அடிப்படையில் தொகுக்கப்பட்டதாகத் தோன்றுகிறது. முதல் 85 பாடல்கள் மூவேந்தரைப் பாடுபவை. பிற பெரும்பாலும் குறுநில மன்னர்களையும் சீரூர்த் தலைவர்களையும் பாடுபவை. 105 முதல் 120 வரையிலான பாடல்கள் வள்ளல் பாரியைப் பாடுகின்றன.

பிற நான்கு தொகைகளும் அகப்பாடல்கள். இப்பாடல்களின் வரி எண்ணிக்கை அடிப்படையில் இந்த நான்கில் ஏதோ ஒன்றில் அவை சேர்க்கப்பட்டதாகக் கருதப்படுகிறது. 3 முதல் 6 வரிகள் வரையுள்ள பாடல்கள் ஐங்குறுநூறிலும், 4 முதல் 8 வரிகள் வரை குறுந்தொகையிலும், 8 முதல் 13 வரிகள் வரை உள்ளவை நற்றிணையிலும் 13 முதல் 31 வரை உள்ளவை அகநானூற்றிலும் தொகுக்கப்பட்டுள்ளன.

ஐங்குறுநூறும் அகநானூறும் அவற்றின் பெயர்களுக்கேற்ப நூறு நூறாகத் தொகுக்கப்பட்டுள்ளன. மருதம், நெய்தல், குறிஞ்சி, பாலை, முல்லை என்கிற வரிசையில் ஒவ்வொரு திணைக்கும் 100 பாடல்களாக ஐங்குறுநூறு அமைந்துள்ளது. மருதம் ஓடம்போகியாராலும், நெய்தல் அம்மூவரானாலும், குறிஞ்சி கபிலராலும், பாலை ஓதலாந்தையாரா லும், முல்லை பேயனாராலும் பாடப்பெற்றுள்ளன. இந்தத் திணை வரிசை கலித்தொகையிலிருந்தும் தொல்காப்பியத்திலிருந்தும் வேறுபடுகிறது. ஐங்குறுநூறின் ஒவ்வொரு நூறும் பத்தும் பத்து பாடல்களாகப் பிரிக்கத் தக அமைந்துள்ளன. இவற்றில் ஒரு வரியோ

இல்லை பாதி வரியோ திரும்பத் திரும்பச் சொல்லப்படுகின்றது. இந்த ஒவ்வொரு பத்திலும் ஒரு வகை 'லாஜிக்' உள்ளதாக மார் கருதுகிறார். எடுத்துக்காட்டாக மருதத் திணையில் ஒவ்வொரு பத்தும் காதலனைப் போகக் கூடாது எனக் காதலி தடுப்பதில் தொடங்கி அவன் திரும்பி வருவதுடன் முடிவடைகிறது.

அகநானூற்றில் கூட ஒரு வகையில் பத்து, பத்து பாடல்களே உள்ளன. ஒவ்வொரு பத்தினுள்ளும் திணை அடிப்படையில் பாடல்கள் அமைந்துள்ளன. ஒற்றை இலக்கப் பாடல்கள் *(1,3,5,7,9)* பாலைத் திணை; *2, 8* குறிஞ்சி; *4* – முல்லை , *6* – மருதம், *10*நெய்தல் என்கிற வரிசையில் உள்ளன. இங்கும் திணை வரிசை வேறெங்கும் அமைந்துள்ளதுடன் ஒப்பிடத்தக்கதாக இல்லை.

குறுந்தொகையும் நற்றிணையும் தொகுக்கப்பட்டுள்ள பாங்கை இப்படி எந்தத் தர்க்கத்திற்குள்ளும் கொண்டு வர இயலாது என்பார் மார். அதாவது கண்ட மேனிக்குத் தொகுக்கப்பட்டுள்ளதாகவே பொதுவாகக் கருதப்படுகிறது. எனினும் உள்ளடக்கம், திணை, துறை ஆகியவற்றின் அடிப்படையில் மட்டுமே இவ்விரு தொகை நூற்களின் தொகுப்பும் கண்டமேனிக்குள்ளதாகக் கருத முடியும், சொற்கள் மற்றும் வடிவ அடிப்படையில் பார்த்தால் இவ்விரு நூற்களின் தொகுப்பிலும் கூட ஒரு 'லாஜிக்கை' காண முடியும் என்கிறார் டீக்கன். குறுந்தொகையின் ஒவ்வொரு பாட்டும் அதற்கு முந்தைய பாடல்களின் ஏதோ சில சொற்களை எதிரொலிப்பதாக அமைந்துள் ளன. அந்தச் சில சொற்கள் ஏதோ ஒரு வகையில் முக்கியத்துவம் வாய்ந்தவை என்பதாகவே நாம் கருத வேண்டியதில்லை. எல்லா வகையான சொற்களும் இலக்கணக் கூறுகளும் இப்படி எதிரொலிக்கப் படுகின்றன. இப்படியாக ஒவ்வொரு பாடலும் அதற்கு முந்தைய பாடல்களுடன் பிணைந்துள்ளன.

குறுந்தொகையிலுள்ள ஒரு ஐந்து பாடல்களை எடுத்துக் கொள்வோம்.

47– குறிஞ்சித்திணை (தோழி கூற்று)

கருங் கால் வேங்கை வீ உகு துறுகல்
இரும் புலிக் குருளையின் தோன்றும் காட்டிடை
எல்லி வருநர் களவிற்கு
நல்லை அல்லை நெடு வெண்ணிலவே.

– நெடுவெண்ணிலவினார்

48–பாலை (தோழி கூற்று)

தாதின் செய்த தண் பனிப்பாலை
காலை வருந்தும் கையாறு ஓம்பு என
ஓரை ஆயம் கூறக் கேட்டும்
இன்ன பண்பின் இணை பெரிது உழக்கும்
நன்னுதல் பசலை நீங்க அன்ன
நசை ஆகு பண்பின் ஒரு சொல்
இசையாது கொல்லோ, காதலர் தமக்கே

- பூங்கணுத்திரையார்.

49– நெய்தல் (தலைவி கூற்று)

அணிற் பல் அன்ன கொங்கு முதிர் முண்டகத்து
மணிக் கேழ் அன்ன மா நீர்ச் சேர்ப்ப
இம்மை மாறி மறுமை ஆயினும்
நீ ஆகியர் எம் கணவனை
யான் ஆகியர் நின் நெஞ்சு நேர்பவளே.

- அம்மூவனார்.

50 – மருதம் (தலைவி கூற்று)

ஐயவி அன்ன சிறு வீ ஞாழல்
செவ்வி மருதின் செம்மலோடு தா அய்த்
துறை அணிந்தன்று, அவர் ஊரே இறை இறந்து
இலங்கு வளை நெகிழச் சாஅய்ப்
புலம்பு அணிந்தன்று அவர் மணந்த தோளே.

- குன்றியனர்

51 நெய்தல் (தோழி கூற்று)

கூன் முள் முண்டகக் கூர்ம் பனி மா மலர்
நூல் அறு முத்தின் காலொடு பாறித்
துறைதொறும் பரக்கும் தூ மணற் சேர்ப்பனை
யானும் காதலென் யாயும் நனி வெய்யள்
எந்தையும் கொடீஇயர் வேண்டும்
அம்பல் ஊரும் அவனொடு மொழிமே.

- குன்றியனார்

52 – குறிஞ்சி (தோழி கூற்று)

ஆர் களிறு மிதித்த நீர் திகழ் சிலம்பில்
சூர் நசைந்தனையையாய் நடுங்கல் கண்டே
நரந்தம் நாறும் குவை இருங் கூந்தல்,
நிரந்து இலங்கு வெண் பல், மடந்தை
பரிந்தானன் அல்லெனோ இறை இறை யானே.

– பனம்பாரனார்

சுருக்கங் கருதி இப்பாடல்களின் உரையைத் தவிர்க்கிறேன். அவை இங்கு முக்கியமன்று. இப்பாடல்களின் சொற்கள் திருப்பித் திருப்பி எதிரொலிக்கப்படும் வகையில் இப்பாடல்கள் ஒன்றோடொன்று இணைந்து நிற்பதற்கு இரு சான்றுகள் கீழே தரப்படுகின்றன.

முதற்தொகுதி

பாடல் எண்					சொற்கள்		
48						காதலர்	பனி
49		மா		சேர்ப்ப	முண்டகத்து		
50	துறை	ஊர்					
51	துறை	ஊர்	மா	சேர்ப்பன்	முண்டக	காதலென்	பனி

இரண்டாம் தொகுதி

47						அல்லை
48					நசை	
49	யான்			பல்		
50		இலங்கு	இறை			
51	யான்					
52	யான்	இலங்கு	இறை	பல்	நசைந்தனை	அல்லனோ

குறுந்தொகையின் *51* மற்றும் *52*ஆம் பாடல்களை எடுத்துக்கொண்டு எதிரொலிக்கப்படும் சொற்களின் அடிப்படையில் இங்கே இரு

தொகுதிகள் அதாவது பாடற் குழுமங்கள் அடையாளம் காணப்படுகின்றன. அதே போல 94, 95ம் பாடல்களை எடுத்துக்கொண்டு மேலும் இரு குழுமங்களையும்; 343, 344ம் பாடல்களைக் கொண்டு இதேபோன்ற இன்னொரு பாடற் குழுமங்களையும் அடையாளம் காட்டுகிறார் டீக்கன். குறுந்தொகையின் 1 முதல் 110ம் பாடல் வரையும் 140 முதல் 160ம் பாடல் வரையும் 330 முதல் 350ம் பாடல் வரையும் எவ்வாறு சொற்களால் பாடல்கள் பிணைக்கப்படுகின்றன என்பதையும் தனது நூலின் பின்னிணைப்பில் சுட்டிக்காட்டும் டீக்கன் நற்றிணை (42 முதல் 53 வரை), புறநானூறு (241 முதல் 252 வரை மற்றும் 81 முதல் 92 வரை) ஆகியவற்றிலும் இது வெளிப்படுவதை நிறுவுகிறார். முன்பே சொன்னதுபோல எல்லாவிதமான பெயர் சொற்கள், வேர்ச்சொற்கள், வினைச்சொற்கள் இலக்கணக் கூறுகள் எல்லாம் இத்தகைய எதிரொலிப்பை அடுத்தடுத்த பாடல்களில் பெறுகின்றன. 'குறுமகன்' என்னும் பெயர்ச்சொல் (குறுந்தொகை 70/71) 'நாம்' என்னும் மறுபெயரின் பல்வேறு வடிவங்கள் (நமரே 348, நம்மோடு - 347 நான்) 349 'யா' என்னும் வினா மறுபெயர் (யார்-75, யாவதும்-78) இப்படி திரும்பத் திரும்பச் சொல்லப்படுவதற்கு எடுத்துக்காட்டாக நிறையச் சொல்லலாம். 'செல்' எனும் வினைச்சொல் 'சென்றனர்' என 140லும், 'செல்கு' என 141லும் இடம் பெறுகிறது. கொள் எனும் வினை 'கொள்பு' (15) 'கொண்டீர்' (16) 'கொளினே' (17) 'கொண்ட(2) என இடம் பெறுகிறது. 4ம் பாடலில் இடம் பெறும் 'நோம்' எனும் முற்றுவினை 5ம் பாடலில் 'நோய்' என வெளிப்படுகிறது

சொற்கள் தவிர இலக்கணக் கூறுகளும் இத்தகைய எதிரொலிப்பைப் பெறுகின்றன. 18ம் பாடலின் 'ஆகுமதி' 19ல் 'இணை மதி' என்கிறவாறு வெளிப்படுகிறது. ஆயினும்- 'முறியினும்' (61-62) 'வந்தன்று' - 'கொண்டன்று' (106, 108); குருகும்->கடுவனும் (25, 26) என இன்னும் பல எடுத்துக்காட்டுகளைச் சுட்ட இயலும்.

ஒரே பொருளுள்ள இணைச் சொற்களும் இவ்வாறு அடுத்தடுத்து சில நேரங்களில் வெளிப்படுகின்றன. எடு: 'அருந்து' (26), 'உண்' (27); 'கடுவன்' (26), 'மந்தி' (29), 'களிறு' (36), வேழம் 37;

வெவ்வேறு பொருளில் ஒரே சொல் அடுத்தடுத்துப் பாவிக்கப்படுதலுக்கும் சில எடுத்துக்காட்டுகளைச் சொல்ல முடியும். 'அலர்' என்னும் சொல் இரகசியக் காதல் அம்பலமாகி ஊரில் கிசுகிசுக்கப்படுவதைக் குறிக்க 97ம் பாடலிலும் பூக்கள் மலர்வதைக் குறிக்க 98ம் பாடலிலும் இடம்பெறுகிறது.

இப்படி நிறையச் சொல்லலாம். தலைவனது பிரிவால் கலங்குதல் என்பது போன்ற ஒரே மாதிரியான சூழலைப் பேசுகிற பாடல்கள் அடுத்தடுத்து அமைந்தபோதும் (எ.டு. 63 முதல் 67 வரை) ஒவ்வொன்றிலும் வெளிப்படும் பார்வைக் கோணங்கள் வெவ்வேறு விதமாக உள்ளன. ஆக, பாடல்கள் வரிசைப்படுத்தப்படுவதில் உள்ளடக்கத்தைக் காட்டிலும் இப்படிச் சொற்கள் மீண்டும் மீண்டும் பயன்படுத்தப் படுவதே தீர்மானகரமான பங்கு வகிப்பதாக அபிப்ராயப்படுகிறார் டீக்கன். வடமொழித் தொகுப்புகளும் (எ.டு. சட்டசாயி மற்றும் சப்பண்ணயகாஹா) இந்த அடிப்படையிலேயே மேற்கொள்ளப் பட்டுள்ளன.

இந்த நோக்கிலிருந்து பார்க்கும்போது சங்க இலக்கியத் தொகுப்பு குறித்து இதுகாறும் தமிழறிஞர்கள் கருதி வந்த சில கருத்துக்கள் பிரச்சினைக்குள்ளாகின்றன. நினைவு நதியில் மிதந்து கொண்டிருந்த எண்ணற்ற பழம் பாடல்களிலிருந்து பொறுக்கி எடுத்துத் தொகுக்கப் பட்டதாகவே சங்கப் பாடல்கள் குறித்து நாம் கருதி வந்துள்ளோம். மேற்கண்டவாறு திரும்பத் திரும்ப இடம்பெறும் சொற்களைக் கொண்டு பாடல்கள் வரிசைப்படுத்தப் பட்டிருக்குமாயின் இதற்கு ஏற்ப நினைவு நதியிலிருந்து பாடல்களைத் தேர்வு செய்வதன் சாத்தியம் மிகக் குறைவு.

எடுத்துக்காட்டாக குறுந்தொகை 336 முதல் 344ம் பாடல் வரை திரும்பத் திரும்ப அமையும் சொற்களின் அடிப்படையில் ஒரு குழுமமாக உள்ளன. சற்று முன்னதாக உள்ள பாடல்களிலிருந்து 344ம் பாடலில் எதிரொலிக்கப்படும் சொற்களாவன.

“அண்ணல், ஏற்றொரு, தண், புன்கண், மாலை, காதலர், பெயரும், முலை, நிரை, பிரிந்து.”

வெறுமனே ‘அண்ணல்’, ’ஏறு’ அல்லது ‘அண்ண லேறு’ என்கிற ஒரு சொல் மட்டும் அமைந்த பாடலைத் (343, 344) தேடுவது வேண்டுமானால் எளிய காரியமாக இருக்கலாம். ஆனால் கூடவே ‘தண்’, ‘புன்கண்’ (342), காதலர் (341), ‘பெயர்’ (340), ‘முலை’, ‘நிரை’, (337) ‘பிரி’ (336) ஆகிய சொற்களையும் கொண்ட பாடலைத் தேடுவது என்பது நடைமுறையில் சாத்தியமான ஒன்றல்ல. ஒரு குறிப்பிட்ட சொல் ஒவ்வொரு பத்தாவது பாடலிலும் இடம்பெறுவதாக ஒரு பேச்சுக்கு வைத்துக் கொண்டோமானால் ‘அண்ணல்’ என்னும் சொல்லுள்ள பாடலைக் காண பத்து பாடல்களை நாம் நினைவுச்

சல்லடையில் சலிக்க வேண்டும். கூடவே 'ஏறு' என்னும் சொல்லும் அமைந்த பாடலாயின் 10x10 = 100 பாடல்களைத் தேட வேண்டும். 'புன்கண் மாலை' என்னும் சொல்லையும் கூடுலாகப் பெற வேண்டுமாயின் 100x10=1000 பாடல்களை சலித்தெடுக்க நேரிடும்.

இந்தக் கணக்கை நீட்டிக் கொண்டே போனால் இது மனித எத்தனங்களுக்கு அப்பாற்பட்ட ஒரு செயல் என்பது விளங்கும்.

எனவே ஏற்கனவே இருந்த பாடல்களிலிருந்து சலித்தெடுத்துத் தொகுக்கப்படுவது என்பதற்குப் பதிலாக தொகுப்புக்கெனவே அந்தக் கணத்தில் திட்டமிட்டு இயற்றப்பட்டவையே சங்கத் தொகைப்பாடல்கள் என்பது ஹெர்மன் டீக்கன் முன் வைக்கும் கருத்து.

டீக்கனது நூலில் ஒரு பாதியில் எழுப்பப்படுகிற சில ஐயங்களை மட்டுமே இங்கு தொகுத்துள்ளேன். அடுத்த பாதியை அவர் சங்க இலக்கியங்களின் கால ஆய்வுக்கு என ஒதுக்குகிறார். சங்க இலக்கியங்கள் என்பன சங்க கால மக்கள் குறித்த பிற்காலப் புலவர்களின் புனைவு என்கிற அவரது கண்ணோட்டத்தின்படி அவற்றின் காலம் நாம் நம்பிக்கொண்டுள்ளதைக் காட்டிலும் சுமார் எட்டு நூற்றாண்டுகள் வரை பின்னுக்குத் தள்ளப்படுகிறது. டீக்கனின் கால ஆய்வில் எனக்கு உடன்பாடில்லை என்பதோடு அதையும் இங்கு சுருக்கித்தந்தால் முற்பகுதியில் அவர் எழுப்பும் சில காத்திரமான ஐயங்களும் இங்கே ஒரு சேரப் புறக்கணிக்கப்படும் ஆபத்தைக் கருதி இந்தத் தருணத்தில் இத்தோடு நிறுத்திக்கொள்கிறேன்.

அக்டோபர், 2009

தொடக்கக்கல்வியில் சில வரவேற்கத்தக்க மாற்றங்கள்

உலக மயப் பின்னணியில் நமது கல்விச் சூழல் மிகப்பெரிய மாற்றங்களுக்குள்ளாகியுள்ளது. உயர்கல்வி இன்று வணிகத்திற்குரிய சேவை' (*tradable service*) என அதிகாரப்பூர்வமாக அறிவிக்கப்பட்டு விட்டது. தொடக்கக் கல்வியைப் பொருத்தமட்டில் 6 முதல் 14 வயது வரையுள்ள குழந்தைகளுக்குக் கட்டாய இலவசக் கல்வி உரிமைச் சட்டம் ஒன்றை மத்திய அரசு இயற்றியுள்ளது. 6, 14 என்கிற வயது வரம்புகள் எந்த அடிப்படையில் தீர்மானிக்கப் பட்டுள்ளன என்கிற கேள்விக்கு அரசிடம் பதிலில்லை. நமது அரசியல் சட்டத்தின் 21ம் பிரிவின்படி எல்லா குழந்தைகளுக்கும் கட்டாய இலவசக் கல்வி அளிப்பது அரசின் கடமை என உச்சநீதிமன்றம் தீர்ப்பு ஒன்றை (உன்னிகிருஷ்ணன் வழக்கு) வழங்கிய சூழலில், இந்தத் தீர்ப்பிலிருந்து தப்பிப்பதற்காகவே இந்திய அரசு கல்வி உரிமைச் சட்டத்தை இயற்றியுள்ளது என்றொரு கருத்தைக் கல்வியாளர்கள் முன் வைக்கின்றனர்.

தமிழகத் தொடக்கக் கல்வியைப் பொருத்தமட்டில் மாநில அரசு நடைமுறைப்படுத்தியுள்ள ஒரு திட்டமும், அறிவித்துள்ள ஒரு முடிவும் வரவேற்கத்தக்கதாக உள்ளன. கல்வியின் உள்ளடக்கத்தை மாற்றுவது, அதிகரிப்பது, நவீனப்படுத்துவது ஆகியவற்றை அரசுகள் எப்போதும் செய்து வந்துள்ளன. அரசு செய்யத் தயாராக இல்லாத ஒரு விஷயம் உண்டு என்றால் அது பயிற்றுவித்தலின் வடிவை மாற்றுவது என்பதுதான். கல்வித் துறையில் ஏதாவது ஒன்று

மாறாதிருக்கிறது என்றால் அது வடிவம்தான். மேல்நிலையில் உள்ள ஆசிரியர், அவரால் அறிவு ஊற்றி வளர்க்கப்படும் 'செடி' அல்லது வனையப்படும் 'பாண்டம்' எனப் பிள்ளைகள்; அப்புறம் வீட்டுப்பாடம், தண்டனை, வருகைப்பதிவு , 'ராங்க் போடுதல்' *(Ranking)* தேர்வு பாஸ், பெயில், மதிப்பெண் இதுவே நமது கல்வியாக எவ்வித மாற்றமும் இல்லாமல் தொடர்கிறது. அரசுக்குப் பணிந்து நடக்கிற ஒரு தலைமுறையை உருவாக்க ஆகச் சிறந்த வடிவம் இது.

இதற்கு எதிராகத்தான் 'பள்ளி நீக்கம்' *(de-schooling)* என்கிற கருத்தை மாற்றுக் கல்வியாளர்கள் நீண்ட நாட்களாக முன்வைத்து வருகின்றனர். பாவ்லோ ஃப்ரெய்ரேயின் 'ஒடுக்கப்பட்டவர்களுக்கான கல்வி' மற்றும் உலகெங்கிலுமுள்ள மாற்றுக் கல்வி இயக்கங்கள் *(Libertarian Education)* ஆகியன குறித்து 15 ஆண்டுகளுக்கு முன் 'நிறப்பிரிகை' யில் நீண்ட கட்டுரைகள் இரண்டை எழுதியிருந்தேன். நிறைய இதுகுறித்து விவாதங்களையும் நிறப்பிரிகை முன்னெடுத்தது.

எனினும் நடைமுறையில் மாற்றுக் கல்வி வடிவங்கள் என்பன உலகெங்கிலும் விரல் விட்டு எண்ணக்கூடிய முயற்சிகளாகவே இருந்து வந்துள்ளன. நமது 'ரிஷிவேலி' பள்ளிக்கூடம் மாதிரி ஒரு வகையில் சாதாரண மக்களிடமிருந்து அந்நியப்பட்ட மேட்டுக்குடித் தன்மையிலான கல்வி முறையாகவே அவை உள்ளன. பொதுக்கல்வி என்பது மரபு வழிப்பட்ட குரு - சிஷ்ய வடிவிலான கல்வியாகத்தான் உள்ளது.

எனினும் 60களில் ஏற்பட்ட எழுச்சியின் விளைவாக மாற்றுக்கல்வி பற்றிய பேச்சுக்கள் மேலுக்கு வந்தன. பிரேசில், கினியா பிசா முதலான நாடுகளில் பாவ்லோ பிரேயரது கல்விமுறை வயது வந்தோருக்கான கல்வித்துறையில் ஒரு குறிப்பிட்ட காலம் வரை பயன்படுத்தப்பட்டது. இதனால் நல்ல விளைவுகள் பல அங்கு ஏற்பட்டன. அந்த நல்ல விளைவுகள் ஆட்சியாளர்களுக்கு எதிராக இருந்ததால் சீக்கிரமே அவை ஆங்காங்கு முடிவுக்கும் கொண்டுவரப்பட்டன.

Non Formal Education என்பதாகவன்றி பொதுக்கல்வியிலேயே மாற்றுவடிவத்தை அறிமுகப்படுத்துவதற்கு ஒரு அரசுக்கு அதற்கான அரசியல் விருப்புறுதி *(Political Will)* இருக்க வேண்டும். 'செயல்வழிக் கல்வி' என்கிற வடிவில் இன்று ஒரு மாற்றுவடிவைத் தமிழக அரசு நடைமுறைப்படுத்தி வருவது உண்மையிலேயே ஒரு நம்ப

இயலாத வியப்பு. விஜயகுமார் என்கிற அதிகாரி முன்வைத்த இந்தத் திட்டத்தைக் காரிய சாத்தியமாக்கியக் கல்வி அமைச்சர் தங்கம் தென்னரசு நிரம்பப் பாராட்டுக்குரியவர். தமிழக அரசு இந்த வகையில் இந்தியாவிற்கே ஒரு முன்னோடியாக உள்ளது.

ஆசிரியர் சங்கங்கள் சில இதை எதிர்ப்பது வேதனை. கல்லூரி ஆசிரியர் சங்கத்தில் பணியாற்றியவன் என்கிற அனுபவத்தில் ஒன்றைச் சொல்ல முடியும். ஆசிரியர் சங்கங்கள் பல நேரங்களில் மாற்றங்களுக்கு எதிரானவையாக இருந்துள்ளன. மக்களைப் பாதிக்கிற அரசுத் திட்டங்கள் பலவற்றை எதிர்த்த வரலாறு அவற்றிற்கு உண்டு. கூடவே நல்ல திட்டங்களையும் அவை எதிர்த்துள்ளன. இது ஒரு எடுத்துக்காட்டு. நல்லதா கெட்டதா எனத் தெரியாமலும் அவை பலவற்றை எதிர்த்துள்ளன. மாணவர்களோடு சமமாக உட்கார வேண்டும். முதுகு வலிக்கிறது முதலான காரணங்களை செயல்வழிக்கல்வி முறைக்கு எதிராகச் சங்கங்கள் வைப்பது வேடிக்கை.

எனினும் எல்லா ஆசிரியர்களும் இதே கருத்துக் கொண்டுள்ளார்கள் என்பதில்லை. சமீபத்தில் விழுப்புரம் மக்கள் கல்விக் கூட்டமைப்பு என்கிற ஒரு இயக்கம் செயல்வழிக்கல்வி முறையை ஆதரித்து மூன்று கையேடுகளை வெளியிட்டுள்ளது. கல்வியாளர்கள் மற்றும் ஆசிரியர்களின் அனுபவம் சார்ந்த கட்டுரைகளை இவை தாங்கியுள்ளன. சுடரொளி என்னும் ஆசிரியை இக்கல்வி முறைக்கு எதிராக எழுப்பப்படும் வாதங்கள் அனைத்தையும் அனுபவ அடிப்படையில் மறுக்கிறார்.

நீல்பாக், ரிஷிவேலி, சுமவனம் முதலான பள்ளிகளில் நடைமுறைப்படுத்தப்படும் கல்வி முறையின் அடிப்படையில் தமிழகக் கல்விக் கொள்கைகளுக்கு ஏற்ப உருவாக்கப்பட்டு இன்று தமிழக அரசுப் பள்ளிகள் எங்கும் நடைமுறைப்படுத்தப்படுவதுதான் செயல்வழிக் கற்றல். முனைவர் எஸ். அனந்தலட்சுமி தலைமையில் இது குறித்து ஆய்வு செய்ய அமைக்கப்பட்ட குழு மேற்குறித்த பள்ளிகளின் கல்வி முறையிலிருந்து தமிழக முறை மூன்று அம்சங்களில் வேறுபடுகின்றது என்கிறது அவை:

1. தாய்மொழி வழியில் கல்வி என்பதோடு கூடவே ஆங்கிலமும் தமிழகத்தில் கற்றுத்தரப்படுகிறது.

2. கணிதப் பயிற்சிக்கு மாண்டிசோரி கல்விமுறை பயன்படுத்தப்படுகிறது.

3. சுற்றுச்சூழல் பாடம் என்பதற்குப் பதிலாக, சமூக விஞ்ஞானம் பாடத்திட்டத்தில் சேர்க்கப்பட்டுள்ளது.

இந்த மூன்று வழி விலகல்களும் மிக முக்கியமானவை. மிக வரவேற்கத்தக்கவை. உலகமயச் சூழலில் நமது பிள்ளைகளுக்கு ஆங்கிலம் மிக மிக அவசியம். திராவிட இயக்கங்களுக்கு இதற்காக நாம் நன்றி சொல்ல வேண்டும். இங்குள்ள சாதி, மத வேறுபாடுகள் பற்றியெல்லாம் கவலைப்படாமல் வெறுமனே சுற்றுச்சூழலை மட்டுமே பேசுபவர்கள் கடைசியாக வலதுசாரி பாசிச சக்திகளுக்குத் துணை போகும் ஆபத்துண்டு என்பதற்குப் பெரியவர் சுந்தர்லால் பகுகுணா போன்றவர்கள் சாட்சி. இந்தக் குறைகளை நீக்கி அமைந்துள்ளது தமிழக அரசின் செயல்வழிக்கல்விமுறை.

இந்தத் திட்டத்தைத் தக்க வைப்பது கல்வியில் அக்கறை உள்ளவர்களின் கடமையாகிறது.

தமிழக அரசு அறிவித்துள்ள சமச்சீர்க்கல்வி நடைமுறையாக்கமும் வரவேற்கத்தக்க ஒன்று. துரதிர்ஷ்ட வசமாக தமிழகச் சூழலில் சமச்சீர் கல்வி என்றால் 'ஒரே பாடத்திட்டம்' என்பதாகவே புரிந்து கொள்ளப்பட்டுள்ளது. சமச்சீர்க்கல்வி என்பது இன்னும் விரிந்த பொருளுடையது. எல்லோருக்கும் எல்லா அம்சங்களிலும் சமமான கல்வி என்பதே அதன் பொருள். அருகாமைப் பள்ளி' (Nighbourhood Schools) என்ற கருத்தாக்கத்துடன் நெருக்கமான தொடர்புடைய ஒன்று இது. தமிழக அரசின் அறிவிப்பில் இந்த வகையில் பல குறைபாடுகள் உள்ளதென்கிற போதிலும் குறைந்தபட்சம் நான்கு பாடத்திட்டங்கள் நடைமுறையில் உள்ள தமிழகத்தில் முதலில் பாடத்திட்டங்களை ஒன்றாக்குவதே வரவேற்கத்தக்க ஒன்றுதான். வழக்கம்போல 'மெட்ரிகுலேஷன்' பள்ளி உரிமையாளர்கள் இதைக் கடுமையாக எதிர்க்கின்றனர். இந்த அம்சத்திலும் அரசுக்கு நாம் ஆதரவளிப்பது இன்றைய உடனடித் தேவையாகிறது.

அக்டோபர், 2009

டாக்டர் கே. பாலகோபால்
(1952–2009)

அவர் யாருக்கும் நல்ல நண்பராக இருப்பதற்கு வாய்ப்பில்லை என்றுதான் நினைத்திருந்தேன். ஏனெனில் நண்பர்களுக்கு இருக்க வேண்டிய குதூகலம், ஊதாரித்தனம், பேச்சில் சிக்கனமின்மை எதுவும் அவரிடம் கிடையாது. ஆனால் அவர் எத்தனை நண்பர்களைப் பொது வெளியில் கண்கலங்க வைத்தார் என்பதைச் சென்றவாரம் பார்த்தோம். எண்பதுகளைத் தாண்டிய மூத்த வழக்குரைஞரும் மனித உரிமைப் போராளியுமான கண்ணபிரான் அவர்கள் அன்று இரங்கல் கூட்டத்தின்போது தான்தான் அவருக்கு வழக்குரைஞர் பதிவு நாளில் கருப்பு அங்கி வாங்கித் தந்தேன் எனச் சொல்லிக் கலங்கியதை யார் மறக்க இயலும். அவர் ஒரு பொறுப்புள்ள குடும்பஸ்தராக இருக்க முடியாது என்றுதான் தொலைவிலிருந்து பார்க்கும் யாரும் அவரைப் பற்றிக் கணிக்க முடியும். விடுமுறை நாட்களில் கூட வீட்டில் தங்க நேரமில்லாது அலைந்தவர் அவர். சாவதற்குச் சில நேரங்களுக்கு முன்கூட பொறியியல் படிக்கும் தன் ஒரே மகன் பிரபதாவிற்குக் கணிதம் சொல்லிக் கொடுத்துக் கொண்டிருந்ததையும் பத்திரிகையாளரான மனைவி வசந்தலக்ஷ்மி வீடு திரும்பும் முன்னதாக தினசரி வீட்டில் சமைப்பது அவர்தான் என்பதையும் நெருக்கமாக இருந்தவர்கள்தான் அறிவர். அவரிடம் மனம் விட்டுப் பேச வேண்டுமானால் அவர் காய்கறி நறுக்கிக் கொண்டிருக்கும்போது வீட்டிற்குப் போக வேண்டும் என ஒரு நண்பர் இணைய தளத்தில் பதிவு செய்திருப்பதைப் பார்த்திருப்பீர்கள்.

எத்தகைய சிக்கலான பிரச்சினைகளையும் துல்லியமாகப் பகுத்தாய்வு செய்து அவர் எழுதியுள்ள ஆய்வுக்கட்டுரைகளை மட்டும் படிப்பவர்கள் அவர் ஒருநாளில் 30 மணி நேரம் மக்கள் பிரச்சினைகளுக்காகக் களத்தில் நின்றவர் என்று சொன்னால் நம்ப மாட்டார்கள். போலி மோதலில் கொல்லப்பட்டவர்கள், அரச வன்முறையால் மட்டுமல்ல சாதி, மத, ஆணாதிக்க வன்முறைகளுக்கும் ஆட்பட்டவர்கள், படுமோசமாகச் சுரண்டப்பட்ட பீடித் தொழிலாளிகள், கடலோர நடைபாதை மற்றும் சிறப்புப் பொருளாதார மண்டலங்களால் இடம் பெயர்க்கப்பட்ட மீனவர்கள், விவசாயிகள் என ஆந்திர மாநிலத்திற்குள் மட்டுமல்ல, இந்தத் துணைக் கண்டம் முழுவதும் சகல தரப்பினரின் பிரச்சினைகளுக்காகவும் அவரோடு அலைய மட்டுமே நேர்ந்தவர்கள், அவர் ஒரு ஆய்வுக்கட்டுரையாளர் மட்டுமல்ல, 'ஆந்திரஜோதி' இதழில் ரொம்பவும் பாப்புலர்' ஆகப் பத்தி எழுதி வந்தவரும் கூட என்பதை அறியும்போது வியந்து போவார்கள். காகதீயப் பல்கலைக்கழகத்தில் அவரிடம் கணிதப் பாடம் கேட்ட மாணவர்களும், இந்தியப் புள்ளியல் நிறுவனத்தில் முனைவர் பட்டத்திற்குப் பிந்திய ஆய்வில் ஈடுபட்டிருந்த சக பேராசிரியர்களும் ஆந்திர உயர்நீதிமன்றத்தில் பாதிக்கப்பட்ட எளிய மக்களுக்காகக் கிட்டத்தட்ட 800 வழக்குகளில் மிக நுணுக்கமாக வாதிட்டவர் அவர் என்பதை அறியும்போது திகைத்து நிற்பதைத் தவிர வேறு வழியில்லை. அன்று அவரது உடல் எரியூட்டப்பட்ட பின் இரங்கல் கூட்டம் முடிந்த பிறகு வழக்குகள் நிலுவையிலிருந்த தொழிற்சங்கத்தினரும், பழங்குடி மக்களும் நீண்ட நேரம் மேடையருகில் நின்று இனி என்ன செய்வது என யோசித்துக் கொண்டிருந்ததைப் பற்றி இன்னொருவர் இணையத்தில் பதிவு செய்துள்ளதைப் பார்த்திருக்கலாம்.

எண்பதுகளில் ஆந்திர மாநில அரசு நூற்றுக்கணக்கில் நக்சல்பாரி இயக்கத்தவரையும் அவர்களது அனுதாபிகளையும் போலி மோதல் கொலைகளில் கொன்று குவித்ததற்கு எதிராக செயல்பட்டு உண்மைகளை வெளிக்கொணர்ந்து அரசுக்குப் பெரும் நெருக்கடியை உருவாக்கி, அதன் விளைவாகவே அரசின் கடும் அடக்குமுறைகளுக்கு முகம் கொடுத்த ஒரு நக்சலைட் ஆதரவு மனித உரிமைப் போராளியாகவே அவரை அறிந்திருந்த பலர், 1988ல் நக்சல் இயக்கத்தவரின் வன்முறைகளையும் கூட நாம் எதிர்த்தாக வேண்டும் என்று உரத்து மொழிந்து தான் அதுகாறும் செயல்பட்டு வந்த அமைப்பிலிருந்து விலகித் தனியே சுதந்திரமான

ஒரு மனித உரிமை அமைப்பை உருவாக்கிய போது அவரது இந்தப் பரிமாணத்தைக் கண்டு அதிர்ச்சியடைந்தனர்.

அவரது எளிய வாழ்க்கை, கலைந்த தலை, கசங்கிய சட்டை, எப்போதும் கழன்றிருக்கும் மேல் பொத்தான்கள், எங்கும் யார் வீட்டிலும் கிடைத்ததைச் சாப்பிடும் பண்பு, பழங்குடியினர், தலித்கள், ஏழை எளிய மக்கள் ஆகியவர்களுக்காகத் தன்னை அர்ப்பணித்துக் கொண்ட நிலை ஆகியவற்றை அறிந்தவர்கள் அவர் ஒரு சனாதனமான பார்ப்பனக் குடும்பத்தில் பிறந்தவர் என்பதைச் சொன்னால் நம்ப மாட்டார்கள். அவருடைய தாத்தா எல்லபள்ளி அனந்த கிருஷ்ண சர்மா ஒரு தெலுங்கு மொழி அறிஞர்.

ஆம், டாக்டர் பாலகோபால் வெறும் மனித உரிமைப் போராளி மட்டும் அல்ல. அவர் வெறும் எளிய மக்களின் வழக்குரைஞர் மட்டுமல்ல. நிகழ் தகவுக் கோட்பாட்டில் (*probability theroy*) நுணுக்கமான ஆய்வைச் செய்து முனைவர் பட்டம் பெற்று மேலாராய்ச்சியிலும் இறங்கிய கணித அறிஞர் மட்டுமல்ல; சிறந்த எழுத்தாளர் மட்டுமல்ல; கத்தி முனைக் கூர்மையுடன் சிக்கல்களைப் பகுத்தாய்வு செய்து எதிரே அமர்ந்திருப்பவர்களை வசீகரிக்கும் பேச்சாளர் மட்டுமல்ல; வன்முறைகளால் பாதிக்கப்படுபவர்களை நாடி ஓடி உண்மைகளை வெளிக்கொணர்ந்த வெறும் உண்மை தேடி மட்டுமல்ல; வெறும் களப்போராளி மட்டுமல்ல; இவை எல்லாமாகவும் இருந்தவர் அவர்.

ஆனால் இந்த எல்லாவற்றைக் காட்டிலும் அவருடைய மிகச் சிறந்த பண்பாக நான் காண்பது மாறிவரும் எதாத்தங்களை நுண்மையாக அவதானித்து அவற்றின் சிக்கல்களைப் பகுத்தாய்ந்து அதற்குத் தக அவர் எப்போதும் புதிய கருத்துக்களை உருவாக்கிக் கொள்ளவும் பழைய நிலைபாடுகளை உதறித் தள்ளவும் தயாராக இருந்ததுதான். குஜராத் வன்முறைகளின் (2002) பின்னணியாகக் கட்டமைக்கப்பட்டிருந்த வெறுப்பு அரசியல், சமூக நிகழ்வுகளை உற்றுப் பார்த்து வரும் யாரையும் மலைக்க வைக்கக்கூடிய ஒன்று. இதுகாறுமான பல நம்பிக்கைகள் அப்போது சிதைந்தன. முஸ்லிம் பெண்களின் மீதான பாலியல் வன்முறைகளில் அடித்தள மக்கள் வெறியுடன் பங்கேற்றதையும் வன்முறையாளர்களின் வீட்டுப் பெண்களே கூட அதற்கு ஒத்துழைத்ததையும் எப்படிப் புரிந்துகொள் வது. அடித்தள மக்களின் உணர்வுகள் எப்போதும் ஒடுக்கப்படுகிறவர் களுக்கு ஆதரவாகவே இருக்கும் என்கிற *political correctness* (அரசியல்

கறார் பார்வை) இங்கே அடிபடவில்லையா? உணர்ச்சி பொங்க இந்நிலையைக் கூர்மையாக ஆய்வு செய்த பாலகோபால் இதை எப்படி எதிர்கொள்வது என்று குறித்துப் பேசும்போது,

> "நமக்கு இப்போது தேவை ஒரு புதினமான குதர்க்கவாதமல்ல. மிகை எளிமைப்படுத்தப்பட்ட எடுகோள்களையும் பகுப்பாய்வு முறைகளையும் கைவிடுவதற்கான மன உறுதியே இன்றைய தேவை. இதுகூட ஏதோ விஸ்வ ஹிந்து பரிஷத்தை எதிர் கொள்வதற்காக மட்டுமல்ல. மனிதாயப் பிரச்சினைகளில் சாத்தியமான ஒரு முன்னேற்றத்தை எட்டுவதற்காகத்தான்"

என்று கூறுவார். இதில் இரண்டு அம்சங்கள் நமது கவனத்திற் குரியன. ஒன்று, இதுகாறுமான நமது மிகை எளிமைப்படுத்தப்பட்ட நம்பிக்கைகளைக் கைவிடும் துணிச்சல் ஒருவருக்கு அவசியம். பிரச்சினையின் சகல சிக்கல்களையும் புதிய பரிமாணங்களையும் பகுத்தாய்ந்து அவற்றை இன்றைய இயக்கச் செயல்பாடுகளுடன் பொருத்தி இயக்கி புதிய நிலைபாடுகளை உருவாக்க வேண்டும் என்பது இரண்டாவது. இல்லாவிட்டால் நாம் தோல்விகளையும் விரக்தியையும் மட்டுமே சந்திப்போம்.

பாலகோபால் இப்படிச் சொன்னதோடு நிற்கவில்லை. அத்தகைய துணிச்சலுடன் வாழ்ந்தார். துணிச்சலுடன் வாழ்வது என்பது ஆபத்துக்களுடன் வாழ்வதுமல்லவா? நீட்ஷே சொல்வது போல் அவர் எப்போதும் ஆபத்துக்களுடன் வாழ்ந்தவர். வன்முறை குறித்த அவரது கருத்துப் பரிணாமமும் ஆந்திர சிவில் உரிமைக் கழகத்திலிருந்து அவரது பிரிவும் பழைய மிகை எளிமைப்படுத்தப்பட்ட நிலைபாடுகளை உதறித்தள்ளும் அவரது துணிச்சலுக்கு ஒரு எடுத்துக்காட்டுகளாக அமைந்தன. வன்முறையை வன்முறைக்காகவே கண்டிக்க வேண்டும். யார் அதைச் செய்கிறார்கள் என்கிற ரீதியில் பார்ப்பது ஒரு சரியான சிவில் உரிமை அணுகல் முறை அல்ல. மனித உரிமை மீறல்களை அரசு மட்டுமே செய்வதாகப் பார்க்கவியலாது. இந்தச் சமூக அமைப்பு, குறிப்பாக இந்துச் சமூக அமைப்பு தீண்டாமை முதலான மனித உரிமை மீறல்களைக் கோட்பாட்டு ரீதியாக நியாயப்படுத்துகிறது. ஆயுதப் போராட்ட இயக்கங்கள் மனித உரிமைகளைப் பெரிய அளவில் மீறுகின்றன. ஒரு சிவில் உரிமை அமைப்பு எல்லாவற்றையும் கண்டிக்க வேண்டும் என அவர் கூறியது வெறுமனே சிவில் உரிமை இயக்கத்திற்கு ஒரு அறப் பரிமாணத்தைச் சேர்க்கிற விஷயம் மட்டுமல்ல.

எந்தக் குறிக்கோளுக்காக ஒரு இயக்கம் இயங்குகிறதோ அந்தக் குறிக்கோளை அடைவதில் ஒரு 'சாத்தியமான முன்னேற்றத்தை எட்டுவதற்காகவும்தான்.'

> "வன்முறை நல்லதாகவோ கெட்டதாகவோ இருக்கலாம். தேவையானதாகவோ தேவையற்றதாகவோ இருக்கலாம். ஆனால் எப்போதும் அது கச்சாவாகவே வெளிப்படுகிறது. மாறாக, அதிகாரத்தின் புத்தி கூர்மையான செயற்பாடு எளிதில் கையகப்படாமலும் நுண்மையாகவும் உள்ளது. முதலாளிய தர்க்கம் பொதுவாகவே இப்படிப்பட்டதுதான். அது மிகச் சில நேரங்களிலேயே கச்சாவாக வெளிப்படுகிறது"

என்று அவர் கூறுவது ஆழமான பொருளுடையது. அரசு மற்றும் அமைப்பின் வன்முறைகளை அவர் குறைத்து மதிப்பிடவில்லை. அது ரொம்பவும் கொடூரமானதுதான். ஆனால், அது கச்சாவாகத் தன்னை வெளிப்படுத்திக் கொள்ளும் சந்தர்ப்பங்கள் குறைவு. ஆனால், வன்முறை அரசியலோ எப்போதும் தன்னை கச்சாவாகவே வெளிப் படுத்திக்கொள்கிறது. இது ஆட்சியாளர்களுக்குச் சாதகமாகிவிடுகிறது. வன்முறையாளர்கள் எனக் குற்றஞ்சாட்டி நம்மை எளிதில் அழித்துவிட முடிகிறது.

ஒரு சிவில் உரிமை இயக்கம் எல்லா மனித உரிமை மீறல்களையும் கண்டிக்கும் அறப் பரிமாணம் கொண்டிருக்க வேண்டும் என்பது மட்டுமல்ல, அது சுதந்திரமான இருப்பையும், சுதந்திரமான செயல் திட்டத்தையும் கொண்டிருக் வேண்டும். மாறாக அது ஏதேனும் ஒரு அரசியல் அல்லது மக்கள் இயக்கத்தின் முன்னணி அமைப்பாக இருந்தாலோ அல்லது அத்தகைய கருத்தை ஏற்படுத்தும் வகையில் அது இயங்கினாலோ அது தோல்வியையே அடையும். ஏனெனில் ஒரு சிவில் உரிமை இயக்கத்தின் வர்க்கப் பின்னணியும் அரசியல் இயக்கத்தின் வாக்கப் பின்னணியும் வேறு வேறு. ஒரு சிவில் உரிமை இயக்கத்தில் ஜனநாயக உணர்வுடைய மத்திய தர வர்க்க அறிவு ஜீவிகளே இணைவர். ஒரு தீவிர அரசியலமைப்பின் முன்னணி அமைப்பு என்கிற பிம்பம் இதற்கு உதவாது. அப்படியே அறிந்து அதற்காகவே இந்த இயக்கத்தில் இணைபவர்களும் கூட இங்கே ஊக்கத்துடன் உழைக்க மாட்டார்கள். அரசியல் இயக்கமொன்றின் ஏற்ற இறக்கங்களுக்குத் தக ஒரு சிவில் உரிமை இயக்கம் அமைவது ஏற்கத்தக்கதல்ல. அது பின்னடைவுக்கே வழி வகுக்கும்.

இந்தச் சிந்தனைகளை அவர் ஆந்திர சிவில் உரிமைக் கழகத்திற்குள் வைத்தபோது அது அங்கே ஏற்கப்படவில்லை. எனினும் அவ்வமைப்பு அவரை (1968) பொதுச் செயலாளராகத் தேர்வு செய்தது. பாலகோபால் இதை ஏற்கவில்லை. அமைப்பை விட்டு வெளியேறினார். ஒத்த கருத்துக்கள் உடையவர்களுடன் இணைந்து புதிய அமைப்பை உருவாக்கினார். பாலகோபால் தனிமைப்படுவார் எனப் பலரும் எதிர்பார்த்தார்கள். ஓய்வு ஒழிவற்ற உழைப்பு, எப்போதும் மக்கள் பிரச்சினைகளில் தன்னை ஈடுபடுத்திக்கொள்ளுதல் ஆகிவற்றின் விளைவாக அவரை யாராலும் தனிமைப்படுத்த இயலவில்லை.

பாலகோபாலின் வியக்கத்தக்க எளிமை, விருப்புறுதி, நூறு சத நேர்மை ஆகியவற்றின் விளைவாக ஒன்றுக்கும் மேற்பட்ட இரங்கற் பதிவுகளில் அவர் காந்தியடிகளுடன் ஒப்பிடப்பட்டுள்ளார். இந்த ஒப்புமை தவிர்க்க இயலாத ஒன்றுதான். காந்தி இன்று இருந்திருந்தால் நிச்சயம் பாலகோபால் செய்ததைத்தான் செய்து கொண்டிருப்பார். எனினும் இந்த ஒப்புமை முழுமையானதல்ல என்றே கருதுகிறேன். காந்தி வன்முறைX அஹிம்சை என்கிற எதிர்வைக் கட்டமைத்தவர். அப்படியான எதிர்வே தவறு எனச் சொன்னவர் பாலகோபால். ஒரு வழிமுறையை நாம் தேர்வு செய்வது அது எந்த அளவிற்குப் பயனுடையதாக உள்ளது என்கிற அடிப்படையில்தான். வன்முறையற்ற வழிமுறைதான் இன்று பயனுடையதாக இருக்கும் என பாலகோபால் சொல்லவில்லை. வன்முறையற்ற அமைதி வழிப்போராட்டங்களும் (தர்ணா, பேரணி, உண்ணாவிரதம், சாலை மறியல்) இன்று தோற்றுக் கொண்டுதான் உள்ளன. அரசின் எந்தப் பெரிய முடிவுகளையும் அவற்றால் தேக்கி நிறுத்தி விட முடியவில்லை. பிரச்சினை என்னவெனில் வன்முறையை வழிமுறையாகக் கொண்ட அரசியலாலும் அதைச் செய்துவிட முடியவில்லை என்பதுதான். எனவே வன்முறை X வன்முறையற்ற வழிமுறை என்கிற எதிர்வைத் தாண்டிச் சென்று இன்றைய நிலைபாட்டை நாம் உருவாக்கியாக வேண்டும். அது என்ன நிலைபாடு? இந்தக் கேள்விக்கு பாலகோபால் பதிலளித்துள்ளார் என நான் சொல்லவில்லை. ஆனால் இன்று நம்முன் உள்ள பிரச்சினைப்பாடு இதுதான் என்பதை அவர் அடையாளம் காட்டிவிட்டார். அவரது வாழ்நாள் சாதனை இதுதான் என நான் கருதுகிறேன்.

காந்தியைப் போல வன்முறையற்ற வழிமுறையை (அஹிம்ஸை) இந்தியச்

சிந்தனை மரபிலிருந்து (குறிப்பாகச் சமணம்) வரித்து அதற்கொரு ஆன்மிக பரிமாணத்தையும் பாலகோபால் அளிக்கவில்லை . காந்தி ஒரு கற்பனாவாதி, ஆயுதங்களற்ற இராணுவம், சிறைச்சாலைகள் அற்ற நாடு, தண்டனை வழங்காத நீதிமன்றங்கள் பற்றியெல்லாம் கனவு கண்டவர். இந்தக் கனவுகளையெல்லாம் அடியாழத்தில் புதைத்துக் கொண்டு எதார்த்த அரசியல் தளத்தில் இயங்கியவர் பாலகோபால். எதார்த்தத்தின் சிக்கல்களை முழுமையாகப் புரிந்துகொண்டு அத்துடன் ஒரு அறப் பரிமாணத்தை இணைக்க முயன்றவர். அந்த வகையில் அவர் காந்தியைவிடக் கூடுதலான ஒரு எதார்த்தவாதி.

வன்முறையையே ஒரு அரசியலாகக் கொள்ளும் மாவோயிஸ்டு களின் வழிமுறையைத்தான் பாலகோபால் விமர்சித்தாரே ஒழிய, இன்றைய அமைப்பில் நக்சலைட் அரசியலுக்கு இடமில்லை என அவர் வாதிடவில்லை. இன்றைய சமுதாயப் பொருளாதாரச் சூழலில் நக்சலைட்களின் இருப்பைச் சுட்டிக் காட்டியவர் அவர். இரண்டாண்டுகளுக்கு முன் இந்திய அரசின் திட்டக்குழு அமைத்த 'தீவிரவாதச் செல்வாக்குள்ள பகுதிகளில் வளர்ச்சித் திட்டங்கள்' குறித்த குழுவில் மற்றவர்களுடன் அவரும் பங்கேற்று அளித்த அறிக்கை மிக முக்கியமான ஒன்று. நக்சலைட்களை ஒரு அரசியல் சக்தியாக அரசு ஏற்க வேண்டும். அரசு தனது அரசியல் சட்டக் கடமைகளை நிறைவேற்றாததன் விளை பொருளாகவே குறை வளர்ச்சிப் பகுதிகளில் நக்சலைட் செல்வாக்கு வளர்கிறது. வெறும் பாதுகாப்பு தொடர்பான பிரச்சினையாக நக்சலைட் இயக்கத்தை அணுகாமல் அவர்களை ஒரு அரசியல் சக்தியாக ஏற்று அவர்களுடன் பேச்சுவார்த்தை நடத்த வேண்டும் என மிக வலுவாக வலியுறுத்திய ஒரு அறிக்கை அது. மாவோயிஸ்டுகளுக்கு மிகவும் சாதகமான அறிக்கை. நக்சலைட்களுடன் கருத்து மாறுபட்ட பின்னும் கூட அரசுக்கும் மாவோயிஸ்டுகளுக்கும் இடையிலான பேச்சுவார்த்தைகளை உருவாக்குவதில் அவர் முயற்சிகள் மேற்கொண்டார்.

'ஆபரேஷன் பச்சை வேட்டை' என்கிற பெயரில் மாவோயிஸ்டுகள் மீது கடுமையான தாக்குதல் ஒன்றை அரசு இன்று மேற்கொள்ள இருக்கிறது. இராணுவத்தை இறக்க மாட்டோம் எனச் சொல்லிக் கொண்டே அப்படி இறக்குவது குறித்த ஒரு விவாதத்தையும் அது களத்தில் இறக்குகிறது. ஹெலிகாப்டர் தாக்குதல்களையும், நடத்தும்

போலத் தெரிகிறது. கடுமையான மனித உரிமை மீறல்களைக் கட்டவிழ்த்துவிடப் போகிறது. இந்த நேரத்தில் பாலகோபால் இல்லாமற் போனது மிகப் பெரிய இழப்பு.

பாலகோபால் என்னைக் காட்டிலும் மூன்று வயது இளைஞர். அவரிடம் கற்றுக்கொள்ள எனக்கு நிறைய இருந்தது. அவருடன் உண்மை அறியும் குழுக்களில் பங்கு பெறுவது ஒரு கற்கை அனுபவம். சொந்தச் செலவில்தான் உறுப்பினர்கள் அந்தப் பணியை மேற்கொள்ள வேண்டும், எந்தத் தரப்பிலிருந்தும் உதவிகளைப் பெறக் கூடாது, துல்லியமாகத் தெரிந்தவற்றையே உண்மையாக முன்வைக்க வேண்டும். ஐயத்திற்குரியவற்றை ஐயங்களாகவே வெளிப்படுத்த வேண்டும் முதலான மதிப்பீடுகளுடன் அவர் இயக்கம் அமைந்திருந்தது.

மங்களூரில் கிறிஸ்த்தவர்கள் மீது மேற்கொள்ளப்பட்ட தாக்குதல்களைக் கண்டறிய நாங்கள் சென்றபோது அதற்கும் சில நாட்கள் முன் உள்ளல், முக்கஞ்சேரி, பாண்டேஸ்வரி, ஹலவங்காடி முதலான முஸ்லிம் பகுதிகளில் மும்பை தீவிரவாதிகளைத் தேடுவதாக போலீஸ் கடும் அடக்குமுறையை மேற்கொண்டிருந்தது. நால்வர் கைது செய்யப்பட்டிருந்தனர். அது குறித்தும் நாங்கள் அறிக்கை அளிக்க வேண்டும் என அப்பகுதியிலிருந்த சில முஸ்லிம் அமைப்புகள் வேண்டின. கைது செய்யப்பட்டவர்கள் எல்லோரும் அப்பாவிகள் என அங்கிருந்த மக்கள் கூறினர். எனினும் சில மணிநேரம் அங்கு சென்று பார்வையிடுகிற ஒரு குழு அவர்கள் அப்பாவிகளா இல்லையா எனச் சொல்லிவிட முடியாது. அறிக்கையை பாலகோபால் எழுதியபோது அந்தப் பிரச்சினைக்குள்ளேயே அவர் செல்லவில்லை. கிறிஸ்தவர்கள் மீதான தாக்குதல்களை மேற்கொண்ட குற்றவாளிகளை விட்டுவிட்ட மங்களூர் போலீஸ், முஸ்லிம்கள் விஷயத்தில் கைதின்போது கடைபிடிக்க வேண்டிய விதிமுறைகளைக் கூடக் கடைபிடிக்காததை மட்டுமே அவர் கண்டித்திருந்தார். அதேபோல கந்தமாலில் (ஒரிசா) விசுவ இந்து பரிஷத் தலைவரும் சாமியாருமான லஷ்மணானந்தா என்பவரை மாவோயிஸ்டுகள் கொன்றதையொட்டி மிகப்பெரிய வன்முறையை இந்துத்துவ சக்திகள் அப்பாவி கிறிஸ்தவர்கள் மீது மேற்கொண்டனர். லக்ஷ்மணானந்தாவைக் கொன்றதை நாங்கள் ஏற்காதபோதும் இத்தகைய எதிர் வன்முறையை மேற்கொள்ள அவரது இயக்கத்திற்கு உரிமையில்லை என்பதைத் திட்டவட்டமாக

அறிக்கையில் பதிவு செய்தார் பாலகோபால்.

சென்ற ஜூலை 4 அன்று ‘இலங்கையில் அரசியல் தீர்வு’ என்கிற தலைப்பில் ஒரு கருத்தரங்கை சென்னையில் ஏற்பாடு செய்திருந்தோம். வெறும் உணர்ச்சி வயப்பட்ட பேச்சுக்களால் நிறைந்திருந்த தமிழ்ச் சூழலில் இது குறித்து ஆழமாகப் பேசக்கூடியவர் என்கிற அடிப்படை யில் அவரைக் கேட்டபோது உடனடியாக ஏற்றுக்கொண்டார். ஹைதரபாத்திலிருந்து வருகிறார் என்கிற அடிப்படையில் ஒரு சுமாரான ஓட்டலில் அறை ஏற்பாடு செய்திருந்தேன். தோழர் நட்ராஜ் அதற்கான செலவுகளை ஏற்றிருந்தார். அன்று அதிகாலை சென்ட்ரல் ரயில் நிலையத்தில் அவரை வரவேற்கச் சென்றபோது “இன்று மாலை கிளம்பப் போகிறேன். எதற்காக அறைக்கு வேறு செலவு செய்கிறீர்கள். உங்கள் வீட்டில் தங்கலாமல்லவா?” என்று கேட்டு அவரது பெரிய பையுடன் (அது முழுவதும் விற்பனைக்குக் கொண்டு வந்திருந்த பிரசுரங்கள்) எனது பைக்கில் ஏறிக்கொண்டார். மனைவிக்குப் போன் செய்து குப்பையாய்க் கிடக்கும் என் அறையைச் சரி செய்யச் சொல்லிவிட்டு அழைத்துச் சென்றேன். அன்று மாலை வரை எனக்கு வெளியில் வேலை. போலீஸ் அனுமதி பெறுவதில் கொஞ்சம் பிரச்சினை இருந்தது. அன்று மதியம் மூன்று மணிக்கு நான் வரும்வரை நாற்காலியில் அமர்ந்து நான் எடுத்து வைத்துச் சென்ற ஈழப்பிரச்சினை தொடர்பான கட்டுரைகளையும் நறுக்குகளையும் ஆங்கில நூல்களையும் படித்துக் கொண்டிருந்தார். கொஞ்சம் ஓய்வெடுங்களேன் என என் மனைவி சொன்னதற்கு ஒரு புன்னகை மட்டுமே பதிலாக வந்திருக்கிறது.

எந்தச் சொந்த விஷயங்களையும் அவர் பேசியதில்லை. ஆனாலும் அன்று என்னை ஒன்று கேட்டார். என் வீட்டுக் கதவில் என் பெயர்ப்பலகை ஒன்று இருக்கும். இங்கே வருகிறவர்கள் சில நேரங்களில் பக்கத்து அபார்ட்மென்ட் கதவைத் தட்டி விடுகிறார்கள் எனப் புகார் செய்ததன் விளைவாக கல்லூரியில் மேசை மீது வைப்பதற்காகக் கொடுத்திருந்த பெயர் பலகையைக் கதவில் பதித்திருக்கிறேன். *Prof. A.Marx, M.Sc., M.Phil* என்று அதில் எழுதியிருக்கும். "நீங்கள் எத்தனை ஆண்டுகள் கல்லூரியில் பணி புரிந்தீர்கள்?” என்றார் பாலகோபால். "37 ஆண்டுகள்” என்றேன். “ஏன் நீங்கள் பி.எச்டி முடிக்கவில்லை ?" என அவர் கேட்டபோது எனக்குச் சுருக்கென்றது. நான் படித்து முடித்த காலத்தில் அதற்கு வாய்ப்பில்லை. வாய்ப்பு வந்தபோது எனக்கு

வேறு வேலைகள் வந்துவிட்டன என்றெல்லாம் அவரிடம் நான் விளக்கிக் கொண்டிருக்கவில்லை. "இப்படியே ஓடிவிட்டது" என்று மட்டும் முணுமுணுத்தேன். எந்தப் பணியை எடுத்துக் கொண்டாலும் அதில் துறை போக வேண்டும் என்கிற அவரது பண்புதான் அந்தக் கேள்வியாக வெளிப்பட்டது என எண்ணுகிறேன்.

அன்று மாலை அவரது பேச்சு மிக அற்புதமாக அமைந்தது. இலங்கை அரசின் 13வது அரசியல் சட்டத்திருத்தத்தை அக்குவேறு ஆணிவேறாக அவர் அலசினார். "இலங்கை அரசியல் சட்டத்தின் 13வது திருத்தம் இந்திய அரசியல் சட்டத்தின் ஒரு மோசமான பிரதி. ஒரு நல்ல பிரதியாக அமைந்திருந்தாலும் கூட அதை ஏற்க முடியாது" என அவர் கூறியது இன்றும் காதுகளில் ஒலித்துக் கொண்டிருக்கிறது.

இந்த அளவிற்கு எளிமை தேவைதானா எனக் கேட்கும் அளவிற்கு அவரிடம் சில பழக்கங்கள் இருந்தன. செல்போன் வைத்துக் கொள்ள மாட்டார். இங்கு வந்திருந்தபோது அவரது நண்பர் ஒருவர் ஊரில் இறந்து போயிருந்தார். அவரை ரயிலேற்றிவிட்டு வந்தபின் அவரது மனைவி எனக்கு அதைச் சொன்னார். வீட்டிற்குச் செல்லாமல் அவர் நேராக அந்த நண்பரின் வீட்டிற்குச் செல்ல வேண்டும். எனினும் அவரிடம் செல்போன் இல்லாததால் எங்களால் அவருக்கு அந்தத் தகவலைத் தெரிவிக்க இயலவில்லை .

ஹைதராபாத்திலிருந்து பிரசுரங்களை அனுப்பும்போது தபால், கூரியர் ஆகியவற்றைப் பயன்படுத்தமாட்டார். இங்கு வருகிற ரயில்களில் பணியாற்றும் தொழிலாளிகளிடம் கொடுத்தனுப்புவார். ஒருநாள் அதிகாலை 3 மணிக்கு எனக்கு அழைப்பு வந்தது. தூய தெலுங்கில் ஒருவர் பேசினார். ரொம்ப நேரத்திற்குப் பின்பே அவர் பிரசுரம் கொண்டு வந்தது புரிந்தது. அவசரமாக நான் பைக்கில் சென்றபோது கடற்கரைச் சாலையில் பைக் சறுக்கி அன்று எனக்கொரு சிறு விபத்து

உண்மை அறியும் பணி முடிந்தவுடன் இடைக்கால அறிக்கை ஒன்றை அன்றே அளிப்பதும் பின்னர் விரிவாகச் சில மாதங்களுக்குப் பின் இறுதி அறிக்கை வெளியிடுவதும் அவரது வழக்கம். எழுதிய அறிக்கையை எல்லோருக்கும் அனுப்பி கருத்துக்கள் கேட்பார். ஒரிசா-கர்நாடகா அறிக்கை அவருக்கே உரிய துல்லியத்துடன் அற்புதமாக வந்திருந்தது. கூடுதலாகச் சில அம்சங்களைச் சேர்க்கலாம் என

நான் பதில் அனுப்பியிருந்தேன். அடுத்த முறை வேறு எதற்கோ பேசும்போது அந்த அம்சங்கள் அனைத்தையும் சேர்த்துள்ளதாகச் சொன்னார்.

சென்ற செப்டம்பர் 2ம் வாரத்தில் முஸ்லிம் கைதிகள் விடுதலை குறித்து ஒரு கருத்தரங்கு நடத்தினோம். சிறைக்கைதிகளை முன்கூட்டி விடுதலை செய்ய ஆந்திர அரசு ஒரு ஆணை வெளியிட்டிருந்தது. அது இப்போது எந்த நிலையில் உள்ளது என அன்று காலை அவரிடம் தொலைபேசியில் கேட்டேன். அவருடன் பேசுவதற்கே எனக்குத் தயக்கமாக இருக்கும். அவரது நேரத்தை வீணடிக்கிறோமோ என. விளக்கமாகப் பதிலைச் சொன்னார். "13வது திருத்தம் தொடர்பாக அன்று பேசியதைக் கட்டுரையாக எழுதி அனுப்புவதாகச் சொன்னீர்களே?" என்று நினைவுபடுத்தினேன். சற்றே குற்ற உணர்ச்சி தொனிக்க," மன்னியுங்கள் தாமதமாகிவிட்டது. விரைவில் அனுப்பி விடுகிறேன்" என்றார். அப்போது எனக்குத் தெரியாது, அதுதான் நான் கேட்கும் அவரது கடைசிக்குரல் என்பது.

நவம்பர், 2009

கருணாநிதி, கச்சத்தீவு, அகதிகளுக்கு இரட்டைக் குடியுரிமை

நேற்று முழுவதும் என் கைபேசித் திரையில் அப்பிய குறுஞ்செய்தி களில் ஏராளமானவை கடுமையாகக் கருணாநிதியைத் தாக்குபவை யாகவும் ஏசுபவையாகவும் இருந்தன. நேற்று அவர் வெளியிட்டிருந்த ஒரு அறிக்கையை ஒட்டி இந்தத் தாக்குதல்கள். ஈழப் போராட்டம் இன்று அடைந்துள்ள பின்னடைவுக்குப் புலிகளின் தவறான அணுகல் முறைகளே காரணம் எனவும் சகபோராளிகளைக் கொன்றொழித்தது, 2005 குடியரசுத் தலைவர் தேர்தலில் சமாதான முயற்சிகள் மேற்கொள்வதாக வாக்களித்துப் போட்டியிட்ட ரணில் விக்கிரமசிங்கேவைத் தேர்தல் புறக்கணிப்பு மூலம் தோற்கடித்தது, போர்த் தந்திரத் தவறுகள் முதலியவற்றைச் சுட்டிக்காட்டி புலிகள் மீதான இவ்விமர்சனத்தை கருணாநிதி வைத்திருந்தார். இது போதாதா நம் புலி ஆதரவாளர்களுக்கு. எனவேதான் இத்தனை தாக்குதல்கள்.

கருணாநிதி விமர்சனத்திற்கு அப்பாற்பட்டவரல்ல. ஈழப்பிரச்சினை யில் அவர் ரொம்ப நேர்மையாக நடந்து கொள்கிறார் என்பதுமல்ல. ஈழப்பிரச்சினை மட்டுமல்ல, எந்தப் பிரச்சினை ஆனாலும் தன் பதவி, பிள்ளைகள் நலன் நோக்கிலிருந்து அணுகுபவர்தான் கருணாநிதி என்பதில் ஐயமில்லை. ஆனபோதிலும் அவர் சொல்கிறார் என்பதற்காகவே நாம் எதையும் நிராகரிக்க அல்லது கேலி செய்ய வேண்டும் என்பதில்லை. எனினும் நமது புலி முகவர்கள் அத்தகைய போக்குடனேயே செயல்படுகின்றனர்.

புலிகள் மீதான இவ்விமர்சனங்களை ஜனநாயகவாதிகள், ஈழ மக்களின் நலத்தில் உண்மையிலேயே அக்கறை கொண்டோர்,

தமது குறுகிய அரசியல் நோக்கங்களிலிருந்து பார்க்காமல் உரிமை மீறல்களை எதிர்க்கும் மனித உரிமைப் போராளிகள், இடதுசாரிகள் முதலானோர் தொடர்ந்து வைத்து வருகின்றனர். கருணாநிதி போன்றோர் இப்போதேனும் வெளிப்படையாக இவற்றைச் சொல்வது வரவேற்கத்தக்கதே. புலிகள் முற்றாக அழித்தொழிக்கப்பட்ட நிலை இன்று கருணாநிதி போல வேறு பலரையும் கூட இப்போது இதையெல்லாம் பேச வைத்திருக்கிறது. சில மாதங்களுக்கு முன் தீவிரமாக ஈழத் தமிழர் ஆதரவு என்கிற போர்வையில் புலிகளை ஆதரித்துக் கட்டுரைகள் எழுதிக்கொண்டிருந்த சில தமிழ் எழுத்தாளர்களுங்கூட இன்று இப்படி எழுதத் தொடங்கியுள்ளனர். மக்களை அவர்கள் கேடயமாகப் பயன்படுத்தியது உண்மைதான் எனவும் நாடு கடந்த தமிழ் ஈழ அரசு அமைத்தல் என்பதெலாம் ஈழத் தமிழர்களுக்கு மேலும் துன்பத்தையே விளைவிக்கும் என்றெல்லாம் ஒரு அறிவுஜீவி சமீபத்தில் எழுதியிருந்தார். ஒரு மூன்று மாதம் முன்னரே ஏன் இவற்றையெல்லாம் இவர்களால் தெரிந்துகொள்ள இயலவில்லை? ஊகிக்க முடியவில்லை? இவர்களது பார்வையில் வெளிப்படும் அனுபவவாதம் குறித்து இவர்களுக்குச் சுய விமர்சனங்கள் உண்டா?

இவர்களாவது பரவாயில்லை. நேர்மையோடு பிரச்சினையை அணுகிக் கருத்துக்களை மாற்றிக் கொள்கின்றனர். இன்னும் சிலர் எல்லாம் வெளிப்பட்டுப்போன பின், முழுப்பூசணியைச் சோற்றுக்குள் மறைக்க முடியாது என்று தெரிந்த பின் வேறு வழியின்றி, "புலிகள் முஸ்லிம்கள் விஷயத்திலும், சக போராளிகளை அணுகிய முறையிலும் சில தவறுகளைச் செய்திருக்கலாம், ஆனாலும் இவை பெரிய தவறுகளல்ல. நாம் இதைப் பெரிதுபடுத்தக்கூடாது" எனச் சொல்லி மீண்டும் நம்மை வாயடைக்க முயல்கின்றனர். தமிழ் ஈழப் போர்தான் இன்று முடிவடைந்துள்ளதே ஒழிய விடுதலைப்புலிகள்தான் இன்று அழிக்கப் பட்டுள்ளார்களே ஒழிய, பிரச்சினைக்கான காரணங்கள் அப்படியேதான் உள்ளன. வெற்றிப் பெருமிதத்தில் சிங்கள இனவாத அரசியல் சக்திகள் இலங்கையின் பன்மைத்துவத்தை அழிக்கக் கங்கணம் கட்டிக் களத்தில் இறங்கியுள்ள செய்திகள் நமக்குத் தொடர்ந்து வந்துகொண்டுள்ளன. தமிழ்ப்பகுதிகள் அனைத்திலும் '*One Nation One Country*' (ஒரே தேசம். ஒரே மக்கள்) என்கிற பெரும் 'பானர்கள்' வைக்கப்படுவதாக அறிகிறோம். விண்ணப்பப் படிவங்கள், அரசு அறிவித்தல்கள் எல்லாம் சிங்களத்திலேயே மேற்கொள்ளப்படுவதாகவும் செய்திகள் வருகின்றன. விசாரணைகள்

கூட சிங்களத்தில் தான் மேற்கொள்ளப்படுகிறதாம்.

சென்ற செப்டம்பர் 14 அன்று கொழும்பில் குடியரசுத் தலைவரது செயலகத்தில் எழுத்தாளர்களுக்குப் பரிசுகள் வழங்கப்பட்டுள்ளன. தமிழ் மற்றும் முஸ்லிம் எழுத்தாளர்கள் அழைக்கப்பட்டும் குடியரசுத் தலைவர் கையால் பரிசளிக்கப்படாமல் அவமதிக்கப்பட்டுள்ளனர். அம்பாறை முதலான பகுதிகளில் தீவிரமாக இல்லாதபோதும் அமைதியாக சிங்களக் குடியேற்றங்கள் நடைபெறுகின்றன. தீகவாபி முதலான இடங்களில் ஆயிரக்கணக்கான ஏக்கர் நிலங்கள் இவ்வாறு ஆக்ரமிக்கப்பட்டுள்ளதாகத் தெரிகிறது.

ஆக, பிரச்சினைகள் அப்படியே உள்ளன. சொல்லப்போனால் மேலும் அதிகமாகியுள்ளன. இவற்றை எதிர்கொள்ள வேண்டிய நிலையில் ஈழத் தமிழர்கள் உள்ளனர். சென்றகாலத் தவறுகளையும் நம் தோல்விக்கான காரணங்களையும் வெளிப்படையாக விவாதிக்காமல் எப்படி நாம் எதிர்கால அணுகல் முறைகளைத் திட்டமிடுவது? கருணாநிதி சொல்வது தவறாகவே கூட இருக்கட்டும். ஏன் அதை இத்தனை மூர்க்கமாக எதிர்க்கவேண்டும்? அதை உரிய முறையில் விவாதிக்கக்கூடாதா?

கருணாநிதி எத்தகைய உள்நோக்கத்துடன் செய்திருந்தபோதும் தமிழகத்திலுள்ள ஈழ அகதி முகாம்களுக்கு அமைச்சர்களை நேரில் அனுப்பி அங்குள்ள குறைகளை ஆராய்ந்தும், அம்முகாம்களின் மேம்பாட்டுப் பணிக்காக 100 கோடி ஒதுக்கியிருப்பதும் கூட வரவேற்கத்தக்கவைதான். எல்லாவற்றிற்கும் மேலாக, தமிழகத்திலுள்ள ஈழ அகதிகளுக்கு இரட்டைக்குடியுரிமை அளிக்க வேண்டும் என அவர் கோருவது ரொம்ப முக்கியமானது. நமது அரசியல் சட்டத்தில் இதற்கு இடமில்லை என்பது உண்மைதான். உரிய திருத்தங்கள் செய்து இதனை நிறைவேற்ற வேண்டும். தமிழகத்திலுள்ள ஈழ ஆதரவாளர்கள் அனைவரும் ஒருமித்த குரலில் இணைந்து வலியுறுத்த வேண்டிய கோரிக்கை அது. புலம்பெயர் தமிழர்கள் பிரச்சினைகளைக் கூர்ந்து கவனித்து வருபவர்களில் ஒருவன் என்கிற அடிப்படையில் இதை நான் உறுதியாகச் சொல்ல முடியும்.

1990களில் 'நிறப்பிரிகை' முன் கை எடுத்துப் பல்வேறு சிறு இயக்கங்களுடன் இணைந்து திருச்சியில் நடத்திய 'புலம்பெயர் தமிழர் மாநாடு' அகதிகள் பிரச்சினைகளைத் தொகுத்து வெளிப்படுத்தி யது. எஸ்.வி. இராஜதுரையை ஆசிரியராகக் கொண்டு, அன்று

நாங்கள் வெளியிட்ட புலம்பெயர் தமிழர் மாநாட்டு மலர்' அகதிகள் பிரச்சினை, குறிப்பாகத் தமிழ் ஈழ அகதிகள் பிரச்சினை குறித்த ஒரு முக்கிய ஆவணம். 2007ல் மூன்றாம் முறையாகப் பெரிய அளவில் அகதிகள் வரத்து இங்கே இருந்தபோது புதுச்சேரி 'மக்கள் உரிமை கூட்டமைப்பு' சார்பாகத் தோழர் சுகுமாரன் முயற்சியில் உண்மை அறியும் குழு ஒன்று அமைக்கப்பட்டு மண்டபம் உள்ளிட்ட 11 முகாம்களைப் பார்வையிட்டு நாங்கள் அளித்த அறிக்கை இங்குள்ள முகாம்கள் நிலை குறித்த இன்னொரு முக்கிய ஆவணம். அதன்பின் தமிழக அரசு ஏற்கனவே அளித்து வந்த மாதாந்திர உதவித் தொகையை இரட்டிப்பாக்கியது.

நான்கு மாதங்களுக்கு முன்னர் புதுச்சேரிக்கு அருகில் உள்ள கீழ்ப் புதுப்பட்டு (விழுப்புரம் மாவட்டம்) மற்றும் கடலூர் மாவட்டத் திலுள்ள இரண்டு முகாம்களுக்கு நான், சுகுமாரன், சுகன், புதுச்சேரி இளங்கோ ஆகியோர் சென்றிருந்தோம். முகாம்களின் நிலையைப் பார்த்துவிட்டு குறிப்பாக அங்கிருந்த 'பாலவாடி'யில் அமர்ந்திருந்த குழந்தைகளைப் பார்த்துவிட்டு சுகன் தேம்பி அழத் தொடங்கிவிட்டார். பிரான்ஸ் திரும்பிய பின் அவற்றில் மிகவும் மோசமாக இருந்த ஒரு முகாமில் குறைந்தபட்ச திருத்தப் பணிகளைச் செய்வதற்காக சிறிய தொகை ஒன்றையும் அனுப்பியிருந்தார்.

இம்முகாம்கள் உருவாக்கப்பட்டு இருபதாண்டுகளுக்கும் மேலாகி விட்டன. கைக்குழந்தைகளாக இருந்தவர்கள் இன்று வளர்ந்து பெரியவர்களாகியுள்ளனர். கல்லூரிப் படிப்பளவிற்கு வந்துள்ளனர். பலர் இங்கு வந்து திருமணம் செய்து குழந்தைகள் பெற்று, அந்தக் குழந்தைகள் இன்று வளர்ந்துள்ளனர். முகாம்களின் மோசமான நிலை தவிரவும் இன்றும் சில சிக்கலான பிரச்சினைளையும் அவர்கள் எதிர்கொள்கின்றனர். குடியுரிமை இல்லாததால் கல்லூரிகளில் சேர்வதில் பல சிக்கல்கள் உள்ளன.

சாதிச் சான்றிதழ்கள் கேட்கிறார்கள். இவர்களுக்கு சாதிச் சான்றிதழ் களை அளிக்க நமது சட்டத்தில் இடமில்லை. ஆனானப்பட்ட குடியரசுத்தலைவர் கேஆர் நாராயணன் அவர்களுக்கே தலித் சான்றிதழ் அளிக்க டில்லி மாநில அரசால் இயலாதது நினைவிருக்கலாம். கேரள மாநிலத்தைச் சேர்ந்த நாராயணன் அவர்களின் தலித் உட்பிரிவு டில்லி மாநில அரசுப் பட்டியலில் இல்லாததால் அந்தப் பிரச்சினை. இதை நாங்கள் முகாம்களில் இருந்தவர்களிடம் விளக்கிய போது "என்ன சார், நீங்களே

அதிகாரிகள் மாதிரி பேசுகிறீர்களே” என்று அவர்கள் கேட்டார்கள்.

ஓட்டுநர் உரிமம் முதலானவற்றைப் பெறுவதிலும் அவர்களுக்குச் சிக்கலுள்ளது. மொபெட் வைத்துச் சிறுவணிகம் செய்பவர்கள், ஆட்டோ ஓட்டுநர்கள் ஆகியோர் போலீஸ் கெடுபிடிகளுக்கு ஆளா கின்றனர். முந்தைய தி.மு.க. ஆட்சி ஒன்றின்போது ஈழத் தமிழ் அகதிகளுக்குக் கல்லூரிகளில் இட ஒதுக்கீடு அளிக்கப்பட்டது. பின்னர் வந்த அ.இ.அ.தி.மு.க. அரசு அதை ரத்து செய்தது. இப்படிப் பல பிரச்சினைகள்.

ஓரளவு ஒப்பிட்டளவில் வசதியாக உள்ள கீழ்ப் புதுப்பட்டு முகாமில் இருந்தவர்கள் புதிய சிக்கல் ஒன்றைச் சொன்னார்கள். மன்னார் மாவட்டத்திலிருந்து புலம்பெயர்ந்திருந்த கிறிஸ்துவர்கள் அதில் கணிசமாக உள்ளனர். அவர்களுக்கும் சரி, மற்றவர்களுக்கும் சரி இறந்தவர்களைப் புதைப்பதிலும், எரிப்பதிலும் பிரச்சினைகள் உள்ளன. நம்மூர் மக்கள் தமது சுடலைகளில் அவர்களுக்கு இடம் கொடுப்பதில்லை. நாடுவிட்டு நாடு வந்து இறந்த பின்னும் அவர்கள் விரட்டப்படும் நிலை.

இரட்டைக் குடியுரிமை ஓரளவு அவர்களின் இத்தகைய துயர்களைத் தீர்க்கலாம். 93 நாடுகள் இரட்டைக் குடியரிமை வழங்கியுள்ளன. இந்தியாவில் இரட்டைக் குடியுரிமை வழங்க சட்டத்தில் இடமில்லை எனினும் வெளிநாடு வாழ் இந்தியர்களுக்கு *Overseas Citizen of India(OCI)* என்கிற நிலை வழங்கப்படுகிறது. மேலை நாடுகளில் குடியுரிமை பெற்று சொகுசாக வாழ்க்கை நடத்திக்கொண்டிருக்கும் இந்திய மேட்டுக்குடியினர் இங்கே முதலீடுகள் செய்வதற்கே இன்று அந்த உரிமை பயன்பட்டு வருகிறது. ஏன் ஈழத் தமிழர்களுக்கு இப்படியான குடியுரிமை ஒன்றை அளிக்கலாகாது? பா.ஜ.க.வும் இதர வலதுசாரித் தேசியவாதிகளுமே இதனை எதிர்த்துள்ளனர். இந்த எதிர்ப்புக்குரலை இனம் கண்டு நமது ஈழத் ஆதரவாளர்கள் எல்லோரும் அதைக் கண்டித்திருக்க வேண்டும். ஏன் செய்யவில்லை.?

இங்குள்ள முகாம்களுக்கு நாம் யாரேனும் சென்றால் போதும், அடுத்த சில நிமிடங்களில் உளவுத்துறையினர் (*Q branch*) ஓடிவந்து குடைய ஆரம்பித்துவிடுவார்கள். இந்தக் கண்காணிப்புகள் ஒழிக்கப்பட வேண்டும். முகாமிலுள்ளவர்கள் சுதந்திரமாக வெளியே சென்று வரவும், வேலை செய்யவும் அனுமதிக்கப்பட வேண்டும். போர் இன்று முடிந்துவிட்டது. இந்தக் கட்டுரையை நான் எழுதிக்

கொண்டி ருக்கும் போது (நவம்பர் 19) யாழ்ப்பாணத்தை இலங்கைத் தீவுடன் இணைக்கும் ஏ9 சாலையைக் கடக்கும் வடபகுதித் தமிழர்கள் இனி பாதுகாப்பு அனுமதிச்சீட்டு முறைக்கு (Security Clearnce) ஆட்படுத்தப் பட மாட்டார்கள் என ராஜபக்சே அரசு பெரிய மனது பண்ணி அறிவித்துள்ளது. இந்நிலையில் இன்றும் பாதுகாப்பைக் காரணம் காட்டி செங்கல்பட்டிலும், காஞ்சிபுரத்திலும் அடைந்துள்ள சிறப்புக் காவல் முகாம்களைத் தமிழக அரசு ஒழிக்க வேண்டும். காஞ்சிபுரம் முகாமில் இப்போது யாரும் வைக்கப்பட்டிருக்கவில்லை எனத் தெரிகிறது. செங்கல்பட்டு முகாமிலுள்ளவர்கள் சமீபத்தில் கூட உண்ணா விரததப் போராட்டம் நடத்தினர். இந்திய சிறைச்சாலைகளை விட இந்த சிறப்புக்காவல் முகாம்கள் மோசம். சிறைச்சாலையில் உள்ள வர்களுக்காவது தாம் எப்போது விடுதலை ஆவோம் எனத் தெரிந்திருக் கும். சிறப்பு முகாம்களில் உள்ளவர்களுக்கு அதுவும் தெரியாது.

ஈழ அகதிகளின் சில முக்கிய பிரச்சினைகளைத் தமிழக அரசே தீர்க்க முடியும். இரட்டைக் குடியுரிமை அளவிற்குக் காத்திருக்க வேண்டிதில்லை. மத்திய அரசு அனுமதி பெற வேண்டும் என்றால் கூட கருணாநிதிக்கு அதில் பெரிய சிக்கல் இருக்கப்போவதில்லை. வேறு அரசியல் நோக்கங்கள் இல்லாமல் உண்மையிலேயே ஈழ அகதிகளின் மேல் அக்கறையோடுதான் அவர் இரட்டைக் குடியுரிமை பற்றி எல்லாம் பேசுகிறார் என்றால் ஏன் இவற்றைச் செய்வதற்கு அவர் முன்னுரிமை அளிக்கவில்லை என்கிற கேள்வி எழுகிறது. கூடவே நமது தமிழ் ஈழ ஆதரவாளர்கள் ஏன் இந்தப் பிரச்சினைகளை எல்லாம் கண்டுகொள்வதில்லை என்கிற கேள்வியும் எழுகிறது.

இவற்றையெல்லாம் விட கச்சத்தீவை மீட்பது, தமிழக மீனவர் களுக்கு ஆயுதம் வழங்குவது முதலான கோரிக்கைகளை இன்று ஈழ ஆதரவாளர்கள் உரத்து ஒலிக்கின்றனர். மீனவர்களுக்கு ஆயுதம் கொடுக்கவேண்டும் என்கிற கோரிக்கையை தா.பாண்டியன், டி.ராஜா முதலானோரும் கூட ஒலிப்பது நமக்கு வியப்பாக உள்ளது. கச்சத்தீவை மீட்பதும், மீனவர்களுக்கு ஆயுதங்கள் கொடுப்பதும் எப்படி மீனவர்களின் பிரச்சினைக்குத் தீர்வாகும்? மக்கள் நலனிலும் சமூக அமைதியிலும் அக்கறையுள்ளவர்கள் மிகவும் பொறுப்புடன் சிந்திப்பது அவசியம்.

கச்சத்தீவு பிரச்சினையை எழுப்புபவர்கள் அது நமக்குத்தான்

சொந்தம் என்பது குறித்து நிறைய ஆதாரங்களைக் காட்டுவார்கள். உண்மைதான். கச்சத்தீவு நம்முடையதுதான். இந்திய அரசு அதைக் கொடுத்திருக்க வேண்டியதில்லைதான். அண்டை நாடுகளுடனான அயலுறவுக் கொள்கையில் இந்தியா தனது அணுகல் முறைகளின் விளைவாகப் படுதோல்வியுற்றுக்கொண்டிருந்த சூழலில் மேற்கொள்ளப் பட்ட இரு மோசமான ஒப்பந்தங்கள் தான் மலையகத் தமிழர்களின் மீது இடியாய் இறங்கிய சாஸ்திரி – சிரிமாவோ ஒப்பந்தமும் (1964) கச்சத் தீவு ஒப்பந்தமும் (1974). ஆனால் இன்று கச்சத்தீவைத் திரும்பப்பெறுவது இன்றைய மீனவர்களின் பிரச்சினையைத் தீர்க்க எப்படி உதவும்?

ஆறு மாதங்களுக்கு முன்னர் தூத்துக்குடி பகுதியிலுள்ள மீனவர் களை ஒன்றிணைப்பதற்கான ஒரு ஆலோசனைக் கூட்டத்திற்கு அருட்பணியாளர் எஸ்.டி. செல்வராசு அழைத்திருந்தார். மீனவர்கள் தொடர்பான பிரச்சினைகள், அவர்கள் கோரிக்கைகள் முதலியவற்றை அறிய இப்பிரச்சினையில் ஆழ்ந்த அக்கறையுள்ள வழக்குரைஞர் லிங்கனையும், மீனவர் அமைப்பொன்றின் தலைவரும் பல ஆண்டு களாக இதழ் ஒன்றை மீனவர்களுக்கென நடத்தி வருபவருமான தோழர் பாரதியையும் இன்னும் சிலரையும் சந்தித்துப் பேசினேன். நிறைய ஆவணங்களையும் கொடுத்து உதவினர்.

> “இலங்கைப் படையினர் எம்மைத் தாக்குகின்றனர். எங்களுக்குப் பாதுகாப்பில்லை. கடந்த சில ஆண்டுகளில் சுமார் 400 பேர் கொல்லப்பட்டுள்ளனர். ஆனால் கச்சத்தீவைத் திரும்பப் பெறுவதால் இந்தப் பிரச்சினை தீரப்போவதில்லை. ஒருகாலத்தில் சிறு படகுகள் மட்டுமே பயன்படுத்தப்பட்டபோது வலைகளைக் காய வைப்பதற்கு அத்தீவு பயன்பட்டது உண்மைதான். இப்போது அந்நிலை இல்லை. எனவே கச்சத்தீவு ஒரு பொருட்டல்ல”

என மீனவர்களில் பலர் கூறினர்.

மீனவர்களின் உடனடியான கவலை இந்தத் தாக்குதல்தான் என்றபோதிலும் அவர்களுக்கு இன்னும் பல பிரச்சினைகள் உள்ளன. கடற்கரைப் பாதுகாப்பு மண்டலம் என்கிற பெயரில் கடற்கரையிலி ருந்து அவர்களை விரட்டி அடிக்கும் முயற்சி; கடற்கரை சார்ந்து இருக்கும் நமது மீனவர்களின் வாழ்வாதாரத்தையே அழிக்கும் வண்ணம் துறைமுகம் சார்ந்து பெருங்கப்பல்களை வைத்து

மீன்பிடிக்கும் வகையில் வெளிநாட்டு கார்ப்பரேட் நிறுவனங்கள் சிறு துறைமுகங் களைக் கட்ட அனுமதிக்கும் நிலை ; கல்பாக்கம், ஸ்ரீஹரிகோட்டா முதலான கடற்கரை ஓரங்களில் கட்டப்பட்டுள்ள அணு உலை மற்றும் ஏவுகணைத் தளங்களின் பாதுகாப்பைக் காரணம் காட்டி ஆண்டின் பல நாட்கள் மீன் பிடிக்க அனுமதி மறுக்கப்படும் நிலை; இந்து மகாசமுத்திரம் பாதுகாப்பு நோக்கில் முக்கியத்துவம் பெறுவதை ஒட்டி அவர்கள் மீது மேற்கொள்ளப்படுகிற கெடுபிடிகள்; 7000 கி.மீ. நீளம் கடற்கரையுள்ள இந்நாட்டில் இன்றுவரை மீனவர் நலன்களுக்கென மீன்வளத்துறை ஒன்றை மத்திய அமைச் சரவையில் ஏற்படுத்தாத அலட்சியம்; மண்டல் குழு பரிந்துரையின்படி தம்மைப் பழங்குடியினராக அறிவிக்க வேண்டும், சலுகை விலையில் டீசல் கொடுக்க வேண்டும், நவீன கருவிகள் அமைத்து புயல், சுனாமி முதலான ஆபத்துக்களை உடனடியாகத் தெரிவிக்க வேண்டும், கடலில் இறக்க நேர்பவர்களுக்கான இழப்பீட்டுத் தொகையை அதிகரிக்க வேண்டும் முதலான அவர்களின் கோரிக்கைகள் ஏற்கப் படாத நிலை என அவர்களின் பிரச்சினைகள் விரிகின்றன.

இந்திய இலங்கை கடற்பகுதியில் நாம் சந்திக்கும் சிக்கலொன்றைப் புரிந்து கொள்ள வேண்டும். நம் பகுதியில் மீன் வளம் குறைவு. இலங்கைப் பகுதியில் மீன் வளம் அதிகம். தவிர்க்க இயலாமல் நம் மீனவர்கள் அங்கே போய் மீன் பிடிக்க வேண்டியுள்ளது. அதற்கான பாரம்பரிய உரிமைகள் நமக்குள்ள போதும் போரைக் காரணம் காட்டி இலங்கை இராணுவம் தமிழக மீனவர்கள் மீது தாக்குதலை நடத்துகிறது. டீசல் மற்றும் ஆயுதங்கள் கடத்தப்படுவதைக் கண்காணிப்பது என்கிற பெயரில் 'பாதுகாப்பு' என்கிற பெயரில் இந்தப் படுகொலைகள் நிகழ்த்தப்பட்டுள்ளன இப்போது போர் முடிந்தும் தாக்குதல் தொடர்கிறது. நமது மீனவர்கள் இலங்கை கடற்பகுதியில் மீன்பிடிக்கச் செல்வதை ஈழத்திலுள்ள தமிழ் மீனவர்கள் எதிர்ப்பதாக இலங்கை அரசு சொல்வதில் உண்மை இருக்கிறது. எப்படியோ தமிழ் மீனவர்கள் 4000 பேர் வரை பலியாகியுள்ளனர்; சிறையிடப்பட்டுள்ளனர்.

இதை உடனடியாக முடிவுக்குக் கொண்டு வர வேண்டும் என்பதில் யாருக்கும் எந்தக் கருத்து மாறுபாடும் இருக்க முடியாது. எப்படி முடிவுக்குக் கொண்டுவருவது என்பதுதான் பிரச்சினை. தா.பாண்டியன் சொல்வதுபோல மீனவர்களுக்கு ஆயுதங்கள் கொடுக்கிறோம் என்றே வைத்துக்கொள்வோம். பயிற்சி வாய்ந்த மேலும் நுணுக்கமான

ஆயுதங்களைக் கையில் வைத்துள்ள ஒரு கப்பற்படையை இந்தத் துப்பாக்கிளை வைத்துக் கொண்டு நம் மீனவர்கள் எதிர்கொண்டுவிட இயலுமா? நமது மீனவர்களுக்கு இலங்கை மீனவர்களுடன் மட்டுந் தானா பிரச்சினை? பழவேற்காட்டில் ஆந்திர மீனவர்களுடன் பிரச்சினை, கன்னியாகுமரிப் பகுதியில் கேரள மீனவர்களுடன் பிரச்சினை, வீராம்பட்டினம் (புதுச்சேரி) மீனவர்களும் தேவனாம் பட்டினம் (கடலூர் மாவட்டம்) மீனவர்களும் கடலுக்குள் கையெறி குண்டு வீசிச் சண்டை போட்டுக்கொள்வது உண்டு. ஆயுதம் வழங்குவது எங்கு கொண்டு போய்விடும்? தவிரவும் பிரச்சினை உள்ளவர்களுக்கெல்லாம் ஆயுதம் கொடுக்க வேண்டும் என்றால் தென் மாவட்டங்களில் தலித்களுக்கு ஆயுதம் கொடுக்க வேண்டும் என்கிற கோரிக்கையை இவர்கள் வைப்பார்களா? குஜராத்தில் முஸ்லிம்களுக்கும் தொழிற்சாலைகளில் தொழிலாளர்களுக்கும் ஆயுதம் கொடுக்க வேண்டுமா?

ஒன்றை நாம் புரிந்து கொள்ள வேண்டும். வங்கக் கடல், இந்தியப் பெருங்கடல், அரபிக்கடல் ஆகிய மூன்றின் வளங்களையும் குறைந்த பட்சம் இந்தியா, பாகிஸ்தான், இலங்கை, வங்கதேசம் ஆகிய நான்கு நாடுகள் பங்கு போட வேண்டியுள்ளது. பாகிஸ்தான், மாலத்தீவுகள், இலங்கை, இந்தோனேசியா, தாய்லாந்து, மியான்மர், வங்கதேசம் ஆகிய நாடுகளுடன் இந்தியா கடல் எல்லைகளைத் தளர்த்தி மறு வரையறை செய்ய வேண்டிய நிலையில் உள்ளது. சென்ற மாதத்தில் (அக். 9) வங்கதேசம் ஐ.நா. அவையில் இந்தியா மீது புகார் ஒன்றைப் பதிவு செய்துள்ளது. கடற் சட்டம் தொடர்பான ஐ.நா. உடன்பாட்டின் அடிப்படையில் இப்புகார் செய்யப்பட்டுள்ளது. வங்கதேசம், பாகிஸ்தான், இலங்கை ஆகிய நாடுகளுடன் நமக்குப் பிரச்சினை தீவிரமாக உள்ளது.

ஒருநாட்டின் நில எல்லையைப் போல கடல் எல்லையை எளிதாக வரையறுத்துவிட முடியாது. நில எல்லை என்பது துல்லியமான ஒரு கோட்டால் வரையறுக்கப்பட்டு அதுவரையில் அரசின் இறையாண்மை, அதாவது அதிகாரம் செயல்படும் என்பதுபோல கடலுக்குள் செய்து விட முடியாது. சொல்லப்போனால் நிலத்திலும் கூட அப்படி செய்துவிட முடியாது. மக்களின் அன்றாட நெகிழ்ச்சிமிகு நடைமுறை வரம்பாக (*frontier*) இருந்த ஒன்று அரசின் இறுக்கமான அதிகார வீச்சுக்குட்பட்ட எல்லையாக (*border*) மாற்றப்பட்டதென்பது நவீனத்துவத்தின் வன்முறைகளில் ஒன்று.

தேசம், அரசு, இறையாண்மை ஆகியவற்றின் தோற்றத்தோடு இணைந்த ஒன்று. பகுத்தறிவின், ஒழுங்குபடுத்தலின் இந்த வன்முறையை மிக அற்புதமாகத் தோலுரிக்கும் ஒரு சிறுகதை மண்டோவின் 'டோபா டேக் சிங்'. சட்ட நுணுக்கங்கள், புள்ளி விவரங்கள் ஆகியவற்றால் விளக்க இயலாத சில ஆழமான மனிதாயப் பிரச்சினைகளை நாம் இலக்கியங்கள் மூலமாகத்தான் மனங்கொள்ள இயலும்.

கடலின் வற்றாத வளங்கள் அனைத்தும் இரண்டு அல்லது அதற்கும் மேற்பட்ட நாடுகளின் மக்களால் பகிர்ந்து கொள்ளப்பட்டு வரப்படுபவை. கோடிக்கணக்கான மீனவர்களின் வாழ்வோடு தொடர்புடைய பிரச்சினை இது. இந்தத் தொடர்பு வெறும் பொருளியல் அடிப்படையிலானது மட்டுமல்ல. வரலாறு, மற்றும் பண்பாட்டு ரீதியான தொடர்பும் இதன் அடிப்படையாக உள்ளது. இவற்றிற்குத் தொடர்பே இல்லாத அரசு அதிகாரிகளும், அமைச்சர்களும் எங்கோ தொலைவிலமர்ந்து எல்லைக்கோடுகளை வரையறுத்துவிட இயலாது. பேச்சுவார்த்தைகளில் பெரிய அளவில் இரு தரப்பு அல்லது முத்தரப்பு மீனவப் பிரதிநிதிகளும் கலந்துகொள்ள வேண்டும்.

பேச்சுவார்த்தைகள் மூலமாக மட்டுமே இதற்குத் தீர்வு ஏற்பட இயலும். போர் முடிந்துவிட்டது. பாதுகாப்பு தொடர்பான பிரச்சினை கள் குறைந்துவிட்டன. தமிழக மீனவர்களுக்குப் பாரம்பரியமான உரிமை உள்ளது என்கிற ரீதியிலேயே இப்பேச்சுவார்த்தையை நாம் மேற்கொள்ள வேண்டும். எப்போதேனும் நம் மீனவர்கள் மீது தாக்குதல்கள் குறைந்துள்ளன என்றால் அது பேச்சுவார்த்தைகள் மூலமாகத்தான்.

மீனவர்களும் இதைத்தான் விரும்புகின்றனர். சென்ற நவம்பர் 17 அன்று கிழக்குக் கடற்கரை ஓர மீனவர்கள் அனைவரும் தம் கோரிக்கைகளை வலியுறுத்தி ஒருநாள் வேலை நிறுத்தம் ஒன்றைச் செய்தனர். அவர்களின் முதற்கோரிக்கை, பேச்சுவார்த்தைகள் மூலம் பாதுகாப்பு என்பதுதான். பிற கோரிக்கைகளில் சில நான் மேலே சொன்னவை. கச்சத்தீவை மீட்பது அல்லது ஆயுதங்களை வேண்டுவது அவர்களின் கோரிக்கைகளாக இல்லை.

'எங்களுக்கு ஆயுதங்கள் கொடுக்கச் சொல்கின்றனர். தலைவர்கள் எங்கள் மீது காட்டும் அக்கறைக்கு நன்றி. ஆனால் எங்கள் கோரிக்கை அதுவல்ல. ஆயுதங்களை வைத்துக்கொண்டு நாங்கள்

என்ன செய்யப் போகிறோம்?' என்கிற ரீதியில் சென்ற வாரத்தில் தென்மாவட்ட மீனவர் அமைப்பொன்றால் அறிக்கை ஒன்றும் கொடுக்கப்பட்டிருந்தது. கோரிக்கைகள் கீழிருந்து உருப்பெற வேண்டும். மக்களின் ஒப்புதலில்லாத கோரிக்கை ஒன்றை அவர்கள் மீது திணிப்பதன் பொருளென்ன?

சீனா, பாகிஸ்தான், இலங்கை ஆகிய நாடுகளுடன் இந்தியாவை எப்படியாவது ஒரு போரில் இழுத்துவிட வேண்டும் எனச் சதி ஒன்று நடைபெறுகின்றது. இந்திய அரசு எவ்வளவோ மறுத்தும் கூட சீனா அத்து மீறுவதாகக் கடந்த இரு மாதங்களாக வலதுசாரி அரசியல் சக்திகளும் போர் விரும்பிகளும் இந்திய தேசிய இன உணர்வைக் கிளப்ப முயல்பவர்களும் முயற்சிப்பதைப் பத்திரிகைகளில் பார்த்திருக்கலாம். அப்படியான ஒரு போர் வந்தால் என்ன ஆகும்? அதன் சுமை அனைத்தும் நம் மக்கள் மீதுதான் திணிக்கப்படும். மேலும் மக்களை பலவீனப்படுத்துவதற்கும் அரசு பலமடைவதற்குமே அது பயன்படும். போர்ச் செலவுகள் நம்மீது சுமத்தப்படும். கருப்புச் சட்டங்கள் இயற்றப்பட்டு நமது ஜனநாயக உரிமைகள் பறிக்கப்படும். 'பாரத' தேசிய வெறியூட்டும் சொல்லாடல்கள் தீவிரமாகக் கீழிறக்கப்படும். சென்ற போர்களின் போது 'பாரத நாடு பழம்பெரும் நாடு, நீரதன் புதல்வர், இந்நினைவகற்றாதீர்' என்பது போன்ற சுவரொட்டிகள் நாடெங்கும் ஒட்டப்படவில்லையா?

இன்றைய தேவை போரல்ல. சமாதானம். சமாதானம் மட்டுமே. பேச்சுவார்த்தைகள் மூலமே எல்லைகள் வரையறுக்கப்பட வேண்டும். வரையறுத்தல் என்பதை விட வரையறை நீக்கம் (*de-limit*) செய்தல். நெகிழ்ச்சியாக்கப்படுதல், ஒருங்கிணைக்கப்படுதல் (*integrate*) செய்யப்பட வேண்டும். முன்பொரு முறை நான் எழுதியது போல தேசியம் கடந்த ஒருவகை ஆளுகை முறை (*Non Nationalistic Mode of Governance*) குறித்தெல்லாம் நாம் யோசிக்க வேண்டும். குறைந்தபட்சம் எல்லைப் பிரச்சினைகளிலாவது இந்தப் பார்வைகள் தேவை.

(கடல் எல்லைகள் மீனவர் பிரச்சினைகள் தொடர்பாக சமீபத்தில் வந்துள்ள ஒரு நல்ல நூல்: *Charu Gupta & Mukul Sharma, 'Contested Coast lines: Fisherfolk, Nations and Borders in South Asia', Rout ledge. 2008*)

டிசம்பர், *2009*

தெலங்கானா கோரிக்கையும் திணைநில உருவாக்கங்களும்

தெலங்கானாவில் இன்று உருவாகியுள்ள பிரச்சினை தேச உருவாக்கம் (*Regional formation*) நிர்வாக அலகு (*administrative unit*) மற்றும் பிராந்திய - திணை நில உருவாக்கம் குறித்த பல கேள்விகளை நம்முன் எழுப்புகின்றது. நமது நம்பிக்கைகள் பல தெலங்கானா போராட்டத்தினூடாகச் சிதைகின்றன. தெலுங்கு மொழி பேசுகிற தெலுங்கர்கள் இன்று ஒருவரோடொருவர் மோதிக் கொண்டுள்ளனர். ஒரு தேசிய இனத்திற்குள் நடைபெறுகிற சாதி அல்லது மத ரீதியான போராட்டமல்ல இது. ஒரு தேசிய இனத்திற்குள் ஒரேமொழி பேசுபவர்களுக்குள் ஒரு பிரிவினர் தனி அரசு அலகு கோரி நடத்தும் போராட்டம் இது. தனி அலகு கோரும் இப்பிரிவினர் புவி கலாச்சார அடிப்படையிலான வட்டார அடையாளத்துடன் இந்தக் கோரிக்கையை வைக்கின்றனர். ஹைதராபாத் நகரில் தெலங்கானா கோரிக்கையாளர்கள் ராயலசீமா மற்றும் கடரோல ஆந்திரப் பகுதிகளைச் சேர்ந்தவர்களின் கடைகளைப் பார்த்துத் தாக்குகிறார்கள் என்று செய்திகள் வருகின்றன. அங்கேயுள்ள மார்வாரி அல்லது தமிழர்கள் கடைகள் தாக்கப்படுவதில்லை. ஆனால் பிற தெலுங்குப் பகுதியினரின் கடைகள், சொத்துக்கள் சூறையாடப்படுகின்றன.

தனி அரசுக் கோரிக்கை தெலங்கானாவிலிருந்து மட்டும் எழவில்லை. அஸ்ஸாமுக்குள் போடோலான்ட், மேற்கு வங்கத்திலிருந்து கூர்கா லான்ட், உத்தரப் பிரதேசம் மற்றும் மத்தியப் பிரதேச அரசலகுகளைச்

சிதைத்து பன்டல்கான்ட், உ.பிக்குள் ஹரித் பிரதேஷ், கர்நாடகாவில் கூர்க், ஒரிசாவிற்குள் மகாகவுசல், மஹாராஷ்டிரத்திற்குள் விதர்பா, குஜராத்திற்குள் சவுராஷ்டிரா, பீஹாருக்குள் மிதிலாஞ்சல், அப்புறம் கூச்பிஹார் .... இப்படிக் கோரிக்கைகள் உருவாகியுள்ளன. இவற்றில் பெரும்பாலானவை ஒரே மொழி பேசும் மக்களுக்குள் உருவாகியுள்ள கோரிக்கைகள். இவற்றில் பல வலுவான, உடனடியான தீர்வைக் கோருகிற போராட்டங்களாக அமைந்துள்ளன. போடோலான்ட், சூர்காலான்ட், விதர்பா, பன்டல்கான்ட் கோரிக்கைகளைக் குறிப்பிட்டுச் சொல்லலாம். இந்திய யூனியனிலிருந்து பிரிந்து போக வேண்டும் எனக் கோருகிற காஷ்மீர் மற்றும் வடகிழக்கு மாநில இயக்கங்கள் இவற்றில் அடங்கா.

இப்படியான பிராந்திய திணை நில அடிப்படையிலான கோரிக்கைகள் என்பது ஏதோ இந்தியாவிற்குள் மட்டும் எழுவதாக நாம் கருத வேண்டியதில்லை. பிராந்திய உருவாக்கம் *Regional Formation* என்பது இன்று ஒரு முக்கிய விவாதப் பொருளாக, கல்வி சார்ந்த ஆய்வுப் புலமாக மாறியுள்ளது. உலகப் பல்கலைக்கழகங்கள் பலவற்றில் இது தொடர்பான இருக்கைகள், துறைகள் ஆய்வுகள் உருவாக்கப்பட்டுள்ளன. புதிதாக உருவாகியுள்ள திருவாரூர் மத்தியப் பல்கலைக்கழகத்தில் கூட இத்துறை உருவாக இருப்பதை அன்று ஒரு விளம்பரத்தில் பார்த்தேன். சென்ற மாதம் நவம்பர் 25,26,27 தேதிகளில் டெல்லிப் பல்கலைக்கழகத்தில் ‘சமகாலத் தென் ஆசியாவில் திணை நிலை உருவாக்கம்’ என்கிற தலைப்பில் நடைபெற்ற ஒரு பன்னாட்டுக் கருத்தரங்கில் கலந்துகொள்ளும் வாய்ப்பு எனக்குக் கிடைத்தது. இந்தியாவின் பல்வேறு பகுதிகளிலிருந்தும், வெளிநாடுகளில் இருந்தும் வந்திருந்த சுமார் 45 ஆய்வாளர்களின் கட்டுரைகள் அங்கே வாசிக்கப் பட்டன. இந்தியத் துணைக்கண்டத்திற்குள் வட்டார உருவாக்கங்கள் குறித்த, நாம் இதுவரை கவனிக்கத் தவறிய பல தரவுகளும் செய்திகளும் அங்கே கவனத்திற்குக் கொண்டு வரப்பட்டன.

ஒரு பக்கம் இப்பிரச்சினைகள் திடீரென எல்லா இடங்களிலும் உருப்பெற்று மேலெழுந்துள்ளது போலத் தோன்றுகிறது. அது உண்மையும் கூட. இன்னொரு பக்கம் நீண்ட காலமாகப் புகைந்து கொண்டிருந்த உணர்வுகள் இப்போது மேலுக்கு வருகின்றன எனவும் சொல்லலாம். மொழிவாரி மாநிலங்கள் அமைக்கப்பட்டவுடன் பிரச்சினைகள் முடிந்துவிட்டதாகவே நாம் கருதி வந்துள்ளோம்.

மொழிவாரி மாநிலங்களை ரொம்பவும் சரியானதாகவும், அவற்றை ஒரு படித்தானவையாகவும் (*homogeniouss*) அந்த அடிப்படையில் வரையப்பட்ட எல்லைக்கோடுகளை இயற்கையானதாகவும் புனிதமானதாகவும் நம்பினோம். இந்தக் கருத்துக்கள் அனைத்தும் எத்தகைய அபத்தங்கள் என்பதையே இன்று மேலெழுந்துள்ள வட்டார உருவாக்கங்கள் மற்றும் அதற்கான போராட்டங்கள் நமக்குப் புலப்படுத்துகின்றன.

நாம் சமீப காலங்களாக அறிந்து வந்துள்ள இந்த மொழிவாரி மாநில அடையாளங்கள் ரொம்பச் சமீபமானவை. இத்தகைய எல்லைக்குள் சிறைப்படுத்தப்பட்ட மக்கள் மத்தியில் இதற்குரிய உணர்வுகள் சென்ற நூற்றாண்டு வரலாறெழுது முயற்சிகள், தேசிய இனக் கற்பிதங்கள் ஆகியவற்றினூடாகக் கட்டமைக்கப்பட்ட போதிலும், இந்தச் சமீப கால வரலாற்றுக்கு முந்தைய, மொழிவாரி அடையாளங் களுக்கு அப்பாற்பட்ட முந்தைய புவிகலாச்சார அடையாளங்களை அவற்றால் துடைத்தெறிந்துவிட இயலவில்லை. ‘இந்தியா’ என்பது ஒரு சமீபகாலக் கண்டுபிடிப்பு, காலனிய ஆட்சியாளர்களால் உருவாக்கப்பட்ட ஒன்று எனச் சொல்வது வழக்கம். அது உண்மையும் கூட. ஆனால் இந்தியா மட்டுமல்ல, இந்தியாவிற்குள் அடையாளப் படுத்தப்படும் பல்வேறு மாநில உருவாக்கங்களும் கூட ஒரு சமீபத்திய கண்டுபிடிப்புதான். பெரும்பாலானவை பிரிட்டிஷ் ஆட்சியால் உருவாக்கப்பட்டு பெரிய மாற்றங்களில்லாமல் காலனியத்திற்குப் பிந்தைய நம்முடைய இன்றைய ஆட்சியாளர்களால் தக்க வைக்கப்பட்டவைதான்.

இத்தகைய உள் மாகாணங்கள் மற்றும் நிர்வாக அலகுகளின் உருவாக்கத்தில் மக்கள் மத்தியில் அமைந்திருந்த வட்டார, திணைநிலை புவிக்கலாச்சார உணர்வுகளும் அடையாளங்களும் கணக்கிலெடுத்துக் கொள்ளப்படவில்லை. மாறாக, பிரிட்டிஷ் ஆட்சியின் நிர்வாக முன்னுரிமைகள், வணிக நோக்கங்கள், வணிகத்திற்குரிய சாலைகள் அமைக்கும் திட்டங்கள், பிற அரசுகள் மற்றும் நிர்வாக அலகுகளுடன் செய்து கொள்ளப்பட்ட ஒப்பந்தங்கள் மற்றும் உடன்படிக்கைகள் ஆகியனவே இதில் பிரதான பங்கு வகித்தன. இவற்றோடு புவிப்பரப்புகளை மையம் (எ.டு. சமவெளிகள்) விளிம்பு (எ.டு. மலைப்பாங்கானவை - *hilltracks*) என வகைப்படுத்தும் மேலைப் பாரம்பரியமும் அதில் ஒரு பங்கு வகித்தது. இந்த அடிப்படையில் ‘துல்லியமான வரைபடங்கள்’

(cartography) வெளியிடப்பட்டன. *frontier* மற்றும் *border* என்கிற ஆங்கிலச் சொற்களைத் துல்லியமாக வேறுபடுத்திச் சொல்ல தமிழில் சரியான சொற்கள் இல்லை. இரு நிர்வாக அலகுகளுக்கு இடைப்பட்ட ஒரு நெகிழ்ச்சியான மக்கள் நடமாட்டப் பகுதிகள் *(amorphous frontiers)* இறுக்கமான அரசெல்லைகளாகக் *(border)* காலனிய ஆட்சியில் வரையப்பட்டன. இது அப்பகுதி மக்கள் மீது மேற்கொள்ளப்பட்ட மிகப்பெரிய வன்முறையாக அமைந்தது.

எனினும் நடைமுறையில் இந்நிலையில் பல்வேறு விதிவிலக்குகளைச் செய்ய வேண்டிய நிர்ப்பந்தம் அரசுக்கு ஏற்பட்டது. இந்தியத் துணைக்கண்டத்தின் வடகிழக்கு எல்லையில் காலனிய ஆட்சி மேற்கொண்ட இத்தகைய எல்லை உருவாக்கங்களை நாம் இதற்கு எடுத்துக்காட்டுகளாகச் சொல்ல இயலும். ஜார்ஜ் நதானியேல் கர்ஸான் வடகிழக்கு நிர்வாக அலகிற்கு எல்லை வகுத்தபோது தவிர்க்க இயலாமல் மூன்று மட்டங்களில் மக்களின் நடமாட்ட எல்லைகள் வரையறுக்கப்பட்ட ன. 1. நிர்வாக எல்லை. *(administratict border)* 2. செயலூக்கமுள்ள பாதுகாப்புப் பகுதி *(active protection frontier)* 3. அப்பாலுள்ள போர்நிலை முக்கியத்துவம் வாய்ந்த பகுதி *(advanced stratigic frontier)* காலனியத்திற்குப் பிந்தைய ஆட்சியாளர்கள் இவற்றை 1. உட்கோட்டு அனுமதி *(inner line permit)* 2. பாதுகாக்கப்பட்ட பகுதி அனுமதி *(protected area permit)* 3. கட்டுப்படுத்தப்பட்ட பகுதி அனுமதி *(restricted area permit)* என்பதாகப் பிரித்து இன்று செயல்படுத்துகின்றனர்.

காலனிய ஆட்சியாளர்கள் வரையறுத்த 'நிர்வாக எல்லை' இன்றைய அஸ்ஸாம் மாநிலத்தின் பெரும்பான்மையான பகுதிகளை உள்ளடக்கியிருந்தது. பழங்குடிப் பகுதிகள் என வரையறுக்கப்பட்டவை. செயலூக்கப் பாதுகாப்புப் பகுதிகளாகக் கருதப்பட்டன. இந்தப் பழங்குடிப் பகுதிகளைத் தாண்டிய 'போர்நிலைப் பகுதி' என்பது பிரிட்டிஷ் பேரரசிற்கும் அப்பாற்பட்ட அரசெல்லைகட்கும் இடைப் பட்ட 'அடிதாங்கிப் பகுதியாக்க் *(buffer zone)* கட்டமைக்கப்பட்டது. பிரிட்டிஷ் அரசு மற்றும் பர்மிய அரசுகளுக்கிடையே அன்றைய மணிப்பூர் அரசு இத்தகைய அடிதாங்கிப் பகுதியாகக் கட்டமைக்கப் பட்டது. 1762, 1826, 1833, 1834 ஆகிய ஆண்டுகளில் இரு அரசுகளுக்கும் இடையே ஏற்பட்ட பல்வேறு ஒப்பந்தங்கள் மற்றும் உடன்படிக்கைகள் ஊடாக பிரிட்டிஷ் அரசு தன்னை உறுதியாக நிறுவிக் கொண்டது. இத்தகைய நோக்கத்தினூடாகவே இடைப்பட்ட பகுதிகள் இரு

அரசுகளுக்குமிடையே பகிர்ந்து கொள்ளப்பட்டன. இப்பகுதியில் பிரெஞ்சு செல்வாக்கு வளர்வதைத் தடுக்கும் நோக்குடன் பர்மிய அரசுடன் மேற்கொள்ளப்பட்ட 'ஜிரி' உடன்படிக்கையின்படி (1833) மணிப்பூரைச் சேர்ந்த கபாவ் பள்ளத்தாக்கு பர்மாவுக்கு வழங்கப் பட்டது. காலனியத்திற்குப் பிந்தைய இந்திய அரசு கபாவ் பள்ளத் தாக்கை நிரந்தரமாக பர்மாவுக்கு அளித்து ஈட்டுத்தொகை அளிப்பதை யும் ரத்து செய்தது. 'பூர்வாஞ்சல்' என்கிற பெயரில் வடகிழக்கு பிராந்தியம் முழுவதையும் ஒரே மாநிலமாக்கும் முயற்சிக்கு எதிராக அன்று எழுந்த ஜனநாயகப் போராட்டங்களிலிருந்து இன்றைய பிரிவினைக் கோரிக்கை வரை அடித்தளமாக இருப்பது மக்களின் விருப்பத்திற்கு மாறாக அரசுகள் திணித்த இத்தகைய முடிவுகளே.

பிரிட்டிஷ் இந்தியாவில் 'லுஷாய் குன்றுகள்' என அழைக்கப்பட்ட பகுதி சுதந்திரத்திற்குப் பின் அஸ்ஸாம் மாநிலத்தின் 'மிசோ' மாவட்டமாக்கப்பட்டு பின் யூனியன் பிரதேசமாகவும் இறுதியில் (1987) மிசோராம் மாநிலமாகவும் உருவாக்கப்பட்டபோதும் அப்படித்தான் நடந்தது. மிசோ அடையாளம் அரசியல் ரீதியாகத் திணிக்கப்பட்டதே ஒழிய பகுதி மக்களின் "சமூக கலாச்சார நடைமுறைகளின்" அடிப்படையில் அந்த அடையாளம் உருவாக்கப்படவில்லை என்கிறார் மிசோ பிராந்திய உருவாக்கம் குறித்த ஆய்வுகளைச் செய்யும் ஜோய். எல். பசுவா.

நேபாளத்திற்கும் இந்தியாவிற்கும் இடையே திறந்த எல்லை உள்ளதை நாம் அறிவோம். வங்கதேசத்திற்கும் இந்தியாவிற்குமிடையே இந்திய அரசு இன்று முள்வேலி அமைத்து வருகிறது. வங்கதேசத்திலிருந்து பெரிய அளவில் ஊடுருவல் நடைபெறுவதாக பா.ஜ.க. அரசியல் செய்வதன் விளைவாக இத்தகைய நடவடிக்கை இன்று மேற்கொள்ளப்படுகிறது. மேகாலயாவின் விளிம்பில் உள்ள நிலக்கரிச் சுரங்கங்களில் பணி செய்வதற்காக வங்க தேசத்திலிருந்து ஏராளமா னோர் இங்கு வருகின்றனர். நிலக்கரி தோண்டி படகுகளில் ஏற்றி கடல்வழியாக ஏற்றுமதி செய்யும் பணிகள் எந்திரமயப் படுத்தப் படாததால் கடும் உழைப்பைக் கோரும் இத்தொழில் வங்கதேசத் தொழிலாளிகளை நம்பியுள்ளது. போர்சோரா என்கிற இந்திய எல்லையை ஒட்டிய வங்கதேச கிராமத்தில் இவர்கள் தங்குகின்றனர். மிகவும் பின்தங்கிய சுனாம் கோஞ்ச் மாவட்டத்தில் அமைந்துள்ளது இக்கிராமம்

இந்தக் கிராமத்தினூடாக வங்க தேசத் தொழிலாளர்கள் ஊடுருவி

வருவதாகவும் அதனால் இங்குள்ளவர்களுக்கு வேலை வாய்ப்பு பறிபோவதாகவும், பா.ஜ.க. முதலான கட்சிகள் இந்திய அளவில் அரசியல் செய்கின்றன. போர்சோரா பகுதியில் கள ஆய்வு செய்கிற கேம்பிரிட்ஜ் பல்கலைக்கழக ஆய்வாளர் டெல்வார் உசேனின் கூற்றுப்படி இத்தகைய 'வெளியார் ஊடுருவல்' என்கிற பிரச்சினை இந்தியா மற்றும் வங்க தேசத்திற்கிடையிலான ஒரு பன்னாட்டுப் பிரச்சினையாக இருக்கலாம். ஆனால் உள்ளூர் அளவில் அப்படி ஒரு கேள்வியே அங்கு இல்லை. பல மொழிகளைப் பேசுகிற, பல மதங்களைச் சேர்ந்த, பல கலாச்சாரங்களுடைய ஆனால் ஒரே வாழ்நிலையால் (livelyhood) இணைக்கப்பட்ட வட்டார மக்களாக அவர்கள் தம்மை உணர்கின்றனர். ஒரே நேரத்தில் உள்ளூர் (local), தேசிய (national) மற்றும் பன்னாட்டு (inter national) அடையாளத்துடன் வாழும் போர்சோரா மக்கள் மீது ஏதேனும் ஒரு ஒற்றை அடையாளத்தை எப்படிச் சுமத்த இயலும்?

இந்தியா, மியான்மர், வங்கதேசம் ஆகியவற்றுக்கிடையிலான சிட்டகாங் குன்றுப் பகுதியில் வாழ்கிற 11 சிறுபான்மை இனங்கள் ஒன்றாக இணைந்து 'பஹாரி'களாக இன்று தம்மை அடையாளப்படுத்திக் கொள்கின்றனர். இந்த மூன்று பெரும் அரசுகளின் நெருக்குதலினூடாக இந்த அடையாளத்தை அவர்கள் அடைந்துள்ளனர். 1960ல் அது பிரிட்டிஷ் ஆட்சிக்குள் கொண்டுவரப்பட்டது. 1947ல் அது பாகிஸ்தான் எல்லைக்குட் பட்டதாகியது. 1971ல் அது 'வங்கதேசம்' ஆகியது. 'ஜனசம்ஹதி சமிதி' மற்றும் 'ஐக்கிய மக்கள் ஜனநாயகக் கட்சி' என்கிற அமைப்புகள் இன்று பஹாரி இனத்தவரின் தனித்துவ அடையாளத்திற்காகவும் சுயாட்சிக்காகவும் போராடிக் கொண்டுள்ளன.

காலனியத்திற்குப் பிந்தைய இந்திய அரசு 1953ல் மாநில மறு சீரமைப்பு ஆணைத்தை அமைத்தது. 1956ல் அது தன் பணியை முடித்தது. அதுகாறும் பிரிட்டிஷ் நிர்வாக அலகாக இருந்த சென்னை மாகாணத்தின் தெலுங்குப் பகுதிகளையும் நிஜாம் மன்னரது ஹைதராபாத் சமஸ்தானத்தைச் சேர்ந்த தெலுங்கானாவையும் மொழி அடிப்படையில் ஒன்றாக்கி, முதல் மொழிவாரி மாநிலமாக ஆந்திரப் பிரதேசம் உருவாக்கப்பட்டது. மன்னராட்சியின் கீழ் நிலவுடைமை நிலையிலிருந்து வளர்ச்சியடையாதிருந்த தெலுங்கானாவையும் பிரிட்டிஷ் ஆட்சியின் கீழ் ஒப்பீட்டளவில் வளர்ச்சியடைந்திருந்த கடலோர ஆந்திரம் உள்ளிட்ட பகுதிகளையும் ஒன்றாக

இணைப்பதற்கு எதிராகக் கருத்துத் தெரிவித்தது மறுசீரமைப்பு ஆணையம். 'விசாலாந்திரா' கோரிக்கையில் 'ஒரு விரிவாக்க ஏகாதிபத்திய நோக்கு' இருந்ததாக நேருவும் கூடக் கருதினார். எனினும் பொட்டி ஸ்ரீராமுலு உள்ளிட்ட தேசியவாதிகளின் போராட்டத்திற்கு அவர் பணிய வேண்டியதாயிற்று.

1956ல் இவ்வாறு 14 மொழிவாரி மாநிலங்கள் மற்றும் ஆறு யூனியன் பிரதேசங்களுடன் மறுசீரமைப்பு ஆணையம் தன் பணியை முடித்துக் கொண்டது. ஆனால் இந்திய மாநிலங்களின் உருவாக்கம் குறித்து ஆய்வு நூல்கள் எழுதியுள்ள பலரும் கூறுவது போல மொழி அடிப்படையிலான இத்தகைய ஒருங்கிணைப்பு அம்மாநில மக்களை மதம், வட்டாரம், பண்பாடு ஆகியவற்றின் அடிப்படையில் சிதைவுறுத்துவதாகவே அமைந்தது. உருவான புதிய மொழிவாரி மாநிலங்களின் ஆதிக்க சக்திகளாக இருந்தவர்கள் இதனூடாக உருவான கலாச்சார, பொருளாதார மூலதனங்களை வளைத்துக் கொள்வதற்கும் அது வழிவகுத்தது. இதனூடாக ஏற்பட்ட முரண்களின் விளைவாக 1960ல் குஜராத், 1971ல் சண்டிகர், ஹரியானா, பஞ்சாப், 1960க்கும் 1980க்கும் இடையில் சற்று முன் குறிப்பிட்ட பல்வேறு வடகிழக்கு மாநிலங்கள், 1971ல் ஹிமாச்சலப் பிரதேசம், 1987ல் கோவா, 2000ல் சட்டீஸ்கார், ஜார்கண்ட், உத்தரகாண்ட், 2009ல் தெலங்கானா(?) என்பதாக மேலும் மேலும் புதிய மாநிலங்கள் உருவாயின. அரசியல் சட்டத்தின் எட்டாவது பட்டியலில் சேர்க்கப்பட்ட 12 மொழிகள் (1950) இன்று 22 மொழிகளாகப் பெருகியுள்ளன. இது 45 மொழிகளாக அதிகரிக்கப்பட வேண்டுமெனக் கோரிக்கைகள் எழுந்துள்ளன.

காலனியத்திற்குப் பிந்தைய இந்திய அரசு புதிய மாநிலக் கோரிக்கைகள் உருப்பெற்ற போதெல்லாம் அது பிரிவினைக்கு இட்டுச்சென்று விடுமோ என்கிற அச்சத்துடனும் ஐயத்துடனுமேயே அவற்றை நோக்கியது. நிர்வாக மற்றும் பொருளாதாரச் சாத்தியம், அரசியல் லாபம் ஆகியவற்றின் அடிப்படையிலேயே புதிய மாநிலங்கள் உருவாக்கப்பட்டன.

ஹிமாச்சலப் பிரதேசம் உருவாக்கப்பட்ட கதை சுவாரசியமானது. இன்றைய ஹிமாச்சலப் பிரதேசத்தில் சரிபாதி காலனிய கால பஞ்சாப் மாகாணத்தில் இருந்த லாஹவுல், ஸ்பிடி மற்றும் காங்க்ரா மாவட்டங்கள் ஆகும். இம்மாவட்டத்தைச் சேர்ந்த பல்வேறு பள்ளத்தாக்குகளிலும் வசிக்கும் மக்கள் வெவ்வேறு மொழிகளைப் பேசுகின்றனர். சம்பியாலி, லாஹவுலி, கின்னவுரி மற்றும்

காங்ரியின் வேறுபட்ட வடிவங்கள் எனப் பல மொழிகள் அங்கு வழக்கில் உள்ளன. இவற்றில் சில திபெத்திய வரி வடிவங்களைப் பயன்படுத்துபவை. கலாச்சார மற்றும் பொருளாதார உருவாக்கங்களும் பெரிதும் வேறுபட்டுள்ளன. எனினும் இன்று அது ஒரு மாநிலம். இப்படி உருவானதில் காங்கிரஸ் அரசு முக்கியப் பங்கு வகித்துள்ளது. 'பஞ்சாபி சுபா' போராட்டம் பஞ்சாபியர்களுக்கான தனி மாநிலக் கோரிக்கையை வைத்துப் போராடிய போது அது பிரிவினை வாதத்தை ஊக்குவிக்குமோ என்கிற அச்சத்திற்குள்ளான காங்கிரஸ் அரசு, ஹிமாசலப் பிரதேசக் கோரிக்கையை ஊக்குவித்தது. 1966ல் பஞ்சாபின் குன்றுப் பகுதிகள், யூனியன் பிரதேசமாக இருந்த (Part c) ஹிமாச்சலுடன் இணைக்கப்பட்டு ஹிமாச்சலப் பிரதேசம் உருவாக்கப்பட்டது. இத்தகைய ஒருங்கிணைப்பிற்குக் 'குன்றுப்பகுதி' என்கிற புவி அடையாளம் மட்டுமே பிரதானப்படுத்தப்பட்டது. ஆக, காங்கிரசுக்கும் அகாலி தளத்திற்கும் இடையிலான போராட்டத்தின் விளைபொருளே ஹிமாச்சலப் பிரதேசம்.

இன்று இக்கோரிக்கைகள் ஓங்கி ஒலிக்கத் தொடங்கி இருப்பதன் பின்னணி என்ன? ஒரு வகையில் உலக அளவில் ஏற்பட்டுள்ள மாற்றங்கள் இதில் முக்கியப் பங்கு வகிக்கின்றன. 1989க்குப் பின் இதுகாறும் ஒதுக்கப்பட்டிருந்த பல்வேறு விளிம்பு நிலை அடையாளங்கள் மேலுக்கு வருவதையும் பல பெருங்கதையாடல்கள் சிதைந்து வருவதையும் தொடர்ந்து சுட்டிக்காட்டி வருகிறேன். இது தவிர உலகமயத்தை ஒட்டி இன்று ஏற்பட்டுள்ள பொருளாதார, கலாச்சார மாற்றங்களும் இதில் பங்கு வகிக்கின்றன. வளர்ச்சி, வெளிநாட்டு முதலீடு, மூலவளங்கள் குறித்த பிரக்ஞை முதலியன இன்று அதிகமாகி உள்ளது. வெளிநாட்டு முதலீடுகளுக்கு இன்று ஒவ்வொரு மாநிலமும் தவம் கிடக்கிறது. அப்படி வரும் முதலீடுகள் உள்கட்டுமானங்கள் வளர்ச்சியடைந்த பகுதிகளுக்கே செல்கின்றன. இன்னொரு பக்கம் கனிமவளம், நீர்வளம் முதலியன கார்ப்பரேட்டுகளுக்கு அள்ளி வழங்கப்படுகின்றன. இவற்றின் மூலமான வருமானங்கள் தத்தம் பகுதிகளுக்கே வந்தடைய வேண்டும் என அவ்வப்பகுதியிலுள்ள வளர்ச்சியடைந்த சக்திகள் விரும்புகின்றன. சாதி மற்றும் பழங்குடி அடிப்படையிலான அடையாளங்களும் இன்று தம்மை உறுதி செய்யத் தொடங்கியுள்ளன. இந்த வேட்கைகளை இன்று இனம், மொழி ஆகிய மேலிருந்து கட்டப்படும் பேரடையாளங்களால் நசுக்கிவிட இயலவில்லை.

நான் சற்று முன் குறிப்பிட்ட பன்னாட்டுக் கருத்தரங்கில் தெலங்கானா உருவாக்கம் பற்றி ஆய்வுரை வழங்க வேண்டிய 'தெலங்கானா ஜனசபா' வின் அமைப்பாளர் பூமையா கலந்து கொள்ள இயலவில்லை எனினும் அவரது கட்டுரைச் சுருக்கம் அங்கே விநியோகிக்கப்பட்டது.

"எங்களின் விருப்பத்திற்கு மாறாக இணைப்பு எங்கள் மீது திணிக்கப்பட்டது. அடுத்த 12 ஆண்டுகளில் நாங்கள் மீண்டும் தனித் தெலங்கானா கோரிக்கையை வைக்கத் தொடங்கிவிட்டோம். 1969-71ல் நடைபெற்ற போராட்டத்தில் 370 பேர் கொல்லப் பட்டனர். வேலைவாய்ப்பு, கல்வி, விவசாயம் எல்லாவற்றிலும் பின்தங்கியிருந்த எங்கள் நிலை மேலும் மோசமாகியது. கோதாவரி ஆற்றில் 79 சதமும் கிருஷ்ணாவில் 69 சதமும் எங்கள் தெலங்கானா வின் ஊடாகவே பாய்கிறது. ஆனால் பாசன வசதி பெறுவதெல் லாம் கடலோர ஆந்திராதான். நிலக்கரி, நீர், சிமெண்ட், வனப் பொருட்கள், சுரங்கங்கள், கனிமங்கள் எல்லாம் இங்குள்ளன. ஆனால் வளர்ச்சி எல்லாம் பிற பகுதிகளில்தான் நடைபெறுகின்றன. 'தெலங்கானாவுக்கும் ஆந்திராவுக்கும் கலாச்சாரங்கள் வேறு வேறு. மொழி ஒன்று போல் தோன்றுகிறதேயொழிய அவையும் ஒன்றல்ல. உச்சரிப்புகளும் வேறு வேறு. பொருளாதார வாழ்வும் வேறு வேறு. புவியியல் ரீதியான ஒருங்கிணைவும் இல்லை. வரலாறு பூராவும் வெவ்வேறு ஆட்சியின்கீழ் இரு பகுதிகளும் இருந்துள்ளன. எங்களை எப்படி நீங்கள் ஒன்றாக்க முடியும்?"

என்று அவர் கட்டுரையை முடிக்கிறார்.

பின்னாளில் இந்தியப் பிரதமரான நரசிம்மராவ் முதல் மாரி சென்னா ரெட்டி வரை இப்பகுதியைச் சேர்ந்த அரசியல் தலைவர்கள் எல்லாம் இந்த அதிருப்தியை மூலதனமாக்கி தமது சொந்த அரசியல் நலன்களுக்குப் பயன்படுத்திக்கொண்டனர். 1960ல் இந்திராகாந்தி தெலங்கானா மக்களுக்குப் பல வாக்குறுதிகளை அளித்தார். இவற்றை எல்லாம் நிறைவேற்றுகிறோம், பதிலாக இணைப்பின்போது தெலங்கானா மக்களுக்கு அளித்த சில சலுகைளை ரத்து செய்கிறோம் என்றார். வேதனை என்னவெனில் கடைசியாய்ச் சொன்னபடி ஏற்கனவே இருந்த சலுகைகள் தான் ரத்து செய்யப்பட்டனவேயன்றி அளிக்கப்பட்ட எந்த வாக்குறுதியும் நிறைவேற்றப்படவில்லை. அந்த மக்கள் இன்று தனி நிர்வாக அலகு கோருவதை எப்படி ஒருவர் மறுக்க இயலும்?

இன்று ஆந்திர மாநிலம் முழுமையாகப் பிளவுண்டு கிடக்கிறது. எல்லா கட்சிகளும் தெலங்கானா, ராயலசீமா, கடலோர ஆந்திரம் என எதிரெதிராக நிற்கின்றன. இந்நிலையை ஒட்டி இக்கட்டுரை தொடக்கத்தில் பட்டியலிடப்பட்ட தனி மாநிலக் கோரிக்கைகள் எல்லாம் தீவிரம் பெற்றுள்ளன. இனி ஒரு புதிய மாநில மறுசீரமைப்பு ஆணையம் தேவை எனப் பலரும் கோருகின்றனர். முடியாது எனக் கறாராகச் சொல்கிறது காங்கிரஸ் அரசு. பா.ஜ.க. கட்சி மட்டுமே இந்தத் தனி மாநிலக் கோரிக்கையை முழுசாக ஆதரித்துள்ளது. அவர்களின் கொள்கையின்படி இந்தியா முழுவதும் 72 நிர்வாக அலகுகளாகப் பிரிக்கப்பட வேண்டுமாம். இந்து என்கிற அடையாளத் தின் கீழ் அவர்கள் கட்டமைக்க விரும்பும் அகண்ட பாரதத்திற்கு இப்படி மாநிலங்களை உடைப்பது ஏதுவாக இருக்கும் என இந்துத்துவ வாதிகள் கருதுகின்றனர். ஆனால் இவ்வாறு மாநிலங்கள் சிதறுவது மத்திய அரசு வலுப்பெறுவதற்கும் கூட்டாட்சித் தத்துவம் பலவீனப் படுவதற்கும் வழிவகுக்கும் என மார்க்சிஸ்ட் கட்சி சொல்கிறது.

உண்மைதான். ஆனால் பல்வேறு தனித்துவங்கள் நிரம்பியுள்ள இந்தியாவில் அவை காப்பாற்றப்படுவதை உறுதி செய்யாத ஒரு கூட்டாட்சி இருந்தென்ன பயன்? ஒரு மாநில மறுசீரமைப்பு ஆணையம் இன்று தேவை. அவசரப்படாமல் நதிநீர்ப்பங்கீடு போன்றவற்றை ஆற அமர யோசித்து விவாதித்து யாருக்கும் இழப்பு ஏற்படாமல் இந்தச் சீரமைப்புகள் உருவாக்கப்பட வேண்டும். பொருளியல் ரீதியாகச் சாத்தியமில்லாத நிலைகளில் அப்பகுதிகளுக்குக் கூடுதல் அதிகாரம், அப்பகுதி மக்களின் ஒப்புதலில்லாமல் அவர்களைப் பாதிக்கும் சட்டங்களை இயற்ற இயலாமை முதலான வடிவங்களில் அரசியல் சட்டமும் கூடவே திருத்தப்பட வேண்டும். வெறும் தேசம், இனம், மொழி, ஒருமைப்பாடு முதலான பேரடையாள முழக்கங்களின் மூலம் உள் வேறுபாடுகளைப் புறக்கணித்து ஒரு ஒற்றுமையைக் கட்டிவிட முடியும் என்கிற மமதையை நமது தேசியவாதிகள் விட்டுத் தொலைக்க வேண்டும்.

கடைசியாக இரண்டு குறிப்புகள்: 1. தனி மாநிலக் கோரிக்கைளை நாம் பொதுவாக ஆதரிப்பதா இல்லையா? புகழ்பெற்ற லத்தீன் அமெரிக்க மார்க்சிய அறிஞர் ஜேம்ஸ் பெட்ராஸ் சமீபத்தில் கூறியுள்ளது போல இம்மாதிரிப் பிரிவினைக் கோரிக்கைகளை, அவை பிரிவினைக் கோரிக்கைகள் என்பதற்காகவே ஆதரித்துவிடவோ அல்லது எதிர்த்துவிடவோ இயலாது. அந்தக் கோரிக்கைகளை

யார் வைக்கின்றனர், அப்பகுதி மக்களின் பூரண ஒப்புதல் அதற்குள்ளதா, இந்தக் கோரிக்கைகளுக்குப் பின்புலமாக ஏதும் சக்திகள் செயல்படுகின்றனவா அவற்றின் நோக்கமென்ன பிரிவினை தவிர்த்த வேறு என்ன சாத்தியங்கள் உள்ளன என்கிற கேள்விகளுக்கான பதிலை ஒட்டியே இப்போராட்டங்களை நாம் ஆதரிக்கவோ அல்லது எதிர்க்கவோ இயலும்.

2. சந்தடி சாக்கில் தமிழ்நாட்டையும் வடக்கு தெற்கு என இரண்டாகப் பிரிக்க வேண்டும் என்கிற கோரிக்கையை இங்கு சிலர் எழுப்பினர். இந்தக் கோரிக்கையை எழுப்பியவர்கள் பெரும்பாலும் சாதி ரீதியான பின்புலம் உள்ளவர்கள் என்பது குறிப்பிடத்தக்கது. தமிழ்நாட்டைப் பிரிப்பதற்கு வரலாற்று ரீதியாகவோ பொருளியல் ரீதியாகவோ ஏதும் நியாயமில்லை. தமிழ்நாடும் கூட இன்றிருக்கும் வடிவத்தில் இணைக்கப்பட்டது சமீபத்தில் தான் என்ற போதிலும் வடக்கே வேங்கடம் முதல் தெற்கே குமரி முனை வரை தமிழ்கூறும் நல்லுலகம் என்கிற அடையாளம் கட்டமைக்கப் பட்டது சமீபத்தில் அல்ல. அதற்கு ஒரு 2000ம் ஆண்டு காலப் பரம்பரியமுண்டு. தவிரவும் இத்தகைய ஒரு பேரடையாளத்தைக் கற்பித்துக் கொண்டவர்களாயினும் புவியியல் அமைப்பு, பண்பாடு, உணவு, உற்பத்தி முறை என எல்லாவற்றிலும் வேறுபட்ட ஐந்து திணை நிலைகளை உள்ளடக்கிய பாரம்பரியம் நம்முடையது. இந்த உள்ளடக்கும் பாரம்பரியத்தைக் காப்பாற்றுவோம்.

ஜனவரி, 2010

காந்தியும் தேசபக்தியும் – 1
ஹிந்த் ஸ்வராஜ்
1909–2009

காந்தியடிகளின் எழுத்துக்கள் தொண்ணூறுக்கும் மேற்பட்ட தொகுதிகளாகத் தொகுக்கப்பட்டுள்ள போதும் அவற்றில் பெரும்பாலானவை அவ்வப்போது இதழ்களில் எழுதப்பட்டவையே. நூலாக அவர் திட்டமிட்டு எழுதியவை மிகச் சொற்பமே. அவ்வாறு அவர் எழுதிய முதல் நூல் எழுதப்பட்டு நூறாண்டுகள் ஓடிவிட்டன. அவரது எழுத்துக்களிலேயே மிக முக்கியமானது என காந்தியியல் ஆய்வாளர்களால் கருதப்படும் அந்நூல்தான் 'ஹிந்த் ஸ்வராஜ்.' 'இந்திய சுயாட்சி' அல்லது 'இந்தியத் தன் ஆளுகை' என்பதாக இதை மொழியாக்கலாம்.

தனது நாற்பதாவது வயதில் தென் ஆப்ரிக்காவில் இருந்த போதுதான் காந்தி இதை எழுதினார். அதற்கு முன்னதாகவே அரசியல் மற்றும் அமைப்பாக்க அனுபவங்களை தென்னாப்ரிக்காவில் பெற்றிருந்தபோதும் இந்திய அரசியலில் அவர் காலூன்றி மிக விரிவான பல அனுபவங்களைப் பெற நேர்ந்தது அடுத்த ஆறேழு ஆண்டுகளுக்குப் பின்னர்தான் என்பது குறிப்பிடத்தக்கது. இந்த அனுபவங்களினூடாக இந்நூலில் அவர் முன் வைத்துள்ள பல கருத்துக்களுக்கு மாறாகப் பின்னாட்களில் அவரது நடைமுறைகளில் பல அமைந்தபோதும், அவரது மிக முக்கியமான அரசியல் வாரிசு எனச் சொல்லப்படும் நேரு இந்நூலை முற்றாக மறுத்துப் புறக்கணித்தபோதும் காந்தி இந்நூலை கடைசிவரையிலும் காலத்திற் கொவ்வாதது என *disown* பண்ணவில்லை. இன்னுஞ் சில ஆண்டுகளில் சுதந்திரம் உறுதியாக அளிக்கப்பட்டுவிடும் என்கிற

சூழலில் கூட (1945) நேருவுக்கு அவர் இந்நூலையே பரிசளித்தார்.

எனக்குத் தெரிந்து முற்றிலும் எதிர் எதிரான மதிப்பீடுகளைத் தாங்கி வலம் வருகிற மிகச் சில நூல்களில் இது ஒன்று. காலத்திற்கு ஒவ்வாத, முன்னேற்றத்தை மறுக்கிற, மனிதகுல வளர்ச்சியைப் பல நூற்றாண்டுகள் பின்னுக்குத் தள்ளுகிற நூல் என்கிற விமர்சனம் ஒரு பக்கம் என்றால், இன்றைய உலகின் மிகப் பெரிய ஆபத்துக்களான பயங்கரவாதம், வகுப்புவாதம், புவி வெப்பமேறல் ஆகியவற்றிற்கான மாற்று வளர்ச்சி முறையைச் சுட்டும் ஒரே நூல் என்கிற மதிப்பீடுகள் இன்னொரு பக்கம் இந்நூல் குறித்து உண்டு. மேலோட்டமாகப் பார்க்கும்போது வெறும் சிறு பிள்ளைத்தனமான மழலைக் கூற்றுகள் போலத் தோற்றமளித்தாலும் ரொம்பவும் உள் அர்த்தங்கள் பொதிந்த (*nuanced*) நூல் எனப் பின்னவர்கள் இதைப் பற்றிச் சொல்வர். அந்த வகையில் இன்றைய இந்தியாவின் மிக முக்கியச் சிந்தனையாளர் எனக் கருதப்படும் பார்த்தா சட்டர்ஜி உட்படப் பலரும் இந்நூலை மறு வாசிப்புச் செய்துள்ளனர்.

> "எனது கருத்துப்படி இந்நூலை ஒரு குழந்தையின் கையில் கொடுத்துக்கூட வாசிக்கச் சொல்லலாம். வெறுப்பினிடத்தில் அன்பின் நற்செய்தியைப் பயிற்சியளிக்கும் நூலிது. வன்முறையை சுய தியாகத்தால் இடம் பெயர்க்கும் நூலிது. உடல் சார்ந்த மிருக ஆற்றலுக்குப் (*brute force*) பதிலாக மன ஆற்றலை அல்லது ஆன்ம ஆற்றலை (*soul force*) இது முன் வைக்கிறது. பல பதிப்புகள் வெளிவந்துள்ள இந்நூலை கவனம் எடுத்துப் படிக்கக் கூடியவர்களுக்கு நான் பரிந்துரை செய்துள்ளேன். அதிலுள்ள ஒரு சொல்லைத்தவிர வேறெதையும் நான் திரும்பப் பெறத் தயாராக இல்லை . அதுவும் கூட ஒரு பெண் தோழி மாற்றுக் கருத்து உரைத்ததால்தான்.
>
> "நம்ப இயலாத அளவிற்கு எளிமையான, முட்டாள்தனம் எனக் கருதக் கூடிய அளவிற்கு எளிமையான இக்குறுநூலைப் புரிந்துகொள்வதற்கான ஆதார அம்சம் என்னவெனில் இருண்ட கற்காலம் எனச் சொல்லப்படுகிற ஒரு காலகட்டத்திற்குப் பின்னோக்கித் தள்ளுகிற முயற்சி அல்ல இது என்பதை உணர்ந்து கொள்வதுதான். தானாகவே முன்வந்து ஏற்றுக்கொள்ளும் எளிமை, ஏழ்மை, வேகமின்மை ஆகியவற்றில் அழகைக் காணும் முயற்சி இது."

என்பன காந்தி இந்நூல் குறித்துக் கொண்டிருந்த சுய மதிப்பீடு.

இந்நூலைப் புரிந்து கொள்வதற்கு காந்தி இதை எந்தச் சூழலில் எழுத நேர்ந்தது என்கிற அறிதல் முக்கியம். பத்தே நாட்களில் (நவ 13 - நவ 22, 1909) லண்டனிலிருந்து தென் ஆப்ரிக்காவிற்கு 'கில்டோனான் கேஸ்ல்' என்கிற கப்பலில் திரும்பிக் கொண்டிருந்தபோது கப்பலில் கிடைத்த காகிதத்தில் 271 பக்கங்களில் இது எழுதப்பட்டது எனவும், வலது கையால் எழுத இயலாதபோது இடது கையால் எழுதினார் எனவும் இந்நூல் குறித்து ஒரு 'பில்ட் அப்' கொடுப்பது வழக்கம். உண்மையில் அச்சில் வெறும் 60 பக்கங்களே வருகிற ஒரு குறுநூல் இது. பல ஆங்கில நூல்களை ஆதாரமாகக் காட்டியிருந்தபோதும் அவற்றை மேசையில் வைத்துப் படித்துக் குறிப்பெடுத்து எழுதிய நூலல்ல இது. கடந்த சில ஆண்டுகளில் இவற்றை வாசித்துச் சிந்தித்து அதனூடாகப் அனுபவங்கள், மேற்கொண்ட விவாதங்கள் ஆகியவற்றினூடாக இந்நூலின் மையக் கருத்துக்கள் அவருக்கு உருவாயின 'விசுவாசம் குறித்த ஒப்புதல் வாக்குமூலம்' என அவர் சில வாரங்களுக்கு முன்னதாக இவற்றைப் 15 குறிப்புகளாக எழுதி வெளியிட்டிருந்தார். எனவே மேற்குறித்த 'பில்ட் அப்'கள் அத்தனை முக்கியமானவை அல்ல. ஒரு வேகத்தோடு அவர் இதை எழுதி முடித்தார் என்பது மட்டுமே நாம் இதிலிருந்து தெரிந்து கொள்வது. அந்த வேகம் எப்படி ஏற்பட்டது என்பதே இங்கு முக்கியம்.

வங்கப் பிரிவினையை ஒட்டி 'தேசபக்தி என்கிற நவீன மார்க்கம்' ஒன்று தோன்றி 'நல்லோர்கள் சிந்தையை எல்லாம் புளகிக்கச் செய்தது' என்பாரே நம் பாரதி (1908), அந்தக் காலத்தில் தான் காந்தி இதை எழுதினார். பாரதியின் கூற்றில் நாம் ஒரே ஒரு திருத்தத்தை மட்டும் செய்துகொள்ள வேண்டியிருக்கிறது. 'நல்லோர்கள்' என்பதற்குப் பதிலாக 'மேலோர்கள்' அதாவது 'elites' என அவர் கூறியிருந்தால் மேலும் பொருத்தமாக இருந்திருக்கும். ஆம், தேசபக்தி என்பது உயர்சாதி மேட்டுக்குடித் தன்மை வாய்ந்தாகவே அப்போது இருந்தது. 70 சதம் பேர் விவசாயிகளாக உள்ள இந்த நாட்டில் இவர்களை அந்த நீரோட்டத்தில் இணைக்காமல் 'தேசியம்' முழுமையடையாது என்பதை அன்றைய தலைவர்கள் உணரவில்லை. தனி நபர்க் கொலைகள், பயங்கரவாதம், சாகசங்கள் ஆகியவற்றினூடாகவே காலனிய ஆட்சியாளரை அச்சமூட்டி வெளியேற்றிவிட வேண்டும் என்கிற அரசியல் திட்டமே அவர்கள் மத்தியில் இருந்தது. காந்தி மட்டுமே விவசாயிகளை இணைக்காமல் எந்த ஒரு பேரியக்கமும் இங்கே உருப்பெற இயலாது என்பதைச் சரியாகப் புரிந்திருந்தார். இந்நூலை எழுதும்போது அந்தப் புரிதல் அவருக்கு முழுமையாக

ஏற்பட்டிருந்ததா என்பது சந்தேகந்தான். ஆனால், நவீனத்துவத்தைப் *(modernity)* பெரிய அளவில் விமர்சித்த அவரது அறிவுக் குவிப்பு *(episteme)* நவீனத்துவத்தின் செயற் திட்டங்களில் ஒன்றான தேசியம் உள்ளிட்ட பின் அறிவொளிக் கால சிந்தனைக் கருவிற்கு *(theme)* அப்பாலாகவே அமைந்திருந்தது. இதுகுறித்து விரிவாகச் சொல்வதல்ல இக்கட்டுரையின் நோக்கம். எனினும் இது குறித்து விரிவாகப் பேசியுள்ள பார்த்தாவின் *'The Moment of Manoevier: Gandhi and the Critique of Civlie Society* 'என்கிற முக்கிய கட்டுரையை காந்தி குறித்தும் தேசியம் குறித்தும் அறிந்துகொள்ள ஆர்வமுள்ளவர்கள் அவசியம் பயில வேண்டும்.

தேசியம் குறித்த இந்த மேட்டிமை அணுகல் முறைக்கும் காந்தியின் வெகுஜன அணுகல் முறைக்கும் மலைக்கும் மடுவுக்குமுள்ள வித்தியாசமிருந்தது. எனினும் பெரிய அளவில் விவசாயிகளை தேசிய அரசியலில் பங்கேற்கச் செய்து அதை முழுமையடையச் செய்யும் பணி காந்தி மூலமாகவே நிறைவேறியது. இதன்மூலம் அதே மேட்டிமைச் சக்திகள் அரசியலதிகாரத்தைப் பெற முடிந்ததும் விவசாயிகள் அதிலிருந்து ஓரங்கட்டப்பட்டதும் பிந்தைய கதைகள். எனினும் தேசியம், தேசபக்தி, அரசதிகாரம் மற்றும் அரசற்ற நிலைகள், தேசம் என்கிற கருத்தாக்கத்திற்குள் இந்து - முஸ்லிம் ஒற்றுமை, மதச்சார்பின்மை, வெகுஜனப் பங்கேற்பில் அஹிம்சையின் பங்கு, சத்தியாக்கிரகம், தன் ஆளுகை, பயங்கரவாதம் முதலான அவரது சிந்தனைகளில் ஒரு சிலவற்றைப் புதிய தேசிய உருவாக்கத்தின் ஓரங்கமாக்க அவரால் முடிந்தது. மேற்குறித்த ஒவ்வொரு கருத்தாக்கமும் இதில் முக்கியமானவை. இவற்றோடு இந்நூலின் இன்னொரு முக்கியமான ஆய்வுப் பொருளான முதலாளியம், எந்திரங்களின் பயன்பாடு, மருத்துவம், நீதி வழங்குமுறை, அரசதிகாரம் உள்ளிட்ட நவீனத்துவ வெளிப்பாடுகளின் மீதான கடும் விமர்சனம் இவை ஒவ்வொன்றிலும் மேட்டிமைத் தேசியத்திற்கும் காந்திய அணுகல் முறைக்கும் சந்திக்கவே இயலாத வேறுபாடுகள் இன்றளவும் தொடர்கின்றன. இந்த மேட்டிமைத் தேசியத்தின் மிக மோசமான கூறுகளை அதிகபட்சமாக உள்ளடக்கி இன்று உருவாகியுள்ளதுதான் இந்துத்துவ தேசியம்.

இந்த மேட்டிமைத் தேசியத்திலிருந்து சந்திக்கவே இயலாத தனிப் பாதையாக (Y வடிவத்தில்) காந்தியம் எதிர்காலத்தில் பிரிந்து செல்ல இருப்பதைக் கட்டியங்கூறிய நூல்தான் ஹிந்த் ஸ்வராஜ். இதை எழுதும்

போதே காந்தி தென் ஆப்ரிக்காவில் மட்டுமின்றி, இந்தியாவிலும் ஏன் உலக அளவிலுங் கூட ஓரளவு அறியப்பட்டிருந்தார். காந்தி குறித்து ஜோஸப் டோக் எழுதிய 'எம்.கே.காந்தி: தென் ஆப்ரிக்காவில் ஒரு இந்திய தேசபக்தர்' என்கிற நூல் அப்போதுதான் வெளிவந்திருந்தது. டால்ஸ்டாயுடன் அவருக்குக் கடிதப் போக்குவரத்துமிருந்தது. எளிதில் தனது நிலைப்பாடுகளை வாசகர் மத்தியில் பதியவைக்கும் கேள்வி பதில் உத்தியை காந்தி இந்நூலுக்குத் தேர்வு செய்திருந்தார். வாசகர் கேட்கும் கேள்விகளுக்கு ஒரு பத்திரிகை ஆசிரியர் பதில் சொல்வதாக அமையப் பெற்றுள்ள இந்நூல் 20 அத்தியாயங்களைக் கொண்டது. அன்றைய மேட்டிமைத் தேசியத்தின் குறியீடாகக் கட்டமைக்கப்பட்டிருந்த வாசகர் ஒருவர் அவர்களின் அணுகல் முறைகளை எல்லாம் கேள்விகளாக முன்வைக்க, பத்திரிகை ஆசிரியரான காந்தி அவை ஒவ்வொன்றும் எவ்வாறு தவறு என விளக்கி மாறாகத் தனது அணுகல் முறை எவ்வாறு சிறந்தது எனக் கூறுவதாக அமையப்பெற்றது 'ஹிந்த் ஸ்வராஜ்'. அன்றைய மேட்டிமைத் தேசிய வாதத்தினரில் திலகர், அரவிந்தர், சாவர்கர், சியாமாஜி கிருஷ்ணவர்மா, வ.வே.சு. ஐயர், பாரதியார் எல்லோரையும் உள்ளடக்கலாம். காந்திய அணுகல் முறைக்கு எடுத்துக்காட்டாக அப்போதைக்கு காந்தியைத் தவிர வேறு அதிகம் பேரைச் சொல்ல இயலாது. கோகலே போன்றவர்களை வேண்டுமானால் நினைத்துப் பார்க்கலாம். ஆனால் அவருங்கூட ஹிந்த் சுவராஜ் நூலைக் கச்சாவாக அமைந்துள்ளது, அவசர கதியில் எழுதப்பட்டது, ஒரு வருடம் இந்தியாவில் வந்து காந்தி வாழ்வாரேயானால் அவரே இதைக் கிழித்துப் போட்டுவிடுவார் என்றுதான் விமர்சித்தார். எனினும் சுமார் 35 ஆண்டுகள் இந்திய அரசியலில் தீவிரமாகப் பங்கேற்று மக்களோடு மக்களாக வாழ்ந்திருந்த பின்னும் காந்தி அந்நூலை மிகவும் அடிப்படையான ஒரு முக்கிய நூல் என்றே கருதி வந்ததோடு சொல்லியும் வந்தார்.

தென் ஆப்ரிக்க அரசியல் பிரச்சினைகளுக்காக ஆங்கில அதிகார வர்க்கத்திடம் பேசுவதற்கென காந்தி லண்டன் வந்திறங்குவதற்குச் (ஜூலை 10, 2009) சில தினங்கள் முன்னர்தான் சாவர்க்கரின் குழுவைச் சேர்ந்த மதன்லால் திங்ரா என்கிற மராட்டிய இளைஞன், இந்திய அரசுச் செயலரின் உதவியாளரான சர் கர்ஸான் வைலி என்கிற அதிகாரியை லண்டனிலுள்ள சவுத் கெனிங்ஸ்டைன் என்னுமிடத்தில் வைத்து அவரது மனைவியின் கண்ணெதிரே சுட்டுக் கொன்றிருந்தான். அருகில் நின்றிருந்த ஒரு அப்பாவி பார்சி

டாக்டரும் அந்தத் தாக்குதலில் கொல்லப்பட்டிருந்தார். சுட்ட இளைஞன் தப்பி ஓட முயற்சிக்கவில்லை. இரு கைத்துப்பாக்கிகள் ஒரு கத்தி, ஒரு கட்டாரி ஆகிய ஆயுதங்களுடன் பிடிப்பட்ட திங்ரா மீதான விசாரணை சடுதியில் முடிக்கப்பட்டு அவன் தூக்கிலேற்றப்பட்டான். சாவர்கரால் தயாரித்துத் தரப்பட்டு நீதிமன்றத்தில் திங்ராவால் பேசப்பட்ட உரை உணர்ச்சிமயமாக இருந்தது. பிரிட்டிஷ் பிரதமர் சர்ச்சிலே பாராட்டத்தக்க அளவிற்கு இலக்கியத்தரமுடையதாகவும் அது அமைந்தது. "இந்தியர்கள் இன்று செய்யத் தகுந்தது சாவது மட்டுமே. என்னைப் போன்றவர்கள் சாவதன் மூலமாகவே அதை அவர்களுக்குக் கற்றுத் தர முடியும்" என்பது திங்ராவின் புகழ்பெற்ற வாசகங்களில் ஒன்று.

ஹைகேட்டில் அமைந்திருந்த இந்தியா ஹவுஸ் என்னும் விடுதி மேலோட்டமாகப் பார்க்கும்போது இந்திய மாணவர்கள் தங்கிப் படிக்கும் இல்லமாகவும் இன்னொரு பக்கம் அதை நிர்வகித்து வந்த வினாயக சாவர்கர், தேசிய பக்தி மிக்க இளைஞர்களைத் தனது வசீகரமிக்க உரையாடல்களினூடாக தற்கொலைப் படையாக மாற்றும் களமாகவும் இருந்து வந்தது. அப்போது சாவர்க்கரின் வயது 26. ஆக்ஸ்போர்டு பல்கலைக்கழகத்தில் எம்.ஏ. பட்டம் பெற்றவரும் சமஸ்கிருதம், லத்தீன், கிரேக்கம் முதலான செம்மொழிகளில் அறிஞரும், தீவிரவாத அரசியல் ஒன்றை முன்வைத்த புகழ்பெற்ற 'தி இண்டியன் சோஷியாலஜிஸ்ட்' இதழின் ஆசிரியருமான சியாமாஜி கிருஷ்ணவர்மா தனது வருமானம் முழுமையையும் அங்கே தங்கியிருந்த இந்திய மாணவர்களுக்கு கல்வி உதவித் தொகையாக வழங்கி வந்தார். பயங்கரவாதச் செயல்களுக்கு ஆயுதங்கள் வாங்கித் தரவும் அவர் தயங்கவில்லை. இரண்டாண்டுகள் ஐரோப்பியப் பல்கலைக்கழகங்களில் படித்துவிட்டு இந்தியா திரும்பியபின் அரசுப்பணிகளில் சேரக்கூடாது என்பது கிருஷ்ணவர்மாவிடமிருந்து கல்வி உதவித் தொகை பெறுவதற்கான நிபந்தனை. துயரனுபவித்தல் என்கிற கிறிஸ்துவ மதக் கோட்பாட்டைப் (*christian theory of suffering*) பிரச்சாரம் செய்வதற்காக எழுதப்பட்டது என ஹிந்த் ஸ்வராஜ் குறித்து கிருஷ்ணவர்மா நகையாடியது குறிப்பிடத்தக்கது.

"நான் தியாகம் செய்யும் நாள் என்றைக்கு வரும்?" என திங்ரா, சாவர்க்கரிடம் கேட்டபோது, "ஒருவன் தியாகம் செய்யத் தயாராகிவிட்டான் என்கிற உண்மையே தியாகத்திற்கான காலம் கனிந்துவிட்டது என்பதை உணர்த்துகிறது" என சாவர்க்கர்

பதிலளித்ததாகவும் குறிப்புகள் உண்டு. வங்கத்தைப் பிரித்த லார்ட் கர்ஸானைச் சுட்டுக் கொல்லும் முயற்சியில் தோல்வியுற்ற திங்ரா இரண்டாம் முறை தன் வெற்றிப் பணிக்காகப் புறப்பட்டபோது நிக்கல் பூசப்பட்ட ஒரு கைத் துப்பாக்கியைத் தந்து 'இம்முறையும் தோற்றால் என் மூஞ்சியில் முழிக்காதே' என வாழ்த்தி விடையனுப்பினார் சாவர்க்கர்,

> "என்னுடைய பார்வையில் திரு. திங்ரா ஒரு அப்பாவி. ஒரு போதை நிலையில் அக்கொலை செய்யப்பட்டுள்ளது. சாராயம் அல்லது கஞ்சா மட்டுமே ஒருவருக்குப் போதை ஏற்றும் என்பதில்லை. ஒரு வெறித்தனமான கருத்தும் கூட அதைச் செய்ய முடியும். திரு. திங்ராவுக்கும் அதுதான் நிகழ்ந்தது. சாவு நிச்சயம் எனத் தெரிந்தும்கூட இத்தகைய செயலில் ஈடுபடுபவரின் துணிவைக் குறைந்து மதிப்பிடக்கூடாது எனச் சொல்லக்கூடும். ஆனால் நான் சற்றுமுன் சொன்னது போல் போதை நிலையினூடாகவும் கூட ஒருவன் மரண பயத்தை வெல்லக்கூடும். இந்தச் செயலில் வெளிப்படும் துணிவு எம்மாட்டாயினும் அது போதையின் வெளிப்பாடே. அது அவரது சுய பண்பு அல்ல. மிகவும் ஆழமான ஒரு துயரை நீண்ட காலத்திற்குத் தாங்குவதிலேயே ஒரு மனிதனின் உண்மையான துணிவு அடங்கியுள்ளது. அதுவே உண்மையான துணிகரச் செயல். தீவிரமான சுய எதிரொலிப்பின் மூலமே ஒருவர் அதைப் பெற இயலும்."

என்பதே இதுகுறித்த காந்தியின் கருத்தாக இருந்தது. 'சத்தியாக்கிரகி' என்பதற்கு அவர் இந்த அடிப்படையிலேயே வரையறையை அளித்தார். நமக்கு ஒவ்வாத கொள்கைளை அரசு நம்மீது திணிக்கும்போது அதை மீறுவது (சட்ட மீறல் - *Civil Disobedience*) மக்களின் உரிமை. அரசு அதைப் பார்த்துக் கொண்டிருக்காது. நிச்சயம் அந்த வன்முறைக் கருவி தனது பணியைச் செய்யும். அப்போது ஒரு சத்தியாக்கிரகி எந்த எதிர்ப்பையும் காட்டாது அதை ஏற்றுக்கொள்ள வேண்டும். எதிர்ப்பை மட்டுமல்ல, அடிப்பவர்கள் மீதும் அடிக்க ஆணையிட்டவர்கள் மீதும் வெறுப்பையும் கூடக் காட்டக்கூடாது என்பதே சத்தியாக்கிரகிக்கு காந்தி அளித்த வரையறை. பிரிட்டிஷ் அரசின் காவல்துறையினர் இரும்புப் பூண் போட்ட லத்திகளால் மண்டையை உடைத்தபோதும் கையால் கூடத் தடுக்காமல் அடிகளை ஏற்று வரிசை வரிசையாகத் தொண்டர்கள்

வீழ்வது குறித்த ஒரு பத்திரிகையாளரின் நேரடி விவரணையை லூயிஃபிஷரின் நூலில் காணலாம்.

திங்ராவின் செயல் குறித்த விவாதம் தீவிரமாக இந்தியர்கள் மத்தியில் மேற்கொள்ளப்பட்டிருந்த நிலையில் தான் இந்தியா ஹவுஸ் விடுதியில் நடைபெற்ற தசரா (விஜயதசமி) விழாவை ஒட்டிய இரவு விருந்திற்கு லண்டனில் தங்கியிருந்த காந்தி சிறப்பு விருந்தினராக அழைக்கப்பட்டார். விருந்தை ஒட்டிய உரையாடல் நிகழ்விற்குத் தலைமை ஏற்றவர் பின்னாளில் காந்தி கொலைச் சதியில் முதல் குற்றவாளியாகக் குற்றஞ்சாட்டப்பட்ட சாவர்கர். அனேகமாக இருவருக்குமிடையே நடந்த விரிவான சந்திப்பு இது ஒன்றே.

இருவருமே இந்து மதத் திரு உருக்களை முன் வைத்துத் தத்தம் அரசியலை அங்கு பேசினர். தீய சக்தியான இராவணனை அழிப்பதற்கு பிரம்மச்சரியத்தையும் முற்றிலும் தூய வாழ்க்கையையும் கடமை தவறாமையும் கொண்ட இராமர் படை தயாராக வேண்டும் எனவும் இந்து - முஸ்லிம் ஒற்றுமையை வலியுறுத்தியும் காந்தி பேசினார். "இந்துஸ்தானத்தின் இதயம் இந்துக்கள் தான் என்றபோதிலும் வானவில்லுக்குப் பல வண்ணங்கள் அழகு சேர்ப்பது போல முஸ்லிம்கள் உள்ளிட்ட இதரர்களின் கலாச்சாரமும் இந்திய தேசத்திற்கு அழகு சேர்க்கும்" என்று கூறிய சாவர்க்கர் இந்தக் கருத்தில் மட்டும் அப்போது காந்தியுடன் உடன்பட்டார். பின்னாளில் (1921) இதிலும் கூட முற்றிலும் எதிர்நிலையை அவர் எடுக்க நேர்ந்தது வேறு கதை. காந்தி இராமனை முன் வைத்துத் தம் அரசியலைப் பேசினார் என்றால் தீமையை இரக்கமின்றி அழித்தொழிக்கும் துர்க்கையை முன்வைத்துத் தன் வன்முறை அரசியலை நியாயப்படுத்தினார் சாவர்க்கர்.

வன்முறை வடிவிலான ஆயுதப் போராட்டங்களுக்கு எப்போதுமே ஒரு கவர்ச்சி இருந்து வந்துள்ளது. அமைதி வழிப் போராட்டங்களை அரசுகள் அலட்சியப்படுத்துவதும், பெருந்திரளாக மக்களை அணி சேர்ப்பதிலுள்ள சிரமமும் ஆயுதப் போராட்டங்களின் மீதான கவர்ச்சிக்கு முக்கியப் பின்புலமாக இருந்து வந்துள்ளன. சென்ற நூற்றாண்டின் தொடக்கப் பத்தாண்டுகளில் தேச பக்தியின் பெயரிலான பயங்கரவாதத் தாக்குதல் பெரும் கவர்ச்சிமிக்க அரசியலாக மேற்தட்டு படித்த இளைஞர்கள் மத்தியில் இருந்த நிலை காந்திக்கு மிகுந்த கவலையை அளித்தது. தசரா விருந்துப் பேச்சிலுங்கூட காந்தியின் கருத்துக்களைக் காட்டிலும் சாவர்க்கரின்

கருத்துகளுக்கே அதிக ஈர்ப்பு இருந்திருக்கும் என நாம் ஊகிக் இயலும்.

'தி இல்லஸ்ட்ரேட்டட் லண்டன் நியூஸ்' இதழில் (செப்டம்பர் 18) வெளிவந்த ஜி.கெ. செஸ்டெர் னின் கட்டுரை ஒன்று இச்சமயத்தில் காந்திக்கு மிகுந்த ஆறுதல் அளித்தது. கிருஷ்ணவர்மாவின் 'இந்தியன் சோஷியாலஜிஸ்ட்' போன்ற இதழ்களில் சுயராஜ்யம் கோரும் இளைஞர்கள் ஹெர்பர்ட் ஸ்பென்சர் போன்றோரின் மேலைத் தத்துவங்களை உயர்த்திப் பிடிப்பதையும் இந்தியத் தன்மையில் சிந்திக்க மறுப்பதையும் இத்தகைய மேலைத் தத்துவங்களால் புராதன கிராம சமுதாய வாழ்வு சீரழிய இருப்பதையும் சுட்டிக்காட்டி அமைந்தது அக்கட்டுரை. 'உனக்குள் இருக்கிறது கடவுளின் அரசு' என்கிற டால்ஸ்டாயின் நூலால் ஏற்கனவே ஈர்ப்புற்றிருந்த காந்தி, டால்ஸ்டாய்க்கு (அக்டோபர் 1) ஒரு கடிதம் எழுதினார். தாராகுவாடா தாஸ் (தாரக்நாத் தாஸ்) என்கிற இளம் இந்தியப் புரட்சியாளர் ஒருவர் பயங்கரவாதத்தின் மூலம் பிரிட்டிஷ் அரசைத் தூக்கி எறிவது என்கிற நிலைப்பாடு குறித்து டால்ஸ்டாய்க்கு எழுதி கருத்துக் கேட்டிருந்தார். டால்ஸ்டாய் அவருக்கு எழுதிய பதில் (*Letter To a Hindu*) புகழ்பெற்ற ஒன்று. இந்தியர்களுடைய அன்றைய தாழ்நிலைக்குக் காரணம் இந்தியர்கள்தான் எனக்கூறிய டால்ஸ்டாய் "குடியால் அழிந்த கிராமத்து மக்கள் சாராயக் கடைக்காரனைக் குற்றம் சொல்வது போன்றதுதான் பிரிட்டிஷ் அரசைக் குற்றம் சொல்வதும். பயங்கரவாதத்தைக் காட்டிலும் சிறந்த ஆயுதம் ஒன்று உங்களிடம் உள்ளது. அரசுடன் ஒத்துழையாமை என்பதுதான் அது. இன்று இந்தியர்கள் அனுபவிக்கும் அத்தனை துன்பங்களிலிருந்தும் விடுதலை பெறுவதற்கான வழி அது ஒன்றே" என்று பதிலளித்திருந்தார். அந்தப் புகழ்பெற்ற 'அராஜகவாதி' (*anorchist*) லியோ டால்ஸ்டாயின் அரசவிழ்ப்பு வாதத்தை டால்ஸ்டாயிடமிருந்து அப்படியே ஏற்றுக்கொண்ட காந்தி அந்தக் கடிதத்தை 20000 பிரதிகள் அச்சிட்டு இந்தியாவில் வினியோகிக்க டால்ஸ்டாயிடம் அனுமதி கோரி கடிதமும் எழுதினார்.

தாராகுவாடா தாசுக்கு டால்ஸ்டாய் எழுதியிருந்த கடிதத்தில் மதத்தின் பயன்பாட்டையும் கண்டித்திருந்தார். எல்லா மத நம்பிக்கைகளையும் ஒதுக்கித் தள்ளச் சொன்ன டால்ஸ்டாய், "சொர்க்கம் நரகம், தேவதைகள், பிசாசுகள், மறுபிறவி, புத்துயிர்ப்பு மற்றும் இந்தப் பிரபஞ்ச இயக்கத்தில் குறுக்கீடு செய்யும் கடவுள் என்கிற

கருத்தாக்கம்" எல்லாவற்றையும் தூக்கி எறியுமாறு சொல்லியிருந்தார். "உங்கள் கடிதத்தை அப்படியே வெளியிடுகிறேன். மறுபிறவி என்கிற சொல்லை மட்டும் நீக்கிவிட அனுமதி தாருங்கள். ஏனெனில் அது இந்தியாவில் ஏன் சீனாவிலும் கூட மக்களால் பெரிதும் போற்றப்படும் நம்பிக்கை, அறிவுரீதியாக ஏற்றுக்கொள்ளப்படாத போதும் பலருக்கு அனுபவ ரீதியாக ஆறுதல் அளிக்கிற கருத்தாக்கம் அது. வாழ்வின் பல மர்மங்களை அது நியாயமாக விளக்குகிறது" என்கிற ரீதியில் காந்தியின் வேண்டுகோள் அமைந்திருந்தது. மிகவும் ஆர்வத்தைத் தூண்டும் காந்தியின் கடிதத்தால் தான் மகிழ்ச்சியுற்றிருப்பதாகவும் அவரது விருப்பப்படியே வெளியிட்டுக் கொள்ளுமாறும் டால்ஸ்டாய் பதில் எழுதினார்.

தென் ஆப்ரிக்காவிற்குப் புறப்படுமுன் அக்டோபர் மத்தியில் ஹேம்ப்ஸ்டெட் அமைதி மற்றும் தீர்வுக்கழகத்தில் 'கிழக்கும் மேற்கும்' என்கிற தலைப்பில் காந்தி பேச நேர்ந்தபோது பிரிட்டிஷ் ஆட்சியால் இந்தியா சந்தித்துள்ள சீரழிவுகள் குறித்து மிகக் கடுமையாகப் பேசினார். ஒரு வயதான அம்மை எழுந்து 'விசுவாசமற்ற உரை' என இடையே மறுப்புத் தெரிவிக்கும் அளவிற்கு காந்தியின் அன்றைய பேச்சு அமைந்தது. நவீன நாகரிகம் இந்தியாவிற்கு எந்த தன்மையையும் செய்துவிடவில்லை. ரயில்பாதைகள், தொலைபேசி, தந்தி எதுவும் இந்தியாவின் அறம் சார்ந்த ஏற்றத்திற்கு வழிவகுக்கவில்லை. கல்கத்தா, மெட்ராஸ், பாம்பே, லாகூர், பெனாரஸ் ஆகிய பெரு நகரங்கள் அனைத்தும் அடிமைச் சின்னங்களே. பிரிட்டிஷ்காரர்கள் உடலைப் போற்றினர். மனத்தைப் (ஆன்மாவைப்) போற்ற மறுத்தனர் என்பதாக காந்தியின் குற்றச்சாட்டுகள் அமைந்தன.

இந்த அடிப்படையில் அவர் உருவாக்கியதுதான் அந்த 15 அம்ச விசுவாச வாக்குமூலம்.

கப்பலேறிய கையோடு தாம் இவ்வாறு வந்தடைந்திருந்த இந்த முடிவுகளின் அடிப்படையில் 'ஹிந்த் ஸ்வராஜ்' நூலை குஜராத்தியில் எழுதி முடித்தார். 'இந்தியன் ஒபீனியன்' இதழில் அது தொடராக வெளியிடப்பட்டுப் பின் நூலாக உருக்கொண்டது. நூல் வெளியான கையோடு பம்பாய் மாகாண பிரிட்டிஷ் அரசு அதைத் தடை செய்தது. இதுபோன்ற அடக்குமுறைகளால் பின்வாங்குபவரல்ல காந்தி. உடனடியாகத் தாமே அதை ஆங்கிலத்தில் மொழி பெயர்த்துக் கொண்டார்.

பிப்ரவரி, 2010

காந்தியும் தேசபக்தியும் – 2

காந்தியப் பொருளில் தேச பக்தி

இந்திய சுயராச்சியம் எப்படி இருக்க வேண்டும் என்கிற கருத்தொருமிப்பு ஒன்றை இந்திய மேல்தட்டினர் உருவாக்கியிருந்த நிலையில் அதிலிருந்து ஒரு விலகலாக, மாற்றுக்கருத்தாக, இன்னும் சரியாகச் சொல்வதானால் ஒரு எதிர்க்கருத்தாகப் பதிவு செய்யப்பட்டதுதான் 'ஹிந்த் சுவராஜ்.' சுயராச்சியத்தை அடைவதற்கான வழிமுறையிலிருந்து மட்டுமல்ல, பெறுகிற சுயாட்சி எப்படி இருக்க வேண்டும் என்பதிலும் காந்தி அன்றைய மேட்டிமைத் தேசிய வாதத்திலிருந்து வேறுபட்டிருந்தார். இந்தியாவின் அன்றைய வீழ்ச்சிக்குக் காரணம் பிரிட்டிஷ் ஆட்சிதான் என்பதில் காந்தி மற்றவர்களுடன் கருத்தொருமித்தாலும், பிரிட்டிஷ் ஆட்சியை வீழ்த்தி அந்த இடங்களில் இந்தியர்கள் அமர்ந்துவிட்டால் எல்லாம் சரியாகிவிடும் என நினைக்கவில்லை . ஆனால் திலகரும், அரவிந்தரும், சாவர்க்கரும் இங்கே உருவாக்கியிருந்த மேட்டிமைத் தேசியவாதம் அப்படித்தான் நினைத்தது.

பண்பாட்டு ரீதியிலும் கூட மேலை X கீழை என்கிற சந்திக்க இல்லாத முரண் ஒன்றையும் காந்தி கட்டமைக்கவில்லை. 'ஹிந்த் சுவராஜ்க்கு ஒரு முன்னுரை போல லண்டனிலிருந்து புறப்படுவதற்குச் சில நாட்களுக்கு முன்பு அவர் எழுதி விநியோகித்த அந்த 'விசுவாசம் குறித்த ஒப்புதல் வாக்குமூலம்' என்கிற 15 அம்சக் குறிப்பின் முதல் வாசகம் இப்படி இருந்தது. 'தாண்ட இயலாத தடை ஏதும் கிழக்கிற்கும் மேற்கிற்கும் இடையே கிடையாது.'

மேலை நாகரீகம் என்றே ஒன்று கிடையாது என்பது அவரது இரண்டாவது வாக்குமூலமாக இருந்தது. இதன் பொருளென்ன? ரயில், தந்தி, தொலைபேசி, தொழிற்சாலைகள், பத்திரிகைகள், பாராளுமன்றம், தேர்தல், அரசியல் என்கிற நவீனங்களை அவர் மேலைக் கலாச்சாரத்தின் சாராம்சமாகப் பார்க்கவில்லை. இவற்றை வெறுமனே அவர் 'நவீன கலாச்சார வடிவங்கள்' என்றே குறிப்பிட்டார். இந்தியாவை ஆள்வது பிரிட்டிஷ் மக்களல்ல. இந்த நவீனக் கலாச்சாரம்தான் என்பது அவரது நான்காவது கூற்றாக அமைந்தது. இந்த நவீனக் கலாச்சாரத்திலிருந்து விடுதலை செய்யப்பட வேண்டியவர்கள் இந்திய மக்கள் மட்டுமல்ல, மாறாக மேலை நாட்டு மக்களும்தான். இவ்வாறு விடுதலைக்கான காந்தியின் திட்டம் தேச எல்லைகளைக் கடந்ததாக இருந்தது. எனவே பிரிட்டிஷ் ஆட்சியை ஒழித்துவிட்டு அந்த இடத்தில் அதே நவீன அடிப்படைகளோடு ஒரு இந்திய ஆட்சியை அமைத்தால் எந்தப் பயனும் வராது என அழுத்தந்திருத்தமாகக் கூறினார். வேண்டுமானால் இங்கிருந்து சுரண்டிச் செல்லப்படும் பொருளில் ஒரு பகுதி இதன்மூலம் மிச்சமாகலாம். ஆனால் இன்றைய வீழ்ச்சியும் மக்களின் தாழ்ச்சியும் தொடரவே செய்யும். புதிதாகப் புகுத்தப்பட்ட மருத்துவ முறை, நீதிமுறை, தேர்தல் முறை எல்லாமே இம்மக்கள் மேலும் மேலும் தாழ்ச்சியுற மட்டுமே பயன்படும்.

இதன் பொருள் இந்த நவீனங்கள் எல்லாவற்றையும் தூக்கி எறிந்துவிட்டு பழைய இருண்ட கற்காலத்திற்குத் திரும்புவதல்ல. அப்படியான பொருளில் இந்த நூலைப் படிக்கலாகாது என்கிற எச்சரிக்கையையும் அவர் செய்துள்ளதை நாம் மறந்துவிடலாகாது. ரயில், தந்தி முதலியவற்றை எல்லாம் அதிக அளவில் பயன்படுத்தியவர் காந்தி. அவரது கூட்டங்களில் தான் இந்தியாவில் முதன் முதலில் மைக்குகள் பயன்படுத்தப் பட்டன எனச் சொல்கின்றனர். ஒரு குறிப்பிட்ட அளவு 'சுகங்கள்' மனிதர்க்குத் தேவை என்பதை அவர் மறுக்கவில்லை. ஆனால் ஒரு எல்லைக்கு மேல் போகும்போது இவை உதவி என்பதைக் காட்டிலும் தடையாக மாறிவிடுகின்றன.

பிரிட்டிஷ் ஆட்சியின் வருகை, அதனூடாக இங்கு மேற்கொள்ளப்பட்ட சுரண்டல், இதன் விளைவாக இங்கு உருவாக்கப்பட்ட பட்டினி, பஞ்சம், வறுமை எல்லாவற்றையும் மிக விரிவாகவும், அழுத்தமாகவும் பதிவு செய்ய அவர் தயங்கவில்லை . அவர் கண்கலங்க வாசித்த நூல்களில் ஒன்று ரொமேஷ் சந்திர தத்

எழுதிய 'பிரிட்டிஷ் ஆட்சியில் இந்தியப் பொருளாதார வரலாறு'. பார்த்தா சட்டர்ஜி சொல்வது போல பங்கிம் சந்திரர் போன்ற மேட்டிமைத் தேசிய வாதிகளும் கூட இவற்றை விமர்சித்தபோதும் இந்தக் கொடுமைகளுக்கு காரணமாக அவர்கள் சுட்டிக் காட்டியது மேலும் மேலும் தேசங்களை அடிமையாக்கும் பிரிட்டிஷாரின் தேசிய வெறியைத்தான்.

ஆனால், காந்தி சுட்டிக் காட்டுகிற காரணம் ஒரு வகையில் மார்க்சியர்களுக்கு மிகவும் நெருக்கமான ஒன்று. மேலைச் சமூகம் ஏற்றுக் கொண்ட நவீன சமூக உற்பத்தி முறையே ஏகாதிபத்தியச் சீரழிவுக்கெல்லாம் காரணம் என்றார் காந்தி. மேலும் மேலும் உற்பத்தியைப் பெருக்குதல், மேலும் மேலும் நுகர்வை அதிகரித்தல், இரக்கமற்ற சந்தைப் போட்டி ஆகியனவே இந்நாடுகளைக் காலனிகளை வென்று அடிமையாக்குவதற்கு இட்டுச் சென்றன. இந்நாடுகளில் பணம் எப்படி கடவுளின் இடத்தைக் கைப்பற்றியது என காந்தி விவரிப்பதை ஹிந்த் சுவராஜில் காண்க.

முதலாளியம் மற்றும் ஏகாதிபத்தியம், காலனியம் ஆகியன குறித்த காந்தியின் விமர்சனம் இத்தகைய சமூக உற்பத்தி முறையை விமர்சிப்பதோடு முடியவில்லை. மாறாக, இத்துடன் இணைந்து பிறப்பெடுத்த சிவில் சமூகத்தையும் அவர் விமர்சித்தார். இந்த நவீன உற்பத்தி முறையின் ஓரங்கமாக இருந்த அரசியல் நிறுவனங்கள், மருத்துவம் மற்றும் நீதிமுறை எல்லாவற்றையும் கடும் விமர்சனங்களுக்குள்ளாக்கினார். பாராளுமன்றத்தை மலடி எனவும் விபச்சாரி எனவும் அவர் வரையறுத்ததை நாம் பெண்ணியப் பார்வையிலிருந்து விமர்சித்தபோதும் பாராளுமன்றத்தைப் பன்றித் தொழுவம்' என லெனின் கூறியதற்கு நிகராக காந்தி வருவதை நாம் புறக்கணித்துவிட முடியாது. தேர்ந்தெடுக்கப்படும் மக்கள் பிரதிநிதிகள் எவ்வாறு மக்களின் மீதே அதிகாரம் செலுத்துபவர்களாக மாற நேர்கிறது என்பதையும் அவர் சுட்டிக்காட்டத் தயங்கவில்லை. வழக்குரைஞர்களைப் பொய்யர்கள் என்றார். அவர்கள் வழக்குகளைத் தீர்ப்பதற்குப் பதிலாக உருவாக்குகிறார்கள் என்றார். மருத்துவமனைகளைப் பிசாசின் கருவிகள் என்றார்.

ஆக, சுயாட்சி என்பது இவை அனைத்தையும் அப்படியே வைத்துக் கொண்டு பிரிட்டிஷாரை மட்டும் ஓட்டிவிடுவதல்ல. சுயாட்சி என்பது சுயத்தை ஆள்வது. இவற்றின் மீதான விருப்புகளிலிருந்து உன்னை நீ காத்துக் கொள்வது. எந்திரங்களின் அடிப்படையிலான

நவீன சமூக உற்பத்தி முறையின் தீமைகளைச் சொல்வதில் மார்க்சியமும் காந்தியமும் அருகருகே வந்தபோதும் இவை இரண்டும் வைத்த தீர்வுகள் முற்றிலும் எதிர் எதிரானவையாக இருந்தன. காந்தியின் தீர்வு எந்திரங்களைத் துறப்பதாக இருந்தது. மார்க்சீயம் முன்வைத்த தீர்வு எந்திரங்களைச் சமூகமயமாக்குவதாக இருந்தது. ஒரு நூறாண்டு காலம் பின்னோக்கித் திரும்பிப் பார்க்கும் போது இரண்டுமே அவை முன் வைத்த திட்டங்களை நிறைவேற்ற இயலாமல் பின்னடைந்துள்ளதை நாம் காண முடிகிறது. சற்று முன் குறிப்பிட்டது போல காந்தி தனது வாழ்நாளிலேயே முற்றிலுமாக எந்திரங்களைத் துறந்து வாழ்ந்துவிட இயலவில்லை.

> “ஹிந்த் ஸ்வராஜில் நான் முன்வைத்த கொள்கைகளை என்னால் முழுமையாக நடைமுறைப்படுத்த இயலவில்லை. எனினும் அவை நடைமுறைக்குச் சாத்தியமற்றவை என ஒதுக்கிவிட இயலாது. அதற்காக என்னை நான் மன்னித்துக் கொள்ளவும் தயாராக இல்லை. என் குறைகளை நான் ஒப்புக் கொள்கிறேன்.”

எனப் பதினேழு ஆண்டுகளுக்குப் பின் அவர் வாக்குமூலம் அளித்தார்.

இந்த ஒப்புதல் வாக்குமூலம் எந்திரங்களை அவர் பயன்படுத்த நேர்ந்தது தொடர்பானது மட்டுமல்ல. சத்தியாக்கிரகம், அஹிம்சை, அரசற்ற நிலை முதலான அவரது வழிமுறைகள் பலவும் நடைமுறை அரசியல் செயற்பாடுகளில் பல்வேறு சமரசங்களுக்கு ஆட்பட நேர்ந்தது குறித்துதான். என்ன செய்வது தனது குருமார்களான ரஸ்கின், டால்ஸ்டாய் போல ஒரு தத்துவவாதியாக மட்டுமே வாழ்ந்து மடிகிற சொகுசு காந்திக்கு வாய்க்கவில்லைதானே. களத்தில் நின்று கோடிக்கணக்கான மக்களைத் திரட்டி தனது கோட்பாடுகளை நடைமுறையோடு இணைக்க வேண்டிய நிர்ப்பந்தத்தை எதிர்கொள்ள வேண்டியவராக அல்லவா அவர் இருந்தார். ஒருமுறை அவர் சொன்னார்:

> “ஒரு லட்சிய சமூகத்தில் அரசதிகாரம் இருக்குமா, இல்லை அது ஒரு அரசற்ற சமூகமாக இருக்குமா? இது ஒரு பயனற்ற கேள்வி என நான் நினைக்கிறேன். ’நேர்க்கோடு’ என்பதைக் கணிதவியலாளர் யூக்லிட், ’நீளம் மட்டுமே உள்ள அகலப் பரிமாணமற்ற ஒரு கோடு’ என வரையறுத்தார். ஆனால் அப்படியான ஒரு அகலமற்ற கோட்டை வரைவதில் யாரும்

> இதுவரை வெற்றி பெறவில்லை. ஆனாலும் வடிவ கணிதத்தில் இந்த உண்மையின் அடிப்படையில்தான் நாம் மேலே சென்று கொண்டிருக்கிறோம். எல்லா லட்சியங்களுக்கும் இது பொருந்தும்”

தனது கொள்கைகளுக்கும் நடைமுறைச் சாத்தியத்திற்குமான சிக்கலான உறவு குறித்த காந்தியின் விளக்கம் இது.

காந்தியை மன்னிப்பதோ, காப்பாற்றுவதோ நம் நோக்கமில்லை. எந்திரங்களைத் துறப்பது என்கிற அம்சத்தை அவரது வேறு பல லட்சியங்களைப் போலவே அவரால் நிறைவேற்ற இயலவில்லை என்பதை நாம் ஏற்றுக்கொள்வோம். ஆனால் மார்க்சியம் எந்திரங் களைச் சமூகமயமாக்குவது என்கிற தனது கொள்கையில் அது எதிர்பார்த்த வெற்றியை அடைந்ததா? லெனின் தலைமையில் அமைந்த சோவியத் யூனியனில் தனிச் சொத்துரிமை ஒழிக்கப்பட்டது. தொழிற்சாலைகள் அனைத்தும் தேசியமயமாக்கப்பட்டன. நிலவுடைமை முறை ஒழிக்கப்பட்டு கூட்டுப் பண்ணைகள் உருவாக்கப் பட்டன. சமூகமயமாக்கல் வெற்றிகரமாக நிறைவேற்றப்பட்டது. ஆனால் என்ன நடந்தது? ஒரு முதலாளியச் சமூகத்திற்கு எள்ளளவும் குறையாத அதிகாரத்துவ சமூகமாக அது மாறியது எப்படி? இந்தியா போன்ற நாடுகளிலிருந்த 'ஹேபியஸ் கார்பஸ்' போன்ற அடிப்படை மனித உரிமைகளும் கூட அங்கு பறிக்கப்பட்டது எங்ஙனம்? அரசு உதிரும் என லெனின் எதிர்பார்த்ததற்கு மாறாக அரசு மேலும் இறுக்கம் பெற்ற ஒரு சமூகமாக அது எவ்வாறு மாறியது? சொந்த மக்களாலேயே வெறுக்கப்பட்டு சோஷலிச அரசுகள் தூக்கி எறியப் பட்டதை நாம் எப்படி விளக்கப் போகிறோம்?

இப்படியான ஒரு ஒப்பீட்டின் மூலம் மார்க்சியத்தைக் காட்டிலும் காந்தியம் இன்றைய பிரச்சினைக்கு வழிகாட்ட வல்லது என நிறுவ முயல்வது என் நோக்கமென யாரும் கருதி விட வேண்டாம். காந்தியம் மார்க்சியத்தைப் போலவே நடைமுறையில் தோல்வி கண்டதை நாம் ஏற்கனவே பார்த்தாயிற்று. இந்த இரண்டிற்கிடையில் அல்லது ஒன்றின் வெளிச்சத்தில் இன்னொன்றைப் பார்க்க ஏதும் சாத்தியமுண்டா? காந்தி ஒருமுறை சொன்னார்:

> “பண்டித நேரு தொழில் மயமாக்கலை விரும்புகிறார். தொழில்களை சமூகமயமாக்கிவிட்டால் முதலாளித்துவத்தின் தீமைகளி லிருந்து தப்பிவிடலாம் என அவர் நம்புகிறார்.

> எனது கருத்து என்னவெனில் தீமைகள் தொழில்மயத்தில் உள்ளார்ந்து நிறைந்துள்ளன. சமூகமயமாக்கலின் மூலம் இவற்றைப் போக்கிவிட இயலாது."

சோஷலிசக் கட்டுமானத்தில் ஏற்பட்ட பிழை இதுதான். வெறுமனே சமூக மயமாக்கலின் மூலமாகவே எல்லாவற்றையும் சாதித்துவிட முடியும் என அங்கே நம்பப்பட்டது. அதாவது உள்ளடக்கத்தை மாற்றுவது. வடிவத்தை அப்படியே வைத்துக் கொள்வது. சோவியத் + மின்சாரம் = சோஷலிசம் என லெனின் ஒருமுறை கூறினார். முதலாளித்துவ வடிவிலான கல்வி, மருத்துவம், அரசு, காவல்துறை, நீதி நிர்வாகம் எல்லாவற்றையும் அப்படியே வைத்துக் கொண்டு உடைமையாளர்களையும் ஆட்சியாளர்களையும் மட்டும் மாற்றினால் போதும் என கம்யூனிஸ்டுகள் நம்பினார்கள். விளைவு, இந்த வடிவங்கள் உள்ளடக்கத்தின் பண்பையே மாற்றின. கட்சி அதிகாரத்தில் இருந்தவர்கள் புதிய முதலாளிகளாகவும் பண்ணையார்களாகவும் அதிகாரிகளாகவும் மாறினார்கள். விளைவை நாமறிவோம்.

காந்தி ஒரு வகையில் இதை ஊகித்துச் சொன்னார். பிரிட்டிஷாரை மட்டும் வெளியற்றி விட்டு இந்த நவீன சமூக உற்பத்தியையும் சிவில் சமூகத்தையும் அப்படியே வைத்துக் கொண்டால் நீங்கள் விரும்பும் 'ஹிந்துஸ்தானாக' அது இராது. மாறாக, அது ஒரு 'இங்கிலீஷ்தானோகவே' இருக்கும் என மேட்டிமைத் தேசியவாதிகளை நோக்கிச் சொன்னார். பிரிட்டிஷ் தேசிய வெறிக்கெதிராக இந்திய தேசிய வெறி பயன்படாது என்றார். தேசியத்திற்கு அப்பாற்பட்ட வழிமுறைகளைப் பேசினார்.

'இத்தாலியும் இந்தியாவும்' என்கிற தலைப்பிலமைந்த ஹிந்த் ஸ்வராஜின் 15ம் அத்தியாயத்தை வாசித்துப்பாருங்கள். அன்றைய மேட்டிமைத் தேசியவாதிகளுக்கு இத்தாலிய தேசியம் ஒரு லட்சிய மாதிரியாக இருந்தது. இத்தாலிய தேசியவாதிகளான மாஸினி, கரிபால்டி போன்றோர் இங்கே திருஉருக்களாகப் போற்றப்பட்டனர். ஆர்.எஸ்.எஸ். நிறுவனங்களில் ஒருவரான டாக்டர் மூஞ்சே இத்தாலி சென்று முசோலினியைச் சந்தித்து வந்ததும், முஸோலினியின் பாசிச அறிக்கை இந்தியாவில் மொழிபெயர்த்து வெளியிடப்பட்டதும் இங்கே குறிப்பிடத்தக்கது. 'யௌவன இத்தாலி' என பாரதியார் கொஞ்சியதையும் 'மாஜினியின் பிரதிக்ஞை'யை' அவர் கவிதையாக்கியதையும் நாம் மறந்துவிட இயலாது.

வன்முறையை வழிமுறையாகக் கொண்ட ஒரு தேசியப் போராளியாக மாஸினியை சாவர்க்கரும் மற்றவர்களும் முன்னிலைப் படுத்திக் கொண்டிருந்த சூழலில் அவரை ஒரு அஹிம்சைச் சீர்திருத்தவாதியாகக் காந்தி இந்த அத்தியாயத்தில் முன் நிறுத்துகிறார். வாசிப்புச் சுதந்திரத்தை உச்சபட்சமாகப் பயன்படுத்திக் கொண்டவர் காந்தி என முன்பொரு முறை நான் எழுதியுள்ளேன். மேட்டிமைத் தேசியவாதிகள் அனைவரும் போட்டி போட்டுக் கொண்டு பகவத் கீதையை ஒரு கர்ம சாஸ்திரமாக அதாவது உன்னத லட்சியத்திற்காகப் பலன் கருதாமல் உயிரைத் தியாகம் செய்யத் தூண்டும் நூலாக உரை எழுதிக் கொண்டிருந்த சூழலில், அதை அஹிம்சையைப் போதிக்கும் ஒரு நூலாக முன்னிலைப்படுத்தி உரை எழுதியவர் காந்தி. தனது நோக்கத்தை நிறைவேற்றும் பொருட்டு மூலப் பிரதியில் ஒரு சில திருத்தம் செய்ய நேர்ந்ததாகவும் வெளிப்படையாக அவர் கூறியிருப்பார்.

இத்தாலியையும், மாஸினியையும் பற்றிச் சொல்லி வருகையில் கரிபால்டியுடன் மாஸினியை ஒப்பிடுவார் காந்தி.

> "வன்முறையை வழிமுறையாக ஏற்ற கரிபால்டியின் அணுகல் முறையால் இத்தாலியத் தொழிலாளி வர்க்கம் எந்தப் பயனையும் அடையவில்லை. வெறுமனே ஆஸ்திரியாவின் ஆதிக்கத்திலிருந்து இத்தாலியை விடுவித்து இத்தாலிய அரசன் ஒருவனை அந்த இடத்தில் அமர்த்தி விடுவதன் மூலம் பிரச்சினையைத் தீர்க்க இயலாது. சுயாட்சி என்பதன் பொருள் உள்ளூர் அரசன் ஒருவனிடம் ஆட்சியை ஒப்படைப்பது அல்ல. இந்திய அரசர்களின் கீழ் எத்தனை கொடுமைகளை நம் மக்கள் அனுபவித்து இருப்பார்கள்? "இந்திய அரசர்களின் கீழ் என் மக்கள் ஒடுக்கப்படுவதை தேசபக்தியின் பெயரால் என்னால் ஆதரிக்க இயலாது. என்னிடம் அதிகாரம் இருந்தால் ஆங்கிலேய ஆட்சியாளர்களுடையதைப் போலவே இந்திய ஆட்சியாளர்களின் கொடுங்கோன்மையையும் எதிர்ப்பேன். தேசபக்தி என்பதன் மூலம் அனைத்து மக்களின் நலத்தையே நான் அர்த்தப்படுத்துகிறேன். ஆங்கிலேயர்களே இதைச் சாதிப்பார்களாயின் அவர்களுக்கு நான் தலை வணங்குவேன்"

என்பார் காந்தி.

ஒவ்வொரு ஆங்கிலேயனும் நம்முடைய எதிரி. வெள்ளையர்கள்

ஒவ்வொருவரும் அழித்தொழிக்கப்பட வேண்டியவர்கள். இத்தகைய வன்முறைச் செயல்பாடுகளே அவர்களை அச்சப்படுத்தும். இவ்வாறு உருவாக்கப்படும் அச்சமே அவர்களை இந்த நாட்டை விட்டுத் துரத்தும். இந்தியர்களை இராணுவமயமாக்க வேண்டும். ஆயுத பலத்தின் மூலம் வலிமைபெற்ற இந்தியாவே அந்நியர்களை விரட்டியடிக்கும் என்கிற தத்துவம் ஒன்றை முன்னிலைப்படுத்தி இங்கே தேசபக்தி கட்டமைக்கப்பட்டுக் கொண்டிருந்த சூழலில் 'தேசபக்தி' குறித்து காந்தி இந்த மாற்று வரையறையை முன்வைத்தது குறிப்பிடத்தக்கது.

வெள்ளையர் என்கிற 'மற்றதை' கட்டமைத்து அதன் மீதான ஒரு வெறுப்பின் அடிப்படையில் கட்டமைக்கப்படும் தேசபக்திக்கு காந்தி எதிராக இருந்தார். அவருடைய அரசியலில் வெறுப்புக்கு இடமில்லை. அவரது சத்தியாகிரகம் என்பதன் பொருள் இதுவே. சத்தியாகிரகம் என்பது எதிர்ப்பின்றி ஓய்ந்திருப்பதல்ல. கிறிஸ்தவத்தின் *Non-Resistance* ம் காந்தியத்தின் *Passive Resistance* ம் வேறுபடும் புள்ளி இதுதான். தன்னுடையதை அவர் 'செறிவான இயக்கம்' *(intense activity)* என்றார் பெருந்திரளான மக்கள் நியாயபூர்வமான கோரிக்கைகளுக்காக உண்மையின் வழியில் நின்று இறுதிவரை போராடுவது. இந்தப் போராட்டத்தில் வெறுப்புக்கு இடமில்லை.

> "ஒரு அரசின் அநீதியான ஆட்சிக்குப் பணியாதிருப்பதன் மூலமும், அதன் மூலம் அது அவிழ்த்துவிடும் அடக்குமுறையை அஞ்சாமல் ஏற்றுக் கொள்வதன் மூலமும் அந்த அநீதியான ஆட்சியிலிருந்து நாம் விடுதலை பெற வேண்டும் எனினும் அந்த ஆட்சியின் மீது தீய எண்ணத்தை நாம் ஏற்படுத்திக் கொள்ளக்கூடாது. அவர்களை ஆட்சியிலிருந்து நீக்குவது கூட நமது நோக்கமில்லை. அநீதியிலிருந்து விடுதலை பெறுவதே நமது நோக்கம்"

என்று சத்தியாகிரக யுத்தத்திற்கு காந்தி விளக்கமளிப்பது குறிப்பிடத்தக்கது.

அநீதியான ஒரு அரசின் சட்டங்களை மீறுவது மக்களின் உரிமை. எனினும் சட்ட மீறல் என்பது வன்முறை வழியில் அமைய வேண்டியதில்லை. சட்டபூர்வமான போராட்டங்கள் என்பன அமைதி வழியிலானவை எனவும் சட்டபூர்வமற்ற போராட்டங்கள் வன்முறை வழியிலேயே அமையும் எனவும் உலகம் கருதிக் கொண்டிருந்த

ஒரு காலகட்டத்தில் சட்டபூர்வமற்ற போராட்டங்களை அமைதி வழியில் நடத்த முடியும், அதுவே சத்தியாகிரகம் என நிறுவியவர் காந்தி. இத்தகைய வழிமுறையின் மூலமாகவே தேசிய இயக்கத்தைப் பரவலாக்க முடியும் எனக் கண்டவர் காந்தி. இந்த உடலை ஒரு பொருட்டாக மதியாமல் உயிரைப் பணயம் வைத்துக் களத்தில் சாகத் தயாரான முன்னோடித் தேச பக்தர்களடங்கிய ஒரு தேசிய இயக்கத்தை இங்கிருந்த மேட்டிமைத் தேசியவாதிகள் உருவாக்கியிருந்த சூழலில் காந்தி முன்வைத்த மாற்று அரசியல் என்பது வெறும் அற அடிப்படையிலான தத்துவ நோக்கின் பாற்பட்டது மட்டுமல்ல, மாறாக, அதுவே நடைமுறைச் சாத்தியமானதாகவும் கூட அமைந்தது.

> "அழித்தொழிப்பின் மூலமான விடுதலை என்பது கோழைத்தனம். கொலைகளின் மூலம் நீங்கள் யாரை விடுதலை செய்யப் போகிறீர்கள்? இந்தியாவிலுள்ள கோடானு கோடி மக்கள் அதை விரும்பவில்லை."

என்று சொல்லும்போது (அத் 15) பெருந்திரளான மக்களைப் போராட்டத்தில் இணைப்பதற்கான ஒரு தந்திரோபாயமாகவும் வன்முறையற்ற வழிமுறையை காந்தி தேர்வு செய்தது நமக்கு விளங்குகிறது.

எனது நோக்கம் அநீதியற்ற ஒரு ஆட்சியை உருவாக்குவதே அதைச் சாத்தியமாக்கினால் அந்நியர்கள் கூட இந்த நாட்டை ஆண்டுவிட்டுப் போகட்டும் என்று சொல்லக்கூடிய திராணியும் நெஞ்சுரமும் காந்திக்கு இருந்தது. "ஆயிரம் உண்டிங்கு சாதி எனில் அந்நியர் வந்து புகலென்ன நீதி" என்கிற குரலுக்கு இது முற்றிலும் எதிராக இருந்தது. தேசபக்தி என்பது மக்களை நேசிப்பது. அது நாட்டையோ, திருஉருக்களையோ, அடையாளங்களையோ நேசிப்பது அல்ல. அவற்றின் அடிப்படையில் மற்றவற்றை வெறுப்பதுமல்ல. சத்தியாகிரகம் என்பதன் மூலம் காந்தி அநீதிக்கு எதிராக மனித உடலை அதன் உச்சபட்சப் பயன்பாட்டிற்குக் கொண்டு சென்றார். ஒரு தற்கொலைப் படையாக அமைந்து உடலைத் தியாகம் செய்வதைக் காட்டிலும் இது கூடுதல் விளைவை சாத்தியமாக்கியது.

'சுயாட்சி' என்கிற கருத்தாக்கத்தைப் பன்முகப் பொருள்களுடன் பயன்படுத்தினார் காந்தி. சுயத்தை ஆட்சி செய்வதன் மூலமே அரசற்ற நிலையை உருவாக்க முடியும் என அவர் கருதினார். அரசற்ற நிலை உடனடி சாத்தியமில்லாதபோதும் அதை நோக்கிய

நகர்ச்சி இருக்க வேண்டும் என விரும்பினார். *enlightened anarchy* (ஒளிபெற்ற அரசவிழ்ப்புநிலை) என்கிற கருத்தாக்கத்தையும் இந்த நோக்கில் அவர் உருவாக்கினார்.

காந்தியின் சிந்தனை ரொம்பவும் ஒருங்கிணைக்கப்பட்ட ஒன்று. ஏராளமான முரண்கள் ஆங்காங்கு மேல் தோற்றத்தில் வெளிப்பட்ட போதும் அடி நாதமாக ஒருங்கிணைக்கும் இழை ஒன்று ஊடுபாய்ந்து கொண்டு இருக்கும். குறிப்பான ஒரு அரசியல் சூழலில் அவர் மேற்கொள்ளும் எந்த ஒரு நடவடிக்கையும் இந்த அரசியலுக்கு அப்பாற்பட்ட அவரது அடிப்படையான தத்துவ நோக்குடன் தொடர்புடையதாகவே அமையும்.

ஹிந்த் ஸ்வராஜ் வெறும் 60 பக்கங்களே உள்ள ஒரு சிறு நூல்தான். அவசியம் படித்துப் பாருங்கள். அதன் மேற்தோற்றத்தில் வெளிப்படும் அப்பாவித்தனத்தில் ஏமாறாமல் வாசித்துப் பாருங்கள். ரொம்பவும் கூடுதலான மதிப்பளித்து இன்றைய நமது பிரச்சினைகளுக்கெல்லாம் அதில் தீர்விருப்பதாக எண்ணிப் பயில வேண்டிய அவசியமில்லை என்கிற அதே நேரத்தில், அதை ரொம்பவும் குறைத்து மதிப்பிட்டு விடவும் வேண்டியதில்லை.

மார்ச், 2010

என்ன நடக்குது இலங்கையில் –1

ஒரு துயரப் பயணம்

இலங்கையைக் கிட்டத்தட்ட முழுமையாகச் சுற்றிப் பார்த்துப் பல தரப்பினரையும் சந்தித்து உரையாடும் வாய்ப்பு ஒன்று எனக்குச் சென்ற மாதம் கிட்டியது. வடகிழக்கே திரிகோணமலை, தெற்கே காலி மற்றும் அம்பாந்தோட்டம் முதலான பகுதிகள் தவிர பிற எல்லா இடங்களுக்கும் சென்று வந்தேன். இறுதி யுத்தம் நடைபெற்ற முள்ளி வாய்க்கால் முதலான பகுதிகளுக்கு நேரடியாகச் செல்ல இயலாவிட்டா லும் கிளிநொச்சி, முல்லைத்தீவு முதலான பகுதிகளில் போர் ஏற்படுத்தியிருந்த அழிவுகள் பேருந்தில் செல்லும்போதே பார்க்கக்கூடியனவாக இருந்தன. யாழ்ப்பாணத்தை முழுமையாகச் சுற்றிப் பார்க்க முடிந்தது. கோப்பாய், மாணிப்பாய், நிச்சாமம், சங்கானை, பண்டத் தரிப்பு முதலான கிராமங்களுக்கும் செல்ல முடிந்தது. வன்னியில் செட்டிகுளத்திலுள்ள 'மெனிக்பார்ம்' முள்வேலி முகாம்களை வெளியிலிருந்துதான் பார்க்க முடிந்தது என்றாலும் உள்ளே இருப்பவர்கள் சிலரைச் சந்தித்து விரிவாகப் பேச வாய்ப்புக் கிடைத்தது.

கிழக்கு மாகாணத்தில் மட்டக்களப்பு தவிர காத்தான்குடி. அக்கரைப்பற்று முதலான முஸ்லிம் கிராமங்களையும் அம்பாறை மாவட்டத்தில் சிங்களக் குடியேற்றம் நடைபெறும் தீகவாபி முதலான பகுதிகளையும் பார்க்க முடிந்தது. மலையகத்தில் ஹட்டனில் ஒன்றரை நாள் தங்கியிருந்தேன். கொட்டகலாவில் ஆசிரியர் பயிற்சிப் பள்ளி ஒன்றிற்கும் மலையகக் குழந்தைகள் பயிலும் தமிழ்

மகாவித்யாலயம் ஒன்றிற்கும் சென்று அங்கு பயில்பவர்களுடன் உரையாடவும் உரையாற்றவும் முடிந்தது. நோர்வுட்டில் இருந்த தோட்டத் தொழிலாளர் குடியிருப்புகளிலும் (லயம் வீடுகள்) சில மணி நேரங்கள் தங்கி அவர்களின் அவல வாழ்க்கையை நேரில் பார்த்தேன்.

தலைநகர் கொழும்பில் நான்கு நாட்கள் தங்கியிருந்தேன். அதில் இரண்டு நாட்கள் கொழும்பிலிருந்து கீழாக மேற்குக் கடற்கரை ஓரமாக களுத்துறை வழியாகப் பேருவளை வரை ஒருநாளும் கொழும்பிலிருந்து மேலாக நீர்க்கொழும்பு, சிலாபம் வழியாக புத்தளம் வரை இன்னொரு நாளும் சென்று வந்தேன். களுத்துறை சிங்கள இன உணர்வுமிக்க ஒரு பகுதி. ரத்தின வணிகத்திற்குப் பெயர்பெற்ற பேருவளை முஸ்லிம்கள் நிறைந்த பகுதி. அங்கு ஜாமியா நளீமியா என்னும் புகழ்பெற்ற முஸ்லிம் கல்வி நிறுவனம் ஒன்றில் மாணவர்களைச் சந்திக்கவும் உரையாற்றவும் முடிந்தது. புத்தளத்திலும் அருகில் கல்பிட்டி செல்லும் வழியில் ஆலங்குடாவிலுள்ள மிகப்பெரிய அகதி முகாமையும் பார்த்தேன். ஒரு சிலரின் கண்ணீர்க் கதைகளையும் கேட்க முடிந்தது. அகதி முஸ்லிம்களின் குழந்தைகள் பயிலும் முஸ்லிம் மகா வித்யாலயம் ஒன்றிற்கும் சென்றேன்.

மட்டக்களப்பிலிருந்து பொலனறுவை வழியாக கொழும்பு வரும்போது கண்டியில் ஒருநாள் தங்கினேன். பேராசிரிய நண்பர்கள். மௌனகுரு, நுஃமான், சித்திரலேகா, துரை மனோகரன், அய்யூப் முதலானோர் கிழக்குப் பல்கலைக்கழகம், பேராதனைப் பல்கலைக் கழகம் மற்றும் தென்கிழக்குப் பல்கலைக்கழகம் ஆகியவற்றில் கருத்தரங்குகள் ஏற்பாடு செய்திருந்தனர். யாழ் பல்கலைக்கழகத் தமிழ்த்துறையில் பேசுவதற்கு அழைக்கப்பட்டபோதும் எனது நேர நெருக்கடியால் கலந்து கொள்ள இயலவில்லை. முதலில் அவர்களுக்குக் கொஞ்சம் தயக்கமிருந்தது. பின்னர் துணைவேந்தர் சண்முகலிங்கம் அவர்களே தலையிட்டு என்னை அழைத்தபோது நான் வன்னிக்குச் செல்ல இருந்ததால் கலந்து கொள்ள இயலவில்லை. எனினும் வன்னியிலுள்ள யாழ் பல்கலைக்கழக வளாகத்தில் பேராசிரியர் கலாநிதி சிரீகணேசன் ஒரு கலந்துரையாடலை ஏற்பாடு செய்திருந்தார். முக்கிய தமிழ் நாளிதழ்களில் ஒன்றான 'தினக்குரல்' ஆசிரியர் தனபாலசிங்கத்துடன் விரிவாகப் பல மணி நேரங்கள் உரையாட முடிந்தது. கெலனிய பல்கலைக்கழகத்தைச் சேர்ந்த ஜயந்த செனவிரத்னே, தயா எதிரிசிங்கே முதலான சிங்களப்

பேராசிரியர்களையும் சந்தித்துப் பேச முடிந்தது. கல்வித்துறையில் பணியாற்றும் லெனின் மதிவானம், காண்டீபன், ஹெலன், கோப்பாய் ஆசிரியர் பயிற்சிக்கல்லூரி அதிபர் யோகநாதன், பேராசிரியர் தனபாலன், இஸ்லாமியவியல் அறிஞர் கலாநிதி எம்.ஏ.எம். சுக்ரி, அகார் அகமது, பத்திரிகையாளர்கள் நிலாம், சிராஜ் மசூர், பழம்பெரும் எழுத்தாளர்கள் தெணியான், செங்கை ஆழியான், டொமினிக் ஜீவா, அந்தனி ஜீவா, மேமன்கவி, மு.பஷீர், திக்குவலை கமால், இளம் எழுத்தாளர்கள் உமா வரதராசன், மலர்ச்செல்வன், ‘அம்பலம்’ மற்றும் ‘பெருவெளி’ ஆசிரியர் குழுவினர், பெண்ணியா, அனார் முதலான இளம் பெண் கவிஞர்கள் எனப் பலரையும் சந்தித்துப் பேசியது இன்று தமிழ் பேசும் மக்கள் எதிர்கொள்ளும் பிரச்சினைகளை அதன் முழுச் சிக்கல்களுடனும் புரிந்துகொள்ள உதவியது.

கொழும்பிலிருந்து இயங்கும் ‘மார்க்கஸ் சலாமா’ என்கிற முஸ்லிம் மத அமைப்பு ஒன்று நபிகள் நாயகத்தின் பிறந்தநாளை ஒட்டி ஏற்பாடு செய்திருந்த மதங்களுக்கிடையேயான உரையாடல் நிகழ்ச்சி ஒன்றில் கலந்துகொள்வதற்காக என்னை அழைத்திருந்தனர். தத்துவவியல் பேராசிரியரும், பவுத்தருமான தயா எதிரிசிங்கே, ஜாமியா நளீமியாவின் இயக்குநர் கலாநிதி எம்.ஏ.எம். சுக்ரி ஆகியோரோடு நானும் அக்கருத்தரங்கில் பேசினேன். அடிப்படையில் ஒரு இறைநம்பிக்கையற்ற மார்க்சியக் கருத்துடையவனாயினும் எத்தகைய ஒரு சூழலில் இஸ்லாம் குறித்தும், நபிகள் நாயகம் குறித்தும் நாங்கள் பேச நேர்ந்தது என்பதை விளக்கினேன். ஏசு, புத்தர் உள்ளிட்ட பிற இறைத் தூதர்கள் அல்லது மத நிறுவனர்களிட மிருந்து வேறுபட்ட ஒரு அரசியல் போராளியாகவும் சமகால அரசியலில் செயலூக்கத்துடன் தலையிட்ட ஒருவராகவும் நபிகளை நான் அறிமுகம் செய்ததும், பெரியார் ஈ.வெ.ரா அவர்கள் இஸ்லாம் குறித்தும், நபிகள் குறித்தும் பேசியதையும் நான் விளக்கிய போது அங்கு பலரும் வியப்படைந்தனர். பவுத்தத் துறவிகள், கிறிஸ்தவப் பாதிரியார்கள் உள்ளிட்ட பலரும் கலந்து கொண்ட அக்கருத்தரங்கில் சுமார் ஒரு மணி நேரம் பார்வையாளர்கள் கருத்துரைத்தனர். பலரும் மதங்களுக்கிடையேயான ஒற்றுமைக் கூறுகளை மட்டுமே விதந்தோதிக் கொண்டிருந்தபோது ஒரு சிங்களப் பெண்மணி எழுந்து "ஒற்றுமைகளை வலியுறுத்தும் அதே நேரத்தில் வேறுபாடுகளை மறந்துவிடக் கூடாது” என்றார். நான் அதை ஆமோதித்தேன்.

"மற்றவர்களை அவர்களின் வித்தியாசங் களோடு அங்கீகரித்தல்" என்கிற கருத்துப்பட காந்தியடிகள் கூறியுள்ளதையும் எடுத்துக் காட்டினேன்.

கொழும்பு நகரிலுள்ள முக்கிய அரங்கமொன்றில் அந்நிகழ்வு ஏற்பாடு செய்யப்பட்டிருந்தது. "பண்டாரநாயகா நினைவரங்கம்" எனப்படும் அவ்வரங்கில் டெங்சியோ பிங்கின் பெரிய சிலையொன்று இருந்தது எனக்கு வியப்பளித்தது. விசாரித்தபோது சீன அரசு கட்டிக் கொடுத்த அரங்கம் அது எனச் சொன்னார்கள். இலங்கை உச்சநீதிமன்ற வளாகத்தையும் சீன அரசே கட்டித் தந்துள்ளது. முழுக்க முழுக்க சீனக் கட்டிடக் கலையுடன் அது அமைந்துள்ளது. புத்தளத்திற்கு அருகில் சீன அரசு அமைத்திருந்த அனல்மின் நிலையம் ஒன்றையும் பார்த்தேன். முஸ்லிம் மற்றும் தமிழ்க் கிராமங்களை ஒட்டி அது அமைந்திருந்தது. இரு இனத்தவரும் இணைந்து போராடியும் அதைத் தடுத்து நிறுத்த இயலவில்லை என்றார்கள். ரொம்பவும் பின்தங்கிய அப்பகுதியில் சீன அதிகாரிகளுக்காகக் கட்டப்பட்டிருந்த சொகுசான குடியிருப்பு கண்ணை உறுத்தியது. திருகோணமலைக்கு நான் செல்லவில்லை. சென்றிருந்தால் இதுபோன்ற காட்சிகளை நிறையக் கண்டிருக்க முடியும். இந்தியா அமைக்கும் அனல்மில் நிலையத்தையும் பார்த்திருக்கலாம். சிலாபம் அருகே மிகப்பெரிய நிலப்பகுதி ஒன்று முள்வேலியிட்டு அடைக்கப்பட்டிருந்தது. 'வாய்ஸ் ஆஃப் அமெரிக்கா'வுக்கு ஒதுக்கப்பட்ட பகுதி அது. யாரும் உள்ளே செல்ல இயலாது. தொலைதூரத்திலிருந்து பார்க்கும் போதே ஒலிபரப்புக் கோபுரங்கள் தெரிந்தன.

நான் அழைக்கப்பட்டிருந்த அந்நிகழ்வு இலங்கையில் நான் இறங்கிய இரண்டாம் நாள் முடிந்தது. அதன்பின் என் சொந்த முயற்சியில் நண்பர்களின் உதவியோடு பிற இடங்களுக்குச் சென்று வந்தேன். மலையகம், யாழ்ப்பாணம், வன்னி பகுதிகளுக்கு பேராசிரியர் கலாநிதி ந. நவீந்திரன் ('பாரதியின் மெஞ்ஞானம்' நூலாசிரியர்) அழைத்துச் சென்றார். தென்னிலங்கை விளிம்பில் பேருவளைக்கருகிலுள்ள ஒரு கல்வியியல் கல்லூரியில் பேராசிரியராக இருக்கும் அவர் எனக்காக நான்கு நாட்கள் விடுப்பு எடுத்துக்கொண்டு என்னோடு அலைந்தார். முக்கிய இடதுசாரி சிந்தனையாளரான அவர் எனது ஐயங்கள் பலவற்றிற்கும் விளக்கமளித்து வந்தது மிக்க பயனுடையதாக இருந்தது. கோப்பாய் கல்வியியல் கல்லூரியில் நடைபெற்ற இந்த ஆண்டின் கைலாசபதி நினைவுச் சொற்பொழிவை அவர்

ஆற்றினார். கல்வி அமைச்சகத்தில் பணிபுரியும் மலையகத் தமிழர் முரளீதரன் அதை ஏற்பாடு செய்திருந்தார். நான் அங்கிருந்ததால் என்னையும் பேசச் சொன்னார்கள். தமிழ்ச் சிந்தனையுலகில் கைலாசபதி, சிவத்தம்பி ஆகியோர் ஏற்படுத்திய தாக்கத்தையும் கைலாசபதிக்குப் பிந்தைய ஆண்டுகளில் தமிழாய்வில் ஏற்பட்டுள்ள மாற்றங்களின் பின்னணியில் சங்ககாலம் மற்றும் பக்தி இயக்கம் குறித்த அவரது முடிவுகள் மறுபரிசீலனைக்குக்குள்ளாக்கப்பட வேண்டிய அவசியம் குறித்தும் நான் பேசினேன். போர், தமிழர்களின் எல்லாவற்றையும் அழித்தது போலவே ஆய்வு மற்றும் சிந்தனைத் துறையிலும் ஒரு தேக்கத்தை ஏற்படுத்தியுள்ளதையும் சுட்டிக்காட்டினேன். கைலாசபதி, சிவத்தம்பிக்குப் பிந்தைய அடுத்த தலைமுறையினரான நுஃமான் உள்ளிட்டவர்கள் இன்று அதிகம் எழுதாததையும் குறிப்பிட்டுச் சொல்லத்தக்க ஆய்வுப் பங்களிப்புகள் ஏதும் சமீபத்தில் ஈழத்திலிருந்து வராததையும் குறிப்பிட்டேன். போரின் தொடக்கத்தில் ஆக்க இலக்கிய விகசிப்பில் பெரும் பங்கு கொண்ட கவிஞர்களும் கூட இன்று எழுதுவதை நிறுத்தியுள்ளதையும் தொட்டுக்காட்டினேன். இவற்றினூடாக நம்பிக்கைக் கீற்றுகளை இன்றைய இளந்தலைமுறையில் ஒரு சிலரிடம் காணக்கூடியதாக இருப்பதையும் சொன்னேன். தனது சிறப்புரையில் தேசியம் குறித்த கைலாசபதியின் பார்வையை விரிவாக அலசினார் ரவீந்திரன்.

நிகழ்வில் தமிழ்ச் சிறுகதைகளின் சிங்கள மொழிபெயர்ப்பு நூல் (கொலாவ லஸ்ஜனாய்) ஒன்றும் சிங்களச் சிறுகதைகளின் தமிழ் மொழிபெயர்ப்பு (தீச்சுடர்) ஒன்றும் வெளியிடப்பட்டன. தமிழில் மொழிபெயர்த்த மடூளுகிரிய விஜேரத்ன வன்னிப் பகுதியைச் சேர்ந்த ஒரு சிங்களர். தமிழர், சிங்களர், முஸ்லிம்கள் என மூன்று இனத்தவரும் வசிக்கும் மாகாணம் வன்னி. விஜேரத்ன ஒரு தமிழரைப் போலவே தமிழ் பேசினார். 50க்கும் மேற்பட்ட நூல்களை அவர் மொழியாக்கியுள்ளாராம். இந்நிகழ்வில் பங்குபெற்ற இன்னொருவர் சிங்கள எழுத்தாளர் குணசேன விதான. தமிழர்கள் பிரச்சினையில் மிகுந்த அக்கறையுள்ளவர் எனவும் யாழ்ப்பாண நூலகம் இனவெறியர்களால் எரியூட்டப்பட்ட அடுத்தநாள் ஓடிவந்து எரிந்து கிடந்த நூலகத்தைப் பார்த்துத் தேம்பி அழுதார் எனவும் அவரைப் பற்றி எல்லோரும் சொன்னார்கள். என்னுடைய வணக்கங்களைச் சொல்லி ஒரு புகைப்படம் மட்டும் எடுத்துக்கொண்டேன். விரிவாகப் பேச முடியவில்லை. எல்லாச் சிங்களவர்களும் இப்படியானவர்கள் என நான் வலிந்து சொல்ல வருவதாகக் கருத வேண்டாம்.

மிகப்பெரிய அளவில் இன்று மூன்று இனத்தவரையும் இனவெறி பிரித்து நிறுத்தியுள்ளது. இப்படியானதில் மூன்று இனங்களுக்கும் பங்கிருக்கிறது. குணசேன விதான போன்றவர்கள் மிகச்சிலரே. இவர்களாலும் கூட தேம்பி அழத்தான் முடிகிறதே ஒழிய, வேறு பெரிய தாக்கம் எதையும் சிங்களச் சமூகத்திற்குள் நிகழ்த்திவிட இயலவில்லை .

'ஏ9' சாலை திறக்கப்பட்ட பின் கொழும்பிற்கும் யாழ்ப்பாணத் திற்கும் இடையில் போக்குவரத்து சுமுகமாகியுள்ளது. புத்தளம், அனுராதாபுரம், வவுனியாவரை சாலை மிக நன்றாகவே உள்ளது. வவுனியாவைத் தாண்டியும் கிளிநொச்சிவரை ஓரளவு பரவாயில்லை. யாழ்குடா நாட்டிற்குள்தான் சாலை மோசமாக உள்ளது. வவுனியா வரை இருப்புப்பாதையும் சீராக உள்ளது. யாழ்ப்பாணத்தை நோக்கி இருப்புப் பாதை அமைக்கும் வேலை மும்முரமாக நடைபெறுகிறது. ஏற்கனவே இருந்த இருப்புப்பாதை முற்றிலுமாக அழிக்கப்பட்டுள்ளது. 'பங்கர்கள்' அமைக்க தண்டவாளங்கள் பெயர்த்து எடுத்துச் செல்லப் பட்டதாகக் கூறினர். ஓமந்தையைத் தாண்டிவிட்டால் போரின் அழிவுகள் வெளிப்படையாகத் தெரிகின்றன. அப்படியான ஒரு அழிவை நான் பார்த்ததில்லை . புளியங்குளம் கனகராயன் குளம், மாங்குளம், கொக்குவில், இரணமடு, கிளிநொச்சி, ஆனையிறவு, சாவகச்சேரி, நெல்லியபடி, கொடிகாமம் முதலான பகுதிகளுக்குப் போகும்போதும் வரும்போதும் அதிகாலை நேரத்திலேயே அவற்றைக் கடந்தேன். சாலையின் இருமருங்கிலுமிருந்த எந்தக் கட்டித்திலும் கூரைகள் இல்லை. பெரும் கட்டிடங்களிலிருந்து சிறு வீடுகள் வரை அதே நிலைதான். கிணறுகள் அனைத்தும் தூர்ந்துள்ளன. விவசாய நிலங்கள் பாழ்பட்டுக் கிடக்கின்றன.

சாலையோரமுள்ள பள்ளிக்கட்டிடங்களின் மீது பிளாஸ்டிக் ஷீட்களால் மூடி வகுப்புகள் நடைபெறுகின்றன. உட்கிராமங்களில் இந்த வசதியுமின்றி ஆசிரியர்களும் மாணவர்களும் வெயிலில் அமர்ந்துள்ளனர் என்றார் பாடநூல் வெளியீட்டுத் துறையில் அதிகாரியாக உள்ள மலையகத் தமிழர் லெனின் மதிவானம். மலையகத் தமிழர்களில் விரல்விட்டு எண்ணக்கூடிய மிகச் சிலரே இப்படி நல்ல பொறுப்புகளில் உள்ளனர். பத்து வயதிலிருந்து உங்கள் எழுத்துக்களை நான் படித்து வருகிறேன் என மதிவானம் சொன்னபோது என் நெஞ்சு நெகிழ்ந்தது. எனினும் அவர் பின் நவீனம் குறித்த எனது கருத்துக்களை ஏற்பதில்லை.

வீடுகளில் அஸ்திவாரம் தவிர மற்ற அனைத்தும் எடுத்துச் செல்லப் பட்டுள்ளன. வீட்டுக் கூரைகளை ஓடுகளால் வேய்வதே அங்கு பெரிதும் வழக்கமாக உள்ளதால் போகிற இடங்களில் பயன்படும் என ஒருசிலர் கூரைகளை எடுத்துச் சென்றுள்ளனர். பெரிய அளவில் இராணுவம் அள்ளிச் சென்றதாக, எல்லோரும் கூறினர். கூரைகள், கதவுகள் முதலானவற்றை இராணுவத்தினர் எடுத்துச் சென்று சிங்களப் பகுதிகளில் விற்பதாகவும் கூறினர். நிவாரணமாக வந்திருந்த ஆடைகளை விநியோகிக்கும் இராணுவத்தினர் அவற்றில் நல்லவற்றை எடுத்துப் பிரித்துக் கொண்ட காட்சி ஒன்றை ஒரு தமிழ் அதிகாரி குறிப்பிட்டார்.

பணி முடிந்து இரவு நேரத்தில் தங்கும் விடுதியில் உட்கார்ந்து மது அருந்தத் தொடங்கிய போது அது நிகழ்ந்திருக்கிறது. இலங்கையில் தென்னங்கள்ளில் வடித்தெடுக்கும் சாராயம் பிரசித்தம். சிங்களச் சிற்றூழியர் ஒருவர் ஒரு மூட்டையைக் கொண்டுவந்து மேசை மீது வைத்துவிட்டுச் சென்றுள்ளார். அதைப் பிரித்து உள்ளே உள்ள ஆடைகளை நான்கு கூறுகளாகப் பிரித்துள்ளனர். நிவாரணப் பொருட்களைக் கொண்டு சென்றிருந்த தமிழ் அதிகாரிக்கு என்ன நடக்கிறதென்று தெரியவில்லை. சிற்றூழியர் அறைக்கு வெளியே ஒரு மதுப்புட்டியைத் திறந்து குடித்துக் கொண்டிருந்துள்ளார். அவரை அழைத்து பிரித்து வைத்த கூறுகளில் ஒன்றை எடுத்துச் செல்லுமாறு பணித்தபோது அவர் மறுத்துச் சென்றுள்ளார். சிறிது நேரத்தில் வேறெதற்கோ அவரைக் கூப்பிட்டபோது அவர் நல்ல போதையில் இருந்துள்ளார். உள்ளே நுழைந்தவர், "நீங்கள் எல்லாம் உருப்படுவீர்களா? அந்த மக்கள் எவ்வளவு கஷ்டப்படுகிறார்கள். அவர்களுக்கு வந்ததை நீங்கள் எடுப்பது பாவமில்லையா?" என்று சத்தம் போட்டபோது அவர்கள் ஒரு கணம் திகைத்துப் போயுள்ளனர். போராளிகள் இயக்கம் வலுவாக இருந்த நேரத்தில் அவர்களும் இதைச் செய்துள்ளனர். அவர்களுக்கு மிஞ்சியதுதான் மக்களுக்குக் கொடுக்கப்பட்டுள்ளது. விடுதலைப் புலிகள் அழிக்கப்பட்ட பின் அவர்களிடத்தில் ஏராளமான உணவுப்பொருட்கள், பணம், தங்கம் முதலியன இருந்தது எனப் பலரும் குறிப்பிட்டனர். மிகப்பெரிய அளவில் பசியும் நோயும் மக்களை அழித்துக் கொண்டிருந்த நேரமது.

மூன்று லட்சம் பேர் இருந்த செட்டிகுளம் முகாம்களில் இன்று சுமார் 70,000 பேர் மட்டும் உள்ளனர் மற்றவர்கள் வெளியே செல்ல அனுமதிக்கப்பட்டுள்ளனர். இராணுவம் மற்றும் கண்ணிவெடி

அகற்றும் துறையினர் சான்றிதழ் வழங்கிய பின்னரே கிராமங்களுக்குத் திரும்ப அனுமதி அளிக்கப்படுகிறது. ஆனாலும் அங்கு அவர்கள் வசிக்க இயலாது. அவர்களது வீடுகள் இப்போது அங்கு இல்லை. கிணறுகள் தூர் வாரப்படாமல் இடிந்து போயுள்ளன. கிராமத்திற்கு இரண்டு கிணறுகளை மட்டும் அரசு தூர்வாரித் தருகிறதாம். பாழ்பட்டுக் கிடக்கும் விவசாய நிலத்தில் ஒவ்வொரு குடும்பத்திற்கும், இரண்டு ஏக்கரை மட்டும் உழுது கொடுக்கும் திட்டமொன்று உள்ளதாக விவசாயத் துறை அதிகாரி ஒருவர் குறிப்பிட்டார். வன்னியைச் சேர்ந்த தமிழர் அவர். முகாம்களை விட்டு வெளியேறுகிறவர்களுக்கு இந்தியா அனுப்பியுள்ள 15 தகர ஷீட்கள் கொடுக்கப்படுகின்றன. இதை வைத்துத்தான் அவர்கள் கூரையையும், பக்கத் தடுப்புகளையும் அமைத்துக்கொள்ள வேண்டும். இவ்வாறு குடியமர்த்தப்படுகிற சிங்களவர்களுக்கு இந்தத் தகர ஷீட்கள் கூடுதலாகத் தரப்படுகின்றன. மீள் குடியேற்றம் செய்யப்படுபவர்களுக்கு 5000 ரூபாய் கையிலும், 25,000 ரூபாய் வங்கியிலும் போடுவதாக அறிவிக்கப் பட்டுள்ளதைப் பற்றி விசாரித்தபோது முதலில் அது சரியாக விநியோகிக்கப்படாதபோதும் இப்போது தேர்தலை ஒட்டி தரப்படுவதாகக் கூறினர். தேங்காய் ஒன்று 35 ரூபாய், அரிசி படி 100 ரூபாய் விற்கும் நிலையில் இந்தத் தொகை எத்தனை அற்பமானது என்பதை விளக்கத் தேவையில்லை.

ஆக, வெளியே வருகிறவர்களின் நிலைமை முள்வேலி முகாம்களுக்குள் உள்ளவர்களின் நிலையைக் காட்டிலும் மோசமாக உள்ளதை நாங்கள் பார்க்க முடிந்தது. ஒரே ஆறுதல், அவர்கள் சுதந்திரமாக வெளியே சென்று வரலாம் என்பதுதான். ஆனால் அது மிகப் பெரிய ஆறுதல் என்பதில் ஐயமில்லை கிராமங்களுக்குள் செல்ல இயலாமல் வெளியே இந்த ஷீட்களால் குடியிருப்புகளை அமைத்துக் கொண்டு மீண்டும் முகாம் வாழ்வைத் தொடர்கின்றனர். வேலை வாய்ப்பு ஏதுமில்லை. மீள் குடியேற்றம் செய்யப்பட்டவர்களின் உறவினர்கள் பலர் இன்னும் செட்டிகுளம் முகாம்களில் உள்ளதால் அவர்களை அவ்வப்போது வந்து பார்த்துச் செல்லும் செலவுகள் வேறு அவர்களுக்கு.

செட்டிகுளத்திலுள்ள 'மெனிக் ஃபார்ம்' என்பது மாணிக்கம் என்பவரது ஒரு பெரிய எஸ்டேட். சுமார் 10 கி.மீ. நீளத்திற்கு சாலையின் இரு புறங்களிலும் முகாம்கள் அமைக்கப்பட்டுள்ளன. கதிர்காமர் முகாம் ஆனந்த குமாரசாமி முகாம், ராமநாதன் முகாம் முதலான

தமிழர் தலைவர்களின் பெயர்களில் இம்முகாம்கள் அமைக்கப் பட்டுள்ளது ஒரு முரண் நகை. இதில் கதிர்காமர் முகாம் மட்டும் ஆரம்பம் முதலாகவே கொஞ்சம் நல்ல முறையில் பராமரிக்கப் பட்டு வந்துள்ளது. யாராவது வெளியிலிருந்து வருபவர்களைச் சுற்றிக் காட்டுவதற்காக அமைக்கப்பட்ட முகாம் அது. இங்கிருந்து போய் வந்த 11 தமிழக எம்.பி.க்கள் குழுவினரும் கூட இதை மட்டும்தான் பார்த்துச் சென்றிருப்பார்கள் என நினைக்கிறேன். இந்த 11 எம்.பி.க்கள் குழு பற்றி தமிழர்கள் மத்தியில் அத்தனை கேலியும் கிண்டலும் இருந்ததை எங்கும் காண முடிந்தது. 'சும்மா நகைக் கடைகளையும் அரசியல் தலைவர்களையும் பார்த்துவிட்டுப் போனாங்கள்" என்றார் ஹெலன் என்கிற மலையகத் தமிழர்.

முள்வேலி முகாம்களில் தற்போது நெருக்கடி குறைந்துள்ளது. மூன்று லட்சம் பேர் இருந்த இடத்தில் 75,000 பேர் உள்ளதால் விளைந்த நன்மை இது. அதிக கெடுபிடியின்றி வெளியே சென்று வரவும் அனுமதிக்கப்படுகின்றனர். வெளியிலிருந்து பார்க்க வருகிற உறவினர்களும் சற்று எளிதாகப் பார்க்க முடிகிறது. உணவுப் பொருட்கள், காசு முதலியவற்றையும் தீவிரப் பரிசோதனைகளுக்குப் பின் கொடுக்க முடிகிறது. ஆனால் இவர்களைப் பார்க்க வருகிறவர் களும் கூட கொடுப்பதற்கு ஒன்றும் இல்லாதவர்களாகவே இருப்பதால் நம்மூர் சிறைச்சாலைகளை ஒட்டி ரொட்டி, பழங்கள் விற்கும் கடைகள் இருக்குமே அதுபோலக் கூட அங்கு இல்லை. முகாம்களைச் சுற்றியுள்ள முள்வேலிகள் 10 அடி இடைவெளியில் ஒன்றன் பின் ஒன்றாக அமைக்கப்பட்டுள்ளன. முன்பெல்லாம் பார்க்க வருகிறவர்கள் இந்த இரண்டாவது வேலிக்கு அப்பாலிருந்துதான் பார்க்க வேண்டுமாம். பொருட்களைத் தூக்கி எறியக்கூட முடியாது.

இப்போது அங்கு கடும் கோடை. சென்னையை விட மோசமாக வறண்ட கட்டாந்தரைப் பகுதி அது. ஒதுங்குவதற்கு மர நிழல்கள் ஏதுமில்லை. பெரிய அளவில் அம்மை நோய் அங்கு தாக்கியுள்ளதை நாங்கள் சந்தித்த முகாம் வாசிகள் கூறினர். வியாழன்தோறும் ஒரு ஜாடி அரிசி, மாவு, பருப்பு, கொஞ்சம் எண்ணெய் கொடுக்கின்றனர். காய்கறி, தேங்காய், சவர்க்காரம் ஏதும் கொடுப்பதில்லை. இலங்கை உணவில் தேங்காயின் முக்கியத்துவம் பற்றி சொல்ல வேண்டியதில்லை. தன்னைக் கிறிஸ்தவர் என அறிமுகம் செய்துகொண்ட பரமானந்தத்திடம் கிறிஸ்துமஸ் அன்று என்ன செய்தீர்கள் என்று கேட்டார் எங்கள் வாகனத்தை ஓட்டி வந்த

ஓட்டுநர். "என்னைக்கும் பருப்பும் சோறுந்தான். பெருநாளைக்கும் அதுதான்" என்றாள் அருகிலிருந்த பெண்.

கிளிநொச்சி மற்றும் அதை ஒட்டிய கிராமங்களைச் சேர்ந்த துஷ்யந்தி, நல்லதம்பி, பரமானந்தம் ஆகியோரிடம் விரிவாகப் பேசினோம். துஷ்யந்தி முகாமிலிருப்பவர். வவுனியா பல்கலைக் கழக வளாகத்தில் படித்துக் கொண்டுள்ள மகளைப் பார்க்க அனுமதி பெற்று வெளியில் வந்திருந்து பேருந்திற்காகக் காத்திருந்தார். இறுதி நேரத்தில் போரினி டையே தப்பி வந்தவர் அவர். ஓடி வருகையில் துப்பாக்கிச் சூட்டில் தாய் இறந்து போயுள்ளார். கணவரும் இவரும் தப்பி வந்துள்ள னர். துப்பாக்கியால் சுட்டது யார் எனக் கேட்டபோது அவர் பதில் சொல்லத் தயங்கினார். நான் துருவிக் கேட்கவில்லை. நல்லதம்பி சில மாதங்களுக்கு முன் முகாமிலிருந்து தன் சொந்தக் கிராமத்திற்குச் சென்றவர். அவரது மகன் இன்றும் முகாமில் தான் உள்ளார். அவரைப் பார்க்க வந்திருந்தார். வெளியேறியவர்களின் கஷ்டங்களை விரிவாய்ச் சொன்னார். விவசாயம் செய்து ஊரில் அமைதியாக வாழ்ந்த காலத்தை ஏக்கத்தோடு நினைவு கூர்ந்தார். போரின் உச்சத்தில் எவ்வாறு கிளிநொச்சி, பரந்தன், விசுவமடு, புதுக்குடியிருப்பு என்பதாக முள்ளிவாய்க்கால் வரை குடும்பத்தோடு இடம்பெயர்ந்து புலிகளைப் பின் தொடர்ந்து சென்ற சோகக் கதையை அவர் விவரித்தபோது எங்களின் கண்கள் பணித்தன. "ஏன் புலிகளைத் தொடர்ந்தீர்கள்? எதிர்த்திசையில் வருவதுதானே?" என்றபோது, "எப்படி முடியும், அந்தப் பக்கம் இராணுவம் நெருக்கி வந்ததே" என்றார்.

ஏப்ரல், 2010

என்ன நடக்குது இலங்கையில் – 2

முள்வேலி முகாம்களில்

பரமானந்தத்தின் மகன் ரமேஷ் இலங்கை அரசின் தடுப்புக்காவல் முகாமில் உள்ளார். முகாமிலிருந்தவர்களைச் சலித்தெடுத்து புலிகள் எனச் சந்தேகப்பட்டவர்களை மட்டும் 14 தடுப்புக் காவல் முகாம்களில் வைத்துள்ளனர். வவுனியாவிலிருந்து செட்டிகுளம் வரும் வழியிலுள்ள பம்பாமடு என்னுமிடத்தில் ஆண்களுக்கென்றும் பெண்களுக்கென்றும் இத்தகைய இரு முகாம்கள் உண்டு. தெற்கே உள்ள ஊசா முகாமில் தீவிரமாகப் புலிகள் என சந்தேகப்படுபவர்கள் வைத்து விசாரிக்கப்படுகின்றனர் எனவும், அது ஒரு சித்ரவதை முகாம் எனவும் சிலர் கூறினர். பம்பாமடு முகாமில்தான் பரமானந்தத்தின் மகன் உள்ளார். மகனைச் சந்திக்கத்தான் அவர் அன்று வெளியே வந்திருந்தார். இந்த முகாம்களில் உள்ள பலர் 15 வயதை ஒட்டிய இளம் பிராயத்தினர். இவர்களில் பலர் கடைசி மாதங்களில் புலிகளால் கட்டாயமாக ஆயுதப் போராளியாக இழுத்துச் செல்லப்பட்டவர்கள். பரமானந்தத்தைத் துப்பாக்கி மட்டையால் அடித்து ரமேஷை வேனில் ஏற்றிச் சென்றுள்ளனர். இங்கொன்றைச் சொல்வது முக்கியம். நான் பார்த்தவரை பெரிய அளவில் சிங்கள இராணுவ சென்ட்ரிகளாகவும் இதே போல இளைஞர்கள் நின்றிருந்தனர். இராணுவ ஆட் சேர்ப்பதற்கான குறைந்தபட்ச வயது வரையறையை அதிகம் கண்டுகொள்ளாமல் சிங்கள அரசும் தனது படையில் குழந்தைப் போராளிகளைச் சேர்த்துள்ளது என்பதே உண்மை.

கடைசி நேரப் போர் குறித்து வினவியபோது பரமானந்தம் பெரிதாகச் சிரித்தார். அந்தச் சிரிப்பு அளவிட முடியாத சோகம், அச்சம் ஆகியவற்றின் வெளிப்பாடாக இருந்தது. நல்லதம்பியும் கூட அப்படித்தான் சிரித்தார். அந்தச் சிரிப்புகள் இன்றும் என் நெஞ்சில் நிற்கின்றன. சிங்களப் படைகள் கிளஸ்டர் குண்டுகள் பாவித்ததைச் சொன்ன பரமானந்தம், உடனே மௌனமானார். எங்களைப் பற்றி அவருக்குச் சந்தேகம் வந்துவிட்டது. நாங்கள் யாரோ, என்ன நோக்கத்திற்காக வந்துள்ளோமோ தயவு செய்து இதை யாரிடமும் சொல்ல வேண்டாம் என இருமுறை வேண்டிக் கொண்டார். தனது மகனைப் பொருத்தமட்டில் முகாமில் பெரிய பிரச்சினை இல்லை எனவும் எப்போது விடுவார்கள் என்கிற நிச்சயமில்லாமல் இருப்பதுதான் பெரிய கவலை என்றும் கூறினார். மகனை வெளியே அழைத்துச் சென்று ஏதோ தொழிற்பயிற்சிகள் கொடுப்பதாகவும் சொன்னார். அப்போது ஓடிவந்து விடமுடியாதா என்று கேட்டேன். "எப்படி ஓடுவது? நாங்கள் இங்கே இருக்கிறோமல்லவா" என்றார் பரமானந்தம். எனினும் தீவிரமான புலிகள் எனக் கருதப்படுபவர்கள் கடும் சித்ரவதைகளுக்குள்ளாவதாக தொண்டு நிறுவனத்தைச் சேர்ந்த ஒரு நண்பர் குறிப்பிட்டார். நாங்கள் 90களில் நடத்திய புலம்பெயர்ந்த மாநாட்டிற்கு வந்திருந்தவர்களில் ஒருவர் அவர். மே 18க்குப் பிறகு பஸ்களில் ஏற்றி வந்த மக்கள் பல நாட்கள் சோறு தண்ணீர் இன்றி செட்டிகுளத்திற்குக் கொண்டு வரப்பட்டதாகவும், பஸ்கள் நின்றவுடன் உள்ளே ஏறிப் பார்த்தபோது அவர்களில் சிலர் தாங்கள் அமர்ந்த இடத்திலேயே இறந்து கிடந்ததாகவும் அவர் குறிப்பிட்டார். எல்லோருக்கும் குளுக்கோஸ் தண்ணீர் கொடுத்து முதலில் ஆசுவாசப்படுத்த வேண்டி இருந்ததாம். இறுதிப் போரில் கடைசி நேரத்தில் சுமார் 40,000 தமிழர்கள் கொல்லப்பட்டது குறித்த ஐ.நா. அவையின் கணிப்பு சரியானது.

வன்னி முகாமிலிருந்து நாங்கள் புறப்பட்டபோது பரமானந்தம் திடீரென என்னைப் பார்த்து, "நீங்கள் என்ன மதம்" என்றார். நான் நம்பிக்கை இல்லாதவன். என் பிள்ளைகளெல்லாம் வேற்று மதத்தினரைத்தான் திருமணம் செய்து கொண்டுள்ளனர் என்றெல்லாம் லெக்சர் அடிக்கும் நிலையில் நான் இல்லை. 'கிறிஸ்தவன்' என்றேன். "என் மகனுக்காக நீங்கள் ஜெபிக்க வேண்டும் என்றார் பரமானந்தம். எனக்குப் பேச நா எழவில்லை. அவர் கைகளைப் பற்றிக் கொண்டேன். பேச நா எழாமல் என்

கண்களில் நீர் முட்டி வந்ததைக் கண்ட பேராசிரியர் ரவீந்திரன் என் உதவிக்கு வந்தார். "உங்கள் பிள்ளைகளுக்கு மாத்திரமல்ல, முகாம்களில் உள்ள எல்லோரின் பிள்ளைகளுக்காகவும் நாங்கள் ஜெபிப்போம்." என்றார். ரவீந்திரன் ஒரு இறுக்கமான மார்க்சியர். ஆனாலும் அந்த நேரத்தில் அவரால் அப்படித்தான் பேச முடிந்தது. "ஆமாம், ஆமாம். எல்லோரது பிள்ளைகளுக்காகவும் தான் ஜெபிக்க வேண்டும்" என்று திருத்திக் கொண்டார் பரமானந்தம். அவரைப் புகைப்படம் எடுக்க எனக்கு விருப்பம்தான். ஆனாலும் அவரது நியாயமான ஐயத்தைக் கருதி நான் அதைத் தவிர்த்தேன்.

வேறொரு வழியாக நாங்கள் வவுனியா திரும்பினோம். இடையில் ஒரு சிங்கள கிராமம். கிராமத்திற்குள் நுழையும் இடத்திலும், வெளியேறும் இடத்திலும் கடுமையான இராணுவப் பாதுகாப்புகள் செய்யப்பட்டு இருந்தன. இத்தகைய பாதுகாப்பு தமிழ், முஸ்லிம் கிராமங்களுக்குக் கிடையாது.

வவுனியாவில் பேராசிரியர் ஸ்ரீகணேசன் ஏற்பாடு செய்திருந்த இலக்கியச் சந்திப்பை முடித்துக் கொண்டு நான் மட்டக்களப்பு போக வேண்டும். அந்த நேரத்தில் அங்கிருந்து ரயில் இல்லை. மாஓ என்னுமிடத்தில் என்னைக் கொண்டு சென்று ரயில் ஏற்றிவிட ரவீந்திரனால் இயலவில்லை. அவர் அடுத்தநாள் கல்லூரி சென்றாக வேண்டும். மனைவி வழி உறவினர் நல்லண்ணன் என்கிற இராகவன் அந்தப் பொறுப்பை ஏற்றுக் கொண்டார். ஒரு மிட்சுபிஷி வாகனத்தில் நாங்கள் சென்றோம். ஜோசப் முகாம் என்கிற மிகப்பெரிய இராணுவ முகாம் ஒன்றின் வழியாகத்தான் அனுராதபுரம் சாலை செல்கிறது. அந்த முகாம் மீது புலிகள் ஒரு மிகப்பெரிய தாக்குதல் நடத்தியது குறித்து நல்லண்ணன் கூறினார். மிக விரிவாக அன்றைய அரசியல் சூழல் குறித்தும் பேசிக்கொண்டு வந்தார். எங்களது வாகன ஓட்டி ஒரு சிங்கள இளைஞன். வவுனியா எல்லையில் ஒரு இந்துக்கோயில் இருந்தது. போகும் வரும் வாகனங்கள் எல்லாம் நிறுத்தி அந்தக் கடவுளை வணங்கிச் செல்வது வழக்கமாம். எங்கள் வண்டியும் நிறுத்தப்பட்டு அந்தச் சிங்கள இளைஞன் பக்தி சிரத்தையோடு வணங்கிவிட்டுப் பின் வண்டியை இயக்கினான். நான் அவசரப்படுவதைக் கவனித்த அவன், தனது செல்போனில் ரயில் நிலையத்தைத் தொடர்பு கொண்டு ரயில் மாஓ நிலையத்திற்கு வரும் நேரத்தை அறிந்து படுவேகமாக அந்தக் காட்டுப் பாதையில் தன் வண்டியை

இயக்கியபோது எனக்கும் கொஞ்சம் பயமாக இருந்தது. சரியான நேரத்தில் என்னைக் கொண்டு இறக்கிய இளைஞன் "மகாசாரியா (பேராசிரியரே) சரியான நேரத்திற்குக் கொண்டு வந்துவிட்டேன். சென்று வாருங்கள்" என சிங்களத்தில் சொன்னபோது நான் அவன் கைகளைப் பற்றிக் குலுக்கினேன். "அக்கா (ரவீந்திரனின் மனைவி, புகழ்பெற்ற கம்யூனிஸ்ட் தலைவர் கே.ஏ. சுப்ரமணியத்தின் மகள்) போன் அடித்துச் சொன்னாங்கள். எனக்கும் உங்களைத் தெரியும். பத்திரமாகப் போய் வாருங்கள்" என்று எனது ரயில் பெட்டியைத் தேடி ஏற்றிவிட்டார் நல்லண்ணன்.

இயற்கை அழகு கொஞ்சும் மட்டக்களப்பு நகரில் கவிஞர் வெண்ணிலா வீட்டில் தங்கினோம். அவரது கணவர் ரீடி ஒரு வழக்குரைஞர். அடுத்தநாள் மதியம் பேராசிரியர் மௌனகுரு கடற்கரைக்கு அழைத்துச் சென்றார். அன்று மாலை காத்தான் குடியில் ஒரு நபிகள் நாயக விழா. தொழுகையின் போது 113 முஸ்லிம்கள் புலிகளால் கொல்லப்பட்ட காத்தான் குடிப் பள்ளிவாசலைப் பார்த்தபோது பகீரென்றது. இன்றும் அந்தத் துப்பாக்கி வடுக்களை அப்படியே வைத்துள்ளனர். 113 பேருடைய கல்லறைகளும் மசூதியை ஒட்டி அமைந்துள்ளன. சுவர்களில் மட்டுமல்ல, முஸ்லிம்களின் நெஞ்சங்களிலும் அந்த வடுக்கள் அப்டியே உள்ளன.

அடுத்த நாள் முஸ்லிம்கள் தரப்பிலும் வன்முறை நிகழ்ந்துள்ளது. தமிழர்கள் சிலர் கொல்லப்பட்டுள்ளனர். தமிழ் கிராமங்களிலிருந்த சிலர் வெளியேறியும் உள்ளனர். அப்படியான ஒரு கிராமத்திற்குச் செல்ல வேண்டும் என நான் சொன்னபோது சிராஜும் மவுலவி பிர்தவ்சும் என்னை திராய்க்கேணிக்கு அழைத்துச் சென்றனர். இன்று அந்தக் கிராமத்தில் பாதிக்கும் மேற்பட்டோர் திரும்பி வந்து குடியேறியுள்ளனர். எனினும் அப்பகுதியில் உள்ள தமிழர்கள் மத்தியில் முஸ்லிம் பெரும்பான்மை குறித்த ஒரு தயக்கம் இன்னும் உள்ளதை என்னால் காணமுடிந்தது.

அடுத்த நாள் மட்டக்களப்பில் எழுத்தாளர் ஆனந்தனின் நினைவு நிகழ்ச்சி ஒன்று இருந்தது. 'அலிபாபாவின் மரணம்' என்கிற அவரது மொழியாக்கக் கதைகள் அடங்கிய நூலும் வெளியிடப்பட்டது. 'மறுகா' இதழாசிரியர் மலர்ச்செல்வன் ஏற்பாடு செய்திருந்தார். எழுத்தாளர் உமா வரதராசன், கலாநிதி மௌனகுரு, கலாநிதி யோகராசா ஆகியோர் பேசினர். போடிமார் நிலப்பிரபுத்துவக் குடும்பத்தில் பிறந்த ஆனந்தன் ஒரு தபால்காரர். இலக்கியத்தை

உயிர் மூச்சாய்க் கொண்டு வாழ்ந்தவர். சற்றே சாதிப் படிநிலையில் கீழாக உள்ள ஒருவரை மணம் செய்து கொண்டவர். வீட்டிலிருந்து பேருந்தில் வரும்போது புலிகளுக்கும் இராணுவத்திற்கும் நடந்த ஒரு துப்பாக்கிச் சூட்டில் சில ஆண்டுகள் முன்பு இறந்து போனார் பஸ்ஸிலிருந்து எல்லோரும் இறங்கி ஓடியபோது இவர் மட்டும் அங்கிருந்த பள்ளிக் குழந்தைகளைக் கீழே போட்டு மேலே படுத்து அவர்களைக் காப்பாற்றும் முயற்சியில் இறந்திருக்கிறார். அவர் வாழ்ந்த வாழ்வின் ஒரு தர்க்கபூர்வமான முடிவாக அந்த மரணம் அமைந்திருந்தது என நினைத்துக் கொண்டேன். இலக்கியச் சூழல் குறித்துப் பொதுவாகப் பேசினேன்.

அன்று மாலை அக்கறைப் பற்றில் 'பெருவெளி' என்னும் சிற்றிதழ் சார்ந்த நண்பர்கள் பெரிய இலக்கியச் சந்திப்பு ஒன்றை ஏற்பாடு செய்திருந்தனர் எனது நீண்ட நாள் வாசகர்கள் பலர் அக்கூட்டத்திற்கு வந்திருந்தனர். சுமார் 3 மணி நேரம் உரையாடல் நடைபெற்றது. முஸ்லிம் இளம் எழுத்தாளர்கள் பலர் பின் நவீனத்துவம் குறித்தும் ஒருபால் புணர்ச்சி முதலானவை குறித்தும் பேசியது வியப்பை அளித்தது. 'பெருவெளி' இலக்கியக் குழுவிலிருந்து பிரிந்து செயல்படும் கவிஞர் மஜீத் மற்றும் ரியாஸ்குரானா ஆகியோர் தனியே சந்தித்து ஒரு நேர்காணலைப் பதிவு செய்து கொண்டனர்.

அடுத்த நாள் தென் கிழக்குப் பல்கலைக்கழகத்தில் பின் நவீனத்துவம் குறித்துப் பேச ஏற்பாடாகி இருந்தது. ஆனால் சிங்கள முஸ்லிம் மாணவர் கலவரம் ஒன்றால் பல்கலைக்கழகம் மூடப்பட்டிருந்தது. எனினும் ஆசிரியர்களும் மாணவர்களும் வெளியே ஒரு பள்ளியில் சந்திப்பை ஏற்பாடு செய்திருந்தனர். நிறைய மாணவிகளும் வந்திருந்தனர். அன்று மாலை நான் மீண்டும் மட்டக்களப்பு வந்து கிழக்குப் பல்கலைக்கழகத்தில் பேச வேண்டும். வரும் வழியில் சிங்களக் குடியேற்றம் நடைபெறும் 'தீகவாபி'க்கும் சென்றேன். பழைய புத்த விகாரை ஒன்றிற்கு அருகில் புதிய ஆலயம் ஒன்றை எழுப்பி அதை ஒட்டி சிங்களக் குடியேற்றம் செய்யப்படும் பகுதி அது. அந்த விகாரையின் ஆலயமணி ஒலிகேட்கும் இடம் வரை அதற்குச் சொந்தம் எனச் சொல்லி அப்பகுதியைச் சுற்றி வேலியிட்டு அடைத்துள்ளனர். மாவலி கங்கையின் கிளை ஆறு ஒன்று ஓடும் அப்பகுதி நல்ல விவசாய நிலமடங்கியது. இப்போது அங்கே சிங்களர்கள் குடியேற்றப்படுகின்றனர். முஸ்லிம்கள் அவர்கள் நிலத்திலிருந்து வெளியேற்றப்பட்டுள்ளனர்.

யாழ்ப்பாணத்தில் இப்படியான நேரடி ஆக்கிரமிப்பு இல்லாத போதும் சிங்கள ஊடுருவல் வேறு வழிகளில் நிலவுகிறது. புகழ்பெற்ற நல்லூர் முருகன் கோயிலைச் சுற்றி சிங்களவர்கள் கடை போட்டுள்ளனர். திலீபன் உண்ணாவிரதமிருந்து இறந்த இடத்தில் அமைக்கப்பட்ட நினைவுச் சின்னத்தை ஒட்டியும் சிங்களக் கடைகள். இங்கு வந்த கையோடு புகைப்படத்துடன் இதை ஒரு தமிழ்வார இதழில் எழுதியிருந்தேன். யாழ்ப்பாண இதழ் ஒன்றில் அது மறுபிரசுரம் செய்யப்பட்டது. அடுத்த சில நாட்களில் திலிபன் நினைவுச் சின்னம் தகர்க்கப்பட்டுள் ளது. ஆரியகுளம் சந்தியில் இருந்த புத்த கோயில் ஒன்று ஆயுதப் போராட்ட இயக்கமொன்றால் பல ஆண்டுகள் முன் உடைக்கப்பட்டிருந்தது. அது இப்போது புதுப்பிக்கப்பட்டு ஏராளமான சிங்களர்கள் வந்து போகின்றனர். யாழ்ப்பாணத்திற்கு வருவதற்கு சிங்கள மக்கள் ஊக்குவிக்கப்படுகின்றனர். நாகத் தீவிலுள்ள புத்த கோயிலுக்கு ஏராளமான சிங்களவர் கூட்டம். கீரிமலை முருகன் கோயில் திருவிழாவின் போது சிங்களவர்கள் மட்டுமே கடலில் குளிக்க அனுமதிக்கப்பட்டுள்ளனர்.

இப்படித் தமிழர்களும் முஸ்லிம்களும் போருக்குப் பிந்தைய சூழலில் இரண்டாம் தரக் குடிமக்களாக ஆக்கப்பட்டுள்ள நிலை குறித்து இரு தரப்பிலும் கவலை உள்ளதை என்னால் காண முடிந் தது. ஆனாலும் இது குறித்துப் பேசவோ, போராடவோ இயலாத ஒரு சூழல்தான் மிகப் பெரிய கொடுமை. 'கொழும்பு' தமிழ்ச் சங்கத்தில் உள்ள வினோதன் அரங்கில் 'பகை மறப்பு: பன்னாட்டு அனுபவங்கள்' என்கிற தலைப்பில் எனது உரை ஒன்றை 'உரையாட லுக்கும் ஆய்வுக்குமான மையம்' ஏற்பாடு செய்திருந்தது. அதற்கு வந்திருந்த கொழும்பிலிருந்து வெளிவரும் 'தினக்குரல்' நாளிதழ் ஆசிரியர் தனபாலசிங்கம் எனது கருத்துக்களை முழுமையாக ஏற்றுக்கொண்டார். எனது பேட்டி ஒன்றை எடுத்து மிக விரிவாகத் தன் இதழில் வெளியிடவும் செய்தார் நேபாள ஆயுதப் போராட்டத் துடன் ஒப்பிட்டு நான் பேசியவை அவரை மிகவும் ஈர்த்தன. "நீங்கள் சொல்வது உண்மைதான். நேபாள மாவோயிஸ்டுகள் இன்று ஆட்சியிலிருந்து அகற்றப்பட்டிருந்தாலும் அந்த மக்களின் பிரச்சினைகளை இன்று வீதிக்குக் கொண்டுவரும் வாய்ப்பை அவர்கள் பெற்றுள்ளார்கள். நாங்கள் எல்லாவற்றையும் இழந்து நிற்கிறோம். போராட்டத்திற்கான அரசியல் வெளியையும் இழந்து நிற்கிறோம். மாற்றுச் சமூகத்தில் (சிங்களவர்கள்) எங்களுக்காகப்

பேசுவதற்கு யாரும் இல்லாமல் செய்ததுதான் நாங்கள் விட்ட பெரும் பிழை. இப்படி நான் சொல்வதை எங்கு வேண்டுமானாலும் நீங்கள் *quote* பண்ண லாம்" என்றார்.

இந்த உணர்வு இன்று தமிழ் மற்றும் முஸ்லிம் சிறுபான்மை மக்கள் இருவரிடமும் உள்ளது ஓரளவு ஆறுதல் அளித்தது. தமது பகையை மறந்து இரு இனங்களும் ஒன்றாக இணைந்து பெருந் தேசிய இனவாதத்தை எதிர்கொள்ளும் எண்ணம் இரு தரப்பிற்கும் வந்துள்ளது. தேர்தலுக்குப் பிந்தைய சூழலில் பிரச்சினைகள் முற்றப் போகின்றன. பெரும் பொருளாதார நெருக்கடியை இலங்கை சந்திக்கப் போகிறது. "இனவெறியைத் தக்க வைத்து மூன்று சமூகங்களையும் தனித்தனியே பிரித்து நிறுத்துவதொன்றே இன்று ராஜபக்ஷ அரசின் ஒரே வழி முறையாக உள்ளது. மூன்று சமூகத்தினரும் இதனால் பாதிக்கப்பட உள்ளனர். இந்தச் சூழலில் தமிழர்களும் முஸ்லிம்களும் தம் பகை மறந்து ஒன்றிணைந்து பேரினவாதத்திற்கு முகம் கொடுக்க வேண்டும்" என நான் வாய்ப்புள்ள இடங்களில் எல்லாம் பேசினேன்.

மட்டக்களப்பு கிழக்குப் பல்கலைக் கழகமும் அரசியல் தலையீட்டை ஒட்டி மூடிக் கிடந்தது. எனினும் கலாநிதி சித்ரலேகா மௌனகுரு அவர்கள் திட்டமிட்டிருந்தபடி எனது கலந்துரையாடலை நடத்தினார். மூன்று துறைகளைச் சேர்ந்த ஆசிரியர்கள் பங்கு பெற்றனர். இங்கும் அடுத்த நாள் கண்டி பேராதனைப் பல்கலைக்கழகத் தமிழ்த் துறையிலும் கூட பின்நவீனத்துவம் குறித்து உரையாற்றினேன். இளம் ஆசிரியர்களும் மாணவர்களும் இந்தத் தலைப்பில் அறிந்து கொள்ள ஆர்வமாக இருந்தனர். முதிய ஆசிரியர்கள் மத்தியில் பின் நவீனத்துவம் குறித்து இருந்து வந்த ஐயத்தைப் போக்கவும் எனக்கு இது ஒரு வாய்ப்பாக அமைந்தது."நீங்கள் சொல்வது எல்லாம் ஏற்கத்தக்கதுதான். இதை ஏன் பின் நவீனத்துவம் என்றெல்லாம் சொல்கிறீர்கள்? மார்க்சியம் இயங்கியல் ஆகிய எல்லைக்குள்ளேயே இதை எல்லாம் பேச முடியுமே" என்றார் ஒரு காலத்தில் இந்த விஷயத்தில் என்னைக் கடுமையாக எதிர்த்து எழுதிய பேராசிரியர் கலாநிதி நுஃமான். இலங்கையின் பழமை வாய்ந்த மிகப்பெரிய பல்கலைக்கழகமான பேராதனையில்தான் கைலாசபதி முதலானோர் பணியாற்றினர். மிக அழகிய சூழலில் அமைந்துள்ள இப்பல்கலைக் கழகத்தின் நூலகம் மிகப்பெரிய ஒன்று. தமிழ்த்துறை ஆசிரியர்கள் அங்கெல்லாம் என்னை அழைத்துச் சென்று சுற்றிக் காட்டினர்

எனினும் தொடர்ந்த எனது பயணத் திட்டத்தின் விளைவாக நீண்டநேரம் அவர்களோடு இருந்து உரையாட இயலாமற் போயிற்று. அன்று இரவு கொழும்பில் பூபால சிங்கம் புத்தக நிலைய உரிமையாளர் ஸ்ரீதர்சிங் மூத்த எழுத்தாளர் டொமினிக் ஜீவா மற்றும் மேமன்கவி, அந்தனி ஜீவா ஆகியோருடன் ஒரு சந்திப்பு ஏற்பாடு செய்யப்பட்டி ருந்ததால் விரைவாக அங்கிருந்து புறப்பட வேண்டியதாயிற்று.

மே, 2010

என்ன நடக்குது இலங்கையில் – 3
புத்தளம் முஸ்லிம் அகதிகள்

தமிழகத்திலிருந்து வெளிவரும் நூல்கள் பெரும்பாலானவை பூபால சிங்கம் புத்தகக் கடையில் கிடைக்கிறது. வெள்ளவத்தை, யாழ்ப்பாணம் முதலான இடங்களில் அதன் கிளைகள் உண்டு. மூன்று மாதங்களுக்கு ஒருமுறை சென்னை வந்து புத்தகங்களைத் தேர்வு செய்து தருவித்துக் கொள்கிறார் ஸ்ரீதர்சிங். தமிழகத்திலிருந்து செல்கிற எழுத்தாளர்கள் அவரது விருந்துபசாரத்தைத் தவிர்க்க இயலாது. நான் கொழும்பிலிருந்து அவரது கடைக்குச் சென்ற அடுத்த கணம் அருகிலிருந்த ஈழ எழுத்தாளர்கள் பலரையும் அங்கு வரவழைத்தார் ஸ்ரீதர்சிங். டொமினிக் ஜீவா, திருக்குவலைக் கமால், மேமன் கவி முதலியோர் அடுத்த சில நிமிடங்களில் அங்கு தோன்றினர். சமீபத்திய 'மல்லிகை' இதழ்களையும் அதன் 42வது மலரையும் கையோடு கொண்டு வந்திருந்தார் பழம்பெரும் எழுத்தாளர் டொமினிக் ஜீவா. டானியலின் கல்லறைக்கு மரியாதை செய்ய ஒருமுறை அவர் தஞ்சை வந்தபோது நான் வீட்டில் இல்லாததையும் எனது இளைய மகள் அவரை அந்தக் கல்லறைக்கு அழைத்துச் சென்றதையும் நினைவு கூர்ந்தார். ஈழப்பிரச்சினையைத் தமது சொந்த அரசியல் லாபத்திற்காகப் பயன்படுத்திக் கொண்ட தமிழக அரசியல்வாதிகளைக் கடுமையாகக் கண்டித்தார். "இந்த இலங்கைத் தீவு மட்டும் இந்தியத் துணைக்கண்டத்தில் தமிழகத்திற்கு அருகில் இல்லாமல், எங்காவது ஆப்ரிக்கக் கண்டத்தில் இருந்திருந்தால் நாங்கள் இத்தனை கஷ்டப்பட்டிருக்க மாட்டோம்" என இருமுறை கூறினார்.

ஸ்ரீதர்சிங்கை சில மாதங்களுக்கு முன்னர் ராஜபக்ஷ அரசு கைது செய்தது. அவர் இறக்குமதி செய்திருந்த தமிழ் வார இதழ் ஒன்றில் பிரபாகரன் அட்டைப் படத்துடன் வந்த கட்டுரை ஒன்றிற்காக அந்தக் கைது. அந்த வழக்கு இப்போது எந்த நிலையிலுள்ளது என வினவினேன். "அது ஒரு பைத்தியக்காரத்தனமான செயல். என்ன செய்யப் போகிறார்கள் என்று தெரியவில்லை. அந்தத் தமிழ் வார இதழின் ஆசிரியர் நான் எனக் குற்றப் பத்திரிகையில் குறிப்பிட்டுள்ளார்கள்" என்றார். 'தீராந்தி'யில் வெளிவரும் எனது கட்டுரைத் தொடர் பற்றிப் பேசிய ஒரு பேராசிரியர், அவருக்குத் தேவையான எனது கட்டுரை ஒன்றின் பின்புறம் புலம் பெயர்ந்த தமிழர் ஒருவரின் பேட்டி இருந்ததற்காக அதைக் கிழித்த பின்பே விற்பனைக்கு அனுமதித்ததால் எனது கட்டுரையை முழுமையாகப் படிக்க இயலவில்லை எனவும் அதை அனுப்பித் தருமாறும் கேட்டபோது நடப்பில் உள்ள பத்திரிகைத் தணிக்கையை என்னால் புரிந்து கொள்ள முடிந்தது.

கொழும்பில் நான் அழைக்கப்பட்டிருந்த கருத்தரங்கம் முடிந்த அடுத்த நாள் அதிகாலை மலையகம் புறப்பட்டேன், கலாநிதி ரவீந்திரன் அது குறித்த ஒழுங்குகளைச் செய்திருந்தார். கொழும்பு மத்தியப் பேருந்து நிலையத்திலிருந்து காலை 5.30 மணி அளவில் அரசுப் பேருந்து ஒன்றில் புறப்பட்டோம். சுமார் நாலரை மணி நேரப் பயணம். கொழும்பிலிருந்து புறப்பட்ட சுமார் 2 மணி நேரத்தில் மலைச்சாலை தொடங்கிவிடுகிறது. இருபுறமும் ரப்பர் மற்றும் தேயிலைத் தோட்டங்கள். ஏ7 சாலையில் சுராவனல்ல, கிடுங்கல, கினிவதேனா, வடவுல வழியாக ஹட்டனை அடைந்தபோது மணி சுமார் 10.30

பெரும்பாலும் தஞ்சை, புதுக்கோட்டை மற்றும் தெற்கு மாட்டங் களிலிருந்து இங்கு கொண்டு வரப்பட்ட அடித்தள மக்கள் மலையகத் தமிழர்களாக உருப்பெற்று 180 ஆண்டுகள் ஓடிவிட்டன. இது ஏழாம் தலைமுறை, நுவரலியா, பதுளை, கண்டி, கேகாலை, களுத்துறை, மொன்றாகலை மாவட்டங்களிலும் மலையகத் தமிழர்கள் உள்ள போதும் என்னால் ஹட்டனுக்கு மட்டுமே செல்ல முடிந்தது. முதலில் அருகிலுள்ள கொட்டகலாவிலுள்ள ஆசிரியர் பயிற்சிக் கல்லூரியில் எனது உரை ஒன்றைப் பேராசிரியர் சற்குருநாதன் ஏற்பாடு செய்திருந்தார். உலகமயச் சூழலில் கல்வி குறித்துப் பேசினேன். இலங்கை அரசுப் பள்ளிகள், இந்தியப் பள்ளிகளைக்

காட்டிலும் ஓரளவு தரமாக உள்ளன. அரசுக் கட்டுமானங்களில் மட்டுமல்ல, ஆசிரியர் எண்ணிக்கையிலும் கூட. சீருடை, நல்ல தாளில் அச்சிடப் பட்ட வண்ணப்பாட நூல்கள் முதலியன இலவசமாகத் தரப்படு கின்றன. தமிழில் பாடநூல் வெளியீட்டுத் துறையில் பணியாற்றுபவர் தான் லெனின் மதிவாணம். சில ஆண்டுகளுக்கு முன்பு சென்னைப் பல்கலைக்கழகத்தில் பயின்ற என் இளம் நண்பர்களில் ஒருவரான காண்டீபனும் அதில்தான் பணியாற்றுகிறார்.

எனது உரை முடிந்த பின் நடைபெற்ற கலந்துரையாடலின் போது ஒரு ஆசிரியப் பயிற்சி மாணவர், "ஏன் இந்திய அரசு ஈழப் போராட்டத்தில் உதவவில்லை ?" என்றார். நேரடியான அரசியற் கேள்வி. அந்தக் கலாசாலையின் பீடாதிபதி தர்ம சங்கடத்திற்குள்ளானதை அவர் முகம் காட்டியது.

"இந்திய அரசு தமிழ் ஈழம் பெற்றுத் தரும் என எப்படி நீங்கள் நம்பினீர்கள்? தமிழ் ஈழம் அமைப்பது இந்திய அரசின் நலனுக்குகந்ததாக எப்படி இருக்கும்? ஈழப் போராட்டத்தில் மேற்கொள்ளப்பட்ட பெரும் பிழைகளில் ஒன்று இப்படி நம்பியது" என்றேன். இரு நாட்களுக்குப் பின் கொழும்பு தமிழ்ச் சங்கத்தில் நடைபெற்ற கூட்டத்திலும் இதை நான் கூற நேர்ந்தது. இணைய தளம் ஒன்றிலும் யாழ்ப்பாண நாளிதழ் ஒன்றிலும், 'நவமணி' வார இதழிலும் இக்கருத்து முக்கிய செய்தியாக வெளியிடப்பட்டது.

கொட்டகலாவிலுள்ள தமிழ் மகாவித்யாலயத்தில் பள்ளி மாணவ மாணவிகளைச் சந்தித்து உரையாடிய பின் அன்று மாலை நோர்வுட் எஸ்டேட்டிலுள்ள மலையகத் தமிழர் குடியிருப்பு ஒன்றிற்குச் சென்றோம். ஆசிரியர் ஹெலன் எங்களை அழைத்துச் சென்றார். 10x5 அளவில் அமைக்கப்பட்ட 'லயம்' வீடுகள் அன்றிருந்தன போலவே இன்றும் உள்ளன. ஒற்றை அறையில் தான் அவர்கள் எல்லாவற்றையும் செய்து கொள்ள வேண்டும். எதிரெதிராக அமைந்த இரு லயன்களுக்கும் இடையில் பொதுவாக வைக்கப்பட்டுள்ள தொட்டிலில் ஊற்றப்பட்ட நீரில் தான் அவர்கள் குளிப்பது, குடிப்பது, துவைப்பது எல்லாம்.

உழைப்புச் சுரண்டல் இன்று முன்னைவிட அதிகரித்துள்ளது. 1965ல் குடும்பம் ஒன்றில் ஐவருக்கு வேலை இருந்தது என்றால் இன்று இரு குடும்பங்களுக்கு மூவருக்கு மட்டுமே வேலை அளிக்கப்படுகிறது.

இதனால் இரண்டு லட்சம் பேர் இன்று வேலை இழந்துள்ளனர். முன்பு ஒரு பெண் தினம் எட்டு கிலோ தேயிலைக் கொழுந்து சேகரிக்க வேண்டும். இன்று 18 கிலோ. முன்பு ஒரு ஆண் தொழிலாளி 140 செடிகளுக்கு 'கவாத்து' வெட்ட வேண்டும். இப்போது 350. இப்படி நிறையச் சொல்லலாம். சமீபத்தில் ஈட்டிய விடுப்பு எனப்படும் *earn leave*-ஐ ஊதியமாக மாற்றிக்கொள்ளும் உரிமையை ரத்து செய்துள்ளதை அங்கிருந்த எல்லோரும் சொல்லிப் புலம்பினர்.

பெருந்தோட்டங்களை அரசு மயமாக்கியது எவ்வாறு சிங்களமயமாக்கலாக மாறியது என்பதை நான் இலங்கை குறித்த எனது நூல்களில் எழுதியுள்ளேன். இன்று 450 தனியார் தேயிலைத் தோட்டங்கள் உள்ளன. இவற்றில் பல டாடா முதலான இந்திய நிறுவனங்கள். 50 மட்டுமே அரசு கூட்டு நிறுவனத் தோட்டங்கள் மொத்தத்தில் சுமார் 3 லட்சம் மலையகத் தமிழர் இவற்றில் பணி செய்கின்றனர். இவர்களது பிரச்சினைகளுக்கு யாழ்ப்பாணத் தமிழர்கள் முக்கியத்துவம் அளித்ததில்லை. சொல்லப் போனால் தமிழ்த்தலைவர்கள் சிங்கள அரசுடன் செய்து கொண்ட ஒப்பந்தங்கள் எல்லாவற்றிலும் மலையகத் தமிழர்களின் பிரச்சினைகள் கண்டு கொள்ளப்பட்டதில்லை.

இனப்போராட்டத்தின் விளைவாக இடதுசாரித் தொழிற்சங்கங்கள் இன்று பலமிழந்துள்ளன. ராஜபக்ஷேவுடன் அரசியல் கூட்டு வைத்துள்ள ஆறுமுகம் தொண்டமானின் தொழிற்சங்கம் மலையக மக்களின் உரிமைகளை விட்டுக் கொடுத்துத் துரோகம் செய்யத் தயங்குவதில்லை. ஆரோக்கியமற்ற குழந்தைகள், இளைத்துப் போன பெண்கள், இளமையிலேயே முதுமை எய்திய ஆண்கள் எங்களைச் சூழ்ந்து கொண்டு தங்கள் பிரச்சினைகளை முறையிட்டபோது, உண்மை அறியும் குழுக்களில் பங்குபெற்று பாதிக்கப்பட்ட மக்களைச் சந்திக்கும் போது ஏற்படும் அதே கையாலாகாத குற்ற உணர்ச்சியே இங்கும் எனக்கு ஏற்பட்டது.

அடுத்த நாள் காலை தோட்டம் ஒன்றிற்கு அழைத்துச் சென்றார் மதிவானம். கொழுந்துகளைப் பறித்துப் போட முன்பெல்லாம் நமது பெண்கள் மூங்கிற் கூடைகளை முதுகில் சுமந்திருப்பார்கள். இப்போது கூடைகளுக்குப் பதிலாக பிளாஸ்டிக் பைகள் அவர்கள் முதுகுகளில் தொங்குகின்றன. சுமந்துவந்த மதிய உணவுப் பொதிகளை 'கேட்' அருகில் வைத்துவிட்டு அந்த அதிகாலையிலேயே வேலையைத் துவங்கியிருந்த மலையகத் தமிழ்ப் பெண்களையும் அவர்களை

மேய்க்கும் சுங்காணிமார்களையும் தூரத்திலிருந்து பார்த்துவிட்டு ஒரு பெருமூச்சுடன் ஹட்டனை விட்டு அன்றோம்.

அன்று மாலை கொழும்பு தமிழ்ச் சங்கத்தில் 'பகை மறப்பு' என்கிற தலைப்பில் நான் பேசியதும், தொடர்ந்து நடந்த விவாதங்களும் முழுமையாகப் பதிவு செய்யப்பட்டு ஜூன் 2010 'எதுவரை' இதழில் அப்படியே வெளிவந்துள்ளது. இடமின்மை குறித்து இங்கு அதைத் தவிர்க்கிறேன். அந்தச் சந்திப்பின் ஊடாக கிடைத்த ஒரு நல்ல நட்பு 'தினக்குரல்' ஆசிரியர் தனபாலசிங்கத்தினுடையது.

தமிழகத்திலிருந்து செல்கிறவர்கள் பார்க்கத் தவறுகிற, சரியாகச் சொல்வதானால் பார்க்கத் தவிர்க்கிற ஒரு பிரிவினர் உண்டெனில் அது புத்தளத்தில் கடந்த 20 ஆண்டுகளாக அகதிகளாக வாழும் முஸ்லிம்கள் தான். விடுதலைப்புலிகளால் 1989-90களில் 24 மணி நேர கெடுவில் வடக்கு மாகாணத்திலிருந்து விரட்டப்பட்டவர்கள் அவர்கள். குழந்தைகளையும், வயதானவர்களையும் வன்னி வரை சைக்கிள்களில் வைத்துத் தள்ளிக் கொண்டு அவர்கள் வந்த கதை சோகமானது. வன்னியிலிருந்து அனுராதபுரம் வரை இராணுவ லாரிகளில் ஏற்றிச் செல்லப்பட்டுள்ளனர். பின் அங்கிருந்து, முஸ்லிம்கள் அதிகம் வசிக்கும் மேற்குக் கடலோர மாவட்டமான புத்தளத்திற்குக் கிடைத்த வாகனங்களில் தம்மிடமிருந்த கொஞ்ச நஞ்சக் காசையும் கொடுத்து வந்து சேர்ந்த அவர்கள் ஸாகீரா கல்லூரியலும், கல்பட்டி செல்லும் வழியில் இரு புறங்களிலும் உள்ள தென்னந்தோப்புகளிலும் சில மாதங்கள் தங்கியுள்ளனர்.

தொண்டு நிறுவனம் ஒன்றில் பணியாற்றும் முஜிபுர் ரஹ்மான், மன்னாரை ஒட்டிக் கடல் வழியாக சிறு படகுகளிலும் ஆழமற்ற பகுதிகளில் இறங்கி நடந்தும் புத்தளம் வந்து சேர்ந்தவர்களில் ஒருவர். அப்போது அவருக்குப் பத்து வயதிருந்திருக்க வேண்டும் ஓடிவரும் வழியில் கடலில் நழுவி விழுந்து செத்த குழந்தைகள் பல என்றார் முஜிபுர்.

சில மாதங்களுக்குப் பின்னர் புத்தளத்திலும் அங்கிருந்து சுமார் 20 கி.மீ. தொலைவிலுள்ள ஆலங்குடாவிலும் முகாம்கள் அமைக்கப்பட்டன. கிட்டத்தட்ட இன்றைய முள்வேலி முகாம்களை ஒத்தவையாகத்தான் அவையும் உள்ளன. ஒரே வித்தியாசம், இவை முகாம்கள் என்கிற பெயரிலான சிறைச்சாலைகள் இல்லை. வேண்டுமானால் இவர்கள் வெளியே போகலாம். ஆனால் போகத்தான் முடியாது. "போகலாம்.

ஆனால் போக முடியாது" என வடிவேலு பாணியில் ஒருவர் சன்னக்குரலில் கூறினார். ஆனால் இந்த வார்த்தைகள் சுமந்து வந்தது. நகைச்சுவையை அல்ல. இருபதாண்டு கால சோகம் அதில் தெறித்தது.

எப்படியாயினும் புத்தளம் முகாம்களிலுள்ள அகதிகளையும் பார்த்தே ஆக வேண்டும் என வற்புறுத்தியதால் நான் ஊருக்குப் புறப்படுவதற்கு முதல் நாள் 'மீள் பார்வை' ஆசிரியர் சிராஜ் மசூர் ஒரு டாக்சியை ஏற்பாடு செய்து அங்கு அழைத்துச் சென்றார் பெருக்கு வந்தான் என்கிற இடத்திலிருந்து 20 ஆண்டுகளுக்கு முன் விடுதலைப் புலிகளின் ஆணைக்கிணங்கி வெளியேறி நீண்ட நாள் புத்தளத்தில் அகதி வாழ்க்கை வாழ்ந்த கவிஞர் முல்லை முஸ்ரிபாவும் எங்களுடன் வந்திருந்தார். தற்போது ஆசிரியராக உள்ள அவர் ஒரு நல்ல கவிஞரும் கூட. 'அவாவுறும் நிலம்' என்கிற அவரது கவிதைத் தொகுதி முக்கியமான ஒன்று சேரன் அதற்கொரு முன்னுரை எழுதியுள்ளார். கொழும்பு நகரில் ஏழை எளிய முஸ்லிம்கள் பெரிதும் வசிக்கும் ஜும்மா மசூதி பகுதியில் வசிக்கிறார்.

காலை 8 மணிக்குப் புறப்பட்ட நாங்கள் சுமார் 11 மணி அளவில் நீர்க்கொழும்பு, நைனா மடம், சிலாபம், மதுரங்குழி வழியாகப் புத்தளத்தை வந்தடைந்தோம். புத்தளம் 'சால்ட்' முகாம் ஒரு உப்பளத்திற்கருகில் உள்ளது. இந்த உப்பளத்தில் கடும் வெயிலில், தான் உப்பு அள்ளியதை நினைவு கூர்ந்தார் முஸ்ரிபா. நாங்கள் சென்ற நேரத்தில் ஆண்கள் வேலைக்குப் போயிருந்தனர். நாங்கள் சந்தித்த முதல் பெண்மணிக்கு சுமார் 25 வயதிருக்கலாம். முஸ்ரிபா அருகில் இருந்ததால் அவர்களுடன் உரையாட முடிந்தது. நீங்கள் எந்த ஊரிலிருந்து இடம் பெயர்ந்து வந்துள்ளீர்கள் என நான் கேட்டபோது, அந்தப் பெண்ணுக்கு உடன் பதில் சொல்லத் தெரியவில்லை. பக்கத்து வீட்டு அக்காவிடம் கேட்டு 'பொம்மை வெளி' என்றாள். இடம் பெயர்ந்தபோது அவளுக்கு 5 வயதிருக்கலாம். நினைவில்லாதது வியப்பில்லை என்று நினைத்துக் கொண்டேன்.

பக்கத்தில் 'மேசன்' வேலை செய்து கொண்டிருந்த மஜிது எங்களைப் பார்த்தவுடன் இறங்கிவந்தார். "தற்போது ஊர் திரும்புவதில் தடை யில்லையே, நீங்கள் போகவில்லையா?" என்று கேட்டேன். 'இல்லை' என்றார் தொடர்ந்து "வாப்பாவும் உம்மாவும் வந்தபோது நாங்க அஞ்சு பிள்ளைகள் எல்லோருக்கும் கலியாணம் ஆகவிட்டது. வாப்பா உயிரோடு இல்லை. திரும்பிப் போனால் உம்மாவுக்கு

மட்டுந்தானே வீடிருக்கும். நாங்கள் என்ன செய்ய? இங்கே மேசன் வேலை (கொத்தனார்) பார்க்கிறேன். அப்படியே இருந்துவிட வேண்டியதுதான்" என்றார்.

இன்னொரு பெண் 16 வயதிருக்கும். இங்கு வந்தபின் பிறந்திருக்க வேண்டும். அவளின் சகோதரி சிங்கள அரசின் தடுப்புக் காவல் முகாமிலுள்ளாள். அவளைக் கேட்டபோது, "நிச்சயம் ஊருக்குத் திரும்புவோம் என்ன இருந்தாலும் இங்கே நாங்கள் அகதிகள் தானே" என்றாள்.

20 ஆண்டுகளுக்குப் பின் 80,000 என்கிற எண்ணிக்கை இன்று அதிகமாகியுள்ளது. ஊருக்குத் திரும்பினால் எல்லாருக்கும் வீடு கிடையாது. இளைய தலைமுறைக்குத் தங்கள் இடத்தை அடையாளம் காணவும் இயலாது. குடும்பத்திற்கு 3 லட்சம் இலங்கை ரூபாயை உலக வங்கி தற்போது தந்துள்ளது. சிறிய அளவில் அவர்கள் வீடுகள் கட்ட முனைந்துள்ளனர். ஊருக்குச் சென்றால் அவர்களுக்கு வீடுகள் கிடையாது. இங்கேயே தொடர்வதென்றால் என்ன இருந்தாலும் அகதிகளாகத்தான் இருக்க வேண்டும். சிக்கல் தான்.

திரும்பி வரும் வழியில் ஆலங்குடா முகாம் அருகில் ஒரு 'முஸ்லிம் மகா வித்யாலயம்.' 90 சதம் அகதி முஸ்லிம் பிள்ளைகள். வடக்கு மாகாணத்தைச் சேர்ந்த இந்தப் பிள்ளைகளுக்கான கல்விச் செலவை வடமேற்கு மாகாண அரசு ஏற்க மறுக்கிறது. வடக்கு மாகாணமோ வடமேற்கு மாகாணப் பள்ளி ஒன்றிற்கு நிதி ஒதுக்கீடு செய்யத் தயாராக இல்லை. 80 ஆசிரியர்கள் இருக்க வேண்டிய அப்பள்ளியில் தற்போது 20 ஆசிரியர்கள் தான் உள்ளனர். பிள்ளைகள் மரத்தடியில் மண் தரையில் உட்கார்ந்து பாடம் கேட்கின்றனர். "நான் இந்த மகா வித்யாலயத்தின் பீடாதிபதி. ஆனால் ஆசிரியர் வேலையையும் சிற்றூழியர் வேலையையும் எல்லாவற்றையும் நானே செய்கிறேன். என்ன இருந்தாலும் இந்தப் பிள்ளைகள் தம் படிப்பை இழக்கக்கூடாதல்லவா? அரசாங்கம் எங்களுக்குக் கூலி தராவிட்டாலும் அல்லாஹ் என்றாவது கூலி தருவான்தானே" என்று தலைமை யாசிரியர் பத்ருதீன் கூறிய போது இரண்டாம் முறையாக என் கண்களில் நீர் முட்டி நின்றது.

ஜூன், 2010

என்ன நடக்குது இலங்கையில் – 4

இனி நாம் செய்ய வேண்டியவை

கொழும்பிலிருந்து வெளிவருகிற 'தினக்குரல்' நாளிதழின் மூத்த பத்திரிகையாளர் நிலாம் சென்ற இரு வாரங்களுக்கு முன் சென்னை வந்திருந்தார். கூடவே ஒரு கத்தை தமிழ் இதழ்களும் அவர் கையிலிருந்தன. இலங்கைப் பயணம் தொடர்பாக தமிழக இதழ்களில் நான் எழுதியுள்ள அனைத்துக் கட்டுரைகளும் அங்கே மீள் பிரசுரம் செய்யப்படுகின்றன. எல்லாவற்றையும் சேகரித்துக் கொண்டு வந்திருந்தார். ஆனந்த விகடனில் வந்த கட்டுரை யாழ்ப்பாண நாளிதழில் மீள் பிரசுரம் செய்யப்பட்ட அடுத்த சில நாட்களில் திலீபன் நினைவுச் சின்னத்தை இன வெறியர்கள் உடைத்த செய்தியைச் சென்ற இதழில் குறிப்பிட்டிருந்தேன். தீராநதியில் நான் எழுதிவரும் தொடர் உடனுக்குடன் தினக்குரலில் முழுமையாக மீள் பிரசுரிக்கப்படுகிறது. 'சமரசம்' என்கிற இதழில் எழுதிய மூன்று கட்டுரைகள் 'வீரகேசரி' குழுமம் வெளியிடுகிற 'விடிவெள்ளி' இதழில் மறுபிரசுரம் செய்யப்பட்டுள்ளன. மலையகப் பயணம் குறித்தும் யாழ்ப்பாணத்தில் தலித் மக்கள் அறுபதுகளில் நடத்திய போராட்டக் களங்களுக்குச் சென்று வந்தது குறித்தும் 'மக்கள் களம்' என்கிற தலித் இதழில் எழுதிய ஒரு கட்டுரையும் அங்கு சென்றடையவில்லை. அவற்றை மறு பிரசுரத்திற்கென இங்கிருந்து எடுத்துச் சென்றுள்ளார்.

இக்கட்டுரைகள் அனைத்தும் அப்படியே முழுமையாக மீள் வெளியீடு செய்யப்படுவதோடு நான் விட்டுள்ள எழுத்துப் பிழைகள்,

ஊர்ப்பெயர் உச்சரிப்புக் குழப்பங்கள் முதலியவற்றைத் திருத்தியும் வெளியிட்டுள்ளனர். குறிப்பாக, கலாநிதி ரவீந்திரன் அவர்களின் மனைவி பற்றிக் குறிப்பிடும் போது புகழ்பெற்ற பொதுவுடைமை இயக்கத் தலைவர் எம்.சி.சுப்பிரமணியத்தின் மகள் என நான் தவறாகக் குறிப்பிட்டிருந்ததை கே.ஏ. சுப்பிரமணியத்தின் மகள் எனத் திருத்தியிருந்தனர். இக்கட்டுரைகளுக்கு என்ன விதமான எதிர்வினைகள் இருந்தன என நான் கேட்டபோது பொதுவான வரவேற்பு இருந்ததாக நிலாம் குறிப்பிட்டார். நம்மைப்போன்றவர்கள் முன்வைக்கும் கருத்துக்களை அறிந்துகொள்வதற்கு அங்குள்ள ஆர்வத்தைச் சுட்டிக்காட்டவே இவ்வளவையும் கூறுகிறேன்.

நிலாமிடம் நான் கேட்ட இன்னொரு கேள்வி, நான் அங்கிருந்து புறப்பட்டு 3 மாதங்கள் ஓடிவிட்டன. ஏதேனும் மாற்றங்கள் உண்டா? என்பது. ஒரு மாற்றமும் இல்லை என்றார் அந்த மூத்த இதழாளர். போரினால் பாதிக்கப்பட்ட மக்களுக்கு மறுவாழ்வு அளித்தல் ராஜபக்ஷே அரசு ரொம்ப நாட்களாகப் பசப்பி வருகிற அரசியல் தீர்வு குறித்த செயற்பாடுகளில் ஏதேனும் நகர்ச்சி, தமிழ்ப்பகுதிகளில் இராணுவ நீக்கம் செய்தல் என எந்த அசைவும் அங்கே ஏற்படவில்லை. நான் அங்கிருந்தபோது முன்வேலி முகாம்களில் சுமார் 70,000 பேர் இருந்தனர். இன்று 52000 பேர் எனக் கூறுகின்றனர். இந்த 50,000 பேர் ஏன் இன்னும் அனுப்பப்படவில்லை? ஒருவேளை அவர்களின் ஊர்கள் இராணுவக் குடியிருப்புகளாக மாற்றப்பட்டிருக்கலாம் அல்லது உயர் பாதுகாப்பு வலையங்களாக உருப்பெற்றிருக்கலாம். அவ்வாறாயின் இவர்கள் தொடர்ந்து மெனிக்ஃபார்மிலேயே வதிய வேண்டியதுதானா? தெரியவில்லை.

விடுதலைப்புலிகள் என்பதாகக் கண்டறியப்பட்டு 14 தடுப்புக் காவல் முகாம்களில் தடுத்து வைக்கப்பட்டவர்களின் எண்ணிக்கை சுமார் 12,000 பேர் என்கின்றனர். இவர்களின் எதிர்காலம் மிகப்பெரிய கேள்விக்குறியாக உள்ளது. இவர்களில் பலர் சிறார்கள் என்பதை முன்பே குறிப்பிட்டுள்ளேன். அவ்வப்போது முடமான புலிகளை விடுதலை செய்வது, தடுப்பு முகாம்களில் உள்ளவர்கள் மத்தியில் திருமணங்கள் நடத்துவது முதலிய நிகழ்வுகள் அதிக விளம்பரங்களுடன் இதழ்களில் வெளியிடப்பட்டாலும் இப்படியான நிகழ்வுகளின் எண்ணிக்கை மிகச்சிலவே. உறுதியான புலிகள் எனத் தெரிந்தவர்கள் கடும் சித்திர வதைக்குள்ளாகின்றனர் என்றே தெரிகிறது. இவர்களது எதிர்காலம், இவர்கள் எல்லோருக்கும் பொது மன்னிப்பளித்தல்,

முதற்கட்டமாக இவர்களில் சிறுவர்களை நிபந்தனையின்றி விடுதலை செய்தல், போர்க்கைதிகள் தொடர்பான பன்னாட்டு ஒப்பந்தங்களை மதித்தல், இவர்களுக்குச் சட்ட உதவிகள் அளித்தல், செஞ்சிலுவைச் சங்கத்தினர் மற்றும் மனித உரிமைப் போராளிகள், பத்திரிகையாளர் ஆகியோர் இவர்களைச் சந்திக்க வாய்ப்பளித்தல் முதலான அம்சங்களில் இலங்கை அரசுக்கு நாம் குறிப்பாக, ஈழத் தமிழர்களின் நலன்களிலும் பொதுவான மனித உரிமைகளிலும் ஆர்வமுள்ள எல்லோரும் அழுத்தம் கொடுத்தல் அவசியம். இது தொடர்பாக இந்தியாவிலிருந்து ஒரு மனித உரிமைக் குழு செல்வதற்கான அழுத்தத்தையும் நாம் அளிக்க வேண்டியுள்ளது. இம்முகாம்களை சிவில் நிர்வாகத்தின் கீழ் கொண்டு வரவும் வற்புறுத்த வேண்டும்.

முகாம்களிலிருந்து வெளியே தத்தம் ஊர்களுக்கு அனுப்பப்பட்ட வர்களின் வாழ்நிலையில் உடனடி முன்னேற்றங்கள் செய்யப்படுதல் அவசியம். சமீபத்தில் ராஜபக்ஷே இங்கு வந்தபோது 52,000 வீடுகளை இந்திய அரசு கட்டிக் கொடுப்பதாக ஒப்பந்தமாகி உள்ளது. இதெல்லாம் யானைப் பசிக்கு சோளப் பொரி போடுவதற்கு ஒப்பானது. கிராமங்கள் முழுமையும் கிணறுகளும் வன்னிப் பகுதியில் ஏரிகளும் சீர்திருத்தப் பட்டு மீண்டும் விவசாயத்திற்குரியவையாக அவை மாற்றிமைக்கப்பட வேண்டும். உடைந்து கிடக்கும் பள்ளிகள், மருத்துவமனைகள் சீர்திருத்தப்பட வேண்டும். சிங்களவர்களைக் காட்டிலும் கல்வியில் முன்னணியில் இருந்த ஈழத் தமிழர்களில் சுமார் இரண்டு தலைமுறையினர் இன்று கல்வியற்று நிற்கின்றனர். இவர்களது கல்வி, வேலை வாய்ப்பு முதலியவற்றிற்கு போர்க்காலத் துரிதத்துடன் முன்னுரிமை அளிக்க வேண்டும். சுமார் 30 ஆண்டுகாலமாக எவ்வித வளர்ச்சியுமின்றித் தேங்கியுள்ள வடக்கு கிழக்கு மாகாணங்களில் வளர்ச்சிப் பணிகள் துரிதமாக்கப்பட வேண்டும்.

வடகிழக்கு மாகாணங்களில் நிறுத்தி வைக்கப்பட்டுள்ள சுமார் 40,000 இலங்கைத் துருப்புகளும் விரைவாக நீக்கப்பட வேண்டும். இராணுவம் அகற்றப்பட்டால் மீண்டும் பெரிய அளவில் ஆட்கடத்தல்கள், சட்ட ஒழுங்குக் குலைவு ஏற்படுமோ என்கிற அச்சம் சிலரிடம் இருந்ததைக் காண முடிந்தது. இராணுவம் இருந்த போதும் இவை நடக்கவே செய்தன. பல நேரங்களில் இராணுவமே இந்தக் காரியங்களைச் செய்துள்ளது. எனவே சட்ட ஒழுங்கைக்

காரணம் காட்டி இராணுவ இருப்பை நியாயப்படுத்திவிடக்கூடாது. வடகிழக்குப் பகுதிகளில் அதிக அளவில் உயர் பாதுகாப்பு வலையங்கள் உருவாக்கப்படுதலுக்கும் முற்றுப்புள்ளி வைக்க வேண்டும். ஏற்கனவே உள்ளவையும் ஒழிக்கப்படவேண்டும்.

முகாம்களில் உள்ளவர்களின் மறுவாழ்வு பற்றிப் பேசும்போது விடுதலைப்புலிகளால் துரத்தப்பட்டு இருபதாண்டுகளாக புத்தளம் மாவட்டத்தில் அகதிகளாக வாழ்கிற முஸ்லிம்களின் பிரச்சினைகளுக்கு உரிய முக்கியத்துவம் அளிக்க வேண்டும். அவர்களில் வீடு திரும்ப விரும்புவோருக்கு உதவிகள் செய்வதும் பெருகியுள்ள குடும்ப உறுப்பினர்களுக்கேற்ப புதிய வீட்டு மனைகள் முதலானவற்றை அளிப்பதும், வேலை வாய்ப்பு, வணிகம், கல்வி ஆகியவற்றில் முன்னுரிமை அளிப்பதும் அவசியம். புத்தளத்திலேயே தங்கிவிட முடிவு செய்தவர்களை வடமேற்கு மாகாணத்திற்குரியவர்களாக அங்கீகரித்து உரிமைகள் வாங்கப்பட வேண்டும். முஸ்லிம் மற்றும் தமிழ்ப்பகுதிகளில் மேற்கொள்ளப்படும் சிங்களக் குடியேற்றங்கள் முடிவுக்குக் கொண்டு வரப்பட வேண்டும்.

அரசியல் தீர்வு குறித்து இந்தியா வற்புறுத்துவதும் ராஜபக்ஷே அரசு வாக்குறுதி அளிப்தும் கடந்த சில ஆண்டுகளாக நடைபெற்று வருகிற ஒரு நாடகமாக உள்து. தற்போதைய ராஜபக்ஷே வருகையிலும் இந்நாடகம் மீண்டும் ஒருமுறை அரங்கேறியுள்ளது. நான் அங்கிருந்தபோது தமிழ் மக்களுக்கு அதிகாரப் பகிர்வு அளிப்பது பற்றிப் பேசுவதற்கு நான் என்ன முட்டாளா என்கிற ரீதியில் ராஜபக்ஷேவின் பேட்டி ஒன்று வெளிவந்திருந்தது. மூத்த பத்திரிகையாளர் நிலாம் இதை வேறு சொற்களில் சொன்னார். "சமீபத்தில் தேர்தலில் சிங்களவர்களில் ராஜபக்ஷே 80 சத ஆதரவைப் பெற்றுள்ளார். இது மேலும் அதிகரிக்கும் வாய்ப்புள்ளது. ஆக, முழுக்க முழுக்க சிங்கள மக்களின் பிரதிநிதியாகவே தன்னை நிலை நிறுத்திக் கொள்ள வேண்டிய கட்டாயம் அவருக்கு ஏற்பட்டுள்ளது. இதுதான் சிறுபான்மை மக்கள் அதாவது (தமிழர்களும் முஸ்லிம்களும்) எதிர்நோக்குகிற இன்றைய பெரிய ஆபத்து" என்றார் அவர்.

தேர்தலின்போது ராஜபக்ஷே தனது கூட்டணிக்கு வாக்களிக்க வேண்டுமென்று மட்டும் கேட்கவில்லை. பாராளுமன்றத்தில் மூன்றில் இரண்டு பங்கு வேண்டும் என்பதுதான் அவரது முழக்கமாயிருந்தது. தமிழர்கள் மற்றும் முஸ்லிம்கள் மத்தியில் ராஜபக்ஷேவின் வெற்றி உறுதி என்று தெரிந்திருந்தபோதும் அவர்களின் ஒரே ஆவல்,

மூன்றில் இரண்டு பெரும்பான்மை அந்தக் கூட்டணிக்குக் கிடைத்துவிடக்கூடாது என்பதுதான்

இப்போது மூன்றில் இரண்டு என்கிற அளவில் வெற்றி பெறவில்லைதான். எனினும் தேர்தலுக்குப் பின்னும் கூட இதை அவர் செய்துவிட முடியும். மூன்றாம் முறையாகவும் ராஜபக்சே ஜனாதிபதியாக ஆவதற்கு உள்ள தடையை சட்டத் திருத்தம் மூலம் நீக்க முடியும் என்ற அச்சம் சிறுபான்மை மக்களிடம் உள்ளது.

இந்திய - இலங்கை ஒப்பந்தத்தை ஒட்டி உருவாக்கப்பட்ட 13வது அரசியல் சட்டத்திருத்தம் (ஏப்ரல் 1987) மாகாணங்களுக்கும் குறைந்தபட்சம் இந்தியாவில் வழங்கியுள்ள உரிமைகளையும் கூட மறுக்கக்கூடிய ஒன்று. இதன்படி தேர்ந்தெடுக்கப்பட்ட மாகாண அமைச்சரவைக்கு நிறைவேற்று அதிகாரம் கிடையாது. ஜனாதிபதியால் நியமிக்கப்பட்ட ஆளுநரே நிறைவேற்று அதிகாரத்தை செலுத்துவார். "உதவுவதும் பரிந்துரைப்பதும்" மட்டுமே அமைச்சரவையின் பணி. மாகாண நிதியை ரிசர்வ் வங்கியிலிருந்து பெறுவதற்கும் கூட ஆளுநர் அனுமதி பெற வேண்டும். ஆளுநருக்கும் அமைச்சரவைக்கும் பிரச்சினை உருவாகி கருத்தொற்றுமை ஏற்படாவிடில் மாகாண சபையைக் கலைக்கும் அதிகாரமும் சபையின் அதிகாரத்தை எடுத்துக்கொள்ளும் அதிகாரமும் ஜனாதிபதிக்கு உண்டு. இதுதவிர காவல்துறை, சட்டம் - ஒழுங்கு மற்றும் அரசு நிலங்களின் மீதான உரிமை ஆகிய இரண்டும் ஜனாதிபதியிடமே இருக்கும். அதாவது காவல் மற்றும் காணியுரிமை அற்ற அரசாகவே மாகாண அரசுகள் இருக்கும். சட்டம் இயற்றும் உரிமையைப் பொருத்தமட்டில் மாகாணப் பட்டியல், பொதுப்பட்டியல், ஒதுக்கப்பட்ட பட்டியலின் கீழ் உள்ள அதிகாரம் ஜனாதிபதியின் அதிகார எல்லைக்குட்பட்டதே. மாகாணப் பட்டியலில் உள்ள பிரிவுகளின் மீதும் பாராளுமன்றம் சட்டம் இயற்றலாம். மூன்றில் இரண்டு பங்கு பெரும்பான்மையுடன் இந்தச் சட்டம் இயற்றப்பட்டால் எல்லா மாகாணங்களும் அதை ஏற்றுக்கொள்ள வேண்டும். வெறும் பெரும்பான்மையுடன் இயற்றப்பட்டால் விரும்பிய மாகாணங்கள் அதை ஏற்கலாம். ஆனால் தேசிய நலன் எனக் கூறி எந்த அம்சத்தில் வேண்டுமானாலும் பாராளுமன்றம் சட்டம் இயற்றலாம். வெறும் பெரும்பான்மையே இதற்குப் போதும். இதை எந்த மாகாணமும் மீற இயலாது.

13ம் திருத்தத்தின் மூலம் மாகாணங்கள் பெற இருக்கும் அதிகாரப் பகிர்வின் லட்சணம் இதுதான். இந்தத் திருத்தம்

நிறைவேற்றப்பட்டபின் மேற்கொள்ளப்பட்ட இரு திருத்தங்கள் சிங்கள மொழிக்கும் பௌத்த மதத்திற்கும் கூடுதல் முக்கியத்துவத்தை அளித்துள்ளன. வடக்கு - கிழக்கு மாகாண இணைப்பிற்கு எதிரான நீதிமன்றத் தீர்ப்பும் நடைமுறையில் உள்ளது.

அதிகாரப் பரவல் குறித்து அமைக்கப்பட்ட திஸ்ஸ விதரண குழுவின் அறிக்கை சில வரவேற்கத்தக்க பரிந்துரைகளைக் கொண்டுள்ளதாகச் சொல்கின்றனர். அதனாலேயே அது ஓரங்கட்டப்பட்டுள்ளது.

இந்தப் பின்னணியிலிருந்துதான் அரசியல் தீர்வு குறித்த உரையாடலைத் தொடங்க வேண்டியுள்ளது. வெற்றி மமதையுடன் கூடிய பெரும்பான்மை ஒரு புறம். எல்லாவற்றையும் இழந்து நிற்கும் சிறுபான்மை இன்னொரு பக்கம். இந்த உரையாடல் எந்த அளவிற்கு நீதியான, கண்ணியமான அதிகாரப் பகிர்வை சிறுபான்மை மக்களுக்கு அளித்துவிடப் போகிறது?

இதை நான் எழுதிக் கொண்டிருக்கும்போது (ஜூன் 17) இலங்கைக்கான ஜப்பானின் சிறப்புத்தூதுவர் ய சூஷி அகாஷியின் பேட்டி நாளிதழ்களில் வந்துள்ளது. இலங்கைக்கு எதிரான போர்க்குற்றச்சாட்டுகளை மழுப்பி இலங்கை அரசுக்கு ஆதரவாக அவர் பேசியுள்ளார். 'கற்றுக்கொண்ட பாடங்கள் மற்றும் பகை மறப்பு ஆணையம்' ஒன்றை இலங்கை அரசு அமைக்க இருப்பதைச் சொல்லி மகிழ்ச்சி தெரிவித்துள்ளார்.

கொழும்பில் நான் இருந்தபோது 'பகை மறப்பு' தொடர்பாக ஒரு கலந்துரையாடலைத் தமிழச் சங்கத்தில் ஏற்பாடு செய்திருந்தனர். நான் அங்கு முன்வைத்த கீழ்க்கண்ட கருத்துக்கள் அதில் முக்கியமானவை.

1. தென் ஆப்ரிக்கா முதலிய நாடுகளில் பாதிக்கப்பட்ட மக்கள் வெற்றியடைந்த பின் இத்தகைய "உண்மை மற்றும் பகை மறப்பு" ஆணையம் உருவாக்கப்பட்டது. இங்கே பாதிக்கப்பட்ட மக்கள் எல்லாவற்றையும் இழந்து நிற்கும் நிலையில் அவர்கள் பகையை மறப்பது எந்த அளவு சாத்தியம்?

2. பகை மறப்பு ஆணையமும் மனித உரிமை அமைப்புகள் அமைக்கிற உண்மை அறியும் குழு மற்றும் விசாரணை நடவடிக்கைகளும் முற்றிலும் வேறுபட்டவை. முன்னது அரசு ஒத்துழைப்புடன் செயல்படுவது. பின்னது அரசிற்கு எதிராக செயற்படுவது பகைக்கால குற்றங்கள், அத்து மீறல்கள், உரிமை மறுப்புக்கள் முதலான ஆவணங்களைத் தருவது, குற்றமிழைத்தவர்களைக்

குற்றவாளிக்கூண்டில் ஏற்றுவது முதலான அம்சங்களில் அரசு ஒத்துழைப்பு அளிப்பது பகை மறப்பு ஆணையம் வெற்றி பெறுவதன் முன் நிபந்தனை. இவை எல்லாம் இலங்கையில் இன்று எந்த அளவிற்குச் சாத்தியம்?

3. பகையை மறப்பதற்கும் மன்னிப்பதற்கும் முன் நிபந்தனை பகைவர், அதாவது தமக்கு அநீதி இழைத்தவர்கள் யார் என அறிவது. அதாவது குற்றவாளிகள் குற்றத்தை ஏற்க வேண்டும். மன்னிப்பு கோர வேண்டும். இது இன்று சாத்தியமா?

4. பகை மறப்புச் செயல்பாட்டில் மறைக்கப்பட்ட உண்மைகளை வெளிக்கொணர்வது அந்த வகையில் ஒரு ஒரு மாற்றுக் கதையாடலை மிதக்க விடுவது, மாற்று வரலாற்றை முன் வைப்பது ஆகியவற்றிற்கு அடுத்தபடியாக வருவது பாதிக்கப்பட்டவர்களுக்கு நீதி கிடைக்கச் செய்வது. பாதிக்கப்பட்டவர்களுக்கு இழப்பீடு வழங்குதல், சட்டபூர்வமாகக் குற்றவாளிகள் தண்டிக்கப்படுதல் ஆகியவை இதில் அடங்கும். இலங்கை அரசு இதை ஏற்றுக் கொள்ளுமா?

5. இறுதியாக, பாதிக்கப்பட்டவர்கள் எல்லாவற்றையும் இழந்து நிற்கும் நிலையில், அரசியல் தீர்வு என்பது பகை மறப்பின் மிக முக்கிய அங்கமாகிறது. அரசியல் தீர்வில்லாத பகை மறப்பு சாத்தியமில்லை.

இவ்வளவு சிக்கல்களுக்கும் அப்பால் ஏதோ ஒரு புள்ளியில் எல்லோரும் பகையை மறந்துதான் ஆக வேண்டியிருக்கிறது. எல்லா இழப்புகளுக்கும் அப்பால் மனிதர்கள் வாழவே விரும்புகின்றனர். இழப்புகளோடு வாழ்வு உறைந்துவிடுவதில்லை. எனினும் வாழ்வைத் தொடரும் முயற்சியில் பகையை மறப்பதில் இத்தனை சிக்கல்கள் உள்ளன. இந்தச் சிக்கலுக்கு எளிதாக விடை சொல்ல இயலாத காரணத்தைச் சுட்டிக்காட்டி பகையை மறக்காதிருப்பதொன்றே தீர்வு என்கிற எளிய நிலைபாட்டிற்குச் செல்வது மக்களின் நிகழ்காலத்தை அழிப்பதாகிவிடும். இறந்த கால அநீதிகளையும் நிச்சயமில்லாத எதிர்காலப் பொற்காலத்தையும் சுட்டிக்காட்டி மக்களின் நிகழ்காலத்தை அழித்துவிடக்கூடாது. அப்படியான ஒரு தீர்வைத் தேர்வு செய்தால் கூட அது முற்றிலும் அம்மக்களின் தேர்வாகவே அமைய வேண்டும். வெளியில் இருப்பவர்கள், இத்தகைய தெரிவை அம்மக்கள் மீது திணித்துவிட இயலாது. ஒரு இரண்டு வார காலம் அம்மக்களோடு பழகி உரையாடி, அவர்களது துயரை நேரில் கண்டு நான் உணர்ந்தது இதுவே.

இரண்டு அம்சங்களைச் சொல்லி இப்பயணத் தொடரை நிறைவு செய்ய விரும்புகிறேன்.

1. நான் வந்த பிறகு பாராளுமன்றத் தேர்தல் முடிவுகள் வெளிவந்துள்ளன. மூன்றில் இரண்டு பங்கு கிடைக்காவிட்டாலும் எதிர்பார்த்ததுபோல ராஜபக்ஷே கூட்டணி பெரிய வெற்றி பெற்றுள்ளது. வடக்கு + கிழக்கு மாகாணங்களுக்கான 31 உறுப்பினர்களில் 17 தமிழர்கள் வெற்றி பெற்றுள்ளனர். இதில் 13 பேர் தமிழ்த் தேசியக் கூட்டமைப்பைச் சேர்ந்தவர்கள். மூவர் டக்ளஸ் தேவானந்தாவின் ஈழ மக்கள் ஜனநாயகக் கட்சியைச் சேர்ந்தவர்கள். ஒருவர் ஐக்கிய தேசியக் கட்சியின் சார்பாக வென்றார்.

தமிழ் தேசியக் கூட்டமைப்பு (த.தே.கூ.) பெரிய வெற்றியை ஈட்டியுள்ளது என்றுதான் சொல்ல வேண்டும். இவ்வமைப்பு குறித்து பத்திரிகைகள் எழுதும் போதெல்லாம் புலிகள் ஆதரவு த.தே.கூ. என எழுதுவதைப் பார்த்திருக்கலாம். கடந்த கால நிலை அப்படித்தான். 2001 தேர்தலில் இவர்கள் 14 இடங்களை வென்றனர். 2004ல் 22 இடங்களைப் பெற்றனர். இந்த வெற்றிக்குப் பின்னணியாக விடுதலைப் புலிகள் அமைப்பு இருந்தது. இது ஊரறிந்த ரகசியம். த.தே.கூ.வுக்கு வாக்களிக்க மாட்டார்கள் எனச் சந்தேகப்பட்டவர்கள் வாக்களிக்க அனுமதிக்கப்படவில்லை. இன்று அவர்கள் எதார்த்தச் சூழலுக்கு ஓரளவு இணைந்த ஒரு அரசியலை மேற்கொண்டுள்ளனர். இதனால் புலம்பெயர்ந்த நாடுகளிலுள்ள புலி ஆதரவாளர்கள் இவர்களுக்கான ஆதரவை நிறுத்திக் கொண்டுள்ளனர். இத்தகைய புலம்பெயர்ந்த தமிழர்களால் முன்னிறுத்தப்பட்ட 'தமிழ் தேசிய மக்கள் 'முன்னணி'யால் ஒரு இடம் கூட பெற இயலவில்லை என்பது குறிப்பிடத்தக்கது. 'டயாஸ்போரா' தமிழர்களால் முன்னிறுத்தப்பட்ட இந்த டி.என்.பி.எஃப், ராஜபக்ஷே ஆதரவு நிலைப்பாடு எடுத்த டக்ளஸ் கட்சி மற்றும் தமிழ் தேசிய விடுதலைப்புலிகளைக் காட்டிலும் தனித்து நின்ற த.தே.கூ. 13 இடங்களைப் பிடித்துள்ளது. நாடு கடந்த தமிழ் ஈழம் முதலான டயாஸ்போரா தமிழர்களின் முயற்சியையும் த.தே. கூ. தற்போது கண்டித்துள்ளது. ஈழ மக்களின் உணர்வுகளையும், பிரச்சினைகளையும் புரிந்து கொள்ளாத முயற்சி, எந்த வகையிலும் ஈழ மக்களுக்கு இது இன்று சாதகமானதல்ல என த.தே. கூ தலைவர்கள் சம்பந்தன், செல்வம் அடைக்கலநாதன் முதலானோர் கூறியுள்ளனர்.

த.தே.கூ. இத்தகைய குறிப்பிடத்தக்க வெற்றிகளைக் குவித்தாலும்

வடக்கில் ராஜபக்ஷே கூட்டணியில் நின்ற டக்ளஸ் கட்சியிடம் மூன்று இடங்களை இழந்துள்ளது. கவனிக்கத்தக்கது. வடக்கு மாகாண பஞ்சமர் (தலித் மக்கள்) மற்றும் இதர அடித்தளத்தினரின் வாக்குகளே டக்ளஸ் கட்சியின் இவ்வெற்றிக்குக் காரணம் என அரசியல் நோக்கர்கள் கருதுகின்றனர். இந்தச் சூழலை ரொம்பவும் நுணுக்கமாக நாம் புரிந்து கொள்வது அவசியம். பஞ்சம மக்களுக்கும் தமிழ்த் தேசியத்திற்கும் இடையிலான இடைவெளி தொடர்வது கவனிக்கப்பட வேண்டிய ஒன்று.

தமிழர்களின் பிரதிநிதித்துவம், முஸ்லிம்களின் பிரதிநிதித்துவம் இரண்டுமே குறைந்துள்ளது. தேர்தலில் வாக்காளர்கள் ஆர்வம் காட்டாமை, ஏராளமான தமிழ் மற்றும் முஸ்லிம் கட்சிகளிடையே வாக்குகள் பிரிந்தது. சிங்கள தேசியக் கட்சிகளின் சார்பாகவே தமிழர்கள் நிறைய களத்தில் இறக்கப்பட்டது ஆகியன இந்நிலைக்கும் காரணமாகி உள்ளன. தமிழர்கள் மத்தியிலும் முஸ்லிம்கள் மத்தியிலும் தமிழர்கள் முஸ்லிம்களுக்கிடையிலும் இது குறித்த விரிவான ஆய்வும் உரையாடலும் அவசியம்.

2. ராஜபக்ஷே அரசுக்குத் சார்பாக உள்ள இந்திய அரசைச் சார்ந்து நிற்பது என்கிற நிலையை தமிழர் கட்சிகள் மேற்கொண்டால் அதைவிடப் பெரிய ஆபத்து ஒன்றுமில்லை. கடைசி கட்டப் போரின்போது இலங்கை அரசுக்கு நேரடியாக அல்லாவிட்டாலும் எல்லாவிதமான பக்க ஆதரவுகளையும் வழங்கி அதற்கு வெற்றி வாய்ப்பை அளித்தது மட்டுமின்றி, தொடர்ந்து போர்க்குற்றங்களுக்கான நடவடிக்கை முயற்சிகளுக்கு எதிராக நின்றும் இலங்கை அரசை இந்தியா காப்பாற்றி வருகிறது. இலங்கைக்கு எதிராக ஐ.நா. அவையில் எந்த நடவடிக்கையும் இல்லாமற் போனதில் இந்தியாவின் பங்கு முக்கியமானது. ரஷ்யாவும் சீனாவும் அவற்றின் வீட்டோ அதிகாரத்தை இலங்கைக்கு ஆதரவாகப் பயன்படுத்தக்கூடிய சூழல் என்பது ஒருபுறம் என்றால் அத்தகைய சூழலை உருவாக்கியதிலும் ஆதரவு திரட்டியதிலும் இந்தியாவின் பங்கு கணிசமானது. இலங்கைக்கு ஆதரவாக இந்தியா இருக்கும் வரை ஒன்றும் செய்ய இயலாது என மேற்கு நாடுகளில் செயல்படும் மனித உரிமை அமைப்பினர் கை விரிக்கும் நிலை இன்று ஏற்பட்டுள்ளது. மேற்கு நாடுகளைப் பொருத்தமட்டில் இந்தியாவைப் பகைத்துக் கொண்டு இலங்கை மீது நடவடிக்கை எடுக்கத் தயாராக இல்லை. இலங்கைக்கு எதிராக ஐ.நா. அவையின் உரிமைகள் தொடர்பான ஆணையர்

நவநீதம் பிள்ளை *(Navi Pllay)* பேச முற்பட்டபோது அவருக்கு எதிராகவும் இந்தியா இயங்கியது குறிப்பிடத்தக்கது.

ராஜபக்ஷே இன்று இந்தியா வந்து சென்றுள்ளார். பல ஒப்பந்தங்கள் கையெழுத்தாகி உள்ளன. எனினும் 2008ம் ஆண்டு முதல் தேங்கி நிற்கும் 'பொருளாதாரப் பங்காளி அகல் விரிவு ஒப்பந்தம்' *(Comprehensive Economic Partnership Agreement)* இம்முறையும் கையெழுத்தாகவில்லை. இந்தியாவின் பொருளாதாரக் கிடுக்கிப் பிடிக்குள் இலங்கையை முடக்க இயலும் இந்த ஒப்பந்தத்திற்கு சிங்களர்களின் மத்தியில் எதிர்ப்பு உள்ளது. தமிழர்களுக்கான அரசியல் தீர்வு என்பதை இலங்கை அரசிடம் இந்தியா வற்புறுத்துவது ஒரே கல்லில் இரு மாங்காய்களை வீழ்த்தும் முயற்சியாக உள்ளது. ஒரு பக்கம் தமிழ்நாட்டு மக்களைத் திருப்திப்படுத்துவது, இன்னொரு பக்கம் இலங்கை அரசை அழுத்தம் கொடுத்துத் தன் பொருளாதார நலன்களுக்குப் பணிய வைத்து, மேற்படி ஒப்பந்தத்தில் கையெபப்பம் பெறுவது என இரு நோக்கங்களையும் இந்திய அரசு மனதில் கொண்டு இயங்குகிறது.

ராஜபக்ஷேவோ அரசியல் தீர்வு குறித்து இந்தியா வற்புறுத்துவதை சிங்கள மக்கள் மத்தியில் முன்னிறுத்தி அரசியல் செய்வது ஒரு பக்கம். இன்னொரு பக்கம் தமிழர் பிரச்சினையில் பொருளாதார ஒப்பந்தத்தை இந்தியாவுடனான அரசியலில் ஒரு பகடைக்காயாகப் பயன்படுத்துவது என்கிற நிலையை எடுக்கிறார்.

இரண்டிற்கும் இடையில் தமிழர்கள்தான் பந்தாடப்படுகின்றனர். ஈழத் தமிழர்கள் பிரச்சினையில் இந்தியா உதவும் என எதிர்பார்ப்பது அது யாராக இருந்தபோதிலும் ரொம்பவும் அபத்தம்.

ஜூலை, 2010

உலகச் செம்மொழித் தமிழ் மாநாடு உசுப்புகிற சிந்தனைகள்

எள்ளளவும் மனக் குறுகுறுப்போ தயக்கமோ இல்லாமல் ஒரு குடும்பத் திருவிழாவாக செம்மொழி மாநாட்டைக் கருணாநிதி அரசு நடத்தி முடித்தது குறித்து கூர்மையான விமர்சனங்கள் தமிழ் இதழ்களில் ஏராளமாகப் பதிவாகி உள்ளன. அது குறித்துப் பேசுவதல்ல இங்கு எனது நோக்கம்.

ஏனெனில் இதில் பங்கு பெற்ற நமது உள்ளூர்த் தமிழ் அறிஞர்கள், பேராசியரியர்கள் முதலானோர் கொஞ்சமும் வெட்கமின்றி பேரரசர் மற்றும் இளவரசியின் புகழ்பாடி நின்றதில் எள்ளளவும் வியப்பில்லை. நமது தொன்மைத் தமிழ்ப் பாரம்பரியத்தின் தொடர்ச்சிகளில் ஒன்றாக இதையும் நாம் கொள்ள முடியும்தான். தமிழின் தொன்மை யையும் தொடர்ச்சியையும் இம்மாநாட்டில் ஜார்ஜ் ஹார்ட் (George L. Hart) முதலான அறிஞர்கள் வியந்து பாராட்டவில்லையா? அதிகாரத்தை நத்திப் பிழைக்கும் புலமைப் பாரம்பரியமும் இது நம் தொல் மரபுகளில் ஒன்றுதான் என விட்டுவிட வேண்டியதுதான். பெரியார் நமது புலமைப் பாரம்பரியம் குறித்து அவருக்கே உரித்தான கிண்டல், நகைச்சுவை, கூர்த்த நுட்பம் ஆகியவற்றுடன் கூறியுள்ள கருத்துக்கள் நினைவில் புரள்கின்றன.

வெளிநாட்டிலிருந்து முக்கிய பல தமிழறிஞர்கள் வந்திருந்தனர். தமிழகப் பேராசிரியர்கள் பலரும் பங்குபெற்றனர். ஆனால் இன்றும் தமிழை, அதன் படைப்பாற்றல் திறனை வீச்சுடன் பயன்படுத்தி வரும் நவீன எழுத்தாளர்கள் யாரும் இதில் பங்கு பெறாதது நமது கவனத்திற்குரியது. எஸ்.ராமகிருஷ்ணன், கோணங்கி முதலானோரின் பெயர்கள் நிகழ்ச்சி நிரலில் இருந்தபோதும் அவர்களும் கலந்து கொள்ளவில்லை. ராமகிருஷ்ணன் ஏதோ வெளிநாட்டுப் பயணத்தில் இருந்ததாகச் சொன்னார்கள். கோணங்கி தன்னைக் கேட்காமலேயே பெயரைப் போட்டுவிட்டார்கள் என வெளிப்படையாகச் சொல்லி தன் மரியாதையைக் காப்பாற்றிக் கொண்டார். மற்றபடி ஒரு காலத்தில் தவிர்க்க இயலாத இலக்கிய மற்றும் அறிவு ஜீவித ஆளுமைகளாக இருந்து இன்று சுய முன்னேற்றத்திற்காகவும் அரசியல் மற்றும் வணிக நலன்களுக்காகவும் தமது அறிவு நேர்மை அனைத்தையும் இழந்து கருணாநிதி குடும்பப் புகழ் பாடுபவர் களாக மாறியவர்கள், பொது நிகழ்வுகளில் இரட்டைக் கரை வேட்டி யுடன் வரத் தயங்காதவர்கள் இப்படியான 'நவீன எழுத்தாளர்கள்' சிலர் மட்டுமே மாநாட்டில் முகங் காட்டினர் (பொன்னீலனை மட்டும் வேண்டுமானால் ஒரு விதிவிலக்கு எனலாம்). கடுமையாக அரசை விமர்சித்து வருவதாகக் காட்டிக் கொள்ளும் நூல் வெளியீட்டாளர்கள் கமுக்கமாக மாநாட்டில் கடை போட்டுத் தம் பங்களிப்பைச் செய்தனர். ஜெயமோகன், சாருநிவேதிதா போன்றோர் அழைக்கப்படாததைப் புரிந்துகொள்ள முடிகிறது. ஜெயமோகன், எற்கனவே கருணாநிதியை விமர்சித்தவர். அவரை அழைக்க மாட்டார்கள். தமிழவன் போன்ற பேராசிரியர்கள் எல்லோராலும் மதிக்கப்படக்கூடிய ஆ.சிவசுப்பிரமணியம் தொ பரமசிவன் போன்ற ஆய்வறிஞர்கள், ஞானி, தி.க.சி. போன்ற விமர்சகர்கள் கூட அழைக்கப்படாததை இப்படித்தான் நாம் புரிந்து கொள்ள முடிகிறது. தப்பித் தவறியும் கூட அரச குடும்பத்தின் மீதும், மாநாடு குறித்தும் விமர்சனங்கள் ஏதும் பதிவாகிவிடக் கூடாது என்பதில் ஏற்பாட்டாளர்கள் கவனமாக இருந்துள்ளார்கள்.

மாநாடு நடத்தும் இக்காலகட்டம் குறித்தும் நோக்கம் குறித்தும் மிக அடிப்படையான ஒரு விமர்சனம் தமிழ்ச் சூழலில் இருந்தது. உலகத் தமிழ் மாநாடுகளை இதுவரை நடத்தி வந்த உலகத் தமிழ் ஆராய்ச்சி மன்றத்தின் தற்போதைய தலைவரும் எதற்காகவும் அறிவு நாணயத்தை இழக்கத் தயாராக இல்லாதவருமான ஜப்பானியத்

தமிழியல் அறிஞர் நொபோரு கராஷிமா (*Noboru Karashima*) அவர்கள், இப்படியான ஒரு மாநாட்டுத் திட்டத்தைத் தமிழக அரசு முன் வைத்தபோது இன்று உடனடியாக அதை நடத்துவதற்கு வாய்ப்பில்லை என உறுதியாக மறுத்தார். இன்றைய சூழலில் இப்படியான ஒரு மாநாடு குறித்த தயக்கம் என்பது ஒருபுறம், மற்றபடி ஒரு ஆராய்ச்சி மாநாட்டை இப்படி அவசர கோலத்தில் நடத்த இயலாது, 2011 வாக்கில் தான் அது சாத்தியம் என்று அவர் உறுதிபடக் கூறினார். தமிழக அரசின் அவசரத்தை எல்லோராலும் புரிந்து கொள்ள முடிந்தது. ஊரறிந்த இரகசியம்தான் அது. ஈழப் பிரச்சினையில் சரிந்துவிட்ட தனது பிம்பத்தைத் தேர்தலுக்கு முன்னதாகத் தூக்கி நிறுத்தி உலகத் தமிழ்த் தலைவர் என்கிற பெருமையைத் தக்க வைத்துக் கொள்ளும் அவசரத்தின் முன் கராஷிமாவின் உறுதி எம்மாத்திரம்.

தமிழாராய்ச்சி மாநாட்டைத்தானே நடத்த முடியாது என்கிறீர்கள். 'உலகச் செம்மொழித் தமிழ் மாநாடு' என்பதாகப் புதிய யெரைச் சூட்டி நடத்துகிறேன் பாருங்கள் எனக் களமிறங்கினார் கருணாநிதி, சிவத்தம்பி முதலான மூத்த தமிழறிஞர்கள் அதற்கு ஒத்துழைத்தனர். சிவத்தம்பி அவர்களுடன் மிக நெருக்கமாகப் பழகியவன் என்கிற முறையில் அவர் இத்தகைய முடிவெடுத்ததில் எனக்கு வியப்பில்லை. ஒரு நேரத்தில் விடுதலைப் புலிகள் இடைக்கால அரசு ஒன்றை அமைக்க வாய்ப்பிருந்தபோது சிவத்தம்பி பெயர்தான் அதற்குச் சிபாரிசு செய்யப்பட்டது என்பது நினைவிருக்கலாம். நாங்களெல்லாம் அப்போது அவருக்கு வாழ்த்துக் கடிதம் அனுப்பினோம். இன்னொரு சந்தர்ப்பத்தில் இலங்கை அரசு அவரை வெளிநாட்டுத் தூதுவராக நியமிக்க முன் வந்ததாகவும் ஒரு பேச்சு உண்டு (எனினும் பேராசிரியர் அதை ஏற்கவில்லை). அந்த அளவிற்கு 'இரு தரப்பினரும் மதிக்கத் தக்கவராக' இருந்தவர், இருப்பவர் அவர்.

பேராசிரியர் அவர்கள் வந்தது மட்டுமல்ல அவர் அளித்த பேட்டிகள் இங்கே பெரிய அதிர்ச்சியை ஏற்படுத்தின. 'ஈழம்' என்கிற சொல்லே சிங்கள மூலத்திலிருந்து உதிந்த சொல் என்றார். "அதை நான் தவிர்க்க விரும்புகிறேன்" என்றார். தவிரவும், அப்பெயர் இளைஞர்களின் ஆயுதப் போராட்ட அரசியலுடன் தொடர்புடைய தாகிவிட்டதையும் சுட்டிக்காட்டினார். நான் முதலில் இலங்கையன். எனது இரண்டாவது அடையாளமே தமிழன் என்றார். உங்களுக்கும் அப்படித்தானே, முதலில் நீங்கள் இந்தியர்கள், அப்புறம் தானே தமிழர்கள் என்றார்.

வெறுமனே ஈழத் தமிழன் எனக் கூறி இலங்கை மீதுள்ள எனது பாரம்பரிய உரிமையை விட்டுவிட முடியுமா என்றார். உள்நாட்டுத் தமிழ் அகதிகள் பற்றி ஒரு பத்திரிகை வினவியபோது இதெல்லாம் எங்கள் உள்நாட்டுப் பிரச்சினை இங்கே வந்து பேசக் கூடாது என்றார். ஆமாம், அவர்கள் பெரிய துன்பத்திற்காளாகி உள்ளார்கள். உடனடியான நிவாரணம் அவர்களுக்குத் தேவை என்கிற ரீதியிலும் கூட அவர் பேசத் தயாராக இல்லை. எனினும் முன்னதாக 'தினமணி' இதழுக்கு அவர் பேட்டியளித்தபோது, இலங்கை எங்களது தீவு. தமிழர்கள் அங்கு இருந்தார்கள், இருக்கிறார்கள், எதிர்காலத்திலும் இருப்பார்கள். இந்த உரிமையை நாங்கள் விட்டுவிட மாட்டோம் என்கிற ரீதியில் கூறியதைப் படித்தபோது எத்தகைய நைந்த நெஞ்சிலிருந்து இந்தச் சொற்கள் எழுகின்றன என்பதை நம்மால் புரிந்து கொள்ள முடிந்தது. எனினும் உலக அளவில் ஏற்கப்பட்ட தமிழாய்வின் தலைமகன் என்கிற பரிமாணத்தைத் தாண்டுவதற்கு அவர் விரும்பவில்லை.

தமிழர்கள் இன்று குறைந்தபட்சம் ஆறேழு நாடுகளில் பாரம்பரிய உரிமைகளோடு வாழ்கின்றனர். எனினும் தமிழகத்திற்கு அடுத்தபடி யாகத் தமிழர்களின் நாடாக இருப்பது ஈழம்தான். அங்கு இப்படியான ஒரு பேரழிவு நிகழ்ந்துள்ளபோது இந்தக் கொண்டாட்டம் தேவைதானா என்கிற நியாயமான கேள்வி எல்லோர் மத்தியிலும் இருக்கத்தான் செய்தது.

உண்மையில் இந்தக் கேள்வியை முன்னெடுத்துச் சென்றிருக்க வேண்டியவர்கள் தமிழ் எழுத்தாளர்களாகிய நாம் தான். உலகத் தமிழ்க் கொண்டாட்டங்களைப் புறக்கணிக்க இயக்கம் நடத்திய மரபும் நமது தமிழ்ச் சிறு பத்திரிகைகளுக்கு உண்டு. ஆனாலும் இங்கே தமிழ் எழுத்தாளர்களுக்கு இன்று ஒரு பொதுவான அமைப்பு இல்லை. கலை இலக்கியப் பெருமன்றம், முற்போக்கு எழுத்தாளர் சங்கம் முதலான இடதுசாரிக் கட்சிகளின் கலை இலக்கிய அமைப்புகள் அவர்களது கட்சி நிலைப்பாட்டை ஒட்டிப் பெரிய விமர்சனமின்றி மாநாட்டில் பங்கு பெற்றன. "தமிழ்ப் படைப்பாளிகள், உணர்வாளர்கள் கூட்டமைப்பு" என்றொரு அமைப்பு சில எழுத்தாள நண்பர்களால் உருவாக்கப்பட்டபோது எனக்கு அவர்களோடு அரசியல் ரீதியாக கருத்து வேறுபாடு இருந்தபோதும் மனதார மகிழ்ச்சியுற்றேன். குறிப்பான அரசியல் திட்டத்துடன் செயல்படுபவர்கள் இப்படியான ஒரு ஒருங்கிணைப்பைச்

செய்யக்கூடாது என்பதில்லை. சொல்லப்போனால் அவர்கள் தான் முன் கை எடுக்க முடியும். ஆனால் பெரிய அளவில் பொதுவான எழுத்தாளர்களை ஒருங்கிணைக்கும் வண்ணமாக அவர்களின் செயல்பாடுகளும் அறிக்கைகளும் அமைந்திருக்க வேண்டும். அப்படி அமையவில்லை. இறுதி நேரத்தில் அவர்களும் எந்தச் சிறு எதிர்ப்பையும் காட்டாமல் பதுங்கிக் கொண்டார்கள்.

இங்கொன்றைச் சொல்லியாக வேண்டும். ஈழப் பிரச்சினையில் கடுமையாக கருணாநிதி அரசை விமர்சித்துக் கொண்டிருந்த, இந்த நேரத்தில் இம்மாநாடு தேவைதானா எனக் கேட்டுக் கொண்டிருந்த தமிழ்த் தேசிய அமைப்புகள் எதுவும் எந்தப் பெரிய எதிர்ப்பையும் மாநாட்டு நேரத்தில் காட்டவில்லை. போதாக்குறைக்கு விழுப்புரத்தில் நடைபெற்ற தண்டவாளப் பெயர்ப்பு நிகழ்வு ஒன்றைக் காரணம் காட்டி, தமிழ்த் தேசிய அமைப்புகள் மீது தமிழக அரசு ஒரு தாக்குதலை மேற்கொண்டு கடும் அடக்கு முறைக்குத் தான் தயாராக உள்ளதைக் காட்டிக் கொண்டது. நக்சல்பாரி பாரம்பரியத்தில் வந்த 'புரட்சிகர இளைஞர் முன்னணி', 'மக்கள் ஜனநாயக இளைஞர் கழகம்', 'மக்கள் கலை இலக்கியக் கழகம்' முதலான அமைப்பினரே இந்த அச்சுறுத்தலுக்கெல்லாம் அஞ்சாமல் ஆங்காங்கு துண்டறிக்கை மற்றும் சுவரொட்டிகளை வெளியிட்டுக் கைதாயினர். இதைக் கண்டித்து மனித உரிமை அமைப்புகள் சார்பாக நாங்கள் வெளியிட்ட அறிக்கை, மாநாட்டு களேபரங்களுக்கிடையில் இரண்டு வரிச் செய்திகளாக மட்டுமே பத்திரிகைகளில் இடம் பிடித்தன.

சரி, இப்போது மாநாட்டில் முன் வைக்கப்பட்ட உருப்படியான கருத்துக்களைக் கொஞ்சம் அசை போடுவோம். அப்படியான கருத்துக் களை சிந்துவெளி முத்திரைகளை வாசிப்பதில் பல ஆண்டுகளாகத் தன்னை ஈடுபடுத்தி வரும் பின்லாந்து நாட்டு இந்தியவியல் அறிஞர் அஸ்கோ பர்போலா *(Asco Parpola)*, மாஸ்கோ பல்கலைக்கழகப் பேராசிரியர் அலெக்ஸாண்டர் துப்யான்ஸ்கி *(Alexander Dubiansky)*, கலிஃபோர்னியா பல்கலைக்கழகத் தமிழியல் பேராசிரியர் ஜார்ஜ் ஹார்ட் ஆகியோரே முன்வைத்தனர். 23 ஆய்வரங்குகளில் 239 அமர்வுகள் நடைபெறும் என முன்னதாக அறிவித்திருந்தபோதும் வெறும் 168 அமர்வுகள் மட்டுமே நடந்தன. அவற்றிலும் விரல் விட்டு எண்ணக்கூடியவர்களே பார்வையாளர் களாக இருந்தனர் எனப் பத்திரிகைகள் எழுதின. இவற்றில் துதிபாடல்கள் தவிர்த்த

உருப்படியான கட்டுரைகள் மிகச்சிலவே. நமது 'ஹை புரொபைல்' பல்கலைக்கழகப் பேராசிரியர்கள் பலரும் குறிப்பிடத்தக்க எந்தப் பங்களிப்பையும் செய்யவில்லை என்பது கவனிக்கத்தக்கது. சாதி, அரசியல், ஆராய்ச்சி மாணவர்களை நோண்டுவது, எப்படி துணைவேந்தராக ஆகலாம் என யோசிப்பது ஆகியவற்றிற்கு மத்தியில் ஆராய்ச்சிக்கு அவர்களுக்கு நேரமில்லை.

மேற்குறித்த மூன்று முக்கிய வெளிநாட்டு அறிஞர்களும் ஓரம்சத்தில் கருத்தொருமித்தது குறிப்பிடத்தக்கது. இம்மாநாட்டின் மிகப்பெரிய பங்களிப்பு என நாம் அதைத்தான் சொல்ல வேண்டும். வடமொழியின் செல்வாக்கு, பாதிப்பு ஆகியவற்றிற்கு ஆட்படாது, முற்றிலும் சுயேச்சையாகவும் முன்னோடியாகவும் ஒரு இலக்கியப் பாரம்பரியத்தைத் தமிழ், தமிழ் மட்டுமே கொண்டிருந்தது என்பது ஒன்று. மற்றது, சிந்துவெளி நாகரிகம் என்பது ஆரிய வருகைக்கு முற்பட்ட முற்றிலுமான ஒரு உள்ளூர் நாகரிகம் மட்டுமல்ல, அது திராவிட வேர்களைக் கொண்டிருந்தது என்பது. மூன்றாவது, திராவிட தமிழ்க் கூறுகள் கங்கைச் சமவெளி, நாகரிகத்திலும் சமஸ்கிருத மொழியிலும் ஊடு பரவியுள்ளன என்பது. சொற்கள், இலக்கிய வடிவங்கள் அழகியல் கோட்பாடுகள் எனப் பலவும் சமஸ்கிருதத்திலிருந்துதான் தமிழுக்கு வந்தன என்பதை இந்த அறிஞர்கள் ஒத்த குரலில் மறுத்துள்ளனர். சிந்துவெளி நாகரிகம் குறித்த வரலாற்றுப் புரட்டு ஒன்றை இந்திய அளவில் வலதுசாரி பாசிச சக்திகள் மேற்கொண்டு வரும் சூழலில் இந்த மாநாட்டின் ஊடாக இந்த அம்சங்கள் வலியுறுத்தப்பட்டடது மிக முக்கியமான ஒரு பங்களிப்பு எனலாம்.

நீண்ட காலமாகச் சிந்துவெளி முத்திரைகளை வாசிக்க முனைந்து வரும் அஸ்கோ பர்போலா இதற்கு முன்னதாக சிந்துவெளி நாகரிகத்தை திராவிட நாகரிகம்தான் என இந்த அளவிற்கு உறுதியாகச் சொன்னதில்லை. அப்படியும் ஒரு கருத்துண்டு என்றே குறிப்பிட்டு வந்தார். எனது ஆரியக் கூத்து நூலிலும் வேறு சில கட்டுரைகளிலும் இதைக் குறிப்பிட்டுள்ளேன். ஆனால் இன்று அவர் ஹரப்பா மக்களின் மொழி திராவிடக் கூறுகளைக் கொண்டிருந்தது என்பதை உறதிபடக் கூறியுள்ளார்.

கலைஞர் கருணாநிதியின் பெயரில் வழங்கப்பட்ட செவ்வியல் தமிழ் விருதைப் பெற்றுக்கொண்டு ஆற்றிய உரையில் அவர் இதைப் பதிவு செய்தார். மூவாயிரம் ஆண்டுப் பாரம்பரியம் மிக்க

சமஸ்கிருதம் இணை சொல்லத்தக இயலாத அளவு இலக்கிய வளம் மிக்கது என்பது உண்மையே. கி.மு. 1500 - 1300 வாக்கில் சிரியாவிலிருந்த மிடானி அரசு காலத்திய மூல இந்தோ - ஆரிய மொழிக்கூறுகளைக் (Proto Indo-Aryan) கொண்டுள்ள பழைமையான மொழி அது என்பதிலும் ஐயமில்லை. கி.மு. 2000க்குரிய மத்திய ரஷ்யாவில் வழக்கத்தில் இருந்த இந்தோ - ஈரானிய மொழிக் கூறுகளையும் கூட அதில் காணலாம். "ஆனால் இவை எதுவுமே தமிழின் வேர்களுக்கு முந்தியதில்லை. மூல திராவிட மொழிக் காலகட்டத்திற்குக் கொண்டு செல்லத்தக்கது தமிழ். கி.மு. 2600-1700 காலகட்டத்திய சிந்துவெளிக் குறும் பிரதிகள் பலவற்றையும் இத்தோடு அடையாளம் காண இயலும்" என்றார் பர்போலா. கி.மு1000 வாக்கில் எழுதப்பட்ட ஆகப் பழைய இலக்கியமான ரிக் வேதத்தில் குறைந்தபட்சம் ஆறு திராவிடக் கடன் சொற்களைக் காண முடியும். அவை : 'முகம்', 'களம்', 'பழம்', 'குண்டம்', 'கான' (குருடு), 'கியாம்பு' (நீர்த்தாவரம்).

பர்போலா அத்தோடு நிறுத்திக் கொள்ளவில்லை. ஹரப்பா மொழி திராவிடம் எனும்போது சிந்துவெளி முத்திரைகள் மற்றும் நாகரிகத்தை விளங்கிக் கொள்வதில் சங்க இலக்கியத்தின் பங்கு அதிகமாகிறது என்றார். மூல திராவிட சொற்களஞ்சியம், மொழி அமைப்பு ஆகியன குறித்துப் போதிய ஆய்வுகள் இன்று இல்லாததே சிந்துவெளி நாகரிகத்தை முழுமையாகப் புரிந்து கொள்ள இயலாமைக்குக் காரணம் என்றும் கூறினர். அவரது கட்டுரையின் தலைப்பு கூட, 'சிந்துவெளி எழுத்துப் பிரச்சினைக்கு ஒரு திராவிடத் தீர்வு' என்பதுதான். மொழி மட்டுமின்றி, வடநாட்டு மக்களிலும் ஒரு சாரார் திராவிட இன வழியில் வந்தவர்களே. நுணுக்க ஆய்வுப் பயிற்சி அற்ற சாதாரண மக்களும் கூட தமது தமிழறிவின் ஊடாக சிந்துவெளி முத்திரைகளை வாசிக்க உதவி செய்ய முடியும் எனவும் அவர் கூறினர்.

சிந்துவெளி நாகரிகம் திராவிட நாகரிகமே. ஆரிய ஊடுருவல் பின்னரே நிகழ்ந்தது. தென்னகம் நோக்கி நகர்ந்த திராவிடர்கள் எல்லோரும் ஆரியர்களால் தோற்கடிக்கப்பட்டு விரட்டப்பட்டவர்கள் அல்லர். மேய்ச்சல் நிலம் தேடிக் கொஞ்சம் கொஞ்சமாக வந்து குடியேறித் தம் மேலாண்மையை நிறுவிய ஆரியர்கள் பூர்வ திராவிடக் குடியில் மேல் தட்டிலிருந்தவர்களிடம் தமது ஆரிய மொழியைப் பயிற்றுவித்தனர். கங்கைச் சமவெளி முழுமையும்

இப்படியாக ஆரியம் பரவியபோதும் மூல திராவிடக் கூறுகளை இன்றும் அதில் காண இயலும். ஆரியப் படை எடுப்பிலிருந்து விலகி நின்ற தென்னகத்தில் திராவிடம் செழித்தோங்கியது.

சிந்துவெளி எழுத்தின் அடிப்படைக் கூறுகளில் ஒன்று ‘மீன் குறி’, ‘மீன்’ எனும் சொல்லுக்குத் தமிழில் உள்ள இரு அர்த்தங்கள் (மற்றது நட்சத்திரம்) ‘வெளி’யைக் குறிக்க குத்துக் கோடுகளுக்கு இடைப்பட்ட வெளியைப் பயன்படுத்துதல், இவற்றை எல்லாம் இணைத்து சிந்துவெளி முத்திரைகளில் உள்ள கார்த்திகை நட்சத்திரக் கூட்டத்தைத் தமிழ்ச் சொற்களின் ஊடாக அவர் பிறிதொரு கூட்டத்தில் வாசித்து விளக்கியது நம்மை வியப்பிலாழ்த்துகிறது. கார்த்திகை நட்சத்திரக் குறிகளை அவர் மீன், மேமீன், பசுமீன் வெள்ளிமீன், வடமீன், வடவெள்ளி, அறுமீன் என்பதாகத் தமிழால் வாசித்தார். சிந்துவெளி திராவிடர்கள் முருகனை வணங்கியிருக்கலாம் எனவும் அவர் கருத்துரைத்தார்.

மொழியிலாகட்டும் இலக்கியப் பாரம்பரியத்திலாகட்டும் சமஸ் கிருதத்திலிருந்து முற்றிலும் தனித்தியங்கியது சங்கத் தமிழ் என்றார் ஜார்ஜ் ஹார்ட். எல்லாமே சமஸ்கிருதத்திலிருந்துதான் சென்றது. சமஸ்கிருதம் எதையும் பிறமொழிகளிலிருந்து பெறவில்லை என்கிற கருத்து தவறு. நேரெதிராகவே வரலாறு அமைந்துள்ளது. திராவிட மொழிகளுக்குள்ளும் தமிழ் தனித்துவமானது. தெலுங்கு, கன்னடம், மலையாளம் இவை எல்லாம் 70 முதல் 80 சதம் வரை சமஸ்கிருதத்தைச் சார்ந்திருந்தன. அது மட்டுமல்ல, தமது மொழியிலிருந்த ஆற்றல் மிகுந்த பல சொற்களை அவை கைவிட்டன. தமிழ் ஒன்றே சமஸ்கிருத மொழிச் சொற்களைக் கூடியவரை தவிர்த்து நின்றது. தவிரவும் இன்றுவரை ஆற்றல் மிகுந்த தனது தொடக்க காலச் சொற்களை அது கைவிட்டதில்லை.

சமஸ்கிருதத்திற்கும் தமிழுக்கும் இன்னொரு முக்கிய வேறுபாடும் உண்டு என்றார் ஹார்ட். சங்கத் தமிழ் என்பது சாதாரண மக்களின் அன்றாட வாழ்வைப் பாடிய மொழி. இன்றளவும் தமிழ் சாதாரண மக்களின் அன்றாட வாழ்வைப் பேசக்கூடிய தன்மையைத் தொடர்ச்சி யாகப் பேணி வருகிறது. சமஸ்கிருதமோ அன்றாட வாழ்வியலுக்கு அப்பாற்பட்ட ஒருவகை உலகியல் சாராத் தன்மையைப் பேசிய மொழியாக இருந்தது.

சங்கத் தமிழ் ஆற்றலின் தொடர்ச்சியை நம்மாழ்வார் முதலானோ

ரின் பக்திப் பாடல்களில் காண முடியும். தமிழகப் பக்தி இயக்கச் செல்வாக்கு தமிழக எல்லைகளைத் தாண்டி விரிந்தது. துளசி இராமாயணம் முதலியன தமிழ்ப் பக்தி இயக்கத்தின் தாக்கத்தில் உருவானவை. அந்த வகையில் சங்க இலக்கியத் தாக்கத்தை அவற்றில் காண இயலும். இந்திய அளவில் மிக முக்கியமான ஆகப் பெரிய இலக்கியமான கம்பராமாயணம் சில சமஸ்கிருத கூறுகளைக் கொண்டிருந்தபோதும் தமிழின் பாரம்பரிய மரபுக் கூறுகளே அதில் மிகுந்துள்ளன. சங்கப்புலவர்கள் சமஸ்கிருத இலக்கியங்களை அறிந்திருந்தனர். ஆனால் அவற்றை அப்படியே அவர்கள் பின்பற்றவில்லை. காலப்போக்கில் சமஸ்கிருதச் செல்வாக்கு தமிழில் படிந்தது உண்மைதான். ஆனாலும் தமிழ் இலக்கியங்கள் அதன் சங்க வேர்களையே அடிப்படைக் கூறுகளாகக் கொண்டிருந்தன. இந்திய மொழிகளில் பலவும் சமஸ்கிருதம், அரபி, பாரசீகம் முதலான வேர்களைக் கொண்டுள்ளன. ஒரே விதிவிலக்கு தமிழ்தான். தமிழ் மட்டும் இந்த வகையில் சுயேச்சையானது. வாய்மொழிப் பாரம்பரியத்திலிருந்து அது உருவானது என்றார் ஹார்ட்.

தொல்காப்பிய அமைப்பு வெளிப்படுத்தும் ஆழமான அறிவு நுட்பத்தையும் விசாலமான பார்வையையும் திறந்த நோக்கையும் அலெக்சாண்டர் துப்யான்ஸ்கி கூறியதை வாசித்தபோது பல ஆண்டுகளுக்கு முன் நண்பர் வேல்சாமி இந்த அம்சத்தை அடிக்கடி வலியுறுத்திக் கூறியது என் நினைவுக்கு வந்தது. தொல்காப்பியம் சமஸ்கிருத மரபைச் சார்ந்து எழுதப்பட்ட நூல் என்பதை துப்யான்ஸ்கி மறுத்தார். ஐந்திர மரபைப் பின்பற்றி தொல்காப்பியம் எழுதப்பட்டது என்பதையும் பாணினியின் 'அஷ்டத்யாயி', யஸ்கரின் 'நிருத்தம்', ரிக் வேதத்தின் 'பிரதிஷ்யா' முதலியவற்றிலிருந்து சில பகுதிகள் அப்படியே தொல்காப்பியத்தில் மொழியாக்கப்பட்டுள்ளன என சுப்ரமணிய சாஸ்திரி கூறுவதையும், துப்யான்ஸ்கி ஆணித்தரமாக மறுத்தார். பிரதிகளுக்கிடையயான பரஸ்பர உறவு என்பது மொழி பெயர்ப்பு என்ற வடிவில் அக்கால கட்டத்தில் அமையவில்லை. மற்றவற்றை மீண்டும் எழுதுதல்' என்கிற வடிவத்திலேயே பிரதி உறவுகள் அன்று அமைந்தன. ஒன்றிலிருந்து இன்னொன்று சிலவற்றை எடுத்துக்கொள்வது எங்கும் நடக்கக்கூடியதே. தவிரவும் தான் பிறவற்றிலிருந்து எடுத்துக் கொண்டதை தொல்காப்பியர் மறைப்பவரும் அல்லர். சுமார் 150 இடங்களில் 'என்மனார் புலவர்' எனக் கூற அவர் தயங்கவில்லை.

ஒரு செவ்வியல் மொழி என்பது அம்மொழி மற்றும் அதிலுள்ள இலக்கியங்களின் அமைப்பைப் பகுத்து, விமர்சித்து, தொகுத்து அறிவுத் தொகுதிகளாகத் தொடர்ந்து வெளிப்படுத்திக்கொண்டிருக்கும். இந்த 2000 ஆண்டுகளில் 'நன்னூல்', 'யாப்பருங்கலம்', 'அகப்பொருள்' முதலான இத்தகைய நூல்கள் தமிழில் உருவாகியுள்ளதே அது ஒரு செம்மொழி என்பதற்கான சான்று என்றார் துப்யான்ஸ்கி.

"ஆரியம் X திராவிடம் என்கிற எதிர்வு ஒரு கற்பனை. ஆரியர்கள் மத்திய ஆசியாவிலிருந்து வந்தவர்களல்லர். ஆரியத்துக்கு முந்தைய சுயேச்சையான நாகரிகம் ஒன்று இங்கே கிடையாது. சிந்துவெளி நாகரிகம் என்பது ஆரிய நாகரிகமே" என்றெல்லாம் இந்துத்துவவாதிகள் சமீப காலங்களில் பரப்பி வந்த கருத்துகளுக்கு செம்மொழி மாநாட்டினூடாக மேலுக்கு வந்த இந்த சிந்தனைகள் இறுதி ஆப்பை இறக்கி விட்டன. அமெரிக்காவில் 'செட்டில்' ஆகியுள்ள சில இந்துத்துவ மூளைகள் தாம் சிந்துவெளி எழுத்துக்ளை வாசித்துவிட்டதாகப் பொய்யுரைத்து மாட்டிக்கொண்ட செய்திகள் மிக விரிவாக அன்றே 'இந்து' மற்றும் ஃப்ரன்ட்லைன்' முதலான இதழ்களில் வெளியாயின. எனது 'ஆரியக்கூத்து' நூலில் மிக விரிவாக இதை எழுதியுள்ளேன். மேலும் ஒரு நிரூபணமாக அஸ்கோ பர்போலா போன்றோரின் செம்மொழி மாநாட்டுக் கருத்துக்கள் அமைந்துள்ளன.

நல்ல நகைச்சுவை ஒன்றை ரசிக்க விருப்பமுள்ளவர்கள் 'ரெடிஃப் இணையத்தளத்தில் இத்தகைய அமெரிக்க வாழ் அறிஞர்களில் ஒருவரான எஸ். கல்யாணராமன் என்பவர் செம்மொழி மாநாட்டில் மேலுக்கு வந்துள்ள இச்சிந்தனை குறித்துப் புலம்பியுள்ளதைப் பாருங்கள். அகில இந்தியத் தேசியத்திற்கு இந்தக் கருத்துக்கள் எதிராானவையாம். கல்யாணராமன் போன்றோர் இப்படிச் சொல்கிறார்கள் என்றால் நமது தமிழ்த் தேசியவாதிகள் பர்போலா போன்றோரின் இந்தக் கருத்துக்களை இது தமிழ்த் தேசியத்திற்கு எதிரானது என்று கூறி அவர்களோடு இணைவதற்கு வாய்ப்புண்டு. ஏனெனில் அவர்களும் 'திராவிடத்தால் வீழ்ந்தோம்' எனப் புலம்புகிற வர்கள் தானே. இந்த அறிஞர்கள் இன்று நிறுவியுள்ள திராவிடத் தனித்துவம் இவர்களுக்குக் கசப்பை அளிப்பது உறுதி.

முக்கிய தமிழ் இலக்கியங்கள் பிறமொழிகளில் பெயர்க்கப்படுதல் குறிஞ்சி, முல்லை முதலான ஐந்து நிலங்களைக் காட்சிப்படுத்தும்

பூங்காக்களை தமிழகத்தின் பல்வேறு பகுதிகளிலும் அமைத்தல், கராஷிமா தலைமையில் இன்றுள்ள உலகத் தமிழாராய்ச்சி மன்றத்திற்குப் போட்டியாக மதுரையில் தமிழ்ச் செம்மொழி மாநாடு கொண்டாடுதல், குமரிக்கண்டம் தொடர்பான தொல்லியல் ஆய்வுகள் செய்தல், இந்திய தேசிய அளவில் கல்வெட்டியல் நிறுவனம் ஒன்றை அமைத்தல், தமிழ் வளர்ச்சிக்கென ஆண்டுதோறும் ரூ.100 கோடி ஒதுக்குதல், முந்தைய சட்டமன்றக் கட்டிடத்தில் செம்மொழித் தமிழாய்வு நூலகம் அமைத்தல் 16' பிட் யுனிகோட் வடிவத்தை கணினித் தமிழுக்கெனத் தரப்படுத்தி ஆணை வெளியிடுதல் முதலானவை மாநாட்டு இறுதியில் அறிவிக்கப்பட்டன. தமிழை ஆட்சிமொழியாக்குதல், நீதிமன்ற மொழியாக்குதல், ஈழத் தமிழர்களுக்கான அரசியல் தீர்வு முதலான தீர்மானங்களும் இயற்றப்பட்டன.

இந்த அறிவிப்புகளில் சில வரவேற்கப்பட வேண்டியவைதான். சி. மோகனின் கவிதையோடு முடித்துக் கொள்வோம்.

அன்று அரசிக்குக்
கவிதை எழுதி
கணக்கைத் தொடங்கிய
கல்லாப்பெட்டிக் கவிஞன்
இன்று இளவரசிக்குத் துதிபாடி
ஏகமாய்க் குவிக்கிறான்
இளவரசியின் சபையில்
கோமாளி வேஷமிட்டு
கூத்தடித்துக் கும்மாளமிடுகிறது
கலை கலையாய்
கலைஞர் கூட்டம்
அடக்கமாய் அமைதியாய்
மாயச் சாட்டையை
தோளில் துவள விட்டபடி
சாந்தமாய் வீற்றிருக்கிறாள்
பணிவான இளவரசி.

கலைகள் சங்கமிக்கும்
இளவரசியின் ராஜியத்தை வியாபித்து
கலை கலையாய்

பேசாப் பொருளைப் பேசத் துணிந்தேன்

அலை அலையாய்
வெளியெங்கும் பரவிச் செல்கிறது
வேஷங்களின் துர்நாற்றம்.
பெருமிதமாய் சுவாசித்து
அகம் மகிழ்கிறாள் இளவரசி.

தனித்திருந்து என் அறையில் ஆசுவாசமாய் குடித்துக்
கொண்டிருந்தாலும்
காற்றைப் பிடித்திருக்கும்
துர்நாற்றத்தை முகர்ந்தபடிதான்
சுவாசித்திருக்கிறேன் நானும்

சி.மோகன்.

ஆகஸ்டு, *2010*

பொன்னீலனின் 'மறுபக்கம்'

தமிழின் மூத்த எழுத்தாளர்களில் ஒருவரும் வெளிப்படையாக இடதுசாரி அரசியல் ஒன்றை வெளிக்காட்டிக் கொள்வதில் பெருமிதம் கொள்பவருமான பொன்னீலன் அவர்களின் புதிய நாவல் வெளி வந்துள்ளது. 750 பக்கங்கள் உள்ள 'மறுபக்கம்' என்கிற இந்நாவலை என்.சி.பி.எச். நிறுவனம் அதிகப் பிழைகளின்றித் தரமாக வெளியிட்டுள்ளது. ஐநூறுக்கும் மேற்பட்ட பக்கங்களுடன் சமீபமாக வந்து கொண்டுள்ள தமிழ் நாவல்களின் வரிசையில் இதுவும் சேர்ந்து கொள்கிறது.

பொன்னீலனின் வாழ்நாள் சாதனை என அவரது ஆர்வலர்கள் இதை வரவேற்கின்றனர். முன்னுரையாளர்களும் அப்படியே கருது கின்றனர். அவருக்கும் அத்தகைய பெருமிதம் உண்டென்பது அவரது முகப்புரையில் வெளிப்படுகிறது. அந்த அளவிற்கு அவர் இந்த நாவலுக்காக உழைத்துள்ளார். பல ஆண்டுகளாக இதற்கான தகவல் களைச் சேகரித்துள்ளதையும் அதற்காக அவர் அலைந்து திரிந்த நிகழ்வுகளையும் கடும் உடல் பாதிப்பிற்கிடையேயும் இதை எழுதி முடித்ததையும் விரிவாகச் சொல்கிறார். கதைப் போக்கில் தொடர்புடைய பலரையும் அவர் சந்தித்துப் பேசியிருப்பது நாவலில் வெளிப்படுகிறது. இந்த அனுபவங்களினூடாகக் கிடைத்த சில துண்டறிக்கைகள், பத்திரிகைச் செய்திகள், அரசாணைகள் முதலியன நாவலினூடா கவும் பின்னிணைப்பாகவும் நமக்குக் கிடைக்கின்றன.

சமீபத்தில் வந்துள்ள சில பெரிய நாவல்களைப் போல இது எந்த ஒரு குறிப்பான சாதி சார்ந்த இனவரைவியல் பாணி நாவலல்ல.

மாறாக, இது ஒரு புவியியல் சார்ந்த மக்களின் வரலாற்றைச் சொல்ல முயற்சிக்கிறது. தமிழகத்தின் கடைக்கோடியில் அமைந்துள்ள சிறிய இயற்கை வளமிக்க, அழகிய மாவட்டமான கன்னியாகுமரி மக்களின் கடந்த 400 ஆண்டுகால வரலாற்றுப் பின்னணியில் இது ஆக்கப்பட்டுள்ளது. மிகப் பெரிய சமூக இயக்கங்களும், கொந் தளிப்பு மிக்க சூழல்களும் நிறைந்த காலகட்டம் இது. திருவிதாங்கூர் மன்னர்களின் மனுதர்ம ஆட்சியின் கீழ் அரசாதரவுடன் இங்கே நடைமுறைப்படுத்தப்பட்ட சாதிக் கொடுமைகளினூடான பொருளியற் சுரண்டல், தீவிர முனைப்புடன் இங்கே புகுந்த கிறிஸ்தவம் அடித்தள மக்களிடையே ஏற்படுத்திய விழிப்புணர்வின் ஊடாக சமூக நிலையில் ஏற்பட்ட குலைவுகள், அதற்கான எதிர்வினையாக இங்கே ஏற்பட்ட கலவரங்கள், தோள்சீலைப் போராட்டம், புறச்சமய உதவியின்றி இந்து மதத்தைத் திருத்தி அமைக்க முன்வந்த அய்யாவழி இயக்கம் மற்றும் பிரம்ம சமாஜம் முதலியவற்றின் செயற்பாடுகள் இவை எல்லாவற்றையும் இந்து மதம் எதிர்கொண்ட தன்மை, 1950களில் தென்திருவிதாங்கூரைத் தமிழகத்துடன் இணைப்பதற்காக நடைபெற்ற போராட்டம், 1982 தொடக்கத்தில் இந்திய அளவில் கவனத்தை ஈர்த்த மண்டைக்காட்டு மதக் கலவரம், இன்று கொஞ்சம் கொஞ்சமாக நாட்டார் சமயங்கள் இந்து மயமாகும் நிலை என்கிற மிக விரிவான திரைச்சீலையில் இரு குடும்பங்களின் வரலாற்றைச் சொல்ல எத்தனிக்கிறார் பொன்னீலன். இக்காலகட்ட வரலாற்றுப் போக்கில் இயங்கிய பல வரலாற்று நாயக்கர்கள் கதை மாந்தர்களாகவும் வலம் வருகின்றனர்.

நாவல் எழுதுதல் என்பது வெறும் அழகியல் மற்றும் அனுபவம் சார்ந்த நிகழ்வு என்பதற்கு அப்பால் அறிவுத்துறை சார்ந்த ஒரு முயற்சியாகவும் இன்று ஆகியுள்ளது. எப்போதுமே நாவல் எழுதுவதற்கு ஒரு விரிவான உலகப் பார்வை, தத்துவப் பின்புலம் தேவையாக இருந்துள்ளது என்பதற்கு அப்பால் இதுபோன்ற ஒரு வரலாறு சார்ந்த நாவல் எழுதுவதற்கு ஆதார உழைப்பு அதிகம் தேவை. அமிதவ் கோஷின் சமீபத்திய நாவல் ஒன்றில் அவர் தந்துள்ள மேற்கோள் பட்டியல் பிரமிப்பூட்டுவதாக உள்ளது. வெறும் பிரமிப்பை ஊட்டுவதற்காக அந்த நீண்ட பட்டியல் தரப்படவில்லை என்பது நாவலைப் படிக்கும்போது விளங்குகிறது. முழுமையான ஒரு தகவற் சேகரிப்பு எனச் சொல்ல இயலாவிட்டாலும் பொன்னீலன் இதற்கெனத் தீவிரமாக உழைத்துள்ளது வெளிப்படுகிறது.

ஒரு நானூறு ஆண்டுகால வரலாறு என்பதால் ஏராளமான பாத்திரங்கள் வந்து போகின்றன. எனினும் மதச்சார்பின்மை, இடது சாரி சிந்தனை ஆகியவற்றின் தாக்கமுள்ள கன்னியாகுமரி நாடாரும் ஓய்வு பெற்ற ஆசிரியருமான வெங்கடேசன், இந்துத்துவ இயக்கங்களோடு தொடர்புடைய கோயமுத்தூர் மாவட்டத்தைச் சேர்ந்த இளம் ஆய்வாளன் சேதுமாதவன் ஆகியோரின் குடும்ப வரலாற்றினூடாக இந்த அனைவரும் அரங்கேற்றப்படுகின்றனர்.

வெங்கடேசனின் துணையோடு மண்டைக்காட்டு கலவரத்தை ஆய்வு செய்வதற்காகவும், தன் மர்மமான குடும்ப வேர்கள் தேடுவதற்காகவும் கன்னியாகுமரி மாவட்டத்திற்கு வருகிற சேதுமாதவனின் அனுபவங்களை மையச் சரடாகக் கொண்டு நாவல் இயங்குகிறது. ஒரு நானூறு ஆண்டு காலம், ஏராளமான கிளை வரலாறுகள், நூற்றுக்கணக்கான பாத்திரங்கள் எல்லாம் இருந்தபோதிலும் நாவல் எதார்த்த வடிவத்தையும் நேர்க்கோட்டுக் கதை சொல்லலையும் தாண்ட இயலவில்லை. பல்வேறு நேர்க்கோட்டுக் கதையாடல்களின் தொகுப்பாகவே நாவல் அமைகிறது. முன்னுரையாளர் சி. சொக்கலிங்கம் அவர்கள் கூறுவதுபோல 'மாந்த்ரீக' எதார்த்தக் கூறுகள் ஆங்காங்கே தெளிக்கப்பட்டுள்ள போதிலும் அவை ரொம்பவும் செயற்கைத் தன்மையாக ஒட்டுப் போடப்பட்டுள்ளதாகவே அமைகின்றன.

பொதுவாக இம்மாதிரியான ஒரு நீண்ட வரலாற்றை எழுதும்போது ஏதேனும் மூன்று, நான்கு குறிப்பான நிகழ்வுகளை விஸ்தாரமாக எழுதி அவற்றினூடாக முழு வரலாற்றையும் சொல்லும் போது பாத்திரங்கள் ரத்தமும் சதையுமாக உருப்பெற்று வாசகரின் உணர்வுகளோடு உறவாடும். அதன்மூலம் நாவல் அதற்குரிய அழகியற் பரிமாணத்தைப் பெறும். ஆனால் பொன்னீலனின் ஆக்கத்தில் ஏராளமான நிகழ்வுகளும், பாத்திரங்களும் அடுத்தடுத்து மிக விரைவாக வந்து செல்வதால் யாரும் மனதில் நிற்பதில்லை . சங்கரன், வெங்கடேசன், சேதுமாதவன், முத்து என எந்த முக்கிய பாத்திரமும் கூட முப்பரிமாணங்களுடன் உருப்பெறுவதும் இல்லை. பல்வேறு சமூக இயக்கங்கள் முட்டி மோதிக் கொண்ட ஒரு நீண்ட வரலாற்றின் சில முடிச்சுக்களை அவிழ்ப்பதே பொன்னீலனின் நோக்கமாக இருப்பதால் புனைவு என்கிற வகையில் அவர் அடைந்துள்ள தோல்வி தவிர்க்க இயலாததே. தவிரவும் பழைய நாட்குறிப்புகளின் அடிப்படையிலான கதை சொல்லல் இன்றைய

கதைசொல்லியின் எழுத்து எல்லாம் வித்தியாசமின்றி ஒரே குரலில் ஒலிப்பதும் சோர்வை ஏற்படுத்துகிறது. கணவனின் வன்கொடுமை, பாலியல் உறவில் தோல்வி ஆகியவற்றினிடையாக பிறிதொரு துணையைத் தேடி அதிலும் தோல்வியுற்ற வரலாற்றைக் குற்ற உணர்வின்றி, வெளிப்படுத்தக்கூடிய ஒரு முக்கிய பெண் கதாபாத்திரம் கூட ரொம்பவும் தட்டையாக வெளிப்படுவது மிகப்பெரிய சோகம்.

வெங்கடேசனும் சேதுவும் கலவரத்தில் பங்குபெற்ற இரு தரப்பாரையும் சந்திக்கின்றனர். எனவே மண்டைக்காடு தொடர்பான கதையாடலில் பல குரல்கள் ஒலிக்கின்றன. நாவலைப் பொருத்தமட்டில் பல குரல் ஒலிப்பது வரவேற்கப்பட வேண்டிய ஒன்றுதான். சின்ன நீலனின் பேரரான வெங்கடேசன் பொன்னீலன்தான் என்பதை வாசகர் எளிதில் உணர முடியும். எனவே வெங்கடேசனின் குரல் பொன்னீலனின் குரல்தான் என்கிற உணர்வு, வாசிப்பில் தவிர்க்க இயலாததாகிறது. பல குரல்கள் ஒலிக்கிற போதிலும் கதையாடல் நுட்பத்தினூடாக ஏதேனும் ஒரு கருத்து அல்லது பல கருத்துக்கள் முதன்மைப்படுத்தப்படக்கூடிய வாய்ப்பு எல்லாக் கதையாடல்களிலும் உண்டு என்பதையும் நாம் மறந்துவிட இயலாது.

ஆக, இந்த பிரம்மாண்டமான கதைப் பின்னலினூடாக மேலெழுத்து வருகிற வெங்கடேசன் என்கிற பொன்னீலனின் கருத்துக்கள் மற்றும் மதிப்பீடுகளைக் கீழ்க்கண்டவாறு தொகுக்கலாம்.

மண்டைக்காடு கலவரம் (1982 மார்ச் முதலிருவாரங்கள்) வரலாற்றில் பதிவு கண்டுள்ளது போல வெறுமனே கிறிஸ்தவர்களுக்கும் இந்துக்களுக்குமான மதக் கலவரமல்ல. இந்துத்துவ இயக்கங்களின் சதி அல்லது கிறிஸ்தவ விரிவாக்கத்திற்கான எதிர்வினை என்பதாக மட்டுமே அதைப் பார்க்க இயலாது. உண்மையில் இது கடல் சார்ந்த மீனவர்களுக்கும் கரை சார்ந்த நாடார்களுக்கும் ஏற்பட்ட சாதி மோதலே. இன்னும் சரியாகச் சொல்வதானால் நாடார்களில் மேற்தட்டினரான 'நாடான்' வகையினருக்கும் மீனவர்களில் 'அரையர்' பரம்பரையினரான முக்குவர்களுக்கும் இடையிலான மோதலாகவே இது உருப்பெற்றுப் பின் வழக்கம்போல இரு சாதிகளுக்குமான மோதலாக மாறியது. இப்படியான கலவரம் உருவானதில் இரு தரப்பினருக்கும் சமமான பொறுப்பு உண்டு. அதே போல உயிர் மற்றும் பொருள் இழப்புகளும் இரு தரப்பிற்கும் சமமாகவே இருந்தன. ஆனால், போலீஸ் துப்பாக்கிச்சூட்டில் இறந்த ஆறு கிறிஸ்தவ மீனவர்களின் சாவே வரலாற்றில் பெரிது படுத்தப்படுகிறது. கன்னியா

குமரி மாவட்டத்தை இந்துத்துவ மயமாக்கியதில் முக்கிய பங்கு வகித்தவராகப் பலராலும் கருதப்படுகிற தாணுலிங்க நாடாரின் பங்கு கலவரத்தில் முக்கியமானதல்ல. நேர்மையான அரசியல் தலைவரான அவர் தன் மகள் கலவரத்தில் பாதிக்கப்பட்டதை அறிந்து கொண்ட சினத்தின் ஊடாகவே இந்துத்துவவாதியாகிறார். முன்னதாகப் பட்டம் தாணுப்பிள்ளையால் தொடங்கப்பெற்றிருந்த இந்து அமைப்பொன்றுடன் அவர் தொடர்பு கொண்டிருந்த போதிலும் அது முக்கியமானதல்ல.

இவை, இந்நாவல் வாசிப்பினூடாக நம் மீது திணிக்கப்படும் புரிதல்கள். தவிரவும் இரு தரப்பிலும் வன்முறையை வெறுத்த சமாதானப் பற்றாளர்களும் நிறைய இருந்தனர். மாற்றுத் தரப்பினரை அடித்தள மக்கள் காப்பாற்றிய பதிவுகளும் நிறைய உண்டு. ஒரு கம்யூனிஸ்ட் விரக்தியோடு முடித்துவிட முடியாதல்லவா? நாடார் களிலும் புழுக்கையர்கள், மீனவர்களிலும் பரதவர்கள் என்கிற அடித்தளப் பிரிவினர் உண்டுதானே.

இத்தகைய வரலாற்றுப் புரிதல்கள் தவிர சில மதிப்பீடுகளையும் கதைப் பின்னலினூடாகப் பொன்னீலன் முன் வைக்கிறார். ஒரு பண்பாட்டை அழித்து இன்னொரு பண்பாட்டைத் திணிப்பதை ஏற்க முடியாது. கிறிஸ்தவம் மட்டுமின்றி இந்துமயமாதலும் அதையே செய்தது. கண் முன் நாட்டார் சமயம் அழிவது கண்டு பொன்னீலன் ரொம்பவே மனம் நொந்து போகிறார். இந்துச் சமூகத்தில் துடைத்தழிக் கப்பட வேண்டிய பல கொடுமைகள் இருக்கத்தான் செய்தன. வைகுண்டசாமியின் அய்யாவழி, பிரம்மசமாஜம் முதலியன இத்தகைய நோக்கில், அதாவது நமது பண்பாட்டை முற்றாக அழித்தொழித்து விடாமலேயே சீர்திருத்தி அமைத்தல் என்கிற வகையில் முக்கிய பங்காற்றின. அய்யாவழியைக் குறிப்பிட்டுச் சொல்லல் தகும். மொழி, இனம் முதலான அடையாளங்களினூடாகவே இத்தகைய சமூகப் பிளவுறல்கள் மற்றும் அழிவுகளிலிருந்து தப்ப இயலும்.

இவை பொன்னீலன் முன்வைக்கும் மதிப்பீடுகள். இவற்றினூடாகச் சில கேள்விகளும் சிந்தனைகளும் நமக்கு எழுகின்றன.

மண்டைக்காடு கலவரத்தின் சாதீயக் கூறுகளை அடையாளம் காண்பது முக்கியம் என்பதில் யாருக்கும் கருத்து மாறுபாடு இருக்க இயலாது. சாதியே அடிப்படைக் கூறாக இயங்கும் ஒரு சமூகத்தில் இது தவிர்க்க இயலாது. ஆனால் மத அடிப்படையில் பிளவுறுத்தும்

முயற்சிகளை நாம் குறைத்து மதிப்பிட்டு விடவும் இயலாது. சிறுபான்மையோர் அதிகம் வசிக்கிற பகுதிகளை இந்துத்துவ சக்திகள் குறி வைத்து இயங்குகின்றன. தமிழகத்திலேயே அதிக வீதத்தில் கிறிஸ்தவர்கள் வசிக்கும் மாவட்டம் கன்னியாகுமரி. 2001 மக்கள் தொகைக் கணக்கீட்டின்படி 46.5 சதம் மக்கள் கிறிஸ்தவர்கள். இதில் பல உட்பிரிவுகள் உண்டு. இந்துக்கள் 49.44 சதம் முஸ்லிம்கள் 4.04 சதம். பிறர் 1 சதம். மண்டைக்காடு கலவரத்தை ஆய்வு செய்த நீதிபதி வேணுகோபால் ஆணையம் ஒரு பக்கம் ஏமாற்றி மதம் மாற்றுவதைத் தடுக்கச் சட்டம் வேண்டும் எனப் பரிந்துரைத்தது. இன்னொரு பக்கம், ஆர்.எஸ். எஸ். முதலான இந்துத்துவ அமைப்புகளின் பங்கைச் சுட்டிக்காட்டி அவற்றின் செயல்பாடுகளைத் தடுக்க வேண்டும் என்று வலியுறுத்தியது.

ஆர்.எஸ்.எஸ். வன்முறையையும் கலவரத்தையும் தூண்டும் பாதையைத் தேர்வு செய்து செயல்படுகிறது. சிறுபான்மையினருக்கு எதிராக இந்துக்களின் உரிமைகளுக்காகப் போராடுவதாக அது தன்னைக் காட்டிக் கொள்கிறது. கிறிஸ்தவர்கள் இந்த நாட்டுக்கு விசுவாசமாக இல்லை எனச் சொல்லியும், சிறுபான்மையினரின் எண்ணிக்கை பெருகுகிறது, இந்துக்களின் எண்ணிக்கைக் குறைகிறது எனக் கெட்டிக்காரத்தனமாகப் பிரச்சாரம் செய்தும், நிர்வாக எந்திரத்திற்குள் ஊடுருவி சிவில் மற்றும் காவல் துறையிலுள்ளவர்கள் மத்தியில் வகுப்புணர்வை ஊட்டி (சிறுபான்மையினருக்கு எதிராகத்) தூண்டிவிட்டும், பெரும்பான்மை மதத்தைச் சேர்ந்த இளைஞர்களுக்கு கத்தி, ஈட்டி, கட்டாரி முதலான ஆயுதங்களில் பயிற்சி அளித்தும், எந்த ஒரு அற்ப நிகழ்விற்கும் மதச்சாயம் பூசி மத உணர்வு மற்றும் மதப்பிளவுகளை அதிகப்படுத்தும் வகையில் வதந்திகளைப் பரப்பியும் அது இதனைச் செய்கிறது எனக்கூறிய நீதிபதி வேணுகோபால், ஆர்.எஸ்.எஸ். அமைப்பின் தத்துவம், கருத்தியல், அணுகல் முறை ஆகியவற்றைக் கடுமையாகக் கண்டித்ததோடு நிற்கவில்லை. "ஆர்.எஸ்.எஸ்.சின் ஷாகா மற்றும் அணிவகுப்புகள் சிறுபான்மை மக்களின் மனத்தில் அச்சத்தை ஊட்டி சமூக அமைதிக்குக் குந்தகம் விளைவிப்பதால் அவற்றைத் தடை செய்ய வேண்டும்" எனவும் பரிந்துரைத்துள்ளது குறிப்பிடத்தக்கது.

பொன்னீலன் அவர்களும் ஆர்.எஸ்.எஸ். முதலான இந்துத்துவ அமைப்புகளின் துண்டறிக்கைகள், விஷமப் பிரச்சாரங்கள் முதலியவற்றை ஆங்காங்கு குறிப்பிட்ட போதிலும் இதற்குச்

சமமாகக் கிறிஸ்தவ அமைப்புகளின் செயல்பாடுகள் இருந்தன என்கிற கருத்தை வலியுறுத்துவதற்குக் கூடுதல் முக்கியத்துவம் அளிக்கிறார். இருபுறத் தாக்குதல்கள், இரு புற இழப்புக்கள் ஆகியவற்றைச் சமப்படுத்துவதில் அதிக முனைப்புக் காட்டுகிறார். இருபுறங்களிலும் 11 பேர் இறந்தார்கள் என்பதற்கு என்ன ஆதாரம் என்கிற கேள்விக்கு இந்துக்கள் மத்தியில் 11 பேர் இறந்தது முறையாக ஆவணப்படுத்தப்படாவிட்டாலும் அதுவே உண்மை எனத் தக்கலையில் நடைபெற்ற விமர்சனக் கூட்டத்தில் அவர் குறிப்பிட்டார். ஒருவேளை தனது கள ஆய்வின் மூலமாக இதை அறிந்திருப்பார் போலும். துப்பாக்கிச் சூட்டில் இறந்துபோன ஆறு பேரின் சவ ஊர்வலத்தைப் பெரிய அளவில் பிஷப் நடத்தியது கண்டிக்கப்பட வேண்டியதுதான் என்பதில் யாருக்கும் கருத்து மாறுபாடு இருக்க இயலாது. ஆனால் இதை ஒன்றுக்கும் மேற்பட்ட தடவை கண்டிக்க சிரத்தை எடுத்துக் கொள்ளும் பொன்னீலன், இருபுறமும் ஆவேசமாக மக்கள் திரண்டு நிற்கையில் கிறிஸ்தவ மீனவர்களை நோக்கி மட்டும் காவல்துறையின் துப்பாக்கி நீண்டதை அதற்குரிய வகையில் கண்டிக்கவில்லை. இல்லை, போலீசைக் கண்டிக்கும் கூற்றும் நாவலில் உண்டு என ஒருவர் எடுத்துக் காட்டலாம். ஆனால் எது அதிகத் தாக்கம் ஏற்படுத்தும் வகையில் சொல்லப்படுகிறது என்பது முக்கியம். தவிரவும் கலவரத்தில் தாணுலிங்க நாடாரின் பங்கு அவரது மகள் தாக்கப்பட்டதால் விளைந்த சீற்றம் என்கிற ரீதியில் நியாயப்படுத்தப்படுவதும் வாசகனின் நெஞ்சில் படிகிறதுதானே. நம்பூதிரிபாட், நேசமணி, குன்றக்குடி அடிகளார் எனப் பல வரலாற்றுப் பாத்திரங்கள் நாவலின் அதே பெயரில் இடம்பெறும்போது இராமகோபாலனின் கூற்று ஓரிடத்தில் குறிப்பிடப்பட்டாலும் பெயர் தவிர்க்கப்படுகிறது. பெயரைக் குறிப்பிட்டிருந்தால் அது அரசியலாகியிருக்கும் என்றார் பொன்னீலன். இதுவே ஒரு அரசியல் நாவல். இது மட்டும் எப்படி அரசியலாகும் என்பது விளங்கவில்லை.

வெங்கடேசனும் சேதுவும் ஒரு சந்திப்பிற்குப் பின் திரும்பி வந்து கொண்டிருக்கும்போது இந்துத்துவ அமைப்பொன்றின் கூட்டம் நடக்கிறது. மதவெறியைத் தூண்டும் வகையில் கிறித்தவ மக்களுக்கு எதிராக ஒருவர் பேசிக் கொண்டிருக்கிறார். சுனாமியின் போது தமிழக அரசு மீனவர்களுக்கு மட்டும் இழப்பீடு தந்தது. இந்துக்களுக்கு இழப்பீடு தரவில்லை எனப் பேச்சாளர் வெறியூட்டுகிறார்.

இது எந்த அளவிற்கு உண்மை எனத் தெரியவில்லை . சுனாமி இழப்பீட்டில் பல ஊழல்கள் நடைபெற்றது உண்மைதான். ஆனால் இதில் மதம் சார்ந்த அநீதி நடந்ததா என்பது விளங்கவில்லை . சுனாமி தொடர்பான உண்மை அறியும் குழுக்களில் பங்கேற்றவன் என்கிற வகையில் ஒன்றைச் சொல்ல இயலும். அரசு சில முட்டாள் தனமான 'பேக்கேஜ்' திட்டங்களை வைத்திருந்தது, வீடு பாதிக்கப்பட்டவர்களுக்கு இவ்வளவு, மற்றவர்களுக்கு இவ்வளவு என. பொதுவாக மீனவர்களின் வீடுகள், படகு மற்றும் வலை காயப்போடும் இடங்கள் என்பன கடலை ஒட்டியும் பிறரது வீடுகள் சற்றுத்தள்ளியும் அமையும். எனவே கடல் சீற்றங்களில் முதலிழப்பு மீனவர்களுக்கு ஏற்படுகிறது. அந்த வகையில் அவர்களுக்கு அதிக இழப்பீடு கொடுக்கப்பட்டது. வீடுகள் அழியாவிட்டாலும் மீன்பிடித் தொழில் தடைப்பட்டுள்ளதால் அதைச் சார்ந்து வாழ்ந்த பிறரும் பாதிக்கப்பட்டுள்ளனர். அவர்களுக்கும் கூடுதலான இழப்பீடு வழங்கப்பட வேண்டும் என நாங்கள் பரிந்துரைத் திருந்தோம். நாங்கள் சென்ற பகுதிகள் கிறிஸ்தவ மீனவர்கள் வசித்த பகுதி அல்ல என்பது குறிப்பிடத்தக்கது.

எனினும் இப்படி மதச் சாயம் பூசுவதைத் தான் நீதிபதி வேணு கோபால் அவர்கள் அற்ப விஷயங்களையும் பெரிதுபடுத்தி மதக் கலவரத்தைத் தூண்டுவதாகக் குறிப்பிட்டார். நீதிபதி வேணு கோபாலைப் போலப் பார்க்க பொன்னீலன் தயாராக இல்லை. "வார்த்தைகள் வெங்கடேசன் நெஞ்சில் நறுக்கென்று குத்துகின்றன. இந்த மாதிரி பரிதாபக் குரல்களைப்(!) பல ஊர்களில் கேட்டிருக்கிறார் அவர். இன்னும் இந்த முட்டாள் அரசுகள் உரியவர்களுக்கு நியாயமான முறையில் நிவாரணம் வழங்காமல் இம்மாதிரிப் பேச்சுகளுக்கு இடமளிக்கிறதே" என வெங்கடேசன் அதாவது பொன்னீலன் நினைப்பதாகக் கதை செல்கிறது. இன்னொன்றையும் நாம் யோசிக்க வேண்டும். அப்படியான அநீதிகள் நடந்திருந்தால் அங்குள்ள கட்சிகள் குறிப்பாக இடதுசாரிக் கட்சிகள் போராட்டம் நடத்தியிருக்க வேண்டியதுதானே. (மேற்கோளில் உள்ள ஆச்சரியக் குறி என்னுடையது)

தாணுலிங்க நாடாரின் உருவாக்கத்தைப் போலவே வேறு சில அம்சங்களிலும் மிகை எளிமைப்படுத்தல்களைக் காண முடிகிறது. தென் திருவிதாங்கூரைத் தமிழகத்துடன் சேர்க்க வேண்டுமென்ற வீரஞ்செறிந்த, தியாகம் நிறைந்த போராட்டம் முடிவுக்கு வந்தது

குறித்து இப்படி எழுதுகிறார் வெங்கடேசன் : "இந்த நேரம் ஒரு அதிசயம் நடந்தது. முஞ்சிறை சாஸ்தாங் கோவில்ல எரிஞ்சிட்டிருந்த விளக்குத் திரிய அண்டங்காக்கா ஒண்ணு தூக்கிட்டுப் போயி ஒரு அங்நத்தமார் வீட்டுக் கூரையில் போட்டது. கீத்துக் கூறை தீப்பிடிச்சு எரிஞ்சுது. சுத்தியுள்ள கூரைகள் எல்லா தீ பத்திப்புடுச்சி, கிட்டத்தட்ட எல்லா வீடுமே எரிஞ்சு சாம்பலாச்சி. அங்நத்தமார் பயந்திட்டாவ. இது கடவுளுக்கே பொறுக்கலன்னு நினைச்சாவ. அப்புறந்தான் ஓரளவு அடங்குனாவ" இது ஒரு போராட்டத்தைக் கொச்சைப்படுத்துவதாகாதா? தவிரவும், "நான் போராட்டத்தில் இறங்குவேன்" எனத் தந்தை பெரியார் களத்தில் குதிக்கத் தயாரானதும் கேரள அரசு பணிந்து போனதற்கு ஒரு காரணமில்லையா?

இப்படி நிறையச் சொல்ல முடியும். கிறிஸ்தவம் இங்கே பரவத் தொடங்கிய கால எதிர்வினைகளின் போது ஒவ்வொரு சந்தர்ப்பத்திலும் பாதிரிகளின் வேண்டுகோளுக்கிணங்க வெள்ளை நிர்வாகம் படை அனுப்பிக் காப்பாற்றி பாதிரிகளின் மதமாற்ற "வேட்டைக்குத் துணை போனது என்பதாகச் செல்கிறது நாவல். ஆனால் எல்லாச் சந்தர்ப்பங்களிலும் அப்படி நடந்துவிடவில்லை. பாதிரிகளின் நோக்கம் மதம் மாற்றுவதும் மாறிய அடித்தள மக்களின் உரிமைகளைக் காப்பதும்தான் என்பதில் ஐயமில்லை. அதே நேரத்தில் வெள்ளை நிர்வாகத்தின் நோக்கம் தனது சுரண்டலையும் கொள்ளையையும் உச்சபட்சமாக மேற்கொள்வது என்பதாகத்தான் இருந்தது. பாதிரிகளின் சமூக சீர்திருத்தப் பணிகளின் விளைவாக இந்துச் சமூகத்தின் எதிர்ப்பு உருவாவதை வெள்ளை நிர்வாகம் கூடியவரை தடுக்கவே விரும்பியது. தோள்சீலைப் போராட்டத்திலுங் கூட முதற்கட்டத்தில் அரசு இந்து உயர்சாதியினருக்குச் சாதகமாகவே ஆணையிட்டது. திருநெல்வேலியில் ரெய்னிஸ் அய்யரால் மதம் மாற்றப்பட்ட ஒரு கம்மாளரின் பிணத்தைப் புதுத்தெரு வழியாகத் தூக்கிச் செல்வதற்கு பிள்ளைமார்கள் அனுமதிக்காமல் போராட்டம் நடந்தபோது திருநெல்வேலி கலெக்டர் ஆம்ஸ் கிறிஸ்தவர்களுக்கு ஆதரவாக இல்லை. சாதி இந்துக்களுக்கே ஆதரவாக இருந்ததை ராபர்ட் ஃப்ரெய்கன்பர்க் சுட்டிக்காட்டுகிறார். எழுத்துக்களைக் கோர்த்து அச்சிடும் முறையைத் தமிழுக்கு அறிமுகம் செய்த பார்த்தலோமஸ் ஸீகன்பால்கை டேனிஷ் கவர்னர் தரங்கம்பாடிக் கோட்டையில் மூன்று மாத காலம் சிறை வைத்ததையும் இறுதிக் காலத்தில் அரசு உதவியின்றி அவர் செத்துப் போனதையும்

'தீராந்தி'யில் நான் மூன்றாண்டுகட்கு முன்பே எழுதியுள்ளேன். புனித அருளானந்தர் எனப்படும் டி பிரிட்டோவை தேவகோட்டைக்கு அருகிலுள்ள ஓரியூரில் இராமநாதபுரம் மன்னர் கிழவன் சேதுபதி வெட்டிக் கொன்றார். தஞ்சையை ஆண்ட ஷாஜி மன்னன் ஜோசப் கார்வெல்லோ, மிஷேல் பெட்ரோஷ் என்கிற இரு பாதிரிகளைச் சிறை வைத்தான். கார்வெல்லோ சிறையிலேயே மரணமடைந்தார். குமரி மாவட்டத்திற்குச் சீர்திருத்தக் கிறிஸ்தவத்தைக் கொண்டுவந்தவர்களில் முதன்மையானவரான வில்லியம் தோபியாஸ் ரிங்கல் தவ்பே ஏழை எளிய மக்களோடு வாழ்ந்து எங்கே இறந்தார் என்பதே தெரியவில்லை.

கிறிஸ்தவப் பாதிரிகள் மதமாற்றத்தையும் உடன் விளைவாக அடித்தள மக்களின் கலாச்சாரப் போராட்டங்களை முன்னெடுத்ததையும் மட்டும் செய்ததோடு நிற்கவில்லை. நில உறவுகளில் பல மாற்றங்கள் வருவதற்கும் காரணமானார்கள். குத்தகைதாரர்களுக்கு நிலத்தை உரிமையாக்கும் சட்டம் வருவதற்கும் காரணமாக இருந்தார்கள். வங்காளக் குத்தகைத் திருத்தச் சட்டம், (1856) அப்படியான ஒன்று. செங்கல்பட்டில் தாழ்த்தப்பட்ட விவசாய அடிமைகளுக்கு ஆதரவாக இருந்த சீர்திருத்தக் கிறிஸ்தவ மிஷனரிகளுக்கு எதிராக உயர்சாதி நிலப்பிரபுக்கள் கிளர்ந்ததை ஜி.ஏ. ஓடி குறிப்பிடுகிறார். இப்படியான மாற்றங்கள் ஏதும் குமரியில் வருவதற்குப் பாதிரிமார்கள் காரணமாக இருந்தார்களா, சென்னை , திருநெல்வேலி முதலான இடங்களில் செயற்பட்ட 'விபூதி சங்கம்', 'சித்தாந்த சதுர்வேதி சபா' முதலியன இங்கும் செயல்பட்டனவா என்பதும் ஆய்வு செய்யப்பட வேண்டும்.

1893 மார்ச் 18 அன்று 500 'உள்ளூர் கிறிஸ்தவ குடும்பத்தார்கள்' பிரிட்டிஷ் பாராளுமன்றத்திற்கு ஒரு விண்ணப்பம் செய்தனர். பிரிட்டிஷ் அரசு கிறிஸ்தவக் கோயில்களைக் கட்டுவதற்கு உதவி அளிப்பதில்லை. வரிவிலக்கு அளிப்பதும் கிடையாது. ஆனால் 'அஞ்ஞானி இந்து அரசர்களைப் போல' இன்றும் கோயில்களுக்கு உதவி செய்கிறது. பூசை புனஸ்காரங்களுக்கு நிதி உதவி செய்கிறது என அந்த விண்ணப்பத்தில் அவர்கள் குறைபட்டுக் கொண்டனர்.

ஆரிய சமாஜம், பிரும்ம சமாஜம், அய்யாவழி, அய்யன்காளி மற்றும் நாராயண குரு வழியினர், வள்ளலார் இயக்கம் இவை அனைத்தும் இந்து மதத்தில் சீர்திருத்தங்கள் செய்ய முயன்றாலும் இந்து மதச் சட்டகங்களுக்குள்ளேயே இயங்கின. தவிரவும் இவை அனைத்தும் மதமாற்றத்திற்கு எதிராக இருந்தன. திருவிதாங்கூரில் மதமாற்றத்

தடைச்சட்டம் ஒன்று கொண்டு வரப்படுவதற்குக் காரணமாக இருந்தவர் அய்யங்காளி. மிகப்பெரிய சமூகப் புரட்சிக்குக் காரணமான வைகுண்டரும் கூடத் தன்னை நாராயணன் அவதாரம் என்றுதான் கூறிக்கொண்டார். அப்படித்தான் செய்திருக்க முடியும் என்பது வேறு. தலையில் முண்டாசு கட்டுவதோடு அவர் நிற்கவில்லை. நெற்றியில் நாமமிட்டார். மச்ச மாமிசம் சாப்பிடக்கூடாது என்றார். பொன்னீலனின் நாவலில் வரும் மத்தியாஸ் என்கிற பாத்திரம் ஒரே நேரத்தில் அய்யாவழியையும் இந்துத்துவப் பாதையையும் கடைப்பிடிப்பது குறிப்பிடத்தக்கது. பொன்னீலன் தருகிற ஆவணங்களில் ஒன்று மண்டைக்காடு துப்பாக்கிச் சூட்டிற்கு ஆதரவாக இந்து மதத்தலைவர்கள் அளித்த அறிக்கை (பக் 295), அதில் கையெழுத்திட்டவர்களில் பூஜிதகுரு பால பிரஜாபதி முதலியோரும் உண்டு.

நாவலில் பிரம்ம சமாஜத்திற்குக் கூடுதல் முக்கியத்துவம் அளிக்கப் பட்டுள்ளது. அந்த அளவிற்குக் குமரி மாவட்டத்தில் அவ்வமைப்பின் செயற்பாடுகள் இருந்தனவா என்று விளங்கவில்லை. ஆனால் இருந்தது என்கிறார் பொன்னீலன். இவ்மைப்புகளும் மத மாற்றங்களை எதிர்த்தவையே. பிரம்ம சமாஜத்தைத் தோற்றுவித்த ராஜாராம் மோகன்ராய் கிறிஸ்தவத்தின் ‘மும்மைத்துவ’ கோட்பாட்டைக் கடுமையாக விமர்சித்தவர். ஆரிய சமாஜத்தின் தயானந்த சரஸ்வதி கிறிஸ்தவத்தின் ‘கன்னிமரி’ என்கிற நம்பிக்கையை எதிர்த்தார். தப்பாகப் பிள்ளை பெறுகிற எல்லோரும் அது கடவுள் அருளால் நடந்தது எனச் சொல்லிவிடலாமே என அவதூறு செய்தார். குஜராத் தில் காந்தியடிகளுக்கும் ஆரிய சமாஜத்திற்கும் இடையிலிருந்த முரணை டேவிட் ஹார்டிமன் ஆய்வு செய்துள்ளார். ஆரிய சமாஜத் தின் ’இந்து ஒற்றுமை’ என்கிற முழக்கத்திற்கு எதிராக ’இந்து - முஸ்லிம் ஒற்றுமை’ என்று காந்தி முன் வைத்தார். இறுதியில் இதற்காக காந்தி மிகப்பெரிய விலை கொடுத்த கதையை நாம் அறிவோம்.

பொன்னீலன் நாட்டார் வழிபாட்டை *romanticise* பண்ணுவதையும் நம்மால் ஏற்க இயலவில்லை. நாட்டார் சமயம் மிகவும் இறுக்கமாகச் சாதி ஆதிக்கத்துடன் இணைந்த ஒன்று. தவிரவும் நவீன மயமாக்கலினூடாக மிக எளிதில் நாட்டார் சமயம் வைதீகமயமாவதை வெங்கடேசன்களால் தடுக்க இயலாது. கண்டு புலம்ப மட்டுமே இயலும்.

பண்பாட்டை அழித்தலை நாம் ஏற்க முடியாது என்பது உண்மையே. ஆனால் எத்தகைய பண்பாடு அழிக்கப்படுகிறது என்கிற கேள்வியும் முக்கியம். 'ஆயிரம் உண்டிங்கு சாதி எனில் அன்னியர் வந்து புகலென்ன நீதி' என்பது போலப் பிரச்சினைக்குரிய கருத்துத்தான் இதுவும்.

கிறிஸ்தவம் இந்திய அளவில் மிகவும் சிறுபான்மை மதம் (2.4 சதம்). 1995க்குப் பின் இந்துத்துவ சக்திகளால் குறி வைத்துத் தாக்கப்படும் மதம். எனினும் கன்னியாகுமரியில் அது பெரும்பான்மை மதத்திற்குக் கிட்டத்தட்ட சமமான மதம். இந்த அளவு ரீதியான மாற்றம் பண்பு ரீதியான மாற்றத்தை நிச்சயம் கொண்டிருக்கும். வேறெங்கையும் விட கன்னியாகுமரியில் அது எளிதில் மதவெறிக்கு ஆட்படக்கூடிய தாகவும் வன்முறையில் சளைக்காததாகவும் இருக்கும் என்பதையும் நம்மால் புரிந்துகொள்ள முடிகிறது. தவிரவும் மண்டைக்காடு கலவரம் வரையிலும் கிறிஸ்தவ மக்களை வெளியுலகுடன் நேரடியாகத் தொடர்புகொள்ள விடாமல் கிறித்தவ மத அமைப்பு தடுத்தும் வைத்திருந்தது. எனினும் இவற்றை ரொம்பவும் Localise பண்ணிப் பார்க்காமல் இந்திய அளவில் உருவாகிற வலதுசாரிப் பாசிசப் பின்னணியிலிருந்து பார்ப்பது ஒரு மதச்சார்பற்ற இடதுசாரியின் கடமையாகிறது. இந்த நோக்கிலிருந்தே பொன்னீலனின் ஆகப்பெரிய இந்த ஆக்கத்தின் முன் இந்தக் கேள்விகளை நாம் முன் வைக்க வேண்டியுள்ளது. மற்றவர்களுடன் வாழ்வது என்கிற கலையின் அடிப்படை அறம்தான். மற்றவர்களை அவர்களின் வித்தியாசங் களுடன் ஏற்றுக்கொள்ளும் கலையை நாட்டார் சமயமோ, மதச் சீர்திருத்த இயக்கங்களோ இன, மொழி உணர்வுகளோ மட்டுமே தந்துவிட முடியுமா என்கிற கேள்விதான் நம்முன் மீண்டும் மீண்டும் எழுகிறது. பகை நீக்க வந்த குன்றக்குடி அடிகளார் மீன் விற்ற காட்சியை பொன்னீலனின் எழுத்தில் படித்தபோது நான் செறுமிக் கண்ணீர் விட்டதையும் இங்கு சொல்லித்தான் வேண்டும்.

செப்டம்பர், 2010

மறையவர் வேள்வி ஓங்க மனுநெறி அனைத்தும் சிறக்க

"மறையவர் வேள்வி குன்றி மனுநெறி அனைத்தும் மாறி
துறைகளோர் ஆறுமாறி சுருதியும் முழக்கம் ஓய்ந்தே
சாதிகள் ஒன்றோடொன்று தலைதடுமாறி யாரும்
ஓதிய நெறியில் நில்லாது ஒழுக்கமும் மறந்துபோயே
ஒருவரை ஒருவர் கைம்மிக்கு உம்பர்தல்ங் கோயில் சோம்பி
அரிவையர் கற்பின் மாறி அரண்களும் அழிய ஆங்கே
கலியிருள் பரந்தகாலை"

- ஜெயங்கொண்டார் (கலிங்கத்துப் பரணி)

'முதலாம் குலோத்துங்கனின் புகழ்பாட வந்தபோது ஜெயங்கொண்டார் பாடியது இது. சோழ மாமன்னர்களின் வீரியமிகு ஆட்சிக்கு முந்திய காலங்களில் தமிழகம் இவ்வாறு சீரழிந்து கிடந்தது என்கிறார் கலிங்கத்துப்பரணி ஆசிரியர். மறையவர் வேள்வி குன்றி, மனுநெறி குலைந்து, சாதிகள் கலப்புற்று ஒழுக்கம் சிதைந்து, எங்கும் கலியிருள் பரந்து கிடந்த நிலையைச் சோழப் பேரரசர்களே மாற்றியமைத்தனர். அதன்பின் எங்கும் மறையவர் வேள்வி ஒலித்தது. மனுநெறி சிறந்தது. சாதி ஒழுங்குகள் மீண்டும் நிலைநிறுத்தப்பட்டன. சோழப் பொற்காலத்தின் இன்னொரு பக்கமல்ல இது. இதுதான் முதற் பக்கமே. இராசராசனும் பிற சோழ மன்னர்களும் தம் கல்வெட்டுகளிலும் மெய்க்கீர்த்திகளிலும்

இப்படித்தான் தம்மை முன் நிறுத்திக் கொண்டனர். நமது வரலாற்று நாவலாசிரியர்களும் இப்படித்தான் சோழ மன்னர் புகழ்பாடினர்.

நான்மறையோர் தொழில் பெருக வேதபாடசாலைகளை நிறுவியவன் மட்டுமல்ல இராசராசன், திருமுறைகளைத் தொகுத்து நாள்தோறும் ஆலயங்களில் முழங்கச் செய்தவன். பிரமதேயங்களையும் சதுர்வேதி மங்கலங்களையும் உருவாக்கி அடித்தள மக்களின் நிலங்களைப் பார்ப்பனப் புரோகிதர்களுக்கு வாரி வழங்கியவன். திருமகள் போன்ற பெருநிலச் செல்வியை தனக்கே உரிமை பூண்டவன். காந்தளூர்ச்சாலையில் எதிரிகளின் கப்பற்படையை அழித்து பாண்டியர்களின் செருக்கழித்தவன். கங்க பாடியையும் துளம்ப பாடியையும் தடிகை பாடியையும் வெற்றிகொண்டு தன் பேரரசோடு இணைத்துக் கொண்டவன். குடமலை நாட்டையும், கொல்லத்தையும், கலிங்கத்தையும் தனது கடல்போன்ற பெரும்படையால் கைப்பற்றிக் கொடி நாட்டியவன். இரட்டை பாடி ஏழரை நாட்டரசனாகிய சத்தியாசிரயனைப் போரில் புறங்கண்டு கொண்டு வந்த செல்வத்தால் பெரிய கோவில் இறைவனைப் பொன் மலர்களால் பூசித்தவன். முரட்டுச் சிங்களரின் ஈழ மண்டலத்தைப் போரில் வீழ்த்தி அனுராத புரத்தை அழித்தொழித்தவன். பொலனறுவையைச் சனநாதமங்கலமாக மாற்றியமைத்து, 'முந்நீர்ப் பழந்தீவு பன்னீராயிரம்' என்றழைக்கப்படும் மாலத்தீவுகளை வென்று தமிழர் தம் புகழைக் கடல் கடந்து நாட்டியவன். தென்னிந்திய இமயமாகிய தஞ்சைப் பெரிய கோவிலை நிர்மாணித்தவன். பேரரசன் ஆவதற்குரிய 'உத்தம உடலழகு' பெற்ற பேரழகன்.

இத்தகைய தமிழ்த் திருஉருவிற்கு (icon) கருணாநிதிச் சோழர் இன்றுமொரு விழா எடுக்கிறார். முன்னதாக 1980களின் தொடக்கத்தில் இராசராசனுக்கு சிலை எடுத்துச் சிறப்பித்தார். இப்போது அவன் கட்டிய 'தஷிண மேரு'வின் ஆயிரமாண்டு கும்பாபிஷேகத் திருவிழா. ஏகத் தடபுடல்களோடு சிலை நிறுவும் விழா அன்று தஞ்சையில் நடத்தப்பட்டபோது நான் சரபோஜி மன்னர் கல்லூரியில் விரிவுரையாளனாகப் பணி செய்து கொண்டிருந்தேன். 'மக்கள் யுத்தக்கட்சி' எனப்பட்ட இன்றைய 'மாவோயிஸ்ட்' கட்சியில் இருந்து இயங்கிக் கொண்டிருந்தேன். தற்போது இரு சிறுநீரகங்களும் பழுதாகி 'டயாலிசிஸ்'இல் வாழ்ந்துகொண்டிருக்கும் தோழர் மன்னை உ. இராசேந்திரனும் நானும் கவிஞர் இன்குலாப்பின் ஸ்ரீ இராஜராஜேச்வரியம்' என்கிற புகழ்பெற்ற கவிதைப் பிரதிகளை

விழாவுக்குத் திரண்டிருந்த மக்கள் மத்தியில் விநியோகித்தோம். இராசேந்திரன் இன்றைளவும் இன்குலாப் பைத்தன் வழிகாட்டியாக ஏற்று வாழ்ந்து வருபவர். அவர் சார்ந்திருந்த நக்சல்பாரி அமைப்பு இக்கவிதையை அச்சிட்டிருந்தது.

கடந்த ஆயிரம் ஆண்டுகளை
அப்படி ஒன்றும் கைகழுவ முடியாது
மகுடங்கள் துருப்பிடித்திருக்கலாம்
உறைவாள்கள் முனை முறிந்திருக்கலாம்
சபைத் தலைவர்களைத் திருவுளத் தேர்வு செய்யும்
குடங்கள் ஓவாய் உடைந்திருக்கலாம்
ஓலைகளைச் செல்லரித்திருக்கலாம்
தஞ்சையிலிருந்து காந்தளூர் செல்லும்
சாலைகளில் குளம்பொலிகள் கேட்காதிருக்கலாம்.
அலைமோதும் துறைதோறும்
புலிக் கொடிகள் புரளாதிருக்கலாம்
இருந்தாலும் கடந்த ஆயிரம் ஆண்டுகளை
அப்படி ஒன்றும் கைகழுவ முடியாது

....

ஆயிரம் ஆண்டுகள் ஒடுங்கிக் கிடந்த
பெருமூச்சும் கண்ணீரும் என்னுள் பீறிடுகின்றன
ஆயிரம் ஆண்டு மூத்த என் தங்கையின்
காலில் கட்டிய சதங்கை
இந்தப் பெரிய கோயில் முற்றத்தில்
அழுது கொண்டிருக்கிறது இன்னும்.
இதனுடைய ஒவ்வொரு கல்லிலும்
என் சகோதரர் தசைகள் பிதுங்கிக் கொண்டிருக்கின்றன
வல்லாங்கு செய்யப்பட்டுப் பிறந்து கொண்டிருக்கும்
நான் கூசி நிற்கிறேன்
அடிமைச்சூடு பொறிக்கப்பட்ட
என் முதுகுப் புண் இன்னும் ஆறவில்லை
இதன் விழிகொள்ளாப் பிரும்மாண்டத்தின் கீழ்
சிறிய தேசங்கள் சிதறிக் கிடக்கின்றன

....

அடக்கப்பட்ட நமது பெருமூச்சு
பற்றிக் கொள்ளட்டும்

தேவடியாளாக்கப்பட்ட நம் தாய்மார்களின்
ஒவ்வொரு மார்பகமும் பந்தங்களாய் மூளட்டும்
மகுடங்களின் மாயையில் மக்களை மூடும்
சூனியகாரர்களும் சூனியக்காரிகளும்
சாம்பலாகட்டும் உண்மைச்சரித்திர விழிப்பில்
சொல்வோம் ஆயிரம் ஆண்டுகளாக
அழுகை மொழி மாற்றிக் கொண்டதில்லை
ஆத்திரமும் கூடத்தான்
தண்ணீர் நிறம் மாற்றிக் கொண்டதில்லை;
ரத்தமும் கூடத்தான்

இன்குலாப்பின் சோழர் காலம் குறித்த இரு கவிதைகள் முக்கிய மானவை. இன்னொன்று, 'ராஜமகேந்திர சதுர்வேத மங்கலம்', சோழர் கால நிலப்பிரபுத்துவக் கொடுமைகள், விவசாயக் கலகங்கள், மனுதர்ம ஆட்சி ஆகியன குறித்த இடதுசாரி அறிஞர்களான நா.வானமாமலை, அவரால் 'ஞான புத்திரன்' என அழைக்கப்பட்ட மே.து.ராசுகுமார் ஆகியோரின் ஆய்வுகளால் உத்வேகம் பெற்று இன்குலாப் எழுதிய இக்கவிதைகள் அன்றைய இளைஞர்களான என்னைப் போன்றோரின் இரத்தத்தைச் சூடேற்றியதோடு நிற்கவில்லை. கருணாநிதி போன்றோரின் வயிற்றிலிருந்து ஆத்திர நெருப்பு பற்றியெரியவும் காரணமாயின. வெளிப்படையாக இன்குலாப்பின் மீது காழ்ப்பைக் காறியுமிழ்ந்தார் கருணாநிதி. அவரது கவிதை பாடநூல்களிலிருந்து நீக்கப்பட்டன. மகுடங்களின் மாயையில் மக்ளை மூடும் சூனியக்காரர்கள் ஆத்திரப்படுவதில் வியப்பென்ன?

இராஜேந்திரனும் நானும் இன்குலாப் கவிதையை மக்கள் மத்தியில் விநியோகித்துக்கொண்டிருந்த செய்தி விரைவில் காவல்துறைக்குச் சொல்லப்பட்டது. அவர்கள் எங்களைத் தேடித் துரத்தினார்கள். அப்போது எங்களிடம் இருந்த வாகனம் சைக்கிள் தான். அதில் 'டபுள்ஸ்' ஏறி தஞ்சை நகரின் சந்துபொந்துகளினூடாக காவல்துறை யினரின் கைகளில் சிக்காமல் வினியோகித்த காட்சி என் நினைவில் சுழல்கிறது.

கருணாநிதிச் சோழர் சிலை எடுத்தால் இராமச்சந்திர பாண்டியர் சும்மா இருப்பாரா. அடுத்த சில ஆண்டுகளில் (1984, செப்டம்பர் 6) அதே தஞ்சை மண்ணில் இன்னும் பிரும்மாண்டமான விழாத் தடபுடல்களுடன் இராசராசனின் ஆயிரமாண்டு முடிசூட்டு

விழாவைக் கொண்டாடினார். அப்போது நான் பழிவாங்கப்பட்டு பொன்னேரி அரசுக் கல்லூரியில் பணி செய்து கொண்டிருந்தேன், இன்றைய மாவோயிஸ்ட் கட்சியின் அன்றைய வடிவான மக்கள் யுத்தக் குழுவின் முன்னணி அமைப்பான 'புரட்சிப் பண்பாட்டு இயக்கத்தில்' தீவிரமாக இயங்கிய காலம் அது. இடமாற்றம் செய்யப் பட்டிருந்தபோதும் குடும்பம் தஞ்சையில்தான் இருந்தது.

இராசராசன் முடிசூட்டு விழா: தமிழ் மக்களின் மீது சுமத்தப்படும் இன்னொரு அவமானம்' என நான் எழுதிய சிறுவெளியீடு ஆயிரம் பிரதிகள் அச்சிடப்பட்டு (விலை : 60 காசு) விழா அன்று விநியோகிக்கப் பட்டது. அதற்குக் கிடைத்த வரவேற்பின் காரணமாக மேலும் 3000 பிரதிகளை அச்சிட்டு விநியோகித்தார் அன்று அவ்வமைப்பின் பொறுப்பில் இருந்த பேரா.கல்யாணி. இம்முறை நாடகத்துறைப் பேராசிரியர் மு.இராமசாமி ஒரு சிறிய, ஆனால் அழகிய அட்டைப் படம் ஒன்றையும் வரைந்து தந்திருந்தார்.

“மேல்வாரம் என்ற பெயரில் அரசனும் அதிகார வர்க்கமும் சுரண்டியது போக 'கீழ்வாரம்' என்கிற பெயரில் சாகுபடியாளர்கள் எடுத்துக்கொண்டது போக கிராமத் தொழிலாளர்களுக்கு மான்யமாகக் கொடுத்தது போக, உழைக்கும் விவசாயிகள் பத்திலொரு பங்கைக் கூட அனுபவிக்க முடியாத கொடுமைகள் -

'பஞ்சத்தாலும் வறுமையாலும் வரி கொடுக்க இயலாதோரின் நிலங்கள் இரக்கமே இல்லாமல் பறிமுதல் செய்யப்பட்டு விற்கப்பட்ட அநியாயங்கள்.”

"வரிகொடுக்க இயலாமல் மக்கள் தங்களைத் தாங்களே விற்றுக் கொண்டு அடிமைகளாக மாறியுள்ள காட்சிகள் இவையெல்லாம் நமக்கு இதுவரை சொல்லப்பட்டதுண்டா?"

"ஆறு பேரைப் பதின் மூன்று காசுகளுக்கு தஞ்சைக் கோயிலொன்றிற்கு விற்றிருப்பதையும், அடிமைகளை விலைக்கு வாங்கிப் பரிசளித்திருப்பதையும் கல்வெட்டுச் சான்றுகள் நமக்குச் சுட்டிக்காட்டுகின்றன நந்திவர்ம மங்கலத்தில் திருப்பதிகம் பாடுவதற்காக மூன்று பெண்கள் பரிசளிக்கப்பட்டது, திருவாடனை கோயிலுக்கு பன்னிரெண்டு மீனவக் குடும்பங்களை இரண்டு அதிகாரிகள் விலைக்கு வாங்கிப் பரிசளித்தது என ஏராளமான ஆதாரங்களை இப்படிச் சுட்டிக் காட்டிக் கொண்டே போகலாம். இப்படி அடிமையாக்கப்பட்டவர்கள் முதுகில்

சுட்டு அடையாளமிடப்பட்டனர். கோயில் அடிமைகள் என்று கட்டாயப்படுத்தி இழுத்துவரப்பட்ட இளம் பெண்கள், பின்னர் அரசனின் அந்தப்புரத்திற்கு இழுத்துச் செல்லப்பட்ட வரலாற்றைத் திருக்காளத்தி கோயில் கல்வெட்டொன்று சுட்டிக்காட்டும்."

"தாழ்த்தப்பட்ட சாதி அடிமைகள் ஊர்க்கோடியில் ஒதுக்கிவைக்கப்பட்டு இழிதொழில்கள் செய்ய நிர்ப்பந்திக்கப்பட்ட அவலத்தைப் பெரிய புராணம் படம்பிடித்துக் காட்டுகிறது. சாகுபடி நாட்களில் சகதியில் உழலும் இவர்கள் மற்ற நேரங்களில் கல்லுடைக்கவும், உடைத்தவற்றைச் சுமந்து செல்லவும் பல்லக்குத் தூக்கவும் பணிக்கப்பட்டனர்."

"மக்களிடமிருந்து வளமான நிலங்களைப் பறிமுதல் செய்து வளமற்ற நிலங்களைக் கொடுத்துள்ளனர். வரிக்கொடுமையாமல் அல்லலுற்ற மக்கள் சாகுபடி செய்ய வசதி இல்லாமல் தரிசாக நிலத்தை வைத்திருக்கவும் அனுமதிக்கப்பட்டதில்லை. சாகுபடி செய்யாத நிலங்களில் வரிவசூல் செய்யவில்லை என்பதற்காகப் புன்னைவாயில் என்ற ஊர்ச்சபையினர் தண்டிக்கப்பட்டதும் உண்டு. வேளச்சேரி போன்ற இடங்களில் பார்ப்பனர் அல்லாதோரின் நிலங்கள் பிடுங்கப்பட்டன. எண்ணெய் கொடுக்கவில்லை என்பதற்காக இடையர்களின் நிலங்கள் பறிக்கப்பட்டு கோயில்களுக்கு வழங்கப்பட்டிருக்கின்றன. புரவு, இரவு, குடிமை, கடமை, திருமண வரி, போர்வரி போன்ற பெயர்களில் ஏராளமான வரிகள் போடப்பட்டிருக்கின்றன. தச்சுவரி, தறிவரி என கிராமத் தொழிலாளர்களுக்கும் வரிகள் போடப்பட்டன. அரசன் விதிக்கும் வரிகள் தவிர ஊர், சபை போன்ற உள்ளூர் அமைப்புகளும் வரி போட்டன. உயர்சாதியினரைக் காட்டிலும் தாழ்ந்த சாதியினர் அதிக வரிகள் செலுத்த நிர்ப்பந்திக்கப்பட்டனர்."

என்றெல்லாம் அவ்வெளியீடு மிக விரிவாகச் சோழர் கால நிலவுடைமைக் கொடுமைகளைப் பட்டியலிட்டது. கோயிலின் பெயரால் பொன்னையும் நெல்லையும் தவிர இளம் பெண்களையும் கட்டாயமாகக் கிராமங்களிலிருந்து கொண்டுவந்தது, காவிரி டெல்டாவில் ஆற்றங்கரையின் இருபுறங்களிலும் மிக வளமான கிராமங்கள் வேதம் ஓதிய பார்ப்பனர்களுக்கு வழங்கப்பட்டது. போர் என்னும் பெயரால் அண்டை நாடுகளைச் சூறையாடி பெண்களைப் பாலியல் வன்முறைக்குள்ளாக்கி நகரங்களையும் இதர கலைச்செல்வங்களையும் எரியூட்டி அழித்தது என்பவற்றை

மட்டுமின்றி இவற்றிற்கெதிராக மேற்கொள்ளப்பட்ட மக்கள் எதிர்ப்புகளையும் அக்கட்டுரை தொகுத்துத் தந்தது.

இவற்றை எல்லாம் ஏதோ இடதுசாரிகள் மட்டுமே சொல்லிக் கொண்டிருக்கவில்லை. பொதுவான வரலாற்றாசிரியர்களும் கூடப் பேசியுள்ளனர் என்பதற்குச் சான்றாக கே.கே.பிள்ளையின் கீழ்க்கண்ட கூற்றையும் அது மேற்கோளாகச் சுட்டிக்காட்டியது.

"கோயிலின் கொட்டு மேளங்களிடையே பதியிலாரும் தளிச்சேரிப் பெண்டுகளும் ஆடிய இசைக் கூத்துகளிடையே அந்தணர் ஆற்றிய வேள்விகள் ஓதிய மறையொலி ஆகியவற்றுக்கிடையே, பேரரசர்களும் சிற்றரசர்களும் ஆங்காங்கு கொண்டாடிய விழாக்கள், களியாட்டங்களுக்கிடையே குடிமக்கள் வாழ்வில் ஆழ்ந்த சாதிப் பிளவுகளும் உரிமைப் போராட்டங்களும், வரிச்சுமைப்பாரமும், ஏழ்மையும் பஞ்சமும் அவர்களுக்கு அளவற்ற இன்னல்களையும் சீர்கேட்டையும் விளைவித்து வந்தன. தாம் பிறந்த குலத்தின் காரணமாகவும், தாம் விளைவு செய்த பண்டங்களின் காரணமாகவும் பல வகையான வரிகளையும் கட்டணங்களையும் கடமைகளையும் மகன்மைகளையும் சுங்கங்களையும் அரசாங்கத்துக்கும் கோயில்களுக்கும் செலுத்த வேண்டியவர்கள் ஆனார்கள். சோழர்களின் காலத்தில் குடிமக்கள் மேல் விதிக்கப்பட்ட வரிகள் நானூற்றுக்கும் மேற்பட்டிருந்தன எனக் கல்வெட்டுகள் கூறும் செய்திகளால் அறிகிறோம்."

சோழர் காலத்தில் பொதுவான இக்கொடுமைகள் தவிர இராசராசன் பெரிய கோவிலை முன்வைத்துச் செய்தவற்றையும் அவ்வெளியீடு தொகுத்திருந்தது.

தான் கட்டிய பெரிய கோவிலுக்கு நெல்லும் பொன்னும் கொடுக்க 57 கிராமங்களுக்கு உத்தரவிட்டது, 200 கிராமங்களிலிருந்து இளைஞர்கள் கோவில் பணிக்காகக் கொண்டுவரப்பட்டது, 400 பெண்களைப் பல்வேறு கிராமங்களிலிருந்து கொண்டுவந்து தேவதாசிக் கொடுமைக்கு வித்திட்டது, போர் என்ற பெயரில் தமிழகத்திற்குள்ளும் வெளியிலும் செய்த கொடுமைகள் ஆகியன பட்டியலிடப்பட்டன.

"இலங்கையின் மீது படை எடுத்துச் சென்று அனுராதாபுரத்தைச் சூறையாடித் தரைமட்டமாக்கினான். பொலனருவையைக் கைப்பற்றி வென்று 'சனநாதன்' என்கிற தனது பெயர்களிலொன்றை அதற்கு

இட்டான். அங்கு சிவன் கோவில்களை எழுப்பினான். இன்றுவரை சிங்கள மக்கள் மத்தியில் தமிழ் மக்களுக்கெதிரான பெருந்தேசிய இனவெறியைத் தூண்டிவிடுவதற்கான முக்கிய காரணங்களில் ஒன்றாக சிங்கள இன வெறியர்களுக்குக் கிடைத் திருப்பது இப்படை எடுப்பே."

"மெய்க்கீர்த்தி என்ற பெயரில் இத்தகைய தனது கொள்கைகளை வீரப் பிரதாபங்களாகக் கல்வெட்டுகள் தோறும் வெட்டி முழக்கும் பழக்கத்தைத் தோற்றுவித்தவனும் இவனே. தன்னுடைய பெயருடன் 'தேவ' என்னும் தெய்வ நாமத்தை இணைத்து 'உடையார் ஸ்ரீ ராஜராஜ தேவர்' எனத் தன்னை அழைத்துக் கொண்டான். இலங்கைப் படை எடுப்பை இராமனின் படை எடுப்புடன் ஒப்பிட்டுத் தன்னை இராமாவதாரமாகக் காட்டிக் கொண்டான். பெரிய கோவிலில் திரிபுரம் எரித்த விரிசடைக்கடவுளின் படத்தை வரைந்து தான் உதகை (கன்னியாகுமரி), அனுராதபுரம் போன்ற ஊர்களை அழித்துக் கொள்ளையடித்துக் கொண்டதை நியாயப்படுத்திக் கொண்டான். தனது பொற்சிலைகளைக் கோயில்களில் அமைத்து மக்களை வணங்கச் செய்தான். ராஜ ராஜ விஜயம், 'ராஜராஜ நாடகம்' போன்ற தன்னைப் பற்றிய நாடகங்களைக் கோயில்களில் நடத்தினான். ஆண்டுதோறும் சதய நாளில் தனது பிறந்தநாளை வெகு விமரிசையாகக் கொண்டாட நிர்ப்பந்தித்தான்."

என்றெல்லாம் தொகுத்துச் சொன்னதோடு நிற்கவில்லை. மகுடங்களின் மாயையில் மக்களின் சிந்தையைக் குருடாக்கும் சூனியக்காரர்களின் சதியையும் அது விளக்கியுள்ளது.

சரியாக 26 ஆண்டுகளுக்குப் பின் இன்று (2010) கருணாநிதி மீண்டும் இராசராசனுக்கு பெரிய கோவில் கும்பாபிஷேக ஆயிரமாண்டுப் பூர்த்தி விழா எடுக்கிறார்.

ஆனால் ஒரு வித்தியாசம், தமிழகத்தில் இம்முறை எந்த எதிர்ப்பும் இல்லை. இடைப்பட்ட காலத்தில் சோழர்காலம் குறித்த மிக நல்ல நூல்கள் பல வெளிவந்துள்ளன. பொ.வேல்சாமி தனது 'பொற்காலம்', 'கோயில் நிலம் சாதி' ஆகிய நூல்களில் பல முக்கிய செய்திகளைச் சொல்கிறார். இராசராசனைச் சுற்றியிருந்த ராஜகுரு, அமைச்சர்கள், படைத்தலைவர்கள், தனாதிகாரிகள் எல்லோரும் பார்ப்பனர்கள். பீகார் பார்ப்பனர்கள். இராசராசனின் காலத்தில் எந்த முக்கிய தமிழ் நூலும் வெளிவந்ததில்லை. திருமுறை களைத் தொகுத்தது குறித்துக்

கூட இராசராசன்தான் அதைச் செய்ததா என்பதில் சர்ச்சைகள் உண்டு. மனுநீதி தவறாமல் அரசாண்ட தாக மெய்க்கீர்த்தி படைக்கும் பாரம்பரியத்தையும் அவனே உருவாக்குகிறான். பல்லவர்கள் காலத்திலும் பாரம்பரியப் பெருமை பாடுவது உண்டெனினும் மெய்க்கீர்த்தி பாரம்பரியத்தை உண்டாக்கியவன் இவனே.

'தீண்டாச்சேரி' என்கிற குறிப்பு முதன்முதலில் இராசராசன் கல்வெட்டில்தான் காணக்கிடைக்கிறது என்கிற செய்தியை பேராசிரியர் விஜய வேணுகோபால் குறிப்பிடுகிறார். அவனது மகன் இராசேந்திர னின் கல்வெட்டொன்றில்தான் 'தீண்டாதோர்' என்கிற சொல் பயன்படுத்தப்படுகிறது.

கருணாநிதியும் எம்.ஜி.ஆரும் இராசராசன் புகழ் பாடுவதை நம்மால் புரிந்துகொள்ள முடிகிறது. இவர்களோடு இன்று தமிழ் தேசியர்களும் சேர்ந்துகொள்கின்றனர் 'நிமிர்ந்து பார். நின் பெருமிதத்தை' எனப் பெரிய கோவிலின் புகழ்பாடும் அட்டைப்படக் கட்டுரையை வெளியிடுகிறது 'தமிழர் கண்ணோட்டம்' என்னும் ஒரு தமிழ் தேசியப் பத்திரிகை. வரலாற்றுப் பெருமிதத்தை மறந்துபோன தவறைச் செய்தவர்கள் என அது பகுத்தறிவாளர்களையும் பொது வுடைமையாளரையும் குற்றம் சாட்டுகிறது. முன்னவர்கள் சோழர் காலத்தைப் பார்ப்பனீயம் கோலோச்சிய காலம் எனப் புறந்தள்ளிய தவறைச் செய்தனராம். பின்னவர்கள் நிலவுடைமைக் காலம் என ஒதுக்கிய தவறைச் செய்தார்களாம் இவர்கள் இருவரும் இராசராசன் அனுராதபுரத்தை அழித்தது உட்பட வேற்று நாடுகளை வென்று தமிழர் பெருமையை நிலைநாட்டிய வரலாற்றுப் பெருமிதத்தை மறந்தனராம்.

கால் நூற்றாண்டுக்கு முன் இப்படி வரலாற்றுப் பெருமிதம் என்ற பெயரில் தீண்டாமைக் கொடுமை, பார்ப்பன ஆதிக்கம், தேவதாசி முறையை நிலைநாட்டுதல் முதலானவற்றைக் கண்டு கொள்ளாது விட்டுவிடும் 'தைரியம்' தமிழ்ச் சூழலில் யாருக்கும் இருந்தது கிடையாது. இன்று அது உருவாகியிருக்கிறது. ஒரு காலத்தில் இராசராச விழாக்களை எதிர்த்து நின்ற மாவோயிஸ்டுகள் இன்று கள்ள மவுனம் காக்கின்றனர். கோ.கேசவன், பழமலய், கோச்சடை எனப் பார்ப்பனரல்லாத அறிவுஜீவிகள் இருந்து முன்னெடுத்த பார்ப்பனீய மற்றும் நிலவுடைமை எதிர்ப்பு இன்று அங்கே மழுங்கிப் போயுள்ளது. இன்குலாப் கூட "இதன் விழிகொள்ளாப் பிரும்மாண்டத்தின் கீழ் சிறிய தேசங்கள் சிதறிக் கிடக்கின்றன"

என்கிற வரிகளை இப்போது எழுதுவாரா எனத் தெரியவில்லை.

இதர தேர்தல் சார்ந்த பொதுவுடைமைக் கட்சிகளும்கூட பெரிய எதிர்ப்பு எதையும் காட்டவில்லை . எனினும் 'தாமரை', 'செம்மலர்' முதலான இதழ்களில் சோழர் காலம் குறித்த சில நல்ல கட்டுரைகள் இந்நேரத்தில் வந்திருப்பது ஒரு நல்ல செய்தி. என்ன இருந்தாலும் ஒரு இடதுசாரிப் பாரம்பரியத்தில் வந்தவர்கள் என்பதற்கு அடையாளமாக இதைக் கருதலாம்.

தமிழ்ப்பெருமை மற்றும் தமிழர் சிறப்பு ஆகியவற்றினூடாக தமிழக வரலாற்றில் காணக்கிடைக்கும் நிலவுடைமை, தீண்டாமை உள்ளிட்ட சாதியக் கொடுமைகள், பார்ப்பனீய ஆதிக்கம் ஆகியவற்றைக் கண்டு கொள்ளாதிருத்தல் மட்டுமல்ல, சமஸ்கிருத நாகரிகத்திற்கு அப்பாற்பட்ட ஒரு திராவிடப் பாரம்பரியப் பெருமை தென்னகத்திற்கு உண்டு என்கிற சென்ற நூற்றாண்டுக் கண்டுபிடிப்புகளை இகழ்தல், சாதிவாரி மக்கள் கணக்கீடு தேவை இல்லை. எனக் கூறுதல் முதலான சமீப கால வளர்ச்சிகள் மிகவும் கவலைக்குரியன.

வரலாற்றுப் பெருமை பேசாமல் மக்களைத் திரட்டுவது, தேசிய உணர்வைக் கட்டுவது எல்லாம் சாத்தியமில்லையா? காந்தியும் பெரியாரும் வரலாற்றை ஒரு ஆயுதமாகப் பயன்படுத்தாமலேயே இவற்றை செய்யவில்லையா? பயன்படுத்தாதது மட்டுமல்ல, அவர்கள் இருவரும் வரலாற்றை மதித்ததும் கிடையாது. தான் போற்றிய இராமனைக்கூட வெறும் கற்பனைப் பாத்திரம் என்றே காந்தி கூறினார். வரலாற்றைச் சிலாகித்ததோ, கோவில்களுக்குக் கும்பாபிஷே கம் செய்ததாகவோ தேச பக்தியைக் கொண்டாடியதாகவோ காந்தியை அடையாளப்படுத்த இயலாது. பெரியார் குறித்துச் சொல்ல வேண்டிய தில்லை. தமிழ்ப்பெருமைகளை அவரளவிற்கு எள்ளி நகையாடியவர்கள் கிடையாது. ஆனாலும் அவர்கள் மக்களைத் திரட்டினர். அது எப்படிச் சாத்தியமானது? நண்பர் ராமானுஜம் சமீபத்தில் ஒரு உரையாடலில் குறிப்பிட்டது போல காந்தியும் பெரியாரும் மக்களை மதித்தனர். மக்களை ஒரு கருவியாகவும் பயன்படுத்தப்பட வேண்டிய பொருள்களாகவும் வென்றெடுக்கப்பட வேண்டிய பாமரர்களாகவும் அவர்கள் கருதவில்லை . மாறாக, அவர்கள் மக்களை நேசித்தனர். மதித்தனர். எந்த உயர்ந்த லட்சியத்தையும் முன்னிறுத்தி அவர்களின் சமகால வாழ்வை அழிக்க அவர்கள் முனையவில்லை. மக்களும் அவர்களை நேசித்தனர். நம்பினர். நேசிக்கத்தக்க அளவிற்கு சுயலாபம், அதிகார மோகம்

இல்லாத வாழ்வை அவர்கள் வாழ்ந்தனர். அத்தகைய அரசியலை அவர்கள் செயற்படுத்தினர்.

பரமசிவ அய்யர் என்பவர் எழுதிய *Ramayana & Lanka* என்கிற நூல் குறித்து 'சஞ்சாரம்' என்கிற இதழில் நான் ஒரு கட்டுரை எழுதி உள்ளேன். பிறப்பால் பார்ப்பனர், இராமன் மீது பக்தியுள்ள விசுவாசி, தொழிலில் சர்வேயர் என்பதாக வாழ்ந்திருந்த பரமசிவ அய்யர், அவரும் ஒரு தமிழர்தான், இந்நூலை எழுத நேர்ந்த வரலாறு மிக்க சுவையானது. ரவீந்திரநாத் தாகூர் ஒருமுறை இன்றைய இலங்கையை சீதையை கடத்திச் சென்று சிறைவைத்த இராவணனின் இலங்கையாக முன்வைத்துப் பேசுகிறார். 1934 வாக்கில் இலங்கை சென்று வந்த நேருவை வரவேற்ற ராஜாஜி அனுமனைப் போல நேருவும் பறந்து சென்று இலங்கையை வென்றதாகப் புகழ்கிறார். இவற்றை எல்லாம் கண்டு மனம் நொந்து போகிறார் பரமேசிவர். இது ஒரு வரலாற்று அபத்தம். இன்றைய இலங்கைக்கும் இராமாயணத் தில் சுட்டப்படும் இலங்கைக்கும் எந்தத் தொடர்பும் இல்லை. அவ்வாறிருக்க அரசியல்வாதிகள் இவ்வாறு பொறுப்பின்றிப் பேசுவது இன்றைய அரசியல் சூழலில் எத்தகைய விளைவுகளை ஏற்படுத்தும்? நேரு, ஸ்ரீராமன் என்றால் இன்றைய இலங்கைப் பிரதமர் சர். ஜெயதிலக இராவணனா? என்கிற கேள்வியை எழுப்புகிறார். தொழிலில் சர்வேயரான அவர் பிரிட்டிஷ் அரசு வெளியிட்டிருந்த இது தொடர்பான வரைபடங்களை (*coloured mile to inch topo sheets*) எல்லாம் ஆராய்ந்து இராமாயண நாயகன் இராமன் விந்திய மலையைத் தாண்டிவரவில்லை. இராமாயண இலங்கை வட இந்தியாவின் ஒரு பகுதியே என்பதை விரிவான ஆதாரங்களுடன் உறுதியாக நிறுவுகிறார்.

வரலாற்றை அரசியல்வாதிகள் கையிலெடுப்பதிலுள்ள ஆபத்தை உணர்ந்து மனம் வெதும்பிப் பரமசிவ அய்யர் இப்பணியை மேற்கொள்கிறார். பொதுப்பத்தியிலிருந்து விலகி உண்மைகளைப் பேசும் இந்தப் பண்பைத்தான் கிராம்சி 'ஆர்கானிக் இன்டலக்சுவல்' அல்லது 'உயிர்ப்பு மிகு அறிவு ஜீவிகள்' என்கிற கருத்தாக்கத்தின் மூலம் முன் வைத்தார். உயிர்ப்பு மிகு அறிவு ஜீவிகளின் இன்னொரு பண்பு அவர்கள் மௌனம் காப்பவர்களாக இருக்க முடியாது என்பதுதான்.

அக்டோபர், 2010

அலகாபாத் நீதிமன்றத் தீர்ப்பும் முஸ்லிம்களும் அகழ்வாய்வுத் தோண்டிகளும்

பாபர் மசூதி இருந்த இடம் தொடர்பான சொத்து வழக்கில் அலகாபாத் உயர்நீதிமன்றம் வழங்கியுள்ள தீர்ப்பை ஒட்டி முஸ்லிம் மக்கள் காத்த அமைதி குறித்துப் பல வகையான கருத்துக்கள் இங்கே முன்வைக்கப்படுகின்றன. தீர்ப்பு தாம் எதிர்பார்த்ததற்கு முற்றிலும் எதிர்மாறாக இருந்தபோதும் எந்தவிதமான கடும் எதிர்வினைகளையும் ஏற்படுத்தாத வகையில் முஸ்லிம்களுக்குப் பாராட்டுக்கள் ஒரு பக்கம். இன்னொரு பக்கம் முஸ்லிம்கள் நாட்டு வளர்ச்சியுடன் நகரத்தான் விரும்புகிறார்களே ஒழிய இம்மாதிரியான விவகாரங்களில் நேரத்தை வீணடிக்க விரும்பவில்லை என்றொரு கருத்தும் முன்வைக்கப்படுகிறது. முஸ்லிம்கள் வழக்காடி, போராடி களைத்து நம்பிக்கை இழந்து விட்டார்கள் என்றும் சிலர் கருத்துரைத்துள்ளனர்.

தீர்ப்பை எதிர்த்து முலாயம் சிங் யாதவ் கடுமையாகப் பேசியவுடன் முஸ்லிம் தரப்பிலிருந்தே அதற்கு எதிர்ப்பு வந்ததும் குறிப்பிடத்தக்கது. சட்ட ரீதியான ஒரு பிரச்சினையை அரசியலாக்காதீர்கள் என முஸ்லிம்களில் ஒரு தரப்பினர் கூறினர். அயோத்தியிலும் வேறு சில நகரங்களிலுமுள்ள முஸ்லிம்கள் தீர்ப்பு குறித்துக் கூறியுள்ள கருத்துக்கள் ஏராளமாக இதழ்களில் வந்துள்ளன. பெரிய அளவில் கலவரங்களால் உயிர் மற்றும் கொந்தளிப்புகள் ஏற்பட்ட பகுதிகளில் வாழ்கிற முஸ்லிம்கள் இந்தத் தீர்ப்பு குறித்து ஒரு பெருமூச்சு

விடுவதையும் காண முடிகிறது. ஒருவேளை தீர்ப்பு நேர் எதிராக அதாவது ராமஜன்ம பூமி இயக்கத்தவர்களுக்கு எதிராக வந்திருந்தால் என்ன ஆகியிருக்கும் என்கிற கவலையும் இப்படி ஆகாதது கூட ஒரு வகையில் நல்லதுதான் என்கிற நிம்மதியும் அவர்களின் பேச்சுக்களில் வெளிப்படுகின்றன.

ஆனால் இந்தக் கூற்றுகள் அனைத்தையும் கூர்மையாக வாசித்தோமானால் இந்த நாட்டில் முஸ்லிம்களுக்கு இனி நீதி கிடைக்காது என்கிற வேதனை இழையோடுவதை யாரும் உணர முடியும். தீர்ப்பு அறிவிக்கப்பட்ட நேரத்தில் நான் திருச்சியிலிருந்து கும்பகோணத்திற்கு ரயிலில் வந்து கொண்டிருந்தேன். செல்பேசியூடாக 'ப்ரவுஸ்' செய்து பார்த்துத் தீர்ப்பைப் புரிந்துகொள்ள முயற்சித்துக் கொண்டிருந்தேன். முக்கிய முஸ்லிம் அமைப்பொன்றில் இரண்டாம் நிலைத் தலைவர் ஒருவர் என்னைத் தொலைபேசியில் அழைத்தார். வலதுசாரி பாசிச செயற்பாடுகளைக் கடுமையாக விமர்சித்து எழுதக்கூடியவன் என்கிற வகையில் என்னுடன் அவர் தன் ஆதங்கத்தைப் பகிர்ந்து கொண்டார். "என்ன சார் இந்த நாட்டில் இனி எங்களுக்கு நீதி கிடைக்காதா? கடைசியாக நீதி மன்றத்தைத்தான் நம்பி இருந்தோம் அதுவும் கைவிட்டால் நாங்கள் எங்கு போவது? சட்டத்தின் ஆட்சி என்பது இனி வெறும் கனவுதானா?" என அவர் உணர்ச்சி மேலிட கேள்விகளை வீசினார். "கொஞ்சம் தீர்ப்பை முழுமையாகப் படித்து விளக்குங்கள் சார், விமர்சனம் செய்யுங்கள் சார்" எனவும் அவர் கேட்டுக் கொண்டார்.

அடுத்தடுத்த நாட்களில் தீர்ப்பு குறித்து மிக நல்ல விமர்சனங்களை புகழ்மிக்க நீதியாளர்களும் வரலாற்றறிஞர்களும் முன் வைத்தனர். குறிப்பாக, மூத்த வழக்குரைஞர் அந்த்யார்ஜுனா, முன்னாள் உயர்நீதிமன்றத் தலைமை நீதிபதி ரஜிந்தர் சச்சார், அரசியல் சட்ட வல்லுநர் ராஜீவ் தவான், வரலாற்றறிஞர்கள் ரொமிலா தப்பார், டி.என்.ஜா ஆகியோரது கட்டுரைகள் மற்றும் நேர்காணல் களைச் சொல்லலாம். நீதிமன்றத் தீர்ப்பைக் கண்டித்து வரலாறு மற்றும் அகழாய்வு நிபுணர்கள் மற்றும் அறிவுஜீவிகள் 62 பேர்கள் வெளியிட்ட அறிக்கையும் வெளிவந்தது.

ஆனால் இந்த அளவு வெளிப்படையாகவும் கூர்மையாகவும் எந்தப் பெரிய அரசியல் கட்சியும் தீர்ப்பை விமர்சிக்காதது வருந்தத் தக்கது. முலாயம் சிங், ராம்விலாஸ் பஸ்வான், தமிழகத்தில் விடுதலைச் சிறுத்தைகள் தலைவர் தொல்.திருமாவளவன்

ஆகியோர் விதிவிலக்கு. சிறுபான்மை மக்கள் பெரிய அளவில் நம்பிக்கை வைத்துள்ள இடதுசாரிக் கட்சிகள் கூடத் 'தீர்ப்பு கவலையளிக்கிறது' என்கிற ரீதியில் தான் கருத்துத் தெரிவித்தனர். தீர்ப்பை விமர்சிக்காமல் பெரிய கட்சிகள் பலவும் பம்மியதற்குக் காரணம் நீதிமன்றத் தீர்ப்பை விமர்சிக்கக்கூடாது என்ற பண்பு அல்ல. பெரும்பான்மை மக்களுக்கு எதிரானவர்கள் என்கிற பிரச்சாரத்திற்கு அஞ்சியதே பிரதான காரணம். 'இது சட்டப் பிரச்சினை அரசியலாக்காதீர்கள்' என முலாயமை நோக்கி முஸ்லிம்கள் சொன்னது கூட அரசியல்வாதிகளின் சந்தர்ப்பவாத நடைமுறைகளின் மீது கொண்டுள்ள வெறுப்பினால்தான். மசூதி இடிப்பின்போது முதல்வராக இருந்த கல்யாண்சிங்குடன் இதே முலாயம் இரண்டாண்டுகளுக்கு முன்னர், கை கோர்த்து நின்றதை அவர்கள் எவ்வாறு மறக்க இயலும்.

ஆனால் ஒன்றை நாம் மறந்துவிடக்கூடாது. இன்று இது ஒரு சட்டப் பிரச்சினையாக ஆக்கப்பட்ட போதிலும் முழுக்க முழுக்க இதன் பின்னணியில் அரசியல் இருந்தது, இருக்கிறது என்பதுதான். 1949 தொடங்கி பாபர் மசூதி அரசியலாக்கப்பட்டது. பாராளு மன்றத்தில் வெறும் இரண்டு இடங்களை மட்டுமே பெற்றிருந்த பா.ஜ.க. பாபர் மசூதி பிரச்சினையை வைத்தே ஆட்சியைப் பிடித்தது. ராஜீவ் காந்தி தனது வாக்கு வங்கி அரசியலுக்காகவே மூடப்பட்டிருந்த மசூதியைத் திறந்து (1986) மசூதிக்குள் வைக்கப்பட்ட சிலைகளைத் தொழ அனுமதித்தார். பெருந்திரளாக மக்களைத் திரட்டி நடத்தப்பட்ட ரத யாத்திரை, 'சிலான்யாஸ்' சடங்குகள் ஆகியவற்றின் உச்சகட்டமாக 1992ல் பெருமை மிக்க ஒரு வரலாற்றின் சின்னமும் முஸ்லிம்களின் தொழுகைத் தலமுமான மசூதி இடித்து நொறுக்கப்பட்டது. பெருந்திரள் குற்றச் செயலொன்று அரங்கேற்றப் பட்டது.

ஆனால் இந்த அரசியல் செயற்பாட்டை அரசியற் களத்தில் முறியடிக்க மதச்சார்பற்ற மற்றும் இடதுசாரிக் கட்சிகள் முயலவில்லை. மசூதி கட்டித் தரப்படும் என அன்றைய பிரதமர் நரசிம்மராவ் அறிவித்தபோதும் காங்கிரஸ் கட்சியின் அந்த வாக்குறுதியைப் பற்றி யாரும் அதற்குப் பின் வாய் திறக்கவில்லை. மாறாக நீதிமன்றத்தில் வழக்கு உள்ளது. தீர்ப்பின்படி செயல்படுவோம் எனச் சொல்லத் தொடங்கின. இடதுசாரிக் கட்சிகள், திராவிடக் கட்சிகள் எல்லாமும் அதே பல்லவியைப் பாடத் துவங்கின.

ஆக அரசியல் ரீதியில் எதிர்கொள்ள வேண்டிய பிரச்சினையை நீதிமன்றத்திடம் கையளித்துவிட்டு ஒதுங்கிக் கொள்வது என்பதில் கட்சிகளுக்கிடையே ஒரு கருத்தொருமிப்பு ஏற்பட்டது.

ஆனால் நீதிமன்றங்களிலோ, இதையும் இதுபோன்ற பிற பிரச்சினைகளையும் சட்ட எல்லைகளைத் தாண்டி அரசியல் நோக்குடன் அணுகும் போக்கு உருவாகியது. பாராளுமன்றத் தாக்குதல் வழக்கில் அப்சல் குருவிற்கு எதிராக உறுதியான சாட்சியங்கள் இல்லாதபோதும், குற்றம் முழுமையாக விசாரிக்கப்பட்டு உறுதி செய்யப்படாதபோதும், 'தேசத்தின் கூட்டு மனச்சாட்சி'யைத் திருப்தி செய்வதற்காக அப்சலுக்கு மரண தண்டனை வழங்குவதாக நீதிமன்றம் வெளிப்படையாக அறிவித்தது. தேசத்தின் கூட்டு மனச்சாட்சிக்கு சட்டங்களுக்கு அப்பாற்பட்ட அதிகாரம் உண்டா? இந்த தேசத்தின் கூட்டு மனச்சாட்சியை நீதிபதிகள் எவ்வாறு கணித்தனர்? என்கிற கேள்விகள் இங்கு விவாதிக்கப்படவில்லை. பெரும்பான்மை பெயரிலான அரசியல் இங்கு தேசியமாகப் புரிந்து கொள்ளப்படக்கூடிய ஆபத்து குறித்த நேருவின் எச்சரிக்கையை நீதிமன்றம் கருத்தில் கொள்ளத் தவறியது குறித்தும் யாரும் இங்கே கவலைப்படவில்லை .

இதற்கு சில ஆண்டுகளுக்கு முன்னர் 'இந்துத்துவா' என்பது ஒரு மதம் சார்ந்த கருத்தாக்கம் அல்ல. அது ஒரு வாழ்க்கை நெறி எனவே இது மதச்சார்பற்ற அரசாக இருந்தபோதும் ஆட்சியாளர்கள் 'இந்துத்துவ' நெறியில் செயல்படலாம் என்றொரு விளக்கத்தை உச்சநீதிமன்றம் அளித்தது நினைவிருக்கலாம்.

இப்படி நிறையச் சொல்லலாம். இதன் உச்சகட்டமாகத்தான் இன்று சட்டத்தைத் தூர ஒதுக்கி வைத்துவிட்டு 'நம்பிக்கை'யின் அடிப்படையில் தீர்ப்பு வழங்கப்பட்டுள்ளது. வழக்காடிகள் இருவரும் ஒரே நம்பிக்கை சார்ந்தவர்களாக இருந்தால் கூட சட்டத்திற்குத் துணையாக - அப்போது கூட சட்டத்திற்குத் துணையாகத்தான் நம்பிக்கையை அழைத்திருக்கலாம். வெவ்வேறு நம்பிக்கை உடையவர்களுக்கிடையேயான ஒரு சட்டப் பிரச்சினையைத் தீர்க்க இதில் ஒரு சாராரின் நம்பிக்கையை மட்டும் எடுத்துக் கொள்வது எப்படிச் சரியாக இருக்க முடியும்? இருவருக்கும் பொதுவாக உள்ள, இருவரும் ஏற்றுக் கொள்கிற சட்டங்களைப் புறக்கணித்துவிட்டு ஒரு சாராரின் நம்பிக்கையின் அடிப்படையில் தீர்ப்பு வழங்க இயலுமா? ஒன்பது லட்சம் ஆண்டுகளுக்கு முன்னர் (?) பாபர்

மசூதியின் மைய விதானம் இருந்த இடத்தின் கீழ்தான் இராமர் பிறந்தார் என இங்குள்ள 85 சத இந்துக்களும் நம்புகிறார்களா?

தீர்ப்பு குறித்து மேலும் பல சுவாரசியமான கேள்விகளைச் சட்ட வல்லுநர்கள் எழுப்புகின்றனர். சொத்து வழக்கு தொடங்கி அறுபது ஆண்டுகளுக்கு மேலாகிவிட்டன. இடையில் மசூதி இடிக்கப்பட்டது. ஒருவேளை மசூதி இடிக்கப்படாதிருந்தால் தீர்ப்பு எப்படி இருந்திருக்கும்? மூன்றாகப் பிரிப்பதற்குத் தோதாக நீதிமன்றமே மசூதியை இடிக்க உத்தரவிட்டிருக்குமோ? முஸ்லிம்களின் மனு 'காலவரம்பைத் தாண்டியது' *(limitation act)* எனக்கூறி டிஸ்மிஸ் செய்த நீதிபதிகள் பின் எப்படி தள்ளுபடி செய்யப்பட்ட ஒரு மனுதாரருக்கு மூன்றில் ஒரு பங்கு சொத்தைத் தர முடியும்?

'நம்பிக்கை'யின் அடிப்படையில் நீதிமன்றம் சொத்தை மட்டும் பிரித்தளிக்கவில்லை. மாறாக, ஒரு குற்றச் செயலை நியாயப்படுத்தி உள்ளது. அத்வானி இதை வெளிப்படையாகச் சொல்கிறார். ரதயாத்திரை, மசூதி இடிப்பு முதலான தனது செயற்பாடுகள் இத்தீர்ப்பின் மூலம் நியாயப்படுத்தப்பட்டுவிட்டன *(I am Vindicated)* என்கிறார். "அயோத்தியா ஹூய் ஹமாரி ஆப் மதுரா கி பளி" (அயோத்தி இப்போது எங்கள் கையில், அடுத்து வரப்போகிறது மதுரா) என்கிற முழக்கங்கள் காசியிலும், மதுராவிலுமுள்ள முஸ்லிம்களின் வயிற்றில் அச்சத்தை வார்க்கின்றன. ஆம், இந்தத் தீர்ப்பு ஒரு குற்றச்செயலை நியாயப்படுத்திவிட்டது மட்டுமல்ல. அடுத்த குற்றச் செயல்களுக்கு நியாயங்களையும் வழங்கிவிட்டது.

'நீதி' குறித்த அமர்த்யா சென்னின் சமீபத்திய நூலில் அவர் முன் வைக்கும் சில கூற்றுகள் நினைவுக்கு வருகின்றன. முழுமையான நீதி சாத்தியமில்லை என்பது உண்மைதான். ஆனால் வழங்கப்படும் நீதி சமூக அநீதிகளைப் படிப்படியாக குறைக்கக்கூடியதாக இருக்க வேண்டும். அது குறுகிய சார்புத்தன்மையுடையதாக இருக்கக்கூடாது. மற்றதை உள்ளடக்கியதாக இருக்க வேண்டும். மனிதாபிமானமிக்கதாக இருக்க வேண்டும். பெரும்பான்மை விருப்பின் செல்வாக்கிலிருந்து அது விடுபட்டதாக இருக்க வேண்டும். இந்த அனைத்து அம்சங்களிலும் முற்றிலும் நேரெதிரான நிலையில் அமைந்துள்ளது அலகாபாத் உயர்நீதிமன்றத் தீர்ப்பு.

நீதிமன்றம் வெறும் நம்பிக்கையின் அடிப்படையில் இந்தத் தீர்ப்பை வழங்கவில்லை. முக்கிய சாட்சியாக உள்ள அகழாய்வு

நிறுவன அறிக்கையின் அடிப்படையில்தான் இந்தத் தீர்ப்பு வழங்கப்பட்டுள்ளது என்றொரு கருத்தும் இங்கே கூறப்படுகிறது. பாபர் மசூதி இருந்த இடத்தில் இராமர் கோயில் இருந்ததா என்கிற சட்டரீதியான ஒரு அபத்தக் கேள்வியை 1993ல் நரசிம்மராவ் அரசு நீதிமன்றத்தின் முன் வைத்த போது, இப்படியான பிரச்சினையை நீதிமன்றம் தீர்மானிக்க இயலாது என்கிற அடிப்படையில் உச்சநீதிமன்றம் அதை நிராகரித்தது. ஆனால் அதற்குக் கீழாக உள்ள அலபாகாத் உயர்நீதி மன்றம் 2004ல் அந்தப் பிரச்சினையை ஏற்றுக் கொண்டதோடன்றி, மசூதி இருந்த இடத்தைத் தோண்டி அகழாய்வு செய்து உண்மையைக் கண்டுபிடிக்க அகழாய்வு நிறுவனத்திற்கு ஆணையும் இட்டது.

நமது அகழாய்வு நிறுவனத்தைப் பற்றி கொஞ்சம் இங்கே சொல்லியாக வேண்டும் காலனிய ஆட்சிதொட்டு இதன் ஆய்வுகள் அனைத்தும் கீழைத் தேய ஆய்வியல், இலக்கிய மற்றும் புராண மரபுகள், வரலாற்றுச் சின்னங்களை மையமாகக் கொள்ளுதல் என்பதாகவே உள்ளன என்கிறார் இத்துறையில் வல்லுனரான ஓமர் காலிடி. ரொம்பவும் தொன்மையான இதிகாச இலக்கிய மரபுகளுக்கு முக்கியத்துவம் அளித்து இடைக்கால வரலாற்றைப் பின்னுக்குத் தள்ளும் போக்கு ஒன்று இங்கே உருவானது. மாக்ஸ்முல்லர் முதலானோர் உருவாக்கிய கீழைத்தேய உன்னதம் குறித்த கதையாடல்கள் இத்தகைய போக்கிற்குப் பின்னணியாக இருந்தன. 1944– 48 ஆண்டுகளில் இந்தியத் தொல்லியல் கழகத்தின் இயக்குநராக இருந்த மார்டிமர் வீலர், "பாகிஸ்தான் பிரிவினையோடு சிந்து (ஹரப்பா, மொகஞ்சதாரோ) நம்மிடமிருந்து போய்விட்டது. இனி கங்கையைத் (கங்கைச் சமவெளி) தோண்டுங்கள். மேலும் பல நம்பிக்கைகளுக்கு ஆதாரங்கள் கிடைக்கும்" என்று கூறிவிட்டுப் பதவியிலிருந்து ஓய்வு பெற்றார்.

இந்தக் காலனிய மரபு இந்துத்துவச் சாயம் படிந்த நமது தொல்லியல் கழகத்தாருக்கு ரொம்பவும் வசதியாக இருந்தது. வீலரின் பிரதான சீடரான பி.பி. லால் பின்னர் இயக்குனரானார். வீலரின் அறிவுரையைச் சிரமேற்கொண்டு செயல்படுத்தத் தொடங்கினார்.

மத்திய காலச் சின்னங்களில் ஒன்றான புராண குயிலா 16ம் நூற்றாண்டு ஷெர்ஷா சூரியால் கட்டப்பட்டது. அங்குதான் இந்திரப் பிரஸ்தம் இருந்தது என்றனர் நமது அகழாய்வுத் தோண்டிகள். உமர் காலிடி ஒரு பட்டியலையே தருகிறார். 1948ல் தக்காணத்தில்

தவுலதாபாத் கோட்டைக்குள் இருந்த ஜும்மா மசூதியை பாரத மாதா கோயிலாக இந்தியத் தொல்லியல் கழகம் அறிவித்தது. ஐதராபாத்தில் சார்மினார் கோபுரங்களைப் பார்த்தவர்களுக்குத் தெரியும். தென்கிழக்கு மூலையில் சில பத்து ஆண்டுகளுக்கு முன் திணிக்கப்பட்ட குங்குமம் தெளித்த கல் ஒன்றை பாக்கியலட்சுமி கோயிலாக கழகம் ஏற்றுக்கொண்டது. இது நடந்தது 1970ல். கோல் கொண்டா கோட்டையிலும் இப்படிப் பல இடங்களில் சிலைகள் வைக்கப்பட்டன. 1977 தொடங்கி பீஹாரில் சசாரம் என்னுமிடத்தி லுள்ள ஷெர்ஷா சூரியின் கல்லறைப் பகுதியில் மூன்று இந்துக் கோயில்கள் உருவாக தொல்லியல் கழகம் அனுமதி தந்தது. மத்தியப் பிரதேசத்தில் தார் பகுதியில் இருந்த கமல் மவுலா மசூதியைத் தொல்லியல் கழகம் கோயிலாக ஏற்று வழிபாடுகளுக்கும் அனுமதி அளித்தது. சித்தூரில் உள்ள ஒரு சுரங்கப்பாதை அருகில் இதுதான் ராணி பத்மினி தீப்பாய்ந்த இடம் என்று பெயர்ப் பலகை ஒன்றே 2007ல் நட்டது தொல்லியல் கழகம்.

இப்படி நிறையச் சொல்ல முடியும். இதே தொல்லியல் கழகம்தான் ராஜராஜ சோழன் சிலையை இன்றுவரை பெரிய கோயிலுக்குள் அனுமதிக்கவில்லை என்பது குறிப்பிடத்தக்கது. மேலே உள்ள எல்லா எடுத்துக்காட்டுகளிலும் ஒன்றை நாம் கவனித்துக்கொள்ள வேண்டும். இப்படியான கதைகள், நம்பிக்கைகள் ஆகியவற்றை உண்மையாக ஏற்று அங்கீகரிப்பதன் மூலம் இந்த இடங்களெல்லாம் முஸ்லிம் மன்னர்களின் வன்முறைகளால் அழித்தொழிக்கப்பட்டவை என்கிற கதைகளுக்கும் ஏற்பு வழங்கப்படுகிறது. பின்னர் இந்த இடங்கள் சுற்றுலாத் தலங்களாகவும் அறிவிக்கப்படுகின்றன. இந்தியத் தொல்லியல் துறையும் சுற்றுலாத்துறையும் இந்துத்துவத்தின் எடுபிடிகளாகச் செயல்படுவது குறிப்பிடத்தக்கது.

பாபர் மசூதி இருந்த இடத்தில் இராமர் கோயில் இருந்ததாக வரலாற்றை உருவாக்கிய சமீபகால இந்துத்துவப் பிரச்சார நூல்கள் ஐந்தை மிக நுண்மையாக பிரதியியல் ஆய்வுக்கு உட்படுத்தியுள்ள ஞானேந்திர பாண்டேயின் கட்டுரை ஒன்று (Monumental History) குறிப்பிடத்தக்க ஒன்று. "ஒன்பது லட்சம் ஆண்டுகளுக்கு முன்பு திரேதா யுகத்தில் இராமர் அவதரித்தது தொடங்கி கி.மு. 150ல் கிரேக்கர் மற்றும் குஷானர் பிடியிலிருந்து ஜன்ம பூமியை விடுவித்த போர், பின் கி.மு. 100ல் விக்ரமாதித்தன் அங்கே ராமர் ஜன்ம பூமியைக் கண்டுபிடித்துக் கோயில் ஒன்றையும் கட்டியது, பின்னர்

சலார் மசூதின் காலத்தில் ஜன்ம பூமி விடுதலைக்கான போராட்டம், பின்னர் விக்ரமாதித்தன் கட்டிய கோயிலை இடித்து பாபர் மசூதி கட்டியது, பின்னர் ஹுமாயூன், அக்பர், அவுரங்கசீப், சாதர் அலி, நசிருதீன் ஹைதர், வாஜித் அலி காலங்களில் நடந்த 'ஜன்ம பூமி விடுதலைப் போர்கள்', பின், டிசம்பர் 22, 23, 1949ல் ராம்லாலா மசூதிக்குள் தோன்றியது, பின் பிரிட்டிஷ் ஆட்சியில் மேற்கொள்ளப் பட்ட இரு போர்கள், பின் டிசம்பர் 1986ல் மசூதியின் பூட்டை உடைத்துச் சிலைகளுக்கு வழிபாடு தொடங்கியது வரை தேதி வாரியாக இந்நூல்கள் ராம ஜன்ம பூமி விடுதலைப் போர்களின் 'வரலாற்றைச்' சொல்கின்றன.

வரலாற்றுச் சின்னங்களுக்கு புதிய வரலாற்றைக் கூறுகிற இந்நூல்கள் அனைத்தும் தாங்கள் முன் வைக்கும் வரலாற்றை' மிகவும் உறுதியாக ஐயம் திரிபுர அடித்துரைக்கும். மிகத் துல்லியமாக தேதிகள் குறிக்கப்படும். 76 முறை விடுதலைப் போர்கள் நடைபெற்றன. 85 சதம் நிலம் இந்துக்களுடையது. மிர் பாகி ராமர் கோயிலை இடிப்பதற்கு முன்பு 1,74,000 இந்துக்கள் தம் உயிர்களைத் தியாகம் செய்தனர் என்பதாகத் துல்லியமாக(!) எண்கள் குறிக்கப்படும். அயோத்தியின் வரலாற்றைச் சொல்வதாகத் தொடங்கி ராமர் ஜன்ம பூமியின் வரலாற்றையும் அங்கு இடிக்கப்பட்டுக் கட்டப்பட்ட பாபர் மசூதியின் வரலாற்றையும் சொல்வதாக இவ்வரலாறுகள் உருமாறுகின்றன. ஆக, கோவிலின் வரலாற்றைச் சொல்வதற்குப் பதிலாக மசூதியின் வரலாறாக அது மாறுகிறது. இந்துக்களின் பெருமையைச் சொல்வதற்குப் பதிலாக முஸ்லிம்களின் கொடுமையைச் சொல்வதாக அவை மக்கள் முன் வைக்கப்படுகின்றன.

நம்பிக்கைகளையும் வரலாற்றையும் ஒன்றாகக் குழப்பக்கூடாது என்பது வரலாறெழுதியலின் அடிப்படைகளில் ஒன்று. ஆனால் நம்பிக்கைகளையும் வரலாற்றையும் ஒன்றாக இணைப்பதே இந்துத்துவ வரலாறுகளின் அடிப்படையாக உள்ளன. சமூக பொருளாதார எதார்த்த நிலைமைகளையும் நாட்டுப்புற மக்களின் நம்பிக்கைகள், வாய்மொழி, வரலாறு ஆகியவற்றையும் உதாசீனப்படுத்துபவர்களாக இடதுசாரி மதச்சர்பற்ற வரலாற்றாசிரியர்களை இவர்கள் கண்டிக்கவும் செய்கின்றனர். நாட்டுப்புறவியல், வாய்மொழி வரலாறு ஆகியவற்றைப் புறக்கணிப்பது எத்தனை தவறோ, அத்தனை தவறு நாட்டுப்புற நம்பிக்கைகள், வாய்மொழிக் கதைகள், சிறு தெய்வ வழிபாடுகள் ஆகியவற்றை உன்னதப்படுத்துகிற முயற்சிகளும்

என்பதை நாம் மறந்துவிடலாகாது. மக்களின் பொதுப்புத்தி குறித்த கிராம்சி போன்றோரின் எச்சரிக்கைகள் ரொம்ப முக்கியமானவை. தமிழக இடதுசாரிகள் சிலரிடத்திலும் கூட இத்தகைய போக்கு நிலவுவதையும், இத்தகைய எச்சரிக்கையோடு நாட்டுப்புறவியலை அணுகுபவர்களை வரட்டுப் பெரியாரியவாதிகள் எனக் கொச்சைப்படுத்தக்கூடிய தன்மையையும் காண இயலும். கவலைக்குரிய இப்போக்கு குறித்து விரிவாகப் பேசுதல் அவசியம்.

விக்ரமாதித்தன் என்கிற பெயரில் வரலாற்றில் யாரும் உலவியது கிடையாது. ஸ்கந்த குப்தனாக அது இருக்கலாம் என்றொரு கருத்து உண்டு. இரண்டாம் சந்திரகுப்தனின் காலத்தில் வாழ்ந்த மகாகவி காளிதாசனின் ரகுவம்சத்தில் அயோத்தியா பற்றிய குறிப்பு வருகிறது. அந்நகருக்கு சாகேதா என்றொரு பெயர் வழங்கியதாகவும் தெரிகிறது. பாடலிபுத்திரத்திலிருந்து பின்னர் சாகேதாவுக்கு குப்தர்களின் தலைநகரம் மாற்றப்பட்டது. தன்னை இராமனுடன் ஒப்பிட்டுக் கொண்டவனும் குப்தர்களை ரகுவம்ச வழி வந்தவர்களாகச் சொல்லிக் கொண்டவனுமான ஸ்கந்த குப்தன், சாகேதா என்கிற பெயரைப் பின்னுக்குத் தள்ளி அயோத்தியா என்கிற பெயரைப் பிரபலப் படுத்தினான். எனினும் அங்குதான் தசரதன் அரசாண்டான், இராமன் பிறந்தான் என்கிற கருத்தெல்லாம் அன்று கிடையாது.

மேற்குறிப்பிட்ட 19ம் நூற்றாண்டு வரலாறுகளில் விக்ரமாதித்தன் இராமர் ஜன்ம பூமியை மிகச் சிரமப்பட்டுக் கண்டுபிடித்ததாகக் கூறப்படுகிறது. சரயு நதிக்கரையில் இருந்த நாகேசுவரர் கோயிலை வைத்தே விக்ரமாதித்தன் ராமர் ஜன்ம பூமியை அடையாளம் கண்டானாம். இக்கோயிலுக்கும் இராமனுக்கும் வைணவத்திற்கும் எந்தத் தொடர்பும் கிடையாது. இது ஒரு சிவன் கோயில் என்பது குறிப்பிடத்தக்கது.

ஒரு நாட்டின் மீது படை எடுத்து அங்குள்ள அரச பாரம்பரியத்தை அழிக்கும் போது அதனுடனான கலாச்சாரச் சின்னங்கள், கோயில்கள், அரண்மனைகள் எல்லாவற்றையும் அழிப்பது வழக்கமாக எல்லா மன்னர்களாலும் மேற்கொள்ளப்பட்ட ஒன்று. முஸ்லிம் மன்னர்களும் அப்படிச் செய்திருக்கலாம். ஆனால் இந்துக் கோயில்களை அழித்து விட்டு அவ்விடங்களில் மசூதிகளைக் கட்டுவதை முஸ்லிம் மன்னர்கள் வழக்கமாக மேற்கொண்டு வந்தனர் என்பதாக வரலாற்றைக் கட்டமைப்பது ஆபத்தானது. அப்படியான நடவடிக்கைகளின் மூலம் பெரும் பான்மை இந்து

மக்களின் வெறுப்பைச் சம்பாதித்துக் கொள்வதற்கு முஸ்லிம் மன்னர்கள் தயாராக இருந்ததில்லை என்பதை பீட்டர் வான்டர் வீர் போன்றோர் வலியுறுத்துகின்றனர். ஹிஜிரி 1069ல் (கி.பி 1658–59) அவுரங்கசீப் வெளியிட்ட ஆணை ஒன்று குறிப்பிடத் தக்கது. காசியிலும் சுற்றுப்புறங்களிலும் சில பிராமணர்கள் துன்புறுத்தப் படுவதாக வந்துள்ள செய்தியைச் சுட்டிக்காட்டி அப்படியான எந்தத் தொல்லைகளையும் கொடுக்கலாகாது எனவும் அவர்கள் தமது வழிபாடுகளையும் நம்பிக்கைகளையும் தொடர்வதற்குப் பாதுகாப்பு அளிக்க வேண்டும் எனவும் அபுல்ஹசன் என்கிற அதிகாரிக்கு அவுரங்கசீப் உத்தரவிடுவதே அந்த ஆணை. "புதிய கோயில்கள் கட்டக்கூடாது. ஆனால் அதே நேரத்தில் பழைய கோயில்கள் எதையும் இடிக்கக்கூடாது" எனவும் அந்த ஆணை பகர்கிறது.

நம்பிக்கைகள் மதிக்கப்பட வேண்டியவைதான். ஆனால் அவை பிற நம்பிக்கைகளை அழிப்பதாக இருக்கும்போது அதை அனுமதிக்க இயலாது. "சிலை வணக்கத்தை நாங்கள் ஏற்பதில்லை. மக்காவை வெற்றி கண்டவுடன் அங்கிருந்த சிலைகளை எல்லாம் நபிகள் நாயகம் அழித்தார்கள்" என்று கூறி யாரேனும் முஸ்லிம் அடிப்படைவாதிகள் இன்று இந்துக் கோயில்களை இடிக்க முனைந்தால் நம்பிக்கையின் பெயரால் அதை ஏற்க முடியுமா?

எல்லாவற்றையும் விட முக்கியம், நம்பிக்கைகளை வரலாற்றிலிருந்து பிரித்து நிறுத்துவது. இதற்கு ஒரு மிகச்சிறந்த எடுத்துக்காட்டாக நம்முன் நிற்பது ஒரு மிகப்பெரிய நம்பிக்கையாளர். அவர்தாம் காந்தியடிகள். அவர் வணங்கிய இராமனையோ போற்றிய சீதையையோ அவர் என்றைக்குமே வரலாற்று உண்மைகளாக ஏற்றுக் கொண்டதில்லை. இதனை அவர் வெளிப்படையாக அறிவிக்கவும் செய்தார்.

> "1888 - 89 லேயே கீதையை நான் முதல் முதலாக அறிமுகம் கொண்ட காலத்திலேயே அது ஒரு வரலாற்றுப் படைப்பு அல்ல என்பதை உணர்ந்து கொண்டேன். மகாபாரதத்தையும் கூட ஒரு வரலாற்றுப் படைப்பு என நான் ஏற்றுக்கொள்ளமாட்டேன் என்னுடைய இந்தக் கருத்திற்கு ஆதி பர்வத்தில் ஏராளமான சான்றுகள் உண்டு"

என்று சொன்ன காந்தி இத்தகைய இதிகாசங்களில் வரக்கூடிய சிலர் வரலாற்று மனிதர்களாகவும் கூட இருக்கலாம். ஆனால்

மகாபாரத ஆசிரியர் தனது மதச் சிந்தனைகளைப் பரப்புவதற்கு ஒரு கருவியாகவே அவர்களைப் பயன்படுத்தி உள்ளார் என்பதைக் கவனத்தில் கொள்ளவும் அறிவுறுத்துகிறார்.

இந்த அறிவுறுத்தல்கள் நமது நீதிபதிகளுக்கும் தொல்லியல் தோண்டிகளுக்கும் மக்களின் நம்பிக்கைகளின் புகழைப் பாடுகிறவர்களுக்கும் எட்டாமற் போனதுதான் இன்றைய காலகட்டத்தின் மிகப்பெரிய சோகம்.

நவம்பர், 2010

வாத்தியார் –1
ஆர்.எஸ். ஜேக்கப்பின் வாத்தியார்'
கண்டுகொள்ளப்படாத ஒரு தமிழ் நாவல்

சென்ற மாதத்தில் இரு வாரங்கள் பூரண ஓய்வு கிடைத்தது. வாங்கி வைத்துப் படிக்காமல் போன ஏராளமான நூல்களில் ஒருசிலவற்றைப் படிப்பதற்கு இந்த ஓய்வைப் பயன்படுத்திக் கொள்ள முயற்சித்தேன். மறைந்த எழுத்தாளர் வீ.ஆனந்தன் மொழிபெயர்த்த சிறுகதைத் தொகுப்பான 'அலிபாபாவின் மரணம்', சு.தமிழ்ச்செல்வியின் 'தோழி', இலங்கையில் எழுதப்பட்ட முதல் தமிழ் நாவலான அசன்பே சரித்திரம், டால்ஸ்டாயின் 'கஸாக்குகள்', ராகுல சாங்கிருத்தியாயனின் 'புதிய ஒளி' (சுயசரிதை), யாத்ரீகனின் 'உயிரோடிருத்தல்' ரமணி சந்திரனின் 'உறங்காத கண்கள்', ஆர்.எஸ். ஜேக்கப்பின் 'வாத்தியார்', உதய சங்கர் மொழிபெயர்த்துத் தொகுத்திருந்த நவீன மலையாளச் சிறுகதைகள் ('கண்ணாடி பார்க்கும் வரையிலும்'), சு.வேணுகோபாலின் 'வெண்ணிலை', அமிதவ் குமாரின் '*Husband of a Fanatic*' பஷாரத் பீரின் '*Curfewed Night*' ஸ்லாவோஜ் ஸிஸெக்கின் ஒரு கட்டுரை (*The Sublime Object of Ideology*) முஜீப் ரஹ்மானின் 'தேவதைகளின் சொந்தக் குழந்தை' எனப் பல மாதிரியான நூற்களை எடுத்துப் புரட்டினவுடன் ஒரு சிலவற்றை மட்டும் படிக்கவும் முடிந்தது ஏற்கனவே பலமுறை படித்திருந்த வைக்கம் முகமது பஷீரின் 'எங்கள் தாத்தாவுக்கு ஒரு யானை இருந்தது'ம் இதில் அடக்கம்.

அதிகமாக எழுத வாய்க்கும்போது படிப்பு குறைந்துவிடுகிறது. இது மிகவும் ஆபத்தான ஒன்று. எழுதுகிற நோக்கத்திற்காகப் படிப்பது என்பதோடு நின்றுபோய் வருவது குறித்த கவலை கொஞ்ச காலமாக என்னை வாட்டுகிறது. படைப்பிலக்கியங்களிலிருந்து விலகுவது மிகப் பெரிய இழப்பு. நமது அற உணர்வையும் நீதி சார்ந்த மனநிலையையும் தக்க வைத்துக் கொள்வதற்கு படைப்பிலக்கியங்களுடன் குறிப்பாக Classicகளுடனான நமது தொடர்பு அறாமலிருப்பது முக்கியம் என்பது என் சொந்த அனுபவம்.

இந்த நூற்கள் எல்லாவற்றையும் குறித்து எழுதவேண்டும் என்பது என் ஆசை, வாய்ப்பிருக்கும்போது எழுதுவேன். இந்த வரிசையில் நீங்கள் பார்த்த ஆர்.எஸ். ஜேக்கப் எழுதியுள்ள 'வாத்தியார்' நாவலை நீங்கள் கேள்விப்பட்டுள்ளீர்களா? நான் இதற்கு முன் கேள்விப்பட்டதில்லை என்பதை மிகவும் குற்ற உணர்வோடு இங்கே பதிவு செய்கிறேன். தமிழில் வருகிற அனைத்தையும் தேடிப்பிடித்து 'up to date' ஆக இருப்பவனல்ல நான். எனினும் அப்படியானவர்கள் எழுதுகிற நூற்கள், விமர்சனங்கள், இலக்கிய வரலாறுகள் ஆகியவற்றை ஓரளவு தொடர்ந்து வருகிறவன் என்கிற வகையில் இதுவரை இந்நாவல் குறித்து யார் எழுதியும் நான் பார்த்ததில்லை . 'கிறிஸ்தவ இலக்கிய சங்கத்தின்' (சி.எல்.எஸ்) வெளியீடாக 1987ல் வெளிவந்துள்ள இந்நாவலை நான் எப்போது வாங்கி வைத்தேன் என நினைவில்லை.

ஏதோ ஒரு கிறிஸ்தவ நாவல் என்கிற ரீதியில் சற்று அலட்சியமாக ஒதுக்கி வைக்கப்பட்டிருந்த இந் நாவலை வேகமாகப் புரட்டியபோது அதில் கடைசியாகத் தொகுக்கப்பட்டிருந்த கடிதங்கள் என் கவனத்தை ஈர்த்தன. 1983 தொடக்கத்தில் 'மனை மலர்' என்கிற கிறிஸ்தவ இதழில் ஜேக்கப் ஆசிரியராக இருந்தபோது தொடராக எழுதப்பட்ட நவீனம் இது. அப்போது வந்த கடிதங்களில் சிலதான் நூல் இறுதியில் இணைக்கப்பட்டுள்ளன. சில்லாநத்தம் ஏ.பி. திம்மு ரெட்டியார், நெய்யூர் எஸ். சைமன் முதலானோர் தாம் நாவலில் பாத்திரங்களாக வருவது குறித்து எழுதியிருந்தது எனக்கு வியப்பளித்தது. சமகால வரலாறு மற்றும் நிஜ வாழ்க்கை மனிதர்கள் ஆகியோரைப் பாத்திரங் களாகவும் பின்னணியாகவும் கொண்ட 'Docu-Novel' நாவல்கள் தமிழில் குறைவு (சமீபத்தில் நான் படித்த இந்த வகையிலான இன்னொரு சிறந்த படைப்பு பாரதி வசந்தனின் 'தம்பலா'. சுப்பிரமணிய பாரதியையும் தம்பலா என்கிற தலித் தலைவர் ஒருவரையும் பாத்திரங் களாகக் கொண்டு எழுதப்பட்ட

இப் படைப்பு குறித்து இன்னொரு முறை எழுதுவேன்).

நூலின் இறுதியில் வேறு சில அரசியல் தலைவர்களின் பெயர் களையும் காண நேரிட்டது. புகழ்பெற்ற நெல்லைச் சதி வழக்கில் பங்கு பெற்றுச் சிறை அனுபவித்த மரியாதைக்குரிய தோழர்கள் கே.பாலதண்டாயுதம், நல்லக்கண்ணு, நல்லசிவன், பா.மாணிக்கம், மாயாண்டி பாரதி முதலான பெயர்கள் நாவலில் பதிவு கண்டிருந்தன. பாலதண்டாயுதம் ஒரு முக்கிய பாத்திரமாக நாவலின் இறுதியில் வந்து போகிறார். அப்புறம் கடும் சித்திரவதைகளுக்கும் அடக்குமுறை களுக்கும் ஆளான இவர்களுக்காக வழக்காடிய புகழ்பெற்ற வழக்குரை ஞர்கள் என்.டி.வானமாமலை, பாளை சண்முகம் ஆகியோரும் கூட நாவலில் இடம்பெற்றுள்ளதையும் கண்டவுடன் சுவாரசியமாக நாவலைப் புரட்டத் தொடங்கினேன். முன்னுரையிலேயே ஆசிரியர்,

> “வாத்தியார்’ என் உள்ளக்குகையில் பிறந்த கற்பனை அல்ல; நான் அள்ளிக் களித்த ஆரம்ப கால வாழ்க்கை ... ஐந்தாண்டு காலமாக ஏழை எளிய உழைக்கும் விவசாய மக்களோடு ஆண்டனுபவித்த - அவர்களின் இன்ப துன்பங்களில் பங்கு கொண்ட பாங்கான அனுபவங்களாகும். என்னால் என்றென்றும் மறக்க முடியாத அந்தக் கிராம மக்களுக்கு நான் செய்யும் சிறிய கைமாறு ‘வாத்தியார்’ என்னும் படைப்பாகும். எளிய வாத்தியரான என்னால் வேறு என்னதான் செய்யக்கூடும்?”

என்று இந்நாவல் ஒரு முழுமையான உண்மைச் சம்பவங்களின் தொகுப்பு எனச் சொல்லிவிடுகிறார்.

1945 ஜூன் முதல் நாளன்று கதை தொடங்குகிறது. அன்றுதான் தூத்துக்குடிக்கு அருகாமையிலுள்ள பண்ணையூர் என்கிற பின் தங்கிய கிராமமொன்றில் உள்ள ஓராசிரியர் பள்ளி ஒன்றில் ஆசிரியர் பணி ஏற்று வருகிறார் ஜோசப் என்கிற இளைஞர். இவரின் அடுத்த ஐந்தாண்டு கால அனுபவங்களே ’வாத்தியார்’ நாவல். 1950 மார்ச் இறுதியோடு நாவல் முடிகிறது. மாணவர்கள் மத்தியில் மட்டுமின்றி அவ்வூர் மக்கள் மத்தியிலும் அறிவு கொளுத்திய அவ்வாசிரியர் நெல்லைச் சதி வழக்கில் தொடர்புபடுத்தப்பட்டு கடும் சித்திரவதை களுக்கும் சிறைக் கொடுமைகளுக்கும் ஆளாவதோடு நாவல் முடிகிறது.

பண்ணையூரில் முக்கியமாக மூன்று சாதியினர் உள்ளனர். ரெட்டி யார், தேவர், பள்ளர்கள் எனப்படும் தேவேந்திர குல வேளாளர்கள்.

ரெட்டியார் சாதியைச் சேர்ந்த ஊர்ப் பண்ணையார் ஒருவரிடமே அனைத்து நிலங்களும் குவிந்துள்ளன. அந்த நிலத்தை நம்பியே அனைவரும் வாழவேண்டும். மேலிரு சாதியினரின் தீண்டாமைக் கொடுமைக்குப் பலியானவர்களின் 'பள்ளக்குடி'யில்தான் அந்தப் பள்ளிக்கூடம் இருந்தது. கிறிஸ்தவப் பள்ளி அது. இரண்டு தலித் குடும்பங்கள் மட்டும் அங்கே கிறிஸ்தவர்கள். பள்ளியில் முதல் நாள் அனுபவத்தை ஆசிரியர் இப்படி எழுதுகிறார்:

"ஒரு முழ ரயில் தண்டவாளம் ஒன்றை ஒரு பையன் பிடித்துக் கொள்ள பிறிதொருவன் ஒரு சிறு இரும்பால் அடித்தான். பிள்ளைகள் ஒவ்வொருவராக வந்தார்கள்.

வடபக்கம் பதினொன்று. தென்பக்கம் ஐந்து. மேல் பக்கத்துச் சுவர் மத்தியில் ஒன்று. ஆக மொத்தம் பதினேழு.

கையில் ஒரு பத்திரிகையோடு தோளில் ஒரு கதர்த்துண்டு தொங்க ஒரு வாலிபன் நுழைந்து 'வாத்திரியா வாங்க' என்றார். ஆமாம் என்று அவரை வரவேற்றார்.

மாணவர்களைப் பார்த்து, 'என்ன இப்டி மூணு கோலமா உக்காந் திருக்கீங்க' என்று கேட்டார் வாத்தியார்.

வந்த வாலிபர் சொன்னார்:

'வாத்தியாரியா அது மேகுடிப் பிள்ளைகள். இது கீழ்குடிப் பிள்ளைகள். அந்த ஒன்றும் பிராமணப் பிள்ளை ' என்றார் கொன்னியவாறு.

வாத்தியாருக்கு ஒரே விந்தையாக இருந்தது. 'இந்தப் பள்ளியில நம்ம காலம் ஓடுமா" என்று ஒரு பக்கங் கலங்கினார்.

'அதென்ன மேகுடி கீகுடி'

'மேகுடின்னா ரெட்டிக்குடியும் மறக்குடியும். கீழேன்னா பள்ளு பறை பதினெட்டும். பிராமணப் பொண்ணு நம்மூரு பூசாரி மகா பார்வதி' என்றார் வாலிபர்."

இப்படித் தொடங்குகிறது நாவல், அந்தப் பள்ளிக்கு இரண்டு வாசல்கள்.

"ஏன்னா, தெற்கு வாசல் வழியே மேகுடிப் பிள்ளைகள், வடக்கு வாசல் வழியே கீகுடிப்பிள்ளைகள் போவார்கள் வருவார்கள்.

> முந்தின செல்லையா வாத்தியாரு இப்படி வச்சிருக்காரு. இன்னிக்குப் பேப்பர்ல காந்தி சாதிவேறுபாடே பாக்கக் கூடாதுன்னு பேசிருக்காரு. எல்லாம் சுதந்திரம் வரட்டும் வாத்தியாரியா” என்றார் (கொன்னையன் கந்தையா).

நாவல் சுதந்திர நாளுக்கு இரண்டு வருடம் முன்னதாகத் தொடங்கி இரண்டு வருடம் பின்னதாக முடிகிறது. பண்ணைக் கொடுமை, சுரண்டல், தீண்டாமை எல்லாம் சுதந்திரம் வந்தால் சரியாகிவிடும் என்கிற நம்பிக்கை எளிய மக்கள் மத்தியில் வேறோடி நின்றதும் அடுத்த இரண்டாண்டுகளில் இந்த நம்பிக்கை படிப்படியாய்ச் சரிவதும்தான் நாவலின் உள்ளடக்கம்.

நடுத்தெரு வழியாகச் சென்று பொதுக்கிணற்றில் தண்ணீர் எடுக்க வாத்தியார் தலைமையில் தலித் மக்கள் செல்கின்றனர். ஆசிரியரால் உணர்வூட்டப்பட்ட மேற்சாதி இளைஞர்கள், பெண்களின் ஆதரவு இருந்தபோதும் சுதந்திர அரசின் காவல்துறை அவர்களை அனுமதிக்கவில்லை .

> "சுதந்திரத்தை வெள்ளக்காரன் தூக்கி சும்மா கூலிக்காரன் கையிலேயும் குப்பான் கையிலேயும் கொடுத்திரல்ல. முத்து ராமலிங்கத் தேவர், ஓமந்தூர் ரெட்டியார், நேரு மகான் போன்ற பெரிய முதலாளிமார்கிட்ட தான் கொடுத்திட்டுப் போயிருக்காங்க. கலகம் பண்ணினதா கேஸ் போட்டு உள்ள ஆறு மாசம் தள்ள சட்டம் இருக்கு' என்று சொல்லி சகட்டுமேனிக்கு அடிக்க ஆரம் பித்தார்கள். கூட்டம் கலைந்து சிதறியது. சாராயத்தில் முங்கி எழுந்து சட்டைப் பையையும் நிறைத்துக் கொண்டு பண்ணை முதலாளியின் வீட்டிலிருந்து போலீஸார் வெளியேறினர்.”
>
> பிறகு?

பிறகென்ன, வாத்தியார் வழிகாட்டலில் விவசாயச் சங்கம் போராட்டங்களைத் தொடர்கிறது. பண்ணையார் சகல வழிமுறைகளையும் பயன்படுத்தி வாத்தியாரைத் தீர்த்துக் கட்டவும், சங்கத்தை ஒழித்துக் கட்டவும் முயல்கிறார். அதே நேரத்தில் தெலங்கானாவில் விவசாய எழுச்சி. கம்யூனிஸ்டுகள் நாடு பூராவும் ஒடுக்கப்பட்டு வருகின்றனர். நெல்லைப் பகுதியில் தலைமறைவாக இருந்து இயக்கம் கட்டிக் கொண்டிருந்த தோழர் பாலதண்டாயுதம் மற்றும் கம்யூனிஸ்ட் கட்சியினரின் கவனத்தை இந்தக் கிறிஸ்தவ வாத்தியார் தலைமை

யிலான சங்கம் ஈர்க்கிறது. பாலன் உட்பட தலைமறைவுத் தோழர் களுக்கு வாத்தியாரும் விவசாய சங்கத்தினரும் புகலிடம் அளிக் கின்றனர். பண்ணையாரின் தூண்டுதலாலும், உளவுத்துறை தகவல் களினாலும் வாத்தியார் கைது செய்யப்படுகிறார். நேரடியாகச் சதி வழக்கிலும், கட்சியிலும் தொடர்பில்லாத போதும் அவரும் வழக்கில் இணைக்கப்பட்டு இரண்டாண்டுச் சிறைவாசத்திற்குப் பின்பே அவர் விடுதலை பெற முடிகிறது.

எனினும் சிறைக்குச் செல்வதோடும், சிறையில் இன்னொரு வழக்கில் அடைபட நேர்ந்த சில கிறிஸ்தவப் பிரச்சாரர்களுக்கும் வாத்தியாருக்கும் இடையில் கம்யூனிசம் தொடர்பான விவாதத்தோடும் நாவல் முடிவடைகிறது. கிறிஸ்தவப் பிரச்சாரர்கள் கம்யூனிசம் கிறிஸ்தவத்திற்கு விரோதமானது என வாதிடுகின்றனர். விவிலியத்தை விரிவாகப் பயின்றிருந்த வாத்தியாரால் கிறிஸ்தவ தர்க்கங்களினூ டாகவே மார்க்சியத்திற்கு வக்காலத்து வாங்க முடிகிறது. பிரச்சாரகர் களை வாதில் வீழ்த்தவும் முடிகிறது.

நாவல் 1983ல் எழுதப்பட்டது என்றேன். உலகளவில் விடுதலைப் போராட்டங்களுடன் கிறிஸ்தவம் இணைந்திருந்த காலம் அது. 'விடுதலை இறையியல்' என்கிற கருத்தாக்கம் ஒரு கவர்ச்சிகரமான அலையாக எழுந்து கொண்டிருந்த நேரம். அந்த உற்சாகம் அளித்த உந்துதல் ஜேக்கப்பின் எழுத்தில் இழையோடுகிறது.

ஜேக்கப் விவிலியத்திலும் கிறிஸ்தவ மறையியலிலும் கரைகண்டவர் என்பது மட்டுமல்ல. தமிழிலக்கியத்திலும் குறிப்பாக பாரதியிலும் பழந்தமிழ் சைவ இலக்கியங்களிலும் அவர் புலமை பெற்றிருப்பது விளங்குகிறது. கதை நடந்த காலத்தில் வாத்தியாருக்கு மார்க்சியத்தில் எத்தனை தெளிவிருந்ததோ தெரியாது. ஆனால் கதை எழுதப்பட்ட காலத்தில் ஜேக்கப்பிற்கு மார்க்சிய சித்தாந்தத்திலும் ஓரளவு தேர்ச்சியிருந்தது விளங்குகிறது. அன்று எங்களைப் போன்ற இளைஞர்களை ஈர்த்திருந்த ஜூலியஸ் பூசிக்கின் 'தூக்குமேடைக் குறிப்புகள்' முதலான நூற்களில் அவரும் கரைந்திருப்பது தெரிகிறது.

ஒன்றைக் குறிப்பிட்டுச் சொல்ல வேண்டும். இது ஒரு அரசியல் நாவலாயினும் உயிரோட்டமான நடையுடன் சுவாரசியம் குன்றாமல் இலக்கியத் தரத்துடன் வெளிப்பட்டுள்ளது. ஜேக்கப் 49 நூல்களுக்கு மேல் எழுதியுள்ளார் என்றொரு குறிப்பைப் பார்த்தேன். இந்த அனுபவ முதிர்ச்சியும், இந்த மக்களோடு மக்களாக வாழ்ந்ததில்

கிடைத்த வட்டார மொழி வளமும், புவிச்சமூக அறிவும் அவருக்குப் பெரிய அளவில் கை கொடுத்துள்ளது. பாரதியின் கவிதைகளும் விவிலிய வாசகங்களும் ஏதோ இந்த நாவலுக்கெனவே எழுதப்பட்டது போன்ற பிரமை வாசிப்பவர்களுக்குத் தோன்றும் வகையில் அவற்றை ஜேக்கப் கதைப் போக்கினூடாக இழைத்திருப்பது யாரையும் வியக்கவைக்கும்.

எனினும் அனைத்துத் தரப்பினராலும் இந்த நாவல் கண்டுகொள் ளாமல் விடப்பட்டது எங்ஙனம்? நாவலைப் படித்து முடித்த கையோடு, அனைத்துப் படைப்புகளையும் தேடி வாசிக்கும் நண்பர்கள் பலரையும் தொடர்பு கொண்டு கேட்டபோது, யாருக்கும் தெரிந்திருக்க வில்லை. தூத்துக்குடியைச் சேர்ந்த இடதுசாரித் தமிழறிஞரான ஆ.சிவசுப்ரமணியத்திடம் தகவல் கிடைக்குமென அவரை வினவிய போது, நான் எதிர்பார்த்தது போல நிறையச் சொன்னார். 'ஜேக்கப் சார்' என அவர் விளித்ததுலிருந்தே நான் நிறையப் புரிந்து கொண்டேன். போலீஸ் அடக்குமுறை விசாரணை தொடர்பான பல சுவாரசியமான தனிப்பட்ட தகவல்களையும் அவர் கூறினார். ஏன் இந்த நாவலை நீங்களெல்லாம் முன்னெடுத்துப் பேசவில்லை எனக் கேட்டபோது, இதுகுறித்து அவர் எழுதிய கட்டுரை ஒன்று தவறிய கதையைச் சொன்னார். எனினும் அவரது அடுத்த இரு நாவல்களான 'மரணவாயில்' (வாத்தியாரின் இரண்டாம் பாகம்), 'பனையணியம்' ஆகியன குறித்து தான் எழுதிய கட்டுரை, கலை இலக்கியப் பெருமன்றம் நடத்திய விமர்சனக் கூட்டம் முதலியவற்றைக் குறிப்பிட்டார்.

ஆனாலும் ஒரு அம்சம் எனக்கு உறுத்தியது. நெல்லைச் சதி வழக்கைப் பின்னணியாக வைத்து எழுதப்பட்டது இந்த நாவல். பிற இடதுசாரி நாவல்களாக அறியப்பட்ட சங்கம், தேநீர், தோழர் தாகம், பஞ்சும் பசியும், நினைவுகள் அழிவதில்லை, தீண்டாதார் வசந்தம் ஆகிய வரிசையில் ஜேக்கப்பின் 'வாத்தியார்' மற்றும் இதர நாவல்கள் வைத்துப் பேசப்படாததன் காரணம் என்ன? சில நியாயமான பதில்களை யோசிக்க இயலும் எனத் தோன்றுகிறது. முதலில் 'வாத்தியார்' நாவல் சி.எல்.எஸ். வெளியீடாக வெளிவந்தது. அது குறித்த கிறிஸ்தவ பிம்பத்தை ஆழமாகப் பதித்துவிட்டது. தவிரவும் இன்று வரை ஜேக்கப் எந்த கம்யூனிஸ்ட் கட்சிகளின் நிழலிலும் ஒதுங்கவில்லை. தவிரவும் விவிலிய தர்க்கத்திற்குள்ளே மார்க்சியத்தைக் கொண்டு வர முயலும் அவரது முயற்சியும்

இடதுசாரி அணியினருக்குச் சில சிக்கல்களை ஏற்படுத்துவதை நாம் புரிந்து கொள்ள முடியும். இன்னொரு பக்கம் நெல்லைச் சதி வழக்கில் தொடர்புடைய தலைவர்கள் அனைவரும் இப்போது இந்திய மற்றும் மார்க்சிஸ்ட் கம்யூனிஸ்ட் கட்சிகளிலேயே உள்ளனர். அவர்கள் மறக்க விரும்பும் பழைய சரித்திரங்களில் தெலங்கானா ஆயுதப் போராட்டம், நெல்லைச் சதி வழக்கு முதலியன அடக்கம். நெல்லைச் சதி வழக்கு பற்றிய மாயாண்டி பாரதியின் பேட்டியை எடுத்து வெளியிட்டதற்காக நான் மார்க்சிஸ்ட் கட்சியால் கடுமையாகக் கண்டிக்கப்பட்டதை எனது நேர்காணல்களில் பதிவு செய்துள்ளேன். ஆயுதப் போராட்டத்தைத் தூக்கிப் பிடிக்கும் இன்றைய மாவோயிஸ்டுகளைப் பொறுத்தமட்டில் நெல்லைச் சதி வழக்கில் அவர்கள் யாரும் அதில் சம்பந்தப்பட்டிருக்கவில்லை என்பதால் அவர்களும் அது குறித்துக் கவலைப்படுவதில்லை. ஆக, நெல்லைச் சதி வழக்கும் அது குறித்த ஒரே ஒரு புனைவும் எல்லா இடதுசாரித் தரப்பினராலும் ஓரங்கட்டப்பட்டன.

இந்த நாவலைக் குறித்து சிவசுப்ரமணியம் சொல்லும்போது ஜேக்கப் ஆன்மீகத்திலிருந்து மார்க்சியத்திற்கு வந்த மாற்ற காலத்தைச் சொல்லும் புதினம் என்றார். நான் வாசித்தவரை ஜேக்கப் ஆன்மீகத்திலிருந்து விடுபட்டதாகத் தெரியவில்லை. ஆன்மீகத்திற்கு இடமளிக்கக் கூடிய ஒரு மார்க்சியத்தையே அவர் நம்புகிறார். "உமி நீக்கப்பட்ட நெல் முளைக்காது; ஆன்மீகம் நீக்கப்பட்ட அரசியல் நிலைக்காது" என்பதே அவர் கருத்து. ஆனாலும் பாலனும் வாத்தியாரும் கிறிஸ்தவ நம்பிக்கையாளர்களுடன் மேற்கொள்ளும் உரையாடல்களில் எதார்த்தத்தில் மார்க்சியமே விடுதலையை அளிக்கும் என்கிற கருத்து மேலோங்கி நிற்பதையும் காண்கிறோம்.

மார்க்சியர்களுக்கு அவரது நிலைப்பாடு சில சிக்கல்களை உருவாக்குவதைப் புரிந்து கொள்கிறேன். ஆனால் மற்றவர்கள், பொதுவாகத் தமிழ்ப்புனைவுகளை அவற்றின் இலக்கியத் தரத்திற்காக ஏற்கிறவர்கள் கண்ணில் இந்நாவல் படாமற் போனதேன்? ப.சிங்காரம் கூடச் சற்றுத் தாமதமாகத் தமிழ் இலக்கியச் சூழலில் கண்டுபிடிக்கப்பட்டார். ஜேக்கப் இன்றுவரை கண்டுகொள்ளப்படாததேன்? இரண்டு காரணங்களைச் சொல்லலாம். ஒன்று இது அரசியல் நாவல் என ஒதுக்கப்பட்டிருக்கலாம். மற்றது, இது முன்வைக்கும் கிறிஸ்தவ நிலைப்பாடுகள் அவர்களுக்கு எரிச்சலூட்டி இருக்கலாம். சுந்தர ராமசாமி, மௌனி,

எம்.வி.வெங்கட்ராம் ஜெயமோகன் அல்லது புதுமைப்பித்தனில் வெளிப்படும் இந்து மனநிலையை அவற்றின் இலக்கியத் தரம் கருதி ஏற்றுக் கொள்ளும் நமது இலக்கியவாதிகள் யாராலும் எக்காரணம் கொண்டும் இதர மதநிலைப்பட்ட மனங்களை ஏற்றுக்கொள்ள இயலாது போலும்.

இறுதியாக: ஒரு ஆசிரியர் என்ற வகையில் வாத்தியாரின் அணுகல் முறை இதில் கவனிக்கப்பட வேண்டிய ஒன்று. ஒடுக்கப்பட்ட மக்களின் விடுதலையில் கல்வியின் முக்கியத்துவத்தை அவர்கள் மத்தியில் பணியாற்ற நேர்ந்த எல்லோரும் வற்புறுத்தியுள்ளனர். அம்பேத்கர். புலே, பெரியார், பாவ்லோ ஃப்ரெய்ரே எல்லோரும் கல்வியை வெறும் அறிவு புகட்டலாக மட்டுமின்றி சமூக மாற்றம் மற்றும் அடையாளம் அர்த்த உருவாக்கம் ஆகியவற்றுக்கான போராட்டம் ஆகியவற்றுடன் இணைத்தே பார்த்துள்ளனர். புலே கல்வியை மூன்றாவது கண் (த்ருதிய ரத்னா) என்றார். அம்பேத்கர் போராடுவதற்கும் அமைப்பாவதற்கும் அடிநாதமாகக் கல்வியைக் (கற்பி-போராடு அணிதிரள்) குறிப்பிடுகிறார். இவர்கள் எல்லோருமே மரபு வழிப்பட்ட கல்வி முறையை எதிர்த்தனர். புலே உரையாடல் வழிப்பட்ட கல்வி முறையை நடைமுறைப்படுத்தினார். ஃப்ரெய்ரே இதை நடைமுறைப்படுத்தியதோடு கோட்பாட்டுருவாக்கமும் செய்தார். 'பாம்பே பல்கலைக்கழகத் திருத்தச் சட்ட (1927) விவாதத்தின்போது அம்பேத்கர் தேர்வை அடிப்படையாகக் கொண்ட கல்வி முறையை விமர்சித்து உரையாடலுக்கு முன்னுரிமை அளித்தார். கல்வி என்பது புதிய தகவல்களை மண்டைக்குள் திணிப்பதல்ல; ஏற்கனவே இச்சமூகம் பதித்து வைத்துள்ள பல்வேறு நம்பிக்கைகளை மூளை யிலிருந்து அகற்றி புதிய விஷயங்களுக்குத் திறப்பு ஏற்படுத்துவதுதான் கல்வி என்றார் பெரியார். அவரது வெளியீடுகள் பல உரையாடல் வடிவிலேயே இருந்தன.

'வாத்தியார்' அடிப்படையில் ஒரு ஆசிரியர். முன்பே குறிப்பிட்டது போல அவர் அவ்வூர் மாணவர்களுக்கு மட்டுமின்றி மக்களுக்கும் ஆசிரியராக இருந்தார். மாலை நேரங்களில் அவர்களுக்கு முதியோர் கல்வி, கடிதங்கள் எழுதுதல் சுகாதாரமான பழக்க வழக்கங்களைக் கற்றுத்தருதல், மேற்படிப்பு, வேலைவாய்ப்பு ஆலோசனைகளை வழங்குதல் என்பதாக அவரது செயற்பாடுகள் அம்மக்கள் மத்தியில் அமைகின்றன.

'வாத்தியார்' நாவலில் கல்வி குறித்த கோட்பாட்டு விவாதங்களுக்கு

இடமில்லையாயினும் விவரிக்கப்படும் நடைமுறைகளினூடாக மிக அற்புதமான உரையாடல் முறை ஒன்று, அங்கே செயல்படுத்தப்பட்டது விளங்குகிறது. ஜேக்கப்போ இல்லை வாத்தியாரோ இதை அறிவுபூர்வமாக உணர்ந்து செயல்பட்டதாகத் தெரியவில்லை. அனுபவ பூர்வமாக்கவே இவ்வணுகல் முறை அங்கே வந்தடையப்பட்டுள்ளது. உரையாடல் முறை வெற்றி பெற இரண்டு அம்சங்கள் முக்கியம். ஒன்று, ஆசிரியன் மாணவர்களிடமிருந்த எல்லாம் தெரிந்தவனாக வேறுபட்டு நிற்கக்கூடாது. அவனும் அவர்களோடு சேர்ந்து கற்பவனாக இருக்க வேண்டும். இரண்டு, ஏதொன்று குறித்தும் ஒரு இறுதி உறுதியான முடிவை *(certitude)* முன்கூட்டியே அந்த உரையாடல் நிபந்தனையாகக் கொள்ளக்கூடாது.

வாத்தியாருக்கும் மக்களுக்கும், வாத்தியாருக்கும் மாணவர்களுக்குமான உரையாடல்கள் இந்த இரு அம்சங்களையும் தன்னகத்தே கொண்டிருப்பதை நாவலைப் படிக்கும்போது நீங்கள் உணர்வீர்கள். பல சந்தர்ப்பங்களில் மாணவர்களும் மக்களும் எழுப்புகிற கேள்விகளும், உருவாக்குகிற புதிய அர்த்தப்படுத்தல்களும் வாத்தியாருக்கே புதிய வெளிச்சங்களைப் பாய்ச்சுகின்றன. அறிவு என்பதே ஒரு உரையாடல்தான். அது இறுதிப்படுத்தப்பட்ட ஒன்றல்ல, ஏதொன்றும் குறித்த அறிவு, புரிதல்கள், அர்த்தப்படுத்தல்கள் என்பன இறுதியானவையல்ல. உரையாடல்களில் பங்குபெறுபவர்களின் அனுபவங்கள், வாழ்நிலை ஆகியவற்றோடு தொடர்புடையவை அவை. அந்த வகையில்தான் பொழிப்புரைகளும், கருத்துரைகளும் கூட விவாதங்களை முடக்கிவிடாமல், விவாதங்களைத் தொடங்கி வைப்பதாகவே அமைய வேண்டும் என்கிறோம். மிக இயல்பாக இத்தகைய உரையாடல் போக்கு நாவலில் காணப்படுவது குறிப்பிடத்தக்கது.

திருக்குறள் வகுப்பொன்றில் "பகுத்துண்டு பல்லுயிர் ஓம்புதலே" வள்ளுவர் முன் வைக்கும் சாரமான கருத்து என வாத்தியார் சொன்னவுடன் கீகுடி வைரவன் ஒரு வினாவைத் தொடுப்பான்:

"வள்ளுவர் கிட்டேயும் சாதி வேறுபாடு இருந்திருக்கே. அருட்செல்வம் செல்வத்துள் செல்வம் பொருட்செல்வம் பூரியார் கண்ணும் உள' (இதில்) பூரியார் என்பது இழிசாதியைத்தானே குறிக்கும்?"

வாத்தியார் அசந்து போவார். 'பூரியார்' என்பது இழி குணம் கொண்டவர்கள் தானே ஒழிய, இழிசாதியினர் என்ற பொருளில்

அல்ல என்றொரு விளக்கம் அளிப்பார்.

> "வாத்தியார் இப்படிச் சொல்லவும் கீகுடிச் சண்முகம் ஒரு போடு போட்டான்: 'நிலத்தியல்பால் நீர் திரிந்தற்றாகும் மாந்தர்க்கு இனத்தியல்பதாகும் அறிவு". இங்கு இனம்னா சாதிதானே ஸார். சாதிக்குத் தகுந்த புத்தி சரக்குக்குத் தகுந்த விலை என்ற பழமொழியைத்தானே வள்ளுவர் குறள்ல இப்படிச் சொல்றார்."

விவாதம் இப்படித் தொடர்கிறது. இவற்றிற்கு இறுதி பதில் கிடையாது. பரிமேலழகரையோ மணக்குடவரையோ, மு.வரதராச னாரையோ சொல்லி வைரவனையும் சண்முகத்தையும் வாயடைக்க முடியாது. அவர்களின் அனுபவம் அப்படித்தான் அவர்களை அர்த்தப்படுத்தச் சொல்கிறது.

இந்த நாவலில் விமர்சனங்களே இல்லையா என்கிற கேள்வி ஒருவருக்கு எழக்கூடும். நான் அந்த அம்சத்திற்குள் செல்லவில்லை. கண்டுகொள்ளாமற்போன ஒரு நல்ல நாவலை அறிமுகப்படுத்துவ தொன்றே இங்கு என் நோக்கம். மற்றபடி பண்ணையாளரைச் சகல துர்க்குணங்களும் நிறைந்த புராண கால வில்லனைப் போலச் சித்திரிப்பது முதலான சில விமர்சனங்களை வைக்க முடியும் தான். ஒருவேளை 1940களில் பண்ணையார்கள், இன்றைய தந்திரங்கள், நளினங்கள் கைவரப் பெறாத பழைய பாணி 'வில்லன்'களாக இருந்திருக்கக்கூடும் என்கிற பதிலும் இதற்குச் சாத்தியம்தான். கிறிஸ்தவத்தை எல்லாக் கொடுமைகளுக்குமான இறுதித்தீர்வு என்பதாக ஜேக்கப் முன்வைக்காதபோதும் அதேபோல மதமாற்றத்தை எங்கும் வற்புறுத்தாதபோதும் கிறிஸ்தவம் இங்கே சாதியத்திற்குப் பலியாகிப் போனதை எங்குமே சுட்டாததேன் என்கிற கேள்வி நமக்கு எழாமலில்லை .

எப்படியோ, ப.சிங்காரத்தை அவரது முடிவிற்குப் பின்னரே நாம் கண்டடைந்தோம். ஜேக்கப்பிற்காவது அவர் வாழும் காலத்திலேயே அவருக்குரிய ஏற்பையும் விமர்சனங்களையும் வழங்குவோம்.

டிசம்பர், 2010

வாத்தியார்–2
வாத்தியாருடன் ஒரு சந்திப்பு

ஆர்.எஸ். ஜேக்கப்பின் 'வாத்தியார்' நாவல் குறித்து நான் எழுதியதைப் பற்றிப் பலரும் தொடர்பு கொண்டு பேசினார்கள். கமலாலயன் உள்ளிட்ட சில இடதுசாரி எழுத்தாளர்கள் தாங்கள் ஏற்கனவே இந்நாவல் குறித்து எழுதியும், பேசியும் இருப்பதைச் சுட்டிக் காட்டினார்கள். உண்மைதான். பேசியிருக்கலாம். எனினும் அந்த நாவலுக்குரிய இடம் இடதுசாரிகளால் மட்டுமின்றி யாராலும் வழங்கப்படாததையும் அதற்கான காரணங்களை யோசிப்பதும்தான் எனது கட்டுரையின் நோக்கம்.

கட்டுரையை எழுதி 'தீராநதி'க்கு அனுப்பிய சில நாட்களுக்குப் பின் ஜேக்கப்பின் தொடர்பு எனக்குக் கிடைத்தது. பாளையங்கோட்டையில் இருப்பதாக அறிந்து அவருடன் செல்போனில் தொடர்பு கொண்டபோது அவர் தற்போது சில நாட்களுக்கு சென்னையில் மகன் வீட்டில் இருப்பதாகச் சொன்னார். இருமுறை அவரை நேரில் சந்தித்து பொதுவாகப் பேசும் வாய்ப்புக் கிட்டியது. ஒரு நல்ல நூலை வாசித்த அனுபவம் இந்தச் சந்திப்புகளினூடாக எனக்குக் கிடைக்கப் பெற்றது.

எண்பத்து நான்கு வயது. சமீபமாக மனைவி இறந்து போயுள்ளார். மூப்பும் இளம் வயதில் அனுபவித்த போலீஸ் சித்தரவதைகளும் அவரைச் சற்றே முடக்கியிருந்ததை அறிய முடிந்தது. எனினும் இன்னும் தினசரி ஐந்து மணி நேரங்கள் அவர் எழுத்துக்காக

ஒதுக்குவதாகச் சொன்னபோது அவரை ஓரளவு புரிந்து கொண்டிருந்த எனக்கு அது வியப்பாக இல்லை .

இரண்டாம் முறை சந்தித்தபோது என் கட்டுரையை அவர் வாசித்திருந்தார். மிகவும் நெகிழ்ச்சியுடன் நன்றி சொன்னார். பண்ணை முதலாளியைத் தவறுதலாக தேவர் சமூகத்தைச் சேர்ந்தவராக எழுதியிருந்ததைச் சுட்டிக் காட்டினார். அவர் ரெட்டியார் சமூகத்தைச் சேர்ந்தவர் என்பதை நினைவூட்டினார். அதே சமூகத்தைச் சேர்ந்த அடித்தள வர்க்கத்தினர் பலரும் வாத்தியாருக்குத் துணையாக நின்றது என் நினைவில் நிழலாடியது. தான் சிறையிலிருந்தது இரண்டாண்டுகள் அல்ல, கிட்டத்தட்ட மூன்று ஆண்டுகள் என்பதையும் அவர் நினைவுபடுத்தினார். மற்றபடி நான் கூறியிருந்த எல்லாவற்றையும் முழுமையாக ஏற்றுக்கொண்டார்.

பண்ணை முதலாளியின் கொடுமைகளைச் சற்று மிகைப்படுத்திச் சொல்லியுள்ளதாகப் படுகிறதே என நான் வினவியபோது "இல்லை, ரொம்பவும் குறைவுபடுத்தித்தான் சொல்லியுள்ளேன். நாவலை நான் எழுதிய காலத்தில் அவரது சகோதர வாரிசுகள் உயிருடன் மட்டுமல்ல, செல்வாக்குடனும் இருந்தார்கள். நான் சற்று அடக்கித்தான் எழுத வேண்டியிருந்தது" என்று கூறியவர் சில சம்பவங்களையும் நினைவு கூர்ந்தார். "திம்மி ரெட்டியார் வீட்டில் யோகம் அடிச்சிருக்கு. வையம்மாளை முதலாளி தூக்கிட்டுப் போயிட்டார்" என ஒருவர் வாத்தியாரிடம் சொன்னபோது, அவர் ஒரு கணம் அதிர்ச்சியில் உறைந்து, "என்னய்யா, இந்தக் கொடுமையை இவ்வளவு சந்தோஷமாய்ச் சொல்லுறியே?" எனக் கேட்டுள்ளார். "ஆமா, திம்மி ரெட்டியார் வீட்டுக்கு 21 நாளைக்கு தினம் 2 படி கம்மம் புல்லை முதலாளி அனுப்பிச்சிடுவாருல்ல" என்று அவர் சர்வ சாதாரணமாய்ப் பதில் கூறியுள்ளார்.

வீட்டு மாடியில் நின்று பார்க்கும்போது கண்ணுக்கெட்டிய தொலைவில் யாரும் கணவன் - மனைவி வயலில் வேலை செய்து கொண்டிருந்தால் உடனடியாக அங்கு வண்டியில் போய் இறங்குவாராம். அந்தக் கணவன் மயங்கி விழும் வரை அவனுக்குச் சாராயத்தை ஊற்றிவிட்டுப் பின் அவன் எதிரிலேயே அவளைப் புணர்வாராம். எல்லாம் முடிந்த பின் அவனை எழுப்பி மாட்டுக்குப் பதிலாக ஏரில் பூட்டி உழச் சொல்லுவாராம். மாடுகளுக்குச் சாராயத்தை ஊற்றி ஓட ஓட விரட்டுவது, பண்ணையாட்களை விட்டு அவர்கள் அதுவரை பார்த்திராத உயர்ரக பிஸ்கட்டுகளை

நாய்களுக்குப் போடச் சொல்லி வேடிக்கை பார்ப்பது எல்லாம் பண்ணையாரின் பொழுதுபோக்குகள். கம்மங்காட்டு நிலப்பிரபுத்துவம் எங்கள் தஞ்சை மாவட்ட நிலப்பிரபுத்துவத்திற்கு எள்ளளவும் குறைந்ததாக இருந்திருக்கவில்லை என்றெனக்குத் தோன்றியது.

'வாத்தியார்' நாவலில் வரும் பாத்திரங்கள் அனைத்தும் உண்மை . வரலாற்று மாந்தர்கள், சம்பவங்களும் உண்மையானவை என்பதையும் மீண்டும் உறுதி செய்து கொண்டேன். பண்ணையாரின் இச்சைக்கு உடன்படாததாலும் வாத்தியாரின் இயக்கப் பணிகளுக்குத் துணை நின்றதாலும் அவரால் கொடுமையாகக் கொல்லப்பட்ட முத்தம்மாள் வாத்தியார் மீது கொண்டிருந்த காதலும் ஓர் வரலாற்றுண்மைதான் என்பதையும் புரிந்துகொண்டேன். இச்சைக்குப் பலியாகிவிடக்கூடிய இளம் வயதானபோதும், அப்படியான ஒரு பிறழ்வு போதும் தன்னை முதலாளி பழிவாங்கிவிட, தன்னை மக்களிடமிருந்து அந்நியப்படுத்தி விட என்பதால் வாத்தியார் ரொம்பவும் கவனமாக அந்நிலையைத் தவிர்த்திருக்கிறார். அவரே அவளுக்கு ஒரு துணையையும் தேர்வு செய்கிறார். எனினும் இறுதிவரை முத்தம்மாளால் வாத்தியார் மீது கொண்ட ஆசையைத் துறந்துவிட இயலவில்லை. நாவலில் இது மிகவும் நளினமாக வெளிப்படுத்தப்படுகிறது. வயதும் உணர்வுகளும் அவரை இச்சைக்குப் பணிந்து போகச் செய்கிற நிலையை உருவாக்கியபோதெல்லாம் சத்ரபதி சிவாஜியின் வீர உரையாக பாரதி சொல்வாரே,

> *'சோதரர் தம்மை துரோகிகள் அழிப்ப*
> *மாதரார் நலத்தில் மகிழ்பவன் மகிழ்க'*

என்பன போன்ற வரிகள் அவரை அவரது இறுக்கமான இயக்க வாழ்விற்குள் முடக்கிக்கொள்ளப் பயன்பட்டிருக்கின்றன. இந்த இடத்தில் ஜேக்கப்புக்குள் இருந்த கொள்கைவாதி அவருக்குள் இருந்த கலைஞனை வென்றுவிடுவதையும் நம்மால் புரிந்துகொள்ள முடிகிறது. ஒரு கலைஞன் என்ற வகையில் அது அவருக்குப் பெரிய இழப்புதான் என்றெனக்குப்பட்டது.

கிறிஸ்துவம் சாதிக்குப் பலியாகிப்போனது குறித்த என் விமர்சனத்தையும் ஜேக்கப் ஏற்றுக்கொண்டார். பண்ணையிலும் மக்களுக்காகத் தான் போராடிய போதும் எண்பதுகளில் அதை நாவலாக வடித்தபோதும் இந்த தலித் அரசியல் குறித்தெல்லாம் தனக்கு அதிகம் தெரிந்திருக்கவில்லை என்றார். எனினும் அந்த தலித்

மக்களுக்காகவும் தீண்டாமைக்கெதிராகவும்தான் தனது போராட்டம் தொடங்கியது என்பதையும் குறிப்பிட்டார். வர்க்கம் ஒழிந்தால் சாதி தானாகவே ஒழிந்துவிடும் என்கிற புரிதலே அப்போது இருந்தது என்றும் குறிப்பிட்டார். ரெய்னிஸ் அய்யர் தான் உருவாக்கிய பயிற்சிப் பள்ளியில் சாதி ஏற்றத்தாழ்வுகளை ஒழிக்க இயலாததால் வெறுப்புற்று ஓராண்டு காலம் பள்ளியை மூடிவிட்டுச் சென்றதையும் நினைவு கூர்ந்தார்.

தோழர் பாலதண்டாயுதம் (பாலன்) நீண்ட நாள் வரை பிடிபடாததால் நெல்லைச் சதி வழக்கு இரண்டாகப் பிரிக்கப்பட்டது. பாலன், மீனாட்சிநாதன், பயில்வான் அருணாசலம் ஆகிய மூவரைக் கொண்ட சதி வழக்கைச் சற்றே நிறுத்திவிட்டு மீதி 67 பேரின் மீதான இரண்டாம் வழக்கு கொக்கிரகுளம் சிறப்பு நீதிமன்றத்தில் விரைவாக நடத்தப்பட்டது. 1952 முதல் பொதுத் தேர்தலுக்கு முன்பாக வழக்கை விசாரித்து தண்டனைகளை வழங்கிவிட வேண்டும் என காங்கிரஸ் அரசுக்கு அவசரம். குண்டு வீச்சு, மீளவிட்டான் ரயில் கவிழ்ப்பு, வழிப்பறி, கொலை முயற்சி, அரசியல் வகுப்பு எடுத்தல், ரயில்வே ஸ்டோர் உடைப்பு , ஆயுதங்கள் வைத்திருத்தல், அரசு கவிழ்ப்புச் சதி என ஏகப்பட்ட குற்றச்சாட்டுகள் உண்மையும் பொய்யும் கலந்து சுமத்தப்பட்டன. கம்யூனிஸ்டுகளை ஒடுக்குவதற்கென அமெரிக்கா சென்று பயிற்சி பெற்றுவந்த போலீஸ் அதிகாரி தஞ்சாவூர் கிருஷ்ணசாமி முதலியாரின் கெடுபிடிகள் கடுஞ்சித்திரவதைகள், சிறைக்கொடுமைகள் எல்லாவற்றையும் தோழர்கள் எதிர்கொண்டனர்.

வாத்தியாரைப் பொறுத்தமட்டில் அவர் ஒரு நல்ல கிறிஸ்துவனாகவும், நல்ல கம்யூனிஸ்டாகவும் ஒரே நேரத்தில் இருந்ததாகவும் இன்றுவரை இருப்பதாகவும் நம்புகிறார்.

அதெப்படி?

அப்படித்தான். நல்ல கிறிஸ்துவனாகவும் 'நல்ல' கம்யூனிஸ்டாகவும் இருப்பதென்பது ஒருவகையில் இன்றுள்ள வடிவில் கிறிஸ்துவனாகவும் இன்றுள்ள வடிவில் கம்யூனிஸ்ட் கட்சிக்காரனாகவும் இல்லாதிருப்பது தானே. வாத்தியாரைப் பொறுத்தமட்டில் கிறிஸ்துவம் அதன் உண்மையான அர்த்தத்தில் இயங்கியது. கிறிஸ்துவுக்குப் பிந்தைய முதல் ஓரிரண்டு நூற்றாண்டுகளில் மட்டுமே கடும் ஒடுக்குமுறையை எதிர்கொண்ட காலம் அது. மார்க்ஸ் ஏங்கல்ஸூம் கூட இந்த ஆதி கிறிஸ்தவத்தைச் சாதகமாகவே விமர்சித்துள்ளனர். இந்தக்

காலகட்டத்திற்குப் பின் கிறிஸ்துவம் 'ஏகாதிபத்தியத் தன்மை கொண்டுவிட்டது' என்றார் ஜேக்கப்.

கம்யூனிஸ்ட் கட்சியில் அவர் என்றும் உறுப்பினராக இருந்ததில்லை. தலைமறைவுத் தோழர்களுக்கு அடைக்கலம் அளித்தும், தனது பள்ளியையே அவர்களின் கலந்தாலோசனைத் தலமாக மாற்றியும் அவர் ஆதரவு அளித்த போதெல்லாம் அது ஒரு ஆபத்தான காரியம் என்று மட்டும் அவருக்குத் தெரியும். "கட்சி தடை செய்யப்பட்டிருந்தது தெரியும். ஆனால் ஏன் தடை என்று தெரியாது. அந்த ஊர் மக்களுக்காகத் தனியாக அனாதையாக இருந்து போராடினேன். அப்போது இதுபோன்ற அநீதிக்கு எதிரான போராட்டங்களுக்கு ஆதரவு அளிக்கக் கூடியவர்களாக கம்யூனிஸ்ட் கட்சியினர் மட்டுமே இருந்தார்கள்" என்று கட்சியுடன் அவருக்கு உருவாயிருந்த தொடர்பை விளக்கினார் ஜேக்கப்

இதற்கு அவர் கொடுத்த விலை பெரிது. கைலியை உயர்த்தி, கால்களைத் தூக்கி எதிரே இருந்த மேசை மீது நீட்டினார் ஜேக்கப். காலுக்குக் கீழாக கணுக்கால் வரை கறுத்துச் சிதைந்திருந்த அவர் கால்களைக் கண்டு பதறிப் போனேன். போலீஸ்காரர்கள் மொழியில் அந்தச் சித்ரவதைக்குப் பெயர் 'ரோலர் ட்ரீட்மெண்ட்,' கால்களை இழுத்துக் கட்டி இரும்புத்தடியை மேலே போட்டு போலீஸ்காரர்களை அதன் மேலே ஏறச் செய்து மேலும் கீழுமாக உருட்டுவது, கால்களை மடக்கிக் கழுத்தோடு ஒரு கயிற்றால் கட்டி அதன் மீது தடியால் அடித்து நரம்புகளை அதிரச் செய்வதற்குப் பெயர் 'வீணை வாசிப்பது.' இன்றுவரை கால்களின் அந்தப் பகுதியைத் துணி சுற்றித்தான் பாதுகாக்க வேண்டியுள்ளது. இல்லாவிட்டால் சீழ் பிடிக்கும் ஆபத்து. சட்டையைக் கழற்றினார். உடம்பு முழுவதும் தக்கை தக்கையாய் ரத்தம் கட்டி உறைந்து போயுள்ளது.

இத்தனை சித்திரவதைகளின்போதும் யாரையும் அவர் காட்டிக் கொடுக்கவில்லை. அவரிடமிருந்து எந்தச் செய்தியும் பெயரவில்லை. இந்த நெஞ்சுறுதியை அவரது கொள்கைப் பற்று மட்டும் அவருக்கு அளித்துவிடவில்லை. 'சத்தியம் உன்னைக் காக்கும்' என்கிற வேதவசனமும் அவருக்குத் துணை நின்றிருக்கிறது.

வாத்தியாரிடமிருந்து தகவல்கள் ஏதும் பெயராதபோதும் அவர் நான்காண்டுகள் (1947-1950) தினந்தோறும் எழுதி வைத்த டைரிகள் போலீஸாரிடம் கிடைத்தன. அவர்களைப் பொருத்தமட்டில் அது

அவர்களுக்கு விலை மதிக்க முடியாத சொத்து. "வாத்தியான் மாட்டிக்கிட்டான். இனி அவனுக்குத் தூக்குதான்" என்று கிருஷ்ணசாமி முதலியாரும் பிற போலீஸ் அதிகாரிகளும் வெளிப்படையாகவே கூறினர்..

போலீஸ்காரர்கள் மட்டுமல்ல, தோழர்களுக்காக உயிரைக் கொடுத்து வழக்கு நடத்திய புகழ்பெற்ற வழக்குரைஞர் என். டி. வானமாமலையின் உதவியாளரான வழக்குரைஞர் பாளை சண்முகமும் கூட.

> "தோழர் வாத்தியார், சில குற்றங்களுக்கு உங்கள் டைரியே சாட்சியாக நிற்கிறது. அது வேறு சில தோழர்களையும் பாதிக்கிறது. 13.10.1949ல் உங்கள் பள்ளியில் ரகசியக் கூட்டம் நடந்ததாக எழுதி உள்ளீர்கள். மறுநாள் தூத்துக்குடியில், ராமச்சந்திரன் கொலை முயற்சி நடக்கிறது. தூத்துக்குடி மீளவிட்டான் பகுதியில் கூட்ஸ் ரயில் கவிழ்கிறது. அது உங்கள் டைரியில் உள்ளது. எனவே பள்ளியிலிருந்துதான் சதி உருவானது என எடுக்கிறார்கள். யானை பார்க்க வெள்ளெழுத்தா? உங்கள் டைரிதான் உங்களுக்கு வைரி.. ஏன் சொல்கிறேன் என்றால் விடுதலை கிடைக்கும் அல்லது குறைந்த தண்டனை கிடைக்கும் என்ற நப்பாசையை மனதில் போட்டுக்கொள்ளக்கூடாது. நாங்கள் வாதாடுவோம். அது வேறு விஷயம், சதி நிரூபிக்கப்பட்டால் தண்டனை கடுமையாய் இருக்கும்" என்று சொல்லி 'தைரியமாயிருங்கள்'

எனத் தோளில் தட்டிச் சொல்லிவிட்டுச் சென்றபோது வாத்தியாருக்கும் அவரது உறவினர்களுக்கும் எப்படி இருந்திருக்கும்?

பின்னாளில் கம்யூனிஸ்ட் கட்சிகளில் மிகப்பெரிய பொறுப்புக்களை வகித்த தோழர்கள் நல்லகண்ணு, ப.மாணிக்கம், நல்லசிவன், மாயாண்டி பாரதி ஆகியோரோடு 67 பேரில் 12வது குற்றவாளியாக நின்றிருந்த வாத்தியாருக்கு எதிராக இந்த டைரி தவிர மேலும் நான்கு சாட்சிகள். கீழ் கோர்ட்டில் அடி தாங்கமுடியாது வாத்தியாருக்கு எதிராகச் சாட்சி சொன்ன பண்ணையூர் கந்தையா மீண்டும் போலீஸ் மிரட்டலோடும், புதுச்சட்டை மற்றும் பிரியாணி உபசாரங்களோடும் கூண்டில் நிறுத்தப்பட்டபோது அவர் கண்ணீர் விட்டழுதார். சட்டையைக் கழற்றி அடிப்பட்ட வடுக்களைக் காட்டி, "அடி தாங்கமுடியாமல் அப்படிச் சொன்னேன். ஆனால்

சாகுமுன் உள்ளதைச் சொல்லிவிட்டுச் சாகவேண்டும். அந்த ரகசியக் கூட்டத்தில் வாத்தியார் இல்லை. அவர் எங்கள் ஊரை முன்னுக்குக் கொண்டுவந்த உத்தமர். நான் வெளியே போனவுடன் போலீஸார் என்னைக் கொன்றுவிடுவார்கள். இனி நான் சாவதில் மகிழ்ச்சி அடைகிறேன்" என்று சொல்லிக் கீழே இறங்கியவர் மயங்கி வீழ்ந்தார்.

அடுத்தடுத்து நிறுத்தப்பட்ட போலீஸ் சாட்சிகளான முதலாளியின் கையாளான பண்ணையூர் சொக்கண்டி ரெட்டியார், வாத்தியார் பணியாற்றிய பள்ளித் தாளாளர் அருள் திரு பேசில், பள்ளிக்கூட டெபுடி இன்ஸ்பெக்டர் எல்லாரும் வாத்தியாரின் சேவைகளையும், அவரால் பள்ளியும் ஊரும் உயர்ந்ததையும் சொல்லி இறங்கினர்.

இருந்தும் என்ன பயன்? அந்தக் கால நடைமுறையின்படி நீதிபதிக்கு உதவி செய்ய நியமிக்கப்பட்ட ஜூரிகள் நால்வரும் வாத்தியாரைக் குற்றவாளி என்றனர். கடுந்தண்டனை கொடுக்க வேண்டும் என்றனர்.

நீதிபதி சுப்பிரமணியம் வித்தியாசமானவர். மூன்று நாள் விடுமுறையில் கொடைக்கானல் சென்றபோது வாத்தியாரின் டைரிகளை அவர் படிக்க எடுத்துச் சென்றுள்ளார் என்ற செய்தியை பாளை சண்முகம் சொன்னபோது வாத்தியார் துணுக்குற்றிருக்கிறார்.

டைரியில் அவர் தனது மனச் சலனங்கள், ஊர் மக்களின் துயரங்கள், கம்யூனிஸ்டுகளின் வருகை என அத்தனையையும் எழுதியிருந்தார். அத்தனையும் உண்மைகள் என ஒரு குழந்தை அவற்றை வாசித்தாலும் புரிந்து கொள்ள முடியும்.

பொன்னு முதல் நல்லகண்ணு ஈறாக ஒன்பது பேருக்கு ஆயுள் தண்டனை, ஆறு பேருக்கு ஐந்து ஆண்டுகள், முனுசாமிக்கு ஓராண்டு, மீதி 51 பேருக்கு விடுதலை, வாத்தியார் உட்பட ஆம், வாத்தியார் உட்பட.

> "பள்ளியில் நடந்த இரகசியக் கூட்டத்தில் 12ம் குற்றவாளி வாத்தியார் பங்கெடுத்ததற்கு ஆதாரங்கள் இல்லை. அவரது டைரிகள் முழுவதும் அவரது உயர்ந்த உள்ளத்தையே உணர்த்துகின்றன. நாட்டு மக்கள் நன்றாக இருக்கவேண்டும் என்று உழைக்கிறார். அவருக்கு வன்முறையில் நம்பிக்கை இல்லை. எனவே ஜூரிகள் ஏகோபித்துக் குற்றவாளி என்றாலும் நான் அவரை சுத்தவாளி என விடுதலை செய்கிறேன்"

என்று கூறி நீதிபதி அவரை விடுதலை செய்தபோது "சத்தியம்

உன்னை விடுதலையாக்கும்" என்கிற வேத வசனம் அவர் நினைவில் தெறித்ததில் வியப்பில்லை.

ஆனால் அந்தச் சத்தியம் ஏன் மற்றவர்களை விடுதலை செய்யவில்லை? அவர்களெல்லாரும் ஏதோ ஒரு வகையில் இந்த வழக்கில் தொடர்புடையவர்களாக இருந்துள்ளனர் என்பதாலா? சரி, அப்படியாயின் தன்மீது சுமத்தப்பட்ட கொலைக்குற்றத்திற்கும், தனக்கும் எள்ளளவும் தொடர்பில்லை என இறுதிவரை கூறி உறுதியுடன் தூக்குமேடை ஏறினாரே, வாத்தியாரால் மிகவும் மதிக்கப்பட்ட தோழர் பாலு, அவரை ஏன் சத்தியம் விடுதலை செய்யவில்லை என்கிற கேள்வி நமக்கு எழாமலில்லை.

வாத்தியார் சிறையிலிருந்து வந்தபோது பண்ணையூர் மக்கள் அவரைத் தோளில் சுமந்து சென்றனர். முதலில் தூத்துக்குடி சென்று அங்கே சங்கிலியால் கட்டி அறை ஒன்றில் அடைக்கப்பட்டிருந்த பண்ணை முதலாளியைப் பார்த்து வரலாம் என அழைத்துச் சென்றுள்ளனர். வாத்தியாரைச் சிறைக்கு அனுப்புவதில் முக்கிய காரணியாக இருந்த பண்ணை முதலாளி, அவர் சிறை சென்ற எட்டாம் நாள் பைத்தியமாகியிருக்கிறார். வாரிசில்லாத அவரது சொத்துக்களை அவரது உறவினர்கள் கைப்பற்றியுள்ளனர். வாத்தியார் சென்றபோது மலத்தையும் சோற்றையும் ஒன்றாகப் பிசைந்து அவர் சாப்பிட்டுக் கொண்டிருந்திருக்கிறார். அடுத்த சில நாட்களில் அவரது மரணம் நிகழ்ந்திருக்கிறது.

வாத்தியாருக்கு இதுவும் ஒரு ஆன்மிக அனுபவமாகத்தான் இருந்துள்ளது. "அவர் தர்பாரை நான் பார்த்துள்ளேன். அவர்மீது ஒரு ஈ கூட உட்கார முடியாது. அவர் நிமித்தம் நான் ஜெயிலுக்குப் போனேன். ஆனால், ஆண்டவரிடம் ஒரு நாளும் அவர் பற்றி நான் புகார் செய்ததில்லை" என்று கூறிய ஜேக்கப் ஒரு கணம் மௌனமானார்.

இப்படியான நிகழ்வுகள் சிலர் வாழ்வில் ஏற்பட்டிருக்கக்கூடும். அவர்களைப் பொறுத்தமட்டில் இது ஒரு ஆன்மிக அனுபவமாக மலரவும் கூடும். எனினும் இவற்றைப் பொதுமைப்படுத்திவிட இயலாது. தீமைகளுக்குக் காரணமான எல்லோருக்கும் இப்படி தண்டனை கிடைத்துவிடுவதில்லை. சத்தியம் எல்லோரையும் விடுவித்துவிடுவதில்லை. இந்தக் கேள்விகள் நம்மைப் போல வாத்தியாரையும் குடைந்திருக்கத்தான் வேண்டும். அதனால்தான்

விடுதலையான பின் நேராக கம்யூனிஸ்ட் கட்சியின் அன்றைய பொறுப்பாளராக இருந்த தோழர் எம்.ஆர்.வெங்கடராமனைச் சந்தித்து கட்சி ஊழியராகும் கோரிக்கையை வைத்துள்ளார். "ரெண்டு ஊழியர்களுக்கே எங்களால் மாதம் ரூ.30 கொடுக்க முடியலை. எந்த பாதிரி காலில் விழுவாயோ தெரியாது. நீ உன்னைப் பாத்துக்க" என அவர் விரட்டியுள்ளார்.

அப்போது நாசரேத் திருமறைக் கல்லூரியில் பேராசிரியராக இருந்த ரெவரண்ட் காரட் என்ற வெள்ளைக்காரரும் ஜேக்கப் வாழ்வில் மறக்க இயலாத ஒருவர். விடுதலையாகி வந்த வாத்தியாரை விதிகளை மீறி அவரது சொந்த ஊரிலேயே ஆசிரியராக நியமித்துள்ளார்(1952). ஆபத்தான கம்யூனிஸ்ட் ஒருவருக்கு இந்த வாய்ப்பை அளித்ததற்காக வாத்தியாரின் சாதிக்காரர்களாலேயே காரட்டும் 'கம்யூனிஸ்ட்' எனக் குற்றம் சாட்டப்பட்டார், இந்தப் பள்ளியிலாவது வாத்தியார் சும்மா இருந்திருக்கலாம். குறுக்குச் சாலையில் நடைபெற்ற பஞ்ச எதிர்ப்பு மாநாட்டிற்கு ஊர் மக்களை அழைத்துச் சென்றுள்ளார். அப்போது ஜாமீனில் வந்திருந்த பாலன் கலந்துகொண்ட மாநாடு அது. பள்ளியின் அங்கீகாரத்தையே ஏன் ரத்து செய்யக்கூடாது' என அரசு விளக்கம் கேட்டபோது எட்டுமாத ஊழியத்திற்கு ரூ.300 ஊதியத்தோடு வாத்தியார் வேலையை விட வேண்டியதாயிற்று.

எனினும் காரட் அவரைக் கைவிட்டுவிடவில்லை. காந்தி கிராமத்தில் இயக்குநாக இருந்த தனது நண்பரும் காந்தியவாதியுமான டாக்டர் கய்த்தான் என்பவரிடம் இவரை அனுப்பி வைத்தார். அங்கே பி.டி.ஓ. வேலைக்கான படிப்பைத் தொடர விரும்பாது மதுரை திரும்பி சிறுவர் மிஷனரியாகச் சிறிது காலம் பணி செய்கிறார். இடையில் 1952 தேர்தலில் அதிக அளவில் கம்யூனிஸ்டுகள் வெற்றி பெறுகின்றனர். ராஜாஜி முதல்வர். "கேரளாவில் ஆசிரியர் ராமுண்ணி மீண்டும் பணியமர்த்தப்பட்டது போல, குற்றவாளி இல்லை என விடுதலை செய்யப்பட்ட ஆர்.எஸ். ஜேக்கப்பிற்கும் மீண்டும் ஆசிரியப் பணி செய்ய அனுமதி அளிக்க வேண்டும்" என சட்டமன்றத்தில் கம்யூனிஸ்ட் உறுப்பினர்கள் குரல் எழுப்பிய போது எந்த எதிர்ப்புமின்றி முதல்வர் ராஜாஜி அதற்கான அரசாணையை வெளியிட்டார். "வாத்தியார், காமராஜ் அந்த நாற்காலியில் இருந்திருந்தால் கூட உனக்கு மீண்டும் வேலை கிடைத்திருக்காது. போ, போய் வேலையில் சேர்" என பி.ராமமூர்த்தி ஜேக்கப்பைத் தோளில் தட்டி அனுப்பியுள்ளார்.

அரசாணை வெளியிடப்பட்ட செய்தியறிந்த காரட் உடனடியாக வாத்தியாருக்குப் பணி நியமன ஆணை வழங்கியுள்ளார்.

எனினும் கிறிஸதுவ சபையைப் பொறுத்தமட்டில் அவரைக் கிறிஸ்துவ ஊழியத்திற்குப் பயன்படுத்தவே விரும்பியது. சிறப்புச்சலுகை கொடுத்து அதற்கான பயிற்சியை விரைவாக முடிக்கவும் அனுமதி அளிக்கப்பட்டது. பயிற்சி முடிந்து பெங்களூரிவிலிருந்து திரும்பிய அவர் அன்று பொறுப்பிலிருந்த ரெவரண்ட் பால் மாணிக்கத்திடம் தனக்கு பாதிரியாவதில் விருப்பமில்லை என்றபோது அவர் வெகுண்டிருக்கிறார்.

"வே! ஜேக்கப், நீ அந்த மூலையிலே முட்டி போட்டு ஜெபம் பண்ணு. நான் இங்கே முட்டி போட்டு ஜெபம் பண்றேன். கடவுள் என்ன சொல்றார்னு கேட்போம்" என்று முட்டி போடச் சொல்லியுள்ளார் பால் மாணிக்கம். ஐந்து நிமிடங்கள் கழித்து அவரை எழச் சொல்லி, "கடவுள் உம்மகிட்ட பேசினாரா? " என்று கேட்டுள்ளார்.

"ஆம்."

"என்ன பேசினார்?"

“போதகராகப் போக வேண்டாம்னு சொன்னார்.”

வாத்தியாருக்கு 'உக்கிரங்கோட்டை' என்கிற தண்ணி இல்லாக் காட்டில் ஆசிரியப் பணி கொடுக்கப்பட்டது. கடவுள் உங்களிடம் உண்மையிலேயே பேசினாரா என நானும் கேட்கவில்லை. அவரும் சொல்லவில்லை.

இரண்டாவது கிரேட் வித்வான், பிறகு முதல் கிரேட் வித்வான் என பாளையங்கோட்டை செயின்ட் ஜான் உயர்நிலைப் பள்ளியில் தமிழாசிரியராக இருந்து 1985ல் ஓய்வு பெற்றுள்ளார். தொடர்ந்து பல ஆண்டுகள் கிறிஸ்துவ இதழ்களில் ஆசிரியராகவும் இருந்துள்ளார். 1956ல் திருமணம். 7 குழந்தைகள்.

விடைபெற்றுக் கிளம்புமுன் 'வாத்தியார்' நாவலின் இரண்டாம் பாகமான 'மரண வாயிலில்' நாவலை அவசியம் படிக்க வேண்டும் எனப் பலமுறை என்னிடம் வேண்டிக் கொண்டார் ஜேக்கப். நான் விடை சொல்லிப் புறப்பட்ட போது தன் மனைவி இருந்திருந்தால் இன்னும் நன்றாக உபசரித்திருக்க முடியுமே என ஒரு கணம் ஏங்கினார். பாளையங்கோட்டைக்கு ஒருமுறை வந்து நீதிமன்றத் தீர்ப்பு முதலான ஆவணங்களைப் பார்க்க வேண்டும் எனச்

சொல்லி விடைபெற்றேன். 'வாத்தியார்' நாவலின் இரண்டாம் பாகம் என ஜேக்கப்பால் குறிக்கப்படும் 'மரணவாயில்' நாவலைச் சற்றுமுன் படித்து முடித்தேன். நெல்லைச் சதி வழக்கு மற்றும் கைது செய்யப்பட்ட தோழர்களின் சிறை அனுபவங்களின் பதிவாக அமையும் இன்னொரு *Docu -novel* இது. எனினும் இதில் டாக்குமெண்டரி தன்மை அதிகமாகவும் நாவல் தன்மை குறைந்தும் காணப்படுகிறது.

தோழர்கள் நல்லகண்ணு, பாலன், மாயாண்டி பாரதி முதலானோர் மேலும் பல ஆண்டுகள் சிறையிலிருந்து விடுதலையாயினர். அவர்களின் தியாகங்கள் போற்றத்தக்கவை. தொடர்ந்து அவர்கள் கட்சிகளில் இருந்தனர். பொறுப்பு மிகுந்த பதவிகளையும் வகித்தனர். அந்த அளவில் ஓரளவிற்கு மக்கள் மத்தியில் அவர்களின் தியாகங்கள் குறித்த அங்கீகாரமும் அறிமுகமும் உள்ளது. ஜேக்கப்பின் எழுத்துக்கள் அவற்றிற்குப் பின்னணியாக உள்ள அனுபவங்கள் ஆகியன எழுத்துலகிலும் கூட உரிய அறிமுகம் பெறாதிருப்பதனாலேயே இந்தச் சந்திப்பு குறித்து இவ்வளவு விரிவாக எழுத நேர்ந்தது.

ஒன்றைச் சொல்லி முடிக்க வேண்டும். வழக்கின் இறுதியில் வாத்தியாருக்கு ஜாமீன் கிடைக்கிறது. நெல்லையில் தங்கி தினமும் கையொப்பமிட வேண்டுமென்பது நிபந்தனை. அப்போது அவர் தினமும் சந்தித்து, விரிவாக இலக்கிய, சமூகப் பிரச்சினைகள் குறித்து விவாதம் நடத்திய ஒருவர் புகழ்மிக்க எழுத்தாளர் ஜி.நாகராஜன். நாகராஜனின் சொந்த வாழ்க்கை குறித்து விவாதிக்கவும், அறிவுரை சொல்லவும் கூடிய அளவிற்கு இருவருக்கும் நட்பு இருந்தது. வாத்தியார் மீண்டும் சிறைக்குச் சென்றபின் நாகராஜன் அவரைச் சிறையிலும் வந்து பார்த்துள்ளார். 'குறத்தி முடுக்கு' நாவலைக் கையெழுத்துப் பிரதியிலேயே வாசித்த முதல் வாசகரும் வாத்தியாரே

"குறத்தி முடுக்கு படித்தேன். அற்புதமான குறுநாவல். சொல்லக் கூடாத அசிங்கங்களை அழகாக இலக்கியம் பண்ணி இருக்கிறீர்கள். உடனே பிரசுரியுங்கள். பல்லோராலும் விமர்சிக்கப்படும் மிகச் சிறந்த குறுநாவலாக இருக்கும்" என்று கூறி நாகராஜனை வாத்தியார் சிறைக் கம்பிகளினூடே வாழ்த்தவும் செய்துள்ளார்.

ஜனவரி, 2011

புத்தகச் சந்தைக்குப் புதிதாய் வந்த சில நூற்கள் –1

கூத்துக் கலைகளின் எதிர்காலம்

தமிழில் மாதத்திற்கு சராசரியாக ஆயிரம் நூற்கள் வெளிவருகின்றன எனச் சமீபத்தில் 'புத்தகம் பேசுது' இதழில் படித்தேன். இதில் குறிப்பிடத்தக்க எண்ணிக்கையிலான நூற்கள் சென்னை புத்தகச் சந்தையை ஒட்டி வெளியிடப்படுகின்றன. பெரு நிறுவனங்கள் நூற்றுக்கணக்கில் புத்தகங்களை வெளியிடுகின்றன. வணிக நோக்கு தவிர மற்றபடி இலக்கியப் பரிபாலனங்கள் எதையும் செய்வதாகக் காட்டிக் கொள்ளாத பெரு நிறுவனங்களைக் காட்டிலும் இலக்கியத்தை உய்ப்பதாக உரிமை கோரி அதிகாரம் செலுத்துகிற பெரு நிறுவனங்கள் மிகவும் ஆடம்பரமான வெளியீட்டு விழாக்களை நடத்துகின்றன. நட்சத்திர அரங்குகள், 'செலிபிரிட்டி'கள் என்பதாக அவை அமைக்கின்றன. சில நிறுவனங்கள் இருவகை வெளியீட்டு விழாக்கள் நடத்துவதையும் காணலாம். சாதாரண எழுத்தாளர்களின் நூலுக்குக் கொஞ்சம் சாதாரணமான விழா, செலிபிரிட்டி எழுத்தாளர்களுக்கு ஓகோ என்று பெருவிழா.

இந்தக் கூத்துகளுக்கும் இவற்றினூடாக வெளிப்படும் ஆபாசங்களுக்கும் இடையில் சில சின்ன எழுத்தாளர்கள் எழுதி சின்ன பதிப்பகங்களால் வெளியிடப்படும் சில நூல் வெளியீட்டு விழாக்களில் கலந்து கொள்ளும் நல்வாய்ப்பு எனக்கு இந்த மாதத்தில் கிட்டியது. உண்மையிலேயே சிறந்த நூற்களாகவும் தவிர, தமிழுக்கான அருங்கொடைகளாகவும் அவற்றில் பெரும்பான்மை அமைந்தன. இவற்றில் சில குறித்து இங்கே பதிவு செய்யத் தோன்றுகிறது.

முதலில் 'அருங்கூத்து'. மணல்வீடு என்கிற சிற்றிதழின் ஆசிரியர் ஹரிகிருஷ்ணன் தவசிக்கருப்பசாமி என்கிற புனைபெயரில் கொங்கு நாட்டு தெருக்கூத்துக் கலைஞர்களைப் பேட்டி கண்டு தொகுத்துள்ளார். இவற்றில் பல அவரது 'மணல் வீட்டில்' வெளியானவை. கொங்கு நாட்டுத் தெருக்கூத்து குறித்த ஒரு மிக முக்கியமான ஆவணமாக வெளிப்பட்டுள்ள இந்நூல் டபுள் கிரவுன் அளவில் 200 பக்கங்கள் (விலை: ரூ.250 தொடர்புக்கு 98945 05371). பிழைகளற்ற நற்பதிப்பு. அவரே கடன உடன வாங்கி வெளியிட்டுள்ளார். யாத்ரா முதலான சிற்றிதழ்கள். ந.முத்துசாமி முதலான விஷயம் தெரிந்த ஆதரவாளர்களின் அருட்பார்வைகள், ஃபோர்டு ஃபவுண்டேஷன் போன்ற பன்னாட்டு நிறுவனங்கள் ஆகியவற்றின் தயவால் நியாயமான அங்கீகாரம் பெற்ற வட மற்றும் தென் தமிழ்நாட்டுக் கூத்துக் கலைகளுக்குக் கிடைத்த வாய்ப்பு ஏனோ கொங்கு நாட்டுக் கூத்துகளுக்குக் கிடைக்கவில்லை. அவ்வளவு விஷயம் தெரியாத அப்பாவியானாலும் அர்ப்பணிப்புமிக்க உண்மையான சிற்றிதழாளரான ஹரிகிருஷ்ணனின் சக்திக்கு மீறிய உழைப்பின் வெளிப்பாடாக இந்நூல் அமைந்துள்ளது. அவரே ஒரு தெருக்கூத்து ஜமாவை உருவாக்கிப் பாதுகாத்து வருவதாகவும் அறிந்தேன்.

தஞ்சை மாவட்டத்தில் இப்படியான தெருக்கூத்து மரபு இல்லை. தோல் பொம்மை, பொம்மலாட்டம் முதலியன உண்டென்ற போதிலும் அவை கோயில் சார்ந்த சடங்குகளுடன் அதிகம் இணைக்கப்பட்டதில்லை. கோயில் திருவிழாக்களின் போது சங்கரதாஸ் சுவாமிகளின் புராண நாடகங்கள் நடத்தப்படுவதுண்டு. புதுக்கோட்டை, மதுரை முதலான இடங்களிலிருந்து புகழ்பெற்ற நாடக செட்டுகளை அழைத்து வந்து நிகழ்த்தப்படும் இவையும் சடங்குகளோடு தொடர்பற்றவை. எனது ஓரத்தநாடு தாலுகாவை ஒட்டிய பகுதிகளில் கோயில் சடங்குகளுடன் இணைத்து சிறுத்தொண்டர் கதை நாடகமாகச் சில ஊர்களில் நடத்தப்படுவதுண்டு. இவை குறித்து ஆய்வு செய்து நண்பர் சுந்தர்காளி முனைவர் பட்டம் பெற்றுள்ளார். இவையும் முழுநேரத் தெருக்கூத்து கலைஞர்களால் நடத்தப்படுவதில்லை. கள்ளர் சமூகத்தைச் சேர்ந்த கிராம விவசாயிகள் ஆண்டுதோறும் சில காலம் பயிற்சி செய்து இவற்றை நிகழ்த்துவர். இதுதவிர, தஞ்சைக்கு அருகிலுள்ள மெலட்டூர் கிராமத்தில் பாரம்பரியமாக நடத்தப்படுகிற பாகவத மேளா குறித்து சிற்றிதழ் வாசகர்கள் நிச்சயம் அறிவர். இவற்றை ஆண்டுதோறும்

சிறப்புற நடத்துபவர்கள் தெலுங்குப் பார்ப்பனர்கள். குடும்ப ரீதியாக நடத்தப்படும் பாகவத மேளா கலைஞர்கள் பலர் இன்று துபாய் போன்ற நாடுகளில் வேலை செய்கின்றனர். ஆண்டுதோறும் இங்கு வந்து மேளாவை நடத்திச் செல்கின்றனர். தஞ்சையைச் சேர்ந்த தோல் பொம்மை பொம்மலாட்டக் கலைஞர்கள் பெரும்பாலும் மராட்டிகள்.

கொங்கு நாட்டுக் கூத்து முழுநேரக் கூத்துக் கலைஞர்களால் நடத்தப்படுகின்றது. இவற்றில் பங்கு பெறும் பெரும்பான்மையர் அப்பகுதியைச் சேர்ந்த ஆதிக்க சாதியினரான வேளாண் மற்றும் வன்னியக் கவுண்டர்கள் அல்லர். 'நறுக்கியான்', 'பொக்கையான்', 'களுவர்', 'அருந்ததியார்', 'பறையர்', 'குறவர்' முதலான தலித் சாதியினரே பெரும்பான்மையினர் என்பது கவனத்திற்குரியது. இதுகுறித்துக் கேட்கும்போது கலைஞர் எலிமேடு வடிவேலு இப்படிக் கூறுவார்.

> "ஆட்டமும் பாட்டமும் எங்களுக்குத்தான். ஓட்டும். சேவாட்ட முன்னாலும் சேரி, கூத்தேன்னாலும் சேரி. நல்லா கெவுனிச்சுப் பாத்தீங்கன்னா தெரியும். மத்தவுங்க ஆடற ஆட்டத்துக்கும் இந்த பறையஞ் சக்குமியரு தொம்பருங்க ஆடுற ஆட்டத்துக்குமுள்ள வித்தேசம். வன்னிய கவுண்டருங்க மத்தாளம் படிச்சி அடிக்கறாங்க. வெள்ளாளக் கவுண்டருங்க மத்தாளம் படிச்சி அடிக்குறாங்க. ஆனா கொறவருங்க பறையருங்க தொம்பருங்க அடிக்கிற அடியில இருக்கிற ருசிதாள விக்கியானம், சுதி ஞானம் அதுல இருக்காது."

"நொகம், பூட்டாங்கண்ணி, கருவத்தடி, கலப்ப இதெல்லாம் ஒரே மரச்சாதியில கடைஞ்சி மூட்டனாலும் இரும்புக் கொலுவில்லையின்னா அந்த உருப்படியை வைச்சு ஏரோட்ட முடியாது" என வடிவேலு கூறும்போது கலப்பைக்குக் கொழுபோல கூத்துக்கு இந்த மூன்று தலித் சாதியினரும் என அவர் கருதுவது விளங்குகிறது.

இந்தக் கூத்துக் கலைஞர்களை அவர்கள் மொழியில் பேசவிட்டு அவர்களிடமுள்ள அற்புதமான வித்தை குறித்த சாக்குகளைக் கறந்துள்ளதில் பேட்டியாளர் ஹரிகிருஷ்ணனின் பங்கு முக்கியமானது. பெரும்பாலும் பேட்டி எடுப்பவர்கள் வெளியிலிருந்து செல்பவர்களாகத்தான் இருப்பார்கள். உடை, மொழி, தோற்றம் எல்லாவற்றிலும் நேர்கண்டவருக்கும் நேர்காணல் செய்தவருக்கும்

இடையில் மிகப்பெரிய இடைவெளி இருக்கும். பாவ்லோ ஃப்ரெய்ரே சொல்வது போல அடித்தள மக்களிடம் உறைந்துள்ள மௌனப் பண்பாட்டை உடைப்பதற்கு மிகப்பெரிய தடையாக இந்த இடைவெளி அமையும். ஹரிகிருஷ்ணன் அவர்களோடு ஒருவராய் இருந்து அவர்கள் மொழியில் உறவாடி, அவர்கள் உடையில் தோன்றி, அவர்களின் வாயைக் கிளறும்போது அவர்களிடம் உறைந்துள்ள வித்தைச் சரக்கு உருகி அருவியெனப் பெருக்கெடுக்கிறது. நவீன கல்வி, நாகரிகம் ஆகிய அந்நியச் சரக்குகளால் பிளவுறாத அவர்களின் பிரச்சினை பெரும்பாலும் கவிதையாகவே பொழிகிறது.

குறிப்பாக, கலைஞர்கள் லட்சுமி அம்மாள், அம்மாபேட்டை கணேசன், வடிவேலு ஆகியோரின் நேர்காணல்களைச் சொல்ல வேண்டும். "ஆயா, இந்த ஊருதான் உங்க சொந்த ஊருங்களா?" என ஹரிகிருஷ்ணன் கேட்டவுடன், "பக்கிக்கும் பரதேசிக்கும் ஏதுசாமி சொந்த ஊரு? மானங்கூற மண்ணு ஆசாரம்" என்று தொடங்கி, "காட்ட வூட்ட தொலச்சவனுக்கு பண்ணாட்டு ஏது? பண்ணையமேது? ரொக்கம் ரோஜனம் ஏது? வேச்சியந்தான் ஏது கண்ணு" என லட்சுமி அம்மாள் வாயைத் திறந்தால் கவிதையாய்ப் பொழிகிறது.

கூத்துக்கதை ஒன்றை அம்மாபேட்டை கணேசன் சொல்வது போல நம்மால் நிச்சயமாகச் சொல்ல இயலாது. உடாங்கனையின் கனவில் தோன்றிய அழகனை இப்படி வர்ணிப்பார் அவர்: "வனைய முடியாத சித்ரம், வர்ணிக்க முடியாத அழகு வாளே வாளு தோளே தோளு!" தோள் கண்டார் தோளே கண்டார் என்கிற மாணிக்க வாசகங்களை அவர் படித்திருப்பாரோ தெரியாது.

நேர்கண்டவருக்கு இதில் பெரிய பங்குண்டு என்பதை மீண்டும் அழுத்திச் சொல்ல வேண்டியிருக்கிறது. பொம்மலாட்டக் கலைஞர் செம்மலையுடன் நமது தமிழ் நவீன நாடகக் கலை அறிஞர்கள் தஞ்சையில் நடத்திய உரையாடல் ஒன்றும் (1984) இத்தொகுப்பில் உள்ளது. நமது அறிஞர் பெருமக்கள் தமது அறிவுத்திறமையை வெளிக்காட்டி செம்மலைமீது அதைத் திணித்து மிரட்டி அவரை மௌனமாக்கியிருப்பதை ஒப்பிட்டுப் பார்த்தால் விளங்கும்.

கூத்துக்கலை குறித்து இக்கலைஞர்கள் அனுபவபூர்வமாகக் கூறும் கருத்துக்கள் அனைத்தும் செறிவு மிக்கவை. அவர்கள் உருவாக்கும் வரையறைகள் தேர்ந்த ஒரு விஞ்ஞானியாலும், அகராதிக்

கலைஞனாலும் உருவாக்க முடியாத சொற்செட்டுடையவை. இப்படி நான் சொல்வது கூடக் கல்வி சார்ந்த வல்லுநர்கள் குறித்த மிகை மதிப்பீட்டின் விளைவே. கூத்து என்றால் என்ன என்கிற கேள்விக்கு லட்சுமி அம்மாள் சொல்வார்.

> 'கண்ணுக்கு வெளிச்சமா வேசங்கட்டி தாளம் காலம் சுதி எசவோட பாட்டுப்பாடி ஆட்டம் ஆடி புத்திக்கு ஒறக்கிற கத சொல்றதுதான் கூத்து.'

ஆகா எத்தனை செறிவான வரையறை 1. வேசம் பிரகாசமாகவும் பார்வையாளரை ஈர்ப்பதாகவும் இருக்க வேண்டும். (வருடாவருடம் அலங்கார ஆபரணங்களைச் செப்பனிட வேண்டும். ஆடைகளை ஒட்டுப்போடாமல் ஒவ்வொரு வருடமும் புதிதாய்த் தைக்க வேண்டும் என இன்னொரு கலைஞர் விளக்கமளிக்கிறார்.) 2. தாளம், காலம், சுதி இசைவோடு பாட்டு மட்டுமன்று ஆட்டமும் அமைய வேண்டும். 3. ஆட்டம் பாட்டம் நடை அலங்காரம் மட்டும் போதாது. பார்வையாளர்களின் புத்தியில் உறைப்பதுபோல கதை சொல்ல வேண்டும்.

இவை மூன்றும் இணைவதே சரியான கூத்து. உடல், மனம், அறிவு என்கிற தளங்களில் வியாபிக்கிறது இவ்வரையறை. சரி, புத்திக்கு உறைக்கிறமாதிரி கதை சொல்வது எப்படி?

இரண்டு 'லட்சணமான விசயங்களை உள்ளடக்கியது' இது. அவை: 1. 'ஒவ்வொரு வேசத்துக்கும் ஐதீகமான வரலாறு விருத்தாந்தமிருக்கு. அதைச் சுருக்கிச் சொன்னவாறே ஆட்டக்காரர்கள் தர்பார் அளிக்க வேண்டும். இதுவே விருத்தம்' 2. மற்றது கந்தார்த்தம். முந்தையது முன் கதைச்சுருக்கம் என்றால் இது நிகழ்கதையைச் சொல்லும் விதம். 'கத காரணம்கிறது முத்திப் பழுத்த கனியின்னா அதோட சாறுதாம் கந்தார்த்தம்.'

ஒரு நல்ல கூத்து வாத்தியாரின் பணி என்னவாக இருக்கும்? அம்மாபேட்டை கணேசன் சொல்வார்.

"வெத்தல பாக்கு வாங்கறதும் வேசப்பொட்டி மேல் புள்ளையார வெச்சி பூசப் போடறதும் போனவெசயில பேசி மறப்புல படுத்துக்கறதும் வாத்தியார்தனமில்ல. 1. எனங்கண்டு ஆளுங்க வேசத்தப் பிரிக்கணும். 2. ஒட்ட வேண்டிய எடத்துல கதய ஒட்டி வெட்ட வேண்டிய எடத்துல வெட்டி கண்ணியக்காம கத பொருள

கொண்டாந்து தாவு சேத்தணும். 3. வேசம் ஒண்ணு வல்லையின்னா தாம் போட்டாடி சந்து அடைக்கணும். 4. சுதியேத்த எறக்கம் கூத்துல எந்தவொரு கொறப்பாடு நேந்தாலும் முந்தியத சரிக்கட்ட தெரிஞ்சிக்கறதுதான் வாத்தியார்தனம்."

கூத்துக்கு வாத்தியார் என்றால் திரைப்படத்திற்கு இயக்குநர் போல. சொல்லப்போனால் இது இன்னமும் கடினமான பணி. திரை இயக்கம் என்பது ஒவ்வொரு படத்திற்குமான ஒரு ஒப்பந்தப் பணி. கூத்து அப்படியல்ல. ஒரு ஜமாவை வைத்து நிர்வகிக்கும் பணி. ஒவ்வொரு கூத்தின்போதும் அதே கவனத்துடன் தொடர வேண்டிய பணி. இருக்கிற கலைஞர்களைப் பொருத்தம் மற்றும் திறமை கண்டு வேடமளித்தல், தொடர்ச்சி கெடாது எடிட்டிங் செய்தல், எந்த வேஷக்காரர் வர இயலாதபோதும் அதைத் தானே போட்டாடி இடைவெளி நிரப்புதல், தாள, சுதி பிறழ்வுகளை அவ்வப்போது சரி செய்தல், இன்ன பிற பணிகள் அவருடையவை என்கிறார் கணேசன்.

நல்ல கலைஞருக்கான இலக்கணமென்ன? கலைஞர்களின் வாக்குகளிலிருந்து...

> "1. சுதி இல்லன்னா மதி இல்ல. மதியில்லன்னா சுதி இல்ல. நல்ல சுதி ஞானம் நல்ல ஜதி ஞானம் அதோட சாரீரமும் வேணும். 2. எல்லாத்துக்கும் மேல கற்பூர புத்தியும் வித்தமேல பக்தியும் வேணும். 3. ஒரு நாளைக்கு ஒரு கட்டத்துல ஒரு மெட்டு பாடுனா மறுக்க அதே மெட்டில பாடக்கூடாது...... சோகமுன்னா சோகம், துடின்னா துடி. இப்படி காத்தால மொகம் அழிக்குறமட்டும் தொழில்ல சின்ன தப்பு வரக்கூடாது. 4. ஒவ்வொரு கூத்திலும் வரக்கூடிய நூற்றுக்கணக்கான பாடங்களுக்கும் ராக வரிசை, தாள வரிசை உண்டு. அத்துபடியா கத்துக்கிட்டு பாடனாலேயே அரைத் தொழிலுதான் செய்ய முடியும், 5. இன்னாருதான் இந்த வேசங்கட்டுனாங்கன்னு துளிகூட கண்டு சொல்லக்கூடாது. ஒரு வேசமுன்னா ஒரு வேசந்தாங்கறது கையாலாதவஞ் செய்யிற வேல. 6. கூத்து பாக்கறவன் கூத்தவொரு வேடிக்கையா பாக்கறவனில்ல. சரியானபடிக்கு அவனுமொரு ஆட்டக்காரனிங்கற கருத்த பொந்தியில் நிறுத்தி செஞ்சா எவந்தொழிலும் எத்து வரிசதாங் கண்ணு."

லட்சுமி அம்மாள், ஏகாபுரம் சுப்ரு, எலிமேடு வடிவேலு ஆகியோரின் கூற்றுக்களிலிருந்து தொகுத்தது இது. கூத்துக்கலைஞர்கள் மட்டுமின்றி எல்லாவிதக் கலைஞர்களுக்கும் நமது எழுத்தாளர்களுக்கும் கூட பொருத்தமான வரையறையே இவை. தொழில் சுத்தம், *Perfection*ஐ எட்ட இயலவில்லையாயினும் அதை நோக்கிய விடாமுயற்சி, *Repetion* இன்மை , குறிப்பான *Specialisation* இல்லாமல் எல்லாவற்றிலும் தேர்ச்சி, எல்லாவற்றிற்கும் மேலாக பார்வையாளனை சக கலைஞர்களாகவும் தம்மைவிடக் கூட சில அம்சங்களில் தேர்ச்சி பெற்றவர்களாகவும் மதிக்கும் பாங்கு ஆகியன எல்லோருக்கும் தேவையானவை தான். ஆனால் நமது அறிவாளிகள், பேச்சாளர்கள், எழுத்தாளர்கள் ஆகியோரின் முதற்பண்பாக இருப்பது எதிரே இருப்பவர்களை ஒன்றும் தெரியாதவர்களாக நினைத்துக்கொண்டு உபதேசம் செய்வதுதான்.

கலைஞர்களின் கூற்றுகளிலிருந்து இப்படி ஏராளமான விஷயங்களை நாம் பகிர்ந்து கொள்ள முடியும். ஏன் பெண் வேசமே போடுகிறீர்கள் என வடிவேலுவிடம் கேட்கும் போது அவர் சொல்வார்.

> "ஒடம்புல உள்ள முறுக்க கட்டுக் கொண்டாந்து இல்லாத ஒண்ண பாக்கிற சனம் மெச்ச காட்டி மெய்ப்பிக்கறதுங்கறது ஒரு சாத்ரிகம். சாமர்த்தியம்."

"ஏன் மக்கள் கூத்தில் ஆர்வம் காட்டுகின்றனர்?" என கணேசனிடம் கேட்கும்போது, "அது மனித இயல்பு" என்பார். "மாடு கண்டா ஒதுங்காம, மனுசனக் கண்டா பேசாம அதுயென்ன பொழப்பு?"

ஒவ்வொரு ஜமாவுக்குமான தனித்துவத்தை வலியுறுத்தும் அதே நேரத்தில் பாரம்பரியம், மரபு ஆகியவற்றிலிருந்து வழுவுவதை அவர்கள் ஏற்பதில்லை. "(அப்போதெல்லாம்) அலங்காரம் ஐதீகமா நடந்துச்சு. புள்ளிவிட்டு புள்ளி மாறாது இப்பத்தான் கோமாளி வேசக்காரன உளறவிட்டு கூத்தயே கந்தர் கோலம் பண்றாங்களே" என ஒருவர் அலுத்துக் கொள்கிறார். அதே சமயத்தில் "நம்பிக்கை அற்றுப் போக வேண்டியதில்லை. புதிதாக உருவாகிறவர்களில் நல்ல தொழிலாளிகளும் இருக்கிறாங்க" என்றொரு பட்டியலையும் மூத்த கலைஞர் லட்சுமி தருகிறார்.

வெளியீட்டு நிகழ்வின்போது தமிழகத்தின் இத்தகைய பாரம்பரியக் கலைகள் மெல்லச் சாவது கண்டு மனம் நொந்து பேசினார் ஓவியர்.

வீர சந்தானம். தமிழர்களின் பொறுப்பின்மையைச் சாடினார். அடுத்துப் பேச வந்த வெளி ரங்கராஜன், "இப்படியெல்லாம் கவலைப் படத் தேவையில்லை. நாட்டுப்புறங்கள் இருக்கும் வரை நாட்டுப்புறக் கலைகளும் வாழும்" என்றார். எனக்கென்னவோ இந்த இரண்டிற்கும் இடைப்பட்ட நிலைதான் எதார்த்தம் எனத் தோன்றுகிறது. கலைஞர்களின் கூற்றுகளிலிருந்து இதை நாம் உணர முடியும்.

கலைஞர்களின் சந்ததியரில் பலர் இப்போது இத்தொழிலை நாடுவதில்லை. வருசம் நூறு இருநூறு கூத்தாடன எடத்துல இன்னிக்கி அம்பது ராத்திரி ஆடறதே அரிது என அரிகிருஷ்ணனே ஏற்றுக்கொள்கிறார். ஊரு ஊரா கூத்தாடிக்கிட்டு வகையான சித்திரவதைப் படறோம் எனக் கலைஞர்கள் புலம்புகின்றனர். கொண்டாடிப்பட்டு ராஜுவின் அய்யன் (அப்பா) "என்னோட போவுட்டுமிந்த கூத்து. பையனுக்கு அது வேண்டாம்." என்று தீர்மானமாகச் சொல்வதையும் பெண்கள் கூத்தாடுவதற்கான சூழல் இன்று குறைந்து வருவதைக் கூத்துக்கலைஞர் ஜெயா கூறுவதையும் நாம் கவனத்தில் கொள்ள வேண்டும்.

> "ஒடம்புல சத்து இருக்க மட்டும் ஆடுனாங்க. வூடு பிள்ளை குட்டிங்க பெத்தாங்க. காதுல மூக்குல கெடக்குறத வித்துக்கூட அதுங்களுக்கு சீரு பாரு பாத்தாங்க. இப்ப ஊடுமில்ல வாசலுமில்ல. நாடோடிங்களா மேச்சேரி வனவாசி நங்கோளி தெருக்கோடியா சந்த சந்தைக்கி மொளவுத்தூளு வித்துக்கிட்டு திரியுதுங்க. அரக்க பரக்க பாடுபட்டாலும் படுக்க பாயில்லங்கறாப்பலதானுங்க நம்ம பொழப்பு"

என ஜெயா இன்றைய கலைஞர்களின் நிலையைச் சுருக்கமாகப் படம் பிடித்துக் காட்டுகிறார்.

"பின் ஏன் இந்தத் தொழிலைக் கட்டி அழுகிறார்கள்? வயிற்றுக்குக் கஞ்சி ஊத்தக்கூடிய வேறு ஏதாவது தொழிலை நாடலாமே?" எனக் கேட்கும்போது, "நீங்க சொல்றது நூத்துல வொரு வார்த்தைங்க. எப்படிச் சம்பாரிச்சாயென்ன? எத தின்னாயென்ன? இந்த அங்கமாகப்பட்டது நம்பிப் போயிருஞ்சாமி. ஆனா பாழாப்போன பொந்தி அப்படீங்களா?" என ஜெயா திருப்பி வினவும்போது ஒரு உண்மையான கலை மனத்தின் தாபத்தை நாம் புரிந்து கொள்கிறோம். வயிற்றுக்கும் அப்பால் மனம் இருக்கிறது. அறிவு

இருக்கிறது. மக்களைத் தாங்கள் படும் கஷ்டத்தை மறந்து விடியுந் தண்ணியும் குந்தி சந்தோஷப்பட வைக்க முடிகிறதே. இந்த மாதிரி அம்சம் யாருக்கு வாய்க்கும் என்கிற திருப்தியில் அவர்கள் வாழ்கின்றனர். அவர்களின் ஆட்டத்தை மக்கள் பார்க்க வேண்டும், ரசிக்க வேண்டும், பாராட்ட வேண்டும், மேடை ஏறி 'பின்குத்த்' வேண்டும். "ஆட்டக்காரனுக்கு வவுத்துக்குக் கஞ்சியில்லன்னாலும் வாயி உபச்சாரம் தேவை."

காலம் மாறுகிறது மிகப்பெரிய மாற்றங்களை அது எல்லாவற்றிலும் ஏற்படுத்துகிறது. இதை எதிர்த்து நாம் நிற்க இயலாது. இந்தத் தவிர்க்க இயலாமையை நாம் புரிந்து கொள்ள வேண்டும். நாட்டுப் புறங்கள் எல்லாம் நாட்டுப்புறத் தன்மைகளை இழந்து வருவதை நாம் கவனத்தில் கொள்ள வேண்டும். இவற்றைக் காப்பாற்ற நாம் எடுக்கும் எல்லா முயற்சிகளும் இவற்றை இக்காலத்திற்குத் தக நவீனப்படுத்துவதாகவே அமையும். நவீனப்படுத்துவதென்பது அவற்றின் மூல வடிவத்தைச் சிதைப்பதாகவே முடியும்.

அருட் தந்தை குழந்தை அவர்கள் வாக்ரி போலியார்கள் (நரிக்குறவர்கள்) பற்றி எழுதியுள்ள நூலொன்றிற்குச் சில நாட்கள் முன்பு முன்னுரை எழுதினேன். நரிக்குறவர் என்கிற இனம் நம் கண்முன் அழிந்து வருவது குறித்த அக்கறை அந்த நூலின் ஒவ்வொரு பக்கத்திலும் வெளிப்படுகிறது. ஆனால் அந்த அழிவிலிருந்து காப்பாற்றுவதற்காக அவர் வைக்கும் தீர்வுகள் அந்தச் சமூகத்தின் தனித்தன்மையை அழிப்பதாகவே முடிகிறது. இன்றைய காலத்தில் கல்வி முக்கியம். நரிக்குறவக் குழந்தைகளுக்கும் அதை அளிப்பது மிக அவசியம் என்பதை யாரும் மறுக்க முடியாது. வாக்ரி போலி குழந்தைகள் கல்வி கற்கத் தடையாக இருப்பது அவர்களின் நாடோடி வாழ்க்கை . எனவே அவர்களுக்கு நிரந்தரக் குடியிருப்பு அமைக்க வேண்டும். வருமானத்திற்கு நிலம் கொடுக்க வேண்டும். சுய உதவிக் குழுக்களை அமைக்க வேண்டும். ஆக, அவர்களின் நாடோடித்தன்மை, வேட்டை வாழ்க்கை ஆகியவற்றை அழித்து நமக்குக் கட்டுப்பட்ட சமுதாயமாக மாற்றுவதற்காகத்தான் நமது பரிந்துரைகள் அமைகின்றன. ஆனால் இதற்கென்ன தீர்வு என்று தெரியவில்லை. சம காலத்தில் நாம் எதிர்கொள்ளும் தீர்வற்ற கேள்விகளில் இதுவும் ஒன்று. நாட்டுப்புறக் கலைகளுக்கும் இது பொருந்தும்தானே.

எனவே மாற்றங்கள் தவிர்க்க இயலாதவை. புதுமைகள் புறக்கணிக்க

இயலாதவை என்கிற புரிதலோடு நமது பாரம்பரியக் கலைகளைக் காக்க முனைவதே உசிதம்.

விழாவில் பேசிய ராஜேந்திர சோழன் (அஸ்வகோஷ்) நாம் வறட்டுத்தனமாகச் சடங்குகளை எதிர்த்ததுதான் சடங்குகளோடு இணைந்த இக்கலைகளின் நசிவிற்குக் காரணம் என்றார். நமது எதிர்ப்புகளால் சடங்குகள் மற்றும் நம்பிக்கைகள் ஒன்றும் குறைந்தபாடில்லை என்பது ஒருபுறமிருக்க, சடங்குகளோடு கிராமப்புறக் கூத்து முதலான கலைகள் மட்டுமல்ல. நமது சாதி முறையும் ஏற்றத்தாழ்வுகளும் பின்னிப் பிணைந்துள்ளதை நாம் மறந்துவிடக்கூடாது. கோவிற் சடங்குகளில் ஒவ்வொரு சாதிக்கும் ஒரு இடம். அவற்றின் ஏற்றத்தாழ்வுகளோடு உறுதிசெய்யப்பட்டு வருகின்றன. அவற்றை எதிர்த்தே இன்று அடித்தள மக்கள் பல இடங்களில் போராடியும் வருகின்றனர்.. பெரியார் முதலானோர் சடங்குகளைச் சடங்குகள் என்பதற்காக எதிர்க்கவில்லை. அவற்றோடு பின்னிப் பிணைந்திருந்த சாதியம், பார்ப்பனீயம் ஆகியவற்றின் காரணமாகவே எதிர்த்தனர். நாட்டுப்புறக் கலைகளுக்காக சடங்குகளைக் காப்பாற்றப் போய் அது சாதியத்தை உறுதி செய்யும் மறைமுக நிகழ்வாக ஆகிவிடக்கூடாது. இன்றளவும் கொங்குப் பகுதியில் இத்தெருக்கூத்து தலித் மக்களால் நடத்தப்படுவதாலேயே ஆதிக்க சாதியினரின் அலட்சியத்திற்குக் காரணமாகிறது என ஹரிகிருஷ்ணன் நேர்ப் பேச்சில் கூறியதும் இங்கு குறிப்பிடத்தக்கது.

தவிரவும் பழந்தமிழ்க் கொள்கையே சைவ சமயம் எனவும், தமிழர் நாகரிகம் வேளாளர் நாகரிகமே எனவும், சென்ற நூற்றாண்டில் இங்கு உருவான தேசிய உணர்வு தமிழை ராஜராஜசோழன், பெரிய கோயில், சைவ சமயம் பக்தி இயக்கங்கள் என்பதாக அணுகி சிறு தெய்வ வழிபாடு முதலானவற்றை இழிவு செய்ததும் நாட்டுப்புறக் கலைகள் புறக்கணிக்கப்பட்டதன் பின்புலமாக அமைந்துவிட்டதையும் நாம் மறந்துவிடலாகாது. நா.வானமாமலை முதலான இடதுசாரித் தமிழறிஞர்களும், அமைப்பியல்வாதம் முதலியவற்றை முன்னிறுத்திய தே. லூர்து முதலான கல்வி சார் அறிஞர்களும்தான் சென்ற நூற்றாண்டில் நாட்டுப்புற இலக்கியம், கலைகள் ஆகியவற்றின்பால் முதன் முதலாகக் கவனம் ஈர்த்தவர்கள். அடித்தள மக்களே அவற்றைக் காப்பாற்றி வந்தவர்கள்.

கடைசியாக ஒன்றைச் சொல்லி முடிக்க வேண்டும். நாட்டுப்புற மக்கள் அவர்தம் உளவியல், கலைகள் ஆகியவற்றைப் போதிய

கவனம் எடுத்துப் பாதுகாத்தல் என்பது ஒரு பக்கம். இன்னொரு பக்கம் அவற்றை *romanticise* பண்ணிப் பார்ப்பதும் ஆபத்து. நாட்டுப்புற உளவியலில் கலந்துள்ள சமரசக் கூறுகளின்பால் நான் தொடர்ந்து கவனம் ஈர்த்து வருகிறேன். அந்தோனியோ கிராம்சி கூறுகிற மக்களின் "பொதுப்புத்தி" *(common sense)* என்கிற கருத்தாக்கம் முக்கியமானது. மோதற் கூறுகளைப் *(conflicts)* போலவே சமரசக் கூறுகளும் *(compromise)* அதில் விரவி நிற்கும். அருகிலுள்ள சிறு எதிரியைப் பிரதானப்படுத்தி தொலைவிலுள்ள பெரிய எதிரியை கண்டும் காணாமல் விட்டுவிடும் ஆபத்துகள் அதிலுண்டு.

"ஊரான் ஊரான் தோட்டத்திலே ஒருத்தன் போட்டான் வெள்ளரிக்காய். அதைக் காசுக்கு ரெண்டு விக்கச் சொல்லி காயிதம் போட்டான் வெள்ளைக்காரன்" முதலானவற்றைச் சொல்லியே ஏகாதிபத்திய எதிர்ப்புக்கு அடையாளமாக நாட்டுப்புறப் பாடல்களை நாம் சொல்லி வந்துள்ளோம். "தெய்வீகக் கட்டபொம்முதீரம் வாழி, ஏர் வாய்ந்த ஆங்கிலேய அரசும் வாழி, எமது குல வேளாள முதலியாரும் வாழி" என்று சொல்லித்தான் கட்டபொம்மன் கூத்துப்பாட்டு முடிவடைகிறது என்பதையும் நாம் மறந்துவிடலாகாது.

நமது கலைஞர்களின் கூற்றுகளிலும் நாட்டுப்புற மக்களின் எளிய உளவியல் வெளிப்படுவது கவனிக்கத்தக்கது. கால மாற்றத்தை அவர்களும் கணக்கில் கொள்ளவில்லை. அரசு புறக்கணிப்பு முதலானவை குறித்த போதிய பிரக்ஞையும் கூட அவர்களிடமில்லை. தங்களின் தாழ்ச்சிக்குத் தாங்களே காரணம் என்றே அவர்கள் புரிந்து கொள்கின்றனர். கூத்துக்கலையின் வீழ்ச்சி குறித்து கலைஞர் சுப்ரூவிடம் கேட்கும் போது அவர் இப்படிக் கூறுவார் :

> வேற எதுவும் காரணமில்ல. கூத்தாடற கூத்தாடிதான் இதுக்குக் காரணமுன்னு நாஞ் சொல்றேன். ஒரு கடலச்செடி கடல வெட்டப்போனா, ஒரு தென்னஞ்செடி பாரு புடிக்கப் போனா பொழுதுக்கும் ஆம்பளையாளுக்கு நூத்து இருவது இல்ல நூத்தம்பது ரூவா கூலி. கூத்துல ஒரு ராத்திரிக்கு நானூறு ஐநூறு ரூபா குறையாம வாங்கறானே... ஒரே ஒரு மணி நேரம் அவன் ஒழுக்கமாக டூட்டியச் செய்யறானா?"

என கூத்துக்கலைஞர்களின் வாழ்க்கைச் சரிவிற்குக் காரணமாகச் சாராயம், குடி முதலானவற்றை அவர் சுட்டிக் காட்டுவார். குடி, மனைவிக்கு அப்பாற்பட்ட பாலியல் தொடர்பு, அளவறிஞ்சு செலவு

செய்யாமை முதலியவற்றை வடிவேலு காரணமாய்ச் சொல்வார். "குதிச்ச குதிக்குத் தகுந்த வரும்படி. மாணிக்கம்பட்டி கணேசன் மெத்த வீடு கட்டிப் பொழக்கலியா?" என்று திருப்தி காண்பார் சுப்ரு. "செட்டுல ஒரு வேசக்காரனுக்கு வர்ற வரும்படி, உங்களுக்கு வருதான்னு பாருங்க" என்று ஒரு ஆலைத் தொழிலாளியான ஹரிகிருஷ்ணனிடம் திரும்பிக் கேட்பார் வடிவேலு.

ஆக, இவர்கள் ஒப்பிட்டுப் பார்த்து திருப்தி அடைவது கூட அருகிலுள்ள விவசாயக் கூலிகள், ஆலைத் தொழிலாளிகள் ஆகியோருடன் தான். உலகமய யுகத்தில் கலை எப்படி வணிகப் பொருளாகி நகர்ப்புறக் கலைஞர்கள் எவ்வாறு கோடி கோடியாய்ச் சம்பாதிக்கிறார்கள் என்பது குறித்து அவர்களுக்குப் பிரக்ஞை இல்லை. மென்பொருள் பொறியியல் முதலான துறைகளில் மாதம் ஒன்றிற்கு ஒரு லட்சம் சம்பாதிக்கிறவர்கள் பற்றியெல்லாம் அவர்களுக்குத் தெரியாது.

கூத்தும் கூத்தாடிகளும் பிழைக்க வழி என்ன என்பதற்குக் கூட அவர்கள் சொல்லும் வழி எல்லா வாத்தியார்களும் ஒன்றாகக் கூடிப்பேசி மாசு மறுக்களை நீக்கி தூய மரபைக் கண்டறிதல், சிறந்த கலைஞர்களைக் கொண்டு மாதிரி ஜமா ஒன்றை உருவாக்குதல், புதியவர்களுக்கு இந்த ஜமா மூலமாகவே பயிற்சி அளித்தல், கூத்து அலங்காரப் பொருட்களை என்றும் புதுமையாக வைத்திருத்தல், குடி, ஊதாரிச் செலவு முதலியவற்றைத் தவிர்த்தல் என்கிற மட்டங்களிலேயே நின்றுவிடுகிறது.

புதிய கலைகளை வெறும் தொழில்நுட்பம் சார்ந்த விஷயமாக மட்டுமே அவர்கள் பார்க்கின்றனர். மக்கள் மத்தியிலுள்ள வக்கிரங்கள் மற்றும் மேன்மைக் குணங்கள் எல்லாம் காலம் காலமாக இப்படியேதான் இருக்கின்றன. எனவே மகாபாரதம், இராமாயணம் இவற்றினூடாகவே நவீனப்பிரச்சினைகள் எல்லாவற்றையும் பேசிவிட இயலும் என்று அவர்கள் உறுதியாக நம்புகின்றனர்.

"எது கண்ணு புதுசு? ராக்கெட்டும் ஏரோக் கப்பலும் டி.வி. பொட்டியும் இந்த சினிமாவுந்தான் புதுசு. இந்த மானங்கெட்ட மனுசரும், அவுங்க கோணப்புத்தியும் அன்னைக்கியிருந்து இன்னைக்கும் அச்சுக் கொலயாம அப்படியே இருக்குதே காண? முக்காலத்துக்கு உகந்த கருத்து முச்சூடும் ராமாயணத்துலயும் மகாபாரதத்துலயும் இருக்கு கண்ணு"

என்கிறார் சுப்ரு.

அம்மாபேட்டை கணேசன் வாத்தியார் பாணியில் நடத்தப்பட்ட அரவான் களப்பலி கூத்தின் எழுத்துருவாக்கம் ஒன்றும் நூலில் சேர்க்கப்பட்டுள்ளது. மொத்தத்தில் கொங்கு நாட்டுக் கூத்து பற்றிய ஒரு ஆவணமாக மட்டுமின்றித் தன்னளவில் முழுமையான ஒரு இலக்கியமாகவும் இந்த நேர்காணல்கள் அமைந்துள்ளன.

பாலை நிலவன் கதைகள், சுந்தர ராமசாமி கடிதங்கள் முதலான நூல்கள் குறித்து அடுத்து பார்ப்போம்.

பிப்ரவரி 2011

புத்தகச் சந்தைக்குப் புதிதாய் வந்த சில நூற்கள் – 2

பாலை நிலவனின் பாழ்வெளியும் சுந்தர ராமசாமியின் கடிதங்களும்

சென்ற மாதத்தில் மூன்று முக்கிய தமிழ் எழுத்தாளர்களின் கிட்டத்தட்ட எல்லாச் சிறுகதைகளையும் படிக்க நேரிட்டது

சாகித்ய அகாடமியினர் குடந்தையில் நடத்திய மணிக்கொடி எழுத்தாளர் எம்.வி.வெங்கட்ராமின் படைப்புகள் குறித்த கருத்தரங்கில் பேசுவதற்காக அவர் எழுதிக் குவித்திருந்த அத்தனை கதைகளையும் நாவல்களையும் படித்தேன். மத்திய அரசின் சாகித்ய அகாடமி, மாநில அரசின் கலைமாமணி விருதுகளைப் பெற்றுள்ள நாஞ்சில் நாடனுக்கு நடைபெற்றுக் கொண்டுள்ள எண்ணற்ற பாராட்டு விழாக்கள் ஒன்றில் பேசுவதற்கும் ஒரு வாய்ப்பு கிடைத்தது. தமிழினி' பதிப்பகம் மதுரையில் நடத்திய இந்நிகழ்விற்காக நாஞ்சில் நாடனின் எல்லாச் சிறுகதைகளையும் பெரும்பாலான அவரது பிற எழுத்துக்களையும் படித்துத் தீர்த்தேன். இந்தப் புத்தகச் சந்தைக்குப் புதிதாய் வந்திருந்த பாலை நிலவனின் 'எம்.ஜி.ராமச்சந்திரனும் காரல் மார்க்ஸும்' நூல் வெளியீடு சென்னையிலும் கோவையிலும் நடந்தபொழுது, இரண்டிலும் பங்குபெற நண்பர்கள் அழைத்தபோது மகிழ்ச்சியோடு பங்கு பெற்றேன். தொண்ணூறுகளில் எழுத வந்த பாலை நிலவன் ஒரு முக்கிய கவிஞராகவும் சிறுகதை ஆசிரியராகவும் பரிணமித்துள்ளவர். அவர் கடந்த பத்தாண்டுகளில் எழுதியுள்ள பதினேழு சிறுகதைகளின் தொகுப்பு இது (பக்கம் 300, கெட்டி அட்டை , விலை: ரூ.200 தொடர்புக்கு அனன்யா 94881 88808).

இம்மூன்று சிறுகதை ஆசிரியர்களின் எழுத்துக்களும் ஒரு வகையில் வெவ்வேறு தலைமுறைகளைச் சேர்ந்தவை. வெங்கட்ராம் மணிக்கொடி காலத்தவர். அறுபதாண்டு காலம் ஏராளமாக எழுதியவர். எல்லாத்தரப்பினராலும் பாராட்டப்பட்டு ஏராளமாக எழுதிக் கொண்டிருப்பவர் நாஞ்சில். எழுபதுகளில் எழுதத் தொடங்கியவர். அவர் குறித்து விரிவாக எழுத வேண்டும். பாலை இன்றைய தலைமுறை இளைஞர். வெங்கட்ராமுக்கும் நாஞ்சிலுக்கும் இடையில் புனைவு மொழியில் வளர்ச்சி இருந்தபோதும் அது ஒரு பாய்ச்சலாகப் பரிணமிக்கவில்லை. பாலையைப் படிக்கும் போதுதான் தொண்ணூறுகளில் எத்தகைய ஒரு பாய்ச்சல் தமிழ்ப்புனைவுகளின் மொழியிலும் வடிவிலும் ஏற்பட்டுள்ளது என்பது விளங்கும். கோணங்கி, பிரேம் - ரமேஷ் இப்படியான ஒரு வரிசையில் பாலையின் புனைவு மொழியைப் பொருத்திப் பார்க்க இயலும்.

வெங்கட்ராம் குறித்து ஏற்கனவே எழுதியுள்ளேன். பல்லாயிரம் பக்கங்கள் எழுதிக் குவித்த அவர் எழுத்துக்களில் தலித்துகள், முஸ்லிம்கள் ஆகியோரை எங்கும் சந்திக்க இயலாது. தோன்றும் ஓரிரண்டு கிறிஸ்துவப் பாத்திரங்களும் எதிர்மறையாகச் சித்திரிக்கப்பட்டிருக்கும். மொழிச் சிறுபான்மையினருள் ஒருவரான அவர் பெருமத அடையாளமொன்றில் தன்னைச் சுருக்கிக்கொண்டவர். வெளிப்படையாகப் பகுத்தறிவுக் கொள்கைகளையும் முற்போக்குச் சிந்தனைகளையும் கேலி செய்தவர். அத்வானியை சந்தித்துப் பாராட்டியவர். ஆனால் இத்தனைக்கும் பின்னால் சில மரபு வழிப்பட்ட நம்பிக்கைகளையும் நிறுவனங்களையும் உடைத்து நொறுக்கியவர் அவர். குடும்பம் என்கிற 'ராஜ்யம் நிலைக்க வந்த ஸ்தாபனத்தை' அவர் அளவுக்குக் கட்டுடைத்து அது எவ்வாறு ஒரு சுரண்டற்களமாவும் ஒடுக்குமுறை நிறுவனமாகவும் உள்ளது என்பதைச் சொன்னவர் யாருமில்லை. 'தாய்' என்கிற புனித பிம்பத்தை அவரும் 'தந்தை' என்கிற பிம்பத்தை யூமா வாஸுகியும் உடைத்து நொறுக்கியுள்ளதை யாரும் மறந்துவிட இயலாது. நவீன தமிழின் மிக முக்கிய படைப்புகள் என 100 நூல்களைத் தெரிவு செய்தோமோனால் நிச்சயம் அதில் வெங்கட்ராமின் 'வேள்வித் தீயும்' ஒன்றாக இருக்கும்.

நாஞ்சில் மரபு நிறுவனங்களைப் போற்றுகிறவர். இவற்றினூடாக வெளிப்படும் மானுட நேயத்தின் பால் வாசகர்களை ஈர்த்து மனம்

கசிய வைப்பவர். மரபு வழிப்பட்ட மருத்துவம், விவசாயம், கிராமிய வாழ்வு முறை எல்லாம் போச்சே எனப் புலம்புபவர்.

பாலை நிலவனின் உலகம் முற்றிலும் வேறுபட்டது பாழ்மை, நோய்மை' என்கிற சொற்கள் நூலெங்கும் பரவிக் கிடக்கின்றன. இந்த உலகம் ஒரு மிகப்பெரிய குற்றச் செயல்களின் களமாகவும், விபச்சார விடுதியாகவும், நாற்றமெடுத்த மலக்கூடமாகவும் இருப்பதையும் இவற்றினூடாக உதிரிகளான விளிம்புநிலை வாழ்வினர் புழுக்களைப் போல நெளிந்து திரிவதையும் மனத்தில் அடித்து உறைக்க வைப்பதற்கு வழமையான மொழியும் வடிவும் சாத்தியமில்லை என்பதை இன்றைய தலைமுறை இளைஞர்களில் சிலர் உணரத் தொடங்கியதற்குச் சாட்சியமாக நம்முன் விரிந்து கிடக்கிறது பாலையின் 'எம்.ஜி.ராமச்சந்திரனும் காரல் மார்க்ஸும்.'

இந்தத் தலைப்பு பலருக்கும் அதிர்ச்சி அளிக்கக்கூடும். எனக்கு அப்படி இல்லை . எம்.ஜி.ஆர். ரசிகர்களாக இருந்த புரட்சியாளர்கள் பலரை நான் அறிவேன். சுமார் முப்பதாண்டுகளாகத் தொடர்ந்து பல்வேறு நக்சல்பாரி இயக்கங்களில் இயங்கி இரண்டாண்டுகளுக்கு முன் மறைந்தவரும் என் பிரியத்திற்குரிய தோழர்களில் ஒருவருமான இல.கோவிந்தசாமி (எல்.ஜி.எஸ்) அவர்களை அவரது இறுதி நாட்களில் குடந்தையில் வைத்து 'சஞ்சாரம்' இதழாசிரியர் சிவகுருநாதன் பேட்டி எடுத்தபோது அருகிலிருந்தவன் நான். அன்று அவர் மனம் விட்டுப் பேசிய பல்வேறு செய்திகள் அவரையறிந்த பலருக்கும் அதிர்ச்சியளிக்கக்கூடியவை. செய்தி வெளிவருவதற்குள் அவர் இறந்து போனதால் கொஞ்ச காலம் கழித்து வெளியிடலாம் என முடக்கி வைத்துள்ளோம். தன்னை ஒரு எம்.ஜி.ஆர் ரசிகன் எனப் பெருமிதத்தோடு அன்று அவர் கூறிக்கொண்டார். ஏதோ அறியாப் பருவத்தில் எம்.ஜி.ஆர். ரசிகராக இருந்து பின்னர் திருந்தி' முற்போக்கு மற்றும் கலைப்படங்களின்பால் ஈர்க்கப்பட்டவராக அவர் தன்னைச் சொல்லிக் கொள்ளவில்லை . மாறாக, அன்றுவரை அவர் எம். ஜி.ஆர். ரசிகர் எனவும் படங்களின் வாயிலாகவும் பாடல்களின் ஊடாகவும் எம்.ஜி.ஆர் பேசிய கருத்துக்களை இன்றளவும் சமூக மாற்றத்தை நோக்கிப் பயன்படுத்த இயலும் என்கிற தொனியுடனும் பேசினார்.

இந்த நூலின் மிகச் சிறந்த கதைகளில் ஒன்றான எம்.ஜிராமச்சந்திரனும், காரல்மார்க்ஸும் கதை இப்படியான ஒரு மார்க்சிய - மாவோயிசக் கருத்துக்களில் நம்பிக்கையோடு ஒரு காலத்தில் களப் போராளியாக

இருந்த ஒரு ஹோமியோபதி மருத்துவரைப் பற்றியது. கிட்டத்தட்ட மனநோய்க்கு மிக அருகாமையிலுள்ள இம்மருத்துவரின் கதையை வாசிக்கும் போது எப்படி மரியா வர்கஸ் லோசாவின் அலெக்சாண்டர் மேஹ்றதோ பற்றிப் படிக்கும்போது சம காலத்தில் நாம் பழகுகிற புரட்சியாளர்கள், தொண்டு நிறுவனத்தவர்களெல்லாம் நம் நினைவில் வந்து போவார்களோ அப்படிப் பலரும் நம் நினைவில் நிழலாடுவது உறுதி. சுந்தர ராமசாமியிலிருந்து ஜெயமோகன் வரை இப்படியான பாத்திரங்களைத் தம் எழுத்துக்களில் உலவவிட்டுள்ள போதிலும் அதில் அவர்கள் கேலிக்குரியவர்களாகவே காட்டப்படுவர். அத்தகைய பிம்பமே வாசகர் மனதிலும் பதிக்கப்படும். பாலையின் டாக்டர் கைலாஷோ ஒரு கேலித் தொனியுடன் சித்திரிக்கப்பட்ட போதிலும் வாசகருக்கு அவர் மீதான மரியாதையும் அனுதாபமுமே இறுதியில் எஞ்சி நிற்கும். கைலாஷ் மட்டுமன்று, அவர் நம்புகிற மார்க்சியமும் நமது நேசத்திற்குரிய ஒன்றாகவே நினைவிற் பதியும்.

கைலாஷ் கிட்டத்தட்ட மனநோய்க்கு மிக அருகாமையிலுள்ள ஒரு நபர் எனச் சொன்னேன். இந்நூலில் பல பாத்திரங்கள் அத்தகையனவே. முற்றிலும் வேறுபட்ட பல்வேறு சிறுகதைகளின் தொகுப்பான போதிலும் முழுமையான ஒரே நூலாகவும் கூட இதை நாம் வாசிக்க இயலும். பாத்திரங்கள் பலரும் ஒரே மாதிரியானவர்கள். மிகச் சில வித்தியாசங்களையே நீங்கள் பார்க்க இயலும். ஒரே மாதிரியான கணங்கள், ஒரே மாதிரியான நிகழ்வுகள் அவற்றின் தொனியை வெளிப்படுத்த ஒரே மாதிரியான கவிதை மொழி என்பதாகப் பாலையின் தொகுதி நம் முன் கிடக்கிறது. நூல் முழுக்க உதிரிகள் - கொசுவலை விற்பவன், ஓட்டல் தொழிலாளி, வண்டியில் செருப்புகளை வைத்து விற்பவன், விபசாரம் செய்பவள், ஓரினப் புணர்ச்சியாளர், கிழவியைப் புணர்பவன், பிக்பாக்கெட், டாஸ்மாக் பாரில் சிகரெட் அட்டையில் பில்போட்டு நீட்டும் குடிசாலைச் சேவகர்கள், அவர்கள் நீட்டும் பில்லைக் கடும் போதையில் சந்தேகத்துத்துடன் ஆராய்ந்து டார்ச்சர் பண்ணும் குடிகாரர்கள், போலீஸ் உளவாளி, பிக் பாக்கெட்டுகள், நகையை அறுத்துக் கொண்டு ஓடுபவன், எத்தர்கள், ஏமாற்றுக்காரர்கள், குறைந்தபட்ச கவுரவத்துடன் தினசரி மலம் கழிக்க இடம் தேடுபவர்கள், குடித்துவிட்டு மலக்காடுகளில் பேண்ட், சட்டைகளைக் கழற்றி விரித்துப் படுத்துறங்குபவர்கள், வேலைக்காரச் சிறுமியை அழ அழப் பாலியல் வன்முறைக்குள்ளாக்குபவர்கள் ....

நாறிக்கிடக்கிறது இந்த உலகம். சார்த்தர் ஜெனே பற்றிச் சொல்வாரே மலவியல் (*scatology*), போர்னோகிராபி, தீமை குறித்த ஒரு *legitmate* ஆய்வு இவைகளுக்கிடையேயான எந்தப் புனிதமுமில்லாத ஒருங்கிணைவுதான் பாலையின் இக்கதைகள்.

பாலை நிலவன் ஒரு கிறிஸ்துவ பாதிரியாருக்காகப் பயிற்சி மேற்கொண்டு ஆனால் அந்த வழி போகாமல், எனினும் இன்று கூட கிறிஸ்துவைத் தன் தலைவராக ஏற்றுக் கொண்டவர் என்பதாக ஒரு குறிப்பை நூலில் பார்த்தேன். ஒவ்வொரு கதையும் முகப்புரையாக விவிலியத்திலிருந்து எடுக்கப்பட்ட ஒரு மேற்கோளோடுதான் தொடங்குகிறது. கிறிஸ்தவத்தின் மிக அடிப்படையான நம்பிக்கை, மனிதர்கள். ஒவ்வொருவரும் பாவம் செய்வதற்கான சாத்தியங்களுடன் அவதரிக்கிறார்கள் என்பதே. ஆனால் அந்தப் பாவத்திற்குத் தூண்டும் தீமை (*evil*) என்பது அவனுக்கு, அவளுக்கு வெளியே இருக்கிறது. இந்தத் தூண்டுதலிலிருந்து ஒருவர் இறை நம்பிக்கையின் மூலமாகத் தன்னைக் காத்துக் கொள்ள வேண்டும். ஆக, தீமை அல்லது சாத்தான் என்பது ஒருவருக்கு வெளியே இருக்கிறது. வேறு வார்த்தைகளில் சொல்வதானால் சாத்தான் அல்லது தீமை என்பது எப்போதும் மற்றதாக உள்ளது.

ஆனால் பாலை நிலவனின் கதைகள் இந்த நம்பிக்கையைத் தலைகீழாக்குகின்றன. சாத்தான் வெளியில் இல்லை. நம் எல்லோருக்குள்ளும் இருக்கிற இந்தத் தீமையை அடையாளங் காட்டுவதாகவே இக்கதைகள் அமைகின்றன. நாம் எல்லோரும் சரியானவர்கள் தானா? இல்லை (முழுமையாக) சரியானவர்கள் என்றுதான் யாரேனும் உண்டா? என்கிற கேள்வி நமக்குள் உசுப்பப்படுகிறது. வாழ்வும் உலகும் ஏற்கனவே தம் மீது திணித்து விட்ட முடிவை வேறு தேர்வின்றி நிறைவேற்றுகிற ஒருவராகவே இந்தச் சமூகத்தால் பாவிகள் எனவும் குற்றவாளிகள் எனவும் வரையறுக்கப்படுபவர்கள் செயல்படுகின்றனர். "நல்லவர்களாகிய" நாம் “அவர்கள்” எவ்வாறு ஒரு நிகழ்வின் போது நடந்து கொள்வார்கள் என எதிர்பார்க்கிறோமோ அவ்வாறு நடந்து கொள்வதன் மூலமாகவே அவர்கள் தம் விடுதலையை உணர்கின்றனர். அவர்களிடம் எதிர்பார்க்கப்படும் பாவங்கள் அல்லது குற்றங்களைச் செய்வதன் மூலமாகவே அவர்களை ஆட்டிப் படைப்பதாகச் (*possess*) சொல்லப்படும் தீமையை அவர்கள் கண்டறிகிறார்கள்.

பாலை நிலவனின் கதையாடல் பல சந்தர்ப்பங்களில் கதை சொல்லி

வாசகனுடன் உரையாடுவதாக அமைகிறது. கதைப் பாத்திரம் ஒன்றைப் பற்றிச் சொல்ல வரும்போது "அவன் உங்களைப் போலவே உயரமானவன்" என்பது போல. இதன் மூலம் நாம் நம்மைச் சரியானவர்கள், *(normal)* என நம்பிக்கொண்டிருக்கிறோமே அந்த நம்பிக்கையை அவர் உசுப்பிவிடுகிறார். நம்மை ஒரு அளவுகோலாக வைத்து அருகே இந்தக் குற்றவாளிகளை ஏமாற்றுக்காரர்களை, பொய்யர்கள் துரோகம் செய்பவர்களை நிறுத்தும்போதுதான் நமக்கு நம்மைக் குறித்த சில கேள்விகள் எழுகின்றன. நாம் அப்படி எல்லாம் அவர்களிடமிருந்து வேறுபட்டவர்கள் அல்ல என்கிற உணர்வு நம்மை அதிர்ச்சிக்குள்ளாக்குகிறது.

இப்படியான ஒரு குற்ற உணர்வை வாசகரிடம் உருவாக்குவதுதான் இந்தக் கதைகளின் நோக்கமா? அல்லது இதன் மூலம் குற்றம் செய்வதையே வாழ்வாகக் கொண்டவர்களை அந்தக் குற்றங்களிலிருந்து விடுதலை செய்வதுதான் கதாசிரியனின் நோக்கமா? இரண்டும் இல்லை என்றுதான் சொல்லத் தோன்றுகிறது. ஜெனேயிடம் ஒருமுறை கேட்டார்கள். "ஓரினப் புணர்ச்சியாளர்களின் விடுதலைதான் உங்கள் நோக்கமா?" ஜெனே இதை முற்றாக மறுத்தார். முற்றிலும் வேறு காரணங்களுக்காகவே எழுதுகிறேன் என்றார். வார்த்தைகளின் மீதான காதல், ஒவ்வொரு கமா அல்லது வாக்கியங்களின் ஊடாகப் போடப்படும் குறி ஆகியவற்றின் மீதான சுவை *(taste)* இதற்காகவே எழுதுகிறேன் என்றார். சொற்கள் மற்றும் வாக்கியங்களின் மீதான ஆசையும் சுவையுமே என்னை எழுதத் தூண்டுகிறது என்றார். திருடர்கள், ஏமாற்றுப் பேர்வழிகள், கொலைகாரர்கள், இவர்களிடம் வெளிப்படும் இரக்கமற்ற தந்திரம் *(cunningness)* ஆகியவற்றில் என்னால் அழகைக் கண்டுபிடிக்க முடிகிறது என்றார்.

'நித்தியத்துவத்தின் வலி' என்னும் சிறுகதை முழுக்க முழுக்க குற்றவாளிகளால் நிரம்பி வழிகிறது. நூல் முழுவதிலும் நாம் நம்பிக் கொண்டுள்ள பல உயர் பண்புகள் சிதறடிக்கப்படுகின்றன. "பொய்மையால் தழைக்கிறது இவ்வுலகம்", "போதையின் நற்குணங்கள்" முதலான சொல்லாடல்கள் நம்மைக் கலைத்துப் போடுகின்றன. நமது உலகின் நற்பண்புகள் யாவற்றையும் தலைகீழாக்குகிற இக்குற்றவாளிகள் எந்தப் பெரிய நம்பிக்கைகளும் எதிர்பார்ப்புகளுமின்றி ஒரு தடை செய்யப்பட்ட உலகைத் தமக்கானதாகக் கட்டமைக்கிறார்கள். அதில் அவர்கள் தயக்கமின்றி வாழ்கிறார்கள். குமட்டலைத் தரும் நாற்றமெடுத்த ஒரு உலகாக அது இருக்கலாம். ஆனாலும்

அதில் வாழ்வதற்கு அவர்கள் தயாராக இருக்கிறார்கள். அவர்கள் மீது எல்லாவற்றிலும் சரியான நாம் எத்தகைய நம்பிக்கையை வைத்திருக்கிறோமோ அந்த நம்பிக்கைக்குரியவர்களாக அவர்கள் கடமையாற்றுகின்றனர். "கொலை வெறியுடன் கூடிய அன்பின் சொற்கள்" அவர்களுக்கிடையே பரிமாறிக்கொள்ளப்படுகின்றன. 'நித்தியத்துவத்தின் வலி' கதையை நாம் இப்படித்தான் வாசிக்க இயலுகிறது.

சில ஆண்டுகள் முன்பு மறைந்த அமெரிக்கச் சிறுகதையாசிரியர் கர்ட் வானெட் நல்ல சிறுகதைகளுக்குரிய பண்புகளாகச் சிலவற்றைச் சொல்வார். அவற்றில் சில,

> "நீ யாரேனும் ஒருவரை மகிழ்ச்சிப்படுத்துவதற்காகவே எழுத முடியும். எல்லோரையும் மகிழ்ச்சிப்படுத்த முனையும்போது உன் முயற்சி நோயுற்றதாகிவிடும். உன்னுடைய வாசகர்கள் ஒவ்வொருவருக்கும் தன் வேரைத் தேடுவதற்கான பாத்திரம் ஒன்று அக்கதையில் தென்பட வேண்டும். கதையை அதன் முடிவுக்கு மிக அருகாமையிலிருந்து தொடங்கு. குரூரங்களை நேசிப்பவனாக *(sadist)* நீ இரு. உன் கதாபாத்திரங்கள் எத்தனை அப்பாவிகளானபோதும் அவை இத்தகைய கொடூரங்களை எதிர்கொள்ளட்டும். எக்காரணம் கொண்டும் திடீர் திருப்பங்களை *(suspense)* நம்பியிராதே. எவ்வளவு விரைவாக முடியுமோ அவ்வளவு விரைவாக எல்லாவற்றையும் சொல்லிவிடு. ஒவ்வொரு வாக்கியமும் ஒன்று, பாத்திரத்தின் பண்பை வெளிப்படுத்துவதாகவோ இல்லை, கதையை அடுத்த கட்டத்திற்கு நகர்த்துவதாகவோ அமையட்டும். ஒவ்வொரு பாத்திரமும் ஏதோ ஒன்றின் தேவைக்காக அலைய வேண்டும். அது ஒரு கோப்பைத் தண்ணீராகக் கூட இருக்கலாம்"

- முதலானவை அவர் சொல்லும் சில குறிப்புகள்.

பாலை நிலவனின் பாத்திரங்கள் எத்தகைய தேவைகளைப் பூர்த்தி செய்வதற்காக அலைகின்றன? மலம் கழிக்க கௌரவமான ஒரு மலக்கூடத்திற்காக பொருத்திக் கொள்ள ஒரு யோனிக்காக, குடி சாலையில் தன்னோடு குடியைப் பகிர்ந்து கொள்ள ஒரு துணைக்காக, தன்னுடைய பிணத்தைத்தானே பார்க்க நேரும் அனுபவத்தைத் தரக்கூடிய அலுத்துப்போன அன்றாட வாழ்வின் சுமையை உதறிய நிம்மதியான ஒரு உறக்கத்திற்காக,

படுத்துறங்க எத்தனை அசிங்கமானாலும் ஒரு சிறிய இடத்திற்காக. வருமானத்திற்குள்ளான ஒரு வீட்டிற்காக ... ஆம் இவை எல்லாமும் சிலருக்குப் பிரச்சினையாகிப் போன ஒரு உலகில் தான் நாம் வாழ்கிறோம். நம் முகத்தில் அறைந்து இதை நிறுவுகிறது பாலை நிலவனின் ஈரமற்ற மொழி.

இரு கதைகள் சம கால அரசியலை நேரடியாகப் பேசுகின்றன. “வெள்ளை அங்கியும் இரத்த நிறத் தோள்பட்டையும் அணிந்த மகாராஜா” எனும் கதை இனப் படுகொலை ஒன்றைச் செய்து முடித்த மகாராஜா கருவியாக இருந்த தனது தளபதியை மட்டுமல்ல, எல்லோரையும் எல்லாவற்றையும் தனது எதிரியாகக் கண்டு அஞ்சி ஒரு ஓநாயாகவே மாறிப் போனதைச் சொல்லுகிறது. சதாம் உசேனை நாம் எப்படிப் புரிந்து கொள்வது? ஒரு பக்கத்தில், வாழ்ந்தபோது ஒரு கொடூரமான சர்வாதிகாரி. இன்னொரு பக்கம், ஏகாதிபத்தியம் கட்டவிழ்த்துவிட்ட ஒரு புனைவின் பலியாடு. இந்தக் குழப்பம் யாருக்கும் வரக்கூடிய ஒன்றுதான். "கண்ணாடி ஒளி”கதை இதைப் புனைவு வெளியில் காரிய சாத்தியமாக்குகிறது. "கொட்டிச் சேதம்" சிறுகதை ஒரு ஒருபால் உறவு நிகழ்வைக் கவிதையாக வடிக்கிறது.

பாலைநிலவன் கூரிய அரசியல் அவதானம் உள்ளவர் என்பதையும் ஆங்காங்கே நம்மால் உணர முடிகிறது. கவர்ன்மெண்ட் என்பது அடிப்பவர்களையோ அல்லது அடி வாங்குபவர்களையோ அல்ல. அடிவாங்குபவர்களைப் பார்த்துக் கொண்டிருப்பவர்களைச் சார்ந்தே இருக்கிறது’ என்று போகிற போக்கில் சொல்லிச் செல்கிறார். அரசின் இருப்பு அதன் அத்து மீறல்களை அவசியமானவை என ஏற்றுக்கொள்ளும் பெரும்பாலானவர்களின் கருத்தொருமிப்பில் தான் இருக்கிறது. அதிகாரத்தின் அத்துமீறல்களைக் கண்டிக்கத் துணியாமல் வேடிக்கை பார்த்து நிற்கும் ’வீரமிலா நாய்களை’ பாரதி சாடுவதுதான் நமக்கு நினைவுக்கு வருகிறது.

கடைசியாக அமைந்துள்ள ’தள்ளுபடி ஆகமம்’ கதையே இத்தொகுப்பின் ஆகச் சிறந்த படைப்பாக எனக்குப் படுகிறது. மனைவியைச் சந்தேகப்படுபவனின் ஒரு கதைதான் அது. ஆனால் அந்தச் சந்தேகம் எப்படியானது? மனைவியின் கள்ளக்காதலனாக வரும் சந்தேகத்திற்குரிய அந்த இமானுவேல் என்கிற பாத்திரம் ஒரு வெறும் பாதிரியாரர்தானா இல்லை அது ஏசுவைக் குறியீடு செய்கிறதா? இமானுவேல் பெத்தலகேமில் பிறந்தவன். அவனது அய்யா யோசேப்பு தச்சு வேலை செய்துகொண்டிருந்தார்.

காணாமற் போயிருந்த இமானுவேல் பன்னிரண்டு ஆண்டுகள் கழித்துத் திடீரெனத் தோன்றுகிறான் - முதலான விவரங்கள் நம்மை மயக்கத்தில் ஆழ்த்துகின்றன. அது ஏசுவாகத்தான் இருக்க வேண்டும். அப்படியானால் இந்தக் கதையை எப்படிப் புரிந்து கொள்வது? கிறிஸ்துமஸ் நாளில் லேசான மதுவாசனையுடன் நள்ளிரவு பூசைக்குச் செல்வதை மட்டுமே இறைக் கடமையாகக் கொண்டுள்ள ஒரு சாதாரண கிறிஸ்தவனுக்கும் படுக்கை அறை வரைக்கும் இயேசுவைக் கொண்டுவந்து திணித்துத் தனது அந்தரங்கத்தையே கண்காணிப்பிற்குள்ளாக்கும் ஒரு பக்தி வெறி பிடித்த மனைவிக்கும் இடையேயான பிணக்காகவா? அப்படியும் வாசிப்பதற்குரியதாக அமைவதனாலேயே இப்புனைவு வெறுமனே ஒரு கண்டிக்கப்படும் கணவனின் கதையாக நின்றுவிடாமல் இன்னொரு தளத்திற்கு விரிகிறது.

எதார்த்தவாத எழுத்துகளுக்குப் பழக்கப்பட்டுப் போனவர்களுக்குக் கொஞ்சம் சவாலாகத்தான் இத்தொகுதி அமையும். அத்தகைய சவாலை உருவாக்குவதாவது தொகுதியின் நோக்கமும் கூட. கோவையில் நடந்த வெளியீட்டு நிகழ்வில் எங்கள் எல்லோரின் நண்பருமான ஹோமியோபதி மருத்துவரும் மார்க்சியருமான சிவக்குமார் கூறிய கருத்து ஒன்றுடன் இதை முடிக்கத் தோன்றுகிறது. நவீன எழுத்துக்கள் இலக்கியப் போக்குகள் குறித்த கூரிய அவதானங்கள் இல்லாத சிவக்குமார் சொன்னார்: "இந்தக் கதைகள் அனைத்தும் எதார்த்தத்தைப் படம்பிடித்துக் காட்டுகின்றன." ஆம் நாம் நம்பிக் கொண்டிருப்பவை மட்டுமே எதார்த்தமல்ல. பாலை நிலவனின் பாழ் வெளியும் எதார்த்தத்தைத்தான் சித்திரிக்கின்றது. அவை எதார்த்தமில்லை என நம்பினால் நாம் நம்மைத்தான் சுயபரிசோதனை செய்துகொள்ள வேண்டும்.

சுந்தர ராமசாமியின் கடிதங்கள்

('காலச்சுவடு' நிர்வாகம் குமுதம் இதழ் மீது தொடுத்திருந்த ஒரு வழக்கின் காரணமாக இக்கட்டுரை அப்போது தீராநதி இதழில் வெளிவரவில்லை. எனவே அது இங்கு இணைக்கப்படுகிறது.)

இந்தப் புத்தகச்சந்தையின் போது (2011) நான் கலந்து கொண்ட இன்னொரு நூல் வெளியீட்டு விழா, "அன்புள்ள அய்யனார்,

சுந்தர ராமசாமியின் 200 கடிதங்கள்” உள்ளிட்ட மீனாள் பதிப்பக நூல்களுக்கானது. யாரிடம் பணியாற்றினாலும் நட்பாக இருந்தாலும் அவரிடம் நூறு சதம் விசுவாசமாகவும் உண்மையாகவும் இருப்பவர், பழகுபவர் அய்யனார், பவுத்த அய்யனார்.

மேலூர் கிராமம் ஒன்றில் பிறந்து, அதிகம் படித்திராத, ஆனால் இலக்கிய ஆர்வமுள்ள ஒரு நபராகச் சுந்தர ராமசாமியைக் கண்டடைந்த ஒரு கிராமத்து இளைஞனை இந்த நட்பு ஒரு நல்ல வாசகனாக, பொறுப்புள்ள குடும்பத்தவனாக, ஒரு எழுத்தாளனாக உருவாக்கிய வரலாற்றைச் சொல்கின்றன இந்த 200 கடிதங்களும் (பக்கம் 272).

சுந்தர ராமசாமியுடன் எனக்குத் தனிப்பட்ட ரீதியில் அதிக நெருக்கம் இல்லாதபோதும், இப்படிப் பலரை ஊக்குவித்து உருவாக்கியவர் என்பதைக் அறிந்துள்ளேன். ஒரு நண்பராய், தத்துவ ஆசானாய், வழிகாட்டியாய் சு.ரா பலருக்கும் அமைந்துள்ளார். அவர்களுள் அய்யனார் ஒருவர். சு.ரா வின் அத்தனை கடிதங்களிலும் இது வெளிப்படுகிறது. படிக்க வேண்டிய புத்தகங்கள், கவனப்படுத்திக் கொள்ள வேண்டிய அம்சங்கள் தொடங்கி அன்றாடம் செய்ய வேண்டிய உடற் பயிற்சிகள், சொந்த வாழ்வு குறித்த ஆலோசனைகள் என ஒரு தந்தையின் கரிசனத்தோடு அமைகின்றன இக்கடிதங்கள்.

எல்லாவற்றையும் காட்டிலும், எந்த ஒரு உறவும் இல்லாமல், ஒரு வாசகனாக மட்டுமே வந்த அய்யனாரை ஒரு எழுத்தாளனாக உருவாக்கியதுதான் இக்கடிதங்களின் ஆகப் பெரும் சாதனை. எழுத வேண்டுமெனில் ஒருவன் புத்திசாலியாக, அசாதாரண கடும் உழைப்பாளியாக, உலக இலக்கியங்கள் எல்லாவற்றையும் கரைத்துக் குடித்தவனாக இருக்க வேண்டும் என்பதில்லை. அவரவர்க்குக் கிடைத்த அனுபவங்களை உண்மையாக, ஆம் இது முக்கியம், உண்மையாக உணர்ந்து, நேர்மையாகப் பதிவு செய்வதுதான் முக்கியம். எவ்வளவு சாதாரணமானவராக இருந்தபோதிலும் அவரிடம் சொல்வதற்கும், மற்றவர்கள் அறிந்து கொள்வதற்கும் செய்திகள் உண்டு என்கிற தன்னம்பிக்கையை சுந்தரராமசாமியின் இந்தக் கடிதங்கள் ஊட்டுகின்றன.

அய்யனார் ராமசாமியைத் தந்தைக்கும் மேலாகக் கருதியதற்கும், கருதுவதற்கும் எல்லா நியாயங்களும் உண்டு. தனது திருமணத்திற்குக் கூட அவர்தான் தாலி எடுத்துத் தர வேண்டும் என்கிறார் அய்யனார்.

அய்யனாருக்கு ராமசாமி ஒரு சைக்கிள் வாங்கித் தருகிறார்; எந்தப் புத்தகத்தை வேண்டுமானாலும் எடுத்துக்கொண்டு போ என்கிறார்.

திருமணத்திற்குப்பின் ஒவ்வொரு கடிதத்திலும் அய்யனாரின் மனைவி முத்துப் பிள்ளையின் நலத்தையும், குழந்தைப் பேறுக்குப் பின் மகன் ஆனந்த புத்தனின் நலத்தையும் அவர் விசாரிக்காமல் விடுவதில்லை. தனது குடும்பத்தில் அந்த வாரம் நடந்த முக்கிய நிகழ்வுகளை யும், தான் மிகவும் நேசித்த காலச்சுவடு இதழ்ப் பணி எம்மட்டில் இருக்கிறது என்பதையும் சு.ரா சொல்லத் தயங்குவதில்லை. சில்க் ஸ்மிதா வறுமையில் மரணமடைந்தது குறித்த தனது வருத்தம், உலகிலேயே ஆகச் சிறந்த உணவு தோசைதான் என்கிற அரிய கண்டுபிடிப்பு ஆகியவற்றையும் ராமசாமி அய்யனாரிடம் பகிர்ந்து கொள்ளும்போது, அவருக்குள் ஒளிந்திருந்த வேறு சில மனிதாயப் பரிமாணங்கள் நமக்குக் கிடைக்கின்றன.

தமிழில் கடிதங்கள் தொகுப்பாக வந்துள்ளது குறைவு. புதுமைப் பித்தன், வண்ணதாசன், கி.ரா, டேனியல், முதலானோரின் கடித வரிசையில் கடைசியாகச் சேர்ந்துள்ளது இத் தொகுப்பு. இலக்கியத்தரம், இதழியம் குறித்தெல்லாம் கறாரான பார்வை உடைய சுரா, ஒருவரின் கடிதங்கள் நூலாகத் தொகுக்கப்படுவதற்கான இலக்கணத்தையும் இக் கடிதங்களில் ஒன்றில் குறிப்பிடுகிறார்.

"கடிதங்களை அச்சேற்றுவது பற்றிப் பொதுத் தீர்மானம் என்று வைத்துக்கொள்ள முடியாது. கடிதங்களின் உள்ளடக்கம் முக்கியம். காலத்திற்கும் படைப்பாளிக்குமான இடைவெளியும் முக்கியம். புதுமைப்பித்தன் தன் மனைவிக்கு எழுதிய கடிதங்கள் அவர் உயிரோடு இருந்த காலத்தில் வெளிவந்திருந்தால் மிகவும் அசட்டுத்தனமாக இருந்திருக்கும். கம்பன் சடையப்ப வள்ளலுக்கு ஒரு கூரான எழுத்தாணி வேண்டும் என்று ஒரு விருத்தம் எழுதியிருந்து அது இன்று கிடைத்தால் அதை நீங்கள் அச்சேற்றி வரலாற்றில் இடம் பெறலாம்." (பக். 164)

அழகான வரையறைதான். இந்த வரையறை இந்தத் தொகுப்பிற்கு எந்த அளவிற்குப் பொருந்தும் என்கிற கேள்வி ஒருவருக்கு எழுவது தவிர்க்க இயலாது. எனினும் புதிதாக எழுத வருபவர்களுக்கு சு.ரா கொடுக்கும் பல 'டிப்ஸ்' மிகவும் பயன்படும் என அய்யனார் உறுதியாக நம்புகிறார். அதில் ஓரளவு உண்மையுண்டு.

ஆனால் இந்த அடிப்படையில் பார்க்கும் போது சுந்தர ராமசாமி

உயிருடன் இருந்து இந்தத் தொகுப்பை எடிட்' பண்ண நேர்ந்திருந்தால் இதில் பல கடிதங்களை அவர் நீக்கியிருப்பார் என்றே எனக்குத் தோன்றுகிறது.

கடிதங்களில் சமகால அரசியல் குறித்து அதிகமில்லை . காங்கிரஸ் ஜெயலலிதா கூட்டிற்கு எதிராக மூப்பனார் கலைஞர் தேர்தல் கூட்டு உருவாவது பற்றி ஒரு கடிதத்தில் மகிழ்ச்சி, 1997 தென்மாவட்ட சாதிக்கலவரங்கள் குறித்த ஒரு வருத்தம், காமராசர் சிலை திறப்பு தொடர்பாக நாகர்கோவிலில் நடந்த கலவரம் பற்றிய ஒரு பதிவு ஆகியவற்றை மட்டுமே நாம் இந்த வகையில் காண முடிகிறது.

இக்கடிதங்கள் அனைத்தும் ஜூன் 1986 – செப் 2005 இடைப்பட்ட காலத்தில் எழுதப்பட்டவை. இதே காலகட்டத்தில் நடைபெற்ற சோவியத் வீழ்ச்சி, இந்துத்துவ எழுச்சி, செப் 11, 2011க்குப் பின் உலகம் 'மாறியது' குறித்தெல்லாம் சு.ரா கவலைப்படவில்லையா, இல்லை அய்யனாருடன் பகிர்ந்து கொள்ளத் தக்கனவாக அவர் இவற்றையெல்லாம் கருதவில்லையா தெரியவில்லை.

அய்யனாரைத் தயார் செய்ததில் சு.ராவுக்கு ஒரு நோக்கும் போக்கும் இருந்ததும் கடிதங்களில் வெளிப்படுகிறது. 'யாத்ரா', 'கொல்லிப்பாவை', 'இனி', 'இன்று'... இப்படியான ஒரு சிற்றிதழ்ப் பட்டியல்தான் அவருக்கு அறிமுகப் படுத்தப்படுகிறது. அதே காலத்தில் வெளிவந்த 'நிறப்பிரிகை', 'நிகழ்', 'மீட்சி', 'மார்க்சியம் இன்று', 'இலக்கிய வெளிவட்டம்' முதலானவை கவனமாகத் தவிற்கப் படுகின்றன.

நகுலன், கந்தசாமி, ஞானக்கூத்தன், அ.மார்க்ஸ் ஆகியோர் குறித்த ஒரு அலர்ஜி' ராமசாமிக்கு இருந்துவந்தது யாவரும் அறிந்ததே, அது இக்கடிதங்களிலும் உறுதிப்படுகிறது. தான் ஏதோ எல்லோராலும் கடிந்து ஒதுக்கப்படுவதாக ஒரு சுய பச்சாதாப உணர்ச்சியும் சுராவிடம் வெளிப்படுகிறது. இது ஏனென்று தெரியவில்லை. வாழ்ந்த காலத்தில் அவருக்கு சாகித்ய அகாதமியும் ஞானபீடமும் கிடைக்காமற் போயிருக்கலாம். ஆனால் அதைக் காட்டிலும் உயர்ந்த கவுரவம் எழுத்துலகில் அவருக்கு வழங்கப்பட்டிருந்தது. வலிமையான ஒரு இதழும், வெளியீட்டு நிறுவனமும், அவற்றைத் தன்னை விமர்சிப்பவர்களுக்கு எதிராகப் பயன்படுத்தும் சாதுரியமும் அவரிடம் இருந்தது. எனினும் இந்தச் சுய இரக்கம் ஏன்?

கறாரான இலக்கியப்பார்வையுடையவர் என்கிற பிம்பத்திலும் சில நேரங்களில் சிதைவு ஏற்படுவதற்கும் இக்கடிதங்கள் சாட்சி

பகர்கின்றன. அய்யனாரின் மதிப்பிற்குரிய இன்னொரு ஆசான் தமிழின் முக்கிய கவிஞர்களில் ஒருவரான கவிஞர் அபிபுல்லா என்கிற 'அபி'. அவரும் ஒரு அழகியல் உபாசகர். ல.ச.ராவை வியப்பவர். சுராவுக்கும் அபிக்கும் இடையில் ஒரு பாலம் அமைக்க அய்யனார் ரொம்பவும் சிரமப்படுகிறார். அபியின் கவிதைகள் குறித்து ராம சாமியை எழுத வைத்துவிட வேண்டுமென்று அய்யனார் ரொம்பவும் சிரமப்படுகிறார். அபியின் கட்டுரைகளைத் தன் இதழில் பயன்படுத்திக் கொள்ள விழைந்தபோதும் அவரது கவிதைகள் பற்றிக் கருத்துரைப்பதை ராமசாமி தவிர்க்கிறார். அபியின் கவிதைகளோடு தன்னால் "ஒட்ட முடியவில்லை " என்கிறார் (பக். 231).

ஆனால் அதே நேரத்தில் காலச்சுவடு வட்டத்திற்கு நெருக்கமாக இருந்த சல்மாவின் கவிதைகள், "மிக நன்றாக இருக்கின்றன. அவருக்கென்று தனித்துவமான குரல் இருக்கிறது" என ஆரவாரிக்கிறார் சு.ரா. சல்மாவைத் தவிர வேறு யாரும் இந்த மதிப்பீட்டை ஏற்றுக் கொள்வார்கள் என்றெனக்குத் தோன்றவில்லை.

மீனாட்சி மிஷன் மருத்துவமனையில் அய்யனார் பணியாற்றிய போது அவருக்குப் போதிய ஊதியம் கொடுக்கப்படவில்லை என்பதை சு.ரா ஒன்றுக்கும் மேற்பட்ட இடங்களில் கண்டிக்கிறார் (பக்.173). அதை விட்டுவிலகும்போது போதிய பணப் பயன் கிடைத்ததா என அக்கறையோடு விசாரிக்கிறார். ஆனால் அந்த அக்கறை தனது சொந்த நிறுவனத்தில் அய்யனார் பணியாற்றிய காலத்தில் ராமசாமி யிடம் வெளிப்படவில்லை. தான், "காயடிக்கப்பட்டு வெளியேற்றப் பட்டேன்" என தான் காலச்சுவடிலிருந்து வெளியேற நேர்ந்தது குறித்து அய்யனார் இந்நூல் வெளியீட்டின்போது ஒப்புதல் வாக்கு மூலம் அளித்தபோது நான் அங்கிருந்தேன். அது குறித்து ராமசாமி கிஞ்சித்தும் ஆர்வம் காட்டாதது அவர் ஒரு வெறும் எழுத்தாளர் மட்டுமல்ல, முதலாளியும் கூட என்பதையே காட்டுகிறது.

காலச்சுவடு பொறுப்பிலிருந்து ராமசாமி பெயரளவு வெளியேறிய போதும் மிக்க கரிசனத்தோடு அதன் பணிகளை வீட்டுக்குள்ளேயே எட்டநின்று கவனித்து வந்துள்ளதும் கடிதங்களில் வெளிப்படுகின்றது. எனினும் அதன் செயற்பாடுகள் குறித்து எந்த விமர்சனமும் அவருக்கு இல்லை. முழு திருப்தியுடன் இருந்தார் என்றே இந்தக் கடிதங்களின் வாயிலாக உணர்கிறோம்.

மனுஷ்ய புத்திரன், லல்லி, அய்யனார் மற்றுமுள்ள அன்றைய

அவரது இலக்கியச் சுற்றம் ஆகியவற்றின் நட்பையும், அன்பையும், சந்திப்புகளையும் சு.ரா ரொம்பவும் ரசித்து மகிழ்ந்துள்ளதற்கும் இக்கடிதங்கள் சாட்சியம் பகிர்கின்றன.

அய்யனாருக்கு ராமசாமி அளித்த அறிவுரைகளில் ஒன்று. "முதல் தரமானவற்றை மட்டுமே படி. இரண்டாம் தரமானவற்றைப் படிக்காதே" என்பது. இத்தகைய தர அளவுகோல்கள் குறித்த சர்ச்சை ஒருபுறம் இருக்கட்டும். பிறிதோரிடத்தில் அய்யனாரின் எழுத்து ஒன்றை "கணையாழித்தனமானது", அதாவது இரண்டாம்தர மானது என்கிறார். (முதல் தரமானது அவர் பத்திரிகை). அப்படியாயின் ஒரு வாசகன் அதை படிக்க வேண்டியதில்லை என்றாகிறது. அப்படியா யின் இத்தகைய எழுத்துக்களின் கதி? சரி. இது ஒரு பிரச்சினை இல்லை. தன் வளர்ப்பு ஆகச் சிறந்ததை அறிந்து வளர வேண்டும் என்கிற ஒரு தந்தையின் விருப்பாக இதை எடுத்துக் கொள்வோம். அப்படி எடுத்துக் கொள்வதற்கான ஒரு உறவு அவர்களுக்கிடையே உள்ளதை நாம் உணர முடிகிறது.

நூல் முழுவதும் மனிதர்களின் மீது ஒரு அவநம்பிக்கையை ராமசாமி வெளிப்படுத்திக்கொண்டே போவது வியப்பாக இருக்கிறது. ஒரு எழுத்தாளனுக்கு இது எப்படிச் சாத்தியம்?

மொத்தத்தில் சுந்தர ராமசாமியைப் புரிந்துகொள்ள இது இன்னொரு ஆவணம்.

மார்ச், 2011

அரபுலக எழுச்சியில் நாம் அறிந்து கொள்ள வேண்டிய பாடங்கள்

மத்திய கிழக்கு என நாம் பொதுவாகச் சொல்லக்கூடிய, வட ஆப்ரிக்கா மற்றும் வளைகுடாவை உள்ளடக்கிய பகுதிகளில் தொடராக அமைந்துள்ள முஸ்லிம் நாடுகளின் கிழட்டு சர்வாதிகாரிகளும் முடி மன்னர்களும் இன்று கதிகலங்கிக் கிடக்கின்றனர். துனீசியா, எகிப்து இரு நாட்டுக் கொடுங்கோலர்களும் ஏற்கனவே ஓடியாயிற்று. லிபியாவின் 40 ஆண்டுகால சர்வாதிகாரி முஅம்மர் கதாஃபி நாட்களை எண்ணிக் கொண்டிருக்கிறார். பிற நாடுகளின் சர்வாதிகாரிளும் முடி மன்னர்களும் ஏராளமான வாக்குறுதிகளையும் சலுகைகளையும் அள்ளி வீசி வருகின்றனர். பல ஆண்டு கால நெருக்கடி நிலை அறிவிப்பை நீக்குதல் (அல்ஜீரியா), பிரதமரைப் பதவியிலிருந்து நீக்குதல் (ஜோர்டான்), அடுத்த தேர்தலில் போட்டியிட மாட்டேன் என அறிவித்தல் (ஏமன்), ஏராளமான பொருளாதாரச் சலுகைகளை வழங்குதல் (சவூதி அரேபியா) என்கிற வடிவங்களில் இந்த வாக்குறுதிகள் அமைகின்றன.

துனீசியாவில் வெடித்துப் பற்றிய தீ, ஒரு முனையில் பற்ற வைத்த பட்டாசுக் கட்டு கண நேரத்தில் அடுத்தடுத்து தாவி வெடித்துச் சிதறுவதைப் போல தொடராக உள்ள இந்த நாடுகளில் பற்றி வெடித்து எரிந்து கொண்டிருக்கிறது. கிட்டத்தட்ட 20 நாடுகளில் இன்று மக்கள் கிளர்ந்தெழுந்துள்ளனர்.

இந்த எழுச்சிகளை முன்னின்று நடத்துகிறவர்கள் பாரம்பரிய

மிக்க அரசியல் கட்சிகளோ, மதவாத அமைப்புகளோ, மூத்த தலைவர்களோ அல்ல. இளைஞர்கள். முப்பது வயதை ஒட்டிய ஆண்களும் பெண்களும் வேலை இல்லாதவர்களும், புதிதாக உருவாகி யுள்ள நுண் வணிகங்களைச் சார்ந்தவர்களும் முன்னணியிலிருந்து இதை உருவாக்கினர். திகைத்து நின்ற எதிர்க்கட்சியினரும் மதவாத அமைப்பினரும் இதர மூத்தோர்களும் வேறு வழியின்றி அவர்களைப் பின்தொடர்ந்தனர். கத்தியின்றி ரத்தமின்றி எனச் சொல்வோமே ஒரு வகையில் அப்படியுந்தான். இன்னொரு வகையில் பெருந்தலைவர்கள் இன்றி கட்சி வழிகாட்டல்களின்றி இறுக்கமான கொள்கைச் சவடால்களின்றி நடந்து கொண்டுள்ளன இந்தப் புரட்சிகள். மாறியுள்ள உலகச் சூழலைப் புரிந்து கொண்டவையாகவும் புதிதாய்க் கிடைத்துள்ள மக்கள் தொடர்புக் கருவிகளை சாதுரியமாகக் கையாள்பவையாகயும் அமைகின்றன. புதிய சூழலுக்குரிய புதிய வடிவம் மட்டுமல்ல. புதிய மொழி ஒன்றும் இந்த அரசியலினூடாக உருவாகியது. ஆம். கெட்டிதட்டிப்போன பழைய வறட்டு அரசியல் மொழியை அவர்கள் உதறித் தள்ளினர். இந்தப் புரட்சிகளின் மிக முக்கியமான அம்சம் இதுவே. இந்தப் புதிய மொழி ஒரு பக்கம் ‘முஸ்லிம் சகோதரத்துவம்’, ‘மறுமலர்ச்சிக் கட்சி’ முதலான இஸ்லாமிய மதவாதக் கட்சிகள், இன்னொரு பக்கம் பெயரிலேயே பொதுவுடைமை என்கிற சொல்லைத் தாங்கிய இடதுசாரி அமைப்புகள், தொழிற்சங்கங்கள் என்ற ஒரு அகன்ற வண்ண நிறமாலையை *(broad spectrum)* உருவாக்கிப் பலரையும் ஒன்றாக இணைத்து அரசப் படைகளுக்கு எதிராக நிறுத்தக் காரணமானது. ஏ.கே. 47களையும் தற்கொலைப் படையினரையுங் கூட எளிதில் எதிர்கொள்ளக்கூடிய இராணுவ சர்வாதிகாரிகளும் முடிமன்னர்களும் இந்த எழுச்சி முன் திகைத்து நின்றனர்.

எனினும் பழைய மொழியையே பயன்படுத்த அறிந்தோருக்குப் பல கேள்விகள் எழுவது தவிர்க்க இயலாததே. இரண்டு நாடுகளில் போராட்டங்கள் வெற்றி பெற்றாலும் பிற நாடுகளில் எதிர்பார்த்தது போல உடனடிப் பலன்கள் கிட்டவில்லையே? இந்த இரு நாடுகளிலுங் கூட பழைய சர்வாதிகாரிகள் தானே ஓட்டம் பிடித்துள்ளனர். உருவாகியுள்ள தற்காலிக ஆட்சியாளர்கள் வாக்குறுதிகளை நிறைவேற்றுவார்களா? ஈரானில் இப்படி நடந்த புரட்சியை வலதுசாரி மதவாதிகள் கைப்பற்றியதைப் போல இங்கும் ஆகாதென்பதற்கு என்ன உத்தரவாதம்? உறுதியான பொருளாதாரத் திட்டங்களும் மாற்று அரசியலும் வலுமிக்க கட்சியின் வழிகாட்டலுமில்லாத

இந்த வெற்றிகள் எப்படி வெற்றிகளாகும்? பஹ்ரெய்ன், ஏமன், லிபியா முதலான நாடுகளில் போராட்டங்கள் அடக்குமுறையால் எதிர்கொள்ளப்படுகிறதே, என்ன செய்யப் போகிறார்கள்?

இந்தக் கேள்விகள் முக்கியமானவைதான். வழக்கமான பாணியில் சிந்திக்கக்கூடியவர்கள் வழக்கமாக எதிர்கொள்ளக்கூடியவைதான். இவை குறித்துச் சிந்திப்பதற்கு முன்னதாக இந்த நாடுகள், இந்த இளைஞர்கள், இந்த அமைப்புகள், இவற்றின் இராணுவங்கள் குறித்துச் சிலவற்றை அசைபோடுதல் முக்கியம்.

இந்த நாடுகள் அனைத்தும் முந்தைய ஆட்சிகளைக் கவிழ்த்து உருவான இராணுவ சர்வாதிகாரிகள் (துனிசியா, எகிப்து, லிபியா) மற்றும் பரம்பரை முடிமன்னர்களால் (சவூதி, பஹ்ரெய்ன், ஜோர்டான்) பல பத்தாண்டுகளாகத் தொடர்ந்து ஆளப்படுபவை. இவை எல்லாமே மேலோட்டமாகப் பார்க்கும்போது முஸ்லிம் நாடுகள் எனினும் உள்ளுக்குள் பல வேறுபாடுகளைக் கொண்டவை. வளைகுடாக் கரையோர நாடுகள் பலவும் ஷியா முஸ்லிம்களை அதிக அளவில் கொண்டவை. ஈரான் மட்டுமின்றி ஈராக், பஹ்ரைன் (60 சதம்) முதலான நாடுகளில் ஷியாக்கள் பெரிய அளவில் உள்ளனர். பஹ்ரைனை ஒட்டியுள்ள சவூதியில் அந்த நாட்டின் மொத்த மக்கள் தொகையில் 12 சதமாக உள்ள ஷியாக்கள் வசிக்கின்றனர். லிபியா முதலான நாடுகளில் பழங்குடிகளின் அடிப்படையில் உள் வேறுபாடுகள் உண்டு. நாற்பதாண்டு சர்வாதிகாரி முஅம்மர் கதாஃபி தனது ‘கதாத்ஃபா’ பழங்குடியினருக்கு ஏகப்பட்ட சலுகைகளை வழங்கி, அதன் மூலம் தன்னைச் சுற்றி பாதுகாப்பு வளையம் ஒன்றை அமைத்து ஆட்சியைத் தொடர்பவர். கதாஃபியால் பதவி நீக்கம் செய்யப்பட்ட மன்னர் இத்ரிசின் தலைநகர் பெங்காசிதான் இன்று எதிர்ப்பாளர்கள் உருவாக்கியுள்ள லிபியா தேசிய கவுன்சிலின் தலைநகராக அறிவிக்கப்பட்டுள்ளது.

பங்களாதேஷின் ஜியா-உர்- ரஹ்மான் அல்லது பாகிஸ்தானின் முஷாரப் போல இந்த இராணுவ சர்வாதிகாரிகளும் முடிமன்னர்களும் தேர்தல் பாதைக்குத் திரும்பத் துணியாததற்கு இந்த உள் வேறுபாடுகள் முக்கிய காரணங்களாக உள்ளன. பெரும்பான்மை வாக்கு வங்கிகளைக் கண்டு இவர்கள் அஞ்சுகின்றனர். எனவே எல்லாவிதமான தேர்தல் தில்லுமுல்லுகள், அடக்குமுறைகள், கடும் கண்காணிப்புகள் ஆகியவற்றின் மூலம் தம் கட்சிகளை இவர்கள் நிலை நிறுத்தி வருகின்றனர். மக்களால் கடுமையாக வெறுக்கப்பட்ட

ஹொஸ்னி முபாரக்கின் கட்சி சென்ற பொதுத் தேர்தலில் 93 சத இடங்களைக் கைப்பற்றியதன் பின்னணி இதுவே. வேட்பாளர் தேர்விலிருந்து வாக்கு எண்ணிக்கை வரை அரசுத் தலையீடுகள் இருந்தன.

அரசியல் அமைப்புகள், குறிப்பாக இஸ்லாமிய அமைப்புகள் (முஸ்லிம் சகோதரர்கள், மறுமலர்ச்சிக் கட்சி) முதலானவை தடை செய்யப்பட்டன. முக்கிய தலைவர்கள் புலம்பெயர நேரிட்டது.

எதிர்ப்புகள் வன்முறையாக ஒடுக்கப்பட்டதோடு, ஊடகங்களும் மனித உரிமைப் போராளிகளும் கடுமையாகக் கண்காணிக்கப்பட்டனர். ஜனநாயக மறுப்பு, வெளிப்படைத் தன்மை இன்மை ஆகியவற்றின் இன்னொரு பக்கமாக லஞ்ச ஊழல் பெரிய அளவில் தலைவிரித்தாடியது. சர்வாதிகாரிகளின் குடும்பத்தினரும், விசுவாசிகளும் நாட்டின் பொருளாதாரத்தையும் உளவுத்துறை முதலானவற்றையும் தம் கட்டுப்பாட்டில் வைத்திருந்தனர். ஏராளமான தங்கப் பாளங்களுடன் இன்று தப்பிச் சென்றுள்ள துனீசிய சர்வாதிகாரியின் மனைவி லெய்லாவின் குடும்பமும், சர்வாதிகாரி பென் அலியின் குடும்பமும் அந்நாட்டின் மொத்த தொழில் முதலீட்டில் 50 சதத்தைத் தம் கையில் வைத்திருந்தன. அடிமாட்டு விலைக்கு லாபகரமான தொழில் நிறுவனங்களை வாங்குதல், பொதுச் சொத்துக்களை வளைத்துப் போடுதல், ரியல் எஸ்டேட் மாஃபியாக்களைக் கையில் வைத்திருத்தல் என்பதான அம்சங்களிலும் வாரிசு அரசியலிலும் தமிழகத்தையும் இவர்கள் விஞ்சியிருந்தனர். முபாரக்கின் மகன் கமால் முபாரக், கதாஃபியின் மகன் ஸைஃப் இஸ்லாம் கதாஃபி ஆகியோர் அடுத்த வாரிசுகளாக அறிவிக்கப்பட்டனர்.

இந்த வாரிசுகள் தாராளமயம், உலகமயம், அமெரிக்கச் சார்பு ஆகியவற்றைத் தத்தம் நாட்டில் நடைமுறைப்படுத்துவதில் முன்னணியிலிருந்தனர். கனிமொழி கருணாநிதி தனது பாராளுமன்றக் கன்னிப் பேச்சில் அமெரிக்க அணு ஒப்பந்தத்தை ஆதரித்து ஆற்றிய உரை நினைவிற்குரியது. இந்த வாரிசுகள் விசுவாசிகளுக்குத் தொழில் உரிமங்களை வழங்கி கார்ப்பரேட் முதலாளிய ஆதரவைத் தம் கட்டுப்பாட்டிற்குள் முடக்கிக் கொண்டனர்.

சூயஸ் கால்வாய், மத்திய தரைக்கடல், முஸ்லிம் நாடுகளின் எண்ணெய் வளம் ஆகியவற்றின் மீது அடங்கா ஆர்வம் கொண்டிருந்த

அமெரிக்க, ஐரோப்பிய நாடுகள் இந்த சர்வாதிகாரிகளைத் தமது வாடிக்கையாளர்களாக்கிக் கொண்டன. பன்னாட்டு நிதியம், உலக வங்கி ஆகியவற்றினூடான பொருளாதாரக் கட்டுப்பாடுகள் மற்றும் மிகப்பெரிய அளவில் கடனுதவி ஆகியவற்றின் மூலம் இது சாத்தியமாக்கப்பட்டது. இராணுவ ஒப்பந்தங்களினூடாக பலஸ்தீன விடுதலைப் போராட்டத்திற்கு எதிராகவும், இஸ்ரேலுக்கு ஆதரவாகவும் வலுமிக்க இராணுவத் தளங்களாக எகிப்து முதலியவை செயற்பட்டன. சவூதியை ஒட்டியுள்ள பஹ்ரைனில் அமெரிக்காவின் ஆறாவது கப்பற்படை நிறுத்தி வைக்கப்பட்டது. தனது ஆட்சியின் ஆரம்ப ஆண்டுகளில் முரண்டு பிடித்த கதாஃபியும் கூட இறுதிப் பத்தாண்டுகளில் அமெரிக்காவின் நண்பரானார். "பயங்கரவாதத்திற்கு எதிரான" யுத்தத்தின் நம்பிக்கையான பங்காளியாக அறிவிக்கப்பட்டார். லிபியா மற்றும் சவூதியில் குவிந்த எண்ணெய் மூலதனம் மேற்கு நாடுகளில் முதலீடு செய்யப்பட்டது.

தாராளமயம், உலகமயம் முதலியன அவற்றின் தர்க்கபூர்வமான பின் விளைவுகளைக் கொண்டிருந்தன. கடும் வேலை இல்லாத் திண்டாட்டம், வறுமை, உழைப்புச் சுரண்டல் ஆகியவற்றை இம்மக்கள் எதிர்கொள்ள வேண்டியதாயிற்று. இம்மக்களின் சராசரி வருமானம் நாளொன்றுக்கு வெறும் 2 டாலர் என்கிற அளவிற்குக் குறைந்தது. எகிப்து முதலான நாடுகளில் வறுமைக்கோட்டுக்குக் கீழிருந்தவர்களின் எண்ணிக்கை 40 சத அளவுக்கு இருந்தது. இளைஞர்கள் மத்தியில் 50 சதமும் தொழிலாளர்கள் மத்தியில் 20 சதமும் வேலை இல்லாத் திண்டாட்டம் இருந்தது. ஒரு பக்கம் தாராளமயம், உலகமயம், இன்னொரு பக்கம் இதற்குச் சற்றும் பொருத்தமற்ற ஜனநாயக மறுப்பு, வலிமை மிக்க பாதுகாப்பு மற்றும் உளவுத் துறைகள் என்பதான ஒரு முரண்பட்ட நிலை இந்நாடுகளெங்கும் உருவானது.

எப்படி தமிழர்களுக்கு ஈழப் பிரச்சினை ஒரு உணர்ச்சிமயமான ஈடுபாடாக உள்ளதோ அதே போல அரபுலக மக்களுக்கு பலஸ்தீனப் பிரச்சினை உள்ளது. முபாரக்கும் சவூதி மன்னரும் பிற ஆட்சியாளர்களும் பலஸ்தீனப் பிரச்சினையில் செய்த துரோகங்கள் மக்களுக்கும் ஆட்சியாளர்களுக்கும் இடையில் மிகப்பெரிய பிளவு உருவாவதற்குக் காரணமாயின. அமெரிக்க - இஸ்ரேல் - எகிப்து கூட்டு பலஸ்தீனர்களின் அடிப்படை உரிமைகளைப் பறித்ததையும், பொய்க்காரணங்கள் சொல்லி ஈராக் ஆக்கிரமிக்கப்பட்டதையும்,

ஹமாஸை ஒடுக்க வேண்டும் என்கிற ஒரே நோக்குடன் அமெரிக்கா எகிப்து - பலஸ்தீனத் தலைவர் அப்பாஸ் ஆகியோர் இணைந்து பலஸ்தீனத்தின் பெரும்பகுதியை இஸ்ரேலுக்கு விட்டுக் கொடுக்கும் சதித்திட்டமொன்று சமீபத்தில் 'அல்ஜஸீரா' மற்றும் 'கார்டியன்' முதலான ஊடகங்களால் வெளிப்படுத்தப்பட்டதையும் அரபுலக மக்களால் சகித்துக் கொள்ள இயலவில்லை.

புதிய பொருளாதாரச் சூழல் ஏற்படுத்திய சில மாற்றங்கள் நமது கவனத்திற்குரியவை. கல்வி, மருத்துவம் முதலியன வணிக மயமாக்கப்பட்டு வெளிநாட்டு மூலதனங்கள் ஊக்குவிக்கப்பட்டன. ரஷ்யா, சீனா, பிரேசில், துருக்கி, மத்திய ஆசியக் குடியரசுகள், வளமிக்க வளைகுடா நாடுகள் முதலியன அரபுநாடுகளில் சிறப்புப் பொருளாதார மண்டலங்களை உருவாக்கின. இதன் மூலம் அமைக்கப்பட்ட ஏராளமான உற்பத்தி மையங்களில் பெரிய அளவில் ஆண்களும் பெண்களும் நியமிக்கப்பட்டனர். கடும் உழைப்புச் சுரண்டல், சாதகமற்ற தொழிற் சட்டங்கள் ஆகியவற்றின் பின்னணியில் உழைக்கக்கூடிய விரிந்த தொழிலாளி வர்க்கம் ஒன்று உருவாகியது. ஆண் - பெண் சமத்துவத்தில் மிகவும் பின்தங்கிய நிலையிலிருந்த போதிலும் மொத்தமுள்ள எகிப்தியப் பெண்களில் 22 சதம் பேர் வீடுகளை விட்டு வெளியில் சென்று உழைக்கும் தொழிலாளிகளாக இருந்தனர். மிகப்பெரிய அளவில் கெய்ரோவின் தாஹ்ரிர் சதுக்கத்தில் பெண்கள் குழுமியிருப்பதை நாம் இந்தப் பின்னணியில் விளங்கிக் கொள்ள வேண்டும். இவ்வாறு உருவான தொழிலாளி வர்க்கம் ஆலைத் தொழிலாளிகளுடன் இணைந்து 2008ல் மிகப் பெரிய வேலை நிறுத்தம் ஒன்றை மேற்கொண்டது.

தாராளமயமாக்கலினடியாக அரசு தனது நலப் பணிகளை முடிவுக்குக் கொண்டு வந்ததை ஒட்டி அதற்கு ஈடாக அதிக அளவில் நுண் கடன்கள் வழங்கப்பட்டன. சுயதொழில், தற்சார்பு என்கிற பெயரில் உலக வங்கியின் உதவியோடு இளைஞர்கள் மற்றும் பெண்களை இலக்காக்கி இவ்வுதவிகள் மேற்கொள்ளப்பட்டன. இக்கடன்களுக்கும் கூட காப்புறுதி கொடுக்க வசதியில்லாத இந்த இளைய தலைமுறையினருக்கு அவர்களது உடல்களே காப்புறுதிகளாக அமைந்தன. இந்த உடல்கள் மீதான வன்முறை, அவமானம், பாலியல் அத்துமீறல்கள் ஆகியன இக்கடன்களை வசூலிக்கும் கருவிகளாயின. இவ்வகையில் புதிதாய் உருவான இந்த நுண் வணிகப் பொருளாதாரம் இளைஞர்கள் செயல்படுவதற்கான

கடினமான களமாக மாறியது. அதே நேரத்தில் இந்நிலை பெண்களையும் இளைஞர்களையும் அடக்குமுறை, சுரண்டல், மனித உரிமை மீறல்கள் ஆகியவற்றை எதிர்த்து நிற்கும் வலிமை மிக்க ஒருங்கிணைந்த சக்தியாக உருவாக்கியது. இன்டர்நெட் கேஃப்கள் இந்த நுண் வணிகத் தளங்களில் ஒன்று என்பதும் இத்தகைய கேஃப் ஒன்றில் பகுதி உரிமையாளரான கலீத் சயீத் காவல்துறையால் கொல்லப்பட்டதை ஒட்டி எகிப்தில் மிகப்பெரிய இயக்கம் உருவானதும் கவனத்திற்குரியது.

இந்த எழுச்சிகளில் இராணுவங்களின் பங்கும் வெவ்வேறு மட்டங்களில் அமைந்தது. துனீசியா, எகிப்து இரண்டிலும் அவை சர்வாதிகாரிகளுக்கு ஆதரவாக இல்லை. எகிப்தில் ஒரு குறிப்பிட்ட அளவு போராட்டக்காரர்களுக்கு ஆதரவாகவுமிருந்தது. லிபியாவில் கூட அரசப் படையின் ஒரு பிரிவினர் எதிர்த்தரப்புடன் உள்ளனர். இதன் பின்புலமென்ன? இந்த சர்வாதிகாரிகள் பலரும் தத்தம் இராணுவங்களை முழுமையாக நம்பவில்லை. சந்தேகத்துடன் அணுகிச் சற்று ஒதுக்கியே வைத்தனர். சட்டம் ஒழுங்கு, உளவுத்துறை, உள்நாட்டுப் பாதுகாப்பு முதலியவற்றிற்கு தமக்கு விசுவாசமாக உள்ள சிறப்புப் படையினரையே நம்பியிருந்தனர். கதாஃபியின் மகன்களின் தலைமையில் சில படைப்பிரிவுகள் இயங்கின. எகிப்தின் உளவுத்துறை, சிஐ.ஏ.வுடன் நெருக்கமாகத் தொடர்பு வைத்திருந்த உமர் சுலைமானின் கட்டுப்பாட்டில் இயங்கியது. ரொம்பவும் சுவையான விஷயம் என்னவெனில் கேம்ப் டேவிட் ஒப்பந்தத்திற்குப் பின் போர் செய்வது தடை செய்யப்பட்டதை ஒட்டி, எகிப்தியப் படைகள் வேறு வகையான பொருளாதாரத் துறைகளில் ஈடுபடுத்தப்பட்டன. கடற்கரை ரிசார்ட்கள், சுற்றுலாத் தலங்கள், ஷாப்பிங் மால்கள் முதலியவற்றை இவை இயக்கி வந்தன. இலங்கையில் ஏ9 சாலையில் நிறுத்தி வைக்கப்பட்டிருந்த சிங்கள இராணுவம் போருக்குப் பின்னர் இதுபோன்ற கடைகள் நடத்துவதும், இன்று அங்குள்ள படையினர் குடும்பத்துடன் ஆங்காங்கு தங்க அனுமதிக்கப்பட்டிருப்பதும் இத்துடன் ஒப்பிடத்தக்கன.

பெரிய அளவில் வளமான நிலங்கள் வெளிநாட்டு நிறுவனங்களுக்கு வாரி வழங்கப்பட்டதையும், சுற்றுலா முதலான தொழில்களில் வெளிநாட்டு மூலதனங்கள் ஈடுபடுத்தப்பட்டதையும் ஒரு வகை தேசிய முதலாளியப் பண்புகளுடன் இராணுவம் எதிர்த்தது. எழுச்சியின் போது ஒருபக்கம் அரசுக்கு எதிராகவும், இன்னொரு

பக்கம் கிளர்ச்சியினூடாக சுற்றுலா வருமானம் குறைவது குறித்த சங்கடத்தோடும் எகிப்திய இராணுவம் களத்தில் நின்றதை நாம் இப்படித்தான் புரிந்து கொள்ள நேர்கிறது.

ஒரு காலத்தில் ஷரியத் சட்டத்திலான ஆட்சி, மேற்குலக மதிப்பீடுகளுக்கு எதிர்ப்பு என்கிற நிலைப்பாடுகளை எடுத்திருந்த 'முஸ்லிம் சகோதரத்துவம்', 'மறுமலர்ச்சிக் கட்சி' முதலான இஸ்லாமிய அமைப்புகள் இன்று இடதுசாரி அமைப்புகளுடன் கை கோர்த்து நின்றதும், ஆட்சி மாற்றத்திற்குப் பின் உருவாகும் அமைப்பில் அவர்களுக்கும் பங்குண்டு என வெளிப்படையாக அறிவித்திருப்பதும் இடதுசாரிகளும் கூட 'புதிய அமைப்பில் இம் மதவாதிகளுடன் இணைந்து செயல்படத் தயார்' என ஏற்றுக் கொண்டுள்ளதும் ஒரு குறிப்பிடத்தக்க நிகழ்வு.

எகிப்திலுள்ள முஸ்லிம் சகோதரத்துவ அமைப்பு வலிமையான ஒன்று. மக்கள் மத்தியில் பல்வேறு சேவைகளையும் புரிந்து மிக்க மரியாதையைச் சம்பாதித்துள்ள அமைப்பு. இது தடை செய்யப்பட்டு முக்கிய தலைவர்கள் புலம் பெயர்ந்த பின்னும் கூட, வேறு பெயர்களில் வெவ்வேறு மட்டங்களில் இது செயல்பட்டு வந்தது. இதன் மேல் தட்டினர் சுயேச்சையாகத் தேர்தலில் போட்டியிடவும் அனுமதிக்கப்பட்டனர். எனினும் நாம் முன்பு குறிப்பிட்ட புதிய பொருளாதார மாற்றங்கள் ஏற்படுத்திய தாக்கங்கள், கூடவே மேற்கொள்ளப்பட்ட கடும் அடக்குமுறைகள் ஆகியன மேலெழுந்து வருகிற புதிய தொழிலாளி வர்க்கத்துடன் இணைந்து இவற்றை எதிர்கொள்ள வேண்டிய அவசியத்தை அவர்களுக்கு உணர்த்தின. புதிய வர்க்கத்தினர், இடதுசாரித் தொழிற்சங்கத்தினர், இஸ்லாமிய அமைப்பினர் எல்லோரும் ஒன்றாக வீதியில் திரண்டு அரச அடக்குமுறைகளை எதிர்கொள்வது 90களின் இறுதியில் அன்றாட நிகழ்வாகியது. இது வெறுமனே சந்தர்ப்பவாதக் கூட்டணியாக அமையாமல் இரு தரப்பினரும் தத்தம் இறுக்கமான நிலைமைகளிலிருந்து சற்றே கீழிறங்கி நேர்மையுடன் இணைந்து நிற்கும் செயல்பாடாக அமைந்தது. அரசியலில் பன்மைத்துவம், பெண்களின் பங்கேற்பு, கிறிஸ்துவர்கள் மற்றும் கம்யூனிஸ்டுகளை எல்லாவிதமான அரசியல் பங்களிப்புகளுக்கும் பாத்திரமானவர்களாகக் கருதுதல் என்கிற நிலையை இஸ்லாமியவாதிகள் எடுத்தனர். சில ஆண்டுகள் முன்பு முஸ்லிம் சகோதரத்துவ அமைப்பிற்குள் நடந்த ஒரு விவாதத்தின்போது புதிய தலைமுறையினரான இப்ராஹிம்

ஹொடெய்பி கூறினார், "முஸ்லிம் சகோதரத்துவ அமைப்பின் முழக்கமான 'இஸ்லாமே தீர்வு' என்பதை 'எகிப்து எகிப்தியர்களுக்கே' என்பதாக மாற்றியமைக்க வேண்டும்." எகிப்திய வீதிகளில் தற்போது ஓங்கி ஒலித்த முழக்கம் இதுவே.

எனினும் முஸ்லிம் சகோதரத்துவ இயக்கத்தின் மத்தியிலிருந்த மேற்தட்டினரைத் தம் பக்கம் இழுக்கும் முயற்சியை முபாரக் போன்றோர் செய்யாமலில்லை. அவர்களில் சிலருக்குப் புதிய பொருளாதார மாற்றங்களினூடாக கார்ப்பரேட்களாவதற்கு வாய்ப்பளிக்கப்பட்டது. தேர்தலில் சுயேச்சையாக இவர்கள் போட்டியிடவும் அனுமதிக்கப்பட்டது. இஸ்லாமிய ஒழுக்கவாதப் பார்வைகளை முதன்மைப்படுத்தி, தனியே வாழும் பெண்கள், ஓரின வேட்கையுடையோர், பஹாய், கிறிஸ்தவ மற்றும் ஷியா சிறுபான்மையினர் ஆகியோர் மீதான வன்முறை, புத்தகங்களைக் கொளுத்துதல், கருத்து மாறுபாடுடைய அறிவுஜீவிகளைத் துன்புறுத்துதல் என்கிற வடிவங்களில் ஒருவகை சிவசேனைத்தனமான ஒழுக்க போலீஸ் செயற்பாடுகளின் ஊடாகவும் முபாரக் அமைப்பினர் இவர்களை ஒருங்கிணைத்தனர். எனினும் முஸ்லிம் அமைப்புகளில் இருந்த இளம் தலைமுறையினர் இவற்றிலிருந்து விலகியே இருந்தனர்.

இன்றைய எழுச்சியின் மத்தியில் சென்ற பிரவரி 4ம் தேதி அன்று முபாரக்கின் உதவிப் பிரதமர், உமர் சுலைமான் இந்த மேற்தட்டினரைச் சந்தித்துப் பேசினார். முஸ்லிம் சகோதரத்துவ அமைப்புடன் முபாரக் நிர்வாகம் சமாதானமாவதை உலகெங்கிலுமுள்ள மதவாதப் பிற்போக்கு சக்திகளும், அமெரிக்க ஆதரவாளர்களும் மகிழ்ச்சியோடு வரவேற்றனர். ஆனால் முஸ்லிம் சகோதரத்துவ அமைப்பிலிருந்த இளைஞர்களும் பெண்களும் அமைப்பிலிருந்து விலகி மதச்சார்பற்ற 'ஏப்ரல் 6' மற்றும் 'கெஃபாயா' இளைஞர் இயக்கங்களுடன் சேர்ந்து போராட்டத்தைத் தொடரப்போவதாக அறிவித்தபோது ஆட்சியைத் தக்க வைப்பதற்கான முபாரக்கின் இறுதி முயற்சி பாதியில் சிதைந்தது.

அஸ்மா மொஹ்ஃபூஸ் (36) போன்ற இளம் பெண்கள் மற்றும் இணையதளச் சமூகத்தினர் விடுத்த அழைப்பின் பேரில் மில்லியன் கணக்கில் மக்கள் சர்வாதிகாரத்தை எதிர்த்து வீதியிலிறங்கியதைப் பாராட்டி எழுதாத ஊடகங்கள் இல்லை. 'முகநூல் புரட்சி' 'டிவிட்டர் புரட்சி' என்றெல்லாம் இது அழைக்கப்படுகிறது. 1990களில் இஸ்லாமியவாதிகள், பெண்கள், இளைஞர்கள், தொழிலாளிகள்,

இடதுசாரிகள் எல்லோரும் ஓரணியில் இணைந்து நிற்க வேண்டிய நிலை ஏற்பட்டதைப் பார்த்தோம். 2004 அடுத்த திருப்பு முனையாக அமைந்தது. இஸ்லாமியவாதிகள் புதிய தொழிலாளி வர்க்கத்தினர், நுண் வணிகர்கள் எல்லோரும் இணைந்து 'கெஃபாயா' என்ற இயக்கத்தை உருவாக்கினார். கெஃபாயா என்கிற எகிப்தியச் சொல்லுக்கு மாற்றம் எனப் பொருள். முபாரக் ஆட்சிக்கு முடிவு, கமால் முபாரக்கின் வாரிசுத் தேர்விற்கு எதிர்ப்பு என்கிற இரு ஆகக் குறைந்த பட்சக் கோரிக்கைகளோடு இந்த இயக்கம் உருவாகியது. இதுகாறும் 'வீதி' என்பது அரச அடக்குமுறையின் களமாக இருந்த நிலை மாற்றப்பட்டு அடக்குமுறைக்கு எதிராக மக்கள் ஒன்று கூடும் வெளியாக அது மாற்றப்பட்டது. 'கெஃபாயா' வின் ஆர்ப்பாட்டங்களில் பெரிய அளவில் வலைத்தளத்தினர் பங்கேற்கத் தொடங்கினர்.

இன்றைய தகவல் யுகத்தின் சகல சாத்தியப்பாடுகளையும் உணர்ந்து கெஃபாயா இயக்கம் வலைப்பூ, ட்விட்டர், முகநூல் ஆகியவற்றை வீதிப் போராட்டங்களுக்குப் பயன்படுத்தியது. சில வலைத்தளக் குழுமங்களில் 80,000க்கும் மேற்பட்டோர் இணைந்திருந்தனர். இப்படியான ஒரு நிலை ஏற்படுவதற்கும் பின்புலமாக ஒரு சம்பவம் அமைந்தது. வேய்ல் அப்பாஸ் என்கிற இளைஞனின் 'எகிப்திய விழிப்புணர்வு' (அல்ஷ அல் மாஸிரி) என்கிற வலைப்பூவிற்கு ஒரு செல்போன் வீடியோ பதிவு வந்தது. காவல் நிலையமொன்றில் பாலியல் ரீதியாக ஒருவர் துன்புறுத்தப்படும் அக்காட்சி அவ்வலைத்தளத்தில் வெளியான கையோடு அச்சு ஊடகங்கள் அதைச் செய்தியாக வெளியிட்டன. ஊடகங்கள் இதற்கு ஆதாரமாக வலைப்பூவைச் சுட்டிக்காட்டின.

எகிப்தில் ஆதாரமின்றி செய்தி வெளியிட இயலாது. மனித உரிமையாளர்கள் பாதிக்கப்பட்டவரை அடையாளம் கண்டு வழக்குப் பதிவு செய்து குற்றவாளிகள் தண்டிக்கப்படும் வரை வழக்கின் ஒவ்வொரு அசைவையும் அல் மாஸிரி வலைப்பூ தொடர்ந்து கண்காணித்து வெளியிட்டது.

மனித உரிமை மீறலுக்குக் காரணமான காவல் துறையினர் தண்டிக்கப்பட்ட வரலாறு காணாத இச்சம்பவம் மிகப்பெரிய உற்சாகத்தை வலைப்பூவினர் மத்தியில் ஏற்படுத்தியது. இணையத் தளங்களும் அச்சு மற்றும் காட்சி ஊடகங்களும் ஒன்றாக இணைந்து பல்வேறு அநீதிகளைத் தொடர்ந்து இவ்வாறு வெளிக்கொணர்ந்தனர்.

பெரும்பாலான தமிழ் வலைப்பூக்களும் இணையத் தளங்களும் வெறும் அரட்டை மடங்களாகவும் அவதூறுக் களஞ்சியங்களாகவும் செயல்படும் இன்றைய சூழலில் அரபுலக இளைஞர்கள் வரலாற்றில் தமக்குரிய இடம் குறித்த மிகுந்த பொறுப்புடன் செயற்பட்ட இந்நிகழ்வு ஒப்பிட்டுப் பார்க்கத்தக்கது. இதே பொறுப்புடன் தொடர்ந்து அவர்களின் செயற்பாடுகள் அமைந்தன.

ஏப்ரல் 2008ல் நடைபெற்றுக் கொண்டிருந்த ஒரு ஜவுளித் தொழிலாளர் போராட்டத்தில் முகநூல் குழுமத்தினர் தலையிட்டனர். தொழிலாளர்களின் கோரிக்கைகளைப் பொதுக் கோரிக்கைகளுடன் இணைத்து ஒரு பொது வேலை நிறுத்தத்திற்கு எஸ்ரா அப்தல்ஃபதா என்கிற இளம்பெண் அழைப்பு விடுத்தார். இரண்டே வார்த்தில் 70,000க்கும் மேற்பட்ட முகநூல் குழுமத்தினர் இந்த அழைப்பை ஏற்று ஆதரவுக் கையெழுத்திட்டனர். எல்லா அரசியல் கட்சிகளும் இந்த வேலை நிறுத்தத்தில் பங்கு பெற வேண்டிய நிலை ஏற்பட்டது. இவ்வாறு உருவான ஏப்ரல் 6 இயக்கம்தான் இன்றைய 2011 எழுச்சியில் முக்கிய பாத்திரம் வகித்தது.

மேற்குறித்த தகவல்களின் பின்னணியில் இன்றைய எழுச்சிகளில் சில தனித்துவங்களையும் சிறப்பு அம்சங்களையும் மட்டும் இங்கு தொகுத்துக் கொள்வோம்.

1. இன்றைய புரட்சியில் முன்னணி நிலை வகித்த இளைஞர்களும் பெண்களும் 1990களுக்குப் பின் உருவான புதிய பொருளாதார மாற்றங்களில் முக்கிய பாத்திரம் வகித்தவர்களாகவும் (நுண் வணிகத்தினர், கடைத் தொழிலாளிகள்) இருந்தனர். 2004க்கும் 2011க்கும் இடையில் கிட்டத்தட்ட 10 லட்சம் தொழிலாளிகள் பங்குபெற்ற ஏராளமான வேலை நிறுத்தங்கள் நடைபெற்றன.

2. தொழிலாளர் போராட்டங்கள், பொதுமக்களின் கோரிக்கை களோடு (ஆட்சிமாற்றம், வாரிசு ஆட்சி ஒழிப்பு, ஜனநாயக மயமாக்கல், மனித உரிமை மீறல்களை முடிவுக்குக் கொணர்தல்) இணைக்கப்பட்டு இஸ்லாமியவாதிகள் தொழிலாளிகள் இடதுசாரிகள் - இளைஞர்கள் என்பதான அகன்ற நிறமாலை எழுச்சிகளாக மாற்றப்பட்டன.

3. முஸ்லிம் பெண்கள் இதில் முக்கிய பங்கேற்றனர். முபாரக்கின் கூலிப்படையினர் பாலியல் அத்துமீறல்களை மேற்கொண்டபோது இவர்கள் கலங்கவில்லை. ஒரு கட்டத்தில் போராட்டக்காரர்கள்

பெண்களைப் பாதுகாப்புக்கருதி வீட்டிற்குப் போகச் சொன்னபோது "நாங்கள் பாதுகாக்கப்பட வேண்டியவர்களோ, பாதிக்கப்பட்டவர்களோ அல்ல. மாறாக, போராட்டக்காரர்கள்" என்று கூறி வீதிகளிலேயே தொடர்ந்தனர்.

4. இந்தப் போராட்டம் எந்த அளவிற்கு மத அடையாளமின்றி நடத்தப்பட்டதோ அந்த அளவிற்கு மத எதிர்ப்புப் போராட்டங்களாக இல்லாமலுமிருந்தன. "அவரவர்களின் நம்பிக்கை அவரவர்களுக்கு " என்கிற உயரிய முஸ்லிம் மதிப்பீடு இங்கே கோலோச்சியது.

5. இந்த எழுச்சிகளில் போராடும் மக்கள் தரப்பில் வன்முறைகள் குறைவு அல்லது இல்லை என்றேகூடச் சொல்லலாம் (லிபியா சற்று விதிவிலக்கு). வன்முறையை ஒரு வழிமுறையாகக் கொள்ளாததாலேயே இவை வெறும் முன்னணிப் படையினர் அல்லது ஆயுதம் தாங்கிகளின் போராட்டமாக இல்லாமல் சகல தரப்பினரும் குறிப்பாகப் பொதுமக்கள் பெரிய அளவில் பங்கு பெறுவதாக அமைந்தன.

   எதிராக, பெரிய அளவில் ஆயுதத் தாக்குதலை சர்வாதிகாரிகள் மேற்கொள்வதற்கும், அதை நியாயப்படுத்துவதற்கும் இயலாதவர்களாயினர். கடந்த 20 ஆண்டுகளில் வெற்றிகரமான ஆட்சி மாற்றங்களை ஏற்படுத்திய கிழக்கு ஐரோப்பிய மற்றும் அரபுலக எழுச்சிகள் எல்லாம் பெரிய அளவில் மக்கள் திரள் பங்கேற்ற, வன்முறையற்ற எழுச்சிகள் என்பது சிந்திக்கத்தக்கது. வன்முறையைக் கையிலெடுக்கும்போது எதிரி தனது ஆகக் கொடூரமான ஆயுதத்தைப் பயன்படுத்தும் வாய்ப்பை ஏற்படுத்தித் தந்து விடுகிறோம் என்கிற ஜென் ஷார்ப்பின் கருத்துக்கள் இப்போராட்டத்தில் ஒரு குறிப்பிடத்தக்க அளவு செல்வாக்கு வகித்துள்ளது குறித்துப் பத்திரிகைகள் எழுதுகின்றன.

6. ஈரானியப் புரட்சியை மதவாதிகளும் டெஹ்ரான் பஸாரிகள் எனப்படும் நடுத்தர வர்க்கக் கடை முதலாளிகளும் கடத்திச் சென்றது போல இன்றைய புரட்சிகளும் ஆகிவிடலாம் என்கிற கருத்தை ஆய்வாளர்கள் மறுக்கின்றனர். இப்போராட்டங்களில் முன் நிற்கும் பெண்கள், இளைஞர்கள், நுண் வணிக சக்திகள், பன்னாட்டு தொழில் மண்டலங்களில் பணியாற்றும் தொழிலாளிகள், சர்வாதிகாரத்தின் சட்ட மீறல்களைத்

துணிச்சலுடன் எதிர்த்து நின்ற மனித உரிமைப் போராளிகள், பொறுப்புமிக்க இளம் வலைப்பூவினர், அறம் சார்ந்த மத நம்பிக்கைகளோடு சமூகத்தின் பன்மைத் தன்மையிலும் நம்பிக்கையுடைய இஸ்லாமிய அமைப்பினர் ஆகியோரிடம் ஒரு தெளிவான சமூகப் போராட்டப் பார்வை உள்ளது. மதம் சார்ந்த ஒழுக்கவியல் பார்வையும் அரச ஒடுக்குமுறையும் இணைந்த சர்வாதிகாரிகள் வலதுசாரிச் சாய்விற்கு எதிராகவே அவர்கள் நிற்பர். ஓய்ந்துவிடாமல் அவர்கள் நடத்தி வருகிற போராட்டமும் புரட்சியைத் தக்க வைக்கும் செயற்பாடுகளும் இந்த நம்பிக்கையை அளிக்கின்றன.

7. உறுதியான ஒரு கட்சி வழிகாட்டல், இறுக்கமான எதிர்காலக் கொள்கை வடிவம் ஆகியன இல்லாததைக் குறை என்பதா இல்லை. அதுவே இன்றைய காலகட்டத்தின் சிறப்பம்சம் என்பதா? இத்தகைய இறுக்கமாக அமைப்பு மற்றும் கொள்கை வழிகாட்டல்களில் நடைபெற்ற பல புரட்சிகள் முன்னிலும் கொடுமையான ஒற்றைக் கட்சி சர்வாதிகாரங்களுக்குத்தானே வழிவிட்டன. தொடர்ந்த உரையாடல்களுக்கான சாத்தியமும் பன்மைத்துவம் தக்க வைக்கப்படுதலுமே முக்கியம்.

8. போராட்டங்கள் தற்காலிகமாக ஒடுக்கப்பட்டாலுங்கூட இந்த நாடுகள் எதிலும் பழைய முறையில் ஆட்சிகள் தொடர்வதற்குச் சாத்தியமில்லை .

9. லிபியா, பஹ்ரெய்ன் குறித்து சற்றுப் பொறுத்து விவாதிப்போம். கடும் கண்டனத்துக்குரிய இந்திய அரசின் அணுகல் முறைகளையும் இங்கு பதிவு செய்வது அவசியம்.

அரபுலகப் புரட்சிகளிலிருந்து நாம் கற்றுக்கொள்ள ஏராளமாக உள்ளன. திறந்த மனத்தோடு இவற்றை அணுகுதல் இதன் முக்கிய நிபந்தனை என்பதை மறந்துவிடலாகாது.

ஏப்ரல், 2011

ஸபாடிஸ்டா – 1
21ம் நூற்றாண்டுப் புரட்சி: ஒரு குறிப்பு

அரபுலக எழுச்சிகளைப் பற்றி நான் எழுதிய கட்டுரை வழக்கம்போல இரண்டுவிதமான எதிர்வினைகளையும் சந்திக்க நேரிட்டது. பாராட்டு களும், கட்டுரையில் எழுப்பப்பட்ட விவாதத்திற்குரிய புள்ளிகள் குறித்த ஆர்வமும் ஒருபுறம் வெளிப்பட்டது எனில், இன்னொருபுறம் மறுப்புகளும் முன் வைக்கப்பட்டன. மறுப்புகள் வரவேற்கப்பட வேண்டியவையே, அவை மேலும் விவாதத்திற்குத் தூண்டுமானால். ஆனால் பல மறுப்புகள் புரிந்து கொள்ளாமையினாலும், புரிந்து கொள்ளவே தயாராக இல்லாத இரும்பு மூளைகளாலும் முன் வைக்கப்படும்போதுதான் நாம் நொந்து போக வேண்டியுள்ளது. அப்படியான இரு மறுப்புகளை நான் மிகவும் மதிக்கும் மூத்த இயக்கவாதிகள் இருவர் முன்வைத்தனர். இருவருக்கும் நான் போராட்டங்கள் குறித்துப் பயன்படுத்திய பின் நவீனத்துவச் சாய்வு என்கிற சொற்கள் கலக்கத்தை ஏற்படுத்தியிருந்ததைப் புரிந்துகொள்ள முடிந்தது. இத்தனைக்கும் அது நானாக முன்வைத்த கருத்து அல்ல. எல்லோராலும் மதிக்கப்படுகிற இடதுசாரி அறிஞர் எய்ஜாஸ் அகமது பயன்படுத்திய ஒரு சொல்லாக்கம்தான்.

அந்தத் தோழர்களில் ஒருவர் நான் இன்றைய அரபுலக எழுச்சிகளை வெறுமனே முகநூல் மற்றும் ட்விட்டர் புரட்சிகளாகச் சுருக்குவதாகச் சொன்னபோது வியப்படைந்தேன். எனது நோக்கமே அப்படிச் சுருக்கிப் பார்க்கக்கூடாது எனச் சொல்வதுதான். 90களுக்குப் பின் உருவாகியுள்ள தாராளமயம், உலகமயம் ஆகியவற்றின் அடியாகத்

தோன்றியுள்ள புதிய வர்க்க அரசியலின்பால் கவனம் ஈர்ப்பதே என் கட்டுரையின் நோக்கம். அதே தோழர் நான் பயன்படுத்தியுள்ள 'அறம் சார்ந்த ஒருங்கிணைவு' என்கிற சொல்லாடலையும் கடுமையாகச் சந்தேகித்தார். 'அறம்' என்பது பழைய இயக்கவாதிகள் மத்தியில் ஒரு சந்தேகத்திற்குரிய பொருளாக உள்ளது பற்றி விரிவாக விவாதிக்க வேண்டும்.

இன்னொரு மூத்த தோழர், பலரும் இந்த எழுச்சியில் பங்கு வகித்தாலும் துனீசிய மற்றும் எகிப்திய கம்யூனிஸ்ட் கட்சிகள் தான் அதை முன்னின்று நடத்தின. அதை நான் மறைத்துவிட்டேன் எனக் குற்றம் சாட்டினார். துனீசிய, எகிப்திய கம்யூனிஸ்ட் கட்சிகளே இத்தகைய உரிமை கொண்டாடாதபோது அவர் எப்படி இப்படிச் சொல்கிறார் எனப் புரியவில்லை. நிச்சயமாக கம்யூனிஸ்ட் கட்சிகளுக்கு இவற்றில் ஒரு பங்குண்டு. நீண்ட காலமாகப் போராடி வருகின்றனர். அடக்குமுறைகளைச் சந்தித்துள்ளனர். சிறைவாசம் அனுபவித்துள்ளனர். இஸ்லாமியக் கட்சிகளுக்கும் கூட இப்படி ஒரு நீண்ட பாரம்பரியம், அடக்குமுறையை எதிர்கொள்ளல் புலப் பெயர்வு என்றெரு வரலாறு உண்டு. இருவரும் தத்தம் உச்சபட்ச நிலைப்பாடுகளைத் தளர்த்திக் கொண்டு இன்றைய இளைஞர்களோடும் புதிய வர்க்கங்களோடும் இணைந்து போராட வேண்டிய நிலையும், அதற்குரிய ஒரு புதிய அரசியல் மொழியும் உருவாகியுள்ளதே இன்றைய புரட்சிகளில் நம் கவனத்தை ஈர்க்கிற அம்சம். ஏதோ ஒருவரை ஒருவர் பயன்படுத்திக் கொள்வதாக இல்லாமல் புதிய அரசு நிர்வாகத்திலும் இந்த உறவு தொடரும் என அவர்கள் பிரகடனப்படுத்தியிருப்பதையே நான் அறம் சார்ந்த இணைவு என்றேன். ஒருவேளை இந்த அறத்திலிருந்து அவர்கள் வழுவுவார்களேயானால் இழப்பு இருவருக்கும் மட்டுமல்ல, மக்களுக்கும்தான்.

எகிப்திய மார்க்சிய அறிஞரும் மூத்த மாவோயிஸ்டுமான சாமிர் அமினும் கூட இவற்றை ஒரு 'வெகுஜன இயக்கம்' 'பொது எழுச்சி' என்றே குறிப்பிடுகிறார். எண்பது சத மக்கள் 45 நாட்கள் தலைநகரின் வீதிகளில் குழுமி நின்றதை வியந்து கூறுகிறார். எந்த ஒரு குறிப்பான குழுவிற்கும் இந்தப் பெருமையைத் தர இயலாது என்றும் அழுத்திச் சொல்கிறார். நீண்ட காலம் சிறைவாசம் அனுபவித்து விடுதலையாகியுள்ள துனீசியக் கம்யூனிஸ்ட் கட்சித் தலைவர் ஹம்மா ஹமானியும் கூட தாங்கள் தான் இதைச் செய்தோம்

எனச் சொல்லத் துணியவில்லை. தங்களின் எதிர்காலத் திட்டம் எனச் சொல்லும்போது கூட "பாட்டாளி வர்க்கச் சர்வாதிகாரத்தை உருவாக்குதல்" என்பது போன்ற பழைய மொழியைப் பேசாமல், "அரசியல் சுதந்திரம், வேலையுரிமை, மக்கள் அத்தியாவசியப் பொருட்களை வாங்கும் திறனை மேம்படுத்துதல், ஊழலுக்கு எதிரான போராட்டம், பலஸ்தீனிய மக்களின் போராட்டத்திற்கு ஆதரவு" என்கிற ஐந்தம்சத் திட்டத்தையே முன் வைக்கிறார். துனீசிய எழுச்சி குறித்து எகிப்திய கம்யூனிஸ்ட் கட்சி சொல்லும்போது "எளிய மக்கள் தம் உரிமைகளைக் காத்துக் கொள்ள எழுந்த எழுச்சி" என்றே வரையறுக்கின்றது.

"தொண்ணூறுக்குப் பிந்தைய உலக அரசியல் மாற்றங்களினூடாக புரட்சிகர எழுச்சியிலும் ஒரு புதிய அத்தியாயம்" எழுதப் பட்டுள்ளததற்குச் சான்றாகவும் இன்றைய அரபுலக எழுச்சிகளை இவர்கள் அடையாளம் காண்கின்றனர்.

ஆனாலும் என் கட்டுரை மீது மேற்குறித்த விமர்சனங்களை முன்வைத்த தோழர்களும் கூட 'இந்த எழுச்சிகளிலிருந்து பாடம் கற்றுக்கொள்வது' என்பதை ஏற்றுக்கொண்டனர். எனக்கு அது மிகவும் வியப்பாக இருந்தது. கம்யூனிஸ்ட் கட்சிகள்தான் எல்லாவற்றை யும் செய்தது என்பதாக இவற்றைப் பார்ப்பவர்களால் என்ன புதிய பாடங்களைக் கற்றுக் கொள்ள முடியும்? இந்தப் போராட்டங் களை முன்னெடுத்த மக்களைத் தம்முடைய கூற்று நிராகரிக்கிறது, அவமதிக்கிறது என்பதைக்கூடப் புரிந்துகொள்ள இயலாதவர்கள் புதிதாக என்ன கற்றுக்கொண்டுவிட முடியும்? இவர்கள் தேறுவதற்கு வாய்ப்பே இல்லை என்றுதான் எனக்குத் தோன்றுகிறது.

'கற்றுக் கொள்ளுதல்' குறித்துப் பெரியார் ஈ.வே.ரா. அவர்களின் கருத்தாழமிக்க கூற்று ஒன்று நினைவுக்கு வந்தது. கற்பது என்றால் ஏதோ புதிய விஷயங்களை நமது மூளைக்குள் திணிப்பது அல்ல. ஏற்கனவே (இச்சமூகத்தின் பலவேறு நிறுவனங்களாலும் நமது மூளைக்குள் திணித்து வைக்கப்பட்டவற்றை வெளியேற்றுவதுதான் கற்பது என்றார் அவர் (பார்க்க: பெரியாரின் கல்விச் சிந்தனைகள், தொகுப்பு: அ.மார்க்ஸ் பாரதி புத்தகாலயம்). புதிய விஷயங்களை நாம் ஏற்றுக் கொள்வதற்கான தடைகளை நீக்குவதுதான் கற்றலின் தொடக்கம். ஸென் பவுத்தத்தில் இப்படி ஒரு கதையுண்டு. ஒரு ஸென் துறவியிடம் ஒரு இளைஞன் வருகிறான். அவனை அமர வைத்து ஒரு கோப்பையில் தேநீரை ஊற்றிவிட்டு, "என்ன வேண்டும்?" என்று

கேட்டார் துறவி. நான் உங்களிடம் கற்றுக்கொள்ள வந்தேன் எனச் சொல்லி இதுவரை தான் கற்றுள்ளவற்றையெல்லாம் விரிவாகப் பட்டியலிடத் தொடங்கினான் அந்த இளைஞன். துறவி ஒன்றும் சொல்லாமல் இன்னும் பருகத் தொடங்காமல் நிறைந்திருந்த கோப்பையில் மேலும் தேநீரை ஊற்றினார். அது வழிந்து ஓடத் தொடங்கியதைப் பார்த்துத் திகைத்துப் போனான் இளைஞன். புதிதாக அந்தக் கோப்பையை நிரப்ப வேண்டுமானால் ஏற்கனவே நிரப்பப்பட்டுள்ளதைக் காலி செய்ய வேண்டும் என்பதைக் குறிப்பால் உணர்த்தினார் துறவி.

மிகப்பெரிய மாற்றங்கள் நிகழ்ந்து கொண்டிருக்கும் காலத்தில் வாழ்ந்து கொண்டிருக்கிறோம் நாம். சோவியத் யூனியன் மற்றும் கிழக்கு ஐரோப்பிய நாடுகளின் சரிவு, தொடர்ந்து நிகரகுவா முதலான லத்தீன் அமெரிக்க நாட்டுப் புரட்சிகளில் ஏற்பட்ட தேக்கம், உலகமயம் ஏற்படுத்தியுள்ள மாற்றங்கள் ஆகியவற்றிலிருந்து பாடங்களைக் கற்றுக் கொண்டு புதிய அத்தியாயத்தை எழுத வேண்டுமானால் நாம் பழைய கெட்டி தட்டிப்போன பாடங்களை மறக்க வேண்டும். குறைந்தபட்சம் மறுபரிசீலனை செய்ய வேண்டும். ஆனால் நமது பழைய இயக்கவாதிகள் யாரும் இதற்குத் தயாராக இல்லை. அவர்களது எல்லோரது மண்டைகளுக்குள்ளும் பூதங்களைப் போல பழைய நம்பிக்கைகளை வளர்த்து வைத்துள்ளனர். அவை புதிய சிந்தனைகள் எதையும் நுழைய விடாமல் விசிறி அடித்து விரட்டுகின்றன. இந்த பூதங்களால் அவர்களின் தலை சற்றே கனத்துத் தாழ்ந்திருப்பதை நீங்கள் கவனிக்கலாம். சுமக்க முடியாமல் சுமந்து அவர்கள் சற்றே தள்ளாடி வருவர். சற்றுக் கூர்ந்து கவனித்தீர்களானால் இந்தப் பூதங்களின் கூரிய நகங்கள், மீசை முதலியன இவர்களின் காதுகள், கண்கள், நாசி வழியாக எட்டிப் பார்ப்பதையும் நீங்கள் கண்டுகொள்ள முடியும்.

ஆனால் இந்த பூதங்களை முற்றாக விரட்டித் துரத்தி விட்டு ஏகாதிபத்தியத்தை எதிர்த்த புரட்சிகர ஆயுதப் போராட்ட வரலாற்றில் புதிய ஏடொன்றை வரைந்து கொண்டுள்ள இயக்கங்களும் உலகில் உண்டு. அவற்றில் ஒன்றுதான் மெக்சிகோ நாட்டின் ஒரு மூலையில் அமைந்துள்ள சியாபஸ் மாநிலத்திலுள்ள மாயன் பழங்குடியினர் நடத்துகிற ஆயுதப் போராட்டம். 'ஸபாடிஸ்டா தேசிய விடுதலைப் படை' என்னும் இவ்வமைப்பின் முக்கிய தலைவர்களில் முதன்மையானவரான துணைத்தளபதி மார்க்கோசின்

போர்க்களச் செய்தி மடல்களின் தொகுப்பைத் தமிழின் முன்னோடி வெளியீட்டகங்களில் ஒன்றான விடியல் பதிப்பகம் 2005 ம் ஆண்டில் வெளியிட்டது. (துணைத் தளபதி மார்க்கோஸ், எதிர்ப்பும் எழுத்தும், பக்: 876, விலை: ரூ.350)

உலகெங்கிலும் நடைபெறுகிற ஏகாதிபத்திய எதிர்ப்புப் போராட்டங்கள், அதற்கான தத்துவங்கள் முதலானவை குறித்து நூல்களைத் தேடி மொழிபெயர்த்துத் தரமாக வெளியிட்டு வரும் நிறுவனம் விடியல். எனினும் அவர்கள் வெளியிட்டுள்ள பல நூல்கள் எப்போதோ வெளிவந்திருக்க வேண்டியவை. ஃப்ரான்ஸ் ஃபனான், மாவோ போன்றோரது நூல்களெல்லாம் அறுபதுகளின் *romanticism* எல்லாம் கடந்த பின் வெளிவர வேண்டிய நிலை தமிழின் துரதிர்ஷ்டம் எனலாம். எனினும் இன்றைய சூழலுக்கு மிகவும் பொருத்தமான பல நூல்களையும் விடியல் வெளியிட்டுள்ளது. காஸ்டநாடாவின் சேகுவாரா குறித்த நூல், மார்கோசின் 'எழுத்தும் எதிர்ப்பும்' ஆகியன அவற்றில் குறிப்பிடத்தக்கன. அதிலும் குறிப்பாக, மார்க்கோசின் நூல் ரொம்பவும் முக்கியமான ஒன்று.

வெளிவந்து ஆறாண்டுகளாகியும் இன்றுவரை சமகால முக்கியத்துவம் வாய்ந்த இந்நூல் தமிழ்ச் சூழலில் உரிய கவனம் பெறாதது இன்னும் பெரிய அவலம். ஆரோக்கியமான விவாதத்திற்கான சூழல் தமிழில் அருகிப்போனது இதற்கொரு காரணம் எனினும் வெளியீட்டாளரும் மொழிபெயர்ப்பாளரும் இந்நூலின் தனித்துவத்தை, அதற்குரிய முக்கியத்துவம் குறித்து முன்னிறுத்தாததும் இப்படியானதற்கான இன்னொரு காரணமாகிறது. ஏதோ இன்னொரு ஆயுதப் போராளியின் அனுபவத் தொகுப்பாகவே இந்நூல் முன்வைக்கப்பட்டது. தமிழின் நல்ல மொழிபெயர்ப்பாளர்களில் ஒருவரான எஸ்.பாலச்சந்திரன் ஏராளமான தகவல்களைத் திரட்டி மிக விரிவான முன்னுரை ஒன்றையும் எழுதியுள்ளார்.

அதிலும் கூட ஸபாடிஸ்டாக்களின் தனித்துவம் பற்றி சில குறிப்புகள் உண்டென்ற போதிலும் அவை முன்னிலைப்படுத்தப்பட வில்லை. தங்களது வழமையான அடையாளத்திற்கு ஏதேனும் சிறு பங்கம் ஏற்பட்டுவிடுமோ என்கிற நியாயமான தயக்கம் தோழர்கள் சிவாவுக்கும் பாலச்சந்திரனுக்கும் இருந்திருக்கக்கூடும்.

நூலுக்கு வந்த விமர்சனங்களுள் நண்பர் ராமானுஜத்தின் 'சுயமரியாதை ஒரு தொற்றுநோய்' என்கிற கட்டுரையே ஆகச் சிறந்த

முறையில் இந்த நூலை அறிமுகம் செய்தது. திரைப்படம் குறித்த சிற்றிதழ் ஒன்றில் (நிழல்) வெளிவந்ததாலோ என்னவோ இதுவும் உரிய கவனம் பெறவில்லை . ராமானுஜத்தின் 'தற்கொலைகளைக் கொண்டாடுவோம்' நூலில் இக்கட்டுரை தற்போது இடம் பெற்றுள்ளளது.

ஸபாடிஸ்டா இயக்கம் குறித்து விரிவாகச் சொல்வதற்கு முன் 'தீராநதி' இலக்கிய வாசகர்களுக்கு ஒரு தகவல். இது ஒரு வழக்கமான அரசியல் நூலல்ல. எப்போதும் முகமூடியும் ஆயுதமும் தாங்கியவராயினும் துணைத் தளபதி மார்க்கோஸ் ஒரு வழக்கமான ஆயுதப் போராட்டத் தளபதியும் அல்ல. அல்துஸ்ஸரில் முனைவர் பட்டம் பெற்றவர். உம்பர்டோ ஈகோவை மேற்கோள் காட்டி பாசிசம் என்றால் என்ன என விளக்குபவர். காப்ரியேல் கார்சியா மார்க்யூசின் நூற்றாண்டு காலத் தனிமை' என்ற நாவலின் மூலமே அமெரிக்கக் கிராமங்களைப் புரிந்து கொண்டேன் எனச் சொல்பவர். மார்க்யூஸ், ஃப்யூன்டஸ், மோான் சிவாய்ஸ், வர்காஸ் லோசா முதலானோரின் நவீன எழுத்துகளால்தான் தான் உருவானதாகச் சொல்லிக் கொள்பவர். 'ஆர்த்தெமியோ குருசின் மரணம்', 'பாதுகாக்கப்பட வேண்டிய நாட்கள்', 'நகரமும் நாங்களும்' ஆகியவற்றின் மூலமாகவே வர்க்க உறவுகளைப் புரிந்துகொண்டதாக ஏற்றுக்கொள்பவர். "நாங்கள் இலக்கியத்தை அறிந்து கொண்டதன் அதே விதத்தில்தான் உலகத்தை யும் புரிந்து கொண்டோம். நாவலின் மூலமாக கட்டுரையின் மூலமாக கவிதைகளின் மூலமாக, இந்த உலகத்தை அறிந்து கொண்டோம்."

முழுக்க முழுக்க புனைவு இலக்கியங்களை மட்டுமே வாசிக்கக்கூடிய வர்களும் முழுத் திருப்தியோடு வாசிக்கக்கூடிய நூல் இது. இறுதிப் பகுதியில் 81 பக்கங்களில் 17 கதைகளைச் சொல்கிறார் மார்க்கோஸ். இவை அனைத்தும் லத்தீன் அமெரிக்கப் பண்பாட்டிலிருந்து பிரிக்க இயலாத 'மாஜிக்கல் ரியலிச' வகைப்பட்டவை. பாலச்சந்திரன் அவற்றின் இலக்கிய நயம் குறையாமல் மொழியாக்கம் செய்துள்ளார். போர்க்களத்திலிருந்து இப்படியுமா ஒருவர் சிவில் சமூகத்திற்குச் செய்திகளை அனுப்பவும் பிரகடனங்களை வெளியிடவும் முடியும் என வியக்கிற அளவிற்குக் கவிதையாய் உருவாகியுள்ளது இந்நூல், 21ம் நூற்றாண்டின் புதிய அரசியல் மொழி எப்படியெல்லாம் அமையக்கூடும் என்பதற்கோர் சிறந்த எடுத்துக்காட்டாகவும் அமைகிறது.

'எங்கள் கறுப்பு முகமூடிக்குப் பின்னால்
எங்கள் ஆயுதமேந்திய குரலுக்குப் பின்னால்
சொல்லி அழைக்க முடியாத எங்கள் பெயருக்குப் பின்னால்
நீங்கள் பார்க்கிற எங்களுக்குப் பின்னால்
நாங்கள் உண்மையில் நீங்கள்தானே
அதே எளிய ஆண்களாகவும் பெண்களாகவுமே நாங்கள் இருக்கிறோம்
எல்லா இடங்களிலும்
எல்லா நிறங்களைக் கொண்ட மக்களிலும்
எல்லா மொழிகளைப் பேசுகின்றவர்களிலும்
எல்லா இடங்களில் வாழ்பவர்களிலும்
எங்களைப் போன்றவர்கள் இருக்கின்றனர்
எங்களைப் போன்றே மறுக்கப்பட்ட ஆண்களும் பெண்களும்
எங்களைப் போன்றே விலக்கி வைக்கப்பட்டவர்களே
எங்களைப் போன்றே சகித்துக்கொள்ளப்படாதவர்களே
எங்களைப் போன்றே ஒடுக்கப்பட்டவர்களே
நாங்கள் உண்மையில் நீங்களேதான்.

துப்பாக்கியோடு மட்டுமல்ல, கிடாருடனும் பேட்டியளிக்கும் இந்த ஆயுதப் போராளி தற்போது ஒரு நாவலும் எழுதியுள்ளதாக அறிகிறோம். அவரது முகமூடியைக் கழற்றி அவருக்கு ஒரு ஒற்றை அடையாளத்தைச் சூட்டவும், இன்றைய அரசொழுங்கில் அவரையும் ஓரங்கமாக மாற்றவும் அரசு முயல்கிறது. அவர் பிடிவாதமாக மறுக்கிறார். ஏனெனில் அவர் ஒரு ஸபாடிஸ்டா மட்டுமல்ல. மாறாக

> "சான்பிரான்சிஸ்கோவில் ஒரு ஓரினப் புணர்ச்சியாளன், ஐரோப்பாவில் ஒரு ஆசியன், சான் இசிட்ரோவில் ஒரு சிகானோ, ஸ்பெயினில் ஒரு ஒழுங்கவிழ்ப்பாளன். இஸ்ரேலில் ஒரு பாலஸ்தீனி யன், சான் கிறிஸ்டோபலில் ஒரு மாயன் இந்தியப் பழங்குடி, கியூபெக்கில் ஒரு மொஹாவ்க், போஸ்னியாவில் ஒரு பாசிபிஸ்ட்', சுரங்க ரயிலொன்றில் இரவு *10* மணிக்குத் தனியாக வரும் பெண், குடிசைப் பகுதிகளில் ஒரு குற்றக் கும்பலின் உறுப்பினன், ஜெர்மனியில் ஒரு யூதன், போலந்தில் ஒரு ஜிப்சி, ஒரு வேலை இழந்த தொழிலாளி, ஒரு மகிழ்ச்சியற்ற மாணவன், இவற்றோடு மலைகளின் நான் ஒரு ஸபாடிஸ்டாவுங் கூட" எனக் கூறிக் கொண்டனர்.

மார்க்கோசின் போர்க்களச் செய்தி மடல்களின் தொகுப்பொன்

றைப் பற்றி பிரிட்டிஷ் மார்க்சிய அறிஞர் அலெக்ஸாண்டர் காக்பர்ன், மெக்சிகோவின் வரலாற்றில் 55,000 வார்த்தைகளில் உருவாக்கப்பட்ட, ஆக அதிரடியான திறன் மிக்க உரைநடை (*most savagely eloquent prose*) எனக் கூறுகிறார்.

தமது ஸபாடிஸ்டா இயக்கம் பழைய ஆயுதப் போராட்டங்களி லிருந்து முற்றிலும் வேறுபட்டது என்பதை மார்க்கோஸ் பூடகமாக அல்ல, வெளிப்படையாகவே சொல்லிவிடுகிறார். பொதுவாகக் கம்யூனிஸ்ட்கள் தம்மை "முன்னணிப் படையினர்" என்றே அழைத்துக் கொள்வர். ஒரு முன்னணிப் படை இல்லாமல் இன்றைய அரபுலக எழுச்சி எப்படிச் சாத்தியம் என்கிற கேள்வியாகத்தான் இன்றைய அரபுலக வெகுமக்கள் எழுச்சியையும் கூட கம்யூனிஸ்ட் கட்சி நடத்திபதாகவே இவர்களால் கற்பித்துக்கொள்ள முடிகிறது. கம்யூனிஸ்டுகளின் இரத்தத்தில் ஊறிப்போன இப்பண்பு மக்களை மந்தைகளாகவும் கிறிஸ்துவை மேய்ப்பராகவும் கருதுகிற ஒருவகை மேலைக் கிறிஸ்துவ ஆன்மீக மரபின் தாக்கம் எனலாம். தாங்கள் முன்னணிப் படையினர் அல்ல என்பதை மார்க்கோஸ் முதலில் அறிவித்துவிடுகிறார்.

> "சமூக சக்திகளின் செயல்பாட்டைப் பொருத்தமட்டில் முன்னணிப் படை உண்மையிலேயே முன்னணிப்படையாக இருப்பதில்லை. இந்தப் படை எந்த மக்களின் பிரதிநிதியாகத் தன்னைக் கருதிக் கொள்கிறதோ அந்த மக்கள் இப்படையின் அங்கமாகத் தன்னைக் கருதிக்கொள்ளாத அதே சமயத்தில் தனது உண்மையான எல்லைப் பரப்பு குறித்து அது உணர்ந்தே உள்ளது எமது எல்லைப் பரப்புக்கு அப்பாலுள்ளவர்களுக்காகவும் கூட எங்களால் பேச முடியும் என நினைப்பது அரசியல் ரீதியான சுய இன்பமே தவிர வேறல்ல."

என மார்க்கோஸ் சொல்லும் போது யார் யாரைப் பிரதிநிதித்துவப் படுத்த முடியும் என்கிற தத்துவார்த்தப் பிரச்சினைக்கு அவரளவிலான நடைமுறைத் தீர்வை அவர் சுட்டுவதை நாம் விளங்கிக்கொள்ள முடிகிறது. வட்ட மேசை மாநாட்டில் காந்திக்கும் அம்பேத்கருக்கும் நடந்த விவாதம் கண்முன் நிழலாடுகிறது. இனம், மொழி, நாடு அல்லது வேறெந்த அடையாளங்களையும் சொல்லி யாரும் எல்லோ ருக்குமான பிரதிநிதியாக இருந்துவிட முடியாது. நாம் யாரோ ஒரு பிரிவின் பிரதிநிதியாக மட்டுமே பேச முடியும் என உணர்கிற

போதுதான் மற்றவர்களின் பேச்சுக்கும் இடமுண்டு என்ற அடிப் படையை ஏற்க முடியும். எல்லா மக்களுக்குமான ஒட்டுமொத்தமான விடுதலை என்கிற பெருங்கதையாடலின் சாத்தியமின்மையை மார்க்கோஸ் ஏற்றுக்கொள்கிறார்.

> "இது மனிதகுல ஒற்றுமையின் பிரச்சினை என யாரேனும் சொல்லைக் கூடும். இல்லை மெக்சிகோவின் தென்கிழக்குப் பிரதேசத்திலுள்ள சில பழங்குடிச் சமூகங்களை மட்டுமே நாங்கள் பிரதிநிதித்துவம் செய்வதை உணரும்போதுதான் நேர்மையாய் இருப்பதன் பயன் விளையும்."

ஆக சியாபசின் எல்லாப் பழங்குடி மக்களையும் கூட அல்ல, அவர்களிலும் ஒரு பகுதியினரையே தாம் பிரதிநிதித்துவப்படுத்து கிறோம் என்பதையும் அவர்களுக்காக மட்டுமே தாம் பேசமுடியும் என்பதையும் மார்க்கோஸ் சொல்லிவிடுகிறார்.

ஏதோ ஒரு அடையாளத்தின் அடிப்படையில் தாம் ஒரு சாராரை முழுமையாகப் பிரதிநிதித்துவப்படுத்துவதாக இதுவரையிலான ஆயுதப்போராளிகள், கொரில்லாப் போராளிகள், கம்யூனிஸ்டுகள் ஆகியோர் அறிவித்துக்கொண்டாலும் அவர்களிலும் சிலர் இதுவரை ஒதுக்கியே வைக்கப்பட்டதையும் மார்க்கோஸ் அடையாளம் காட்டிவிடுகிறார். ஓரினப்புணர்ச்சியாளர்கள், பாலின மாற்றம் செய்துகொண்டவர்கள் ஆகியோர் இவர்களில் அடக்கம். நடைமுறையில் மட்டுமல்ல. "மார்க்சிய லெனினியத்தின் தத்துவ ரீதியான முன்மாதிரியே இவர்களை விட்டுவிடுவதாகவும் ஒழித்துக் கட்ட வேண்டிய பிரச்சினையின் ஒரு பகுதியாகக் கருதுவதாகவும் இருந்திருக்கிறது."

இது நிற்க, எல்லோரையும் தாம் பிரதிநிதித்துவப்படுத்தவில்லை என்கிறபோது. புரட்சிக்குப் பிந்தைய அரசமைப்பு எவ்வாறு இருக்கும்? (தமது நோக்கம் அரசதிகாரத்தைக் கைப்பற்றுவதல்ல என அறிவிப்பவர்கள் ஸபாடிஸ்டாக்கள். இதுகுறித்து விரிவாகப் பின்னர் பார்ப்போம்) தாங்கள் புதியதோர் உலகத்தை உருவாக்கப் போவதாக மார்க்கோஸ் உரிமை கோரவில்லை. அதற்கு முந்தைய ஒரு கட்டத்தைத்தான் நாம் உருவாக்க இயலும். ஏதோ ஒரு வர்க்கத்தை ஆட்சியலமர்த்துவதோடு வழக்கமான புரட்சி முடிவடைந்துவிடும். ஆனால் எம்முடைய புரட்சி அப்படியானதல்ல. "பல்வேறு சமூக வர்க்கங்களுக்கிடையேயான முரண்பாட்டை அடிப்படையாகக்

கொண்ட ஒரு புதிய அரசியல் உறவு" என அதை அவர் குறிப்பிடுகிறார்.

ஆக, முரண்பாடுகளுக்கிடையே தீர்வு என்பது முக்கியமல்ல. முரண்பாடுகளுக்கிடையேயான தீர்வு பற்றிப் பேசுவது மார்க்சியமுமில்லை . அது *synthesis*. அது ஹெகலியம்.

> "இப்புதிய உறவில், சோஷலிசம், முதலாளித்துவம், சமூக ஜனநாயகம், தாராளவாதம், கிறிஸ்துவ ஜனநாயகம் போன்ற பல்வேறு அரசியல் செயற்திட்டங்களும் நாட்டின் நன்மைக்குப் பெரிதும் பயன்படப் போவது தத்தம் கொள்கைகள்தான் என நாட்டு மக்களிடம் நம்பிக்கையைப் பெற வேண்டியிருக்கும்."

ஆகப் பலரும் தத்தம் கொள்கைகளை முன்னிறுத்தி இயங்கும் உண்மையான ஜனநாயக வெளியை ஏற்படுத்துவதே இன்றைய புரட்சியின் லட்சியமாக இருக்கும்.

> "நாங்கள் யார் மீதும் எங்கள் தீர்வுகளை வற்புறுத்தித் திணிக்க விரும்பவில்லை. ஒரு ஜனநாயக வெளியை உருவாக்குவதே எமது நோக்கம். ஆயுதப் போராட்டத்தை அதன் பழைய அர்த்தத்தில் நாங்கள் பார்க்க விரும்பவில்லை. முந்தைய கெரில்லாப் போராட்டங்களை ஒத்ததல்ல எங்களுடையது. இந்த ஆற்றல் மிகு உண்மையின் அடிப்படையில் தான் எல்லாவற்றையும் ஒழுங்கமைக்கிறோம். போரில் தீர்மானகரமான சக்தியாக விளங்குவது இராணுவ மோதலல்ல. மாறாக, அரசியலே எல்லாவற்றையும் தீர்மானிக்கிறது. நாங்கள் கொல்வதற்காகவோ கொல்லப்படுவதற்காகவோ போர்க்களத்திற்குச் செல்லவில்லை. எங்கள் குரல் கேட்கப்படுவதற்காகவே நாங்கள் களத்திற்குச் செல்கிறோம்."

> இவர்கள் 'பழைய' ஆயுதப் போராட்டங்களிலிருந்து எவ்வாறு வேறுபடுகின்றனர்?

இவர்கள் உருவாக்குகிற புதிய ஆயுதப் போராட்ட அரசியல் அறம் எத்தகையதாக இருக்கும்?

மே 2011

ஸபாடிஸ்டா – 2
ஆயுதப் போராட்டங்களும் அறமும்

ஆயுதப் போராட்டங்களில் மட்டுமல்ல, அரசியலிலேயே அறத்திற்கு இடமில்லை என்பதே பொதுவான கருத்து. பொக்கரானில் இரண்டாம் முறையாக அணுகுண்டு வெடித்த கையோடு அன்றைய துணைப் பிரதமர் அத்வானி, "இனி வெளியுறவுக் கொள்கையில் அறத்திற்கு இடமில்லை . எதார்த்த அரசியலுக்குத்தான் (*real politik*) இடம்" என்கிற பொருளில் பேசியதை மறந்துவிட முடியாது. அதாவது 'பஞ்சசீலக் கொள்கை', 'அணிசேரா இயக்கம்' (*NAM*) ஆகிய நேரு காலத்திய சொல்லாடல்களுக்கெல்லாம் இனி இடமில்லை. எது வெற்றியைத் தேடித் தருகிறதோ அதுவே அறம். சாணக்கியனிலிருந்து மாக்கியவெலி வரை எல்லோரும் சொன்னதுதான் இது. போர்க்களத்தில் அறம் பற்றிய மனக்குழப்பத்திற்கு இடமில்லை என்றுதானே கீதையும் சொல்கிறது.

மார்க்சிய அறவியலுங்கூட முதலாளித்துவ அறவியலின் தலைகீழ் வடிவமாகவே இருந்தது என்கிறார் துணைத்தளபதி மார்க்கோஸ். "பொதுநலம்தான் சுயநலத்திற்கு மாற்றான அறம். கூட்டுடைமைக் கலே தனி உடமைக்கு மாற்று. சமூகப் பின்னணியே தனிநபர் வாதத்திற்குப் பதிலாக இருக்க முடியும்" என்கிற வடிவிலேயே இடதுசாரி அறவியல் அமைந்தது. மற்றபடி இங்கும் திறமை, வெற்றி ஆகியவற்றின் அடிப்படையிலேயே அறம் தீர்மானிக்கப்பட்டது.

ஸபாடிஸ்டிக்களின் அரசியல் அறம் எத்தன்மையாக உள்ளது என்பதைப் பேசுவதற்கு முன்னதாக அவர்களின் அரசியலை

சற்று கவனிப்போம். கிட்டத்தட்ட நமது தண்டகாரண்யப் பழங்குடிகளைப் போல எல்லாவிதமான சுரண்டல்களாலும் பாதிக்கப்பட்டவர்கள்தான் சியாபஸ் மாயன் பழங்குடியினர். ஸ்பெயினின் காலனியாக இருந்த போதும் சரி, அதற்குப் பின்னும் சரி அவர்களின் வாழ்வில் எந்த மாற்றமுமில்லை. 1911ல் மெக்சிகோ புரட்சி தொடங்கியபோது பாஞ்சோ வில்லோ, ஆல்வாரா ஆப்ரகான், வீனஸ்தியானோ காரன்ஸா, எமிலியோ ஸபாட்டா ஆகியோரின் தலைமையில் வெவ்வேறு குழுக்கள் கிளர்ச்சியில் இறங்கின. ஆப்ரகான் மற்றும் காரன்ஸாவின் நோக்கம் வழக்கம் போல அதிகாரத்தைக் கைப்பற்றுவதாக இருந்த நிலையில், பாஞ்சோ வில்லா மற்றும் ஸபாட்டா ஆகியோரின் நோக்கம் அதிகாரத்தைக் கைப்பற்றுவதாக இல்லாமல் பழங்குடி விவசாயிகளின் உரிமைகளை நிலைநாட்டுவதாக இருந்தது. இன்றுவரை ஸபாடிஸ்டாக்கள் தங்களின் நோக்கம் அரசியலதிகாரத்தைக் கைப்பற்றுவதல்ல, உரிமைகளை நிலைநாட்டுவதே எனச் சொல்வது குறிப்பிடத்தக்கது.

இந்தப் போராட்டங்களினூடாக 1917ல் புதிய அரசியல் சட்டம் ஒன்று மெக்சிகோவிற்கு உருவாக்கப்பட்டபோது ஸபாடிஸ்டாக்களின் முயற்சியில் சேர்க்கப்பட்ட 27வது பிரிவு பழங்குடிகளுக்கு அவர்களின் நிலங்களின் மீதிருந்த உரிமையைச் சட்டபூர்வமாக்கியது. 'எஜிட்டோக்கள்' எனப்படும் பாரம்பரியக் கூட்டுடைமையை ஏற்ற இச்சட்டப் பிரிவு விவசாய நிலங்களைப் பயன்படுத்தும் உரிமையைக் கிராமங்களுக்கே வழங்கியது. இதன் மூலம் பெரிய அளவில் தனியார் எஸ்டேட்டுகள் உருவாவதற்கு சட்டபூர்வத் தடை ஏற்படுத்தப்பட்டது. பொது நிலங்கள் மீண்டும் அவற்றின் பழைய பயன்பாட்டாளர்களுக்குத் திருப்பி அளிக்கப்பட்டன. ஒவ்வொரு மெக்சிகோ குடிமகன் அல்லது குடிமகளும் அவரது குடும்பத்தின் தேவைக்குரிய நிலத்தில் சாகுபடி செய்வதும் அவற்றின் பலன்களை அனுபவிப்பதும் சட்டபூர்வமாக்கப்பட்டது. அதுமட்டுமின்றி இந்நிலங்களை யாரும் விலைக்கு வாங்குவதும் குத்தகைக்கு அனுபவிப்பதும் தடை செய்யப்பட்டது.

ஆனால் இவை அனைத்தும் ஏட்டில்தான் இருந்தன. சியாபசில் அவை நடைமுறை சட்டமாக்கப்படவில்லை. 75 ஆண்டுகளுக்கு முன் இருந்த நிலை 1990களிலும் நீடித்தது. 1916 ல் வளமான நிலத்தில் பாதியை (3 மில்லயன் ஹெக்டேர்) 8,000 பெருங்குடும்பங்கள் சொந்தமாகக் கொண்டிருந்தன. மீதமுள்ள வளமற்ற நிலத்தைத்தான் ஒரு லட்சம்

பழங்குடியினர் பொதுநிலமாகக் கொண்டு வாழ வேண்டியிருந்தது. 1990லும் அதே நிலைதான். 6,000 பெருங்குடும்பங்களிடம் பாதி நிலம் குவிந்திருந்தது.

சியாபசுக்கு 1983ல் தனது தோழர்களுடன் வந்த மார்க்கோஸ் நவம்பர் 17 அன்று பழங்குடிகளுடன் இணைந்து "ஸபாடிஸ்டா தேசிய விடுதலப்படையை" உருவாக்கியபோது பழங்குடிகளுக்கு மீண்டும் அவர்களது நில உரிமையை நிலைநாட்டுவதே பிரதான நோக்கமாக இருந்தது. அடுத்த சில ஆண்டுகளில் பனிப்போர் முடிவடைந்து 'புதிய தாராளவாதம்' தலை எடுத்தபோது 'காட்' ஒப்பந்தத்தில் கையெழுத்திடல் (1986), எஜிடோ பொது நிலங்களைத் தனியாருக்கு விற்க அனுமதிக்கச் சட்டம் இயற்றல் (1992), வட அமெரிக்க சுதந்திர வர்த்தக ஒப்பந்தத்தில் கையெழுத்திடல் (1994) என்பதெல்லாம் அடுத்தடுத்து நடந்தேறின. நில உரிமையைக் காப்பதற்கு முதலில் இந்தப் புதிய தாராளவாதத்தை முடிவுக்குக் கொண்டு வருவது அவசியமாயிற்று. ஏகாதிபத்திய எதிர்ப்பை முதன்மைப்படுத்தி ஆயுதப் போராட்டம் ஒன்றை ஸபாடிஸ்டாக்கள் உருவாக்கினார்கள்.

ஏகாதிபத்தியத்திற்கும் பின்தங்கிய நாட்டு மக்களுக்கும் நடைபெற்றுக் கொண்டிருக்கும் இன்றைய போரை 'நான்காம் உலகப் போர்' என்கிறார் மார்க்கோஸ். இரண்டு உலகப் போர்களை நாமறிவோம், பனிப்போர்தான் (Cold War) மூன்றாம் உலகப் போர். நவ தாராளவாதத்திற்கெதி ராக இன்று நடப்பது நான்காம் உலகப் போர். உலகமயம் என்பது உண்மையில் சுரண்டல் உலகமயமாவதுதான். இது நாடுகளை ஒன்றாக்கவில்லை. மாறாக, ஒவ்வொரு நாட்டையும் பல நாடுகளாக்கு கிறது. செல்வம் ஒரு சில மையங்களில் குவிகிறது. வறுமை பரவலாக்கப் படுகிறது. புலப்பெயர்வு எனும் பயங்கரக்கனவு நனவாகிவிட்டது. வன்முறை சட்டபூர்வமாக்கப்படுகிறது இந்திய அரசு செயல்படுத்தும் 'சல்வா ஜுடும்' போல. சட்டத்திற்குப் புறம்பான அதிகார மையங்கள் உருவாகின்றன. இந்நிலையை எதிர்த்து வீழ்த்துவதே இன்றைய புரட்சியின் முதன்மையான நோக்கமாக இருக்கும் என்கிறது ஸபாடிஸ்டா இயக்கம்.

1992, அக்டோபர் 12 அன்று ஸான் கிறிஸ்டோபஸில் முதன் முதலாகத் தன்னை வெளிப்படுத்திக்கொண்டது ஸபாடிஸ்டா இயக்கம். ஸ்பானிய எதிர்ப்பின் 500 ஆண்டுகால வரலாற்றை நினைவுப்படுத்தி வில் அம்புகளுடன் திரண்ட 4000 மாயன்

இந்தியர்கள் நகர மையத்தில் நின்றிருந்த ஸ்பானியத் தளபதி டியோசா டி மசாரிகோசின் சிலையை உடைத்து நொறுக்கி சிதறிய துண்டுகளை அள்ளிச் சென்றனர்.

மீண்டும் ஸபாடிஸ்டாக்கள் நகரங்களில் காட்சியளித்தது 1994 ஜனவரி முதல் தேதி. அன்றுதான் மெக்சிகோ , சுதந்திர வர்த்தக ஒப்பந்தத்தில் கையெழுத்திட்டது. வில் அம்புகளுக்குப் பதிலாக இப்போது அவர்களின் கையில் நவீன ஆயுதங்கள் இருந்தன. அவர்களின் முகங்களை முகமூடிகள் மறைந்திருந்தன. "500 ஆண்டுகாலப் போராட்டத்தின் விளைபொருட்கள் நாங்கள். இந்த ஒப்பந்தம் மாயன் இந்தியர்களுக்கு வழங்கப்படும் மரண தண்டனை " என அவர்கள் முழங்கி இராணுவ மற்றும் காவல் நிலையங்களைத் தாக்கினர். ஆயுதந்தரித்த இந்த 3000 ஸபாடிஸ்டாக்கள் அடுத்த சில மணி நேரங்களில் ஓகோசிஸ்கோ , லாஸ் மாஸ்கரிடாஸ் முதலான பல நகரங்களைத் தம் கட்டுப்பாட்டிற்குள் கொண்டுவந்தனர். திகைத்து நின்ற மெக்சிகோ இராணுவம் அடுத்த நாள் பழங்குடி, கிராமங்களின் மீது வெடிகுண்டுத் தாக்குதலைத் தொடங்கியது. நூற்றுக்கும் மேற்பட்ட பழங்குடியினர் கொல்லப்பட்டபோதும் மெக்சிகோ சிவில் சமூகம் இராணுவக் கொடுமைகளுக்கு எதிராக ஆங்காங்கு ஆர்ப்பாட்டங்களை நடத்தின. 12ம் தேதியன்று புகழ்மிக்க விடுதலை இறைவியலாளரான சாமுவேல் ரூய்சன் முயற்சியில் போர் நிறுத்தம் ஏற்பட்டது. எனினும் 4,000 க்கும் மேற்பட்ட இராணுவம் இப்பகுதிகளில் நிரந்தரமாக நிறுத்தப்பட்டது.

இராணுவத்தினர் மீதான இந்தத் தாக்குதலை ஸபாடிஸ்டாக்கள் முன்கூட்டியே அறிவித்துத் தொடுத்தது குறிப்பிடத்தக்கது. இங்குதான் ஸபாடிஸ்டாக்களின் ஆயுதப் போராட்ட அறம் குறித்த கண்ணோட்டம் பிற ஆயுத இயக்கங்களிலிருந்து வேறுபட்டு நிற்கிறது. எதிரிகளும் தாக்குதலுக்குத் தயாராக இருக்கட்டும் அல்லது தப்பிப் பிழைக்கட்டும்.

இது எப்படி புத்திசாலித்தனமாக இருக்க முடியும்? அமைப்பாக்கப் பட்ட பலம் பொருந்திய இராணுவத்தை இப்படி முன்கூட்டியே அறிவித்துத் தாக்குவதெல்லாம் வடிவேலு சொல்வது போல சின்னப் புள்ளத்தனமா இல்லியா? "நாங்கள் இதில் சிறுபிள்ளைத் தனமானவர்களாக இருக்கிறோம்தான். சில சமயங்களில் இது எங்களுக்குச் சாதகமான விளைவைத் தருகிறது. சில சமயங்களில் தருவதில்லை. ஆனால் ஒரு இயக்கம் என்ற முறையில் ஓர்

அடையாளத்தை நாங்கள் கட்டமைக்கிறோம் என்ற உண்மை எங்களுக்குத் திருப்தி அளிக்கிறது" என்கிறார் மார்க்கோஸ். அதென்னமாதிரியான அடையாளம்?

"புரட்சியின் வெற்றியே இறுதி லட்சியம் என்னும்போது இந்த லட்சியமே வழிமுறைகளை எப்போதும் நியாயப்படுத்தி விடுகிறது என்று நாங்கள் கருதவில்லை. இலட்சியங்களே வழிமுறைகளுமாகும் என நாங்கள் நம்புகிறோம்" என மார்க்கோஸ் சொல்வதை அறியும்போது நாம் வியப்பால் உறைவது தவிர்க்க இயலாது. அறத்தை முன்னிறுத்தி இந்தியத் துணைக் கண்டத்தில் பெரும் மக்கள் திரளைக் களமிறக்கிய இன்னொரு ஏகாதிபத்திய எதிர்ப்புப் போராளி நம் நினைவுக்கு வருகிறார். ஆனால் அவர் இதை வன்முறையற்ற வழிமுறைகள் என்கிற மட்டத்தில் பேசினார். மார்க்கோசோ வன்முறைகள், வன்முறையற்ற வழிமுறைகள் எல்லாவற்றிற்கும் இது பொருந்தும் என்கிறார். "சொல்லுக்கும் நேர்மைக்கும் உண்மையான ஈடுபாட்டிற்கும் நாங்கள் வழங்கும் மதிப்பு மிகப் பெரிது."

அதிகாரத்தைக் கைப்பற்றுவது என்கிற இறுதி நோக்கத்திற்குள் புரட்சிகரக் குழுக்களின் எல்லாச் செயற்பாடுகளையும் அடக்கி நியாயப்படுத்திவிட முடியாது எனக் கூறும் மார்க்கோஸ், "குடிமக்களைக் கட்டாயமாகப் புரட்சியில் பங்கெடுக்க வைப்பதை புரட்சியின் வெற்றி என்னும் லட்சியத்தால் நியாயப்படுத்த முடியாது" என்கிறார் ஆம்! புரட்சி, ஆயுதப் போராட்டம், விடுதலை, அதிகாரத்தை கைப்பற்றுதல் என்கிற பெயர்களில் கட்டாயமாக மக்களைக் கொண்டு வந்து களத்தில் நிறுத்துவது அறமாகாது.

வெற்றி உறுதி செய்யப்படுகிற ஒரு நடைமுறையில் ஏன் மக்களைக் கட்டாயமாகப் பயன்படுத்தக்கூடாது? இராணுவ அமைப்புகளால் வெற்றி எனக் கருதப்பட்ட பல செயற்பாடுகள் உண்மையில் "எங்களால் தோல்வி என்றே கருதப்படுகிறது. இந்த வெற்றிகள் (உண்மையில்) அவர்களின் தோல்விகளை மறைப்பதற்கான முகமூடிகளாகவே இருந்தன. ஏனெனில் மக்கள், சிவில் சமூகம் முதலியவற்றின் இடம் என்ன என்கிற பிரச்சினைக்குத் தீர்வு காணப்படவில்லை. வெற்றி பெற்ற புரட்சிகள், தேசியப் போராட்டங்கள் எல்லாம் உண்மையிலேயே அம்மக்களுக்கு விடிவைத் தந்துள்ளதா?

ஆயுதப் போராட்டத்தில் சிவில் சமூகத்தின் இடம் குறித்து மார்க்கோஸ் விரிவாகப் பேசுகிறார். குடிமக்களும் ஸபாடிஸ்டாக்களும்

கலந்துரையாடுவதற்கான "ஆகுவாஸ் காலியெந்தேஸ்கள்" என்கிற மக்கள் கமிட்டிகள் 200க்கும் மேல் சியாபஸ் எங்கும் உருவாக்கப்பட்டன. இந்த உரையாடல்களில் பழங்குடி மக்கள் வெளிப்படுத்திய அறிவாற்றலை வியந்து போற்றுகிறார் மார்க்கோஸ்.

ஸபாடிஸ்டா தேசிய விடுதலை இராணுவம் செய்வது அநீதி என சிவில் சமூகம் கருதுமேயானால் அதை எதிர்க்கும் உரிமையையும் ஸபாடிஸ்டாக்கள் மக்களுக்கு வழங்கினர். "சிவில் ஒழுங்கு மற்றும் சிவில் சமூகத்தின் தனி அதிகாரமிக்க புலங்களில் புரட்சிகர ஆயுதப் படையினர் தலையிடக்கூடாது எனக் கோரும் உரிமை மக்களுக்கு உண்டு. விவசாயம், வணிகம், தொழில், நிதி ஆகியவை தொடர்பான பிரச்சினைகளை சிவில் சமூகமே தீர்த்துக் கொள்ளும். ஆயுதப் போராட்டக் குழுவினர் தலையிட மாட்டார்கள்." அரசுப் படைகளது மட்டுமல்ல. புரட்சிகரப் படைகளினது ஆயுதத் தாக்குதல்களிலிருந்து தற்காத்துக் கொள்வதற்கும் தமது குடும்பம், சொத்து முதலியவற்றைக் காப்பாற்றிக் கொள்வதற்கும் மக்கள் ஆயுதங்களை வாங்கி வைத்துக்கொள்ளும் சட்டபூர்வ உரிமையையும் ஸபாடிஸ்டாக்கள் அங்கீகரிக்கின்றனர்.

இராணுவத் தன்மையைத் தாங்கள் சூடிக்கொள்வது புகழுக்கோ பெருமைக்கோ உரியதல்ல.

> "இராணுவத் தன்மை கொண்ட ஒருவனாக, ஒரு படைவீரனாக வாழ்வது ஓர் அபத்தம். ஏனெனில் தனது கருத்துக்களை மற்றவர்கள் மீது திணிப்பதற்கு ஆயுதங்களையே எப்போதும் அவர் சார்ந்திருக்க வேண்டியிருக்கிறது. இந்தப் பொருளில் எமது படை இராணுவத் தன்மை கொண்டிருக்குமேயானால் அதற்கு எதிர்காலம் கிடையாது. ஸபாடிஸ்டா தேசிய விடுதலைப்படை ஓர் இராணுவ அமைப்பாகவே தொடர்ந்து நீடிக்குமேயானால் அது தோல்வியடைவது உறுதி. ஒருவேளை அது அதிகாரத்தைக் கைப்பற்றித் தன்னை ஒரு புரட்சிகர இராணுவம் என்ற பெயரில் நிலை நிறுத்திக் கொள்ளுமானால் அது இந்தத் தோல்வியை விட மோசமாயிருக்கும்."

அரசு மட்டுமல்ல, கட்சியும் கூட ஜனநாயகத்திற்கு எதிரான அமைப்பாகவே இருக்கும் என்கிறார் மார்க்கோஸ். எமிலியோ ஸபாடிஸ்டாவைப் போலவே இன்றைய ஸபாடிஸ்டா புரட்சியாளர்களும் அரசியலதிகாரத்தை வெறுக்கின்றனர். "ஒரு

புரட்சிகரப் படை ஆட்சியதிகாரத்தைக் கைப்பற்றுவதை மட்டுமே முன்மொழிவதில்லை. ஆட்சியதிகாரத்தைக் கைப்பற்றுவதுதான் தன் பணி என்றால் ஒரு படையால் போராட முடியாது.”

அப்படியானால் ஒரு புரட்சிகர அமைப்பின் பணி எதுவாக இருக்கும்? அரசை மக்களுக்குக் கீழ்ப்படிந்துள்ள அரசாக, பொது வாக்கெடுப்புகளின் மூலம் மக்களின் விருப்பை அறிந்து நிறைவேற்றும் அரசாகத் தக்கவைக்கும் பணியையே அது தொடர்ந்து செய்யும். ஸபாடிஸ்டாக்கள் செல்வாக்கு வகிக்கும் பகுதிகளில் நுழையும் இடங்களின் வைக்கப்பட்டுள்ள பெயர்ப்பலகைகளில், "நீங்கள் ஸபாடிஸ்டாப் புரட்சிகரப் பகுதியில் உள்ளவர்கள். இங்கே மக்கள் ஆணையிடுகிறார்கள். அரசு பணிந்து செயல்படுகிறது” என ஸ்பானிய மொழியில் எழுதப்பட்டிருக்கும் இணையதளங்களில் இவற்றைக் காணலாம்.

> "ஆட்சி புரிபவர்கள் யாராக இருந்தபோதும் மக்களின் விருப்பத்தின் மூலம் ஆட்சி புரிகிற ஒரு சமூகத்தை நாம் கட்டமைத்தாக வேண்டும். இதற்கு மாற்று வழி கிடையாது. நாங்கள் புதியதோர் உலகத்தை உருவாக்கப் போவதாகக் கூறவில்லை. அதற்கு முந்தைய கட்டத்தை உருவாக்கப் போவதாகவே கூறுகிறோம்.”

“கீழ்ப்படிவதன் மூலம் ஆட்சி புரிவது (*mander obedecienda*)” என்கிற ஒரு சொல்லைத் தமது “அரசியல் அறமாக ஸபாடிஸ்டாக்கள் முன்வைக்கின்றனர். அரசியலில் வெற்றி பெறுவதே அறத்தின் அடிப்படை” என்கிற மாக்கியவெலி மற்றும் அதற்கு மாற்றாக வந்த இடதுசாரி அரசியல் அறிவியலின் பொது அடிப்படையைக் கேள்விக்குள்ளாக்கும் ஸபாடிஸ்டாக்கள், இவற்றிற்கு உண்மையான மாற்றாக இருக்கக்கூடியது வெற்றி மற்றும் அதிகாரத்தைக் கைப்பற்றுவது என்பதற்கு அப்பாற்பட்ட ஒன்றாகவே இருக்க முடியும் என்கின்றனர்.

“அதிகாரத்தைக் கைப்பற்றுவதோ தக்கவைத்துக் கொள்வதோ தேவைப்படாத ஒரு புதிய களத்தில் தான் புதிய அரசியல் அறவியல் கட்டமைக்கப்படும்.” கீழ்ப்படிவதன் மூலம் ஆட்சி புரியும்படி அதிகாரத்தைக் கட்டுப்படுத்துவதே நமது பணியாக இருக்கும். எனவே ஒரு உண்மையான புரட்சிகரப் படையைப் பொறுத்தமட்டில் அதற்கு வெற்றி, தோல்வி, புரட்சிக்கு முன், பின்

என்கிற வரையறைகளெல்லாம் கிடையாது. எப்போதும் அது ஒரு போராடும் எதிர் அமைப்பாகவே அமையும்.

ஆக, இப்போது நமக்குத் தெளிவாகத் தெரிந்துவிடுகிறது. தாராளவாத சோஷலிசம் (*libertarian socialism*), ஒழுங்கவிழ்ப்புவாதம் (*anarchism*), மார்க்சியம் ஆகியனவே மார்க்கோசின் கருத்தியல் தளங்களாக அமைகின்றன. "இருபத்தொன்றாம் நூற்றாண்டின் கம்யூனிசத்திற்குப் பிந்தைய கால முதற்புரட்சி" என ஸபாடிஸ்டா இயக்கத்தைப் புகழ்பெற்ற நாவலாசிரியர் கார்லோஸ் ப்யூன்டசும், "முந்தைய லத்தின் அமெரிக்க கொரில்லாக்கள் ரொமான்டிசத்திலிருந்து விலகிவந்த முதல் பின் நவீனப் புரட்சி" என ஆனா காரிகனும் கூறுவதன் பொருள் விளங்குகிறது. பின் நவீன அறம் எப்போதும் பன்மைத்துவத்தை வயுறுத்தும். மற்றமையின் இருப்பை அங்கீகரிக்கும். "நாம் உருவாக்க விரும்புகின்ற உலகத்திற்குள் பல உலகங்கள் இருக்கும். நாம் கட்டியெழுப்பிக் கொண்டிருக்கும் நாட்டில் அனைத்துச் சமூகப் பிரிவினருக்கும் அனைத்து மொழிகளுக்கும் இடமுண்டு. அந்த நாட்டில் அனைவரும் நடக்கலாம். அனைவரும் சிரிக்கலாம். அனைவரும் விடியலைக் காணலாம்" என்று கூறும் ஸபாடிஸ்டாக்கள் பல்வேறு அரசியல் கொள்கையினரும் தத்தம் நோக்கங்களை முன்வைத்து அரசியல் பிரச்சாரம் செய்யும் உரிமையை வற்புறுத்துவதை முன்பே பார்த்தோம்.

"மற்றவர்களாகவும், வித்தியாசமானவர்களாகவும் இருக்கும் உரிமையை மறுப்பதே அதிகாரத்தின் பணியாக உள்ளது" என்று கூறும் மார்க்கோஸ் அதற்காகவே இராணுவத்தையும் போலீசையும் அதிகாரம் தன் கையில் வைத்துள்ளது என்கிறார். வித்தியாசங்களையும் மற்றமைகளையும் வற்புறுத்தும் உரிமையை வலியுறுத்தும் மார்க்கோஸ்,

> "மற்ற தன்னிலைகள் மதிக்கப்பட வேண்டும் என்பதற்காக நாங்கள் போராடிக்கொண்டிருப்பதாகக் கூறுகிறபோது, அது நம்மைப் போல இல்லாத வித்தியாசமான மற்றவர்கள் மதிக்கப்பட வேண்டும் என்பதற்கான போராட்டத்தையும் உள்ளடக்கியதாகவே இருக்கிறது... ஸபாடிஸ்டாக்களாகிய நாங்கள் கூறுகிறோம். நான் நானாகவே இருக்கிறேன். நீ நீயாகவே இருக்கிறாய். நான் நானாகவே இருந்தவாறும், நீ நீயாகவே இருந்தவாறும், நானும் நீயும் வாழ முடிகிற ஒரு உலகத்தை உருவாக்கிக் கொண்டிருக்கிறோம். இந்த

> உலகில் என்னைப் போலவோ, உன்னைப் போலவோ இருக்க வேண்டுமென்று நானோ, நீயோ மற்றவர்களைக் கட்டாயப்படுத்த மாட்டோம். பல உலகங்களுக்கும் இடமளிக்கிற ஓர் உலகம் என ஸ்பாடிஸ்டாக்களாகிய நாங்கள் கூறுகிறபோது ஒவ்வொருவரும் அவரவரது கடமைகளைச் செய்கிறார்கள் என்பதே அதன் பொருள்”

என்கிறார்.

இரு அம்சங்களைச் சுட்டிக்காட்டி ஸபாடிஸ்டாக்கள் குறித்த இந்த அறிமுகத்தை முடித்துக் கொள்ளலாம் என நினைக்கிறேன். முதலாவது, தமது தேசிய விடுதலைப் படை குறித்த அவர்களின் பிரகடனம்.

அவை 1. அன்னிய உதவி எதையும் எந்த வடிவிலும் நாங்கள் பெறுவதில்லை. 2. மத அமைப்புகளுடன் எங்களுக்குத் தொடர்பில்லை. 3. பல்வேறு சமூகப் பின்னணியுடையவர்களையும் உள்ளடக்கியது எம் அமைப்பு. 4. நிதி காரணமாக நாங்கள் திருட்டு, கொள்ளை முதலியவற்றில் ஈடுபடுவதில்லை . 5. அமைதியான வழிமுறைகள் எல்லாவற்றையும் பயன்படுத்திய பின்னரே இந்த வடிவைத் தேர்வு செய்தோம். 6. குடிமக்கள், செஞ்சிலுவைச் சங்கம், செய்தியாளர்கள், போரில் காயமடைந்தவர்கள், சரணடைந்த எதிர்ப்படையினர் ஆகியோரைக் கையாளும் விஷயங்களில் ஜெனிவா உடன்பாட்டு விதிகளைக் கடைபிடிப்போம் 7. தேசிய மற்றும் சர்வதேசிய அளவிலான போதைப் பொருள் கடத்துவோர் மற்றும் பயங்கரவாதிகளுடன் எங்களுக்குத் தொடர்பில்லை. 8. சுற்றுலாப் பயணிகளைப் பாதுகாப்புடன் வெளியேற்றுவதை உத்தரவாதமாக்குவதற்காகத் தனது பிரதிநிதிகளை நிறுத்துவதற்கு தேசிய மனித உரிமை ஆணையத்துடன் பேச்சுவார்த்தை நடத்துகிறோம். 9. அரசு வணிகம் தவிர இதர சிறு மற்றும் நடுத்தர வணிகங்களைத் தடை செய்ய மாட்டோம். பாதுகாப்பு அளிப்போம். 10. எல்லாவற்றிலும் வெளிப்படையாக இருப்போம். உண்மைகளையே பேசுவோம். 11. மறுப்பிலிருந்தும் முரண்பாட்டிலிருந்தும் நாங்கள் தொடங்குகிறோம். அலறல் ஒலியுடன்(scream) எங்கள் குரல் தொடங்குகிறது. மறுப்பே (negation) எங்களின் கோட்பாட்டு நிலைப்பாடு (theoretical position).

இவற்றை வெறும் பிரகடனங்களாகவோ, வாக்குறுதிகளாகவோ

அல்லாமல் ஸபாடிஸ்டாக்கள் அன்றாடம் நடைமுறைப்படுத்தினர். ஏற்கனவே நடைமுறையிலிருந்த சட்டங்கள் தவிர, ஆயுதப் போராட்டத்தைக் காரணம் காட்டி கடுமையான தண்டனைச் சட்டங்கள் எதையும் கூடுதலாக அவர்கள் இயற்றவில்லை . தாம் உருவாக்கிய சுயாட்சி மண்டலங்களில் செயல்பட்ட நல்லாட்சிக் குழுக்கள் இயங்குவதற்கான வழிமுறைகளை மட்டுமே வகுத்தனர். அரசு நடத்துகிற தேர்தல்களை அவர்கள் புறக்கணித்தபோதும் வாக்களிக்க விரும்புபவர்களை அனுமதித்தனர். இப்படி நிறையச் சொல்லலாம்.

இரண்டாவதாக, நான் சொல்ல விரும்புவது லத்தீன் அமெரிக்காவில் இன்று செயல்படுகிற இடதுசாரி அரசுகள் குறித்து ஒரு சொல். ஸபாடிஸ்டாக்கள் தவிர லத்தீன் அமெரிக்கா முழுவதிலும் வெவ்வேறு வகைப்பட்ட சுயாட்சித் தன்மையுடன் கூடிய இயக்கங்கள் செயல்பட்டு வருகின்றன. மெக்சிகோவில் செயல்படுகிற மற்றொரு இயக்கமான 'அப்போ' *(Appo)*; பொலிவியாவில் செயல்படும் 'கோ ஆர்டினேடோரா'; அர்ஜென்டினாவில் 'வேலையற்ற தொழிலாளிகளின் சுயேச்சை இயக்கம்'; அர்ஜென்டினா, பிரேசில், உருகுவே, பராகுவே, சிலி முதலான நாடுகளில் கைப்பற்றி வைக்கப்பட்டுள்ள ஏராளமான தொழில்தளங்கள் *(work places)* ஆகியன சில எடுத்துக்காட்டுகள். இந்த இயக்கங்கள் அனைத்தும் ஆட்சியில் பங்கேற்காமல் அதே நேரத்தில் அரசுகளுக்குக் கொடுக்கும் அழுத்தங்களினூடாக அவ்வரசுகளை இடதுசாரித் தன்மையுடன் வைத்துள்ளன. இவ்வியக்கங்களை எப்படியாவது மைய நீரோட்டத்திற்குள் கொண்டு வந்து அரசின் ஓர் அங்கமாக்க அவ்வவ் நாட்டு அரசுகள் முயன்றபோதும் அந்த முயற்சிகளை எதிர்த்து அவை தன்னாட்சித் தன்மையுடன் இயங்கிவருகின்றன. அரசுக்கு எதிராகவும் அரசைத் தாண்டியும் இயங்கும் இத்தகைய தன்னாட்சி இயக்கங்களின் செயற்பாடுகளை நாம் ஆழமாகப் பயிலுதல் அவசியம். ஸபாடிஸ்டா இயக்கத்தையும் மார்க்கோசின் சிந்தனைகளையும் அறிமுகம் செய்வது அப்படியே அவற்றை லட்சிய வடிவமாகக் கொண்டு பின்பற்ற வேண்டுமென்பதற்காக அல்ல. மாறாக, உலகில் என்னவெல்லாம் நடந்து கொண்டிருக்கிறது என்கிற புரிதல் நமக்குத் தேவை. நமது இரும்பு மூளைகளைச் சற்றே இளக்கிக் கொள்வதற்கு இந்தப் புரிதல் ஒருவேளை பயன்படலாம்.

எல்லாவற்றையும் அரசு, அதிகாரம் என்ற கண்ணோட்டத்திலிருந்து

சிந்திக்காமல் அரசுக்கு எதிராகவும் அரசுக்கு அப்பாலும் என்கிற நிலையிலிருந்து அணுக முயல்வோம். அதிகாரத்தைக் கைப்பற்றுவது குறித்த சிந்தனை இல்லாதபோதே அறமிக்க ஒரு அரசியலை நாம் செயற்படுத்த முடியும். நமது மக்களுக்காக என்னவற்றையெல்லாம் நாம் சாதிக்க விரும்புகிறோமோ அவற்றை அதிகாரம் இல்லாமலேயே சாதித்துவிட முடியும். சொல்லப்போனால் அதுவே அறம் சார்ந்த சாதனையாக அமையும்.

குறிப்பு - மேற்கோள்கள் பலவற்றை பாலச்சந்திரனின் மொழிபெயர்ப்பிலிருந்து எடுத்துள்ளேன். சில இடங்களில் சிறிய மாற்றங்களையும் செய்துள்ளேன். அவருக்கு நன்றி.

ஜூன், 2011

சிவத்தம்பி: 1
தமிழ்கூறு நல்லுலகம் இழந்த பல்துறை அறிஞர்

உலகெங்கிலும் வாழ்கிற தமிழியல் பற்றாளர்களைக் கண்கலங்க வைத்துள்ளது பேராசிரியர் கலாநிதி கா.சிவத்தம்பியின் மரணம். அவரது மூப்பு, உடல் நிலை ஆகியவற்றை அறிந்தோருக்கு இந்த இழப்பு எதிர்பார்த்த ஒன்றுதான் என்றபோதிலும் அது நிகழ்ந்தபோது எல்லோரும் ஒரு கணம் நிலைகுலைந்து போனோம். கடந்த பல ஆண்டுகளாக அவர் கிட்டத்தட்ட நடமாற்றமின்றி இருந்தார். சக்கர நாற்காலியை நம்பியே அவரது இயக்கம் இருந்தது. மற்றவர் துணையின்றி வாசிக்கவும் இயலாத நிலை. குரலைக் கொண்டே எதிரே இருப்பவரை அடையாளம் காணவேண்டிய சூழல் இருந்தபோதிலும் அவரது அறிவுசார் இயக்கம் தடைபட்டதில்லை . இறுதிவரை அவர் யாழ் பல்கலைக்கழகத்தின் தகைசால் பேராசிரியர். இலங்கைத் தீவுக்குள்ளும் கடல் கடந்தும் பல பல்கலைக்கழகங்களில் வருகைப் பேராசிரியர். கருத்தரங்குகள் ஊடாகவும் நேர்முகமாகவும் அவரது பட்டறிவு உலகெங்கிலுமுள்ள தமிழ் மாணவர்களுக்குத் தொடர்ந்து பயன்பட்டு வந்தது.

பேராசிரியரிடமிருந்த ஒரு ஆகச் சிறந்த பண்பை நான் இங்கே பதிவு செய்ய வேண்டும். யார் எப்போது வந்து என்ன கேட்டபோதிலும் அது புலமை சார்ந்த பொருளாக இருக்கும் பட்சத்தில், தனக்கு உடனடியாக முன் கூட்டி ஒப்புக்கொண்ட பணி

ஏதும் இல்லாதிருந்தால் அதுகுறித்து மிக விரிவாக உரையாடுவார். அந்த உரையாடலினூடாக நிச்சயமாகத் தேடிச் சென்றவர் புதிய வெளிச்சத்தை அடைந்திருப்பார். புதிய விளக்கங்களைப் பெற்றிருப்பார். மேலே செல்வதற்கான புதிய தடங்களை அடையாளம் கண்டிருப்பார். இத்தகைய ஒரு ஆளுமையை நான் என் அனுபவத்தில் வேறெங்கும் சந்தித்ததில்லை. மரபுவழித் தமிழறிவில் ஆழ்ந்த புலமை, நவீன கல்விசார் ஆய்வு நெறிமுறைகளில் இறுக்கமான பயிற்சி, மார்க்சிய அணுகல் முறையை அடிப்படையாகக் கொண்டமை என்கிற இம்மூன்று கூறுகளும் ஒரு சேரப் பெற்றவராக அவர் நம்மிடையே வாழ்ந்திருந்தார். இந்த வகையில் அவருக்கு இணை சொல்லத்தக்க இன்னொரு ஈழத்தமிழறிஞரான கலாநிதி கைலாசபதியின் அகால மரணம் சிவத்தம்பியின் ஆளுமையை நிகரற்றதாக்கியது.

எண்பதுகளில் எழுத வந்த என்னைப் போன்ற பல இளைஞர் களுக்கு இவ்விரு அறிஞர்களும் மிகப்பெரிய ஆதர்சங்களாயிருந்தனர். இதழியற் துறையில் சற்றுக் கூடுதலாக அனுபவம் பெற்றிருந்த கைலாசபதியின் எழுத்து நடை ஒப்பீட்டளவில் சிக்கலற்றதாக இருந்ததால் அவர் மீதான ஈர்ப்பு எங்களுக்குக் கூடுதலாக இருந்தது. ஆங்கிலத்தில் சிந்தித்துத் தமிழில் பெயர்த்தது போல அமைந்த சிவத்தம்பியின் எழுத்து நடை எங்களைச் சற்றே விலக்கி வைத்திருந்தது. எனினும் முன்னவரை நேரில் சந்திக்கும் வாய்ப்புக் கிடைக்காமலே போயிற்று. கைலாசபதியின் மரணத்திற்கு இரங்கற் கூட்டங்கள் நடத்தினோம். அவரது பெயரால் இலக்கிய வட்டம் அமைத்து தஞ்சையின் பால் தமிழகத்தின் கவனத்தை ஈர்த்தோம்.

மார்க்சிய நெறிமுறை ஏற்கனவே இங்கு ஜீவா, ரகுநாதன் போன்றவர் களால் பரிச்சயமாகியிருந்த போதிலும் நா.வானமாமலையின் ஆய்வுக் குழு இங்கே செயல்பட்டுக் கொண்டிருந்த போதிலும் தங்களின் முக்கிய ஆய்வுகளை ஆங்கிலத்தில் வெளியிட்டதாலும் கல்வி சார்ந்த ஆய்வு கறார்த் தன்மையுடன் இவர்களின் ஆய்வுகள் விளங்கியதாலும் பன்னாட்டுக் கவன ஈர்ப்பிற்கு கைலாசபதியும் சிவத்தம்பியும் காரணமானார்கள். காத்திர மான தமிழியல் ஆய்வு என்றாலே அதனை வெளிநாட்டு அறிஞர்கள் தான் செய்ய இயலும் என்கிற நிலையைக் கைலாசபதியின் *Tamil Heroic Poetry* யும் சிவத்தம்பியின் *The Drama in Ancient Tamil Sociiey* யும் தகர்த்தன. கைலாசபதியின் மரணத்திற்குப் பிறகு தமிழியல்

ஆய்வை உலகத் தரத்திற்குக் கொண்டு சென்றது சிவத்தம்பிதான் எனச் சொன்னால் அது மிகைப்படுத்தப்பட்ட கூற்று அன்று. தமிழ்ச் சமூகத்தின் திணை நிலைப்பட்ட உருவாக்கம் குறித்தும் தமிழ்ச் சமூகத்தில் பிரபுத்துவம் முகிழ்த்தமை குறித்தும் வெளிவந்த அவரது பங்களிப்புகள் தமிழாய்வுலகின் கவனத்தை அவர் பால் ஈர்த்தன. பழந்தமிழ் இலக்கண, இலக்கியங்கள் என்பவற்றோடு நில்லாமல் சிவத்தம்பியின் ஆய்வுப் பரப்பு தமிழ் அழகியல், கவிதையியல், நாடகம், பண்பாட்டு மானுடவியல், திரைப்படம், நவீன இலக்கியங்கள், சமகால அரசியல் எனப் பரந்து விரிந்திருந்தது.

தமிழியலைக் கல்விசார் துறையாக கொள்ளாதவனும் தமிழை முறையாகக் கல்லாதவனுமாகிய நான் பேராசிரியரின் நட்பினுடாகப் பெற்ற பலன்கள் ஏராளம். பொன்னே போல் வாய்த்த அவரது அருகாமைக்காக நான் தஞ்சைத் தமிழ்ப் பல்கலைக்கழகத்திற்கு நன்றி சொல்ல வேண்டும். எண்பதுகளில் ஒரு ஆறுமாத காலம் வருகைப் பேராசிரியராக அவர் இங்கு வந்தபோது, அப்போது நான் இன்னொரு தோழருடன் இணைந்து எழுதிய 'பாரதி ஒரு சமூகவியல் பார்வை' நூலுக்கு முன்னுரை வேண்டி அவரைச் சந்தித்தேன். அந்தச் சந்திப்பு ஒரு அற்புதமான நட்பாக அடுத்த சில வாரங்களில் மலர்ந்தது. ஆனால் அது இரு சமநிலையினருக்கு இடையே ஏற்பட்ட நட்பல்ல. மலைக்கும் மடுவுக்குமான வேறுபாடுகள் எங்களுக்குள். ஒரு ஆசானுக்கும் மாணவனுக்குமான நட்பாக அது மலர்ந்தது. கிட்டத்தட்ட ஒரு குருகுல வாசம் போல ஆறுமாத காலம் அவரோடு வாழ்ந்தேன்.

தஞ்சைப் பல்கலைக்கழகம் அவர் தங்குவதற்குச் சிறப்பு ஏற்பாடுகள் எதையும் செய்யவில்லை. சரபோஜி மன்னர் காலத்தில் சத்திரங்களை நிர்வகிக்கும் அரசுத்துறை நடத்துகிற 'ராஜா ரெஸ்ட் ஹவுஸ்' என்கிற வசதிகள் குறைந்த எளிய விடுதி ஒன்றில் அவரை நாங்கள் குடியமர்த்தி னோம். கல்லூரி விட்டவுடன் வீட்டிற்குக்கூடச் செல்லாமல் நேராக அவரது அறைக்குச் செல்வேன். கடையை மூடிவிட்டு இரவு எட்டு மணி வாக்கில் வேல்சாமி வருவார். பேசிக்கொண்டே இருப்போம். வெளியே சென்று ஓட்டலில் சாப்பிட்டுவிட்டு பழைய பேருந்து நிலைய நாற்சந்தியில் ஒரு வாழைப்பழத்தை வாங்கிச் சாப்பிட்டுக் கொண்டு, ஓயாமல் அங்கு ஒலிக்கும் லாட்டரிச் சீட்டு விளம்பரத்தை வாய் விட்டுச் சிரித்து ரசித்து அனுபவிப்பார் பேராசிரியர்.

பேராசிரியரிடம் நாங்கள் வியந்து கற்றுக்கொண்ட ஒரு பண்பு யாரும் எளிமையாய்ச் சந்திக்கக் கூடியவராய் அவர் இருந்தது. 'பெரிய தமிழறிஞர். ஈழத்துக்காரர். நம்ம கட்சிக்காரர்' என கிராமத்தி லிருந்து கட்சித் தோழர்கள் கூட வந்துவிடுவார்கள். எத்தனை வேலைகள் இருந்தபோதிலும் முகம் சுளிக்காமல் நீண்ட நேரம் உரையாடுவார். பேராசிரியரிடமிருந்து வந்தவர்களுக்கு மட்டுமின்றி, வந்தவர்களிட மிருந்து பேராசிரியரும் கற்றுக்கொள்ளச் செய்திகள் இருப்பதாக அந்த உரையாடல் அமைந்துவிடும். அத்தகைய வடிவில் உரையாடலை நகர்த்திச் செல்வதில் பேராசிரியர் சமர்த்தர்.

இயற்பியல் ஆசிரியனான இவனுக்கு ஏன் தமிழாய்வில் ஈடுபாடு, வேறு ஏதும் செய்யலாமே என்பதாகத்தான் என்னை நோக்கிய அவரது அணுகல் முறை தொடக்கத்தில் அமைந்தது. எனினும் காலப்போக்கில் என்னிடம் அவருக்கு ஏதோ நம்பிக்கை ஏற்பட்டது. பாரதியின் மகாகவி நிலை குறித்து சென்ற நூற்றாண்டின் மத்தியில் நடைபெற்ற விவாதம் குறித்தான நறுக்குகளை என்னிடம் காண்பித்தார். யாரோ அவரிடம் கொடுத்திருக்கிறார்கள். " இது ஒரு முக்கியமான நிகழ்வு. ஒரு நுண் இலக்கிய வரலாறாக இதை எழுதலாம். ஆனால் மேலும் பலதரவுகளைக் கண்டு சேர்க்க வேண்டும். தற்போது முடியாது என நினைக்கிறேன். படித்துப் பாருங்கள்" எனக் கொடுத்தார். வீட்டுக்குச் சென்று படித்துப் பார்த்தபோது அதில் விட்டுப்போன அம்சங்களை என்னால் ஊகிக்க முடிந்தது. அடுத்த நாள் அவரைச் சந்தித்தபோது அவற்றைக் குறிப்பிட்டு நான் வேண்டுமானால் அவற்றைச் சேகரித்துத் தருகிறேன் என்றேன். பேராசிரியரின் ஊக்குவிப்பில் சென்னை சென்று தொ.மு. சி. ரகுநாதன், சிட்டி, திருச்சியில் அ.வெ.ரா கிருஷ்ணசாமி ரெட்டியார், வ.வே.சு.வின் மகன் மருத்துவர் கிருஷ்ணமூர்த்தி இன்னும் பலரைச் சந்தித்து நேர்காணல்கள் செய்து கொண்டேன். அப்போது காரைக்குடியிலிருந்த ரோஜா முத்தையா நூலகம், குளித்தலையில் இருக்கும் இளமுருகு பொற்செல்வியின் திராவிட இயக்க நூலகம் முதலானவற்றிலிருந்தும் தகவல்களைத் தொகுத்துக் கொண்டேன். திராவிடர் கழக அலுவலகத்திலுள்ள பெரியார் நூலகத்தில் கிடைத்த 'குடியரசு' இதழ்கள் சிலவற்றையும், நுங்கம்பாக்கத்தில் அப்போது குடியிருந்த வ.ரா.வின் மனைவி வசமிருந்த 'மணிக்கொடி' இதழ்களையும் பார்த்தேன். எல்லாவற்றையும் தொகுத்து வந்து பேராசிரியரிடம் தந்தபோது அவர் மகிழ்ந்து போனார். அவர் அடுத்து சொன்ன சொற்கள் என்னை அதிர்ச்சியில் ஆழ்த்தின.

"இவ்வளவு வேலை செய்துள்ளீர்கள். இவற்றை நான் மட்டும் பயன்படுத்திக் கொண்டால் நியாயமாக இருக்காது. நாம் இருவரும் இந்நூலைச் சேர்ந்து எழுதுவோம்" என்று அவர் கூறிய போது ஒருகணம் உறைந்து போனேன், பேராசிரியர் என்னை ஊக்குவித்தார். தயக்கத்தைப் போக்கினார். எவ்வாறு அத்தியாயங்களைப் பிரிப்பது எனவும், ஒவ்வொரு அத்தியாயத்திலும் என்னென்ன பேச வேண்டும் என்பதையும் விளக்கினார்.

ஒரு நல்ல மாணவனாக நான் இருந்தேன் என்றுதான் எனக்கு இப்போது தோன்றுகிறது. அவர் கூறியவற்றைச் சிக்கெனப் பிடித்துக் கொண்டேன். ஒவ்வொரு அத்தியாயமாக எழுதிச் சென்று தருவேன். பேராசிரியர் வரிக்கு வரி படித்துத் திருத்தித் தருவார். இரண்டு மூன்று முறை இவ்வாறு படித்துத் திருத்தி "பாரதி மறைவு முதல் மகாகவி வரை" நூல் உருவாயிற்று. இருவரும் தனித்தனியே முன்னுரைகள் எழுதுவது என முடிவு செய்து எழுதினோம். தரவுகளைச் சேகரித்தல், தொகுத்தல், பகுப்பாய்வு செய்தல், இறுக்கமாக எழுதுதல், செப்பம் செய்தல் என்கிற நூலெழுத்து முறையினை நான் அறிந்து கொள்வதற்கு அவ்வனுபவம் பேருதவியாக இருந்தது. நான் எழுதும் போது 'ஈவேரா பெரியார், காமராசர்' என்று எழுதுவேன். பேராசிரியர் அவற்றை ராமசாமி நாயக்கர், 'காமராச நாடார்' என்றவாறு திருத்துவார். நான் அவற்றை மட்டும் கண்டுகொள்ளாமல் சாதி ஒட்டுகளை நீக்கி மறுமுறை எடுத்துச் செல்வேன். பேராசிரியர் ஒன்றும் சொல்லமாட்டார்.

பேராசிரியருடன் தினசரி நாங்கள் மேற்கொண்ட உரையாடல்கள் எங்களின் அறிவு விசாலிப்பிற்கு வழி வகுத்தன. ரஷ்ய வழி மார்க்சிய நூல்கள், கிறிஸ்டபர் கால்ட்வெல், ஜார்ஜ் லூகாக்ஸ் ஆகியவற்றோடு நின்றிருந்த எனது படிப்பு அவருடைய நட்பால் டெர்ரி ஈகிள்டன், ரேமன்ட் வில்லியம்ஸ் என்கிற மட்டத்திற்கு விரிவடைந்தது. அவர் கொண்டு வந்திருந்த ஆங்கில நூல்கள் அனைத்தையும் நகல் எடுத்துக் கொள்ளவும் என்னை அனுமதித்தார். 'சிற்றிலக்கியங்கள் சில குறிப்புகள்' நூலையும் அவரது வழிகாட்டலிலேயே எழுதினேன். சில முக்கிய செய்திகளைப் பகிர்ந்து கொண்டால் அவர்கள் போய் அதை நூலாக எழுதிவிடுவார்களே என்கிற தயக்கத்தையோ நாம் சேகரித்து வருபவற்றைத் தாம் பயன்படுத்திக் கொள்வோம் என்கிற பல்கலைக்கழகப் பேராசிரியர்கள் சிலரின் வழமையான பண்பையோ நாங்கள் அவரிடம் கண்டதில்லை. உடல் நலமில்லாத தருணங்களில்

வீட்டிலிருந்து கஞ்சி போட்டு வந்து தருவது போன்ற அற்ப உதவி களையும் அவர் எல்லோரிடமும் சொல்லி மகிழ்வார். அவர் கொண்டு வந்துள்ள அற்புதமான 'சிலோன் தேயிலை'யிலிருந்து தேநீர் வடித்து எல்லோருக்கும் தருவேன். கருப்புத் தேநீர் குடிக்கும் பழக்கத்தையும் அவரிடமிருந்தே கற்றுக் கொண்டோம்.

ஒருநாள் அவரைச் சந்தித்தபோது அவசரமாக திருச்சி செல்ல வேண்டும் என்றார். கல்லூரிக்கு விடுப்புச் சொல்லிவிட்டு அவருடன் பேருந்தில் திருச்சி சென்றேன். விலாசத்தை விசாரித்து தேடிச் சென்று அந்த வீட்டை அடைந்தோம். ஒரு பெரியவர், அவரது மனைவி, அவர் தம் நடுத்தர வயது மகன் ஆகியோர் அவ்வீட்டில் இருந்தனர். அவர்களுடன் பேராசிரியர் வெகுநேரம் பேசிக்கொண்டிருந்தார். நான் வரவேற்பறையிலமர்ந்து கையில் கொண்டு சென்றிருந்த நூலைப் படித்துக்கொண்டிருந்தேன். மதிய உணவின்போது என்னை அவர்களுக்கு அறிமுகம் செய்தார். எல்லோருடனும் என்னையும் அமர வைத்து அந்த அம்மை உணவு பரிமாறினார். அற்புதமான யாழ்ப்பாணத்து உணவு. மாலையில் பேருந்தில் தஞ்சை திரும்பும்போது பேராசிரியர் ஒன்றும் பேசவில்லை. அவரை அறையில் விட்டுவிட்டுப் புறப்படும்போது நாம் யார் வீட்டிற்குச் சென்று வந்தோம் எனத் தெரியுமா எனக் கேட்டார். தெரியாது என்றேன். சற்றே பரவசத்தோடு முழுப் பெயரையும் உச்சரிக்காமல் உடல் மொழியின் துணையோடு அவருடைய பெற்றோர் என்றார். நான் அருகமர்ந்து உணவுண்டது விடுதலைப்புலிகளின் தலைவர் பிரபாகரனின் தந்தை வேலுப்பிள்ளை மற்றும் பிரபாகரனின் மூத்த சகோதரர், எனக்கு உணவு பரிமாறியது பிரபாகரனின் அன்னை பார்வதி அம்மை என்பவற்றை உணர்ந்தபோது ஒரு கணம் வியப்பால் உறைந்து போனேன்.

பேராசிரியர், மனைவி வழியில் பிரபாகரனுக்கு நெருக்கமான உறவினர். விடுதலைப்புலிகள் இயக்கத்தின்பால் இறுதிவரை பரிவுடன் இருந்தவர். ஒரு நேரத்தில் தமிழ் பேசும் மக்களுக்கான மாகாண அரசு ஒன்று உருவாகும் நிலை இருந்தது. புலிகளின் ஆதரவோடு அரசு நிர்வாகத்தைப் பேராசிரியர் ஏற்பார் என்கிற செய்தி அடிப்பட்டது. நாங்களெல்லாம் இங்கிருந்து வாழ்த்துச் செய்தி அனுப்பினோம். எனினும் என்றைக்கும் அவர் எங்களிடம் அங்குள்ள அரசியலைப் பேசியதில்லை. நாங்களும் அவருடைய சங்கடத்தை உணர்ந்து துருவித் துளைத்ததில்லை. விடுதலைப்புலிகள் மீதான எங்களின்

விமர்சனத்தையோ விடுதலைப்புலிகளின் மனித உரிமை மீறல்கள் குறித்து அறிவு ஜீவியான அவர் மௌனம் காத்தது பற்றியோ கேட்டு நாங்கள் அவரை சங்கடப்படுத்தியதுமில்லை. தவிரவும், நாங்கள் அவரோடு நெருங்கி வாழ்ந்திருந்த அந்தக் காலத்தில் இத்தகைய அம்சங்கள் முக்கியப்பட்டிருக்கவுமில்லை.

இலக்கியத்தைத் தாண்டி நாங்கள் பேசிய அரசியல் என்பதெல்லாம் ஈழத்துச் சாதிமுறை, தாழ்த்தப்பட்டோர் போராட்டங்கள், ஈழத்து இடதுசாரி இயக்கங்கள் ஆகியவை குறித்துத்தான். பேராசிரியர் கரையார் சமூகத்தைச் சேர்ந்தவர். ஈழத்திலுள்ள சாதி இறுக்கம், வேளாள ஆதிக்கம் குறித்தெல்லாம் நிறைய எங்களிடம் பேசியிருக்கிறார். அவரது எழுத்துக்களிலும் அவற்றில் பல பதிவாகியுள்ளன. சாதி உணர்வின் காரணமாகவே யாழ் பல்கலைக்கழகத் தலைமைப் பதவி அவருக்குக் கிடைக்காமற் போனது குறித்த ஆறாது மனத்துயர் அவருக்கு உண்டு.

பேராசிரியருடன இப்படியாக வாழ்ந்திருந்தபோதுதான் எங்களுக்கு இன்னொரு அரிய ஈழத் தொடர்பு கிடைத்தது. தமிழில் தலித் எழுத்தின் முன்னோடி கே.டானியலும் 'பஞ்சமர்' நூல் அச்சாக்கத்திற்காக தஞ்சை வந்திருந்து சஃபையர் லாட்ஜில் தங்கியிருந்தார். அரசியல் ரீதியாகவும் பிற அம்சங்களினடியாகவும் எங்கள் சாய்வு டானியலின் பக்கமே கூடுதலாக இருந்தது. டானியலும் பேராசிரியரும் இடதுசாரி அரசியலிலேயே வேறு வேறு அணிகளில் இருந்தவர்கள். முன்னவர் சீனச் சார்புடையவர். பின்னவர் ரஷ்யச் சார்புடையவர். அன்று இந்தப் பிளவு மிக முக்கியமான ஒன்று. தவிரவும் டானியல், பேராசிரியரின் தமிழ்த் தேசிய அரசியலிலிருந்து பெரிதும் விலகி நின்றவர். எங்களுடனான உரையாடல்களில் சிவத்தம்பியைக் குறிக்குமிடத்து டானியல் அவரை மிகவும் இயல்பாகத் "திரிபுவாதி" என்பார். எங்களுக்கு அதிர்ச்சியாக இருக்கும் ஏனெனில், இங்கே அது அரசியல் எதிரிகளைத் திட்டப் பயன்படுத்தப்படும் சொல். திட்டும் நோக்கிலன்றி அரசியல் ரீதியாக அடையாளப்படுத்தும் நோக்கிலேயே டானியல் பேராசிரியரை 'திரிபுவாதி' என்பார். இருவருக்குமிடையே நல்லதொரு நட்பு நிலவியதை எங்களால் அனுமானிக்க முடிந்தது. அத்தகைய ஒரு நட்பை டானியல், கைலாசபதியுடன் கொண்டிருக்கவில்லை என்பது குறிப்பிடத்தக்கது. யாழ் சமூகத்திலிருந்த வேளாள ஆதிக்கத்தின் பாலிருந்த வெறுப்பு டானியலையும் சிவத்தம்பியையும் சற்றே நெருக்கமாக்கியிருந்தது

எனலாம். டானியலைப் போலவே கைலாசபதியும் சீனச் சார்புடையவராயிருந்தும் அவர்களுக்கிடையே அந்த நெருக்கம் உருவாகவில்லை .

பேராசிரியருடனான எங்களின் நெருக்கமான இந்த உறவு குறித்து ஒன்றைச் சொல்லியாக வேண்டும். பேராசிரியரின் மனைவியை நாங்கள் "அக்கா" என அழைக்கும் அளவிற்கு இந்த உறவு இருந்தது. அவர் 'ஃபெர்ரி சர்வீஸில்' ராமேஸ்வரத்திலிருந்து மன்னார் சென்றபோது நாங்கள் ராமேஸ்வரம் வரை சென்று வழி அனுப்பி வந்தோம். தொடர்ந்து பேராசிரியரும் அவரது துணைவியாரும் கடிதத் தொடர்பிலும் இருந்தனர். இதெல்லாம் சுமார் இருபதாண்டுகளுக்கு முன்னர். பின்னர் கொஞ்சம் கொஞ்சமாக அந்தத் தொடர்பு குறைந்தது. எனக்கும் வேலைகள் மிகுந்தன. பேராசிரியர் சென்னை வரும்போதெல்லாம் சென்று சற்றே உரையாடி வருவதோடு சரி என்பதாக இந்த உறவு சுருங்கியது. இலக்கிய ரீதியாகவும், அரசியல் ரீதியாகவும் எங்கள் பாதைகள் சற்று விலகிப் போனதும் இந்த இடைவெளிக்கு ஒரு முக்கிய காரணமாக அமைந்தது.

இடைப்பட்ட ஆண்டுகளில் நடைபெற்ற மூன்று நெகிழ்வான நிகழ்வுகளை நினைக்கும் போது கண்கள் பனிக்கின்றன. எனது மூத்த மகளின் திருமணம் முடிந்து சில நாட்களில் பேராசிரியர் சென்னை வந்தார். என்னைத் தொடர்பு கொண்டு மகளை வந்து வாழ்த்திச் செல்ல விரும்புவதாகச் சொன்னார். அவரோ சக்கர நாற்காலியின் துணையின்றி இயங்க இயலாதவர். நான் குடியிருந்த வாடகை வீட்டிற்கோ குறுகலான மாடிப் படிகளில் ஏறி வர வேண்டும். தாங்கள் தங்கியுள்ள இடத்திற்கு மணமக்களை அழைத்து வருகிறேன் என நான் சொன்னதை மறுத்து அவர் ஒரு ஆட்டோவில் வீட்டிற்கு வந்தார். மணமக்களைக் கீழே இறங்கி வரச்சொல்லி ஆசீர்வதித்து சிறு பரிசொன்றையும் அளித்துச் சென்றார்.

இரண்டாண்டுகளுக்கு முன் அவரது இரண்டாம் மகளின் திருமணம் சென்னையில் நடைபெற்றது. தேதி மறந்துபோன நான் முதல் நாளே திருமண மண்டபத்திற்கு சென்று அசடு வழிய நேரிட்டது. எனினும் அருகில்தான் அவர் தங்கியுள்ளார் எனச் சொல்லி அழைத்துச் சென்றனர். அவரது வீட்டார்கள் திருமண வேலைகளில் 'பிசி'யாக இருந்தனர். அவரை என் பொறுப்பில் விட்டு விட்டுப் பல மணி நேரங்கள் அவர்கள் எங்கோ சென்று விட்டனர். கழிப்பறை செல்வதற்குக் கூட பிறர் துணை தேவைப்பட்ட நிலையிலிருந்த அவர்,

அன்று வெகுநேரம் உற்சாகமாக என்னிடம் பேசிக் கொண்டிருந்தார். மனம் விட்டுப் பலவற்றைச் சொன்னார். 'நார்த் ஈஸ்டர்ன் ஹெரால்ட்' இதழில் அவர் எழுதி வந்த பத்திகளின் தொகுப்பான *'Being a Tamil and Srilankan'* என்னும் நூலில் *'To Marx, With love and Affection'* என எழுதிக் கையொப்பமிட்டுத் தந்தார். தமிழ்நாட்டுப் பத்திரிகைகள் ஏதொன்றிலாவது அதற்கொரு விமர்சனம் எழுத வேண்டும் என இருமுறை கூறினார். நான் உறுதியளித்து வந்தேன். வழக்கம்போல அது நிறைவேறவில்லை.

சென்ற ஆண்டு இலங்கை சென்றபோது கொழும்பில் இறங்கிய வுடன் முதலில் நான் சென்றது தெஹிவளையிலிருந்த அவரது வீட்டிற்குத்தான். அப்போது அவர் வீட்டில் இல்லை. அவரது துணைவியாருடனும் மகளுடனும் பேசிவிட்டு தமிழ்ச்சங்கத்தில் குமரன் பதிப்பகம் நடத்திய புத்தக வெளியீட்டு விழாவிற்குத் தலைமை ஏற்றிருந்த அவரைச் சந்திக்கச் சென்றேன். கூட்டம் முடிந்த பின் நான் வந்திருப்பதை அறிந்து அழைத்து தொட்டுத் தடவி என்னை வாழ்த்தினார். சாவகாசமாகப் பேசுமாறு வீட்டிற்கு வரச் சொன்னார். என்னால் இயலவில்லை. அதுவே நான் அவரைச் சந்திக்கும் இறுதிச் சந்திப்பாக அமைந்தது. பின் அவர் கோவையில் நடைபெற்ற செம்மொழி மாநாட்டிற்கு வந்தபோது நான் அவரைப் பார்க்கவில்லை.

அவர் கையெழுத்திட்டுத் தந்துபோன அந்த ஆங்கில நூல் இதோ என் மேசை மீது உள்ளது. *Being a Tamil and Srilankan*-"தமிழனாகவும் இலங்கையானாகவும் இருத்தல்" என்பதாக அதை மொழிபெயர்க்க லாம். கோவை மாநாட்டிற்கு அவர் வந்தபோது இங்கு அளித்த பேட்டியிலும் அவர் இதைத்தான் சொன்னார். நான் தமிழன் மட்டுமல்ல, இலங்கையனும் கூட. இலங்கைத்தீவு சிங்களர்களுக்கு மட்டுமன்று தமிழர்களுக்கும் உரியது என்கிற ரீதியில் அவரது நேர்காணல் அமைந்தது. பேராசிரியரைப் பற்றி நினைக்கும் போது இதுதான் நினைவுக்கு வருகிறது. ஒன்றுக்கொன்று இயைபு கொள்ள சாத்தியமே இல்லாத இரு அடையாளங்கள் என நாம் கருதுபவற்றை எந்தப் பெரிய இடைஞ்சலுமின்றி ஒரே நேரத்தில் தரித்துக் கொள்ளும் சாமர்த்தியம் அவருக்கிருந்தது. சற்று யோசித்துப் பார்த்தால் எல்லோரும் அப்படித்தான் வாழ்ந்து கொண்டிருக்கிறோம் என்பது புரியும். ஆனால் சில அம்சங்களில் அப்படியான இரு

அடையாளங்களை நாம் தவிர்த்துவிட முயற்சிப்போம். அல்லது தவிர்த்துவிட்டது போல் காட்டிக்கொள்வோம். ஆனால் அப்படியான இரட்டை அடையாளங்களை பேராசிரியர் சங்கடமின்றித் தரித்துக் கொண்டார்.

ஒரு பக்கம் அவர் ஒரு மார்க்சிய நெறிமுறையைக் கைகொண்ட அறிஞர். வரலாற்றுப் பொருள் முதல்வாதம் மிகவும் வரட்டுத்தனமாகப் பிரயோகிக்கப்பட்டிருந்த தமிழ்ச் சூழலில் அதனைச் சற்றே நெகிழ்த்தி லூயி அல்துஸ்ஸர், டெர்ரி ஈகிள்டன், பியர் மாசெறி ஆகியோர் முன் வைத்த கருத்தியல் என்ற கருத்தாக்கத்தின் அடிப்படையில் மார்க்சிய அணுகல் முறையைச் செழுமையாக்கியவர். வரலாறு எழுதியல், இலக்கிய வழி வரலாறு எழுதுதல், ஆகியவற்றில் மார்க்சிய நெறிமுறையைச் செம்மையாகப் பயன்படுத்தியவர். ஒரு பன்னாட்டு அறிஞர். அவரது ஆய்வுகள் விரிந்த பரப்புடையன.

இன்னொரு பக்கம் இந்த சர்வதேசப் புலமைக்கு அப்பால் அவர் தன்னிடம் வேர் கொண்டிருந்த உள்ளூர்த் தன்மையை கெட்டியாகத் தக்கவைத்துக் கொண்டிருந்தார். கரவெட்டி விக்னேஸ்வரா கல்லூரியின் பெருமைக்குரிய மாணவரான சிவத்தம்பியின் ஐயா (தந்தையார்) கார்த்திகேசு யாழ்ப்பாணம் ஆரிய திராவிட பாஷாபிவிருத்திச் சங்கப் பண்டிதர். சைவ சித்தாந்தக் கழகப் புலவர் குமாரசாமிப் புலவர், நவநீத கிருஷ்ண பாரதி, சோமசுந்தரப் புலவர், மகாலிங்க சிவம் ஆகியோரிடம் பாடம் கேட்டவர். கட்டுரையாளர், சோதிட ஆய்வாளர். இத்தகைய பாரம்பரியத்தில் உதித்த நம் பேராசிரியர், எந்நாடுகள் சுற்றியவராயினும் தன்னாட்டில் மையம் கொண்டவராக அதன் பண்பாடுகளிலும் மரபுகளிலும் மட்டுமின்றிப் பண்பாட்டு அரசியலிலும் ஆழ வேர் பாய்ச்சியவராக இறுதி வரையில் வாழ்ந்தவர். புலமைப் பணிகளுக்காக மட்டுமே புலப் பெயர்வுகளை மேற்கொண்டவர். ராகுல சாங்கிருத்தியாயன் போல அவர் ஒரு நாடோடிப் புலமையாளர் அல்லர். கரவெட்டி, வல்வெட்டித்துறை முதலான அடையாளங்கள் அவரிடமிருந்து தரிக்க இயலாதவை.

இந்தப் புலம்பெயரா மாண்பு அவரை மிகவும் மரபு வழிப்பட்ட புலமையாளராக உருவாக்கியிருந்தது. மார்க்சியம் பேசியபோதும் இறுதிக் காலங்களில் கொஞ்சம் பின் நவீன நிலைச் சொல்லாடிய போதும் அவர் இந்த மரபின் எல்லையைத் தாண்டியதில்லை. இதன் விளைவாகவே மார்க்சிய அடையாளத்தைச் சூடிக்

கொண்டிருந்தபோதிலும் எவ்விதத் தயக்கமுமின்றி இறுக்கமான சைவ மரபினராலும் அவர் ஏற்கப்பட்டார். ஒரு பக்கம் மார்க்சியர் களிடமிருந்தும் இன்னொரு பக்கம் சைவ மரபினரிடமிருந்தும் ஒரு சேரப் பாராட்டுகளைப் பெறும் சாமர்த்தியம் அவரிடம் இயல்பாகக் குடி கொண்டிருந்தது. ஒரு சம்பவம் நினைவுக்கு வருகிறது. தஞ்சைப் பல்கலைக்கழகப் பணியை முடித்துக் கொண்டு புறப்படுமுன் சோழநாட்டு சைவத் தலங்களுக்குச் சென்று வர வேண்டுமென்று அவர் விரும்பினார். பேராசிரியர், நான், வேல்சாமி, பேராசிரியரின் துணைவியார் நால்வரும் எல்லா தலங்களுக்கும் சென்றோம். திருப்பனந்தாள் மடத்திற்குச் சென்று மடாதிபதியின் செவ்வியையும் பெற்றோம். ஒரு அறிஞர், தொல் வரலாற்றுச் சின்னங்கள் பால் கொண்டுள்ள நாட்டத்தின்பாற்பட்ட பயணமாக மட்டும் அது அமையவில்லை. அதற்கும் மேலாக, பக்தி சார்ந்த ஈடுபாடு பேராசிரியரிடம் வெளிப்பட்டது குறிப்பிடத்தக்கது.

மரபில் இவ்வாறு வேர் பாய்ச்சி நின்றமை அவருக்குப் பல பெருமைகளை ஈட்டித் தந்த போதும், அவரது ஆய்வுகளில் சில வரம்புகளை ஏற்படுத்தவும் செய்தன. குறுகிய வட்டத்திற்குள் பல தருணங்களில் அவர் முடங்கக் காரணமாயின. அவரது ஆய்வுகளில் நிரப்ப இயலாத சில இடைவெளிகளையும் ஏற்படுத்தின. சங்க இலக்கியம், பக்தி இலக்கியம், சிறுகதை, நாவல் முதலான நவீன இலக்கியங்கள், திரைப்படம், தொலைக்காட்சித் தொடர் குறித்தெல்லாம் விரிவாய்ப் பேசிய அவர் மணிமேகலை, சிந்தாமணி, பெருங்கதை முதலான பேரிலக்கியங்கள் குறித்து ஒன்றும் பேசியதில்லை. திருக்குறளில் காணப்படும் சமணக் கூறுகளுக்கு அழுத்தம் கொடுத்ததில்லை. பர்ட்டன் ஸ்டெய்னின் இடைக்கால வரலாற்றின் முக்கியத்துவம் குறித்து எங்களுக்கெல்லாம் விரிவாக விளக்கிய பேராசிரியர் களப்பிரர் காலத்தை இருண்ட காலமாகச் சித்திரிக்கும் தமிழ்ப்புலமை மரபு குறித்து சீனி வேங்கடசாமி போல விமர்சனபூர்வமான கருத்து எதையும் உறுதியாகப் பகன்றதில்லை. பக்தி இயக்கம் குறித்தும் எவ்வித விமர்சனங்களும் இன்றி ஏற்றுக் கொண்டாடும் மன நிலையே அவரிடமிருந்தது.

"தமிழ்நாட்டில் சைவ வைணவப் பாரம்பரியங்களின் மிக முக்கியமான பலம் பக்தி நிலையே. பக்தி நிலை என்பது வழிபடு கடவுளோடு ஒரு ஆள் நிலைப்பட்ட உறவு கொள்வது ஆகும்" என்பது பேராசிரியரின் கூற்று. அகில இந்திய மனநிலை தமிழ் எழுத்துக்களில் வெளிப்படுதல்

குறித்த கேள்வி அவரிடம் எழுப்பப்பட்டபோது,

"இந்திய மனநிலை தமிழ் நாவல்களில் வரவில்லை என்பதை ஒத்துக் கொள்கிறேன். ஆனால் ஒன்று, இந்திய மனநிலை வேறு எந்த வகையிலும் தெரியாத வகையில் தமிழ் இலக்கியத்தில் வந்துள்ளது. மாணிக்கவாசகர், நம்மாழ்வார் போன்றோரின் கவிதைகள் அகில இந்திய மனநிலைதான். தமிழ் இலக்கியத்திற்கு இன்றுள்ள பெரிய பலன்களில் ஒன்று இது." என்று பதிலுறுத்தார் பேராசிரியரின் இக்கூற்றைக் கூர்ந்து கவனித்தோமோனால் இந்திய மனநிலையாக அவர் கருதுவது சைவ, வைணவ மனநிலை அதாவது, இந்து மனநிலையே என்பது விளங்கும். பௌத்த சமணக் கருத்து நிலைகளை 'அவர் இந்திய மனநிலையாக' ஏற்கவில்லை. அவதாரங்களின் நினைவுகளை ஏந்தும் கம்பனும் வில்லியுமே இந்திய மனநிலையைப் பிரதிபலித்தவர்கள். வளங்கெழு கூலவாணிகன் சாத்தனாரால் செய்யப்பெற்ற மணிமேகலையும், கொங்கு வேளிர் யாத்த தொடர்நிலைச் செய்யுளும் அகில இந்திய மனநிலையின் எடுத்துக்காட்டுகளாய் பேராசிரியரிடம் எழவில்லை . 'பவத்திறம் அறுப்பேன்' என நோற்று பாரோர் பசிப்பிணி அகற்றித் திரிந்த மணிமேகலை உரைத்த பௌத்த சீலங்கள் இந்திய மனநிலைக்கு எடுத்துக்காட்டுகள் இல்லையெனில் பின் எதுதான் இந்திய மனநிலை?

பக்தி இயக்கம் வன்முறையாக அவைதீக மதங்களை அழித்தது குறித்த கேள்வியைப் பேட்டியாளர் எழுப்பும் போது,

"பௌத்தமும் சமணமும் பொருள் முதல்வாதம் பேசிய மதங்களல்ல. பௌத்தத்தையும் சமணத்தையும் அழித்ததாகச் சொல்கிறீர்கள். நாங்கள் அவற்றை உள்வாங்கிக் கொண்டோம். யாழ்ப்பாணத்தில் சைவச் சாப்பாடு என்பது சமண உணவு" எனச் சாமர்த்தியம் பேசுவார். திருஞானசம்பந்தர் சமணர்களைக் கழுவில் ஏற்றினார் என்பது பற்றி பேட்டியாளர் நினைவூட்டுகையில், "அவை வரலாறல்ல. எங்கே இல்லை இத்தகைய சண்டைகள்?" எனக் கேட்டு விவாதத்திற்கு முற்றுப்புள்ளி வைப்பார்.

எந்த மதமும் பொருள் முதல் வாதம் பேசியிருக்க முடியாதுதான். ஆனால் பௌத்தத்திலும் சமணத்திலும் இறைவனை மையப்படுத்திய செயற்பாடுகள் குறைவு அல்லவா? வேள்வி வேட்டல், சுயதருமம் பேணுதல், பக்தி செய்தல் ஆகியவற்றின் மூலம் முக்தி அடையலாம் எனச் சொன்ன வைதீகத்திற்கும் பஞ்சசீலம், எண் வழிப்பாதை

என அறவாழ்வு மூலமாக மட்டுமே முக்தி அடைய முடியும் எனச் சொன்ன அவைதீக மதங்களுக்கும் வேறுபாடு இல்லையா? பெரியார் போன்ற இறைமறுப்பாளர்களும் ராகுல சாங்கிருத்தியாயன் போன்ற பொதுவுடைமையாளரும் பௌத்தத்தின்பால் ஈர்க்கப்பட்டதற்கு இவைதானே காரணம்?

மற்றவற்றின் தனித்தன்மைகளை அழித்து 'உள்வாங்குதல்' என்கிற பேரின, பெருமதச் செயற்பாடு குறித்து ஒருவர் எங்ஙனம் பெருமை கொள்ள முடியும்?

ஆகஸ்டு, 2011

சிவத்தம்பி –2
கால மாற்றங்களினூடாகப் பேராசிரியர் சிவத்தம்பி

ஒரு நீண்ட காலவெளியில் அறிவுப் பணி ஆற்றிய பேராசிரியர், அவர் மனதிற்கு ஒவ்வாததும், பெரும் மனத்துயரை விளைவிக்கக் கூடியதுமான வரலாற்று நிகழ்வுகளினூடாகப் பயணிக்க நேர்ந்தது. தான் அடையாளப்படுத்திக் கொண்ட ரஷ்ய வழி மார்க்சியமும் சோஷலிசக் கட்டுமானமும் அவர் கண்முன் தகர்ந்து நொறுங்கி வீழ்ந்தன. எத்தகைய விமர்சனமுமின்றி அவரால் மௌனமாகவும் வெளிப்படையாகவும் சற்றே புளகாங்கிதத்துடனும் ஆதரிக்கப்பட்ட விடுதலைப்புலிகள் மட்டுமின்றி பல்லாயிரக்கணக்கான தமிழ் மக்களும் அவர் கண் முன் அழிக்கப்பட்டனர். மார்க்சிய இலக்கியக் கோட்பாடாகப் போற்றப்பட்டு வந்த சோஷலிச எதார்த்த வாதத்தை மார்க்சியர்களே கைவிட நேர்ந்தது. அறியப்பட்ட மார்க்சியத்தின் மீது கடும் விமர்சனங்கள் எழுந்தன. தமிழ் இலக்கியக் களத்தில் அமைப்பியல், பின் அமைப்பியல் பின் நவீன நிலைச் சிந்தனைகளும் எதார்த்தத்தை மீறிய எழுத்து முறைகளும் மேலுக்கு வந்தன. இத்தகைய வரலாற்று நிகழ்வுகளுக்கும் செல்நெறி மாற்றங்களுக்கும் பேராசிரியர் காட்டிய எதிர்வினைகள் அவர் குறித்த மதிப்பீட்டில் முக்கியத்துவம் பெறுகின்றன.

இந்தக் கட்டுரையை நான் எழுதிக் கொண்டுள்ள போது சோவியத் யூனியனின் சிதைவின் 25ம் ஆண்டு நினைவுநாள் கட்டுரைகள்

பத்திரிகைகளில் வந்துள்ளன. இச்சிதைவில் ஒரு முக்கிய பங்கு வகித்தவரான மிகையில் கோர்பச்சேவின் பேட்டிகளும் வந்துள்ளன. அன்றைய அறிவுலகின் கவனத்தை ஈர்த்த கோர்பச்சேவின் 'கிளாஸ்நாஸ்ட்' மற்றும் 'பிரெஸ்தோரிகா' (1985-91) குறித்து பேராசிரியர் அதிகமாக எதையும் எழுதவில்லை . இதுகுறித்த விவாதங்களில் அவர் ஒரு ஆழ்ந்த மௌனத்தையே கடைபிடித்தார். எனினும் 1988ல் வெளிவந்த அவரது 'தமிழில் இலக்கிய வரலாறு' எனும் நூலில் சோஷலிச எதார்த்தவாதத்தின் கருத்தியல் அடிப்படைகளான 'பிரதிபலிப்புக் கொள்கை' 'அடித்தள-மேற்கட்டுமானக் கோட்பாடு' ஆகியவற்றின் மீதான விமர்சனத்தைப் பேராசிரியர் முன்வைக்க நேர்ந்தது (பக் 12,13,37). இக்கோட்பாடுகளை இறுதிவரை இறுக்கமாகப் பின்பற்றி வந்த தோழர் கேசவன் மீதான மெல்லிய ஆனால் கூர்மையான விமர்சனத்தையும் அவர் முன்வைத்தார். எனினும் அவர் எங்களுடன் நெருக்கமாக வாழ்ந்த காலத்தில் (1982) மேற்கொண்ட நீண்ட உரையாடல்கள் எதிலும் இத்தகைய பார்வையை வெளிப்படுத்தியதில்லை என்பதும் குறிப்பிடத்தக்கது.

1990 செப்டம்பர் 29, 30 தேதிகளில் பேராசிரியரின் நூல்களை வெளியிட்டு வந்த என்.சி.பி.எச். நிறுவனம் ரஷ்ய வழி மார்க்சிய இலக்கியவாதிகளை மட்டும் அழைத்து இதுகுறித்த ஆய்வொன்றைச் செய்தது. வெளியார்கள் அனுமதிக்கப்படாத இக்கருத்தரங்கில் சமர்ப்பிக்கப்பட்ட முக்கிய கட்டுரைகளைத் தஞ்சை வந்திருந்த பேராசிரியர் என்னிடம் அளித்துச் சென்றார். அக்கருத்தரங்கின் வழிகாட்டு உரையைச் சமர்ப்பித்த தொ.மு.சி. ரகுநாதன் சோஷலிச எதார்த்தவாத அணுகல் முறையைக் கைவிடுவதாக வெளிப்படையாக அறிவித்திருந்தார். எனினும் இக்கருத்தரங்க ஆவணங்களை வெளியிடாமல் என்.சி.பி.எச் நிறுவனம் முடக்கியது.

1999 இறுதியில் அளித்த பேட்டி ஒன்றில், "நான் ஆறு வருட காலத்திற்கும் மேலாக சோஷலிச எதார்த்தவாதத்தை நாம் பேசி இருக்கக்கூடாது என என் மனக்குறைகளைச் சொல்லி வந்திருக்கிறேன். நாங்கள் விமர்சன எதார்த்தவாதத்தைப் பேசியிருக்க வேண்டும்" என்றார் பேராசிரியர் (நேர்காணல்கள், பக் 23), தொடர்ந்து, "அதிலே பின்னோக்கிப் பார்க்கும்போது சில தவறுகள் ஏற்பட்டிருக்கிறது என்பதனை நாம் ஏற்றுக் கொள்கிறோம்" என்று கூறிய பேராசிரியர் அங்காவது புரட்சிக்குப் பிந்தைய அரசைத் தக்க வைப்பதற்காக அப்படி எழுத நேரிட்டது. இங்கு சோஷலிச

எதார்த்தவாதத்தின் தேவை என்ன என்றும் ஒரு கேள்வியை முன் வைப்பார். இதன்மூலம் சோவியத் நாட்டில் சோஷலிச எதார்த்த வாதம் ஏற்றுக் கொள்ளப்பட்டது ஒரு வகையில் சரிதான் என்கிற முடிவுக்கு அவர் வருவதையும் இங்கு இவ்வணுகல் முறையின் பாதிப்பால் விளைந்தது 'சிறு தவறுகளே' எனக் கருதுவதும் கவனிக்கத்தக்கது. சோஷலிச எதார்த்தவாதத்தின் மீதான இத்தகைய விமர்சனங்களைக் கட்சி சாராத மார்க்சியர்களான எஸ்.வி.ராஜதுரை, ஞானி, நுஃமான் போன்றோர் வெகு நாட்களுக்கு முன்னதாகவே இதனினும் கடுமையாக முன்வைத்திருந்தது குறிப்பிடத்தக்கது. காலம் தாழ்த்தியேனும் சோஷலிச எதார்த்தவாதத்தின் மீது விமர்சனத்தைப் பேராசிரியர் முன் வைக்க நேர்ந்ததற்கு ரஷ்ய வழி மார்க்சியத்தைத் தாண்டி அவரது ஆர்வம் விசாலித்திருந்ததே காரணம். வயதில் மிகவும் இளையவராயினும் தோழர் கேசவனுக்கு இந்தப் பேறு இறுதிவரை வாய்க்கவில்லை என்பது குறிப்பிடத்தக்கது.

சோஷலிசக் கட்டுமானம் வீழ்ந்ததற்கு ஸ்டாலின்தான் காரணம், இல்லை குருசேவ், பிரஷ்னேவ் வகையறாக்கள் தான் காரணம், இல்லையில்லை கோர்பச்சேவ்தான் கடையை மூடியவர் எனக் காரணம் சொல்லும் வகையில் மார்க்சியர்கள் பலவகைப்படுவர். இதில் பேராசிரியர் முதல் வகையினர். "ஸ்டாலினியத்தின் குறை லெனின் காலத்திய உள்கட்சி விவாதம் இல்லாமற் போனதே . லெனின் போன்ற ஒரு ஜனநாயகவாதி, எல்லாக் கட்டங்களிலும் ஜனநாயகச் சூழலைப் பேணுகிற சிந்தனைத் திறனுள்ள தீட்சண்யமான பார்வையுள்ள ஒரு தலைவர் இருக்கிற வரையில் பிரச்சினை இல்லை" என்பார் (நேர்காணல் 250).

லெனின் காலத்திலேயே பிரச்சினை இருந்தது. சோஷலிசக் கட்டுமானம் குறித்த போல்ஷ்விச அணுகல் முறையிலேயே பெரும் தவறுகள் இருந்தன. உலக முதலாளியத்திலிருந்து துண்டித்துக் கொள்ளுதல், தனிச்சொத்துக்களை ஒழித்தல், ஆட்சி அதிகாரத்தில் பாட்டாளிவர்க்கக் கட்சியை அமர்த்துதல் ஆகியன மட்டுமே போல்ஷ் விசத்தில் நிபந்தனையாக்கப்பட்டன. மற்றபடி அனைத்து அரசு மற்றும் பண்பாட்டு அதிகார வடிவங்களும் முதலாளித்துவ முறையில் இருப்பது குறித்து போல்ஷ்விசம் கவலை கொள்ளவில்லை. லாபம் கருதித் தொழிற்சாலை நிர்வாகங்களைப் பழைய நிர்வாகிகளிடமே கொடுக்கலாம் என்றார் லெனின். இதற்கு மாற்றாகத் தொழிற்சாலை கவுன்சில்' என்கிற கருத்தை முன் வைத்த ஒசின்ஸ்கி போன்றோர்

ஓரங்கட்டப்பட்டனர். லெனின் காலத்திலேயே பெரும்பான்மையின் அடிப்படையில் முடிவெடுப்பது என்கிற நிலை முடிவுக்கு வந்தது.

பாட்டாளி வர்க்கக் கட்சி ஆட்சியில் அமர்வதொன்றே போதும், ஜனநாயகம் தேவையில்லை எனக் கூறி ஜனநாயகத்தை முதலாளியத் திற்குத் தாரை வார்த்தது போல்ஷ்விசம். மொத்தத்தில் அரசு உதிர்வதென்பதற்குப் பதிலாக மேலும் அதிகாரம் மிக்க ‘ஸ்டேடிஸ்ட்’ சொசைட்டிகளாகச் சோஷலிசக் கட்டுமானங்கள் மாறின. இவற்றை எல்லாம் கணக்கில் கொள்ளாமல் வெறுமனே "ரொட்டிக்குக் கியூ நிற்கும் பிரச்சினை என்பதாகவே" சோஷலிசப் பிரச்சினைகளைப் பேராசிரியர் அணுகினார். "இவற்றினூடாக அங்கு ஒரு சமத்துவம் இருந்தது. பெண்கள் சமத்துவம் போற்றப்பட்டது. உழைப்பாளிகளுக்கு உண்மையான சக கவுரவம் இருந்தது (பக் 258)” என்கிற அவரது கூற்றில் ஒவ்வொரு அம்சமுமே மறுக்கப்பட வேண்டியதாக உள்ளது.

சீன - சோவியத் முரண்பாடு குறித்து இரு சோஷலிச அணுகல் முறைகளுக்கிடையேயான வேறுபாடு என்கிற கோணத்திலிருந்து பெத்தலஹேம், ஸ்வீசி, சாமிர் அமன் போன்றோர் விரிவாக எழுதி உள்ளனர். ஆனால் பேராசிரியரைப் பொறுத்தமட்டில் அது இரு அரசுகளுக்கிடையேயான முரண்பாடு மட்டுமே (பக் 259). ரஷ்ய வழிப்பட்ட மார்க்சியம் என்ற மூடிய அரசியல் பார்வையைச் சுமந்து நின்றதன் விளைவாகவே அவர் மார்க்சியத்தில் சுய விமர்சனம், பரந்துபட்ட மார்க்சிய வாசிப்பு என்றெல்லாம் பேசும்போதும், “மார்க்சியம் என்பது மேலே மேலே பாயும் நதி. அது பின்னோக்கிப் பாய்வதில்லை” என முழங்கும் போதும் அவை வெற்றுப் பிரகடனங் களாகவே நம் காதில் ஒலிக்கின்றன. இந்த வீழ்ச்சிகளிலிருந்து எந்தப் பாடமும் கற்றுக்கொள்ள முயற்சிக்காத சிந்தனைச சோம்பேறிகளுக்கும் சென்ற பாதையிலேயே செல்வதிலேயே சுகங்காணும் கட்சிக்காரர்களுக்கும் மட்டுமே பேராசிரியரின் இப்பிரகடனங்கள் ஆறுதலை வழங்கின.

இவ்வாறு ஆறுதலடைந்தவர்கள் அவரை இன்னொரு சிக்கலிலும் மாட்டிவிட்டனர். 1980கள் தொடங்கி தமிழ்ச்சூழலில் அமைப்பியல் பின் அமைப்பியல், பின் நவீனத்துவம் முதலான சிந்தனைகள் மேலெழுந்து பல விவாதங்களுக்குக் காரணமாயின. வழமையான பெருங்கதையாடல்களிலிருந்து விலகி முற்றிலும் புதுமையான தளங்களுக்கு விவாதங்கள் திசை மாறின. இளைஞர்கள் இதை உற்சாகமாக வரவேற்றபோதும் ஏற்கனவே தம்மை நிறுவியிருந்த

அறிஞர் பெருமக்கள் பெரிதும் சங்கடத்திற்குள்ளாயினர். 1990 களின் இறுதிவரை இவை குறித்து ஒரு இறுக்கமான மௌனத்தைக் கடை பிடித்த பேராசிரியரை இந்தப் புதிய சிந்தனைகளுக்குப் பதிலளிக்கு மாறு மேலே நாம் சுட்டிக்காட்டிய 'ஆறுதலடைந்தவர்கள்' வற்புறுத்தி னர். இந்தப் பின்னணியில் அவர் அளித்த 'பதில்கள்' அவரது 'நேர்காணல்கள்' மற்றும் 'நவீனத்துவம் - தமிழ் - பின் நவீனத்துவம்' ஆகிய நூல்களில் காணப்படுகின்றன.

முற்போக்கு எழுத்தாளர் சங்கக் கூட்டமொன்றில் (கோவை, மே 99) பின் நவீனத்துவம் குறித்து அவரைப் பேசக் கூடாது எனத் தடுத்தார்களாம். "இது ஒரு தவறான அணுகல் முறை, மார்க்சியத்தை மதவெறியாக்கும் மடமை" என அவர் தொடங்கும்போது ஆர்வமுற்று பக்கங்களை வேகமாகப் புரட்டத் தொடங்கினால் நமக்கு எஞ்சுவது மிகப் பெரிய ஏமாற்றமே. பின் நவீனத்துவத்தைப் புறங்காண்பதற்கான வழி' (பக் 178, நவீனத்துவம்) எனத் தொடங்கும் பேராசிரியர் அதற்கான காரணங்களைக் கீழ்க்கண்டவாறு பட்டியலிடுவார்.

> "பின்நவீனத்துவம் ஒரு மேற்குலகச் சிந்தனை, 1970க்குப் பிந்தைய மே நாட்டுப் பண்பாட்டு நடவடிக்கைகளைக் குறிப்பிடப் பயன்படும் தொடர் (160), உலகின் பெரும்பாலான நாடுகளில் நவீனத்துவமே இன்னும் ஓட்டத்தை முடிக்கவில்லை (213). பின் நவீனம் ஒரு எதிர்மறைவாதம், அது நவீனத்துவத்தின் ஈட்டங்களை மறுக்கிறதேயொழிய மேற்செல்ல வேண்டிய செயல்பங்கு முறைமைகளைச் சொல்வதில்லை (நேர்காணல் 204). அரசு அதிகாரங்களை ஒழித்துக்கட்டும் தெளிவு அதற்கு இல்லை. நுண் அதிகாரங்களைக் கூட ஓரங்களில் கொறிப்பதாகத்தான் உள்ளதே ஒழிய அழிப்பதாக இல்லை (204). அது வெறும் மறுதலிப்புவாதமே. பின் நிற்கும் முதலாளித்துவத்தை அது பார்ப்பதில்லை, பகுத்தாய்வு, அறிவியல் எல்லாவற்றையும் அது மறுக்கிறது (நவீனத்துவம், 204–205). பின் நவீனத்துவத்தின் சிக்கல் இதுதான் அது முடிவதே இல்லை, வித்தியாசம் என்றால் அதற்கு அப்பால் என்ன?"

இந்த வாதங்கள் யாவும் கடந்த 20 ஆண்டுகளாகப் புதிய சிந்தனைகளை மறுத்த கட்சிக்காரர்களாலும் பிறராலும் முன் வைக்கப்பட்ட மலிவான, மிகை எளிமைப்படுத்தப்பட்ட கருத்தாக்கங்களே. இதற்கெல்லாம் எத்தனையோ முறை பதில் சொல்லியாயிற்று.

காலங்கடந்து களத்திற்கு வந்த பேராசிரியர் இவற்றையெல்லாம் உள்ளடக்கி மேற்சென்றிருந்தாரானால் உண்மையிலேயே நமக்குப் பயனுடையதாக இருந்திருக்கும். மாறாக, அவரது புலமை விசாலத்திற்குச் சற்றும் பொருத்தமற்றதாக அமைகின்றன அவரது கூற்றுக்கள். தெரிதா, பூக்கோ, பாத்ரிலா முதலானோரின் நூற்களையோ ல்யோதார்தின் ஒரு நூலைத் தவிர பிறவற்றையோ படிக்காமல் டெரி ஈகிள்டன் போன்றோரின் இரண்டாம் கட்டமான விவாத நூற்களையும் 'போஸ்ட் மார்டனிச ரீடர்களையும்' மட்டுமே படித்து விட்டுப் பேராசிரியர் எதிர்வினையாற்றியிருப்பது அவரது பிற துறைப் புலமைச் சாதனைகளுக்கு எள்ளளவும் பொருத்தமற்றதாக உள்ளது.

நான் விரிவாக இவை குறித்து ஆங்காங்கு எழுதியுள்ளதால் விரிவஞ்சி இங்கே தவிர்க்கிறேன். உலகமே ஒரு கிராமமாகச் சுருங்கிவிட்ட சூழலில் புதிய சிந்தனைகளுக்கு அவர் குத்தும் மேற்குலக முத்திரை எந்த அளவிற்கு நியாயமாகும்? மார்க்சியம், தேசியம், ஏன் அவரது கல்வித்துறை சார்ந்த புதிய விமர்சன முறைகள், பதிப்பு நுணுக்கங்கள், ஒப்பியலாய்வு, நாவல், சிறுகதை முதலான இலக்கிய வடிவங்கள் எவற்றுக்குத்தான் மேற்கத்திய முத்திரை குத்திவிட முடியாது. நவீனத்துவமே தனது ஓட்டத்தை முடிக்காத நிலையில் இங்கே பின் நவீனத்துவம் எதற்கு என்கிறார். முதலாளித்துவம் வந்த பின்புதான் இங்கு முதலாளித்துவ நிறுவனங்கள் புகுத்தப்பட்டனவா? முதலாளித்துவம் இன்னும் முழுமையாக வரவில்லையே என்பதற்காக இந்நிறுவனங்களை எதிர்கொள்ள மார்க்சியத்தைக் கையிலெடுத்ததை தவறெனச் சொல்ல முடியுமா?

ஜனநாயகம், மனித உரிமைகள், பன்மைத்துவம், விமர்சனக் கண்ணோட்டம் எல்லாமே ஆழ்ந்த தத்துவப் பின்புலம் கொண்ட கருத்தாக்கங்கள். கான்ட், ஹெகல், ஹூஸ்ஸரல், ஹெய்டெகர் இவர்களது சிந்தனைகள் எல்லாம் இல்லாமல் பேராசிரியர் குறிப்பிடும் விமர்சன எதார்த்தவாதம் எப்படி உருக்கொள்ள முடியும். நமது நாட்டிலோ ஆதிசங்கரனுடனும், சைவ சித்தாந்தத்துடனும் தத்துவ வளர்ச்சி முற்றுப் பெறுகிறது. இன்றைய தத்துவார்த்தச் சிக்கல்கள் எல்லாவற்றையும் இவற்றைக் கொண்டு தீர்த்துவிட இயலுமா?

> "வித்தியாசம், வேறுபாடு என்பதும் மற்றது என்பதும் பண்பாடுகளின் பன்முகப்பாட்டை வற்புறுத்தின. இதுவரை பேரெடுத்துரைப்புகளின் முழுமை நோக்கினுள் விடப்பட்ட

> மற்றதுகளும் வித்தியாசங்களும் முக்கியப்படுத்தப்பட்டன. பெண்ணிலை வாதம் இந்த நோக்கினால் முனைப்புப் பெற்றது. சமூகங்களில் கவனிக்கப்படாதிருந்த குழுமங்கள் முக்கியப்படுத்தப்பட்டன" (203).

என பின் நவீனத்துவச் சாதகைளைப் பட்டியலிடுகிறார் பேராசிரியர். மகிழ்ச்சி. ஆனால் இப்படி இதுகாறும் புறக்கணிக்கப்பட்டவற்றில் கவனம் செலுத்த நவீனத்துவத்தின் ஓட்டம் முடியும் வரை காத்திருக்க வேண்டுமா?

பன்முகப்பார்வை என்கிற பெயரில் குவிபுள்ளி ஒன்று இல்லாமற் போகிறது என்பது பேராசிரியர் வைக்கும் இன்னொரு குற்றச்சாட்டு (நேர்காணல் 267). ஆக, எல்லாப் பார்வைகளும் ஒன்றோடொன்று சமரசமாகி (*reconcile*) ஓரிடத்தில் குவிந்தாக வேண்டும். சமரசம், கருத்தொருமிப்பு இவை எவற்றையும் பின் நவீனம் மறுத்துவிடுவதில்லை. ஆனால் கருத்தொருமிப்பு (*consensus*) என்கிற பெயரில் கருத்து மாறுபாடுகளையும் அவற்றுக்கிடையேயான மோதல்களையும் வன்முறையாக அழித்தொழிப்பதை அது ஏற்பதில்லை. கருத்து மாறுபாடுகளுக்கான போராட்டங்களைச் சாத்தியப்படுத்தும் களமே ஜனநாயகம். ஜனநாயகம், பன்மைத்துவம் முதலியன வந்து முடிந்துவிடுகிற விஷயங்களல்ல. ஒரு தேவதூதனின் வருகைக்காகவே காத்திருப்பதைப் போல அவற்றுக்காக நாம் எப்போதும் காத்திருக்க வேண்டும் போராடிக் கொண்டிருக்க வேண்டும்.

பின் நவீனத்துவம் சொல்லும் இன்னொரு முக்கிய அம்சம் *incommensurality*. அதாவது தொகுப்புச் செயல்பாட்டின் சாத்தியமின்மை. எல்லாவற்றையும் தொகுத்துச் சுருக்கிவிட இயலாது. ஒரு ஆய்வுச் சட்டகத்தை (*paradigm*) இன்னொன்றால் அளந்துவிட முடியாது. எல்லாவற்றையும் மதிப்பிடுகிற *Universal Paradigm* ஒன்றும் கிடையாது. ஆனால் பேராசிரியரோ தான் பின் நவீனத்துவத்தை மார்க்சியக் கண்ணோட்டத்தில் பார்த்திருப்பதாக (நேர்காணல் 2987) பெருமை கொள்கிறார். மார்க்சியமும், பின் நவீனத்துவமும் வெவ்வேறு வகைகளில் பிரச்சினைகளை முன் வைக்கின்றன. ஒவ்வொன்றும் அவ்வவ் வகையில் முக்கியமானவை. ஒன்றின் கேள்விக்கு இன்னொன்றால் பதிலளிக்க இயலாது. ஒன்றை இன்னொன்றால் மதிப்பிடவும் முடியாது.

பின் நவீனத் தன்மையான போராட்டங்களின் காலம் எனக்

கூறப்படும் 1960களின் பிரெஞ்சு மாணவர் எழுச்சி தோல்வியுற்றது' எனக் கூறும் பேராசிரியர் பின் நவீனத்துவத்தின் சாத்தியமின்மைக்கு எடுத்துக்காட்டாக அதைச் சொல்கிறார். அப்படியாயின் அது மார்க்சியத்திற்கும் பொருந்தும்தானே? ஆனால் அப்படி மதிப்பிடுவது தகுமா? சோஷலிசக் கட்டுமானங்கள் பின்னடைவுக்கு உள்ளாகியிருக்கலாம். ஆனால் மார்க்சியம் ஏற்படுத்திய தாக்கங்கள் காலத்தால் அழிக்க முடியாதவை அல்லவா?

பின் நவீனத்துவ நிலைச் சிந்தனையை மட்டுமல்ல, தலித்தியத்தின் தனித்துவத்தையும் பேராசிரியர் ஏற்கவில்லை (நேர்காணல் 249). இந்த அம்சத்தில் அவர் கேசவனைத் தாண்டவில்லை. இந்தியச் சூழலில் தலித் இலக்கியம் உருவானது குறித்துப் பேச வரும்போது இங்குள்ள தீண்டாமையை, ஈழத்துத் தீண்டாமையிலிருந்து வேறுபடுத்திக் காட்டுகிறார். அவை:

> "இந்திய தலித்துகள் முற்றிலும் மேற்சாதியிடமிருந்து அகன்றுள்ளனர் கும்பிடும் தெய்வங்கள் கூட வேறு. ஈழத்துச்சாதி அமைப்பின் தன்மை வேறு. ஈழத்தில் தொழிலை வைத்தே சாதியைப் பார்த்தார்கள். போராட்டம் கூட ஈழத்தில் வித்தியாசமே. ஈழத்தில் தீண்டாமைப் போராட்டம் என்பது கோயில் பிரவேசம் மட்டுமே. இங்கே கோயில் மட்டுமே பிரச்சினை மற்றபடி தலித்துகளில் சமூக முன்னேற்றத்திற்கு ஈழத்தில் தடையில்லை" (நேர்காணல் பக் 249).

அப்பட்டமான யாழ்ப்பாண சைவப் பார்வை என்பதைத் தவிர இதற்கு வேறென்ன சொல்ல இயலும்? யாழ்ப்பாணத்திலும் கூடத் தலித்துகளுக்குக் கும்பிடும் சாமிகள் வேறாகத்தான் இருந்தன. ஈழத்தில் தொழிலை வைத்துத்தான் சாதியைப் பார்த்தார்கள் என்றால் பாரம்பரியத் தொழிலை விட்டபின்னுங் கூட புலம்பெயர்ந்த தமிழர்களிடம் உள்ள சாதி உணர்வை என்ன சொல்வது? தீண்டாமைக்கெதிரான போராட்டங்களில் அவர் சுட்டும் வித்தியாசங்களிலும் பொருளில்லை. இங்கேயும் கோயில் நுழைவுப் போராட்டங்கள் இன்றுவரை நடக்கத்தான் செய்கின்றன. இந்தியாவைப் போல இலங்கையில் தலித்துகளின் சமூக முன்னேற்றம் தடைப்படவில்லை எனச் சொல்வதும் ஏற்க இயலாத ஒன்று.

இப்படியெல்லாம் சொல்லி பேராசிரியர் எதற்கு அடியெடுத்து வைக்கிறார்? ஈழத்தில் தலித் இலக்கியம் என ஒன்று தேவையில்லை. அப்படியானால் டானியல்?

> *"டானியலுடைய எழுத்துகளில் தலித் இருப்பதைவிட கிறிஸ்தவ மனிதாபிமானம் இருப்பதையே நான் காண்கிறேன்" (நேர்காணல்கள் பக் 249).*

நான்காண்டுகளுக்கு முன்பு சென்னைப் பல்கலைக்கழகத்தில் பேராசிரியர் குறித்த நான்கு நாள் பன்னாட்டுக் கருத்தரங்கம் நடைபெற்றபோது முன் வரிசையில் அமர்ந்திருந்த பேராசிரியரை நோக்கி நான் இப்படிச் சொன்னேன்.

> *"அய்யா, ஒரு தந்தை போல என் எதிரே நீங்கள் அமர்ந்திருக்கிறீர்கள். உங்கள் மாணவன் எனச் சொல்வதில் பெருமை கொண்டவன் நான். ஆனால் டானியல் பற்றி நீங்கள் கூறுவதைப் படிக்கும்போது என் உள்ளம் பதறுகிறது. காலமெல்லாம் தீண்டாமைக்கு எதிராக எழுதியும் இயங்கியும் வந்த டானியலுக்கு நீங்கள் நியாயம் இழைக்கவில்லை. உங்கள் மீதுள்ள அனைத்து மரியாதைகளுடனும் சொல்கிறேன். டானியலுக்கு அவருக்குரிய தலித் அடையாளத்தை வழங்காமல் கிறிஸ்தவச் சிமிழுக்குள் அடைக்க முயல்வதில் உங்களின் சர்வதேசப் புலமை வெளிப்படுவதைக் காட்டிலும் யாழ்ப்பாணச் சைவக் குசும்புதான் வெளிப்படுகிறது."*

பேராசிரியர் எந்த உணர்ச்சியையும் வெளிப்படுத்தாமல் அமர்ந்திருந்தார்.

பேராசிரியரின் ஆகச் சிறந்த பங்களிப்பாக அவரது தொல் தமிழிலக்கிய ஆய்வுகள் அமைகின்றன. எனினும் தொடக்க காலத்திய இறுக்கமான மார்க்சிய அணுகல் முறையின் காரணமாக அவரும், பேராசிரியர் கைலாசபதியும் அவர்கள் வழியில் பின்னாளில் கேசவனும் முன்வைத்த ஒரு கோட்பாடு இன்று ஆய்வுலகால் ஏற்றுக் கொள்ளப் படுவதில்லை. பக்தி இயக்கத்திற்கும் வைதிக மதங்களுக்குமான போராட்டத்தை நிலப்பிரபுத்துவ வர்க்கத்திற்கும் வணிக வர்க்கத்திற்குமான போராட்டமாக பேராசிரியர்கள் இருவரும் கட்டமைத்தனர்.

அதைப் பின்பற்றி கேசவனும் தொ.மு.சி. ரகுநாதனும் தமது ஆய்வுகளைச் செய்தனர். (மண்ணும் மனித உறவுகளும்', 'இளங்கோவடி கள் யார்?') இறுக்கமான அடித்தள- மேற்கட்டுமானப் பார்வையினடியாக உருவான இம்முடிவை இன்று ஏற்பார் இல்லை. அத்தகைய வலுவுடன் இங்கே வணிக வர்க்கம் ஒன்று தொல்

தமிழகத்தில் உருவாகவில்லை. இங்கிருந்து ஏற்றுமதியான பொருட்கள் அகில், சந்தனம், முத்து முதலான உற்பத்திப் பொருட்கள் மட்டுமே. இறக்குமதி யானவையோ மதிப்பு கூடிய பொருட்கள். வணிக வர்க்கம் பற்றித் தாம் கூறிய கருத்துக்கள் சற்று அவசரப்பட்டுச் சொன்னவை என்பதைப் பேராசிரியர் எங்களிடம் கூறியுள்ளார். பின்னாளில் அவர் இதை எழுதவும் செய்தார். கேசவனையும் கண்டித்தார். இன்று ராஜன் குருக்கள் போன்றோர் இது குறித்து விரிவாக எழுதியுள்ளனர்.

பேராசிரியரின் இறுதிப் படைப்புகளில் 'தமிழின் கவிதையியல்' குறிப்பிடத்தக்க ஒன்று. முதிர்ந்த வயது, தளர்ந்த உடல். பிறர் உதவியின்றிப் படிக்கவும் எழுதவும் இயலாத நிலை ஆகியவற்றின் விளைவாக அவரது இறுதிப் பத்தாண்டு படைப்புகளில் குறிப்பிட்டுச் சொல்லத்தக்கதாக இது மட்டுமே உள்ளது. ஐராவதம் மகாதேவன், செண்பகலஷ்மி போன்றோரின் சமீப கால ஆய்வு முடிவுகளை ஒட்டி தொல் தமிழிலக்கியங்கள் குறித்த தனது அணுகல் முறையில் சில மாற்றங்களை அவர் ஏற்படுத்திக் கொண்டுள்ளதை நாம் விளங்கிக் கொள்கிறோம். தொல்காப்பியத்தின் வழிகாட்டலைத் துறந்துவிட்டு கச்சாவாகச் சங்க இலக்கியங்களைக் காண வேண்டும் என்பதும் எல்லாவற்றையும் இயல்புணர்ச்சி வெளிப்பாடாகவும், வரலாற்று உண்மைகளாகவும் காணாமல் 'கவித்துவக் கைவினை உத்தி'யாகச் சிலவற்றைக் காண வேண்டும் எனச் சொல்வதும் கவித்துவம் அரசியலுத்தியாக வெளிப்படுவது பற்றி உரைப்பதும், சங்க காலத்தை ஒரே கட்டமாகப் பார்க்க இயலாது என்பதும், குறிப்பாக தொகைப் பாடல்களையும் நெடும் பாடல்களையும் வேறுபடுத்திப் பார்க்க வேண்டும் என்பதும், அப்படியாயின் ஒரே பெயருள்ள கபிலர், பரணர் முதலான புலவர்கள் இரண்டிலும் எவ்வாறு இடம் பெற்றுள்ளனர் எனக் கேள்வி எழுப்புவதும் நமது சிந்தனைக்குரியன. புறப்பாடல்களை அப்படியே வரலாறாக எடுத்துக் கொண்டு இதுவரை நாம் பேசிய அனைத்தும் மறுபரிசீலனைக்குள் ளாக்கப்பட வேண்டும் என்பதற்குப் பேராசிரியரின் இந்த அவதானங்கள் சான்று பகிர்கின்றன.

North Eastern Herald என்கிற ஆங்கில இதழில் பேராசிரியர் எழுதி வந்த பத்திகள் பற்றியும் சொல்ல வேண்டும். இந்தத் தொகுப்பிற்கு முன்னுரை எழுத வந்த ஜே.எஸ். தில்லைநாயகம் மனித உரிமைப் போராளியும் அறிஞருமான சார்ல்ஸ் அபயசேகராவை நினைவு

கூர்வார். தொண்ணூறுகளின் மத்தியில் அவர் இப்படிச் சொன்னாராம். "எல்லாம் முடிந்துவிட்டது. ஸ்ரீலங்காவுக்குள் இனி தீர்க்கப்பட வேண்டியது எல்லைப் பிரச்சினைதான்." இதைச் சுட்டிக் காட்டும் தில்லைநாயகம், "ஆனால் இந்நூலாசிரியர் சிவத்தம்பி அப்படி நம்பாதவர்களில் ஒருவர். இருபதாண்டு ஆயுதப் போராட்டத்திற்குப் பின்னரும் இனியும் சமாதானம் சாத்தியம் என நம்புபவர்" என்கிறார். நூல்தலைப்பும் கூட "தமிழனாகவும் இலங்கையனாகவும் (ஒரு சேர) இருத்தல்" என்பது அதைத்தான் சுட்டிக்காட்டுகிறது.

கொடும் ஊடக அடக்குமுறைகளுக்கு மத்தியில் தமிழ் அடையாளத்துடன் கொழும்பில் இருந்து கொண்டு தமிழர்களின் நியாயங்களை மிகவும் மெல்லிதாகவேனும் எடுத்துரைப்பதற்கு இப்படியான ஒரு தொனி தேவைதான் என்பதை நம்மால் விளங்கிக் கொள்ள முடிகிறது. தமிழர்கள் நமது நியாயமான கோரிக்கைகளை முன் வைப்பதையே பிரிவினைவாதமாகக் கருதும் சூழலில் இந்தப் பிரச்சினைகளை ரொம்பவும் சாதுரியமாகத்தான் பேச வேண்டும், அல்லது புலம் பெயர்ந்து வந்து வெளியிலிருந்து முழங்க வேண்டும். அப்படி முழங்குவது சிங்களப் பொது மக்களிடம் என்ன மாற்றங்களை நாம் ஏற்படுத்த முனைகிறோமோ அதற்கு எதிராகவே அமையும்.

ரொம்பவும் திறமையாகப் பேராசிரியர் தனது உச்சபட்ச சாதுரியத்தையும், புலமையையும் பல்துறை அறிவையும் பயன்படுத்தி எழுதியுள்ள கட்டுரைகள் இவை. இலங்கைத் தமிழடையாளம் என்பது எப்படி இந்தியத் தமிழ் அடையாளத்திலிருந்து வேறுபட்டுள்ளது என்பதையும் தமிழகத்துத் திராவிடப் பாரம்பரியம் எப்படி பவுத்தத்தை மிகவும் அனுதாபமாகப் பார்த்தது என்பதையும் அவர் விளக்கும் பாங்கு யாரையும் வசீகரிக்கும். ஊடாக, உயர் பாதுகாப்பு வலையங்களால் மக்கள் படும் அவதி, புலிகள் பேச்சு வார்த்தைக்கு வந்துள்ளதின் நியாயம் முதலியவற்றையும் அவர் சொல்லத் தயங்குவதில்லை .

மிக்க அனுதாபத்துடன் இதைப் படிக்கும் அதே நேரத்தில் இதே சாதுரியத்தையும், புலிகளுக்கு அவர் மேலிருந்த மதிப்பையும் பயன்படுத்தி ஆயுதப் போராளிகளின் வன்முறையையும் அவர் சுட்டிக் காட்டியிருக்கலாமே. மிகப் பெரிய மனித உரிமை மீறல்களிலும் கூட அவரால் எப்படி மௌனம் காக்க முடிந்தது என்கிற கேள்வியும் நமக்கு எழாமலில்லை. எனினும் அப்படி

அவர் செய்திருக்கக்கூடியது சாத்தியம்தானா என்கிற கேள்வியும் கூடவே தோன்றாமலில்லை.

பேராசிரியர் ஒரு பன்னாட்டு அறிஞர் என்ற மட்டத்தில் நின்றவர். நோம் சாம்ஸ்கி போன்ற *Public Intellectual* அல்லர். அவர் ரஷ்யச் சார்புக் கம்யூனிஸ்ட் கட்சியுடன் நெருக்கமாக உறவு கொண்டிருந்தாலும், மார்க்சியம் பேசினாலும் அவர் எந்நாளும் *'Public Intellectual'* என்கிற நிலையை எட்டவில்லை. அப்படியான எதிர்பார்ப்புகளுடன் அவரை அணுகினால் அது நமது தவறே.

எத்தனை விமர்சனங்கள் இருந்தபோதிலும் அறிவுத்துறையில் வள்ளன்மை மிக்கவராகவே அவர் விளங்கினார். அந்த வள்ளன்மையால் பயனுற்றவர்களில் நானும் ஒருவன்.

செப்டம்பர், 2011

போராட்ட காலத்தில் காதல்

கார்சியா மார்க்வெஸின் 'ஒரு நூற்றாண்டு தனிமை' இங்கே அதிகம் பேசப்பட்ட காலத்தில் அத்தனை நூல்களையும் வாசித்துவிட வேண்டும் என்கிற ஆவலில் அவரது எல்லா நூல்களையும் வாங்கினேன். ஆனால் படிக்க முடிந்ததோ' *Love in the Time of Cholera* ' மட்டும்தான். *Automn of the Partiarch* ' நாவலைப் பலமுறை படிக்க முயன்று ஒவ்வொரு முறையும் பாதியோடு நின்று போயிற்று.

'காலரா நேரத்தில் காதல்' எனக்கு அந்த வயதில் ரொம்ப ரொம்பப் பிடித்துப்போன ஒன்று. அதன் எளிமையிலும் உக்கிரமான காதல் வெளிப்பாட்டுக் கவர்ச்சியிலும் மயங்கி ஏமாந்துவிடாதீர்கள் என மார்க்வெஸ் உள்ளிட்ட பலரும் எச்சரித்திருந்த போதிலும் நான் மிகவும் விரும்பி அந்த மேலோட்டமான எளிமை என்கிற பொறியில் சிக்கி மகிழ்ந்தேன். காதல் எல்லோரையும் முட்டாளாக்கக்கூடிய ஒன்று. காதலுக்குள் எல்லோரும் பைத்தியம்தான். அது ஒரு நோயும் கூட. மார்க்வெஸ் மட்டுமல்ல, நமது வள்ளுவரும் கூட அப்படித்தான் சொல்கிறார். நோய்க்குக் காரணமே நோய்க்கு மருந்தாகும் விந்தையான நோய் அது.

அந்த நோய் பீடிப்பதற்கு வயதில்லை, பருவமில்லை, யாரையும் அது பீடிக்கும். காந்தியைப் போன்ற மகான்கள், ரவீந்திரரைப் போன்ற பெருங்கவிகள் யாரைத்தான் அது ஆட்டிப் படைக்கவில்லை. யோசித்துப் பார்த்தால் காதலை எதிர்த்து வெற்றி பெறுவதில் என்ன பெருமை இருக்கிறது. காதலிடம் வளைந்து கொடுத்துத் தோற்பதே மானுடத்தின் அடையாளம்.

சமீபத்தில் இப்படியான ஒரு காதல் சர்ச்சையைக் கிளப்பியுள்ளது. உன்னத லட்சியம் ஒன்றிற்காக உயிரைத் திரணமென மதித்துப் போராடிக்கொண்டிருக்கும் சக போராளிகளின் புருவ நெறிப்புக்கு அது ஆளாகி உள்ளது. மணிப்பூரின் இரும்புப் பெண்மணி இரோம் சானு ஷர்மிளாவின் காதலும் அதைச் சுற்றி எழுந்துள்ள சர்ச்சையையும் தான் சொல்கிறேன்.

பன்னிரண்டு ஆண்டு காலமாக சோறும் தண்ணியும் இன்றி உலக வரலாற்றில் பட்டினிப் போராட்ட சாதனை ஒன்றைப் படைத்துள்ள ஷர்மிளா பற்றி விரிவான அறிமுகம் தேவையில்லை. கடந்த 31 ஆண்டுகளாக இந்திய அரசு மணிப்பூரிலும் இதர வடகிழக்கு மாநிலங்கள் பலவற்றிலும் அமல் படுத்தியுள்ள 'ஆயுதப் போராட்டச் சிறப்பு அதிகாரச் சட்டத்தை ' (AFSPA) எதிர்த்து நவம்பர் 2000 தொடங்கி அவர் இந்தப் போராட்டத்தை நடத்தி வருகிறார்.

எந்த ஒரு பெரிய பயங்கரவாதச் செயல் அல்லது அதிரடி நடவடிக்கையாலும் ஈர்க்க இயலாத அளவிற்கு உலகின் கவனத்தை இந்தப் பிரச்சினையின்மீது தனது அமைதி வழிப் போராட்டத்தின் மூலம் ஈர்த்தவர் அவர்.

இந்திய அரசு இரக்கத்திற்குப் பெயர் போனதல்லவா. ஷர்மிளாவை அது சாகவிடவில்லை. 12 ஆண்டுகளாக அவரை அது தனது கட்டுப்பாட்டிற்குள் வைத்துள்ளது. அவரை யாரும் எளிதில் சந்திக்க இயலாது. மணிப்பூர் மாநில உள்துறை அமைச்சரின் அனுமதி பெற்றுத்தான் அவரைச் சந்திக்க இயலும். மணிப்பூரில் உள்துறை, முதலமைச்சரின் பொறுப்பிலுள்ளது குறிப்பிடத்தக்கது.

மூக்கில் ஒரு பிளாஸ்டிக் குழாயைச் செருகி கட்டாயமாக வயிற்றுக்கு திரவ உணவைச் செலுத்தி அவரது உயிரையும் உடலையும் இணைத்து வைத்துள்ளது இந்திய அரசு. நாசித் துளையிலிருந்து நிரந்தரமாகத் தொங்கிக்கொண்டிருக்கும் பிளாஸ்டிக் குழாய், சீவப்படாத சுருண்ட கேசம், துளைக்கும் கண்கள் ஆகியவற்றுடன் இன்று அவர் ஒரு *'icon'* ஆகியுள்ளார்.

கவிதை எழுதுதல், யோகாசனம் பயிலுதல், நீதிமன்றத்திற்கும் மருத்துவமனைக்குமாக அலைக்கழிக்கப்படுதல், மெல்லிய குரலில் தன் உறுதியை வாய்ப்புக் கிடைத்த போதெல்லாம் வெளிப்படுத்துதல் என்பதாக வாழ்ந்து கொண்டுள்ள ஷர்மிளாவின் உடலின் உள் உறுப்புகளெல்லாம் உளுத்துப் போய்க் கொண்டிருக்கின்றன.

இப்போது அவருக்கு 38 வயது. உண்ணாநிலையை அவர் தொடங்கியபோது 24. அவரது ஆரோக்கியத்தின் அடையாளங்கள் எதுவும், மாத நிகழ்வு உட்பட இன்று காணக் கூடியதாக இல்லை.

'அஃப்சா' எனப்படும் இந்த 'ஆயுதப் படை சிறப்பு அதிகாரச் சட்டம்' பற்றி நான் நிறைய எழுதியுள்ளேன். ஒன்றுமில்லை. அங்கே திரியும் இராணுவத்தினர் யாரை வேண்டுமானாலும் எப்போது வேண்டுமானாலும் கொண்டு செல்லலாம். எந்த வீட்டுக்குள் வேண்டுமானாலும் நுழையலாம். சுட்டுக் கொல்லலாம். பெண்களாயின் அவர்களை ஒரு இராணுவம் என்னவெல்லாம் செய்யுமோ அவ்வளவையும் செய்து பின்னர் கொல்லலாம். இப்படியெல்லாம் செய்வதற்கு எந்தக் காரணமும் தேவையில்லை. வெறும் சந்தேகமொன்றே போதும். செய்தது தவறு என எத்தனை உண்மை அறியும் குழுக்களும் விசாரணை ஆணையங்களும் சொன்ன போதும் செய்த இராணுவத்தினரை யாரும் தண்டிக்க முடியாது. 1980 தொடங்கி 2004க்குள் 20,000 பேர் இராணுவத்தினரால் இவ்வாறு கொல்லப்பட்டுள்ளனர். 2004ல் தங்கம் மனோரமா என்கிற பெண் பாலியல் வன்முறை செய்யப்பட்டுக் கொல்லப்பட்டதை அடுத்து இராணுவ நிலையமான காங்லா கோட்டையின் முன் மணிப்பூரி அன்னையர் 'இந்திய இராணுவமே, எங்களை வன்புணர்ச்சி செய்' என்று எழுதப்பட்ட துணியுடன் நடத்திய நிர்வாணப் போராட்டம் எல்லோரையும் தலைகுனியச் செய்தது - இந்திய அரசைத் தவிர.

2005ல் அறிக்கை அளித்த நீதியரசர் ஜீவன் ரெட்டி ஆணையம் இச்சட்டத்தின் கொடிய பிரிவுகளைக் கடுமையாக விமர்சித்தது. இச்சட்டத்தை நீக்கிவிட்டு, பதிலாக மனிதாபிமானமிக்க வேறொரு சட்டம் அமல்படுத்தப்படும் என மன்மோகன் சிங் முகத்தில் புன்னகை அரும்பச் சொல்லி ஆறு ஆண்டுகள் ஓடிவிட்டன. ஒன்றும் நடக்கவில்லை. காஷ்மீர் இளைஞர்களின் கல்லெறிக்கும் அஃப்சா பயந்து பின்வாங்கவில்லை.

அப்படித்தான் 2000 ஆண்டிறுதியில் ஒருநாள். இம்பாலிலிருந்து 5 கி.மீ. தொலைவிலிருந்த மலோம் என்கிற கிராமத்தில் இந்திய இராணுவம் 10 அப்பாவி மக்களைச் சுட்டுச் சாய்த்தது. 62 வயது லெய்சன்பாம் இபிடோமி, குழந்தை வீராங்கனை விருது பெற்ற 18 வயது சினாம் சந்திரமணி உட்பட 10 பேரின் சிதைந்த உடல்களின் படங்கள் அடுத்த நாளிதழ்களில் வந்தன. ஷர்மிளா ஒரு முடிவுக்கு வந்தார். இறைபக்தி மட்டுமல்ல, காந்தியடிகளின்

மீதும் பற்றுமிக்கவர் ஷர்மிளா. 2006ல் ஒருமுறை மணிப்பூர் அரசு கருணை கூர்ந்து அவரை வெளியே செல்ல அனுமதித்து டெல்லி வந்தபோது தனது பிரச்சாரப் பயணத்தினூடே ராஜ்காட்டிற்குச் சென்று காந்தியடிகளின் சமாதிக்கு அஞ்சலி செலுத்தி வந்தவர் அவர்.

மலோம் சம்பத்தைக் கண்டு உளம் வருந்திய ஷர்மிளா அம்மா இரோம் ஷகியிடம் சென்று ஆசி பெற்றுவந்து தனது உண்ணாவிரதப் போராட்டத்தைத் தொடங்கினார். அன்னா ஹசாரே போல ஏகப்பட்ட ஊடகம், கார்ப்பரேட் மற்றும் மத்திய தர வர்க்க ஆதரவோடு தொடங்கப்பட்ட போராட்டமல்ல அது. ஒரு ஏழை, நான்காம் நிலை ஊழியரின் 12ம் வகுப்பு வரையே படித்த ஒரு இளம்பெண் (28) தனது மனச்சாட்சியின் உந்துதலால் எடுத்த முடிவு அது. தனது உடலைத் தவிர வேறு சொத்துக்களோ, ஆயுதங்களோ, விளம்பரங்களோ இல்லாத இந்தப் பெண் வலிமை மிக்க இந்திய அரசின் 'அஃப்சா' சட்டத்திற்கு எதிராகத் தன் உடலையே ஆயுதமாக்கிக் களமிறங்கினாள். சாகும் வரை உண்ணாவிரதம் என அவள் சொல்லவில்லை. அப்படி ஒன்றும் சாவைத் தழுவ விரும்பியவளல்ல ஷர்மிளா. 'அஃப்சா சட்டம் திரும்பப் பெறப்படும் வரை போராட்டம் என்பதாகத்தான் அவள் அறிவித்தாள். இந்திய அரசைப் புரிந்து வைத்திருப்பவர்கள் ஒருவேளை இரண்டிற்கும் என்ன வித்தியாசம் என நினைக்கலாம்.

பட்டினி கிடந்து பழக்கப்பட்டவர்தான் ஷர்மிளா. எட்டு குழந்தைகளுக்குப் பின் அம்மா இரோம் ஷகியின் 44வது வயதில் பிறந்தவர் அவர். "தாயிடம் பாலில்லை, மாலையில் பசியால் குழந்தை ஷர்மிளா அழத் தொடங்கும்போது அருகில் உள்ள எந்தத் தாயிடம் பால் சுரக்குமோ அங்கே தூக்கிச் செல்வேன்" என்கிறார் ஷர்மிளாவின் சகோதரர் சிங்கஜித்சிங் (48). வாரத்திற்கு ஒரு நாள் பட்டினி கிடக்கும் பழக்கத்தை வயது வந்த பின்பு கடைப்பிடித்தார் ஷர்மிளா

மணிப்புரி மக்களின் வீரஞ்செறிந்த போராட்டம் உலக அளவில் தெரிவதற்கு ஷர்மிளாவின் இந்த உண்ணாவிரதம் பெரிய அளவிற்குத் துணை புரிந்தது. போராட்டக்காரர்களுக்கும் இயக்கத்தவர்களுக்கும் அவர் ஒரு icon ஆனார். முப்பதுக்கும் மேற்பட்ட சிவில் சமூக இயக்கங்களின் கூட்டமைப்பான 'அபுன் பாலுப்' மற்றும் எண்ணற்ற பல தொண்டு நிறுவனங்கள் ஆகியன ஷர்மிளாவை முன்வைத்து உலகின் கவனத்தை ஈர்த்தன.

ஷர்மிளாவின் இந்த 12 ஆண்டு காலப் போராட்டத்திற்குக் கிடைக்காத இந்திய அளவிலான பெருந்திரள் மக்கள் ஆதரவும் ஊடக கவனமும் அன்னா ஹசாரேவின் 12 நாள் உண்ணாவிரதத்திற் குக் கிடைத்தது குறித்த நியாயமான சலசலப்பு ஒன்று உருவான தருணத்தில்தான் 'தி டெலிகிராஃப்' நாளிதழின் கொல்கத்தா பதிப்பில் அந்தச் செய்தி வந்தது (செப் 5. 2011). "இரோம் காதலைப் பற்றிப் பேசுகிறார். உண்ணாவிரதப் போராளி காதலிக்கிறார். ஆதரவாளர்கள் எதிர்ப்பு" என்கிற தலைப்பில் முதல் பக்கத்தில் அந்தச் செய்தி வெளியாகியிருந்தது. சுருக்கம் இதுதான்:

> "உலகின் நீண்டநாள் உண்ணாநிலைப் போராளியும் மணிப்பூரின் மாபெரும் நாயகியுமான இரோம் சானு ஷர்மிளா தான் காதல் வயப்பட்டுள்ளதாகவும் ஆனால் தனது ஆதரவாளர்கள் திருமணத்திற்குத் தடையாக உள்ளதாகவும் 'டெலிகிராஃப்' இதழிடம் கூறியுள்ளார். மணிப்பூர் ஜவஹர்லால் நேரு மருத்துவமனையிலிருக்கும் அவர், தன் காதலன் பொறுமையின்றிக் காத்திருப்பதாகவும் தன்னை அவர் சந்திக்க வந்தபோது தனது ஆதரவாளர்கள் தடுத்துவிட்டதாகவும் கூறினார். அவர்களின் எதிர்ப்புக்குச் சில சமூகக் காரணிகளும் உள்ளன. என் காதலர் டெஸ்மான்ட் கூடினோ லண்டனில் குடியுரிமையுள்ள ஒரு கோவா மாநிலத்தவர். அதனால்தான் இந்த உறவை அவர்கள் ஏற்கவில்லை. நான் எல்லோரையும் போல ஒரு சாதாரணப் பெண். ஒரு 'சூப்பர் ஹீரோ'வாக என்னை என் உறவினர்களும் ஆதரவாளர்களும் பார்க்கக்கூடாது."
>
> 48 வயது டெஸ்மான்ட் ஒரு எழுத்தாளர். மனித உரிமைப் போராளி. ஓராண்டு காலக் கடிதப் பரிமாற்றத்திற்குப் பின் சென்ற மார்ச்சில்தான் அவர்கள் சந்தித்துள்ளனர். அந்தக் கடிதங்களைப் படுக்கைக்கு அருகிலுள்ள பெட்டியில் பத்திரமாகப் பாதுகாக்கிறார் ஷர்மிளா. அப்புறம் அவர் பரிசளித்துள்ள ஒரு 'ஆப்பிள் மேக்'கையும் பெருமையோடு காட்டுகிறார்.
>
> 'சென்ற மார்ச்சில் டெஸ்மான்ட் வந்தபோது ஷர்மிளாவின் ஆதரவாளர்கள் அவரைச் சந்திக்கவிடவில்லை. அவரது ஒழுங்கற்ற தோற்றம், மனித உரிமைகள் பற்றிய பேச்சு எதுவும் அவர்களுக்குப் பிடிக்கவில்லை. அவரை

அவமானப்படுத்தினார்கள். மிரட்டினார்கள். பெண்கள் தங்குமிடத்திலேயே அவர் காத்திருந்தார். இரண்டு நாள் அவரும் உண்ணாவிரதம் இருந்து போராடிய பின்பே அவர்கள் என்னைச் சந்திக்க அவரை அனுமதித்தனர். அவர்களுக்கு இரும்பு இதயம்.' "

என்கிறது 'தி டெலிகிராப்'

மார்ச் 9 அன்று நீதிமன்ற வளாகத்தில் தான் இருவரும் சந்தித்துக் கொண்டனர். டெஸ்மான்டுக்குப் பாதுகாப்பு அளிக்க நீதிபதியிடம் வேண்டிக் கொண்டார் ஷர்மிளா. "இல்லாவிட்டால் அவரை அடித்தே கொன்றிருப்பார்கள். அவர்களுக்கு எங்கள் உறவைப் புரிந்து கொள்ள முடியாது. அற்ப புத்தியுடையவர்களாக உள்ளனர்."

டெஸ்மான்ட் எல்லோரையும் போல ஒரு காதல் பைத்தியம். "காந்தியிடம் அவர் மனைவி இருந்ததைப் போல ஷர்மிளாவிடம் நான் இருப்பேன். அவளது காரியங்களுக்குத் துணையாய் இருப்பேன். நான் ஒரு மகாத்மாவைத் திருமணம் செய்யப் போகிறேன். அந்த வாழ்வு அவ்வளவு எளிதாக இருக்காது என அறிவேன்" இது டெஸ்மான்ட்.

தற்போது தாய்லாந்தில் மெடிடேஷன் செய்து கொண்டிருக்கும் டெஸ்மான்டின் கிறிஸ்தவ ஆன்மிகமும் பவுத்த விபாசனா யோகமும் கலந்த ஆன்ம ஒளி நிறைந்த கடிதங்களே தன்னை அவரின் காதலில் வீழ்த்தியதாகப் பெருமிதம் கொள்கிறார் ஷர்மிளா.

புறப்படும்முன் டெலிகிராப் பத்திரிகையாளர் நிஷிட் தோலாபாய், "எப்போது திருமணம்?" எனக் கேட்டபோது "எனது கோரிக்கை நிறைவேறிய பின் திருமணம் செய்து கொள்வேன்" என்றார் ஷர்மிளா. அதாவது மன்மோகனும், சோனியாவும் சிதம்பரமும் எப்போது "அஃப்சாவை"த் திரும்பப் பெறுகிறார்களோ அப்போது.

டெலிகிராஃபில் வெளியான மேற்கண்ட நேர்காணல் மணிப்பூரில் ஒரு மிகப்பெரிய புயலைக் கிளப்பியது. ஷர்மிளாவின் ஆதரவாளர்களும் இயக்கத்தவர்களும் கொதித்தெழுந்தார்கள். செல்வாக்குமிக்க அபுன் பாலுப் அமைப்பு டெலிகிராஃப் நாளிதழை மணிப்பூரில் தடை செய்துள்ளது. இந்தச் செய்திக்குப் பின் மிகப்பெரிய சதி இருப்பதாக அவர்கள் குற்றம் சாட்டுகின்றனர். 'கோர்' (CORE) என்கிற தொண்டு நிறுவனம் மற்றும் புகழ் பெற்ற இயக்கவாதி பப்லூ லோய்டோன்பாம்

ஆகியோரின் இக்காதலுக்கெதிரான கடுமையான விமர்சனங்களை இணைய தளத்தில் காணலாம். "தனிப்பட்ட வாழ்வை ஏன் இவர்கள் பேசுகிறார்கள்? அன்னா ஹசாரே அல்லது காந்தியடிகளின் தனிப் பட்ட வாழ்வு அக்காலங்களில் பேசப்பட்டதா? 'அஃப்சா' சட்டத்திற் கெதிரான போராட்டத்தை இவர்கள் பலவீனப்படுத்துகின்றனர்" என்கிற ரீதியில் பேசும் இவர்களால் ஷர்மிளாவின் காதல் கதையைப் பொய்யென்று உரைக்க முடியவில்லை. ஏனெனில் டெலிகிராஃப் இதழில் வெளிவந்த அத்தனையையும் அவர் வாயால் சொல்லி என். டி.டி.வி தொலைக்காட்சியில் ஒளிபரப்பும் ஆகியுள்ளது. தவிரவும் யாரும் ஷர்மிளாவைச் சந்தித்து மீண்டும் அவரை இது குறித்துக் கேட்டு உறுதி செய்ய முடியும்.

இந்திய அரசு இந்த வீரமிக்க போராட்டத்தை நசுக்குவதற்கு இப்படியான ஒரு சதியை மேற்கொண்டுள்ளது. டெஸ்மான்ட் ஒரு உளவாளி என்கிற ரீதியிலும் கருத்துக்கள் கசியவிடப்படுகின்றன.

இன்னொரு பக்கம் இதுகாறும் ஷர்மிளாவை *icon* ஆக்கி ஆதரவு தேடியவர்கள், "எங்கள் போராட்டம் 90களில் தொடங்கியது. ஷர்மிளா 2000ல்தான் வந்து சேர்ந்து கொண்டார். எங்களின் போராட்டத்திற்கு அவர்தான் ஆதரவாளரே ஒழிய, அவரது போராட்டத்திற்கு நாங்கள் ஆதரவாளர்கள் என்பதாக சுருக்கிப் பார்க்கக் கூடாது" என்றும் பேசத் தொடங்கியுள்ளனர்.

டெலிகிராஃப் நாளிதழ் அப்படி ஒன்றும் போராட்டத்திற்கு எதிரான ஒன்றல்ல. ஷர்மிளாவின் உண்ணாவிரதத்திற்குத் தொடர்ந்து ஆதரவளித்து வந்ததுதான் அது. வடகிழக்கில் மிகப் பெரிய புகழுடன் விளங்கும் ஷர்மிளா குறித்த இச் செய்தி ஒரு மிகப்பெரிய 'ஸ்கூப்' ஆக இருக்கும் என்கிற அடிப்படையிலேயே முதற் பக்கச் செய்தியாக இதை வெளியிட்டது என்றே எண்ண இடமிருக்கிறது. அதற்காக இந்த இதழைத் தடை செய்வதென்பதெல்லாம் .. அப்புறம் இந்திய அரசுக்கும் இயக்கங்களுக்கும் என்ன வேறுபாடு? அரசியல் கறார்த் தன்மை (*political correctness*) என்பது காதல் உரிமை, கருத்துரிமை எல்லாவற்றையும் நசுக்குவதை, நியாயப்படுத்திவிடுவதை என்ன சொல்வது?

சென்ற மாதத்தில் நடந்த இன்னொரு சம்பவமும் இத்துடன் இணைத்துப் பார்க்கத் தக்க ஒன்று. காஷ்மீர்ப் பள்ளத்தாக்கில் நடக்கவிருந்த 'ஹரூத் இலக்கிய விழா' நின்று போன கதைதான்

அது. காஷ்மீர் மொழியில் 'ஹரூத்' என்றால் 'இலையுதிர்காலம்'. ஜெய்ப்பூரிலும், காலி (இலங்கை) யிலும் நடைபெறக் கூடிய பெரிய அளவிலான இலையுதிர்கால இலக்கியத் திருவிழா போன்ற ஒன்றை ஒரு குழு செப்டம்பர் 21 முதல் 24 வரை காஷ்மீரில் நடத்தத் திட்டமிட்டிருந்தது.

காஷ்மீர் இலக்கியவாதிகள் மட்டுமின்றி இந்தியாவின் பிற பகுதிகளிலிருந்தும் உலக அளவிலும் பல எழுத்தாளர்கள் அதில் கலந்து கொள்வார்கள் என அறிவிக்கப்பட்டிருந்தது. சல்மான் ருஷ்டி கூட வருவதாகப் பேசப்பட்டது. மைய நீரோட்ட இதழ்கள் இவ்விழாவிற்குப் பெரிய விளம்பரமளித்தன. காஷ்மீரில் ஒரு புதிய அத்தியாயம் தொடங்குகிறது என்பதாக 'டைம்ஸ் ஆஃப் இந்தியா' இதழ் எழுதியது. 'ஹிந்து' இதழும் கூட சாதகமாகவே எழுதியது. நாவலாசிரியை நமீதா கோகலேயும் அவரைச் சேர்ந்த ஒரு குழுவும் இந்த இலக்கிய விழாவை ஏற்பாடு செய்திருந்தனர்.

இந்நிலையில்தான் பஷரத்பீர் வாஹித் மிஸ்ரா, ஷிவம் விஜ் உள்ளிட்ட சுமார் 215க்கும் மேற்பட்ட எழுத்தாளர்கள் ஹரூத் விழாவிற்கு எதிரான ஒரு திறந்த மடலை வெளியிட்டனர். தொடர்ந்து விழா குறித்து இணைய தளங்களில் கடுமையான விமர்சனங்கள் எழுந்தன. தவிரவும் விழாவிற்கு சல்மான் ருஷ்டி வருவதாகப் பரப்பப்பட்ட செய்தியால் கோபமுற்ற சுமார் 500க்கும் மேற்பட்டவர்கள் விழாவிற்கு எதிராகக் கடுமையாக எழுந்தனர்.

எதிர்ப்புகளும் விமர்சனங்களும் வலுவாக உருப்பெற்ற பின்னணியில் இரு வாரங்களுக்கு முன் விழா ஏற்பாட்டாளர்கள் விழா நிறுத்தி வைக்கப்பட்டதாக அறிவித்தனர். கூடவே திறந்த மடலை எழுதிய 'சிலர்' கருத்துச் சுதந்திரம் பற்றி வாய்கிழியப் பேசினாலும் தமது கருத்துச் சுதந்திரத்தைப் பறித்துவிட்டனர் எனவும், எள்ளளவும் சகிப்புத்தன்மை இல்லாமல் நடந்து கொண்டார்கள் எனவும், சல்மான் ருஷ்டி வருகைக்கெதிராகக் கிளர்ந்தெழுந்தவர்களால் தமது பாதுகாப்பிற்கே ஆபத்து ஏற்பட்டிருக்கிறது எனவும் அறிக்கை விட்டனர்.

விழா ஏற்பாட்டாளர்களுக்கு ஆதரவாகவும் எதிராகவும் ஏராளமான கருத்துக்கள் இணைய தளங்களிலும் ஊடகங்களிலும் வெளியாயின.

விழாவை விமர்சித்த திறந்த மடலின் சாரம் இதுதான்: "ஒரு இலக்கிய விழா நடப்பதற்கு அச்சமற்ற சூழலும் சுதந்திரமான

கருத்துப் பரிமாற்றத்திற்கான வாய்ப்பும் இருக்க வேண்டும். இஸ்ரேல் அல்லது இலங்கை போன்ற அடிப்படை உரிமைகளே மக்களுக்கு மறுக்கப்பட்டுள்ள நாடுகளில் இதுபோன்ற திருவிழாக்கள். 'எல்லாம் நல்லபடியாக இருக்கிறது' என்கிற எண்ணத்தை ஏற்படுத்துவதற்காகவே நடத்தப்படுகின்றன. காஷ்மீரில் கடந்த இருபதாண்டுகளில் மேற்கொள் ளப்பட்ட சித்ரவதைகள், படுகொலைகள், பாலியல் வன்முறைகள், ஆட் கடத்தல்கள் சொல்லி மாளாது. அஃப்சா போன்ற கொடூரமான சட்டங்கள் கருத்து மாறுபடுபவர்களை மிருக பலங்கொண்டு ஒடுக்கின. தவிரவும் விழா குறித்த அறிக்கையில் இது அரசியலற்ற அரசியல் சாராத நிகழ்வு என்பதாகவும் யாரும் சுதந்திரமாகத் தம் கருத்தை முன் வைக்கலாம் எனவும் கூறப்பட்டிருந்தது எங்களுக்குக் கவலையளிக்கிறது. அரசியல் சாராத (*apolitical*) இலக்கியம் என்பது ஒரு அபத்தம். காஷ்மீருக்குள் யாரும் சுதந்திரமாகத் தம் கருத்தை முன்வைக்க இயலாது என்பதே எதார்த்தம். இந்த விழாவின் ஒரு பகுதி காஷ்மீரில் பல்கலைக்கழகத்திற்குள் நடக்கும் என்கிறீர்கள். மாணவர் அமைப்புச் செயல்பாடு உட்பட எல்லா உரிமைகளும் மறுக்கப்பட்ட பல்கலை வளாகத்தில் இந்த அமர்வுகளை ஏற்பாடு செய்வதன் பொருளென்ன? காஷ்மீரில் எல்லாம் சரியாக இருக்கிறது எனகிற பிம்பத்தை உருவாக்க முயலும் அரசு முயற்சிக்குத் துணை செய்வதாகவே உங்கள் விழா அமையும். நீங்கள் விரும்பினாலும் விரும்பாவிட்டாலும் அதுவே நடக்கப்போகிறது."

இதற்கு எதிராக, அதாவது விழாவிற்கு ஆதரவாக வைக்கப்பட்ட வாதம் ரொம்பவும் எளிதானது. காஷ்மீர், காஸா அல்லது லெபனான் எதுவாக இருக்கட்டும். போராட்ட காலத்தில் யாரும் புன்னகைக்கக் கூடாதா? யாரும் கவிதை பாடக்கூடாதா? காதலிக்கக் கூடாதா? காஷ்மீர மக்களின் துயரைத் துடைக்க யாரும் முயன்றால் ஒன்றும் செய்ய வேண்டாம். நாங்கள் பார்த்துக் கொள்கிறோம் என்கிற போக்கு எப்படிச் சரியாக இருக்க முடியும்? உங்களில் சிலர் ஒரு குழுவாக இருந்துகொண்டு நீங்கள் அளிக்கும் விளக்கங்களும் பேசுகிற கருத்துக்களும் மட்டுமே சரி என்று சொல்லி மற்ற கருத்துக்களைத் தடுப்பது வன்முறையல்லவா?

மேலோட்டமாகப் பார்க்கும்போது ஹரூத் இலக்கிய விழாவை எதிர்த்தவர்களும் இரோம் ஷர்மிளாவின் காதலுக்குக் குறுக்கே நிற்பவர்களும் ஒரே அலை வரிசையில் வருவதைப் போலத் தோன்றும். ஆனால் நுணுக்கமான வேறுபாடுகள் உள்ளன.

ஹரூத் விழாவை எதிர்த்தவர்கள் போராட்ட காலத்தில் கவிதைகள் சாத்தியமில்லை எனவோ, இலக்கியக் கூட்டங்கள் கூடாதெனவோ சொல்லவில்லை. அவர்கள் வெளியிட்ட திறந்த மடல் "இந்த விழா முற்றிலும் அரசின் பின்புலமும் குறுக்கீடும் இல்லாமல் நடைபெறுகிறது என்பதும், கொடூரமான ஒரு அடக்குமுறை ஆட்சிக்கு நியாயம் வழங்குவது இதன் நோக்கமில்லை என்பதும் தெளிவானால் இது போன்ற ஒன்றை நாங்கள் உறுதியாக ஆதரிப்போம்" என்றுதான் முடிகிறது.

உரிய விளக்கங்கள் அளிக்காமலும் தாங்கள் சொன்ன நியாயமான மறுப்புகளைச் சரி செய்துகொள்ளாமலும் திடீரென அவ்விழா நிறுத்தப்பட்டதாக அறிவிக்கப்பட்டதைக் கண்டு திறந்த மடலில் கையொப்பமிட்ட எழுத்தாளர்கள் பலர் துணுக்குற்றுக் கவலை தெரிவித்திருப்பதை இணைய தளங்களில் காணலாம்.

விழா நடைபெறுவதாக இருந்த இடம் சிரீநகரில் உள்ள 'டெல்லி பொதுப்பணி வளாகம். இதன் அருகில்தான் மிகப்பெரிய இராணுவ கன்டோன்மெண்ட் ஒன்று உள்ளது. விழாவுக்குப் பெரிய அளவில் நிதி உதவி அளிக்கும் விஜய் தர் என்பவர்தான் இப்பள்ளியின் உரிமையாளர். காங்கிரஸ்காரர். ராஜீவ் காந்திக்கு நெருக்கமாக இருந்தவர். இந்திய ஆக்கிரமிப்பு இராணுவத்துடன் சேர்ந்து 'காஷ்மீர் பிரிமியர் லீக்' கிரிக்கெட் போட்டிகளை நடத்தியவர். விழாவின் இன்னொரு 'ஸ்பான்சர்' 1947ல் காஷ்மீரை ஆண்ட மஹாராஜா ஹரிசிங்கின் பேத்தி ஜ்யோத்சனா சிங்.

இத்தகைய பின்புலத்தில் நடைபெறும் இலக்கிய விழாவை நாங்கள் எப்படி ஆதரிப்பது என்பதுதான் விழாவை விமர்சித்த இலக்கியவாதி களின் வாதம். மற்றபடி போராட்டக் காலத்தில் கவிதைகள் கூடாது, காதல் கூடாது என்பதல்ல இவர்களின் கருத்து. என்ன இருந்தாலும் இலக்கியவாதிகள் அல்லவா? காஷ்மீருக்கான ஒரு இலக்கியச் சங்கமம் இன்றைய நெருக்கடிகளின் மத்தியிலும் கூடத் தேவைதான். ஆனால் அது உண்மையான கருத்துச் சுதந்திரத்துடன் நடைபெற வேண்டு மானால் இன்றைய சூழலில் அது காஷ்மீருக்குள் சாத்தியமில்லை என்கின்றனர். அவர்களது கூற்றில் விவாதத்திற்கான ஒரு திறப்பு உள்ளது. இது அரசாதரவுடன் நடக்கவில்லை என்றால் பிரச்சினை இல்லை என்கின்றனர். நிகழ்ச்சி ஏற்பாட்டாளர்கள் தங்கள் நோக்கத்தை விளக்கி ஒரு விவாதத்தை உருவாக்கி இருக்கலாம். எதையும் செய்யாம லேயே அவர்கள் நிகழ்ச்சியை நிறுத்தியுள்ளனர்.

எப்படி இருந்தாலும் இதுவும் ஒரு கவலைக்குரிய நிகழ்வுதான்.

இரோம் ஷர்மிளாவின் காதலுக்கு நம் இயக்கவாதிகள் விதிக்கும் தடைதான் நம்மைப் பதற வைக்கிறது. இந்திய அரசின் கொடூரமான அடக்குமுறைகளுக்கு எதிரான மணிப்பூரிகளின் போராட்டம் உன்னதமானது. ஒரு எளிய குடும்பத்தைச் சேர்ந்த 26 வயதுப் பெண் யாருடைய வற்புறுத்தலுமின்றி இப்படி ஒரு முடிவெடுத்துக் களத்தில் இறங்கியது அதனினும் உன்னதமானது.

போராட்டங்களை, ரோபோட்களை வைத்து நடத்தும் காலத்திற்குள் நாம் இன்னும் நுழைந்து விடவில்லை. போராட்டங்களை மனிதர்களே நடத்துகின்றனர். மனிதர்களுக்காகவே போராட்டங்கள் நடத்தப்படுகின்றன. இன்னும் மேலான, இன்னும் மனிதாயமிக்க ஒரு மானுட வாழ்விற்காகவே நாம் போராடுகிறோம். இயக்கங்களுக்கு *icon*கள் தேவை. திரு உருக்கள் தேவை. தியாகிகள் தேவை. சிலைகள் தேவை. நினைவுச் சின்னங்கள் தேவை என்பதற்காகப் போராட வருகிற எல்லோரையும் இதயங்களைப் பிடுங்கி எறிந்து விட்டு வரச்சொல்லுவது என்ன நியாயம்?

இரோம் ஷர்மிளாவை 'இரும்புப்பெண்', 'இரும்புப்பெண்' எனச் சொல்லி அவர் இரத்தமும் சதையுமான மானுடப் பெண் என்பதை மறந்து போனோமா? இரத்தத்தையும், சதையையும் காட்டிலும் இரும்பை உயர்வென நினைத்ததற்குப் பெயர்தான் அரசியல் கறாரத்தன்மையா? கொள்கைப் பற்றா? 'நான் ஒரு சாதாரண உங்களைப் போன்ற மனுஷி, சூப்பர் ஹீரோ அல்ல' என்ற இரோம் ஷர்மிளாவை நம் முன் கையேந்த வைத்தது என்ன கொடுமை!

இரோம் ஷர்மிளாவை நாம் சரியாகப் புரிந்துகொள்வோம். அவர் நம் காலத்திய மாபெரும் வீராங்கனை மட்டுமல்ல. இறை நம்பிக்கையுடைய, யோகாசனம் பயில்கிற, ஆன்மிக நாட்டமுள்ள கவிதை எழுதுகிற கண்முன் நடக்கும் அநீதிகளைப் பொற முடியாத, இரக்கம் மிகுந்த ஒரு மனுஷி. ஆம், மனுஷி. அந்த மனுஷிக்குள் ஒரு இதயம் எப்போதும் துடித்துக் கொண்டிருக்கிறது. அது தன்னை அடையாளம் காட்டிக் கொள்வது எத்தனை அழகு. இரோம் போரை, அல்ல, அமைதியை விரும்பியவர்.

இரக்கமற்ற இந்திய அரசுடன் பன்னிரண்டு ஆண்டுகளாக நடைபெறும் இப்படியான ஒரு போராட்டத்திலிருந்து விலகிச் சற்றே இளைப்பாற அவர் விரும்பினால் அதற்குரிய கண்ணியத்துடன்

அதை நாம் ஊக்குவிக்க வேண்டும். அவரது காதல் உரிமையை நாம் கௌரவிக்க வேண்டும். அவர் ஒன்றும் போராட்டத்திலிருந்து ஒதுங்கிப் போகக் கூடியவர் அல்ல. அஃப்சாவுக்கு எதிரான போராட்டத்தை நிச்சயம் அவர் வேறு வடிவில் தொடர்வார். ஒருவேளை டெஸ்மான்ட் கூட்டினோவின் துணை அவரது மன உறுதிக்கு மேலும் வலு சேர்க்கக்கூடும்.

அமைதியின் நறுமணம்

வாழ்வு அதன் முடிவை எட்டும்போது
தயவு செய்து நீங்கள் என்
உயிரற்ற உடலை எடுத்துச் சென்று
தந்தை கூவ்ப்ரூவின் மண்ணில் கிடத்துங்கள்

என் உயிரற்ற உடலை
தீயிலிட்டுச் சாம்பலாக்குவதையும்
கோடரிகளாலும் கத்திகளாலும் சிதைப்பதையும்
நினைக்கையில் மனம் துடிக்கிறது

மேலுறை நிச்சயம் காய்ந்து சருகாகும்
அது பூமிக்குள் மக்கிச் சிதையட்டும்
எதிர்காலச் சந்ததிக்கு ஏதேனும் பயன்படட்டும்
சுரங்கத்துத் தாதுவாய் உருமாறட்டும்

நான் பிறந்த காங்லீ மண்ணிலிருந்து
அமைதியின் நறுமணத்தை வீசுவேன்

வரும் ஊழிகள் முழுமையும்
இந்த உலகம் முழுமையும் பரவ விடுவேன்!

– இஷ்ரோம் ஷானு ஷர்மிளா

அக்டோபர் 2011

கூண்டிலேற்றப்படும் உலக முதலாளியம்: வால்ஸ்ட்ரீட் ஆக்கிரமிப்பும் தமிழ் இளைஞர்களும்

மூன்றாண்டுகளுக்கு முன்னர் வங்கிக் கடன் நெருக்கடியில் அமெரிக்கா சிக்கி, அது உலகப் பொருளாதாரத்தையே பாதித்திருந்த சூழலில் நண்பர் பழனிச்சாமி என்னிடம் ஒரு கேள்வியை எழுப்பினார். "மார்க்ஸ், நீங்கள் என்ன நினைக்கிறீர்கள், அமெரிக்க இந்தப் பொருளாதார நெருக்கடியிலிருந்து தப்பித்துவிடுமா, விடாதா?" ரொம்பவும் நுணுக்கமான ஆய்வுக் கட்டுரைகளை எல்லாம் அவ்வப்போது படித்து உள்வாங்கும் சொகுசு வாழ்க்கை வாய்க்கப் பெறாதவராயினும், உலக அரசியல், உள்நாட்டு அரசியல் மற்றும் இலக்கியப் போக்குகள் குறித்த கூர்த்த அவதானமுடைய நண்பர் அவர். அவரது கேள்விக்கு நான் ஒற்றைச் சொல்லில் பதிலளித்துவிட இயலாமல் சற்றே தயங்கியபோது அவரே ஒரு பதிலைச் சொன்னார். "நான் நினைக்கிறேன். நிச்சயம் அமெரிக்காவும் உலக முதலாளியமும் இந்த நெருக்கடியிலிருந்து தப்பித்து விடும்." நானும் அதை ஆமோதித்தேன்.

முதலாளியம் மிகவும் வெற்றிகரமாக நம் எல்லோர் மத்தியிலும் பதித்துள்ள நம்பிக்கை இதுதான். அதிலும் 1989க்குப் பின்னர், சோவியத் மற்றும் கிழக்கு ஐரோப்பிய நாடுகளின் வீழ்ச்சியை ஒட்டி இந்த நம்பிக்கை ரொம்பவும் உரத்து ஒலிக்கப்பட்டது. முதலாளியச் சிந்தனையாளர்கள் மிக்க நம்பிக்கை தொனிக்க இதைப்

பேசினர். அது மட்டுமா, இனி அரசு எல்லாவிதமான சமூக நல நடவடிக்கைகளிலிருந்தும் ஒதுங்கிக் கொள்ள வேண்டும் எனப் பரிந்துரைக்கப்பட்டது. சந்தை எல்லாவற்றையும் சமப்படுத்திவிடும் சந்தையில் யாரும் பொருளைக் கூடுதலாக விலை சொல்லி விற்றுவிட முடியாது. ஆக, சந்தையே சமூக நீதிக்கு உத்தரவாதம். கார்ப்பரேட் சமூகப் பொறுப்பு, கார்ப்பரேட் சமூக நீதி முதலான சொல்லாடல்கள் இதற்கிணையாக அவிழ்த்துவிடப்பட்டன.

சமூகத்தில் ஜனநாயகத்தை நிலைநாட்டும் பொறுப்பும் கூட சந்தைக்கும் முதலாளியத்திற்கும் கையளிக்கப்பட்டது. ஏற்கனவே பொதுவுடைமையாளர்கள், பாட்டாளி வர்க்கச் சர்வாதிகாரம் x முதலாளிய ஜனநாயகம் என்கிற எதிர்வைக் கட்டமைத்து ஜனநாய கத்தை முதலாளியத்திற்குத் தாரை வார்த்திருந்தது, 90களுக்குப் பிந்தைய "புதிய தாராளவாதிகள்" எனப்பட்ட உலகமய சக்திகளுக்கு வசதியாகிவிட்டது. பாருங்கள் சோஷலிசத்தால் ஜனநாயகத்தை நிலைநாட்ட முடியவில்லை. முதலாளியம் ஜனநாயகத்தை உறுதி செய்துவிடும் என அவர்கள் பெருமைப்பட்டுக் கொண்டனர். 'அமெரிக்கக் கனவு' முதலான சொல்லாடல்கள் கம்பீரமாக ஒலித்தன.

முதலாளியத்தின் வெற்றி குறித்த இந்தச் சொல்லாடல்கள் எல்லாம் சென்ற மாதத்தில் உலகமெங்கும் கேள்விக்குள்ளாக்கப்பட்டது. அமெரிக்க முதலாளியம் மற்றும் நிதிமூலதனத்தின் தலைநகரென்று சொல்லப்படும் மன்ஹாட்டனிலுள்ள 'வால் ஸ்ட்ரீட்' அருகிலுள்ள 'சுக்கோட்டி பூங்கா' எனப்படும் தனியார் கார்ப்பரேட் ஒன்றிற்குச் சொந்தமான இடத்தை அமெரிக்க இளைஞர்கள் ஆக்ரமித்தனர். நிர்வாகமும் காவல்துறையும் வால் ஸ்ட்ரீட்டைக் கைப்பற்றும் இப்போராட்டத்தை முறியடிக்கச் செய்த முயற்சிகள் தோல்வியுற்றன.

வால் ஸ்ட்ரீட்டைக் கைப்பற்றியவர்கள் தம்மை 'மற்ற 99 சதத்தினர்' என அழைத்துக் கொண்டனர். அதன்மூலம் அமெரிக்கப் பொருளா தாரத்தை மட்டுமல்ல, அரசியலையும் ஜனநாயகத்தையும் கட்டுப்படுத் திக்கொண்டிருக்கும் ஒரு சத கார்ப்பரேட் மற்றும் நிதிமூலதன சக்திகளை இன்றைய எல்லாத் துயர்களுக்கும் காரணமாகச் சுட்டிக்காட்டித் தனிமைப்படுத்தினர்.

பொது இடங்களைக் கைப்பற்றும் இப்போராட்டம் மன்ஹாட்டன் அல்லது சுக்கோட்டி பூங்காவுடன் நிற்கவில்லை. ஒரு சில நாட்களுக்குள் லாஸ் ஏஞ்சல்ஸ், சான்பிரான்சிஸ்கோ எனச் சுமார்

100 அமெரிக்க நகரங்கள் இவ்வாறு கைப்பற்றப்பட்டன. மேலும் 1300 நகரங்களிலிருந்து கைப்பற்றும் போராட்டத்திற்குத் தயார் என அறைகூவல்கள் விடுக்கப்பட்டுள்ளன.

போராட்டம் அமெரிக்க எல்லைக்குள் முடங்கவில்லை. ஏதென்ஸ், லண்டன், மிலன் ஆம்ஸ்டர்டாம், மாட்ரிட், பார்சிலோனா, தர்பன் என முதலாளிய உலக நகரங்கள் எங்கும் பரவியது. உலகெங்கிலும் இன்று முதலாளியத்திற்கு எதிரான முழக்கங்கள் உரத்து ஒலித்துக் கொண்டிருக்கின்றன. அந்தந்த நாட்டு அரசுகளும் கார்ப்பரேட் உலகமும் இவற்றைத் தொடக்கத்தில் அலட்சியம் செய்தபோதும் தமது பிடியிலுள்ள ஊடகங்களின் மூலம் இந்த எழுச்சியை அடக்கி வாசித்த போதிலும் விரைவில் இவற்றிற்கு முகம் கொடுக்க வேண்டியதாயிற்று

வாழ்நாள் முழுவதையும் இத்தகைய எழுச்சிகளை ஆதரிப்பதற் கெனவே அர்ப்பணித்துவிட்ட அறிஞர் நோம் சோம்ஸ்கி, ஃபாக்ஸ் பிவென், வாழும் மெய்யியலாளர்களான கார்னல் வெஸ்ட், ஸ்லோ வெஜ் ஸிஸக் ஆகியோர் இத்தகைய கைப்பற்றும் பேராட்டங்களை ஆதரித்து வாழ்த்தியுள்ளனர். சென்ற மாத நடுவில் சுக்கோட்டி பூங்காவில் கூடியிருந்த மக்கள் மத்தியில் ஒரு சிவப்பு நிற டீசர்ட்டுடன் தோன்றிய ஸிஸக், சோவியத் யூனியன் காலத்திய கிழக்கு ஐரோப்பிய நகைச்சுவைத் துணுக்கு ஒன்றுடன் தன் பேச்சைத் தொடங்கியுள்ளளார். அந்தத் துணுக்கு : “அரசுடன் கருத்து மாறுபட்ட ஒருவர் சைபீரியக் கொடுங்காவல் கடின உழைப்பு முகாமிற்கு அனுப்பப்பட்டுள்ளார். அங்கிருந்து எழுதப்படுகிற தனது கடிதங்கள் கடுந் தணிக்கைக்கு உட்படும் என்பதை உணர்ந்த அவர் நண்பர்களிடம் இப்படிக் கூறினாராம்: ’எனது கடிதங்களில் நீல மையினால் எழுதப்படுபவற்றை எல்லாம் உண்மை எனவும், சிவப்பு மையால் எழுதப்படுவதையெல்லாம் பொய் எனவும் எடுத்துக் கொள்ளுங்கள்.’ முகாமுக்குக் கொண்டு செல்லப்பட்ட சில வாரங்களில் முதல் கடிதம் வந்தது. நீல மையினால் எழுதப்பட்ட அக்கடிதம் முகாம் குறித்த ஏகப்பட்ட நல்ல செய்திகளைக் கூறியது. நல்ல இருப்பிடம், சுவையான உணவு, அழகான பெண்கள் என நீண்ட கடிதம் கடைசியில் இப்படி முடிந்தது. ஆனால் இங்கே சிவப்பு மை மட்டுந்தான் கிடைக்கவில்லை.”

கதையை முடித்த ஸிஸக் வால் ஸ்ட்ரீட் ஆக்கிரமிப்பாளர்களைப் பார்த்து, “இதோ அமெரிக்காவின் அடித்தளத்தில் மறைந்து கிடக்கும்

பொய்மைகளை வெளிப்படுத்தும் சிவப்பு மையாக நீங்கள் இங்கே கூடியுள்ளீர்கள்" என்றார்.

எத்தகைய அமெரிக்கப் பொய்களை அவர்கள் வெளிப்படுத்திக் கொண்டிருக்கின்றனர். அவர்களது பேச்சுக்கள், அறிக்கைகள், கட்டுரை களிலிருந்து சில பகுதிகளை மொழியாக்கித் தருகிறேன். அதற்கு முன் அவர்கள் குறித்து சில.

அவர்கள் பெரும்பாலும் இளைஞர்கள். வேலை இல்லாதவர்கள். கடன் சுமையால் அழுத்தப்படுவோர். பொருளாதார நெருக்கடிக்குக் காரணமான வங்கிகளைக் காப்பாற்ற ஒபாமா நிர்வாகம் ஏராளமான அரசுப் பணத்தைத் திருப்பிவிட்டதால் நேரடியாகப் பாதிக்கப்பட்ட மத்திய தர வர்க்க த்தினர். *'Banks are bailed out we are sold out', 'We are young and poor'* " இவை அவர்களின் வெளிப்பாடுகளில் சில.

துனீசியாவிலும் எகிப்திலும், ஸ்பெயினிலும் சமீப காலங்களில் நடைபெற்ற இத்தகைய மக்கள் திரள் போராட்டங்களால் ஈர்க்கப்பட்டவர்கள் இவர்கள். குறிப்பாகப் பல நாட்கள் நடைபெற்று வெற்றிகரமாக முடித்த எகிப்தின் தாஹ்ரீர் சதுக்க ஆக்கிரமிப்புப் போராட்டம் இவர்களுக்குப் பெரிய அளவில் உத்வேகம் அளித்துள்ளது.

ஸ்பெயின் நாட்டில் வழக்கத்தில் உள்ள 'பொதுக்குழு' அல்லது பொது அவை என்கிற கருத்தாக்கத்திற்கு இணங்க வால்ஸ்ட்ரீட்டில் கூடியுள்ள இவர்கள் பொது அவைக் கூட்டங்கள் நடத்தி உரையாடு கின்றனர். அவர்களுக்குள்ளேயே வகுப்பு எடுக்கின்றனர். ஒரு பக்கம் நூலகம், இன்னொரு பக்கம் ஓவியக் கண்காட்சி. நிதி வசூல் செய்து அவர்கள் பிஸ்ஸா ஆர்டர் செய்து பசியைத் தீர்த்துக்கொள் கின்றனர். ட்ரம்மில் ஓசை எழுப்பி கவனத்தை ஈர்க்கின்றனர். "நான் உன்னை மதிக்கிறேன். நீ என்னை மதிக்கிறாய்" என்கிற அடிப்படையில் ஒருவிதமான கிடைத்தள உறவு அவர்களிடையே நிலவுகிறது. மேலே ஒற்றைத் தலைமை, கீழே தொண்டர்கள் என்கிற வழமையான பிரமிட் வடிவிலான அமைப்புக் கட்டமைப்பை அவர்கள் புறக்கணிக்கின்றனர். அவர்களின் பிரதான கோரிக்கை இந்த அமைப்பு மாற்றப்பட வேண்டும் என்பது மட்டுமே. எல்லாவற்றையும் மேலேயுள்ள ஒரு சத கார்ப்பரேட்களே தீர்மானிக்கும் இந்த அமைப்பில் ஜனநாயகம் என்பது, இரு குடியரசுத் தலைவர் வேட்பாளர்களில் ஒருவரைத் தேர்வு செய்வது என்கிற

மட்டத்தில் சுருக்கப்படுகிறது. முடிவெடுப்பதில் பங்கு பெறுவதில் மற்ற 99 சதத்தினருக்கு இடமில்லை . 'ஜனநாயகக் குறைபாடுடைய நாடுகள்' என புஷ் முஸ்லிம் நாடுகள் மீது வைத்த குற்றச்சாட்டை இன்று இவர்கள் அமெரிக்கா மீது வைக்கின்றனர்.

மற்ற 99 சதத்தினர் என்கிறபோது இவற்றில் பல தரப்பினர், பல இனத்தவர், பல பாலியற் சாய்வுடையோர், பல பொருளாதார நிலையினர் எனப் பல்வேறு கோரிக்கைகள் உடையோர் உள்ளனர். எப்படி எகிப்திலும் துனிசியாவிலும் கூடி நின்றோர் எல்லாவற்றிற்கும் அப்பால் சர்வாதிகாரியை வீழ்த்துவது என்கிற ஒற்றைக் கருத்தொரு மிப்பில் இணைந்து நின்றார்களோ அவ்வாறே இங்கும் இந்த ஒரு சத முதலாளிய கார்ப்பரேட் ஆதிக்கத்தை வீழ்த்துவது என்கிற அடிப்படையில் மட்டுமே இன்று அவர்கள் இணைந்து நிற்கின்றனர்.

தெளிவாக வடித்தெடுக்கப்பட்ட கோரிக்கைகள் இல்லை என்கிற ஒரு காரணத்தை வைத்தே கார்ப்பரேட் ஊடகங்கள் இவர்களைக் கேலி செய்கின்றன. முன்னணிப் படை ஒன்றின் வழிகாட்டல் இல்லாத எல்லாம் தோற்பது உறுதி என்கிற கருத்துடைய பழமைவாதிகளும் கார்ப்பரேட்டுகளோடு சேர்ந்து கொள்கின்றனர்.

எடுத்துக்காட்டாக, 'நியூயார்க் டைம்ஸ்' இதழின் கினியா பெல்லாஃபோன்டேயைக் குறிப்பிடலாம். வெறும் உதிரித் துணுக்குகள், தவறாக வழிநடத்தப்படும் இளைஞர் கும்பல், கேலிக்குரிய கேளிக்கைகளை முன் வைக்கும் அசடுகள், மரண தண்டனை எதிர்ப்பு, போதை மருந்துப்போர், சுற்றுச்சூழல் என ஒரு புள்ளியில் முடியாத பல மாதிரியான கோரிக்கைகளை முன் வைப்போர் என்றெல்லாம் இவர்களைச் சாடுகிறார் பெல்லாஃபோன்டே.

கார்ப்பரேட் கலாச்சாரத்துக்குரிய வகையில் ஒழுங்காக உடை உடுத்தாத அரைப் பைத்தியங்கள் (*Freaks*) என்கிறவாறு வகைப்படுத்தப்படும் இவர்கள் இதற்காகக் கவலைப்படுவதில்லை. "பழைய மொழியில் பேசுபவர்களுக்கு, பழைய மொழியில் சமூக ஆய்வை மேற்கொள்பவர்களுக்கு, பழைய சிந்தனையுடன் அமைப்பு குறித்த கருத்தாக்கங்களைச் சிந்திப்பவர்களுக்கு நாங்கள் அரைப் பைத்தியங்கள் தான். இன்று உலகம் மாறிவிட்டது. நாங்கள் புதிய வடிவில் திரள முயல்கிறோம். புதிய மொழியில் பேசுகிறோம். பழைய இறுக்கமான வடிவங்களில் புத்திசாலித்தனமான தத்துவ வழிகாட்டல்களில் திரண்டு நின்றவர்கள் தான் என்ன

சாதித்துவிட்டீர்கள்? ஏன் இன்று உங்களால் ஒன்றும் செய்ய இயலவில்லை. இப்படியான தன்னெழுச்சித் திரளல்களில் தந்திரமாக உள்ளே நுழைந்து தலைமைத்துவத்தைக் கைப்பற்றும் முயற்சிகளோடு உங்கள் செயற்பாடுகள் நிற்பதென்ன?" இந்தக் கேள்விகள் இன்று அவர்களால் எழுப்பப்படுகின்றன.

கிறிஸ் ஹெட்ஜெஸ், நோம் சோம்ஸ்கி, ஆமி குட்மன், ஃபாக்ஸ் பிவென் ஆகியோர் இவர்களின் போராட்ட வடிவத்தை ஆதரித்து எழுதுகின்றனர். "கடந்த 30 ஆண்டுகளாக ஒவ்வொரு மனிதருக்கும் எதிராக சூப்பர் பணக்காரர்கள் நடத்திவரும் யுத்தத்தைப் பார்த்துவிட்டோம். இந்த நிழல் நடனத்தின் இறுதிக் காட்சிதான் இன்றைய பொருளாதாரச் சீர்திருத்தங்கள். அரசியல் ரீதியாகவும் பொருளாதார ரீதியாகவும் அவை முற்றிலும் செயலிழந்து விட்டன. எனவேதான் அரசியல்வாதிகளை நோக்கி முறையிடுவது என்கிற நிலைப்பாட்டை இளைஞர்கள் கைவிடுவதென முடிவு செய்துவிட்டனர்" என்கிறார் லண்டன் பல்கலைக்கழகப் பேராசிரியர் டேவிட் கிரேபர்.

பலதரப்பட்ட மக்கட் பிரிவினரை ஒன்றாக இணைத்து நிறுத்தும்போது இறுக்கமான வடிவில் கோரிக்கைகளை வைக்க இயலாமையை ஏற்கும் ஃப்ரான்சிஸ் ஃபாக்ஸ் பிவென், "அமைப்பாக்கம் என்றால் என்ன என்பது குறித்த மரபுவழிப்பட்ட சிந்தனையுடையவர்களின் பொருளில் அவர்கள் அமைப்பாகவில்லை என்று வேண்டுமானால் சொல்லாம். ஒருங்கிணைவு, கூடிச் செயலாற்றுதல் என்கிற அம்சங்களில் அவர்கள் சிறப்பாகவே திரண்டுள்ளனர். ஒவ்வொரு நாளும் கூடும் பொது அவை அவர்கள் கையாளும் மனித ஒலி பெருக்கி உத்தி முதலியன பாராட்டத்தக்கன" என்கிறார். நடுவில் நிற்பவர் பேசுவதைக் காதால் கேட்கும் அதிகபட்ச தூரத்தில் உள்ளவர் மீண்டும் திருப்பிச் சொல்வது, அதைத் தூரத்தில் உள்ளவர் மீண்டும் திருப்பிச் சொல்வது என்கிற வடிவில் பேச்சை ஒலிபரப்பு வதைத்தான் "ஹியூமன் மைக்" என்கிறார் பிவென். முப்பதாண்டுகளாக மக்கள் போராட்டங்களை ஆய்வு செய்து வரும் இவர் ஒரு இடதுசாரி சிந்தனையாளர்.

இனி முதலாளியம் குறித்து அவர்கள் முன்வைக்கும் விமர்சனங்களில் ஒன்றைப் பார்ப்போம்.

"முதலாளித்துவம் வெற்றி பெற்ற ஒரு கருத்தாக்கம் அல்ல. அது

புத்திசாலித்தனமானதுமல்ல. அழகானதுமல்ல. அது நீதியானது மல்ல. நேர்மையானதுமல்ல. அது எந்த நன்மையையும் விளைவிக்கக் கூடியதுமல்ல. சுருக்கமாகச் சொல்வதானால் நாம் அதை விரும்பவில்லை. வெறுக்கத் துவங்கிவிட்டோம். ஆனால் அந்த இடத்தில் எதை வைப்பது என நாம் வியக்கும்போதுதான் நாம் கடுங்குழப்பத்தில் ஆழ்கிறோம்" என்கிற புகழ்பெற்ற பிரிட்டிஷ் பொருளியல் அறிஞர் ஜான் மேனார்ட் கீன்ஸை மேற்கோள் காட்டுகற மிஷேல் ஆல்பர்ட் மேலும் கூறுவது:

"**முதலாளித்துவம் ஒரு திருட்டு:** எடுத்துக்காட்டாக அமெரிக்காவில் உள்ள பெரும் பணக்காரர்கள் வரலாற்றில் இணை சொல்லத் தகாத அளவிற்குச் சொத்துக்களைக் குவித்துள்ளனர். அமெரிக்காவில் மிகவும் கீழ்நிலையில் உள்ள ஏழைகளோ பாலங்களின் கீழ் அட்டைக் குடிசைகளில் வசிக்கின்றனர் அல்லது வாழ்வற்றுள்ளனர். அமெரிக்கா விலும், ஸ்பெயினிலும் உள்ள இந்த இடைவெளி ஒரு சமூக விளை பொருள். ஒரு திருட்டு."

முதலாளித்துவம் ஒரு அந்நியமாதல், ஒரு எதிர்ச்சமூக நிலை: முதலாளியத்திற்குள் முடிவுகளுக்குக் காரணமாயிருப்பது லாப நோக்கே, தனிநபர் நலனல்ல. சுயநலமே. சமூக நலமல்ல, மற்றவர்களின் அழிவில் தனிநபர்கள் முன்னேறுகின்றனர். பரஸ்பர நலன் என்கிற அடிப்படையிலான பொருளாதார முன்னேற்றம் என்கிற பேச்சிற்கே இங்கு இடமில்லை. இதன் விளைவு, ஒரு எதிர்சமூகச் சூழலே. இந்த ஓட்டத்தில் நல்லவர்கள் தோற்றுப் போகின்றனர். சமூக நலனைக் காட்டிலும் தனி நபர் லாபமே பொருளாதார தர்க்கத்தின் குறிக்கோளாக உள்ளது.

முதலாளியம் இன, பாலியல் பாகுபாடுகளை ஊக்குவிப்பது திறன் சார்ந்து இயங்குவதல்ல: சந்தைப் போட்டியில் சமூகத்தின் பிற நிலைகளில் உருவாகிற இன (சாதி), பாலியல் ஏற்றத்தாழ்வுகளை முதலாளிகள் லாப நோக்கில் பயன்படுத்திக் கொள்கின்றனர். சந்தையில் லாபம் தேடும் நோக்கு மூலப் பொருட்கள் பெரிய அளவில் வீணாவதற்கு வழி வகுக்கின்றது. அதிக லாபமில்லாத பொருள் உற்பத்தியில் வீணாதல் அதிகமாகிறது. தவிரவும் வற்புறுத்தி மேற்கொள்ளப்படுகிற உழைப்பு எதிர்நிலை எடுக்கிறது. இதனாலும் இழப்பு ஏற்படுகிறது

முதலாளியம் உலக இருப்பிற்கு உகந்ததல்ல : மனிதத் தேவைகள்

விருப்புகள் ஆகியவற்றை மதியாது முதலாளிகள் பொருளைக் குவிக்கின்றனர், குவிக்கின்றனர், குவித்துக் கொண்டே இருக்கின்றனர். இது தொழிலாளிகளையும் நுகர்வோர்களையும் மட்டுமின்றி சுற்றுச்சூழலைப் பாதிப்பதையும் அழிப்பதையும் பற்றி அவர்களுக்குக் கவலையில்லை. குறுகியகால நோக்கிலேயே இந்தச் செயல்பாடு உள்ளது. விண்ணிலும் மண்ணிலும் மிகப்பெரிய அழிவுகளை ஏற்படுத்துகிறது.

முதலாளியம் வன்முறையானது : முதலாளியச் சந்தை வேட்டை பலமுள்ள நாடுகள் பலமற்றவற்றின் மக்களையும் வளங்களையும் சுரண்டுவதை நோக்கமாகக் கொள்கிறது. ஏகாதிபத்தியம் காலனியம், அநீதியான போர்கள் ஆகியவற்றிற்கு இது இட்டுச் செல்கிறது."

ஆல்பர்ட்டின் கருத்துகளை மிகவும் சுருக்கமாக இங்கு எழுதியுள்ளேன் (பார்க்க : *participatory economics. zcom*) அமெரிக்கப் பொருளாதார நிலை எவ்வளவு ஏற்றத்தாழ்வு மிக்கதாக உள்ளது என்பதற்கும் ஏராளமான கட்டுரைகள் எழுதப்பட்டுள்ளன. குறிப்பாக *Paul Street, 'Occupy wall street at the hub of global hypocracy'* என்கிற கட்டுரையை ஆர்வமுள்ளவர்கள் வாசித்துப் பார்க்கலாம் (*zcom*). அமெரிக்க நாட்டின் மொத்த வளத்தில் 84 சதம் மேலேயுள்ள 20 சதம் மக்களிடம் குவிந்துள்ளது. அடியிலுள்ள 40 சத மக்களிடம் வெறும் 0.3 சதம் சொத்துக்களே உள்ளன.

அமெரிக்கப் பொருளாதாரத்தை மட்டுமல்ல, நிர்வாகத்தையும் ஜனநாயகத்தையுமே கட்டுப்படுத்துகிற மேலேயுள்ள ஒரு சத கார்ப்பரேட் வர்க்கம் தனியார் சொத்துக்குவிப்பில் 34 சதத்தைத் தன்னகத்தே கொண்டுள்ளது. நிதி வலைப்பின்னலில் 43 சதம், பிசினஸ் 'ஈக்விடியில்' 61 சதம், செக்யூரிட்டியில் 61 சதம் என அது கையகப்படுத்தி உள்ளது. இன்னொரு பக்கம் 46 மில்லியன் பேர் வறுமைக் கோட்டிற்குக் கீழ் வாழ்கின்றனர். இவர்களில் 19 மில்லியன் பேர் கொடும் ஏழ்மையில் (*deep poverty*) உள்ளனர்.

இந்த நிலை முதலாளியத்தின் விளைபொருள் என்பதை உணர்ந்து அதை மாற்றியமைக்க வேண்டும் என்கிற நோக்கில் தான் இன்று முதலாளிய உலகின் முக்கிய நகரங்களின் பொது வெளிகளை மக்கள் கைப்பற்றிப் போராடுகின்றனர். 1960களின் 'ஹிப்பிகளுக்கும் இவர்களுக்கும் முக்கிய வேறுபாடுகள் உண்டு . ஹிப்பிகள் அமெரிக்க வாழ்வையும் கலாச்சாரத்தையும் துறந்து வெளியேறியவர்கள். இன்று

வால் ஸ்ட்ரீட்டைக் கைப்பற்றியுள்ளவர்களோ அப்படி ஒதுங்கி வெளியேறத் தயாராக இல்லை. அவர்கள் இந்த அமைப்பை மாற்ற விரும்புகின்றனர். அதன் போக்கில் தலையிட விரும்புகின்றனர்.

இத்தகைய போராட்டங்களில் ஊடுருவி தலைமையைக் கைப்பற்றுவதில் தேர்ந்த அரசியல்வாதிகள் வால் ஸ்ட்ரீட் பேராட்டத்திலும் தங்கள் கைவரிசையைக் காட்ட முயல்கின்றனர். 2009ல் இதே போன்ற கோரிக்கைகளை முன் வைத்து வரிவிதிப்புச் செயற்பாடுகளை எதிர்த்து 'தேசபக்தர்கள்' என அறிவித்துக் கொண்டு களம் இறங்கிய 'டீ பார்ட்டி ' அமைப்பிற்குள் குடியரசுக் கட்சியினர் (Republication Party) ஊடுருவி அதை ஒரு வகையான வலதுசாரி அமைப்பாக மாற்றுவதில் வெற்றி பெற்றனர். அத்தகைய ஒரு போக்குடன் இன்றைய வால் ஸ்ட்ரீட் ஆக்கிரமிப்பாளர்களை ஒபாமாவின் ஜனநாயகக் கட்சியினர் அணுக முயல்கின்றனர். சென்ற வாரத்தில் கறுப்பினத் தலைவரும் சிவில் உரிமைப் போராளியுமான மாட்டின் லூதர் கிங்கின் 30 அடி உயரச் சிலையைத் திறந்து வைத்துப் பேசிய ஒபாமா "கிங் இப்போது உயிருடன் இருந்திருந்தால் வால் ஸ்ட்ரீட்டில் குவிந்துள்ள மக்களின் கோரிக்கைகளை ஆதரித்திருப்பார்" எனக் கூறியுள்ளார். ஒரு பக்கம் கூடியுள்ளவர்கள் மீது மிளகுத் தூளை பீய்ச்சி அடித்துக் கலைப்பதை வேடிக்கை பார்க்கும் ஒபாமா, இன்னொரு பக்கம் அவர்களைத் தம் கட்சிக்கு ஆதரவாகத் திருப்பும் (co option) முயற்சியில் இறங்குவதைப் போராட்டக்காரர்களும் கவனிக்கத் தவறவில்லை. தாங்கள் இம்முறை ஏமாற மாட்டோம் என உறுதிபடக் கூறுகின்றனர்.

இது தொடர்பான மெக்சிகோ நாட்டுப்பழமொழி ஒன்றையும் ஏதோ ஒரு கட்டுரையில் படிக்க நேரிட்டது. "கூட்டமாய் மக்கள் அணி வகுத்திருக்கும் இடத்தில் அரசியல்வாதி முன்னே போய் நின்று கொள்வான். அதன் பின் அந்த அணிவகுப்பு அவன் பின் தொடரும்."

இந்தச் சிக்கலை அவர்கள் எப்படிச் சமாளிக்கப் போகிறார்கள்? இந்தப் போராட்டத்தை அடுத்த கட்டமாக எங்கே கொண்டு போகப் போகிறார்கள்? எப்படி இதை மேலும் விரிவாக்கப் போகிறார்கள்?

பொறுத்திருந்து பார்ப்போம். தேர்தல் களேபரத்தில் போராட்டம் ஒருவேளை நசிந்து போகலாம். ஆனாலும் முதலாளியச் சமூகங்களில் மேலேயுள்ள ஒரு சதம் தனிமைப்பட்டது தனிமைப்பட்டதுதான்.

90களுக்கு முன் கம்யூனிஸ்ட்டுகள் வைத்ததைக் காட்டிலும் சுடுமொழியில் இன்று முதலாளியம் விமர்சிக்கப்படுவதும், அமெரிக்கக் கனவு சிதைக்கப்பட்டதும் இன்றைய போராட்டம் ஏற்கனவே வெற்றி பெற்றுவிட்டதை உணர்த்துகிறது.

நமது கம்யூனிஸ்ட் தோழர்களுக்கு, முதலாளியத்தை விமர்சித்தால் போதுமா? அந்த இடத்தில் கம்யூனிஸ லட்சியத்தை வைக்க வேண்டாமா? என்கிற கேள்வி எழுவதை நம்மால் புரிந்து கொள்ள முடிகிறது. ஆனால் வரலாறு ஒருமுறை சுழன்று அடுத்த கட்டத்திற்குப் போய்விட்டது. இனி மார்க்சியத்தை நாம் பழைய மாதிரி வாசிக்க முடியாது. புதிய வளர்ச்சிகளைக் கணக்கில் கொண்டு மட்டுமல்லாமல் நமது பழைய அனுபவங்களையும் சீர்தூக்கிப் பார்த்துப் புதிய மொழி ஒன்றை உருவாக்க வேண்டும். மார்க்சியம் புதிய முறையில் வாசிக்கப்பட வேண்டும்.

ஈழப் போராட்டத்தை ஒட்டியும் இன்று மரண தண்டனை ஒழிப்பு, கூடங்குள அணு உலை எதிர்ப்பு ஆகியவற்றை முன்வைத்தும் பெரிய அளவில் தமிழகத்தில் இளைஞர்கள் திரள்கின்றனர். இதுபோன்ற பிரச்சினைகள் இருபதாண்டுகட்கு முன் உருவானபோது இயக்கம் சார்ந்தவர்களே அதை முன்னெடுத்த நிலை என்பதற்கு மாறாக இன்று இயக்கங்களுக்கு அப்பாற்பட்ட இளைஞர்கள் பெரிய அளவில் இத்தகைய காரணங்களை முன்வைத்துத் திரள்வது, முப்பதாண்டுகட்கும் மேலாக இத்தகைய போக்குகளுடன் கலந்து, கவனித்து வரும் என்னைப் போன்றோருக்கு மிகவும் மகிழ்ச்சி அளிக்கிறது. மென்பொருள் துறை சார்ந்த இளைஞர்கள் இளம் பத்திரிகையாளர்கள் இளம் வழக்குரைஞர்கள், ஆர்வமுள்ள மாணவர்கள், பெண்கள் எனப் பலதரப்பட்ட இளைஞர்கள் இதில் முன்னணியில் நிற்கின்றனர்.

உலகெங்கிலும் இளைஞர்கள் மத்தியில் ஏற்பட்டுள்ள விழிப்புணர்வுடன் இணைத்துப் பார்க்கப்பட வேண்டிய ஒன்று. இது. 1968, 1989 என்கிற வரிசையில் இன்று 2011 உருவாகியுள்ள நிலையில் இளைஞர்கள் முந்தைய அனுபவங்களிலிருந்தும் இணையான உலக நிகழ்வுகளிலிருந்தும் கற்றுக் கொள்ள வேண்டிய பாடங்கள் நிறைய உள்ளன.

மரண தண்டனை எதிர்ப்பிற்காக கோயம்பேட்டில் ஒரு மாதத்திற்கும் மேலாக நடைபெற்ற உண்ணாநிலைப் போராட்டத்தில்

இளைஞர்களின் பங்கு முக்கியமானதாக இருந்தது. தமது அரசியல் நிகழ்ச்சி நிரலைக் கையில் வைத்துக் கொண்டு தமிழகத்தில் எழுந்துள்ள உணர்ச்சி ஆவேசத்தை, அதை நோக்கிப் பயன்படுத்திக்கொள்ள நினைக்கும் அரசியல் தலைமைகளிலிருந்து இளைஞர்களின் அணுகல் முறை நுணுக்கமாக வேறுபட்டிருந்ததைக் கவனிக்க முடிந்தது.

முள்ளிவாய்க்கால் படுகொலைகளின் போது இங்கு ஏற்பட்டிருந்த உணர்ச்சிக் கொந்தளிப்பைத் தாண்டி பிரச்சினைகளை அதன் சகல பரிமாணங்களுடன் அணுக வேண்டிய அவசியம் குறித்த பிரக்ஞை இன்று இளைஞர்கள் மத்தியில் கூடியிருப்பதாகவே உணர்கிறேன். அமெரிக்காவைக் காட்டிலும் சீனாவை மிகப் பெரிய எதிரியாகப் பார்ப்பது, இந்திய அரசைக் கொண்டு ஈழ விடுதலையை அடைந்துவிட முடியும் என நம்புவது, இந்தியாவின் நலனைத் தாண்டி அமெரிக்கா ஈழ விடுதலையில் உதவிடும் என எதிர்பார்ப்பது, ஜெயலலிதாவை நிபந்தனையின்றிக் கொண்டாடுவது முதலான அம்சங்களில் இளைஞர்கள் நமது தலைவர்களைக் காட்டிலும் முதர்ச்சியுடன் இருப்பதாகவே உணர்கிறேன். எனினும் இதுகுறித்து இன்னொரு எச்சரிக்கையையும் செய்ய வேண்டி உள்ளது.

சோவியத்திற்குப் பிந்தைய உலகில் மக்கள் போராட்டங்களின் தன்மை பெரிதும் மாறியுள்ளது. 'வர்க்கம்' என்னும் இடத்தில் 'மக்கள்' என்கிற கருத்தாக்கம் இன்று முதன்மை பெறுகிறது. இதை நான் முற்றிலும் வரவேற்கப்பட வேண்டிய ஒன்று எனச் சொல்ல வரவில்லை. ஆனால் இந்த வேறுபாட்டை நாம் புரிந்துகொள்ள வேண்டும். பன்னாட்டுத் தொண்டு நிறுவனங்களும் அன்னா ஹசாரே போன்ற 'தேசம்', 'குடிமக்கள்' முதலான கருத்தாக்கங்களை முன்வைத்து தேசத்திற்குள் ஒடுக்கப்படும் பிரிவினரின் பிரச்சினைகளைப் பின்னுக்குத் தள்ளுவோரும் இச்சூழலைத் தமக்குச் சாதகமாகப் பயன்படுத்திக் கொள்வது குறித்த எச்சரிக்கை நமக்குத் தேவை. அன்னா ஹசாரே அல்லது நமது தமிழ்த் தேசியர்களின் "அனைத்துயிர் தழுவிய பிரபஞ்ச விகாச அணுகல் முறை" முன்வைக்கக்கூடிய தேசம், இனம், மொழி முதலான உள் வேறுபாடுகளைத் தாண்டிய வகையினங்கள், சாதி, மதம், வர்க்கம், பிராந்தியம் முதலான உள் வகையினங்களைக் கணக்கில் கொள்வதில்லை. ஈழம் மற்றும் மரண தண்டனை பிரச்சினைகளைத் தீவிரமாக முன்னெடுத்த இயக்கங்கள் பலவும் பரமக்குடி படுகொலையை அதற்குரிய வீச்சுடன் கண்டிக்க இயலாமற் போனதை நாம் கவனத்தில் கொள்ள வேண்டும். தேசம்,

மொழி, ஜனநாயகம் அரசியல் சட்ட ஆளுகை, எல்லோருக்கும் சம உரிமைகள் என்பன ஒரு பக்கம் சாதி, மதம், வகுப்பு, வர்க்கம், பிராந்தியம் முதலானவற்றின் தனித்துவமான பிரச்சினைகள் இன்னொரு பக்கம். இவற்றை நாம் எப்படி இணைக்கப் போகிறோம்? இதுவே இன்று நமக்கு முன்னுள்ள பெரிய சவால். இளைஞர்கள் தான், இதைப் புரிந்து முன்னெடுக்க முடியும்.

இன்றைய தேவை விரிந்த பார்வை, அகன்ற படிப்பு, பிரச்சினைகளை எளிமைப்படுத்திப் புரிந்து கொள்ளாமல் அவற்றின் சகல பரிமாணங்களுடனும் அணுகுதல் ஆகியனவே.

நவம்பர், 2011

அப்துல் கலாம் சொல்வதெல்லாம் உண்மைதானா?

இந்திய அளவில் கவனத்தை ஈர்த்துள்ள கூடங்குளம் அணு உலை எதிர்ப்புப் போராட்டத்தை முறியடிப்பதற்கு மத்திய அரசு சகல தந்திரங்களையும் கையாண்டு வருகிறது. தமிழ் மக்களால் பெரிதும் மதிக்கப்படுகிற முன்னாள் குடியரசுத் தலைவர் அப்துல் கலாம் இப்போது போராட்டத்திற்கு எதிராகக் களம் இறக்கப் பட்டுள்ளார்.

கலாமின் கருத்துகளுக்கு மக்கள் மத்தியில் உள்ள செல்வாக்கும், அவரது நூல்களுக்குள்ள வாசக ஈர்ப்பும் இன்று போராட்டத்திற்கு எதிராகத் திருப்பி விடப்பட்டுள்ளது. இந்த மாதத் தொடக்கத்தில் அவர் கூடங்குளத்திற்குச் சென்று உதிர்த்த கருத்துகளுக்கு ஊடகங்கள் பெரிய அளவில் முக்கியத்துவம் அளித்துச் செய்திகள் வெளியிட்டன. இந்தியா உலக அளவில் வலுவான, வளமிக்க நாடாக மாறுவதற்கான ஒரே திறவுகோல் அணு ஆற்றல்தான் எனவும், கூடங்குளம் அணு உலை நூறு சதம் பாதுகாப்பானது எனவும் வலியுறுத்தி அவர் ஆங்கிலத்திலும் தமிழிலும் எழுதிய மிக விரிவான கட்டுரைகளை நாளிதழ்கள் முழுமையாக அடிக்குறிப்புகளுடன் வெளியிட்டன.

அணு ஆற்றல் மற்றும் அணுஉலை குறித்த அறிவியல் தொழில் நுட்பம் ஏதும் அறியாதவர்களுக்கும் கூட அவரது கட்டுரைகளில் அமைந்துள்ள முன்னுக்குப் பின் முரணான கூற்றுகளை அடையாளம் காண இயலும். ஓரளவு இதன் நுட்பங்களை அறிந்தவர்களும், இதுகுறித்துத் தொடர்ந்து வாசித்து வருபவர்களும் அவர் எப்படிப் பல உண்மைகளை மறைத்தும் திரித்தும் முன்வைக்கிறார் என்பதைப் புரிந்து கொள்வார்கள்.

"40 ஆண்டு காலமாகப் பாதுகாப்பான 4700 மெகா வாட் மின்சாரத்தை உற்பத்தி செய்தது, விவசாய உற்பத்தியைப் பெருக்கியது, புற்று நோய்க்குக் கதிரியக்க சிகிச்சை அளிக்க முடிந்தது, உலக நாடுகளே மதிக்கும் வண்ணம் வலுப்பெற்றிருப்பது எல்லாவற்றிற்கும் இங்கே அணு உலைகள் கட்டி இயக்கப்பட்டதே காரணம்" என்கிறார் கலாம். பிறிதோரிடத்தில் இன்று உற்பத்தியாகும் மொத்த மின்சாரத்தில் வெறும் 2.85 சதம்தான் அணு உலைகளின் மூலம் உற்பத்தியாகிறது என்கிறார். இந்த 4700 மெகா வாட்டும் கூட அவர் சொல்வது போல தொடக்கம் முதல் உற்பத்தி செய்யப்பட்டதில்லை. இந்த 40 ஆண்டுகளில் எந்த நாளுமே அறிவிக்கப்பட்ட இலக்குகளை அணு உலைகள் எட்டியதே இல்லை. இதில் இன்னொரு வேடிக்கை என்னவென்றால் அணு உலைகள் குறித்துத் தொடர்ந்து ஆய்வு செய்து எழுதி வரும் முனைவர் தீரேந்திர சர்மாவின் கூற்றுப்படி 2005ல் இந்தியாவில் அணு உலைகளின் மூலம் உற்பத்தியான மின்சாரம் 3000 மெகாவாட். ஆனால் இந்த அணு உலைகளை இயக்குவதற்குச் செலவழிக்கப்பட்ட மின்சாரத்தின் அளவு 4000 மெகாவாட். அணு உலைகள் இருந்ததால்தான் இங்கே கதிரியக்கச் சிகிச்சை அளிக்க முடிந்தது என்பதெல்லாம் கொஞ்சம் அல்ல ரொம்பவே ஓவர். அணு உலைகள் இல்லாத நாடுகளிலெல்லாம் கதிரியக்க சிகிச்சையே நடைபெறவில்லையா?

அணு மின்சாரம் மிகவும் மலிவானது என அவர் கூறுவது ஒரு மிகப் பெரிய புள்ளிவிவர மோசடி. காற்றாலைகள் மூலம் தயாரிக்கப்படும் மின்சாரத்தின் விலை கிலோ வாட்டுக்கு 10 ரூபாய் எனவும் அணு மின்சாரத்தை ஒரு ரூபாயிலிருந்து மூன்று ரூபாய்க்குள் தயாரித்துவிடலாம் என்றும் கூறுகிறார். ஒரு கிராம் யுரேனியத்தின் விலையால் அதிலிருந்து உற்பத்தியாகும் மின்சாரத்தின் அளவை வகுத்து இவ்வாறு கணக்குப் போடுவது மிகப் பெரிய அபத்தம். அணு உலைகளுக்கான சிறப்புப் பாதுகாப்புகளுக்காகச் செய்யப்படும் செலவுகள் பிற மின்சார உற்பத்தி முறைகளைக் காட்டிலும் பல நூறு மடங்கு அதிகம். தவிரவும் மிகக் குறைந்த ஆயுளே உடைய அணு உலைகளை, அவற்றின் பயன்பாடு முடிந்தவுடன் பிரித்துக் கலைப்பது (dismantle) மிகப்பெரிய அளவு செலவை ஏற்படுத்தக்கூடிய பணி. மிகவும் ஆபத்தான கதிர்வீச்சை உடைய எரிபொருள் கழிவுகளையும் திடக் கழிவுகளையும், பிரிக்கப்பட்ட அணு உலைக் கட்டுமானத்தையும் அடுத்த பல நூறு ஆண்டுகள் பாதுகாப்பாக வைத்திருக்க வேண்டும். இவற்றுக்கான செலவினங்களையும்

சேர்த்துக் கணக்கிடும்போதுதான் உண்மையான அணு மின்சாரத்தின் விலை நமக்குக் கிடைக்கும். அது பிற எந்த முறையின் மூலமும் தயாரிக்கப்படும் மின்சாரத்தையும் விடப் பல மடங்கு விலை கூடியதாக இருக்கும்.

கூடங்குள அணுஉலை 100 சதம் பாதுகாப்பானது எனவும் விபத்துச் சாத்தியங்களே இல்லாதது எனவும் அப்துல் கலாம் சான்றளிப்பதைப் பார்க்கும் போது நமக்கு வியப்பாக மட்டுமல்ல, வேதனையாகவும் இருக்கிறது.

இந்திய அரசு ருஷ்ய அரசுடன் சிறப்பு ஒப்பந்தம் ஒன்றை இயற்றியுள்ளது. இதன்படி கூடங்குள அணு உலையில் ஏதும் விபத்து ஏற்பட்டால் பாதிக்கப்டும் மக்கள் யாரும் இந்த அணு உலையை நிறுவுகிற 'ஆடம்ஸ்ட்ரொயிக்ஸ்போர்ட்' என்கிற நிறுவனத்தின் மீது வழக்குத் தொடர முடியாது. விபத்து சாத்தியமே இல்லை என்றால் ஏன் இந்த ஒப்பந்தம்? மன்மோகன் அரசு இயற்றியுள்ள அணு ஒப்பந்தத்தின்படி அணு உலை விபத்து ஏற்பட்டால் ஒரு சிறிய இழப்பீட்டுத் தொகையை அணு உலையைக் கட்டித் தந்த நிறுவனம் பாதிக்கப்பட்ட மக்களுக்குத் தர வேண்டும். ஒப்பந்தத்தில் இந்தப் பிரிவு இருப்பதாலேயே உலகில் பல நிறுவனங்கள் இந்தியாவில் அணு உலைகளை நிறுவத் தயங்குகின்றன எனச் சொல்லப்படுகிறது. கலாம் சொல்வது போல மூன்றாம் தலைமுறை அணு உலைகளில் விபத்துக்களே ஏற்படாது என்றால் அணு உலைகளை அமைப்பவர்களுக்கு ஏன் இந்தத் தயக்கம்?

எரிபொருள் கழிவு மறு சுழற்சி செய்யப்படும் எனவும் இதை எட்டு ஆண்டுகள் வரை பாதுகாப்பாக வைப்பதற்கு உரிய ஏற்பாடுகள் உள்ளன என்பதும் கலாம் அளிக்கும் இன்னொரு சான்றிதழ். அப்படியாயின் ஏன் ருஷ்யா முன்னர் வாக்களித்ததற்கு மாறாக இப்போது கழிவுகளை எடுத்துச் செல்ல முடியாது எனக் கைவிரிக்கிறது? எட்டாண்டுகள் வரை பாதுகாப்பதற்கு ஏற்பாடுகள் உள்ளதென்றால் எட்டாண்டுகளுக்குப் பின் பல நூறு ஆண்டுகள் அதைப் பாதுகாப்பாக வைப்பதற்கு எந்த ஏற்பாடும் இல்லை என்றுதானே பொருள்?

ஒன்றை நாம் புரிந்துகொள்ள வேண்டும். இதுவரை இந்தியாவில் நிறுவப்பட்ட அணு உலைகள் எல்லாம் மிகச் சிறியவை. 1000 மெகாவாட்டுக்குக் குறைவான திறனுடையவை. கூடங்குளத்தில்

ஒவ்வொன்றும் 2000 மெகாவாட் திறனுள்ள நான்கு உலைகள் அருகருகே நிறுவப்படப் போகின்றன. இங்கே உருவாகப் போகிற கழிவுகளின் அளவும் அதற்குத் தக அதிகமாக இருக்கும் என்பதோடு, இவ்வாறு அருகருகே அணு உலைகள் அமைப்பதை அணு ஆற்றல் ஆதரவாளர்கள் கூட ஏற்பதில்லை. அவ்வாறு அமைக்கப்பட்டால் ஒன்றில் விபத்து ஏற்படும்போது அது மற்றவற்றையும் சேர்த்து அழித்துவிடும். ஃபுகுஷிமாவில் அருகருகே மூன்று அணு உலைகள் இருந்ததால் தான் ஒன்றில் ஏற்பட்ட உள் மையச் சிதைவு (*core damage*) மற்றவற்றையும் தாக்கி அழித்தது. ஆனால் இது குறித்தெல்லாம் கவலைப்படாத கலாம் இவ்வாறு நான்கு உலைகள் ஒன்றாக அமைக்கப்படுவதையே ஒரு பெருமையாகவும் சாதனையாகவும் முன்வைக்கிறார்.

ஃபுகுஷிமா விபத்தில் ஒருவர் கூடச் சாகவில்லை என ஒரு குண்டைத் தூக்கிப் போடவும் அவர் தயங்கவில்லை. ஃபுகுஷிமாவில் ஏற்பட்ட அழிவுகள் மற்றும் மரணங்கள் குறித்த முழு உண்மைகளை யும் ஜப்பான் அரசு வெளியிடவில்லை. தன்னுடைய நாட்டில் அணு உலைகளை நிறுவுவதை நிறுத்தி வைத்துள்ள ஜப்பான், இன்று வியட்நாம் உள்ளிட்ட பல சிறிய நாடுகளுக்கு அணு உலைகளை விற்க ஒப்பந்தம் செய்துள்ளது. இந்த ஒப்பந்தங்களின் மூலம் ஜப்பானிய நிறுவனங்களுக்குப் பல பில்லியன் டாலர் வருமானம் வர உள்ளது. எனவே உண்மைகள் மறைக்கப்படுகின்றன.

செர்னோபில்லில் விபத்து ஏற்பட்டபோது அங்கு ஒரு அணு உலை மட்டுமே இருந்தது. இரும்புத்திரை என அழைக்கப்பட்ட சோவியத் யூனியனும் இப்படித்தான் அன்று உண்மைகளை மறைத்தது. வெறும் 57 பேர்தான் உடனடியாக இறந்தனர் என அணு உலை ஆதரவாளர்களும் அடக்கி வாசித்தனர். ஆனால் அந்த ஆண்டில் வழக்கமாகப் புற்று நோயால் இறப்பவர்களைக் காட்டிலும் உலக அளவில் 9000 பேர் கூடுதலாக இறந்ததாக உலக நல நிறுவனம் கணக்கிட்டுள்ளது. இன்னும் பலர் புற்று நோயால் அவதிப்படுகின்றனர் எனவும் அணு விஞ்ஞானிகளான சுவ்ரத் ராஜூவும் எம்.வி.ரமணாவும் கூறுகின்றனர். இன்றும் கூட செர்னோபில்லைச் சுற்றி 1000 சதுர கி.மீ. பரப்பளவு பாதுகாக்கப்பட்ட பகுதியாகத் தடுத்து வைக்கப்பட்டுள்ளது.

ஃபுகுஷிமாவில் விபத்து நடந்த நேரத்தில் காற்று பசிஃபிக் கடலை நோக்கி வீசிக் கொண்டிருந்ததால் கதிர்வீச்சுத் தாக்குதல் சற்றுக்

குறைவு. எனினும் விபத்து ஏற்பட்டவுடன் ஃபுகுஷிமாவை ஒட்டி வசித்த 70,000 பேர் உடனடியாக வெளியேற்றப்பட்டனர். அடுத்தடுத்த நாட்களில் மேலும் 1,30,000 பேர் வெளியேற்றப்பட இருப்பதாக அரசு அறிவித்தது. நிலம், நீர், புல் பூண்டுகள், பால் என உணவுச் சங்கிலியே விஷமாகியது. அமெரிக்காவிலிருந்து குடிநீர் இறக்குமதி செய்யப்பட இருப்பதாகவும், கதிர்வீச்சால் பாதிக்கப்பட்டவர்களுக்கு எலும்புக் குருத்து மாற்று சிகிச்சை அளிப்பதற்காக ஐரோப்பாவில் 500 மருத்துவமனைகள் 'புக்' செய்யப்பட்டதாகவும் செய்திகள் வந்தன. இவற்றையெல்லாம் பத்திரிகைகளில் வாசிக்க வில்லையா நமது முன்னாள் குடியரசுத் தலைவர்? இல்லை, வாசித்ததால்தான் அவர் அறிவித்துள்ள 200 கோடி ரூபாய் சிறப்புத் திட்டத்தில் கூடங்குளம் நால்வழிச்சாலைகளால் இணைக்கப்பட வேண்டும் எனச் சொல்கிறாரா? விபத்து நடக்கும்போது வேகமாக மக்கள் தப்பித்து ஓடுவதற்காகத்தான் அந்த ஏற்பாடா?

ஃபுகுஷிமாவுக்குப் பிறகு ஜெர்மன் மற்றும் பெல்ஜியம் முதலான நாடுகள் பத்துக்கும் மேற்பட்ட அணு உலைகளை மூட உள்ளன. இது குறித்தும் கலாம் ஒரு தவறான தகவலை முன்வைக்கிறார். ஃபுகுஷிமா விபத்தை ஒட்டி ஏற்பட்ட எதிர்ப்பினால் ஜெர்மன் தனது எட்டு ஆலைகளை மூடவில்லையாம். அணு உலைக்குத் தேவையான யுரேனியம் அவர்களிடம் இல்லையாம். வெளிநாட்டிலிருந்து இறக்குமதி செய்யத் தயாராக இல்லாததால் இந்த அணு உலைகளை மூடுகின்றனராம். உண்மை என்னவெனில் மூடப்படுகிற உலைகள் அனைத்தும் பழைய உலைகள். இருந்த போதிலும் அவற்றை மேம்படுத்தி இயக்குவது என சென்ற ஆண்டு முடிவெடுத்தார்கள். ஃபுகுஷிமா விபத்திற்குப் பிறகு மக்கள் அதைக் கடுமையாக எதிர்க்கவே இப்போது அவற்றை மூட முடிவெடுத்துள்ளனர். ஜெர்மன் நாட்டுச் சான்ஸ்லர் ஆங்கெலா மார்க்கெல் இந்தியாவிற்கு வந்தபோது மன்மோகன்சிங்கைப் பக்கத்தில் வைத்துக்கொண்டே இதை வெளிப்படையாகச் சொன்னார்.

இன்னொன்றும் இங்கே சிந்திக்கத்தக்கது. இந்தியாவிலும் யுரேனியம் கிடையாது. இறக்குமதி செய்துதான் இந்த வெளிநாட்டு அணு உலைகளை எல்லாம் இயக்கியாக வேண்டும். இதற்காகத்தான் மன்மோகன் அரசு அமெரிக்காவுடன் அணு ஒப்பந்தத்தைச் செய்துள்ளது. ஏதோ ஜெர்மனியில்தான் யுரேனியம் இல்லை. இங்கே கொட்டிக் கிடக்கிறது என்பது போலவும் கலாம் சொல்வது

என்ன நியாயம்?

இந்தியாவில் ஏராளமாகக் கிடைக்கும் தோரியத்தை வைத்துக்கொண்டு கதிர்வீச்சு ஆபத்தும் இல்லாத, அணுகுண்டு தயாரிக்க வாய்ப்புமில்லாத தொழில்நுட்பத்தை உருவாக்கி மகத்தான சாதனையைச் செய்யப் போவதாக கலாம் சொல்வதிலும் பல சிக்கல்கள் உள்ளன. அணு உலைகளில் தோரியத்தை நேரடி எரிபொருளாகப் பயன்படுத்த முடியாது. வழக்கமான யுரேனிய அணு உலையில் தோரியத்தை வைத்து அதை முதலில் எரிபொருள் திறனுள்ள யுரேனியம் 233 என்கிற மூலப் பொருளாக மாற்ற வேண்டும். இதைக் கொண்டு மிகவும் வலிமையான அணுகுண்டுகளைச் செய்ய முடியும் என்பதே உண்மை . ஆனால் இத்துடன் உருவாகிற யுரேனியம் 232 என்கிற மூலப் பொருளை, அது சக்தி வாய்ந்த காமாக் கதிர்களைக் கொண்டிருப்பதால் அணுகுண்டு செய்யப் பயன்படுத்த முடியாது. தவிரவும் யுரேனியம் 233 ஐப் பயன்படுத்தி அணு உலைகளை இயக்கும்போது இந்தக் கதிர்கள் ஊழியர்களை மிகக் கடுமையாகப் பாதிக்கும். அதோடு யுரேனியம் 233 ஐப் பெரிய அளவில் எரிபொருளாகப் பயன்படுத்த புளூட்டோனியத்தை எரிபொருளாகக் கொண்ட வேக ஈனுலைகள் (Fast Breeder Reac tor) தேவை. இவை அதிக விபத்துச் சாத்தியம் உள்ளவை. அதனால்தான் பல நாடுகள் தோரியம் பக்கமே போவதில்லை என முன் குறிப்பிட்ட வல்லுனர்கள் ராஜுவும் ரமணாவும் கூறுகின்றனர்.

ஃபுகுஷிமா விபத்து ஏதோ புவி அதிர்ச்சியும் சுனாமியும் அபூர்வமாகச் சேர்ந்து வந்து விட்டதால் ஏற்பட்ட ஒன்று போல கலாம் முன்வைக்கிறார். ஆனால் புவி அதிர்ச்சி ஏற்படும்போது சுனாமி உருவாவதற்கான எல்லாவித சாத்தியங்களும் உண்டு என்பதே உண்மை . கூடங்குளத்தைப் பொறுத்தமட்டில் ஆறு ரிக்டர் அளவு புவி அதிர்ச்சியைத் தாங்கக் கூடியதாகக் கட்டமைக்கப்பட்டுள்ளது என்றும் அணு உலை உள்ள பகுதியில் இதற்கு மேற்பட்ட அதிர்ச்சி ஏற்படுவதற்கு வாய்ப்பில்லை எனவும் கலாம் அழுத்தம் திருத்தமாகச் சொல்கிறார். ஃபுகுஷிமா விபத்தைப் பற்றி அணு உலைப் பாதுகாப்பு குறித்து விரிவாக ஆய்வுகளைச் செய்து வருகிற 'மாசாசுசெட் இன்ஸ்டிடியூட் ஆஃப் டெக்னாலஜி' நிறுவனம் என்ன சொன்னது தெரியுமா? ஃபுகுஷிமா அணு உலைகள் எல்லாப் பாதுகாப்புகளுடனும் தான் கட்டப்பட்டிருந்தன. ஆனால் அன்று ஏற்பட்ட புவி அதிர்ச்சியும் சுனாமியும் நம்ப முடியாத அளவிற்குப்

பெரிதாக அமைந்துவிட்டது. கூடங்குளத்திலும் இவ்வாறு ஏதேனும் ஏற்பட்டால் கலாமும் மன்மோகனும் இப்படிச் சொல்லித் தப்பித்துக் கொள்ள எல்லாவிதமான வாய்ப்புகளும் உண்டு என்பதை நாம் மறந்துவிடக் கூடாது.

கூடங்குளம் அணு உலை மூன்றாந் தலைமுறை வடிவமைப்புக் கொண்டது. முதலிரு தலைமுறை உலைகளில்தான் இதுவரை விபத்துக்கள் ஏற்பட்டுள்ளன. இது மேம்படுத்தப்பட்ட பாதுகாப்பு உடையது என்பது கலாம் வைக்கும் இன்னொரு வாதம். விபத்துச் சாத்தியங்கள் குறித்து இதுவரை அணு உலை ஆதரவாளர்கள் சொல்லி வந்ததெல்லாம் பொய்யாய்ப் போயுள்ளதே வரலாறு. முன் குறிப்பிட்ட எம்.ஐ.டி. நிறுவனத்தைச் சேர்ந்த ரஸ்முசென் என்பவர் முதல் தலைமுறை ஆலைகளுக்கான விபத்துச் சாத்தியத்தைக் கணக்கிட்டு 20,000 செயலாண்டுகளுக்கு ஒரு முறைதான் ஒரு விபத்து ஏற்படும் என்று கூறினார். உலகில் 25 அணு உலைகள் ஓராண்டு செயல்பட்டுள்ளது என்றால் 25 செயலாண்டுகள் கழிந்துள்ளன எனக் கணக்கிடுவார்கள். ஆனால் ரஸ்முசென் சொல்லி முடித்த நான்காவது ஆண்டே அமெரிக்காவிலுள்ள மூன்று மைல் தீவிலிருந்த அணு உலை விபத்துக்குள்ளாகியது. தனது கணக்கு தவறு என்பதை ஏற்றுக்கொண்ட அந்நிறுவனம் விபத்துச் சாத்தியத்தை 1000 மடங்கு அதிகரித்து அறிவித்தது.

எனினும் இரண்டாந் தலைமுறை அணு உலைகளின் பாதுகாப்பு மேம்படுத்தப்பட்டுள்ளதால் 20 ஆயிரத்திலிருந்து 50 ஆயிரம் செயலாண்டுகளுக்கு ஒரு முறையே விபத்துச் சாத்தியம் உண்டு எனச் சொன்னார்கள். இன்று உலகில் 440 அணு உலைகள் செயல்பட்டு வருகின்றன. இந்தக் கணக்குப்படி 45 ஆண்டுகளிலிருந்து 100 ஆண்டுகளுக்கு ஒருமுறைதான் ஒரு விபத்து ஏற்பட வேண்டும். ஆனால் மூன்று மைல் தீவு, செர்னோபில், ஃபுகுஷிமா ஆகிய மூன்று இடங்களிலும் ஏற்பட்ட விபத்துகளையும் எடுத்துக் கொண்டால் கடந்த 40 ஆண்டுகளில் 5 அணு உலை விபத்துகள் ஏற்பட்டுள்ளன. ஆக, இந்தக் கணக்கும் தவறாகியது. இப்போது மூன்றாந் தலைமுறை உலைகள் ஆபத்தில்லாதவை என்கிற புதிய கதையை அவிழ்த்துவிடத் தொடங்கியுள்ளனர்.

கலாமும் அணுஉலை ஆதரவாளர்களும் சொல்வதைப் போல மூன்றாந் தலைமுறையைச் சேர்ந்த கூடங்குளம் அணு உலை 100 மடங்கு ஆபத்துக் குறைவானது என்பதை ஏற்றுக் கொண்டால்,

இந்தியாவில் கல்பாக்கம் உள்பட, ஏற்கனவே செயல்பட்டுக் கொண்டுள்ள 19 அணு உலைகளும் 100 மடங்கு அதிக ஆபத்தானவை எனப் பொருளாகிறது. அவற்றையெல்லாம் என்ன செய்வது?

பயந்தால் வரலாற்றுச் சாதனைகளைப் படைக்க முடியாதென மக்களின் நியாயமான அச்சத்தைக் கேலி செய்யும் அப்துல் கலாம், கரிகாலனும், ராஜராஜ சோழனும் இப்படிப் பயந்திருந்தால் கல்லணை, தஞ்சைப் பெரிய கோயில் போன்ற வரலாற்றுச் சாதனைகளைப் படைத்திருக்க முடியுமா என வினவுகிறார். கல்லணையும் பெரிய கோயிலும் முன்னது 2,000 ஆண்டுகளும் பின்னது 1000 ஆண்டுகளும் தாக்குப் பிடித்துள்ளன என்பது உண்மைதான். நமக்குப் பெருமைதான். ஆனால் பூம்புகாரும், தனுஷ்கோடியும் அந்தமான் தீவின் சில பகுதிகளும் இயற்கைப் பேரிடர்களால் அழிந்து போயுள்ளதையும் நாம் மறந்துவிடக் கூடாது.

ஒருவேளை வரலாற்றுச் சின்னங்கள் அழியுமாயின் அது நமது வருத்தத்திற்குரியதுதான். ஆனால் வரலாற்றுச் சின்னங்கள் அழியும் போது அது அச்சின்னங்களின் அழிவோடு முடிந்துவிடுகிறது. ஆனால் ஒரு அணு உலை வெடித்துச் சிதறும்போது அந்த அழிவு அதோடு முடிந்துவிடுவதில்லை. நூற்றுக்கணக்கான மக்கள் உடனடியாகச் சாகின்றனர். ஆயிரக்கணக்கானோர் புற்றுநோய்க்குப் பலியாகின்றனர். பல தலைமுறைகள் பாதிக்கப்படுகின்றன. 1000 சதுர கி.மீ. மீட்டருக்கும் அதிகமான பரப்பளவு உயிர் வாழ்வுக்குத் தகுதியற்றதாக மாறிவிடுகிறது.

நாடல்ல, நாம்தான் முக்கியம் என நினைப்பவர்கள் தான் அணு உலைகளை எதிர்க்கிறார்களாம். கலாம் சொல்கிறார். மக்கள் நன்றாக இருந்தால்தான் நாடு நன்றாக இருக்கும். மக்களை அழிய விட்டு நாட்டை வலுவாக்கி என்ன பயன்? இப்படி நாட்டையும் மக்களையும் எதிர் எதிராக நிறுத்துவது என்ன தர்க்கம்? என்ன நியாயம்?

கடைசியாக ஒன்று. 'அணுஉலை எதிர்ப்பிற்கு' பூகோள அரசியல் சக்திகளின் தலையீடும்' ஓர் காரணம் என்கிறார் கலாம். அதாவது போராட்டத்திற்குப் பின்னணியில் அந்நிய சக்திகள் உள்ளனர் என அமைச்சர் நாராயணசாமி சொல்வதையே கொஞ்சம் வேறு வார்த்தைகளில் சொல்கிறார். அமெரிக்க அழுத்தத்தின் பின்னணியில் நிறை வேற்றப்பட்டதுதான் அமெரிக்க - இந்திய உலை ஒப்பந்தம்

என்பது ஊரறிந்த இரகசியம். இந்த ஒப்பந்தத்தின் மூலம் கொடுக்கப் பட்ட அழுத்தத்தின் விளைவாகவே இன்று ஈரானுக்கு எதிராக இந்தியா களமிறக்கப்படுகிறது. அணு ஆற்றல் பிரச்சினையைப் பொருத்தமட்டில் அந்நியத் தலையீடு என்பது அரசுத் தரப்பில்தான் உள்ளது.

பாரதியார் சொன்னதுதான் நினைவுக்கு வருகிறது.

“படிச்சவன் சூதும் வாதும் பண்ணினால் போவான், போவான் அய்யோன்னு போவான்.”

டிசம்பர், 2011

வணக்கம். நன்றி, விடை பெறுகிறேன்

ஐந்தாண்டுகளுக்கு முன் ஒருநாள் இரவு நண்பர் கடற்கரய் என்னைத் தொலைபேசியில் தொடர்பு கொண்டு 'தீராநதி'யில் ஒரு தொடர் பத்தி எழுத வேண்டும் எனக் கேட்டுக் கொண்டபோது நான் மகிழ்ச்சியோடு ஏற்றுக் கொண்டேன். 'பேசாப் பொருளைப் பேச நான் துணிந்தேன்' என்கிற தமிழ்ப் பெருங்கவியின் வாசகத்தை ரொம்பவும் தயக்கத்துடனேயே தேர்வு செய்தேன்.

அன்று தொடங்கி இன்றுவரை ஐந்தாண்டுகள் அறுபது மாதங்கள், ஒன்று தவறாமல் இந்தத் தொடர் வந்து கொண்டே இருந்தது. மிகப்பெரிய அளவில் வாசக ஆதரவும், பின்னூட்டங்களும் இருந்தன. தீராநதியில் வெளிவந்தது தவிர ஏராளமான வாசகர்கள் நேரில் தொடர்பு கொண்டும் பேசுவார்கள். கருத்துரைப்பார்கள். ஒவ்வொரு இதழையும் நான் பார்ப்பதற்கு முன்னரே படித்துவிட்டு தனது விமர்சனத்தையும் பாராட்டையும் முன்வைப்பார் வேலூரிலிருந்து நண்பர் லிங்கம். தீராநதியில் வெளிவந்த இப்பத்திகளில் பல கொழும்பிலிருந்து வெளிவரும் 'தினக்குரல்' நாளிதழில் நன்றியுடன் மீள்பிரசுரம் செய்யப்பட்டன.

ஒன்றைக் குறிப்பிட்டுச் சொல்லியாக வேண்டும். நான் எழுதியவற்றில் ஒரு சொல்லையும் கூட நீக்காமல் அப்படியே வெளியிட்டு வந்தது 'தீராநதி'. சிறுபத்திரிகைகளில் கூட இந்த அம்சத்தில் எனக்குச் சில கசப்பான அனுபவங்கள் உண்டு. 'குமுதம்' குழுமத்திலிருந்து வெளிவரும் ஒரு இதழில் எனக்கு இத்தகைய கருத்துச் சுதந்திரம் அளிக்கப்பட்டதை மிகவும் நன்றியுடன் நினைவு கூர்கிறேன். குறிப்பாக 'தீராநதி' ஆசிரியர் முனைவர் இரா.மணிகண்டன் அவர்களுக்கு என் நன்றிகள். கடைசி நேரத்தில் கட்டுரையைக் கொண்டு தருவது எனது மோசமான கையெழுத்து எல்லாவற்றையும் பொறுத்துக் கொண்டார்கள்.

இப்போது கூட நானே முடிவெடுத்துத்தான் இத்தொடரை நிறுத்திக் கொள்கிறேன். ஐந்தாண்டு ஒரு நீண்ட காலகட்டம். ஒரே மாதிரியான சிந்தனைப் போக்கும் எழுத்தும் வாசகர்களுக்குச் சுமையாகி விடக் கூடாதல்லவா?

நன்றி. வணக்கம். மீண்டும் சந்திப்போம்.

– 'தீராநதி' டிசம்பர் 2011.

www.ingramcontent.com/pod-product-compliance
Ingram Content Group UK Ltd.
Pitfield, Milton Keynes, MK11 3LW, UK
UKHW042139021026
15589UKWH00003B/937

9 788195 125944